நூறு சிறந்த சிறுகதைகள்

பாகம் - 2

தொகுப்பு: எஸ்.ராமகிருஷ்ணன்

தேசாந்திரி பதிப்பகம்

தேசாந்திரி பதிப்பக வெளியீடு: 41

நூறு சிறந்த சிறுகதைகள் பாகம்-2
சிறுகதைகள்
எஸ்.ராமகிருஷ்ணன்

இரண்டாம் பதிப்பு: மார்ச் 2023

தேசாந்திரி பதிப்பகம்,
டி-1, கங்கை அப்பார்ட்மெண்ட்,
110, 80 அடி ரோடு, சத்யா கார்டன்,
சாலிக்கிராமம், சென்னை 600 093.
தொலைபேசி: 044 23644947.
விலை: ரூ.1100 (இரண்டு பாகங்களும்)

Nooru Sirantha Sirukathaigal Part-2
(Short stories)

S.Ramakrishnan ©

Second Edition: March 2023, Pages: 504
Size: Royal, Paper: 70 Gsm NS Maplitho

Published by :
Desanthiri Pathippagam
D-1, Gangai Apartments,
110, 80-Feet Road, Satya Garden, Saligramam,
Chennai - 600 093, Ph: 044 2364 4947
Email : desanthiripathippagam@gmail.com
www.desanthiri.com

ISBN: 978-93-87484-63-4
Book Design: R. Prakash

Wrapper Design: Manikandan
Printed by: Ramani Print Solution, Chennai.

Price: Rs. 1100 (First and Second part)

நூறு சிறந்த சிறுகதைகள்

பாகம் - 2

053

கிருஷ்ணன் நம்பி

மருமகள் வாக்கு

மறுநாள் தேர்தல். பூனைக்கும் கிளிக்கும் இருமுனைப் போட்டி. கிளி அபேட்சகர் வீரபாகுக் கோனாரும் பூனை அபேட்சகர் மாறியாடும் பெருமாள் பிள்ளையும் உயிரைக் கொடுத்து வேலை செய்தார்கள். ஊர் இரண்டு பட்டு நின்றது.

சமையல் வேலைக்குச் செல்பவர்களும் கோவில் கைங்கரியக்காரர்களும் நிறைந்த அக்ரகாரத்துப் பிள்ளையார் கோவில் தெரு, கிளியின் கோட்டை என்று சொல்லிக்கொண்டார்கள். அந்தக் கோட்டைக்குள் பல குடும்பங்களுக்கும் பால் வார்த்துக்கொண்டிருந்தவர் வீரபாகுக் கோனார்தான்.

மீனாட்சி அம்மாளிடம் சொந்தமாகப் பசு இருந்தது. வேளைக்குக் கால்படிப் பாலை வீட்டுக்கு எடுத்துக்கொண்டு மிச்சத்தை நியாயமாகத் தண்ணீர் சேர்த்து விலைக்கு விற்றுவிடுவாள். ரொக்கந்தான். கடனுக்குத்தான் இந்தக் கடங்கார வீரபாகுக் கோனார் இருக்கிறானே!

மீனாட்சி அம்மாள் அப்படியொன்றும் வறுமைப்பட்டவள் அல்ல. இருந்த வீட்டுக்கும், ஊரடியில் அறுபத்தாறு சென்ட் நஞ்சைக்கும் அவள் சொந்தக்காரி. தாலுக்கா பியூனாக இருந்து சில வருஷங்களுக்கு முன் இறந்து போன அவள் கணவன் அவள் பெயருக்குக் கிரயம் முடித்து வைத்த சொத்து இது. ராமலிங்கம் ஒரே பையன், ஸாது. தகப்பன் வேலையைப் பாவம் பார்த்துப் பையனுக்கே சர்க்கார் போட்டுக் கொடுத்துவிட்டது அவனுடைய அதிர்ஷ்டந்தான். கல்யாணமும் பண்ணி வைத்துவிட்டாள் மீனாட்சி அம்மாள். தள்ளாத வயதில் உதவிக்கு ஒரு மருமகள் வேண்டும் அல்லவா?

ருக்மிணி மெலிந்து துரும்பாக இருந்தாலும் வேலைக்குக் கொஞ்சமும் சளைக்காதவள். அதிகாலையில் வாசலில் சாணம் தெளித்துக் கோலம் போடுவதிலிருந்து படுக்கப்போகும் முன் மாட்டுக்கு வைக்கோல் பிடுங்கி வைப்பது வரை எல்லா

வேலைகளையும் அவள் அப்பழுக்கில்லாமல் செய்துவிடுவாள். சமையலில் அவளுக்கு நல்ல கை மணம். வெறும் வற்றல் குழம்பும் கீரைக் கறியும் பண்ணிப் போட்டால் கூடப் போதும்; வாய்க்கு மொரமொரப்பாக இருக்கும் (மாமியார்கள் எப்போதும் ஏதேனும் குற்றம் குறை சொல்லிக் கொண்டுதான் இருப்பார்கள். எல்லாம் மருமகள்காரிகள் திருந்துவதற்கும் மேலும் மேலும் முன்னேறு வதற்கும் தானே.)

ருக்மிணிக்கு பால் கறக்கவும் தெரியும். பால் கறந்தால் நெஞ்சு வலிக்கும் என்று பக்கத்து வீட்டுப் பெண்கள் சொல்வதுண்டு. ஆனால் பலரும் பேசுவார்கள்; ஒன்றையும் காதில் போட்டுக்கொள்ளக்கூடாது, பதில் பேசவும் கூடாது. ஏன் யாரிடமும் எதுவுமே பேசாமலிருப்பது ரொம்ப ரொம்ப உத்தமம். நாம் உண்டு, நம் காரியம் உண்டு என்று இருந்துவிட வேண்டும். இப்படி, மருமகள் வந்த அன்றே மாமியார் புத்திமதிகள் கூறியாகிவிட்டது. மேலும், கல்யாணத்துக்கு முன்பே ருக்மிணிக்கு லேசாக மார்வலியும் இறைப்பும் உண்டு. டாக்டர்கள் அவளைப் பரிசோதித்திருந்தால் ‘டிராபிகல் ஈஸ்னோபீலியா’ என்றிருப்பார்கள். ஆனால் ஏன் அப்படிப் பரிசோதிக்க வேண்டும்? வைத்தியம் செய்கிறேன் என்று வருகிறவர்கள் பணத்துக்காக என்ன வேண்டுமானாலும் செய்வார்கள். அவர்களுக்குக் காசு ஒன்றுதான் குறி. மீனாட்சி அம்மாளுக்குத் தெரியாதா? அவள் வயசு என்ன? அநுபவம் என்ன? ஒரு குழந்தை பிறந்துவிட்டால் எல்லாம் சரியாகப் போய்விடும் என்று சொல்லி விட்டாள். அவள் மட்டுமல்ல; டாக்டரிடம் போவதற்கு இங்கு யாரும் சாகக் கிடக்கவில்லையே?

மருமகளை ஏவி விட்டுவிட்டு மாமியார் மீனாட்சி அம்மாள் ஒன்றும் கையைக் கட்டிக்கொண்டு சும்மா இருந்துவிடவில்லை. அவளுக்கும் வேலைகள் உண்டு. பாலுக்குத் தண்ணீர் சேர்ப்பது, அளந்து விற்பது, வருகிற காசுகளை (ராமலிங்கம் சம்பளம் உள்பட) வாங்கிக் கணக்கிட்டுப் பெட்டியில் பூட்டுவது, பார்த்துப் பார்த்துச் செலவு செய்வது, தபால் சேவிங்ஸில் பணம் போடுவது எல்லாம் அவள் பொறுப்புதான். இவை மட்டுமா? ஓய்ந்த நேரங்களில் ஸ்ரீராமஜெயம், ஸ்ரீராமஜெயம் என்று ஒரு நோட்டுப் புத்தகத்தில் லட்சத்துச் சொச்சம் தரம் எழுதி, அக்ரகாரத்துப் பெண்களை அதிசயத்தில் ஆழ்த்திவிட்டிருக்கிறாள். சாவதற்குள் பத்து இலட்சத்து ஒன்று எழுதி முடித்துவிட வேண்டும் என்பது அவள் திட்டம்.

ருக்மிணியும் மாமியாரும் என்றுமே சேர்ந்துதான் சாப்பிடுவார்கள். பரிமாறியபடியே, ‘பெண்டிற்கழகு உண்டி சுருக்குதல்’ என்று மீனாட்சி அம்மாள் அட்சரச் சுத்தத்துடன் கணீரெனக் கூறுகையில், அந்த அரிய வாக்கை மீனாட்சி அம்மாளே அவளது சொந்த அறிவால் சிருஷ்டித்து வழங்குவதுபோல் தோன்றும் ருக்மிணிக்கு. மேலும் அதிகமாகச் சாப்பிட்டால் ஊளைச் சதை போட்டுவிடும் என்று மாமியார் சொல்வதிலும் ஒரு நியாயம் இருக்கிறது என்று மருமகள் ஒப்புக்கொள்ள வேண்டியதாயிற்று (ரொம்பவும் பொறுக்க முடியாமல் போய், யாரும் அறியாதபடி ருக்மிணி அள்ளிப் போட்டுக் கொண்டு தின்றது இரண்டு மூன்று சந்தர்ப்பங்களில்தான்.).

மருமகள் என்று வருகிறவர்களின் வாயைக் கிளறி எதையாவது பிடுங்கிக்கொண்டு போய், மாமியார்க்காரிகளிடம் கோள்மூட்டிச் சண்டை

உண்டாக்கி வேடிக்கை பார்க்காவிட்டால் ஊர்ப் பெண்களுக்குத் தூக்கம் வராதல்லவா? ஆனால், ருக்மிணியிடம் அவர்கள் வித்தைகள் எதுவும் செல்லுபடியாகாமல் போனது அவர்களுக்குப் பெருத்த ஏமாற்றமாகிவிட்டது. சதா வீட்டோடு அடைந்து கிடக்கும் போது அவள் எப்போதாவது கோவிலுக்கோ குளத்துக்கோ அனுப்பப்படும்போது, அவளை விரட்டிக்கொண்டு பின்னால் ஓடிய பெண்கள் இப்போது ஓய்ந்து, 'இந்தப் பெண் வாயில்லாப் பூச்சி' என்று ஒதுங்கிக்கொண்டு விட்டார்கள்.

இரவு நேரத் திண்ணை வம்புகளின்போது, "மாட்டுப் பெண் எப்படி இருக்கா?" என்று துளைக்கிறவர்களிடம், "அவளுக்கென்ன, நன்னார்க்கா" என்று மேல் அண்ணத்தில் நா நுனியை அழுத்திப் பதில் சொல்லி அடைத்துவிட்டு அடுத்த விஷயத்துக்கு நகர்ந்து விடுவாள் மீனாட்சி அம்மாள். "அவளா? அவளை ஜெயிக்க யாரால் முடியும்?" என்பார்கள் ஊர்ப் பெண்கள், ஒருவித அசூயையுடன்.

தேர்தலுக்கு முன்தின இரவுப் பேச்சுக் கச்சேரியில் தேர்தல் விஷயம் பிரதானமாக அடிபட்டதில் ஆச்சரியம் இல்லை. மீனாட்சி அம்மாள் வாக்கு யாருக்கு என்பது நன்றாகத் தெரிந்திருந்தும், "ஓங்க ஓட்டு கிளிக்குத்தானே மாமி?" என்று விஷமமாக வாயைக் கிளறினாள் ஒருத்தி. "ஏண்டி எல்லாம் தெரிஞ்சு வெச்சுண்டே என்னச் சீண்டறயா?" என்றாள் மீனாட்சி அம்மாள். "ஓங்க மாட்டுப் பொண் ஆருக்குப் போடப் போறாளோ?" என்று இன்னொருத்தி கண்ணைச் சிமிட்டவும், மீனாட்சி அம்மாளுக்குக் கோபம் வந்துவிட்டது. "பொண்டுகளா, என்னயும் அவளயும் பிரிச்சாப் பேசறேள்? நானும் அவளும் ஒண்ணு, அது தெரியாதவா வாயிலே மண்ணு" என்று அவள் ஒரு போடு போடவும் எல்லாரும் பெரிதாகச் சிரித்தார்கள்.

காலையில் வாக்குப் பதிவு சற்று மந்தமாகவும் மதியத்துக்கு மேல் ரொம்பச் சுறுசுறுப்பாகவும் இருந்தது. மீனாட்சி அம்மாள் முதல் ஆளாகப் போய் வோட்டுப் போட்டுவிட்டு வந்துவிட்டாள். வீட்டிலிருந்து கூப்பிடுகிற தூரத்தில் ஆற்றுக்குப் போகிற வழியில் இருக்கிற தொடக்கப் பள்ளிதான் சாவடி. ராமலிங்கம் குளித்துவிட்டுத் திரும்புகிற வழியில் ஆட்கள் பிடித்திழுக்க, ஈரத் துணியோடு அவன் வோட்டளிக்கும்படி ஆயிற்று.

மத்தியான உணவுக்குப் பிறகு வழக்கமாகிவிட்ட சாப்பாட்டு மயக்கத்தில் மீனாட்சி அம்மாள். தாழ்வாரத்து நிலைப்படியில் தலைவைத்துப் படுத்துக் கிடந்தாள். ருக்மிணி தொழுவத்தில் மாட்டுக்குத் தவிடும் தண்ணீரும் காட்டிக் கொண்டிருந்தாள். கொஞ்ச நேரத்துக்கு முன்புதான் அது சுமட்டுக் கட்டுக்கு ஒரு கட்டுப்புல் தின்று தீர்த்திருந்தது. அது குடிப்பதையும் தின்பதையும் பார்த்துக்கொண்டே இருப்பது ருக்மிணியின் மிகப்பெரிய சந்தோஷம்;

மாமியாரின் அதிகார எல்லைகளுக்கு வெளியே கிடைக்கிற சந்தோஷம். "சவமே, வயத்தாலிக் கொண்டே எம்பிட்டுத் தின்னாலும் ஓம் பசி அடங்காது" என்று பொய்க் கோபத்துடன் அதன் நெற்றியைச் செல்லமாய் வருடுவாள். "மாடுன்னு நெனைக்கப்படாது, மகாலக்ஷ்மியாக்கும்! ஒரு நாழி கூட வயிறு வாடப்படாது; வாடித்தோ கறவையும் வாடிப் போயிடும். கண்ணும் கருத்துமாக் கவனிச்சுக்கணும்" என்பது மீனாட்சி அம்மாளின் நிலையான உத்தரவு. "பசுவே, நீ மட்டும் பெண்டிர் இல்லையா? உண்டி சுருக்கற

நியாயம் ஒனக்கும் எங்க மாமியாருக்கும் மாத்ரம் கெடையாதா சொல்லு!" என்று அதன் முதுகில் தட்டுவாள் ருக்மிணி. அவளுக்குச் சிரிப்புச் சிரிப்பாய் வரும். அதன் கழுத்துத் தொங்கு சதையைத் தடவிக் கொடுப்பதில் அவளுக்குத் தனியான ஆனந்தம், அதற்கும் இது பிடிக்கும். முகத்தை இவள் பக்கமாகத் திருப்பி இவள்மேல் ஒட்டிக்கொள்ளப் பார்க்கும். "நான் இன்னிக்கு ஓட்டுப் போடப் போறேன். ஒனக்கு அந்த ஒபத்ரவம் ஒண்ணும் கெடையாது. நான் ஆருக்குப் போடணும் நீ சொல்லு. சொல்லுவியா? நீ ஆருக்குப் போடச் சொல்றயோ அவாளுக்குப் போடறேன். ஒனக்குப் பூனை பிடிக்குமோ? கிளி பிடிக்குமோ? சொல்லு, எனக்கு ஆரப் பிடிக்குமோ அவாளைத்தான் ஒனக்கும் பிடிக்கும், இல்லையா? நெஜமாச் சொல்றேன், எனக்குக் கிளியைத்தான் பிடிக்கும். கிளி பச்சப்பசேல்னு எம்பிட்டு அழகா இருக்கு! அதுமாதிரி பறக்கணும்னு எனக்கு ரொம்ப ஆசை. பூனையும் எனக்குப் பிடிக்கும். ஆனா, அதைவிடக் கிளியைப் பிடிக்கும். ஆனா பூனைக்குக் கிளியைக் கண்டாலே ஆகாது."

வாளியில் தண்ணீர் தணிந்து விடவே, குடத்திலிருந்து மேலும் தண்ணீரைச் சரித்துத் தவிடும் அள்ளிப் போட்டாள். அதற்குள் பசு அழியிலிருந்து ஒரு வாய் வைக்கோலைக் கடித்துக்கொண்டு அப்படியே தண்ணீரையும் உறிஞ் சத் தொடங்கவே, எரிச்சலுடன் அதன் வாயிலிருந்து வைக்கோலை அவள் பிடுங்கி எறியவும், வாளி ஓர் ஆட்டம் ஆடித் தண்ணீர் சிந்தியது. "சவமே, எதுக்கு இப்படிச் சிந்திச் செதறறாய்? தேவாளுக்காச்சா, அசுராளுக்காச்சா? ஒழுங்கா வழியாக் குடியேன்" என்று அதன் தாடையில் ஒரு தட்டுத் தட்டினாள். அது இடம் வலமாய்த் தலையை ஆட்டி அசைக்க, தவிட்டுத் தண்ணீர் பக்கங்களில் சிதறி ருக்மிணியின் மேலும் பட்டது. அவள் புடைவைத் தலைப்பால் முகத்தைத் துடைத்துக் கொண்டாள்.

பசு இப்போது தண்ணீரை உறியாமல் வாளியின் அடியில் வாயைத் தணித்து, பிண்ணாக்குக் கட்டி ஏதாவது கிடைக்காதா என்று துழாவ, தண்ணீரின் மேல்மட்டத்தில் காற்றுக் குமிழிகள் சளசளவென வெளிப்பட்டன. மூச்சு முட்டிப் போய் முகத்தைச் சடக்கென அது வெளியே எடுத்து, தலையை மேல்நோக்கி நிமிர்த்தி, முசு முசென்றது. அதன் முகத்தைச் சுற்றி விழுந்திருந்த தவிட்டு வளையத்தைப் பார்க்க அவளுக்குச் சிரிப்பு வந்தது. "கேட்டாயா, பசுவே! நீ இப்போ மட்டும் இப்படிக் கறந்தாப் போறாது. எனக்குக் கொழந்தை பொறந்தப்புறமும் இப்படியே நெறயக் கறந்துண்டிருக்கணும். எங் கொழந்தை ஒம் பாலைக் குடிக்க வேண்டாமா? ஒங்கொழந்தை குடிக்கற மாதிரி எங்கொழந்தையும் ஒம் மடூல பால் குடிக்க சம்மதிப்பியோ? எங்காத்துக்காரர் சொல்றாப்லே, எனக்குத் தான் மாரே கெடையாதே. மார்வலிதான் இருக்கு. மாரில்லாட்டாப் பாலேது? ஆனா, நிச்சியமா எனக்கும் கொழந்தை பொறக்கத்தான் போறது. பெறப் போறவள், எங்க மாமியார் சொல்றாப்லே, எப்பவாவது ஒரு தரம் படுத்துண்டாலும் பெறத்தான் செய்வாள். பெறாதவ என்னிக்கும் பெறப் போறதில்லை. யுத்தத்திலே செத்துப் போனானே எங்கண்ணா மணி, அவன்தான் எனக்குப் பிள்ளையா வந்து பொறக்கப் போறான். தெரியுமா ஒனக்கு? கொம்பக் கொம்ப ஆட்டு. ஒரெழவும் தெரியாது ஒனக்கு. நன்னாத் திம்பாய்!" பசு பொத் பொத்தென்று சாணி போட்டு, ஒரு குடம் மூத்திரத்தையும் பெய்தது. உடன் அவளே

அவசரத்துடன் சாணியை இரு கைகளாலும் லாகவமாக அள்ளிக் கொண்டுபோய்ச் சாணிக் குண்டில் போட்டுவிட்டு வந்தாள். புல்தரையில் கையைத் துடைத்துவிட்டு, மிகுந்திருந்த தண்ணீருடன் வாளியையும் குடத்தையும் எடுத்துக்கொண்டு அங்கிருந்து நகர்ந்தாள். பசு அவளை நிமிர்ந்து பார்த்து, 'ம்மா' என்று கத்திற்று. "போறேன், போய் ஓட்டுப் போட்டுட்டு வந்து கன்னுக்குட்டியைக் குடிக்க விடறேன். மணி மூணுகூட இருக்காதே. அதுக்குள்ள ஒனக்கு அவசரமா?" பால் கட்டி மடி புடைத்துக் காம்புகள் தெறித்து நின்றன.

மீனாட்சி அம்மாள் சொல்லி வைத்திருந்தபடி, பக்கத்து வீட்டுப் பெண்கள் சிலர் ருக்மிணியையும் சாவடிக்கு அழைத்துச் செல்ல, இருப்பதில் நல்ல உடைகளணிந்து வந்திருந்தனர். கிணற்றடியில் கை, முகம் எல்லாம் கழுவிக்கொண்டு ருக்மிணி வீட்டுக்குள் வந்தாள். "சரி, சரி, தலய ஒதுக்கிண்டு, நெத்திக்கிட்டுண்டு பொறப்படு" என்று மாமியார் முடுக்கவும், ருக்மிணி அலமாரியைத் திறந்து சிறிய சிறிய பச்சைப் பூக்கள் போட்ட ஒரு வாயில் ஸாரியைக் கையில் எடுத்துக்கொண்டு ஒரு மறைவுக்காக ஓடினாள். முகத்தின் மூன்றில் ஒரு பங்கு தெரிகிற கையகல வட்டக் கண்ணாடியில் முகம் பார்த்து, சீப்பு சமயத்துக்குத் தட்டுப்படாமல் போனதால் விரல்களாலேயே முடியை ஒதுக்கிவிட்டுக்கொண்டு, நெற்றியில் ஏதோ ஒரு இடத்தில் குங்குமம் வைத்துக்கொண்டு வாசல் பக்கத்துக்கு ஓடோடியும் வந்தாள். வந்திருந்த பெண்களில் ஒருத்தி மீனாட்சி அம்மாள் முகத்தை ஓரக்கண்ணால் பார்த்துவிட்டு, "ஏண்டி, எம்பிட்டு நேரம்டீ?" என்று கேட்கவும் ருக்மிணிக்குத் துணுக்கென்றது. "தலயக் கூடச் சரியா வாரிக்காமன்னா ஓடிவரேன்" என்று அவள் அடைக்கிற குரலில் பதில் சொல்லி முடிப்பதற்குள், "சரி, சரி, கிளம்புங்கோ!" என்று எல்லாரையும் தள்ளிவிட்டாள் மாமியார் அம்மாள். படி இறங்கியவளைக் கையைத் தட்டி, "இந்தா, சொல்ல மறந்துட்டேனே, ஒரு நிமிஷம் இங்க வந்துட்டுப் போ" என்று வீட்டுக்குள் கூட்டிப் போனாள். குரலைத் தணித்து, "ஞாபகம் வைச்சிண்டிருக்கியா? தப்பாப் போட்டுடாதே. ஒரு சீட்டுத் தருவா. பூனப் படமும் கிளிப்படமும் போட்டிருக்கும். பூனப் படத்துக்குப் பக்கத்திலெ முத்திரை குத்திடு. வழிலெ இதுகள்கிட்ட வாயெக் குடுக்காத போ" என்றாள்.

சாவடி அமைதியாக இருந்தது. பல வளைவுகளுடன் ஒரு பெண் வரிசையும் சற்று நேராக ஓர் ஆண் வரிசையும். பெண் வரிசையின் நீளம் சிறிது அதிகம். வர்ணங்கள் நிறைந்த பெண் வரிசை மலர்கள் மலிந்த ஒரு கொடி போலவும் ஆண் வரிசை ஒரு நெடிய கோல் போலவும் தெரிந்தன. வோட்டளித்து வெளிவந்த சில ஆண் முகங்களில் தந்திரமாய் ஒரு காரியம் நிகழ்த்தி விட்ட பாவனை தென்பட்டது. ஒரு சாவுச் சடங்கை முடித்து வருவது போல் சில முகங்கள் களையற்று வெளிப்பட்டன. அநேகமாய், பெண்கள் எல்லாருமே மிதமிஞ்சிய, அடக்கிக்கொள்ள முயலும் சிரிப்புகளுடன், பற்களாய் வெளியே வந்தனர். ருக்மிணிக்கு ரொம்பச் சந்தோஷம். எல்லாமே அவளுக்குப் பிடித்திருந்தது.

அந்தப் பள்ளிக் காம்பவுண்டுக்குள் செழிப்பாக வளர்ந்து நின்ற வேப்பமரங்களை அவள் மிகவும் விரும்பி நோக்கினாள். வெயில் மந்தமாகி, லேசுக் காற்றும் சிலுசிலுக்க, அது உடம்பை விட மனசுக்கு வெகு இதமாக

இருப்பதாய் அவள் உணர்ந்தாள். கண்ணில் பட்டதெல்லாம் அவளைக் குதூகலப்படுத்திற்று. 'இன்னிக்கு மாதிரி என்னிக்காவது நான் சந்தோஷமா இருந்திருக்கேனா?' என்று அவள் தன்னைத்தானே கேட்டுக் கொண்டாள். ஆ! அதோ அனிசமரம்! ஒரு கோடியில், ஒரு கிணற்றடியில் ஒற்றைப்பட்டு அது நிற்கிறது. அது அனிச மரந்தானா? ஆம், சந்தேகமே இல்லை. வேம்பனூரில்தான் முதல் முதலாக அவள் அனிசமரத்தைப் பார்த்தாள். அதற்குப் பின் இத்தனை வருஷங்களில் வேறு எங்குமே அவள் பார்க்கவில்லை. உலகத்தில் ஒரே ஒரு அனிசமரந்தான் உண்டு; அது வேம்பனூர் தேவசகாயம் ஆரம்பப் பாடசாலைக் காம்பவுண்டுக்குள் இருக்கிறது என்று உறுதிப்படுத்திக் கொண்டிருந்தவள் இவ்வூரில் இன்னொன்றைக் கண்டதும் அதிசயப்பட்டுப் போனாள். ஒருகால் அந்த மரமே இடம் பெயர்ந்து இங்கே வந்துவிட்டதா? ஆ! எவ்வளவு பழங்கள்! ருக்மிணிக்கு ஆனந்தம் தாங்க முடியவில்லை. அனிசமரம், அனிசமரம் என்று உரக்கக் கத்த வேண்டும் போலிருந்தது. அனிசம்பழம் தின்று எவ்வளவு காலமாகிவிட்டது! அதன் ருசியே தனி!

வேம்பனூரில் அவள் ஐந்தாவது வரை படித்தபோது எத்தனை பழங்கள் தின்றிருப்பாள்! கணக்கு உண்டா அதற்கு? பையன்களுடன் போட்டி போட்டுக்கொண்டு அவள் மரத்தில் ஏறுவாள். இரு தொடைகளும் தெரியப் பாவாடையைத் தார்பாய்ச்சிக் கட்டிக் கொள்வாள். மரம் ஏறத் தெரியாத அவளுடைய சிநேகிதிகள், 'ருக்கு, எனக்குப் போடுடி, எனக்குப் போடுடி' என்று கத்தியபடி கீழே அண்ணாந்து நிற்க, மரத்தின் உச்சாணிக் கிளைகளில் இருந்தபடி பழம் தின்று கொட்டைகள் துப்பி மகிழ்ந்ததை நினைத்தபோது அவளுக்குப் புல்லரித்தது. கண் துளிர்த்தது. புளியங்கொட்டை ஸாரும் சள்சள் ஸாரும் ஞாபகம் வரவே அவளுக்குச் சிரிப்புச் சிரிப்பாய் வந்தது. பாவம், அவர்கள் எல்லாம் செத்துப் போயிருந்தாலும் போயிருக்கலாம் என்று எண்ணிக்கொண்டாள். மீண்டும் சின்னவளாகிப் பள்ளிக்குப் போக முடிந்தால் எத்தனை நன்றாக இருக்கும் என்று தோன்றியது அவளுக்கு!

மரங்கள் காற்றில் அசைந்து கொண்டிருந்தன. ருக்மிணி கொஞ்சம் கூட எதிர்பார்க்கவில்லை. அந்த அனிசமரத்தின் ஒரு நுனிக்கிளையில் ஒரு பச்சைக்கிளி சிவந்த மூக்குடன் பறந்து வந்து உட்கார்ந்து கிரீச்சிட்டது கிளை மேலும் கீழுமாக ஊசலாடியது. என்ன ஆச்சரியம்! 'கிளியே, வா! நீ சொல்ல வேண்டியதில்லை. என் ஓட்டு உனக்குத்தான். முன்பே நான் தீர்மானம் செய்தாயிற்று. ஆனால், என் மாமியாரிடம் போய்ச் சொல்லிவிடாதே. பூனைக்குப் போடச் சொல்லியிருக்கிறாள் அவள். நீயே சொல்லு, கிளிக்குப் போடாமல் யாராவது பூனைக்குப் போடுவார்களா?. என் மாமியார் இஷ்டத்துக்கு வித்தியாசமாக நான் இதைச் செய்ய வேண்டியிருக்கிறது. என்ன செய்ய, சொல்லு? சரி, இப்போது நீ எங்கிருந்து வருகிறாய்? எங்கள் வீட்டுக்கு வாயேன். நீ எப்போது வந்தாலும் என்னைப் பார்க்கலாம். மாட்டுத் தொழுவத்தில் தான் இருப்பேன். இப்போது வரச் சௌகரியமில்லை என்றால் பின் எப்போதாவது வா. எனக்குக் குழந்தை பிறந்த பிறகு வந்தாயானால் ரொம்பச் சந்தோஷமாக இருக்கும். என் குழந்தையும் உன் அழகைப் பார்ப்பான் அல்லவா? வரும்போது, கிளியே, குழந்தைக்குப் பழம் கொண்டு வா!'

ருக்மிணி அன்றுவரை கியூ வரிசைகளைக் கண்டவள் இல்லை. இது அவளுக்குப் புதுமையாகவும் ஒரு நல்ல ஏற்பாடாகவும் தெரிந்தது. ரெயில் மாதிரி நீளமாக இருந்த வரிசை இப்போது குறுகிப் போய்விட்டதே! ஆண்கள் ஏழெட்டுப் பேரே நின்றனர். சாவடி அவள் பக்கம் வேகமாக வந்துகொண்டிருந்தது. அவளுக்கு முன்னால் எட்டொன்பது பேர் பெண்கள். தான் அறைக்குள் பிரவேசித்ததும் வேற்று ஆண்களின் அருகாமை அவளுக்குக் கூச்சத்தையும் ஒருவகை மனக்கிளர்ச்சியையும் உண்டு பண்ணிற்று. யாரையும் நிமிர்ந்து பாராமல், சுற்றியிருப்பவற்றை மனசில் கனவுச் சித்திரமாக எண்ணிக்கொண்டு முன் நகர்ந்தாள்.

இளம் கருப்பாய் மயிர் இன்றிக் கொழுகொழுவென இரு கைகள், ஒரு நீள் சதுர மேசையின் மேல் காகித அடுக்குகள், சிவப்பு, மஞ்சள் பேனா பென்சில்களுக்கிடையே இயங்க, அவளுக்கு ஒரு வெள்ளைச் சீட்டு நீட்டப்பட்டது. யார் யாருடையவோ கால்கள் குறுக்கும் நெடுக்குமாய்க் கோடுகளிட்டன. ஒரு நாணயம் தரையில் விழுந்த சத்தம் காதில் விழுந்தது. கடைசியில் ஒரு ஸ்கிரீன் மறைப்புக்குள் எப்படியோ தான் வந்துவிட்டதை ருக்மிணி உணர்ந்தாள். அவளுக்குப் பின்னால் திரைக்கு வெளியே ஒரு பெண் சிரிப்பொலி தெறித்து, நொடியில் அடங்கிற்று. ருக்குவின் நெஞ்சு படபடவென அடித்துக் கொண்டது. பொறுக்க முடியாதபடி மூத்திரம் முட்டிற்று. 'ஸ்வாமி. என்ன அவஸ்தை இது!' பற்கள் அழுந்தின. 'ஐயோ, பால் கறக்க நேரமாயிருக்குமே' என்ற நினைவு வர மடியில் பால் முட்டித் தெறிக்க மருகும் பசுவும், கட்டிலிருந்து தாவித் தவிக்கும் அதன் கன்றும் 'ம்மாம்மா' என்று அவள் செவிகளில்அலறிப் புடைக்கலாயின. அவள் உடம்பு இப்படிப் பதறுவானேன்? மாரும் லேசாக வலிக்கிறது. ஆ, கிளி! கிளிக்கு எதிரே முத்திரை நெருங்கிவிட்டது. இப்போது ஒரு கை ருக்மிணியின் கையைப் பற்றவும், திடுக்கிட்டு, 'யாரது?' என்று அவள் திரும்பிப் பார்த்தாள். யாரும் அங்கில்லை. ஆனால், அவள் கையை வேறொரு கை இறுகப் பற்றியிருந்தது என்னவோ நிஜந்தான். பெண் கைதான். வேறு யாருடைய கையும் அல்ல; மாமியார் மீனாட்சி அம்மாளின் கைதான். கிளிக்கு நேர் எதிராக இருந்த அவள் கையை, பூனைக்கு நேராக மாமியார் கை நகர்த்தவும், பளிச்சென்று அங்கு முத்திரை விழுந்துவிட்டது. ஆ! ருக்மணியின் வாக்கு பூனைக்கு! ஆம், பூனைக்கு!

பரபரவெனச் சாவடியை விட்டு வெளியேறினாள் அவள். அவளுக்காகப் பெண்கள் காத்திருந்தனர். இவள் வருவதைக் கண்டதும் அவர்கள் ஏனோ சிரித்தனர். பக்கத்தில் வந்ததும், "ருக்கு, யாருக்குடி போட்டே?" என்று ஒருத்தி கேட்க, "எங்க மாமியாருக்கு" என்ற வார்த்தைகள் அவள் அறியாது அவள் வாயிலிருந்தது வெளிப்படவும் கூடிநின்ற பெண்கள் பெரிதாகச் சிரித்தார்கள். ருக்மிணி தலையைத் தொங்கப் போட்டபடி, அங்கு நிற்காமல் அவர்களைக் கடந்து விரைந்து நடந்தாள். முன்னை விடவும் மார்பு வலித்தது. பொங்கி வந்த துக்கத்தையும் கண்ணீரையும் அடக்க அவள் ரொம்பவும் சிரமப்பட வேண்டியிருந்தது.

054

பூமணி

ரீதி

அப்படியே முடிவாயிற்று.

மூன்று பேரும் ஓடமரத்து நிழலில் போய் உருண்டார்கள். தொரட்டிக் கம்பு மரக்கொம்பைக் கவ்வி ஏலவட்டம் போட்டது.

உதிர்ந்து கிடந்த பூக்கருகல்களைப் பொறுக்கி நெரித்துக் கொண்டே பெரியவன் கேட்டான்.

"அப்ப இண்ணக்கி கஞ்சியில்லையாக்கும். எங்க வீட்டில ஆருருந்தா?"

சின்னவன் தொண்டையை நனைத்தான்.

"ஒங்கம்மா புள்ளையாட்டீட்டிருந்தா 'புளிச்ச தண்ணிக்குள்ள கூட இல்லனு கையை விரிச்சுட்டா... அவன் வீட்ல ஆளவே காணும்..."

"நீ குடிச்சிட்டு வந்தயா?"

"அதெல்லாம் கேலி மயிருல்ல. கொஞ்சம் நஞ்சம் இருந்ததவும் எங்கண்ணக்காரன் உருட்டீட்டான்."

"ஆரு, படிக்கிறவனா?"

"ஆமாமா. அவன் ஒருத்தன் வந்து கெடக்கான்ல வீட்ல.."

கரிசல் புழுதியை முகர்ந்த வெள்ளாடுகள் விதறுபட்டு ஓங்கரித்தன. பட்டுக்கிடந்த இலந்தைச்செடியையும் கொம்பட்டி நெற்றையும் கொறிப்பதுடன் அவை அடங்கு வதாயில்லை. ரோட்டோரம் சில தோட்டப் பசப்புக்களைத் தவிர எட்டாக் கை வரையில் ஒரே கரிசல் விரிப்புத்தான் கருகிக் கிடந்தது.

"செருப்புக் காலோட ஒரு ஓட்டம் ஓடி ஆட்டத் திருப்பீட்டு வந்துரு. எங்கயாச்சும் பெறப்புடுவோம்"

"இங்க திருப்பீட்டு வந்து என்ன செய்ய. ஆட்டுக்கு வகுறு நெறஞ்சா போகும். அந்தானக்கி சில்லாங் காட்டுக்குப் போவோம்."

“அதுஞ் சரிதான். ரெண்டு கொப்புக் கொழைய வளச்சுக் குடுத்துட்டே போனாச்சுன்னா தென்னமரத்துக் கரண்டுக் கெணத்துக்குப் போயிறலாம்.”

அவர்கள் கிளம்புகையில் மேற்கே வெயிலலையில் ஆட்டுக்கூட்டம் நீள்வதுபோலத் தெரிந்தது.

“ஏலே ஆட்டடக் குளுப்பாட்டி எத்தன நாளாச்சு. காணம் வந்துரும் போலருக்கு.”

“இவன் ஒருத்தன், ஆட்டுக்குத் தண்ணி காட்றதே பெரிசாருக்கு. இதுல குளிப்பு வேற கேக்குதோ.”

“அந்தா தெக்குத் தாருல கம்மந்தட்ட சும்மாதான கெடக்குது, அதுல வுட்டாக்கூட ரெண்டு கடிக்குமே.”

“வேறு வென வேண்டாம். அவரு தன்னால ரெண்டு மாட்ட வச்சிட்டு கூளத்துக்குத் திண்டாடுறாரு, கண்டுக்கிட்டாருன்னா நொக்கப் பிதுக்கிப்பிடுவாரு.”

“இண்ணக்கி ஊட்டுக்கு என்னதான் செய்யப் போறமோ தெரியல’ எளங்குட்டி வீட்ல பாலுக்குப் பாடாப் படுத்தும்.”

“அங்க பாரு மழ தண்ணியில்லாம மொச்சி கூடபட்டுப் போயிக் கெடக்குது.”

எதிர்ப்பட்ட பனைமரத்தில் கல் வைத்துச் சதைத்து நெஞ்சில் சாறு தெறிப்பதில் நிம்மதிப்பட்டான் இன்னொருத்தன்.

சின்னவனுக்கு வயிறு குடைந்தது. தூரத்தில் சில உருவங்கள் கோடுகளாய் நெளிந்தன.

“ஏய் நான் ரோட்டுக்கு வடக்கு கொய்யாத் தோட்டத்துக்குப் போயிட்டு வரட்டுமா?”

“எலேய், போயும் போயும் அதுலயா கை நீட்டப் போற. அவரு ஒரு பிசினாறி. கண்டாச்சுன்னா அலறீட்டு வருவாரு கடமாங்கொளவி மாதிரி.”

“நாயிருந்தாக்கூட வேட்டையாடலாம். அது இன்னியேரம் எங்க நாக்கத் தள்ளீட்டுக் கெடக்கோ.”

“எங்கயாச்சும் கரண்டுத் தொட்டிக்குள்ள கெடக்கும்.”

“அதுல்லாம அணிலு வேட்டையாடுவமே.”

“அருவாருக்குதுல்ல, ரெண்டு பனையப் பாத்து ஏறலாம்.”

“சரி வெளாரு செதுக்கீட்டு வா”

பெரியோடைக் கரையில் கும்பல் பனைகளில் அணில் கிடக்கும் நிழலை அருவம் பார்த்து முடிக்க ஐந்து பனை தேறியது. பெரியவன் மூன்று பனைகளில் ஏறி ஓலையோடு சேர்த்து அணில் கிடந்த பாகத்தை வெட்டி விழுத்தாட்டினான். பதமான வெட்டில் அவை கோரப்பட்டு விழுந்து செத்தன. விடலிப் பனையொன்றில் ஏறிய சின்னவன் குருத்தையொட்டிக் கிடந்த அணிலை ஓலையுடன் பிடித்தே நெரித்துக்கொன்றான். இன்னொன்று இந்தச் சலசலப்புக்கு நழுவிவிட்டது.

சின்னவன் சுதாரித்துச் சொன்னான்.

"நாலாச்சு."

ஆடுகள் ஓடை மர அடர்த்திக்குள் மறுக்கி மறுக்கி நெற்றுப் பொறுக்கித் திரிந்தன.

"இப்ப தீக்குச்சு வேணுமே"

"நடுக்காட்ல ஆருட்டப் போயிக் கேக்குறது."

"பெறகு இதத் தூக்கீட்டே அலையவா. சூட்டாங்கறி போட்ருவோம்."

"அப்ப கொத்தப் பருத்தி கெடந்தா பெறக்கீட்டு வா. நான் ரெண்டு சீனிக்கல்லு பாத்துட்டு வாறென். சிக்கிமுக்கி தட்டுவோம்."

கொஞ்ச நேரத்துக்கெல்லாம் கரையோரம் தத்துக்குக்கீழ் தீமூட்டம் புகைந்தது. முகஞ் சுண்டச்சுண்ட நாலு அணில்களையும் நன்றாய் வாட்டிக் குடலெடுத்தனர்.

"சூட்டோட சூடா ரெண்டு மூணு கல்லத் தீக்குள்ள போட்டு வையி."

"நீயென்ன அப்பிடிக் கொடலெடுக்க ஈரலெல்லாம் சேத்து, அத இங்க கொண்டா."

சின்னவன் ஈரல் துண்டைக் கத்தரித்து தீயில் கருக வாட்டி வாயில் பிட்டுப் போட்டுக்கொண்டான்.

"ஆடு எங்க போகுதுன்னு பாருலே"

"அது எங்கப் போகப்போகுது இந்த வெயில்ல."

"நாயிருந்தாலும் இந்தக் கொடலத் திங்கும்"

சுட்டெடுத்த அணில்களை சப்பையும் சதையுமாப் பிய்த்து சூடேறப் போட்ட கற்களில் ஒற்றி நீருறிஞ்ச வைத்தார்கள். பிறகு மூன்று பங்காய் வைத்து கல்லாங்கூறு போட்டுப் பகிர்ந்து தின்றார்கள்.

கையைப் புழுதியில் துடைத்துவிட்டு அவர்கள் எழுந்து பார்த்த போது ஆடுகள் அனேகமாய் தென்னமரத்துக் கிணற்றை எட்டியிருந்தன.

"இண்ணிக்கி அம்புட்டுத்தான் தொலஞ்சோம்."

குடல் தெறிக்க ஓடினார்கள். ஆடுகள் அத்தனையும் தோட்டத்தில் மிளகாய்ச் செடிகளை உழப்பிக்கொண்டு போய் கிணற்றைச் சுற்றித் தளிர்த்திருந்த பாலாட்டஞ் செடிகளை மொய்த்திருந்தன.

தெற்கு மடக்கில் உழுது கொண்டிருந்த புஞ்சைக்காரர் அவர்களுக்கு முந்தியிருந்தார். அவர் கையில் சாட்டைக்கம்பு இருந்தது.

அவர்கள் ஆட்டுக்கும்பலை ஓடித் திருப்பி விரட்டியதும் அவர் இரைந்தார்.

"ஏலே சாதிகெட்ட சலுப்புத் தேவிடியா புள்ளீகளா, இங்க வாங்கலே. வெள்ளாமக்காடு தெரியாம அம்புட்டென்னதே பூளக் கொழுப்பு. இப்ப மூணு பேரவும் தென்னமரத்துல கெட்டித் தொலிய உரிக்கனா என்னன்னு பார்."

உழவு கட்டிக்குள் விழுந்தடித்து ஓடி சின்னவனைச் சாட்டையால் விளாசினார். அவன் கூப்பாடு போட்டுக்கொண்டு ஓட்டம் பிடித்தான். அதுக்குமேல் அவரால் பின் தொடர முடியவில்லை. மிச்சக் கோவத்தை கண்டனமாக்கி வைது தீர்த்துக்கொண்டார்.

முள்ளுக் காடெல்லாம் தாண்டி வந்தபிறகும் சின்னவனுக்கு விக்கலும் விம்மலும் அடங்கவில்லை. உடம்பைச் சுற்றி புரி முறுக்கியது போல் தடிப்பு சிவந்திருந்தது.

"பெலமாப் பட்ருச்சோடா?"

சின்னவன் பேசவில்லை, மூக்கை உறிஞ்சினான்.

"அந்தானக்கி அவனத் தொரட்டிக் கம்புட்ட ஒரு போடு போடுவமான்னு வந்துச்சு. என்னமோ வெள்ளாமையெல்லாம் அழிஞ்சு போனது போலல்ல வாரான். இருக்கட்டும், ஒரு நாளைக்குத் தொரட்டிக்கத்திய நல்லாத் தீட்டிட்டு வந்து தென்னங் குருத்தெல்லாம் அறுத்துப் போட்டுட்டுப் போயிருறேன்."

"இவன் துமுறுக்கு இன்னேரம் நம்மூருனா கெதி என்னாகும். ஈரக்கொல செதறிப்போகும். இண்ணக்கினுல்ல, தொயந்துகை நீட்டிட்டுத்தான் வாரான். எண்ணக்கித்தான் பூச வாங்கிக் கெட்றான்னு தெரியல."

"ஆடு வெள்ளாமையில ஒரு எலகூடக் கடிக்கல. பாவம் காரப்பெய தொட்டித்தண்ணியில சாணியக் கரச்சுவுட்டுக்கிறதப் பாரு. ரெண்டு நெத்தப் பெறக்குனதுக்கு அதுக தண்ணிகூடக் குடிக்கல."

"இனியொரு நாளைக்கு என்ன செய்யணும்னுருக்கென் தெரியுமா. வார வெருச்சியில கத்திக் கும்பு குத்தி ஏத்திறணும். இவனால செயிலுக்குப் போயிட்டாத்தான், என்ன. வாய்க்கால்ல நிண்ணு ஆடு தண்ணி குடிச்சிட்டாக் கொறஞ்சா போகுது அத்தனையும். பேசாம ரோட்டுக் கெணத்துக்கு ஆட்ட வுடு."

ஒத்தக் கடையோரம் ரோட்டுக் கிணற்றில் கமலை இறவையாடியது.

குறண்டிச் செடிகளில் சில்லான் அடித்துவிட்டு அவர்கள் லாத்தலாய்ப் போனார்கள்.

பெரியவன் சின்னவனைக் கேட்டான்.

"ஓங்க அண்ணன் எதுக்குடா ரொம்ப நாளா இங்க வந்து கெடக்கான் படிப்ப வுட்டுட்டு."

"என்னமோ பெரிய படிப்புப் படிக்கணும்னு சொல்லி ரெண்டு மூணு ஆட்ட வித்து அனுப்புனாக. அங்க அரிசியில்லாமச் சோறு சரியாப் போடமாட்டாங்கன்னு சத்தம் போட்டாங்களாம். எல்லாத்தவும் இழுத்து மூடி வெறட்டியடிச்சிட்டான்."

"சோறில்லாம வகுத்துப் பசியோட எப்பிடி உக்காந்துட்ருக்கிறது. ஓங்கய்யாவுக்குக் கோவங் கோவமாருக்குமே."

"அதுக்கென்ன செய்யிறது? பொட்டியாருக்கு கூழுக்களின்னா மொகஞ் சுண்டும். எங்கம்மா வேல செஞ்சிட்டு வார தவசத்துலதான் கம்மங்கஞ்சி காச்சிக் குடுக்கிறது."

“ஓங்க வீட்டோரம் பிச்சையா குடும்பத்தோட எங்கயோ போயிட்டானாமில்லடா?”

“ஆமா, மலப்பக்கம் போயிட்டான். வீட்ல கஞ்சிக்கில்லன்னா என்ன செய்யிறது. வேற வேலையுமில்ல.”

“கெணத்துக் காடெல்லாம் தண்ணியில்லாமக் கெடக்கையில என்ன வேலருக்கும்.”

“நோத்தா, மழையாச்சும் பேயுதா. வேண்டாம் வேண்டாமிங்கப் பேயிறது. இப்பிடி நேரம் போட்டெடுக்கிறது.”

“கொஞ்ச நா போச்சுனா எல்லாரும் கிளம்ப வேண்டியதுதான்.”

கமலை மாடுகள் கக்கிய நுரைக்குமிழ்கள் பறந்தவண்ணமிருந்தன. கமலையடித்த கிழவர் கூனைக்கொருக்க கிணற்றுக்குள் எட்டிப் பார்த்துக்கொண்டார். ஒரு கூனை தண்ணீர் ஊற்ற மாட்டு வாலைப் பிடித்துக்கொண்டு ரொம்ப தூரம் வடத்தில் உட்கார வேண்டியிருந்தது.

“அடேய் ஓழப்பீராம ஆட்டவுடுடா, எங்கயாச்சும் ஒடஞ்சிருச்சுனா எட வத்திப்போகும். ஆளுல்லாத நேரத்துல வண்ணாப் பெய வந்து வெளுத்துருக்கான் கெணத்துக்குள்ள. அவனுக்கு வேற எடங்கெடக்கல போலருக்கும். அது பாரு அந்த அழுக்குச் சீண்றத்துக்கு தண்ணிய வாயிக்கிட்டக் கொண்டு போக முடியல.”

ஆடுகள் ஆசை தீரத் தண்ணீர் குடித்துக் கிளம்பின. சில முதுகுதறி வெயிலுறைப்பை நாக்கால் தடவிச் சென்றன. கமலைக் குழியோரம் வைத்திருந்த தண்ணீர்ச் செம்பைத் தட்டிவிடாமல் பார்த்துக்கொண்டார் கிழவர்.

அவர்கள் மூன்று பேரும் முகங்கழுவித் தெளுச்சியாகப் புறப்பட்டார்கள்.

“ஒத்தக் கடையோரம் போயிக் கொஞ்சம் அமத்துவமே.”

“ரோட்டு மேலயா?”

“அதுக்கென்ன, வேற மரமெங்க இருக்கு. வாங்கப்பா போவோம்.”

சின்னவனுக்கு இதெல்லாம் மனசிலில்லை.

“எனக்குத் தண்ணித் தவிக்குது. இது வெறுஞ் சவருத் தண்ணி. வாயில் வய்க்க முடியல.”

“எங்களுக்கும் தவிக்கத்தான் செஞ்சது. என்ன செய்யிறதுன்னு இதுலதான் ரெண்டு கையள்ளிக் குடிச்சோம்.”

“தாயக் கழிச்சாலும் தண்ணியக் கழிக்கப்புடாதுலே.”

“நான் எங்கயாச்சும் போயிக் குடிச்சிட்டு வாறென்.”

“அந்தா வாகமரத்தோரம் கரண்டுக் கெணறு இருக்குது பாரு அங்க போயிக் குடிச்சிட்டு வா. நாங்க இப்படியே ஒத்தக் கடைக்குப் போறோம்.”

சின்னவன் வேகமாகப் போய்த் திரும்புவதற்குள் ஆட்டுக்கூட்டம் ரோட்டு வேம்படியில் கூடிக்குழை கடித்துக்கொண்டிருந்தது. பெரியவன் அவசரத்தில்

தொரட்டிக்கம்பால் வேப்பங்குழைகளை வளைத்து இழுத்துப் போட்டான். ஆடுகள் அமர்ந்து தின்பதைப் பார்க்க சந்தோசமாயிருந்தது அவனுக்கு.

"என்னலே தண்ணி குடிச்சயா?"

"குடிச்சேன். கெணத்துக்காரப் பெய படிய இடிச்சுப் போட்ருக்கான்."

"பெறகு?"

"கரண்டுக் கொழாயி வழியா எறங்கிக் குடிச்சிட்டு வாறென்."

அண்ணாந்திருந்த பெரியவன் கொஞ்சம் குனிந்து பார்த்தான். அந்த நேரத்தில் கிழக்கேயிருந்து முரட்டுவாக்கில் வந்த கார்ச்சத்தத்துக்கு ஆட்டுக்கூட்டம் ஒரேயடியாக மிரண்டதைப் பார்த்ததும் சின்னவன் வாய்க்கு வந்தபடி வைதுகொண்டே காருக்குப் பின்னால் ஓடிக் கல்லெறிந்தான். அப்பவும் பெரியவன் குழையிழுத்துக் கொண்டு தானிருந்தான்.

சிதறிக்கிடந்த ஆடுகளை ஒன்று திரட்டித் திருப்பி வந்த இன்னொருத்தன், "அந்தக் கொழாயில பெரிய பாறையத் தூக்கிப் போட்ருக்கணும்லே" என்று தென் சரிவில் உயர்ந்து தெரிந்த ட்ரான்ஸ்பாரத்தை நோக்கி கல் வீசினான்.

வெள்ளாடுகள் குழை கடிப்பதில் அமைதி கண்டிருந்தன.

எஸ்.ராமகிருஷ்ணன்

055

நாஞ்சில் நாடன்

இந்நாட்டு மன்னர்

அவன் பெயர் என்ன என்று யாருக்கும் தெரியாது! 'வைத்தியன்' என்ற பெயராலேயே சிறுவர் முதல் பெரியவர் வரை அவனை அழைத்தார்கள். ஒருவேளை வாக்காளர்பட்டியலில் பார்த்தால் தெரியலாம். அவன் பெயரைக் கண்டுபிடிக்கும் சிரமம் மேற்கொள்ளாமல் செத்துப்போன கொம்பையாத்தேவர் சார்பிலோ அல்லது நாடு விட்டுப் போன நல்லத்தம்பிக் கோனார் சார்பிலோ தான் அவன் ஓட்டுப் போட்டிருக்கிறான். ஆனால் இப்போது ஊராட்சித் தலைவர் தேர்தலில் இது சாத்தியமில்லை. 'உருளை' சின்னமுடைய உமையொரு பாகன் பிள்ளையும், 'பூசணிக்காய்' சின்னம் பெற்ற பூதலிங்கம் பிள்ளையும் உள்ளூர்க்காரர்கள். எனவே கள்ளவோட்டுப் போட அதுவும் எல்லோருக்கும் தெரிந்த அவனைக் கொண்டு யாரும் துணியவில்லை. தேர்தல் சந்தடிகளில் ஊரே அல்லோலகல்லோலப் படும் வேளையில் தான் ஒரு புறவெட்டாகிப் போனதில் வைத்தியனுக்கு மிகுந்த மன வருத்தம் உண்டு. இதுவரையில்லாமல், தன் ஜனநாயக உரிமை புறக்கணிக்கப்படுவதில் ஓர் எரிச்சல்.

ஒரு வாக்கு இப்படி அர்த்தமற்று வீணாவதில் இரண்டு கட்சிக்காரர்களுக்கும் ஏமாற்றம்தான். அவன் பெயர் என்ன என்று கேட்டுத் தெரிந்து கொள்ளலாமென்றால், அவன் வயதுடையவர்கள் யாரும் உயிரோடு இல்லை. இப்போது ராஜாங்கம் நடத்தும் தானமானக்காரர்களுக்குப் பிறந்த முடி எடுத்தவனே வைத்தியன்தான். எனவே அவர்களுக்குத் தெரிந்திருக்க வாய்ப்பில்லை.

அவன் பெயரைத் தெரிந்துகொள்ள வேண்டும் என்கிற விளையாட்டுத்தனமான ஆர்வத்தோடு, அவனிடமே கேட்கலாமென்றாலும், "அதெல்லாம் இப்ப என்னத்துக்கு போத்தி..? என் பேரிலே எடவாடா முடிக்கப் போறியோ?" என்பதுதான் இதுவரை பதிலாக வந்திருக்கிறது. தன்னுடைய பெயரே அவனுக்கு மறந்துவிட்ட நிலையில், அந்த உண்மைப் பெயரில் வாக்காளர் பட்டியலில் ஓட்டு இருக்க வேண்டுமே என்பது அவனுக்குத் தோன்றாமல் போயிற்று!

அவ்வூர் வாக்காளர் பட்டியலில் இன்னாரென்று தெரியாத இரண்டு பெயர்கள் இருந்தன. பட்டியலைக் குடைந்துகொண்டிருந்த 'பூசணிக்காய்' ஆதரவாளனான மாணிக்கம் அது யாரென்று தெரியாமல் விழித்தான். வைத்தியனின் முகம் அவன் நினைவில் வந்து வந்து போயிற்று. முதல் பெயர் புகையிலையா பிள்ளை. அது அவனாக இருக்க முடியாது. இன்னொன்று அணஞ்ச பெருமாள். வைத்தியனின் பெயர் இதுவாக இருக்கலாமோ என்ற ஊகத்தில் மாணிக்கம் வயதைப் பார்த்தான். எண்பத்திரண்டு. ஒரு துள்ளுத் துள்ளினான்.

'கோச்ச நல்லூர்' என்று வழக்கமாகவும், 'கோச்சடையநல்லூர்' என்று இலக்கண சுத்தமாகவும் அழைக்கப்படும் அந்த ஊரில், உத்தேசமாக நூறு வீடுகள் இருக்கும்.

நூறு வீடுகளில் மக்கள் வழி, மருமக்கள் வழி, சைவர்கள் (இந்த வைப்புமுறை மக்கள் தொகை விகிதத்தை அடிப்படையாகக் கொண்டதே அல்லாமல், உயர்வு தாழ்வு என்ற நிலையை உள்ளடக்கியதல்ல என்று தெண்டனிட்டுச் சொல்லிக் கொள்கிறேன்). 'கிராமம்' என்றும் 'பிராமணக்குடி' என்றும் அழைக்கப்படுகிற 'எவ்வுயிர்க்கும் செந்தண்மை பூண்டொழுகும்' வீடுகள் ஏழு. பூணூல் போட்டவர்கள் எல்லோரும் 'ஐயர்கள்' என்ற நினைப்பே வேளாளர்களிடம் ஏகபோகமாக இருப்பதால், அங்கும் என்ன வாழுகிறது என்று தெரியாமல், அவர்கள் 'ஒற்றுமை'யின் மேல் ஏகப் பொறாமை. இது தவிர இந்து சமய ஒற்றுமைக்கு எடுத்துக்காட்டு போல நாடார், தேவர், வண்ணார், நாவிதர் என்று பல பகுப்புக்கும் ஆட்பட்ட இந்துக்களும் அங்கே உண்டு.

இவை நீங்கலாக, தான் இந்துவா கிறிஸ்துவனா இல்லை இரண்டுமா அல்லது இரண்டும் இல்லையா என்று நிச்சயமாக அறிந்து கொள்ளாத மக்களும் அங்கே உண்டு. கும்பிடுகிற சாமியை வைத்துக் கணக்கிடலா மென்றால் சுடலைமாடன், ஈனாப் பேச்சி, இசக்கி அம்மன், தேரடி மாடன், புலை மாடன், முத்துப் பட்டன், கழு மாடன், வண்டி மறிச்சான், முண்டன், முத்தாரம்மன், சூலைப் பிடாரி, சந்தனமாரி, முப்பிடாரி என்ற பட்டியல் நீண்டு போகும். அந்த ஊர் வாக்காளர் பட்டியலை விட இது பெரிது.

மேற்சொன்னவர் அனைவரும் இந்து கடவுளர்களும் கடவுளச்சிகளும் தான் என்று பல அவதார மகிமைகளை எடுத்துக் காட்டி நீங்கள் நிறுவுவீர்களேயானால், அந்த மக்களும் இந்துக்கள்தான். 'ஏ'யானது 'பி'க்குச் சமம். 'பி'ஆனது 'சி'க்குச் சமம். எனவே 'ஏ' = 'சி' என்ற கணித விதியை இங்கே கையாண்டால், இவர்கள் இன்னின்ன கடவுளர் அல்லது கடவுளச்சியை வழிபடுகிறார்கள்; அந்தக் கடவுளர்களும் கடவுளச்சிகளும் இந்துக்கள்: எனவே இவர்களும் இந்துக்கள் என்று வல்லந்தமாக நிரூபித்து விடலாம். இந்தச் சள்ளையெல்லாம் எதற்கு என்றுதான் பல சாதிகளும் பல தெய்வங்களும் பலதரப்பட்ட மொழி, பண்பாடு ஆகியவையும் உடைய இந்தக் கூட்டத்தை 'இந்தியா' என்றும், 'இந்து' என்றும் 'ஆங்கிலேயன்' பெயர் வைத்திருக்க வேண்டும்! இந்த நாட்டில் இத்தனை சதவீதம் இந்துக்கள் என்று பண்டார சந்நிதிகளும், ஜகத்குருக்களும் புள்ளி விவரம் தந்து பீற்றிக்கொள்வதெல்லாம் இந்தக் கணிசமான மக்களையும் உள்ளடக்கித்தான்.

இப்படி 'ராம ராஜ்ய' யோக்கியதைகள் பல கோச்சநல்லூருக்கு இருந்தாலும் ஊராட்சித் தலைவர் தேர்தல் என்றால் சும்மாவா? பொறி பறக்கும் போட்டி. இதில் ஆசுவாசப்படுத்தும் சங்கதி என்னவென்றால், போட்டியிடும் இருவரும் வேளாளர்கள். குறிப்பாக ஒரே வகுப்பைச் சேர்ந்த வேளாளர்கள். அதிலும் குறிப்பாக மைத்துனர்கள். எனவே கார சாரமான போட்டி இருந்தாலும், வகுப்புக் கலவரங்களாவது இல்லாமல் இருந்தது. ஊரு முழுவதும் ஏதாவது ஒரு சைடு எடுத்தாக வேண்டிய நிலை. இந்த நூறு வீடுகளைத் தவிரவும் பச்சைப்பாசி படர்ந்த தெப்பக்குளமும் அதன் கரையில் செயலிழந்த சாத்தாங்கோயிலும் சில சில்லறைப் பீடங்களும் ஒரு பாழடைந்த மண்டபமும் இரவு ஏழு மணிக்குமேல் அதனுள் இயங்கும் சட்ட விரோதமான 'தண்ணீர்ப் பந்த'லும் சுக்குக்காப்பிக் கடையும் வெற்றிலை பாக்கு முதல் 'டாம் டாம்' டானிக் ஈறாக விற்கும் பலசரக்குக் கடையும் ஏழெட்டுத் தென்னந்தோப்புகளும் இருபது களங்களும் சுற்றிலும் நஞ்சை நிலங்களும் அங்கே உண்டு. மனிதனைத் தவிர, பிற தாவர சங்கமச் சொத்துக்களுக்கு ஓட்டுரிமை இல்லாது போனது கூட ஒரு சௌகரியம்தான்.

இல்லையென்றால், இந்த இரண்டு பேரை அண்டிப் பிழைக்கும் மனிதர்களுக்கு ஏற்பட்ட தர்மசங்கடங்கள் அவற்றுக்கும் ஏற்பட்டிருக்கும் இருக்கின்ற வாக்குகளில், யாருக்கு எத்தனை கிடைக்கும் என்ற ஊகமும் கணக்கும் எங்கு பார்த்தாலும் நீக்கமற இருந்தது. 'பூசணிக்காய்' வேட்பாளரின் தங்கைக்கு இந்த ஊரில் ஓர் ஓட்டு இருப்பதால், ஒரு வாரத்துக்கு முன்னாலேயே நாங்குநேரியில் இருந்து அவள் வந்தாயிற்று. இதை அறிந்த 'உருளை' வேட்பாளர் சும்மா இருப்பாரா?

புளியங்குடியில் வேலை பார்த்த அவர் தம்பிக்கு தந்தியே போயிற்று. மனைவியை அழைத்து வர வேண்டாம்; தனியாக வந்தால் போதும் என்று அவனுக்குக் கட்டளை. அவள் பூசணிக்காயின் தங்கை (வசதி கருதி இங்கு தொட்டு சின்னம் வேட்பாளரைக் குறிக்கிறது). என்னதான் கணவன் கார்வார் செய்தாலும் பாசம் காரணமாக அவள் பூசணிக்காய்க்குப் போட்டு விட்டால்? இங்கு ஒரு ஓட்டுக்கூடி அங்கும் ஓர் ஓட்டுக் கூடினால் என்ன பயன்? அதைவிட இரண்டு பேரும் வராமலேயே இருந்து விடலாமே!

கூட்டிக் கழித்து, வகுத்துப் பார்க்கையில் யாரு வென்றாலும் பத்து வாக்குகள் வித்தியாசத்தில்தான் வெல்ல முடியும் என்று நோக்கர்கள் கணித்தனர்.

தேர்தல் வேலைக்காக இரண்டு பேரும் திறந்திருந்த செயலகங்கள் எப்போதும் நிரம்பி வழிந்தன. தேர்தல் நாள் நெருங்க நெருங்க வெற்றிலை, பீடி, சுக்குக்காப்பி, வடை, சீட்டுக்கட்டுகள் செலவு ஜியாமெட்ரிக் புரகிரஷனில் வளர்ந்தது. நாளை காலை தேர்தல் என்ற நிலையில் இந்த வேகம் காய்ச்சலாகி, ஜன்னி கண்டு விடலாம் என்ற அச்சத்தைத் தந்துகொண்டிருந்தது. இந்தச் சரித்திரப் பிரசித்தி பெறப் போகும் வினாடியில்தான் மாணிக்கம் பூசணிக்காய் செயலகத்திலிருந்து குபீரென்று கிளம்பினான்.இப்போதே வெற்றி கிடைத்துவிட்டதைப் போன்ற ஒளி முகத்தில் துலங்க, தான் கண்டுபிடித்த அணஞ்ச பெருமாள் வைத்தியனேதான் என்ற வரலாற்றுப் பேருண்மையை யாருக்கும் தெரியாமல், ஐயம் திரிபு நீங்க நிரூபித்து விடவேண்டும் என்ற

துடிப்பு. இந்த நேரத்தில் வைத்தியன் எங்கே இருப்பான் என்று அவனுக்குத் தெரியும்.

சாத்தான் கோயிலை நோக்கி மாணிக்கம் நடக்க ஆரம்பிக்கும் போதே 'சதக்'கென்று சிந்தனை எதனையோ மிதித்தது. நேர் வழியாகப் போனால், இந்த நேரத்தில் இவன் இவ்வழியாகப் போவானேன் என்று எதிரிப் பாசறையைச் சேர்ந்தவர்கள் நினைக்க மாட்டார்களா? அதுவும் நாளை தேர்தலாக இருக்கும்போது, சந்தேகம் வலுக்கத்தானே செய்யும்? அதுவும் 'உருளை' ஒற்றர்கள் கண்ணில் பட்டுவிட்டால், துப்புத் துலக்கவோ, பின் தொடரவோ ஆரம்பித்தால் குடிமோசம் வந்து சேருமே! தன்மூளையைக் கசக்கி, இந்தப் பாடுபட்டுக் கண்டுபிடித்த வாக்காளரை, மாற்றுக் கட்சிக்காரனும் கரைக்க ஆரம்பித்தால்?

சமயத்தில் தனக்குத் தோன்றிய புத்திசாலித்தனமான யோசனையை மெச்சிக்கொண்டே, சாத்தான் கோயிலுக்கு சுற்று வழியாக நடந்தான் மாணிக்கம். பள்ளிக்கூடம் வழியாகத் தென்னங்குழிமடை வந்து பத்தினுள் இறங்கி, வரப்பில் நடந்து, வழிநடைத் தொண்டில் ஏறி, கோயிலின் பின்பக்கம் வந்தான். வைத்தியன் தனியாக இருக்க வேண்டுமே என்ற கவலை இலேசாக முளைகட்ட ஆரம்பித்தது.

கோயில் முகப்புக்கு வந்தான். பனிமாதம் ஆகையால் அங்கே ஒரு குருவியைக் காணோம். ஈசானமூலையில், சுவரை அணைத்துக்கொண்டு ஒரு கந்தல் மூட்டை போலச் சுருண்டு படுத்திருப்பது வைத்தியனாகவே இருக்க வேண்டும். கண் மங்கி கை நடுங்க ஆரம்பித்து, காதுகளின் ஓரத்தில் தன்னறியாமல் கத்திக் கீறல்கள் விழ ஆரம்பித்ததும் தொழில் கை விட்டுப் போனபிறகு, நிரந்தரமாக அந்த மூலை வைத்தியனின் இடமாகி விட்டிருந்தது.

மணி ஒன்பதைத் தாண்டி விட்டதால் அவன் உறங்கி இருக்கவும் கூடும். ஆனால் சற்று நேரத்திற்கொரு முறை, நானும் இருக்கிறேன் என்று காட்டிக் கொண்டிருக்கும் இருமல். மூலையை நெருங்கி நின்றுகொண்டு அங்குமிங்கும் பார்த்தான் மாணிக்கம். ஆள் நடமாட்டம் இல்லை. நாளை தேர்தல் என்ற மும்முரத்தில் ஊர் பரபரத்துக் கொண்டிருக்கும்போது, இந்த ஒதுங்கிய மூலைக்கு யார் வரப் போகிறார்கள்?

வைத்தியனைப் பார்த்து சன்னமாகக் குரல் கொடுத்தான்.

"வைத்தியா.. ஏ வைத்தியா....!"

பதில் இல்லை. காதோடு அடைத்து மூடிக்கொண்டு படுத்திருப்பதால் கேட்டிருக்காது. அந்த மனித மூட்டையின் தோளைத் தொட்டு உலுக்கினான். அலறாமலும் புடைக்காமலும் எழுந்து உட்கார்ந்த அவன், நிதானமாக மாணிக்கத்தைப் பார்த்து திருதிருவென்று விழித்தான்.

"ஏம் போத்தி...? வீட்டிலே யாராவது...?."

அவன் என்ன கேட்கிறான் என்பது மாணிக்கத்துக்குப் புரிந்தது. மற்ற சமயமாக இருந்தால், இந்தக் கேள்விக்குப் பதில் வேறு விதமாக இருக்கும். ஆனால் இன்று அந்த ஓட்டின் கனம் என்ன என்று அவனுக்குத் தெரியும். ஆகையால் அமைதியாகச் சொன்னான்.

“அதெல்லாம் ஒண்ணும் இல்ல... உங்கிட்ட ஒண்ணு கேக்கணும்...”

வைத்தியனுக்கு நெஞ்சில் திகில் செல்லரித்தது. இந்த அர்த்த ராத்திரியில் தன்னை எழுப்பி ஒன்று கேட்க வேண்டுமானால்....

“உன் பேரு அணஞ்சபெருமாளா?” வைத்தியன் முகத்தில் ஒருவித பிரமிப்பு.

“அட... இதென்ன விண்ணாணம்...? இதுக்குத்தானா இந்தச் சாமத்திலே வந்து சங்கைப் புடிக்கேரு...”

“பேரு அதானா சொல்லு...?”

“உமக்கு யாரு சொல்லீட்டா...? நானே அயத்துப் போனதுல்லா.. இப்ப என்ன வந்திட்டு அதுக்கு..?”

“யார்கிட்டேயும் மூச்சுக்காட்டாதே. உன் பேரு வோட்டர் லிஸ்டிலே இருக்கு.. நாளைக்குக் காலம்பற நான் வந்து உன்னைக் காரிலே கூட்டிட்டுப் போறேன்.. காப்பி சாப்பாடு எல்லாம் உண்டு... உருளைக்காரப் பயக்கோ வந்து கேட்டா இல்லேன்னு சொல்லீரு.. ஆமா...!”

தானும் ஒரு சமயச் சார்பற்ற ஜனநாயக சோஷலிஸக் குடியரசின் முடிசூடா மன்னர்களில் ஒருவன் என்ற எண்ணம். தனக்கும் ஓட்டுரிமை இருக்கிறது என்ற நினைப்பு வைத்தியனுக்கு புதிய தெம்பைத் தந்தது. அந்த உணர்வு காரணமாகச் சூம்பிய அவன் தோள்கள் சற்றுப் பூரித்தன.

“நான் ஏம் போத்தி சொல்லுதேன்? அன்னைக்கு அந்த உருளைக்கார ஆளுக சொன்னாளே.. இதுவரை நீ செத்தவன் ஓட்டையும் ஊரைவிட்டு ஓடினவன் ஓட்டையும் போட்டே... சரி... ஆனா எவனும் சொன்னான்னு இந்தத் தடவை அங்கே வந்தே... பொறகு தெரியும் சேதி.... நேரே போலீசிலே புடிச்சுக் குடுத்திருவோம். அப்படீன்னுல்லா சொன்னா... நானும் அதாலா கம்முண்ணு இருக்கேன். மச்சினனும் மச்சினனும் இன்னைக்கு அடிச்சுக்கிடுவாங்க.... நாளைக்கு நானும் நீயும் சோடி, கடைக்குப் போலாம் வாடின்னூ கழுத்தைக் கெட்டிக்கிட்டு அழுவாங்க... நமக்கு என்னத்துக்கு இந்தப் பொல்லாப்புன்னுதாலா சலம்பாமல் கிடக்கேன். இப்பம் நம்ம பேரும் லிஸ்டிலே இருக்கா? தெரியாமப் போச்சே இதுநாள் வரை..”

“இது இப்பம்கூட யாருக்கும் தெரியாது பார்த்துக்கோ... நான்தான் கண்டுபிடிச்சேன்! முன்னாலேயே ஓம் பேரு இருந்திருக்கும்.. ஆனா என்னைப் போல யாரு அக்குசாப் பாக்கா..? அது கிடக்கட்டும். உனக்குப் புது வேட்டியும் துவர்த்தும் வாங்கி வச்சிரச் சொல்லுகேன். நீ காலம்பற என்கூட வந்து இட்டிலி தின்னு போட்டு, புதுத்துணியும் உடுத்திக்கிட்டு ஓட்டுப் போட்டிரணும். எல்லாம் நான் சொல்லித்தாறேன்... ஆனா எவன்கிட்டேயும் அனக்கம் காட்டிராதே... என்னா..?”

“இனி நான் சொல்லுவேனா.. நீங்க இம்புட்டு சொன்னதுக்கப்புறமும்...”

வைத்தியன் தந்த உறுதியில் மனம் மகிழ்ந்து தன் சாதனையை நினைத்து மார்பு விம்ம, பூசணிக்காய் வீட்டை நோக்கி நடந்தான் மாணிக்கம்.

அங்கே ஓர் அரசவையின் பொலிவு போன்ற சுற்றுச் சூழல்கள். மங்களாவில் நடுநாயகமாகப் பூசணிக்காய் கொலு வீற்றிருந்தார். அந்த வீட்டிலுள்ள

மொத்தப் பெஞ்சுகளும், நாற்காலிகளும் அங்கே பரந்து கிடந்தன. வந்து வந்து தன் விசுவாசத்தைத் தெரிவிக்கும் வாக்காளர்களின் புழக்கம். வெற்றிலைச் செல்லங்கள் இரண்டு மூன்று ஆங்காங்கே ஊறிக் கொண்டிருக்கும் சுக்குக்காப்பி அண்டா. அந்த நூறு வீட்டு ஊரின் இரதவீதிகளைச் சுற்றிச் சுற்றிக் கோஷம் போட்டுத் தொண்டை கட்டியவர்கள் நெரிந்த குரலில் பேசிக் கொண்டிருந்தார்கள். நாலை காலைக் காப்பிக்கான ஆயத்தங்கள்.

இட்டிலிக் கொப்பரைகள் கிடார அடுப்பில் ஏற்றப்பட்டு விட்டதால் 'கொர்' என்ற சீரான இரைச்சல். சின்னம் பூசணிக்காய் ஆனபடியால், பூசணிக்காய் சாம்பாருக்காக அரிந்து பனையோலைப் பாய்மீது குவிக்கப்பட்டிருந்தது. இலைக்கட்டுகள் இடத்தை அடைத்துக்கொண்டு கிடந்தன. பாத்திர பண்ட வகையறாக்களின் முனகல். செயித்தால் வீட்டுக்கொரு பூசணிக்காய் பரிசாக விளம்புவதற்காக ஐந்து மூட்டைகள் சாய்ப்பில் அடுக்கி வைக்கப்பட்டிருந்தன.

பூசணிக்காய் தோற்றுப்போகும் என்று கருதி, தோற்ற பிறகு தெருவில் போட்டு உடைப்பதற்காக உருளையுமிரண்டு மூட்டைகள் வாங்கிப் பத்திரப்படுத்தியிருந்ததாகக் கேள்வி. ஆக சந்தையில் பூசணிக்காய்க்கு ஏகக் கிராக்கி. அடுத்த முறை ஊராட்சித் தேர்தலைக் கணக்காக்கி, அதற்குத் தோதாக மேலாய்ச்சி கோணம் முழுவதும் பூசணிக்கொடி போடப்போவதாக அவ்வூர் பண்ணையார் ஒருவர் தீர்மானித்திருப்பதாகத் தகவல்.

நாளை வாக்குச் சாவடிக்குச் செல்வதற்காக ஏழெட்டு வில் வண்டிகளும் இரண்டு வாடகைக் கார்களும் தயார். இதே ஏற்பாடுகளை உருளையும் செய்திருப்பார் என்று சொல்லத் தேவையில்லை. ஒரேயொரு அசௌகரியம்தான். அவர்கள் பூசணிக்காய் சாம்பார் வைப்பதைப் போல, இவர்களால் ரோடு உருளையைச் சாம்பார் வைக்க முடியாது. அதில் ஒரு புத்திசாலி, உருளை என்றால் உருளைக் கிழங்கையும் குறிக்கும் என்பதால், அதையே சாம்பார் வைக்கலாம் என்று சொன்னதன் பேரில் அவ்வாறே தீர்மானமாயிற்று.

இதில் ஓர் அதிசயம் என்னவென்றால், அங்கே மொத்த ஓட்டுக்களே இரு நூற்று எழுபது. நூறு சதமானம் வாக்களிப்பு நடந்தாலும், இருநூற்றெழுபது வாக்காளர்களுக்கும் மொத்தம் பதினாறு வில் வண்டிகளும் நான்கு வாடகைக் கார்களும். அது மட்டுமல்ல, வாக்கெடுப்பு நடக்கப் போகும் அரசினர் ஆரம்பப்பள்ளி, ஊரில் எந்த மூலையில் இருந்து நடந்தாலும் அரை பர்லாங்குதான். ஆனாலும் முடிசூடா மன்னர்களை நடத்தியா கொண்டு செல்வது?

மறுநாள் பொழுது கலகலப்பாக விடிந்தது. தானாகப் பழுக்காததைத் தல்லிப் பழுக்க வைப்பது போன்றும் சூரியன் கிழக்கில் எழச் சற்றுத் தாமதித்திருந்தால் கயிறு கட்டி இழுத்துக்கொண்டு வந்திருப்பார்கள். அவ்வளவு அவசரமும் பதற்றமும். ஆறுமணிக்குப் பூசணிக்காயின் மகனும் மருமகளும் ஊரழைக்க வந்தார்கள்.

அதைத்தொடர்ந்து உருளையின் மகளும் மருமகனும் ஊரழைத்தார்கள். காலைக் காப்பிக்கான சன்னத்தங்கள். அதிகாலையிலேயே வைத்தியனைப் பாதுகாப்பான இடத்தில் கொண்டுவந்து வைத்துவிட்டான் மாணிக்கம். அங்கேயே கிணற்றுத் தோட்டத்தில் குளிக்கச் செய்து, புதிய வேட்டியும்

துவர்த்தும் உடுத்து வெண்ணீறு பூசி ஒரே அலங்கரிப்பு. அவனுக்கே ஒரே புளகாங்கிதம். ஊராட்சித் தேர்தல் மாதம் ஒரு முறை வந்தால் எப்படி இருக்கும் என்று அவன் எண்ணினான்.

பத்து மணிக்கு மேல் வாக்கெடுப்பு துரிதகதியில் நடைபெறலாயிற்று. டாக்ஸிகள் எழுப்பும் புழுதிப்படலம். வில் வண்டிக்காளைகள் குடங்குடமாகப் பீய்ச்சித் தெருக்களை மெழுகின. சைக்கிள்கூட நுழைந்திராத முடுக்குகளிலெல்லாம் கார் நுழைந்து தேடிப்பிடித்து வாக்காளரை இழுத்தது.

பெற்றோர்கள் ஓட்டுப் போடப் போகும்போது சிறுவர்களுக்கும் காலைக் காப்பி, பலகாரம், டாக்ஸி சவாரி, சிலர் பிடிவாதமாக வில் வண்டியில் ஏற மறுத்து, காரில்தான் போவேன் என்றார்கள். தேர்தல்கள் இல்லாவிட்டால் இதையெல்லாம் எப்படித்தான் அனுபவிப்பது?

இரண்டு வேட்பாளர்களும் வாக்குச்சாவடியில் பிரசன்னமாயிருந்தார்கள்.

அவர்களின் பிரதிநிதிகள் இரண்டு வரிசைகளில். இது தவிர அரசாங்க அதிகாரிகளான பள்ளி ஆசிரியர்கள். கலவரம் வரலாம் என்று அஞ்சப்பட்டதால், இரண்டு போலீஸ்காரர்கள் கர்மசிரத்தையோடு கண்காணித்துக் கொண்டிருந்தார்கள், லத்தியுடன். வெள்ளாளனுக்கு லத்தியே அதிகம் என்று துப்பாக்கி கொண்டுவரவில்லை.

வைத்தியன் என்ற அணஞ்சபெருமாளை பெருமாள் வாக்குச்சாவடி முன் காரில் கொண்டுவந்து இறக்கிய போது எல்லோர் கண்களும் நெற்றி மேல் ஏறின. வெள்ளையும் சொள்ளையுமாக நீறணிந்த சைவ நாயனாக வந்து நின்ற அவனை அதிசயத்தோடு பார்த்தனர்.

“நாறப்பய புள்ளைக்கு என்ன தைரியம் இருந்தா இன்னைக்கு உள்ளூர் எலக்சன்லே கள்ள ஓட்டுப் போட வரும்... ம்... வரட்டும்.”

கருவினார் உருளை.

மணி பன்னிரண்டரை ஆகிவிட்டதால் கூட்டம் குறைந்து விட்டது. வைத்தியன் வந்து வரிசையில் நின்றபோது ஏழெட்டுப் பேரே அவன் முன்னால் நின்றார்கள். அவன் பின்னால் ஓரிருவர் வந்து சேரவா, இல்லை சாப்பிட்ட பிறகு பார்த்துக் கொள்ளலாமா என்று யோசனையில் தயங்கி நின்றனர்.

இரண்டு நிமிடங்கள் பொறுத்ததும் வரிசையை விட்டு விலகி வேகமாக வெளியே நடக்கத் தொடங்கினான் வைத்தியன். இவனுக்குத் திடீரென என்ன வந்து விட்டது என்று புருவக்கோட்டை உயர்த்தினார் பூசணிக்காய். ‘என் எதிரில, எனக்கு விரோதமாகக் கள்ள ஓட்டுப் போட வந்திருவானாக்கும்...’ என்ற பாவனையில் மீசை மீது கை போட்டு இளக்காரத்துடன் பூசணிக்காயைப் பார்த்தார் உருளை.

வரிசையிலிருந்து விலகிய வைத்தியனைப் பின்தொடர்ந்து ஓடிய மாணிக்கம் இரண்டு எட்டில் அவனைப் பிடித்துவிட்டான்.

“கெழட்டு வாணாலே! என்ன கொள்ளை எளகீட்டு உனக்கு? எங்கே சுடுகாட்டுக்கா ஓடுகே...?”

"அட சத்தம் போடாதேயும் போத்தி... இன்னா வந்திட்டேன்..." வைத்தியனின் குரலில் அவசரம்.

"அதான் எங்க எளவெடுத்துப் போறேங்கேன்.. பிரி களந்திட்டோவ்?"

"இரியும் போத்தி... ஒரு நிமிட்லே வந்திருகேன்."

"ஓட்டுப் போட்டுக்கிட்டு எங்க வேணும்னாலும் ஒழிஞ்சு போயேங்கேன்."

"அட என்னய்யா பெரிய சீண்டறம் புடிச்ச எடவாடா இருக்கு.... காலம்பற முகத்தைக் கழுவதுக்குள்ளே கூட்டியாந்தாச்சு. ஏழெட்டு இட்லி வேறே திண்ணேன்... வயசான காலத்திலே செமிக்கவா செய்யி... சித்த நின்னுக்கிடும்.. இன்னா ஒரு எட்டிலே போயிட்டு வந்திருகேன்..."

வைத்தியன் குளத்தங்கரையோரம் போய் கால்கழுவி வருவதற்குள் உணவு இடைவேளைக்காக வாக்கெடுப்பு நிறுத்தி வைக்கப்பட்டிருந்தது. வைத்தியனை அங்கே காத்திருக்கச் சொன்னால் ஆபத்து என்று கருதி, மீண்டும் காரிலேற்றி, வீட்டுக்குக் கொண்டுபோய்ச் சாப்பாடு போட்டு முதல் ஆளாகக் கொண்டுவந்து நிறுத்தினார்கள். சூரன்பாடு திருவிழாவில், முதலில் வருகின்ற சூரனைப் போல வைத்தியன் வீர விழி விழித்தான். இடைவேளைக்குப் பிறகு, வாக்கெடுப்பு தொடங்கியது கையில் வைத்திருந்த 'அணஞ்சபெருமாள்' சீட்டுடன் வாக்கு சாவடியினுள் நுழைந்தான் வைத்தியன். இவனுக்கு ஒரு பாரம் படிப்பித்துத்தான் அனுப்ப வேண்டும் என்று உருளை உஷாராக இருந்தார். முதல் போலிங் ஆபிசரிடம் சீட்டை நீட்டினான் வைத்தியன்.

உருளை ஓர் உறுமல் உறுமினார்.

"ஏ வைத்தியா.. உனக்கு ஓட்டு இருக்கா?"

சந்தேகத்துடன் அவன் அவரைப் பார்த்தான்.

"இருக்கு போத்தியோ.. இன்னா நீரே பாருமே..."

அவன் நீட்டிய சீட்டை வாங்கிப் பார்த்த உருளைக்கு கொஞ்சம் மலைப்பு. அவர் மலைப்பதைக் கண்ட பூசணிக்காய் முகத்தில் ஏளனம் முறுவல்.

"அணஞ்ச பெருமாளா உன் பேரு..?"

"ஆமா போத்தி.. நான் பின்ன கள்ள ஓட்டா போட வருவேன்?"

உருளையின் ஐயம் தீரவில்லை. வாக்காளர் பட்டியலை வாங்கிப் பார்த்தார். அவர் முகத்தில் சிறிய திகைப்பு. சற்று நேரத்தில் ஏளனப் புன்னகையொன்று விரிந்தது.

"இதுவரைக்கும் கள்ள ஓட்டுப் போட்டாலும் நாடுவிட்டுப் போன ஆளுக பேரிலேதான் போட்டிருக்கே. இப்ப செத்துப்போன ஆளு ஓட்டையும் போட வந்திட்டயோவ்?"

"இல்லை போத்தி.. என் பேரு அணஞ்சபெருமாளுதான்... நான் பொய்யா சொல்லுகேன்...?"

"அட உன் பேரு அணஞ்சபெருமாளோ, எரிஞ்ச பெருமாளோ என்ன எளவாம் இருந்திட்டுப்போகு... ஆனா இந்த அணஞ்ச பெருமாளு பொம்பிளையிண்ணுல்லா போட்டிருக்கு..?."

"என்னது? பொம்பிளையா?"

"பின்னே என்ன? நல்லாக் கண்ணை முழிச்சிப்பாரு.. அது நம்ம கொழும்புப் பிள்ளை பாட்டாக்கு அக்காயில்லா... அவ செத்து வருஷம் பத்தாச்சே.... ஓட்டா போட வந்தே ஓட்டு... வெறுவாக்கட்ட மூதி.. போ அந்தாலே ஒழிஞ்சு...."

வைத்தியன் செய்வதறியாமல் பூசணிக்காயைப் பார்த்தான். கடித்துத் தின்று விடுவதைப் போல அவர் அவனைப் பார்த்து விழித்தார்.

ஜனவரி 1977

056

பிரபஞ்சன்

அப்பாவின் வேஷ்டி

அப்பாவிடம் ஒரு பட்டு வேஷ்டி இருந்தது. அப்பாவிடம் வெண்பட்டும், பொன்னிறப் பட்டு வேஷ்டிகளும் நிறைய இருந்தாலும் கூட, குழந்தைகளாகிய எங்களுக்கு அவருடைய சிவப்புப் பட்டு வேஷ்டியே அற்புதமானதாகத் தோன்றியது.

சிவப்பென்றால் சுத்தச் சிவப்பும் இல்லை. குங்கும வண்ணமும் இல்லை. செப்புப் பாத்திரத்தைப் புளிபோட்டு விளக்கிப் படிக் கல்லில் வைத்து விட்டுக் குளிப்பார்களே. அப்போது பார்த்திருக்கிறீர்களா? நீங்கள்! உதயகாலத்துச் சூரிய ரேகைகள் பட்டுத் தகதகக்குமே, அந்தச் செப்புப் பாத்திரம் அது மாதிரியான வேஷ்டி அது.

முழுதும் செப்புக் கலரும் இல்லை. கரை பச்சை நிறம். நாலுவிரல் அகலம். கரையில் சரிகை வேலைப்பாடுகள். சரிகை வேலைப்பாடு என்ன என்கிறீர்கள்? வாத்துகள் ஒன்றன்பின் ஒன்றாய் அணிவகுத்துச் செல்கிற சித்திரம். அவை வாத்துகள் அல்ல; அன்னப்பறவைகள் என்றாள், அம்மா. நாங்கள் அன்னப்பறவைகளை நிறத்தில் பார்த்த தில்லை. அந்த வேஷ்டியின் கரையில்தான் பார்த்திருக்கிறோம். எதுவானால் தான் என்ன? உயிருள்ள ஜீவராசிகள்.

அந்த வேஷ்டி சாதாரணமாகக் கண்களில் காணக் கிடைப்பதில்லை. அப்பா, அதை அவருடைய ஆளுயர, மிக அகலமான அலமாரியில் வைத்திருப்பார். அந்த மாதிரி அலமாரிகள் எல்லாம் இப்போது கிடைப்பதில்லை. ஒற்றை ஆள் அகலம்தானே இப்போதைய அலமாரிகள். அதுவோ மூன்று அலமாரிகளை பக்கம் பக்கமாக நிறுத்தி வைத்ததுபோல் இருக்கும்.

அப்பா அலமாரியில் இருந்து, அதை எடுக்கப்போகும் நேரம் எங்களுக்குத் தெரியும். எனக்கும் என் தங்கை ராஜேஸ்வரிக்கும். பண்டிகை, மற்றும் தாத்தாவுக்கு தெவசம் முதலான நாட்களில்தான் அது வெளிவரும். அந்த நாட்கள்தான் எங்களுக்கு

முந்தியே சொல்லப்பட்டிருக்குமே! அப்பா குளித்துவிட்டு வந்து அந்த வேஷ்டியைத்தான் எடுத்து உடுத்துவார். அப்பா எப்போது குளித்து விட்டு வருவார் என்று தவம் கிடப்போம், அலமாரிக்கு முன்னால்.

அப்பாவுக்குக் குளிக்க ஒரு மணி நேரம் அவசியப்படும். அநியாயத்துக்கு ஏன் அவர் தாமதம் பண்ணுகிறார் என்று இருக்கும். அது குழந்தைப் பருவம். கேள்விகளால் மட்டுமே ஆன பருவம். இப்போது தெரிகிறது. குளிப்பது அழுக்குப் போகவா? அழுக்குப் போகக் குளித்தது யார்? குளிப்பது ஒரு சுகம். உச்சந்தலையில் விழுந்த குளிர்ச்சி வழிந்து வழிந்து பாதத்துக்கு வருகிற இன்பத்துக்குத் தானே குளிப்பது... குளித்த பின் ஏற்படுகிற புத்துணர்ச்சிக்குத்தானே குளிப்பது? அப்பா ஒரு மணி நேரம் எடுத்துக் கொண்டது நியாயம் என்றே தோன்றுகிறது.

சரி! குளித்ததும் சட்டுப் புட்டென்று வந்து வேஷ்டியை எடுப்பார் என்றா நினைக்கிறீர்கள்? அதுதான் இல்லை. குளித்ததும், கோமணத்தோடு வாசலுக்கு வந்து நின்று விடுவார். ஈரத்தைப் பாதி தானும், மீதி சூரியனும் துடைக்க வேணும். நாங்கள் அப்பாவையே பார்த்துக் கொண்டு இருப்போம். நீர் முத்துக்கள் அவர் முதுகில் கோடு கிழித்துக் கொண்டு இறங்குவதைப் பார்க்க வியப்பாய் இருக்கும். அவர் முதுகே ஒரு பெரிய தாமரை இலையாகவும், நீர்த்துளிகள் முத்துக்களாகவும் தோணும். நிதானமாகவும், அங்குலம் அங்குலமாகவும் துடைத்து ஈரம் போக்குவார். அப்பாவின் உடம்பு சிவந்து போய்விடும். ஏற்கனவே அவர் சிவப்பு. குளித்தபின், உடம்பு பழுத்துவிட்டது மாதிரி இருக்கும்.

'மணியாகுது.. சீக்கிரம் வந்து படைச்சா என்ன?' என்பாள் அம்மா. இதைக் கோபமாகவும் குற்றச்சாட்டாகவும் சொல்வாள் என்கிறீர்களா! இல்லை! இன்னும் கொஞ்ச நேரம்தான் ஆகட்டுமே என்று அப்பாவைத் தட்டிக் கொடுப்பதுபோல் இருக்கும். கூரை எரவானத்தில் ஒரு கையை வைத்துக் குனிந்து, வாசலில் நிற்கும் அப்பாவைப் பார்த்துச் சிரித்துக்கொண்டு அம்மா இதைச் சொல்கையில் எங்களுக்குக் கோபம் கோபமாய் வரும்.

அப்பாடா! ஆச்சு... ஒரு வழியாகக் குளித்து முடித்துத் துவட்டிய துண்டை இடையில் கட்டிக்கொண்டு, கோமணத்தை உருவிப் பிழிந்து, பத்துத் தடவை ஈரத் தூசி பறக்க உதறி உதறி வாசலில் கட்டியிருக்கும் கொடியில் காயப்போடுவார். அது காற்றில் பறந்து விடாமல் இருக்க, முனைகள் இரண்டையும் பிடித்து முடிச்சுப் போடுவார். அப்புறம் தலைமுடியை, தலையைக் கவிழ்த்துத் தட்டித் தட்டி ஈரம் போக்குவார். தெறிக்கும் நீர்த்தூசுகள், சின்னஞ் சிறு கொசுக் கூட்டம் மாதிரி இருக்கும்.

அப்புறம் கூடத்துக்கு வருவார், அப்பா. சடாரென்று வந்தால் தேவலையே! அதுதான் இல்லை. கூடத்து மிதியடியில் காலை இப்படி அப்படிப் புரட்டிப் புரட்டி நன்கு மணல், மண்போகத் துடைப்பார். காலில் ஒரு துளி அழுக்கு இருக்காது. அழுக்கு அவரது ஜென்மப் பகை ஆச்சே! எங்களுக்குத் தெரியுமே. அப்புறம்தான் அலமாரியைத் திறப்பார், அப்பா.

அந்தக் கணம் ஓர் அபூர்வமான கணம். கதவைத் திறந்ததும், குபீரென்று பச்சைக் கற்பூர வாசனை வந்து தாக்குமே, சிலிர்க்க அடிக்குமே உடம்பை,

அந்தக் கணம் அதற்காகத்தானே காத்திருக்கிறோம். இத்தனை நாழி காத்திருக்கிறோம். நாங்கள் மூக்கு, வாய் இரண்டையும், கரை மீன் திறப்பது போலத் திறந்து திறந்து மூடி அந்த வாசனையை அனுபவிப்போம். அலமாரிக்குள் ஒரு சின்ன ஜாதிக்காய் பெட்டி வைத்திருப்பார். அந்தப் பெட்டிக்குள் என்ன இருக்கும்? ஒருநாள், 'அப்பா... அப்பா... அந்தப் பெட்டியை எனக்குக் காட்டுப்பா!' என்றேன். அப்பா சிரித்துக்கொண்டே என்னைத் தூக்கிப் பெட்டியண்டைக் காட்டினார். ஒரு வெள்ளைத் துண்டில் சுற்றி வைக்கப்பட்ட வேஷ்டி, சுருள் சுருளாகச் சுற்றி வைக்கப்பட்ட காகிதம், (பத்திரங்கள் என்று பின் நாளில் தெரிந்து கொண்டேன்) ராணி, ராஜா படம் போட்டு நோட்டுகள், தங்கக் காசுகள், அப்பாவுடைய சிவப்புக்கல், வெள்ளைக்கல் மோதிரங்கள் எல்லாம் இருந்தன. ராஜி பொறுத்துக் கொள்வாளா என்ன? 'நானும் பார்க்கணும்பா...' என்றாள். அப்பா அவளையும் பெட்டித் தரிசனம் பண்ணி வைத்தார்.

அப்பா இப்போது அந்தப் பெட்டியைத் திறந்தார். ஜாக்கிரதையாக அந்தச் சிவப்பு வேஷ்டியை எடுத்துக்கொண்டு அறைக்குள் போனார். துவைத்துக் காயப்போட்ட அன்டிராயர்கள் அப்பா அறையில், கொடியில் தொங்கும். அவைதாம் எவ்வளவு பெரியவை! ஒன்றை வெட்டி ராஜிக்கு பாவாடையும், சட்டையும் தைக்கலாம் என்று இருக்கும். அப்பா முட்டிவரை நீளும். அந்த அன்டிராயரைப் போட்டுக்கொண்டு, அதன் மேல் வேஷ்டியைக் கட்டிக் கொண்டால் தான் அப்பாவுக்கு நிற்கும்!

அப்பா வேஷ்டியைக் கட்டிகொண்டு வெளியே வருவார். அடடா... நெருப்பைச் சுற்றிக்கொண்டு வருவதுபோல் அல்லவா இருக்கும்? அந்த வேஷ்டியில் தான் அப்பா எவ்வளவு அழகாகத் தெரிந்தார். அவரால் அந்த வேஷ்டிக்கு மகிமையா அல்லது அந்த வேஷ்டியாலா? அப்பாவை அப்போது கட்டிக்கொள்ள வேண்டும் போல் இருக்கும். கட்டிக் கொள்வேன். பச்சைக் கற்பூரத்தின் வாசனையோடு, அந்தப் பட்டு சில்லென்று குளிர்ச்சியாய், பாப்பாவின் கன்னம்போல மிருதுவாய் இருக்கும். அதைத் தடவித் தடவிச் சந்தோஷம் கொள்வேன்.

அந்த வேஷ்டியோடுதான் பண்டிகை மற்றும் விசேச நாட்களில், தெவசத்தின்போது அப்பா பூஜை எல்லாம் செய்வார். பூஜை என்றாலே எனக்கு நினைவில் நிற்பவை இரண்டு விஷயங்கள்தாம். ஒன்று, சாப்பாடும் அன்றைக்கு சீக்கிரம் ஆகாது, தாமதம் ஆகும். வடை, பாயசம் என்று பட்டியல் நீள்வதால் அப்படி. ரெண்டாவது, அந்த நாட்களில் இனிப்புப் பட்சணங்கள் கட்டாயம் இருக்கும். தவிர சொந்தக்காரர்கள் நிறையப்பேர் வருவார்கள். மரம் ஏறிய கையோடு குடுக்கையும், வடமுமாகச் சிலர் வருவார்கள். தென்னை மரத்தைத் தேய்த்து ஏறிய காரணமாகவும், கள்ளுக்குப் பானை சீவியதன் காரணமாகவும், அவர்கள் மேல் கள்நெடி அடிக்கும். கள் வாசனை, பூவைப்போலவே நல்ல வாசனைதான். சாப்பிட உட்காருவதற்காகக் குடுக்கையைச் சுவர் ஓரம் சாய்த்து வைப்பார்கள். அதில் உள்ள அரிவாளின் பளபளப்பு என்னைக் கவர்ந்த ஒன்று. அதைக் கையில் எடுத்துப் பார்க்கும் தைரியம்தான் இன்று வரை ஏற்படவில்லை. அந்த அரிவாளின் கூர்மையும் பட்டின் பளபளப்பும் சமம்.

இளமைக்காலத்தில் எனக்குள் ஒரு லட்சியம்தான். பெரியவர்கள், ‘நீ பெரியவன் ஆனதும் என்ன செய்யப் போகிறாய்?’ என்று கேட்பார்கள். டக்கென்று பதில் சொல்வேன். ‘நான் டாக்டராவேன்’ இல்லையெனில், ‘நான் இன்ஜீனியர் ஆவேன்’ என்று சமயத்தில் ஞாபகத்துக்கு வந்ததைச் சொல்வேன். கேட்டவர்கள் திகைத்துப் புருவத்தை மேலே உயர்த்தி என்னைப் பார்ப்பார்கள். அப்பாவுக்கும் அம்மாவுக்கும் பெருமை நிலை கொள்ளாது.

ஆனால், இந்த டாக்டர் பெருமையும், இன்ஜினீயர் பெருமையும் என் மனசுக்குள் இல்லை. பெரியவர்களுக்கு முன் நான் பொய்தான் சொன்னேன். இந்தப் பொய் ரசிக்கத்தக்க பொய். பெரியவர்கள் துண்டமாக்கிக் கொடுத்திருந்த இதை அவர்களிடமே திரும்பவும் நான் வீசினேன். சந்தோஷமாக வாலை ஆட்டிக் கொண்டு அவர்கள் அதை விழுங்கிக் கொண்டார்கள்.

இதைச் சொல்ல வெட்கம் என்ன? எனக்குப் பெரியவன் ஆனதும் அப்பாவின் வேஷ்டியைக் கட்டிக் கொள்ளவேண்டும்! இதுவே என் லட்சியமாக இருந்தது. நான் பெரியவன் ஆக ஆசைப்பட்டது இதற்காகத் தான். பெரியவன் ஆனால் அப்பாவைப் போல மீசை முளைக்குமே! மார்பில் சுருள் சுருளாக முடி முளைக்குமே.. முக்கியமான விசேஷ நாட்களில், அந்தச் சிவப்புப் பட்டு வேஷ்டியைக் கட்டிக்கொண்டு நான் சாமி கும்பிடுவேனே... நான் பெரியவன் ஆக வேண்டுமே!

மடித்தே வைக்கப்பட்டுக் கிடந்ததால், அந்த வேஷ்டி எப்போதும் மடிப்புக் குலையாமல் இருக்கும். மடிப்புகள் பிரிக்க முடியாதனவாக இருக்கும். கடைசி வரை அன்னங்கள் முழுமையாகவே இருந்தன. சரிகைக்கரை இற்று விழவில்லை. நெசவு நேர்த்தி அப்படி. அது அந்தக் காலத்துக் கை வேலைத் திறன். அவசர வாகன யுகம் தோன்று முன்பே தோன்றிய ஒரு நெசவுக் கலைஞனின் கை நேர்த்தி அப்படி உருவாகி இருந்தது. ‘இதை எங்கு வாங்கியது?’ என்று அப்பாவிடம் கேட்டு வைத்துக் கொள்ளவில்லை நான். காவிரிக்கரையில், சோற்றுக்குப் பஞ்சம் இல்லாத, வெற்றிலை பாக்குப் போட்டு சிவந்த வாயுடன், உடம்பில் இளஞ்சூடு பரவிய திருப்தியில் ஒரு மனிதன் தன் மனைவியோடு சேர்ந்து நெய்த வேஷ்டியாக இது இருக்க வேண்டும். மாயவரம், கூறைநாடு, திருபுவனம் என்று ஏதாவது ஒன்றாய் இருக்கக் கூடும். பிறப்பிடம், மூலம் எதானால் என்ன? பிறந்த பயனை? கர்மாவைக் குறைவற, பரிபூரணமாகச் செய்தது அது என்பது சத்தியம்.

எனக்குக் கல்யாணங்களுக்குப் போவதில் அந்தக் காலத்தில் பெருத்த ஆர்வம் இருந்தது. காரணம் இதுதான். மாப்பிள்ளை பட்டுடுத்திக் கொண்டு இருப்பார். பட்டு வேஷ்டியைப் பார்ப்பதே இன்பமான அனுபவமாக இருக்கும். எத்தனை, எத்தனை வகையான பட்டுடுத்திப் பெண்கள் கல்யாணங்களுக்கு வருகிறார்கள்! பட்டுப் புடவைகளை வைத்துக்கொண்டு கல்யாணங்களுக்கு ஏங்குகிறார்கள் பெண்கள். கல்யாணங்களே உலகில் இல்லாது போனால், இந்தப் பெண்கள் கண்ணீர் வடிப்பார்கள். பட்டுடுத்தி யாரிடம் காட்டிப் பரவசப் பட்டுக் கொள்வது?

என் கனவுகள் கூட அந்தக் காலத்தில் பட்டாய் இருந்தன. கனவுகளில் அன்னப்பறவைகள் அணிவகுத்து வரும். ஆகாயம் செம்புக் கலரில், கத்தியாய் மின்னும். அந்தச் செம்பு ஆகாயத்தின் ஊடே, பச்சை நிறத்தில் ஒரு நீளமான ஆறு. அந்த ஆற்றில் அந்த அன்னங்கள் நீந்தின.

அந்த வேஷ்டியை அப்பா துவைத்து நான் இரண்டு முறை பார்த்திருக்கிறேன். குழந்தைப் பாப்பாவைக் குளிப்பாட்டுவது மாதிரி இருக்குமே! அதற்குச் சுடு தண்ணீர் ஆகாது. பச்சைத் தண்ணீரில் தான் அதைக் குளிப்பாட்டுவார். சவுக்காரம் அதற்கு ஆகாதாம். ஆகவே சந்தன சோப்பைத்தான் அப்பா உபயோகிப்பார். அப்பா குளித்தது மைசூர் சந்தன சோப்பில். அதற்கும் முந்தி கதம்ப சோப்பில். பிரான்சில் இருந்து வந்த கதம் சோப். நாங்கள் கதம்ப சோப் என்போம். இறக்குமதி நின்று போனவுடன் மைசூர் சந்தன சோப். அதைத்தான் இதற்கும் போடுவார். சோப் போடுவது தடவிக் கொடுப்பது மாதிரி இருக்கும். அம்மா எங்களுக்கு எண்ணெய் தேய்த்து விடுகிற முரட்டுத் தனம் இருக்காது. அவ்வளவு மெது. கசக்கிப் பிழிய மாட்டார். மெதுவாக நீரில், அகலவாக்கில் வேஷ்டியின் முனைகளைப் பிடித்துக்கொண்டு அலசுவார். பிறகு, தண்ணீர்த் துளி எங்கள் மேல் தெறிக்க, உதறுவார். ரொம்பவும் உதறக்கூடாது. நாள்பட்ட துணி, கிழித்துவிடக் கூடும். உதறும்போது. மழைச் சாரலில் நிற்பதுபோல் இருக்கும், எங்களுக்கு. அப்புறம் நிழலில் காயப்போடுவார். வெயில் பட்டால் நிறம் வெளுக்கக்கூடும். காய்ந்ததும் அப்பாவுக்குச் சொல்ல வேண்டியது எங்கள் பொறுப்பு. நாங்கள் மாற்றி மாற்றி அஞ்சு நிமிஷத்துக்கு ஒரு முறை துணியைத் தொட்டுப் பார்த்துக் கொண்டே இருப்போம். காய்ந்து விட்டதா என்று பார்ப்பதற்காகத்தான். எங்களுக்கு இது ஒரு சாக்கு. அந்தச் சாக்கில் வேஷ்டியைத் தொட்டுப் பார்த்துக்கொண்டே இருக்கலாமே!

சாயங்காலம் வாக்கில் வேஷ்டி காய்ந்து விட்டிருக்கும். அப்பாவிடம் சொல்ல ஓடுவோம். அப்பாவே வந்து, நிதானமாக அதைக் கொடியில் இருந்து எடுத்து, மூலை பிசிறில்லாமல் இழுத்து மடித்து, மீண்டும் அந்தப் பெட்டிக்குள் வைத்துவிடுவார். இனி அதன் உபயோகம் அடுத்த நல்ல நாளில்தான்.

நாளடைவில் எனக்கும் மீசை முளைத்தது. ஒரு சிநேகிதனின் சகோதரிக்கு லவ் லட்டரும் கொடுத்தேன். உதை வாங்கினேன். நியாயம் தானே! அப்புறம் கல்லூரிக்குச் சென்றேன். என்னமோ படித்தேன். என் மூளையை ஆக்கிரமித்துக் கொள்ள எவ்வளவோ விஷயங்கள் இருந்தன.

என் கவனத்தைக் கவர எவ்வளவோ நிகழ்ச்சிகள், நடப்புகள், உலகம் ஜீவத் துடிப்போடு ஒவ்வொரு கணமும் அல்லவா பிறந்து இறந்து, தன்னைப் புதுப்பித்துக் கொள்கிறது. என் மனசில்தான் எத்தனை ஆவாகனங்கள்.... கம்பன்; கதை சொல்லிகள்; கொடி மரத்து மூலை வக்கீல் ஜெகந்நாதையர் மகள் உமா மகேஸ்வரி எல்லோரும் சேர்ந்து என்னை உருமாற்றி அடித்து விட்டார்களே, கம்பியை நகையாக்குவது போல...! இடையிடையே அந்தச் செப்புப் பட்டு வேஷ்டியும் என் நினைவில் ஆடும். நீ எங்கு, எவ்வாறு இருக்கிறாய்?

அதைப் போற்றிக் கொண்டாடி, பயன் துய்க்க அப்பா இல்லை. பெட்டியுள் இருக்கும் பாம்பென உயிர்த்துக் கொண்டிருக்கும் அது என்பது எனக்குத் தெரியும். ஆண்டுகள் பல கழிந்து சொந்த ஊருக்கு வந்தபோது ஒரு சம்பவம் நிகழ்ந்தது.

அப்போது விநாயக சதுர்த்தி வந்தது. நன்றாக நினைவு இருக்கிறது. ராஜி, கல்யாணம் செய்துகொண்டு போய்விட்டிருந்தாள். நான்தான் பிள்ளையார் வாங்கி வந்தேன். அச்சுப் பிள்ளையார்தான். மூக்கும், முழியும் கன கச்சிதம். இந்தச் சாமிதான் என்ன அழகான கற்பனை! என்னையே படைக்கச் சொன்னாள், அம்மா.

மனசுக்குள் ஒரு படபடப்பே எனக்கு ஏற்பட்டுவிட்டது. அந்தப் பெட்டிக்குள் இருக்கும் வேஷ்டியை நினைத்துத்தான். சுய நினைவின்றித்தான் குளித்தேன். ஈரம் போகாமல் துவட்டிக்கொண்டு, அப்பாவின் அலமாரியைத் திறந்தேன். அந்தப் பச்சைக்கற்பூர வாசனை இன்னும் இருந்தது. வாசனை போகாது போலும்! அனுபவித்தேன். உடன் ராஜி இல்லையே என்று வருத்தமாய் இருந்தது. ஜாக்கிரதையாகப் பெட்டியையும் திறந்தேன். அப்பாவின் மோதிரங்களைத் தவிர மற்றவை அனைத்தும் அங்கு இருந்தன. மோதிரங்கள், என் கல்லூரிக் கட்டணமாகவும், சாப்பாட்டுச் செலவாகவும் ஏற்கனவே மாற்றம் அடைந்திருந்தன.

வேஷ்டியை வெளியே எடுத்தேன். அதன் மேல் சுற்றிய துண்டை நீக்கினேன். அதே குழந்தையின் மென்மை. அதே கத்தியின் பளபளப்பு. அதே வாசனை. கொஞ்சம் கூட நிறம் மங்கல் இல்லை.

இடுப்பில் சுற்றிக் கொண்டேன். மனசு அப்பாவை நினைத்துக் கொண்டது. மயிர்க் கால்கள் குத்திட்டு நின்றன. வாழை இலையைச் சுற்றிக் கொண்டது போல் இருந்தது. அவ்வளவு மழமழப்பு.

மனைப் பலகையை எடுத்துப் போட்டுக்கொண்டு பிள்ளையாருக்கு முன் அமர்ந்தேன். ஓர் ஓசை, முனகலோடு வேஷ்டி உயிரை விட்டது. என் பின் பக்கத்து மடிப்புகள் தோறும் நீளம் நீளமாகக் கிழிந்திருந்தது. எழுந்து நின்று கொண்டேன். இருட்டில் குழந்தையின் கையை மிதித்து விட்டாற்போல் இருந்தது.

அடுப்பங்கரையிலிருந்து அம்மா, கொழுக்கட்டைப் பாத்திரத்தோடு வந்தாள்.

"என்னடா, கிழிஞ்சு போச்சா... போவட்டும்... அப்பா காலத்து வேஷ்டி! உனக்கு எப்படி உழைக்கும்..? போயி, உன் வேஷ்டியைக் கட்டிக்கிட்டு வந்து காரியத்தைப் பாரு!" என்றாள் அம்மா.

நான் என் டெரிகாட்டன் வேஷ்டியை எடுத்துக் கட்டிக்கொண்டு, பிள்ளையாருக்கு முன் உட்கார்ந்தேன். டெரிகாட்டன் வேஷ்டிதான் எனக்குச் சரி என்று பட்டது. ஆனாலும் மனசுக்குள் எங்கோ வருத்தமாகத்தான் இருந்தது.

057

பிரபஞ்சன்

மரி என்கிற ஆட்டுக்குட்டி

"**த**மிழ் சார்... அந்த அற்புத மரிக்கு டி.சி கொடுத்து அனுப்பிடலாம்னு யோசிக்கறேன்." என்றார் எச்.எம்.

"எந்த அற்புத மரி?" என்றேன் நான்.

"இந்த ஸ்கூல்ல தொள்ளாயிரத்துத் தொண்ணூற்றெட்டு அற்புத மரி இருக்காளா ஓய்? எந்த அற்புத மரிங்கறீர்? அதான் அந்த பத்தாம் வகுப்பு அற்புத மரிங்காணும்."

தினத்தாளை மடித்து வைத்து விட்டு, அந்த அற்புத மரியின் முகத்தை மனசுக்கு கொண்டுவர முயற்சித்தேன். வந்துவிட்டாள். எப்போதும் சுயிங்கம் மெல்லுகிற, அப்படி மெல்லுவதன் மூலமாக இந்தப் பள்ளிக்கூடம், அதன் ஆசிரியர்கள், மாணவர்கள், மாணவிகள், சட்டதிட்டங்கள், ஒழுங்கு விதிகள் எல்லாவற்றையும் அலட்சியப்படுத்துகிற, 'நான் உங்களையெல்லாம் ஒரு பொருட்டாகவே நினைக்கிறதில்லை. நீங்களெல்லாம் எனக்கு ப்பூ...' என்கிற முகபாவமும் திமிர்த்தனமும் கொண்ட ஒரு சண்டைக்கார மாணவி என் நினைவுக்கு வந்தாள். எனக்கும் அவள் மாணவி தான்.

"என்னத்துக்கு சார் டி.சி?"

"என்னத்துக்கா? நீர் இந்த உலகத்தில்தான் இருக்கிறீரா? அவள் உம்ம ஸ்டூடண்ட்தானெங்காணும்?"

"ஆமாம். அப்பப்போ இஷ்டப்பட்டால், ஏதோ எனக்கு தயவு பண்ணுகிற மாதிரி கிளாசுக்கு வரும். போகும்."

"உம். நீரே சொல்கிறீர் பாரும்." என்று சொல்லிவிட்டு இரண்டாள் சேர்ந்து தூக்க வேண்டிய வருகைப் பதிவு ரிஜிஸ்டரையும், இன்னும் இரண்டு மூன்று ஃபைலையும் தூக்கி என் முன் போட்டார்.

"பாரும். நீரே பாரும். போன ஆறு மாச காலத்திலே எண்ணிப் பன்னிரண்டே நாள் தான் ஸ்கூலுக்கு வந்திருக்கிறாள். வீட்டுக்கும் மாசம் ஒரு கடிதம் எழுதிப் போட்டுக் கொண்டுதான்

இருக்கேன். ஒரு பூச்சி, புழு இப்படி எட்டிப் பார்த்து, அந்த கடுதாசிபோட்ட கம்மனாட்டி யாருன்னு கேட்டுச்சா? ஊகூம். சர்தான் போடா நீயுமாச்சு உன் கடுதாசியுமாச்சுன்னு இருக்கா அவள். சரி ஏதாச்சும் மெடிக்கல் சர்டிபிகேட் கேட்டு வாங்கிச்சேர்த்துக்கலாம்னா, வந்தால்ல தேவலாம். நம்ம டி.இ.ஓ மாதிரியில்ல ஸ்கூலுக்கு இஷ்டப்பட்டால் வருகிறாள். வந்தாலும் ஸ்டூடண்ட் மாதிரியா வர்றாள்? சே... சே... சே... என் வாயாலே அத எப்படிச் சொல்றது? ஒரு பிரஞ்சு சைக்கிள்ளே, கன்னுக்குட்டி மேலே உட்கார்ந்து வர்ற மாதிரி பாண்ட் போட்டுக் கொண்டு வர்றாள். பாண்டுங்காணும்... பாண்ட்! என்ன மாதிரி பாண்ட்டுங்கறீர்? அப்படியே 'சிக்'குன்னு பிடிச்சிக்கிட்டு, போட்டோவுக்கு சட்டம் போட்ட மாதிரி, அதது பட்பட்டுன்னு தெறிச்சுடுமோன்னு நமக்கெல்லாம் பீதியை ஏற்படுத்தற மாதிரி டிரஸ் பண்ணிட்டு வர்றாள். சட்டை போடறாளே, மேலே என்னத்துகுங்காணும் இரண்டு பட்டனை அவுத்துவிட்டுட்டு வர்றது? அது மேலே சீயான்பாம்பு மாதிரி ஒரு செயின். காத்தாடி வால் மாதிரி அது அங்கிட்டும் இங்கிட்டும் வளைஞ்சு வளைஞ்சு ஆடறது. கூட இத்தினி பசங்க படிக்கறாங்களேன்னு கொஞ்சமாச்சும் உடம்பிலே வெக்கம் வேணாம்? இந்த இழவெடுத்த ஸ்கூல்லே ஒரு யூனிபார்ம், ஒரு ஒழுங்கு, ஒரு மண்ணாங்கட்டி, ஒரு தெருப்புழுதி ஒன்றும் கிடையாது. எனக்கு தெரியுங்காணும்... நீர் அதையெல்லாம் ரசிச்சிருப்பீர்!"

"சார்..."

"ஓய் சும்மா இருங்காணும். நாப்பது வருஷம் இதுல குப்பை கொட்டியாச்சு. ஐ நோ ஹ்யூமன் சைக்காலஜி மிஸ்டர் டமிள்! தமிழ்சார், எனக்கு மனத்தத்துவம் தெரியும்பா. உமக்கு என்ன வயசு?"

"இருபத்தொன்பது சார்!"

"என் சர்வீஸே நாற்பது வருஷம்."

"பாண்ட் , சண்டை போடக்கூடாதுன்னு விதி ஒன்னும் நம்ம ஸ்கூல்ல இல்லையே சார்."

"அதுக்காக, அவுத்துப் போட்டுட்டும் போகலாம்னு விதி இருக்கா என்ன? வயசு பதினெட்டு ஆகுதுங்காணும் அவளுக்கு! கோட்டடிச்சு கோட்டடிச்சு இப்பத்தான் டென்த்துக்கு வந்திருக்கிறாள். எங்க காலத்துல பதினெட்டு வயசுல இடுப்பிலே ஒண்ணு, தோள்லே ஒண்ணு இருக்கும். போதாக்குறைக்கு மாங்காயைக் கடிச்சிட்டு இருப்பாளுக. போனவாட்டி, அதான் போன மாசத்திலே ஒரு நாள் போனாப் போவுதுன்னு நம்ம மேலே இரக்கப்பட்டு ஸ்கூலுக்கு வந்தாளே அப்போ, அவள் ஒரு நாள்லே, ஆறு மணி நேரத்துக்குள்ளாறே... ஹார்ட்லி ஸிக்ஸ் அவர்ஸ் சார்! என்ன என்ன பண்ணி இருக்காள் தெரியுமா? யாரோ நாலு தடிக்கழுதைகளோட நீங்கள்ளாம் ரொம்ப கௌரவமா சொல்லிப்பேளே! பிரண்ட்ஸ் அப்படீன்னு நாலு தடிக்கழுதைங்களோட ஸ்கூல் வாசல்லே சிரிச்சு பேசிட்டு இருந்திருக்காள். நம்ம ஹிஸ்டரி மகாதேவன் இருக்கே... அது ஒரு அசடு. நம்ம ஸ்கூல் வாசல்லே, நம்ம ஸ்டூடண்ட் இப்படி மிஸ்பிஹேவ் பண்ணறாளேன்னு அவ கிட்ட போய் 'இப்படி எல்லாம் பண்ணக்கூடாது அற்புத மரி, உள்ள வா' ன்னு கூப்பிட்டு இருக்கான். அவள் என்ன சொன்னாள் தெரியுமா?"

“சொல்லுங்க சார்”

“உங்களுக்கு பொறாமையா இருக்கா சார்ன்னு கேட்டுட்டாள், அந்தப்பசங்க முன்னால வெச்சு. மனுஷன் கண்ணாலே ஜலம் விட்டுட்டு என்கிட்டே சொல்லி அழுதார். இந்த ஸ்கூல் காம்பசுக்குள்ளே நடக்கிறதுக்குதான் நீங்க பொறுப்பு. வெளியிலே நடக்கிற விவகாரத்துக்கெல்லாம் நீங்க என்னைக் கட்டுப்படுத்த முடியாது சார்னு மூஞ்சியிலே அடிச்ச மாதிரி சொல்றாள். யாருகிட்டே? இந்த நரசிம்மன்கிட்டே.”

எச்.எம்.முக்கு முகம் சிவந்து மூக்கு விடைத்தது.

“இந்த அநியாயம் இத்தோடு போகலே. சாயங்காலம், பி.டி. மாஸ்டர்கிட்டே சண்டை போட்டுக்கொண்டாள். அவன் இப்படிப் பண்ணப்படாது, இப்படி வளையணும், இந்த மாதிரி கையை வச்சுக்கணும்னு அவளைத் தொட்டுச் சொல்லிக்கொடுத்திருக்கான். தொட்டவன், எசகுபிசகா எங்கேயோ தொட்டுட்டான் போலிருக்கு. இவ என்ன கேட்டிருக்கா தெரியுமா?”

“என்னைத் தொட்டுப் பேசாதீங்கன்னு சொல்லியிருப்பாள்.”

“மனுஷ ஜாதின்னா அப்படித்தானே சொல்லியிருக்கணும்? இவள் என்ன சொன்னாள் தெரியுமா?”

எச்.எம். தலையைக் கையில் தாங்கிப் பிடித்துக் கொண்டார். அவர் முகம் வேர்த்து விட்டிருந்தது.

“சார்... உங்க பொண்டாட்டியோட நீங்க படுக்கறது இல்லையான்னு கேட்டுவிட்டாள். பாவம்! நம்ம பி.டி. பத்மநாபன் லீவு போட்டு விட்டு போய்விட்டான். முடியாதுப்பா முடியாது. நானும் நாலு பெத்தவன். இந்த ராட்சஸ ஜென்மங்களையெல்லாம் வச்சிக்கிட்டு, இரத்தக் கொதிப்பை வாங்கிக்கிட்டு அல்லாட முடியாதுப்பா. அந்தக் கழுதையைத் தொலைச்சுத் தலைமுழுகிட வேண்டியதுதான்.”

“இப்போ போய் டி.சி. கொடுத்துட்டால், அவள் எஸ்.எஸ்.எல்.சி. எழுத முடியாமல் போயிடும் சார். அவள் வாழ்க்கை வீணாகப் போய்விடும்.”

“அந்தக் கழுதைக்கே அதைப் பத்திக் கவலை இல்லை. உமக்கெதுக்கு?”

* * *

நமக்கெதுக்கு என்று என்னால் இருந்து விட முடியாது. அது என் சுபாவமும் இல்லை. அத்தோடு, அந்த மரி என்ற ஆட்டுக்குட்டி, ஒரு சின்னப்பெண். அப்படி என்ன பெரும் பாவங்களைப் பண்ணிவிட்டாள்?

அப்படியேதான் இருக்கட்டுமே. அதற்காக அவளைக் கல்லெறிந்து கொல்ல நான் என்ன அப்பழுக்கற்ற யோக்கியன்?

நான் சுமதியிடம் சொன்னேன். எச்.எம். மாதிரிதான் அவளும் சொன்னாள்.

“உங்களுக்கெதுக்கு இந்த வம்பெல்லாம்? நீங்க சொல்றதைப் பார்த்தால், அது ரொம்ப ராங்கி டைப் மாதிரி தெரியுது. உங்களையும் தூக்கி எறிஞ்சு ஏதாச்சும் பேசிட்டால்??” என்றாள்.

அவளை சம்மதிக்க வைத்து, அவளையும் அழைத்துக்கொண்டு மரி வீட்டுக்கு ஒரு நாள் சாயங்காலம் போனேன்.

என் வீட்டுக்கு ரொம்ப தூரத்தில் இல்லை அவள் வீடு. ரயில் நிலையத்துக்கு எதிரே இருந்த வரிசை வீடுகளில், திண்ணை வைத்த, முன்பகுதி ஓடு போட்டு, பின் பகுதி ஒட்டிய பழங்காலத்து வீடு அவளுடையது. விளக்கு வைத்த நேரம். திண்ணை புழுதி படிந்து, பெருக்கி வாரப்படாமல் கிடந்தது. உள்ளே விலை மதிப்புள்ள நாற்காலிகள் சோபாக்கள் இருந்தன. ஆனாலும் எந்த ஒழுங்கும் இன்றிக் கல்யாண வீடு மாதிரி இரைந்து கிடந்தன.

"மரி," என்று நான் குரல் கொடுத்தேன். மூன்று முறை அழைத்தபிறகுதான், "யாரு?" என்று ஒரு குரல் உள்ளிருந்து வந்தது. கலைந்த தலையும், தூங்கி எழுந்த உடைச் சுருக்கங்களோடும், சட்டையும் கைலியுமாக வெளிப்பட்டாள் மரி.

என்னைப் பார்த்ததில் ஓர் ஆச்சரியம், வெளிப்படையாக அவள் முகத்தில் தோன்றியது. என் மனைவியைப் பார்த்ததில் அவளுக்கு இரட்டை ஆச்சரியம் இருக்க வேண்டும்.

"வாங்க சார்.. வாங்க, உட்காருங்க." என்று எங்கள் இருவரையும் பொதுவாக வரவேற்றுவிட்டு நாற்காலிகளை ஒழுங்குபடுத்தினாள். சோபாவில் நானும் சுமதியும் அமர்ந்தோம். எதிரே இருந்த ஒரு நாற்காலியில் அவள் அமரச் சொன்னதும் அமர்ந்தாள்.

"தூக்கத்தைக் கலைச்சுட்டேனாம்மா?" என்றேன்.

"பரவாயில்லே சார்," என்று வெட்கத்தோடு தலையைக் கவிழ்த்துக் கொண்டாள். முகத்தில் விழுந்த முடியை மேலே தள்ளிவிட்டுக் கொண்டாள்.

"நீங்க எப்படி இங்கே..?"

"சும்மாத்தான். பீச்சுக்குப் போய்க்கிட்டு இருந்தோம். வழியிலே தானே உங்க வீடு. பார்த்து ரொம்ப நாளாச்சேன்னு நுழைஞ்சிட்டோம். அழையாத விருந்தாளி. உடம்பு சரியில்லையா?"

"தைலம் வாசனை வருதா சார்? லேசாத் தலைவலி. ஏதாச்சும் சாப்பிடறீங்களா சார்?"

"எல்லாம் ஆச்சு. வீட்டிலே யாரும் இல்லையா?"

"வீடா சார் இது....? வீடுன்னா அப்பா, அம்மா இருக்கணும். அப்பா எப்பவோ போயிட்டார். போயிட்டாருன்னா செத்துப் போயிடலே. எங்களை விட்டு விட்டு போயிட்டார். அம்மா என்னைச் சுத்தமாக விட்டுடலை. அப்பப்போ நாங்க சந்திக்கிறோம். சமயத்திலே இரண்டு நாளுக்கு ஒரு முறை நாங்க பார்த்துக்கொண்டால் அது அதிகம். அதனால்தான் இது வீடான்னேன். எனக்கு ஏதோ லாட்ஜிலே தங்கற மாதிரி தோணுது."

எனக்குச் சங்கடமாய் இருந்தது. இரவுகளில், நசுங்கிய அலுமினியப் பாத்திரத்தை எடுத்துக்கொண்டு பிச்சைக்கு வருகிற குழந்தையைப் பார்ப்பது போல இருந்தது.

"சாப்பாடெல்லாம் எப்படியம்மா?"

"பெரும்பாலும் பசி எடுக்கறப்போ, எங்க தோணுதோ அங்கே சாப்பிடுவேன். ஓட்டல்லேதான். அம்மா வீட்டிலே தங்கியிருந்தா ஏதாவது செய்வாங்க. அம்மா சமையலைக் காட்டிலும் ஓட்டலே தேவலை. நல்லாயிருக்காதுன்னு சொல்லலை. அம்மான்னு நினைச்சு சாப்பிட முடியலே. பொண்ணுன்னு நினைச்சு அவங்களும் பண்ணலை."

சுமதி என்னை முந்திக்கொண்டு கேட்டாள்.

"உன் அம்மாதானே அவங்க?"

"ஆமாங்க. இப்போ வேறு ஒருத்தரோட அவங்க இருக்காங்க. அவரை எனக்குப் பிடிக்கலை. என்னையும் அவருக்குப் பிடிக்கலை. சரி, அவங்க வாழ்க்கையை அவங்க வாழறாங்க. என் வாழ்க்கையை நான் வாழ்ந்து கொண்டு தீர்க்கிறேன்."

ஓர் இறுக்கமான மௌனம் எங்கள் மேல் கவிந்தது. நான், சாவி கொடுக்காமல் எப்போதோ நின்று போயிருந்த கடிகாரத்தைப் பார்த்துக்கொண்டிருந்தேன்.

"மரி... ஸ்கூலுக்கு வந்தால், ஒரு மாறுதலாக இருக்குமில்லே?"

"நான் யாருக்காக சார் படிக்கணும்?"

"உனக்காக,"

"ப்ச்!" என்றாள் அவள். இதற்கு மேல் எதுவும் பேசக்கூடாது என்று எனக்குத் தோன்றியது.

"பீச்சுக்குப் போகலாம். வாயேன்."

"வரட்டுமா சார்?" என்று ஆச்சரியத்துடன் கேட்டாள்.

"வா."

"இதோ வந்துவிட்டேன் சார்," என்று துள்ளிக் கொண்டு எழுந்தாள். உள்ளே ஓடினாள்.

நான் சுமதியைப் பார்த்தேன்.

"பாவங்க," என்றாள் சுமதி.

"யாருதான் பாவம் இல்லே? இந்தப் பெண்ணை விட்டுவிட்டு எங்கேயோ இருக்கிற அந்த அம்மா பாவம் இல்லையா? இத்தோட அப்பா பாவம் இல்லையா. எல்லோருமே ஒருவிதத்திலே பாவம்தான்." என்றேன் நான்.

அப்போதுதான் பூத்த ஒரு பூ மாதிரி, மழையில் நனைந்த சாலை ஓரத்து மரம் மாதிரி, ஓடைக் கூழாங்கல் மாதிரி, வெளிப்பட்டாள் மரி. பேண்ட்தான் போட்டிருந்தாள். சட்டையை டக் பண்ணியிருந்தாள். அழகாகவே இருந்தது அந்த உடை. உடம்புக்குச் சௌகரியமானதும், பொருத்தமானதும்தானே உடை.

"ஸ்மார்ட்!" என்றேன்.

"தேங்க்யூ சார்," என்றாள், பரவசமான சிரிப்பில்.

எஸ்.ராமகிருஷ்ணன்

நான் நடுவிலும், இரண்டு புறமும் இருவருமாக, நாங்கள் நடந்தே கொஞ்ச தூரத்தில் இருந்த கடற்கரையை அடைந்தோம்.

கடற்கரை சந்தோஷமாக இருந்தது. ஓடிப் பிடித்துக் கல் குதிரைகளின் மேல் உட்கார்ந்து விளையாடும் குழந்தைகள். குழந்தைகள் விளையாட்டைப் பார்த்து ரசிக்கும் பெற்றோர்கள். உலகத்துக்கு ஜீவன் சேர்க்கும் யுவர்களும் யுவதிகளும். கடலைகள், கடல் மணலில் சுகமாக வறுபட்டன.

குழந்தைகள் வாழ்வில் புதிய வர்ணங்களைச் சேர்த்துப் பலூன்கள் பறந்தன. ஸ்டூல் போட்டுப் பட்டாணி சுண்டல் விற்கும் ஐயரிடம் வாங்கிச் சாப்பிட்டோம்.

"கார வடை வாங்கிக் கொடுங்க சார்," என்றாள் மரி, கொடுத்தேன். தின்றாள்.

"மத்தியானம் சாப்பிடல்லே சார். சோம்பேறித்தனமாக இருந்துச்சு. தூங்கிட்டேன்."

"ராத்திரி எங்களோடுதான் நீ சாப்பிடறே," என்றாள் சுமதி.

"இருக்கட்டுங்கா."

"என்ன இருக்கட்டும். நீ வர்றே."

வரும்போது, சுமதியின் விரல்களில் தன் விரல்களைக் கோத்துக்கொண்டு, சற்றுப் பின்தங்கி மரி பேசிக் கொண்டு வந்தாள். நான் சற்று முன் நடந்தேன்.

சாம்பாரும் கத்தரிக்காய் கறியும்தான். மத்தியானம் வறுத்த நெத்திலிக் கருவாடு இருந்தது.

"தூள்க்கா.... தூள்! இந்தச் சாம்பாரும் நெத்திலிக் கருவாடும் பயங்கரமான காம்பினேஷங்க்கா," என்றாள் மரி.

* * *

மரி இப்போதெல்லாம் காலையும் மாலையும் தவறாமல் எங்கள் வீட்டுக்கு வந்து போய்க் கொண்டிருந்தாள். காலை இட்டிலி எங்கள் வீட்டில்தான். வருஷம் 365 நாட்களும் எங்கள் வீட்டில் இட்டிலி அல்லது தோசைதான். "ஆட்டுக்கல்லை ஒளித்து வைத்து விட்டால், சுமதிக்கு ஹார்ட் அட்டாக்கே வந்துவிடும். மரி," என்பேன். மரி விழுந்து புரண்டு சிரிப்பாள். சாயங்காலங்களில் எங்கள் வீட்டில்தான் அவள் வாழ்க்கை கழிந்தது. பேண்ட் போட்ட அந்தப்பெண், சிரமப்பட்டுச் சம்மணம் போட்டு உட்கார்ந்து சுமதிக்கு வெங்காயம் நறுக்கித் தருவதைப் பார்க்க வேடிக்கையாக இருக்கும்.

"ஏம்மா... சைக்கிள்ளே ஊரைச் சுற்றுகிற பெண் நீ. இங்கே இவளுக்கு வெங்காயம் நறுக்கித் தர்றியோ?" என்றேன்.

"இதுதான் சார் த்ரில்லிங்கா இருக்கு. கண்ணிலே நீர் சுரக்கச் சுரக்க வெங்காயம் நறுக்கிறது பயங்கரமான எக்ஸ்பீரியன்ஸ்." என்றாள். ஐயோ இந்தப் பயங்கரமே!

"சார், ஒண்ணு சொல்லட்டுமா?"

“ஊகூம். ரெண்டு மூணு சொல்லு.”

“சீரியஸாகக் கேட்கிறேன், சார். நான் இங்கே வந்து போறதிலே உங்களுக்குத் தொந்தரவு இல்லையே சார்?”

“சத்தியமாகக் கிடையாது.”

கொஞ்ச நேரம் அமைதியாக இருந்துவிட்டு அவள் சொன்னாள்.

“ஏன் சார்... கெட்டுப் போனவள்னு எல்லோரும் சொல்கிற என்னை எதுக்கு உங்க வீட்டிலே சேர்த்து, சோறும் போடறீங்க?”

சிரிப்புத்தான் வந்தது.

“பைத்தியமே! உலகத்திலே யார் தான் கெட்டுப் போனவங்க? யாராலுமே கெட முடியாது, தெரியுமா? மனசுக்குள்ளே நீ கெட்டுப் போனவள்னு நினைக்கிறியாக்கும்? அதை விட்டுடு. நீயும் கெட்டவள் இல்லை, உங்க அம்மாவும், அப்பாவும் யாருமே கெட்டவங்க இல்லே.”

அவள் சொன்னாள்: “எங்க அம்மாவைப் பழி தீர்க்கணும்னுதான் அப்படியெல்லாம் நடந்துக்கறேன் சார்.”

“எனக்கும் தெரியும்.” என்றேன்.

பத்து நாள் இருக்குமோ? இருக்கும். ஒரு நாள் மரி என்னிடம் கேட்டாள்.

“சார்.. நான் ஸ்கூலுக்கு வர்றதே இல்லைன்னு நீங்க ஏன் கேட்கவில்லை?”

நான் அவள் முகத்தைப் பார்த்தேன். இரண்டு மணிகள் உருண்டு விழத்தயாராய் இருந்தன அவள் கண்களில்.

“என்னை நீங்க கேட்டிருக்கணும் சார். ஏண்டி ஸ்கூலுக்கு வரலைன்னு என்னை அறைஞ்சு கேட்கணும் சார். அப்படி யாரும் என்னைக் கேட்க இல்லேங்கறதுனாலதானே நான் இப்படி விட்டேத்தியா இருக்கேன்? என் மேல் இப்படி யாரும் அன்பு செலுத்தினது இல்லே சார். அன்பு செலுத்தறவங்களுக்குத்தானே அதட்டிக் கேக்கவும் அதிகாரம் இருக்கு?”

“உனக்கே அது தோணனும்னுதானே நான் காத்திருக்கேன். அதனாலே என்ன? ஒன்றும் முழுகிப் போய்விடவில்லை. இன்னைக்குப்புதுசா ஆரம்பிப்போம். இன்னைக்குத்தான் டென்த் கிளாஸ்லே நீ சேர்ந்தன்னு வச்சுக்க. நாளையிலேர்ந்து நாம் ஸ்கூலுக்குப் போறோம்.” என்றேன்.

மரி, முகத்தை மூடிக் கொண்டு விசும்பி விசும்பி அழுதாள்.

058

சோ.தர்மன்

சோக வனம்

கற்பாறைகளின் இடுக்குகளிலும் கூட, தன் வேர் பதித்து நீருறிஞ்சி மண் நீக்கி, காற்றைச் சுவாசிக்கும் ஆத்ம வெறியில் தலை நீட்ட, சுட்டெரிக்கும் அக்னி ஜ்வாலையின் சூரியத் தகிப்பில் உயிர் பெற்று, தன் இனம் பெருக்கும் இனவிருத்தி என்னும் மாய வலைக்குள் சிக்கிக் கொண்டுதான் அந்த இரண்டு இளம் கிளிகளும் ஆனந்தித்துச் சுகித்திருந்தன. காற்றசைவிலும், வனங்களின் ஏகாந்த மௌனத்திலும் இலைகள் சலசலக்கும் தாலாட்டிலும் நறுமணம் வீசும் காட்டுப் பூக்களின் சௌந்தர்ய வாசனையில், நாசிகளின் மென்னுணர் நரம்புகள் புடைக்க, கிளைவிட்டுக் கிளை தாவி, காற்றில் உதிரும் பூக்களெனப் பறந்து உல்லாசமாய் ஆனந்தக் கூத்தாடிக் களித்திருந்தன, அந்த இளஞ்சோடிக் கிளிகள்.

உடற்சூட்டின் கதகதப்பில் திரவம் உறைந்து, அணுக்கள் இறுகிக் கெட்டியாகி உயிர் பெற்று அசைந்து, மண் நீக்கி முளைவிடும் விதையெனத் தோடுடைத்து, சூரியனின் இயற்கைச் சூட்டைப் பெறும் வேட்கையிலும், தாயின் மூச்சே காற்றென இருந்த கணம் மாறி, உள்காற்றை உந்தித் தள்ளி வெளிக்காற்றில் தலை நீட்டும் முதல் ஸ்பரிசத்திற்காய் காலுதைக்கும் குஞ்சுகள் பொரிக்க இடம் தேடிப் புறப்பட்டன ஜோடிக் கிளிகள்.

தன் வம்சத்தின் பாரம்பரிய நியதியை மீற முடியாமல் கிளைகளின் மேல் கூடு கட்டி வாழும் பறவைகளையும், கிளைகளிலிருந்து தொங்கும் கூடு கட்டி வாழும் பறவைகளையும் உதாசீனப்படுத்தி விட்டு, மரப்பொந்துகள் தேடி வனங்களின் மூலை முடுக்குகள் எல்லாம் தேடி அலைந்தன. மலைக் குகைகளின் கல் பொந்துகள் மாறித்தான் மரப்பொந்துகள் உண்டாயிற்று போலும். தான் ஜனித்த தாய் வீட்டை நினைத்து காற்றில் அடையாளமிட்டிருந்த திசையில் பறந்து இடந்தேடியடைந்தன. தன் தாய் வீட்டை அந்த இடத்தில் காணாமல் விக்கித்து நின்றன. தன் வீடு இருந்ததற்கான அடையாளத்தையே காணவில்லை. திசைமாறி விட்டோமோ

என்று திகைத்து அடையாளங்கள் தேடினால் அடையாளங்களாக நின்ற மரங்களையும் காணவில்லை. “ஆகா... எவ்வளவு பெரிய இலவ மரம் தன் தாய்வீடாயிருந்தது. எவ்வளவு உயரம், எத்தனை பொந்துகள். பக்கத்திலேயே கூடாரமாய் கிளை பரப்பி வெயில் முகமே காணாமல், எந்நேரமும் நீருக்குள் இருக்கிற மாதிரியான குளிர்ச்சியில் அசைந்தாடி, பறவைகள் எல்லாவற்றையும் ‘வா, வா’ என்று கையசைத்துக் கூப்பிடும் நிலவாகை மரத்தையும் காணவில்லை.

சந்தன வாசனை எங்கே போயிற்று? அடர்ந்த மட்டியும் கோங்கும் பிள்ளை மருதும் இருந்த இடம் எது? ஆயிரம் கைகள் விரித்தாற்போல் நின்ற தேக்கு எங்கே போயிற்று? தன் தாய்வீட்டில் வாசற்படிபோல் பொந்தின் அடியில் இருந்த பெரிய கணுவில் நின்றுகொண்டு இரையூட்டிய தன் தாயின் அலகும் தங்களின் அலகும் எவ்வளவு கச்சிதமாய் பொருந்தி மூடும் இரைகளை அலகு மாற்றிய பின், விருட்டெனப் பறந்து காற்றில் கலக்க எத்தனை தோதாயிருந்தது.

அம்மரத்தின் கணு முற்றிப் பழுத்து வெடித்த பலாவின் மணத்தை இந்த நாசி உணரவே வழியில்லையே. உயிர்ப்பித்த பூமியா அத்தனை மரங்களையும் உள் வாங்கிக் கொண்டு ஏப்பம் விட்டது? கடுகு அளவு விதையையும் பெரிய மரமாக்கி வனமாக்கும் மண் நிச்சயமாய் விழுங்கியிருக்காது. மண் விழுங்கும் சருகுகள் கூட உரமாகி, உயிர் பெற்று, மரமாய்த்தானே வெளிவருகிறது. அப்படியெனில் இந்த மரங்கள் எங்கே போய் ஒளிந்து கொண்டன? பெரு நெருப்பில் கருகியிருந்தால் தடயம் எங்கே? சாம்பலையும்கூட உரமாக்கி, செடிகளுக்கு அளித்து பூ, பிஞ்சு, காய், பழம், விதையென சக்கரச் சுழற்சியின் விதிக்கு மண் தானே ஆதாரம்? அப்படியிருக்க மண் நிச்சயமாய் விழுங்கியிருக்க முடியாது.”

கனிந்து காம்பறுந்து தரையில் விழும் விதை சுமந்த பழங்களை கையேந்தி வாங்கிக் கொள்ளும் மண்போல், தன் உடலுக்குள் சூல் கொண்ட பழங்களைப் பத்திரமாய் இறக்கி வைக்க இடம் தேடியலைந்தன கிளிகள். மழை மேகங்களைச் சுமந்துகொண்டு வனமெல்லாம் அலையும் காற்றைப் போல் அலைந்தன கிளிகள். வயசாகி, கிழடு தட்டி, நரை திரண்டு முடியுதிர்ந்து வழுக்கையாகி, சுருக்கங்கள் கண்டு பொந்துகளாகிப் போன மரங்கள் வனமெங்கும் தேடியும் கண்ணில் படவே இல்லை.

நாகங்கள் உலா வரும் தரையில் தன் விதையை விதைக்க முடியாது. மென் பழங்களை மட்டுமே கொத்தும் செவ்வலகினால், மரப்பட்டைகளைக் குடைந்து பொந்துகள் உண்டாக்க முடியாது. கிளிகளின் அலகுகளும் பழுத்துத் தொங்கும் பழங்களும் வெவ்வேறல்ல. வாய்விட்டுக் கதறாமல் ஊமையாய்ச் சுற்றி வனங்களை வட்டமிட்டே காலங்கடந்து போனது. இனிமேல் ஒரு நாள் தாமதித்தால் கூட தன் வம்சம் தரையில் விழுந்து மடிந்து போகும். விதையைப் புஷ்பிக்கும் பூமிக்கு முட்டையைப் புஷ்பிக்கும்கலை மறந்து போனது. விதைவேறு, முட்டை வேறா? விதைக்குப் பூமி, முட்டைக்குப் பறவை. அப்படியானால் பூமியும் பறவையும் ஒன்றுதானே?

கனத்த வயிற்றின் சூல் விரட்ட, வனத்தை மறந்த பெண் கிளி சிறகடித்துப் பறந்தது வெகு தூரம். சோகத்தில் முகஞ்சுளித்த ஆண் கிளியின் இயலாமை, மரப்பொந்து கண்ணில் படவேயில்லை. கிழடு தட்டி வைரம் பாய்ந்த

பொந்துகள் உள்ள மூத்த மரங்களைக் காணவேயில்லை. மரங்களற்று செடிகளாகிப் போன வனங்கள். பல்வேறு மலர்களின் சௌந்தர்ய நிறங்களும் மணங்களும் அற்ற வனம். பழங்களின் வாசனைகள் இல்லாத வனம். கூட்டங் கூட்டமாய்த் திரியும் காட்டு மிருகங்களற்ற வனம்.

வெகு நேரம் பறந்து, இறக்கை ஓய்ந்து, வெட்ட வெளியில் ஒற்றையாய் நின்ற மொட்டைப் பனைமரத்தின் உச்சியில் அமர்ந்து எட்டிப் பார்த்தன. செத்த பனஞ்சிராய்கள் உள் விழுந்த ஆழப் பொந்து. பெண் கிளி உள்ளே போய் முடங்கிக் கொண்டது. மொட்டைப் பனையின் உச்சியிலிருந்து ஆண் கிளி கழுத்துருட்டிப் பார்த்தது. கண்ணெட்டும் தூரம்வரை வெட்டவெளி.

மொட்டைப் பனையை ஒட்டிச் செல்லும் தேசிய நெடுஞ்சாலை. ஓயாமல் கேட்கும் வாகன இரைச்சலும் ஹாரன் சத்தமும். பக்கத்திலேயே சாலையோரக் கேண்டீன், இரவு பகல் எந்நேரமும் ஒளி வெள்ளத்தில் மிதக்க சத்தமாய்க் கூச்சலிடும் ஸ்டீரியோ சினிமாப் பாடல்களும் புகை கக்கும் உயர்ந்த குழாயும், காற்றில் பரவி வரும் விசித்திரமான பிரியாணி வாசனையையும் வாகனங்கள் கக்கிச் செல்லும் டீஸல், பெட்ரோல் புகை நாற்றத்தைச் சுவாசித்து முகஞ் சுளித்தது ஆண்கிளி. பறந்து வந்த களைப்புத் தீர, தாகம் தணிக்கப் பறந்து வெளியில் சென்றது

ஆண் கிளி. மலையருவிகள் கொட்டிய சிற்றோடைகளில் பாம்பின் நெளிவாய், சுவை கொண்டு பாய்ந்து வரும் கண்ணாடித் தண்ணீர் தேடி அலைந்தது. தூரத்தில் தெரிந்த குளத்தில் தாழப் பறந்து உற்றுப் பார்த்தது. ஒர்க்ஷாப் கழிவுகள் சேர்ந்து எண்ணெய்ப் படலம் மிதக்கும் கருமை நிறத் தண்ணீரின் நாற்றம் பிடிக்காமல் பறந்து போனது. சாலையோரக் கேண்டீனிலிருந்து வெளியேறிக் கிடங்கில் பெருகிக் கிடந்த மீன் செதில்கள் மிதக்கும் தண்ணீரில் ஒரு கொக்கு தவமிருக்கக் கண்டதும் கிளி பறந்து போனது. தூரத்தில், நடுக்காட்டில் பம்புசெட் கிணற்றின் உப்புத் தண்ணீர் வாய்க்காலில் தொண்டை நனைத்துப் பறந்து வந்தது.

மொட்டைப் பனையின் உச்சியில் உட்கார்ந்து எட்டிப் பார்த்த ஆண் கிளியின் முகத்தில் இளஞ்சூட்டின் வெக்கை படிந்தது. ஆண் கிளி புரிந்து கொண்டது. சாலையோரக் கேண்டீனில் வாங்கிச் சாப்பிட்டுவிட்டு பஸ்ஸின் ஜன்னல் வழியே எறிந்த பொட்டலங்களில் ஒட்டியிருந்த பிரியாணித் துகள்களையும் புளியோதரைப் பருக்கைகளையும் கொண்டுபோய் இரையாகக் கொடுத்தது. சில நேரம் ஆண் கிளி முட்டைகளுக்குக் காவல் காக்க, பெண்கிளி வந்து கேண்டீனில் சாப்பிட்டுவிட்டுப் போனது. ஒருநாள் யாரோ எறிந்த எச்சிலையில் சிவப்பாய் பழங்கள் கிடக்க, கிளி சந்தோஷத்துடன் ஆவலாய் கொத்தித் தின்னப் போனபோதுதான் தெரிந்தது. அந்தப் பழம் வேறெந்த உயிர்ப்பிராணிகளுமே தின்னாத, மனிதர்கள் மட்டுமே தின்கிற தக்காளிப் பழமென்று. ஏமாற்றமடைந்த கிளி ஒரு குழந்தை கோபத்தில் விட்டெறிந்த காய்ந்த ரொட்டித் துண்டைத் தூக்கிக் கொண்டு பறந்தது

ஒருநாள் பாலிதீன் பையில் கொஞ்சம் மீதம் இருந்த தண்ணீரை யாரோ தூக்கி எறிய, தொண்டை நனையக் குடித்து தாகம் தீர்த்தது. ஒரு வேளை அண்ணாந்து குடிக்கும் போதோ அல்லது பிளாஸ்ட்டிக் பையை பல்லால் கடித்துக் கிழிக்கும் போதோ கை தவறி விழுந்திருக்கலாம் இல்லையெனில்

எந்தக் குழந்தையாவது கோபத்தில் தன் அப்பா அம்மா மீது எறிந்து குறி தவறிக் கீழே விழுந்திருக்கலாம்.

இரவில் எந்நேரமும் கண்களைக் கூச வைக்கும் வாகனங்களில் வெளிச்சங்களும் இடைவிடாது கேட்கும் இரைச்சல்களும் பேயாய் அலறும் ஹாரன் சத்தங்களும் கேண்டீன்களில் அலறும் ஸ்பீக்கரின் ஓலங்களும் தூக்கத்தை மறக்கடித்தன. காய்ந்த பணஞ் சிராய்களின் உறுத்தல் வேறு. ஆனாலும் ரொம்பவும் பயமுறுத்தியது. ஓயாமல் ஒலிக்கும் ஹாரன்களின் சத்தம்தான். வனத்தில் எப்போதாவது யானையோ சிங்கமோ புலியோ அல்லது இடியோ மின்னலோ பெரிய சத்தத்தையும் பயத்தையும் உண்டுபண்ணும்.

அந்த பயம் சமயத்தில் இரண்டுநாள் கூட மறக்க முடியாமல் அடிவயிற்றைக் கலக்கும். ஆனால் இங்கேயோ ஒரு நிமிஷம் தவறாமல் பயங்கர சத்தம். சத்தமே வாழ்க்கையென்றாகிப் போயிற்று கிளிகளுக்கு. ஒரு நாள் சில வித்தியாசமான சத்தங்கள் கேட்கவும் இரு கிளிகளும் ஆவலாய் பனைமேல் நின்று எட்டிப் பார்த்தன. தூரத்தில் சில மயில்களும் இன்னும் சில குயில்களும் ஒரு புறாக் கூட்டமும் இருக்கக் கண்டு சந்தோஷமாய் பொந்துக்குள் போய் முடங்கிக் கொண்டன. படை படையாய்ச் சென்ற சிட்டுக் குருவிக் கூட்டம் மொட்டைப் பனையை ஒட்டிப் பறந்தது.

ஒவ்வொரு தடவையும் தன் குஞ்சுகளுக்கு இரையூட்டும்போது அதன் தாய் பாஷையான கிகீகீ சத்தத்தைக் குஞ்சுகள் கேட்கவிடாமல் வாகனங்களின் ஹாரன் சத்தம் மேலெழும்பி அமுக்கியது. தொண்டை வலிக்கக் கத்தியும், தன் தாய் பாஷையை குஞ்சுகளின் காதுகளில் கேட்கவைக்க முடியாமல் தாய்க்கிளிகள் இரண்டும் தொண்டை வறண்டு ஓய்ந்து போயின. தன் வம்சத்தின் பாரம்பரிய நிறம் மாறி குஞ்சுகள் கிளிப்பச்சை நிறமிழந்து செம்பச்சையாய் வளர்ந்தது கண்டு தாய்க்கிளிகள் இரண்டும் ஒன்றையொன்று ஆச்சரியமாய்ப் பார்த்துக் கொண்டன. தன் குஞ்சுகள் எழுப்பும் சத்தம் வாகனங்களின் ஹாரன் சத்தம் மாதிரி ஒலிக்கக் கண்டு இரு கிளிகளும் பதறித் துடித்தன. பஸ்ஸின் ஜன்னல் வழி விட்டெறிந்த அரைக் கொய்யாப் பழத்தை ஆசையாய் கொண்டு வந்து ஊட்டியது தாய்க்கிளி. பழங்களின் வாசனையறியாத ருசியறியாத குஞ்சுக்கிளி தூ.. வென்று துப்பி உமிழ்ந்தபோது, தாய்க்கிளிகள் இரண்டும் கண்ணீர் விட்டு அழுதன.

கொஞ்ச நாள் கழித்து, வாகனங்களே வராத நிமிஷ நேர இடைவெளியில் மொட்டைப் பனையிலிருந்து ஹாரன் சத்தம் கேட்கவும் சில பேர் பேய் என்றார்கள். சில வருடங்களுக்கு முன் ஒன்றோடொன்று மோதி நொறுங்கிச் செத்த டிரைவர்களின் ஆவி பனையில் குடியேறிவிட்டது என்றார்கள். பேய்கள் வாசஞ் செய்யும் மொட்டைப் பனையை தூரோடு வெட்டிச் சாய்த்து, பேய்களின் அழிவிலிருந்து தங்களைக் காப்பாற்றிக் கொண்டார்கள். அதற்கப்புறம் ஜனங்கள் பயமற்று நடமாடினார்கள். காற்றில் சிறகசைத்துப் பறந்து குஞ்சுக் கிளிகளைக் கூட்டிக் கொண்டு வனம் சேர்ந்தன தாய்க்கிளிகள்.

மரங்கள் குறைந்து செடிகள் நிறைந்திருந்த வனம் இப்போது செடிகள் குறைந்து கொடிகள் நிறைந்த வனமாய்க் காட்சியளித்தன. கிளிகளின் வித்தியாசமான ஹாரன் அலறலில் வனம் நடுங்கியது. அருகருகே வசிக்க

நிர்ப்பந்திக்கப்பட்ட சிங்கங்களும் புலிகளும் சிலிர்த்துக் கொண்டன. ஒன்றிரெண்டாய் உயிர் வாழும் யானைகள், தும்பிக்கைகள் தூக்கி மிரண்டு நின்றன. வானத்திலிருந்து ஓயாமல் கேட்கும் ஹாரன் சத்தம் வனமெங்கும் எதிரொலித்தது. தன் வம்சத்தின் சாபம் என்றெண்ணிய தாய்க்கிளிகளும் ஓடிப் பதுங்கிக் கொண்டன.

குஞ்சுக்கிளிகள் இரண்டும் வித்தியாசமான மணம், சூழல், இரைகள் கண்டு முகஞ்சுளித்துக் கவலையோடிருந்தன. பழம் கொத்தித் தின்னவும், எதிரியின் கண் முன்னாலேயே மரத்தின் இலையாக மாறி தப்பிக்கவும் தெரியாமல் ஓயாமல் ஹாரன் சத்தத்தை ஒலித்துத் திரிந்தன. ஒருநாள் இச்சி மரத்தின் உச்சியில் நின்று இரண்டு கிளிகளும் பலமாய்க் கத்தின. நடுக்காட்டுக்குள் தேசிய நெடுஞ்சாலையில் வாகனங்கள் ஒலி எழுப்பிக் கொண்டு போவதைப் போல் விடாமல் ஹாரன் சத்தம் கேட்டது. திடீரென்று எதிர்திசையிலிருந்து பக்கத்திலேயே ரயில் வண்டியெழுப்பும் பயங்கரமான ஹாரன் சத்தம் கேட்கவும் கிளிகள் இரண்டும் மௌனியாய் நின்று கவனித்தன. ரயில் வண்டியின் ஹாரன் சத்தம் தங்களை நோக்கி மிக அருகே நெருங்கி வந்தது. மீண்டும் கிளிகள் உற்றுப் பார்த்தன. தங்களை நோக்கி இரண்டு மயில் குஞ்சுகள் கூவிக் கொண்டே வருவதைக் கண்ணுற்றன.

வனமெங்கும் பஸ் ஹாரன் சத்தமும் ரயில் ஹாரன் சத்தமும் விடாமல் கேட்கத் தொடங்கின. சில நாள் கழித்து நடுவனத்தில் ஆலைச் சங்கின் பயங்கரச் சத்தம் கேட்டது. எல்லாப் பிராணிகளும் உற்றுப் பார்த்தன. குயிலொன்று கூவிக் கொண்டு போன சத்தமது. சில நேரம் மிஷின்கள் ஓடும் பாக்டரிச் சத்தங்கூட கேட்கத் தொடங்கியது. பல்வேறு வாகனங்களின், பாக்டரிகளின் விதவிதமான பயங்கரச் சத்தங்கள் வனமெங்கும் ஒலிக்க வனம் சுருங்கிக் கொண்டே வந்தது.

வரவர வனத்தின் சௌந்தர்யம் குறைந்து விகாரம் குடி கொண்டது. கடைசியாய் படைபடையாய்ப் பறந்து வந்த சிட்டுக்குருவிகள் ஊசிப் பட்டாசுகளாய் வெடித்துச் சிதறிச் சத்தமெழுப்பி மரக்கிளைகளுக்குள் மறைந்து கொண்டன. தன் செவிப்பறைகள் கிழிந்து ஊமையாகிப் போன வனம், நாலாவட்டத்தில் சுண்ணாம்புக் காளவாசலாய் மாறி அக்னியாய் தகித்தது. வனத்தைத் தேடியலையும் எஞ்சிய பறவைகள் எழுப்பும் பலவிதமான ஹாரன் சத்தங்கள் மட்டும் விடாமல் கேட்டுக் கொண்டேயிருக்கின்றன, வனங்களையும் கடந்து.

059

மாலன்

இறகுகளும் பாறைகளும்

அருணாவைப் பத்து வருடங்களாக எனக்குத் தெரியும். அதாவது அவள் அப்பா இறந்து போன தினத்திலிருந்து.

ராத்திரி தூங்கப் போகும் போது அப்பா, அம்மாவுடன் பேசிக் கொண்டிருந்தார். காலையில் எழுந்து பார்க்கும் போது உத்தரத்தில் தொங்கிக்கொண்டிருந்தார். அருணாதான் அதை முதலில் பார்த்தாள். அப்போது அவளுக்கு வயது எட்டு.

அவளுடைய போராட்டங்கள் அன்று ஆரம்பித்தன.

அப்பாவிற்கும் அண்ணாவிற்கும் எப்போதும் சண்டை. யாருடைய கட்சி சரியென்று இப்போதும் தீர்மானமாகச் சொல்வதற்கில்லை. அண்ணா சிகரெட் பிடிப்பான். காலை ஏழு மணி, பகல் ஒன்றரை மணி, மாலை மூன்று மணி என்று சொல்லிவைத்த மாதிரி தெருமுனைக்குச் சென்று திரும்புவான். திரும்பி வரும் போது அவனிடமிருந்து ஒரு விநோத வாசனை வரும்." என்னடா இது, புகையிலை நாத்தம்?" என்பார் அப்பா. பதில் இராது.

சிக்ரெட் பிடிப்பதைத் தாங்கிக்கொள்ளமுடியாத அப்பாவினால் காதலை எப்படி தாங்கிக்கொள்ள இயலும்? அண்ணாவின் காதல் கடிதத்தை, பத்மாவின் அப்பா எடுத்துக் கொண்டு வந்து முகத்தில் வீசிய போது அவசியமில்லாமல் அப்பா குன்றிப் போனார்.

வீட்டிற்குள் நுழையாதே என்று அண்ணாவைப் பார்த்து உறுமினார். அண்ணா கெஞ்சுவான் என்று நினைத்தார் போலும். அவன் வாசல் நிலையிலேயே நின்று அவரை வைத்த கண் வாங்காமல் அரை நிமிடம் பார்த்தான். பின் விடுவிடுவென்று உள்ளே நடந்தான். தன் ஆணை தன் கண் முன்னாலேயே பொடிப்பொடியாக நொறுங்குவதை அப்பா உணர்ந்தார்.

அதிர்ச்சியோடு அவன் பின்னாலேயே ஓடி பிடரியில் அறைந்தார். அவன் திடுக்கிட்டுத் திரும்பிய போது முகத்திலும்

இரண்டு மூன்று அடிகள் விழுந்தன. தற்காப்பு என்று நினைத்துச் செய்தானோ, அல்லது கோபம் தானோ அண்ணா, அப்பாவை ஓர் அறை விட்டான்.

பெட்டியை எடுத்துக் கொண்டு வெளியே நடந்தான். அன்றைக்கு ராத்திரி அப்பா கயிற்றை மாட்டிக் கொண்டார்.

அப்பாவின் சாவுக்கு அண்ணா வரவில்லை.பத்மாவை இழுத்துக் கொண்டு போயிருப்பானோ என்று ஊர் முழுக்கச் சந்தேகம். உறவுக்காரப் பெரிய மனிதர்கள் பத்மாவின் வீட்டிற்குச் செல்லத் தயங்கினார்கள். முகத்தில் கடிதத்தை வீசிய பத்மாவின் அப்பா, யார் எவர் என்று பாராமல் தணலை வாரிக் கொட்டுவார் என்று எல்லோருக்கும் பயம். கட்டாயம் பத்மா வீட்டை விட்டுப் போயிருப்பாள். அப்படிப் போயிருந்தால் ஒரு புயல் நிச்சயம் என்று எல்லோரும் பயந்தார்கள்.

அருணா 'வாருங்கள் மாமா' என்று என்னை அழைத்துக் கொண்டு பத்மாவின் வீட்டிற்குப் போனாள். வாசற்படியில் நின்று குரல் கொடுத்தாள். குரல் கேட்டுக் கதவைத் திறந்தது பத்மாதான்.

அருணாவின் இந்த தீரத்தை நான் பின்னர் அநேகம் தடவை சந்தித்தேன். உறவினர் வீட்டில் ஒண்டிக் கொண்டு அவள் வளர்ந்த வருடங்களில் அவமானப்பட நேர்ந்த போதெல்லாம் கண்ணீர் சிந்தாமல் பல்லைக் கடித்துக் கோண்டு துக்கம் முழுங்கிய நேரங்களில்; சமையல், நீச்சல், சைக்கிள் மூன்றும் கற்றுக் கொண்டால், உலகத்தின் எந்த மூலையில் வேண்டுமானாலும் பிழைத்துக் கொள்ளலாம் என்று நான் சொன்னதை நம்பி சைக்கிள் கற்றுக் கொண்டதைத் தெருப்பையன்கள் கேலி செய்த போது; வேலைக்குப் போய்த் திரும்பிய பின்னர் இரவு ஏழுமணிக்கு மேல் டைப்ரட்டிங் படிக்கப் போன இடத்தில், இன்ஸ்ட்ரக்டர் தோள் மீது கை வைக்க, கால் செருப்பைக் கழற்றிக் காண்பித்த போது.. அப்படிப் பற்பல தருணங்களில் அவளின் தீரத்தைச் சந்த்தித்தேன்.

சரியோ தவறோ அந்த வீட்டில் எல்லா முடிவுகளையும் அருணாவே எடுத்தாள். ஒன்பதாம் வகுப்போடு படிப்பை நிறுத்திக்கொண்டு, திருவான்மியூரில் ஒரு பட்டறையில் காயில் சுற்றினாள். இரண்டு வருடம் கழித்து திருப்பதிக்குப் போய் மெட்ரிக் எழுதினாள். மெட்ரிக் முடித்த பின் பெர்சனல் செகரெட்டரி கோர்ஸில் சேர்ந்தாள்.

காயில் சுற்றுகிற வேலை, டைப் அடிக்கிற வேலையாக மாறியது. ஆறு வருடத்தில் பத்து கம்பெனி மாறினாள். "என்ன அருணா இது, தடால் தடால் என்று வேலையை விட்டு விடுகிறாய்?" என்ற கேள்விக்கு, "வேலையில் தொடர்ந்தால் இருபத்தி ஐந்து ரூபாய் இன்கிரிமெண்ட் வேலை மாறினால் ஐம்பது ரூபாய் சம்பளம் அதிகம். எது தேவலை?" என்று எதிர்க் கேள்வி வீசினாள்.

வாழ்க்கை எப்போதும் வெய்யில் காலமாகவே போய்விடுவதில்லை. வசந்தங்களும் வருவதுண்டு. அருணாவின் வசந்தத்திற்குச் ஜெயச்சந்திரன் என்று பெயர். வேலை, சம்பாத்தியம்,குடும்பம் என்பது ஆண் பிள்ளையைப் போல் ஓடிக்கொண்டிருந்தவளைப் பெண்ணாக்கி நாணச்செய்தான் அவன்.

தன்னுடைய பெயருக்குக் கடிதம் வந்திருப்பதை எண்ணி வியந்து கொண்டே கவரை உடைத்தவள், அது பிறந்த நாள் வாழ்த்து என்பதை அறிந்து காலண்டரை நிமிர்ந்து பார்த்தாள். ஆமாம், அது அவள் பிறந்த தினம் தான்.. பள்ளிக்கூட சர்டிபிகேட் படி, பதினெட்டு பிறந்த தினங்கள் வந்து போய் விட்டன. ஆனால் இதுவரை யாரும் ‘ மெனி ஹாப்பி ரிட்டன்ஸ் ஆஃப் த டே’ என்று கை குலுக்கியதில்லை. ‘ தீர்க்காயுசா இரும்மா’ என்று வாழ்த்துச் சொன்னதில்லை. கேக் வெட்டியதில்லை. பாயசம் குடித்ததில்லை. புதிது அணிந்ததில்லை.கோயிலில் அவள் பெயரில் அர்ச்சனை நடந்ததில்லை. பதினெட்டு வருடங்களாக இல்லாமல் இன்று ரோஜாப்பூக்கள் சிரிக்கும் வெளி நாட்டு கார்டு. யார் ?

மனத்தை கேள்வி மொய்த்தது. யார் என்று அறிந்து கொள்ளாமல், தலை வெடித்து விடும் போல் பரபரத்தது. கண்டுபிடிக்க முடியவில்லை. ஒருவாரம், பத்து நாள் என்று அநேகமாக மறந்துவிட்ட போது பக்கத்துஸீட் ஜான்ஸி, “ம்க்கும், இதற்கு ஒன்றும் குறைச்சலில்லை,” என்றபடி குப்பைத் தொட்டியில் வீசியதைப் பார்த்தாள்.

ரோஜாப்பூக்கள் சிரிக்கும் வெளி நாட்டுப் பிறந்த நாள் கார்டு!

“என்ன ஜான்ஸி ?”

இந்த ஆபீஸில் கிராக் ஒண்ணு இருக்குது. யாருக்குப் பிறந்த நாள்ன்னாலும் வாழ்த்து ஒண்ணு அனுப்பிச்சிடும்.

“யாரு அந்த கிராக் ?”

“ஜெயச்சந்திரன்னு ஒண்ணு வருமே, பார்த்ததில்லே ? உசரமா, கிழவன் மாதிரி ஃபுல் ஆர்ம் ஷர்ட் போட்டுகிட்டு...”

“ஃபுல் ஆர்ம் ஷர்ட் போட்ட கிறுக்கனைப் பார்க்க ஆவல் இழுத்தது. தண்ணீர் குடிக்கப் போவது போல் எழுந்து போனாள்.

“தாங்க்ஸ்,” என்ற குரலுக்கே அவன் திடுக்கிட்டான்.

“எதுக்குங்க?”

“ரோஜாப்பூக்களுக்கு”

பெண் பிள்ளையைப் போல் நாணினான்.

“பர்த் டேயை எப்படி கண்டு பிடிச்சீங்க ?”

“பெர்சனல் டிபார்ட்மெண்ட் வேலையில் இருந்துகிட்டு இதைக்கூடக் கண்டுபிடிக்க முடியலைன்னா எப்படி?”

“இப்படி எல்லோருக்கும் அனுப்புவீங்களா ?”

“எனக்கு இருபத்திரண்டு வயசாச்சு. இன்னிக்கு வரைக்கும் ஒரு பர்த்டே கார்டு வந்ததில்லை. வந்ததில்லைன்னு அழுவானேன் ? நாம தான் நாலு பேருக்கு அனுப்புவோமேன்னு ஆரம்பிச்சேன்.”

அருணாவிற்கு சுரீரென்றது. நமக்கும் தான் இத்தனை நாள் வாழ்த்து வந்ததில்லை.

ஆனால் நாம் வாழ்த்து அனுப்பி வைப்போம் என்று ஏன் தோன்றவில்லை? சட்டென்று ஜெயச்சந்திரன் மீது மலைபோல மதிப்பு ஏற்பட்டது. "நீங்க விர்கோவா, சாஜிட்டேரியஸ்ஸா?"

"அ! அவ்வளவு சுலபமா பர்த்டேயைத் தெரிஞ்சுக்கலாம்னு பாக்காதீங்க. வாழ்த்துச் சொல்ற சந்தோஷம் போதுமுங்க எனக்கு"

முதல் முறையாக அந்த வருடம் அவன் பிறந்த நாளுக்கு ஒரு வாழ்த்து வந்தது.

"இது வெறும் அட்மிரேஷனா? இல்லை, காதல் என்று எடுத்துக் கொள்வதா?" என்று நான் கேட்ட போது அருணா, சிரித்து முகம் சிவந்தாள்.. இத்தனை நாள் பொதி சுமந்த தோளுக்கு இப்போது மாலை விழுந்ததே என்று என் மனசு சிரித்தது.

அதற்கப்புறம் அருணாவிற்கு என்னைப் பார்க்க அவகாசம் இல்லை. அவ்வப்போது போனில் பேசினாள். ஒரு நாள் ஜெயச்சந்திரனைக் கூட்டி வந்து அறிமுகம் செய்து வை என்று சொன்னேன். ஆகட்டும் ஆகட்டும் என்று சொல்லிச் சொல்லி நாட்கள் பறந்தன. அல்ல...

நாட்கள் அல்ல... வருடங்கள். இரண்டு வருடங்கள்.

அருணாவின் முகமே அவள் மனதைக் காட்டிக் கொடுத்தது. தொட்டால் ஒடிந்து விடுவது போல...

நொய்ந்து போன மனம்.

"என்ன அருணா, வழி தெரிந்ததா?"

"என்னோட வழி எல்லாமே சுவரில் முடிகிறது மாமா."

"என்னம்மா?"

"அவர் நல்லவர் தான். ரொம்ப ரொம்ப நல்லவர். எல்லோருக்கும் நல்லவர். அதனால்தான் அவங்க அம்மா கிழிச்ச கோட்டைத் தாண்ட முடியலை."

சொல்லும் போதே அருணா உடைந்தாள். கையைப் பிடித்துக் கொண்டு குலுங்கி குலுங்கி அழுதாள். பத்து வருடங்களாக எதற்கும் அழுதிராத அருணா விசும்பி அழுதாள்.

பாளம் பாளமாக எத்தனையோ பாறைகளைச் சுமந்து கொண்டு தீரத்துடன் முன்னேறிய பெண் ஒரு மயிலிறகின் கனம் தாங்க மாட்டாமல் அழுவதைப் பார்த்து வார்த்தைகள் அற்று ஸ்தம்பித்தேன்

060

இந்திரா பார்த்தசாரதி

ஒரு கப் காப்பி

ராஜப்பா திடீரென எழுந்து உட்கார்ந்தான். அவன் உடம்பு வியர்வையினால் நனைந்திருந்தது. பக்கத்தில் இருந்த பழுப்பேறிய சாயத் துண்டினால் முதுகைத் துடைத்துக்கொண்டான். என்ன விசித்திரமான சொப்பனம்.

'வனாந்திரமான இடம். பாம்புப் புற்று போல் ஓங்கி வளர்ந்திருந்த மண்மேடிட்ட பெரிய குகைகள். அவன் தனியாக அந்தப் பிரதேசத்தின் வழியாகப் போய்க் கொண்டிருக்கிறான். அங்கு நிலவிய நிசப்தம் ஒரு பாரமாகச் சூழ்ந்து அவன் நெஞ் சை அழுத்தியது. குகைகளிலிருந்து பாம்புகள் புறப்பட்டுத் தன்னைத் தாக்க வருமோ என்ற பயம் அவனை வேகமாக நடக்கத் தூண்டியது. குகைகளில் பாம்பு இல்லை. திடீரென்று அவற்றிலிருந்து கூட்டம் கூட்டமாக ஜனங்கள் வெளியே வந்தார்கள். அனைவரும் முடவர்கள்! அப்பா, அம்மா குழந்தைகள் என்று குடும்பம் குடும்பமாக முடவர்கள்! அவர்கள் வரிசை வரிசையாக நின்றுகொண்டு அவனைப் பார்க்கிறார்கள். அவர்களுடைய பார்வையின் வேகத்தில் அவனுடைய கையும் கொஞ்சம் கொஞ்சமாகக் கழன்று... ஐயோ! அவனுடைய கைகள்! கீழே விழுந்துவிட்ட அவன் கைகளை எடுத்து வைத்துக்கொண்டு குழந்தைகள் விளையாடுகிறார்கள்! எல்லோரும் அவனைப் பார்த்துச் சிரிக்கிறார்கள். 'ஓ' என்ற அவர்கள் சிரிப்பு, அந்த அகன்ற பிரதேசத்தில் எதிரொலிக்கிறது.'

உடம்பைத் துண்டினால் துடைத்துவிட்ட பிறகு, ராஜப்பா தன் கைகளை உற்றுப் பார்த்தான். அவற்றுக்கு ஓர் ஆபத்தும் ஏற்படவில்லை. பத்திரமாக இருந்தன.

எதற்காக? அதுதான் அவனுக்கும் புரியவில்லை. இந்தக் கைகளினால் உழைத்து அவன் சம்பாதித்தது கிடையாது. வயிறுதான் உழைத்தது. கல்யாணம் எங்கே, கருமாதி எங்கே என்று வீடு தேடிச் சென்று உழைக்கிறது. கடந்த சில நாள்களாக அந்த உத்தியோகத்துக்கும் வழியில்லை. ஊரில் கல்யாணமும் நடக்கவில்லை, ஜனங்களும் ஆரோக்கியமாக இருக்கிறார்கள்.

போன வாரம் மேலத்தெரு பாமா பாட்டிக்குப் பிராயச்சித்தம் நடக்கிறது என்று கேள்விப்பட்டவுடன், அவன் அவசரம் அவசரமாக அங்கு ஓடினான். உதட்டைப் பிதுக்கிக்கொண்டு வெளியே வந்த டாக்டரைப் பார்த்ததும் அவனுக்கு நம்பிக்கையாக இருந்தது. பாட்டிக்குத் தொண்ணூறு வயசு என்றார்கள். மேல் மூச்சு வாங்கிக்கொண்டிருந்தது. கல்யாணச் சாவுதான். கை ஓங்கிய குடும்பம். பதினைந்து நாள் சாப்பாட்டுக்குக் கவலையில்லை. கிடைக்கப் போகிற பணம், அவன் பெண் மைதிலிக்குப் புடவை வாங்கப் போதுமா என்று அவன் யோசித்துக் கொண்டிருந்தபோது, பாட்டி கண்களைத் திறந்து மிரள மிரளப் பார்த்தாள். அவ்வளவுதான், வந்த யமன் பயந்துபோய் ஓடி விட்டான். பிராயச்சித்தத்துக்குக் கிடைத்த பணம் வெற்றிலை சீவல் வாங்கத்தான் சரியாக இருந்தது.

ராஜப்பா திண்ணையிலிருந்து கீழே இறங்கினான். திண்ணை ஓரத்தில் படுத்துக்கொண்டிருந்த ஆராமுது எழுந்து கோயில் காரியத்தைக் கவனிக்கப் போய்விட்டான். ஆராமுதைப் பார்த்தால் பொறாமையாக இருக்கிறது. பிரம்மச்சாரி. பிரம்மச்சாரியாக இருப்பதற்கு அவன் உடம்பும் ஒரு காரணம். சாய்வு நாற்காலியைப் போல் வளைந்த சரீரம். முதுகும் வயிறும் ஒன்றோடொன்று ஒட்டிக்கொண்டிருந்தன. எந்தப் பெண் இவனைப் பார்த்துக் கல்யாணம் செய்து கொள்ள முன் வருவாள்?

ராஜா மாதிரி இருக்கிறான் என்பதற்காக அவனுக்கு ராஜப்பா என்று பேர் வைத்தார்கள். சின்ன வயசில் ராஜா மாதிரிதான் இருந்தான். சாப்பிடுவதற்குச் சம்பாதிக்கவேண்டுமென்ற விவரமே அவனுக்கு அப்போது தெரியாது. பள்ளிக்கூடத்தில் ஒழுங்காகப் படித்திருந்தால், எவனையும் நம்பி வாழ்க்கை நடத்த வேண்டிய அவசியமிருந்திருக்காது. அல்லது, ஆரம்பத்திலிருந்தே ஒழுங்காக அத்தியயமாவது செய்திருக்கலாம். வடக்கே வைதீகர்களுக்கு ஏகப்பட்ட கிராக்கி என்று தில்லியிலிருந்து வந்த அந்த நாச்சியார்கோயில் பையன் சொன்னான். பிராமணனாய்ப் பிறந்துவிட்டு, மந்திரமும் தெரியாது. வேறு எந்தத் தொழிலுக்கும் லாயக்கில்லை என்றால் தன்னைப் போல் வயிற்றை மூலதனமாகக் கொண்டு வாழ்வதைத் தவிர, வேறு வழி என்ன இருக்கிறது?

அவன் தம்பி படித்துவிட்டு உள்ளூரிலேயே எல்.ஐ.சி.யில் இருக்கிறான். அவனுக்கு நான்கு பெண்கள். இரண்டு வருஷங்கள் முந்திவரை, அம்மா உயிரோடிருந்த காலத்தில், ஒரே குடும்பமாகத்தானிருந்தார்கள். சுபஸ்வீகாரம் முடிந்த மறுநாளே தம்பி சொல்லிவிட்டான்: 'இதோ பாரு ராஜப்பா, எனக்கும் நாலு பொண்ணாச்சு. நாம சேர்ந்து இருக்கிறது என்கிறது கட்டுப்படியாகாது. இடைக்கட்டு ரூமை நீ வச்சுக்கோ! ஒரு ரூம் போறுமான்னு கணக்குப் பாக்க ஆரம்பிச்சா, உனக்கே தெரியும், ஏதோ அம்மா இருந்தா, உன் சக்கரம் ஓடியாச்சுன்னு. எத்தனை நாளைக்குத்தான் நீ பொறுப்பு இல்லாம இருக்க முடியும்? உன் மூணு பொண்ணையும் ஆம்படையாளையும் நீதான் இனிமே காப்பாத்தியாகணும். சொல்றேன்னு கோவிச்சுக்காதே.'

அன்று முதற்கொண்டு ஒரே வீட்டில் இரண்டு குடித்தனம். அவன் பெண்களும் அவனைப் போலவே, சரஸ்வதியை அடித்து விரட்டிவிட்டார்கள். படிப்புமில்லை, பணமுமில்லை. எப்படி அவர்களுக்குக் கல்யாணம் பண்ணுவது? பிரச்சனைதான்.

இது இப்பொழுதையப் பிரச்சனையல்ல. இப்பொழுதையப் பிரச்சனை அவன் காப்பி குடித்தாக வேண்டும். நேற்றே அவன் மனைவி சொல்லிவிட்டாள்: 'காப்பிப் பொடி கிடையாது. காசு கொண்டு வந்தா காப்பி. இல்லாட்டா தீர்த்தத்தைக் குடிச்சுட்டு சும்மா கிடங்கோ. நான் வீடு வீடா போய்க் கடன் வாங்கத் தயாரா இல்லே.'

ராஜப்பா வீட்டுக்குள் நுழைந்தான். கூடத்தில் அவன் தம்பி பெஞ்சில் உட்கார்ந்துகொண்டிருந்தான். கையில் தினசரித் தாள். அவன் அருகில் ஆவி பறக்கும் காப்பி. தினசரித் தாளில் லயித்திருந்த பார்வையை விலக்கி, ஒரு விநாடிகாலம் அண்ணனை அவன் உற்றுப் பார்த்தான். காலையில் எழுந்ததும் காப்பி குடிக்காமல் அண்ணன் எவ்வளவு கஷ்டப்படுவான் என்பது அவனுக்குத் தெரியாத விஷயமல்ல. அவன் என்ன நினைத்துக் கொண்டானோ, திடீரென்று எழுந்து உள்ளே சென்றான். ஒரு வேளை மனைவியிடம் இது பற்றி மன்றாடச் சென்றிருக்கலாம். வெகு நேரம் வெளியில் வராமல் இருந்துவிட்டானானால், அவன் சிபாரிசு பலனளிக்காமல் போய்விட்டது என்று அர்த்தம். அவள் தெய்வாதீனமாகக் காப்பி கொடுக்கச் சம்மதித்துவிட்டால், தம்பி என்ன செய்வான் என்பது ஒரு சுவாரசியமான விஷயம். அவன் கூடத்துக்கு வந்து பெஞ்சில் உட்கார்ந்து கொண்டு சற்று ஓங்கிய குரலில், 'டீ, ராஜப்பாவுக்குக் காப்பி கொண்டா!' என்று சொல்லுவான். அவன் சொல்கிறபடி மனைவி கேட்கிறாளாம்.

ராஜப்பா சிறிது நேரம் அங்கேயே நின்றுகொண்டிருந்தான். உள்ளே போன தம்பி, போனவன் போனவன்தான்! தனக்குக் காப்பி கிடைக்காது என்று அவனுக்கு உறுதியாகத் தெரிந்தது.

அவன் கொல்லைக்கட்டை நோக்கிச் சென்றான். அவன் மனைவி முள்வேலியருகே நின்றுகொண்டிருந்தாள். அவன் பூணூலைக் காதில் மாட்டிக்கொண்டே கேட்டான்: 'என்ன?'

'என்ன? அதான். ருக்கு தளிகை. கூடமாட ஒத்தாசைப் பண்ணப் போங்கோ.'

'ருக்குவா? ஏன் மைதிலி எங்கே?'

'அபிராமி மாமியாத்திலே ராஜராஜேஸ்வரி பூஜை பண்றாளாம். கன்னிப் பொண்ணுக்குப் புடவை வாங்கித்தரப் போறாளாம். அனுப்பிச்சேன்.'

'அபிராமி ஆத்திலேயா? ஸ்மார்த்தப் பொண்ணுக்குன்னா கொடுப்பா?'

'நான்தான் அபிராமி மாமி கால்லே விழாத குறையா கெஞ்சிக் கேட்டுண்டேன். பதினெட்டு வயசாச்சு, மைதிலிக்குக் கட்டிக்க ஒரு நல்ல புடவை கிடையாது. எல்லாம் கிழிசல். கல்யாணத்துக்கு இருக்கிற பொண்ணு.'

'பிராம்மணாளுக்கும் சாப்பாடு உண்டோ?'

'புடவை கட்டிண்டு போனா உண்டு.'

ராஜப்பா தன் மனைவியை உற்றுப் பார்த்தான். இதழோரத்தில் ஒட்டிக்கொண்டிருந்த விஷமப் புன்னகையுடன் அவள் வைக்கோலறையை நோக்கிச் சென்றாள்.

அவன் காதிலிருந்து பூணூலை எடுத்துக்கொண்டே திரும்பி வந்தபோது அவள் வைக்கோலறையில் உட்கார்ந்திருந்தாள். அதற்குப் பேர்தான் வைக்கோல் அறை. ஒரு காலத்தில் அவனுடைய தாத்தா 'மிராசு' என்று கொழித்த காலத்தில் வீட்டில் மாடுகள் இருந்தன. வைக்கோலுமிருந்தது. வைக்கோற்போரை அந்த அறையில்தான் அடுக்கி வைப்பது வழக்கம். அவன் தாத்தாவினுடைய விளையாட்டெல்லாம் ஓய்ந்த பிறகு அப்பா காலத்தில் நாலு வேலி ஒரு வேலி ஆனது. அவனுடைய அப்பா சாப்பிட்டே தீர்த்தார். இப்பொழுது இருப்பது கொல்லைப் புறத்திலிருக்கும் முள்வேலிதான். வீடு மிஞ்சியிருக்கிறது.

அவன் வைக்கோலறையைத் தாண்டி உள்ளே செல்ல முற்பட்ட போது, 'அப்படியே கிணத்தடியிலே குளிச்சிட்டுப் போங்கோ!' என்ற குரல் கேட்டது. மனைவியின் உத்தரவு.

'எதுக்காக?'

'எதுக்காகவா? அதான் சொன்னேனே, ருக்கு ஓண்டியா...'

'வைதேகி எங்கே?'

'குழந்தைதானே, 'நானும் போறேம்மா'ன்னா. காய்கறி திருத்திக் கொடுத்தா, அபிராமி மாமி சாதம் போட மாட்டாளா?'

கொடியில் உலர்த்தியிருந்த பழுப்பேறிய வேட்டியையும் துவாலையையும் எடுத்துக்கொண்டு கிணற்றங்கரைக்குச் சென்றான் ராஜப்பா. ராட்டினத்தில் கயிறு இல்லை.

'கயிறு எங்கேடி?'

'ஏற்கனவே இத்துப் போயிருந்தது. நேத்திக்கி சாயங்காலம் அப்படியே துண்டு துண்டா போயிடுத்து. அதோ பாருங்கோ. மிஞ்சியிருக்கிறது ஒரு சாண்தான். அதுவும் சமயத்துக்கு வேண்டியிருக்குமேன்னு வச்சிருக்கேன்.'

'யாருக்கு வேண்டியிருக்கும்? எனக்கா?'

'உங்களுக்கு எதுக்கு வேண்டியிருக்கும்? எனக்குத்தான். இந்த மாதிரி குடும்பம் நடத்தறதை விட...'

'என்னை என்ன பண்ணச் சொல்றே?'

'பிராம்மணார்த்தத்தை நம்பிக் குடும்பம் நடத்த முடியுமா? ஒரு கடையிலே போய்க் கணக்கு எழுதறது.'

'எவண்டி வேலை தரேங்கிறான்? நான் கணக்கு எழுதமாட்டேன்னு சொன்னேனா?'

'அம்பது வயசு வரையிலும் வேலை செய்யாம உட்கார்ந்திட்டு, 'இப்போ வேலை தா!'ன்னா எவன் தருவான்? நம்ம அதிர்ஷ்டம் யாராத்திலேயும் ஒரு மாசத்துக்கு சிரார்த்தம் கிடையாது.'

'விசாரிச்சுட்டியா?'

‘ஆமாம். வீடு வீடா போய் ‘உங்காத்திலே எப்போ சிரார்த்தம்’னு விசாரிச்சேன். கேக்கறதைப் பாரு. அன்னிக்குக் குப்பு வாத்தியார் வந்தார், சொன்னார்.’

‘சரி. அது கிடக்கட்டும். இப்போ எப்படி ஸ்நானம் பண்றது’

‘தம்பி ஆம்படையாளைக் கேளுங்கோ. தினம் துவைக்கிற கல் மேலே அவ கயத்தை வச்சிருப்பா. இன்னிக்கு நாம எடுத்துடப் போறோமேன்னு மகராசி, உள்ளே கொண்டு போயிட்டா.’

அப்பொழுது அவனுடைய தம்பியின் மனைவி, கயிற்றைத் துவைக்கிற கல்லின் மீது ‘தொப்’பென்று கொண்டு போட்டு விட்டு உள்ளே போனாள்.

‘பார்த்தேளோன்னோ, எப்படி கொண்டு போடுறான்னு? நீங்க இங்கே குளிக்கவேணாம். குளத்துக்கே போய்..’

‘வெக்கம் மானம் பாத்தா நம்மாலே இருக்க முடியுமோடி? எல்லாத்தையும் எப்பவோ துடைச்சு எறிஞ்சாச்சு’ என்று சொல்லிக்கொண்டே கயிற்றை ராட்டினத்தில் மாட்டினான் ராஜப்பா.

நாலு வேலி ‘மிராசு’ ராஜகோபால் அய்யங்கார் தமது பேரன் மற்றவர்களுடைய பிதுர்க்களின் பிரதிநிதியாக இருந்து அவர்களுடைய பசியைத் தீர்த்து வைப்பான் என்று எதிர்பார்த்திருப்பாரா? அல்லது அவனுடைய அப்பாதான் இதை நினைத்துப் பார்த்திருப்பாரா? பார்க்கப் போனால் அவனுடைய இப்பொழுதைய ‘உத்தியோகம்‘ அவனுக்கே ஆச்சரியத்தைத் தருகிற விஷயம். அம்மா போனபிறகு வயிற்றுப் பிரச்சனை எழுந்தபோது குப்பு வாத்தியார்தான், அவனை இந்தத் தொழிலில் ஈடுபடுத்தினார். இதற்காக அவன் ‘வேஷம்‘ தரிக்க வேண்டியது அவசியமானது. கிராப்பு போய், குடுமி வந்தது. தட்டுச்சுற்று போய்ப் பஞ்சக்கச்சம். நெற்றியில் ‘பளிச்‘சென்று நாமம். அவனுடைய தம்பிக்கு ஆரம்பத்தில் இது பிடிக்கவில்லை. ஆனால் ஆட்சேபித்தால் தன்னைப் பாதிக்குமோ என்று பயந்து பேசாமலிருந்துவிட்டான்.

ராஜப்பா ஸ்நானம் செய்துவிட்டு உள்ளே போனபோது, ருக்கு சமைத்துக்கொண்டிருந்தாள்.

‘என்ன தளிகை?’ என்று கேட்டான் ராஜப்பா.

‘சாதம் ஆயிடுத்து. நேத்தி சாத்தமது இருக்கு. அப்பளம் காய்ச்சப் போறேன்.’

‘காப்பிக்கு வழி உண்டா?’

ருக்கு காப்பி டப்பாவைக் கவிழ்த்துக் காட்டினாள்.

‘நான் அப்பளம் காய்ச்சறேன். நீ போய் குப்பு வாத்தியார் ஆத்திலேர்ந்து...”

‘நான் ஒருத்தர் ஆத்துக்கும் போய்க் காப்பிப் பொடி வாங்கிண்டு வரமாட்டேன்.’

‘காப்பி குடிக்காம என்னமோ மாதிரி இருக்குடி.’

‘அப்புறம் இன்னோராத்துக்குப் போய் சர்க்கரை வாங்கிண்டு வரணும். அதுக்கு நீங்களே போய் யாராத்துலயாவது காப்பி குடிச்சுக்குங்கோ. நீங்க அப்பளம் காய்ச்ச வேணாம். நானே காய்ச்சிடறேன்.’

ராஜப்பாவுக்கு ஒரே எரிச்சலாக இருந்தது. யார் மீது கோபித்துக் கொள்ள முடியும்?

காப்பி குடிக்க வேண்டுமென்ற ஆவேசம் அவனுள் எழுந்தது. வெளியே போனால் யாராவது அகப்பட மாட்டார்களா?

அபிராமி மாமி வீட்டுக்குப் போய், ‘வைதேகி வந்திருக்காளான்னு விசாரிக்க வந்தேன்’ என்று கேட்டுவிட்டுக் கொஞ்ச நேரம் அங்கு தயங்கிக்கொண்டே நின்றால், காப்பி கிடைக்கக்கூடும். ரிடையர்டு எஞ்சினியர் ராமதேசிகன் வீட்டுக்குப் போகலாமென்றால், அவர் பெண்ணுடன் சீராட கும்பகோணம் போயிருக்கிறார். காலத்தை அனுசரித்துக் கோயிலில் பெருமாளுக்குக் காலையில் காப்பி நைவேத்தியம் பண்ணக்கூடாதா? ஸ்ரீரங்கத்தில் ரங்கநாதருக்கு ரொட்டி தருகிறார்கள். இந்த ஊர்ப் பெருமாளுக்கு காப்பி குடிக்கும் ஒரு நாச்சியார் இருந்திருந்தால், எவ்வளவு நன்றாக இருக்கும்? கோயிலில் தினம் காப்பிப் பிரசாதம் கிடைத்திருக்கும்.

‘நீங்க சாப்பிடப் போறேளா இப்போ?’ என்று கேட்டாள் ருக்கு.

‘அதுக்குள்ளேயுமா? நான் கொஞ்சம் வெளியிலே போயிட்டு வரேன்.’

ராஜப்பா வீட்டைவிட்டு வெளியில் வந்து தெருவின் இரு திசைகளிலும் நோக்கினான். காப்பிக்கு வழி உண்டா என்பதுதான் அவனுடைய மகத்தான பிரச்சனை.

பஸ் ஸ்டாண்டுக்குப் போனால் யாராவது தென்படக்கூடும்.

பஸ் ஸ்டாண்டில் நல்ல கூட்டம். கல்யாண நாளில்லை. இத்தனை பேர் எங்கு வருகிறார்கள். எங்கு போகிறார்கள் என்று தோன்றியது ராஜப்பாவுக்கு.

மாணிக்கத்தின் பழக்கடையில் கணவன், மனைவியுமாக இரண்டு பேர் நின்றுகொண்டிருந்தார்கள். கணவனுக்குத் தன் வயசுதான் இருக்குமென்று ராஜப்பாவுக்குப் பட்டது. தடித்த ஃபிரேம் போட்ட கண்ணாடி. ஜரிகை வேட்டி, அங்கவஸ்திரம், காலில் போட்டிருந்த செருப்பைப் பார்க்கும்போது வடக்கேயிருந்து வந்திருப்பவன் போல் பட்டது. அவன் மனைவிக்கு நாற்பது வயசிருக்கலாம். பட்டுப் புடைவை. ஒடிசலாக இருந்தாள். கையில் பை, அவளும் கண்ணாடி அணிந்திருந்தாள்.

ராஜப்பா அவர்களை நோக்கிச் சென்றான்.

‘ரூபாய்க்கு எட்டுப் பழம் கொடுப்பா!’ என்று கணவன், மாணிக்கத்திடம் பேரம் பேசிக்கொண்டிருந்தான்.

‘கட்டுப்படியாகாதுங்க. ஏழு பழம்னு எடுத்துக்குங்க.’ என்றான்.

‘என்னடா மாணிக்கம், ஊருக்குப் புதுசுன்னு ஏமாத்தப் பாக்கறியா? டஜன் ஒரு ரூபாய்னு சிரிப்பா சிரிக்கறது பழம்‘ என்று கடைக்காரனிடம் சொல்லிவிட்டுக் கணவனைப் பார்த்துப் புன்னகை செய்தான் ராஜப்பா.

‘வாய்யா. நீ எப்போய்யா காசு கொடுத்துப் பளம் வாங்கிச் சாப்பிட்டிருக்கே? பெரிய நியாயமில்ல பேச வந்துட்டாரு’ என்றான் மாணிக்கம்.

ஜரிகை வேட்டிக்காரன் ராஜப்பாவை சிறிது நேரம் உற்றுப் பார்த்தான். எதற்காக அவன் தன்னை அப்படிப் பார்க்கிறான் என்று ராஜப்பாவுக்குப் புரியவில்லை. கொஞ்சம் சங்கடமாகவும் இருந்தது.

‘உங்க பேரு?’ என்று கேட்டான் ஜரிகை வேட்டிக்காரன்.

‘ராஜப்பா.’

‘நினைச்சேன். மை காட், இது என்னடா வேஷம்? பஞ்சக்கச்சம் நாமம், குடுமி?’

ராஜப்பாவுக்கு ஒன்றும் புரியவில்லை.

‘தெரியலியாடா என்னை? உத்துப் பார்றா.’

ராஜப்பா நினைவைத் துழாவினான். ஒன்றும் பொறிதட்டவில்லை.

‘ஆச்சாபுரம் அனந்துன்னு சொன்னா போறுமா?’ என்று கேட்டுக் கொண்டே அவன் ராஜப்பாவின் தோளில் கையை வைத்தான்.

‘அனந்துவா? நீங்க, எங்கேயோ வடக்கே...’

‘கரெக்ட். டில்லியிலே இருக்கேன். இவதான் என் ஆம்படையா, சரோஜா. அது கிடக்கட்டும், என்னடா ‘நீங்க’ போட்டுப் பேசறே? வருஷம் போனாலும் சிநேகிதம் போயிடுமா?’

அனந்து! இத்தனை உரிமையுடன், பழைய நட்பை உணர்ச்சிப் பூர்வமாக நினைத்து இவனால் பேச முடிகின்றதே, தன்னால் முடியுமா? அனந்துவின் மாமா சவுக்குத் தோப்பு நாராயண அய்யங்காருக்கு இந்த ஊர்தான். மேலத் தெருவில் இருந்தார். இப்பொழுது அவர் காலம் ஆகி, பிள்ளைகளும் ஆளுக்கொரு திசையாகப் போய்விட்டார்கள். அப்பொழுதெல்லாம் அனந்து, விடுமுறைக்கு இங்கு வந்துவிடுவான். அனந்துவுக்கு சினிமா என்றால் ஒரே பைத்தியம். சினிமாவில் சேர்ந்துவிடப் போவதாகச் சொன்னான். இப்பொழுது என்ன செய்கிறான்?

‘பாத்துக்கோ சரோஜா, இவன்தான் சின்ன வயசிலே என்னோட பெஸ்ட் ஃப்ரெண்ட். ஆத்தங்கரைக்குப் போய் ஒண்ணா சிகரெட் பிடிப்போம். அப்புறம் ராத்திரி ஆட்டம் சினிமா. உடம்பு பூரா பவுடரைக் கொட்டிண்டு மல் ஜிப்பாவுமா அதுவுமா இருந்த இவன், இப்போ பாரு, வேத வித்தா, நெருப்பா நிக்கறான். உலகத்திலே என்னென்ன அதிசயமெல்லாம் நடக்கிறது பாரு!’ என்று அனந்து தன் மனைவியிடம் சொல்லிக்கொண்டிருந்தான்.

‘நீங்க..... நீ என்ன செய்யறே இப்போ?’ என்று கேட்டான் ராஜப்பா.

‘என்ன செய்யறேன், வயத்துப் பொழப்புக்கு ஒரு கம்பெனியிலே இருக்கேன். நாலு காசு சம்பாதிக்க என்னென்ன அக்கிரமமெல்லாம் பண்ணணுமோ, அதெல்லாம் பண்ணிண்டிருக்கேன். உன்னைப் பார்த்தா பொறாமையா இருக்குடா ராஜப்பா. யாரையும் ஏமாத்த வேணாம். ஊரோட வாசம். பெரியவா எழுதி வச்ச மந்திரம், சோறு போடறது. நீ வாத்தியாராத்தானே

இருக்கே? நீ சொல்லாட்டாலும் உன் வேஷம் சொல்றதே! மஞ்ச சூர்ணம், முகத்தில் தேஜஸ்..'

'நன்னாயிருக்கு நீங்க இப்படித் தெருவிலே நின்னுண்டு பேசறது. ரூமுக்குப் போய்ப் பேசிக்கலாம், வாங்கோ!' என்றாள் சரோஜா.

'ரூமுக்கா?' என்று கேட்டான் ராஜப்பா.

'ஆமாம். அதோ தெரியறது பாரு லாட்ஜ். அங்கேதான் இருக்கேன். நீ இங்கே இருக்கிறது எனக்குத் தெரியாம போச்சேடா. இல்லாட்டா, 'ஜாம் ஜாம்'னு உங்காத்திலேயே வந்து தங்கியிருப்பேனே. இந்தாய்யா கடைக்காரரே! ரெண்டு டஜன் பழம் எடு. உன்னாலேதான் நம்ம பழைய சிநேகிதனைப் பார்க்கக் கொடுத்து வச்சுது' என்று பேசிக்கொண்டே போனான் அனந்து.

அறைக்குச் சென்றதும் ராஜப்பா கேட்டான்: 'நீ எப்படி இந்த ஊர்ப் பக்கம் வந்தே?'

'சொன்னா நம்பமாட்டே. நான் சவுத்துக்கு வந்து பத்து வருஷமாறது. என் ஆம்படையா டில்லியிலேயே பொறந்து வளர்ந்தவ. வேட்டாமும் டில்லியாயிடுத்து. எனக்கும் இங்கே யாருமில்லே, இந்தப் பக்கம் வர அவசியமே இல்லாமப் போயிடுத்து. அப்படி வந்தாலும், மெட்ராசுக்கு வந்து திரும்பிடுவேன். இப்பத்தான் இந்த ஊரிலே நாம சின்ன வயசிலே இருந்திருக்கோமே, சரோஜாவுக்கும் சுத்திக் காமிக்கலாம்னு வந்தேன். இந்த ஊருக்கு வந்தவுடனே உன் நினைவு வராமலில்லே. ஆனா நீ எங்கே இருக்கேன்னு யாருக்குத் தெரியும்? உன்னை இங்கே பாக்கப் போறோம்னு நான் சத்தியமா நினைச்சுக்கூடப் பார்க்கலேடா. அதுவும் இந்தக் கோலத்திலே... 'கோலம்'னு தப்பா சொல்லலே. உன்னைப் பார்த்தா பெருமையா இருக்கு. அது கிடக்கட்டும், உனக்குக் கல்யாணம் எங்கே, யாரு பொண்ணு, உனக்கு எத்தனை குழந்தைகள்?'

'என் ஆம்படையாளுக்கு வடுவூட். குழந்தைகளுக்கு குறைச்சலில்லே. மூணு பொண்ணு. எல்லாம் கல்யாணத்துக்கு நிக்கறது.'

'மூணு பொண்ணு என்னடா பெரிய குழந்தைகள்? 'ஜாம் ஜாம்'னு கல்யாணம் ஆயிடறது. பகவத் பிரீதி இருந்தா எதுதான் நடக்காது? எனக்கு ஒரே பிள்ளை. அமெரிக்காவிலே டாக்டரா இருக்கான். ஒரு பொண்ணு இருந்தா நன்னாத்தான் இருந்திருக்கும். ஆனா இந்த விஷயத்திலே பகவான் எனக்கு அனுக்கிரகம் பண்ணலே'

'என்ன நீங்க பேசிண்டே இருக்கேளே, அவரை ஒண்ணும் சாப்பிடச் சொல்லாம? காப்பி குடிக்கிறேளா?' என்று கேட்டாள் சரோஜா.

'அடச் சீ! டில்லிக்காரின்னு காமிச்சுட்டியா.... வேதவித்தா நிக்கறான். கண்ட கண்ட ஓட்டல்லேந்து காப்பி குடிப்பானா? இவ சொல்றதெல்லாம் டில்லியிலே நடக்கும். என் ஊர் வைதீகாளைப் பத்தி எனக்குத் தெரியுண்டி. பாலுக்குத் தோஷமில்லே, குடிக்கிறியா?'

'வேணாம்.' ராஜப்பாவின் குரல் பலகீனமாய் ஒலித்தது.

'பாத்தியாடி? பால்கூடக் குடிக்க மாட்டேங்கிறான். அந்தக் காலத்து ராஜப்பாவான்னு இருக்கு. வேதம் படிச்சா என்ன கட்டுப்பாடு வந்துடறது

பாத்தியா? ராஜப்பா, உன் மாதிரி அத்தியயானம் பண்ணவாளைப் பாத்தா, கால்லே விழுந்து சேவிக்கணும் போலிருக்குடா. நிஜமாச் சொல்றேன். சமஸ்கிருத மந்திரத்தைப் படிச்சவா சொல்லிக் கேக்கணும்னு எனக்குக் கொள்ளை ஆசை. டில்லியிலே பள்ளிக்கூடத்திலே ஒரு சமஸ்கிருத வாத்தியார் இருக்கார். நம்மடவர். ஸ்ரீநிவாச வரதன்னு பேரு. மந்திரம் சொன்னார்னா கணீர்னு இருக்கும். அவரை அடிக்கடி ஆத்துக்கு வரச் சொல்லி, புருஷ சூக்தம் சொல்லச் சொல்வேன். ஒரு தடவைக்குப் பத்து ரூபா தட்சிணை, சாப்பாடு. அவருக்குக் கனகாபிஷேகம் செய்யலாம், நியாயமா பாக்கப் போனா. ஆனா என்னாலே முடிஞ்சது இவ்வளவுதான். தொழிலுக்காக நாம எவ்வளவோ தப்புகாரியம் பண்றோம். அதுவும் என் மாதிரி தொழில்லே இருந்தா கேக்க வேணாம். இதுக்கு உன் மாதிரி வேதம் படிச்சவாளைக் கூப்பிட்டு கவுரவம் பண்றது ஒரு வகையான பிராயச்சித்தம்னு வேணுமானலும் வச்சுக்கோ.'

'வாய் ஓயாம நீங்களே பேசிண்டிருக்கேளே! அவரைக் கொஞ்சம் பேச விடுங்கோ...' என்றாள் சரோஜா.

'ஆமாமாம். பேச ஆரம்பிச்சேன்னா ஓய மாட்டேன். என் தொழில் அப்படி. நீ கொஞ்சம் சாம வேதம் சொல்லேன். கேக்கணும்னு ஆசையா இருக்கு.'

'என்னை டில்லிக்காரின்னு சொல்லிட்டு நீங்க இப்போ இப்படி அவரைப் போய்க் கேக்கறது நன்னாயிருக்கா? வேதம் சொல்ல வேளை, இடமெல்லாம் கிடையாதா?' என்றாள் சரோஜா.

'எனக்கிருக்கிற ஆதங்கத்திலே பேத்திண்டே போறேன். நீ சொல்றது சரிதான், சரோஜா. ராஜப்பா, புறப்படு. உங்காத்துக்குப் போவோம். உன் ஆம்படையா, குழந்தை எல்லாரையும் பாக்கணும் போலிருக்கு. எங்களுக்கு இன்னிக்கு உங்காத்திலேதான் சாப்பாடு. இந்தா, பழமாவது சாப்பிடு. காப்பியோ பாலோ வேற எதுவும் தொடமாட்டேங்கிறே.'

'திடுதிப்னு உங்காத்திலே சாப்பிட வரோம்னா என்ன அர்த்தம்? பாவம் அவரோட ஆம்படையா என்ன செய்வா? ஆத்திலே என்ன சௌகரியமோ, ஒண்ணும் தெரியாம இப்படிப் பேசினா...' என்றாள் சரோஜா.

'இது டில்லியில்லேடி, தெரிஞ்சுக்கோ! டில்லியிலேதான் ஒத்தருக்கு சாப்பாடுன்னாலும் அரை வயத்துச் சாப்பாடு. இங்கெல்லாம், கூட ரெண்டு பேர் சாப்பிடறதுக்குத் தயாரா சமைச்சி வச்சிருப்பா. என் ஊரைப்பத்தி எனக்குத் தெரியாதா? உன்னை எதுக்காகக் கூட்டிண்டு வந்தேன் தெரியுமா? என் ஊர் பெருமையைக் காட்டத்தான். சின்ன வயசிலே, இவாத்திலே எத்தனை தடவை சாப்பிட்டிருக்கேன் தெரியுமா? இவனோட அம்மா ஒரு ஊறுகா போடுவா, அதுக்குப் பேர் என்னடா ராஜப்பா? எஸ். மாகாளிக்கிழங்கு. மூட்டைப் பூச்சி வாசனையா இருக்குமே. வாயிலே போட்டா என்ன ருசியா இருக்கும் தெரியுமா? உங்கப்பா பெரிய சாப்பாட்டுப் பிரியர். பக்தர்னு சொல்லணும், அப்படித்தானே?'

அப்பா சாப்பாட்டுப் பக்தர்தான். தாத்தா வைத்துவிட்டுப் போன நிலத்தையெல்லாம் சாப்பிட்டே தீர்த்தார். இவன், சாப்பாட்டை

நினைத்துக்கொண்டு வீட்டுக்கு வருகின்றேன் என்கிறானே, இந்த நிலைமையை எப்படி சமாளிப்பது? இந்த ஊரைப் பற்றிய அவனுடைய முப்பத்தைந்து வருடத்திய ஆதாரமான நினைவுக்குப் பங்கம் வரக்கூடாது என்ற பிடிவாதத்துடன், ஆவேசம் வந்தவன் போல் பேசுகிறான். அவனுடைய இளமைப் பருவ உலகத்தைக் காட்டுவதற்காக மனைவியையும் அழைத்துக் கொண்டு வந்திருக்கிறான். தன் வீட்டு நிலைமையைப் பற்றித் தெரிந்தால் இவனுக்கு எவ்வளவு ஏமாற்றமாக இருக்கும்! தனக்கு இப்பொழுது காப்பிக்குக்கூட வழியில்லை.

ஊருக்குப் புதியவர்கள் போல் இருந்தார்களே, கோயிலையும் குளத்தையும் சுற்றிக் காண்பித்து காப்பிக்கு வழி பண்ணிக் கொள்ளலாம் என்று தான் போட்ட திட்டம், கிணறு வெட்டப் பூதம் போல் ஆகிவிட்டதே! இவனிடமிருந்து எப்படி தப்பித்துக் கொள்வது?

புருஷ சூக்தமாம், சாம வேதமாம். யாருக்குத் தெரியுமாம் இவையெல்லாம்? அது கிடக்கட்டும். படிப்பு எதற்காக? பணமுள்ளவனிடம் விலையாவதற்காகவா? இவன் சம்பாதிப்பதற்காகத் தப்புத்தண்டா செய்வானாம்.

பிராயச்சித்தம் செய்ய ஒரு பிராம்மணன், வேதமந்திரம் எல்லாம்! அநியாயத்துக்கு துணை போக! நான் எவ்வளவோ தேவலை இவனுக்கு! வேஷத்திலே எது ஒசத்தி வேஷம், தாழ்த்தி வேஷம்!

'என்ன ராசப்பா போகலாமா, உங்காத்துக்கு?' என்றான் அனந்து.

'சொல்லாம கொள்ளாம சாப்பிடப் போக வேண்டாம். போய் பாத்துட்டு வருவோம். வேணும்னா, காப்பி குடிச்சிட்டு....'

அனந்து இடைமறித்தான். 'என்னை கரெக்ட் பண்ணிட்டு என்னடி நீயே சொல்றே, வேதவித்து அவாத்திலே காப்பி குடிப்பாளா?'

ராஜப்பாவால் பொறுத்துக்கொள்ள முடியவில்லை. உண்மையை அவர்கள் சந்திக்க வேண்டிய நேரம் வந்துவிட்டது.

'தோ பாரு, அனந்து! நான் வேதவித்துமில்லே, ஒரு மண்ணாங்கட்டியுமில்லே. வேதவித்து வேணும்னா நீ வேத காலத்துக்குத் தான் போகணும். முதல்லே நான் கேக்கறதை முதல்லே கொடு, அப்புறம் எல்லாத்தையும் விவரமா சொல்றேன்.'

அதிர்ச்சி அடைந்த அனந்து பலகீனமான குரலில் கேட்டான். 'என்ன வேணும்?'

'ஒரு கப் காப்பி.'

061

திலீப் குமார்

மூங்கில் குருத்து

கொலம்பஸ் அமெரிக்காவைக் கண்டுபிடிப்பதற்கு முன்பே கோவையிலிருந்த தையல் கடைகளில் வாரக்கூலி முறை அமல்படுத்தப்பட்டிருந்தது. திரு.கிருஷ்ணாஜிராவ் கடையிலும் அப்படித்தான்.

வாராவாரம் வியாழக்கிழமை தட்டிபாஸ் தயவில் 'குலேபகாவலி', 'குலமகள் ராதை' போன்ற ஒப்பற்ற 'திரைக்காவியங்களை' இரண்டாவது ஆட்டம் பார்த்துவிட்டுக் கனவுக்கன்னிகளின் திரட்சிகளை மனத்திற்குள் ஆலிங்கனம் செய்து, லுங்கியைக் கறைபடியச் செய்து கெட்டுப்போய்க் கொண்டிருந்த அநேகம் கடைப் பையன்களைப் போலத்தான் நானும். அண்ணன் சென்னைக்கு ஓடித்தொலைத்தாயிற்று. அக்காவை நீலகிரியில் ஒரு எஸ்டேட் மானேஜருக்குத் தாரை வார்த்தாகிவிட்டது. அக்காவின் அழகு அவளுக்குக் கொஞ்சம் அதிர்ஷ்டத்தையும் கூட்டிக் கொடுத்தது. தம்பிக்கு ஐம்பது ரூபாயில் ஒரு ரெடிமேட் ஃபாக்டரியில் வேலை. எனக்குத் திரு கிருஷ்ணாஜிராவ் கடையில். தறிநெய்கிற தேவாங்கச் செட்டிமார்கள் அதிகமாகப் புழங்குகிற தியாகராஜ புதுவீதியில் இட்லி விற்கும் ஒரு விதவைச் செட்டிச்சியின் வீடு.

கட்டடவியலுக்குக் களங்கம் கற்பிக்கிற ஒரு வினோதமான கர்ப்பக்ரஹம் அது. இருளைக் கிழித்து உள்ளே நுழைந்தால், இருபத்தி நாலு வயதில் அப்பாவை இழந்த அம்மா வெள்ளையணிந்து கோட்டுருவமாய்ச் சமைந்து காணப் படுவாள். ஆஜானுபாகுவாயிருந்த அப்பா மூல வியாதி முற்றி ஆசனவாயிலிருந்து ரத்தம் கசியக்கசியக் கதறிய அந்தக் கடைசிக் கதறல், என் நாலு வயது மனத்தில் வடுவாய்ப் பதிந்துவிட்டது. அந்த நாட்களில் அம்மாவின் அழுகுரல், கூரையிலிருந்து அடிபட்டுச் சரியும் காகத்தின் மழுங்கின கரைதலைப் போல் இருக்கும். இன்றும் அக இரைச்சலற்ற அமைதியான இரவுகளில் அந்தக் குரல் எப்போதாவது உயிர்த்தெழும்.

திரு கிருஷ்ணராஜி ராவ் மராத்தியர். குள்ளம், குண்டு. நிறைய கெட்ட வார்த்தைகள் பேசுவார். நிறையக் குடிப்பார் என்றாலும் தொழிலில் படுகில்லாடி. இதன் விளைவாகவே வெள்ளைக் கார கலெக்டர்களுக்கும் அதிகாரிகளுக்கும் மிகவும் நெருக்கமானவராக ஒரு காலத்தில் திகழ்ந்தார். மல்யுத்த வீரன் கிங்காங்குக்கு “சூட்” தைத்து அதன் கச்சிதத்தில் அந்த மாவீரன் மயங்கி, உற்சாகத்தில் திரு ராவை, குழந்தையைத் தூக்குவதுபோல் தலைக்கு மேல் உயர்த்திக் கொஞ்சி விட்டுப் போனதும், பெருந்தலைவர் காமராஜர்க்குக் கதர்ச்சட்டை தைத்துக் கொடுத்ததும் இவரது நீண்ட தொழில் வாழ்க்கையில் மறக்க முடியாத நிகழ்வுகள்.

அந்த நாட்களில் இவர் சம்பாதித்த பணம் ஏராளம்! சினிமா எடுத்துத் தோற்றுப்போனது போக மிச்சத்தைப் போத்தனூரின் ஆங்கிலோ இந்தியப் பரத்தைகளிடம் கரைத்துவிட்டார். இப்போது, காலேஜ் காண்ட்ராக்டிலும், கிழடாய்ப் போய்விட்ட இவரது இளம் வாடிக்கையாளர்களின் தயவிலும் வண்டி ஓடிக் கொண்டிருக்கிறது.

சுபிட்சத்திலிருந்து தரித்திரத்திற்குச் சரிந்த திரு ராவின் வீடு, தையற்கடை, நவாப் ஹகீம் ரோடின் கோடியில் ஒரு சினிமாக் கொட்டகைக்கு எதிரில் இருந்தது. மேஜை, நாற்காலிகள், ‘கௌன்டர்கள்’, தையல் இயந்திரங்கள் அனைத்துமே நவீனமற்றுச் சிதைந்து பழைமை பகரும். ஒரு கம்மிய இருள் கடைக்குள், எப்போதும். செவ்வகமாயிருந்த கடையின் பின்பகுதியை வீடாக உபயோகித்துக் கொண்டிருந்தார்

திரு,ராவ். ஒரு குமாரனையும் மூன்று குமாரத்திகளையும் திரு ராவுக்காகப் பெற்றுத்தந்த திருமதி லக்ஷ்மிபாய் கொள்ளை அழகாக இல்லாவிட்டாலும் தளராத உடம்புக்காரி. நல்ல உடம்பு. நாற்பத்து மூன்று வருஷங்களை விழுங்கிவிட்டு முப்பதாய் காட்டுகிற வசீகரம். திரு ராவ் குடித்து விட்டு இவளை அறைந்தும், குத்தியும் அவள் இடது காது செவிடாகி இருந்தது. மூத்த பெண் சுமித்ரா பியுசி படித்துக்கொண்டு, ‘சிமெண்ட்டா’ல் மெழுகின, ‘பாவ’மில்லாத முகத்துடன், மதிய வேளைகளில் பாவாடை விலகி, கால்கள் தெரியக் கிடப்பாள். (வீட்டுக்குள்ளிருந்த தொலைபேசி, திரு.ராவ் இல்லாத சமயமொன்றில் கிணுகிணுத்ததனால் கிட்டிய தரிசனம்).

இரண்டாவது பெண் கௌரிக்கு வயது பதின்மூன்று. நீண்ட பெரிய கண்கள். நீண்ட நாக்கு. அடுத்தது பையன். எட்டு வயதில் சொத்தைப் பற்களுடன் எல்லோரையும் திட்டிக் கொண்டுத் தாவும் வானரம். கடைசியாய் ‘லட்டு’ என்ற சுலோச்சனா. மூணு வயது.ஒரு நாளைக்கு முப்பது தடவை மலம் கழிப்பவளாக இருந்தாள்.

கோபிநாத்ராவ், பத்மநாத் ராவ் , கோவிந்த ராவ், தேஷ் பாண்டே, ரகுநாத் ராவ், பாண்டுரங்க ராவ், மல்லிகார்ஜுன ராவ் என்று ஓர் ஏழை மராட்டியர் பட்டாளத்தையே வேலைக்கு அமர்த்தியிருந்தார் ராவ். சில்லரை பண்ணுகிற சுகுமாரன் (வயது 10) மலையாளி. கணக்குப் பார்க்கிற நான் குஜராத்தி. கணக்கு என்றால் ஏதோ பெரியபெரிய பேரேடுகளைப் புரட்டிப் புரட்டி எழுதுகிற வேலை இல்லை. திரு. ராவ் இல்லாத சமயங்களில் வசூலாகும் பணத்தைக் கணக்கு வைத்து, அவர் வந்து வெற்றுடம்போடு அமர்ந்து ‘கத்திரி’ மார்க்கைச் சப்தத்துடன் உறிஞ்சி ஊதிக்கொண்டிருக்கிற சுமுகமான மனநிலையில் விவேகத்துடன் கொடுத்துவிட வேண்டும்.

என் சக ராவ்கள் தினம் ஒன்று இரண்டு என்று வாங்கும் முன்பணத்தைப் பற்று எழுத வேண்டும். அளவு எடுக்கும் போது குறித்துக்கொள்ள வேண்டும். குறித்ததைத் துணியுடன் ஒரு துண்டுக் காகிதத்தில் எழுதி கட்டிங் மாஸ்டர் கோபிநாத் ராவிடம் கொடுக்க வேண்டும்.

(கோபிநாத் ராவ் 50 களின் இந்திப்பட வில்லன்களைப் போல மங்கிய முகத்தில் அம்மைத் தழும்புகளோடு கண்கள் ஜ்வலிக்க, பார்ப்பவர்களைக் கலவரப்படுத்துகிற மனிதன். திரு ராவுக்கும் இவனுக்கும் ஏற்படும் சச்சரவுகளின் போது 32ஐ 22 ஆக வெட்டித் தள்ளிவிடுவான். தான் எழுதித் தரும் துண்டுச் சீட்டிலும் மாற்றிவிட்டு என்னையும் மாட்டிவிடுவான். பிறகு என் கற்பும், என் அம்மாவின் கற்பும் திரு ராவின் நாக்கில் துவண்டு சிதைந்து பறிபோகும்).

கடையில், எத்தனை முறை தட்டினாலும் போகாத தூசியைத் தட்ட வேண்டும். கௌரிக்கு லீவ் லெட்டர் மற்றும் “எக்ஸ்கர்ஷன்” பற்றிய காம்போசிசன் எழுதித்தர வேண்டும்.

‘லட்டு’வைக் கொஞ்ச வேண்டும். மிச்சமிருக்கிற நேரத்தில் ஒரு கணக்குப் புத்தகத்தை முன்னால் பிரித்துப் போட்டுவிட்டு மேஜைக்கு மேலே தொங்கும் மங்கிப் போன கண்ணாடியில் கணக்குப் பார்க்கிற பாவனையில், முகத்தை வெறித்துக் கொண்டிருக்கலாம்.

அன்று சனிக்கிழமை.

திரு ராவ் காலையிலேயே வெளியே கிளம்பிவிட்டிருந்தார். எதிர்க் கொட்டகையில் திலகங்களில் ஒருவர் நடித்த புதிய திரைப்படம். இரண்டரை மணிக் காட்சிக்கு டிக்கெட் கிடைக்காதவர்கள் மாலைக் காட்சிக்கு இப்போதே நிற்க ஆரம்பித்திருந்தார்கள்.

இரட்டை வேடக் கதாநாயகர்களில் முதலாமவன் தாடியும், கந்தல் துணியுமாக வெறிக்க, இரண்டாமவன் ஆக்ரோஷமாகச் சிங்கத்தோடு சண்டை போட்டுக்கொண்டிருந்தான். அருகில் கதாநாயகி சம்பந்தமே இல்லாதவள்போல் பெரிய ஒற்றை மார்பைப் பக்கவாட்டில் காட்டியபடி இளித்துக்கொண்டிருந்தாள். அந்தப் புகழ்பெற்ற கதாநாயகியின் மூக்கு,

அவள் நிஜ மூக்கை விட லேசாக மழுங்கியிருந்தது என்றாலும் போஸ்டர் வரைந்தவன், தமிழ்க் கதாநாயகிகளுக்கு முலையையும், தொடையையும் தவிர வேறு எதுவும் எடுப்பாக இருக்கக் கூடாது என்று அறிந்த புத்திசாலி, மூக்கில் கோட்டை விட்டதை முலையில் சரிக்கட்டி இருந்தான்.

கோபிநாத்ராவ் வாசலில் நின்றபடி வேடிக்கை பார்த்துக்கொண்டிருந்தான். கடைக்குள் அமைதியாக இருந்தது.

பொதுவாக இந்த நேரத்தில் ‘ராவ்’கள் எல்லோரும் உற்சாகமாகப் பேசிக்கொள்வார்கள்.

தையலைப் பற்றி, தையல் இயந்திரங்களைப் பற்றி, அங்கே இல்லாத ‘காஜா’ எடுக்கும் இயந்திரங்களைப் பற்றி... இந்தப் பேச்சுகள் எங்கிருந்து துவங்கினாலும், அநேகமாக எல்லாச் சந்தர்ப்பங்களிலும் பாலுணர்வு சம்பந்தப்பட்ட விஷயங்களிலேயே சென்று முற்றுப்பெறும். எல்லா இந்திய

சர்ச்சைகளையும் போல். அன்று அது பற்றிக்கூட பேச ஒன்றுமில்லாததுபோல மௌனமாக இருந்தார்கள் எல்லோரும். அன்று வசூல் பிரமாதம் இல்லை. பிற்பகல் மூன்று மணிவரை பதினைந்து ரூபாய்கூட வரவில்லை. இதற்குள் எல்லோரும் என்னிடம் ஓரிரு முறை வசூல் எவ்வளவு என்று தனித்தனியாகக் கேட்டுத் தெரிந்துகொண்டிருந்தார்கள். மாலைக்குள் இருநூறு ரூபாயாவது ஆனால்தான் அனைவருக்கும் கூலி தர முடியும். ஆகும் என்ற நம்பிக்கை யாருக்கும் இல்லை.

திரு ராவின் ஊழியர்களுக்கு இம்மாதிரியான இக்கட்டுகள் புதியவை அல்ல. மாதத்தின் கடைசி வாரத்தில், அநேகமாக எல்லா மாதங்களிலும், இப்படி நடந்துவிடும். சென்ற மாதம் திரு ராவ் பெங்களூர் சென்றிருந்தபோது வசூலே ஆகாத ஒரு சனிக்கிழமையன்று திருமதி லக்ஷ்மிபாய் எல்லோருக்கும் இரண்டுலிட்டர் அரிசி கொடுத்தனுப்பினாள்.

ஆனால் திரு ராவ் இம்மாதிரியான அதீதச் செயல்களில் இறங்கமாட்டார். இன்று பணம் வராவிட்டால் அரிசி கூட இல்லாமல் வெறும் கையோடு செல்லவேண்டியது நிச்சயம்.

எல்லோரும் கூலியைப் பற்றிய பீதியில் அரைமனத்துடன் வேலை செய்து கொண்டிருந்தார்கள்.

புதிதாய்க் கல்யாணமானவன் பத்மநாத் ராவ், தாய்வீட்டிலிருந்த தன் மனைவியை அழைத்து வர, கூலியைத் தவிர இருபது ரூபாயை முன்பணமாக எதிர்பார்த்தவன். உற்சாகம் குன்றி அடிக்கடி எழுந்துசென்று பீடி குடித்துக் கொண்டிருந்தான்.

எனக்கு அம்மாவின் ஞாபகம் வந்தது. அவள் கூட எதிர்பார்த்துக் கொண்டிருப்பாள்.

இன்றோடு அரிசி தீர்ந்தது என்று மதியமே அறிக்கைவிட்டிருந்தாள். மறுநாள் அப்பாவின் 'திவசம்' வேறு.திவசத்தன்று பிராமணனுக்குப் போடுகிற சாப்பாடு அப்பாவைச் சென்றடைகிறதோ இல்லையோ, இப்படி மாதக் கடைசியில் செத்துப் போய் கழுத்தறுத்திருக்க வேண்டாம் என்று நினைத்துக்கொண்டேன். பின் அதற்காக வருத்தப்பட்டேன். தொடர்ந்து, நான் பெரியவனான பின் அப்பாவின் திவசத்திற்கு ஊரையே கூட்டி சாப்பாடு போடவேண்டும் என்று லஜ்ஜையின்றி மனது உறுதி பூண்டது.

அண்ணாவும் கருணாநிதியும் கொடி கட்டி ஆண்டுகொண்டிருந்த காலம். தமிழக லாட்டரிக்கு மக்கள் நாயாக அலைந்துகொண்டிருந்தார்கள். அரிசி மட்டும் மலிவாய்க் கிடைத்தது. வாடையடிக்கிற பழுப்பு நிறத்தில், ரூபாய்க்கு இரண்டு படி!. அம்மா அதற்குச் செல்லமாக பெயர் கூடச் சூட்டியிருந்தாள், 'ரப்பர் சம்பா' என்று. இல்லாத வேலைக்காரியையும் சேர்த்து நாலு பேருக்கு 12 கிலோ, கோதுமை 4 கிலோ, எல்லாம் சேர்த்து பதின்மூன்று ரூபாய் சொச்சம். தம்பியின் முதலாளி முன்பணம் தராத ராட்சசன். என் வாரக்கூலியில் ரேஷன் வாங்க வேண்டும் என்பது தான் வழக்கமான திட்டம்.

நான் வாசலை நோக்கியபடியே அமர்ந்திருந்தேன் நிறைவேற. பாண்டுரங்கராவ் சுகுமாரோடு பேச ஆரம்பித்தான்.

எதிர்த் திசையிலிருந்து தெருவைக் கடந்து திரு ராவ் வருவது தெரிந்தது. நன்றாக வெயிலில் அலைந்ததால் முகம் கிழடு தட்டிய ஆப்பிள் பழம் போல் சிவந்திருந்தது.

அவர் ஒவ்வோர் அடியை வைத்த போதும் அவர் தொந்தி குலுங்கி குலுங்கி ஆடியது. திரு.ராவின் தொந்தியானது மற்றெல்லா தொந்திகளைவிடவும் பிரத்தியேகமானது.

ரோமம் இல்லாத மார்புக்கு கீழே, மேல்வயிற்றில் ரகசியமாய்த் துவங்கி, அமைதியாய் முன் எழுந்து, அவசரமில்லாமல் அரைவட்டம் போட்டு, பின் 'வெடுக்'கென்று இறங்கிச் சரிந்து மறைந்தது அது. ராஜ வம்சத்து அழகிகளின் அழகான மார்பகங்கள், மதுக்கிண்ண வார்ப்புகளுக்கு மாதிரிகளாய்த் திகழ்ந்த மேற்கத்திய கதைகள் நம்மில் பலருக்குத் தெரியும். ஆனால் வடிவ நேர்த்தி பற்றி அதிகம் கவலைப்படாத இந்தியக் குயவர்களுக்கோ, கால்பந்து தயாரிப்பாளர்களுக்கோ இது தெரிந்திருக்க நியாயமில்லை.

இதன் விளைவாகவே ரொம்பவும் துரதிர்ஷ்டவசமாக திரு ராவின் தொந்தி பார்ப்பாரற்றுக் குலுங்கிக் கொண்டிருந்தது.

மற்ற ராவ்கள் கவனிக்கும் முன் திரு ராவ் கையிலிருந்த துணிப்பொட்டலத்தை மேஜைமேல் போட்டபடி உள்ளே நுழைந்தார். நான் ஏற்கனவே எழுந்துவிட்டிருந்தேன்.

திரு ராவ் வந்ததை அறியாத பாண்டுரங்க ராவ் தனக்குத் தெரிந்த ஒரு மலையாளக் கெட்ட வார்த்தைக்குச் சுகுமாரிடம் அர்த்தம் கேட்டு அவனைச் சீண்டிக்கொண்டிருந்தான்.

திரு ராவ் மௌனமாக ஓர் ஒற்றனைப் போல் அவர்களையே கவனித்துக் கொண்டு நின்றார்.

மற்ற ராவ்கள் எல்லோரும் ஓரக்கண்ணால் பார்த்துக்கொண்டு காத்திருந்தார்கள். நாணிச் சிணுங்கிச் சிரித்தபடித் தலைநிமிர்ந்த சுகுமாரன் திரு ராவைக் கண்டதும் திகைத்து மிரண்டு போனான். திரு ராவுக்குக் கோபம் பீரிட்டது. மேஜைமேல் வைத்த துணிப் பொட்டலத்தை அவன் முகத்தை நோக்கி வீசிக் கொண்டே "என்னடா லௌடே கா பால் சிரிக்கிறே?" என்று பாய்ந்தார். துணிப் பொட்டலம் சுகுமாரனின் பிடரியில் பட்டு சிதறியது. அவன் நடுங்கிக் குனிந்தபோது அவன் காதில் பாதியும் கன்னத்தில் பாதியும் சேர்த்து ஓர் அறை விழுந்தது. "மாதர் சோத்! வேலையெ பாப்பானா சிரிச்சிட்டிருக்கான்... லௌடே கா பால்" தொடர்ந்து திட்டியபடி திரு ராவ், பாண்டுரங்க ராவ் பக்கம் திரும்பினார். அவர் திரும்புவதற்காகவே காத்திருந்தவன் போல சட்டென்றுத் தலையைக் கவிழ்த்து வேலையில் ஆழ்கிற பாவனை செய்தான் இவன். இப்படிச் செய்ததும் திரு ராவுக்கு இன்னும் ஆத்திரம் வந்தது.

"ஏய் காய் கொஸ்டியே, புத்தி நஹி பெஹ்ன் சோத்" (ஏய் என்ன பேச்சு இது! புத்தி இல்லையா பெஹ்ன் சோத்) என்று உரத்த குரலில் சத்தம் போட்டார் திரு ராவ்.

பாண்டுரங்கராவ் ஏதோ சமாதானம் சொல்ல வாயெடுத்தான். உடனே திரு ராவ் அவனை மறித்து, "அமி விட்சார்த்தோ (த்) கசாலா? கசாலா ரே

மாஞ்தர் சோத்?" (நான் கேட்கிறேன் எதற்கு? எதற்கடா மாதர்சோத்?) என்று முன்பை விட வேகமாகக் கத்தினார்.

பின் ஓரிரு வார்த்தைகளைத் தாழ்ந்த குரலில் முனகிவிட்டு மீண்டும் குரலை உயர்த்தி "புட்டா மாதர் சோத்!ஞ் புட்டா மாதர் சோத்!" (கிழட்டு மாதர் சோத்! கிழட்டு மாதர் சோத்) என்று தீர்மானமான குரலில் கூறிவிட்டு வேகமாகத் தன் நாற்காலியை அடைந்து அமர்ந்தார்.

பாண்டுரங்க ராவ் குறுகி, மடியிலிருந்த கோட்டின் கைக்குப் பட்டன் வைக்க ஆரம்பித்தான். பாண்டுரங்கராவுக்கு அறுபது வயதிருக்கும், வழுக்கைத் தலை. சென்ற மாதம் தான் பருவமடைந்த அவன் பேத்தி இறந்துபோயிருந்தாள்.

திரு ராவ் கோபம் தணியாமல் பெரிதாய் மூச்சு விட்டுக் கொண்டிருந்தார்.

கௌரி, அருகே பெட்டிக்கடை வைத்திருந்த சூப்பியிடமிருந்து அந்த வாரத்து 'ராணி'யை இரவல் வாங்கிக்கொண்டு அப்போது தான் உள்ளே நுழைந்தாள். தன் மகளைப் பார்த்ததும் திரு ராவின் கோபம் சட்டென்று அவள் பக்கம் திரும்பியது. கடுமையான மராத்தியில் அவளை அழைத்தார். திரு ராவ் வந்துவிட்டதை அப்போதுதான் உணர்ந்த கௌரி ஒரு கணம் தயங்கி நின்றாள். பின், மெல்ல, பயந்துகொண்டே அவரருகில் சென்றாள். காட்டமான ஐந்து மராத்திக் கேள்விகளுக்கு அச்சம் கலந்த நான்கு பதில்களே வந்தன. பின் திடீரென்று ஐந்தாம் கேள்விக்குப் பதிலாக கௌரியின் கன்னத்தில் ஓர் அறை விழுந்தது. அவள் அழுதுகொண்டே விலகினாள். திரு ராவ் அவளைப் பிடிக்க முயன்றார்.

கௌரியின் பின்னல் திரு ராவின் கையில் சிக்கி நழுவியது. கௌரி உள்ளே ஓடினாள்.

திரு ராவும் அவளைத் துரத்திக்கொண்டு உள்ளே சென்றார். தொடர்ந்து கௌரியின் கதறலுடன் அவள் பிடரியிலும் முதுகிலும் விழுந்த நாலைந்து அடிகளின் சத்தம் கேட்டது.

ஒன்றுமே நடக்காதது போல் உள்ளே வந்தான் கோபிநாத்ராவ். தன் மேஜையின் மையத்திலிருந்த கத்தரிக் கோலை ஓசைபட நகர்த்தி வைத்துவிட்டு, அடுத்து வெட்ட வேண்டிய துணியை விரித்துக்கொண்டான்.

சிறிது நேரம் கழித்து ஃபோன் கிணுகிணுத்தது.

ஃபோன் செய்தவரோடு நெடுநேரம் ஒருமையில் சிரித்துப் பேசிவிட்டு வெளியே வந்தபோது திரு ராவின் கோபம் கணிசமாய் மறைந்துவிட்டிருந்தது.

இயங்கிக் கொண்டிருந்த தையல் இயந்திரங்களைத் தாண்டி அங்கொரு நிசப்தம் நிலவியது.

நான் தயங்கித் தயங்கி திரு ராவிடம் டீ குடிக்க வெளியே செல்ல அனுமதி கேட்பதற்கு மணி ஏழாகிவிட்டது. இரவுக் காட்சிக்காக நின்ற கும்பலை விலக்கித் தெருவுக்குள் இறங்கியதும் திடீரென்று ஒரு விடுதலையுணர்வு ஏற்பட்டது.

சிறிது தூரம் சென்றதும் இஸ்திரி போடுகிற நடராஜன் தலைப்பாகையோடு எதிர்ப்பட்டான். நடராஜன் படுசோம்பேறி. மனைவி, பகலெல்லாம் தோள்கள்

வலிக்கத் துவைத்து சம்பாதிக்கிற பணத்தை மாலையில் இவன் குடித்துத் தீர்த்துவிடுவான்.

என்னைப்பார்த்ததும் சிரித்துக்கொண்டே அருகே வந்து, "ராவ் இருக்கானா?"என்று கேட்டான். திரு ராவ் எதிரில் இல்லாத சமயங்களில் அவரை ஒருமையில் அழைப்பது தான் வழக்கம். பதிலாக, நான் தலையை ஆட்டியதும் உற்சாகத்துடன் "வரட்டுமா" என்று வேகத்தைக் கூட்டி நடந்து சென்றான்.

நம்பியார் கடை ரேடியோ விவசாயிகளுக்கான நிகழ்ச்சியைப் பரப்பிக் கொண்டிருந்தது. சுவையில்லாத ஆனால் சூடான டீ தொண்டைக்குள் இறங்கியதும் சிறிது தெம்பாக இருந்தது. கடைக்குள் நிறைய பேர்களிருந்தனர். சிக்கனம் பார்க்கிற பதினெட்டு வயதுட்குட்பட்ட கடைப்பையன்களும், ஐம்பதைத் தாண்டிய கஞ்சத்தனம் பிடித்த ஜவுளிக் கடை குமாஸ்தாக்களுமே அதிகம் இருந்தனர். காரணம், மற்ற இடங்களில் பதினைந்து காசுக்கு விற்கும் டீ நம்பியார் கடையில் பன்னிரண்டு காசு!

டீக் கடையிலிருந்து வெளியே வந்து 'டவுன் ஹால்' பக்கமாக நடக்க ஆரம்பித்தேன்.

டவுன் ஹால் அருகே ஒரு பெரிய கூட்டம் கூடியிருப்பது தெரிந்தது. கூட்டத்தின் நடுவிலிருந்து அடர்த்தியான கரிய புகை மேலே எழும்பிக்கொண்டிருந்தது. நான் வேகமாக நடக்க ஆரம்பித்தேன். கூட்டத்தை நெருங்க நெருங்க ரப்பர் எரியும் துவர்ப்பான நெடி அடிப்பதை உணர்ந்தேன். வழக்கம்போல், நரிக்குறவர்கள் டயர் துண்டுகளை எரித்துச் சோறு சமைத்துக் கொண்டிருந்தார்கள்.

அரை வட்டமாகச் சுற்றி நின்ற கூட்டத்தின் நடுவே, இரண்டு போலிஸ்காரார்கள் குறவர்களை அசிங்கமான வார்த்தைகளால் திட்டிக் கொண்டே பிரம்பால் அடித்துக்கொண்டிருந்தார்கள். குறவர்கள் அடிக்குப் பயந்து பதறிப் பதறி இங்குமங்கும் ஓடிக் கொண்டிருந்தார்கள்.

சாக்கடை விளிம்பிலிருந்து சற்று விலகி, காய்ந்த மலங்களினூடே மூன்று கற்களாலான அடுப்புகளின் மேல் சிறிய சிறிய சட்டிகளில் சோறு வெந்துகொண்டிருந்தது. இதுவரை எப்படியோ அவற்றைக் கவனிக்கத் தவறிய போலிஸ்காரன் ஒருவன் அதைக் கவனித்துவிட்டான். மறுகணம் சட்டிகளை எட்டி உதைத்தான் அவன். ஒரு குரூரமான உற்சாகத்துடன் அவன் அதைச் செய்தான். சட்டிகள் உருண்டு சாக்கடைகளில் விழுந்தன.

உடைந்த ஒரு சட்டியின் பகுதி மட்டும், சோறு வழிய சாக்கடை விளிம்பிலேயே நின்றுவிட்டது. அதைக் கண்ட மற்றவன் அதையும் எட்டி உதைத்துச் சாக்கடையில் தள்ளினான். கூட்டம் நிதானமாக வேடிக்கை பார்த்தது.

குறவர்களைக் குறித்த சில அடிகள் தப்பி அவர்களின் சிறிய குழந்தைகளின் மீதும் விழுந்துகொண்டிருந்தன. கதறிக்கொண்டிருந்த குழந்தைகளுடன் குறத்திப் பெண்களும் ஓலமிட்டு அழுதுகொண்டிருந்தார்கள்.

ஓரிரு நிமிடங்களுக்குப் பின் சட்டிகளை எட்டி உதைத்தவன் எதையோ சாதித்து விட்ட களைப்பில் திரும்பினான். கூட்டத்தைப் பார்த்ததும்

அவனுக்கு மீண்டும் கோபம் வர ஆரம்பித்தது. அவன் திட்ட ஆரம்பிப்பதற்கு முன் நான் விலகி நடந்தேன்.

கடைக்குத் திரும்பியபோது திரு ராவ் உற்சாகமாக ஒரு வாடிக்கையாளரிடம் சிரித்துப்பேசிக்கொண்டிருந்தார். தவிர, இன்னும் பல வாடிக்கையாளர்கள் வந்து போனதற்கான தடயங்கள் காணப்பட்டன. பத்மநாத் ராவ் ஒரு சட்டை காலரின் உட்பக்க தையலை முடித்து விட்டு அதை வெளிப்பக்கம் உதறலுடன் திருப்பி நிமிர்ந்தான்.

என்னைப்பார்த்ததும் பற்களைக் காட்டிச் சிரித்தான். கூலிக்கான பணம் வசூலியாகியிருக்க வேண்டும். எனக்கும் சற்று நிம்மதியாக இருந்தது.

மணி ஒன்பதரை.

தரையில் அமர்ந்து வேலை செய்வதற்காக காலையில் விரித்த 'காடா' துணியை பாண்டுரங்க ராவ் உதறி மடிக்க ஆரம்பித்தான். நான் என் மேஜைக்குச் சென்றமர்ந்து ஒவ்வொருவர் கணக்கையும் சரிபார்த்து வைத்துக் கொண்டேன். பின் சொல்ல ஆரம்பித்தேன். வழக்கம் போல கூலி பட்டுவாடா நடைபெற்றது.

திரு ராவ் ஒவ்வொரு முறையும் பாக்கெட்டிலிருந்துப் பணத்தைக் கொஞ்சம் கொஞ்சமாக எடுத்துக் கொடுக்க ஆரம்பித்தார். தன் பாக்கெட்டில் எத்தனை ரூபாய் இருக்கிறது என்று யாருக்கும் தெரிந்துவிடக் கூடாது என்பதில் மிக நாட்டம். அனாவசியமாக இக்கூலிப்பட்டாளத்தின் முன்னே பணத்தைப் பிரஸ்தாபித்து அதன் விளைவாக இவர்கள் முன்பணம் கேட்கத்தூண்டப்பட்டு, கேட்டுப் பின் ஏமாந்து, (தன்னை) சபித்துச் சோர்ந்து திரும்புகிற அவஸ்தையில் ஆழ்வதைத் திரு ராவ் என்றுமே விரும்புவதில்லை.

ஒரு சில நிமிடங்களில் எல்லோரும் கூலியைப் பெற்று கிளம்பினார்கள்.

அதிர்ஷ்டவசமாக பத்மநாத் ராவ் மட்டும் இருபது ரூபாய் முன்பணத்தை எப்படியோ பெற்றுக் கொண்டான்.

நானும் திரு ராவும் தனிமையில் விடப்பட்டோம்.

ஒரு சில கணங்களின் யோசனைக்குப் பின் திரு ராவ் என்னைப் பார்த்து "நீ திங்கட்கிழமை வாங்கிக் கொள்கிறாயா?" என்று இந்தியில் கேட்டார். அம்மாவின் சிவந்த மூக்கு ஞாபகம் வர எனக்கு வயிற்றைக் கலக்கியது. நான் தாழ்ந்த குரலில் "நாளை ரேஷன் வாங்க வேண்டும்" என்றேன். மீண்டும் யோசனையில் ஆழ்ந்தார் திரு ராவ். சிறிது நேரத்துக்குப் பின் தன் பாக்கெட்டிலிருந்த மொத்தப் பணத்தை வெளியே எடுத்தபடியே கறாரும் அலட்சியமும் கலந்த குரலில் "வீட்டில் ஏதாவது பணம் தேவையா என்று கேட்கிறேன். தேவையில்லை என்றால் உனக்குத் தருகிறேன் அல்லது நீ திங்கட்கிழமைதான் வாங்கிக் கொள்ள வேண்டும்" என்று கூறி லக்ஷ்மிபாய்க்குக் குரல் கொடுத்தார்.

லக்ஷ்மிபாய்க்கு நூறு ரூபாய் தேவைப்பட்டது. திரு ராவ் பணத்தை எண்ணிப்பார்த்தபோது அதில் எழுபத்தைந்து ரூபாய்தான் இருந்தது. அறுபது ரூபாயை லக்ஷ்மிபாயிடம் கொடுத்து, பின் மராத்தியில் ஏதோ கூறினார். "பதினைந்து ரூபாய் தான் இருக்கிறது. நாளை எனக்கு செலவுக்கு வேண்டும்.

நீ திங்கட்கிழமை வாங்கிக்கொள்வதைத் தவிர வேறு வழியில்லை" என்று கூறிவிட்டு நாற்காலியில் சென்று அமர்ந்தார். நான் நிராசையுடன், கடைசியாக மூட வேண்டிய கதவை மூட முனைந்தேன்.

என்னையே வெறித்துக்கொண்டிருந்த திரு ராவுக்குத் திடீரென்று ஒரு யோசனை தோன்றியது. "நாளைக் காலை ஏன் நீ காலேஜுக்குச் சென்று கோட்டுகளை டெலிவரி செய்து விட்டு வரக்கூடாது? பணம் வந்தால் நீயும் எடுத்துக் கொள்ளலாம். எனக்கும் உபயோகமாக இருக்கும்". இதைக் கூறியவுடன் என் மனத்திற்குள் நம்பிக்கை, பொறியாய்த் துவங்கித் தீயாய் வியாபித்தது. நான் ஆர்வத்துடன் பலமாகத் தலை ஆட்டி அதை ஏற்றுக் கொண்டேன். "நேரமாகிவிட்டது. கோட்டுகளை நாளைக் காலை வந்து 'பாக்' செய்துகொள்ளலாம்" என்று திரு ராவ் கூறிக்கொண்டிருக்கும்போது "என்னா.....ராவ்" என்று உற்சாகத்துடன் கூவிக்கொண்டே உள்ளே நுழைந்தார் எதிர்க் கொட்டகை மானேஜர் ராமநாதன். ராமநாதன் வந்தால் அன்று விசேஷம் தான்.

விரல்களிலிருந்த மோதிரம் மின்ன வெள்ளை வேட்டியும் சட்டையும் உடுத்தியிருந்த கொட்டகை மானேஜர் ராமநாதன் சொகுசு மாப்பிள்ளை! கொட்டகை, நகைக்கடை வைத்திருக்கும் அவர் மாமனாருக்குச் சொந்தமானது. தன் சொத்தை முழுவதும் கிண்டியில் ஓடிய நத்தைகளாய்ப்பார்த்து பந்தயம் கட்டித் தீர்த்துவிட்டு, இருபது வருஷமாய் இந்தப் புளியங்கொம்பைக் கெட்டியாய்ப் பிடித்துக் கொண்டிருக்கிறார் ராமநாதன். அவர் மனைவிக்கு உடம்பெல்லாம் வெண்குஷ்டம்.

திரு ராவும் ராமநாதனும் நெடுநாள் ஸ்நேகம். ஒரே தம்ளரில் பட்டை அடிப்பார்கள். ஒரே பொம்பளையுடன் படுத்துக் கொள்வார்கள். கொட்டகையில் புதிய திரைப்படங்கள் வெளியாகும் சந்தர்ப்பங்களில், திரு ராவ் கடையில் தொழில் மந்தமாக இருந்தால் முதல் வாரம் முழுதும் காட்சிக்கு 25 டிக்கெட்டுகளைத் தந்துவிடுவார் ராமநாதன்.

நானும் நடராஜனும்தான் கூட்டத்தோடு கூட்டமாய் நின்று, ஒன்று தொண்ணூறை ஒன்பது ரூபாய்க்கு விற்றுவிட்டு வருவோம். நடராஜன் எம்டன்! அடிக்கிற சுங்கிடியைத் தவிர திரு ராவிடம் டிக்கெட் ஒன்றுக்கு எட்டணா வாங்கிவிடுவான். விடைபெற்றுக்கொள்ள திரு ராவின் முன் சென்று நின்ற போது ராமநாதன் என்னைப் பார்த்து லேசாக முறுவலித்தார்.

"போகிற வழியில் அப்படியே கொஞ்சம் நடராஜனை வரச் சொல்லிவிட்டுப் போ" என்று கூறிய திரு ராவ் "மாணவர்கள் சினிமா பார்க்க, அங்கே இங்கே கிளம்பிவிடுவார்கள். காலை ஆறு மணிக்கே புறப்பட்டால்தான் அவர்களைப் பிடிக்க முடியும்" என்று எச்சரித்தார். நான் தலையாட்டிவிட்டு வெளியே வந்தேன்.

நடராஜனின் வீடு டோபிகானாவில் இருந்தது. சிறிய வீட்டிற்குள் நுழைந்தபோது சிம்னி விளக்கின் ஒளியில் பெரிய நிழலோடு கிடந்தான் அவன். என்னைப் பார்த்ததும் எழுந்து வரவேற்றான். நல்ல வேளை! சுவாதீனமாகவே இருந்தான். நான் விஷயத்தைக் கூறிவிட்டுத் திரும்பி நடந்தேன்.

தியாகராஜ புதுவீதியை அடைந்ததும் “பாவா கெண்ட என்த்த” என்ற தெலுங்குக் குரல் வரவேற்றது. யாருக்காகவோ தெருவில் காத்திருந்த பெண்தான் யாரிடமோ கேட்டாள். மணி பத்தரை ஆகிவிட்டிருந்தது.

கதவு வெறுமனே சாத்திக் கிடந்தது. அம்மா ‘அகண்ட் ஆனந்த்’ (மத சம்பந்தமான குஜராத்திப் பத்திரிகை) படித்தபடியே கண்ணாடியுடன் உறங்கிப் போயிருந்தாள்.

நான் குனிந்து கண்ணாடியைக் கழற்றி ஓரமாக வைத்தேன். அம்மா குழந்தையைப் போல் படுத்துக் கிடந்தாள். கண்கள் குழிவிழுந்து, கன்னங்கள் ஒட்டிப் போய், சதை தளர்ந்து சிதைவுற்றுப் போயிருந்தது முகம். நெற்றியில் மெலிதான ரேகைகளாய்ச் சுருக்கங்கள் விழுந்துகொண்டிருந்தன. இளம் வயதில் அடர்த்தியாய் சுருள்சுருளாய்த் ததும்பி வழிந்த கேசம், இப்போது களைத்துப் படிந்துவிட்டிருந்தது. காதோரங்களில் நரை கண்டுவிட்டது. வயதாகிவிட்டது. ஆமாம். அம்மாவுக்கு வயதாகிவிட்டது. எத்தனை நாட்கள்; எத்தனை வருடங்கள். வருடங்களை அவள் தின்றுவிட்டிருந்தாள்; வருடங்கள் அவளைத் தின்றுவிட்டன.

முகம் கழுவிவிட்டு வந்தபோது அம்மா எழுந்து உட்கார்ந்து கொண்டிருந்தாள். வாரக்கூலி கிடைக்கவில்லை என்று அறிந்தபோது ஆவேசமாய், திரு ராவின் குடும்பத்திற்கே சாபம் கொடுத்தாள் அம்மா. பின் குழம்பிப் போய் மௌனமானாள்.

அம்மாவின் சீற்றம் இப்படி ஒரே வரியில் வெளிப்பட்டு அடங்கிவிட்டது எனக்கு நிம்மதியாயிருந்தது. ஓரிரு கணங்கள் நிசப்தத்தில் கழிந்தன. ஒருவேளை விஷயம் இன்னும் உறைக்கத் துவங்கவில்லையோ என்று நான் நினைத்துக் கொண்டிருக்கும்போதே “ராஸ்கல், நாளை உன் அப்பாவுக்கு திவசத்தை வைத்துக் கொண்டு வெறும் கையோடு வந்திருக்கிறாயே! வெட்கமாக இல்லையா நாயே” என்று நான் கூறிய செய்தியை நம்ப மாட்டாதவளாய் பரபரப்போடு எழுந்து கையை ஓங்கிக் கொண்டே என்னை நோக்கி திடீரென்று ஓடி வந்தாள் அம்மா. பிறகு, ஓங்கிய கையை மடக்க மறந்து தமிழும் குஜராத்தியும் கலந்த மணிப்பிரவாளத்தில் திட்ட ஆரம்பித்தாள். ஒவ்வொரு வாக்கியத்திற்குமிடையே ஓரிரு கணங்கள் இடைவெளி விட்டு விட்டுக் குரலை உயர்த்தி உயர்த்தித் திட்டினாள்.

வசவுகளை மட்டுமே மனத்தில் கொண்டு ஆத்திரத்தில் ஆரம்பித்துவிட்ட அநேக வாக்கியங்களை முடிக்க முடியாமல் திணறிய போதெல்லாம் என்னையும் சபித்தாள். நான் பொறுமையோடு கேட்டுக் கொண்டிருந்தேன்.

அம்மாவின் வசைப்பாட்டில் உள்ளடக்கமாய்த் திரு ராவ் இருந்தாலும் உருவாக நாளை வர இருந்த பிராமணரே திகழ்ந்தார். பிராமணர் தமிழர்தான். குஜராத்தி பிராமணர்களை அழைப்பது கைக்கு மீறிய காரியம். சோறு போட்டு ரூ 5.25 தட்சிணை தவிர ஒரு மேல் துண்டாவது தர வேண்டும். சலவன் வீதியில் வியர்வை வழியும் கருத்த வெற்றுடம்புடன் திண்ணையில் அமர்ந்து மலிவான பேச்சுப்பேசி மகிழும் தரித்திரம் பிடித்த தமிழ் பிராமணனே போதும் என்று முடிவுசெய்து பல வருடங்கள் ஆகிவிட்டது இந்த வீட்டில். வாக்குக் கொடுக்கப்பட்ட அந்த பிராமணர் நாளை வந்து எப்படி இந்த

நிலைமையை எதிர்கொள்வார் என்று கற்பனை செய்த போது வேடிக்கையாகவும் வருத்தமாகவும் இருந்தது.

ஒரு சில நிமிடங்களுக்குப் பின், கடை சைக்கிளை ஓசைப்படாமல் சாத்தி வைத்துவிட்டுத் திடீரென்று உள்ளே நுழைந்தான் தம்பி. அவன் வந்ததும் ஒரு கணம் மௌனமாய் இருந்துவிட்டு, அவனுக்கும் விஷயம் தெரியட்டும் என்று, கோபத்துடன் "நாளைக்கு நீங்களும் மண்ணைத் தின்னுங்கள்! வருகிறவனுக்கும் மண்ணைப் போடுங்கள்" என்றாள்.

தம்பியின் முகத்தில் திடீரென்று படர்ந்த திகைப்பையும் உற்சாகமின்மையையும் பார்த்த அம்மா தனது ஆற்றாமை குறைந்தவளாய் சீரான மூச்சு விட்டுக் கொண்டு, அர்த்த புஷ்டியான மௌனம் அனுஷ்டித்துக் காத்திருந்தாள். விஷயத்தை ஓரளவு புரிந்துகொண்ட தம்பி அதை ஊர்ஜிதப்படுத்திக்கொள்ள என்னைக் கலவரத்துடன் பார்த்தான். பின் தயங்கி "உன் முதலாளி பணம் தரவில்லையா?" என்று கேட்டான். நான் தலையை ஆட்டிப் பதிலைச் சொன்னதும் அவன் முகம் வாட ஆரம்பித்தது.

அம்மா தன் கோபத்தைப் பகிர்ந்துகொள்ளவும் நியாயப்படுத்தவும் இன்னுமொரு ஆள் கிடைத்தான் என்று சில கணங்களாகத் தேக்கி வைத்த குரோதத்துடன் மீண்டும் வெளிப்பட்டாள். "அவன் எப்படி வாங்கிக்கொண்டு வருவான்? அந்த பாழாய்ப்போன ராவுக்குப் பாடை கட்டிய பிறகுதான் வாங்கிக்கொண்டு வருவான். சூதாடி நாய்! குடிகார நாய்!" அம்மா பேசிக்கொண்டே இருந்தாள். அவனையே உற்றுக்கவனித்துக் கொண்டிருந்த தம்பி திடீரென்று, "லெக்சர் போதும், நிறுத்து இனி" என்று உரக்கக் கத்தி அவளை அடக்க முயன்றான். அம்மா அடங்கவில்லை.

மாறாக, "நான் பேசுவதை லெக்சர் என்றா சொல்கிறாய் நாயே" என்று அவன் பக்கம் பாய்ந்தாள். தம்பி சும்மா இருக்கப் பழகி இருந்தான்.

ஒருவாறாக அம்மாவின் ஓலம் அடங்கி கீழ்ஸ்தாயியில் அவள் பொரும ஆரம்பித்த பிறகுதான் வெகுநேரமாய் ஒரே இடத்தில் நின்றுவிட்டிருந்ததை நான் உணர்ந்தேன்.

லுங்கியை உடுத்திக்கொண்டு சமையற்கட்டின் விளக்கைப் போட்டான் தம்பி.

அப்போது ஏறக்குறைய தனக்குத்தானே பேசிக்கொண்டிருந்த அம்மா பேச்சோடு பேச்சாகக் குரலை உயர்த்தி, "இந்த லட்சணத்தில் உன் அக்கா மூங்கில் குருத்தையும் வாங்கிக்கொண்டு வந்து போட்டு விட்டாள், நாளை குழம்பு வைக்க!" என்ற செய்தியையும் சொல்லி வைத்தாள்.

சட்டென்று எங்கள் இருவரின் பார்வையும் சுவரில் மாட்டியிருந்த பைக்குள் ஒளிந்துகொண்டிருந்த மூங்கில் குருத்துகளின் மேல் விழுந்தது. நான் உடனே போய் அதை எடுத்துப் பார்த்தேன். நன்றாகத்தான் இருந்தன. பசுமையாய்!. மூங்கில் குருத்துகள் அப்பாவின் நண்பர் நாயகத்தின் எஸ்டேட்டில் நிறைய விளைந்தன. கத்தரிக்காயின் மழமழப்போடு, வாழைக்காயின் மதர்ப்போடு, தாவரங்களின் முரட்டு மனம் கமழ, ஊறிய குழம்பு பீரிட்டு, அவை மொளுக் மொளுக் என்று தொண்டைக்குள் இறங்கும் போகமே அலாதி தான். பருப்புச் செலவு இல்லாமல் குழம்பு வைத்துவிடலாம்

என்பதோடு சாப்பிடும்போது ஏதோ ஒரு வித்தியாசமான உணவைச் சாப்பிடுகிறோம் என்கிற பெருமிதம் உபரி. மூங்கில் குருத்துக் குழம்பு எல்லோருக்கும் பிடித்த ஒன்று. குறிப்பாக அப்பாவுக்கும் அம்மாவுக்கும். எதேச்சையாக அப்பா இறந்த தினத்தன்றும் அம்மா மூங்கில் குருத்தையே சமைத்திருந்தாள். அப்பாவின் திவசத்தன்று தவிர மற்ற நாட்களில் அம்மா அதைச் சாப்பிட மாட்டாள்.

அம்மா சுவரையே வெறித்துக் கொண்டிருந்தாள். அவளது மூக்கிலும் காதுகளிலும் லேசாகச் செம்மை படர்ந்திருந்தது. அவள் மூச்சிலும் ஒரு தீவிரம் தலைப்பட்டது.

இன்னும் ஓரிரு கணங்களில் அவள் அழக்கூடும். அம்மா செருமி, திடீரென்று அதிகம் சப்திக்காத, வதைக்கும் விசும்பல்களுடன் அழுதாள்.

மூங்கில் குருத்தை இந்த வருஷமும் அம்மா சாப்பிட மாட்டாள் என்று நினைத்தபோது ரொம்பவும் அபத்தமாகப் பட்டது.

சிறிதுநேரம் அழுதபின்பு சேலையால் முகத்தைத் துடைத்துக் கொண்டு தீர்மானமாக எழுந்தாள். முகத்தில் படிந்த கலவரத்தை விழுங்கித் தின்றுவிட்டு, கண்களில் ஒரு விவேகமிக்க சோகத்தைத் தேக்கிக்கொண்டிருந்தாள் அவள்.

நான் பையை மாட்டிவிட்டுச் சமையல் கட்டிற்குள் நுழைந்தேன். அம்மா அந்த வாரத்தின் கடைசிச் சோற்றைப் பரிமாறினாள்.

இரவு வெகுநேரம் கழித்துத் தம்பி இருட்டிலிருந்து ஏதோ பேசினான். அம்மா தூக்கமும் களைப்பும் பாரித்த குரலில், “வீட்டுக்காரியிடம் இரண்டு ரூபாய் கைமாத்து வாங்கித் தருகிறேன். காலையில் பிராமணன் வந்ததும் ‘கிருஷ்ணா மந்தி’ரில் அளவுச் சாப்பாடும் ஒரு ஸ்வீட்டும் வாங்கிக் கொடுத்துவிட்டு வந்துவிடு, அடுத்த வருஷம் வீட்டிலேயே சாப்பிட வைக்கலாம்” என்று கூறிவிட்டுத் திரும்பிப் படுத்துக்கொண்டாள்.

தெருவில் இருளையும் அமைதியையும் நேர்க் கோட்டில் கிழிக்கிற மாதிரி நீளமாய் ‘விசில்’ ஊதிச் சென்றான் பாராக்காரன்.

மறுநாள் காலை வீட்டைவிட்டுக் கிளம்பிய போதே ஆறேகால் ஆகிவிட்டது. வீட்டுக்காரச் செட்டிச்சி மஹா கறாரக்காரி! வாங்கப் போகும் இரண்டு ரூபாயை மதியம் வந்ததும் கொடுத்துவிட வேண்டும் என்ற ஷரத்து விதித்து அனுப்பினாள் அம்மா. நவாப் ஹகீம் ரோடு வழக்கத்தை விட ரொம்பவும் அமைதியாய் இருந்தது. ‘முபாரக் டீ ஸ்டாலி’ன் முன்பெஞ்சில் அமர்ந்து ‘டீ’யைச் சப்தத்துடன் உறிஞ்சிக் குடித்துக் கொண்டிருந்த தாடிக்கார சாயபுகள், டீக்கடை ரேடியோவின் சன்னமான நாதஸ்வர முனகல், பின்னால் குறுகி நீள்கிற தெரு, மூடிய கடைகள், அப்பால் கிழக்கில் உதித்த சூரியனின் சாயலில் நீலம் மின்ன ஆரம்பித்திருந்த வானம். வெண்மையான மேகங்கள். ஒலியெழுப்பி மறையும் காகங்கள், குருவிகள். எல்லாம் ரம்மியமாகத்தான் இருந்தன.

இரைச்சல் மிக்க கசப்பான எதார்த்தங்களிலிருந்து இன்று தெருவுக்கே விடுமுறை. டீக்கடையைப் பார்த்ததும் டீ குடிக்கவேண்டும் போல தோன்றியது. பாக்கெட்டிலிருந்த பதினைந்து பைசாவுக்கு ஏற்கனவே திட்டமிட்டபடி

இரண்டு சிகரெட்டா அல்லது சிங்கிள் டீயா என்ற சின்ன மனப் போராட்டத்தில் ஈடுபட்டு, கடைசியில், ஜெயித்த சிகரெட்டைப் பற்றவைத்துக் கொண்டு நகர்ந்தேன்.

'ஐந்துமுக்கு' சந்திப்பை அடைந்தபோது ஓரிரு கசாப்புக் கடைகள் திறந்திருந்தன.

உயிரும் தோலும் உரிக்கப்பட்ட ஆடுகள் மாமிசப் பிண்டங்களாகக் கால்களுடன் வெளியே தொங்கிக் கொண்டிருந்தன. உள்ளே சிறிய சிவப்பு விளக்கு பதிக்கப் பெற்ற கடவுள் படத்தின் கீழ் ஊதுபத்திகள் எரிந்துகொண்டிருந்தன. குருதியின் பச்சை நெடி அந்த இடமெங்கும் படர்ந்திருந்தது.

கொட்டகை வாசலில் தரை, பெஞ்சு டிக்கட்களுக்காக இப்போதே மனிதர்கள் குழுமிவிட்டார்கள். அநேகமாக எல்லோரும், கண் விழித்துக் களைத்துப் போய் அரைத்தூக்கத்தில் இருந்தார்கள். இரண்டு வரிசைகளாகத் தவளைகள் போல் நெருக்கமாக அணிவகுத்து அமர்ந்திருந்தார்கள்.

தெருவிலிருந்து பார்த்தபோது கடையின் ஒரு கதவு திறந்திருப்பது தெரிந்தது. லக்ஷ்மிபாய் விழித்திருக்க வேண்டும். நான் அவசர அவசரமாக மாடிப்படிகளில் ஏறினேன். இரண்டாவது படியில் வலது காலை வைத்ததும் பாதத்தில் ஏதோ குறுகுறுத்துக் குழைவது போல் தோன்றியது. மலம்! நான் உணர்ந்து குனிவதற்குள் விரலிடுக்களிலிருந்து பிதுங்கி காலெங்கும் அசிங்கமாகிவிட்டது. ஒரு கணம் தயங்கி, பின் மேலே ஏறினேன். மற்ற படிகளும் அசிங்கமாவதைத் தவிர்க்க, முன்பாதத்தைத் தரையில் படாமல் உயர்த்திக் குதியை மட்டும் பதித்துப் பதித்து நடந்து கதவை அடைந்தேன். உள்ளே "லட்டு" வெற்றுடம்போடு திரிந்து கொண்டிருந்தாள்.

மலம் கழித்ததற்கான அடையாளங்கள் அவள் புட்டத்தில் இருக்கின்றனவா என்று தேடினேன். நிறைய இருந்தன.

லக்ஷ்மிபாய் உள்ளே உட்கார்ந்து அடுப்பு ஊதிக்கொண்டிருந்தாள். மலம் அப்பிய என் காலைப் பார்த்துக்கொண்டே அவளை அழைத்தேன். அவள் காதில் அது விழவில்லை. நான் மீண்டும் அழைத்தேன். அதுவும் அவள் காதில் விழவில்லை. நான்காவது முறை அவளைக் கூவி அழைத்தபோது தான் அவள் ஒருபக்கச் செவிடு என்பது எனக்கே ஞாபகம் வந்தது.

உடனே எனக்கு திரு ராவின் கழுத்தை நெரித்துவிட வேண்டும்போல் தோன்றியது.

எதற்காகவோ கதவுப் பக்கம் திரும்பிய லக்ஷ்மிபாய் என்னைப் பார்த்ததும் தலையை ஆட்டி பற்கள் தெரிய சிரித்தாள். பின் மீண்டும் அடுப்பு ஊத திரும்பிக் கொண்டாள்.

'லட்டு' என்னையும் தன் தாயாரையும் மாறிமாறிப் பார்த்து வியந்து சிரித்துக்கொண்டு நின்றாள். நான் காலைப் பார்த்துக்கொண்டு நின்றேன்.

ஓரிரு நிமிடங்கள் கழித்து ஒருவாறாக விறகு எடுக்க வெளியே வந்தபோது லக்ஷ்மிபாய் கால் கழுவ தண்ணீர் கொடுத்தாள். 'லட்டு'வை ஒரு கிள்ளும் கிள்ளி வைத்தாள் கோபத்துடன்.

திரு ராவ் 'கட்டிங் டேபி'ளின் மேல் உறங்கிப் போய்விட்டிருந்தார். அருகே பட்டை அடித்ததன் ருசுக்களாக சோடா பாட்டில்கள் இருந்தன.

நான் வேகமாகக் கோட்டுகளை மடித்துக் காகித உறைகளில் போட்டுக்கொண்டேன். மொத்தம் ஒன்பது தேறின. எல்லாம் கம்பெனிக் கோட்டுகள். அதிகம் இல்லாவிட்டாலும் நல்ல கனம். லக்ஷ்மிபாயிடம் ஒரு ரூபாயை பஸ்ஸூக்காக வாங்கிக் கொண்டு புறப்பட்டேன்.

நான் வாசற்படிகளைக் கடந்ததும் அவள் கழுவ ஆரம்பித்தாள்.

வழக்கமாக இந்தக் கோட்டுகளுக்கான முழுப் பணத்தைக் கல்லூரி நிர்வாகமே வசூலித்துவிடும். ஆனால் இந்தத் தொகைக்கு ஏற்றார்போல் தையல் தரமும் சுமாராகவே இருக்கும். கோட்டுகளின் உள்ளே இடப்படும் உள்துணி மலிவானதாய் இருக்கும். இதை விரும்பாத மாணவர்கள் தனியே பத்து ரூபாய் கொடுத்து உயர்ந்த ரக உள்துணையைப் போட்டுக்கொள்ளலாம். இந்தக் கோட்டுகள் அனைத்தும் 'சாட்டினை' உள்துணியாகக் கொண்டவை. மொத்தம் தொண்ணூறு ரூபாய் வசூலாகும். நான் எனது பதினைந்து ரூபாயை அசைபோட்டுக்கொண்டு நடந்தேன்.

கல்லூரி, நகரத்திலிருந்து சுமார் நான்கு மைல்கள் தள்ளியிருந்தது. ஊரின் மையத்தைக் கடந்ததும் சாலையோரங்களில் பசுமை காண ஆரம்பித்தது. பசுக்கள் பின் தொடர வெற்றுடம்போடு நடந்த பால்காரர்கள், சிறுவர்கள், வயலில் வேலை செய்த பெண்கள்... எல்லாம் ரொம்பவும் இயல்பாக இயங்குவது போல் இருந்தது. பஸ்ஸில் டிரைவரும் கண்டக்டரும் கூட பரபரப்பற்று நிதானமாகவே காணப்பட்டார்கள். முழுதாய் விடிந்துவிட்டால் எல்லோரும் மாறிவிடுவார்கள்!

அந்தப் பொறியியல் கல்லூரியின் மாணவர் விடுதி பின் கட்டில் இருந்தது. கல்லூரியின் முன்புறக் கட்டடத்தை ஒட்டி நீண்ட பாதை தெருவிலிருந்து சுமார் இரண்டு பர்லாங்கு இருக்கும். பஸ்ஸை விட்டு இறங்கியதும் நான் பாக்கெட்டிலிருந்த மற்ற சிகரெட்டைப் பற்ற வைத்துக்கொண்டு நடக்க ஆரம்பித்தேன். கல்லூரி அரவமற்று அமைதியாய்க் கிடந்தது.

பாதித்தூரம் சென்றபின் காக்கிச் சட்டையணிந்த தோட்டக்காரன் பதறியபடி "சிகரெட்டைக் கீழே போடுய்யா" என்று கோபமாக என்னை நோக்கி சிறிய அடிகள் எடுத்து ஓடிவந்தான். நான் பயந்து போய் சிகரெட்டைக் கீழே போட்டு அணைத்தேன். நான் கடந்து செல்லும் வரை இடையில் கைகளை வைத்து என்னையே வெறித்துக்கொண்டு அசையாமல் நின்றான் அவன். சிறிது தூரம் சென்று திரும்பிப் பார்த்தபோது அவன் மீண்டும் குனிந்து வேலை செய்து கொண்டிருந்தான்.

விடுதி, ஒரு பெரிய மைதானத்தைச் சுற்றி, நான்கு பிரம்மாண்டமான கட்டடங்களாக நின்றது. ஒவ்வொரு கட்டடத்திலும் நூற்றியெண்பது விசாலமான அறைகள் இருந்தன.

மைதானத்தின் மையத்தில் நாலைந்து மாணவர்கள் கிரிக்கெட் பயிற்சி செய்துகொண்டிருந்தார்கள். அமைதியாக இருந்ததால் அவர்கள் கீழ்ஸ்தாயியில் பேசுவதைக் கூட கேட்க முடிந்தது. வேறு சில மாணவர்கள் மைதானத்தைச் சுற்றி ஓடிக்கொண்டிருந்தார்கள். எல்லோரும் மெதுவாகவே ஓடிக்

கொண்டிருந்தார்கள். ஒரு மாணவன் மட்டும் ஆழ்ந்த சுயபிரக்ஞையோடு, கோபித்துக்கொண்டு ஓடிப்போன நாயகியைத் துரத்தி ஓடும் தமிழ்ப் படக் கதாநாயகனைப் போல் கால்களை உதறி உதறி ஓடிக்கொண்டிருந்தான்.

'ஏ' ப்ளாக்கில் சீதாராமனும் ஹரிஹர கிருஷ்ணனும் இருந்தார்கள். சீதாராமன் அறை பூட்டி இருந்தது. இரண்டாவது மாடியிலிருந்த 132இல் இருந்த ஹரிஹர கிருஷ்ணனுக்குப் பதிலாக, கண்ணாடியுடன் பனியன் வேட்டி அணிந்துகொண்டு ஒரு மாணவன் மும்முரமாகப் படித்துக்கொண்டிருந்தான். ஹரிஹர கிருஷ்ணன் ஊருக்குப் போயிருந்தான்.

'சி'யில் யாருமில்லை. 'டி'யில் மூன்று பேர். 'பி'யில் கிருஷ்ணகிரி என்ற ஒருவன், மற்றவர்கள் இந்தக் கட்டடங்களுக்குப் பின்னாலிருந்த 'பழைய விடுதி'யில் இருந்தார்கள். 'டி' பிளாக் சலனமற்று இருந்தது. இரண்டு மாடிகளை ஏறி இறங்கியதுதான் மிச்சம். எல்லோரும் டவுனுக்குப் போய்விட்டிருந்தார்கள்.

படிகளில் இறங்கும்போது இரண்டு மாணவர்கள் கையில் 'குமுதம்' சகிதமாக எதிர்ப்பட்டார்கள். என் கையிலிருந்த பாக்கெட்டுகளைப் பார்த்து ஒருவன், "என்னப்பா டிரை கிளீனர்ஸா" என்று அசிரத்தையாய்க் கேட்டான். நான் பதில் சொன்னதும், மற்றவன் சம்பந்தமில்லாமல் விசில் அடிக்க, இருவரும் என்னைக் கடந்து சென்றார்கள்.

கிருஷ்ணகிரியின் அறையில் நாலைந்து மாணவர்கள் லுங்கி அணிந்து கட்டிலில் உட்கார்ந்து பேசிக்கொண்டிருந்தார்கள். நான் கதவை இருமுறை தட்டி உள்ளே நுழைந்ததும் பேசுவதை நிறுத்திக்கொண்டார்கள். நான் சுபாவமாகத் தோன்றிய ஒரு மாணவனின் முகத்தைப் பார்த்து விஷயத்தைக் கூறினேன். அவன் நான் சொல்லி முடித்ததும் ஒரு கணம் யோசித்தான். பின், "அவன் தூங்கறாம்பா" என்று தயங்கினான்.

நான் அப்போது தான் கவனித்தேன். கட்டிலின் சுவரோரப் பகுதியில் நீள மூட்டையாய் உறங்கிக்கொண்டிருந்தான் கிருஷ்ணகிரி. ஒரு மாணவன் கிருஷ்ணகிரியை எழுப்ப யோசனை கூறினான். மற்றவன் அதை மறுத்தான். நான் அமைதியாக யோசித்துக்கொண்டு நின்றேன்.

அதற்குள் ஒருவன் கிருஷ்ணகிரியை இடைக்குக் கீழே பக்கவாட்டில் அடித்து எழுப்பினான். கிருஷ்ணகிரி முனகிக்கொண்டு திரும்பிப் படுக்க ஆரம்பித்தான்.

எழுப்பிக்கொண்டிருந்தவனோடு மற்ற இரண்டு பேர்களும் சேர்ந்து உற்சாகத்துடன் கிருஷ்ணகிரியின் துயில் கலைப்பதில் முனைந்தார்கள்.

இவர்கள் அவனது போர்வையை இழுத்தவுடன் கிருஷ்ணகிரி பதறிக்கொண்டு எழுந்தான்.

நழுவியிருந்த லுங்கியைக் கட்டிக்கொண்டே மற்றவர்களைத் திட்ட வாயெடுத்தவன் என்னைப் பார்த்ததும் மௌனமாகித் திகைத்தான். கிருஷ்ணகிரி ரொம்பவும் மெலிந்து காணப்பட்டான். முதல் சவரம்கூடப் பண்ணாத முகத்துடன், ஒரு குழந்தையைப் போல இருந்தான். துறுதுறுவென்று நேசிக்கும் சிறிய கண்கள். நான் 'குட்மார்னிங் சார்' என்று பேச்சைத் துவங்கினேன். நிதானமாக எல்லாவற்றையும் கேட்டுவிட்டுத் தன்னிடம்

பணம் இல்லை என்றும் புதன்கிழமை தானே வந்து பெற்றுக்கொள்வதாகவும் கூறினான்.

பழைய விடுதியின் முற்றத்திலேயே பல் துலக்கிக்கொண்டிருந்தார்கள், குருமூர்த்தியும் கருணாகரனும். நான் தனித்தனியாய் அவர்களை அணுகிக் கேட்டபோது, இரண்டு வித்தியாசமான பற்பசைகளின் மணங்கள் கமழ கிருஷ்ணகிரி சொன்ன பதிலையே அவர்களும் சொன்னார்கள். கடைசியாய், நான் ரமேஷ்பாபுவின் அறைக்கு நடந்தேன்.

ரமேஷ்பாபு என்ற பெயர் அவன் வட இந்தியனாக இருக்கக் கூடும் என்பதாகப் பட்டது. அப்படியிருந்தால் அவனிடம் இந்தியிலேயே பேசலாம் என்று தீர்மானித்தேன். என் கொச்சையான இந்தியைத் தவிர்த்து எவ்வாறு செறிவாகப் பேசலாம் என்ற என் வார்த்தை வாக்கியங்களை மனதிற்குள் அமைத்துக்கொண்டே சென்றேன். அறைக்கதவு பாதி மூடியிருந்தது. நான் தட்டித் திறந்தேன்.

யாரையோ ஆவலுடன் எதிர்பார்த்தது போல் தோன்றிய ரமேஷ்பாபு, தாடியும் கண்ணாடியும் அணிந்து என் கற்பனை வரம்பிற்குள் அடங்காத அளவு அகலமாகவும் உயரமாகவும் இருந்தான். அவனைப் பார்த்ததும் ஒரு கணம் பயமாகக் கூட இருந்தது. என்னைக் கண்டதும் 'விருட்'டென்று எழுந்துகொண்டான். பின் பரபரப்புடன் என்னை நோக்கி வந்தான். ஒரு கணம் அப்படியே நின்றவன் நெற்றியின் நரம்புகள் புடைக்கக் கண்களாலேயே அலட்சியமாக என்னை விசாரித்தான். நான் தடுமாறித் தடுமாறி உடைந்த ஆங்கிலத்தில் அவனிடம் விஷயத்தைக் கூறி முடித்தேன். அடுத்த கணம் அவனை ரௌத்ரம் கொண்டாண்டது. "நான் உன்னைக் கொண்டுவரச் சொன்னேனா?" என்று கோபத்துடன் துண்டாகக் கேட்டான். நான் மீண்டும் தயங்கி "இல்லை" என்றேன். "பின் போ! வந்து வாங்கிக்கொள்ள எனக்குத் தெரியும்" என்று கூறிவிட்டுக் கதவைப் படாரென்று சாத்திக் கொண்டான்.

நான் அசடு வழிய கோட்டுகளைச் சுமந்து வெளியே வந்தேன்.

விடுதியின் பிரதான வாசலைக் கடக்கும்போது சுமார் இருபது இருபத்தைந்து ஆட்டுக்குட்டிகள் அன்றைய மதியப் புலால் உணவுக்காக உள்ளே இழுத்துசெல்லப்பட்டுக்கொண்டிருந்தன. சில சின்னக் குட்டிகள் உற்சாகத்துடன் கத்தியும் துள்ளியும் ஓடின.

கடையில், திரு ராவ் இல்லை என்பதை உணர்ந்தேன். கோட்டுகளைத் திரும்பவும் மாட்டி வைத்துவிட்டு லக்ஷ்மிபாயிடம் உரத்த குரலில் சொல்லிக்கொண்டு கிளம்பினேன்.

வழக்கம்போல் கொட்டகைவாசலில் கூட்டம். குறவர்கள் மறுபடியும் பாதையோரத்தில் கிளைத்துவிட்டிருந்தார்கள். வெள்ளைப் பூண்டையும், பின்னூசிகளையும் வினோதக் கலவையாக வைத்து விற்றுக்கொண்டிருந்த ஒரு குறத்தி குழந்தைக்குப் பால் கொடுத்துக்கொண்டிருந்தாள். ஒரு குறவன் தலையைக் குனிந்து காது குடைவதில் முனைந்திருந்தான். அவர்களருகே நேற்று சிதறிய சோற்றுப்பருக்கைகள் மண்ணில் தோய்ந்து இறைந்துகிடந்தன. நல்ல வெயில். நல்ல பசி. நான் நடையைத் தளர்த்திக் கொண்டு நடக்கத் துவங்கினேன்.

வீட்டுக்குள் தம்பி 'மதர் இண்டியா'வின் பழைய இதழ் ஒன்றிலிருந்து கேள்விபதில் பகுதியைப் படித்துக்கொண்டிருந்தான். அம்மா ஒரு மூலையில் சுருண்டு கிடந்தாள்.

உடையை மாற்றிக்கொண்டு நானும் ஒரு பாயை விரித்துக்கொண்டேன். யாருமே பேசவில்லை.

மறுநாள் கடைக்குச் செல்ல ஆயத்தமாகிக்கொண்டிருந்த போது அம்மா என்னையே வெறித்துக்கொண்டிருந்தாள். சுத்தமாகக் குளித்துவிட்டுப் பளிச்சென்று காணப்பட்டாலும் அவள் முகம் பட்டினியால் வாடித்தான் போயிருந்தது. நான் தலைவாரிக் கொண்டிருந்தேன். தலைவார நேரம் பிடித்தது. அம்மா கவனித்துக் கொண்டிருந்ததால் ஒரு வேளை நானே வேண்டுமென்று அதிக நேரம் எடுத்துக்கொண்டேனோ!

நான் வாசற்கதவை அடைந்ததும் தன்னருகே இதற்காகவே வைத்திருந்த பையை, "இதைக் குப்பைத் தொட்டியில் போட்டுவிட்டுப் போ" என்று வன்மத்துடன் என்னை நோக்கி வீசி எறிந்தாள் அம்மா. பை என் காலில் பட்டுத் தெறித்தது. அதிலிருந்த மூங்கில் குருத்துகள் தரையெங்கும் சிதறின. அவை வாடிப்போயிருந்தன.

நான் அம்மாவுக்கு முதுகைக்காட்டியவாறே ஒரு கணம் நின்றேன். திரும்பி அவளை நேருக்கு நேர் பார்க்கும் திராணி இல்லை. மனம் குழம்பி, நிறையக் கோபம் எங்கிருந்துமில்லாமல் வந்தது. "நீயே போய்ப் போட்டுக்கொள்" என்று கூறிவிட்டு நடந்தேன். எல்லாம் அர்த்தமற்றதாக இருந்தது.

தெருவில் இறங்கியதும் திடீரென்று எதிர்வீட்டின் சிறிய சந்திலிருந்து அம்மணமாய் ஓர் எட்டு வயதுப் பையன் குறி குலுங்க ஓடி வந்து பாதையோரம் அமர்ந்துகொண்டான்.

வெயில் அறைந்து தாக்கியது.

062

திலீப் குமார்

கடிதம்

"மதியம் மூன்று மணிக்குச் சரியாக வந்துவிடு" என்று நேற்றே சொல்லியிருந்தார் மிட்டு மாமா. வழக்கம் போல் கன்ஷியாம் மாமாவுக்குப் பணம் கேட்டு உருக்கமாகக் கடிதம் எழுத வேண்டும். மிட்டு மாமா என் பாட்டியின் சகோதரர், பரம ஏழை. கன்ஷியாம் மாமா மிட்டு மாமாவின் ஷட்டகர், பெரிய பணக்காரர்.

பொதுவாக மிட்டு மாமா எழுதும் கடிதங்கள் சுவாரஸ்யமாக இருக்காது. ஆனால், வயது காரணமாக மிட்டு மாமாவின் கைவிரல்கள் நடுக்கம் கண்டுவிட்டதால் அவருக்கு மாதம் ஓரிரு கடிதங்கள் எழுதித்தர நான் ஒப்புக்கொண்டிருந்தேன். தவிர, இந்தக் கடிதங்கள் மிக அந்தரங்கமான தஸ்தாவேஜுகள் என்பதாலும் அவற்றை நான் மட்டுமே கையாள நியமிக்கப் பட்டேன். விளைவாக, மிட்டு மாமாவுக்கும் எனக்கும் இடையே ஒரு கனவானுக்கும் அவனது ஆசைநாயகிக்கும் இடையே ஏற்படக்கூடியதைப் போன்ற சின்னச்சின்ன ரகசியங்கள் இழைந்த ஓர் அந்நியோன்னியம் உருவாகியிருந்தது.

நான் சென்ற போது மிட்டு மாமா பெரிய திண்டில் தலை சாய்த்துப் படுத்திருந்தார். கால்கள் பாலித்தீன் பைகளில் உறைந்து இரு சிறு மூட்டைகளாக ஒரு சிறிய தலையணைமேல் கிடந்தன. என்னைப் பார்த்ததும், "வாடா, பயில்வான்" என்று அன்புடன் அழைத்தார். மிட்டு மாமாவுக்கு வயது 70 இருக்கும். பெரிய கண்கள், ஒட்டிய கன்னங்கள், அடர்த்தியான புருவம், நீண்ட மூக்கு, மெலிந்த தேகம், கதர் முண்டு, கதர் பனியன், நைந்து போன பூணூல், மிட்டு மாமாவின் மனைவி ஜமுனா மாமி இறந்து பல வருடங்கள் ஆகிவிட்டன. கட்டடத்தின் பின்புறம் இருந்த மகன்கள் மற்றும் மருமகள்களோடு அவருக்கு ஒத்துவரவில்லை. தெருவைப் பார்த்த மாதிரி இருந்த இந்த முன் அறைக்கு அவரை ஒதுக்கிவிட்டிருந்தார்கள்.

"எழுதிக்கொள்" மாமா வழக்கமான பீடிகையுடன் ஆரம்பித்தார்.

“குறுக்கே எதுவும் பேசாதே” என்றும் எச்சரித்தார்.

“மதிப்புக்குரிய கன்ஷியாம்ஜி அவர்களுக்கு,

சென்னை சவுக்கார்பேட்டைவாசி மற்றும் தங்களின் ஷட்டகர் மிட்டுவின் வணக்கங்களை ஏற்றுக்கொள்ள வேண்டுகிறேன். இங்கு நாங்கள் எல்லோரும் மகிழ்ச்சியும் சந்தோஷமுமாக இருக்கிறோம். அதேபோல், உங்கள் குடும்பத்தாரும் மகிழ்ச்சியும் சந்தோஷமுமாக இருக்கிறீர்கள் என்பது குறித்த சமாச்சாரத்தைத் தெரிவிக்க வேண்டுகிறேன்.

தற்போது எழுத நேர்ந்த விஷயம் என்ன வென்றால் கொஞ்ச நாட்களாகவே எனக்கு மனசே சரியில்லை. சரியாகச் சொல்வதானால் கடந்த ஒரு வாரமாக நான் செத்துப் போக வேண்டும் என்று இங்கு எல்லோரும் விரும்புகிறார்கள். நானும், செத்துப் போக வேண்டும் என்றுதான் விரும்புகிறேன். ஆனால், சாவதும் வாழ்வதும் நம் கையிலா இருக்கிறது! நான் தற்கொலைகூடச் செய்து கொள்வேன். ஆனால், தற்கொலை செய்து கொள்வதற்கும் எனக்கு ஓரிரு இடையூறுகள் இருக்கின்றன. முதலாவதாக, என் 73 வயதில் ஒரு மனிதன் தற்கொலை செய்து கொண்டால் யாரும் அவனுக்காக வருத்தப் படப்போவதில்லை. ஒழிந்தது சனியன் என்று இருந்துவிடுவார்கள். இரண்டாவதாக, என் கால்கள், என் பாதங்களில் வெடிப்பும் முழங்கால்களில் சிரங்கும் உள்ளது பற்றித் தாங்கள் அறிவீர்கள். இந்தக் கால்களை வைத்துக் கொண்டு நான் எப்படி எங்கே போய்த் தற்கொலை செய்து கொள்ள முடியும்? மேலும், சீழும் நீரும் வடியும், நாற்றமடிக்கும் கால்களோடு நான் செத்தால் அது நன்றாக இருக்காது. இதையும் தாங்கள் அறிவீர்கள். எப்படியும், என் பந்துக்கள் விரும்புவது போல் நான் சாகவே விரும்பு கிறேன்.

சென்ற மாதம் நீங்கள் தயவு செய்து அனுப்பிய பணத்தால் நான் நேற்று முன்தினம் வரை, ராவண ஐயர் தெருவில் உள்ள குஜராத் சகாய ஆஸ்பத்திரிக்குப் போய் என் கால்களுக்கு மருந்தும் கட்டும் போட்டு வந்து கொண்டிருந்தேன். பிரதி மாதமும் 3ஆம் தேதி வரும் சரும நோய் நிபுணர் டாக்டர் தாமரைக்கண்ணன் அவர்களுக்குப் பதிலாக இந்த மாதம் புதிதாக ஒரு டாக்டர் வந்திருந்தான். அவன் பெயர் சனத்குமார் ஜெயின். மார்வாடி.

இவனது தந்தை சுகன்மல் ஜெயினுக்குத் தங்கசாலைத் தெருவில் எவர்சில்வர் ஹோல்சேல் பாத்திர வியாபாரம் உள்ளது. NSC போஸ் ரோட்டின் திருப்பத்தில் நியூ ஆனந்த பவன் ஓட்டல் அருகேதான் இவரது கடை உள்ளது.

ஆளைப் பார்த்தால் நீங்கள் அடையாளம் கண்டுகொள்வீர்கள். உங்க ளுக்குத் தெரியாதவராய் இருக்க முடியாது. டாக்டர் சனத்குமார் வயதில் சின்னவன் தான். மற்றபடி, கெட்டிக்காரன். பிரபல சரும நோய் நிபுணர் டாக்டர் தம்பையாவிடம் சில ஆண்டுகள் பயிற்சி பெற்றவன். என் கால்களைப் பரிசோதித்து மருந்து மாற்றிக் கொடுத்திருக்கிறான். பூசிக்கொள்ள ஆயின்மென்ட்டும், சாப்பிடுவதற்குச் சில மாத்திரைகளும் கொடுத்திருக்கிறான்.

கட்டுக்கூட ஒருநாள் விட்டு ஒருநாள் மாற்றினால் போதும் என்று சொல்லி விட்டான். அரிப்பையும் நீர் வடிவதையும் இன்னும் ஆறு மாதத்தில் நிச்சயம் குணப் படுத்திவிட முடியும் என்று கூறியிருக்கிறான். உங்களுக்குத் தெரியும். சிகிச்சை என்னவோ இலவசம்தான். ஆனால், ரிக்ஷாவில் தானே

போக வேண்டியிருக்கிறது. ரிக்ஷாக்காரன் காத்தவராயன்தான் என்னைக் கைத்தாங்கலாகப் பிடித்து அழைத்துச் செல்கிறான். போய் வருவதற்கு இரண்டு ரூபாய் என்று பேசிவைத்திருக்கிறேன். சென்ற வாரத்தோடு பணம் தீர்ந்து விட்டதால் அவன் என்னை இப்போது கடனுக்குத்தான் அழைத்துச் செல்கிறான். அவனுக்கு நான் 6 ரூ. பாக்கி, காத்தவ ராயனின் அம்மாவுக்கு உடம்பு சரியில்லை என்று காலையில்தான் தகவல் வந்தது. எனவே காத்தவராயன் செங்கல்பட்டுக்குப் போயிருக்கிறான். அவன் எப்போது திரும்பிவருவான் என்பது சொல்வதற்கில்லை. மாற்று ஏற்பாடு செய்துகொண்டு விடலாம்தான். ஆனால் காத்தவராயன் போல வருமா? தவிர, புதிய ரிக்ஷாக் காரனுக்குக் கொடுக்கப் பணம்?

அதனால்தான் கூறுகிறேன், எனக்கு எல்லாம் வெறுத்துப் போய்விட்டது. நான் சாவதுதான் எல்லோருக்கும் நல்லது. உங்களுக்கும் மாதாமாதம் பணம் அனுப்பும் சுமையும் குறையும்.

உங்களுக்குத் தெரியும், என் மகன்கள் யாரும் சரியில்லை என்பது. பெரியவன் புல்புல்தாரா வாசித்துக் கொண்டும், தன் மனைவி பின்னால் அலைந்து கொண்டுமிருக்கிறான்.

அவன் மனைவி அந்தக் குள்ள ராணி எப்பேர்ப்பட்டவள் என்பதும் உங்களுக்குத் தெரியும். பூனை மாதிரி இருந்து கொண்டு என்ன அட்டகாசம் செய்கிறாள்! சென்ற வாரம் ஒரு நாள் (சப்பாத்திக்குத் தொட்டுக் கொள்ளக் கொடுத்த மோரிதாலில்) ‘குழம்பில் உப்பு கொஞ்சம் குறைகிறது. எடுத்து வா’ என்றேன். இது ஒரு தவறா? முகத்தை லலிதா பவார் பாணியில் ஒரு வெட்டு வெட்டித் திருப்பிக் கொண்டு போய்விட்டாள். வயசுக் காலத்தில் உப்பைக் குறைத்தால் என்ன என்று அவளுக்கு சப்போர்ட்டாகப் பேசவந்து விட்டான் இந்த லாயக்கற்ற நாய் (என் மூத்த மகன்). சின்னவன் கதையும் உங்களுக்குத் தெரிந்ததுதான். பாங்க்கில் வேலைசெய்கிறான் என்று பெயர்தானே தவிர, கொஞ்சமும் நன்றி விசுவாசம் இல்லாத பயல். யார் இவன்? நீங்கள் போட்ட பிச்சையில்தானே B.Com. படித்து முடித்தான். இப்போது பெரிய பக்தனாகி விட்டான். சனிக்கிழமை இரவுதோறும் கூட்டு பஜனைக்கு ஏற்பாடு செய்து வீட்டையே துவம்சம் பண்ணுகிறான். தபேலாவும், சப்ளாக் கட்டையும் வைத்துக் கொண்டு அவன் நண்பர்கள் அடிக்கும் லூட்டி கொஞ்சமில்லை. இப்படி பஜனை முடிந்ததும் நள்ளிரவுக்கு மேல் இந்த நாய்கள் எல்லோரும் மகேஸ்வரி பவனில் பூரியும் லஸ்ஸியும் பீடாவும் சாப்பிடக் கிளம்பி விடுவார்கள். மகேஸ்வரி பவனில் நான் சாப்பிடாத பூரியா, போடாத பீடாவா, இவனுக்கு நன்றாகத் தெரியும் மகேஸ்வரி பவன் பூரி என்றால் எனக்கு இஷ்டம் என்று. ஆனால், ஒருநாள்கூட வாங்கி வந்ததில்லை. இந்த ராஸ்கல். பெரிய கவர்னர் என்று நினைப்பு. கவர்னர் என்றதும் ஞாபகம் வருகிறது. பிரபுதாஸ் பட்வாரி நம் ஸ்ரீநாத்ஜியின் கோவிலுக்கு வந்திருந்தார். என்ன எளிமை! என்ன எளிமை! நம் நாத்தியின் முன் தலைகுனிந்து வணக்கம் தெரிவித்துவிட்டுப் போனார். அவர் சொன்னார்: எங்களுக்கு இந்திராகாந்தி மேல் எந்தக் கோபமும் இல்லை. அந்தம்மாவுக்கு எப்பவுமே கொஞ்சம் வீம்பு ஜாஸ்திதான்.

என் இரண்டாம் நம்பர் பையன் ரஜினி தான் பாவம், நல்லவன்...”

இந்த இடத்தில் நான் குறுக்கிட்டுக் கேட்டேன் "மாமா, இரண்டாம் நம்பர் என்று எழுத வேண்டுமா? கன்ஷியாம் மாமாவுக்கு ரஜினி என்றாலே புரியுமே!"

"பேசாமல் நான் சொல்வதை எழுது. அவனுக்கு மனைவி, குழந்தைகளுக்குச் செய்தே மீள முடிவதில்லை. நேற்று முன்தினம் நடந்தது. இதை எழுதும் போது என் கண்களில் கண்ணீர் தளும்புகிறது."

நான் மிட்டு மாமாவின் கண்களைப் பார்த்தேன்.

"என்னடா பார்க்கிறாய்? எழுது."

"வீட்டில் தேங்காய் எண்ணெய் தீர்ந்து விட்டது. இவன் தண்ணீரை விட்டுத் தலையைச் சீவிக்கொண்டு போகிறான். மூத்தவனும் சின்னவனும் சிகரெட்டுக்கும் பீடாவுக்கும் செலவழிக்கிறார்களே ஒழிய எண்ணெய் வாங்கித்தர மாட்டேனென்கிறார்கள். வீட்டில் இப்போது எல்லோரும் தினமும் தலைகுளித்து, எண்ணெய் போடுவதை மாலைவரை ஒத்திப் போட்டு விட்டுச் சமாளித்துவிடுகிறார்கள். எண்ணெய் போடாமல் என் முன்வழுக்கை காய்ந்து தலையே எரிகிற மாதிரி இருக்கிறது. என் கொஞ்ச நஞ்ச முடியும் தேங்காய்நார் மாதிரி சிலுப்பிக்கொண்டு நிற்கிறது. முகத்தைக் கண்ணாடியில் பார்க்கவே பயமாக இருக்கிறது..."

நான் மாமாவின் தலையைப் பார்த்து அவர் எழுதச் சொன்னதை உறுதி செய்த கொண்டேன்.

"நான் சாவதற்கு முன் சில விஷயங்களை ஒழுங்கு செய்துவிட விரும்புகிறேன்.

உங்களுக்குத் தெரியும், என்னிடம் சொத்து ஒன்றும் கிடையாது. நான் வெறும் 'டண்டண் கோபால் (செல்லாக்காசு, ஓட்டாண்டி) தான். உங்கள் சகோதரி, அதாவது என் மனைவி, இறந்தபோது அவளுடைய டாகுர்ஜிக்களின் சேவையைத் தொடர்ந்து செய்ய நான் ஏற்றுக் கொண்டேன் என்பதை நீங்கள் அறிவீர்கள். என் இறப்புக்கு முன்பாக, இந்த விக்கிரகங்களை நான் உங்களிடம் தந்துவிட விரும்புகிறேன். இந்த விக்கிரகங்கள் எங்கள் குடும்பத்தில் வழிவழியாக இருந்து வருபவை. என் அம்மா (அதற்கு முன் என் பாட்டி) அதிகாலையில் எழுந்து குளித்து முழுகிவிட்டு, வெறும் வயிற்றில் இந்த விக்கிரகங்களுக்குப் பூஜை செய்துவிட்டுத்தான் பச்சைத் தண்ணீர்கூடக் குடிப்பாள். அவளுக்குப் பிறகு உங்கள் சகோதரியும் அப்படியே செய்து வந்தாள். உங்கள் சகோதரி போனபின் நான்தான் ஏதோ முடிந்தவரை செய்துவருகிறேன். நான் தினம் குளிக்க முடிவதில்லை என்பதைத் தாங்கள் அறிவீர்கள். கால்கட்டு மாற்றும் அன்றுதான் குளிக்க முடிகிறது. அதனால் ஒருநாள் விட்டு ஒருநாள் தான் பூஜை செய்கிறேன். எனக்கு வருத்தமெல்லாம், சுப தினங்களில்கூட இந்த விக்கிரகங்களுக்குச் சரியான நைவேத்தியம் படைக்க முடிவதில்லை என்பதுதான். தினம் பதினோரு மணிக்கு எனக்கு வரும் உணவைதான் (மூன்று சப்பாத்திகளும் கொஞ்சம் சாதமும்) சமர்ப்பிக்க வேண்டியுள்ளது. மாலையில் அம்பிஸ் கபேயிலிருந்து வரும் இரண்டு இட்டிலியும் ஒரு வடையும்தான். கடவுள் இதை ஏற்றுக்கொள்வார் என்றுதான் நம்புகிறேன். எல்லாவற்றுற்கும் சிரத்தைதான் முக்கியம்.

என் மருமகள்களை நம்ப முடியாது.

அவர்களுக்கு இவற்றின் அருமை தெரியாது. வீசி எறிந்துவிடுவார்கள். அல்லது குழந்தைகளுக்கு விளையாடக் கொடுத்து விடுவார்கள். இந்த விக்கிரகங்களில் குறிப்பாக ஒன்று முக்கியமானது. புல்லாங்குழல் சகிதம் தவழ்ந்து வரும் பாலகிருஷ்ணனின் ஐந்து அங்குலம் உயர விக்கிரகம்தான் அது. பார்க்க மிக அழகாக இருக்கும். பட்டு வஸ்திரமும் ஜரிகைக் குல்லாயும் போட்டுப் பொட்டும் இட்டுவிட்டால் சாட்சாத் கிருஷ்ணனே நம் முற்றத்தில் வந்து தவழ்ந்து கொண்டிருப்பது போல் இருக்கும். நான் இறந்து விடுவதற்கு முன் இந்த டாகுர்ஜிக்களை உங்களிடம் ஒப்படைத்து விட விரும்புகிறேன். என் சகோதரியிடம், அதாவது உங்கள் மனைவியிடம் கூறுங்கள். இது என் கடைசி ஆசையென்று. நம் காலம் முடிந்த பின் குழந்தைகள் இதை ஒழுங்காகச் செய்வார்கள் என்று சொல்ல முடியாது. என் சகோதரிகது முடிகிறவரை டாகுர்ஜிக்களின் சேவையைச் செய்யட்டும். அதற்குப் பிறகு கிணற்றிலோ அல்லது நதியிலோ அவற்றைச் சமர்ப்பணம் செய்து விடுங்கள். இதுதவிர என்னிடம் சில தெய்வீகப் புத்தகங்களும் ஒரு குட்டிக் குடத்தில் கொஞ்சம் கங்கா ஜலமும் இருக்கிறது. இதையெல்லாம்கூட நான் உங்களுக்கே கொடுத்துவிட விரும்புகிறேன். புத்தகங்களில் குறிப்பாக, 'ஹனுமான் சாலிசாவும்' (ஆஞ்சநேயே கவசம்) டோங்கரே மஹ்ராஜின் ஆசிபெற்ற பாகவதமும் நீங்கள் அவசியம் வைத்துக் கொள்ள வேண்டும்.

இதனால், வீட்டில் பேய் பிசாசுகளின் நடமாட்டம் இருக்காது என்பதோடு சுபிட்சமும் ஏற்படும்.

நான் செத்துப்போகத் தயாராக இருக்கிறேன் என்பது தங்களுக்குப் புரிந்து போயிருக்கும். ஆனால், சாவு எப்படி, எங்கிருந்து வரும் என்பதுதான் எனக்குப் புலப்படவில்லை. நாம் வலியப் போய் நின்றாலும் இந்தப் ப்ருத்வியில் நம் பிரயாணம் முடியும் வரை, சாவு நம்மை அரவணைத்துக் கொள்ளாது என்பதைத் தாங்கள் அறிவீர்கள். சென்ற வாரம், பட்டம் விட்டுக் கொண்டிருந்த ஜீவன்லாலின் எட்டு வயது மகன் இரண்டாவது மாடியிலிருந்து தவறி விழுந்துவிட்டான். அவன் அதிர்ஷ்டம், அந்த நேரம் பார்த்து, அழுக்குத் துணிகளடங்கிய பொதியோடு போய்கொண்டிருந்த 'ஏகாம்பரேஸ்வரர் பின்மென்' காரனின் கழுதைமேல் சொல்லி வைத்தாற் போல் குறி தவறாமல் விழுந்து தப்பித்தான். ஒரு கீறல் இல்லை, ஒரு காயம் இல்லை. இடறி விழுந்ததில் கழுதைக்குத்தான் பாவம், பின்னங்கால் முறிந்துவிட்டது. ஜீவன்லாலை உங்களுக்குத் தெரியும். மகாக் கஞ்சன். கழுதையின் சிகிச்சைக்கு ஒரு பைசாக்கூடத் தரமாட்டேன் என்று கூறிவிட்டான். கழுதையை ரிக்ஷாவில் வைத்து மாட்டாஸ்பத்திரிக்குக் கொண்டு போவதற்கு அவனிடமிருந்து மூன்று ரூபாயை வாங்குவதற்குள், போதும் போதுமென்றாகிவிட்டது.

அந்த டோபி மிக அசிங்கமான, ஆனால் ஒரே சொற்றொடரைப் பயன்படுத்தி குஜராத்திகள் வம்சத்தையே ஏசிவிட்டுப் போய்விட்டான்.

இதற்கு என்ன சொல்கிறீர்கள்?

ஆனாலும், நான் நினைக்கிறேன், நான் சாகத்தான் வேண்டும் என்று. நான் சாவதற்கு நிறையக் காரணங்கள் இருந்தும், நான் சாகாமல் இருக்கிறேன் என்று நினைத்தால் எனக்குச் சிரிப்பும் அழுகையும் சேர்ந்து வருகிறது.

என்னோடு படித்த ரஞ்சித் ப்ரோக்கர் பத்து நாட்களுக்கு முன்பு எந்தவிதத் தொந்தரவும் இல்லாமல் ஒரே மூச்சில் போய்விட்டான். இப்படி எனக்குத் தெரிந்து, இந்த ஒரு மாதத்திற்குள்ளேயே, இந்தத் தெருவிலேயே மூன்று பெரிய உயிர்கள் போய்விட்டன.

எல்லோரையும் டியபடீசும் மாரடைப்பும் புருஷன் பெண்டாட்டி போல் ஜோடி சேர்ந்து கொண்டு வந்து இழுத்துப் போய் விட்டன. என் மருமகள் சுபத்திராவுக்கும்கூட இந்த இரண்டு வியாதியும் இருக்கிறது. எனக்குத் தான் ஒன்றும் இல்லை. சிரங்கு, வெடிப்பு என்று சில்லறை வியாதிகள் தவிர. சென்ற வாரம் என் பெரிய மருமகள் சொன்னது போல் நான் நிஜமாகவே நொண்டி நாயைப் போல் உணர்கிறேன்.

இந்த ஏகாம்பரேஸ்வர் அக்ரகாரத்தில் எனக்காக அழப்போகிறவர்கள் இனி யாரும் இல்லை. இந்த அக்ரகாரமே களை இழந்துபோய்விட்டது. தெப்பக்குளம் வற்றிவிட்டது. பெயருக்கென்று கொஞ்சம் தண்ணீர் விட்டு அதில் பிளாஸ்டிக் தாமரைகளை மிதக்கவிட்டிருக்கிறார்கள். தெப்பக்குளத்தைச் சுற்றியிருந்த காவிப் பட்டை அடித்த சுவரை இடித்துவிட்டு மாடிக் கட்டடம் கட்டி எவர்சில்வர் பாத்திரக் கடைக்காரர்களுக்கு வாடகைக்கு விட்டு விட்டார்கள். ராவண ஐயர் தெருவிலுள்ள பள்ளிக்கூட மணிக்கூண்டு இப்போது தெரிவதில்லை. கோவில் பிரகாரத் தூண்களில் மைக்குகளைப் பொருத்தி மெல்லிசை பஜனைகள் செய்கிறார்கள். அப்பழுக்கற்ற குஜராத்திகள் புழங்கிய தெருக்களில் இப்போது பாத்திரக்கடை மார்வாடிகள் நிரம்பி வழிகிறார்கள். அக்ரகாரத்தின் பழைய அமைப்பை நினைவுபடுத்தும் வகையில் கோயில் அரசமரம் மட்டும்தான் இருக்கிறது. இன்னும் நிழல் தருகிறது. அந்த நிழலை உணர்ந்து அனுபவிக்கும் மனிதர்கள் மறைந்து விட்டார்கள். அந்த அரச மரம் முன்பு தந்த ஆசுவாசம் இப்போது காணாமல் போய் விட்டது. கிழக்குக் கோடியில் என் தங்கை நாத்தி பெஹ்ன் இருக்கும் கட்டடத்தையும் விலை பேசிவிட்டார்கள் அறுபது லட்சத் துக்கு. இதனால், முப்பது குடும்பங்கள் தெருவில் நிற்கப்போகின்றன. கூடு கலைத்து விரட்டப்பட்ட பறவைகள்போல அவர்கள் பிரியக் காத்திருக்கிறார்கள். சூழல் மாறிவிடப் போகிறது. வாழ்க்கைக்கு அர்த்தமே சூழலில்தான் இருக்கிறது. சூழல் போனால் வாழ்க்கையே போய்விடும்.

நான் தினமும், கடவுளை அல்ல, யம ராஜனை வேண்டிக் கொள்கிறேன், 'இந்தக் கிழவனை இழுத்துக் கொள், உன் பாசக் கயிற்றுக்கு மோசம் வந்துவிடாது' என்று. கடைசியாக, இன்னொரு வேண்டுகோள். நான் இறந்துபோனால், என் ஆன்ம முக்திக்காக என் வீட்டில் அல்லது உங்கள் வீட்டில் என்றாலும் பரவாயில்லை, பாகவத பாராயணம் அவசியம் செய்துவிடுங்கள்.

மற்றபடி விசேஷமாகக் குறிப்பிட்டுச் சொல்லும்படி வேறொன்றும் இல்லை.

மகிழ்ச்சியும் சந்தோஷமும் பற்றிய சமாச்சாரத்தை எழுத வேண்டுகிறேன்.

இப்படிக்கு,

மன்மோகன் தாஸ் துவாரகா தாஸ்

(மிட்டு)

பி.கு: உங்களுக்கு வசதிப்படுமென்றால், ஒரு 100 ரூபாய் M.O. மூலம் அனுப்பி வைக்க வேண்டுகிறேன் மிட்டு.”

தாள்களை ஒழுங்குபடுத்தி அந்த நீண்ட கடிதத்தை மடித்துக் கொண்டேன். வழக்கம் போல் மிட்டு மாமா தனது பூணூலில் தொங்கிய சின்னச் சாவியைக் கொண்டு தன் தகர கஜானாவைத் திறந்து ஒரு பெரிய உறையையும் தபால் தலைகளையும் கொடுத்தார். முகவரி எழுதி எடுத்துக் கொண்டதும் கூறினார் “சோம்பல்பட்டுக் கடிதத்தைக் கண்ட தபால் பெட்டியில் போட்டுவிடாதே. நேராக பார்க் டவுன் போஸ்ட் ஆபீசுக்கே போய்விடு. போட்ட பின் எனக்கு வந்து சமாச்சாரமும் சொல்லிவிடு.” பிறகு “இதை நீ வைத்துக் கொள்” என்று ஒரு 50 காசு நாணயத்தைக் கொடுத்தார். நான் கிளம்பினேன்.

மூன்று நான்கு நாட்கள் கழித்து இரவு எட்டு மணிக்குத் தந்தி மூலம் செய்தி வந்தது. நான் மிட்டு மாமாவுக்குத் தாக்கல் சொல்ல ஓடினேன்.

மிட்டு மாமா அயர்ந்து தூங்கிக் கொண்டிருந்தார். நான் அவரது தோளை உலுக்கி எழுப்பினேன்.

“என்னடா விஷயம்?”

“நாம் மோசம் போய்விட்டோம் மாமா.”

“என்ன ஆயிற்று?”

“உடுமலைப்பேட்டையிலிருந்து தந்தி வந்திருக்கிறது. கன்ஷியாம் மாமா போய் விட்டார்.”

மிட்டு மாமா பதறி எழுந்தார், “என்ன சொல்கிறாய் நீ?”

“ஆமாம் மாமா, நிஜமாகத்தான். இன்று மதியம் ஆபீஸிலிருந்து வந்திருக்கிறார். எல்லோருடனும் நன்றாகச் சிரித்துப் பேசியபடி சாப்பிட்டிருக்கிறார். உங்கள் கடிதத்தைக்கூட இரண்டு மூன்று முறை படித்தாராம். சிறிது தூங்கப்போனவர் பிறகு எழுந்திருக்கவில்லை. தூக்கத்திலேயே உயிர் பிரிந்து விட்டது. ஹார்ட் அட்டாக்தான்.”

மிட்டு மாமா தன் கால்களையே வெறித்துப் பார்த்துக் கொண்டிருந்து விட்டு நீண்ட மௌனத்திற்குப் பின் தத்துவார்த்தமாகக் கூறினார்: “போகிறவர்கள் போய்ச்சேர்ந்து விடுவார்கள். ஆனால், இருக்கிறவர்களுக்கு வேறு வழி இல்லை. அவர்கள் இருந்துதான் ஆக வேண்டும்.”

கன்ஷியாம் மாமாவின் ஈமக்கிரியைகளில் கலந்து கொள்ளப் போன எங்கள் உறவினர்கள் எல்லோரும் கூடவே மிட்டு மாமாவின் கடிதத்தையும் படித்துவிட்டு வந்திருந்தார்கள். கன்ஷியாம் மாமாவுக்குப் பதிலாக மிட்டு மாமாவே செத்துப்போயிருக்கலாம் என்று வெளிப்படையாகவே அபிப்பிரயாம் தெரிவித்தார்கள். மிட்டு மாமாவின் மகன்களுக்கும் மருமகள்களுக்கும் பெருத்த தலைகுனிவு ஏற்பட்டிருக்க வேண்டும். குறிப்பாக, மிட்டு மாமாவின் மூத்த மருமகள் ஆவேசமாகக் கொந்தளித்தாள். கிழவனின் நாக்கை இழுத்து அறுத்துவிட வேண்டும் என்றும் அவருக்கு உடந்தையாக இருந்த கடிதத்தை எழுதிக்கொடுத்த என்னுடைய கைகளையும் வெட்டிப்போட வேண்டும் என்றும் விரும்பினாள் அவள். ஆனால், அதிர்ஷ்டவசமாக அந்த மாதிரி விபரீதம் ஏதும் நடக்கவில்லை. எப்படியும், நான் மிட்டு மாமாவுக்குக் கடிதம் எழுதித் தருவதை நிறுத்தும்படி ஆனது.

063

சுரேஷ்குமார இந்திரஜித்

மறைந்து திரியும் கிழவன்

TCX 6838 என்னும் எண்ணுள்ள என் ஸ்கூட்டரில் விருமாண்டியைப் பார்க்கச் சென்று கொண்டிருந்தேன். சாலையின் இருபுறமும் தென்னந்தோப்புகளும், வயல்வெளிகளும் மாறிமாறி வந்து கொண்டிருந்தன. விருமாண்டி என் நண்பன். ஓடும் ஆற்றின் கரைகளில் விருமாண்டித்தேவர் குடும்பத்திற்குச் சொந்தமான தென்னந்தோப்புகள் இருக்கின்றன. தென்னந் தோப்புக்குள் ஓர் அழகான வீடும் அவர்களுக்கு இருந்தது. அநேகமாக விருமாண்டி மட்டுமே அங்கு இருப்பான். அவன் குடும்பத்தினர் ஊருக்குள் குடியிருந்தனர். தென்னந்தோப்பு வீட்டிலிருந்து ஒரு கிலோ மீட்டர்தொலைவில் ஒரு கள்ளுக்கடை அங்கே அயிரை மீன் குழம்பு கிடைக்கும். ஆற்றில் வெகு நேரம் குளித்துவிட்டு விருமாண்டியின் தோப்பு வீட்டில், வாங்கி வைத்திருந்த கள்ளைக் குடித்துவிட்டு அயிரை மீன் குழம்புச் சாப்பாடு முடித்துத் திரும்பி வருவது ஆனந்தமான அனுபவம்.

சாலையில் ஓர் உருவம் வண்டியை நிறுத்தும் சைகையுடன் கைநீட்டி நின்று கொண்டிருந்தது. சற்று அருகில் வந்ததும்தான் நின்றுகொண்டிருக்கும் உருவம் இந்திரஜித் என்று தெரிந்தது. ஸ்கூட்டரை நிறுத்தினேன். விருமாண்டியைப் பார்த்துவிட்டு வரும் வழியில் தன்னுடைய மோட்டார் சைக்கிள் பழுதடைந்து நின்று விட்டதாக இந்திரஜித் கூறினான். தற்செயலாக நான் வந்தது நல்லதாகப் போயிற்று என்றும், மெக்கானிக்கை எனது வண்டியில் போய் அழைத்து வருவதாகவும் கூறினான். 'உன்னுடைய மோட்டார் சைக்கிளுக்கு நான் காவலா?' என்று கேட்டேன். 'அந்த மோட்டார் சைக்கிளை எவனும் எடுத்துச் செல்ல முடியாது. அப்படி ஓர் கோளாறு. நீ இங்கு காத்திருக்க வேண்டாம். அதோ தெரிகிறதே ஓர் இடிந்த வீடு. அதுவரை நடந்து சென்றுவிட்டு வா. பொழுது போகும்' என்று கள் வாசனையடிக்க கூறினான் இந்திரஜித். 'எதற்கு அங்கே போக வேண்டும்?' என்று நான் கேட்டதற்கு, 'போய்ப் பார் தெரியும்' என்றவாறே என் ஸ்கூட்டரை வாங்கிக் கொண்டான். அவன் ஸ்கூட்டரை ஸ்டார்ட் செய்யும் போது ஞாபகம் வந்தது.

விருமாண்டி தோப்பு வீட்டில் இருக்கிறானா என்று கேட்டேன். விருமாண்டி, தென்னை மரங்களுக்கு உரம் வைக்கும் வேலையைச் செய்து கொண்டிருப்பதாகக் கூறிவிட்டு இந்திரஜித் கிளம்பினான். வயல் வெளியைப் பார்த்தேன். சற்று தூரத்தில் இடிந்த வீடு தெரிந்தது. அதை ஏன் பார்க்கச் சொல்கிறான் என்று எனக்குப் புரியவில்லை. போய்ப் பார்க்கலாம் என்று தோன்றியது. தென்னந்தோப்பையும், கதிர்கள் நிற்கும் வயல்களையும் கடந்து அந்த இடத்திற்குச் செல்ல வேண்டும். நடக்க ஆரம்பித்தேன். தென்னந்தோப்பைத் தாண்டி வயல்வரப்புகளில் செல்லும் போது எனக்குத் தடுமாற்றமாக இருந்தது. இரண்டு பெரிய புளிய மரங்களும் இடிந்த வீடும் திடல் போன்று காணப்பட்ட அந்த இடத்தில் இருந்தன. ஆள் அரவமற்ற இடம். நான் இடிந்த வீட்டை நோட்டமிட்டுக் கொண்டே உள்ளே ஜாக்கிரதை உணர்வுடன் நுழைந்தேன்.

உடைந்து கிடந்த சுவர்களின் மீது ஏறி நின்று உள் அறையை நோக்கினேன். உத்திரம் ஒன்று குறுக்காக விழுந்து கிடந்திருந்தது. உள் அறையின் ஜன்னலைப் பார்த்ததும் எனக்குத் திகில் ஏற்பட்டது. துருப் பிடித்த ஜன்னல் கம்பிகளைப் பிடித்துக்கொண்டு நிலைத்த பார்வையுடன் ஒரு கிழ உருவம் நின்றுகொண்டிருந்தது. நிலைத்திருந்த கண்கள் அசைந்து என்னை நோக்கின. பைத்தியம் போல எனக்குத் தோன்றியது. உள் அறையின் வாசலில் கிடந்த செங்கற் குவியலின் மீது ஏறி நின்று அந்தக் கிழ உருவம் என்னை நோக்கியது. குளித்துப் பல காலம் ஆகியிருக்கும் போல அப்படி ஓர் அழுக்குத் தோற்றம். அடர்ந்த வெள்ளைத் தாடி, மீசை, தலை முடிகளுக்கிடையே கண்கள் அசைந்து கொண்டிருந்தன.

கிழவன் என்னை நோக்கிக் கேட்டான். 'நீ யார்?' நான் என் பெயரைச் சொன்னேன். 'நீ வெள்ளைக்காரன் உளவாளியா? உண்மையைச் சொல், யார் நீ?' என்றான் கிழவன். எனக்கு ஒன்றும் புரியவில்லை. 'எந்த வெள்ளைக்காரன்?' என்றேன். 'எந்த வெள்ளைக்காரனா? அன்னியனை ஒப்புக் கொண்ட துரோகியா நீ?' என்றான் கிழவன். 'அன்னியன் போனது உங்களுக்குத் தெரியாதா?' என்றேன். கிழவன் என்னைச் சற்றுநேரம் உற்றுப் பார்த்தான். 'அப்படித்தான் சிலர் சொல்கிறார்கள். ஆனாலும் நம்புவதுதான் சிரமமாக இருக்கிறது. நம்பி வெளியே வந்தால் திரும்பவும் சூடு வைத்து விடுவார்களோ என்றுதான் இப்படித் திரிந்துகொண்டிருக்கிறேன். அன்னியர்களின் சூழ்ச்சியையும், தாட்சண்யமற்ற தன்மையையும் நான் நன்கு அறிந்திருக்கிறேன். அதனால்தான் நான் யோசித்துக் கொண்டிருக்கிறேன்.' என்றான் அவன்.

'நீங்கள் எவ்வளவு காலமாக மறைந்திருக்கிறீர்கள்?' என்று கேட்டேன். 'பல வருடங்கள் ஆனது போன்ற உணர்வை ஏற்படுத்தக் கூடியவை அந்தப் பத்து நாட்களும்!' என்றான் கிழவன். 'பத்து நாட்கள் என்பது என்ன கணக்கு?' என்றேன். 'பத்து நாட்கள் என்பது ஓர் யுகம்தான். 1942 ஆகஸ்டு 18ஆம்தேதி பிடிபட்டு, ஒரு பத்து நாட்களைப் பல வருடங்களாகக் கழித்தேன். பத்து நாட்கள் என்பது பல காலம் ஆன மாதிரி, பல காலம் பத்து நாட்களாக நீண்டு கொண்டே செல்கின்றது. பத்து நாட்களிலும் நான் நரக வேதனையில் இருந்தேன் என்பதை அறிய வேண்டும். என் நண்பர்களைச் சித்திரவதையில் இழந்தேன் – இதோ பார் சூடுபட்ட காயங்களை....' என்று

சட்டையைக் கழற்றி நெஞ்சையும் முதுகையும் காட்டினான். குறுக்கும் நெடுக்குமாகச் சூடுபட்ட வடுக்கள் குரூரமாகக் காட்சி தந்தன.

நான் கிழவனை அமரச் சொன்னேன். 'நீங்கள் என்னைக் கண்டு அஞ்ச வேண்டாம். நான் உங்கள் நண்பன். நீங்கள் வெளியே வரலாம். அன்னியன் இங்கு இல்லை என்பதுதான் உண்மை' என்றேன். 'அன்னியன் இங்கு இல்லை என்றால் சுபாஷ் சந்திரபோஸ் வந்துவிட்டாரா? 1941 ஜனவரி 26ஆம்தேதி வீட்டுச் சிறையிலிருந்து தப்பித்த போஸ் வந்து விட்டாரா? அவரிடமிருந்து கடிதம் கொண்டு வந்தால் நான் மறைவிலிருந்து வரலாம். திரிபுரா காஸ்கிரஸ் மாநாட்டில் நான் அவரைச் சந்தித்துப் பேசியிருக்கிறேன். போஸ் அன்று கோபத்திலும் வருத்தத்திலும் இருந்தார். நான் மிகவும் கொந்தளித்துப் போயிருந்தேன். அவர் என்னைச் சமாதானப்படுத்தும் நோக்கில் பேசினார்.' என்றான் கிழவன்.

நான், போஸ் இறந்துவிட்டதாகக் கூறப்படுவதைக் கூறலாமா என்று நினைத்து, பிறகு கூறாமல் பேச்சை மாற்றும் விதமாக, 'நீங்கள் எந்தக் கட்சியில் சேர்ந்திருந்தீர்கள்?' என்று கேட்டேன். அதற்குக் கிழவன், நான், சங்கரய்யா, பெருமாள் ஆகியோர் நாராயணசாமி தலைமையில் இயங்கும் தலைமறைவு இயக்கத்தின் முக்கிய உறுப்பினர்களாகச் சேர்ந்தோம். நீங்கள் பெயரைக் கேள்விப்பட்டிருக்கலாம்' என்று சொல்லி 'யுவபாரத்' என்ற பெயரை ரகசியமாகச் சொன்னான். நான் அந்தப் பெயரைக் கேள்விப் பட்டிருப்பதாக ரகசியத்தைக் கேட்கும் பொறுப்பில் நானும் பாவனை செய்தேன்.

'குதிராம் போஸ் என்னைத் தனிப்பட்ட முறையில் கவர்ந்திருந்தார். அறுபத்து நான்கு நாட்கள் உண்ணாவிரதமிருந்து இறந்த ஜதீன் போஸ், சிட்டகாங் ராணுவத் தளவாடப் பாசறையைச் சூறையாடிய சூர்யா சென் ஆகியோர் எங்கள் அனைவரையும் ஈர்த்திருந்தார்கள். இவற்றையெல்லாம், ஏன் சொல்கிறேன் என்றால் நீண்டகாலமாகிவிட்ட பத்து நாட்களில் இவற்றையெல்லாம் பலர் மறந்திருக்கலாம். பலருக்குத் தெரியாமலேயே இருந்திருக்கலாம். பலருக்கு இட்டிலி தின்று கொண்டேயிருக்க வேண்டும் என்று தோன்றிக்கொண்டேயிருக்கும். வேறு விஷயங்கள் நினைவிலிருக்காது. யுவபாரத் பற்றி உங்களுக்கு என்ன தெரியும்?' என்றான் கிழவன். 'தலைமறைவு இயக்கம் என்று நீங்கள் சொல்லும்போது அது பற்றி விவரங்கள் எனக்கு எப்படித் தெரியும். அதைப் பற்றிக் கேள்விப்பட்டிருக்கிறேன் என்பதைத்தான் நான் ஏற்கனவே கூறிவிட்டேனே' என்றேன்.

'சொல்கிறேன். யுவபாரத் நாராயண சாமி தலைமையில் துவங்கியது. பெங்காலைச் சேர்ந்த அஜாய் போஸ் என்பவருக்கும் அவருக்குமிடையே தொடர்பு இருந்தது. நானும், என் நண்பர்கள் சங்கரய்யரும், பெருமாளும் அவரைத் தேவகோட்டையில் ஓரிடத்தில் ரகசியமாகச் சந்தித்தோம். எங்கள் மீது அவருக்கு நம்பிக்கை ஏற்பட்டது. அந்த நம்பிக்கை தொடர்ந்தது–நான் மிகுந்த துணிச்சல்காரன் என்பதுதான் உங்களுக்குத் தெரியுமே. காட்டுக்குள் போலீஸ் பட்டாளத்திடமிருந்து, சாமோன் ஆர்னால்டிடமிருந்து நான் மட்டும் தப்பித்து வந்தது மட்டுமே என் துணிச்சலைக் காண்பிக்காதா? அதுகூட தப்பு. அதிர்ஷ்டம் என்றுதான் சொல்ல வேண்டும். நாகனாறு

பாலத்தை நாங்கள் வைத்த குண்டுதான் தகர்த்தது. சூப்பிரண்டு பெஞ்சமினைச் சங்கரய்யர்தான் சுட்டுக் கொன்றான். சங்கரய்யர் காங்கிரஸ் கட்சியிலும் இருந்துகொண்டு யுவபாரத்திலும் உறுப்பினராக இருந்தான். நாங்கள் ரகசியமாகக் கூடி ஓர் இடத்தில் மறைந்திருந்தபோது எங்களைப் போலீஸ் சுற்றிக் கொண்டது. பெருமாள் எல்லோரும் இறந்து விடலாமா என்று கேட்டான். பிறகு நாங்கள் கைதாகி நீதிமன்றத்தின் மூலம் சுதந்திர உணர்வை மக்களுக்கு உருவாக்கலாம் என்று நினைத்துக் கைதானோம். அது என்ன சந்தர்ப்பம் என்று தெரியுமல்லவா.

காந்தி ஆகஸ்டு 8ஆம்தேதி வெள்ளையனே வெளியேறு இயக்கத்தை ஆரம்பித்திருந்தார். நாங்கள் 18ஆம்தேதி கைதானோம். ஆனால், நாங்கள் போலீஸ் ஸ்டேசனுக்கோ நீதிமன்றத்திற்கோ கொண்டு செல்லப்படவில்லை. எங்கள் கண்களையும் கைகளையும் இறுகக் கட்டி அவிழ்த்தனர். காடு போலத் தோன்றியது. பிறகு கால்களில் விலங்கு போட்டனர். போலீஸ் அதிகாரி ஆர்னால்டு எங்கிருந்தோ வந்தான். அவன் வந்ததும், எங்களைத் தனித்தனியே மரத்தில் கட்டினர். அதற்கு முன் எங்கள் ஆடைகளை அவிழ்த்து விட்டனர். கையில் வைத்திருந்த லத்தியினால் முதலில் நாங்கள் பார்க்க, பெருமாளை அடித்தான். வலி பொறுக்க முடியாமல் பெருமாள் அலறியதை நாங்கள் கேட்டுக் கொண்டும், பார்த்துக் கொண்டுமிருந்தோம். கை ஓய்ந்ததும் சாவகாசமாகத் தண்ணீர் குடித்து ஓய்வெடுத்தான் ஆர்னால்டு. பெருமாளின் முகம், உடம்பெல்லாம் தடியினால் அடிபட்டு வீங்கிச் சிவந்திருந்தது. வலியில் முனகிக் கொண்டிருந்தான். ஓய்வெடுத்த பின் சங்கரய்யரை அடித்தான். என்னை அடிக்கும் முறை வருவதற்குள் நான் இறந்துவிட வேண்டும் என்று நினைத்தேன். ஆனால் இறக்கவில்லை.

சங்கரய்யரை அடித்து ஓய்வெடுத்த பின் என்னருகே வந்து என்னை அடித்தான். அதைப் போன்றதொரு இம்சையை உங்களால் கற்பனை பண்ண முடியாது. வலியை அனுபவிக்காமல் இறந்துவிட வேண்டும் என்று மனம் விரும்பியது. வலியில் உயிர் துடித்தது. அப்படியே எங்களை விட்டுவிட்டு ஆர்னால்டும் அவரது பட்டாளமும் சென்றுவிட்டன. வலியில் எங்களுக்குப் பேசுவது கூட இயலாத காரியமாகிவிட்டது. பசி கொன்று கொண்டிருந்தது. நா வறட்சியில் தொண்டை தவித்துக் கொண்டிருந்தது. இரவு முழுக்கக் குளிர் பயங்கரமாகத் தாக்கியது. ஏதேதோ பூச்சிகள் உடம்பில் ஊர்ந்தன. உயிர் சீக்கிரம் போக வேண்டும் என்பதே பிரார்த்தனையாக இருந்தது. சூடு வாங்கித்தான் ஆக வேண்டும் என்று இருக்கும் போது என்ன செய்வது? அடுத்த நாள் ஆர்னால்டு பட்டாளத்துடன் வந்தான். சாவகாசமாக சிகரெட் பிடித்துக் கொண்டே நெருப்பை உருவாக்கச் சொன்னான். கையோடு கொண்டு வந்திருந்த இரும்புக் கம்பியை அதில் பழுக்கக் காய்ச்சச் சொன்னான். அவன் காரியம் எல்லாம் பதற்றமின்றி நிதானமாக இருந்தது. ஆத்திரப்பட்டோ, ஆவேசம் கொண்டோ காரியம் செய்யவில்லை. மிகவும் நிதானமாக காய்ச்சிய இரும்புக் கம்பியை எடுத்து வந்து சங்கரய்யரின் உடம்பில் இழுத்தான். கடைசியாக சங்கரய்யரின் வயிற்றில் குத்தினான். ஓர் அலறலில் சங்கரய்யரின் கழுத்து சாய்ந்தது. உயிர் போக வேண்டும் என்று என்னையறியாது அவசரமாகவும் வேகமாகவும் பிரார்த்தித்துக் கொண்டிருந்தேன்.

ஆர்னால்டு கம்பியை நெருப்பில் காய்ச்சக் கொடுத்துவிட்டு, ஓய்வெடுத்துக் கொண்டிருந்தான். பிறகு சாவகாசமாக எழுந்து, அதை எடுத்து பெருமாளின் வயிற்றில் மாறி மாறிச் சொருகினான். அதற்குப் பிறகு கம்பியைக் காய்ச்சக் கொடுத்துவிட்டு ஓய்வெடுத்தான். பின் கம்பியை வாங்கிக்கொண்டு என்னை நோக்கி வந்தான். அவன் முகத்தில் அப்படி ஓர் அமைதி தவழ்ந்தது. என் உயிர் எழுந்து அவன் குரல்வளையை நோக்கிப் பாய்ந்தது. பிறகு சூன்யத்திற்குள் உயிர் சுருண்டது. கம்பியின் இழுப்பில் அலறினேன். உடம்பெல்லாம் எரிந்தது. சாவகாசமாகக் கம்பியினால் என் உடலில் கோடுகள் வரைவது போல் இழுத்தான். உயிர் அலறித் துடித்தது. சற்று நேரத்தில் கோடுகள் வரைவது நின்றது. கண்களைத் திறந்தேன். சாவகாசமாக சிகரெட் பிடித்துக்கொண்டு ஆர்னால்டு நின்றிருந்தான். பின் சிகரெட்டைக் கீழே போட்டுவிட்டுத் தன் பட்டாளத்துடன் வாகனத்தில் சென்றுவிட்டான். என்னை ஏன் கொல்லாமல் விட்டுச் சென்றான் என்று தெரியவில்லை. நினைவுகள் மங்கிக் கொண்டிருந்தன. உயிர் சாகத் துடித்துக் கொண்டிருந்தது.

யாரோ போலீஸ்காரர் வெள்ளையாக இருந்தார். வானத்திலிருந்து வந்த வெள்ளைப் போலீஸா அல்லது இயேசுநாதரா என்று தெரியவில்லை. என் கட்டுகளை அவிழ்த்தார். என் கால் விலங்குகளை உடைத்தார். மடியில் கிடத்தி, வாயில் நீரூற்றினார். மருந்து போட்டார். என் காதருகே பிராயச்சித்தம் என்றார். போர்வையால் போர்த்தினார். வானத்தில் பறந்து மறைந்து சென்றார். பிறகு தோன்றினார். எனக்கு உணவூட்டினார். மறைந்தார். தோன்றினார். ஒரு நாள் மறைந்தே விட்டார். ரணத்தோடு எழுந்தேன். வெகு தூரம் நடந்து, பிச்சை எடுத்து உண்டு, அந்தப் புதிய இடத்தில் ஓர் அரசாங்க ஆஸ்பத்திரியில் சேர்ந்தேன். என்னை யாருக்கும் தெரியவில்லை.

வானத்திலிருந்து வந்த வெள்ளைப் போலீஸ் அல்லது இயேசுநாதர் எனக்கு அப்படி ஓர் பாதுகாப்பை அளித்திருந்தார். அவரை என்னால் தெளிவாகப் பார்க்க முடியவில்லை. 'மறைந்திரு' என்றார். நானும் மறைந்திருக்கிறேன். இன்னும் மறைந்து கொண்டேயிருக்கிறேன். சுதந்திரத் தாய் வெற்றி கொண்ட பின் வரலாம் என்றிருக்கிறேன்.' கிழவன் பேச்சை முடித்துவிட்டு வெறித்துப் பார்த்துக் கொண்டிருந்தான்.

பிறகு எழுந்து, 'உன்னிடம் சொன்னதை யாரிடமும் சொல்லாதே. நான் மறையப் போகிறேன். யாரிடமும் சொல்லாதே' என்று எழுந்து என்னைப் பார்த்து மலங்கலாக விழித்துப் பார்த்துக்கொண்டிருந்தான். பிறகு 'வருகிறேன்' என்று சொல்லிவிட்டு வயல்களினூடே ஓடி, பார்வையிலிருந்து மறைந்தான்.

நான் திகைத்து நின்றிருந்தேன். கண்டதெல்லாம் கனவா அல்லது நினைவா என்ற பிரமை ஏற்பட்டது. மனம் துயரமாக இருந்தது. சிந்தனையிலேயே தென்னந்தோப்பையும் வயல்வெளிகளையும் கடந்து சாலைக்கு வந்தேன். சாலையில் என் ஸ்கூட்டர் மட்டும் நின்றிருந்தது. சாவி ஸ்கூட்டரிலேயே இருந்தது. இந்திரஜித் என்னைச் சந்தித்ததும் என் ஸ்கூட்டரை வாங்கிச் சென்றதும் உண்மைதானா என்று சந்தேகம் ஏற்படும் படியாக ஸ்கூட்டர் சாவியுடன் நின்று கொண்டிருந்தது. சாலையில் ஒருவரும் இல்லை.

1993

064

கந்தர்வன்

சாசனம்

அப்பா வெளியூருக்குப் போகையில் வண்டிக்குள் யார் பேச்சுக் கொடுத்தாலும், எவ்வளவு முக்கியமாக அது இருந்தாலும் தலையை வெளியே நீட்டி அந்தப் புளிய மரத்தை ஒரு தடவை பார்த்துக் கொள்வார். ஊர்க்கோடியில் குறவர் குடிசைகளுக்கு மத்தியில் பிரம்மாண்டமான மரம் அது. அடியில் பன்றி அடைந்து உரம் கொடுக்க ஊர் பூராவிலும் உள்ள மரங்களில் செழித்துக் கொழித்து நிற்கும் அது. அப்பாவுக்குச் சொந்தமான மரம்.

ஒரு செவ்வகவாக்கில் ஐந்து மைல் விஸ்தீரணத்தில் ஆறு சின்னக் கிராமங்களிலும் இந்தத் தாய்க் கிராமத்திலும் அப்பாவுக்கு நிலங்களுண்டு. அத்தனை நஞ்சை புஞ்சை வீடு மரங்களிலும் அப்பாவுக்கு ரொம்பப் பிடித்தமானது இந்த புளியமரம்தான். வெகு தூரத்திலிருந்து பார்த்தால் ஒரு குன்று பச்சையாய் நிற்பது போலிருக்கும். அருகில் வந்து அண்ணாந்து பார்த்தால் ஆயிரங்கிளையோடு அடர்ந்து அந்த மரத்திற்குள் ஒரு தோப்பு அசைந்தாடுவது போலிருக்கும்.

எண்ணெய் பூசியதுபோல் வழுவழுவென்றிருக்கும். சிமிண்டுத் திண்ணையில் பகல் பூராவும் அப்பா உட்கார்ந்திருப்பார். நாலு பண்ணையாள்களுக்கும் அஞ்சு கிராமத்துக் குத்தகைக்காரர்களுக்கும் உட்கார்ந்த இடத்திலிருந்தே உத்தரவுகள் போகும். எப்போதாவது பர்மாக் குடையை விரித்து நடப்பார். ஒரு நாளைக்கு இத்தனை தடவை என்று எண்ணிவிடலாம் இறங்கி நடப்பதை.

அப்பா நடந்திருக்க வேண்டிய நடையெல்லாம் தாத்தா நடந்திருந்தார். சமஸ்தானத்தில் தாத்தா இந்தப் பிரதேசத்தின் பேஷ்கார்.

மஹாராஜா இந்தப் பக்கமாய் ஒரு முறை திக் விஜயம் செய்தபோது தாத்தா ஒவ்வொரு வேளை விருந்தையும் ஓர்

உற்சவமாய் நடத்தியிருக்கிறார். மஹாராஜாவின் நாக்கு அது வரை அறிந்திராத ருசியும் பண்டமும் விருந்துகளில். பரிவாரங்கள் தங்கள் வயிறுகளைத் தாங்கள் தூக்கிச் சுமக்க வேண்டிய நிலை.

மரியாதை காட்டி வெகுவாய்ப் பின்னால் வந்து கொண்டிருந்த தாத்தாவை அழைத்து விரலை அவ்வப்போது நீட்டிக் கொண்டே வந்தார் மஹாராஜா. பின்னால் அந்த நிலங்களெல்லாம் தாத்தாவுக்குச் சன்மானமாய் வந்தன.

தாத்தா அரண்மனைக்குப் போய் சாசனங்களையும் பட்டயங்களையும் வாங்கி வந்த நாளிலிருந்து எட்டு நாட்களுக்குள் இருபத்தோரு கிராமங்களில் ஆட்களைத் திரட்டினார். தங்களுடையதென்று எண்ணி உழுது கொண்டிருந்த குடியானவர்களை நிலங்களிலிருந்தும் ஊர்களிலிருந்தும் மஹாராஜாவின் சாசனங்களைக் காட்டி விரட்டினார். அடிதடிகளும் நாலு கொலைகளும் நடந்ததாகப் பேச்சுண்டு.

தாத்தா வீட்டிலிருந்து எப்போது புறப்பட்டுப் போனார். எந்த ஊரில் யார் வீட்டிலிருக்கிறார், ராத்திரி எத்தனை மணிக்கு வருவார் என்பதெல்லாம் வீட்டில் யாருக்கும் தெரியாது. உள்ளூரில்தான் தங்கியிருக்கிறார் "ஒரு வீட்டில்" என்பது போல் நக்கலாக ஒருவர் சொல்ல "அதெல்லாமில்லை சிறைக்குளமோ பண்ணந்தையோ கீரந்தையோ எங்கேயிருக்காகனு யார் கண்டா" என்று அழுத்தமாய் அடுத்த ஆள் பேசிவிடும்.

சில சமயம் விடியற்காலைகளில் சிவந்த கண்களோடு வந்து சேர்வாராம். வந்ததும் பரபரவென்று வீட்டு ஆள்கள் ஓர் அண்டா நிறையத் தண்ணீரைக் கொண்டு வந்து வாசலில் வைப்பார்கள். குளிரக் குளிரக் குளித்து வேட்டி துண்டை நனைத்துப் போட்டு விட்டு வீட்டிற்குள் நுழைவாராம்.

தாத்தா கையைப் பிடித்துக் கொண்டு அப்பா நடக்கையிலே மஹாராஜா இந்தியப் பிரஜையாகிவிட்டார். சாசனங்களையும் பட்டயங்களையும் அப்பா கையில் ஒப்படைத்துவிட்டுத் தாத்தா கிழக்குக் காட்டில் எரிந்தபோது முதல் தேர்தல் முடிந்து ஓட்டுகளை எண்ணிக் கொண்டிருந்த நேரம்.

கிராமங்களில் நீண்டு கிடந்த புஞ்சைகளை அப்பா அந்தந்த கிராமத்துக்குப் பெருங்குடியானவர்களிடம் வாரத்துக்கு விட்டு விட்டார். செவற்காட்டுப்பனைகளைப் பாட்டத்துக்கு விட்டார். தை மாசியில் வீட்டு மச்சிலும் குளுமைகளிலும் பட்டாசாலையிலும் நெல்லும் கம்பும் வரகும் கேப்பையும் ஒரு புறமாகவும் மிளகாய் போலிருக்கும். ஒவ்வொரு தடவையும் பெட்டியைத் திறந்து மூடிவிட்டுத் திண்ணையில் உட்கார்கையில் அப்பா முகத்தில் வேர்வையும் அதிருப்தியும் தெரியும்.

ஊர்க்கோடி புளியமரம் தளதளவென்று நிற்கிறது. அதிலிருந்துதான் வருசத்திற்குண்டான புளி வருகிறது. ஆனால் ஒப்படைத்து விட்டுப் போன சாசனங்கள் பத்திரங்கள் எதிலும் ஏன் ஒரு சின்னத் துண்டு காகிதத்தில் கூட இந்த மரத்தைப் பற்றி ஒரு வார்த்தை இல்லை.

ஒரு நாள் சுப்பையா மாமா அப்பா பக்கத்தில் வந்து உட்கார்ந்து பேச்சுவாக்கில் "மண்டபத்து மல்லி, மண்டபத்துப் புளி ரெண்டுக்கும் சமமா ஒலகத்திலெ எங்கேயும் கிடையாது" என்று சொல்லிவிட்டார். அப்பா இதைக் கேட்டதும் அம்மாவைக் கூப்பிட்டார். "அந்தக் கொறட்டுப் புளியிலே

கொஞ்சங் கொண்டாந்து மாப்பிள்ளட்ட குடு" என்று சொல்லிவிட்டு, "இன்னைக்குக் குழம்பு ஒங்க வீட்டிலெ இந்தப் புளியிலெ. விடிய வந்து சொல்லுங்க மாப்பிள்ளை, மண்டபத்துப் புளி ஒசத்தியா; கொறட்டுப் புளி ஒசத்தியானு"

மறுநாள் சுப்பையா மாமா திண்ணையில் வந்து உட்கார்ந்ததும் சொன்னார். "இந்தக் கொறட்டுப் புளிக்குச் சரியா மண்டபத்துப் புளியும் நிக்காது; மதுரைப் புளியும் நிக்காது!"

'கொறட்டுப் புளி' என்று அப்பா சொல்வது 'குறவீட்டுப்புளி' என்பதன் சுருக்கம். 'குறவீடு' என்று வருகிற எதையும் வேறு மாதிரித்தான் சொல்வார். அப்படிப் பேசி முடித்ததும் எதையோ மறைத்துத் தப்பித்து விட்ட திருப்தியில் பலர் முன்னிலையில் தன்னை மறந்து சந்தோஷப்பட்டுக் கொள்வார்.

ஆள்பத்தி அறையின் இரும்புப் பெட்டியைத் திறந்து சாசனங்களையும் பத்திரங்களையும் பார்த்து முடித்த சில சமயங்களில் அப்பா திண்ணையிலிருந்து இறங்கிக் குடையை விரித்தும் விரிக்காமலுமாய் ஓடப் போகிற மரத்தைக் கயிறு போடடு வைக்கப் போவது போல் ஓடுவார். கொழுந்து விடும் நேரம், பூப் பூக்கும் நேரம், பிறை பிறையாய்ப் பிஞ்சு விடும் நேரங்களில் இப்படிப் போய் மரத்தடியில் நிற்பார்.

"அய்யா மகன் வந்திருக்கார் விலகுலெ" என்று சத்தம் போட்டு, வேடிக்கை பார்க்க வரும் குறவீட்டுப் பிள்ளைகளைச் சேரிக் கிழவர்கள் விரட்டுவார்கள். மரத்தடியில் அடைந்து கிடக்கும் பன்றிகளை விரட்டி மேட்டுப்பக்கம் கொண்டு போவார்கள். பன்றிக் கழிவுகளைத் தள்ளி ஒரு புறமாய் ஒதுக்குவார்கள்.

மற்றக் குடிசைகளிலிருந்து விலகி ஒரு குடிசை மரத்திற்கு வடக்கில் தனியாய் உண்டு. வெளியில் உண்டாகும் சேரி அசுத்தங்கள் அந்தக் குடிசையருகே வந்துவிடாதவாறு சுற்றி ஒரு தீ வட்டம் நின்று காப்பதுபோல் பளிச்சென்றிருக்கும்.

அப்பாவின் குரலைக் கேட்டதும் குடிசைக்குள்ளிருந்து ஒரு கிழவி கண்ணில் பூ விழுந்து பார்வை தெரியாமல் கம்பூன்றி வெளியில் வருவாள். குறவர் கூட்டத்திலிருந்து விலகித் தனியாய் ஆகாயத்திலிருந்து வந்து பிறந்ததுபோல் கிழவியின் மகள் தாத்தா ஜாடையில் தாத்தா நிறத்தில் வந்து நிற்பாள்.

அப்பாவுக்கும் அந்தப் பொம்பிளைக்கும் பதினைஞ்சு வயசு வித்தியாசமிருக்கும்; சின்னவள். அந்தப் பொம்பிளையும் அவள் புருஷனும் பிள்ளைகளும் குறவர் கூட்டத்திலிருந்து விலகித் தனியாய் நிற்பார்கள். கிழவியும் மகளும் அப்பா பேசும் ஒவ்வொரு வார்த்தையையும் வாஞ்சையோடு கேட்பார்கள். அப்பா புறப்பட்டுப் போகும் போது அந்தப் பொம்பிளை அவர் பார்க்கும்படி முன்னே வந்து குப்பைக்கூளங்களைக் காலால் தள்ளி வழி செய்வாள். இவர்களின் இந்தச் செய்கைகளால் அப்பா தடுமாறி நடப்பார். வீடு வரும்போது மறுபடி முகம் மாறி வந்து சேர்வார்.

வெகுநேரம் யோசனையில் கிடப்பார். கணக்குப் பிள்ளையைக் கேட்டு விடலாமென்று அப்பாவுக்குப் பலமுறை தோன்றியதுண்டு. இந்த மரம்

நிற்கும் நிலம் யாருக்குச் சொந்தம் என்று அவரிடம் கேட்கலாம். தன் பெயருக்கே ரசீது போடச் சொல்லலாம் வரி கட்டியதாக. ஆனால் மரம் இருக்கும் இடம் நம் பெயரிலில்லை என்று கணக்குப்பிள்ளைக்கு நாமே சொல்லிக் கொடுத்தது போலாகிவிடும். சொத்து விஷயத்தில் அவசரப்படக்கூடாது. போகிற வரை போக வேண்டும். அப்பா, கணக்குப் பிள்ளைக்குச் சொல்லி விடும் ஞாபகம் வந்து ஒவ்வொரு முறையும் நிறுத்தி வைத்தது போக அந்த எண்ணத்தையே சில நாளில் மறந்து விட்டார்.

வருசா வருசம் புளியம்பழ உலுக்கல் அப்பா முன்னால் விமரிசையாய் நடக்கிறது. மூடை மூடையாய்ப் புளி வீட்டுப் பட்டாசாலைக்கு வரும். புளியம்பழ உலுக்கலுக்கு முதல் நாளே அப்பா ஆள் சொல்லி விடுவார். மறுநாள் காலை அப்பா போகுமுன்னால் பன்றிக் கழிவுகளைக் கூட்டிப் பொட்டலாக்கி வைத்திருப்பார்கள்.

அப்பா பத்து ஆள்களோடும் ஒரு கட்டுச் சாக்குகளோடும் வெயில் வந்ததும் வருவார். வருசா வருசம் இது ஒரு சடங்கு போல் நடக்கும். உலுக்கலுக்கு முன் கிழவியின் மகள் கிழவியின் கையைப் பிடித்துக் கொண்டு வந்து மரத்தருகில் நிறுத்துவாள். கிழவி மரத்தைத் தொடுவாள்; தடவுவாள்; கும்பிடுவாள். குருட்டுக் கண்ணிலிருந்து தாரை தாரையாய்க் கண்ணீர் வடியும். மகள் மெல்லக் கிழவியை அகற்றி அழைத்துக் கொண்டு குடிசைப் பக்கம் போவாள்.

அப்பா இவற்றையெல்லாம் பார்த்தும் பார்க்காதது போல் நிற்பார். சீக்கிரமாய் இந்தச் சடங்கு நடந்து முடியவேண்டுமென்பது போல் பொறுமை இழப்பார். இது முடிந்ததும் பலசாலிகளாயுள்ள எட்டு பேர் திசைக்கு ஒருவராய் ஒரே நேரத்தில் கிளைகளில் ஏறி மேற்கொப்பைப் பிடித்துக் கொண்டு கூத்தாடுவார்கள்.

பழங்கள் உதிர்ந்து சடசடவென்று சத்தங்கிளப்பும். குற வீடுகளின் சின்னப்பிள்ளை எதுவும் பழம் பொறுக்க நடுவில் நுழைந்தால் மண்டையிலடிக்கும். ஒரு பழமே ரத்தம் கசிய வைத்துவிடும்.

மொத்தக் கிளைகளையும் உலுக்கியபின் அப்பா மரத்தைச் சுற்றி வந்து மேல் நோக்கிப் பார்வையிடுவார். ஒரு கிளை விட்டுப் போயிருந்தாலும் அவர் பார்வைக்குப் பட்டுவிடும். எல்லாமும் உலுப்பி முடிந்தவுடன் பத்துப் பேரும் பழங்களை வாரிக் கட்டுவார்கள்.

ஒரு சின்னக் குவியலை அப்பா காலாலேயே குவித்து ஒதுக்குவார். அந்தப் பொம்பிளை வந்து அள்ளிக் கொள்ளும். அள்ளும்போது அவள் கண்ணில் இருந்து கண்ணீர் வடியும். மூடைகளை வண்டியிலேற்றி வீட்டில் கொண்டு வந்து இறக்குவார்கள். ஒரு வாரம் முற்றத்தில் காயும். அப்புறம் பதினைந்து பேர்கள் பட்டாசாலையில் உட்கார்ந்து உடைப்பார்கள். மறுபடியும் முற்றத்துக்குப் போகும். அப்புறம் சால்களில் அடையும்.

ஒரு வருசம் உலுக்கலில் போது கிழவி மரத்தைத் தொட்டு அழுது கொண்டிருந்தபோது மகள் புருசன், "ஒங்க ஆத்தாளை இங்கிட்டுக் கூப்பிடு. அசிங்கமாயிருக்கு; சனம் பூராவும் வேடிக்கை பார்க்குது" என்று கோபமாய்ச் சொன்னான். அந்த பொம்பிளை தயங்கியது.

“கூட்டிட்டு வரப்போறியா இல்லையாடி” என்று எல்லோருமிருக்கக் காலால் ஓர் உதை விட்டான். ஓடிப்போய்க் கிழவியை இழுத்துக் கொண்டு வந்தாள். அன்று அப்பா காலால் தள்ளிக் குவித்திருந்த புளிக்கு முன்னால் வந்து அவன் “இதையும் அள்ளிக்கிட்டுப் போயிருங்க” என்றான்.

அவன் கை காலெல்லாம் நடுங்கிக் கொண்டிருந்தன. அப்பா சற்றுக் கலங்கிப் போனார்.

விட்டுக் கொடுக்காமல் “இதையும் அள்ளிக் கட்டுங்கடா” என்று சொல்லிவிட்டு நடந்தார். அன்று ஒரு பழம் விடாமல் வீட்டுக்கு வந்து சேர்ந்தன. அடுத்த வருசம் வழக்கம் போல் மறுநாள் புளியம்பழம் உலுக்க வரப் போவதாகச் சொல்லியனுப்பியிருந்தார் அப்பா. மறுநாள் பத்துப் பேரோடு மரத்தடிக்குப் போகையில் தரையெங்கும் பன்றிக் கழிவுகள் எங்கும் அசிங்கமும் நாற்றமும். கயிற்றுக் கட்டிலில் கிழவி உட்கார்ந்திருந்தாள். யாரோ வம்பாய் உட்கார்த்தி வைத்திருப்பது போலிருந்தது. அந்தப் பொம்பிளை புருஷனோடும் பிள்ளைகளோடும் நின்றாள். அப்பா அந்தப் பெண்ணைக் கடுமையாகப் பார்த்தார். “என்ன இதெல்லாம்?” என்று அதட்டினார். சொல்லி வைத்ததுபோல் யாரும் வேலை வெட்டிக்குப் போகாமல் குறவீட்டு ஆள்கள் மொத்தமும் கூடியிருந்தனர்.

அந்த பொம்பிளை “இனிமேற்பட்டு இந்த மரத்தை நாந்தான் உலுக்குவேன்.” “இதிலே எனக்குப் பாத்தியதை உண்டு...” என்று பேசத் துவங்கியது. அப்பாவுக்குக் கால் நடுங்கியது; உதடு கோணியது. “போதும் போதும் பேச்சை நிறுத்து” என்று அதற்கும் அப்பால் அந்தப் பொம்பிளை பேசப்போவதைப் பதறிப்போய் நிறுத்தினார். கயிற்றுக் கட்டிலின் மேல் அந்தக் கிழவி நிச்சலனமாய் உட்கார்ந்து இருந்தாள்.

கூட்டி வந்த ஆள்களைத் திருப்பியழைத்துக் கொண்டு தலையைச் சாய்த்துக் குனிந்து நடந்து வீடு வந்து சேர்ந்தார். அதற்கப்புறம் அப்பா ஆள்பத்தி அறைக்குள் நுழைந்து பெட்டியைத் திறந்து சாசனம் எதையும் எடுத்துப் பார்க்கவே இல்லை.

065

தஞ்சை ப்ரகாஷ்

மேபல்

மேபலுக்கு ரொம்ப பயம். அப்பான்னாலே பயம். அவளுக்கு அப்பா மட்டும்தான் மிச்சம். அம்மா மோனத்திலிருக்கிறாள். கர்த்தரின் மடியில் அம்மா இருக்கிறதை மேபல் பல தடவையும் கனவில்பார்த்திருக்கிறாள். அம்மா ரொம்ப அழகு. சிவப்பு வெள்ளப் பட்டுடுத்தி சம்மனசு மாதிரி கர்த்தரோட மடியில் உட்கார்ந்திருக்கிறதை யாரும் நம்ப மாட்டார்கள். அப்பா கருப்பு! முரடு. திமுசு மாதிரி, புளியமரத்து அடி மரம் மாதிரி கண்டு முண்டா இருக்கிற அப்பாவெ மேபல் குட்டிக்கு எப்படிப் பிடிக்குமாம்? கொஞ்சம்கூடச் சிரிக்காத மனுஷன் உண்டா? மேபலுக்குத் தெரியுமே அப்பா சிரித்துப் பார்த்ததேயில்லை. சர்ச்சுக்குப் போய் வரும்போது எல்லார் முகமும் திருப்தியாக இருக்கும். அப்பக்கூட அவள் அப்பாவை நிமிர்ந்து பார்க்க முடியாமல்தான் வருவாள். அப்பா அம்மாவை அடிப்பதைப் பார்த்திருக்கிறாள். மேபல், அண்ணனை, அக்காளை, பெரிய அத்தையைக் கூட அப்பா அடிப்பார். எல்லோருமே ரொம்பப் பயப்படுவார்கள். மேபல் கடைக்குட்டி. இயேசுநாதர் கையில் இருக்கும் ஆட்டுக்குட்டி மாதிரி. ஏதாவது தப்பு செய்துவிட்டால், அவளை அள்ளிக்கொண்டு மறைக்கும் அம்மா. திட்டு வாங்கிக் கொள்ள அப்பாவிடம் போகும் அண்ணன் ஃப்ரெடி. ஏதாவது தள்ளி உடைத்துவிட்டால் பாய்ந்து ஒளித்து வைத்து மேபலுக்குப் பதிலாக அப்பாவின் பலிபீடம் போகும் அக்கா நான்ஸினி. மேபலை இத்தனை பேரும் சேர்ந்து காப்பாற்றினாலும் அப்பாவின் அடி உதை நிச்சயம்.

ஞாயிற்றுக்கிழமை மேபலுக்கு நரகம். அப்பா ஆபிஸ் போகாத நாள். குடிப்பார். யாரும் சத்தம் போடக்கூடாது. மூச்சு விடக்கூடாது. காலையிலேயே குளித்து ஸூட் போட்டு டை கட்டி கோவிலுக்குப் புறப்பட்டுவிடுவார். அம்மா ஜோரான ஆப்பம் சுடுகிறாள். மேபலுக்கு ஆப்பம்ன்னா ரொம்ப இஷ்டம். கள் நுரை போல உப்பிய பஞ்சு பஞ்சாய் மெதுமெதுக்கும் ஆப்பம். அதையும் ஒரு நாளும் நிம்மதியாய்ச் சாப்பிட விடமாட்டார் அப்பா.

மேபலுக்கு அப்பா இஷ்டம் நிறைய, தஞ்சாவூர் மிஷன் மேட்டுத்தெருவில் வேறு யாருமே அப்பா மாதிரி ஆம்பிளை கிடையாது. பெண்கள் பார்த்தால் கண்களை எடுக்காமல் அப்பாவைப் பார்ப்பதை மேபல் வியப்பாகப் பார்த்திருக்கிறாள். ரொம்ப நாளாய் ஆப்பம் சாப்பிட எல்லாருடன் டைனிங் டேபிளில் உட்காரமாட்டாள். மேபலுக்கு நாலு ஆப்பம் வேணும். நிறைய தேங்காய்ப் பால் வேண்டும். நாக்கைத் தட்டிச் சப்புக் கொட்டி ருசித்து நக்கிச் சாப்பிட வேணுமே. அப்ப கொலுவீற்றிருக்கும் சாப்பாட்டு மேஜையில் எல்லாருடன் உட்கார்ந்தால் அப்பா கத்துவார். நக்கக் கூடாது; நாக்கைத் தட்டக்கூடாது. அசிங்கம்! டேபிளில் சாப்பிட 'மானர்ஸ்' வேண்டும். மிருகம் மாதிரி நாக்கைச் சொடுக்கி லப் லப் என்று விழுங்கிச் சப்தம் எழுப்பக் கூடாதாம். இதற்காக மேபல் குளிக்கிற அறையிலேயோ உடுத்துகிற சாக்கிலோ லெட்ரினிலோ நேரத்தைக் கடத்தி எல்லாருக்கும் பின்னால் லேட்டாக டேபிளுக்கு வருவாள்.

அப்பாவை ரொம்பப் பிடிக்கும். கட்டிப்பிடித்து அப்பாவை முத்தங்கொஞ்சி சிரிப்புத் தரவேண்டும் என்று மேபலுக்கு ஆசைதான். கூடாதாம் எச்சில் தப்பாம். கிறிஸ்தவர்கள் கிட்டதான் இந்த அசிங்கம் இருக்காம். வெள்ளைக்காரர்கள் வழியா இந்திய கிறிஸ்தவர்கள் படித்த கெட்ட வழக்கமாம். அப்பா அகராதி தனி. அவர் மட்டும் ராத்திரியில் பெட்ரூமுக்குப் போகும்போது எல்லாருக்கும் முன்னாலே கூட அம்மாவையும் அண்ணனையும் முந்தி விடுவது எதில் சேர்த்தி? அக்காவுக்கும் சின்னக்காவுக்கும் முத்தா தருவதில்லை! என்ன யோக்யதை இது. சர்ச் பக்கத்தில் இருந்ததால் இரண்டாம் மணி அடித்த பின்னர்தான் வீட்டைவிட்டுக் கிளம்ப வேண்டும். எரிச்சலுடன் கத்திக்கொண்டேயிருப்பார். ஒன்று அம்மா, இல்லை மேபல், இல்லாவிட்டால் அண்னன் ஃப்ரெடி.

சின்னக்கா எப்போதும் பதுங்கிக்கொண்டே பின்னால் வருவாள். ஆனி எப்போதும் திட்டு வாங்கி உதை வாங்குகிறதில் புலி மூத்தவள். நேர் எதிர் சின்னக்கா மாகி! பதுங்கல் புலி! மேபல் தூரத்தில் வருவாள். ஆப்பம் ருசித்துச் சாப்பிடும்போதே வாசலில் அப்பா கூப்பாடு "மூணாம் மணியடிச்சாச்சு! ஏ கழுதெ! சீக்கிரம் உடுத்திட்டு வாடீ! நாங்க முன்னாலே போறோம்!" அப்பாவின் விஸ்கி மூச்சு ரூமுக்குள் வீசுகிற மாதிரி இருக்கும். கோவிலில் "எல்லாம் ஏசுவே எனக்கெல்லாம் ஏசுவே" ஞானப்பாட்டின் கோரஸ் கொயர் பாடகர்களுடைய கூட்டமான குரலில் இங்கு கேட்கும். திண்ணைக்கு ஓடிவந்து பார்க்கும் போதே அப்பாவுடன் குடும்பமே புதுச்சலவை உடுத்தி கோவிலை நோக்கி போகும் காட்சி மேபலுக்கு இனந்தெரியாத இன்பமாய் இருக்கும்.

அம்மா பட்டுப்புடவையில் தான் என்ன அழகாயிருக்கிறார்கள். குரலே எழுப்பாமல் அப்பாவுடன் குடும்பம் நடத்தும் ஆச்சர்யம் மேபலுக்குப் புரியாது. ஃப்ரெடி அண்ணனின் வெள்ளை பாண்ட் ஸூட் எத்தனை அருமையாய் இருக்கிறது. அம்மா சாயல் சிவப்பு பிள்ளை அண்ணன். அக்கா ஆனிரோஸ் அம்மாவை உரித்தெடுத்த வடிவு. சின்னக்கா மாக்னஸ் கூட அம்மா பிள்ளைதான். அதெப்படி? அவர்கள் எல்லாரும் அழகாய் அம்மா மாதிரி. மேபல் குட்டி மட்டும் எப்படி அம்மாவும் அப்பாவும் சேர்ந்த மாதிரி மங்கலானாள்? மேபல் கருப்பில்லை அப்பா சிவப்பா? புது

நிறம்! சிவப்பும் கருப்புமல்லாத பொன்னிறம், கண்ணாடியில் பார்க்கும் போதெல்லாம் கருப்பு மாதிரி இருக்கும் வருத்தமாக. அம்மா திட்டுவார்கள் எப்போதும் கண்ணாடி பாத்துக்கிட்டே இருக்கப்படாதாம். மேபலை வீட்டில் கருப்பு குட்டீன்னுதான் கூப்பிடுவார்கள். அப்பா மட்டும்தான் மேபல்! அம்மா சாவு எதிர்பாராமல் நடந்தது. மேபலுக்குத் தெரியாது. தூங்கிப்போன நேரம். கண்விழித்துப் பார்த்தபோது அம்மா தூங்குவதுபோல் சம்மனசாகியிருந்தார்கள். பயந்து பயந்து பயந்தே ஹார்ட் அட்டாக் வந்திருக்க வேணும்.

அப்போது மேபலுக்கு வயசு பதினைந்து. இப்போது பத்து வருஷம் ஆகிவிட்டது. அம்மா இல்லாத பத்து வருடங்கள். பெரியக்கா ஆனி ரோஸ் கல்யாணம் ஆகி டெல்லி போய்விட்டாள். சின்னக்கா மாக்னஸ் ஆலமரத் தெருவிலிருந்த தாஸில்தார் மகன் ரூபனை லவ் பண்ணிவிட்டாள். மேபலுக்குக் கூட ரூபனைப் பிடிக்காது. கோவிலில் ஜெபம் நடந்துகொண்டிருக்கும் போது புளிய மரத்தடியில் சின்னக்காவை நிறுத்தி பேசிக்கொண்டிருப்பான். அப்பாவுக்குத் தெரிந்தால் பயத்தில் உடல் நடுங்கும். ரூபனுக்கும் மாக்னஸுக்கும் நல்ல பொருத்தம். ஏனோ மேபலுக்கு அவனைப் பிடிக்கவில்லை. அப்பா மாதிரி ரூபன் காலிப் பயலாம். வேலை வெட்டியில்லாத ராஸ்கலாம். அப்பா சொல்வார். மேபலுக்கு அடிவயிற்றை கலக்கும். சின்னக்கா மாக்னஸ் கொடி மாதிரி இருப்பாள். குளிக்கும் போதெல்லாம் மாக்னஸோட உடம்பு மேபலுக்கு ஆச்சர்யமாயிருக்கும்.

அம்மா, அம்மா! அப்படியே அம்மா மாதிரி. ஆனா வலுவா செழிப்பா எடுப்பா இருப்பா, மாக்னஸ் ரூபனோட பேசும்போது பூத்துப்போன மல்லிகை மரம் மாதிரி ஆச்சர்யமான அழகோட மாக்னஸைப் பார்த்தாலே தேவதை மாதிரியிருப்பா. இந்த உடம்பை அப்பா துவைத்து எடுத்து ரத்தவிளாராக்கி வீட்டுக்குள் அடைத்தபோது இரவெல்லாம் முனகிக் கிடந்தது மாக்னஸ் மட்டுமில்லை, மேபலும்தான். மாக்னஸை அடித்துத் துவைத்துக் கொண்டிருந்த போது இடையில் மேபலையும் பிடித்து நாலு அறை வைத்தார் அப்பா, ரொம்ப திருப்தியாய் இருந்தது மேபலுக்கு. ரூபன் தேடித்தேடி வந்தான்.

ஒருநாள் வீட்டு வாசலிலேயே லாவிப் பிடித்து விட்டார் அப்பா. ரூபன் ரொம்ப தைரியம். அவனையும் அப்பா அடித்து நொறுக்கியதைத் தெருவே வேடிக்கை பார்த்தது. யாரும் தடுக்கவில்லை. அவர்கள் வீட்டிலும் பெண்கள் இருந்தார்களாம். ரூபன் பொறுக்கியாம். மாக்னஸ் மயிரைப் பிடித்துச் சுழற்றி அடித்தது போலவே ரூபனின் சுருள் முடியைப் பிடித்து அடிக்க அப்பாவுக்குக் கூச்சமேயில்லை. அம்மா இல்லை இதெல்லாம் பார்க்க. மேபல் கன்றிச் சிவந்த அடிபட்ட கன்னத்துடன் புளித்த நாக்குடன் கண்ணாடியில் பார்த்தபோது உதடு கிழிந்திருந்தது தெரிந்தது. ரூபன் செய்த தப்பு அப்பா அடித்தபோது விடாமல் திருப்பியடித்ததுதான். அப்பாவின் உக்கிரப்பிடியில் என்ன செய்ய முடியும்? மேபல் கண்களை இறுக மூடிக்கொண்டாள். பளார் பளாரென்று அறை விழும் சப்தம். நெஞ்சு படபடவென்று அடித்துக் கொண்டது. ஒரு மாதம் வீட்டுக்குள் யாரும் பேச முடியவில்லை. மாக்னஸ் ரூமிலிருந்து வெளியே வரவேமாட்டாள். அப்பா விஸ்கி பாட்டிலும் சோடாவுடனும் காமிரா அறையில் அல்லது ஹாலில் உட்கார்ந்திருப்பார். அண்ணன் பெரும்பாலும் வெளியில் கத்திக் கொண்டிருக்கும்.

ராத்திரி பத்து மணிக்கு மேல்தான் வருகிறதே. விடிந்தால் எழுந்து எங்கோ போய்விடும். சின்னத்தை மார்க்கெட் போய் காய்கறி வாங்கி வரும்போது வழியில் அண்ணனைப் பார்த்து அழுது.... பேசி... "உங்கப்பன் தாயழி இப்ப ஊட்டையே ரெண்டு படுத்தீட்டான்டா பாவீ.. நீயாவது ஒழுங்கா வேலை கண்ணிக்கிப் போயி உருப்பட்டா நானு ஏண்டா இவங்கிட்ட கெடந்து நெக்கிழயிறேன்"னு ஆரம்பித்து அப்பாவை நேரில் திட்ட முடியாத கூப்பாட்டையெல்லாம் ரோட்டில் அண்ணன் ஃப்ரெடியிடம் கொட்டி அழுது மூக்கைச் சிந்தி எறிந்துவிட்டு வீட்டுக்குள் வரும் சின்னத்தை. மேபலைப் பார்த்ததும் கேட்கும் முதல் கேள்வி "ங்கொப்பன் ஆபீஸ் போய்ட்டானா இருக்கானம்மா?" "போகல்லெத்தை. உள்ளதான் இருக்காங்க அப்பா!" என்று மேபல் சொன்னால் போதும். பதுங்கி வாசல் வழியாகப் போகாமல் காம்பவுண்டைச் சுற்றிக் கொல்லைப்பக்கமாகப் போவாள் சின்னத்தை. மேபல் ரகசியமாய்க் கொல்லைக் கதவைத் திறந்துவிட வேண்டும்.

அக்கா ஆனிரோஸ் கல்யாணமும் ரகளையாகத்தான் நடந்தது. சொன்ன டௌரிப்பணம் தரலை. இருபத்தைந்தாயிரம். வாழைப்பழம் மட்டும் வெள்ளித் தாம்பாளத்தில் வைத்து இருபதாயிரம் ரூபாய் மட்டும் வைத்தார் அப்பா. மாப்பிள்ளை வீட்டுக்காரங்க, "ஜேவியரு, பேசினது இருவத்தஞ்சி. தட்ல இருக்கிறது இருவது. பொண்ணு ரெயிலேறனுமா ஊட்லியே வெச்சிக்கிறாயா பொட்டணம் கட்டி" கேவலமா பேசி அப்பா கம்பை எடுத்துக்கிட்டு பாய, பந்தல்லியே ஏக கலாட்டா. அப்பவே ரூபன் அதே பந்தல்ல நின்னவன்தான். அப்பவே மாக்னஸ் குட்டியோட பேச்சு ஆரமிச்சாச்சு.

மூணு மாசம் கல்யாணப்பொண்ணு ஆனிரோஸ் புருஷன் வீட்டுக்குப் போகலெ. மூணு மாசமும் அப்பாகிட்ட அப்பப்ப அந்த எரிச்சல் கூட அடிவாங்கினா. அத்தைதான் காப்பாத்துவாங்க. அப்பாலே எல்லாரும் திட்டுவாங்க. நேர இல்ல பின்னால. நேர யாருமே பேச முடியாது. அவன் கெடக்கான் முசுறு. வாய் கொழுத்தவன் அப்டீன்னு மிஷன் தெருவு பூராவும் சொல்வாங்க. ஆறுமாசம் ஆனப்புறம்தான் ஆனிரோஸெ ஹஸ்பெண்ட் வீட்டுக்கு அனுப்பி வெச்சார். செலவு பத்தாயிரம் சமாதானமெல்லாம் கெடையாது. ஐயாயிரம் குடுக்க வேண்டிய எடத்ல பத்தாயிரமா விட்டெறிஞ்சுட்டு "இவ இனிமே அங்க வரப்படாது இதோட சரி" என்று கத்திவிட்டு வந்தார். கூடப்போன மேபலுக்குத்தான் நடுக்கல். எங்கே திரும்பியும் அக்கா 'வாழ' மாட்டாளோ என்று. ஆனிரோஸ் வரவேயில்லை. அக்கா பேருதான் மேபலுக்குப் பத்து வருஷம் ஞாபகம்.

மேபல் வளர்ந்தது யாருக்கும் தெரியாமல் போச்சு. கடக்குட்டியா பொறந்தாலே கஷ்டம். எல்லாருக்கும் ஏவல், எல்லாருக்கும் எளப்பம், ஏ குட்டி தண்ணி கொண்டா, காலெப்புடி, ஏய்... எல்லாருக்கும் ஏதாவது உபதேசம். நிறம் செத்த கொறச்சல்தான். இல்லன்னு சொல்ல முடியுமா? ஆளு உடம்பு அப்பம் மாதிரி கைகால் எல்லாம் அளவா வலுவா செதுக்கி எடுத்த மாதிரி கொஞ்சம் கொஞ்சமா பூசிப்பூசிப் பண்ணின மெழுகுப் பொம்மை மாதிரி. திடீர்னு எப்படி 'பளிச்சினு" ஆகிப்போய்ட்டா? எல்லாருக்குமே அது ஞாபகமில்லே. அப்பாகூட இப்ப ஏதோ கூப்பிட்டு நிறுத்திப் பேசுறார். தெருவு பெரிய மனுஷங்க குட்டீன்னு கூப்புட்றதில்லெ.

அப்பா அதிகமா திட்ற வேலெ வெச்சுக்கிறதில்லை. ஆனா சின்னத்தை மட்டும் கெட்ட வார்த்தை சொல்லித் திட்றாங்க. மேபலுக்கு உடம்பு பெரிய ஆச்சர்யமா இருக்கு. அண்ணன் பார்வெ கூட மாறிப் போயிருக்கு. மாசா மாசம் உடம்பே வற்றி, திரும்பியும் பூக்கிற மாதிரி வியர்வை கூட ஒரு நெடி, சுயமாவே மணக்கிற மாதிரி. ராத்திரியெல்லாம் உடம்புக்குள்ளே தேனீ ஒண்ணு குடைஞ்சு தேன் உறியிற மாதிரி உள்ளுக்குள்ளே அனல் படர்ற சுகம். யாருகிட்ட சொல்ல முடியும்?

புதுசு புதுசா பாவாடை தாவணி எல்லாம் போயி பெரிசு பெரிசா பட்டு ஜரின், கோட்டா வாயில், விமல், அமெரிக்கன் டிஷ்யூ, ஜப்பான் என்று புதுப்புது சேலைகள் வந்து சுற்றிக் கொண்டன. மேபல் கேட்காமலேயே அப்பாவின் நெருக்கம் ஜாஸ்தி. பணம் கொண்டு வந்து கொடுப்பதே அவள்கிட்டெதான். ஏதும் வேணுமா? அப்பாவுக்கு மேபல்தான் வேணும். காலையில எழுப்புறப்பக்கூட சின்னத்தை அப்பா கிட்ட வரப்படாது. வீட்டுக்குள் நுழையும்போதே ‘மேபல்’ங்கிற அப்பா அழைப்பு இனிக்கும். இதே மாதிரிதான் ஆனி அக்காவையும் மாக்னஸ் சின்னக்காவையும் இனிக் கடிச்சிருப்பாரோ இந்த அப்பா. மேபலுக்கு இந்த இனிப்பும் பயமாய்த்தான் இருக்கும். சின்னக்குட்டியாய் இருந்தப்போ இந்த அப்பா நெருக்கம் பிடித்தால் கூட கிடைத்ததில்லை. மேபலுக்கு வயசு பதினெட்டு ஆனப்போதான் அப்பா நெருக்கமும் அத்தையின் கெட்ட வார்த்தைகளும் கிடைக்க ஆரம்பித்தன. ஆச்சர்யம்,

“வாசல்லியே போயி ஏண்டி நிக்கிறே தேவுடியா? ஒன்னெ குளியில வக்ய. என்னடி பேசிட்டிருப்பே இருட்ல? உங்கப்பனாத்தான் இருக்கட்டுமேடி. ஆம்பளெல்லெ அவன். ஏந் தம்பித்தான் பெருசாய்டே, நெருப்புமாறி இருக்கணும்டீ. மாரெ நிமித்திட்டு நடக்காதே, ஆனிமுண்டெயும் அந்தத் தத்தாரி நாயி மாக்னஸும் இப்படிதான் அலஞ்சு குட்டிச் செவுரு ஆனாவள்டீ! நீயும் அழிஞ்சு போய்டாதே!” என்பாள் சின்னத்தே. அப்பா கூப்பிடும்போது அவர் ரூமுக்குள் போகும்போது விஸ்கி நெடி ரொம்ப இன்பமாயிருக்கும். சின்னத்தெ கிட்ட சொல்ல முடியாது. திட்டுவாங்க! பொட்டெச்சிக்கி இது எல்லாம் சந்தோஷம் வரப்படாதுடீ நாயெம்பாங்க. அப்பா கோல்ட் ஃப்ளேக் சிகரெட் குடிக்கும்போதும் ரம்யமான புகை மணம்.

ரூம் முழுசும் புஸ்தகங்கள், அப்பா படிச்சது. சுவரில் தொங்கும் மான் தலைகள் கொம்போடு பயமா இருக்கும். கோட் ஸ்டாண்ட் ஒன்றில் கோட்டுகள் தொங்கும். நரையும் கருப்புமாய் அளவில் கலந்த முரட்டு முடிச்சுருள்கள் பளபளக்க அற்புதமாய் இளமை சொல்லும். இதுவரைக்கும் அப்பனைப் பார்க்காத செருக்கி அப்பா அப்பான்னு கொழைறாளே என்பார்கள் சின்னத்தை. மேபலுக்கும் இப்போது அதே சந்தேகம் உண்டு. அண்ணன் உட்பட எல்லா ஆம்பளையும் தேவையில்லாமெ கொழையிறது ஏன்? “ஏம்பா குடிக்கறீங்க?”ன்னு கேக்கனும்ன்னு ஆசைதான். கேக்க முடியாது. “மேபல்குட்டி அந்த பீர் கிளாஸ்ல பாதிக்கி கொஞ்சம் அதிகமா விஸ்கி ஊத்து” “சோடாவும் வேணுமா?” ஒரு ரவுண்ட் ஆனது அப்பா ஆள் வேறயாகிக் கொண்டிருந்தார். பயம் அடிவயிற்றில், நகங்கள் பிறாண்ட புலி உலுக்கியது மேபலுக்கு. அப்பா ஆம்பளைன்னு சொன்னாங்களே சின்னத்தை. ஆம்பளையா? மேபல் பயத்தில் நடுங்கினாள்.

வியர்த்து பளபளத்த பயில்வான் உடம்போட விஸ்கி நெடியோடே சிகரெட் வாசனை மீறி அப்பாவை அந்த மங்கல் வெளிச்சத்தில் பயந்தாள் மேபல். "உங்கண்ணன் வீட்டுக்கு வர்றானா? இல்லெ ராத்திரிலேயும் ஊர்தான் சுத்தீட்டிருக்கானா? ஏம்மா மேபல்? வந்தா நான் பாக்கணும்ன்னு சொன்னேன்னு சொல்றியா?" அதே கரகரத்த குரல். குடியில் நெரிந்த மனசு! ஏன் இது? இவரையா ஆம்பளைன்னாங்க சின்னத்தை! ச்சீ! மேபலுக்கு இன்னும் புரியத்தான் இல்லை. அப்பா ஏன் இப்படி இருக்கணும்? ஆனாலும் அப்பாவெ ரொம்பப் பிடிக்கிறது. அவர் முரட்டுத்தனம் இப்ப இப்ப ஆச்சரியமா ஆனந்தமாயிருக்கு. இப்போவெல்லாம் அப்பா குளிச்சிட்டு வந்தா மேபல்தான் தலை துவட்டிவிடணும். பவுடர் கூட போட்டுவிடணும்! அண்ணன் ஃப்ரெடி எம்மெஸ்ஸி முடிச்சாச்சு. கிளாஸ் வாங்காததுனால வேலெ கிடைக்க மாட்டேங்குது! பாவம். அப்பா எப்போதும் போலத் திட்டித் தீக்கணும்! மேபல் சொல்லலே! கலெக்டர் ஆபிஸ்ல ஒரு ஸெக்ஷன் ஆபீஸ் அப்பா! ஜீப் தனிய்யா உண்டு. கலெக்டரோடயே சுத்தி அலையிற வேலை. ராத்திரிதான் வருவார். வந்ததும் மேபல்தான் வேணும் சாப்பாடு பரிமாற! சங்கதி பேச!

இப்ப பயம் ஜாஸ்த்தி மேபலுக்கு! சின்னத்தையோட நோட்டம் ஜாஸ்த்தியாப் போச்சு! ரூபன் வந்து காம்பவுண்ட் அந்தப் பக்கம் நின்னு கூப்புட்றதும் ஜாஸ்த்தியாத்தான் போச்சு. ரூபன் பழக்கம் பதினைஞ்சு வருஷம். அப்பா அடிச்சு நொறுக்கி அள்ளினாரே பத்து வருஷம். அப்பா பத்து வருஷம் ஓடிப்போச்சு!

அதுக்கப்புறம் மாக்னஸ்ஸெ வலுக்கட்டாயமா அமுக்கி நிறுத்தி ஸ்டேட்ஸ் மாப்பிளை, ஓர் அமெரிக்கன் கிராஜ்வெட் 'லாஸ்ஸரஸ் மாணிக்கம்' சொந்தமா அமெரிக்காவுல எலக்ட்ரானிக்ஸ் பார்ட் கம்பனி இருக்கு! பணம்! தடபுடலா கல்யாணமும் பண்ணி ஊருக்குப் போகும்போது உள் அறையில கதறி அழுதாளே அவள் மாக்னஸ் சின்னக்கா! நெனைச்சாலே பயமும் எரிச்சலும் இப்பக்கூட மேபலுக்குத் தொண்டையடைக்கும். ரூபன் அடிபட்டு ஆஸ்பத்திரியில கிடந்த சங்கதி அப்பறம்தான் வெளிய தெரிஞ்சது! அதுகூட அப்பா பண்ணின வேலைன்னுதான் சொன்னாங்க. மேபலுக்கும் கேட்கப் பயம். ரூபன் மேபலைச் சந்திக்க ஆரமிச்சது பீட்டர் ஸ்கூல் க்ரவுண்டுல.

காலை நேரம் இப்பவெல்லாம் மேபல் தினமும் சர்ச் போறா! அழ நல்ல இடம் அதானே! யாரும் கேட்க மாட்டாங்க! ஜீஸஸ்! இதெல்லாம் ஏன் நடக்குது? அப்பா ஏன் இப்படி கல்நெஞ்சா இருக்கணும்? எங்களுக்கு மோட்சமேயில்லையா? கதறி அழமுடியாது. ஆனா அழுது கொட்டலாம். கிறிஸ்த்தவப் பொண்ணுக்கு இது ஒரு வசதி. ஜெபம் பண்றேன்னு அழுது கொட்டினா யாரும் கண்டுக்க மாட்டாங்க. பெரிய்ய ப்ளே க்ரவுண்ட குறுக்க கடந்து சர்ச்சுக்கு போக முடியும். ஏழுமணி சர்வீசுக்கு யாரும் வரமாட்டாங்க! இப்போ சர்ச்சுக்கே யாரும் அதிகமா வர்றதில்லே. வசதிதானே! மேபல்! அவளுக்கு இப்ப யார்? பயங்கரம்! அவளுக்கே புரியல. எப்படிப் புரியும். மாக்னஸ் சின்னக்காவுக்குப் புரிஞ்சுதா? பணிஞ்சு போயே குனிஞ்சு போன ஆனி அக்காவுக்கு தெர்ஞ்சுதா? வேலையில்லாமெத் திரிஞ்சு, கஞ்சா நெடியோட ராத்திரித் திருடன் மாதிரி வர்றானே அண்ணன் ஃப்ரெட்ரிக்! அவனுக்குத்தான் புரியுமா?

எல்லாருக்கும் அவங்கவங்களுக்கு ஏதாவது துணை இருக்கு. அப்பா குடிக்கிறார். என்ன தப்பு? சின்னத்தைக்குத் தெரியுமா? சொந்தத் தம்பியெ கீழபோட்டு மிதிச்சு அவர் நிழல்ல இருந்துகிட்டு அவர் உசிரை வாங்குறாங்க! மேபல் மட்டும் கோவில்ல அழுது தீக்குறது எதுக்கு? அவளுக்கே தெரியாதே! அதுக்குப் பேர்தான் ஜெபம்! அவளுக்குத் துணை ரூபன்! எப்போதும் இது சாத்தியமில்லேன்னு அவளுக்குத் தெரியும். ரூபன் அப்பாவுக்குப் பகைன்னு தெரியாதா? தெரியும். ஆனா ரூபன் யார்ன்னு மேபலுக்கு இப்பதான் தெரியும். ரூபன் அவளோட சின்னக்கா மாக்னஸ்ஸின் லவ்வர். ஆரம்பம் என்னமோ இதுதான். ஆனா... இப்ப மேபல் அவனோட லவ்! இதுதான் மேபலோட பயம்! ரூபன் மாக்னஸ் கல்யாணம் தடைப்பட்டதே, மேபல் ரூபன் கிட்ட விழுந்து போனதுக்கான காரணம்!

காலை ஏழு மணி திருவிருந்து ஆராதனை நற்கருணையில் சேர்ந்து தினமும் அழுது புலம்பி விட்டு வருவதற்குமே இதுதான் காரணம். மேபலுக்கு ஆல்ட்டரியில் முழங்கால் படியிட்டு, "யேசுவே! இந்தப் பாத்திரத்தை என்னிடமிருந்து நீக்கி என்னை உம்மிடம் ஏத்துக் கொள்ளும் கர்த்தாவே! ரூபனை என் கண்களிலிருந்து மறையும் தேவனே! நான் ரூபனிடமிருந்து தப்ப வழி காட்டும் ஆண்டவரே!" என்று கதறி அழுது ஜெபம் செய்வாள் மேபல். டாண்டாண்டாண் என்ற மணியோசையுடன் தேவ சமூகத்து அப்பத்தை திருவிருந்தாய் அவள் கையில் இடுவார் பாதிரியார். ஏசுவின் ரத்தமாய் திராட்சை ரசமும் வெள்ளிக்கிண்ணத்தில் அவள் உதடுகளருகே பாதிரியார் கொண்டு வந்து வைக்க கண்களில் நீர்வழிய அதனை அருந்தி சுத்தியும் சுகமும் ஆவாள் மேபல். கோவில் ஆராதனை முடிந்து அவள் வெளியே வரும் போது மைதானம் முழுவதும் பனியால் நனைந்திருக்கும். புல் நுனியெல்லாம் பனித்துளி காலை வெயிலில் மினுக்கும். மைதானத்தில் ஏறத்தாழ ஒரு பர்லாங்கு தூரம் தள்ளிக் குட்டைச்சுவர் ஒன்று. பழைய காலத்துக் கைப்பிடிச் சுவர். அதன் மேல் உட்கார்ந்திருப்பது யார்? ரூபன்! திரும்பிச் சுற்றிப் போகும் தார்ரோடு வழி நடக்கலாமா முடியாது. ரூபனுக்கு வயசு முப்பத்தேழு. ஒரு காலத்தில் நன்றாகப் படித்து ஓடியாடி விளையாடி அற்புதமான இளமை கொண்டிருந்தவன். மிஷன் தெருவிலேயே அவனைக் கண்டு மயங்காத பெண் யாரும் இல்லை. மாக்னஸ்ஸை அவளது சந்தோஷமாய் ரூபனைத் தரிசித்தவள் மேபல். துள்ளித்திரிந்தாள். அப்போதெல்லாம் மாக்னஸ் ரூபனைப் பார்க்கப் போவது எல்லாவற்றையும் அப்பாவிடம் காட்டிக் கொடுக்கிற வேலையைப் பதிமூணு வயதுக் குட்டி மேபல்தான் செய்வாள். அப்பாவின் பிடியில் மாக்னஸ் சிக்கியதே மேபலால்தான். நிஜமாகவே அக்காவை இந்தக் காலிப்பயல் கெடுத்து விடுவானாமே! ரூபன் வந்து கோவிலில் மாக்னஸ் சின்னக்காவுக்காக நின்றதும் உடனே மேபல் ஓடிப்போய் அப்பாவிடம் சொல்வாள். அக்காவையும் திட்டுவாள். சின்னத்தையிடமும் காட்டிக் கொடுப்பாள். ரூபனும் மாக்னஸூம் அகப்படுவார்கள். மின்னல் வேகத்தில் ரூபன் தப்பி மறைவான்.

அப்படியிருந்தும் அப்பாவிடம் அடி வாங்கிச் சுருளும் மாக்னஸ் சின்னக்கா கண்ணீர் ததும்ப, "இல்லெப்பா இல்லெ! அவனோட எனக்கென்ன பேச்சு! ஒண்ணுமில்லே. பேசவேயில்லெ. அவன் தான் டைம் கேட்டான். நான் ஒண்ணும் பேசவேயில்லெப்பா!" என்று புரண்டு அழுதாள். ஆனா அப்பா விடவில்லை. மாக்னஸ் குட்டி உன்னே இஷ்டம் போல விடமாட்டேன்

என்று கத்தியது ஞாபகம் இருக்கிறது. மாக்னஸ்ஸுக்கு அப்போதெல்லாம் என்ன நடந்தது, இந்தக் குடும்பத்துக்குள் என்ன நடந்து கொண்டிருந்தது என்பது அப்போது மேபலுக்குப் புரியாது. புரிய முடியாது. இப்போது ரூபனை முழுதாகப் புரிந்தது.

மாக்னஸ் குட்டி அக்காவுக்கு நேர்ந்த அதே கோளாறு அதே கோணல் அதே ரூபனுடன் இப்போது நேர்ந்திருப்பதை எப்படி யாரிடம் என்னவென்று சொல்வாள் மேபல்! அதோ கட்டைச் சுவரிலிருந்து குதித்து அருகே வருகிறான் ரூபன். மைதானத்தில் யாருமே இல்லை. ஒன்றிரண்டு கான்வெண்ட் பெண்கள் சுமந்த புத்தகங்களோடு முன் தள்ளி நடந்து போய்க் கொண்டிருக்கிறார்கள். இவன் என்ன செய்யப் போகிறான்? படபடப்பும் பரிதவிப்பும் இன்னதென்று சொல்ல முடியாத ஒருவித விருப்பமும் மகிழ்ச்சியும் மேபலால் தாங்க முடியவில்லை. தொடப்போகிறான் ரூபன்!

கலங்கல் சட்டை, பதினைந்து நாள் தாடி, அழுக்குப் பாண்ட், ஊத்தைப் பற்கள். கலைந்துபோய் காதோரம் நரையோடிய சுருண்ட முடி. இவனை மாக்னஸ் சின்னக்காவுடன் பார்த்தபோது இப்படியா இருந்தான். நாளுக்கொரு ஜீன்ஸ்! வேளைக்கொரு பார்லல் பாண்ட்ஸ். கட்டம் கட்டம் போட்ட டெர்லீன் சட்டை, ஸூட் கோட்! தூரத்திலிருந்தே வீசும் இன்பமான பாரீஸ் ஸெண்ட்! அப்போதும் இவனைப் போக்கிரி என்றார்கள் மிஷன் தெரு கிறிஸ்தவர்கள்! இன்றும் ரௌடிப்பயல் என்கிறார்கள்! மாக்னஸ் சின்னக்கா மயங்கினாள். ஆனால் பயம்! அப்பா பயம்! கிட்டே வந்து நின்றான் ரூபன்! என்ன தைரியம்! அவள் கையைக் கோர்த்துப் பிடித்தான். என்ன வலு! மார்பில் வெறுமையாகச் சுருண்ட முடிகளிடையே கருப்புக்கயிறு ஒன்று வெறுமையாய்க் கிடந்தது. கையை விடுவிக்கவில்லை மேபல்! அவன் ஸ்பரிசம் அவளுக்கு வேண்டும். அவன் வேர்வை மணம். அவன் குடித்திருந்த விஸ்கியின் மணம், காலைப்பனியிலும் அவளுக்கு வந்து நாசியை மலர்த்தியது. அப்பாவின் அதே விஸ்கி! சிகரெட்! ரூபன்!

"தப்பிச்சுகிட்டு போலாம்ன்னு பாத்தியா மேபல்! விடமாட்டேன்!"

"யாராவது பாத்தா அப்பாகிட்ட சொல்லீடுவாங்க. உயிரெ எடுக்காம விடமாட்டாங்க அப்பா! என்னே உட்டுடுங்க..."

"அடெ! உன்னெ நானா புடிச்சு வெச்சிருக்கேன்!"

"பின்னெல்லியா? தினமும் யாரு வீட்டுக்காம்பவுண்ட் கொல்லையில் வந்து நிக்கிறதாம்?"

"நின்னா? உனக்காகவாக்கும்?"

"இல்லியா பின்னே? சுத்திச்சுத்தி வர்றீங்களே எதுக்காகவாம்?"

"வராம இருந்துட்றேனே! உன்னக்காவே நெனைச்சு...."

"என்னெச் சுத்தணுமாக்கும்."

"ச்சீ"

"என்ன ச்சீ? ஏம் பொய் சொல்றீங்க! என்னெத் தொரத்தினா அப்பா விட்டுடுவாங்களா?"

“உங்கப்பா ஒரு அய்யோக்கிய ராஸ்க்கல்.”

“உங்களை மாதிரியா?”

“என்ன சொன்னே?”

பளீரென்று அறை விழுந்தது எதிர்பாராத இடத்திலிருந்து. கன்னம் சிவந்தது. அப்படியே நின்றாள் மேபல். அவளும் பேசியது எல்லாம் பொய்தானே. அவனுடன் பேசும்போதெல்லாம் இப்படித் தர்க்கம்தான் வருகிறது. அவன் மேல் எப்போது ஆசை வந்தது என்று இனம் தெரியவில்லை. அவனும் ஒப்புக் கொள்வதில்லை. தினமும் மாலை மயங்கும் வேளையில் வீட்டுக்காம்பவுண்ட் கொல்லைப்புறம் வெளியே காத்திருப்பதும் மேபல் ஓடி ஒவ்வொரு நாளும்... அவன் என்ன செய்து விட்டான்?! வெறும் பேச்சு! அவன் மௌனமாய் கேட்டுக் கேட்டு... மேபலுக்கு ரூபன், அவன் விஸ்கி வாசனை, வியர்வை, முடி அடர்ந்த மார்பு, அவன் அடாவடித்தனம் அதே முரட்டுத்தனம்... எல்லாமே வேண்டியதாகிவிட்டது. ரூபன்! பைத்தியமாய் அடித்தான். எப்படி என்றுதான் அவளுக்கே புரியவில்லை. புரியாததுதான் சந்தோஷமே. அவள் அப்பாவை அவளுக்குள் இணைத்திருக்கும் அதே புதிர்! நிச்சயம் ரெண்டு புதிரும் விடுவிக்கப்படப் போவதில்லை. மேபலின் பயம் தொடர்ந்தது. அப்பாவிடம் பயந்தாள். ரூபனிடம் சிக்கினாள். பயப்படுத்திக் கொண்டேயிருக்கிறான் ரூபன். அக்காவைத் தொடர்ந்தது. அப்பா மிஷன் தெரு பார்க்க அடித்து நொறுக்கியது. எல்லாம் கண் முன்னே பார்த்தும் எப்படி இந்த அபத்தம் தெரிந்தே எரியும் குப்பை! ஆ! இவனை அக்கா மாக்னஸ் நேசித்தாளா? இன்னுமா? மாக்னஸ் கல்யாணம் ஆனபோது லாரியில் அடிபடாமல் இருந்தால்... கல்யாணத்தில் கலாட்டா செய்து.. கல்யாணம் நின்று... அப்பா அவமானப்பட்டு... ஜீஸஸ்! இந்தப் பாத்திரத்தை என்னிலிருந்து எடுத்துப் போடும் ஆண்டவரே... இவன் பாவம் ஸ்வாமி! அக்கா மாக்னஸோட ஆத்மாவைக் காப்பாத்தியருளும் பிதாவே! என் உடம்பிலிருந்து வாலிபத்தின் முள்ளை எடுத்துப்போடும் ஜீவனுள்ள கர்த்தாவே!...உதடு முணுமுணுக்க அவன் முன்னிலையிலேயே மனசுக்குள் ஜெபம் செய்தாள் மேபல். கண்களில் கண்ணீர்.

அவன் கேலியாய்ச் சிரித்தான்.

“என்னடி ஜெபம் பண்றியா? நான் வேண்டாம்ன்னு? ராஸ்க்கல்!”

“எனக்கு இதெல்லாம் வேண்டாம் ரூபன்.”

“உங்கக்கா என்னெ நடுத்தெருவுல அலையவெச்சா! நீ என்னெ கால்ல போட்டு மிதிக்கிறெ. உங்கப்பன் என்னெ கொன்னு தீர்க்கலாம்னு அலையறான். இதுல பேசிட்டுருக்கும் போதே ஜெபம் வேற ஜெபம்.. நேரா மோஷத்துக்கு போறவள்கள்லெ?”

“ரூபன் டியர்! நான் நரகத்துக்குத்தாம் போவேன். அக்காவுக்கும் அப்பாவுக்கும் நான் செய்யிறது துரோகம் இல்லையா? சண்டாளி உங்களையா நானும் நேசிக்கணும்! ஆண்டவரே ஸ்வாமீ!”

“யேய்! அழுகையெ நிறுத்தடி பசப்பி! எனக்காக இதுவரைக்கும் என்ன பண்ணீருக்கே நீ! உங்கக்கா மாக்னஸ் மாதிரியே நீயும் இருக்கேன்னு என்னெ

ஆட்டி வெக்யலாம்ன்னு பாக்றியா? உங்கக்கா அப்பா அப்பான்னு பயந்த மாதிரி நீயும் என்னெ ஏமாத்தி குழியில எறக்கலாம்ன்னு நெனைச்சே.. படவா ராஸ்க்கல் தேவுடியா ஓன்னெ குத்திக் கொன்னுட்டு உங்கொப்பனையும் என்னை மாறியே நடூ ரோட்ல திரிய உடாமெ நான் சாகமாட்டேன்டீ தெரிஞ்சுக்கோ!"

கண்களில் நீருடன் சிரித்தாள் மேபல்.

"இந்தத் திமிர் பேச்சு பேசியே என்னெ மயக்கீட்டிங்க!"

"உங்கப்பங்கிட்ட என்னடீ வெச்சிருக்கே?"

"அப்பாவெ உங்களுக்குத் தெரியாது!"

"களிமண்ல என்ன தெரிஞ்சுக்கணும்! களிமண் தான்!"

"எங்கப்பாவெ கேவலமா பேசுனா எனக்கும் பிடிக்காது. மாக்னஸ் சின்னக்காவுக்கும் பிடிக்காது தெரியுமா?"

"சரி! எப்பதான் வருவெ?"

"எஞ்ச?"

"என்னோட!"

"அதான் எஞ்சன்னு கேட்டேன்!"

"எங்கியாவது. உங்கப்பன் இல்லாத எடத்துக்கு!"

"எங்கப்பா இல்லென்னா நானும் வரமாட்டேன்! என்னெ உட்ருங்க!"

"யேய்! நிறுத்துடி உங்கொப்பம் புராணத்தெ!"

"எங்கப்பாவே உட்டுட்டு வர்றது இந்த ஜென்மத்ல இல்லே!"

"இப்டிப் பேசியேதாண்டி உங்கக்காவும் என்னெத் தெருவுல நிக்க வெச்சிட்டு அவ ஜாலியாப் போனா.... நீயும்...."

"வாய மூடுங்க!"

அவள் நடந்தாள். அவன் பின்னிட்டு நின்றான். திரும்பித் திரும்பிப் பார்த்தபடி மைதானத்தில் குறுக்கே நடந்து ரோட்டில் இறங்கும்வரை இடுப்பில் கை வைத்துக் கால்களை அகட்டி பார்த்தபடியே மிஷன் மேட்டுத் தெருவில் நடந்தாள் மேபல்! யாரும் பார்க்கும் முன் கண்களைத் துடைத்துக் கொண்டு படியேறினாள். அப்பா கட்டிய வீடு. புதுசாக கட்டியது. அப்பா ப்ளான். எல்லாருக்கும் தனித் தனி ரூம். கல்யாணமாகிப்போன ஆனி ரோஸ்க்கும் தனி வீட்டெ இந்த வீட்டில் இணைச்ச மாதிரி! மாக்னஸ் திரும்பி வந்தா அவளுக்கும் ஒரு தனி வீடு. அத்தைக்கும், அண்ணனுக்கும், மேபலுக்கும் கூட தனித்தனி வீடு. எல்லாம் ஒரு நடுக்கூடம் ஒன்றில் இணைந்து அற்புதமாய் அபூர்வமாய்ச் செய்திருந்தார். ஆனால் யாரையும் அண்டவிடவில்லை. அண்ணன் ஃப்ரெடி யாரிடமும் அண்டுவதில்லை. வரத்தும் போக்கும் எங்கேயென்று மேபலுக்கு மட்டும்தான் தெரியும். அத்தை அப்பாவுடன் பேசறதேயில்லை. மாக்னஸ் கல்யாணம் எல்லார் வாயையும் அடைச்சுப் போட்டுவிட்டது. எல்லாருக்கும் மேபல் மட்டும் வேணும்.

கல்யாணம் ஆகிப்போன பத்து வருஷத்தில் பத்துத் தடவை மாக்னஸ் சின்னக்கா வந்து போயிருக்கா. அமெரிக்காவிலிருந்து வரணும்னு யாரும் கூப்பிட்டதில்ல. அப்பா இந்த பத்து வருஷத்துல மாக்னஸ் புருஷன் லாசரஸ் அமெரிக்கன் பேச்சு அப்பாகிட்ட மட்டும். மேபல் கிட்ட சிரிக்கிறதோட சரி. மாக்னஸ் வரும்போதெல்லாம் ரூபன் வீட்டுக்குத் தனியாப் போயி பேசீட்டு வருவா. என்ன பேசுவாளோ... என்ன சொல்வாளோ? கொஞ்சம் எரிச்சலாயிருக்கும் மேபலுக்கு. ரெண்டு குழந்தையும் பெத்திருந்தா! ஓர் ஆண் ஒரு பெண். வெரி ஸ்வீட் சில்ரன். நடுக்கூடத்திலிருந்து நாலு ஐந்து வீட்டுப் போர்ஷனிலும் ஓடிக் கூச்சலிடும் குழந்தைகள் ரெண்டும். ஒருத்தன் ஸ்சடோன் லாஸரஸ், பெண் ஹனி! ஸ்டேட்ஸ் போகப் புறப்பட்டபோது உள் அறைக்குள் மேபலை இழுத்துக்கொண்டு போய் மாக்னஸ் சொன்னாள், “த பார் மேபல்குட்டி! அப்பாவெச் சுத்திகிட்டெயிருக்காதே. உனக்குக் கல்யாணம் நடக்காது தெரியிதா? ரூபனோட புறப்பட்டு ஸ்டேட்ஸ் வந்துடுங்க. ரூபனுக்கு வேலை ஒண்ணு அவுங்கிட்டச் சொல்லி ஏற்பாடு பண்ணீடலாம். பணம் நான் அனுப்புறேன். உங்கப்பன் உனக்கு கல்லறயிலதான் கல்யாணம் வெப்பான்! இஞ்சியே இருந்தீன்னா அதான் நடக்கும்!”

“ஏங்கா அப்டீச் சொல்றே. அப்பா இப்ப ரொம்ப மாறீட்டாரு...!”

“ஆம்மா மாறீட்டான்! இந்த உத்யோகமும் பணமும் இல்லேன்னா இந்தக் குடிகாரனெ யாரு மதிப்பா.”

“அப்பாவெ ஒண்ணும் சொல்லாதேக்கா! அப்பா பாவம்!”

“பாவமா? அவம் பண்ண பாவத்துக்கு இன்னும் என்னன்ன பாடுபடப் போறாம் பாரு நீயே.”

“இப்ப என்ன பாடு பட்றாருங்கிறே நீ?”

“என்னெ இந்த நரகத்ல தள்ளனத்துக்கு... அவன்...” மாக்னஸ் அழ ஆரம்பித்தாள். குமுறல் பகை அவள் கண்களில் எரிந்தது. ஆத்திரம் கத்தலில் முடிந்தது...

“நீயும் இஞ்ச இருக்காதெ! அழிச்சு ஒழிச்சுடுவாம் பாவி!”

’நான் எஞ்சியும் வல்லக்கா!”

“அடீப்பாவி! உனக்கு நல்லது தாண்டீ சொல்றேன்”

“இந்த நெனப்போட இஞ்ச வர்றதுன்னா நீ வரவே வாண்டாம்! அப்பாவெ உட்டுட்டு நான் எஞ்சியும் வல்லெ.”

“அப்ப ரூபனே நீ லவ் பண்ணல்லியா?” கண்களைத் துடைத்துக் கொண்டு கேட்டாள்.

“சின்னக்கா நீயும் ரூபனெ எப்பமும் ‘லவ்’ பண்ணவேல்லெ?”

“என்னெ சொன்னியாடீ பாவி நாயே! உனக்கு வந்து உதவி பண்ணனும்ன்னு நெனைச்ச என்னே!”

“கத்தாத சின்னக்கா! அப்பா காதுல உளுந்தா கொன்னுடுவாரு!”

“சின்னத்தெ சொன்னப்ப நான் நம்பல்லெ. இப்பல்லெ தெரியிது!”

“என்ன தெரியிது? எப்ப உனக்கு என்ன தெரிஞ்சுது. ரூபனே உட்டுட்டு லாஸரஸத்தானெ கல்யாணம் பண்ணிக் கிட்டப்ப இந்த ஞாயம்ல்லாம் தெரியாமெப் போச்சா?”

“என்னப் பேச்சுடீ பேசுறே பட்டி நாயே? தேவுடியா!”

கூச்சல் அதிகமானபோது கெட்ட வார்த்தைகள் சுழன்று எழும்பின. சின்னத்தை எல்லாவற்றையும் கேட்டுக் கொண்டே வெங்காயம் உரித்துக் கொண்டிருந்தாள். இப்போதெல்லாம் யாரோடும் அவளும் பேச்சில் அழுத்தம்தான். அவள் வீடும் அந்த வீட்டுக்குள் தனியே கட்டியிருந்தார் அப்பா.

மறுநாளே புறப்பட்டு விட்டாள் மாக்னஸ் ஸ்டேட்ஸ்க்கு!

* * *

வீட்டைப் பெரிசாக்கிக் கட்ட ஆரம்பித்தபோது மேபல் வீட்டை ரிப்பேர் செய்யப் போவதாகத்தான் நினைத்தாள். அப்பா ஆபிஸிலிருந்து ஆட்கள் வந்து அளந்து சுற்றிலும் ஆறு வீடுகள். நடுவில் கூடம், வாசலில் போர்ட்டிக்கோ என்று சுற்றுக் கட்டாக் கட்டி வந்தபோது இத்தனை பெரிய வீடுஎதுக்கு என்று மிஷன் தெருவில் எல்லாருக்கும் யோசனை. தைர்யமாய் எவன்போய் இவங்கிட்ட கேக்கிறது! உனக்கென்னம்பான்! என்று தங்களுக்குள் பேசிக் கொண்டார்கள்.

வீட்டின் முன் போர்ஷன் மேபலுடையது. எட்டு ஜன்னல். அழகான சின்ன வீடு அது! பக்கத்து வீடு அப்பாவுக்கு.

மேபல் அப்பா போர்ஷனில் நுழைந்தாள். மேஜை மேல் ஏகப்பட்ட ஃபைல்கள். ஏதோ ஒரு பைலில் தலையை நட்டுக் கொண்டு எழுதிக் கொண்டிருக்கிறார். சுற்றிலும் சுவர்களில் மான் தலைகள் விழித்தன. தரையில் புலித்தோல். சுற்றிலும் கருங்காலி ஃபர்னிச்சர்கள். பீரோக்கள். தலையைத் தூக்கி “யாரது?” என்றார் அப்பா.

நரையோடிய சுருள் மீசையை நாக்கால் நக்கிவிட்டுக் கொண்டார் அவளைப் பார்த்தபடி “என்னம்மா” “அக்கா ஆனியே வரச்சொல்லி எழுதுங்கப்பா! ஞாபகப்படுத்தீட்டு போலாம்ன்னு வந்தேன்...!”

“அவ ஏம்மா இஞ்ச? வாண்டாம்!”

“எனக்கு பாக்கணும் போல இருக்குப்பா.”

அப்பா ஒண்ணுமே சொல்லலெ. கொஞ்ச நேரம் கழிச்சு “நீயே எழுதி வரச் சொல்லு மேபல்!” என்றார்.

“தாங்க்ஸ்ப்பா!” என்றாள் மேபல். அப்பா வசத்தில் இல்லை என்பது தெரிந்தது. எப்போதும் வசமில்லைதான்..!

“அந்த நாயி வரட்டும், ஆனால் ரெண்டு நாள்ல போயீறணும்! ஆமா!”

“பின்னே ஏம்பா ஒவ்வொருத்தருக்கும் ஒரு வீடுகட்டி எல்லாத்தையும் ஒரே வீடாக்கினீங்க?”

“அதெல்லாம் பன்னிக் கூட்டம்மா! என்னெ யாரும் மதிச்சதில்லே! உங்கம்மா உள்பட எல்லாரும் ஏங்கிட்ட பயந்தாங்கம்மா யாரும் நேசிச்சதில்லை. பீ தின்றதுக்கு வர்ற பன்னிக் குட்டி எல்லாம் தின்னட்டும். என் ப்ராயாசையோட பலனெ அனுபவிச்சாங்க. பயந்துக்கிட்டே இஷ்டம்போல ஆடுனாங்க. இன்னும் எத்தனை நாளம்மா மேபல்? அன்பில்லாத வீடு அட பெரிசாத்தான் இருக்கட்டுமே எனக்கென்ன? இன்னைக்கு நாளையோ நான் ஏன் விஸ்கியிலேயே ஊறிக்கிட்டு இருக்கேம்மா! நீ ஒருத்திதாண்டா என்னை மாதிரி! ஏங்கண்ணு உங்கம்மா பயந்துகிட்டேதான் ஏங்கிட்ட பெத்தா எல்லாத்தையும். எல்லாரும் ஏங்கிட்ட பயப்புட்றாங்களாம். நான் நம்பவேனா ராஸ்கல்ஸ்” உறுமினார்.

“நீங்க பேசுறது தப்புப்பா! எல்லாரும் உங்களை நேசிச்சாங்க. அம்மாவுக்கு உங்க மேல் உயிர்!”

“அட போடி கருப்பி. உனக்கு யாரையும் தெரியாது. எல்லோருக்கும் பயம். அவ்வுளதான். என் ஆபிஸ்ல வேலக்காரங்க மாறி வீட்ல எம்பெண்டாட்டி எல்லாருக்கும் பயம். நடுக்கம் பயம்போனா எல்லாருக்கும் நான் அல்ப்பம்! இல்லியா? உங்கம்மா கல்யாணம் ஆன மறுநாள் வாய மூடினவதான், சாகும்போது கூட வாயெத் தொறக்கில்லெ. நீ ஒர்த்திதான் என்னோட நின்னுகேட்டு எதுத்து சண்டை போட்டு என் பொண்ணா எனக்காக நிக்கிறேம்மா.”

இல்லப்பா எனக்கும் பயந்தான்! நடுக்கந்தான்.

எதிரேயிருந்த விஸ்கி பாட்டிலெத் திறந்து நுரைக்க அப்படியே சோடா கலக்காமல்... “என்னப்பா ஆச்சு? இன்னைக்கு இப்படிக் குடிக்கிறீங்க?”

“என்னமா புதுச்சு? எப்போதும்தான் இது வேண்டியிருக்கு உனக்கு ஏது புதுசு!”

“இல்லெ அப்படியே ராவா கடகடன்னு..”

“எனக்கு உங்கிட்ட பேசணும்மா! பயம்மாயிருக்கு எனக்குப் பேச்சு வழக்கமில்லெ.”

“பயமா? உங்களுக்கா? என்னப்பாது?”

“என்னெ மொரடன்ங்கறாங்க? உங்கம்மாவும்கூட முசுடும்பா என்னெ! யாரு கிட்டியும் பேசறதில்லெ! ஏந் தெரியுமா? நிஜமாவே நான் முரடன். எல்லாரையும் அடிச்சு நொறுக்கி அசிங்கமான பேர் வாங்கிட்டேன். ஏன் தெரியுமா? யாராவது என்னெ நேசிக்கிறாங்களான்னு சந்தேகம்தான்!”

“எல்லாரும் வெலகி வெலகிப் போய்ட்டாங்க உன்னெத் தவிர. உங்கம்மாகூட பயந்துகிட்டே காலத்தெத் தள்ளீட்டுப் போய்ச் சேந்துட்டா. பாவம் ஏம்மா அவ என்னெ ஏங் கோபத்தெ எதுத்து என் மொரட்டுத்தனத்தெ எதுத்துப் போராடல்லெ? அவ பொய்ம்மா பொய். நீ மட்டும்தான் என்னெ எதுத்துப் போராடிட்டிருக்கே. எனக்குத் தெரியும். அவங்களுக்கெல்லாம் நான் வாண்டாம். இந்த தொரட்டுத் தாயழி வாண்டாம். போய்ட்டாங்க. அவங்களுக்கெல்லாம் அவங்களே போது. அப்பன் வாண்டாம். ஆனிமுண்டெயக் கூப்படணுமிங்கிறியே அவளுக்கே ஏன் வரணும்ன்னு இல்லெ?”

“நானல்ல இருக்கே! இஞ்ச? வீடு கட்டினேன். அதனால்தான் யாரும் வரமாட்டாங்க. வர வேண்டாம். வரும்போது நான் இருக்க மாட்டேன். வீடு இருக்கும். ஆனா ஒரே வீடு ஆறுவீடானாலும் ஒரே வீடுதான். உடைக்கப் பிரிக்க முடியாது. உயில் அப்படி எழுதியிருக்கேன். இந்த கெழவன் சாகும்போது, குடிச்சு எரியும்போது நீ ஏம்பக்கம் இருப்பேடா கண்ணு. இருப்பே. ரூபன் வந்து கூப்பிட்டாலும் ஓடமாட்டேம்மா ராஜாத்தீ. தெரியும் எனக்கு. உன்னே யாரும் வளைக்க முடியாது. வாண்டாம்ன்னாலும் இந்தக் கெழவன் காலடீலயே நீ கெடப்பேம்மா. இந்தச் சிலுவெயெச் சொமந்துட்டே கடைசீ வரைக்கும் நடந்துடுவோம்மா கண்ணுமணீ. இந்தக் கழுதே மாக்னஸ் ரூபனெ கட்டிக்கணும்ன்னு ஏங்கிட்ட எப்பவாவது வந்து ஒருநாள் வந்து கேட்டாளா? ரூபன் நாயாவது அவளெ இழுத்துட்டுப் போயி கல்யாணம் பண்ணிக்கிற துணிச்சல் உண்டாயிருந்தானா? நான் சொன்னப்போ முடியாது லாஸரஸ் கட்டிக்க மாட்டேன் ரூபனத்தான் பண்ணிக்குவேன்னு சண்டைபோட்டு அப்பாவெச் சம்மதிக்க வெக்க அப்பம் மேலே பிரியம் இருந்ததா? இல்லியேம்மா. இல்லே அப்பங்கிட்ட பயமாம்! உன்னப்பங்கிட்ட சண்டைபோட, கேட்டு வாங்க எதுக்காவுது வந்தியா? நீயும் லாஸரஸ்ஸெக் காட்டினதும் ஓடிப்போயி கட்டிக்கிட்டே. எனக்கென்ன உன் தலையெழுத்து. காசு! உத்தியோகம்! ஸ்டேட்ஸ்ல பெரிய வியாபாரம். அந்தஸ்து! ரூபன் வாண்டாம்! அப்பன்தானா காரணம்? ஏண்டி நாய்ங்களா? கேட்டு முட்டி மோதி வாங்கியிருக்க முடியாதா?”

“என்னப்பா நீங்க! இப்டி இருமி கக்கிகிட்டு பேசணுமா?”

“போதும் அப்புறம் நாளைக்குச் சொல்லுங்க.”

“மேபல்! கண்ணம்மா, நான் இனிமே பேச முடியாதும்மா. நான் காலமெல்லாம் பேசினவனுமில்லே. தஞ்சாவூர் பாரிஷ்ல என்னெ மதிச்சவனுமில்லெ. நான் மதிச்சவனுமில்லெ. உன்னெயும் நான் விட்டுட்டு ஒதுங்க முடியாது. என்னெ நீயும் பயந்து பயந்து ஒதுங்கிப்போயி கிட்டத்துல வந்து கட்டிப் பிடிச்சுகிட்டே. எங்கிட்ட எல்லாத்தையும் ஒடச்சு வெக்யிற. ரூபன் கோபிச்சுகிட்டு இருக்கான். பாவம்! அவனெ வந்து நேரா ஏங்கிட்ட பொண்ணு கேக்கச் சொல்லுவா! பாப்போம். நானா தூக்கி இந்தான்னு என் கண்ணுமணியெத் தர முடியுமா? ரூபன் கோழைப் பயல். அதுனாலதான் இன்னிக்கு வரைக்கும் உன்னையோ இதுக்கு முந்தி மாக்னஸையோ பொண்ணு கேக்க வர்லெ! இழுத்திட்டு ஓடலாம்ன்னு பாத்தா.. விடுவேனா? இது என்ன எல்லாருமே பயப்படுறோம் பயப்படுறோம்னு தாறுமாறா நடக்க முடியும்? ஜேவியரு பொண்ணுன்னா சாதாரணா? உனக்கு ஆசைன்னா நீ வேணும்ன்னா ரூபன் பயலோட ஓடு! ஆனா திருட்டுத்தனமா ஓடாதெ! அப்பா, நான் இவனோட போறேன்னு சொல்லீட்டு ஓடு! உங்கப்பன் வேட்டைக்காரம்மா! புலியையும் தெரியும் இந்த நரிகளையும் புரியும்...”

“என்னெ மன்னிச்சிருங்கப்பா! நான் ரூபனோட பேசித் திரியிறதெல்லாம் தப்புதாம்ப்பா!”

“தப்புன்னா என்னன்னே தெரியாதேடீம்மா மேபல் உனக்கு! ரூபன் பயலுக்கு மாக்னஸெ நான் ஏன் குடுக்கல? அவங்க ரெண்டு பேரும் ‘லவ்’ பண்ணலெ, ஏம் மேலே பழியப் போட்டா மாக்னஸ்! என்னெ யாரு வகை

வெச்சான்ங்க? உண்மையிலேயே மாக்னஸ் ரூபனெ நேசிச்சது நிஜம்னா அவ என்னோட போராடி சம்மதம் வாங்கி ஜெயிச்சிருக்கணும். உங்கம்மாவெ நாப்பது வருஷம் முந்தி நானும் லவ் பண்ணுனேம்மா மேபல். தெரியுமா உனக்கு? இந்த மாக்னஸ்குட்டி மாதிரியே உங்கம்மா அவ அப்பன் மெரட்னதும் ஊட்டுக்குள்ற நாய்க்குட்டி மாதிரியே அவவூட்டுக்காரங்களுக்காகப் பயந்து வாலைச் சுழட்டிக்கிட்டுப் பதுங்கீட்டா! எனக்குத் தெரியும் அவ்வளவுதான்னு. உட்டேனா? பட்டப்பகல்ல அவ வூட்டுக்குள்ள போயி அவுங்கப்பனுக்கெதுர்க்கவே உங்கம்மாவெ இழுத்துக்கிட்டு வந்து பீட்டர்ஸ் சர்ச் ஆல்ட்டர்ல ஐயர் கூட இல்லாமெ நானே தாலியெ கட்டினேன். அப்றம்ல எல்லாருமா வந்து அழுது கெஞ்சி மொறையவும் திருப்பியும் அதே சர்ச்ல லாம்ப் ஐயர் தாலி குடுத்து நான் வாங்கிக் கட்டினேன். கல்யாணம் ஆச்சி! நாந்தாம்மா உங்கம்மாவெ 'லவ்' பண்ணினேன். அவ பொண்டாட்டியா இருந்தா, புள்ள பெத்தா, வளத்தா! எல்லாம் சரி, ஏங்கிட்ட பயம் எப்போதும்! நான் அடிப்பேனாம் உதைப்பேனாம் கொடூரமானவனாம்! நான் கோலியாத் மாதிரி ராட்சசனாப் போனேன்..."

"அப்டீல்லாம் நீங்க இருந்தீங்கதானேப்பா! அது உண்மையில்லையா அடிச்சுத் தொவைக்கலியா?"

"நாலஞ்சு புள்ளை பெத்தாளேம்மா உங்கம்மா! அதுமட்டும் ஐயமில்லாம எப்டி நடந்துதாம்? பயம் பயம்ங்கிறது அப்ப வல்லியா? ஏம் புருஷன் மொரடன்ங்கிறது ஒரு வசதி! யாரும் கிட்ட வராம ஒரு வழி. எங்கப்பா ஒரு கோலியாத் ராட்சசங்கிறது ஒரு தெம்பு! பண்ற தப்பு தெரியாம மத்தவங்ககிட்ட தப்பிச்சு தலையில சுமத்த ஒரு லாபம்! இல்லியா? அப்பன் எதுக்கும் விடமாட்டான்! அடாவடி புடிச்சவன்னா யாருகிட்ட வந்து பேசுவான். ஜேவியர் ரொம்ப கண்டிப்புன்னு ஆபீஸ்ல எல்லாப்பயலும் பேசியே ஒதுக்கிட்டா.. தப்பிக்கிட்டே ஒழுங்கீனம் பண்ணலாம்ல! அதான் பெத்த பொண்ணுங்க கூட, ஏன் கட்டின பொண்டாட்டி கூட ஒதுங்கியே தூரத்ல இருந்தே போய்ட்டாங்க... பெத்த பய தெருப் பொறுக்கி மாதிரி சுத்துகிறான். அவனுக்கும் அப்பன் வாண்டாம்!"

"நான் மட்டும் என்னப்பா ஒஸத்தி? நானும்தான் ரூபனெத் தேடீட்டு போய்க்கிட்டு இருக்கேன்!"

மேஜையில் இருந்த இன்னொரு கிளாஸ் திரவமஞ்சளும் ஜேவியர் தொண்டையை எரித்து உள்ளே கடந்தது. நிதானமாக மகளை உற்றுப் பார்த்தார். உடல் முழுவதும் ஆறாத வியர்வை. நீண்ட நேரம் பேசியதால் வந்த பதைபதைப்பு. மகள் அருகில் கண்ணீர் ததும்ப நிற்பதைப் பார்த்ததும் கலங்காது ஒரு கடுமை பறந்தது முகத்தில்...

"மேபல்! நீ உன்னெ மட்டும் நேசிக்கல்லெம்மா.. நீ இல்லாவிட்டால் ப்ரெட்ரிக் இந்த ஊரெ விட்டே எங்கியோ ஓடிப்போயிருப்பாம்மா. இஞ்ச நீதான் எனக்கும் அவனுக்கும் எடையில் இணைச்சுப் பிடிச்சுட்டு நிற்கிற. உங்கக்காமார் என்னெப் புழுதியா நெனைச்சுப் போய்ட்டாலும், அவங்களோட அப்பனை ஞாபகம் பண்ணி அவங்ககிட்ட எணைச்சிகிட்டு நிக்கிறது யாரும்மா? நீதானே எனக்கு மகன், மகள் எல்லாம் இல்லாமல் போய்டாமெ ஆவியோட சேத்து அப்பனை அவங்ககிட்ட விடாமெ உயிர் குடுத்துகிட்டு

நிக்கிறது யாரும்மா? அட உங்க சின்னம்மா சின்னத்தை கூட யாரெ நெனச்சுகிட்டு இங்க வர்றாகடீ? பொண்ணே எங்கக்கா என்னெ இன்னும் நெனச்சி இஞ்சயே நிக்கிறாளே உங்களோட இந்த வூட்ல, ஏன்? உன்னாலம்மா உன்னால். நீ இல்லென்னா நான் கட்டின இந்த வூட்டெ பிரிச்சு வேண்டியதை எம்ப்பரயாசையோட பலனெயெல்லாம் அள்ளிகிட்டு போய்டுவாங்க. இஞ்ச ஒரு ஈ காக்கா இருக்காது. என்னெப்போல யாரும் இருக்கக்கூடாது. எனக்கு யாரும் இல்லெ. தெரியும் எனக்கு நாம் பொறந்ததுல இருந்தே, நானே வளந்து, மேபல் இதுல இனிமே நானே எப்டி மாறி, நானே எப்டி மத்தவங்களோட ஆசைக்கேத்தபடி மாறி திரும்பியும் வாழபோறம்மா? முடியாது. என்னைக்காவது அவங்க எல்லாரும் திரும்பி வரும்போது நானும் இருக்க மாட்டேன். இருக்கவும் கூடாது. ஆனா இந்தப் பெரியவீடும் நீயும் இருப்பீங்க. தேடி வரணும். நீ படிச்சவ. எல்லா க்ளாஸ்லியும் காலேஜிலியும் என்னெப் போலவே அபாரமா மார்க் எடுத்து டிஸ்டிங்ஷன்ல பாசானவ. சொத்தும் உனக்காக நான் நிறைய சேத்து வெச்சிருக்கேன். உன்னெ அவனுக்கு இல்லெ. எவனுக்குமே கொடுக்க ஏம்மனசு ஒப்பாதுதான். எனக்கு நீ மட்டும்தான் மிச்சம். என்னோட எல்லாமே மேபல் கண்ணுதான். ஆனா உனக்கு நான் ரூபனெத் தரத்தயார். ஏன் தெரியுமா?

எனக்கு நீ தந்திருக்கிறது உன்னையேயல்ல. ஆனா ரூபனைப் போயி நீ கேக்கக்கூடாது? என்னெக் கல்யாணம் வந்து கேளுன்னு கூப்டக் கூடாது. நான் உங்கிட்ட சொன்ன எதையும் யாருகிட்டயும் உங்க சின்னத்தைக்கிட்டக் கூட சொல்லக் கூடாது. உங்கப்பன் உங்கப்பன் தான்னு நீதான் நிரூபிக்கணும். ரூபனா வந்து பொண்ணு கேட்டு இந்த ஒலகமே எதுத்தாலும் என்னோட போராடி உன்னெ ஜெயிக்கணும்மா. உங்கப்பனெ இந்த உலகம் புரிஞ்சுக்காட்டி பரவால்லெ. நீ புரிஞ்சுக்கணும். உன்னோட வாழ்க்கைக்கு மட்டுமில்ல. உங்கம்மா, உங்கக்காமார், யாரோட வாழ்க்கைக்கும் உங்கப்பன் என்னைக்கும் தடையாயிருந்ததில்லே! அவங்களேதான் தடையாயிருந்தாங்க என்னோட வாழ்க்கைக்கும்.” இருமல் ஆரம்பித்த ஜேவியரு தொடர்ந்து இருமினார். மேலும் குடித்தார்.

மேபல் அழுதாள். இரண்டு பேரும் தழுவிக் கொண்டார்கள். மேபலை உச்சி முகர்ந்து முத்தமிட்டார். மேபல் பொருமிப் பொருமி அழுதாள். உதடுகளில் அப்பனின் முத்தங்கள். அவரது விஸ்கியின் சீற்றமும் அதிகப் பேச்சின் உக்ரமும் கொஞ்சமாய்த் தணிந்தன. அப்பாவின் அணைப்பில் இருந்து விடுவித்துக் கொண்டபோது மேபலுக்கு நெஞ்சுபூராவும் நிரம்பியிருந்தது ரூபன் மட்டுமே. இதை ரூபன் தர வேணும். தருவானா? உலகம் தராவிட்டாலும் ரூபன் தரவேண்டும். அப்பா கேட்டதை அவன் அவளுக்கு தராவிட்டால். பயங்கரமாய் இருந்தது. இது யாருக்கும் புரியப்போகிறதில்லை. அவள் இப்போது அப்பா சொத்தல்ல. ஆனாலும் ரூபனுக்கு அவள் வேண்டுமா வேண்டாமா? அவன் அவளை அப்பாவிடமிருந்து எடுத்துக் கொள்வானா?

காலம் முழுவதும் ரூபன் தேடியது, அப்பா தேடியது. அக்காமார், சின்னத்தை எல்லாம் தேடியதும் மேபல் வியந்து கண்ணீர் வடித்தாள். குழந்தைப் பருவமெல்லாம் அவள் ஏங்கியது கிடைத்துப் புரிந்துவிட்டது. இந்தப் புதையல் இத்தனை காலம் கண் முன்னேதான் இருந்தது. கனவாய் மயங்கியது. நிஜமாய்ச் சுட்டது. ரூபன் இது உனக்கு முடியுமா? அப்பா

சொன்னதுபோல் மேபல் கேட்கமாட்டாள். உன்னிடம் மட்டுமில்லை எந்த ஆணிடமும் கேட்க மாட்டாள். மேபல் அப்பாவின் பெண். வாட்டசாட்டமாய் வளர்ந்துவிட்ட பெண். அவளது ஆகிருதி உயரம் எல்லாமே ஜேவியரதுதான். எம்.ஏ., பாஸ் செய்தாயிற்று. அப்பா தடுத்துக் கொண்டிருப்பதால் வேலைக்குப் போகவில்லை. மிஷன் சர்ச்சில் வேலை கிடைத்தும் தடுத்துவிட்டார். காரணம் பெரிய திட்டம்!

ஒரு முழு அலுவலகத்தைத் தாங்குகிற வேலை வருகிறதாம். பலத்த திட்டம் உட்பட அலுவலர்கள் குவார்ட்டஸ் எல்லாவற்றோடும் சீக்கிரமே வந்துவிடும். அப்பா ஏற்பாடு எல்லாம் சரி! ரூபன்? தினமும் காலை ஏழு மணிக்கெல்லாம் கோவில் மைதானத்தில் நிற்பான். நாட்கள் ஓட ஓட ரூபனும் விரைந்து கொண்டிருந்தான். பெரிய்ய வீட்டில் அத்தையுடன் சமையல் செய்த நேரம் போக அண்ணன் ஃப்ரெட்ரிக்கை எதிர்பார்ப்பதும் கடிந்து கொள்வதும் காசு கொடுப்பதும் தவிர மேபலுக்கு வீட்டில் வேலை? அப்பாவின் புத்தகங்கள்தாம் துணை.

காலை ஆறு மணிக்கே கோவிலுக்குப் போகிறதில் நற்கருணை ஆராதனையில் கலந்து கொள்வதில் தவறுவதேயில்லை. அப்பாவின் ஆபிஸ் ஜீப் வாசலில் வருகிற சப்தம் போர்ட்டிக்கோவில் ஜீப் வந்து நிற்கும் சப்தம் போதும். மேபல் வாசலுக்கு ஓடி வந்தால் அப்புறம் இரவு வெகு நேரம் வரை அப்பாவுடன் தான் நேரம் கழியும். அப்பாவுக்கு எது பிடிக்கும் அதுதான் சமையல். அப்பா வேட்டைக்குப் போனால் இப்போது மேபலும் கூடப் போகிறாள். தடுமாற்றமில்லாமல் இப்போதும் துப்பாக்கி பிடிக்கிறார் ஜேவியர். அவளும் சுடக் கற்றுக் கொண்டிருக்கிறாள். வேதாரண்யம் காட்டுக்குள் ஞாயிறுகள் கழியும்.

மூன்று ஜீப்புகள், அப்பாவின் ஆடர்லிகள் வேட்டைக்காரர்களுடனும் மேபலும் வியர்வையில் ஊறி ஆவி பறக்கத் திரிந்து தஞ்சாவூர் திரும்பும்போது ஜீப்பில் மான்கள் உயிரற்றுக் கிடக்கும். அப்பாவுடன் சீட்டு விளையாடுவது, அப்பாவுடன் குளிப்பது, காலையில் பனி மூட்டத்தில் வீட்டு மொட்டை மாடியில் எக்ஸர்ஸைஸ் செய்வது. வியர்த்து வடியவடிய டம்பல்ஸ், ஸ்கிப்பிங் பயிற்சி, பனியன் ஹாஃப் டிராயர்ஸ் வியர்வையில் ஊறிவிடும். பேய் மாதிரி கொட்டும் அருவிகளில் காட்டில் தலை கொடுத்து அப்பனின் எல்லா ஆட்ட பாட்டங்களுக்கும் துணை நிற்பது. இப்போதெல்லாம் மேபலுக்கு நேரமேயில்லை. கண்ணாடியில் பாத்ரூமில் உடம்பைப் பார்க்க ஆச்சர்யமாயிருக்கும். இப்போதெல்லாம் ரூபனைப் பார்க்க மறப்பதேயில்லை. முன்பெல்லாம் அவனிடம் தப்பினால் போதும் என்றிருக்கும். அவன் தொடும்போதெல்லாம் பயமாய் இருக்கும். காலையில் அவனைத் தாண்டுவது ஒரு பிரச்சனை. இப்போதோ ரூபன் ஒரு சுகம். அவனை எங்கு பார்த்தாலும் கூப்பிட்டு நிறுத்திப் பேசுகிறாள் மேபல். பேச்சின் தோரணையே தனி!

"என்ன மிஸ்டர் ரூபன்! எப்படியிருக்கீங்க. என்ன பண்ணிட்டிருக்கீங்க?"

"ம்! சும்மாதான் இருக்கேன்.. வந்து...."

"சீக்கிரமா ஒரு கல்யாணம் பண்ணிக்குங்க!... இப்படியே திரிஞ்சிட்டிருந்தா எப்படி? உங்கம்மாவெக்கூட மானிங்ஸர்வீஸ்ல பாத்தேன். அழுதாங்க! சீக்கிரமா ஏதாவது வேலையில சேந்தா சந்தோஷப்படுவாங்க!"

“அழட்டுண்டி! உனக்கென்ன! உன் வேலையப் பாத்திட்டுப் போடீ”

“டீஸண்டாப் பேசக் கத்துக்குங்க ரூபன்”

“ஆமா! இனிமேத்தான்! உங்கிட்ட டீஸன்ஸி கத்துக்கப் போறேன்! அதுசரி நீ பெரிய வேலைக்கிப் போப்போறியாமே!”

“ஆமா! ஆமா!”

“எப்போ கல்யாணம்?”

“யாருக்கு?”

“ஏய் உனக்குத்தான்டீ!”

“ஏன் கேக்கிறீங்க?”

“ல்லெய்... உனக்கெல்லாம் எதுக்குக் கல்யாணம்ன்னுதான் கேக்கிறேன்!”

“ஜீஸஸ்! அப்பா! ரொம்ப நல்லதாப் போச்சு. இனிமே ஏம்பின்னாடி சுத்தமாட்டீங்கள்ல?”

“ஏங் கொப்பனோட போட்ற ஆட்டம் போதலையா? தொலைச்சுடுவேன் ஆமா!”

“ச்சீ உங்க அசிங்கம் இவ்வளவுதானா இன்னும் இருக்கா?”

“மேபல் இனிமேயும் உன்னெச் சும்மா விடமாட்டேன் ஆமா உன்னெ... உன்னெ...”

காலை நேரத்தில் அந்த மைதானத்தில் ரூபன் மேபலை இழுத்துத் தடவி.. வெட்ட வெளியில்.. மேபல் பதற்றமேயில்லாமல் அவனை விலக்கித் துரத்துவாள். லேசாக வரும் கண்ணீரை புறங்கையால் துடைத்துக் கொண்டு ரூபனைப் பார்த்து “ரூபன் என்ன இது? சும்மாயிருக்கமாட்டீங்களா? யாராவது பாத்தா என்ன ஆகும்? இப்டி முரட்டுத்தனம் பண்ணினா என்ன ஆகும்? நீங்க என்ன ஆம்பளை? ஸ்பரிசம் பட்டதும் மயங்கி ஓங்க கைல விழ எனக்கு உங்க ஸ்பர்சமும் புதுசு இல்ல. வயசும் பதினாறு இல்லெ. நான் அரைக்கிழவி, நீங்க முக்காகெழவன். இனிமே உங்களாலெ என்ன முடியும்? வேலையா ஒண்ணுமில்லெ. சம்பாத்யமும் இல்லெ. சுயமா ஒண்ணும் செய்ய முடியாது... ஒண்ணு பண்ணுவீங்க விட்டா.. ஒரு புள்ளே பெத்துக்குவீங்க. இல்லெ? என்ன முறைப்பு இது? உங்க சிரிப்பப்பாத்து மயங்கிட்டிருந்த மாக்னஸ் இல்ல நான். மூஞ்சியெல்லாம் தாடி அழுக்குப் பாட்டமா ஜீன்ஸ்பாண்ட் தொள தொளன்னு வியர்வை நாத்தம் பிடிச்ச ஜிப்ப.. பத்து பதினைஞ்சு வருஷமா என்னமும் மிச்சம் இருக்கா? அக்கால்லாம் போயாச்சு என்னெப் பிடிச்சீங்க இப்ப? தாடி கிருதா தலைமுடி எல்லாம் வளந்து ஒண்ணாப் போச்சு. வெட்டிப் பேச்சு இன்டீஸண்டா பிஹேவ் பண்றது, கெட்டவார்த்தை பேசறது, கஞ்சா அடிக்கிறது, தெருச் சுத்தி வர்றது... கேக்க ஆளு இல்லன்னா என்னெச் சுத்துறது. இதுக்குப் பேரு லவ்வா? மிஸ்டர் ரூபன் வேண்ணா சொல்லுங்க. அக்கா மாக்னஸ் உங்களெ லவ் பண்ணா. நான் பண்ணலை.”

“ஒவ் அப்பனை லவ் பண்றியாக்கும்!”

"ஆம்மா! அப்பனை லவ் பண்ணத்தாம் பண்றேன். ஆனா உங்க மாக்னஸ்ஸெ பண்ணின மாதிரி லவ் இல்லெ. இது அப்பனை நேசிக்கிற லவ். உங்களுக்கெல்லாம் புரியிற லவ் இல்லெ!"

"தேவுடியா!"

"உங்ககிட்டருந்து வேற எனக்கு என்ன பட்டம் கிடைச்சிடும்! நிஜமா இதுதான் சரி! உங்களுக்கெல்லாம் உங்க மேலதான் லவ்! நிச்சயம் எங்க மேல இல்ல!"

மேபல் நடந்தாள். எப்போதும் போல மோனத்தில் நிற்கும் செய்ன்பீட்டர்ஸ் சர்ச்! கோழி முட்டை வடிவ கோபுரம் காலை வெயிலில் கோணலான நிழலை விழுத்தியது. மெல்லென நடந்தாள். ரூபன் பின்னால் வெறியுடன் அவளைப் பார்த்து நின்றான். அப்பா சொல்வது நிஜம். இவர்கள் எல்லாம் தன்னையே நேசித்து தன்னையே வளர்க்கிற கூட்டம். அம்மான்னும் அண்ணன்னும் அக்கான்னும் தங்கைன்னும் உறவு சொல்லி அதையே சொல்லி ஏமாத்தி காதல்ன்னும் பாசம்ன்னும் வார்த்தையவெச்சு வியாபாரம் பண்ற தன்னல கும்பல்! மைதானம் முழுவதும் இன்னும் பனி விலகல்லெ... எதிரே வர்றது யார்?

வெயிலும் பனியும் கலந்து ஒரு மாதிரி சாம்பல் நீலப்புகை மாதிரி எங்கும் படர்ந்து... எதிரில் வந்தது அண்ணன் ஃப்ரெட்ரிக். அட இவரும் காலையிலியே வர்ராறே என்ன கஷ்டமோ. வர்றதெல்லாம் பணம் வாங்கத்தானே?

"வாங்கண்ணே என்னது காலைல? கோயில் பக்கமா?. ஆச்சர்யமாயிருக்கே..."

"உன்னெப் பாக்கத்தான்.. வந்து.. இது கல்யாண விஷயம்.. அதாவது?"

"கல்யாணமா? யாருக்குண்ணே?"

"எனக்கும் ஒரு பொண்ணுக்கும்"

"யாரு அந்தப் பொண்ணு?"

"நீதான் அப்பாட்ட சொல்லி... எனக்கு பயம்.. நீயே சொல்லி.. எப்டியாவது...."

"நோ! நான் மாட்டேன்!... ஏண்ணே உங்களுக்கு இப்படி புத்திபோவுது? நீயே அப்பாட்ட கேளேன்."

"முடியாதும்மா பதினைஞ்சு வருஷமாவுது அவர்ட்டெ பேசியே. அவரு நெனைச்சிருந்தா எனக்கு வேலையும் வாங்கி வைச்சு எங்கியோ கொண்டு போய் வெச்சு எப்படியோ உசத்தியிருக்கலாம். தன்னலம் புடிச்ச மனுஷன் செய்ய மாட்டார் தெரியும். நான் வாழ்றதே புடிக்காத மனுஷன். நீ இல்லென்னா நான் இருந்த எடத்ல புல்லுல்ல மொளைச்சிருக்கும்? ஆங்காரம் புடிச்ச அயோக்யன்...."

"அப்பாவெ நீ என்னைக்கி அப்பாவா நெனச்சிருக்கே? நீதான் இருக்கியே அப்பா பொண்ணா நான் இல்லெங்கறியே நான் அப்பா பொண்ணு மட்டுமில்ல உனக்கும் தங்கச்சிதான். அதான் கேக்கிறேன் ஒரு கல்யாணம் பண்ணி வெய்யின்னு.. ஏண்ணே இப்படி அப்பாவெ ஒதுக்கி வெக்கிறீங்க? உங்களுக்கெல்லாம் என்ன செய்யல்லெ அவரு? உங்களுக்கு எடையில நான்

ஏண்ணே இப்டி அவதிப்படணும்? வீட்டுக்கு வரமாட்டெ.. பத்து வருஷமாச்சு.. ஒனக்கு ஒரு வீடே கட்டி வெச்சிருக்காங்க அப்பா...”

“ஏய் சும்மா அப்பனெப் பத்தி பேசாதே, எனக்காக வீடு கட்டியிருக்கான் ராஸ்க்கல் உயிலெப் பாத்தேன். செத்தாக் கூட நான் எடுத்து விக்ய முடியாது தெரியும்ல்ல?”

“நீ விக்யறதிலியும் சுட்டு எரிக்கிறதிலியுமே இரு... பதினைஞ்சு வருஷமா நீ எம்மெஸ்ஸி பாஸ் போனதிலிருந்தே நீ என்னதாண்ணே பண்ணீட்டிருக்கியாம்? இந்த கஞ்சா அடிக்கறதெத் தவிர தெனம் தெனம் ராத்ரி வந்து செலவுக்குப் பணம் வாங்கிட்டுப் போறியே, அதெல்லாம் மட்டும் அப்பாவுக்குத் தெரியாதுன்னு நெனைக்கிறியா? இல்லெ ரொம்ப ஞாயம்ங்கிறியா?”

“அவனுக்குத் தெரிஞ்சா எனக்கென்ன... தெரியாட்டி எனக்கென்னடீ. எனக்கு வேணும்ங்கும்போது வருவேன். இப்ப எனக்கும் ஒருத்தன் பொண்ணு தர்றேங்கிறான். பண்ணி வெக்யச் சொல்லு அவ்வளவுதான்.”

“முடியாது”

“ஏம் முடியாதுங்கிறே”

“என்னால முடியாது. நீயே போயி கேளு”

“ஓஹா சின்னத்தெ சொன்னது சரிதான். உன்னெ வெச்சிட்டிருக்க வரைக்கும் நாங்க தெருவுலதான் நிக்கணும். வர்றேன் ஒரு நாளைக்கி உங்கப்பனெ கண்டமாவெட்டி....”

அவன் வாயிலிருந்து அசிங்கங்களாய்ப் புறப்பட்டு வந்து கொண்டேயிருந்தன. வழக்கம்தான் இதுவும். மேபல் நடந்தாள். இவுங்க யாரும் மாறமாட்டாங்க. ஏன் மாறணுமாம்? இடையில நீ இருக்க வரைக்கும்.. இடையில இருந்தது இருக்கிறது எல்லாம் அவள். மேபல்தானே.. ஒருத்தன் அண்ணன்... ஒருத்தன் ஆசைப்பட்டவன்... ஒருத்தன்... அப்பன் ஜீஸஸ்!. இது என்ன சிலுவை? இது எனக்கு ஏன், கண்ணீர் வழிய மேட்டுத்தெருவில் திரும்பினாள் மேபல். அவளுக்கும் தெரியும் இதெல்லாம் இப்படியே.. இப்படியே...

வாசலில் ஜீப் நின்றிருந்தது. ஆடர்லிகள் நின்று கொண்டிருந்தார்கள்.. ரெண்டு வேலைக்காரர்கள் துப்பாக்கிகளைத் துடைத்து க்ளீன் பண்ணிக் கொண்டிருந்தார்கள். அடுப்பங்கரையிலிருந்து சின்னத்தை தாளிக்கும் மணம் வீடு முழுவதும் கமழ்ந்தது. சின்னத்தை இருக்கிற வரைக்கும்... எதுவும்.. மாறாமல் எப்படியோ ரூபன் அவனும் அப்படியே. ப்ரெடி... அவனும் அப்படியே கொஞ்சம் கொஞ்சமா.. வாம்மா வேட்டைக்கிப் பெறப்பட்டுகிட்டு இருக்கேன்! வர்றியா நீயும்...? போலாம்ப்பா அதுதான் சரி... வேட்டை. மனுஷனுக்கும் மிருகத்துக்கும் பேதமில்லாத காடு வேதாரண்யம் காடு... சிங்கம் புலியெல்லாம் கிடையாது. ஆடு, மான், முயல், காட்டுப் பன்றி, கடுவா எல்லாம் உண்டு... ஒண்ணை ஒண்ணு சாப்டும் ஆளு மனுஷனைக் கண்டா பதுங்கும். ஒளியும். பயம். பறவைக் கூட்டம் கொளம் குட்டை எல்லாம் உண்டு. மேடுகள் புகையிலைச் செடிகள் வளர்ந்து புதர்புதராய் சிட்டுக்கள் வலியன் குருவிகள் இடையில் கழுகுகள் செத்த மிருகங்களைத் தின்னும் நரிகள்.

ஜீப் பறந்து கொண்டிருக்கிறது. இருபுறங்களிலும் செம்மண் மேடுகள் கள்ளிக் குப்பல்கள். கண்களிலிருந்து கண்ணீர் பெருகி ஆறாய் நனைப்பது போலிருந்தது மேபலுக்கு. முகத்தைத் துடைத்துக் கொள்ள முயன்றபோது கண்ணீரேயில்லை. அழுவது நன்றாய்ப் புரிந்தது. அவளுக்கு விம்மவேயில்லை. குரலே எழும்பவில்லை. கண்களிலிருந்து எதுவும் வடியவில்லை. அழுகை இல்லை. கண்ணீரில்லை. பக்கத்தில் அப்பாதான் ஜீப் ஓட்டினார். வேட்டை ஒன்றுதான் குறி. கடம்பைமான்கள் நான்காவது சுட்டுத் தள்ள வேண்டும். விடமாட்டார். மேபலுக்கும் அதே பரபரப்பு. எங்காவது மானின் கண்கள் தெரிகிறதா. உச்சிவேளை கடந்தும் ஜீப் காட்டுக்குள் பாய்ந்து போய்க் கொண்டேயிருந்தது.

மேபல் கதறியழ முனைந்து பார்க்கிறாள். இனி அது முடியாது. கோவிலில் கூட முடியாதுதான். எப்போதும் இனி அப்பாவுடன் வேட்டைதான். இருட்டும் போது மிருகங்கள் வரும். எங்கும் பயம் பதிவிருக்கிறது. அப்பாவுடன் இருக்கும் வரை எந்த மிருகமும் வராது. முடியாது. மேபல் தப்ப முடியாது. அவள் இனி எங்கும் பறந்து போக முடியாது.

அப்பா இருக்கும் வரை மட்டுமல்ல அப்பாவுக்கு அப்புறமும். மேபலுக்கு மேபல் மட்டும் போதும்!

1988

066

உமா வரதராஜன்

அரசனின் வருகை

மூடுண்ட அந்த நகரத்துக்கு அரசன் வரும் நாள் அண்மித்துக் கொண்டிருந்தது. யுத்தத்தில் இடிந்து போன கோயிலைக் கட்டும் பணிகளை ஆரம்பித்து வைக்க அவன் வருவதாகச் சொன்னார்கள். அரசனின் வருகை பற்றிய அறிவிப்புகளை உடம்பில் ஒட்டிக் கொண்டு எருமைகள் எல்லாம் நகரத்து வீதிகளில் அலைந்து திரிந்தன. முரசுகள் சந்து பொந்துகளெங்கும் சென்று அதிர்ந்தன.

ரத்த ஆற்றின் கரையில் அந்த நகரம் இருந்தது. சிறு காற்றுக்கு உரசி, தீப்பற்றி எங்கும் மூளும் மூங்கில்கள் நிறைந்த நகரம் அது. கடைசி யுத்தம் மூன்று வருஷங்களின் முன்னால் நடந்தது. யானைகளின் பிளிறல், குதிரைகளின் கனைப்பு, வாட்கள் ஒன்றோடொன்று உரசுமொலி, மனிதர்களின் அவலக் குரல் எல்லாம் இன்றைக்கும் செவிகளில் குடியிருந்தன. அப்போதைய பிணங்களின் எரிந்த வாடை இன்னமும் அகலாமல் நகரத்தின் வானத்தில் தேங்கிப் போய் நின்றது. அண்மைக் காடுகளை உதறி விட்டுப் பிணந்தின்பதற்காக இங்கே வந்த பட்சிகள் யாவும் பெரிய விருட்சங்களில் தங்கி இன்னொரு தருணத்திற்காக ஏங்கிக் கொண்டிருந்தன. கூரையிழந்த வீடுகள், கரி படிந்த சுவர்கள் அந்நகர் தன் அழகு முகத்தின் மூக்கை இழந்த விதம் சொல்லும். ஆந்தைகளின் இடைவிடாத அலறல்களுடன், நாய்களின் அவ்வப்போதைய ஊளைகளுடனும் நகரத்தின் இரவுகள் கழிகின்றன. முகிலுக்குள் பதுங்கிக் கொண்ட நிலவு வெளியே வருவதில்லை. பால் கேட்டுக்; குழந்தைகள் அழுவில்லை. நடு இரவில் குதிரைகளின் குளம்பொலிகளும் சிப்பாய்களின் சிரிப்பொலிகளும் விட்டு விட்டுக் கேட்கும். நெஞ்சறை காய்ந்து, செவிகள் நீண்டு, கூரையில் கண்களைப் புதைத்து பாயில் கிடப்பான் ஊமையன்.

ஊமையனும் இன்னும் சிலரும் அந்த நகரத்தில் எஞ் சியிருந்தனர். உயிர் தப்பிய சிலரும், உயிர் தப்பப் பலரும் ஆற்றைக் கடந்து வேறு பகுதிகளுக்குச் சென்றார்கள். கரையில் நின்று கையசைத்த பெண்களின் கண்களில் துளிர்த்த நீரில்

அந்தப் படகுகள் மறைந்து போயின. ஊமையனுக்கு அம்மாவை விட்டுப் போக மனமில்லை.

ஊமையனின் உண்மையான பெயர் பலருக்கு மறந்து போய்விட்டது. அதிகம் எதுவும் பேசாததால் அவனுக்கு அந்தப் பெயர் வந்தது. அவன் பேச்சு எவ்விதம் மெல்ல மெல்லக் குறைந்தது என்பது பற்றி அம்மா அறிவாள்.

கலகக்காரர்களை ஒடுக்க இந்த நகரத்துக்கு அரசன் அனுப்பிய படையுடன் கூடவே ஆயிரமாயிரம் பிணந்தின்னிக் கழுகுகளும் தம் சிறகுகளால் சூரியனை மறைத்தபடி இங்கே நுழைந்தன. கோயிலின் சிலை, பெண்களின் முலை, குழந்தைகளின் தலை என்ற வெறியாட்டம். மத யானைகள் துவம்சம் செய்த கரும்புத் தோட்டமாயிற்று, அந்நாட்களில் இந்த நகரம்.

ஊமையனும் ஒரு நாள் பிடிபட்டவன்தான். முகத்து மயிரை மழிக்க அவன் வைத்திருந்த சவரக்கத்தி கூட ஓர் ஆயுதம் எனக் குற்றஞ் சாட்டி, அவனுடைய கைகளைப் பின்புறம் கட்டி, பாதணிகள் இல்லாத அவனைக் கொதி மணலில் அழைத்துச் சென்றனர், நடு வெயிலில்; நடுத்தெருவில் முழங்காலில் நிற்க வைத்து சூரிய நமஸ்காரம் பண்ணச் சொன்னார்கள். வாயில் கல்லைத் திணித்து, வயிற்றில் குத்தினார்கள். ‘அம்மா’ என்ற அவனுடைய சத்தம் கல்லைத் தாண்டி வெளியே வரவில்லை.

மாலையில், வெறிச்சோடிய தெரு வழியாகத் தளர்ந்த நடையும், வெளிறிய முகமுமாக ஊமையனும் இன்னும் சிலரும் நகரத்துக்குத் திரும்பி வந்தனர். மரணத்தின் தூதுவன் மறுபடியும் கைதட்டிக் கூப்பிடுவான் என்ற அச்சத்தில் திரும்பிப் பாராமல் நிழல்கள் இழுபடத் தள்ளாடித் தள்ளாடி அவர்கள் வந்தனர். தெருமுனையில் அவர்கள் தோன்றியதும் பெண்கள் ஓட்டமும் நடையுமாக அவர்களிடம் வந்தனர். ஓடி ஓடி ஒவ்வொரு முகமாகத் தேடி அலைந்தனர். வராத முகங்கள் தந்த பதற்றத்தில் நடுங்கினார்கள். ஒப்பாரி வைத்து அழுதார்கள். ‘என்ன நடந்தது, என்ன நடந்தது’ என்று ஓலமிட்டார்கள். தனதப்பன் போய்ச் சேர்ந்து விட்டான் என்ற சேதி தெரியாமல் ஒருத்தியின் இடுப்பிலிருந்த குழந்தை விரல் சூப்பிச் சிரிக்கின்றது. ‘என்ன நடந்தது, என்ன நடந்தது’ என்று இன்னொருத்தி ஊமையனின் தோளைப் போட்டு உலுக்கி ஒப்பாரி வைக்கின்றாள். பேய்க் காற்றின் உரசலில் கன்னியர் மாடத்தின் சவுக்கு மரங்கள் இன்னும் துயரத்தின் பாடல்களைப் பரப்புகின்றன.

வாழ்வதற்கான வரமும் அதிர்ஷ்டமும் தனக்கிருப்பதாக எண்ணி ஒரு சிறு கணம் உள்ளம் துள்ளிய சிறு பிள்ளைத் தனத்துக்காக வெட்கப்பட்ட ஊமையன் தன் தலை மேல் கத்தி தொங்கும் வாழ்க்கை விதிக்கப்பட்டிருப்பதை மெல்ல உணர்ந்தான். மௌனத்தில் அவன் காலம் நகர்ந்தது. வீட்டுக்குள் முடங்கிய அவனை நான்கு சுவர்களும் நெரித்தன வீட்டின் கூரை பல சமயங்களில் நெஞ்சில் இறங்கிற்று. ஒளியைத் தவறவிட்ட தாவரம் போல ஊமையன் வெளிறிப் போயிருந்தான். தேவாங்கின் மிரட்சியுடன் தடுமாறிக் கொண்டிருந்தான்.

பகலிலும் இரவிலும் கனவுகளில் அலைந்தான். கண்கள் தோண்டப்பட்ட, நகங்கள் பிடுங்கப்பட்ட மனிதர்கள் ‘எங்களுக்கோர் நீதி சொல்’ என்று தள்ளாடித் தள்ளாடி அங்கே வந்தன; அரைகுறையாக எரிந்த தெருச்

சடலங்கள் வளைந்தெழுந்து 'நாங்கள் என்ன குற்றம் செய்தோம்' என்று முனகின. நீர் அள்ள உள்ளே இறங்கிய வாளியைக் கிணற்றுள் கிடந்த பிணங்களிலிருந்து கையொன்று மெல்லப் பற்றிக் கொண்டது. கழுத்தை இழந்த கோழியொன்று துடிதுடித்து உயிரைத்தேடி அங்குமிங்கும் அலைந்து மண்ணில் சாயும். குட்டித் தாய்ச்சி ஆட்டின் வயிறு மீது குதிரை வண்டிச் சக்கரங்கள் ஏறிச் செல்லும். மயிர் உதிர்ந்த தெரு நாய்களின் வாய்கள் மனிதர்களின் கையையோ காலையோ கவ்வி இருக்கும்.

ஊமையனின் கனவில் அரசனும் வந்திருக்கின்றான். சாந்த சொரூபனாய், கடைவாய் கெழிந்த புன்னகையுடன் அந்தக் கனவில் அவன் வந்தான். கடைவாய் கெழிந்த இந்தப் புன்னகைக்குப் பின்னால் முதலைகள் நிறைந்த அகழியும், நச்சுப் பாம்புகள் பதுங்கிக் கொண்ட புற்றொன்றும், விஷ விருட்சங்களைக் கொண்ட வனாந்தரமும் ஒளிந்திருப்பதாகப் பலர் பேசிக் கொண்டனர். இதைப் போல் அரசனைப் பற்றிப் பல கதைகள். வெண்புறாக்களை வளர்ப்பதில் அவன் பிரியம் கொண்டவன் என்றும், மண்டையோடுகளை மாலையாக்கி அணிவதில் மோகமுள்ளவன் என்றும் ஒன்றுக்கொன்று முரணான கதைகள். பல நூற்றாண்டுகள் மண்ணுக்குள் யாத்திரை செய்து புதையுண்டு கிடந்த தன் முன்னோரின் கிரீடத்தைக் கண்டெடுத்துத் தலையில் சூடிக் கொண்டான் அவன் எனவும், செல்லுமிடமெல்லாம் சிம்மாசனத்தையும் கொண்டு திரிந்தான் என்றும் காற்றில் வந்தன பல கதைகள்;.

அரசவை ஓவியர்கள் வெகு சிரத்தையுடன் உருவாக்கியிருந்த அந்தப் புன்னகை சிந்தும் முகத்துடனேயேதான் ஊமையனின் கனவிலும் அரசன் வந்தான். கோவில் மணி விட்டு விட்டொலிக்கின்றது. பாட்டம் பாட்டமாக வானத்தில் பறவைகள் அலைகின்றன. வேதம் ஓதுகின்றனர் முனிவர்கள். அது ஒரு நதிக்கரையோரம். பனி அகலாத புல்வெளியில் அரசன் வெண்ணிற ஆடைகளுடன் தன் கையிலிருந்த வெண்புறாவைத் தடவியபடி நடந்து கொண்டிருந்தான். அவன் பின்னால் ஊமையன். சௌந்தர்யத்தைக் கண்டு சூரியன் கூட சற்றுத் தயங்கித் தடுமாறி வந்த ஓர் இளங்காலை.

அரசன் அண்ணாந்து ஆகாயத்தைப் பார்த்தான்.

மேகங்கள் அகன்று கொண்டிருக்கின்றன. இன்னும் கொஞ்சநேரம்..... கொஞ்சநிமிஷம்... வெளிச்சம் வந்துவிடும்...

அரசனின் குதூகலமான மனநிலை ஊமையனுக்கு ஓரளவு தைரியத்தைத் தந்தது.

'அரசே வெளிச்சம் வருவதற்குள் நாங்கள் இறந்து விடமாட்டோமா... இப்போதும் என்ன, நாங்கள் நடைப் பிணங்கள் போல அல்லவா உள்ளோம்'?...

ஊமையனை திரும்பிப் பார்த்து அரசன் சிரித்தான்.

'போர் என்றால் போர்.... சமாதானமென்றால் சமாதானம்.....'

ஊமையன் வார்த்தைகளை மென்று விழுங்கிச் சொன்னான்.

போர் என்றால் ஒரு தர்மமில்லையா அரசே? குடிமக்கள் செய்த பாவம் என்ன? சிசுக்கள், நோயாளிகள், முனிவர்கள், பெண்கள் இவர்களைக் கொல்வது யுத்த தர்மமா?'

அரசன் புன்னகைத்தான். 'தேர் ஒன்று நகரும் போது புற்கள் புழுக்கள் பற்றி முனகுகின்றாய் நீ.... எனக்குத் தெரியும்.... எல்லாம் தெரியும்...'

'நீங்கள் மனது வைத்தால் எதுவும் முடியும். எதுதான் முடியாதது? ' என்றான்; ஊமையன்.

அரசனின் நடை திடீரென்று நின்றது. 'ஆம்... நான் நினைத்தால் எதுவும் சாத்தியம்...' இதோ பார்!' என்றான் அவன். அரசனின் கையிலிருந்த வெண்புறா சட்டென்று மாயமாக மறைய, முயலின் அறுபட்ட தலை ரத்தத்தில் தோய்ந்து அங்கேயிருந்தது.

அரசனின் வருகை நெருங்க நெருங்க நகரம் அமர்க்களப்பட்டது. அரச காவல் பரண்கள் புதிது புதிதாய் முளைத்தன. இரவு பகலாய் வேலைகள் நடந்தன. சவக்கிடங்குகளின் முன்னால் பூச்செடிகள் நட்டு நீரூற்றினார்கள் இலையுதிர் காலம் நிரந்தரமாகி விட்ட இந்த நகரத்தின் வாயில்களில் வேற்றூர்களிலிருந்து மரங்களை வேர்களுடன் பெயர்த்துக் கொணர்ந்து நட்டார்கள். நூறு வருஷத் தொடர் மழையாலும் கழுவ முடியாத ரத்தக்கறை கொண்ட மதில்களுக்குப் புதுவர்ணம் பூசினார்கள். புன்னகை சிந்தும் அரசனின் ஓவியங்கள் சுவரெங்கும் நிறைந்தன. சோதனைச் சாவடிகளில் மாட்டு வண்டிகள் நீளத்துக்கு நின்றன. கொட்டும் மழையில் ஆடைகள் நனைய, பொதிகளைத் தூக்கித் தலையில் வைத்தபடி மௌனமாக ஊர்ந்தனர் ஜனங்கள். நாக்குகளை நீட்டச் செல்லி அங்கே புதைந்திருக்கக் கூடிய அரச விரோத சொற்களை அவர்கள் தேடிப் பார்த்தனர். நகரத்துக்கு வேளை தெரியாமல் வந்து விட்ட பசுவொன்றின் வயிற்றைக் கீறி அதன் பெருங்குடலை ஆராய்ந்து பார்த்தனர். எருமையின் குதத்தினுள்ளும் கைவிட்டு ஏதேனும் கிடைக்குமா என்று துழாவினார்கள். மீசையில் நுரை அகலாத கள்ளுக்குடியர்கள் தப்பட்டம் அடித்து வீதிகளில் ஆட்டம் போட்டனர்.

'கோயில் தந்தான்
எங்கள் மன்னன் 'கோவில் தந்தான்
இன்னுந்தருவான்
கேட்கும் எல்லாம் தருவான்.
தில்லாலங்கடி... தில்லா....
பிச்சைப் பாத்திரம் இந்தா...'

திண்ணையிலிருந்த ஊமையனின் தாத்தா இடிப்பதை நிறுத்தி விட்டு பாட்டு வந்த திக்கைப் பார்த்தார். பார்வை தெரியாத அவருக்கு ஓசைகளே உலகம். கள்ளுக்குடியனின் பாடல் தாத்தாவுக்குக் கோபத்தைத் தந்திருக்க வேண்டும். கையுரலில் இருந்த வெற்றிலையை வேகமாக இடித்தவாறிருந்தார்.

'கோவிலைத் தருகிறானாமே. மறுபடியும் இடிக்க அவனுக்கு எவ்வளவு நேரமாகும்? ' என்று முனகிக் கொண்ட தாத்தா மேலே எதுவும் பேச விரும்பாமல் வெற்றிலையை வாய்க்குள் போட்டுக் கொதப்பிக் கொண்டார்.

அரசன் வருவதற்கு ஒரு தினம் இடையிலிருந்தது. கண்ணயர்ந்து கொண்டிருந்த தாத்தா குதிரைகளின் கனைப்பொலியால் திடுக்கிட்டு எழுந்து உட்காந்தார். வீட்டுவாசலுக்கு வந்த பெண்கள் வெளியே எட்டிப் பார்த்து விட்டு மறைந்தனர். பதற்றத்துடன் வந்த அம்மாவை ஊமையன் வெறித்துப்

பார்த்தான். அம்மாவின் உதடுகள் உலர்ந்து, விழிகள் வெருண்டிருந்தன. வானத்தை அண்ணாந்து பார்த்து இருகைகளாலும் கும்பிட்டாள்.

வழக்கம் போல் எல்லாம் நிகழ்ந்தன. அந்தக் குடியிருப்பின் ஒவ்வொரு வீட்டினுள்ளும் சிப்பாய்கள் நுழைந்து, புறப்பட்டனர். ஊமையனை அவர்கள் கூட்டிச் சென்ற போது அம்மா என்னென்னவோ சொல்லி அழுது பார்த்தாள். மனித பாஷை புரிந்த குதிரைகள் மாத்திரம் தலைகள் அசைத்துக் கனைத்துக் கொண்டன. சிப்பாய்களை நோக்கிக் குரைத்தவாறு, ஊமையனின் கால்களை மறித்தபடி தெருமுனை வரை வந்தது அவனுடைய நாய். சிப்பாய்கள் அதை எட்டி உதைத்து விரட்டினார்கள். பிடிபட்ட ஆண்களின் பின்னால் பெண்கள் தங்கள் வாய்களிலும், வயிறுகளிலும் அடித்துக் கொண்டு பெருங்குரலில் ஒப்பாரி வைத்துத் தொடர்ந்து சென்றனர். குதிரை வீரர்கள் அவர்கள் பக்கமாக ஈட்டிகளை ஓங்கி அச்சுறுத்தி விரட்டினார்கள். குதிரைகள் கிளப்பிய புழுதிப் படலத்ினூடாகத் தங்கள் ஆண்பிள்ளைகள் சென்று மறைவதை தெருமுனையில் செய்வதறியாது நின்று விட்ட பெண்கள் கண்டனர். சுவரில் முதுகை முட்டுக் கொடுத்தபடி நின்ற தாத்தா அங்கு நின்றவர்களுக்கு ஆறுதல் தரும் விதத்தில் சொன்னார். ஒன்றும் ஆகாது... நாளைக்கு அரசன் வருகிறான் அல்லவா? அதற்குக் கூட்டம் சேர்க்கிறார்கள்...' சுவரிலிருந்த பல்லியொன்று அவ்வேளை பார்த்து சத்தமிட்டது தாத்தாவுக்கும் மற்றவர்களுக்கும் மிகுந்த சந்தோஷத்தைத் தந்தது.

பிடிபட்ட அனைவரும் நகரத்து சத்திரங்களில் அடைக்கப்பட்டனர். இவர்களைப் போன்றே சுற்றியுள்ள ஊர்களிலிருந்தெல்லாம் கொண்டுவரப்பட்டவர்களால் சத்திரங்கள் நிரம்பி வழிந்தன. ஒருவரோடு ஒருவர் பேசாமல் பழுக்கக் காய்ச்சி தங்கள் தலைகளில் இறக்கப்பட்ட விதியை எண்ணி நொந்தவர்களாக அங்கு எல்லோருமிருந்தனர். சிப்பாய்களின் சிரிப்பொலி ஏளனத்தின் அம்புகளாக அவ்வப்போது இவர்களின் காதுகளின் இறங்கிற்று. ஊமையன் அந்தக் குளிர்ந்த சுவரில் சாய்ந்து, கண்களைமூடிக்கொண்டான். இருள் நிறைந்த பலிபீடத்தில் வெட்டரிவாள் ஒன்று பளிச்சிட்டுக் கொண்டிருந்தது. நரி போல் ஊளையிடும் காற்றில் சுருக்குக் கயிறொன்று அங்குமிங்குமாக அசைந்து ஊஞ்சலாடுகின்றது. கழுத்துவரை மண்ணில் புதையுண்ட அவனை நோக்கி யானைகளின் தடித்த பாதங்கள் மூர்க்கத்துடன் முன்னேறி வருகின்றன. அவனுடைய நிர்வாண உடம்பில் புதிது புதிதாய் ரத்த வரிகளை எழுதுகின்றன சாட்டைகள். கனவுமற்ற நினைவுமற்ற இரண்டுங் கெட்டான் பெரு வெளியில் அவனுடைய வீடும் வந்தது. கூட்டிப் பெருக்காத வாசலில் வாடிய பூக்களும், சருகுகளும் கிடக்கின்றன. உற்சாகமிழந்த நாய் வாசற்படியை மறித்துப் படுத்திருக்கின்றது. சாம்பல் அள்ளாத அடுப்படியில் சோம்பல் பூனை. சமையலறையில் குளிர்ந்து போயிருக்கும் பாத்திரங்கள். ஒரு கருநிற வண்டைப் போல சுவர்களிலே முட்டி மோதித் திரிவார் தூக்கம் வராத தாத்தா. உண்ணாமல், உறங்காமல் கண்களின் ஈரம் காயாமல் அம்மா சுருண்டு கிடப்பாள். நிமிஷங்களைப் பெரும் பாறைகளாய்த் தன் தலையில் சுமந்து இருட்டின் பெருங் காட்டில் அலைந்தான் ஊமையன். ஊமையன் சத்திரத்துக் கதவு திறக்கப்பட்டதும் உள்ளே புகும் காற்றுக்காகவும் வெளிச்சத்துக்காகவும் அவன் விழி மூடாமல் காத்துக்கிடந்தான்.

விடிந்தது. வெளிச்சத்தை முந்திக்கொண்டு கதவு வழியாக சிப்பாய்களின் தலைவன் உள்ளே நுழைந்தான்.

‘ஏய் எழும்புங்கள்... எழும்புங்கள’ என்று அதட்டினான்.

அவர்களை ஏற்றிக் கொண்டு நகரத்து வீதிகளில் மாட்டு வண்டிகளின் விரைந்து சென்றன. மாட்டுவண்டியின் தொடர்ச்சியான ஜல் ஜல் சத்தத்தை கேட்டு அங்காடித் தெரு வணிகர்கள் அப்படியே நின்றார்கள். எண்ணெய் வழியும் முகங்களுடன், தூக்கம் நிறைந்த கண்களுடன், வாரப்படாத தலைகளுடன், பசி கொண்ட வயிறுகளுடன் உலகத்தின் மிகக் கேவலமான விலங்குகளைப் போல இப்படிப்போவது ஊமையனுக்குப் பெரும் வெட்கத்தைத் தந்தது. இடியுண்ட கோயிலின் அருகிலிருந்த குளக்கரையில் அனைவரும் இறக்கப்பட்டனர். சிப்பாய்களினால் வரிசையாக அமர்த்தப்பட்டனர்.

வானம் இருண்டிருந்தது. மழையையும் அரசன் கையோடு கூட்டி வந்து விட்டதாக சிப்பாய்கள் தங்களுக்குள் பேசிக் கொண்டார்கள்.

‘ராஜாதி ராஜ ராஜமார்த்தாண்ட ராஜ கம்பீர....’ என்று ஒரு குரல். திடீரென வாத்தியங்கள் முழங்கின. மகுடி வாத்திய விற்பன்னர்கள் நகரத்து சிறுமிகளை நெளியும் பாம்புகளாக்கி ஆட்டுவித்தார்கள். கள்ளுக்குடியர்கள் கால்கள் நிலத்தில் படாது குஸ்தியடித்தவாறு வந்தனர். பின்னால் அரசன் வந்து கொண்டிருந்தான். முனிவர்கள் தாடிகளை மீறிய புன்னகையுடன் எழுந்து வணக்கம் சொன்னார்கள்.

உயரமானதோர் இடத்தில் அமைக்கப்பட்டிருந்த பந்தலை அடைந்த அரசன் அனைவருக்கும் கையசைத்தான். தொண்டை பெருத்த கவிஞர்கள் அந்தக் குளிர் வேளையிலும் பனையோலைச் சுவடிகளால் அரசனுக்கு சாமரம் வீசினார்கள் அரசவைக் கவிஞரின் நாவிலிருந்து பனிக்கட்டிகள் கொட்டியவாறிருந்தன. ஒருபக்க மீசையை மழித்துக் கொண்ட எடுபிடிகள் அரசனின் பின்புறமாக உட்கார்ந்து, அவனுக்கு அரிப்பெடுக்கையில் முதுகைச் சொறிந்து கொடுத்தனர்.

ஊமையன் அண்ணாந்து பார்த்தான். கறுப்பு ஆடையைக் கழற்றி வீசி, அம்மணங் கொள்ளத் துடித்துக் கொண்டிருந்தது வானம். வானத்துப் பறவையொன்றின் எச்சம் போல ஒரு சொட்டு ஊமையனின் முகத்தில் முதலில் விழுந்தது. பின்னர் வேகமான பல சொட்டுகள், இரைச்சல் காற்று திசை காட்ட மழை தொடுக்கும் யுத்தம். பலத்த மழையின் நடுவே அரசன் பேச எழுந்தான். கொட்டுகின்ற மழையிலும் அசையாத மக்கள் அவனுக்கு வியப்பளித்திருக்க வேண்டும்.

‘என் உயிரிலும் மேலான மக்களே.....’

மழையோசையை வெல்ல முயலும் அரசனின் குரல்.

குலை தள்ளிய வாழைகளாலும், குருத்தோலைகளாலும், செந்நிறப் பூக்களாலும் அலங்கரிக்கப்பட்ட பந்தலின் கீழ் நின்று மழையில் நனையாத அரசனின் குரல். ஊமையன் குளிரால் நடுங்கிக் கொண்டிருந்தான். பேய் பிடித்த பெண்ணாகி வாயிலும், வயிற்றிலும், முதுகிலும், முகத்திலும் மாறி மாறி அறைகின்ற மழை.

'இடியுண்ட கோவிலைப் புதுப்பிக்க இன்றைக்கு வந்திருக்கின்றேன். இன்னும் என்னென்ன வேண்டும் சொல்லுங்கள்.'

காற்றும் மழையும் பதில் குரல் எழுப்பின. சிப்பாய்களின் ஈட்டி முனைகளுக்கும் உருட்டும் விழிகளுக்கும் பயந்து அசையாமல் மௌனமாய் இருந்தனர் ஜனங்கள்.

'கொட்டுகின்ற மழையிலும் என்னைப் பார்க்க இவ்விதம் கூடியிருப்பது என்னை உணர்ச்சி கொள்ளச்செய்கின்றது. உங்களுக்கு என்ன வேண்டும்?; உடனே கேளுங்கள்.'

ஊமையன் மீண்டும் அண்ணாந்து பார்க்கிறான். வருண பகவான் பற்களை நற நற வென்று கடிக்கின்றான். நீரேணி வழியாக இறங்கும் அவன் கைகளில் மின்னல் சாட்டைகள் சுழித்துச் சுழித்துப் பாதையெடுத்து ஓடுகின்றது தண்ணீர், நெருப்புப் பாம்புகள் வானமெங்கும் நெளிவதும், மறைவதுமாய் ஜாலங் காட்டுகின்றன.

'மாட மாளிகைகள் கட்டித் தருகின்றேன். வீதிகளைச் செப்பனிட இன்றே ஆணையிடுகின்றேன். குளங்களைத் திருத்தித் தரச் சொல்கிறேன். இன்னும் என்ன வேண்டும்? அரங்குகள் வேண்டுமா? நவ தானியங்கள் தேவையா? பட்டாடைகள் வேண்டுமா? என்ன வேண்டும் சொல்லுங்கள்... இவற்றை எல்லாம் நான் தரத் தயார். ஆனால் ஒருபோதும்...'

அரசன் தன் வாக்கியத்தை முடிப்பதற்குள் ஒரு பெரிய மின்னல் ஒரு பெரும் ஓசை. வானத்திற்கும் பூமிக்குமாகக் கோடிழுத்த ஒரு நீண்ட மின்னல்.

ஒருகணம் கண்ணொளி மங்க அதிர்ந்து போனான் ஊமையன். கண்களைக் கசக்கிவிட்டு அவன் உயரத்தே பார்த்தான்.

பேசிக் கொண்டிருந்த அரசன் மாயமாக மறைந்து போயிருந்தான்.

1994

067

அ.எக்பர்ட் சச்சிதானந்தம்

நுகம்

ரவுண்ட் பங்களா எதிர்புறக் கிணற்று மேட்டில் இவள் தேவன்புடன் உட்கார்ந்தாள். வராண்டாவில் அங்கியினுள் ஏரியா சேர்மன் இருந்தார். இடுப்புக் கறுப்புக் கயிற்றின் முனை தோளில் தொங்கிக் கொண்டிருந்தது. அருகில் சபை ஊழியரின் வழுக்கைத் தலை செவ்வகத்தில் மின்னியது, மூங்கில் தட்டி வழியே. எதிரே கைகட்டி நின்றவர்கள் யாரென்று தெரியவில்லை இவளுக்கு. வாசலில் சிம்சன், நேசமணி, அருள் இன்னும் மூவர் நின்றிருந்தனர் பயம், பணிவுடன்.

“விசுவாசத்தோடு லெட்டரை கொண்டு போய் குடுய்யா. கட்டாயம் செய்வாரு.”

“தயானந்தம் தட்டமாட்டாருப்பா, சேர்மன் ஐயா சொன்னார்னா. நீ போயி மொதல்ல அவர கண்டுனுவா. துட்டு, ஸ்காலர்ஷிப்னா மட்டும் வுடாத வந்து பாருங்க. சர்ச் பக்கம் வந்துராதீங்க.”

“என்னய்யா ?”

“இனிமேட்டு தவற மாட்டேங்கயா...”

“ஒழுங்கா ஆலயத்துக்கு வரதுக்கு என்ன? ஆவிக்குரிய வாழ்க்கைல வளர்ந்தாதாய்யா கடவுளுடைய ஆசீர்வாதத்த மேன்மேலும் பெறமுடியும். தெரில? அடுத்த வாட்டி வரும்போது ஒழுங்கீனமா இருந்தனா நானே சொல்லி ஒம் பையனுக்கு ஸ்காலர்ஷிப்ப கட் பண்ணிருவேன், தெரிதா.”

“சரிங்கய்யா....”

தேவன்பு இவள் பக்கம் திரும்பினான், “ஐயா கேட்டார்னா டவுன் சர்ச்சிக்கி போறதா சொல்லிர்ட்டா ?”

இவள் பதில் சொல்லவில்லை. ரவுண்ட் பங்களாவைச் சூழ்ந்திருந்த வேலிக் காத்தான்களைப் பார்த்துக் கொண்டிருந்தாள்.

எல்லோரும் சென்றபின் வராண்டாவில் போய் நின்றான் தேவன்பு தயக்கத்துடன். பையை ஓரமாக வைத்தான். பின்னால்

கதவின் மீது லேசாக சாய்ந்து நின்றாள் இவள். ஏரியா சேர்மன் முகம் எழுதிக் கொண்டிருந்த லெட்டர்பாட் மீது கவிழ்ந்திருந்தது.

"என்னா..." ஊழியர் கண்ணடித்தார் தேவன்பைப் பார்த்து. தலையைச் சொறிந்து கொண்டான்.

"ஐயா வரச்சொன்னீங்க..." சேர்மன் நிமிர்ந்தார். "தோத்தரங்கய்யா". தோள்களை உயர்த்தி, மார்பைக் குவித்து முன்னால் சரிந்து வணங்கினான்.

"ஐயா நான் சொன்னஙகளெ தேவன்பு, இவந்தாங்க. அவ சலோமி. மகளுங்க."

முகத்திலிருந்து லுங்கியின் கீழ் தெரிந்த கால்வரை துழாவியது சேர்மன் பார்வை. "நீதானா" மீண்டும் உற்றுப் பார்த்தார் லேசாகத் தலையசைத்தபடி. அவன் சங்கடத்துடன் அசைவது இவளுக்குத் தெரிந்தது. "என்ன வேலையா பாக்ற?"

"பெண்கள் விடுதில தோட்டகாரங்கய்யா"

"எத்னி வருஷமா?"

"பத்து வருஷங்கயா." விரல்விட்டு எண்ண ஆரம்பித்தான். "இல்லிங்க... பதிமூணாவதுங்க இந்த கிறிஸ்மஸ் ஐயா..." தலையைச் சொறிந்தான். "கரிக்டா தெரிலங்க.."

"மிஷன்ல வேலை கிடைக்கிறதுக்கு முன்னாலே என்ன செஞ்சிட்டிருந்த?"

"மின்னாடிங்களா..." சிரித்தான். "என்னாலாமோ செஞ்சேங்கயா, எதங்கயா சொல்றது?"

"யோவ், ஐயா என்னா கேக்றாரு, நீ என்னா பதில் சொல்ற? இதுல சிரிப்பு வேற. தென்னேரில இந்தாளு செருப்பு தெச்சிக்கினிருந்தாருங்க."

"ஆமாங்கய்யா. நம்ம ஐயாதாங்க. யோவ் இதெல்லா வானாய்யா கடவுள் ஒனக்கு வேறோர் வேல வெச்சிக்னிருக்காருனு சொல்லி தேவபுத்ரன் ஐயரு கைல இட்டாந்தாருங்க. அவர் தாங்கயா இந்த வேலைய போட்டுத் தந்தாருங்க."

"தோட்ட வேலைல இந்தாளு கில்லாடிதாயா. விடுதிய சுத்தி மாமரம், தென்னமரம், பூச்செடிகள்லா வெச்சி ஏதேன் தோட்டம் போல ஆக்கிட்டாங்க. சர்ச்சில்கூட செக்ஸ்டன் எதா தோட்டத்த கவனிக்கிறான். இந்தாளுதா எல்லாத்தியும் பாத்துக்றது."

"மொட்டக் கடுதாசி எப்பயிருந்துயா எழுத ஆரம்பிச்சிருக்க?"

"ஐயா?"

"அதாயா, பெயர் போடாம எழுதற லெட்டர்."

"ஐயா?"

"நல்லா நடிக்கறயா. உனை மாதிரி எத்னி பேர பாத்திருப்பேன். ஐயருமாருகல்லாம் உனக்கு கிள்ளுக்கீரைகளாய்ட்டாங்க இல்ல? வெட்டிருவோம், குத்திருவோம்னு எழுதிட்டா, பயந்து போய் ஓம் பொண்ணுக்கு வேல போட்டு குடுக்கணும் இல்லையா தேவன்பு?"

“ஐயா என்ன என்னாலாமோ சொல்றீங்களே.. எனக்கு எய்தவே தெரியாதுங்கயா..”

“உனக்கு தெரியாதுன்னு எனக்குத் தெரியும். இப்படிப்பட்ட கடிதங்கள் வேறொருத்தர விட்டுத்தாய்யா எழுதச் சொல்றது வழக்கம். ஓம் பேரென்ன?”

“சலோமி.”

“பிஎட்., படிச்சிருக்க. பத்து வருஷத்துக்கு மேலாக இந்த மிஷன் உங்கப்பாவுக்கு வேலை குடுத்திருக்கு. எவ்வளவு நன்றியுணர்ச்சி வேணும்? நீயாவது சொல்லி தடுத்திருக்க வேண்டாமா? ஊழிக்காரங்களை தூஷிக்க சொல்லியாமா வேத புத்தகம் கற்றுத் தருது? இந்த மாதிரி மனுஷனுக்குப் போயி நம்ம ஜேம்ஸ் சிபார்சு பண்ண வராப்ல.”

“தேவன்புதான் செஞ்சானு நம்பமுடிலீங்க...”

“நா பொய் சொல்றேனா?”

“அப்டி சொல்லலீங்க...”

“சியோன் ஷாப்பிங் காம்ப்ளெக்ஸ்ல கடை எடுத்தவங்க ஒவ்வொருத்தரும் பத்தாயிரம் எனக்கு குடுத்தாங்க. ராஜரத்னம் ஐயரை ஆள்வச்சி அடிச்சேன். பேராயத்ல ஜாதி சண்டைய தூண்டி விடுறேன். இந்த கதைலா உனக்கு யாருய்யா சொன்னாங்க? சலோமிக்கு வேலை தரலைன்னா உங்க பாஸ்ட்ரேட்டுக்கே வரமுடியாதாயா? இதெல்லாங்கூட பரவால்ல. என்னை பல பொம்பளைகளோட சம்பந்தப்படுத்தி வேற எழுதியிருக்கான், அயோக்ய ராஸ்கல்.”

“ஐயா, பைபிள் மேல ஆணையா நா செய்லீங்யா. நா என்னா பாவஞ் செஞ்சேன்... இப்டிலா ஐயா சொல்றாறே சாமி...” சேர்மன் கால்களை அங்கியோடு கட்டிப்பிடித்துக் கொண்டான்.

“சே எழுந்திரியா, எழுந்திரி... ஜேம்ஸ், எழுப்புய்யா இந்தாள...”

அவன் உடம்பு வேகமாகக் குலுங்கிக் கொண்டிருந்தது.

“தேவன்பு... ஏம்பா....” அவன் முழங்கையைப் பிடித்திழுத்தார் ஊழியர்.

இவள் அவன் முதுகைத் தாங்கி நிறுத்தினாள்.

“இட்டுக்னு போம்மா. பேஜாரா பூட்ச்சி.”

“நீங்கதாங்யா எம்மவளுக்கு வேல போட்டுத் தரணும், எட்டு வருஷமா சும்மாயிருக்கிதுங்யா. சத்யமா கைநாட்டுதாங்கயா வெக்கத் தெரியும். வேறொண்ணும் தெரியாதுங்கயா...”

வாசலுக்கு வெளியே போய் நின்றார் சேர்மன் இடுப்புக் கயிற்றைச் சரிசெய்தபடி. போதகர் பைக் கேட்டைத் தாண்டி வந்து கொண்டிருந்தது.

“வாயா அந்தாண்ட” சபை ஊழியர் இவன் முதுகைத் தள்ளிக் கொண்டு வெளியே வந்தார்.

போதகர் பைக்கை நிறுத்திக் கொண்டிருந்தார்.

“தோத்தரங்கயா.” இவன் கண்களைத் துடைத்துக்கொண்டு கை கூப்பினான் போதகரைப் பார்த்து. ஊழியர் அவனைத் தள்ளிக் கொண்டு பங்களாவின் மறுபுறம் வந்தார்.

“சுத்த பேமானியாக்றிய, ஏங்கைலெகூட இத்த சொல்லலியே நீ?”

“எதங்கயா?”

“மொட்ட கட்தாசிதாயா, காரியமே கெட்டுப்டும் போலிருக்கே. காட்வின் ஐயரோட சம்சாரங்கூட அந்த போஸ்ட்டுக்கு ட்ரை பண்ணுது. இந்த நேரத்ல போயி இப்டி செஞ்சிட்டியே.”

“என்னாங்கயா நீங்ககூட சொல்றீங்க. நா எய்தவே இல்லீங்க.”

“பின்ன ஆருய்யா எழுதியிருப்பாங்க?... சரி, சாப்டற நேர்த்ல ஐயா கைல பேசிக்லாம். எத்னி கிலோ கறி எட்தாந்த?”

“ஒன்ற கிலோங்க”

“ரெண்டா எட்திருக்கலாம்ல? பரவால, நீ கௌம்பு, நாழி ஆவ்து. புதினா சட்னி செஞ்சிரு. அதில்லாம சாப்ட மாட்டாரு. வேறென்னயா வாங்கணும்?”

“அதெல்லா நா பாத்துக்கறேங்க.”

“ஏய்யா, ஐயா என்ன வேலைன்னு கேட்டா எல்லாத்தியும் ஒப்பிச்சுருவியா? சாராயம் காச்னது, ஏரில திருட்டுத்தனமா மீன் புட்சி வித்தது. வுட்டா இதெல்லாகூட சொல்லியிருப்பல்ல? சரியான நாட்டுப் புறத்தான்யா” மண்டையில் அடித்துக் கொண்டு சென்றார்.

லெவல் க்ராஸிங் அருகே வந்ததும் நின்றான் தேவன்பு. “மறந்துட்டம் பாத்தியா, கல்லக்கா பைய... நீ வூட்டுக்குப் போம்மா. நா போயி ஐயா கைல பைய குட்துட்டு, விருந்துக்கு வேற ஏற்பாடு பண்ணனும். நீ கௌம்பு.”

“என்னாத்துக்கு நீ சேர்மன் கால்ல வுழுந்த?”

அவன் எதுவும் பேசவில்லை.

“சுகிர்தாம்மாட்டர்ந்து அரிசி திருடிக்னு வந்து பிரியாணி செய்யணுமா? அந்தம்மாவுக்கு தெரிஞ்சா ஓ வேலபூடும்.”

“அதெல்லா ஒண்ணும் ஆவாது. கடவுள் பாத்துக்குவாரு. ஆவட்டும். நீ கௌம்பு. மூணு மணிக்கா செங்கல்பட்டு, மதுராந்தகம்லா போவணும்.”

கருவாடு கழுவிக் கொண்டிருந்த ஞானம், “பாத்தியா? என்ன சொன்னாரு?” வழிந்தோடிய அழுக்குத் தண்ணீரைப் பார்த்தபடி நின்றாள் இவள். “செய்றேனாரா இல்லியா?”

“அப்பா மொட்ட கட்தாசி எய்தியிருக்றதா சேர்மனு சொல்றாரு.”

“மெய்யாலுமா?”

“வண்ட வண்டையா அவர பத்தி எய்தினா எப்டி செய்வாரு?”

“அட இன்னாவா அதுக்கு? அந்தாளு ரொம்ப யோக்யன்றாரா? சாமுவேலு பொண்ணை வெச்சினிருக்காரே தெரியாதா? பெர்சா அங்கி போட்டுக்னு

138 ❖ நூறு சிறந்த சிறுகதைகள் பாகம் 2

வந்தா, செஞ்சது மறஞ்சிருமா? வேடலுமேரி இல்ல, அவ கைல கேட்டா புட்டு புட்டு வெப்பா அந்தாளப் பத்தி."

"அதெல்லா நமக்கெதுக்கு? வேல குடுக்றீங்களா இல்லியானுதான கேக்கணும். அவ்ரு எப்டி போனா என்ன, கடவுளுக்கு கணக்கு குட்துட்டு போறாரு."

"ஆமாமா நல்லா குட்தாரு. அடச்சே போ அந்தாண்ட" கோழியை விரட்டினாள். "எதா உங்கப்பாவ?"

"ஊழியரு வூட்டாண்ட சேர்மனு, ஐயருக்லா விருந்து செய்றாரு."

"தொரைகளுக்கு விருந்து போடப்போறாரா விருந்து? பேமானி, வூட்டுக்கு எதுனா செய்னா செய்வாரா? ஊழியரு ஐயா, ஊழியரு ஐயானு அந்தாளு வூட்லியே குந்திக்னு கெடக்றாரு."

இவள் குடிசைக்குள் சென்றாள். எலிசபெத் வரலாறு படித்துக் கொண்டிருந்தாள் சப்தமாக. ப்ரீடாவைக் காணவில்லை. டிரங்க் பெட்டியிலிருந்து 150 ரூபாயை எடுத்துக் கொண்டு வெளியில் வந்தாள்.

"இந்தா. துட்ட எங்க வெக்க?"

"என்னாத்துக்குடி, எனக்கொன்னும் வாணாம். பாங்க்ல ஓம்பேர்ல போட்டு வெய்யி. கல்லாணத்துக்கு ஒதவும். கரஸ்பாண்டன் கைல சொல்லி எறநூறா குடுக்கச் சொல்லலாம்ல? நூத்தம்பது ரூவாவ போயி, துட்டுனு குடுக்றார், என்னா நாயம்?"

பெட்டியில் மீண்டும் பணத்தை வைத்தாள். ஃப்ரீடா வந்தாள். தலை சீவி யூனிஃபார்ம் அணிவித்தாள். சாப்பிட்டு, தங்கைகள் ஸ்கூலுக்குக் கிளம்பிச் சென்றதும் ஓர் இட்லி மட்டும் சாப்பிட்டாள். ஐந்தாம் வகுப்பு தமிழ்ப் புத்தகத்தில் இருந்த மீனாட்சியின் கடிதத்தைப் பிரித்தாள்:

உனக்கு என்றதும் அப்பாவுக்கு பூரண சம்மதம். எதற்கும் ஒருமுறை வீட்டைச் சென்று பார்த்து வருமாறு கூறினார், நர்சரி நடத்த உகந்ததுதானா என்று. ரஞ்சிதம் வீட்டில் சாவி இருக்கிறது. உனக்காக நானும் பிரார்த்திக்கிறேன். நிச்சயம் உன்னைக் கடவுள் கைவிட மாட்டார். வாடகையைப் பற்றிக் கவலைப்படாதே. இடத்தைப் பார்த்து உன் முடிவை எழுதவும். காயத்ரி, சதீஷ் சௌக்கியம். காயத்ரி முன்னைவிட படுசுட்டி. அடுத்த வருஷம் ஸ்கூலுக்கு அனுப்பணும். 'சனங்களின் கதை' வித்தியாசமாக இருந்தது. அனுப்பியதற்கு நன்றி. 'யாரோ ஒருவனுக்காக' கொண்டு வருகிறேன். வாழ்க்கை அப்படியேதான் இருக்கிறது. குழந்தைகள் இல்லையென்றால் என்றோ செத்துப் போயிருப்பேன். வீட்டின் மூலையில் சமையலறை முடிக்க வேண்டும் போல் உள்ளது. எடுத்து வைக்கவும்."

ரண்டரைக்கு அவசரமாக வந்தான் தேவன்பு. பிரியாணிப் பொட்டலத்தை ஞானத்திடம் கொடுத்தான். "நீயே துன்னு. அந்தாளு வூட்டுக்குப் போவாம தூக்கம் வராதா ஒனக்கு. பிரியாணியாம், தூ". மூலையில் போய் விழுந்தது பொட்டலம்.

"என்னா நீ, நா சொல்றது தெரில? என்னாலா பேசுனான் என்ன பத்தி பஸ் ஸ்டாண்டுல வச்சி. அவ வூட்டுக்கு போறிய. சூடு சொரணக்கிதா

ஒனக்கு? இருந்தா அன்னிக்கு தேவடியாள்னு அவன் சொன்னதுக்கு மரமாட்டம் நின்னுக்கினிருப்பியா? பொட்டப்பய. ஒனக்லா என்னாத்துக்யா பொஞ்சாதி புள்ளிக..."

"சர்டிபிகேட்லா கூட எட்த்க."

வெளியில் வந்தனர். ஞானம் பாத்திரங்களை விட்டெறிந்து கொண்டிருந்தாள்.

பஸ் ஸ்டாப்பில் நிற்கும்போது பாலாற்றின் வெற்றுமணல் வெகுதூரம் வரை வெயிலில் வெறிச்சிட்டுத் தெரிந்தது. எப்போதோ ஓடிய தண்ணீர் இழுத்துக் கொண்டு வந்து போட்ட மணல்.

செங்கல்பட்டு ஆஸ்பத்திரியைத் தாண்டி என்.ஜீ.ஓ.காலனிக்கு நடந்தனர். பெஞ்சமின் வேதநாயகம் ஈஸிசேரில் உட்கார்ந்திருந்தார்.

"என்ன தேவன்பு, என்ன விஷயம்?"

"ஐயா, எம்மவ பிஎட்., பட்சிருக்காங்க, ராஜம்பேட்டைல வேல ஒண்ணு காலியாக்துங்க. நாளைக்கி மீட்டிங்ல எம்பொண்ணுக்கு நீங்க தாங்க சிபார்சு பண்ணனும்."

"நீ இஞ்ச வந்து பார்த்து ஒண்ணும் பிரயோஜனமில்ல. என்னைலா பிடிக்காதுல உங்க ஊர்க்காரனுங்களுக்கு. நாவர்கோயில்காரனுவல்லா நாடார்களா? என்னையும் நாடாக்கமார்களோட சேத்துட்டானுகலெ. எங்கல போய் முட்டிக்றது? இப்பம் என்ன செய்றது? சேர்மன் அவருக்கு வேண்டிய ஆளுக்கில்லா சப்போர்ட் பண்ணுவார்... ஐசக்க தெரியுமால உனக்கு?"

"தெரியுங்கயா, கருங்குழிலக்றாருங்க."

"ஆ, நீ அவர போயி பாரு. ஏரியா செக்ரட்டில அவரு. அப்பம் பொறப்படு. இனி இங்கன நீ நிக்றதப் பார்த்தா ஒனக்கு டேன்ஜர்ல. தாமஸ் வரான். ஏரியா சேர்மன் சித்தப்பா."

எதிர்வீட்டில் சைக்கிளை நிறுத்திக் கொண்டிருந்தவர் இவனை உற்றுப் பார்த்தார்.

மதுராந்தகத்திற்கு பஸ் ஏறினர் வில்ஃபிரட்டைப் பார்ப்பதற்கு. வில்ஃபிரட் வீட்டில் இல்லை. ஸ்கூலுக்குச் சென்றனர்.

அடர்ந்த மீசையைத் தடவிக் கொண்டான் வில்ஃபிரட். "இந்த வேல ஒனக்குதா. சர்தானா? நாடாருக ஆராச்சும் இருந்தாதா பிரச்னை. சேர்மன் அவுங்களுக்குதா சப்போர்ட் பண்ணுவான். இதுல அந்த பிரச்னை இல்ல. என்னை மீறி எதுவும் செய்ய மாட்டாயா, செய்யவும் முடியாது." குவிந்த இருபுற கன்னங்கள், சிரிக்கிறான் என்பதைக் காட்டியது இவளுக்கு.

"காட்வின் ஐயிரு பொஞ்சாதி கூட மனு போட்டிருக்குங்கயா."

"அவனா, ஒடுக்கப்பட்ட மக்கள் வாரிய இயக்குநர்தானயா. அவன்லா ஒன்னமில்லயா. காததூரம் ஓடுவான் எங்கள கண்டாலே. நீ பொறப்படு. ஏம்மா நாளைக்கி சாயந்திரம் ஒனக்கு ஆர்டர் கையெழுத்தாவ்தா இல்லியானு பாரு, பால் ஜோசப் சார விசாரிச்சேன்னு சொல்லுபா."

“இதுக்கோசரம் ஏம்பா அலையற? நா பாத்துக்றம்பா.” இவளைப் பார்த்துச் சிரித்தான். முந்தானை இழுத்துவிட்டுக் கொண்டாள் வலப்புற மார்பில்.

“ஐசக் ஐயாவ பாக்கட்டுங்களா?”

“பாரு, பாக்றதுல தப்பில்ல... அந்தாளு ஒரு மாதிபா. வில்ஃபிரட்ட பாத்துட்டல்ல அது போதும். அவன் சும்மா போயி மீசைல கைவெச்சுன்னு நின்னாலே போதும் ஐயிருக நடுங்குவாங்க. இந்த வாட்டி கெடச்ருயா பாப்பாவுக்கு. பாவம் அஞ்சாரு வாட்டி அப்ளை பண்ணி அப்ளை பண்ணி வேஸ்ட்டா போயிரிச்சில்ல...? இந்த சேர்மன தூக்கறதுக்கு இருக்காங்க. வில்ஃபிரட்டுக்கு பயங்கர சப்போர்ட்கிது. நீ ஒண்ணும் கவலப்படாத. வாலிபர் சங்கத்த அமெரிக்கா அனுப்ற விஷயத்ல வேற, செமையா மாட்டிக்னிருக்காரு சேர்மன். அடிக்றதுக்கே ஆள் செட் பண்னிக்னிருக்காங்க.”

“அப்டிங்களா?”

“அதனாலதா சொன்னேம்பா கவலப்படாதனு... சரிப்பா, பிரியாணி சாப்ட்டு ரொம்ப நாளாவுது. எப்ப வச்சுக்லாம்? பாப்பாவுக்கு சமைக்கத் தெரியுமா?” தலையாட்டினாள் தெரியுமென்று.

“அம்மா இல்லிங்களா?”

“இல்லப்பா. ஊருக்கு போயாச்சி பசங்களோட. என்ன... அடுத்த சனிக்கிழமை வரட்டா?”

“வாங்கயா. சுகிர்தம்மாகூட நாளைலேர்ந்து லீவ்ல போறாங்க.”

“நல்லதாப் போய்ரிச்சி. ஜாய்சு எப்டிக்றா?”

தேவன்பு தோள்மீது கை போட்டு சில அடிகள் அழைத்துச் சென்று பேசினான். இவளுக்குக் கேட்கவில்லை. பாக்கெட்டிலிருந்து ரூபாய் எடுத்துக் கொடுத்தான் தேவன்பிடம். திரும்பி வந்தனர்.

“கவலப்படாத, அடுத்த வாரம் ராஜாம்பேட்ட ஸ்கூல்ல கையெழுத்து போட்றா. பாப்பாவுக்கு வயசாய்ட்டெ போவ்தபா. எப்போ கல்யாணம்?” இவள் இடுப்பின் மீது பார்வை நின்றது.

“பூந்தமல்லில தொரசாமி பையன் ஓர்த்தன் வாத்யாராக்றாங்க. இவ வேலைக்கி போய்ட்டா ஒடனே கட்டிக்றேன்றாங்க.”

“அப்ப வச்சிருய்யா. இனி இன்னா? பஸ் வந்திரிச்சி, வரட்டா. சனிக்கிழம பாக்கலாம்மா. பிரியாணி ரெடி பண்ணு.”

கருங்குழி சர்ச் வாசலில் தொங்கிக் கொண்டிருந்த படத்தில் இரண்டு மாட்டு வண்டிகள் நின்றன. ஒரு வண்டிமாட்டின் கழுத்தில் ரத்தம் வழிந்து கொண்டிருந்தது. கழுத்தின்மீது பதிந்திருந்த நுகத்தில் என்ன எழுதப்பட்டிருந்தது என்று தெரியவில்லை. அருகில் சென்றாள். சாத்தான் என்றிருந்தது. வண்டி மீதிருந்த பாரங்கள் வறுமை, வியாதி, பாவப் போராட்டம், பிசாசின் வேதனைகள், அதே பாரங்களுடன் நடந்த மற்றொரு வண்டி மாட்டின் நடையில் உற்சாகம் தெரிந்தது. நுகத்தின்மீது சிவப்பில் இயேசு கிறிஸ்து என்ற வார்த்தை இருந்தது. படத்தின் கீழ் விளிம்பில் மத்தேயு 11:29 வசனம் எழுதப்பட்டிருந்தது. ‘என் நுகத்தை ஏற்றுக்கொண்டு என்னிடத்தில் கற்றுக்

கொள்ளுங்கள். அப்பொழுது உங்கள் ஆத்மாக்களுக்கு இளைப்பாறுதல் கிடைக்கும்.'

ஐசக் பெருங்கோபத்துடன் பேசினார். "டயசிஸ்ல நீ வேலை பார்க்றனா அது எத்தனையோ பேருக்கு கிடைக்காத சிலாக்கியம். அதுக்கு நீ தகுதி வாய்ந்தவனா இருக்கியா? நியுமிகின் துரை அந்த காலத்ல தென்னேரி வட்டாரத்துல சுவிசேஷ நற்செய்தி பிரசங்கித்ததாலதான் உங்கப்பா கிறிஸ்துவைப் பற்றி அறிய முடிஞ்சிச்சி. உனக்கு, அவரோட பக்தி, விசுவாசம், அடக்கம் இதெல்லாம் வச்சிதா இந்த தோட்டக்கார வேல கெடச்சிச்சி, ஆனா நீ கடவுளுக்குப் பயந்து நடக்காம பாவமான வழியில போய்ட்டிருக்க."

"ஐயா நா ஒரு தப்புஞ் செய்லீங்க."

"தெரியாதுனு நெனைக்காதயா. உங்க பாஸ்டரேட் எக்ஸ் ட்ரஷரர் பால்ஜோசப்போட சேர்ந்துக்னு ஏரியா சேர்மனுக்கு ஆபாசமான லெட்டர் எழுதியிருக்கியே, அதுக்கு என்ன சொல்ற?"

"சேர்மனு ஐயாகூட அப்டிதா சொன்னாருங்கயா. நா செய்லிங்கயா."

"சே, சும்மா பொய் சொல்லாதயா சர்ச் வாசல்ல நின்னுக்னு. நீ என்ன ஆளு? இன்னிக்கி இவ்ளவு வளர்ச்சி சபைகள்ல ஏற்பட்டதுக்கு யார் காரணம்னு உனக்கு தெரியுமாயா? என்னமோ பேசுறியே.. உங்க பாஸ்டரெட்ல ஒரு எலிமண்டரி ஸ்கூல் அப்கிரேட் ஆனது, போர்டிங் வந்தது, ஆஸ்பத்ரில ஜெர்மன் எய்டோட ஐ டிபார்ட்மென்ட். இதெல்லாம் ஏரியா சேர்மன் இல்லைனா வந்திருக்குமாயா. உண்மையும் உத்தமருமான ஊழியக்காரங்களை அவமானப்படுத்துனா ஆண்டவர் சும்மா இருக்க மாட்டாரு."

"ஐசக் தம்பி." ஜிப்பாவில் வயதானவர் நின்றிருந்தார்.

"வாங்க பிரதர். உங்களுக்குதா வெய்ட் பண்றோம்." உள்ளே சென்றனர் இருவரும்.

இவள் படத்திற்குக் கீழே அமர்ந்தாள் தேவன்புடன். படத்தையே பார்த்துக் கொண்டிருந்தாள். அரை மணிக்குப் பிறகும் ஐசக் வரவில்லை. உள்ளே எட்டிப் பார்த்தாள். மீட்டிங் நடந்து கொண்டிருந்தது. முன்வரிசையில் ஐசக் தெரிந்தார்.

"வா போலாம்" தேவன்புடன் கிளம்பினாள். பஸ்ஸில்.... உட்கார்ந்தனர். "ஐசக் ஐயா சொன்னது நெஜமா?"

"இன்னாமா நீகூட நம்ப மாட்டேங்ற. வூட்டுக்கு போயி பைபிள எட்து குடு. சத்யம் வேண்ணா பண்றேன்."

"ஞானப்பிரகாசத்தண்ட துட்டு எதுக்கு வாங்கன?"

செலவுக்கில்லன. குட்தாரு."

"அந்தாளுகூட ஒண்ணும் நீ பழக்கம் வெச்சிக்க வாணாம்." அவன் பேசாமலிருந்தான். ஜன்னல் வழியே இவள் வெறித்துப் பார்த்தாள். வெளியே முற்றிலும் இருட்டி விட்டிருந்தது.

பதினோரு மணிக்கு மேல் தூக்கம் வராமல் பிரசங்கி முழுவதும் வாசித்தாள். கால்களை அகலவிரித்து வாயைப் பிளந்தபடி தூங்கிக்

கொண்டிருந்தாள் ஞானம். எலிசபெத், ஃப்ரீடா கருப்பை சிசுக்கள் போல் சுருண்டு கிடந்தனர். சங்கீத புத்தகத்தில் முதல் அதிகாரத்திலிருந்து தூக்கம் வரும்வரை விடாது வாசித்துக் கொண்டிருந்தாள். உடல் வியர்த்துக் கொண்டேயிருந்தது.

வண்டியை இழுக்க முடியாது திணறிக் கொண்டிருந்தாள். பாதை முழுதும் வேலிக்காத்தான் முட்கள். பாதத்தில் முள்குத்தி ரத்தம் பீரிட்டுக் கொண்டிருந்தது. எங்கும் பாதத்தின் ரத்தச் சுவடுகள். இழுக்கவே முடியாதா? இதென்ன கழுத்தில்? பாம்பின் அருவருப்புடன் நுகத்தடியாய் கருப்புக் கயிறு இறுக்கிக் கொண்டிருந்தது கழுத்தை. கடவுளே!... வண்டி முழுவதும் பாரங்கள், பாரங்கள். சக்கரங்கள் சதுரங்களாகி நின்றன. பலங்கொண்ட மட்டும் இழுத்தாள். இயேசுவே! ... வண்டி நகரவே மறுத்தது. கழுத்தில் வலி தாங்க முடியவில்லை. கத்தினாள். சப்த அதிர்வுகள் குரல்வளைக்குள்ளேயே அறுந்து தொங்கின. கயிறு இறுகிக் கொண்டே இருந்தது. இன்னும் இன்னும்...

விழிப்புத் தட்டியது. தொண்டைமீது அழுத்திக் கொண்டிருந்த பைபிளை எடுத்து வைத்துவிட்டு எழுந்து அமர்ந்தாள். வெளியே தேவன்பு கத்திக் கொண்டிருந்தான்.

"குட்காம எங்கயா போய்ருவ.... ரவுண்ட் பங்களா வர தேவல... மூஞ் சிய மூடிக்வியா, ம்?... நல்லாயில்ல.. அ... சொல்லிட்டேன்.. குட்துரு.... அங்கி போட்ருக்க... ஏழை வய்த்ல அடிக்காத, வாணாம்... சொல்லிட்டேன்... குட்துரு... அங்கி விசுவாசம் அவ்ரு எய்தலியா... பிஷப் மேலயே, பெரிய்ய எடம்.. என்னாச்சி? ... ஐயிரு வேல குட்தீங்க அவம் பையனுக்கு... நீ... உன்ன பத்தி சொல்லட்டா... ஆர்ஆருக்கு எய்தினனு லிஸ்டு குடுக்கட்டா... வாணாம் சொல்லிட்டேன்... பாவிய காப்பாத்து.. நா பாவி நா பாவி... சாமி என்ன மன்னிச்ரு..."

"உள்ள வர்ரியா என்ன?" இவள் தேவன்பைப் பிடித்து இழுத்தாள்.

"ம்? செய்வாருன்றியா... ஆமா. செய்வாரு... அங்கி போட்ருக்காரு... சத்யம் பண்ணுவாரா... ஆமா பைபிள் மேல பைபிள்மேல பண்ணனும்... செய்ல, கர்த்தர் தண்டிப்பார். அங்கி போட்ருக்காரு... ஆமா..."

"சரி. வா."

"ம்?... ம், எதா உங்கம்மாவ... லா... லா பேசுவா. லா... தேவ்டியா மவ... எதா... ஏ... வெளிய வாடி.. இல்லியா போய்ட்டாளா ஸ்டான்லியாண்ட..."

"வூட்டாண்ட வந்து கதறிய பேமானி. போ ஒ ஊழியர் கைல போயி கத்து." இடுப்பில் கைவைத்து நின்றாள் ஞானம். முந்தானை கீழே கிடந்தது.

"ஏய்... என்னாடி... ஸ்டான்லி இல்ல... படுத்ருக்கானா.... வூட்டுக்குள்ள... டேய்..."

"போடா பொட்டப்பயலே." தோளைப் பிடித்துத் தள்ளினாள். வாழைமரத்தில் மோதிக் கீழே விழுந்தான் தேவன்பு.

இவள் அம்மாவை இழுத்துக்கொண்டு குடிசைக்குள் நுழைந்து கதவை மூடினாள். அழுகையை அடக்க முடியவில்லை. கதவருகே உட்கார்ந்துவிட்டாள். தங்கைகள் விழித்து விழித்துப் பார்த்துக் கொண்டிருந்தனர்.

காலையில் வெளியில் வந்தபோது தேவன்பு குப்புறப்படுத்துத் தூங்கிக் கொண்டிருந்தான். லுங்கியைச் சரியாக இழுத்துவிட்டாள்.

குளித்துவிட்டு ஸ்கூலுக்குச் சென்றாள். கரஸ்பாண்டன்ட், ஆசிரியைகள் மட்டும் வந்திருந்தனர். நோட்ஸ் ஆஃப் லெசன் எழுதி கையெழுத்து வாங்கிக் கொண்டாள். ரோட்டரி கிளப் போட்டிக்கு ஐந்தாம் வகுப்பு மல்லிகாவுக்கு Reforestation கட்டுரை எழுதி கரஸ்பாண்டன்டிடம் காண்பித்தாள். இலக்கணப்பிழை இல்லாமைக்குப் பாராட்டினாள். இவளை போயம் நடத்தச் சொல்லி பிற ஆசிரியைகளை அப்சர்வ் பண்ணச் செய்தார். சுகுணா டீச்சர் மட்டும் சிரிப்பது தெரிந்தது. பாரதியார் பிறந்த நாளன்று அண்ணா அரங்கத்தின் கேட் அருகே சுகுணா டீச்சர் பேசியது நினைவுக்கு வந்தது. "திராவிட நாடு ஆதிதிராவிடருக்கே. நம்ம கரஸ்பாண்டன்ட் கூட இடஓதுக்கீடு செய்றாரு, பாரு. அதுக்லா ஃபிகர் வேணும்னு, இனிமேட்டு பொறந்தா எஸ்ஸியாத்தாண்டி பொறக்கணும். பிஸி, எஃப்ஸியா பொறக்கவே கூடாது."

"ரெண்டு மணிக்கா போலாம்மா?"

"ஒண்ணும் போக வாணாம்."

பீடியை வீசிவிட்டு இவளருகில் வந்தான். "போகலைனா எப்டிமா? வேல போட்டுத் தராங்களா இல்லியானு பாக்க வாணாவா? ஆர்டரு போட்டாக்க கைலியே வாங்கியாந்தரலாம்ல?" இவள் எதுவும் பேசவில்லை. "ஏம்மா, இத என்னானு பாரு." குடிசைக்குள் சென்று ஞானத்துடன் வந்தாள்.

"சலோமி, போய்ட்டுதான் வாம்மா.... ஒவ்வோர் வாட்டியும் இப்டியே ஆவ்துனு பாக்குது புள்ள... நீ வேற சும்மாயில்லாம, புத்திகெட்ட மனுஷன், என்னாத்துக்கு மொட்ட கட்தாசி எய்தின?"

"தப்புதாம்மா..." தலைகுனிந்து நின்றான். "பால் ஜோசப் ஐயா தா சொன்னாரு, இப்படி பயமுறுத்தினாதா வேல கெடைக்கும்னு."

"அவர கண்டாதா ஐயிரு, சேர்மனுக்கு ஆவாதுனு தெரியும்ல. பின்ன அவரு கைல போயி நின்னா? எத்தியாவது உருப்படியா செய்றியா? இவ்ளோ வருஷமா மிஷன்ல வேல பாக்ற, உங்களுக்கு ஒரு வேல வாங்க இல்ல."

"இப்ப என்ன செய்றது?"

"ம்? அந்தாளு சேர்மன்தான் எல்லாத்துக்கும். போயி அவர பாத்து மன்னிப்பு கேட்டுக்கோ."

"அவரு கைலியா.... கோவிச்சுக்குவாரெ..."

"இந்த புத்தி மொதல்ல எங்க போச்சி? வேற வழி ஒண்ணும் இல்ல. செஞ்சதுக்கு உண்மையா மன்னிப்பு கேட்டாக்க மன்னிக்காம புடுவாரா? ஏம்மா நீ எனக்கோசரம் போய்வாம்மா... இந்தவாட்டி உறுதியா கெடைக்கும்னு தோணுது..."

ஐந்தரைக்கு ஏரியா சேர்மன் வீட்டை அடைந்தனர். "நீ போயி கண்டுக்னு வா. நா இங்கியே நிக்றேன்." இவள் கேட்டுக்கு வெளியில் நின்று கொண்டாள்.

சேர்மன் எதிரே தேவன்பு நிற்பது தெரிந்தது ஜன்னல் வழியே. கையாட்டிப் பேசிக் கொண்டிருந்தார். ஓரமாக வந்த ரிக்ஷாவுக்கு வழிவிட்டு மீண்டும்

பார்த்தாள். தேவன்பைக் காணவில்லை. சேர்மன் குனிந்தார். தேவன்பு கீழிருந்து நிமிர்ந்தான். அவன் முதுகை சேர்மன் தட்டிக் கொடுத்தார் சிரித்தபடி.

பத்து நிமிடங்களுக்குப் பிறகு இவளிடம் வந்தான் தேவன்பு. "ஐயா மீட்டிங்ல பேசுறேன்னாருமா. மின்னாடியே ஐயாவ பார்த்திருக்கணும், பால் ஜோசப் ஐயா பேச்சக் கேட்டது தப்பா போய்ரிச்சி. வூட்டுக்கு போலாமா?"

"மீட்டிங் முடிஞ்சப்புறம் போலாம்."

"சர்தாம்மா."

பஸ்ஸ்டாண்ட் ஓட்டலில் டிபன் சாப்பிட்டுவிட்டு சர்ச் நோக்கி நடந்தனர். இருட்டி விட்டிருந்தது. சாலையில் இடைவிடாத கார், பஸ்களின் இரைச்சல். நின்று கொண்டிருந்த டவுன் பஸ்களைக் கடந்து சர்ச் வளாகத்திற்குள் சென்றனர். பக்கவாட்டில் மூன்றாவது கதவு வாசலில் உட்கார்ந்தனர். சர்ச் மையத்தில் 15, 16 அங்கத்தினர்கள் இருந்தனர். முதல் வரிசையில் ஐசக், ஞானப்பிரகாசம். கடைசி வரிசையில் வில்ஃபிரட், பெஞ்சமின். இரண்டாவது வரிசையில் போதகர்களின் வெண்ணங்கிகள் ஐந்தாறு தெரிந்தன. எல்லோருக்கும் முன்னால் நின்றிருந்தார் ஏரியா சேர்மன். ஆல்டரில் பெரிய மரச்சிலுவை குழல்விளக்குப் பின்னணியில் வெளிச்சக் கீற்றுடன் கம்பீரமாக நின்றது. ஆல்டரின் வெளிவிளிம்பு அரைவட்டத்தில் 'நானே பரிசுத்தர் பரிசுத்தர் பரிசுத்தர்' என்ற வசனம்.

"வில்ஃபிரட் ஐயா சொன்னது போல டிரான்ஸ்பர்களையும், புதிய நியமனங்களையும் இந்த ஏரியா எலிமென்டரி எஜூகேஷன் கமிட்டியில் வைத்துதாங்க உங்க அப்ரூவல் வாங்கணும். சில சந்தர்ப்பங்கள்ல நாங்களே முடிவெடுத்திருக்கோங்க. ஐயா சொல்வதுபோல அது தவறுதாங்க. இனிவரும் சந்தர்ப்பங்களில் அப்படி நடக்காது. இந்த அப்பாய்ன்மெண்ட்ட அதனாலதா கமிட்டியில வச்சிருக்கேன். செக்ரட்டரி ஐயா..." ஐசக் ஒரு சிவப்பு ஃபைலைக் கொடுப்பது தெரிந்தது இவளுக்கு.

"ராஜாம்பேட்டை இடத்துக்கு நான்கு பேர் விண்ணப்பித்து இருக்காங்க. அதுல ரெண்டு பேர் நான் கிறிஸ்டியன்ஸ்..."

"வீ நீட் நாட் கன்சிடர் தெம்." ஒரு போதகர் சொன்னார்.

"மற்ற இரண்டுல... ஒன்று தேவன்பு சாமுவேலின் மகள் சலோமிரோஸ், இன்னொன்று ரெவ்ரென்ட் காட்வின் துணைவியார் திருமதி ரஞ்சிதம்... காட்வின் வரலையா?"

"அவர் சம்பந்தப்பட்ட விஷயம்னு வரலீங்கயா." ஐசக் குரல் கேட்டது.

"அப்படியா.."

"கமிட்டி மெம்பர்ஸ் என்னங்கயா சொல்றீங்க?" கறுப்புக் கயிற்றை இழுத்துவிட்டுக் கொண்டார் சேர்மன்.

"பேராயத்தின் திருச்சபைகள் வளர்ச்சிக்காகவும், சுவிசேஷப் பணிக்காகவும் கடவுளின் பிள்ளையாகிய அருட்திரு காட்வின் ஐயர் அவர்கள் புரிந்திருக்கும் ஊழியம் மிகவும் பாராட்டுக்குரியது. கர்த்தருக்கு ஸ்தோத்திரம். மட்டுமல்ல,

ஆண்டவரின் ஊழியக்காரர்களைத் தாங்கும் பெரிதான பொறுப்பு சபையாராகிய எங்களுக்கு இருக்கிறது. ஆகவே ரெவரெண்ட் காட்வின் துணைவியாருக்கு இந்த வேலையைக் கொடுப்பதே உத்தமமானது என்று நான் நினைக்கிறேன்."

வில்ஃபிரட் எழுந்து நின்றான். "ஐசக் ஐயா சொல்வது விநோதமாக இருக்கு." அங்கத்தினர்களைத் திரும்பிப் பார்த்துச் சிரித்தான். "மாதந்தோறும் சபையார் காணிக்கையிலிருந்து குறைந்தபட்சம் மூணாயிரமாவது அஸஸ்மென்ட்டா ஒவ்வொரு பாஸ்டரேட்டுக்கும் கொடுக்குதே எதுக்குங்க? ஐயருமாராக ஊழியத்துக்கு ஊதியம்... என்னங்கயா?" சேர்மன் முகத்தில் புன்னகையைத் தவிர வேறொன்றும் தெரியவில்லை. "அப்படியிருக்கும்போது ஊழியரைத் தாங்குதல் என்ற பிரச்னைய இந்த போஸ்டிங்ல இழுப்பது அர்த்தமற்ற காரியம். கமிட்டியில் எந்த பிரச்சனைக்கும் ஒரு தலைப்பட்சமான தீர்மானத்தை எடுக்கும்படியான திசைதிருப்பும் பேச்சுக்களைக் கண்டிப்பாக சேர்மன் அனுமதிக்கக் கூடாது." ஐசக் பேச எழுந்தபோது சேர்மன் தோளை அழுத்தி அமரச் செய்தார். "இந்த நேரத்ல மனுதாரர்களுடைய கல்வித்தகுதி, குடும்பப் பொருளாதார நிலைகுறித்த விவரங்களை அறிவிக்கும்படியாக சேர்மன் ஐயாவைக் கேட்டுக் கொள்கிறேன்."

சேர்மன் ஃபைலைப் புரட்டினார். " திருமதி. ரஞ்சிதம் பிஎஸ்ஸி., பிஎட். விருப்பப் பாடங்கள் ஆங்கிலம், ஃபிஸிகல் சயன்ஸ், குமாரி சலோமி ரோஸ் பிஏ., எட். வரலாறு, ஆங்கிலம் விருப்பப் பாடங்கள்."

"பி,எட்., எப்பங்க முடிச்சாங்க?"

"தொண்ணூறுல காட்வின் சம்சாரம் முடிச்சிருக்காங்க. சலோமி எண்பத்து மூணு."

"காட்வின் ஐயர் குடும்பப் பொருளாதார நிலைபற்றி எங்களுக்கு தெரியுங்க. சலோமி தகப்பனார் பற்றி மனுவில் என்ன இருக்கு?"

"அங்கத்தினர் பலருக்கும் அவனைப் பற்றியும் தெரியும். பெண்கள் விடுதில தோட்டக்காரன், தேவபுத்திரன் ஐயர் அவனுக்கு இந்த வேலையைக் கொடுத்திருக்காரு. ஐயா... என்ன?" பால்ராஜ் ஐயர் எழுவதைக் கவனித்தான். "தேவன்பின் பாஸ்டரேட் போதகர் என்கிற காரணத்தால் ஒரு காரியம் சொல்லப் பிரியப்படுகிறேன். மிஷனில் பணியாற்றும் தேவனுடைய பிள்ளைகளுக்கு பிறரைக் காட்டிலும் சில பிரத்யேகக் கடமைகள் இருக்கு. அவற்றில் தலையாயது ஆவிக்குரிய வாழ்க்கை. திருச்சபைக்கும் ஒவ்வொரு கிறிஸ்துவனுக்கும் இருக்கும் அன்னியோன்யத் தொடர்பு. சகோதரர் தேவன்பு ஆலயத்திற்கு ஒழுங்காக வருவது இல்லை. மேலும் சமீப காலமாக திருச்சபைக்கு விரோதமானவர்களோடு சேர்ந்து கொண்டு காணிக்கை போடுவதைக்கூட நிறுத்தி இருக்கிறார் என்பதையும் வருத்தத்துடன் தெரிவித்துக் கொள்கிறேன். சபைக்கு விரோதமாக போகிறவர்கள்மீது கடுமையான நடவடிக்கை எடுக்க வேண்டும்." போதகர் யாரென்று இவளுக்குத் தெரியவில்லை. "ஐயருமார்கள் ரொம்ப கோபப்படுறாங்க. " வில்ஃபிரட் மீசையைத் தடவிக் கொண்டான். "காணிக்கை, ஆராதனைக்கு வருதல் இதையெல்லாம் அபாய்ண்ட்மென்டுக்கு அடிப்படையா வைக்கிறீங்களா

எத்தனை நியமனங்களுக்கு இதையே அடிப்படையா வச்சி பாரபட்சமில்லாம நடந்திருக்கீங்கனு தெரிந்து கொள்ள விரும்புகிறேன். ஜெயபால் ஐயா சர்ச் பக்கம் வந்து பதினஞ்சி வருஷமாவுது. அவுருக்கு மெடிக்கல் போர்ட்ல முக்கிய போஸ்ட் குடுத்திருக்கீங்க. நம்ம பால்ராஜ் ஐயர் சேகரத்துல ஒரு கிராம சபை ஊழியர். இரவு ஏழுமணி ஆயிட்டா போதையிலேதா இருப்பாரு. லெந்து நாட்களில் சாயந்தர சர்வீஸ்களை போதையோடுதான் நடத்துவாரு. ஐயரால மறுக்க முடியாதுனு எனக்குத் தெரியும்."

"வில்ஃபிரட் ஐயா, அதெல்லாம் வேண்டாங்க. லெட் அஸ் கன்ஃபைன் டு திஸ் அபாய்ன்மென்ட்."

"அப்ப அவங்க கல்வித் தகுதியை பொருளாதார நிலைய அடிப்படையா வச்சுப் பாருங்க. சலோமிதா செலக்ட் பண்ணப்பட வேண்டியவ. சலோமி தகப்பனாருக்கு முந்நூறு ரூபாய் கூட நம்ம மிஷன் சம்பளமா குடுக்காது. இந்த சம்பளத்ல மகள அவரு படிக்க வெச்சது மிகப் பெரிய அற்புதந்தாங்க. இதுக்கெல்லாம் மேலாக சலோமி தாழ்த்தப்பட்ட வகுப்பைச் சார்ந்தவ."

"வில்ஃபிரட் ஐயாவுக்கு தெரியும்னு நெனைக்கிறேன். காட்வின் ஐயர், அவர் துணைவியார்லா பிராமணர் இல்லைன்றது."

"ஐசக் ஐயாவுக்கு அது மட்டுந்தா ஞாபகத்துக்கு வந்திருக்கு. ரெவரண்ட் காட்வின் நம் பேராயத்தின் 'ஒடுக்கப்பட்ட மக்கள் வாரியத்தின்' இயக்குநர் என்பதும், அவர் நடத்தின பல ஊர்வலங்கள்ல ஐயாவே இந்த வயசுலகூட வேகமா கோஷம் போட்டுக்னு போனார் என்பதும் எப்படியோ மறந்து போயிரிச்சி. பரவால்ல. எந்த குறிக்கோளுக்காக போராடினார்னு யோசிக்கணுங்க. சலோமி கிறிஸ்தவளாய்ட்டதால எஸ்ஸிக்கான அரசாங்க சலுகை பெற முடியுங்களா? சபை மூப்பர்கள் எத்னியோ பேர், தங்கள் பிள்ளைகளுக்கு எஸ்ஸி ஹிண்டுனு எழுதி சலுகை வாங்கறது வேற விசயங்க... இன்னிக்கு ஒரு போஸ்ட் விலை முப்பதாயிரம் நாப்பதாயிரம் ரூபாங்க. நீங்களும் நானும் எஸ்ஸி–கிறிஸ்டியன், பிஸி ஆயிட்ட அவருக்கு கொடுத்து உதவ முடியற அளவுக்கு குறைஞ்ச தொகையா? எட்டு வருஷம். காட்வின் ஐயருக்கு சம்பளம், மருத்துவப்படி, கல்விப்படி எல்லாம் சேர்த்து ரெண்டாயிரத்துக்கு மேல வரும். பார்ஸனேஜ் வேற போற இடத்ல எல்லாம். வாடகை இல்லை... இவ்வளவு சலுகைகள் சபையார் பணத்லங்க. அத"

"நாங்க சம்பளத்துக்கு வேலை செய்றோம்னு சொல்றீங்களா?"

"இருங்கயா, என்ன தப்பு? கடவுளுக்கு நாங்க தரும் காணிக்கைல தான் உங்க ஊழியத்துக்கான சம்பளமும் அடங்கி இருக்கு? எனவே எவ்வித வசதிகளும் வாய்ப்புகளும் இல்லாத சலோமிக்கு இந்த வேலையைக் கொடுத்துவிட்டு, இனிவரும் வாய்ப்பை காட்வின் ஐயர் துணைவியாருக்கு அளிக்கும்படியாக கேட்டுக் கொள்கிறேன்."

"காட்வின் ஐயர் துணைவியாருக்கே இந்த வாய்ப்பை அளிக்க வேண்டும்."

"ஐயருக்கு ஐயருமாருக சப்போர்ட்டா?"

"சபையார் ஊழியர்கள அவமானப்படுத்தறப்போ நாங்க அதைத்தான் செய்ய வேண்டி வரும். எங்களுக்கெல்லாம் மூத்த சகோதரனாக இருந்து

வழி நடத்தி வரும் ஏரியா சேர்மன் அவர்களை மிகவும் ஆபாசமான முறையில் வேலை கேட்டும் சலோமியின் தந்தை ஒரு கடிதம் எழுதியிருக்கிறார்." ஒரு காகிதத்தை உயர்த்திக் காண்பித்தார் ஒரு போதகர். "தம்பி வேணாம்பா." சேர்மன் அவரிடம் வந்தார் வேகமாக.

"இல்லை அண்ணா. இந்த விஷயம் சாதாரணமானதல்ல. சபையாருக்கு முதலில் ஊழியர்களை மதிக்கத் தெரிய வேண்டும்." ... "சேர்மன் என்ற போர்வையில் திரியும் அந்தி கிறிஸ்துவே... உனக்கெல்லாம் எதற்குடா அங்கி...?"

கடிதம் பாதி வாசிக்கப்பட்டுக் கொண்டிருக்கும்போதே மெம்பர்கள் எழுந்து ஆத்திரத்துடன் கத்தினர். வெற்று நாற்காலிகள் அவர்கள் ஆத்திரத்தை அங்கீகரிப்பது போன்று தெரிந்தது இவளுக்கு. தேவன்பு கைகட்டி, தலைகுனிந்து உட்கார்ந்திருந்தான். வெஸ்ட்ரி அருகே சிலர் வேகமாக வந்து நிற்பது தெரிந்தது.

வில்ஃபிரட் கையைப் பிடித்து தாமஸ் ஐயர் வெளியே கூட்டி வருவதைக் கவனித்தாள். வெஸ்ட்ரி அருகே நின்றவர்கள் இருட்டிலிருந்த மேடைக்கு நடந்தனர். பாக்கெட்டிலிருந்து ஒரு காகிதத்தை எடுத்துக் கொடுத்தார் போதகர். வெஸ்ட்ரி விளக்கொளியில் படித்தான் வில்ஃபிரட். முடித்ததும் போதகர் கை கொடுத்தார். "அடுத்த மாசம் பத்தாந்தேதி ஃப்ளைட். உனக்கு ஸ்ட்ராங்கா ரெக்கமன்ட் பண்ணது சேர்மன்தாம்பா. இல்லனா வுட்ருவியா என்ன? இண்டியன் கிறிஸ்டின் யூத் குறித்து அமெரிக்கன் சர்ச்சஸ்ல நீதாம்பா பேச வேண்டி வரும்."

"சரிங்க ஐயரே, ரொம்ப தாங்க்ஸ். பசங்க வெய்ட் பண்றாங்க... நீங்க கௌம்புங்க."

மேடையை நோக்கி நடந்தான் வில்ஃபிரட். போதகர் ஆலயத்திற்குள் வந்தார்.

ஏரியா சேர்மன் எழுந்து நிற்பது தெரிந்தது. "போதகர்களுடைய கோபத்துல, நியாயம் இருந்தாலும், தகப்பனார் செய்த தவறுக்காக மகளை தண்டிக்க நான் பிரியப்படலிங்க. அடுத்த வாய்ப்பு வரும்போது சலோமி ரோசை நாம் கட்டாயமாக நியமனம் செய்ய வேண்டும். ஐயர் தீர்மானத்தை எழுதிக்கோங்க. ராஜாம்பேட்டை காலியிடத்தில் திருமதி ரஞ்சிதம் காட்வின் அவர்களை..."

இவள் எழுந்தாள்.

"எதாமா?ஐயரை பாத்துக்னு போலாம்மா?"

"நீ பாத்து, கால்ல வுழுந்து எந்திரிச்சி வா. நா மீனாட்சிய பாக்கணும். ஸ்கூலு வெக்ற விஷயமா. இவுங்க தயவு ஒண்ணும் இனி தேவல்ல எனக்கு."

சர்ச் வளாக வாசலுக்குள் வேகமாக நடந்தாள் சலோமி. இவன் அங்கேயே நின்று கொண்டிருந்தான்.

068

சாரு நிவேதிதா

முள்

இன்றோடு பதினஞ்சு நாளைக்கு மேல் இருக்கும் தொண்டையில் இந்த முள் சிக்கி. மீன் சாப்பிட்ட போதுதான் சிக்கியிருக்க வேண்டும். இதுக்குத்தான் நான் ருசியா இருக்கிற மீனாயிருந்தாலும் முள் மீனாக இருந்தால் தொடுவதேயில்லை. சில மீன்களில் நடுமுள் மட்டும் இருக்கும். கோழிச் சிறகுமாதிரி. சில மீன்களில் சதைக்கு உள்ளேயெல்லாம் ஒரே முள்ளாயிருக்கும். கார்த்திகை வாளை, முள்ளு வாளை எல்லாம் இந்த வகையறாதான். ஆனால் இந்த இரண்டு ரகத்திலும் சேராத ஒரு மீன்... கோலா மீன். இதுக்கும் நடுமுள் உண்டு. அதோடு பாதி பாகம் சதையோடு முள் கலந்தும், பாதி வெறும் சதையாகவும் இருக்கும். இந்தக் கோலா வருஷம் பூரா கிடைத்துக் கொண்டிருக்காது. வைகாசி, ஆனி மாசங்களில் மட்டும்தான் கோலா.. ஆடி வந்தாலே கோலா குறைய ஆரம்பித்து விடும். இதுக்குக்கூட ஒரு சொல் வழக்கு... 'ஆடி மாசம் வந்தா கோலா ஆத்தா வூட்டுக்குப் போய்டும்.'

கோலா மீன் பிடிப்பதே ஓர் அலாதி... அதைப் பார்க்க வேண்டுமென்று கட்டு மரத்தில் ஒரு முறை போயிருக்கிறேன்... கோலா பிடிக்க லாஞ்சில் போவது கிடையாது... காரணம், கோலா பிடிக்க குறைந்தபட்சம் இருபது மைலிலிருந்து அறுபது மைல் வரையிலும் கூட போவது உண்டு... லாஞ்ச் என்றால் இத்தனை மைல்கள் போக டீஸல் செலவு...?

ஆறு அல்லது ஏழு பேர் ஒரு கட்டுமரத்தில் காலை மூன்று மணிக்குக் கிளம்பினார்கள் என்றால் வருவதற்கு இரண்டு நாள் கூட ஆகும்! ஒரு தடவைக்கு மூணாயிரத்திலிருந்து இருபதாயிரம் மீன்கள் வரை அகப்படும். கட்டுமரத்திலேயே தாழை, புல் தழை இவற்றையும் எடுத்து வந்து விடுவார்கள்... இதை ஒரு மரச்சதுரத்தில் பிணைத்துக்கட்டி ஒரு சின்ன பசுந்தழைத் தீவு மாதிரி தண்ணீரில் மிதக்க விட்டு விடுவார்கள்... கோலா இந்தப் பச்சையைப் பார்த்ததும் கூட்டம் கூட்டமாகத் துள்ளி வரும், பசுந்தழையில் முட்டையைப் பீச்ச... சில சமயம் இந்தத் 'தீவுகளை'

கரைக்கு எடுத்து வந்த பிறகும் கூட அவற்றில் தங்கியுள்ள இந்த முட்டைகளைப் பார்க்க முடியும். இன்னொன்று... கோலாவை வலை 'வீசிப்' பிடிப்பது இல்லை. இதுதான் கண்ணால் பார்த்துப் பிடிக்கிற மீன்... கோலாவுக்குத் தனி வலை... அந்த ஏந்து வலையை வைத்துக்கொண்டு அப்படியே ஏந்தி ஏந்திப் போட்டுக்கொள்ள வேண்டியதுதான்.. இந்த வலையைத்தான் கச்சா வலையென்று சொல்வது...

சில சமயங்களில் ஒரு கோலா கூடக் கிடைக்காமல் போவதும் உண்டு. இதுக்குக் காரணம் 'பர்லா'... இந்தப் பர்லா மீன் வந்தாலே அந்த இடத்துக்கு ஒரு கோலா கூட வராது... மற்றபடி அமாவாசை நாளில் கோலா அதிகம் கிடைக்கும் என்று ஒரு நம்பிக்கை. பொதுவாக கோலா சீஸன்தான் இவர்களின் 'அறுவடைக் காலம்'...

கோலாவுக்காக ஒரு தடவை கடலுக்குச் சென்றால் ஓர் ஆளுக்கு முந்நூறு ரூபாய்கூடக் கிடைக்கும். ஆனால் இதைவிட அபாயமான வேலை உலகத்தில் ரொம்பக் குறைச்சல்... முன்னேயெல்லாம் கோலா பிடிக்கப் போகிறவர்களுக்கு 'வாய்க்கரிசி' போட்டு அனுப்புவார்களாம். இப்போதெல்லாம் அந்தப் பழக்கம் கிடையாது.

இந்த வைகாசி வந்தாலே போதும்... எல்லார் பேச்சிலும் ரொம்ப அடிபடுவது கோலாதான்... கொஞ்சம் வேகமா காற்று அடித்தால் கூடப் போச்சு... 'சே... சே.. என்னா காத்து... முகம் வாயெல்லாம் ஒரே மண்ணு.. சனியன் புடிச்ச கோலா காத்து' என்று அலுத்துக் கொள்வார்கள்.

அத்தையும் மாமாவும் வந்து இன்னையோட பதினஞ்சு நாளா ஆவுது...? பதினஞ்சு நிமிஷமா ஓடிப்போச்சு.. எனக்கு இந்த முள் தொண்டையிலெ சிக்கியதே இவர்கள் வந்த அன்றைக்குத்தான்.. மாமா வந்ததுமே நைனா மார்க்கெட் கிளம்பிட்டாங்க... மீன் இல்லாவிட்டால் சாப்பாட்டையே தொடமாட்டார் மாமா... அதுவும் கோலா மீன் என்றால் அவருக்கு உயிர்...

அவரோடு அன்று சாப்பிட்டபோது சிக்கியதுதான்... அதுக்குப் பிறகு மீனையே தொடவில்லை நான்... இந்த முள்ளை நினைத்தால் மீன் ஆசையே விட்டுப்போய்விடுகிறது... என் அத்தை மீனெல்லாம் சாப்பிடுவதில்லை... எப்பவாவது எங்கள் கட்டாயத்துக்காக சாப்பிடும்போதெல்லாம் சாப்பிட்ட பிறகு 'வாந்தி' எடுக்கவும் தவறுவதில்லை... மாமாவுக்கு எதிர் என் அத்தை... படிப்பது என்றால் அத்தைக்குக் கொள்ளை ஆசை... சமையல் முடிந்து விட்டால் கையில் புத்தகம் தான்... மாமாவோ ஏதாவது படிக்கிறார் என்றால் அது வாரா வாரம் ராசிபலன் மட்டுமாகத்தான் இருக்கும்!

எழுதுவதிலும் அப்படித்தான்... அத்தை எனக்கு எழுதின எல்லா கடிதங்களையும் பத்திரப்படுத்தி வைத்திருக்கிறேன். கவித்துவ மிக்க அந்தக் கடிதங்களை எத்தனை முறை படித்திருக்கிறேன் தெரியுமா...! மாமாவோ தன் பேனாவைத் திறப்பது கையெழுத்துப் போட அல்லது தன் அம்மாவுக்குக் கடிதம் எழுத இந்த இரண்டுக்கும் மட்டும்தான். (தேவரீர் அம்மாவுக்கு உங்கள் மகன் எழுதிக்கொள்வது. க்ஷேமம், க்ஷேமத்திற்கு பதில். நான் வரும் பத்தாந்தேதி அங்கு வருகிறேன். வேறு ஒன்றும் விசேஷம் இல்லை. இப்படிக்கு...) ஆரம்பத்தில் தன் அம்மாவுக்குக்கூட அத்தையின் மூலம்தான் எழுதிக்கொண்டிருந்தாராம். ஆனால் அவர் அம்மாவிடமிருந்து "எனக்கு

நேரடியாக ஒரு லெட்டர் எழுதக்கூட உனக்கு நேரம் இல்லையா? இனிமேல் உன் பெண்டாட்டியை விட்டு எழுதாதே... இஷ்டமிருந்தால் நீயே உன் கைப்பட எழுது" என்று 'பாட்டு' வாங்கிய பிறகுதான் அந்தக் கடிதம் கூட அவர் எழுதுகிறார். இதுக்குப் பிறகு மாமா எழுதச் சொன்னாலும் அத்தை எழுதுவதில்லை. இப்படி ஒவ்வொன்றாகச் சொல்லிக்கொண்டே போகலாம்.

"டேய் ராஜா... நான் வெளியே போறேன்.. வர்றீயா...?"

மாமாவின் பிசிறான குரல் கேட்டு என் சிந்தனை அறுந்தது. அப்போது அங்கு வந்த என் அத்தை என்னை முந்திக் கொண்டு சொன்னார்கள்.

"ராஜாவுக்கு உடம்பு சரியில்லை... அது வராது"

"சரி சரி... நீயே அவனைப் பூட்டி வச்சுக்க..."

மாமா கோபத்துடன் சொல்லிவிட்டு வெளியே போய்விட்டார்.

மாமாவுக்கு சாயங்காலம் ஆறு மணியிலிருந்து ஒன்பது மணி வரை வெளியே போய் ஊர் சுற்றாவிட்டால் தலையே வெடித்துவிடும்... பாவம்... அத்தை... வீட்டில் தனியாவே இருந்திருந்து எப்படித்தான் பைத்தியம் பிடிக்காமல் இருக்கிறதோ...?

அத்தையின் பேச்சில் இப்போதெல்லாம் ஒன்றைக் கவனித்தேன். கொஞ்ச நாளாக அத்தை என்னிடம் 'டா' போட்டுப் பேசுவதில்லை. பத்து வருஷ வித்யாஸம் பெரிசு இல்லையா? ஆனால் இப்படிப் பேசுவதுதான் எனக்குப் பிடிக்குது..

நெற்றியில் ஒரு மென்மையான ஸ்பரிஸத்தை உணர்ந்து நிமிர்ந்து பார்க்கிறேன்....

அத்தை...

"ராஜா... நெத்தியெல்லாம் ரொம்ப சுடுதே.." என்று சொல்லிக்கொண்டே படுத்திருந்த என் பக்கத்தில் அமர்ந்து என் கையை எடுத்துத் தன் கைகளுக்குள் வைத்துக்கொண்டார்கள். நெற்றி சுடுவதென்ன...? இந்தத் திண்ணை இருட்டில் இப்படிக் கிடைத்த அத்தையின் இந்த அண்மைக்காக அப்படியே நான் எரிந்து போவதற்கும் தயார்....

வெகுநேரம் இருவரும் பேசவே இல்லை.

திடீரென்று அத்தை கேட்டார்கள்.

"தொண்டையிலே முள் சிக்கிட்டுன்னியே.. போய்டுச்சா..?"

"ம்ஹூம்.. இல்லெ..."

"அப்படின்னா நான் சொல்ற மாதிரி செய்... சாப்பிடும்போது சூடான வெறும் சாதத்தை ஒரு பெரிய உருண்டையா உருட்டி வாயில் போட்டு விழுங்கு. போய்டும்..."

இதுக்கு நான் பதில் சொல்லவில்லை... என் கையைப் பிடித்துக் கொண்டிருக்கிற அத்தையின் கைகளை அப்படியே எடுத்து ஒரு முத்தம் கொடுத்தால் என்ன என்று யோசித்துக் கொண்டிருக்கிறேன்... ஆனால்?

இதைச் செய்ய என்னைத் தடுப்பது எது?

'Love has no taboos' என்று படித்திருக்கிறேன். ஆனால் அத்தையின் மேல் நான் கொண்டுள்ளது காதலா...? காதல்.. சே.. தொடர்கதைகள்லேயும், சினிமாவிலேயும் இந்த வார்த்தையைப் போட்டு ரொம்ப அசிங்கப்படுத்தி விட்டார்கள்.

Is it sexlove...?

நோ... அப்படி என்னால் நினைக்க முடியவில்லை. இது ஒரு tender devotion... ஆனா இதன் எல்லை எதுவாக இருக்கும்....?

அனாவசியமாக மனசைப் போட்டுக் குழப்பிக்கொண்டிருக்கிறேன்... அத்தையின் மேல் எனக்குள்ள ப்ரேமை இன்று நேற்று ஏற்பட்டதா என்ன?

அப்போது ஆறு வயசிருக்கும்... அத்தை அடிக்கடி என்னிடம் "ராஜா.. நீ யாரைக் கல்யாணம் பண்ணிக்கப் போற...?" என்று கேட்பார்கள். நான் ஒவ்வொரு முறையும் 'உங்களைத்தான்... உங்களைத்தான்' என்று சொல்வேன்.

கொஞ்சங்கூட மறக்கவில்லை.

"அத்தை... உங்களைத்தான் நான் கட்டிக்குவேன். ஆனா நான் உங்களைக் கட்டிக்கிறப்போ உங்க கை தோலெல்லாம் அவ்வாவுக்கு இருக்கிற மாதிரி கொழ கொழன்னு சுருங்கி இருக்கக்கூடாது... இப்ப இருக்கிற மாதிரியே இருக்கணும்" என்று சொல்லி அத்தையின் கைச்சதையைத் தொட்டுக் காண்பிப்பேன்...

உடனே அத்தை சிரித்துக்கொண்டே என் அம்மாவிடம் "பார்த்தீங்களா வதினை... ராஜா சொல்றதெ" என்று ஆரம்பித்து நான் சொன்னதையெல்லாம் சொல்லிச் சொல்லி சிரிப்பார்கள்.

இப்போது மீண்டும் அதை நினைத்துப் பார்க்கிறேன்.. ஆனால் இப்போதெல்லாம் அத்தை ஏன் அந்தக் கேள்வியைக் கேட்பதே இல்லை...?

'ராஜா நீ யாரைக் கல்யாணம் பண்ணிக்கப் போற...?'

அப்படியே அத்தை கேட்டாலும் முன்பு சொன்னது போல் என்னால் பதில் சொல்ல முடியுமா?

'அத்தை... உங்களைத்தான் நான் கட்டிக்குவேன்... ஏன்னா உங்கள் கை பதினஞ்சு வருஷத்துக்கு முந்தி இருந்த மாதிரி இல்லன்னாலும் உங்க மனசு அப்படியேதான் இருக்கு...'

திடீரென்று தெரு நாய்களின் காதைக் கிழிக்கிற சத்தம் கேட்டு தூக்கம் கலைந்தது. அட எப்படி இங்கே வந்து படுத்திருக்கிறேன்...? கடைசியில் அத்தையோடு பேசிக் கொண்டிருந்தது நினைவிருக்கு... அப்புறம் தூக்கக் கலக்கத்தில் இங்கே வந்து படுத்தது நினைவு இல்லை. இனிமேல் எப்படித் தூக்கம் வரும்? விடிகிற நேரம்... கொஞ்ச நேரம் புரண்டு கொண்டிருந்து விட்டு எழுந்தேன்...

பாத்ரூமுக்குப் போய் பேஸ்ட்டும், ப்ரஷ்ஷும் எடுத்துக்கொண்டு கொல்லைப் பக்கம் போனேன். ப்ரஷ் பண்ணிக்கொண்டிருக்கும் போதே முள் நெருடுவது

தெரிகிறது... பல்லைத் துலக்கிவிட்டு கட்டை விரலால் நாக்கை வழித்தேன். இதுக்கு நான் tongue cleaner பயன்படுத்துவது இல்லை. Tongue cleaner என்றால் நாக்கில் ஒரு குறிப்பிட்ட 'ஏரியா'வைத்தான் சுத்தப்படுத்த முடியும். அடி நாக்குக்கெல்லாம் அது போகாது... அதனால் உசிதம், கட்டை விரல். ஆனால் விரல் நகத்தில் ஏதேனும் பிசிறு இருந்தால் நாக்கைக் கீறி விடும்... எச்சிலோடு ரத்தமும் வரும்... அப்புறம் அது க்ஷயரோக ரத்தமா அல்லது நாக்குக் கீறலின் ரத்தமா என்று சந்தேகப்பட்டு பயப்பட வேண்டியிருக்கும்! அதுக்காக கட்டை விரல் நகத்தை மட்டும் பிசிறு இல்லாமல் வைத்திருக்க வேண்டும். சரி... இன்று எப்படியும் இந்த முள்ளை எடுத்துவிட வேண்டும்ஞ் கட்டை விரலையும், சுட்டு விரலையும் மாற்றி மாற்றித் தொண்டைக்குள் விட்டுக் குடைந்தேன்... ஏகமாய் வாந்தி வந்ததுதான் மிச்சம்.

முள் அப்படியேத்தான் இருந்தது....

இதுக்கு முன்னால் கூட மீன் சாப்பிட்டபோது முள் சிக்கியிருக்கிறது... ஆனால் இந்த மாதிரி பதினஞ்சு நாள் இருபது நாளென்று உயிரை வாங்கியதில்லை.

சின்ன வயசில் ஒரு வேடிக்கை நினைவு வருது. அப்போது நான் அவ்வா வீட்டில் இருந்தேன். ஒரு நாள் சாப்பாட்டுக்கு கருணைக்கிழங்கு வறுவல் செய்திருந்தார்கள். அந்த வயதில் அது கருணைக்கிழங்கு என்றெல்லாம் எனக்குத் தெரியாது... ஏதோ ருசியாய் இருக்கவும் நிறைய சாப்பிட்டேன். சாப்பிட்டு முடித்தது தாமதம்... 'அய்யோ... அம்மா...' என்று அலற ஆரம்பித்து விட்டேன். தொண்டையில் பயங்கர அரிப்பு... அதை அரிப்பு என்று சொல்லத் தெரியாமல் 'தொண்டையிலே முள் குத்திடுச்சி' என்று ரகளை பண்ணிக்கொண்டிருந்தேன். அப்பறம் மெதுவாக வேலைக்காரி வந்து 'இது கருணைக்கிழங்கு சமாச்சாரந்தான்' என்று சொல்லி எல்லார் பயத்தையும் போக்கி என்னைத் தேற்றினாள்.

டிஃபனை முடித்துவிட்டு அத்தையுடன் பேசிக்கொண்டு உட்கார்ந்திருந்தேன். தம்பி வந்து சொன்னான், யாரோ கூப்பிடுவதாக. வெளியே வந்து பார்த்தால்.... பேபி.

"என்னடா இது அதிசயமா இருக்கு.. பதினொரு மணி வரைக்கும் மார்க்கெட்லெயில்ல சுத்திக்கிட்டு இருப்ப..."

"இன்னைக்கு நான் மார்க்கெட்டுக்குப் போகலெ.. சரி வா... கொஞ்சம் ஈச்சந்தோட்டம் வரைக்கும் போயிட்டு வரலாம்."

"இதோ வர்றேன்... சித்த இரு" என்று அவனிடம் சொல்லிவிட்டு உள்ளே வந்தேன். அத்தையிடம் போய் "கொஞ்சம் வெளியே போய்ட்டு வந்திர்றேன் அத்தை..." என்றேன்.

"சீக்கிரமா வந்திடு ராஜா..."

நான் இப்போது வெளியில் போவதை அத்தை விரும்பவே இல்லை. இருந்தாலும் பேபியின் முகத்தில் தெரிந்த அந்த சீரியஸ்னஸ்..

கிளம்பிவிட்டேன்.

பேசிக்கொண்டே ஈச்சந்தோட்டம் வந்தோம். பெயர்தான் ஈச்சந்தோட்டம். ஆனால் ஒரு ஈச்ச மரம் கூடக் கிடையாது.. எப்பவோ ஈச்சந்தோட்டமாக இருந்திருக்கலாம்.. இப்போது எஞ்சி நிற்பதென்னவோ பெயர் மட்டுந்தான்... பேசாமல் புளியந்தோப்பு என்று பெயரை மாற்றி விடலாம்... அவ்வளவு புளிய மரங்கள்...

ஒரு புளிய மரத்தடியில் அமர்ந்தோம்... ஒரு பெரிய வேரில் முதுகைச் சாய்த்து திண்டில் அமர்ந்திருக்கும் செட்டியார் மாதிரி உட்கார்ந்து கொண்டான் பேபி....

மெதுவாக விஷயத்தை ஆரம்பித்து பிறகு சரமாரியாகப் பொழிய ஆரம்பித்தான்...

விஷயம் வேறொன்றுமில்லை.. இவன் அப்பாவுக்கு ஏகமான சொத்து இருக்கு... இருந்தாலும் மகன் தன்னை மாதிரி நிலத்தில் இறங்காமல் ஒரு டாக்டராகி விட வேண்டும் என்று தீவிரமான ஆசை. இவனோ பி.யூ.சி.யைத் தாண்டவில்லை. பயாலஜி, ஜூவாலஜி புத்தகத்தை எடுத்தாலே தூக்கம் வருதுங்கிறான். விவசாயத்தில்தான் ஈடுபாடு. இவன் M.B.B.S. போகாததால் ஜன்ம எதிரியாகப் பார்க்கிறார் தந்தை.. அப்புறம் சச்சரவுக்கு கேட்கணுமா... இன்னும் கட்டிக்கிட்டுப் புரளலை... அவ்வளவுதான்.

உணர்ச்சிவேகத்தில் என்னென்னவோ முடிவுகள் எடுத்துக்கிட்டு இருக்கான்...

"சரி வா, ரொம்ப தாகமா இருக்கு... அந்த வீட்லே போயி கொஞ்சம் தண்ணி குடிப்போம்."

பேச்சை மாற்றி அவனைக் கிளப்பினேன்.

தண்ணீரைக் குடித்துவிட்டு அங்கேயே தீப்பெட்டி வாங்கி சிகரெட்டைப் பற்றவைத்துக் கொண்டான். எனக்குத் தண்ணீரைக் குடித்ததும் முள் அதிகமாக நெருட ஆரம்பித்தது... குமட்டியது.

இவனுக்கும் தெரியும். கோலா மீனைச் சாப்பிட்டு எனக்கு முள் சிக்கிக் கொண்டது. அதுதான் எந்நேரமும் புலம்பிக் கொண்டே இருக்கிறேனே...

"ராஜா.. இந்த முள் இவ்வளவு நாள் போகாம இருக்கிறதப் பாத்தா இது முள்ளு தானான்னே எனக்குச் சந்தேகமா இருக்கு. ஒரு வேளை முடி கிடி சாப்பாட்டில் கிடந்து சிக்கிக்கொண்டிருந்தால்....?"

எனக்கு முடி என்றதும் பயமாகி விட்டது... அதோடு விடாமல், "ஒரு வேளை ஒன்னோட ப்ரமையாவும் இருக்கலாம்" என்றான்.

எனக்கு எரிச்சல் வந்துவிட்டது.

"அப்படின்னா... உன் அப்பாவோட நான் நேத்து ராத்திரி சினிமா பார்த்தேனே.. அவர் எப்படி அந்த நேரத்துலெ உன்னோட சண்டை போட்டிருக்க முடியும்... ஏதாவது கனவு கினவு கண்டிருப்பெ..."

"எனக்குக் கோபம் வரல்லெ..."

என் எரிச்சல் இன்னும் அதிகமாகியது.

“என்ன ராஜா.. இவ்வளவு நேரம்? இனிமே நீ வெளியே போகக் கூடாது நாளைக்கு நாங்க ஊருக்குப் போற வரைக்கும் வீட்லயேதான் இருக்கணும்...”

வீட்டில் நுழைவதற்குள் அத்தையின் ஆர்டர்...

“இப்ப என்ன ஊருக்கு அவசரம்? இன்னும் அஞ்சாறு நாள் கழிச்சுக் கிளம்பறது...”

“நான் என்ன பண்றது ராஜா... உன் மாமாதானே...”

“ஆமா, நீங்களும்தான் ஊருக்குப் போகணும் போகணும்னு பறக்கறீங்க...”

இதுக்கு அத்தை பதில் சொல்லவில்லை.

நான் போய் கொல்லைக் கிணற்றில் குளித்துவிட்டு, திண்ணைக்கு வந்தேன்... அத்தை இல்லை. அறையில் படுத்திருக்கலாம் என்று அறைக்கு வந்தேன். அங்கே....

டேபிளின்மீது தலையைக் கவிழ்த்துக்கொண்டு சின்னக் குழந்தை மாதிரி குலுங்கிக் குலுங்கி...

“அத்தை... என்ன இது?”

தலையின் மீது கைவைத்து நிமிர்த்தினேன்.

“இப்ப உனக்குத் திருப்திதானே ராஜா... இவ்வளவுதான் நீ என்னத் தெரிஞ்சுக்கிட்டது...”

எனக்கு என் மேலேயே வெறுப்பு ஏற்பட்டது. எவ்வளவு மென்மையான மனசைப் புண்படுத்தி இருக்கிறேன்.

தலையின் மீது வைத்த கையை நான் எடுக்கவே இல்லை.

இன்னும் சில நிமிஷங்கள்தான்... அப்புறம் வீடே வெறிச்சோடிக் கிடக்கும்...

இதோ புறப்பட்டு விட்டார்கள்... அத்தையும் மாமாவும்.. நானும் கிளம்பினேன், ஸ்டேஷன் வரைக்கும்....

ட்ரெய்ன் எட்டு மணிக்குத்தான் கிளம்பும்... ஒரு மணி நேரம் முன்னாலேயே வந்தாச்சு.. தம்பியும், மாமாவும் ஜன்னலோரத்தில் இடம் பிடித்துவிட்டார்கள்.

அத்தை என்னுடனேயே நின்று கொண்டிருக்கிறார்கள். “அடிக்கடி லெட்டர் எழுதுவியா...” என்று கேட்டுக்கொண்டே என் கைகளைப் பற்றிக் கொள்கிறார்கள்...

கண்ணீர்...

எனக்கு அப்படியே அத்தையைக் கட்டிக்கொண்டு கதற வேண்டும் போல் இருக்கு... ஆனால் கண்களில் ததும்பிய கண்ணீரைக்கூட கீழுதட்டைப் பற்களால் கடித்துக்கொண்டு அடக்கிக் கொள்கிறேன்...

எவ்வளவு நேரம் இப்படிப் போனதோ தெரியவில்லை. திடீரென்று அத்தை கண்களைத் துடைத்துக்கொண்டு உள்ளே போய் தம்பி உட்கார்ந்திருந்த இடத்தில் அமர்ந்தார்கள். தம்பி கீழே இறங்கினான்....

நான் ஜன்னலருகில் போய் அத்தையின் கையைப் பிடித்துக்கொண்டேன்.

‘இந்தக் கைக்கு இப்படியே ஒரு முத்தம் கொடுத்தால் என்ன…?’

ட்ரெய்ன் லேசாக நகர்ந்தது. நான் கைகளை எடுத்துக்கொண்டேன். ட்ரெய்ன் கொஞ்சங் கொஞ்சமாக வேகம் பெறுகிறது.

வெளிச்சம் தெரிகிற வரை ஒரு கை மட்டும் அசைந்து கொண்டிருந்தது தெரிந்தது.

வீட்டிற்கு வந்து அறைக்குள் போய் லைட்டை ஆஃப் பண்ணிவிட்டு நாற்காலியில் அமர்ந்தேன். ஒரு பெண்ணின் குரல். ‘கோலா… கோலா… ரூபாய்க்கு ஏழு கோலா… கோலா…’ என்று ஒரு ராகத்துடன் ஒலித்தது…

கொல்லைப்பக்கம் போய் சுட்டுவிரலைத் தொண்டைக்குள் விட்டுக் குடைந்தேன்…

குமட்டல்தான் வந்தது…

முள்….?

1979

069

சுப்ரபாரதிமணியன்

ஒவ்வொரு ராஜகுமாரிக்குள்ளும்

ருசியான கறி சாப்பிட வேண்டுமென்றால் முஸ்லீம்களை சிநேகிதர்களாய் வைத்திருக்க வேண்டியது அவசியம் என்பான் பக்தவச்சலம். அவனுக்கென்று பெயர் சொல்லக் கூடிய அளவில் ரகீம், மெகபூப் இருந்தார்கள். பக்தவச்சலம் வீட்டில் யாரும் கறி சாப்பிடுவது இல்லையென்றாலும் அவன் கிடைக்கிற பக்கம் சாப்பிடுவான், நான் கூட ரொம்ப நாளாய் பக்தவச்சலத்தை அய்யர் என்றுதான் நினைத்திருந்தேன், சிவப்பாய் நாமம் போட்ட முகத்தோடு அவனின் விதவை அம்மாவும், அவனின் அண்ணனின் பூணூல் உடம்பும், செத்துப் போய் படத்தில் இருந்த அப்பாவின் நாமம் போட்ட போட்டோவும் திரும்பத் திரும்ப அவனின் ஜாதியைப் பற்றி நினைக்கிறபோதெல்லாம் ஞாபகம் வரும்.

ஒருநாள் வீட்டில் கறி சமைத்திருந்தோம். பாதி சாப்பாட்டில் முகம் வியர்த்து கறியை ருசித்துக் கொண்டிருந்தபோது பக்தவச்சலம் வந்தான். அம்மா "கொஞ்சம் சாதம் சாப்பிடுப்பா" என்றாள். "ஐயோ.. அவங்கெல்லா கறி சாப்புடமாட்டாங்கம்மா.. அய்யரு அவங்க" என்றேன். "நாங்க அய்யரில்லீங்க...சைவ செட்டியார்" ரொம்ப நாளாக உறுத்திக் கொண்டிருந்த விஷயத்திற்குப் பதில் கிடைத்தது. "எங்க ஊட்ல சாப்பிட மாட்டங்க; நா அப்பப்போ வெளியே சாப்புடுவேன்". அம்மா இன்னொரு தட்டை அவன் முன் வைத்தாள். அப்போதுதான் கறியை முதல் முதலில் மெகபூப் வீட்டில் சாப்பிட்டதைப் பற்றிச் சொன்னான் "சொல்லி வெச்சாப்புலே நாலே துண்டுதா; ஆனா ஒவ்வொன்னும் தனி ருசி". பீங்கான் தட்டில் கறியும் மசாலாவும் துளிகூட இல்லாமல் எச்சில் பண்ணிச் சாப்பிட்டதைச் சொன்னான்.

பின் ஒரு நாள் மாதத்தில் கடைசி சனிக்கிழமையன்று மெகபூப்பிடம் சொல்லி ஸ்கூலிற்குக் கொண்டுவரும் டிபன்பாக்சில் அதேபோல் நாலு துண்டு கொண்டு வந்தான். மெகபூப்

வீட்டுக்கறியைச் சாப்பிட வேண்டும் என்று பக்தவச்சலத்திடம் நான் ஒரு முறை வெட்கத்துடன் சொன்னதை எப்போதோ சொன்னானாம். நாலாம் பீரியட் நடந்து கொண்டிருந்தபோது "முஸ்லீல் வீட்டுக்கறி சாப்புடலாமா இன்னிக்கு" என்றான் பக்தவச்சலம்.

எச்சில் ஊறியது. "மெகபூப் கொண்ணாந்திருக்கான்" அந்த பீரிட் பூகோளப் பாடம் மனசில் பதியவில்லை. சொல்லி வைத்தமாதிரி நாலுதுண்டு மெகபூப்பிற்கு இரண்டும் எனக்கும் பக்தவச்சலத்திற்கும் இரண்டும். நன்றாகச் சாப்பிட்டோம். அந்த வருஷத்து ரம்ஜானுக்கு என்னைக் கூப்பிடேன் என்று நான் மெகபூபிடம் சொன்னேன். ஆனால் அவன் கூப்பிடவில்லை. பக்தவசலம் மட்டும் போய்ச் சாப்பிட்டுவிட்டு வந்தான். அவன் மேல் எனக்கும் பொறாமைகூட. ஆனாலும் பக்தவச்சலம் ஒல்லியாகத்தான் இருப்பான் என்பதில் எனக்குச் சந்தோசம் உள்ளூர.

வீட்டில் கறி சமைப்பதை நினைக்கிற போதெல்லாம் சேக் மொகீதின் ஞாபகம் வருவார். அவரிடம்தான் எப்போதும் அப்பா மட்டன் வாங்குவார். மட்டன் வாங்குகிற அன்று திடீரென்று சொல்வார். அம்மா நிறைய நிறைய சின்ன வெங்காயத்தைப் பரப்பி உட்காருகிற போதே எங்களுக்குப் புரிந்துவிடும். அப்பா என்றும் சந்தோஷமாய்க் குரல் பிளக்கும். "வாடா மகனே மொகீதின் கடைக்குப் போகலாம்" என்பார். அப்பா

மீறிப் போனால் அரைக் கிலோதான் எடுப்பார். அதற்குக்கூட முழுசாய்ப் பணம் கொடுப்பாரா என்பது தெரியாது. காரணம் ஒவ்வொரு முறையும் பொட்டலத்தை என்னிடம் கொடுத்தபின் மொகீதின் மீதியைச் சந்தையன்னிக்குத் தர்ரேனே என்றோ, இதையும் கணக்கிலே வச்சிக்கோ என்றோ, சரி வரட்டுமா என்றோதான் சொல்வார். அவர் அந்தக் கடனை எப்போது கொடுப்பார் என்றுதெரியாது. ஆனால் மொகீதின் அப்பாவிடம் கடன் கேட்டு வந்ததை நான் பார்த்ததில்லை.

வீட்டில் நுழைந்தால் அம்மா கண்களில் கண்ணீரோடு வெங்காயத்தை உரித்துக் கொண்டிருப்பாள். உரித்த வெங்காயத்தை வானலியில் போட்டு வதக்கி ஆட்டாங்கல்லில் போடுவதற்கு முன் எனக்கும், தம்பி பழனிவேலுக்கும் கொஞ்சம் வெந்து வதங்கின வெங்காயம் ஆட்டாங்கல் ஓரத்தில் இருக்கும்: அதை மென்றபடிதான் அம்மாவின் கைகளில் மேல் எங்கள் கைகளையும் ஓட்ட வைத்து மிளகு அரைப்போம். மிளகு இளக வேணும் என்பதற்காக அம்மா அவ்வப்போது தண்ணீர் ஊற்றிக் கல்லை உருட்டுவாள். சில சமயம் மிளகு தெறித்துக் கண்ணில் விழும். பின் எங்கள் கண்களை ஊதித்துடைத்து "வர்ராதேன்னா கேட்டியா.." என்று நகர்த்துவாள். உடனே அந்த இடத்தை விட்டுப் போயிடவேண்டும் என்று தோணாது ஆட்டாங்கல்லிற்குப் பக்கத்திலேயே இருப்போம். அம்மாவுடன் பேச்சுக்குத் துணை யாராவது இருக்கலாமே என்று தோணும். அம்மாவும் அதையே விரும்புவாள். சந்தனமாய் மிளகாய் அரைக்க வேண்டும் என்பாள். "தொட்டு நெத்தியிலே வெச்சுக்கட்டுமா" என்றால் "அட சீ .." என்பாள்.

கறி சமைக்க என்று புழக்கடையில் இருந்து சட்டி எடுத்து வருவாள் பின் அங்கேயே அது போய்விடும். 'மாமிசம் அதிகமா கூடாதடா' என்பாள். மெகபூப் வீட்லே மட்டும் வாரம் நாலுதரம் ஏம்மா என்றால், அவங்க ஜாதி

அப்பிடி, சூரத்தனம் என்பாள். கறி சமைக்க என்று தனியாய்ப் பாத்திரம் உபயோகிப்பதைப் பற்றி மெகபூப்பிடமோ, இரவியிடமோ கேட்க வேண்டும் என்று ரொம்ப நாளாய் மனசில்.

அப்பா அம்மாவிடம் கறி சமைக்கலாமா என்று கேட்டால் உடனே அம்மா சம்மதித்ததாய் எனக்கு நினைவில்லை. அம்மாவிற்கு கறி ஏன் பிடிக்காமற் போயிற்று என்பதற்கு ஏதாவது காரணம் இருகலாம் என்று நினைத்ததுண்டு. இதைப் பற்றி அப்பாவிடம் ஒரு முறை கேட்டேன். 'அவளுக்கு பெரிய பாப்பா பொண்ணுன்னு மனசுல நெனைப்பு' எரிச்சலாய் சப்தமிட்டுச் சொன்னார். அப்போதுதான் அய்யர்கள் கறி சாப்பிடமாட்டார்கள் என்கிற விஷயம் ஒரு தகவலாய் எனக்குத் தெரிந்தது.

அப்பாவிற்கு ஆட்டுத் தலைக்கறி பிடிக்கும். தலை வாங்கி வரும்போது சொல்லி வைத்தமாதிரி ஆட்டுக்கால்களையும் வாங்கி வருவார். தீயில் கருகினபின்பு ஆட்டுக்கால்களை கழுவி கயிற்றில் கோர்த்து சமையற்கட்டில் அப்பா தொங்கவிட்டு விடுவார். 'அப்ப்றமா சூப்பு போட்டுக்கலா'என்பார். பின் கறி எடுக்காத ஞாயிறுகளில் சூப்பு கிடைக்கும். அப்பா தன்னிடம் காசில்லாத சமயங்களில்தான் சூப்பு போடச் சொல்வதாக நான் நினைப்பேன் அநேகமாக அது சரியாகத்தான் இருக்கும். தீயில் ஆட்டுத்தலையைக் கறுக்கும்போது வருகிற வாசமே தனி. 'உம்' என்று மூச்சிழுப்பேன். கத்தியால் மயிறை நன்றாகச் சுரண்டிச் சுத்தம் செய்துவிட்டு வெட்டிவர அப்பா அனுப்புவார். மொகீதின் கடையில் ஆட்டுத்தலையை சுத்தம் செய்து வெட்டித் தரவென்று பெரிய வீட்டு நடராஜன் இருப்பான். வெகு லாவகமாகவும் சீக்கிரமாகவும் வெட்டித் தருவான். ஆட்டு மூளை சிதைந்து விடாமல் தனி இலையில் கட்டிக் கொடுப்பான்.

சின்ன வாணலியில் அரைத்த மிளகும், உப்பும் சேர்த்து மூளையைச் சமைத்து ருசிப்பதில் ஒரு தனி ருசி. பொட்டுப் பொட்டாய் நடுக் கையில் வைத்து நக்குவேன். அதைப் பங்கிடுவதில் எனக்கும் தம்பி பழனிவேலுக்கும் நிறையத் தடவை சண்டை வந்திருக்கிறது. அம்மாதான் நிவர்த்தி செய்வாள். ஆனாலும் ஒரு நாள்கூட எனக்கு கொஞ்சம் என்று அம்மா கை நீட்டியதில்லை. அம்மாவிற்கு மூளைக்கறி பிடிக்காது போனது அதிசயந்தான். சூடாக நாக்கில் போட்டுப் பஞ்சு மிட்டாய் மாதிரி அரைப்பது ஓர் அபூர்வமான விஷயம் பழனிவேலுவுக்கு அதெல்லாம் தெரியாது. உடனே முழுங்கிவிட்டுக் கையை நீட்டுவான். அதில் தான் எனக்கும் அவனுக்கும் நிறைய மனஸ்தாபம். அம்மா சொல்கிறாளே என்றுதான் அவனுடன் நான் அதைப் பகிர்ந்து கொள்வேன். மூளை சாப்பிடுகிறபோது மட்டும் எனக்குத் தம்பியென்று ஒருத்தன் இல்லாமல் இருந்தால் எவ்வளவு நன்றாக இருக்கும் என்று நினைப்பேன். ஒரு நாள் அம்மாவிடமும் இதைச் சொல்லிவிட்டேன் 'அடச்சண்டாளா, இப்படியொரு ஈனப் புத்தியா உனக்கு..'என்றாள். அப்பாவுக்கும் இது தெரிந்துவிட்டது. 'இனி எப்ப ஆட்டுத் தலைக்கறி எடுத்தாலும் ரெண்டுதலை எடுக்கப் போறேன். ஒரு தலை மூளை உனக்கு; இன்னொன்று அவனுக்கு..மொகதீன் கடைக்குத் தலக்கறி வெட்டப் போறப்போ நீயும் போயி ஒரு பங்கு தனியே வாங்கிக்கோ' அப்படி நடந்ததாக எனகு ஞாபகமில்லை. அப்பா ஓர் ஆட்டுத் தலைதான் எப்போதும் எடுத்து வந்திருக்கிறார்.

மெகபூப், ரகீம் வீட்டிலெல்லாம் அப்படி இல்லை. தலைக்கறியுடன் ஏதாவதொன்றும் கூட இருக்கும். ரகீம் ஈரலுக்கென்று தனிருசி என்பான். எனக்கு அப்படியொன்றும் தோன்றியதில்லை. மூளைக்கறி தனிதான். இதைத் தவிர ரத்தப் பொறியல், குடல்கறி, ஈரல் இவையெல்லாம் அபூர்வம்தான். ரத்தப் பொறியல் சாப்பிடுகிற அன்றைக்கு வெளிக்குப் போகிறபோது அதைக் கவனிப்பேன். கருப்பாகத் தான் இருக்கும். முதல் தடவையாக அதைக் கவனித்தபோது ஆச்சர்யமாகவும் பயமாகவும் இருந்தது. அம்மாவிடம் ஏதோ யாதோ என்று கேட்டேன்.

அப்பாவுடன் கறி வாங்கப் போகிற போதெல்லாம் பக்கெட்டில் இருக்கும் இரத்தக்கட்டியைத் தொட்டுப் பார்ப்பேன். லேசான பூச்சுமாதிரி கையில் ஒட்டிக் கொள்ளும். பக்கெட்டினுள் அழுத்த அழுத்த மேலே பிய்ந்து வருவது பார்க்க சுவாரஸ்யமாக இருக்கும். ஒரு நாள் யாருமே பார்க்கவில்லையென்று ஒரு துண்டை எடுத்து வாயில் போட்டுக் கொண்டேன். குமட்டுகிற மாதிரி இருந்தது.

இரத்தப் பொரியல் மாதிரியே கோழிக்கறியும் எங்கள் வீட்டில் அபூர்வம்தான். ஒடம்புக்கு ரொம்பவும் சூடு அது என்பார் அப்பா. அம்மாவுக்கு ஒரு முறை மஞ்சள் காமாலை வந்து விட்டதாம்.கல்யாணமான புதிதில் மஞ்சள் காமாலையே அதிக சூட்டில் வருவதுதானாம். சரியான பின்னும் அடிக்கடி கோழிக்கறி சாப்பிடுவது ஆகாது என்று வைத்தியர்கள் சொன்னதால் அப்பாவும் கோழி அடிப்பதை எப்போதாவது செய்வார்.

கோழிக்கறி போடுவது ஆட்டுக்கறி போடுகிற மாதிரி அல்ல விஷயம். ஒரு வாரம் முன்பே தெரிந்துவிடும். சந்தைக்குப் போய் வருகிறபோது, வீதியில் விற்றுக்கொண்டு போகிறபோது வாங்குகிற கோழியை அப்பா வீட்டில் கட்டிப் போடுவார். நல்ல தீனியாய்ப் போடச் சொல்வார். 'ஒரு வாரம் இருக்கணும். நல்ல தீனிதின்னு பெலமாயிட்டா கறி ருசியா இருக்கும்கறதுதான் சூட்சமம்' அரிசியில் ஊற வைத்த கேப்பையும், அபூர்வமாய் கோதுமையும் அதற்குப் போடுவதில் பழனிவேலுவிற்குத் தனி அக்கறை.

ஒரு வாரம், பத்து நாள் அதை வளர்த்து விட்டுக் கொல்லப் போகிற போது வருத்தமாக இருக்கும். அப்பா கோழியின் நாலு கால்களையும் ஒன்றாய் சேர்த்து வலுவான வலது கையை நீட்டிக் கையின் இடைப்பகுதியில் அதன் தலைக்கும், உடம்பிற்கும் இடையிலான பகுதி அடிபடுமாறு ஓங்கி அடிப்பார். அநேகமாய் கோழி தலை சாய்ந்து விடும். கூடவே கக் என்று ஒரு சத்தம் இருக்கும். அவ்வளவுதான். உடனே கத்தியால் அறுப்பார். அறுக்கிறபோது சின்ன வாணலியில் ரத்தம் பிடிப்பேன். ஆட்டு மூளை மாதிரி கோழி ரத்தம்.

கோழியைப் பொசுக்குவதில் அப்பா சோம்பேறி. ஒவ்வொரு இறகாய்ப் பிய்த்தெடுப்பதில் சோர்ந்து போவார். ஆனால் எனக்கு அது அபூர்வமான விஷயமாக இருக்கும். இறகுகளின் வெவ்வேறு நிறங்களை இரசித்துக் கொண்டே பிய்த்தெடுப்பேன். இடைஇடையே கொத்தாய்ப் பிய்த்தெடுத்துப் பலமாகக் காற்று வீசுகிறபோது தூவி விடுவதில் சுகமுண்டு. வீதியில் போகிறவர்கள் முகத்தில் தெறிக்க 'உங்க வீட்ல கோழிக் கறின்னா ஊர்பூரா

சொல்லணுமா' என்பார்கள். இறகுகள் பிய்த்தெடுக்கப்பட்ட கோழி உடல் கொஞ்சம் வெதுவெதுப்பாக இருக்கும். அந்தச் சூட்டை கொஞ்ச நேரம் எப்போதும் உணர்வேன்.

கோழியை அறுத்தபின் குடலை எறிந்து விடுவார் அப்பா முன்பெல்லாம். பின் ஒரு நாள் குடலைக் கழுவுவது பற்றிச் சொல்லித் தந்தார். பின் கோழியை அறுக்கிற போதெல்லாம் குடலைச் சுத்தம் செய்து அதைத் தனிச் சமையல் செய்வது என் இலாகாப் பொறுப்பாகிவிடும். நீளமான குடலின் உட்புறத்தை தென்னங்கீற்று குச்சியால் உள்புகுத்தி மலத்தை வெளியே எடுப்பேன். சர்ரென்று மேலிருந்து உருவுகிற போது மலம் வடிந்து விடும். சின்னத் துண்டுகளாய் அறுத்து நாலைந்து முறை தண்ணீரில் அலசிக் கையில் ஏந்திக்கொள்கிற போது வழுக்கும். 'பீன்ஸ்..பீன்ஸ் கறி' என்பான் பழனிவேல். ஆட்டுக்கறி சாப்பிடுகிற போது சாப்பாட்டிற்கு ஒரு மணிநேரம் முன் மூளையை சாப்பிடுகிற மாதிரி கோழி விஷயத்தில் குடல். ஆனால் மூளைபோல் ருசிக்காது குடல்.

கறிக் குழம்பு கொதிக்கிற மணத்துக்காகக் காத்திருப்போம்; சமையல் அறையில் தலையை நீட்டி வரலாமா என்பேன். அம்மா டம்ளரில் இரண்டு கரண்டி குழம்பையும், நாலு துண்டு கறியையும் போட்டுக் கொடுப்பாள். சூடாக இருக்கும். ஆற்றி ஆற்றிக் குடிப்போம் மிளகுக் காரம் கண்ணீரை வரவழைத்து விடும். முழுசாய் வேகாத கறியை மெல்வதில் சிரமம் இருக்கும். முழுசாய் வேகவில்லையென்றால் என்ன மாட்டுக்கறி மாதிரி என்பார் அப்பா. அவர் அப்படிச் சொல்வதன் மூலம் மாட்டுக்கறி சாப்பிட கெட்டியாக இருக்கும் என்பதை அறிந்து கொண்டேன். கொஞ்சம் ஜலதோஷமாய் இருந்து கோழிக்கறி சமைக்கிற அன்று, அப்பா கறிக்குழம்பு இடையில் சாப்பிடுவார். மற்றபடி நாங்கள் தான்.

புரட்டாசி மாதங்களில் வீட்டில் கறியே எடுக்கமாட்டார்கள். அப்பா விரதம் இருப்பார். கடைசி சனி அன்று காரமடை தேருக்குப் போவதற்காக. எப்போது அக்கா வீட்டில் கறி சமைப்பார்கள் என்று காத்திருப்போம். அக்கா வீட்டிலேயே ஆட்கள் அதிகம் என்றாலும், அக்கா உடனே வந்து சொல்லிவிட்டுப் போய்விடுவாள். நானும் பழனிவேலும் அதற்காய் மோப்பம் பிடித்தவாறு இருப்போம். அப்பாவும், அம்மாவும் தொடமாட்டார்கள். அக்கா வீட்டிலிருந்து நாங்கள் வரும்போது அம்மா குளிச்சிட்டு வந்திடுச்கடா என்பாள். சில சமயம் குளிப்போம். நிறையத் தடவை குளிச்சியாடா என்றால் 'உம்' என்றபடி நழுவி விடுவோம். அமாவாசை வந்து மூன்று நாள் கழித்துத்தான் கறி சமைக்க வேண்டும் என்று விதி மாதிரி ஒன்றை அம்மா எப்போதும் பின்பற்றி வந்தாள்.

கறி சமைக்கிற அன்றைக்கு நல்ல அரிசிச் சாதம் இருக்கும். வழக்கமாக இருக்கும் அரிசியைவிட நல்லதாக அப்பா வாங்கி வருவார். சுடச்சுடச் சோற்றை பிளேட்டில் போட்டுக் கறிக் குழம்பை அம்மா ஊற்றுவாள். முதல் கவளம் எப்போதும் நாக்கைச் சுட்டுவிடும். அம்மா விசிறியொன்றால் விசிறுவாள். நாலு கவளத்தைக் குழம்பில் பிசைந்து சாப்பிட்டபின், அம்மா கறி என்பேன். அம்மா கறியைப் பிரித்து வைக்கிறபோது அம்மாவின் கைகளையே பார்த்துக் கொண்டிருப்பேன்.

அப்பாவிற்கு நாலு கறி அதிகம் வைப்பாள். எனக்கும், தம்பிக்கும் சரியான அளவாக இருக்கும். ‘அவன் தம்பிதானே எனக்கு ரெண்டு சேர்த்தி வைக்கிறது’ என்பேன். ‘அட, அங்கலாப்பபே பாரு’ என்று சேர்த்து வைப்பாள். பழனிவேல் முகம் சுருங்கும். ஈரல் துண்டுகளை எண்ணிச் சமமாய் வைத்துவிட்டு மீதியை வாயில் போட்டுக்கொள்வாள். அப்பாவிற்கு எலும்புக்கறி ரொம்பவும் பிடிக்கும். நாங்கள் கடிக்க முடியவில்லை என்று எச்சில் பண்ணி வைத்துவிடுகிற எலும்பைக் கூட அப்பா எடுத்து கடக்முடக்கென்று சுத்தம் செய்துகொண்டிருப்பார். ‘எலும்பிலே இருக்கிற ஊளெ நல்லதுடா’ என்பார். நீளமான எலும்பு கிடைக்கிறபோது அதை உடைத்து ’இதபாரு..இதுதா நான் சொல்றது’ என்று காட்டி வாயைத் திறக்கச் சொல்வார். அம்மா எனக்குத் தெரியகூடாது என்று மறைத்துக் குனிந்து சாப்பிடும்போது பழனிவேலுக்கு ரெண்டு துண்டுகளைப் போட்டுவிட்டால் முறைத்துப் பார்ப்பேன். அவன் ஒன்றும் தெரியாத மாதிரி சாப்பிட்டுக்கொண்டிருப்பான். ஆளுக்கு மொத்தமாய் பத்து துண்டு வருவதே அதிகபட்சமாய் இருக்கும். மீறி கேட்கிறபோது அம்மாவின் பங்கு குறைந்துவிடும் என்பது தெரியும். சிலசமயம் அப்படிப் பெயருக்கென்று ஓரிரண்டு துண்டுகள் மட்டுமே அம்மாவிற்குக் கிடைத்த நாட்கள் நிறைய இருக்கும் என்று தோன்றும். அதற்கு மேலும் அதிகமாய்க் கறி எடுத்து வர அப்பாவால் முடியாதுதான்.

கோழிக்கறி சமையலின்போது தலை யாருக்கு என்பதில் விரோதம் வளரும். குழம்புப் பாத்திரத்திலிருந்து கோழியின் தலையோடு கரண்டியை எடுக்கும்போது யார் பிளேட்டில் போடுகிறாள் என்பதில் அவளின் அதிகாரத்தை உபயோகப்படுத்துகிற மாதிரி செயல்படுவாள். போட்டுவிட்டு அன்னிக்கு யார் அதிர்ஷ்டக்காரன் என்பாள். கோழித்தலை எனக்கு விழுந்து விட்டால் சிரமங்கள் இருக்காது. இல்லையென்றால் சாப்பிடுகிறபோது தலை விழுந்துவிட்ட பிளேட்டைப் பார்த்து வெறுவெறுத்துக் கொண்டிருப்பேன். அம்மா வாய்பொத்திச் சிரிப்பாள். அது பழனிவேலின் பக்கமாய் இருந்துவிட்டால் அன்றைக்கு ஏதாவது ஷயத்தினை அவன் மேல சொல்லி நாலு அடி கொடுத்துவிடுவேன். பழி வாங்கின திருப்தி பின்னரே அடங்கும்.

அன்றைக்கு அப்படித்தான் நடந்துவிட்டது. கோழித்தலை பழனிவேல் பக்கம் விழுந்துவிட்டதற்காய் என்முகம் சிறுத்துப் போனது. அப்பாவும் ஏதோ சொல்லிச் சிரித்துவிட்டது முகம் சிவக்கச் செய்துவிட்டது. சூடான சாப்பாட்டில் வேர்க்கிற முகம் அன்று அதிகமாய் வேர்த்துவிட்டது. எதுவும் பேசாமல் சாப்பிட்டுக்கொண்டிருந்தேன். அப்பாவும் என்னடா இது என்றார். தன் பங்கிலிருந்து நாலு துண்டை எடுத்துப் போட்டார். நான் கோபத்துடன் அவற்றை அடையாளம் பார்த்துப் பொறுக்கி அவர் பிளேட்டில் போட்டேன். அப்போது பழனிவேல் அவன் எச்சில் கையால் என் சிறு பிளேட்டில் இருந்த கறியில் ஈரல் துண்டை எடுத்துவிட்டான். பக்கத்தில் இருந்தவனின் தலையை நச்சென்று சுவரில் மோதினேன். அய்யோ என்றான். அவன் தலையிலிருந்து ரத்தம் வழிந்ததை அப்பா பார்த்துச் சத்தம் போட்ட பின்புதான் உணர்ந்தேன். ‘அடப் பாவி’ என்று அம்மாவும் எழுந்தாள். அப்பா எச்சில் கையால் என் முகத்தில் அறைந்தார். நான் பயந்து ஓடிப்போய் வாசல் முன்புறம் அழுதுகொண்டே நின்றேன். இரண்டு துணிகளைக் கிழித்து கட்டுப் போட்டும் ரத்தம் நிற்காதபோது அம்மா அவனைத் தோளில் சாத்தி

வெளியில் வந்தாள். என்னைப் பார்த்து மீண்டும் அடப்பாவி என்றாள். அப்பாவிடமிருந்து அடிவிழும் என்று தப்பி ஓடினேன். ரொம்ப நேரம் கழித்துதான் பசிப்பதை உணர்ந்தேன். எச்சில் கையை டௌசரில் துடைத்துக் கொண்டேன். வறண்டு போயிருந்தது. சாயங்காலம் அப்பா என்னை ரொம்பநேரம் வெளி இடங்களில் தேடி என்னைக் கண்டுபிடித்தார் 'அடிக்கலை வாடா....' என்று அழைத்துப் போனார். அவர் முன் நடந்து போக நான் ஐம்பது அடி இடைவெளியினைக் காப்பாற்றி வீடு சேர்ந்தேன். பழனிவேல் தலைக் கட்டுடன் சோர்ந்து கிடந்தான். அம்மா 'நாலு துண்டு கறிக்காக இத்தென ரத்தத்தெ வீணாக்கிட்டியேடா.. இந்த அஞ்சு வயசு கொழந்தே இதுக்கு எவ்வளவு கஷ்டப்படப் போகுதோ..நீ உருப்படுவியா..' என்று அழுதாள். அன்றைக்கு மிச்சம் இருந்த குழம்பையும் கறியையும் யார் வாங்கிப் போயிருப்பார்கள் என்று யோசித்தேன். அம்மா சுத்தமாய் ருசி பார்த்துக்கூட இருக்கமாட்டாள் என்று தோணியது.

பழனிவேல் தலைக்காயம் ஆற இரண்டு மாதம் ஆகிவிட்டது. எப்போதும் தலையில் கட்டு இருந்துகொண்டே இருந்ததால் அவனுக்கு தலைக்குக் குளிக்கவோ சரியாகத் தலையை சீவிக் கொள்ளவோ முடியாமற் போயிற்று. தலைமுடி கூட ரொம்பவும் வளர்ந்து விட்டது. அந்த இரண்டு மாதத்தில் கறி சமைப்பது பற்றி அப்பா அம்மாவிடம் எதுவும் சொல்லவில்லை. இரண்டு மூன்று வாரம் கழித்து அப்பா கேட்டார் 'எனக்கு வேண்டா.. நீங்க வேணா சாப்புடுங்கோ' என்றாள் அம்மா. அன்றைக்கு அப்பா மொகிதீன் கடை போகவில்லை.

இதற்குப் பின்னாலும் ரெண்டு மூன்று முறை அப்பா கறி சமைப்பது பற்றிச் சொன்னபோது அம்மா பேசாமலேயே இருந்தாள். அப்பாவும் கட்டாயம் செய்யவில்லை. ஒரு நாள் பழனிவேலின் தலையைத் தடவி அவன் காயத்தை அம்மா பார்த்துக் கொண்டிருந்தாள். அவளையே நான் வெறித்துப் பார்த்தேன். 'நாலு துண்டு கறிக்காக என்ன செஞ்சுட்டா இவன். என்னோட சதைக் கறியும் ருசியா இருக்குமுன்னா என்னையே சாப்புட்டுடுவான் படுபாவி' என்றாள். அம்மா என்னை வெறுக்க இப்படியொரு காரணமாகிவிட்டதே என்று அழுகையாக இருந்தது.

ஆறேழு மாதம் போயிருக்கும் வீட்டில் கறி சமைத்து. இடையில் அக்கா வீட்டில் தான் அவ்வப்போது. அதுவும் ஒவ்வொரு முறையும் கறி சாப்பிடும்போது தம்பியின் காயம் ஞாபகம் வந்தாலும் யாராவது அதைப் பற்றிச் சொன்னதாலும் எனக்கு சாப்பிடுவதில் பிடிப்பே இல்லாமற் போயிற்று.

பக்கத்து ஊரிலிருந்து ஒரு நாள் குமரேசன் மாமா வந்திருந்தார். அவர் சேவல் சண்டைப் பிரியர். அதற்காய்ச் சேவல் வளர்ப்பார். சேவல் சண்டையில் சாகிற கோழியின் கறியை ரொம்பவும் சுவைத்துச் சாப்பிடுவார். அதைக் கோச்சைக்கறி என்பார். அன்றைக்கு வெள்ளையூத்து சேவல்கட்டில் தன் கோழி ஜெயித்ததாயும், அந்தக் கோச்சைக் கறியைக் கொண்டு வந்ததாயும் சொன்னார். 'இன்னிக்கு ராத்திரி நா இங்கதா இருக்கப் போறேன்..சமைச்சு வை..' அப்பா சுரத்தின்றி சும்மா இருந்தார். யாரும் எதுவும் சொல்லாதபோது சத்தம் போட்டார். அப்பா எல்லாவற்றையும் விலாவரியாய்ச் சொன்னார். 'என்னைக்கோ, எப்பவோ நடந்ததுக்கு இன்னுமா அதை மனசில

வெச்சிட்டிருக்கணும். அவனும் ஒண்ணும் வெளவறியா தெரியாத பையன். அவன் ஏதோ செஞ்சுட்டான்னு ஆறு மாசமா இந்தப் பசங்களுக்கு கறியாக்கிப் போடாமெப் பட்டினி போட்டிருக்கியே..இது நல்லா இருக்கா..' சொல்லிக் கொண்டே போனார். இதை ஒருவர் சொல்லவேண்டும் என்று காத்திருந்த மாதிரி வீட்டினுள் போய் அம்மா வெங்காயக்கூடையை எடுத்து வந்து வெங்காயத்தப் பரப்ப ஆரம்பித்தாள். அப்பாவும் மாமாவுடன் சந்தோஷமாய் நடையை வெளியில் எட்டிப் போட்டார்.

அம்மா கலகலப்பாய் வெங்காயத்தை உரிக்க ஆரம்பித்தாள். கொஞ்சம் உரித்த சருகுகளை என் மேல் வீசியெறிந்து 'வாடான்னா' என்றாள். நானும் அவளின் தொடை அருகில் நெருக்கமாய் உட்கார்ந்தேன்.

பாதி வேலையில் குமரேசன் மாமாவைப் பற்றிப் பேச ஆரம்பித்தாள். அவரின் சேவல்கட்டுத் திறமையைப் பற்றி ரொம்பவும் சொன்னாள். 'நாலு ஊருக்கும் சேவக்கட்டு சின்னத்தம்பின்னா ஒரு மருவாதை' என்றாள். 'கோச்சுக்கறி தின்னுவளர்ந்த ஒடம்புடா அது.. வீர முனியப்பா மாதிரி கம்பீரமா..' அம்மாவிற்கு மாமா மேல் சின்ன வயதில் ரொம்பவும் இஷ்டமாம் 'நானே அவரெ கல்யாணம் பண்ணியிருந்தா இப்பிடியா ஒடக்கா மாதிரி இருப்பேன். சேவல் கட்டுக் கோழி மாதிரி கோச்சுக் கறியெத் தின்னுட்டு நிமிர்ந்து நிப்பேனே'

அம்மா இப்போது ஒரு புதுக்கதையைச் சொல்வதாய் எண்ணி நிமிர்ந்து அதை முழுசாய்க் கேட்கிற சுவாரஸ்யத்தில் உட்கார்ந்தேன்.

070

அழகிய பெரியவன்

வனம்மாள்

சூரியன் பொழியும் தூரத்து வானம் வரைக்கும் வெள்ளை வெள்ளையாய் குத்துக்கற்களும், சரளைக் கற்களுமாக நிரவி, நட்சத்திரங்களுடன் சிவந்த வானமாக அந்தச் செம்மண் பிரதேசம் இருந்தது. எங்கோ ஒன்றாய் தோழமையற்றுத் தனித்து தவிப்புடனிருந்தன பனை மரங்கள்.

சாலம்மாளுக்கு கானல் மருட்டியது. அவளின் மோட்டாங்காட்டின் வடக்காலே எழும்பிச் சரிந்திருக்கும் சிறு குன்றின் பாறைக் கூட்டங்களுக்கிடையிலே, நீர் வற்றிக் கிடக்கும் குட்டையை நோக்கி, தலையில் குடத்துடன் போய்க்கொண்டிருந்தாள் அவள். கூப்பாடுடன் விருட்டென்று அவளைக் கடந்த பறவையொன்றின் திசையிலே அலையலையாய் எழுந்து ஆடும் கருஞ்சுவாலைக் கூட்டம்போல தூரத்தில் ஊசிமலை அவளுக்குத் தென்பட்டது.

வயோதிகத்தின் நியதிகளைத் தட்டாமல் ஏற்றிருந்த சாலம்மாளின் தேகம், ஒரு யுகத்தின் நகர்வுபோல இயங்கியது. முந்தானையைச் சுருட்டித் தலைச்சும்மாடாகவும், முக்காடாகவும் மாற்றிக் கொண்டு பெருமூச்சுகளுடனும் தனக்குத் தானே பேசியபடியும் போய்க்கொண்டிருந்தாள் அவள். இரண்டு மூன்று குடங்கள் சுமந்து வந்ததற்குள் களைத்து ஒரு மரத்தடியில் ஓய்ந்து உட்கார்ந்துவிட்டாள்.

வெப்பக் காற்று மாந்தளிர்களில் பட்டுத் தணிந்து வீசியது. கருகும் தளிர்களின் வாசம்போல மாம்பூக்களின் வாசம் மெல்லக் காற்றிலே பரவி அடங்கியது. அவளைப் போலவே பக்கத்துத் துண்டுகளிலும் சிலர் மாஞ்செடிகள் வைத்திருந்தனர். சிலர் அப்படியே தரிசாகவிட்டு வைத்திருந்தனர்.

ஒரு நான்கைந்து ஆண்டுகளுக்கு முன்பிருக்கும். அப்போது சாலம்மாளுக்கு நல்ல புத்தி இருந்தது என்றே சொல்ல வேண்டும். அந்த ஊரிலும், சுத்துப்பட்டிலும் இருக்கிற வானம்பார்த்த பூமி கொண்ட ஏழை விவசாயிகள் சிலருக்கு, இயேசுகாரர்கள் இலவசமாகவே மாங்கன்றுகளைத் தருவதாகக் கேள்விப்பட்டாள்.

உடனே முந்திக்கொண்டாள் சாலம்மாள். அவளுக்கிருந்த கையளவு நிலத்துக்கு அவர்கள் கொடுத்த சில செடிகளே போதுமானதாக இருந்தன. கிடைத்த மாஞ்செடிகள் எல்லாமுமே மெங்களூரா, நீலம் வகைகளாகவே இருந்துவிட்டதால் சாலம்மாளின் மனசு கேட்கவில்லை. மேல் ஆலத்தூர் அரசாங்கப் பண்ணை வரை போய் காதர், பீத்தர், பங்கனப்பள்ளி, மல்கோவா என்று வகைக்கொன்றாகவும், சிலவற்றை வாங்கி வந்து வைத்தாள். செடிகளின் ஒட்டு பிரிந்துவிடாமல் தொட்டிகளை கவனமாக உடைத்து, பச்சைப்பிள்ளைகளை கையாள்வது போல நட்டு, குளம் குட்டை என்று விடாமல் அலைந்து நீர் ஊற்றினாள் சாலம்மாள். புதிய இடத்தில் பொருந்தாமல் இருப்பவர்களைப் போல இருந்த செடிகள் பச்சை பிடித்ததும் தான் அவளுக்கு உயிரே வந்தது. மரஞ்செடிகள் என்றாலே சாலம்மாவுக்கு உயிர்தான். கையில் கிடைப்பதையெல்லாம் கொண்டு வந்து வைத்து அவள் வீட்டை நந்தவனமாக்கியிருந்தாள். கொத்திக் கொண்டும், நீர்வார்த்துக்கொண்டும், சருகுகளை அள்ளிக்கொண்டும் இருப்பது தான் அவள் வேலை. பூத்துக் குலுங்கும் அவள் தோட்டத்துப் பூக்கள், ஊர்ப்பெண்டுகளின் தலைகளிலெல்லாம் சிரிக்கும். அவள் தோட்டத்துக் காய் கனிகளுக்கே தனி ருசிதான் என்று சொல்வார்கள்.

“மரம், மரமின்னு பைத்தியமா கீறாளே! காட்டுலேர்ந்து எறங்கிவந்துட்டாளா!”

“புள்ளைங்க, திக்குதெச இல்லாததுக்கு எதுமேலியாவது ஆச இருக்க வேண்டியதுதான். ஆனாலும் இப்பிடியா?”

“நம்ம வேலூர் பக்கமா யாரோ ஒருத்தரு வீட்டு மரங்களுக்கு பத்திரிக்க அடிச்சி கல்யாணம் செஞ்சிவெச்சாராமே. அப்பிடி இவுளும் செய்வாளோ எனுமோ?” ஊரார் பேசிக்கொள்வதும் உண்டு.

சாலம்மாளின் மரப்பிரியத்தை எவராலும் புலங்காண முடிந்ததில்லை. ஊரிலிருக்கும் அத்தனை மரங்களும் அவளுக்குத் தாய்மடிதான். தினமும் ஒன்றின் நிழலிலாவது செத்த நேரம் ஒக்காந்து மனக்குறைகளைத் தானே புலம்பியபடி இருப்பது வாடிக்கையாயிருந்தது சாலம்மாளுக்கு.

காற்றும் மழையுமாக இயற்கை ஒருமுறை சாடிவிட்டுப் போய்விட்ட போது வானத்தைப் பார்த்து நெட்டி முறிப்பதும், மழையைச் சபிப்பதுமாக இருந்தாள் சாலம்மாள். கொய்யாவின் இளங்கிளையையும், முருங்கையையும் பேய்க்காற்று பதம் பார்த்துவிட்டுச் சென்றிருந்தது. முறிந்த கிளைகளைச் சேர்த்து செம்மண் துணி சுற்றிவிட்டாள் சாலம்மாள். சிரித்துவிட்டுப் போனவர்களையெல்லாம் சட்டை செய்யவில்லை அவள். இப்படித்தான் போன மாதம் கிராம அபிவிருத்தித் திட்டம் ஒன்று அவர்கள் ஊருக்கு வந்து சேர்ந்தது. ஊர்முச்சையருகே கிளை விரித்திருந்த அரசமரத்தையும், ஊர் எல்லையிலிருக்கும் நாகமரத்தையும் படிப்பகம் கட்டவும், நீரேற்று அறை, தொலைக்காட்சிப் பெட்டி அறை கட்டவும் வெட்டிவிடுவது என்று தீர்மானமாகிவிட்டது. சாலம்மாளுக்கு இது தெரியவந்ததும் ஆங்காரியாகிவிட்டாள். மரத்தின்மீது முதல் வெட்டு விழுந்தபோது தலைவிரி கோலமாய் குறுக்கே மறித்து விழுந்தாள் சாலம்மாள். ஓடிவந்ததில் அவளுக்கு மூச்சிரைத்தது.

“டேய் நாங்க அக்கா தங்கச்சிங்க தங்கியிருக்கண்டா இதுல..எங்களெ ஓட்டப்பாக்குறவன் எவன்டா?”

“தாயே பொறுக்கணும். நீ யாரு?”

“நாகலம்மா, பூவுலம்மா, எல்லம்மாடா எங்க இருப்பிடன்டா இது. நாங்க எடுத்து அடி வெக்கிறது எல்ல நாகமரம்டா. நாங்க இருக்கிற மரங்களெ வெட்டி எங்கள ஓட்டப்பாத்தா ஊரையே துவம்சம் பண்ணிடுவம்டா”

கத்திகளும், வாள்களும் கீழே விழுந்துவிட்டன. மரங்களை வெட்டுவதில்லை என்று பதில் பெற்றவுடன் மலையேறிவிட்டது சாமி. மரங்களைக் காப்பாற்றின அன்றெல்லாம் சாலம்மாள் அரசமரத்தடியிலேயேதான் கிடந்தாள். சாலம்மாள் தனிக்கட்டை. பிள்ளையில்லாததால் புருஷன் துரத்திவிட, வாழாமல் வந்து ஊரோடு தங்கிவிட்டவள். நாதி என்றிருந்த ஒரே அண்ணனும் வேலை, வாழ்க்கை என்று ஊரைவிட்டுப் போய்விட்டான். கிராமத்து வீடும் கொஞ்சம் மேட்டுநிலமும் அவள் பாடு என்றாகிவிட்டது. யாரும் கண்டுகொள்ளாத அந்த மேட்டு நிலத்தில் வலு இருக்கும்வரை விழுந்து எழுவது என்று அல்லாடி வந்தாள். சும்மாடைப் பிரித்து முகம் துடைத்துக்கொண்டாள் சாலம்மாள். நேற்றுதான் நட்ட மாதிரி இருக்கிறது. அதற்குள் வளர்ந்துவிட்டன. பூவெடுத்திருக்கும் கவைகளை உடைத்துவிட வேண்டும். காப்புக்கு விட இன்னும் கொஞ்சம் போகட்டும் என நினைத்துக்கொண்டாள். கானலின் ஊடாக சுழன்ற அவள் பார்வை கிழக்காக இருந்த வெற்றிடத்தில் நிலைகுத்தித் தவித்தது. அங்கிருந்த கானலும், வெம்மையும் அப்படியே பெயர்ந்து அவள் மனதுக்குள் வந்து இறங்கியது. பழைசை நினைத்துக்கொள்ள கண்கள் மடைதிறந்துகொண்டன.

கேட்க நாதியில்லை என்பதால் ஊரிலே சாலம்மாள் என்றாளே இளக்காரந்தான். நடுத்தெரு இடைச்சி ரங்கமணிக்கும், அவள் மச்சினன்மார்களுக்கும் ரொம்பவுமே கிண்டல்தான். ஒருநாள் விறகு பொறுக்கிக்கொண்டு தன் நிலத்தின் வழியே வந்த ரங்கமணி மாவிலைகளைப் பிய்த்து கசக்குவதைப் பார்த்துவிட்டாள் சாலம்மாள். வேர் கிளம்பிவிடுமே என்று பதைபதைத்து திட்டித் தீர்த்துவிட்டாள் ரங்கமணியை. கன்றுகளை வைத்து கொஞ்ச காலம்தான் ஆகியிருந்தது. மறுநாள் சாலம்மாள் நிலத்துக்குப் போனபோது பாதி மாஞ்செடிகள் வெட்டிச் சாய்க்கப்பட்டிருப்பதை பார்த்தாள். தன் கழுத்தை யாரோ அறுத்துவிட்டது போல வலித்தது வலித்தது அவளுக்கு. “அய்யோ எம் புள்ளிங்களே! என் செல்லங்க போச்சே” வயிற்றிலும் மார்பிலும் அடித்துக்கொண்டு, வீழ்ந்திருக்கும் செடிகளை ஓடிஓடி எடுத்து அழுதாள் சாலம்மாள். சாலம்மாளின் பக்கத்து நிலம் ரங்கமணியுடையது. இவளின் நிலம்மீது ஒரு கண் ரங்கமணிக்கு இருந்தே வந்தது. “சின்னதுக்குத்தான் சின்னங் கொலையறதுன்ற மாதிரி ஆயிடுச்சே. அய்யோ எங் கொறையே. வேர் கெளம்பிடுமே, ஏண்டி இப்படி செய்யறன்னதுக்கேவா இப்படி பன்னிர்றது? ஒஞ் சாதித்திமிர எஞ் செடிங்க மேலியா காட்டறது?” ஊர்ப் பஞ்சாயத்துக்குப் பிராது கொடுத்துவிட்டு அன்று முழுவதும் இழவு வீட்டுக்காரி மாதிரி இருந்தாள் சாலம்மாள். “மரங்களுக்குப் போய் இப்படி மாரடிக்கிறாளே” என்று சொல்லிக் கொண்டனர் ஊரார். பொழுது அமர கூடிய பஞ்சாயத்தில் வெட்டியது யார் எனத் தெரியாமல் பேச முடியாது என்று தீர்ப்பு வந்தது. இவரிவர்கள்தான்

வெட்டியிருப்பார்கள். தாட்டிமமான, அரக்கி அரக்கி நடந்திருக்கும் காலடித் தடங்கள் ரங்கமணியினுடையதுதான் என்று சாலம்மாள் சொன்னதை யாரும் எடுத்துக் கொள்ளவில்லை.

அவுக்கென்றாகிவிட்டது சாலம்மாளுக்கு, மனசு ஆறாமல் மறுநாள் காலம்பரமே மாஞ்செடிகள் தந்த இயேசுக்கார அய்யா வீட்டுக்குப் போய் ஒப்பாரி வைத்தாள் சாலம்மாள்.

“நீ இப்படி அழவேண்டியதே இல்ல, வேற செடிகளுக்கு ஏற்பாடு பண்ணுவேன்” என்றதும் வேகமாய்த் தலையசைத்தாள் சாலம்மாள்.

வெட்டினவங்களுக்கு நீ தண்டென வாங்கித் தரணும் சாமீ, பாதி புள்ளைங்க களுத்த அறுத்துப்புட்டாங்களே”

“சரி, நீ போயி போலீசுல சொல்லு. நான் பின்னாடியே வரேன்”

இயேசுக்கார அய்யா சொன்னதும் காவல் நிலையம் போய்விட்டாள் சாலம்மாள்.

“மரம் வெட்டின கேசெல்லாம் இங்க எடுத்துக்கறதில்ல பாட்டி” என்ற பதிலெல்லாம் அவளை அசரச் செய்யவில்லை. பகலுக்கும் காவல் நிலைய வாசலிலேயே மூக்குச் சிந்திக் கொண்டிருந்தாள் அவள்.

“சரி உன்னெ அடிச்சுப்புட்டு, மரத்தெ வெட்டிப்புட்டாங்கன்னு ஒரு மனு எழுதினு வா”

மனுகொடுத்தபிறகு காவல் நிலையத்துக்கும், இயேசுக்கார அய்யா வீட்டுக்கும் என நடந்தபடியே இருந்தாள். வழக்கு பதிவாகி முதல் சம்மன் வந்தபோதுதான் அவளுக்கு மனது ஆறியது. “என்னாதான் காலங்கெட்டுக் கெடந்தாலும் நியாயஞ் செத்துப் போகுமா? இருங்கடி இருங்க. துள்ளத் துடிக்க எஞ்செடிகளெ வெட்டுனதுக்கு இன்னிக்கு இருக்குது உங்குளுக்கு”

சம்மன் வந்த நாளெல்லாம் கோர்ட்டு வாசலில் தவம் கிடந்தாள். ஆனால் அவள் நினைத்தபடியெல்லாம் எதுவுமே நடக்காமல் அவளுக்கு ஏமாற்றமாய்ப் போனது.

ஒன்றிரண்டு நாட்களுக்குள்ளாகவே, “தப்பு தப்புத்தான்னு சொல்லிப்புட இந்த மனுசங்களுக்கு இத்தினி தயக்கமா?” என புலம்பிக் கொண்டே அண்ணன் மகன் தம்பிதுரை வீட்டுக்குப் போய்ச் சேர்ந்தாள் சாலம்மாள்.

அவள் அண்ணன் போனபிறகு அவளுக்கென்று இருந்த ஒரே ஆதரவு தம்பிதுரைதான். அவன் தூரத்தில் இருந்தாலும் மாதத்துக்கு ஒருகால் பஸ் பிடித்துப் போய் பார்த்துவிட்டு வந்துவிடுவாள் அவள். அவனின் எல்லா பிள்ளைகளையும் மார்மேல்போட்டு சாலம்மாள் தான் வளர்த்துவிட்டாள். அதிலும் சின்னவள் சிவப்பி என்றால் சாலம்மாளுக்கு கொள்ளை ஆசை. தம்பிதுரை அரசாங்க வழக்கறிஞரைப் போய்ப் பார்க்கச் சொன்னான். மறுநாளே விசாரித்துக் கொண்டு வழக்கறிஞரிடம் போய்ச் சேர்ந்தவள், ஒப்பாரியும், முறையிடலுமாக நெளியவைத்ததுவிட்டாள் அவரை.

“ஏம்பாட்டி, தேக்கு மரத்தெ வெட்டிட்டாப்பில ஏன் அழுற? மரந்தானெ பாக்கலாம் வுடு”

“அய்யா அதுங்க மரம் இல்லய்யா, என் வயித்துல பொறந்த பொறப்புங்க மாதிரி, அந்தக் கொலகாரப் பாவிகளுக்கு நீதான் தீர்ப்புச் சொல்லணும்”

வாய்தாவுக்கு வாய்தா சாலம்மாளின் ஒப்பாரி அதிகமாகிக் கொண்டே போனது. இனிமேல் அலுவலகம் பக்கம் வந்தால் கேசை தோற்கடித்துவிடுவேன் என்று சொல்லி அனுப்பிவிட்டார் வழக்கறிஞர்.

பிராது கொடுத்து மறுநாளே ரங்கமணியின் கூட்டாளிகளுக்கு தண்டனை கிடைத்துவிடும் என்று நினைத்தவளுக்கு இன்னும் எதுவுமே நடக்காதது அதிர்ச்சியாய் இருந்தது. நடையாய் நடந்து யார் யாரையோ பார்த்துவிட்டாள். எத்தனையோ வாய்தாக்களுக்கும் போய்விட்டாள். வேறு செடிகளுக்காக இயேசுக்கார அய்யாவை பலமுறை சென்று பார்த்ததிலும் ஒன்றும் நடக்கவில்லை. சாலம்மாள் ஓய்ந்துவிட்டாள்.

செங்கம்புதரிலிருந்து காடை ஒன்று ‘புர்’ என பறந்து போனதும்தான் சாலம்மாளுக்கு நினைவு திரும்பியது. வெயில் உச்சிக்கு ஏறியிருந்தது. காற்றில் சலசலக்கும் மாஞ்செடிகளைப் பார்த்தபோது அவளுக்கு ஆயாசமெல்லாம் மறைந்துபோனது. மிச்சமிருக்கும் மரங்களைப் பராமரிப்பதும், தண்ணீர் விடுவதும், நெட்டி முறிப்பதும், அவற்றுன் பேசுவதுமாக இத்தனை நாட்களைக் கழித்துவிட்டாள். வயல் வரப்புகளிலும், தண்ணீர் தொரவுகளிலும் ரங்கமணியைப் பார்த்துக்கொள்ளும்படி நேர்ந்துவிடும்போதெல்லாம் அவளின் ஏளனச் சிரிப்பில் சருகுகள் மிதிபடுவதுபோல் ஆகிவிடும் சாலம்மாளுக்கு. அதைத் தவிர்க்கவும் இந்த மோட்டாங்காடே கதியென்றும் ஆகிவிட்டது அவளுக்கு. அடுத்த வருடம் மகசூலுக்கு விடும்படி மரங்கள் ஆகிவிட்டிருப்பது சாலம்மாளுக்கு சந்தோஷத்தைத் தந்தது. நாளைக்குத்தான் கடைசி வாய்தா. தீர்ப்பு வந்துவிடும் என்று வக்கீல் சொன்னதும் ஞாபகத்துக்கு வந்து மேலும் சந்தோஷம் தந்தன. முந்தானையால் முக்காடு போட்டுக்கொண்டு குடத்தைத் தூக்கியபடி, வீட்டுக்குப் போகும் சரிவில் இறங்கினாள் சாலம்மாள்.

கோர்ட்டு வாசலில் பூவெடுத்துக் குலுங்கும் மாமரத்தின் கீழே சாலம்மாள் உட்கார்ந்திருந்தாள். வெயில், குட்டிகளைக் கவ்வும் பூனையென பாரித்திருந்தது. சாலம்மாளின் தேகக் கூட்டினுள் இருந்த இதயம் சிறு பிராயத்துப் பிள்ளையென ஓடியாடிக்கொண்டிருந்தது. மாமரத்தின் குதியாட்டத்தைக் கண்டதும் அடிவயிற்றில் நீர்கழித்துப் புரள்வது போல அவளுள் பொருமல் எழுந்தது. அந்த மரத்தை அவள் கைகள் வாஞ்சையுடன் தடவி நெகிழ்ந்தன. கண்களில் நீர் ஊற்றெடுத்து சொட்டிவிடத் திரண்டு தயங்கியது.

கோர்ட்டுக் கட்டடம், மனிதர்களின் புழக்கத்துடன் களை கட்டியிருந்தது. வக்கீல்களும், காவலர்களும், மக்களும் ஓடியாடிக் கொண்டிருந்தனர். ரங்கமணியும் அவள் மச்சினன்மார்களும் தூரத்தில் அமர்ந்து பேசிக்கொண்டும், சிரித்துக்கொண்டும் இருந்ததை சாலம்மாள் பார்த்தாள். அவர்கள் பேசிச் சிரிப்பது தன்னைப் பற்றித்தான் என நினைத்துக்கொண்டாள் சாலம்மாள். கோபம் அவளின் வறண்ட திரேகத்துள் பரவியது. முகத்தைத் திருப்பிக் கொண்டாள். தன்னுடைய நடுவயது முதல் இந்த நாள் வரையிலாக கோர்ட்டு வாசலிலேயே தவம் கிடந்துவிட்டது போல் எண்ணி மலைத்துக் கொண்டாள். சாலம்மாளுக்கு என்று வானத்திலிருந்து கூப்பிடும் குரல் போல டவாலியின் அழைப்பு அப்போது கேட்டது. உள்ளே ஓடினாள்

சாலம்மாள். நீதிபதி பேசினார். "மரங்களை, குற்றம் சாட்டப்பட்டவர்கள் தான் வெட்டினார்கள் என்பதற்கு எந்த ஆதாரமும் இல்லை. அவை புதிதாக நடப்பட்டிருந்த மாஞ்செடிகள் என்பதனால் வேர் பிடிக்காமலும் செத்திருக்கலாம்".

அதைக் கேட்டதும் சாலம்மாளிடம் பேச்சில்லை. அவளின் குரல்வளை உள்ளிழுத்து கேவலின் அவல ஒலி கேட்டது.

"அதுங்க செடிங்க இல்லய்யா. எம்புள்ளைங்க. இந்த கொட்டி நம்பியிருந்தது அதுங்களைத்தான்யா"

பைத்தியமாய் பிதற்றியபடி கோர்ட்டு வாசல் மாமரத்தின் அடியிலேயே இருந்தாள். அவமானமும், கோபமும், துக்கமுமாக இருந்தது அவளுக்கு. அந்தச் செடிகளுக்காக எத்தனை நடை, எத்தனை படியேறல், எத்தனை முறையிடல்... வயிறு பற்றிக் கொண்டது.

ஒருபாவமும் அறியாத பாலகனுங்க. என்ன பண்ணுச்சிங்க அதுங்களெ வெட்ட? அதுங்களுக்கு வாயிருந்தா என்னா பேசியிருக்குங்க. வீட்டுக்கு வந்தும் கூட சோறு பொங்காமல் நடுராத்திரி வரை ஒப்பாரி வைத்து சன்னமாகப் பாடி அழுதுகொண்டிருந்தாள்.

காலையில் எழுந்த கையோடு அடுக்களைப் பானைகளைத் தூர எடுத்து வைத்துவிட்டு பிரிமனைகளை நகர்த்தினாள். அடியில் புதைந்திருக்கும் உண்டியல்களைத் தோண்டி எடுத்தாள். ஐந்து உண்டியல்களும் நிரம்பியும் நிரம்பாமலும் இருந்தது. எல்லாவற்றையும் போட்டு உடைத்து காசுகளைச் சேர்த்தாள் சாலம்மாள். மூட்டையாக முந்தானையில் முடிந்துகொண்டபோது பாரத்தினால் அவள் உடலே கீழ்நோக்கி குஞ்சியது. நேராய் பக்கத்து ஊர்ப் பண்ணைக்கு விறுவிறுவென்று நடந்தாள். மாங்கன்றுகளுக்கு சொல்லிவிட்டு தன் நிலத்திற்குத் திரும்பினாள்.

வெயில் சுள்ளென்று உறைப்பதற்குள் பத்துப் பதினைந்து குழிகளை தோண்டிவிட்டாள் அவள். மண் ஆவியடித்து வாசம் கிளம்பியது. திடீரென சாலம்மாளுக்கு பேத்தி சிவப்பியின் ஞாபகம் வந்தது. ஒவ்வொரு வருசமும் கோடை விடுமுறையில் சிவப்பி சாலம்மாவுடன் வந்து இருந்து போவாள். கூலி நாழி என்று வருசமெல்லாம் சேர்த்த பணத்தில் சிவப்பி போகும்போது, துணிமணி என்று ஆனதை செய்து அனுப்புவாள் சாலம்மாள். இந்த வருசம் உண்டியல்களை உடைத்து மாஞ்செடிகளுக்கு சொல்லிவிட்டது சாலம்மாளுக்கு மனம் பாரமாய் இருந்தது.

"ராசாத்தி புள்ளெ வந்து ஏமாறுமே"

ஆற்றாமையோடு தோப்பைப் பார்த்தாள் சாலம்மாள். சிலுசிலுவென்று காற்றுக்கு துளிர்கள் ஆடிக்கொண்டிருந்தன.

"போட்டும், இந்த ஒரு வருசம். பொறகால எம்புள்ளிங்க நீங்களே பாத்துக்க மாட்டீங்களா ராசாத்தியெ"

மாமரங்கள் காற்றுக்கு மேலும் குலுங்கின. அவள் பேச்சை கேட்டபடியே குழிந்து கொண்டிருந்தது மண்.

071

சார்வாகன்

கனவுக்கதை

நாங்கள் நேஷனல் ஸ்டோருக்குப் போனபோது அங்கே வாங்குவோர் கூட்டமே இல்லை.

நடேசன் கடையில் அது ஒரு சௌகரியம். அங்கே எப்பவும் கூட்டம் தெரியாது. கறுப்பு பச்சை சிவப்புப் பெப்பர்மிட்டுகள், ரப்பர் பந்துகள், விலை சரசமான பேனாக்கள், வர்ண வர்ண இங்கி புட்டியுடன், (புட்டியில்லாமல் அளந்து) சோப்பு, சீப்பு (நேஷனல் ஸ்டோரில் கண்ணாடி கிடையாது), க்ஷவரத்துக்கு முன்னும் பின்னும் முகத்தை அழகு பண்ணிக்கொள்ள, நரை மயிரைக் கறுப்பாக்க, ஒத்தை ஜோடி மூக்கை நந்நாலு என்று விதம்விதமாகக் கோடு போட்ட, கோடே போடாத, குறுக்கும் நெடுக்குமாய்க் கோடு போட்டுக் குவித்த நோட்டுப் புத்தகங்கள், பென்சில்கள், இன்னும் எத்தனையோ சாமான்கள், எல்லாம் வாங்குவாரை எதிர்பார்த்துக் காத்திருக்கும், சாதாரணமாய் நாங்கள்தான் போய் நிற்போம்.

நடேசன் சிரிச்சபடி 'வாங்க வாங்க' என்பான். வெத்திலைக் காவி படிந்த பல்லைக் காண்பிக்கமாட்டான். அவன் பல் வெளேரென்று இருக்கும். அவனுக்கு வெத்திலைப் பழக்கம் கிடையாது. சிகரெட்டுத்தான். அதுவும் கடைக்குள் இல்லை. குடி கூத்தி ரங்காட்டம் ரேஸ் வில்வாதி லேகியம் அரசியல் கலை மொழி மதம் என்று எந்தவிதமான பழக்கமும் கிடையாது. அவனுண்டு அவன் கடையுண்டு. யார் வேணுமானாலும் அவன் கடையில் என்ன வேணுமானாலும் (மளிகை சாமான்கள் மருந்து சாமான்கள் பால் பவுடர் தவிர) வாங்கிக்கொள்ளலாம். ரொக்கந்தான். ரொம்பத் தெரிஞ்ச ஆளானால் கடனுக்குக்கூடக் கிடைக்கும். நாங்கள் போனால் 'வாங்க வாங்க' என்று வரவேற்பானே தவிர எங்களை 'என்ன வேணும்' என்று கேட்கமாட்டான். வாங்குவதற்கு எங்களிடம் சாதாரணமாய்க் காசு இருக்காது என்பது அவனுக்குத் தெரியும். ஏதாவது வேணுமானால் நாங்களே கேட்டுக்கொள்வோம் என்பதும் அவனுக்குத் தெரியும். பைபிள் படிக்காத போனாலும் கேளுங்கள் கொடுக்கப்படும் என்ற வாசகம் அவனுக்குத் தெரியும்.

அன்றைக்கு நாங்கள் போனபோது நடேசன் கண்களில் குறும்பு தாண்டவமாடிக்கொண்டிருந்தது. முகத்தில் ஒரு விஷமப் புன்னகை. தண்ணீர்மேல் எண்ணெய் சிந்தினால் நிற அலைகள் பரவுகிற மாதிரி. நாங்கள் கடைக்குள்ளே நுழைந்தோம்.

சிவப்பிரகாசம் மாத்திரம் எச்சிலை சாக்கடையில் துப்பிவிட்டு வந்தான். கடைக்குள்ளே துப்பினால் நடேசனுக்குப் பிடிக்காது. எங்களைப் பார்த்தவுடன் சிரிச்சபடி 'வாங்க வாங்க' என்று வழக்கப்படி வரவேற்றுவிட்டு நடேசன் குனிந்து மந்திரவாதிபோல மேசைக்கடியிலிருந்து ஒரு பொருளை எடுத்துக்காட்டி 'இது என்ன சொல்லுங்க பார்ப்பம்' என்றான். பெருமிதத்தோடு எங்களைப் பார்த்தான்.

அவனுடைய இந்த அசாதாரணமான நடவடிக்கையினால் ஒரு கணம் சிந்தனை தடுமாறிப்போன நான், சமாளித்துக்கொண்டு 'என்ன அது' என்று கேட்பதற்குள், ரெங்கன் அப்பொருளைக் கை நீட்டி எடுத்தான்.

முதலில் அதில் ஒன்றும் விசேஷமாகத் தெரியவில்லை. சாதாரணக் கடைத் தராசென்றுதான் நினைத்தேன். ரெங்கன் அதை எடுத்துத் தூக்கி 'நிறுத்துப்' பார்த்ததுந்தான் அது சாதாரணத் தராசல்ல என்பது தெரிந்தது. அதில் ஒரு பக்கம் ஒரு தட்டும் மறு பக்கம் ஒன்றன் கீழ் ஒன்றாக மூன்று தட்டுகளும் இருந்தன. எனக்கு ஒண்ணும் புரியவில்லை.

'இது என்னன்னு சொல்லிட்டா ஆளுக்கு ரெண்டு ஸ்வீட் தர்ரேன்' என்று சொல்லி மீண்டும் ஒரு பெருமிதப் புன்னகையை உதிர்த்தான் நடேசன். நானும் சிவப்பிரகாசமும் தெரியவில்லை என்று சொல்லித் தோல்வியை ஒத்துக்கொண்டு விட்டோம். ரெங்கன் மாத்திரம் சிறிது நேரம் அந்த மூணு தட்டுத் தராசைத் திருப்பித்திருப்பிப் பார்த்தபடி யோசனை செய்தான். வயது நாற்பதானாலும் அவனுக்கு இன்னும் 'ஸ்வீட்' என்றால் ஆசையோ என்னமோ, கடைசியில் அவனும் 'என்னா இது, படா ஆச்சரியாமாயிருக்குதே' என்று பொதுவாக உலகுக்கு அறிவித்துவிட்டுத் தோற்றதுக்கு அடையாளமாகத் தராசைத் திருப்பித் தந்துவிட்டான்.

நடேசனுக்கு ஒரே சந்தோஷம். 'பரவாயில்லை, தெரியாவிட்டாலும் பரவாயில்லை, 'எடுத்துக்குங்க' என்று சொல்லி அருகிலிருந்த பெப்பர்மிட்டு பாட்டிலுக்குள் கைவிட்டுச் சில மிட்டாய்கள் அள்ளி எங்களிடம் நீட்டினான். ரெங்கன் ரெண்டு எடுத்துக்கொள்ள, நானும் ஒண்ணு எடுத்துக்கொண்டேன், மரியாதைக்காக. சிவப்பிரகாசம் வேண்டாமென்று மறுத்துவிட்டான். அவனுக்கு டயபிடீஸ் சர்க்கரைவியாதி. ஸ்வீட்டும் சாப்பிட மாட்டான், அரிசிச் சாதமும் சாப்பிடமாட்டான்.

'சும்மா எடுத்துக்கப்பா, இந்த ஸ்வீட்லேயெல்லாம் சர்க்கரையே கிடையாது' என்று நடேசன் வற்புறுத்தவே 'என் பங்கை நீயே எடுத்துக்க' என்று சிவப்பிரகாசம் பிடிவாதமாய் மறுத்துவிட்டான். நடேசன் தன் பங்கையும் எடுத்துக்கொள்ளவில்லை.

சிவப்பிரகாசத்தின் பங்கையும் எடுத்துக்கொள்ளவில்லை. சர்க்கரை இல்லாத ஸ்வீட் பிடிக்காதோ அல்லது ரெண்டு பைசாவைத்தான்

வீணடிப்பானேன் என்று சிக்கன புத்தியோ. மிட்டாய்களை பாட்டிலுக்குள் போட்டபின் நாங்கள் வேண்டிக் கேட்டதன் பேரில் மூணுதட்டுத் தராசின் மர்மத்தை விளக்கினான் நடேசன். ஒரே சமயத்தில் மூணு பேர் கடைக்கு வந்து ஒரே சாமானைக் கேட்டு நெருக்கினால் ஒவ்வொருத்தருக்கும் ஒவ்வொரு முறையாக நிறுத்துக் கொடுப்பதற்குப் பதிலாக ஒரே முறையில் நிறுத்து நேரச் செலவையும் சக்திச்செலவையும் குறைக்கும் சாதனமாம் அது. 'எப்படி நம்ம யோசனை' என்று பெருமிதத்தோடு கேட்டான்.

நடேசன் கடைவைத்த நாள் முதலாகப் பார்த்திருக்கிறேன். ஒரே சமயத்தில் மூணுபேர் கூடிச் சாமான் உடனே வேணுமென்று ரகளை செய்ததை ஒரு நாள்கூடப் பார்த்ததில்லை. இருந்தாலும் அவனுடைய உற்சாகத்தைக் கெடுப்பானேன் என்று சும்மாவிருந்துவிட்டேன்.

ரெங்கனுக்குத்தான் ஆச்சரியம் தாங்க முடியவில்லை. 'நம்ம நடேசனுக்கா, இவ்வளவு முன்யோசனையா' என்று தன் உணர்ச்சிகளை வெளிப்படுத்தினான். அந்தச் சமயத்தில்தான் அந்த ஆள் கடைக்கு வந்தது. வந்த ஆசாமி சாமியார் போலவுமில்லை. குடும்பி போலவும் இல்லை. நாற்பது வயசிருக்கும். கரளைகரளையாகக் கட்டுமஸ்தான தேகம். தலைமயிர் கருப்பாக நீண்டு வளர்ந்து பிடரிமேல் புரண்டுகொண்டிருந்தது. அடர்த்தியான புருவம். நெற்றி மேல் கம்பளிப் பூச்சுபோல ஒட்டிக் கொண்டிருந்தது. கண்கள் கருப்பு வைரங்கள் போல ஜ்வலித்தன. முகத்தில் ரெண்டு வாரச் சேமிப்பு. வெறும் உடம்பு. இடுப்பில் ஒரு நாலுமுழத் தட்டுச் சுற்று வேட்டி முழங்கால் தெரிய அள்ளிச் சொருக்கி கட்டியிருந்தது. வேட்டி காவியாயிருந்து வர்ணம் போனதோ அல்லது வெள்ளையாயிருந்து பழுப்பாக மாறிக் கொண்டிருந்ததோ ஆண்டவனுக்கே தெரியும். புஜத்தில் தோளிலிருந்து முழங்கை வரை சுண்ணம்புக் கறை. நெற்றியில் அரை ரூபாய் அளவுக்குக் குங்குமப் பொட்டு.

மத்தாப்பு போலப் பொறி பறக்கும் கண்களுடன் வந்த அந்த ஆள் 'ஒரு கிலோ பெப்பர்மிட்டுக் குடுங்க, சீக்கிரம்' என்று அதட்டினான். அவன் குரல் கண்டாமணி மாதிரி ஒலித்தது.

நடேசன் நிதானமாக 'கிலோ அஞ்சு ரூபாய்' என்று சொல்லி இருந்தவிடம் விட்டு அசையாமல் நின்று, வந்த ஆளை ஏற இறங்கப் பார்த்தான்.

'சரி சரி குடுங்க, சீக்கிரம்' என்று சொன்னபடியே அந்த ஆள் இடுப்பைத் தடவி ஒரு முடிச்சை அவிழ்த்து எட்டாக மடித்து வைத்திருந்த அழுக்கேறிய அஞ்சு ரூபாய் நோட்டை எடுத்து மடிப்புக் கலையாமல் நீட்டினான்.

நடேசன் சாவதானமாக நோட்டை வாங்கி மேசை மேல் வைத்துவிட்டு, தராசை எடுத்து மூணுதட்டுகளில் ரெண்டைக் கழற்றி வைத்துவிட்டு ஒரு கிலோ படிக்கல்லைப் போட்டு இன்னொரு தட்டில் பெப்பர்மிட்டுகளை அள்ளிப் போட்டுத் தங்கம் நிறுப்பது மாதிரி நிறுத்துப் பின் பெப்பர்மிட்டுகளைக் காகிதப் பையில்போடப் போகும்போது, 'பையிலே போடவாணாம், சும்மா அப்படியே காயிதத்துலே வச்சுக் குடுங்க' என்று சீறினான் அந்த ஆள்.. அவன் கண் பாம்பின் நாக்கு மாதிரி இருந்தது. ஒரு தமிழ்த் தினசரித் துண்டில் அளிக்கப்பட்ட மிட்டாய்களை வாங்கிக்கொண்டு அந்த ஆள் மணிக்கூண்டின் பக்கமாக விடுவிடென்று நடந்தான்.

அவன் என்ன செய்யப் போகிறான் என்ற ஆவலினால் ஈர்க்கப்பட்டு நானும் ரெங்கனும் சிவப்பிரகாசமும் அவனுக்குச் சற்றுப் பின்னால் அவனைத் தொடர்ந்தோம்.

நடேசன் கடையிலிருந்து சுமார் நூற்றைம்பதடி தொலைவில் நகராட்சி மணிக்கூண்டு இருக்கிறது. அது வருஷம் தேதி காட்டுவதில்லை. ஆகவே அது நின்று எவ்வளவு நாள் ஆச்சுதென்று தெரியாது. எப்போதும் பனிரெண்டு மணி காட்டிக்கொண்டிருக்கும்.

விளக்கு வைக்கும் அந்த நேரத்திலும் அது மணி பனிரெண்டு எனக் காட்டிக்கொண்டிருந்தது. எங்கள் ஊர் பஜாரின் நடுநாயகமான மணிக்கூண்டைச் சுற்றித்தான் சிறிது வெற்றிடம் இருக்கிறது. சாதாரணமாக நாலுநாலு பேராய்க் கூடிக்கூடிப் பேச வசதியான இடம். சற்றுத் தள்ளிப் போனால் பறவைகளின் எச்ச வீச்சுகளுக்குப் பலியாக நேரும். மணிக்கூடருகே அப்படியில்லை.

மணிக்கூண்டினடியில் இருந்த சிறு மேடையருகில் நின்றுகொண்டு அந்தப் பெப்பர்மிட்டுக்கார ஆள் அருகில் இருந்தவர்கள் கையில் ஓரிரு பெப்பர்மிட்டுகளைத் திணித்தான். அவர்கள் திகைத்தார்கள். 'சாப்பிடுங்க சாப்பிடுங்க ஆண்டவன் பிரசாதம்' என்று சொல்லிக்கொண்டே இன்னும் சில பேர்களுக்கும் நடேசன் கடை மிட்டாய்களை அளித்தான்.

யாரோ ஓர் ஆசாமி மணிக்கூண்டருகே சும்மா ஸ்வீட் விநியோகம் செய்கிறான் என்ற செய்தி எப்படியோ அரை நிமிஷத்துக்குள் பஜார் முழுதும் பரவிவிட்டது. 'பள்ளத்துட் பாயும் வெள்ளம் போல' ஜனக்கூட்டம் மணிக்கூண்டை நோக்கிப் பாய்ந்தது. மணிக்கூண்டின் அருகே வந்துவிட்ட நானும் ரெங்கனும் சிவப்பிரகாசமும் முழங்கையாலும், பிருஷ்டத்தாலும் இடித்து உந்தித் தள்ளி நகர்த்தப்பட்டுக் கொஞ்சம் கொஞ்சமாகக் கூட்டத்தின் வெளிப்புறத்துக்கு வந்துவிட்டோம். சுற்றிலும் மேலே இருந்து கூச்சலிடும் பக்ஷிகளின் சப்தத்தை அமுக்கிக்கொண்டு 'ஸார் ஸார் மிட்டாயி ஸார்' என்ற சப்தந்தான் கேட்டது.

எங்கள் ஊர்வாசிகளுக்கு பெப்பெர்மிட்டு மிட்டாய் என்றால் அவ்வளவு பிரேமை என்று எனக்குத் அது நாள்வரை தெரியவே தெரியாது. கூட்டமே சேராத நடேசன் கடையில்கூடப் பெப்பர்மிட்டு வாங்க ஏதாவது குழந்தைகள்தான் எப்போதாவது வருமேயொழிய இங்கேபோல விழுந்தடித்து ஓடிவந்த பெரியவர்களைக் கண்டதில்லை. வெள்ளைச் சட்டைக்காரர்கள், கம்பிக்கைரை வேட்டிக்காரர்கள், சட்டையேயின்றிச் சாயவேட்டி கட்டினவர்கள், டெரிலின் பனியன்கள், மணிக்கட்டில் கடியாரம் கட்டினவர்கள், கயிறு கட்டினவர்கள், வெள்ளிக் காப்புப் போட்டவர்கள், நரை மீசைகள், வழுக்கைத் தலைகள், முறுக்கு விற்றுக்கொண்டிருந்த பல்லேயில்லாத கிழவி, அவளது ஏஜண்டான அவள் பேரன், பளபள நைலான் ஜரிகை மினுக்கும் ரவிக்கையுடன் பஜாருக்கு வந்திருந்த கைக்குழந்தைக்காரிகள், குருவிக்காரிகள், பெட்டிகடையில் பீடி சிகரெட் சோடா கலர் வெற்றிலை வாழைப்பழம் புகையிலை வாங்க வந்தவர்கள், இவர்கள் கால்களுக்கிடையே குனிந்து வளைந்து ஓடின நிர்வாணச் சிறுவர் சிறுமியர். கண்ணை மூடித் திறப்பதற்குள் பெருங்கூட்டம் சேர்ந்து விட்டது.

தேன் கூடுபோல 'ஞொய்'யென்ற சப்தம். பெப்பர்மிட்டுக்காரன் மிட்டாய்கள் தேங்கி நின்ற காகிதத்தை அருமார்போலத் தலை மட்டத்துக்கு ஏந்திப் பிடித்து மேடைமேல் ஒரே தாவாக ஏறி நின்றான். இவ்வளவு தூரத்திலும் அவன் கண்கள் தணல்போலத் தெரிந்தன. 'சத்தம் போடக் கூடாது, நான் சொல்றபடி கேட்டால் எல்லாருக்கும் கிடைக்கும்' என்று உரத்த குரலில் கூவினான்.

'மொல்'லென்று ஒலியெழுப்பிக்கொண்டிருந்த கூட்டம் ஒரு கணத்தில் மௌனமானது. முனிசிபல் விளக்கின் நீல வெளிச்சத்தில் கூட்டத்தின் ஓராயிரம் முகங்களும் மூச்சுவிடுவதைக்கூட நிறுத்தி மோவாயை நிமிர்த்தி அண்ணாந்து அவனை ஆவலுடன் நோக்கின. அம்முகங்கள் அவ்வொளியில் பச்சையாய் இருந்தன.

'எல்லாரும் மணிக்கூண்டுப் பெருமாளுக்கு ஒரு பெரிய நமஸ்காரம் போடுங்க' என்று பெப்பர்மிட்டுச் சாமியாரிடமிருந்து ஆணை பிறந்தது.

ஒரு கணம் உயிரிழந்து பிணமாய் நின்றிருந்த கூட்டம் உலுக்கலுடன் உயிர்பெற்றது.

சடசடவெனச் சாய்ந்தது. முன்னாலிருப்பவர்கள் கால் மேல் தலையும் பின்னாலிருப்பவன் முகத்தின் மேலே காலையும் வைத்துக் கூட்டம் சீட்டுக்கட்டு சாய்வது மாதிரி சாய்ந்தது. நான் பன்றி மாடு குதிரைச் சாணத்தின்மீது, எச்சில் மூத்திரக் கறைகளின்மீது, வாழைப்பழத்தோல் காலி சிகரெட் பெட்டி பீடித் துண்டுகள்மீது, தெருப்புழுதிமீது, மல்லாக் கொட்டைத் தோல்மீது, எண்ணற்ற காலடித் தடங்கள்மீது, கண்ணை மூடியபடி, கையைக் கூப்பியபடி, ஆண் பெண் சின்னவன் பெரியவன் காளை கிழவன் பேதமின்றிச் சமதருமமாக, சாஷ்டாங்கமாகத் தன் மீதே ஒருவர் மேல் ஒருவராக விழுந்தது.

'ஹரிஓம்' என்று ஒரு கோஷமெழுப்பியபடி அந்தச் சாமியாரல்லாத சாமியார் பெப்பர்மிட்டுக் காகிதத்தைக் கூட்டத்தின் முதுகின்மேல் உதறினான். ஜனக் கூட்டத்தின் மேல் மிட்டாய் மழை.

தரையில் விழுந்து கிடந்த கூட்டம் கலைக்கப்பட்ட தேனடை போலக் கலகலத்துத் தனக்குள்ளேயே பாய்ந்தது. பெருமூச்சும் ஏப்பமும் கலந்த சப்தத்துடன் தன்னை உலுக்கி உதறிக்கொண்டது. சிறுவர்களும் பெரியவர்களும் குமரிகளும் கிழவிகளும் தமிழர்களும் தெலுங்கர்களும் இந்துக்களும் முஸ்லீம்களும் கிறிஸ்தவர்களும் நாஸ்திகர்களும் எல்லாரும் சில்வண்டு போலத் தரையைத் துளைத்தனர். மற்றவர்களை இடித்துத் தள்ளிச் சுரண்டினர். அம்மண்மேல் சிதறிக்கிடந்த மிட்டாய்களை ஆத்திரத்துடன் பொறுக்கினர். பிடுங்கினர் சுவைத்தனர் பிரிந்தனர். மிட்டாய் வீசியவனை நோக்கினர். ஆனால் அவனைக் காணோம். மிட்டாய்க் காகிதத்தை உதறியவுடன் மேடைமீதிருந்து குதித்து மணிக்கூண்டின் பின்னாலாக ஓடிவிட்டிருக்கவேண்டும்.

ஐந்து நிமிஷ நேரத்துக்குள் கூட்டம் சேர்ந்ததுபோலவே கரைந்துவிட்டது. நாங்கள் நேஷனல் ஸ்டோருக்குத் திரும்பினோம். வேடிக்கை பார்க்கக் கடைக்கு வெளியே வந்திருந்த நடேசன் கடைக்குள் நுழைந்து எங்களைப் பார்த்துச் சிரித்தான்.

'பார்த்தீங்களா பைத்தியம் போல இருக்குதில்லே, ஆனாலும் அதாலே ஒருத்தருக்கும் நஷ்டமில்லை' என்று சொல்லிப் பெப்பர்மிட்டு வாங்கியவன் விட்டுப் போயிருந்த ஐந்து ரூபாய்நோட்டின் மடிப்புகளைப் பத்திரமாகப் பிரித்து அதை ஆள்காட்டி விரலால் ஒருதரம் சுண்டித் தட்டிவிட்டு மேசைக்குள் போட்டான். நாங்கள் 'ஆமாம் ஆமாம்' என்றோம். சிவப்பிரகாசம் எச்சில் துப்ப எழுந்து கடைக்கு வெளியே போனான்.

072

எஸ்.பொன்னுத்துரை

ஆண்மை

ஈச்சேரில் விழுந்த சந்திர சேகரம் கோழி உறக்கத்தை வாலாயம் பண்ணி, அதனைச் சுகிக்கின்றார். யாழ்தேவியிலே பகற் பயணம். அகோர வெயில். காட்டு வெக்கை. இத்தனைக்கும் மேலாகச் சிவசம்பு சாப்பாட்டுக்கடைச் சோற்றைக் கொறித்தார். மனசார ஒரு மயக்கம். சாய்வு நாற்காலியிற் தாம் தூங்குவதான நினைப்பே அவருக்கு யாரோ உடம்பைப் பிடித்து விட்டது போன்ற சுகத்தைக் கொடுத்தது.

வள்ளிசாக மூன்று ஆண்டுகளுக்குப் பின்னர், அவருடைய குடும்பம் தாயடி வீட்டிலே வந்திருக்கிறது. பெத்துப் பெருகிய குடும்பம். அவருடைய மனைவி சரஸ்வதி மூலம் ஐந்து பிள்ளைகளையும் பெட்டைக்குஞ்சுகளாகவே பீச்சி விட்டாள். அரிய விரதங்கள் பிடித்து, இருக்காத தவம் எல்லாம் கிடந்து, கண்ட கண்ட தெய்வங்களையெல்லாம் கையெடுத்துக் கும்பிட்டது வீண் போகவில்லை. சோட்டைத் தீர்க்க ஆறாம் காலாகப் பொடியன் பிறந்தான். சந்தான விருத்தியில் அவனே மங்களமாக அமைந்தான்.

பயணக் களைப்பைப் பாராட்டாமல் சரஸ்வதியும் புத்திரிகளும் வீட்டைத் துப்பரவு செய்யும் உழவாரத் திருப்பணியில் ஈடுபட்டிருக்கிறார்கள்.

சந்திரசேகரத்தை சயனநங்கை முற்றாகச் சரித்துவிடவுமில்லை. இமைகளைப் பிளந்து காங்கை ஏறுவதான கூச்சத்தில், அவருடைய கண்களின் இமைக் கதவுகள் சற்றே அகலும். இமைகளின் ஈயக் குண்டுகளைச் சுமக்க இயலாது என்கிற வாக்கில் மீண்டும் மூடிக் கொள்ளும். இமைகள் இலேசாகத் தோன்றுகின்றன. முற்றத்தில் மாமரங்கள் செழுங்கிளைகள் பரப்பியிருக்கின்றன. அவை வெக்கையை உறிஞ்சுவதனாலேதான் இத்தகைய இதம் விடிந்திருக்கிறது என்பதை அனுமானிக்க முடிகிறது. மாமரங்களுக்கப்பால் "கேற்" தெரிகிறது. அதிலே கறள் மண்டிக் கிடக்கிறது.

கேற்றிலே நிலை குத்திய விழிகளைப் பிரித்தெடுத்து, இடப்பக்கமாகவே மேய விடுகிறார். மதிலில் பாசி சடைத்து நுதம்பி வழிகின்றது. சுவரின் வெடிப்பிலே ஆலங்கன்று ஒன்று வேர் விட்டு, கொழுத்து வளர்கின்றது. "உதை உப்பிடியே வளரவிட்டால் சுவருக்கு மோசம் தரும்" ஐயரின் வளவைச் சுற்று மதில் வளவு என்றுதான் சொல்வார்கள். அந்த எல்லையைப் பற்றியும் அறிக்கையைப் பற்றியும் கவலையில்லை. வலப்பக்கமும் கொல்லையும் வேலியும். வலப்புற வேலியிலே ஊரும் அவருடைய பார்வை தரிக்கின்றது. அந்த வேலி கறையான் தின்று இறந்து கிடக்கின்றது. கோழி ஒன்றும் அதன் குஞ்சுகளும் ஒரே சுரத் தொனியைச் சாதகஞ் செய்து கொண்டு, வேலியிலுள்ள கறையான்களை மேய்கின்றன. பூரணத்திற்கு வேலியைப் பற்றி என்ன கவலை? சோட்டைக்குத்தானும் அவளுக்கு ஒரு பெட்டைக்குஞ்சு பிறக்கவில்லை. சீமாட்டிக்கு எல்லாம் கடுவன்கள்.

வேலியையும் தாண்டி சேகரத்தாரின் மனம் அலை மோதுகிறது. முப்புறமும் எரிக்கமுனையும் முக்கண்ணனாகச் சாம்பசிவத்தார் காட்சியளிக்கிறார். சொற்கள் அனற் குழம்பை அள்ளிச் சொரிகின்றன.

"உந்த வேலியைப் பிரிச்செறிஞ்சு போட்டு மதிள்தான் கட்ட வேணும். உவளவை கோயில் கிணத்திலை போய்த் தண்ணி அள்ளட்டுமன்... ம்... பக்கத்திலை பாவங்கள் ஏழை பாளையள் வந்து தண்ணி அள்ளட்டும், போகட்டும் வரட்டும் என்று ஒரு பொட்டு விட்டால், தட்டுவாணியள் மாப்பிள்ளையல்லோ கொள்ளப் பாக்கிறாளவை..."

"பொட்டு" மேவப்பட்டு, பனையுயரத்தை எட்ட முனைந்த புதுவேலி சாம்பசிவத்தாரின் வைராக்கியத்தைப் பறை கொட்டியது. பூரணத்தைப் பார்க்க முடியாது. தூண்டிற் புழுவின் ஆக்கினையைத் தமதாக்கிச் சந்திரசேகரம் சாம்பினான்.

அழகு என்ற சொல்லின் அர்த்தப் பொலிவு முழுவதையும் தனதாக்கி எழில் பிழிந்தவள் பூரணம். இடையை இறுக்கிச் சுருக்கும் பாவாடையோடும், குரும்பை மார்பை அமுக்கி விறைத்த சட்டையோடும், சருவக்குடம் சுமந்து, அவள் தன் வீட்டிற்கும் அயல் வீட்டுக் கிணற்றுக்கும் நடைபயில... அந்த நடைபயிலும் நர்த்தனைக் கால்களிலே தன் உள்ளத்தை வெள்ளிப் பாதசரமாகத் தொங்க விட்டு... விழிமொழிக் கொஞ்சல் முற்ற முற்ற, கிணற்றடி கமுக மரவட்டில் காதற்கடிதங்கள் கனிந்து தொங்கத் தொடங்கின. கமுக மரம் சமத்தான தபாற்காரன்தான். ஆனால் காற்றும் காகமும் செய்த திருக்கூத்தால் பூரணத்தின் கடிதமொன்று சாம்பசிவத்தின் கைகளிலே கிட்டியது. உறவு பிளவுற்றது. வேலி பனையுயரத்தை எட்ட முனைகிறது.

வேரோடி விளாத்தி முளைத்தாலும் தாய்வழி தப்பாது என்று சொல்வார்கள். தாய்வழியில், பூரணம் சந்திரசேகரத்தின் மனைவியாக வாழத்தக்க உறவு முறை. ஆசையின் தொங்கு தாவல்கள், பூரணத்தை அடைவதற்குத் தாயின் ஆதரவைத் திரட்டும் நள்ளல். இரவுச் சாப்பாட்டின் போது இதைப் பற்றி சேகரம் மெதுவாகப் பிரஸ்தாபிக்கிறான். சித்திரைப் புழுக்கத்திற்காக விறாந்தையில் விசிறியுடன் இருந்த சாம்பசிவத்தாரின் செவிகளிலே அந்த உரையாடலின் சில நறுக்குகள் விழுந்து விடுகின்றன. காலம் அப்பிய சாம்பற் புழுதியை உதிர்த்துக் கொண்டு, கோபம் அம்மணமான அக்கினி உடம்பைக் காட்டலாயிற்று.

“உங்கை என்ன காத்தையைக்... கதையள்? இப்பவே தாய்க்கும் மேனுக்கும் சொல்லிப்போட்டன். அந்த எடுப்பை மறந்து போடுங்கோ. நான் மசிவனென்டு கனவிலும் நிலையாதையுங்கோ... உதுக்குக் கன்னிக் கால் நடுகிறதிலும் பார்க்க நான் பாடையிலைப் போக ஓமெண்டுவன்”.

அதிலே தொனித்த உறுதி சேகரத்தின் தாய்க்குத் தெரியும். மகனுடைய ஆசையின் பக்கம் தன்னால் சாய முடியாது என்ற நிதர்சனத்தின் உறைப்பு.

“உங்களுக்குத்தான் ஆண்டவன் கண்டறியாத தொண்டையைப் படைச்சிருக்கிறான். இப்ப என்ன நடந்து போச்சு எண்டு துள்ளுறியள்? இவன் வாயுழையைப் புசத்துறான் எண்டு கேட்டுக் கொண்டிருந்தால், நான் என்ன சுகத்தைக் கண்டன்? மத்தளம் போல இரண்டு பக்கமும் அடிபடுறன்...” என்று சலித்து, மூக்குச் சிந்தி, முன்றானைக்கும் வேலையைக் கொடுத்தாள் தாய்.

தொடர்ந்து புகுந்த மௌனம் நீண்டது.

“டேய் சந்திரன்! ஏண்டா, இப்படி எங்களைக் கொல்லுறாய்? உன் விருப்பப்பட்டி ஆட, எனக்கும் உன் கோத்தைக்கும் முதலிலை ஏதேன் நஞ்சைத்தாவன்? கண்டறியாத பலகாரத்தைக் கண்டவனைப் போல, இடியப்பக் காரியின்ரை வாடிப்போன நோடாலத்தை நினைச்சு இந்தப் பேயன் உருகுகிறான்...” என்று விவகாரத்திற்குச் சாம்பசிவத்தார் புதிய வேகம் கொடுத்தார்.

அடுக்களையிலிருந்து எவ்வித சளசண்டியும் எழும்பவில்லை. இளகிய இரும்பும், கருமத்தில் மனம் குத்திய கொல்லனும்! குரலின் சுருதியைத் தாழ்த்தி, அதிலே பாசத்தைக் குழைத்து, “தம்பி, நீ ஒருத்தன் நல்லா வாழ வேண்டுமெண்டுதானே இவ்வளவு பாடுபட்டம்? உனக்கு ஒரு கெடுதல் வந்து அண்ட விட்டிடுவமே? கலியாணம் எண்டால் சின்னச் சோறு கறி ஆக்கிற அலுவலிலை. அதைப் பெரியவங்களின்ரை பொறுப்பிலை விட்டிடு.. சோதினை பாஸ் பண்ணினாப் போலை போதுமே? நல்ல உத்தியோகம் ஒண்டிலை உன்னைக் கொழுவிவிட வேணும் எண்டு நான் ஓடித் திரியிறன். நீ என்னடா எண்டா குறுக்கால தெறிக்கப் பார்க்கிறாய்... இனிமேல், ஒண்டு சொல்லிப் போட்டன். அந்தப் பலகாரக்காரியளின்ரை கதை இந்த வீட்டிலை எடுக்கப்படாது...” எனப் பேசி முடித்தார்.

பேச்சுக்கு முத்தாய்ப்பு வைத்ததுடன் சாம்பசிவத்தார் நின்று விடவில்லை. ஓடி அலைந்து பிறகதவுகளில் நுழைந்து பிடிக்க வேண்டியவர்களைப் பிடித்து இழுக்க வேண்டிய கயிறுகளை இழுத்து மகன் சந்திரசேகரத்தை நல்லதொரு உத்தியோகத்திலே மாட்டிக் கொழும்புக்கு அனுப்பி வைத்தார். அதற்குப் பின்னர்தான் சாம்பசிவத்தார் நிம்மதியாகத் தூங்கினார் என்று கூடச் சொல்லலாம்.

தூங்குவதான பாவனையில் பழைய சம்பவங்களை அசை போட்டுக் கொண்டு கிடக்கிறார் சந்திரசேகர்.

“சரசக்கா! எப்பிடிப் பாடுகள், உடம்பு கொஞ்சம் இளைச்சுக் கிடக்குது” இது பூரணத்தின் குரல்.

“அவளின்ரை குரல் அப்பிடித்தான் கிடக்குது? ஓர் உடைவோ ஒரு கரகரப்போ?”

பக்கத்து வீட்டாரைப் பற்றிய நினைவின்றி இயந்திர வாழ்க்கை உருளும் கொழும்பில் வாழ்ந்த பிள்ளைகளுக்கு அயல் வீட்டுப் பிரிவு புதுமைச் சுவையை ஊட்டுகிறது.

“வாருங்கோ பூரணமக்கா! பழக்கமில்லாமல் பூட்டிக் கிடந்த வீடு. உதைத் துடைச்சுத் துப்பரவாக்கிறதுக் கிடையிலை இடுப்பு முறிஞ்சு போடுமெணை. உதென்ன சருவச் சட்டீக்கை?”

“இதெணை கொஞ்சம் இராசவள்ளிக் கிழங்கு. புள்ளையளுக்குப் பிரியமா இருக்குமெண்டு கிண்டினான். இதுதானே மூத்த பொடிச்சி? உங்கைப் பாருங்கோவன் நல்ல வடிவா வளந்திருக்கிறான். எக்கணம் என் கண்ணும் பட்டுப்போகும்... எடுங்கோ புள்ளை. ஐயா நித்திரையே? அவருக்கும் கொஞ்சம் கொண்டு போய்க்குடு தங்கச்சி...”

சந்திரசேகரத்தார் தான் நித்திரையில் ஆழ்ந்து விட்டதாக நடிக்கிறார். “ஐயா, நித்திரையெண்டால் எழுப்பக் கூடாது” என்ற ஞாயிற்றுக்கிழமை பிற்காலத்தில் போயா தின ‘மெட்னி’த் தூக்கங்களுக்கு விதிக்கப்பட்டிருந்த பொதுவிதி அவரைக் காப்பாற்றுகிறது.

“பழைய பூரணமே? பெருவிரல்களால் பத்து இடங்களில் குழிதோண்டி, இரண்டு வார்த்தைகள் பேசத் திக்குவாளே, அந்த மங்குளிப் பெண்ணா இவள்? இப்பொழுது கதை கண்டவுடன் சொர்க்கம்”

சந்திரசேகரத்தாரின் மனம் நினைவோடையைக் கிழித்துச் செல்கின்றது.

உத்தியோகமான புதிதில் கொழும்பிலே போர்டிங் சீவியம். அலாம் மணி பிளேன் டீ பேப்பர் முகச்சவரம் தந்த சுத்தி குளிப்பு முதலியன் பாண் விறுக்கு நடை பஸ் ஓட்டம் கந்தோர் அலுவல்கள் டீயும் முசுப்பாத்தியும் அலுவல்கள் சோறு என்ற நினைப்பில் கல்லைக் கொறிக்கும் லன்ச் என்ற வித்தை வம்பு மடம் அலுவல் டீ நடை பஸ் மெது நடை அரட்டை சாப்பாடு இங்கிரமெண்டைக் காப்பாற்றப் படிப்பு லைட் அவுட் தூக்கம்!

இராணுவ ஒழுங்கிலே நேரத்தின் ஆட்சிக்குள் உடலை வசக்கி எடுக்கும் இயந்திர இயக்கம். பின்னேர டீயுடன் ஒரு வடை கடுதாசி விளையாட்டு வசுக்கோப்புப் படம் என்ற விதிவிலக்குகளுக்கு மேற்படி நேரசூசியில் மிகமிக ஒறுப்பாக அனுமதி வழங்கப்பட்டிருந்தது மற்றும் பிரக்ஞை கூட ஸ்மரித்த இயக்கம். பக்கத்து வீட்டுப் பூரணத்தின் முகம் தலை நீட்டுவதுண்டு. நேரத்தின் இராக்கதம் அதனைப் பிடித்து விழுங்கும்.

சாம்பசிவத்தார் அனுபவசாலி, மகனை “தனிக்க” விடாது அடிக்கடி கொழும்புக்கு இஷ்டமான சோட்டைத் தீன்களுடன் வந்தார். எத்தனையோ குழையடி கோசுகளுக்குப் பிறகு, சரஸ்வதியை அவனுடைய வாழ்க்கைத் துணைவியாக்கி விட்டார். சரஸ்வதி ஆதனபாதங்களுடன் சீமாட்டியாக வந்து சேர்ந்தார். “அப்பன் கீறிய கோட்டைத் தாண்டாத சற்புத்திரனாக” நற்பெயரெடுத்து சந்திரசேகரம் இல்லற வாழ்க்கையில் இறங்கினான். மூன்று ஆண்டுகளாக மலடியோ என்று பூச்சாண்டி காட்டிய சரஸ்வதி, தொட்ட சொச்சம் விட்ட மிச்சம் ஐந்து பெண்களையும் ஒரு கடுவனையும்

அடுக்கடுக்காகப் பெற்று விட்டாள். அத்துடன் கணவருக்கு "ஆர்" விகுதியையும் சேர்த்து சந்திரசேகரத்தாராக மகிமைப்படுத்தி விட்டார். அவள் தாயில்லாதவள். நல்லதுக்கும் கெட்டதுக்கும் மாமியார் வீடுதான். மூன்றாம் பிள்ளையின் பிரசவ வீட்டில் சாம்பசிவத்தார் கண்களை மூடினார். "பேத்தி பிறந்த ஜாதக பலன்" என்று அந்த நிகழ்ச்சிக்கு விவரணம் கூறிய ஊர்ச்சனம், "நெய்ப்பந்தம் பிடிப்பதற்கு ஒரு பேரன் இல்லையே" என்று ஒறுவாயையும் சுட்டிக்காட்டியது.

சாம்பசிவத்தாரின் மனைவி வலுத்த சீவன். ஆறாம் பிள்ளைப் பேறுக்காக பழக்க தோசத்திலேதான் வீட்டுக்கு சரஸ்வதியைக் கூட்டி வந்தார். அவளுடைய தாயாருக்கு இயலாத நிலை. பொடியன் பிறந்தான். அவனைத் தடுக்கிலே கண்டு களித்த நிலையிலே பெத்தாச்சிக் கிழவி மோசம் போனாள். ஆண்டு திவசத்திற்குப் பிறகு இந்த வீட்டை அவர் சரியாகப் பராமரிக்கவில்லை. பொடியனுக்கு இப்பொழுது வயது நாலு. "ஊமை" என்ற பட்டத்தைச் சுமக்கிறான். டாக்டர்கள் அவன் பெரிய "பேச்சாளனாக" விளங்குவான் என்று அபிப்பிராயப்படுகிறார்கள். அவைன் பற்றி வளர்ந்து வரும் விசாரமும் ஒரேயடியாக வீட்டோடு வந்து குடியேறுவதற்குக் காரணமாக அமைந்தது.

"மூத்தவன் இந்த கோர்சுதான் யூனிவேஸிடி என்றன்ஸ் எடுத்தவன். கூப்பிட்டிருக்கிறாங்களாலம். எடுபடுவன் எண்டுதானெணை சொல்லுறான்.." பூரணம் இன்னும் போகவில்லை. எல்லோரும் பேச்சிலே குந்திவிட்டார்கள்.

"என்னை எடுத்தவர்? என்ஜினியரிங்கோ?" சரஸ்வதி மூத்த பெண் திலகம் கேட்கிறாள். அவள் யாருடனும் சட்டென்று பழக்கம் பிடித்துக் கொள்ளுவாள்.

"இல்லை, புள்ளை டாக்குத்தர் படிப்புக்கும் போக வேணும் எண்டு இஞ்சினை சொல்லித் திரிஞ்சான்..." பூரணத்தின் குரலிலேய எவ்விதப் பெருமையும் மண்டவில்லை. புதிதாகச் சேர்ந்துள்ள பணத்தின் செருக்கு துளி கூட இல்லை.

சந்திரசேகரத்தார் மறுபக்கம் திரும்பிப் படுப்பதான அபிநயத்துடன் புரளுகின்றார். மனம் பூரணத்தைப் பற்றிய நினைவுகளிலே மொய்த்துச் சுவிக்கின்றது.

"கடையப்பக்காரியள்" என்று சாம்பசிவத்தார் சிந்திய சுடுசொற்கள் பூரணத்தின் தாயாரை வெகுவாகத் துன்புறுத்தியது. அன்று தொடக்கம் அவள் நாயாக அலைந்து, தன் மகளுக்குக் குடும்ப வாழ்க்கை ஒன்று குதரிச் செய்து விட்டாள். சின்ன வயது தொடக்கம் எல்வெட்டித் துறையாருடைய கடையிலே வேலை செய்த அநாதைப் பையன் சோமசுந்தரத்தைக் கைப்பிடித்த ராசி, அள்ளிக் கொடுத்தது. திருச்சி பீடிக் கொம்பனிக்கு ஏஜன்சி எடுத்து ஆரம்பமானது அவனுடைய தனி வியாபாரம். இன்று இங்கு ஒரு கடை, குருநாகலில் இரண்டு கடைகள், கொழும்பில் பீடிபக்டரி, கிளிநொச்சியில் வெள்ளாண்மைப் பூமி, ஐந்து லொறிகள் என்று செல்வம் பொங்கி வழிகின்றது. "புளியுருண்டை" வியாபாரமும் உண்டு என்று பேசிக் கொள்கிறார்கள். காகம் குந்தியே மாடு சாகப் போகுது? சென்ற ஆண்டு அவருக்கே ஜே.பி. பட்டமும் கிடைத்திருக்கிறது!

"ஓமெணை, அவர் யாவார விஷயமாத்தான் கொழும்புக்குப் போயிருக்கிறார். என்னதான் அள்ளிக் குவிச்சாலும் வீட்டுச் சோறுக்கும் தண்ணிக்கும் பொசிப்பில்லை. அந்தரிச்சை சீவியமெணை.."

"பூரணம் உண்மையிலை சீதேவிதான். இல்லாட்டில் என்னைக் கட்டிக் கொண்டுதானே கஷ்டப்பட்டிருப்பாள்? அவளுக்கு நாலும் கடுவன்கள். ஆசைக்குக் கூட ஒரு பெட்டையில்லை. அவளுக்கு எல்லாம் பெண்களாகப் பிறந்திருந்தாலும் கவலைய்யில்லை. தெறிச்சிப் பார்த்து நல்ல மாப்பிள்ளை எடுக்கிறதுக்கு வேண்டிய காசு இருக்கு. எனக்கு எல்லாம் பொடியன்களாகப் பிறந்தாலும் என்ன புண்ணியம்? சீனியரோடை நில், என்னைப் போலக் கிளாக்கராகு என்றுதானே சொல்லியிருப்பன்? இந்த வீடும் வளவும்! காடலைந்த முயலாட்டம் இந்த வளையை நாடி வந்திருக்கிறேன். சரஸ்வதி கொண்டு வந்ததுகள் சில ஈட்டிலை கிடக்கு. அதுகளை மீட்டாலும் கோமணத் துண்டளவிலை ஒரு வளவும், பேரளவுக்கு ஒரு வீடும் கட்டிக் குடுக்கத்தான் தேறும்... பத்து வருஷ சேர்விஸோட ஸ்பெஷல் கிரேடிற்குப் போகேக்கிள்ளை எல்லாத்தையும் வெட்டிப் புளக்கலாம் எண்டுதான் நினைச்சன். நான் கிளறிக்கல் சேர்விஸிலை சேர்ந்து கொட்டப்பெட்டிச் சம்பளத்தோடை சமாளித்தது போலேதான் நடக்குது. சரசுவுக்கு என்ன தெரியும்? பிள்ளையளுக்கு என்ன விளங்கப் போகுது? பாவம், அதுகளும் ஏதோ அந்தஸ்தைப் பற்றிப் பெரிசா நினைச்சுக் கொண்டிருக்குதுகள்..."

காதலின் மெல்லிய உணர்ச்சிகள் என்ற பழைய நினைவுகளை அசைபோட்ட சந்திரசேகரத்தார் புத்திபூர்வமான லோகாயுத விசாரணையில் இறங்கி மனத்தைப் புண்ணாக்கி அப்படியே தூங்கி விட்டார்.

விழித்த பொழுது, வள்ளிசாக ஒரு மணி நேரமாவது தாம் தூங்கி விட்டதை அவர் உணர்ந்தார். கை கால்களை அலம்பிக் கொண்டு தேநீர் குடிக்க வந்தமர்ந்தார். சரஸ்வதி ராசவெள்ளிக்கிழங்கைக் கொடுத்தாள். "யார் தந்தது?" என்று கேட்காமலேயே சாப்பிடத் தொடங்கினார்.

"பூரணத்தின் சுபாவத்தைப் போலவே கிழங்கும் இனிக்கிறது"

"கேட்டியளேய்யா... இண்டைக்கும் நாளைக்கும் உலை வைக்கக் கூடாதாம். நாளையண்டைக்குத்தான் நல்ல நாளாம்..."

"கொழும்பிலை இருந்த உமக்குமெணை உந்தப் பஞ்சாங்களங்களைப் பாக்க நல்லாத் தெரியுது போல..."

"பூரணக்காதான் சொன்னா. இண்டைக்கும் நாளைக்கும் தானே சமைச்சு அனுப்பப் போறது எண்டும் சொன்னாவு. நான் வேண்டாமெண்டு சொல்லவும் அவ கேக்கிறாவு இல்லை..."

"ஓமணை உனக்கும் இஞ்சை துடைச்சுக் கழுவத்தானே ரெண்டு நாளும் சரியாப் போகும்"

"பூரணமக்கா தங்கமான மனுஷி.. பொடியளும் அப்பிடித்தான்"

"நான் கொஞ்ச நேரம் நித்திரை கொள்ளுறத்துக்குள்ளை நீர் ஊருலகமெல்லாம் அறிஞ்சிட்டீர்" என்று சிரித்தபடி தேநீரைக் குடித்து முடித்தார்.

"நான் ஒருக்கா வேலி அடைக்கிற நாகப்பனைப் பார்த்திட்டு வாறன்"

பூரணம் முற்றத்தில் நின்று சிரிக்கிறாள். அவரும் பதிலுக்குச் சிரித்தார்.

“மனசார இவள் ஒரு மனுஷியுந்தான், ஒரு வடிவுந்தான்”

நாகப்பனும் சின்னவனும் வேலியடைக்கிறார்கள். கொல்லை வேலி சின்னன். விடியற்புறம் வந்தவர்கள் அதனை அடைத்து முடித்த பிறகுதான் சாப்பாட்டைப் பார்த்தார்கள்.

வெயில் ஏறத் தொடங்கியது. பூரணத்தின் வளவுப் பக்கத்து வேலி பிரிக்கப்பட்டது. அடைப்பு வேலை ஆரம்பமாகியது. சந்திரசேகரத்தார் கூட மாட நின்று வேலை செய்கிறார். “கட்டுக்கோத்துக்” கொடுக்கக் கூட ஓர் ஆண் பிள்ளை இல்லையே.

சோட்டைக்குப் பிறந்த பொடியன் பூரணத்தின் இடுப்பிலே குந்தியிருக்கிறான்.

“நடுவாலை ஒரு பொட்டு வைச்சு அடையுங்கோ. புள்ளை குட்டியள் போய் வரட்டும்” என்று பூரணம் சொல்லுகிறாள்.

அந்தப் பொட்டினை அடைத்து தன் மகனின் வாழ்வைக் காப்பாற்றுவதாக சாம்பசிவத்தார் நினைத்தார்.

பொட்டுகள் உறவுக்கான வாசல்கள். உறவுகளே... அன்று பூரணத்தின் அழகிலே அவர் மனம் அலைந்தது. இன்று அவளுடைய ஆளுமையிலே ஒரு கனவும் சுகமும் இருப்பதை உணர்கிறார். அந்தச் சுகத்தில் நெஞ்சிலை தைத்துச் சீழ் வைத்து விட்ட சிறாம்பை சந்திரசேகரத்தார் மெதுவாக இழுக்கிறார்.

இருபது வருடங்களுக்குப் பின்னர் “பொட்டு” ஒன்று விடப்பட்டு வேலி அடைக்கப்படுகின்றது.

073

சாந்தன்

நீக்கல்கள்

அவனுடைய வீட்டிலிருந்து ஆஸ்பத்திரிக்குப் போவதற்கு பஸ்ஸை நம்பிப் புண்ணியமில்லை. அது சமயத்தைப் பொறுத்தது. சில வேளைகளில், ஆலடிச் சந்திக்குப் போன கையோடேயே பஸ் கிடைத்து, அரைமணித்தியாலத்திற்குள் ஆளைப் பட்டணத்தில் கொண்டுபோயும் விட்டுவிடும். இன்னுஞ் சில வேளைகளில் அப்படித்தான் அதிகம் நேர்கிறது. பஸ்ஸைக் கண்ணாற் காண்பதே பெரிய பாடாகிவிடும். அப்படியான வேளைகளில், பட்டணம் போய்ச் சேர இரண்டல்ல மூன்று மணித்தியாலமுமாகும். சைக்கிள்தான் நம்பிக்கை. ஆகக்கூடியது, முக்கால் மணித் தியாலத்திற்குள் போய்ச் சேர்ந்து விடலாம். ஆனால் அதுவுங்கூட அரும்பொட்டு நேரம்...

வீட்டிலிருந்தே 'ஸ்பெஸிம'னை எடுத்துக் கொண்டு போக முடியாது. கொஞ்சம் முந்திப் பிந்தினால், இவ்வளவு பாடும் வீணாகிவிடும். "எப்படியும், எடுத்து நாற்பத்தைஞ்சு நிமிஷத்துக்குள்ளை குடுத்திட வேணும் இல்லாட்டி, நிச்சயமா ஒன்றும் சொல்ல ஏலாது." என்று விஜயன் நேற்றைக்கே சொல்லியிருந்தான். விஜயன் இவனுடைய வலு நெருங்கிய கூட்டாளி. டொக்டர். பெரிய ஆஸ்பத்திரியில் பட்டணத்தில்தான் இப்போது வேலை. அவனுடைய உதவியாலும், 'அட்வைஸா'லும்தான் இந்த விஷயம் சுலபமாக நடக்கப் போகிறது வீண்மினைக்கேடு, பரபரப்பு, ஆட்டபாட்டமில்லாமல்.

சைக்கிளிற்தான் போவது என்று தீர்மானிப்பதைத் தவிர வேறு வழியிருக்க முடியாது. 'ஸ்பெஸிம'னையும் அங்கு போய்த்தான் எடுத்தாக வேண்டியிருக்கிறது.

'ஸிப்' வைத்த காற்சட்டையையும், 'புஷ்ஷேர்ட்'டையும் முன்னேற்பாடாகவசதி கருதிப்போட்டுக் கொண்டான். விஜயன் தந்த ஆஸ்பத்திரிச் சிட்டையை ஞாபகமாக எடுத்துக்கொண்டாயிற்று. சைக்கிளைத் தள்ளிக்கொண்டு புறப்பட்டபோது, அவனுக்குள்ளே சாதுவான கூச்சமாய்த்தானிருந்தது. சும்மா, விஜயனைப் போய்ப் பார்த்துவிட்டு, அப்படியே பட்டணத்திற்குப் போய்விட்டு வருவதாகவே, மனைவியிடம் சொல்லியிருந்தான்.

அவளுக்கு இப்போது விபரஞ் சொல்லத் தேவையில்லை; இந்த 'டெஸ்'டின் முடிவைப் பார்த்துத் தேவையானதைப் பேசிக்கொள்ளலாம்.

அவளுக்கும் இவனுக்கும் கல்யாணமாகி, வருகிற சித்திரை இரண்டு வருடம். காதல் கல்யாணம்தான். அந்தக் காதல் காலத்திலேயே, இவன் கனக்கக் கற்பனைகள் பண்ணிக் கொண்டிருந்தான். நீண்ட காலத் திட்டங்கள், அழகிய ஓவியங்களாக நெஞ்சிற் பதிந்து உறைந்துபோன, அவள் நிறமும் விழிகளு, தன் தோற்றமும் முடியுமாக, இவனது விந்து இதுவரையில் முளைத்துத் தளிர்த்திருக்க வேண்டுமே அது நடக்கவில்லை என்பதை அவனாற் பொறுத்துக் கொள்ள முடியவில்லை...

திருப்பித் திருப்பிப் பரீட்சை எழுதிக் 'குண்டடிக்கிற' மாணவன் மாதிரி, மாதா மாதம் 'ரிசல்ட்'க்காக காத்திருந்து; ஆசை அவதியாய், ஏமாற்றத்தில் அடுத்தடுத்து முடிகிறபோது 'எங்கே வழுக்குகிறது' என்று புரியவில்லை. தானறிந்த மட்டில், தங்களிருவரிலும் எந்தக்கோளாறும் வெளிப்படை யாயில்லை என்பது தெரிந்தது. சராசரிக்குக் கொஞ்சம் மேலாயிருந்த உடற்கூற்று அறிவு, விஜயனிடம் போகத் தூண்டவே, போனான். "அதுதான் சரி; இப்பவே ஏதாவது செய்யிறதுதான் புத்தி. வயது போனால், பிறகு என்ன செய்தும் அவ்வளவு பலனிராது".. என்று, விஜயன் உற்சாகப்படுத்தினான். வழிமுறைகளும் அவ்வளவு சிக்கலாயில்லை.

"முதல்லே, உன்னை 'டெஸ்ட்' பண்ணுவம் அதிலை ஒரு கோளாறுமில்லை யெண்டா, பிறகு, அவவை ஒரு லேடி டொக்டரிட்டைக் கூட்டிக் கொண்டு போ..."

தன்னை எப்படிப் பரிசோதித்துக் கொள்ள வேண்டுமென்று அவன் அறிந்தபோது 'வலு சுகமான டெஸ்ட்' என்று தெரியவந்தது. எப்படி 'ஸ்பெஸிமன்' எடுக்கிறது என்பது புரியவில்லை. கேட்டான். அதற்கும் ஏதாவது முறை அல்லது கருவிகள் இருக்கக்கூடும்..

"நீதான் எடுத்துக் குடுக்கவேணும். 'டெஸ்ட் ரியூப்' தருவினம்" விஜயன் பயலின் முகத்தில், குறும்போ, சிரிப்போ மருந்துக்குக் கூட இல்லை!

'கவுன்ட'ரின் வெளியே நின்று மெல்லத் தட்டினான். யாரோ ஒருவர் ஆய்வுக்கூட உதவியாளராய்த்தானிருக்கும் வந்தார். விஜயன் தந்த சிட்டையை நீட்டினான். பெயர், வயது, என்ன பரிசோதனை எல்லாவிவரமும், அந்தத் துண்டில் விஜயன் தானே குறித்துக் கொடுத்திருந்தான்.

'டெஸ்ட் ரியூப்' இல்லை கிட்டத்தட்ட அதே அளவில், சுத்தமாகக் கழுவி பிளாஸ்டிக் மூடிபோட்ட, சிறிய போத்தல் ஒன்று கிடைத்தது.

ஏதோ ஒரு 'வார்ட்'டிலிருந்த விஜயனைத் தேடிப் போனான். "எங்கேயிருந்து எடுக்கப் போகிறாய்? 'குவார்ட'"ஸிலை, என் அறைக்குப் போனா, வசதியாயிருக்கும்...."

"அது சரியில்லை; நீயில்லாத நேரத்திலை, நான் அங்க தனியாய்ப் போறது அவ்வளவு நல்லாயிராது..."

"அப்ப, வேற என்ன செய்யிறது? இங்க உள்ள ஆஸ்பத்திரி 'லவெட்டிரி'யளை நம்பி உள்ளுக்குப் போகேலாது...." கொஞ்ச நேர யோசனைக்குப் பிறகு "இங்க வா" என்று சொல்லிக் கூட்டிப் போனான்.

ஓரிடத்தில் வரிசையாக நாலைந்து சின்னச்சின்ன அறைகளிலிருந்தன. தொங்கலிலிருந்த அறைக்கதவை விஜயன் மெல்லத் தள்ளினான். அது கக்கூஸ் அல்ல. ஆஸ்பத்திரி வேலையாட்கள் தட்டுமுட்டுக்களைப் போட்டு வைக்கிற அறை. இந்த வரிசை அறைகள் எல்லாமே அப்படித்தான் போலிருக்கிறது.

விஜயன் அறைக்கதவைத் தள்ளுகிறபோதே, ஒரு வேலையாள் பார்த்து விட்டான். அவசரமாக ஓடி வந்தான் உடம்பை வளைத்துக் கொண்டு; நின்ற இடத்திலேயே காற் செருப்பைக் கழற்றி விட்டு விட்டு. “ஐயா?” கேள்வியே வணங்கியது. இவனுக்கு அந்த ஆள் மேல் கோபமாக வந்தது; பரிதாபமாயுமிருந்தது.

விஜயன் கேட்டான். “இந்த ஐயா, ‘லாப்’பில் குடுக்கிறதுக்கு ஏதோ ‘ஸ்பெஸிமன்’ எடுக்க வேணுமாம்.

இதுக்குள்ளை துப்புரவாய் இருக்குதுதானே?....”

“ஆமாங்க, ஆமாங்க.. வடிவாப் போலாமுங்க”

“சரி; நீ போய் அந்தரப்படாம ஆறுதலா எடு.. எடுத்து ‘லாப்’பிலை குடுத்திட்டு வா”

நான் ‘வார்ட்’டிலை தானிருப்பன்...” விஜயன் இவனைப் பார்த்துச் சொல்லிவிட்டுத் திரும்பினான்.

“ஐயா பயப்படாமப் போலாமுங்க... உள்ள, நல்ல ‘கிளீ’’னா இருக்கு...” அந்த ஆளும் போய் விட்டான்.

கதவைத் தள்ளி உள்ளே போனான், இவன். மிகவுந் துப்புரவாய்த்தானிருந்தது. சிறிய அறை. ஐந்தடி அகலங்கூட இராது. அதில் அரைவாசி இடத்தை, சுவரிலேயே கட்டப்பட்டிருந்த ‘றாக்கைகள்’ பிடித்துக் கொண்டிருந்தன. ஒரு மூலையில் தண்ணீர்க் குழாய் இருந்தது.

‘நல்ல இடந்தான்’ என்று எண்ணிக் கொண்டே கதவை சாத்தினான். பூட்ட முடியாது போலிருந்தது. பூட்டுவதற்காகப் போடப்பட்டிருந்த கட்டை இறுகிக் கிடந்தது. நிலையில் கட்டியிருந்த கயிற்றுத் துண்டை இழுத்து, கதவில் அடித்திருந்த ஆணியில் இறுகச் சுற்றினான். ‘வெளியிலிருந்து தள்ளினாலும் திறவாது’ என்கிற நிச்சயம் வந்தபின் தான் உள்ளே வந்தான். காற்சட்டைப் பையிலிருந்த போத்தலை எடுத்துத் தட்டின் மேல் வைத்தபோது தான், ஜன்னல் கண்ணில் பட்டது. ஜன்னற் கதவின் மேல் பாதி,

கண்ணாடி!

அருகே போய் நின்று பார்த்தான். தன்னுடைய தலை எப்படியாவது வெளியே தெரியும் போலத்தானிருந்தது. பரவாயில்லை. தலை மட்டும்தானே’ என்கிற ஒரு நிம்மதி,

ஜன்னலுக்கூடாய்ப் பார்த்தால், ஆஸ்பத்திரியின் மற்ற கட்டடங்கள் உயர உயரமாய் நின்றன. எதிர்த்த கட்டடத்தின் மேல் மாடியில், வரிசையாக ஜன்னல்கள். நல்ல காலமாக அங்கு ஒருவரையும் காணவில்லை. அந்தக் கூட்டத்திற்கும் இந்த அறைக்கும் நடுவிலிருந்த முற்றத்தில் யாரோ போனார்கள். இந்தப் பக்கம் பார்க்கிறவராக எவருமில்லை.

இரண்டு மூன்று வருடங்களுக்கு மேலாகக் கை விட்டிருந்த பழக்கத்தில் இப்போது கை வைப்பது ஒரு மாதிரியாய்த்தான் இருந்தது. வளம் வராதது போல, சீனி போட்டுக் கோப்பி குடித்துப் பழகியவனுக்குக் கருப்பட்டியைக் கடித்துக்கொண்டு குடிக்கச் சொல்லிக் கொடுத்தாற் போலவும் இருந்தது. எப்படிச் சரிவரும் எவ்வளவு நேரம் எடுக்கும் என்று தெரியவில்லை.

கடிகாரத்தைப் பார்த்தான். மணி பத்தேகால். முடிந்தபின் எவ்வளவு நேரம் எடுத்திருக்கிறது என்று பார்க்க வேண்டும் என்று நினைத்துக் கொண்டான்.

மனம், எங்கெங்கோ ஓடிக் கொண்டிருந்தது. பதற்றம் வேறு. இந்தப் பதற்றத்துடன் மனதை ஒரு முகப்படுத்த முடியாமல், ஒன்றுஞ் செய்ய முடியாது என்பது அவனுக்குத் தெரியும். மனதை நிலைப்படுத்த முயன்றான். திருவிழா நாட்களில் கோவிலுக்குப் போய், சாமியைக் கும்பிட முயல்வது போல இருந்தது இந்த முயற்சி. தான் இப்போது செய்து கொண்டிருக்கிற வேலை, மனைவிக்குத் தெரிந்தால் என்ன நினைத்துக் கொள்வாள் என்ற நினைப்பு வந்தது.

பழைய 'ரெக்னிக்'குகள் ஒன்றுஞ் சரிவரவில்லை. சீனியுங் கருப்பட்டிருந்தான்.

முதற்கட்டமே இன்னம் முடியவில்லை.... வெளியே, யாரோ ஆர்ப்பாட்டமாகப் பேசிக் கொண்டு போனார்கள். இந்த அறையைத்தான் திறக்க வருகிறார்களோ என்று, ஒரு நிமிடம் பேசாமல் நின்றான். அந்தப் பரபரப்பில், இவ்வளவு நேரம் பட்ட பாடும் வீணாய்ப் போயிற்று. அவர்கள் இங்கு வரவில்லை குரல்கள் தாண்டிப் போய், நடைபாதையில் மங்கி மறைந்து போயின.

மீண்டும் முயன்று ஒரு நிலைக்கு வந்த பின் நேரத்தைப் பார்த்தபோது, இப்போதே பத்து நிமிடமாகி விட்டிருந்தது; 'கெதியாகச் செய்து முடிக்க வேணும்' என்கிற உறுதி மனதை நிலை நிறுத்த உதவியாயிருந்தது.

படிக்கிற காலத்தில், ஒத்த தோழர்களுக்குள் புழங்கிய 'தன் கையே தனக்குதவி' 'வெள்ளையனே வெளியேறு' என்கிற வசனங்களெல்லாம் அப்போதைய 'ரீன் ஏஜ்' அர்த்தங்களுடன் இப்போது நினைவில் வந்தன. இந்தப் பரபரப்பிலும் சிரிப்பு வந்தது.

"ஐயா.... உள்ளேதான் இருக்கிறீங்களா?...' என்கிற கேள்வி, இவனைத் திடுக்கிடச் செய்வது போல, இருந்தாற்போல் வெளியிலிருந்து வந்தது. அந்த ஆளாய்த்தானிருக்கும்.

சட்டென்று பாய்ந்து, கதவை அழுத்திப் பிடித்தபடி "ஓமோம் இன்னம் முடியேல்லை..."' என்றான். குரல் அடைக்க.

"சரிங்க, சரிங்க... ஐயா வெளியே போயிட்டீங்களோன்னு பாத்தேன்.. நீங்க இருங்க..."குரல் நகர்ந்தது... அவன் மேல் அசாத்தியக் கோபம் வந்தது, இவனுக்கு.

கதவடியிலிருந்து திரும்பி, மீண்டும் தன் இடத்திற்கு ஜன்னலடிக்கு வந்த போது, எதிர்த்த மாடி ஜன்னல்களில் ஆள் நடமாட்டந் தெரிந்ததை அவதானித்தான். ஒரே ஆத்திரமாய் வந்தது. யாரோ இரண்டு மூன்று பேர்,

அங்கே நின்று ஆறுதலாகப் பேசிக் கொண்டிருந்தார்கள். இந்தப் பக்கந் திரும்பவில்லைதான்; ஆனால் தற்செயலாகத் திரும்பினால், இவன் கட்டாயம் கண்ணிற்படுவான். சுவர்த் தட்டின் ஒரு மூலையில் மடங்கிப் போய்க்கிடந்த கடதாசி மட்டை கண்ணிற் பட்டது. எடுத்துத் தூசி தட்டி, விரித்துப் பார்த்த போது, ஜன்னலில் இவன் தலையை மறைக்கிற அளவுக்குச் சரிவரும் போலிருந்தது. வலு பாடுபட்டு, ஜன்னல் இடுக்குகளில் அதைச் சொருகி மறைக்கப் பார்த்தான். இதை விட்டு, போத்தலையும் வீசி எறிந்துவிட்டுப் போய்விட வேண்டுமென்கிற அவதி எழுந்தது. அடக்கிக் கொண்டான். கனவுகளின் தோல்வியை இனியும் பொறுக்க முடியாது.. இல்லாவிட்டாலும், காரணமாவது தெரிந்தாக வேண்டும்... ஒருபடியாக, மட்டையை ஜன்னலிற் பொருத்திய போது, அது அந்நேரத்தில் நிற்குமாப் போல நின்றது. ஒரு மூலையில் மட்டும் நீக்கல்.

பரவாயில்லை. வெளியில் இருந்து பார்ப்பவர்களுக்கு, நிச்சயமாக இவனைத் தெரியாது; ஆனால், இவனுக்கு வெளியே எல்லாந் தெரியும்.

நீக்கல் வழியே பார்த்தான்; அந்த மாடி ஜன்னல்களருகில் அப்போது நின்றவர்கள் இல்லை. இரண்டு 'நேர்ஸ்மார்', அவசரமாக நடந்து வருவது தெரிந்தது. ஒருத்தி, ஜன்னலை நெருங்கி வந்தாள். கையிலிருந்த ஏதோ காகிதங்களை விரித்து வெளிச்சப்படுகிற மாதிரிப் பிடித்து, அந்த இடத்திலேயே நின்று படிக்கலானாள். இவன் நேரத்தைப் பார்த்தான். இருபது நிமிடமாகிக் கொண்டிருந்தது.

வெளியே இருந்தவன், மீண்டுங் குரல் கொடுக்கலாம். விஜயன் கூட தேடி வந்தாலும் வரலாம்...

'டக்கென்று முடித்துவிட வேண்டும்' என்று திரும்பவும் நினைத்துக் கொண்ட போதிலேயே, அதைச் சுலபமாக முடித்துக் கொள்வதற்கான வழியும் அவன் மனதிற் பளிச்சிட்டது.

கடதாசி மட்டை நீக்கலூடாகப் பார்த்தான். அந்த 'நேர்ஸ்' இன்னமும் அங்கேதான் நின்று கொண்டிருந்தாள். 'அழகு' என்ற சொல் கிட்டவும் வராது. 'சாதாரணம்' என்று வேண்டுமானால் அதுவும் யோசித்து சொல்லலாம். கறுப்பு இளவயதுதான். உடற்கட்டை நிர்ணயிக்க முடியாதபடி, 'யூனிஃபோர்ம்' நின்றது. பாதகமில்லை.

அவள், தானறியாமலே இவனுக்கு உதவலானாள்.

இவன் வலு சுத்தமாக அவளுடைய 'யூனிஃபோர்ம்', தொப்பி, எல்லாவற்றையும் தன் மனதாலேயே கழற்றிவிட்டான்.

கற்பனைகள் கற்பிதங்கள் எல்லாம், அவள் நேருக்கு நேரேயே நின்றதால், நிதர்சனம் போலவே இவனை எழுப்பி, ஊக்கப்படுத்தின.....

உச்சத்தை நோக்கி விரைந்த கணங்கள்.

எல்லாம் முடிந்தபோது, 'அப்பாடா' என்றிருந்தது. கதவைத் திறந்து கொண்டு வெளியே வந்தபோது, அந்த நேர்ஸ் மீது பச்சாத்தாபமும் தன்னில் ஆத்திரமும் கொண்டான்.

074

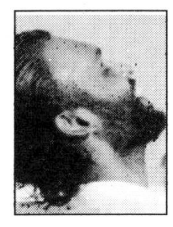

க.கலாமோகன்

மூன்று நகரங்களின் கதை

அப்பா இறந்துவிட்டார் யாழ்ப்பாணத்தில் காலையில் தான் தந்தி வந்தது. பாஸ் எடுத்து கொழும்பில் வந்து நிற்கும் உறவினர்களுடன் நான் உடனடியாகப் பேச வேண்டும் என்பதை தெரிவிக்கும் சிறு குறிப்பு: Contact Immediately. தந்தி கிடைக்குமுன் எழுதத் தொடங்கிய சிறுகதையின் பக்கங்கள் சில மேசையின் மீது அலங்கோலமாகக் கிடக்கின்றன. சிகரெட் ஒன்றைப் பற்றவைத்துக்கொண்டு கீழேயிறங்கி சிகரெட் விற்பனை நிலையமொன்றில் நுழைந்து சில ரெலிகாட்களை (பொதுத் தொலைபேசி நிலையத்திலிருந்து பேசுவதற்காக உபயோகிக்கப்படும் கார்ட்கள்) வாங்கிய பின், தொலைபேசிக் கூடமொன்றிற்குள் போய் கொழும்பிற்கு அடிக்கின்றேன்.

"சாப்பிடப் போய்விட்டார்கள். ஒரு மணித்தியாலம் கழித்து எடுங்கள். அவர்கள் வந்து விடுவார்கள்." என்று சொல்லப்பட்டது.

கூடத்தை விட்டு வெளியே வந்தபோது அப்பாவின் மரணம் ஏன் எனது விழிகளிலிருந்து கண்ணீரைக் கொட்ட வைக்கவில்லை என ஒரு தடவை கேட்டுக் கொண்டேன். எனது கண்ணீர்க் கடல் வற்றிவிட்டதோ? ஒருவேள அப்படியுமிருக்கலாம். பல இரவுகள் என்முன் படமாய் வந்து போயின. இந்த இரவுகளில் முகம் தெரியாத பலரிற்காக அழுதேன். இது அவர்கள் இறந்து விட்டார்கள் என்பதற்காக அல்ல. அவர்களது வாழ்வுகள் அநியாயமாகப் பறிக்கப்பட்டுவிட்டன என்பதற்காகவே. எனது கடல் இவர்களுக்காக அழுததில் வற்றிப்போய்விட்டது. அப்பா இயேசுநாதர் போல் புத்துயிர் பெற்று வந்தால் என்னிடம் ஏன் அழவில்லை என்று கேட்டுச் சுயவிமர்சனம் செய் என என்னை நிந்திப்பாரா? அவர் அப்படிப்பட்டவரல்ல என எனக்குள் ஒரு தடவை சொல்லிக் கொள்கிறேன்.

நான் இப்போது பாரீஸில் அகதியாக, பாதி உறவினர் கொழும்பிலும், மீதி யாழ்ப்பாணத்திலும். அருகே இருந்த bar ஒன்றிற்குள் புகுந்து ஒரு டெமி (பியர்) அடித்துவிட்டு மீண்டும் தொலைபேசிக் கூடத்திற்குள் புகுந்து கொழும்புக்கு அடிக்கின்றேன்.

“ராமசுந்தரம் வந்துவிட்டாரே?” இது நான்.

“ஓம். ஓம் லைனிலை நில்லுங்கோ, நான் அவரை கூப்பிட்டு விடுகிறேன்”

சில கணங்கள் காத்திருப்பை வெட்டும் வகையில், மறு முனையில் பெரியமாமாவின் குரல்.

“நீ ஏன் உடனை ரெலிபோன் எடுக்கேல்லை. நான் இங்கை வந்து ஒரு கிழமையாகுது”

“மாமா, உங்கடை தந்தி பிந்திதான் கிடைச்சுது. விஷயத்தை சொல்லுங்கோ, அப்பா என்னெண்டு செத்தவர்”

“அவருக்கு வருத்தமொண்டுமில்லை, சாப்பிட்டிட்டு விறாந்தைக்கு வந்தவர் திடீரெண்டு விழுந்தார். அப்படியே செத்துப்போட்டார். செத்த வீட்டாலை எங்களுக்கு கனக்கச் செலவு உடனை கொழும்புக்கு காசை அனுப்பிவை. நான் அதை அங்கை கொண்டு போய்க் கொடுக்கிறன். மாமி உன்னோடை கதைக்கப் போறாவாம். அவவிட்டைக் குடுக்கிறன் கதை”

ரெலிகாட் யூனிட்டுகள் முடிவுக்கு வந்ததால், அதனை இழுத்துவிட்டு இன்னொரு காட்டை நுழைக்கின்றேன். ஏற்கனவே நான்கு காட்டுகள் தின்னப்பட்டு விட்டன

“மாமி”

“தங்கச்சியை எப்ப உங்கை எடுக்கப் போறீர்?”

“எடுக்கத்தான் வேணும் ஆனா...”

“ஆனா வெண்டா....”

“என்னிட்டை இப்ப காசில்லை. வேலையிலையிருந்தும் நிப்பாட்டிப் போட்டாங்கள்...”

“நீர் இப்படி எவ்வளவு நாளைக்குத்தான் சொல்லிக் கொண்டிருக்கப் போகிறீர்

எப்பிடியும் அவவை உங்கை எடும். தம்பியும் (அவவின் மகன்) உங்கைதான் இருக்கிறான்.

அவன் உங்கை வந்து ஒரு வருஷம்தான். நாங்கள் எங்கடை கடன் எல்லாத்தையும் தீர்த்திட்டம். நாளைக்கு அவன் இங்கை 30 (முப்பது ஆயிரம் பிராங்) அனுப்பிறான்.

நீர் அவனிட்டைக் குடுத்தீரெண்டா அவன் தான் குடுத்தனுப்பிற கடையிலை குடுத்து அனுப்பி வைப்பான். உம்மடை தங்கச்சியின்ரை ஆளும் அங்கைதான் இருக்கு. அவரோட கதைச்சு எப்படியும் அவவை அங்கை எடுக்கிற வழியைக் கெதியாப்பாரும். மாமா உம்மோடை கதைக்கப் போறாராம். கதையும்“ றிஸீவர் மாமாவின் கரங்களுக்குச் செல்லும் சத்தம்,

தொலைவாகயிருந்த போதும் தெளிவாகவே எனது காதில் விழுகிறது.

“காசை உடனை அனுப்பிவை”

“ஓம்”

“அவவை உடனை அங்கை எடு”

“ஓம்”

“நாளைக்கு எனக்கு ரெலிபோன் எடு!”

“ஓம்”

தொடர்பு துண்டிக்கப்பட்டுவிட்டது. ஏதோ பிராங் மெத்தையில் சயனம் செய்பவனைப்போல அனைத்துக்கும் “ஓம்“ போட்டு விட்டேன். இந்த “ஓம்“கள் எல்லாம் உண்மையா எனக் கேட்டபடி றூம் கதவினை அண்மித்தபோது எனக்கு முன்னே மரணம் வந்தது.

மரணம், முன்பெல்லாம் மரணங்கள் என வரும்போது சோகம் வாழப்படும். பேசிய சமாதானமும், சமாதானம் பேசிய போரும் எனது உணர்வுகளுக்கு இருந்த உரிமைகளைக்கூட பறித்து எங்களையும் வேறு வாழும் பிணங்களாக்கிவிட்டதே. வாழ்விற்காக, மரணிக்காதவர்களையும் கொல்லும் வித்தையைக் கற்றுக்கொண்டிருக்கும் இன்னோர் உலகில் நாம். காசு, காசு, காசு, என்ற ஓலம் தான் மரண ஓலங்களையும் முந்தித் தலையை நீட்டுகிறது.

“ஓம்” போட்டவன் நான் தலைக்குமேலே வெள்ளம் போய்விட்டது. இனிச் சாண் போனால் என்ன முழம் போனால் என்ன என்ற திடகாத்திரத்தோடு கதவைத் திறந்தால் காலை வங்கியிலிருந்து வந்து என்னால் உடைக்கப்படாதிருந்த கடிதம் தனது அச்சுறுத்தும் விழிகளைக் காட்டுகிறது. எனது கணக்கிலிருந்த 300 பிராங்குகளையும் தின்று அதற்கு மேலும் தின்று விட்டேனாம். வேலையில்லாது இருக்கும் ஒருவர் இப்படி நடந்து கொள்வது வங்கிச் சட்டத்திற்கு முரணானதாம். எவ்வளவு விரைவில் நான் வங்கியின் பணிப்பாளரைச் சந்திக்க முடியுமோ அது நல்லதாம். இல்லையேல் “நீதிமன்ற நடவடிக்கை எடுக்கப்படும்“ என்ற மிகவும் நாகரிகமான குறிப்பு. முழமும் போனால் என்ன என்ற திடகாத்திரம் இருந்ததால் கடிதத்தைக் கிழித்து ஜன்னல் வழியாக எறிகின்றேன்.

இன்றிரவு நான் தூங்க வேண்டும். ஆனால் எப்படி? அதுவும் இவ்வளவு சுமைகளையும் தாங்கியபடி. எனது றூமிற்கு அருகிலுள்ள றூமில் இருப்பவன் ஒரு போர்த்துக்கல் தொழிலாளி. அவனிற்கு பிரெஞ்சு துண்டாகவே தெரியாது. ஆனால் ஒரு பிரெஞ்சுகாரிக்கு மூன்று பிள்ளைகளைக் கொடுத்துவிட்டான். இதற்கெல்லாம் பாஷை இடையூறாக இருக்கவில்லை. முடிவில் பிரெஞ்சுக்காரி அவனைத் துரத்திவிட்டாள். அவன் தனிக்கட்டை. தனக்குப் பிறகு மூன்று பிள்ளைகளையும் பார்த்து நான்கு வருடங்கள், என்னைக் கொண்டுதான் பிள்ளைகளுக்குக் கடிதம் எழுதுவான். பதில்கள் வரா. அவனோ, எனக்கூடாக சளைக்காமல் அவளுக்கும், பிள்ளைகளிற்கும் எழுதிக் கொண்டிருப்பான்.

காலை 4 மணிக்கு வேலைக்குப் போகுமுன் ஒரு பியர். மாலை 5 மணிக்குத் திரும்பி வந்தவுடன் வைனில் தொடங்கி விடுவான். எனது சுமையைக் குறைக்க ஏதாவது குடிக்க வேண்டும் போலிருந்தது. அவனிடம் ஏதாவது இருக்கும் என்ற நம்பிக்கையுடன் போய்க் கதவைத் தட்டுகின்றேன். திறந்தவனின் கையில் போத்தல். அதனைக் கண்டவுடன் எனது சுமையில் அரைவாசி உடனடியாகவே இறங்கியது.

"அது புதுசா வந்த வைன். திறம், குடி" கேட்காமலேயே, குறிப்புணர்ந்து உபசரித்தான். நான் மறுக்கவில்லை உபசரிப்பைத் தேடித்தானே நான் அங்கு போயிருந்தேன்.

"வடிவாக்குடி. இன்னும் மூன்று போத்தல் இருக்கு"

இருவரும் எமது சுமைகளை இறக்கி இன்னோர் உலகை வாழ வெளிக்கிட்டோம். ஏற்கனவே பொரித்து ஆறிப்போன சார்டின் மீன்களைச் சூடாக்கி என் முன் டேஸ்ட்டுக்காக வைத்தான்.

அப்பா மீண்டும் என் நினைவில் முன் வந்தார். தந்தியோடு வந்த கடிதங்கள் பொக்கற்றுக்குள் இருந்ததால் தைரியமாக அவற்றை எடுத்து உடைத்தேன். "நீ

ஒண்டுக்கும் யோசிக்காதை. நாங்கள் இப்படியொண்டு நடக்குமெண்டு கனவிலை கூட நினைக்கேல்லை மனதை திடமாக வைத்திரு" இந்தச் செய்திகள் எனக்கு ஒத்தடத்தைத் தந்த வேளையில் கடிதங்களில் வாழும் எதார்த்தமும், தொலைபேசிக்கூடாக வாழப்படும் எதார்த்தங்களும் ஒன்றா என ஒரு தடவை கேட்டுக்கொள்கின்றேன்.

இரண்டு பக்கங்களிலும் போலித்தனம் இல்லை. ஒரு வேளை அது என்னிடம்தான் உள்ளதோ? எது போலி? எது எதார்த்தம்? நான் வாழும் விதம் கூட எதார்த்தம்தான். என்னிடம் காசு இல்லை. காசு இருப்பது சிலரின் எதார்த்தமாக இருக்கும் போது என்னுடையதோ அதற்காகத் தவிண்டையடிப்பது. இன்று ஒருமையில் பேசும் பலர் நாளை என் நிலைக்குத் தள்ளப்படும்போது "பாரும், எம்மடை பாடு இப்படியிருக்கு" என்று பன்மையில் பேசுவார்கள். எது ஒருமை எது பன்மை என்பதை விளக்கிக் கொண்டதுதான் எனது இருதலைக்கொள்ளி எறும்பு நிலைக்குக் காரணம் என நான் ஒரு போதுமே சொல்லமாட்டேன்.

எனது ஒருமை பன்மைகளிற்கு எதிராகக் கிளர்ச்சி செய்து கொண்டிருக்கும் ஒன்று.

ஒருமைகள் பன்மைகளாகி, பன்மைகள் பன்மைகளாகாமல், இன்னொரு ஒருமையை வாழும் உலகில் நான். நான் மூன்று நகரங்களின் புத்திரன். எனது முதலாவது நகரம் யாழ்ப்பாணம். போர்த்துக்கல் நண்பனின் றூமைவிட்டு எனது றூமிற்கு வந்து கட்டிலில் களைப்புடன் விழும்போது இந்த முதலாவது நகரை நோக்கி எனது கால்கள் ஒரு தடவை ஓடுகின்றன.

தாழங்காய் பொறுக்கிய நாள்கள். ஊமைக்கடல் அடிக்கடி வற்றும். அதன் மீது கால் விரல்களால் கீறப்படும் ஓவியங்களைச் சூரியன் வந்து முத்தமிட்டுச் செல்வான்.

வளர்ந்தேன். வேலை கிடைத்தது கொழும்பிற்கு. பாஸ் எடுக்காமல் போனேன். கொழும்பு. இது எனது இரண்டாவது நகரம். மூன்று வருடங்களின் பின் அகதியாகி, முதலாவது நகரிற்கு, இரண்டு சூட்கேஸ் நிறையப் புத்தகங்களைச் சுமந்தபடி வந்தேன். வழியிலே என்னை மறித்த இளம் சிங்களச் சிப்பாய்கள் சூட்கேஸிற்குள் கிடந்த தமிழ்ப் புத்தகங்களைக் கண்டு "ஏன் நீ மஹாவம்சத்தை அவமதித்தாய்?" என விசாரணை ஏதும் செய்யவில்லை. முதலாவது நகரிற்கு வந்தபோது அங்கே நான் அகதி

முகாமிலிருந்த விஷயம் தெரியாமல் செத்தவீடு வேறு கொண்டாடப்பட்டிருந்தது. நான் இறந்து உயிர்த்தேன். ஒரு வேளை, யேசுவைப் போல் நானும் மீள உயிர்த்தவனோ? "பரமண்டலத்திலிருக்கும் பிதாவே எனது பாவங்களை அர்ச்சி" ஊரிலுள்ள அனைத்துக் கோவில்களிலும் என் பேரால் அர்ச்சனைகள், பூஜைகள் என்பன செய்யப்பட்டன. நான் மறுஜென்மம் பெற்றுவிட்டேன் என்பதற்காகத்தான்.

"நீ எங்களுக்கு உழைச்சுத்தர வேணாம். ஆனா கொழும்புக்கு மட்டும் திரும்பிப் போகாதை"

வீடு, இப்படி என்னிடம் கெஞ்சிக் கூத்தாடியபோது கொழும்பு வீதிகளில் வாள்களோடு நின்று குங்குமப் பொட்டிட்டவர்களையும் காதில துவாரங்களைக் கொண்டிருந்தவர்களையும் தேடிய அப்பாவிச் சிங்களக் காடையர்கள் மத்தியிலிருந்து எனது உடலைப் பௌவுத்திரமாகக் காத்த குணசேனாவின் நினைவு வந்தது. அவனும் ஒரு அப்பாவிதான். அப்பாவிகள் வாள்களை தூக்க தூண்டுதலாக இருந்தது எது என்பதை என்னைப் போலவே புரிந்து கொண்டவன். யாழ்ப்பாணம் இங்கு எவ்வளவு நாள்கள் தான் வாழ்வது! இது மட்டுமென்ன நகரங்களே இல்லாத நகரா?

வீட்டின் மன்றாட்டம், முடிவில் "வெளிநாடு போ!" என்று என்னைத் துரத்துவதில் வந்து நின்றபோது வியப்படைந்தேன். வெளிநாடு போவதா? எப்படி? நிறையக் காசு வேண்டுமே!

"போறதெண்டது சின்ன விஷயமே காசுக்கு எங்கை போறது?" இது நான்.

பதில் உடனடியாகக் கிடைக்கவில்லை. ஆனால் என்னை வெளிநாட்டிற்கு அனுப்பி வைத்துவிட்டார்கள். நான் தப்பிவிட்டேன்.

உடல். எனது உடல். காசினால் காக்கப்பட்ட உடல். எனது உடல். கடல் கடந்து அகதியாகிவிட்ட உடல். மூன்றாவது நகரில் நான் இப்போது அகதி. முதலாவது நகரிலோ அகதிப் பெருமை கிட்டாமல் எத்தனையோ உடல்கள் மண்ணிடை மண்ணாய்ப் புதைந்த வண்ணம். தப்புதல், கருத்துடனோ கட்சியுடனோ கடவுளுடனோ சம்பந்தப்பட்ட விஷயமில்ல. காசுடன் சம்பந்தப்பட்டது என்பதை மூன்றாவது நகரில் காலடி எடுத்து வைத்த முதல் நாளிலேயே புரிந்துகொண்டேன். எனது மூன்றாவது நகரம் பாரீஸ்.

நான் மூன்று நகரங்களிற்கிடையே சிக்கிக் கிடக்கும் ஒரு புத்திரன். யாழ்ப்பாண போஸ் ஓபிஸ் முத்திரை குத்தப் பெற்று கடிதங்கள் வருவது நின்றுவிட்டது. கடிதங்கள் சுற்றி வளைந்து வரும். அதுவும் கொழும்பு முத்திரை குத்தப்பட்டு வரும் கடிதங்களில் இப்படியொரு குறிப்பு இருக்கும். "உடனடியாக இந்த நம்பருக்கு எடு"

என்னிடமோ ரெலிகாட் வாங்கக்கூட காசில்லை. இப்படியெனில் எப்படித் தொலைபேசியிலாவது வாழ முடியும்?

போனவாரம் எனது பிரெஞ்சுச் சிநேகிதியைச் சந்தித்தபோது, தனது பிறந்த தினத்திற்கு ஒரு புத்தகத்தில் சில கவிதை வரிகளையாவது அன்பளிப்புச் செய்திருக்கலாமே என முகத்தைச் சுழித்தாள். நான் அனைத்து நாடுகளுக்கும் அனைத்து மனிதர்கட்கும் அந்நியமான, என்னைத் தமது வீடுகளிற்கு

வாவென நண்பர்கள் எனப்படுவோர் அழைக்கும்போது "ஓம் வருகின்றேன்." என வாக்குறுதி கொடுத்துவிட்டுப் போகாது விடுக்கின்றேன். போனால்கூட எனது பொருளாதார நிலையை விளங்கிக்கொள்ளாமல் "அப்ப, உம்முடைய றூமுக்கு எப்ப வாறது..." எனக் கேட்டு விடுவார்களோ என்ற அச்சத்தினால்தான். எனக்கு வீடு இல்லை. நான் தூங்குமிடங்கள் எனது வீடுகளுமில்லை.

வீடு என்பது அவசியமா என்ற விசாரணைக்குள் நான். சில வேளைகளில் இந்த மூன்று நகரங்களையும் தாண்டி வீடுகளும் மனிதர்களும் இல்லாத நான்காவது நகரம் ஒன்று இருக்குமாயின் அங்கே போனால் என்ன என்று என்னிடம் கேட்டுக் கொள்வதுண்டு.

பெரியமாமா கேட்டுக்கொண்டபடி மறுநாள், நான் போன் பண்ணவில்லை. தூங்கி விழித்து, மீண்டும் சில தினங்கள் தூங்கி, விழித்து ஒரு காலையில் எழுந்து பாரிஸிலிருக்கும் எனது ஒன்றுவிட்ட தம்பிக்கு போன் பண்ணுகின்றேன்.

"உங்கடை மாமா கொழும்பில வந்து நிற்கிறார். உங்களோடை பேச வேணுமாம். உடனடியாக எடுங்கோ!"

"எந்த மாமா?"

"வேலு மாமா"

இவர் பெரிய மாமாவோ, சிறிய மாமாவோ அல்ல, இன்னொரு மாமா. ஒன்றுவிட்ட தம்பி தந்த இலக்கணத்தை எழுதிவிட்டு சொற்ப யூனிட்டுகளுடன் எஞ்சிக்கிடந்த ரெலிக்காட்டின் துணையுடன் கொழும்பிற்கு அடிக்கிறேன். வேலு மாமா பேசுகின்றார்.

"மருமோன் உம்மடை பெரிய மாமா கொழும்பிலையிருந்து யாழ்ப்பாணத்திற்குப் போயிட்டார். நீர் திரும்பவும் போன் எடுக்கிற தெண்டு சொல்லீட்டு எடுக்காமல் விட்டிட்டீர்" எண்டு குறையாச் சொன்னவர். "ஓம் மாமா. நீங்கள் சொல்லிறது சரி. என்னிட்டைக் காசு வசதியில்லை. அதாலைதான் கொழும்புக்குத் திரும்பவும் அடிக்கேல்லை. இங்கையிருந்து கொழும்புக்கு அடிக்கிறதெண்டா சரியான செலவு"

"ஓம் மருமோன். எனக்கு விளங்குது. எங்களுக்கு இங்கை கஷ்டம் இருக்கிறதைப் போல உமக்கும் அங்கை கஷ்டம் இருக்கும் தானே. எதுக்கும் கொஞ்சக் காசெண்டாலும் அனுப்பி வையும். நான் யாழ்ப்பாணத்திற்குப் போய் விஷயத்தை வடிவா விளங்கப்படுத்திறன்"

"நீங்கள் எப்ப அங்கை திரும்புவியள்"

"5000 ரூபா குடுத்துப் பாஸ் எடுத்தனான். அடிக்கடி பாஸ் எடுத்துக்கொண்டு கொழும்புக்கு வர என்னிட்டை வசதியில்லை. இங்கை கொஞ்ச அலுவல்கள் இருக்கு. அதுகளை முடிச்சிட்டுப் போக இன்னும் ஏழெட்டு நாளாகும்."

மாமாவுடன் தொடர்ந்து பேச வேண்டும் போல எனக்கு ஆசையாக இருக்கின்றது. அதற்குள் ரெலிக்காட்டினுள் இருந்த கடைசி யூனிட் ஒரு கிக்கீ போட்டுவிட்டுத் தனது இறுதி மூச்சை விடுகின்றது. சோகத்துடன் றூம் திரும்புகின்றேன்.

1992

075

ஆர். சூடாமணி

அந்நியர்கள்

"வா... வா..." என்பதற்கு மேல் ஏதும் சொல்ல முடியவில்லை, மகிழ்ச்சி வாயை அடைத்து மூச்சுத் திணற வைத்தது. பார்வையும் புன்சிரிப்புமே பேசின.

"ஹலோ ஸவி, என்ன ப்ளெசண்ட் ஸர்ப்ரைஸ்; நீ ஸ்டேஷனுக்கு வருவேன்னு நான் எதிர்பார்க்கலே" என்று முகமலர்ச்சியுடன் கூறியவாறு ஸௌம்யா அவளிடம் விரைந்து வந்தாள்.

"எவ்வளவு வருஷம் ஆச்சிடி நாம சந்திச்சு! என்னை நீ ஸ்டேஷனில் எதிர்பார்க்கலேன்னா உன்னை மன்னிக்க முடியாது" என்றாள் ஸவிதா.

ஸௌம்யா சிரித்தாள். "அப்பாடா! நீ இப்படிப் பேசினால்தான் எனக்கு வீட்டுக்கு வந்தமாதிரி இருக்கு."

இரண்டு நிமிஷங்கள் வரையில் மௌனமுகங்களாய்ச் சகோதரிகள் எதிரெதிரே நின்றார்கள்;

பேச்சுக்கு அவசியமற்ற அர்த்தமயமான, இதயமயமான நிமிஷங்கள். சாமான்களுடன் சென்ட்ரல் ரெயில் நிலையத்திலிருந்து வெளிவந்து டாக்சியில் ஏறிக் கஸ்தூரிபா நகர் வந்து சேரும் வரை பரஸ்பரம், "எப்படியிருக்கே? உங்காத்துக்காரர், குழந்தைகளெல்லாம் சௌக்கியமா?" என்பதற்குமேல் உரையாடவே இல்லை. டாக்ஸியில் அவ்வளவு இடம் இருந்தபோது தம்மையறியாமல் நெருக்கமாய் ஒட்டி உட்கார்ந்த செயல் ஒன்றே எல்லாமாய்ப் பொலிந்தது.

ஸவிதாவின் கணவர் மைத்துனியை வரவேற்றுக் குசலம் விசாரித்த பின், "நீ வரது நிச்சயமானதிலேருந்து உன் அக்காவுக்குத் தரையிலே கால் நிக்கலே!" என்று சிரித்தார்.

ஸௌம்யாவின் பார்வை சகோதரியிடம் சென்றது. மீண்டும் மௌனத்தில் ஒரு பாலம், புன்னகையில் மின்னும் ஆந்தரிகம்.

"இத்தனை வருஷம் ஆனாப்பலேயே தோணலே. ஸவி தலை கொஞ்சம் நரைக்க ஆரம்பிச்சிருக்கு. வேறெதும் வித்தியாசமில்லே" என்றாள்.

நரை! ஸவிதா லேசாய்ச் சிரித்துக் கொண்டாள். 'காலம் செய்யக் கூடியதெல்லாம் அவ்வளவுதான். பாவம் வருஷங்கள்!' என்று சொல்வதுபோல் இருந்தது. அந்தச் சிரிப்பு.

பிரிந்திருந்த காலமெல்லாம் இந்தச் சந்திப்பில் ரத்தாகிவிட்டது. பரஸ்பரம் பாசமுள்ளவர்கள் எத்தனை ஆண்டுகளுக்குப் பின் ஒன்று சேர்ந்தாலும் எவ்வளவு எளிதாய்த் தொடர்ச்சியை மேற்கொண்டுவிட முடிகிறது! ஸௌம்யா சொன்னதுபோல், இத்தனை வருஷங்கள் ஆனதாகவே தெரியவில்லை. மனத்தளவில் அவர்களுள் வித்தியாசம் ஏது? எனவே பதினோரு ஆண்டுகளின் இடைவெளி கணப்போதில் தூர்ந்து விட்டது. பிரிவே இல்லாமல் எப்போதும் இப்படியே தாங்கள் இருவரும் ஒன்றாய் வாழ்ந்து கொண்டிருந்தது போலவே தோன்றியது.

விதவைத் தாய் இறந்தபோதுதான் அவர்கள் கடைசியாகச் சந்தித்தார்கள். அந்தச் சூழ்நிலையே வேறு. வெவ்வேறு இடங்களிலிருந்து பறந்து வந்து ஒன்று சேர்ந்ததெல்லாம் ஒரு துக்கத்தில் பங்கு கொள்ள. அப்போது நிலவிய நெருக்கமும் ஒருமையும் அந்தத் துக்கத்தின் அம்சங்கள். பேச்செல்லாம் அம்மாவும் அவள் இறுதியின் விவரங்களுந்தான். காரியங்கள் முடிந்தபின் அவரவர்களின் இடத்துக்குத் திரும்பி விட்டார்கள்.

அதன்பின் இப்போதுதான் உண்மையான நெருக்கம். சிறிது காலமாக ஒருவித ரத்தச் சோகையால் பலவீனமுற்றிருந்த ஸௌம்யாவை அவள் கணவர், ஸவிதா குடும்பத்தினரின் அழைப்பின்பேரில், தாமும் குழந்தைகளும் வீட்டைக் கவனித்துக் கொள்வதாய்ச் சொல்லிவிட்டு ஒரு மாறுதலுக்காக அவளுடைய அக்காவிடம் பம்பாயிலிருந்து அனுப்பிவைத்தார்.

இப்போது சென்ற காலத்தைச் சகோதரியர் இருவருமாய் மீண்டும் பிடித்துக்கொண்டு வந்துவிட்டாற்போல் இருந்தது. முதல்நாளின் மௌனத்துக்குப் பிறகு ஆந்தரிகமும் தோழைமையும் பேச்சில் உடைப்பெடுத்துக் கொண்டன. "அக்காவுக்கும் தங்கைக்கும் பேசி மாளாது போலிருக்கே!" என்று ஸவிதாவின் கணவர் பரிகசிப்பார். அவள் மக்கள் கிண்டலாய்ச் சிரிப்பார்கள். அது ஒன்றுமே ஸவிதாவுக்கு உரைக்கவில்லை. பேச்சு என்றால் அதில் தொடர்ச்சி கிடையாது. அல்லது, அத்தொடர்ச்சி தனி வகைப்பட்டது

ஒருநாள் பேசியிருந்த விஷயத்தைப் பற்றி அடுத்த நாளோ மூன்றாம் நாளோ வேறொரு சந்தர்ப்பத்தினிடையே திடீரென்று, "அதுக்காகத்தான் நான் சொல்றேன்..." என்று தொடரும்போது இழைகள் இயல்பாய்க் கலந்துகொள்ளும். அவர்களுக்குத் தொடர்ச்சி விளங்கிவிடும். மேலே தெரியும் சிறு பகுதியைவிடப் பன்மடங்கு பெரிய அளவு நீரின் கீழே மறைந்திருக்கும் பனிப்பாறையைப் போல் இருந்தது உடன்பிறப்பின் பந்தம்;

வெளியே தலை நீட்டும் சிறு தெறிப்புகளுக்கு ஆதாரமாய் அடியில் பிரம்மாண்டமான புரிந்து கொள்ளல்.

மற்றவர்களுக்கு உறைப்புச் சமையலைப் பரிமாறிவிட்டுத் தானும் தங்கையும் மட்டும் காரமில்லாத சாம்பாரை உட்கொள்ளும்போது அந்த ஒத்த ருசி இன்னும் ஆழ்ந்த ஒற்றுமைகளின் சிறு அடையாளமாய்த் தோன்றியது. அவ்விருவருக்கும் காபியில் ஒரே அளவு இனிப்பு வேண்டும். இருவருக்கும்

அகலக் கரை போட்ட புடைவைதான் பிடிக்கும். மாலை உலாவலைவிட விடியற்காலையில் நடந்துவிட்டு வருவதில்தான் இருவருக்கும் அதிக இஷ்டம். உறக்கத்தினிடை இரவு இரண்டு மணிக்குச் சிறிது நேரம் கண்விழித்து நீர் அருந்திவிட்டு, மறுபடி தூங்கப் போகும் வழக்கம் இருவருக்கும் பொது. இப்படி எத்தனையோ! ஒரே வேரில் பிறந்த சின்னச் சின்ன இணக்கங்கள். ஒவ்வொன்றுமே ஒவ்வோர் இனிமை. ஸவிதா நாற்பது வயதாகப் போகிறது. ஸௌம்யா அவளைவிட மூன்றரை வயது இளையவள்.

ஆனால் அந்த இனிமைக்குச் சிரஞ்சீவி யௌவனம். ஏனென்றால் அவர்கள் இருவரும் ஒன்று. வைத்தியமும் நடந்தது, ஒரு கடமையைப் போல.

ஸவிதா சகோதரியை உற்றுப் பார்த்தாள். "உனக்கு ரத்தம் கொஞ்சம் ஊறியிருக்குன்னு நினைக்கிறேன். முகம் அத்தனை வெளிறினாப்பல இல்லே."

"உன் கைபாகந்தான்! இல்லேன்னா பம்பாயில் பார்க்காத வைத்தியமா?" என்று ஸௌம்யா சிரித்தாள்.

தயிரில் ஊறவைத்துச் சர்க்கரை சேர்த்த வற்றலை ஸ்பூனால் எடுத்துச் சாப்பிட்டவாறு இருவரும் உட்கார்ந்து பேசிக் கொண்டிருந்தார்கள். அந்த டிபன் அவர்கள் பிறந்தகத்தில் பழக்கம்.

"இங்கே யாருக்கும் இது பிடிக்கிறதில்லே. இப்போதுதான் எனக்கு ஜோடியாய்ச் சாப்பிட நீ வந்திருக்கே" என்று கூறி மகிழ்ச்சியுடன் தயாரித்திருந்தாள் ஸவிதா.

மாலை நாலரை மணி இருக்கும். ஸவிதாவின் மூத்த மகன் பத்தொன்பது வயதான ராஜூ, எம்.எஸ்.ஸி. முதல் ஆண்டு மாணவன், கல்லூரியிலிருந்து திரும்பி வந்தான்.

"அம்மா, நாளைக்கு எங்க காலேஜில் எம்.எஸ்.ஸி. முடிச்சுட்டுப்போற ஸ்டூடண்ட்ஸுக்கெல்லாம் 'ப்ரேக் அப்' பார்ட்டி நடக்கிறது.நான் நாளைக்குச் சாயங்காலம் வீட்டுக்கு வரமாட்டேன். ராத்திரி தங்கிட்டு அடுத்த நாள்தான் வருவேன்" என்றான்.

"சரி" என்றாள் ஸவிதா. ஸௌம்யா அவனை ஏறிட்டுப் பார்த்தாள்.

"நீ முதல் வருஷ ஸ்டூடண்ட்தானே ராஜூ? ஓவர்நைட் இருந்துதான் ஆகணுமா?"

"ஆகணும்னு ஒண்ணுமில்லே சித்தி. ஆனா எனக்கு ஆசையாயிருக்கு. என் ஃப்ரெண்ட்ஸ் ரொம்பப் பேர் இருக்கப் போறா."

அவன் அங்கிருந்து சென்றபின் ஸௌம்யா, "இதையெல்லாம் அத்திம்பேர் அனுமதிக்கிறாரா ஸவி?" என்றாள்.

"ஆமாம்."

"நீயும் வேணாம்னு சொல்றதில்லையா?"

"எதுக்குச் சொல்லணும்?"

"இப்படியெல்லாம் வீட்டை விட்டு வெளியே தங்க ஆரம்பிச்சுதான் இந்தநாள் பசங்க எல்லா வழக்கங்களையும் கத்துக்கறா. இல்லையா? சுருட்டு,

கஞ்சா, குடி அப்புறம் கோஎட் வேற.. நான் இப்ப ராஜூவை ஏதும் பர்சனலாய்ச் சொல்லலே."

"புரிகிறது ஸௌமி. ஆனா காலம் மாறரதை நாம் தடுத்து நிறுத்திட முடியுமா?"

"குழந்தைகளை நாம் தடுத்துக் காப்பாத்தலாமே?"

"உலகம்னா இப்படியெல்லாம் இருக்குன்னு தெரிஞ்சுண்டுதான் இந்த நாள் பசங்க வாழ்ந்தாகணும். அதுக்குமேல ஒழுங்காகவோ ஒழுக்கங்கெட்டோ நடந்துக்கறது அவா கையில இருக்கு."

"பெரியவாளுடைய கன்ட்ரோலே அவசியம் இல்லைங்கறயா?"

"கன்ட்ரோல் பண்ணினா இன்னும் பிச்சுண்டு கிளம்பும், அவ்வளவுதான்."

"குழந்தைகளுக்கு உதவி தேவை. அப்பா அம்மா வேற எதுக்குத்தான் இருக்கா?"

"தங்களுடைய அன்பு என்னிக்கும் அவாளுக்காகத் திறந்தே இருக்கும்னு குழந்தைகளுக்குக் காட்டத்தான். வேறு எப்படி உதவ முடியும்?"

சிறிது நேரம் இருவரும் பேசவில்லை. ஒரே சீராய்ப் போய்க் கொண்டிருந்த ஒன்றில் சிறு இடறலுணர்வா? ஸௌம்யா தன் டிபன் தட்டை மேஜைமேல் வைத்தாள். வற்றல் இன்னும் மீதம் இருந்தது. ஸவிதா கண நேரம் அமைதி இழந்தாள். பிறகு கையை நீட்டித் தங்கையின் கையை மெல்லப் பற்றி அமுக்கினாள்.

"இதைப் பற்றிக் கவலைப்படாதே ஸௌமி. அடிபட்டுக்காமல் யாரும் வளர முடியாது. குழந்தைகளைப் பொத்திப் பொத்தி வைச்சுக்க முடியுமா? முதல்லே, அவ அதை ஏத்துப்பாளா? சொல்லு. போகட்டும், புதுசா ஒரு ஹிந்திப்படம் வந்திருக்கே, போகலாமா? நீ அதை ஏற்கனவே பம்பாயில் பார்த்துட்டியா?"

"இன்னும் பார்க்கலே, போகலாம்."

புதிய திரைப்படத்தைப் பார்த்துவிட்டு வந்த அன்று சகோதரிகள் வெகுநேரம் அதைப் பற்றி விவாதித்தார்கள். ஸௌம்யாவுக்குப் படம் பிடிக்கவில்லை. "இப்படிப் பச்சையாய் எடுத்தால்தான் நல்ல படம்னு அர்த்தமா? இப்போதெல்லாம் சினிமா, இலக்கியம் எல்லாத்திலேயும் இந்தப் பச்சைத்தனம் ரொம்ப அதிகமாகி அசிங்கமாயிண்டு வரது. உனக்கு அப்படித் தோணலே?" என்றாள்.

"நாம அசிங்கத்தை விட்டுட்டு அதிலெல்லாம் இருக்கக்கூடிய கதை, கலை முதலான நல்ல அம்சங்களை மட்டும் எடுத்துண்டு ரசிப்போம்."

"முதல்லே விஷத்தைக் கொட்டுவானேன்? அப்புறம் அதில் நல்லது எங்கேன்னு தேடிண்டிருப்பானேன்? தும்பை விட்டுட்டு வாலைப் பிடிக்கிற சமாசாரந்தான்."

அன்று இரவு ஸௌம்யா தன் பெட்டியிலிருந்து இரண்டு ஆங்கில சஞ் சிகைகளை எடுத்துக் குறிப்பிட்ட பக்கங்களில் திருப்பிச் சகோதரியிடம் கொடுத்தாள்.

ஸவிதாவின் கண்கள் விரிந்தன. "அட, உன் பேர் போட்டிருக்கே! கதையா? நீ கதை கூட எழுதறியா! எப்பலேருந்து? எனக்குச் சொல்லவே இல்லையே?"

"வெக்கமாயிருந்தது. மெள்ளச் சொல்லிட்டுக் காட்டலாம்ன்னுதான் எடுத்துண்டு வந்தேன். இப்போ ஒரு வருஷமாய்த்தான். எப்பவானும், சும்மா ஆசைக்கு படிச்சுப் பாரேன்."

படித்ததும் ஸவிதாவுக்கு உற்சாகம் தாங்கவில்லை.

"ரொம்ப அருமையாய் எழுதியிருக்கே ஸௌமி! நீ காலேஜில் இங்கிலீஷ்லே மெடலிஸ்ட்னு ஒவ்வொரு வரியும் சொல்றது. அற்புதமான நடை."

"நடை கிடக்கட்டும். விஷயம் எப்படி?"

ஸவிதா ஒரு கணம் தயங்கினாள். பிறகு, "நல்ல கதைதான், ஆனா... நவீன ஃபேரி டேல்ஸ் மாதிரி இருக்கு" என்றாள்.

"நம்மைச் சுத்தி எங்கே பார்த்தாலும் ஆபாசமும் பயங்கரமும் இருக்கறதனால எழுத்திலேயாவது நல்லதையும் தூய்மையையும் காட்டணுங்கிறது என் லட்சியம்."

இருவரும் மௌனமானார்கள். அந்த மௌனம் ஸவிதாவின் நெஞ்சில் உறுத்தியது. மறுநாள் அதிகாலை ஐந்து மணிக்கு வழக்கம்போல் தங்கையுடன் அடையாறு பாலம் வரை நடந்து உலாவிவிட்டு வந்த பிறகுதான் அந்த உறுத்தல் மறைந்தது. அப்பாடா! எல்லாம் முன்புபோல ஆகிவிட்டது.

ஒன்பது மணிக்கு நூலகத்திலிருந்து சேவகன் புதிய வாராந்தரப் புத்தகங்களைக் கொண்டுவந்து கொடுத்துவிட்டுப் பழையவற்றை வாங்கிக்கொண்டு போனான். ஸௌம்யா புதிய புத்தகங்களை எடுத்துப் பார்த்தாள். இரண்டில் மெலிதாயிருந்ததன் தலைப்பையும் ஆசிரியர் பெயரையும் கண்டதும், "ஓ இந்தப் புஸ்தகமா? நான் படிச்சிருக்கேன். ஸவி, நீ இதை அவசியம் படி. உனக்கு ரொம்பப் பிடிக்கும்" என்று சொல்லிவிட்டுச் சிரித்தாள்.

ஸவிதா அப்புத்தகத்தைப் படித்து முடித்தபின் வெகுநேரம் அசையாமல் உட்கார்ந்திருந்தாள். எவ்விதமான இலக்கியத் தரமோ மானிட ரீதியான வெளிச்சமோ இல்லாத வெறும் மஞ்சள் குப்பை அந்த நூல். இதையா அவளுக்குப் பிடிக்கும் என்றாள் ஸௌம்யா?

அவள் சொன்னதிலிருந்தெல்லாம் ஸௌம்யா புரிந்து கொண்டது அவ்வளவுதானா?

"ஈராஸ் தியேட்டரில் வர ஒவ்வொரு தமிழ்ப்படத்துக்கும் அவளை அழைச்சுண்டு போயிடறியே. ஸௌமி மேலே உனக்கு என்ன கோபம்?" என்றார் அவள் கணவர்.

"பம்பாயில் அவளுக்கு அடிக்கடி பார்க்க முடியாதது தமிழ்ச் சினிமா தானே? அவள் இஷ்டப்பட்டுத்தான் நாங்க போறோம். இல்லையா ஸௌமி?"

"ஓரா" என்றாள் ஸௌம்யா. மற்றவர்கள் அர்த்தம் புரியாமல் விழித்தபோது ஸவிதாவுக்கு மட்டும் மகிழ்ச்சியாக இருந்தது. சிறுமிப் பருவத்தில் அவ்விருவரும் பெரியவர்களுக்குப் புரியாமல் தமக்குள் பேசிக்கொள்ள ஒரு ரகசிய மொழியை

உருவாக்கியிருந்தார்கள். அவர்களாக ஏற்படுத்தும் பதங்களுக்கும் ஒலிச்சேர்க்கைகளுக்கும் தனித்தனியே அர்த்தம் கொடுத்த அந்த பிரத்தியேக அகராதியில் 'ஓரா' என்றால் ஆமாம் என்று பொருள். திடீரென அந்தரங்க மொழியை ஸௌம்யா பயன்படுத்தியபோது தம் ஒருமை மீண்டும் வலியுறுத்தப்படுவதுபோல் ஸவிதாவுக்குத் தோன்றியது. சகோதரிகள் புன்சிரிப்போடு ஒருவரையொருவர் பார்த்துக் கண்ணைச் சிமிட்டினார்கள்.

"சாயங்காலம் லேடீஸ் கிளப்புக்குப் போகணும். ஞாபகமிருக்கா?" என்றாள் ஸவிதா.

அவள் அங்கம் வகித்த மாதர் சங்கத்துக்கு அதுவரை சிலமுறைகள் சகோதரியை அழைத்துப் போயிருந்தாள். இன்று மற்ற உறுப்பினர்களிடம் தன் தங்கை கதை எழுதுவாள் என்று சொல்லிக்கொண்டபோது கண்களிலும் முகத்திலும் பெருமை ததும்பியது.

மன்றத் தலைவி ஸவிதாவிடம் அருகாமையில் உறைந்த ஓர் ஏழைப் பையனைப் பற்றி அன்று கூறினாள். கால் விளங்காத அவனைக் குடும்பத்தார் கைவிட்டார்களாம். பையன் படிக்க வேண்டும். அதைவிட முக்கியமாய்ச் சாப்பிட்டாக வேண்டும். அருகிலிருந்த ஒரு பள்ளிக்கூடக் காம்பவுண்டுக்குள் நாலைந்து நாட்களாகப் படுத்துக்கொண்டு அங்கிருந்து நகரமாட்டேனென்று அடம்பிடிக்கிறான். அவனது உடனடி விமோசனத்துக்காக மன்றத்தலைவி நிதி திரட்டிக் கொண்டிருந்தாள். "உங்களாலானதைக் கொடுங்க" என்று அவள் கேட்டபோது ஸவிதா பத்து ரூபாயை எடுத்துக் கொடுத்தாள். "நீங்க...?" என்று அப்பெண்மணி ஸௌம்யாவைப் பார்த்துக் குரலை நீட்டினாள். கணநேரம் தாமதித்த ஸௌம்யா ஒருதரம் சகோதரியை ஏறிட்டு விட்டுத் தன் பங்காக ஐந்து ரூபாயைக் கொடுத்தாள்.

வீடு திரும்பும் வழியில் ஸவிதா, "பாவம், இல்லே அந்தப் பையன்?" என்றபோது ஸௌம்யா உடனே பதில் சொல்லவில்லை.

"என்ன ஸௌமி பேசாமலிருக்கே?"

"என்ன பேசறது? பாவம். எனக்கு மட்டும் வருத்தமாயில்லேன்னு நினைக்கிறியா? ஆனா.."

"ஆனா...?"

"இதெல்லாம் பெரிய பெரிய நிறுவன அடிப்படையில் சமாளிக்க வேண்டிய பிரச்சினை. தனி மனுஷா உதவியில் என்ன ஆகும்? நம்ம நாட்டில் வறுமை ஓர் அடியில்லாத பள்ளம். அதில் எத்தனை போட்டாலும் நிரம்பாது. அதனால், போட்டு என்ன பிரயோசனம்?"

"அடியில்லாத பள்ளந்தான். போட்டு நிரம்பாதுதான். அதனால் போட்டவரைக்கும் பிரயோசனம்."

சட்டென்று பேச்சு தொய்ந்தது. இருவரும் மௌனமாகவே வீடு வந்து சேர்ந்தனர்.

இப்போதெல்லாம் மௌனம் பேச்சின் மகுடமாக இல்லை.

ஹாலுக்கும் அவர்கள் நுழைந்தபோது அங்கு ஒரே கூச்சலாக இருந்தது. ஸவிதாவின் பதினான்கு வயதான மகளின் கையிலிருந்து அப்போதுதான் வந்திருந்த பத்திரிகையைப் பிடுங்குவதற்காக அவளைவிட இரண்டு வயது இளையவனான தம்பி ஓடித் துரத்திக் கொண்டிருந்தான்.

"குட்ரீ அதை எங்கிட்ட!"

"போடா தடியா, நான் பாத்துட்டுத்தான்."

"அமிதாப்பச்சனை ஒடனே பாக்காட்டால் தலை வெடிச்சுடுமோ?"

இருவரும் கத்திக்கொண்டே விடாமல் ஓடினார்கள். சோபாவுக்குப் பின்னிருந்து வேகமாய் மூலை திரும்பிப் பாய்ந்தபோது பையன் சுவர் அலமாரியில் மோதிக் கொண்டான். அதன் கண்ணாடிக் கதவு உடைந்து உள்ளே வைக்கப்பட்டிருந்த ஓர் உயரமான 'கட்கிளாஸ்' ஜாடி பக்கவாட்டில் சரிந்தது. அது கீழேவிழுமுன் ஸவிதா ஓடிப்போய் அதைப் பிடித்துக் கொண்டாள். அவள் முகம் சிவந்திருந்தது. "கடங்காரா, அதென்ன கண்மூடித்தனமாய் ஓட்டம்? இப்போ இது உடைஞ்சிருந்தா என்ன ஆயிருக்கும்?" என்று மகனைப் பார்த்து மூச்சிரைக்கக் கோபமாய்க் கத்தினாள்.

பையன் தலை கவிழ்ந்தது. "ஸாரிம்மா!" வேகம் அடங்கி அவனும் அவன் அக்காவும் அறையை விட்டு வெளியேறினார்கள்.

ஸவிதாவின் படபடப்பு அடங்கச் சிறிது நேரம் ஆயிற்று. ஸௌம்யா அவளையே பார்த்துக் கொண்டிருந்தாள்.

"பாரேன் ஸௌமி, நம் அப்பா அம்மா கொடுத்ததுன்னு நான் இதை ஒரு பொக்கிஷம் மாதிரி காப்பாத்தி வச்சுண்டிருக்கேன். அது தெரிஞ்சும் இந்தக் குழந்தைகளுக்கு எத்தனை அஜாக்கிரதை?"

ஸௌம்யா ஏதும் சொல்லவில்லை.

"இது உடைஞ்சிருந்தால் எனக்கு உயிரே போனாப்பல இருந்திருக்கும். இதன் ஜோடியை உனக்குக் கொடுத்தாளே, நீயும் பத்திரமாய்த்தான் வச்சிருப்பே, இல்லையா,"

"பத்திரமாய்த்தான் இருக்கு."

"இதே மாதிரி ஹால்லேதான் பார்வையாய் வச்சிருக்கியா நீயும்,"

"வச்சிருந்தேன்."

"அப்படின்னா?"

"மேல் ஃப்ளாட் பொண்ணு அதைப் பார்த்து ரொம்ப அழகாயிருக்குன்னு பாராட்டினாள். அதனாலே அவள் கல்யாணத்துக்குப் பரிசாய்க் கொடுத்துட்டேன்."

ஸவிதா அதிர்ந்து நின்றாள்.

"என்ன! கொடுத்துட்டயா? அதை விட்டுப் பிரிய உனக்கு எப்படி மனசு வந்தது?"

“ஏன் வரக்கூடாது?”

“அப்பா அம்மா நினைவாய்...”

“அப்பா அம்மாவை நினைவு வச்சுக்க நினைவுச் சின்னங்கள் வேணுமா என்ன?”

மீண்டும் கத்தி முனையில் விநாடி இடறியது. சகோதரிகள் ஒருவரையொருவர் தீவிரமாய் வெறித்தார்கள். பார்வையில் குழப்பம்.

“நான்போய் நமக்குக் காபி கலக்கிறேன் ஸவி. ஜாடியை ஜாக்கிரதையாய் வச்சுட்டு வா.”

ஒரே அளவு இனிப்புச் சேர்த்த காபியை அவள் எடுத்துவர, இருவரும் பருகினார்கள். நழுவிப்போகும் ஒன்றை இழுத்துப் பிடித்துக்கொள்ளும் செயலாய் அது இருந்தது. அதற்குள்ளாகவா இரு மாதங்கள் முடியப்போகின்றன? அந்த ஏக்கம் இருவர் பார்வையிலும் தெரிந்தது. அடிக்கடி ஒருத்தி தோழமையை மற்றவள் நாடிவந்து உட்கார்ந்துகொள்வதிலும் ‘இது அவளுக்குப் பிடிக்கும்’ என்று பார்த்துப் பார்த்துச் செய்வதிலும், ‘அடுத்த சந்திப்பு எப்போதோ?’ என்ற தாபம் தொனித்தது. எனினும் அத்தனை ஆந்தரிகத்திலும் இப்போதெல்லாம் பேச்சில் ஒரு கவன உணர்வு. சிரித்துக்கொண்டே அரட்டையடிக்கும்போது, பழைய நினைவுகளையோ இத்தனை வருஷக் கதைகளையோ பகிர்ந்து மகிழும்போது, சட்டென்று எழும்பிவிடக்கூடிய சுருதி பேதத்தைத் தவிர்க்க முனைந்து கொண்டே இருக்கும் ஒரு ஜாக்கிரதை. விளிம்புக்கு இப்பாலேயே இருக்க வேண்டுகிற கவலையில் நிழலாடும் ஒரு தயக்கம்.

அண்மையில் எடுத்துக்கொண்ட புகைப்படத்தின் பிரதியைத் தபால் மூலம் பார்த்துவிட்டு ஸௌம்யாவின் கணவர், “அடையாளம் தெரியாமல் குண்டாகிவிட்டாயே! ‘நான்தான் ஸௌம்யா’ என்று நெற்றியில் அச்சடித்துக் கொண்டுவா” என்று எழுதியிருந்தார். அவரும் குழந்தைகளும் எழுதும் கடிதங்கள் மேற்போக்கில் உல்லாசமாயும் இயல்பாகவும் தொனித்த போதிலும் அவளுடைய இல்லாமையை மிகவும் உணர்கிறார்களென்ற ஜாடை புரிந்தது. விரைவில் கிளம்பிவிட வேண்டியதுதான்.

தாம் இனி இப்படி வருஷக்கணக்காகப் பிரிந்திராமல் ஆண்டுக்கொரு தடவை ஒருவரையொருவர் முறை வைத்துப் போய்ப் பார்க்க வேண்டுமென்று சகோதரிகள் தீர்மானித்துக் கொண்டார்கள்.

“நியூ இயர் ரெஸொல்யூஷன் மாதிரி ஆயிடக்கூடாது இது!” என்று ஸௌம்யா கூறிச் சிரித்தபோதே அவள் கண்கள் பனித்தன. ஸவிதாவின் மோவாய் நடுங்கியது. எதுவும் சொல்லாமல் ஓர் அட்டைப்பெட்டியை எடுத்து வந்து நீட்டினாள். அதனுள் ஓர் அடையாறு கைத்தறி நூல் சேலை. சிவப்பு உடல், மஞ்சளில் அகலமான கோபுரக்கரை.

“எதுக்கு இதெல்லாம் ஸவி?”

“பேசப்படாது. வைச்சுக்கோ.”

“உன் இஷ்டம். எனக்கு மட்டுந்தானா?”

“இதோ எனக்கும்.”

மயில் கழுத்து நிறம். ஆனால் அதே அகலக்கரை.

மீண்டும் புன்னகைகள் பேசின.

நாட்களின் தேய்வில் கடைசியாக இன்னொரு நாள். ஸௌம்யா ஊருக்குப் புறப்படும் நாள். ரெயிலுக்குக் கிளம்பும் நேரம். சாமான்கள் கட்டி வைக்கப்பட்டுத் தயாராயிருந்தன.

“கிளம்பிட்டாயா ஸௌமி?” ஸவிதாவின் குரல் கம்மியது.

“நீயும் ஸ்டேஷனுக்கு வரயோன்னோ ஸவி?”

ஆவலுக்கு ஆவல் பதிலளித்தது. “கட்டாயம்.”

“எப்போ எந்த ஊருக்குக் கிளம்பறதுக்கு முந்தியும் சுவாமிக்கு நமஸ்காரம் பண்றது என் வழக்கம்.”

ஸவிதா மௌனமாய் இருந்தாள். ஸௌம்யாவின் கண்களில் கலக்கம் தெரிந்தது.

“ஆனா இங்கே பூஜை அறையே இல்லையே?” என்றாள் தொடர்ந்து.

“இல்லாட்டா என்ன? மனசிலேயே வேண்டிக்கோயேன். நம்பிக்கை இருந்தால் அது போதாதா?”

“நம்பிக்கை இருந்தால்னா? உன் நம்பிக்கை அந்த மாதிரின்னு சொல்றயா?” திடீரென்று ஸௌம்யாவின் முகம் மாறியது. “அல்லது உனக்கு நம்பிக்கையே இல்லைன்னு அர்த்தமா?”

“நான்... நான் அதைப்பத்தி ஏதும் யோசிச்சுப் பார்த்தது கிடையாது” ஸவிதாவுக்கு சங்கடம் மேலோங்கியது. “இப்போ எதுக்கு விவாதம் ஸௌமி, ஊருக்குக் கிளம்பற சமயத்திலே?”

“என்ன ஸவி இது! இவ்வளவு பெரிய விஷயத்தைப் பத்தி உனக்கு ஏதும் தீர்மானமான அபிப்ராயம் இல்லையா?”

“இதை ஒரு பெரிய விஷயம்னு நான் நினைக்கலே.”

ஸௌம்யாவின் கண்கள் அதிர்ச்சியில் பிதுங்கின. அவர்களுடைய சிறுமிப் பருவத்தின் சூழ்நிலை எத்தனை பக்திமயமானது! அம்மா அன்றாடம் பூஜை செய்வாள். சாயங்காலமானால், ‘போய்ச் சுவாமி அறையிலும் துளசி மாடத்திலும் விளக்கு ஏத்துங்கோடி’ என்று பணிப்பாள். அவர்களை வெள்ளிக்கிழமை தவறாமல் கோயிலுக்கு அழைத்துப் போவாள்.

தோத்திரங்களெல்லாம் சொல்லிக் கொடுப்பாள். ‘வாழ்க்கையில் எந்தக் கஷ்டத்திலும் துணை இருக்கிறது ஆண்டவன் பெயர் ஒண்ணுதான்’ என்று போதிப்பாள். தான் அந்த வழியிலேயே நடந்து வந்திருக்க, இவளுக்கு மட்டும் என்ன ஆயிற்று?

“தெய்வ நம்பிக்கையை இழக்கற மாதிரி உனக்கு அப்படி என்ன அனுபவம் ஏற்பட்டது ஸவி?”

“அந்த நம்பிக்கை இழந்துட்டேனா இல்லையான்னு எனக்கே நிச்சயமாய்த் தெரியாது. ஆனா, அனுபவம்னு நமக்கே ஏற்பட்டால்தானா? கண்ணும் காதும் மனசும் திறந்துதானே இருக்கு?

போகட்டும், உலகத்தின் பிரச்சினைகளையெல்லாம் பார்க்கறபோது இந்த விஷயம் ஒரு தலைபோகிற பிரச்சினையாய் எனக்குத் தோணலேன்னு வச்சுக்கோயேன்."

"எத்தனை அலட்சியமாய்ச் சொல்லிட்டே? ஆனா நான், தெய்வத்தை நம்பலேன்னா என்னால் உயிரோடயே இருக்க முடியாது."

பார்வைகள் எதிரெதிராய் நின்றன. அவற்றில் பதைப்பு, மருள். ஸௌம்யாவின் அதிர்ச்சி இன்னும் மாறவில்லை. தமக்கையைப் பார்த்த அவள் பார்வை 'இவள் யார்?' என்று வியந்தது. பிறகு கண்கள் விலகின.

ஸவிதா தவிப்பும் வேதனையுமாய் நின்றாள். என்ன சொல்வதென்று தெரியவில்லை. எதைச் சொன்னாலும் அர்த்தம் இருக்கும் போலவும் தோன்றவில்லை. ஒன்றாய்ப் பிறந்து வளர்ந்தவர்கள்தான். ஒரே மரபினாலும் ஒரே வகையான பராமரிப்பாலும் உருவானவைதான்

அவர்களுடைய எண்ணங்களும் கண்ணோட்டங்களும் மதிப்புகளும்! ஆனால் வளர வளர அவற்றில் எவ்வளவு மாறுபாடு? ஒவ்வொரு மனித உயிரும் ஓர் அலாதியா? அதன் தனிப்பட்ட தன்மையை ஒட்டித்தான் வாழ்க்கை எழுப்பும் எதிரொலிகள் அமைகின்றனவா? ஒருவரையொருவர் தெரியும் புரியும் என்று சொல்வதெல்லாம் எத்தனை அறிவீனம்? எவ்வளவு நெருங்கிய உறவாயிருந்தாலும் ஒவ்வொரு முறையும் ஒவ்வொருத்தரையும் ஒரு புதிய இருப்பாகத்தான் கண்டு அறிமுகம் செய்துகொள்ள வேண்டியிருக்கிறது. காலம் கொண்டுவரும் மாற்றம் வெறும் நரை மட்டுமல்ல...

அன்பு... அது அடியிழை, உள்ளுயிர்ப்பு. அது இருப்பதாலேயே, வேறுபாடுகளினால் அழிவு நேர்ந்துவிடாதிருக்கத் தான் அது இருக்கிறது.

மன்னிக்கவும். ஹெரால்ட்ராபின்ஸ்! வாழ்நாள் முழுவதும் அந்நியர்களைத்தான் அன்பு செய்து கொண்டிருக்கிறோம்.

"நாழியாறதே! பேசிண்டேயிருந்தால் ஸ்டேஷனுக்குக் கிளம்ப வேணாமா? வாசலில் டாக்ஸி ரெடி" என்றவாறு அங்கு வந்த அவள் கணவர் அவர்களைப் பார்த்து, "உங்க பேச்சுக்கு ஒரு 'தொடரும்' போட்டுட்டு வாங்கோ. அடுத்த சந்திப்பில் மறுபடியும் எடுத்துக்கலாம்" என்றார் சிரித்துக்கொண்டே.

"இதோ வரோம். வா ஸௌமி!" ஸவிதா தங்கையின் கையைப் பற்றிக் கொண்டாள். சகோதரிகள் வாசலை நோக்கி நடக்க ஆரம்பித்தார்கள். கைப்பிணைப்பு விலகவில்லை. ஆனால் அவர்கள் ஒருவரையொருவர் பார்த்துக் கொள்ளவில்லை.

076

மா.அரங்கநாதன்

சித்தி

அங்கே மைதானங்கள் குறைவு. அவன் குடி கொண்டிருந்த அந்த இடம் காவல் துறைக்கு சொந்தமானது. ரொம்ப நேரம் அவனைக் கூர்ந்து நோக்கிக் கொண்டிருந்த காவல்காரர் ஒருவர் இடையே அவனது ஓட்டத்தை தடை செய்தார். “தம்பி இங்கே ஓட அனுமதி வாங்க வேண்டும்” என்று கூறி “ஆனாலும் நீ நன்றாக ஓடுகிறாய். முன்னுக்கு வருவாய்” என்றும் சொல்லி சிறிது நேரம் பேச்சுக் கொடுத்தார்.

அந்த நாட்டில் விளையாட்டிற்கு அத்தனை மதிப்பு இருந்ததாகத் தெரியவில்லை. இருந்த போதிலும் வீரர்களைப் பற்றி தொலைக்காட்சி செய்திகள் மூலமாக மக்கள் அறிந்து கொண்டிருந்தார்கள். கஷ்டம் நிறைந்த வாழ்க்கையை எந்தவித உணர்வுமில்லாது இயல்பாகவே அவர்கள் ஏற்று நடத்திக் கொண்டிருந்தபடியால் விளையாட்டுகள் அங்கு எடுபடவில்லை. காலங்காலமாக அவர்களுக்கு தெரிந்த விளையாட்டிலேயே ஈடுபட்டு திருப்திப்பட்டுக் கொண்டனர். “ஒலிம்பிக்” போட்டிகளைப் பற்றி கேள்வியோடு சரி.

அந்த மண் உலகிலே ஒரு விசேடமான மண் போலும். அங்கே தான் அவன் ஓடிக்கொண்டிருந்தான்.

“நீ என்ன படிக்கிறாய்?”

காவல்காரர் கேட்டார். அவன் அதற்குச் சொன்ன பதிலை காதில் வாங்கிக்கொள்ளாமலே தொடர்ந்து கூறினார்.

“நீ இப்படி ஓடுவதற்கு முன்னே சில அறிவுரைகளைப் பெற்றுக்கொள்ள வேண்டும் நானும் ஒரு காலத்தில் ஓடினேன். அதை தொடரவில்லை. என் அந்தக் கால வயதுத் திறனைவிட நீ அதிகமாக இப்போது பெற்றிருக்கிறாய் ஒன்று செய்யலாம். கேட்பாயா...”

அவன் தலையசைத்தான்.

நான் தரும் முகவரிக்குப் போ. அந்த பெரியவரோடு பேசு. உனக்கு நல்லது கிடைக்கும். அவன் மெதுவாக நன்றி சொன்னான்.

அன்றைக்கு அவன் முடிவெட்டிக்கொள்ள வேண்டும். இல்லையென்றால் அந்தப் பணம் செலவாகி விட நேரும். அது ஆபத்துமீண்டும் பணம் கிடைப்பது அரிது. இந்நிலையில் அந்தக் காவலரின் யோசனைக்கு அவன் பதிலும் நன்றியும் திருப்திகரமாக சொல்லியிருக்க முடியாது. ஆனாலும் அவர் ஒரு முகவரியைக் கொடுத்து உற்சாகப்படுத்தி அவனை அனுப்பிவைத்தார்.

தன்னைச் செம்மைப்படுத்தி கொண்டு அவன் மறுநாள் இரண்டு மைல் தூரத்திலிருந்த அந்த வீட்டிற்கு சென்றான். பெரிய மாளிகை போன்ற வீடுவீட்டின் முழு பார்வையும் விழ, தெருவிலிருந்து காம்பவுண்ட் சுவரைத் தாண்டி மரங்களடர்ந்த பாதை வழி நடக்க வேண்டும். அந்தப் பாதையில் அவன்கால் வைத்த போது அதன் அழகான நீட்சியில் அந்த கால்கள் ஓடுவதற்குத் தயாராயின. மாசு மறுவற்ற அந்தப் பாதை வீட்டை சுற்றிலும் இருக்க வேண்டும் என்று நினைத்தான். வீட்டின் முகவாயிலில் நாற்காலியில் செடிகள் சூழ்ந்த இடத்தில் அவர் உட்கார்ந்திருந்தார்.

பெரியவர் அவனை எதிர்பார்த்திருக்கவில்லை. ஆனால் வருபவனுடைய நடை அவருக்கு எதையோ ஞாபகப் படுத்தியிருக்க வேண்டும். தூரத்தில் வந்து கொண்டிருந்தவனை ஆவலுடன் பக்கத்தில் காண விழைந்தார். "ஏன் இத்தனை நாள்முன்பே ஏன் வரவில்லை" என்று கேட்கவும் எண்ணினார். அவர்களது சம்பாஷணை இயல்பாக எளிதாகவிருந்தது. "நமது நாடு பாழ்பட்டுவிட்ட நாடு. இதை இளைஞர்கள் தாம் காக்க வேண்டும் இல்லையா" என்று இரைந்து கேட்டார். நடப்பதற்கு முன்பே ஓட ஆரம்பித்து விட வேண்டுமென்று கூறி சிரிப்பு மூட்டப் பார்த்தார்.

பெரியவருக்கு வயது அறுபதிருக்கும். விளையாட்டு விஷயங்களிலேயே தன்னை மூழ்கடித்துக்கொண்டவர். அவற்றைத் தவிர உலகிலுள்ள எல்லாக் காரியங்களையும் இயந்திரங்களைக்கொண்டு நிகழ்த்திவிடலாம் என்று நம்புகிறவர். அந்த நாட்டின் எல்லா செய்தித் தாள்களிலும் வந்த படம் இவருடையதாகவேயிருக்கும். சீடர்கள் அதிகமிருந்திருக்க முடியாது. இருந்தவர்களில் பெரும்பாலானோர் காவல்துறையில் சேர்ந்திருப்பார்கள்.

"நான் எனது நாட்டிற்காக என் விளையாட்டுக் கலையை அர்ப்பணித்தவன்"

அவர் கண்கள் ஜொலித்தன. உண்மையில் அந்த கண்களில் அவர் சொன்னது தெரிந்தது. அவர் பொய் சொல்பவராகத் தெரியவில்லை.

பல மாதங்கள் அவரிடம் தனது விளையாட்டுக்கலையின் பயிற்சிகளைப் பெற்றான் அவன். காலையிலெழுந்து சூரியன் உதிக்கும் முன்னர் நெடுஞ் சாலைகளில் ஓடினான். தனது தம்பியைத்தோளில் ஏறச் சொல்லி அவனைத் தூக்கிக்கொண்டு மைல் கணக்கில் ஓடி பயிற்சி பெற்றான். அவனது சாப்பாட்டிற்கு பெரியவர் ஏற்பாடு செய்திருந்தார். பிரியமான கொழுப்புச் சத்துப் பொருட்களை பெரும்பாலும் தள்ளி ஒரு பட்டியல் தயாரிக்கப்பட்டு அவ்வுணவுகளை நேரந்தவறாது உண்டான். பிற நாட்டு வீரர்கள், போட்டிகள் பற்றி அவ்வீட்டிலேயே திரைப்படங்கள் காட்டப் பெற்றன. அவன் அந்த நாட்டின் சிறந்த ஓட்டப் பந்தய வீரனாக ஆக்கப்பட்டான்.

ஒரு தடவை மல்யுத்தப் போட்டிகளின் வீடியோவை பார்த்துக் கொண்டிருக்கையில் பெரியவர் அந்த இரு நாடுகளைப் பற்றி விளக்கினார்.

அவன் கண்டு கேட்டறியாத சங்கதிகள், நாடு, மக்கள், இனங்கள், இவற்றின் உணர்வு பூர்வமான விளக்கம் ஏறக்குறைய ஒரு சொற்பொழிவு.

அவன் மீண்டும் அந்த வீடியோ காட்சிகளில் ஆழ்ந்தான். போட்டியினிடையே காட்டப் பெறும் மக்களின் ஆரவாரம் அவனுக்கு புதிதல்ல. இருப்பினும் வேற்று நாட்டுக்காரன் குத்து வாங்கி மூக்கு நிறைய இரத்தம் விடுகையில் பார்த்தவர்களின் சப்தம் இடையே ஒரு பார்வையாளன் முடித்து விட்ட தனது சிகரெட் துண்டை ஆக்ரோஷத்துடன் கீழே நசுக்கி துவம்சம் செய்தல் இவ்வகைக் காட்சிகளைக் கண்டு முடிக்கையில் அவன் தனக்குள் ஏதோ ஒன்று ஏற்பட்டிருப்பதாக உணர்ந்தான். அது பயம் என்று பின்னர் தெரிந்து கொண்டான்.

அன்றிரவு தொலைக்காட்சியில் "இந்த நாட்டின் நம்பிக்கை நட்சத்திரம்" என அவன் அறிமுகப்படுத்தப்பட்டான். அவனது படம் நன்றாக இருந்ததாக பலர் சொன்னார்கள்.

அவ்வாறு சொன்னது பொய்யென்று அவனுக்கு தோன்றிற்று.

ஆனால் நெடுஞ்சாலைகளில் அவனது அதிகாலை ஓட்டம் தொடர்ந்தது. மைதானங்களில் ஓடுவதை விட இதைச் சிறந்ததாகக் கருதினான். அடிவானத்தைப் பார்த்தவாறு, இரு பக்கங்களிலும் மரங்கள் தன்னைக் கடந்து செல்ல, கால்கள் மாறி மாறித் தரையைத் தொட்டு ஓடுகையில் இதுவரை ஆபாசம் என்று அவன் கருதிக்கொண்டிருந்தவை யாவும் தன்னைவிட்டு அகல சுத்த சுயம்புவாக எங்கோ சென்று கொண்டிருப்பதாக உணர்ந்தான். வானமும் தரையும் சுற்றுப்புற சீவராசிகளும் தானும் வெவ்வேறல்ல என்று தெளிந்த வகையில் அவன் ஓட்டமிருந்தது.

அன்று அவன் ஓடிய ஓட்டம் பொழுது நன்கு விடிந்துவிட்டதாலும் புறநகர்ச் சாலைகளில் நடமாட்டம் ஏற்பட்டதாலும் இருபத்திரண்டு மைல்களுக்குள் நிறுத்தப்பட வேண்டியதாயிற்று. சிலசமயம் பெரியவர் மாளிகையின் கேட்டைத் திறந்து, அங்கிருந்து தொடங்கிய நடைபாதையிலும் ஓட்டம் தொடரும். நெடுஞ்சாலையில் ஓட முடியாதபோது அந்த வீட்டைச் சுற்றி ஓடுவான். சில மணி நேரங் கழித்து யோசனையோடு பெரியவர் வெளிவந்து அவனை நிறுத்தும்போது தான் முடியும். ஓட்ட அளவை நாளறிக்கையில் குறித்துக்கொண்டே அவர் பலவித கணக்குகளைப் போட்டுப் பார்ப்பதை அவன் காண்பான். தான் ஓடிய ஓட்டம் எவ்வளவு என்று கூட கணக்கு மூலம் கண்டறிய முடியாதவனிடம் அவர் விளக்கிச் சொல்வார். இத்தனை தூரம் தொடர வேண்டியதில்லை என்றும் உலக ரிக்கார்டை அவன் நெடுஞ்சாலைகளிலேயே முறியடித்துவிட்டான் என்றும் சொல்லி மகிழ்வார். அவனுக்குக் கீழ் நாடுகளில் பயிலும் யோகாசனம் பற்றியும் சொல்லித் தரவேண்டியதவசியம் என எண்ணினார். "யோகா" என்ற பெயரில் ஒருமுகப்படுத்தும் பயிற்சிகள் அந்த நாட்டில் பிரபலமடையத் தொடங்கியிருந்தன.

"ஒரு மராத்தன் தேறிவிட்டான்" என்றும் "இந்த நாடு தலை நிமிரும்" என்றும் ஆணித்தரமாக பத்திரிகை நிருபர்களிடம் கூறினார்.

அவன் இருபத்தேழு மைல்கள் ஓடி தொலைக்காட்சியிலும் செய்திகளிலும் அடிபட்டபோது உலக நாடுகள் அவனைக் கவனிக்கத் தொடங்கிவிட்டன. அடுத்த ஒலிம்பிக் வீரனென பேசப்படுபவர்களில் ஒருவனானான். அவனது விவரங்கள் பேசப்பட்டன. அவன் பெயர் பலவாறு உச்சரிக்கப்பட்டது. 'கார்போ' என்று சோவியத்தில் அவன் பெயரை தவறாகச்சொன்னார்கள்.

ஐரோப்பிய நாடுகளில் அவன் 'கிரிப்ஸ்'. கிழக்கே அவனை 'கிருஷ்' என்று சொல்லியிருப்பார்கள். தென்புலத்தில் 'கருப்பன்' என்று இருந்திருக்கக்கூடும்.

அன்றுதான் அவனது பெயர் அதிகார பூர்வமாக வெளிவரவேண்டும் ஒலிம்பிக் போட்டியில் கலந்துகொள்பவனாக. விளையாட்டரங்கு ஒன்றில் பத்திரிகையாளர் பேட்டி நடந்தது.

கையில் ஒரு சுருட்டுடன் பெரியவர் சிறிது தூரத்தில் உட்கார்ந்திருந்தார். அவர் புகைபிடிப்பது அபூர்வம். பேட்டி பின்வருமாறு இருந்தது.

"நீங்கள் போட்டியிடும் வீரராக தேர்ந்தெடுக்கப்பட்டால் மகிழ்ச்சி தானே"

"எனக்கு ஓடுவதில் ரொம்பவும் மகிழ்ச்சி"

"நமது நாட்டிற்கு பெருமை தேடித்தருவீர்கள் அல்லவா"

"ஓடுவது ரொம்பவும் நன்றாகவிருக்கிறது"

"போன ஒலிம்பிக்கில் வென்ற வீரர் பற்றி உங்கள் கருத்து?"

"ஓடுபவர்கள் எல்லோருமே மகிழ்ச்சியடைவார்கள். அவர்கள் எல்லாரையும் நினைத்தால் நான் சமாதானமடைகிறேன்."

"நமது நாடு விளையாட்டில் முன்னேறுமா"

அவன் பேசாதிருந்தான். பெரியவர் தலைகுனிந்திருந்தார். கேள்வி திரும்பவும் கேட்கப்பட்டது.

"எனக்கு ஓட மட்டுமே தெரியும். அதிலே எனக்கு கிடைப்பதுதான் நான் ஓடுவதற்கு காரணம். நான் எனக்காகவே ஓடுகிறேன். ஓட்டத்தின் சிறப்புத்தான் அதன் காரணம். எனக்கு வேறெதுவும் தெரியாது."

பெரியவர் கையிலிருந்த சுருட்டு காலடியில் கிடந்தது. முகம் பல மேடு பள்ளங்களாக மாற காலால் சுருட்டை நசுக்கி தள்ளினார். பின்பு மெதுவாக கைகளை தளர விட்டு எழுந்து நின்றார். அப்போது பேட்டி முடிந்துவிட்டது.

சிறிய நிலவுடன் இரவு முன்னேறுகின்ற நேரம். அந்தக் கட்டடத்தின் வெளியே வண்டியருகே நின்றுகொண்டிருந்த அவர் பக்கம் வந்து நின்றான் அவன். சிறிது நேரம் வெட்ட வெளியைப் பார்த்துக்கொண்டிருந்தார் பெரியவர். பின்னர் தோள்களைக் குலுக்கிக் கொண்டே காரின் கதவைத் திறந்தார்.

அவன் வெகுதூரத்திற்கப்பாலிருந்த குன்றுகளைப் பார்த்தவாறே அவரிடம் கெஞ்சலுடன் கூறினான்.

"அந்த அருமையான நிலவில் ஓட முடிந்தால் எப்படி இருக்கும் என்கிறீர்கள்? காலையில் அந்தக் குன்றுவரை சௌகர்யமாக ஓட்டம் முடிந்தது."

பெரியவர் காரின் உள்ளே நுழைந்து உட்கார்ந்து கதவை சாத்திக் கொண்டார். தலையை மட்டும் வெளியே நீட்டி "நன்றாக இருக்கும் வேண்டுமானால் நீ இப்பவே ஓடு. அந்த குன்றின் உச்சிக்கே போய் அங்கிருந்து கீழே குதித்து செத்துத் தொலை" என்று கூறிவிட்டு காரை ஓட்டிச் சென்று விட்டார்.

077

கோபி கிருஷ்ணன்

புயல்

அதிகாலையிலிருந்தே பலத்த மழை. சென்னை அருகே புயலாம்.

தொழிற்சாலை நேரம் முடிந்து, தள்ளிப்போட முடியாத ஒரு முக்கியமான விஷயத்தைப் பற்றி சக ஊழியர் குதரத் உல்லா பாட்சாவுடன் பேச, அவரது இல்லத்திற்குச் சென்று, பேசி முடித்துவிட்டு, சுமார் ஒன்பது மணியளவில் தன் வீட்டை நோக்கிப் புறப்பட்டான் ஏக்நாத். நைந்துபோன, பித்தான்கள் என்றைக்கோ தெறித்து, அவை இல்லாத நிலையில், ஸேஃப்டி பின்களைப் போட்டு ஒருவாறாக மழைக்கோட்டை அணிந்து கொண்டு, தொப்பி தொலைந்துபோய் வெகு மாதங்கள் ஆகியிருந்தும், அதை வாங்காதிருந்த அசிரத்தையின் தண்டனையான தலைநனைதலை அனுபவித்துக் கொண்டே வீட்டை நோக்கி நடந்துகொண்டிருந்தான். தொழிற்சாலையில் ஒரு குப்பைக் கூடை அருகே கிடந்த சிறு துண்டு மழைத்தாள் ஒன்றை எடுத்து பத்திரப்படுத்தி வைத்திருந்தான். வழியில் ஒரு கடையில் புதிதாக சந்தையில் அமர்க்களப்படுத்திக் கொண்டிருந்த 'நௌ' சிகரெட் ஒரு பாக்கெட்டையும் ஒரு வத்திப்பெட்டியையும் வாங்கி மழைத்தாளில் சுற்றி வைத்துக்கொண்டான். இரண்டு மெழுகுவத்திகளையும் வாங்கிச் சட்டைப் பையில் போட்டுக் கொண்டான். நல்ல நாட்களிலேயே அடிக்கடி தடைப்படும் மின்சாரம் மழையில் சீராக இயங்கும் என்று சொல்வதற்கில்லை. குழந்தைக்கு இரு தினங்களாக வெதுவெதுப்பான ஜுரம். மருந்துக்கடை ஒன்றில் மாத்திரை இரண்டை வாங்கினான்.

ஜுரத்தால் அவதிப்படும் குழந்தையை ஏதோ ஒரு வகையில் சந்தோஷப்படுத்தி உற்சாகத்துடன் இருக்கச் செய்ய வேண்டும் என்று தோன்றவே, ஒரு கடையில் காட்பரீஸ் மில்க் சாக்கலெட் ஒன்றை வாங்கினான். சிகரெட் ஒன்றைப் பெட்டியிலிருந்து கவனத்துடன் உருவி மழைச் சொட்டுக்களிலிருந்து அதை அரைகுறையாக ஒருவாறு காத்து, கைகளைக் குவித்துப் பற்ற வைத்துவிட்டு நடந்து கொண்டிருந்தான். வீட்டை அடைய

இன்னும் ஒரு டொக்குச் சந்தையும், ஒரு நீண்ட சந்தையும், இரண்டு சிறு சந்துகளையும் கடக்க வேண்டும்.

வழியில் ஒரு மளிகைக் கடை. வீட்டில் காப்பிப் பொடி. சர்க்கரை காலையில் கொஞ்சம்தான் மீதம் இருந்தது. ப்ரூ ரீஃபில்பேக் காப்பிப் பொட்டலம் ஒன்றையும் 250 கிராம் சர்க்கரையையும் கொடுக்குமாறு கடைப் பையனிடம் சொல்லிவிட்டு சிகரெட்டை உறிஞ்சி புகையை வெளித்தள்ளிக் கொண்டிருந்தான். அருகில் ஒரு நடுவயது மாமி. அவள் முகம் கோணினாள். “ஸாரி மாமி” மன்னிப்புக் கோரி, கால்வாசிதான் புகைத்திருந்த சிகரெட்டைக் கீழே போட்டு நசுக்கினான்.

வீட்டின் மிக அண்மையில் வந்ததும் நேற்று நடந்த ஒரு சம்பவம் நினைவுக்கு வந்தது. அவன் வீட்டுக்கு நான்கு வீடு தள்ளி ஒரு வீட்டின் முன் கிட்டத்தட்டத் தெருவின் முழு அகலத்தையும் அடைத்தபடி ஒரு பெரிய கோலத்தை ஒரு பெண்மணி போட்டுக் கொண்டிருந்தாள் லயித்து. ஏகநாத் கவனமாகக் கோலக்கோடுகள், புள்ளிகள் முதலியவற்றைத் தவிர்த்து, ஏடாகூடமாகக் கால் வைத்ததில் கீழே சாயப்போய், ஒருவாறு சுதாரித்துக்கொண்டு, கோலத்தின் மேல் கால் பாவாமல் சிரத்தையுடன் தாண்டி நடந்து கடந்தான்.

மணி தோராயமாக 9.30. “காலைலே வீட்டெ விட்டுக் கெளம்பினா வீட்டு ஞாபகமே இருக்கறதில்லை ஒங்களுக்குக் கொஞ்சங்கூட. நான் ஒருத்தி இருக்கேங்கற நெனெப்பே ஒங்களுக்குச் சுத்தமா மறந்தாச்சுன்னுதான் தோண்றது. நீங்க சீக்கிரம் வரணும்னு நான் வேண்டாத தெய்வங்க இல்லெ” ஸோனா பொரிந்து தள்ளினாள். “ஆனா, இண்ணெக்கி என்ன விசேஷம்? நான் சீக்கிரம் வரணும்னு சாமிங்களை வேண்டிக்கற அளவுக்கு எனக்கு என்ன திடீர் முக்கியத்துவம்?” இது ஏக்நாத். “ஒண்ணுமில்லெ, சொல்றேன்.” “என்ன வீட்டுக்காரம்மா ஏதாவது கத்தினாளா?” “இல்லெ.” “மளிகைக்காரன் பாக்கிக்காக வந்து கேட்டுக் கத்தினானா?” “இல்லெ.” “வேறென்ன சொல்லேன்.” ஸோனாவின் முகத்தில் கலவரமும் பரபரப்பும் அவசரமும் குடிகொண்டிருந்ததை ஏகநாத்தால் கண்டுகொள்ள முடிந்தது. கணவனைச் சந்தோஷத்திலாழ்த்தும் செய்தி போன்ற எதுவுமில்லை என்று அவனால் ஊகிக்க முடிந்தது. சராசரிகளுக்குச் சந்தோஷம் என்பதே ஓர் அரிதான விஷயம். அது அவனுக்கு ஓர் அனுபவபூர்வமான நிஜம். “நீங்க மொதல்லெ கைகால் அலம்பிண்டு வாங்க. வெளியே போக வேணாம். இந்த மழைச் சனியன் வேறெ நின்னு தொலைய மாட்டேங்கறது.” ஸோனா சொன்னபடி சமையற்கட்டின் முன்பகுதியில் முகம், கைகால் அலம்பிக்கொண்டு, தலையைத் துவட்டிக்கொண்டு ஏகநாத் நாற்காலியில் அமர்ந்து கொண்டான்.

ஸோனா ஏகநாத்தின் மனைவி. பெயரைப் போலவே தங்கமானவள். மணமான புதிதில் ஏகநாத் அவள் பெயரை மனதில் அசைபோட்டுப் பார்த்திருந்தான். ஸோனா என்றால் தங்கம். இன்னோர் அர்த்தம் உறங்குதல். நம் மனநிலைகளின் அதீதங்களினாலோ பிறத்தியான் பிசகாக நடந்து கொள்வதனாலோ அவன்மீது ஏற்படும் கசப்புணர்வு அறவே மறந்து அடுத்த நாள் அவன் தோள்மீது கைபோட்டு அன்னியோன்னியமாயிருக்க உதவும். தீவிர வெறுப்புகள் தொடராமல் தடைபோடக் கைகொடுக்கும் ஓர்

அற்புதமான இயற்கை ஔஷதம். ஸோனாதான் எவ்வளவு ரம்மியமான ஆரோக்கியமான பெயர்!

குழந்தைக்கு ஸிந்தியா என்று பெயரிட்டிருந்தான். ஜனித்தவுடன் முதலில் தன் சிசுவைப் பார்த்ததும் உடனே அவன் நினைவில் நிழலாடியது நீல ஆகாயத்தின் மையத்தில் ஒரு முழு நிலா. சந்திர தேவதையின் பெயரையே அவளுக்கு சூட்டிவிட்டான்.

ஸிந்தியா: "டாடீ, எனக்கு இன்னா கொண்டாந்தே?" "ஒனக்காடா கண்ணா, ஒரு மாத்திரெ, ஒனக்கு ஜொரமில்லெ? அப்பறம் ஒரு சாக்கலெட்" "இன்னா டாடீ எனக்கு ஸ்வீட்டு, இன்னெக்கி எனக்கு பெர்த் டேவா?" அவளுக்கு எப்பொழுதாவது அரிதாக இனிப்பு கொண்டு கொடுக்கும் சமயமெல்லாம் அவள் கேட்கும் கேள்வி. சாக்கலெட்டை இரண்டு விள்ளல் கடித்துவிட்டு ஸிந்தியா வாந்தி எடுத்துவிட்டாள். "இப்பொ ஸ்வீட் ஒண்ணு இல்லேன்னு இங்கெ யார் அழுதா?" ஸோனா வெடித்தாள். "என்ன நடந்திச்சு, சொல்லு. காப்பி போடு. சாப்பிட்டிட்டே கேக்கறேன்." "ஓங்களுக்குக் காப்பிதான் முக்கியம். என்னோட அவஸ்தெயெப் பத்தி ஓங்களுக்கென்ன அக்கறை?" வாந்தியை வாருகாலால் தண்ணீர்விட்டுக் கழுவிக்கொண்டே ஸோனா எரிந்து விழுந்தாள். "சரி, காப்பிகூட அப்புறம் போட்டுக்கலாம். விஷயத்தெச் சொல்லு. தேவதூதன் ஒண்ட்டே வழியிலே சந்திச்சுப் பேசி ஆசியெல்லாம் வழங்கிட்டுப் போனான்ற அற்புத நிகழ்ச்சியெலாம் நீ சொல்லப் போறதில்லெ. அல்ப விஷயம் ஏதாவது சொல்லப் போறே. அதுக்கு ஏன் இவ்வளவு எரிச்சல்? சொல்லேன்."

"என்னெ எதுக்கு வேலைலெ சேத்து விட்டீங்க?"

"புதுஸ்ஸா இதிலெ சொல்றதுக்கு என்னா இருக்கு? சமூகத்தெப் பத்தி நீ தெரிஞ்சுக்கணும். நாலு பேரோட நீ பழகணும். அப்பொதான் உலகம்ன்னா என்னான்னு ஒனக்குப் புரியும். ஒன்னோட வாழ்க்கை, புருஷன், கொளந்தெ, அடுப்படி, வீட்டுச்சுவர் இதுக்குள்ளேயே முடிஞ்சுவிடக் கூடாதுன்னுதான். இப்பொ ஏன் அதெத் திரும்பக் கேக்கறே?"

"என்ன நடந்ததுன்னு தெரிஞ்சா நீங்க இந்த மாதிரிப் பேச மாட்டீங்க."

"நானென்ன யேசுநாதரா, பார்க்காமலேயே எல்லாத்தெயும் தெரிஞ்சுக்க? சொன்னாத்தானே தெரியும்?"

"இன்னெக்கி நர்ஸிங் ஹோம்லெ அந்த தியேட்டர் டெக்னீஷிய ராஸ்கல் கோவிந்தன் டியூட்டி ரூம்லெ நர்ஸுப் பொண்ணுகள்ட்டெ அம்மணமா போஸ் கொடுத்துண்டு நிக்கிற வெள்ளெக்காரச்சி ஒருத்தி ஃபோட்டோவைக் காட்னான். அந்த நாலும் சிரிச்சி கொளெஞ்சி நெளியறதுக. வெக்கங்கெட்ட ஜன்மங்க."

"இதுக்கு ஏன் இவ்வளவு கத்தல்? கோவிந்தன் ஒண்ட்டெ ஒண்ணும் காட்டலியே?"

"ஓ, அந்தக் கண்றாவி வேறெ நடக்கணும்ன்னு ஓங்களுக்கு ஆசையோ?"

"நீ இண்ணெக்கி நல்ல மூட்லெ இல்லே. கொஞ்சம் தண்ணி சாப்பிட்டு அமைதியா இரு."

“அந்த டாக்டர் கெழம் பேரம் பேத்தி எடுத்தாச்சு. ஹார்மோன் இன்ஜெக்ஷன் போட்டுண்டு ஹெட் ஸ்டாஃப் அதுக்கு ஊர்லெ ரெண்டு பசங்க படிச்சிண்டிருக்கு. அதோட ராத்திரியிலே குடும்பம் நடத்தறானாம்.”

என்ன பதில் சொல்வதென்று புரியாத நிலையில் ஏகநாத் சிகரெட் ஒன்றைப் பற்றவைத்துக் கொண்டான்.

“ஒங்களுக்கென்ன, ஸ்மோக் பண்ணினா எல்லாம் தீந்து போச்சு. நான் இங்கெ கெடந்து குமுறிண்டிருக்கேன். நர்ஸிங் ஹோம்லேருந்து Crecheக்கு வந்து ஸிந்தியாவெ அழச்சிண்டு மழைலெ நனைஞ்சு வீட்டுக்கு வந்திண்டிருந்தேன். கொட்ற மழைலெ கொடெ இருந்தும் ஒண்ணுதான் இல்லாட்டியும் ஒண்ணுதான். ரோட்லெ ஆள் நடமாட்டம் இல்லெ. ஒரு ஆள் பாண்ட்ஸ், ஷர்ட் போட்டுண்டு கையிலே ஒரு சிகரெட்டோட காரிலே உட்கார்ந்துண்டு ஜன்னல் கதவையெல்லாம் ஏத்தி மூடி வச்சிண்டு சுட்டு வெரலெ வளைச்சி, “மேடம், ஒரு நிமிஷம் இங்கெ வர்றீங்களா?”ன்னு கூப்பிட்டது. யாரெக் கூப்பிட்றான்னு திரும்பிப் பார்த்தா, “மேடம், ஒங்களெத்தான். ஒரு நிமிஷம் கிட்டெதான் வாங்களேன்”ன்னது. ’சில நேரங்களில் சில மனிதர்கள்’ சினிமாவில் ஸ்ரீகாந்த் லக்ஷ்மியை காரிலெ லிஃப்ட் கொடுத்து அனுபவிச்சுட்டு எறக்கி விட்டுப் போனது ஞாபகம் வந்தது. பயந்து நடுங்கிண்டு விறுவிறுன்னு நடந்து வீட்டுக்கு வந்தேன்.”

ஸோனா தொடர்ந்தாள். “வந்து அரை மணி நேரமாகல்லெ. ஒரு வாரத்துக்கு முன்னாலெ காலி செஞ்சுண்டு போனாங்களே, அந்த பார்வதி வீட்டுக்காரன் வந்தான். ‘எப்படீம்மா இருக்கே? கொளந்தெ சௌக்கியமா?’ன்னு கேட்டுண்டே உள்ளாரெ வந்து சேர்லெ ஒக்காந்துக் கிட்டான். ‘இங்கே இருக்கறப்போ அந்த மனுஷன்ட்டெ பேசினதுகூட கிடையாது. காபி சாப்பிட்றீங்களான்னு கேட்டேன். சரின்னது. போட்டு டேபிள்ல்லெ வச்சேன். ‘வேணாம். சும்மா தமாஷுக்குத்தான் கேட்டேன்’ அப்படின்னான். என்ட்டெ என்ன தமாஷ்ன்னு நெனெச்சிண்டிருக்கறப்போ ‘வாங்களேன், இளமை சுகம் சினிமாவுக்கு ரெண்டு டிக்கட் வச்சிருக்கேன். சேர்ந்து போகலாம்’ன்னது. எனக்கு ஒதறல் எடுத்துப் போச்சு. ஸிந்தியாவெத் தூக்கிண்டு, அந்தப் பக்கத்து போர்ஷன் பொண்ணு குமுதினி இல்லெ, அதான் நைன்த் படிக்கறதே, அதைக் கூப்பிட்டேன். நல்லகாலம் வந்தது. கொஞ்ச நேரம் அந்த ஆள் அப்படியே ஒக்காந்திண்டிருந்தான். ‘நான் அப்பொ போயிட்டு இன்னொரு நாளெக்கி வர்றேன். நான் இப்பொ ஏன் போறேன் தெரியுமா? நான் இப்பொ ஒங்களோட தனியா இருக்கேன். ஒங்க வீட்டுக்காரரு இப்போ வந்தா நம்மளை என்னன்னு நெனைச்சிக்கிருவாரு?’ன்னு சொல்லிட்டே எழுந்தது. குமுதினிப் பொண்ணு கன்னத்தெத் தட்டிக் கொடுத்துட்டே ஏறக்கட்னது. அந்தப் பொண்ணு சொல்றது, அந்த மனுஷன் நல்லவனாம். குடிச்சுட்டு வந்ததுனாலெ இப்படி நடந்துக்கிட்டதாம்.”

ஸோனா இன்னும் முடிக்கவில்லை. “இந்த இழவெல்லாம் முடிஞ்சாவிட்டு கொடெயெ எடுத்துண்டு ஸிந்தியாவெத் தூக்கி இடுப்பிலெ வச்சிண்டு அரைக்கக் கொடுத்த மாவெ வாங்கிவரப் போனேன். ஒரு வீட்டுத் திண்ணைலெ ரெண்டு கேடிப் பசங்க. ‘குட்டி ஷோக்காயிருக்கில்லெ’ அப்படீன்னு கமெண்டு அடிக்குதுங்க.”

ஸோனா கொட்டித் தீர்த்தாள். விசும்பிக்கொண்டே ஸிந்தியாவுக்குச் சோறு ஊட்டிப் படுக்க வைத்தாள். ஸோனாவுக்கு அமைதியின்மை காரணமாகச் சாப்பிடத் தோன்றவில்லை. ஏகநாத்துக்குத் துக்கம் மனம் பூராவும் வியாபித்திருந்த நிலையில் சாப்பாட்டுச் சிந்தனைக்கே இடம் இல்லாமல் போயிற்று. படுக்கையில் கிடந்தார்கள். ஸோனா ஏகநாத்திடமிருந்து ஏதோ ஒரு பதிலை எதிர்பார்த்தாள். "சமூகம் இண்ணெக்கி ஒன்கிட்டெ அதனோட விஸ்வரூபத்தைக் காட்டியிருக்கு, அவ்வளவுதான். தூங்கு. எல்லாம் சரியாப் போகும்" என்றான்.

"உலகத்தெத் தெரிஞ்சுக்கணும்னீங்க. புரிஞ்சுகிட்டவரைக்கும் சகிக்கல."

அவள் கண்களில் கசிந்த நீரைத் துடைக்கக்கூடத் திராணியில்லாமல் கிடந்தான் ஏகநாத்.

ஏகநாத் பாவமே செய்யாத புண்ணிய ஆத்மா அல்ல. இருப்பினும், அசிங்கமாகவோ, அநாகரிகமாகவோ, கொச்சையாகவோ, பச்சையாகவோ, விரசமாகவோ நடந்துகொண்டதாக அவனுக்கு நினைவில்லை. அப்பா பண்ணின பாவம் பிள்ளையின் தலைமேல் விடியும் என்று சொல்லக் கேட்டிருக்கிறான். கணவன் செய்த பாவம் மனைவி தலைமேல் விடியும் என்று எந்தப் பெரியவரும் சொன்னதாகக் கேள்வி இல்லை. மேலும் சமீபத்தில், ஒரு மாமி மனம் கோணாமலும், ஒரு பெண்மணி உளம் நோகாமலும் அவன் அனுசரணையுடன் நடந்து கொண்டிருந்திருக்கிறான். இதற்குச் சன்மானம் கிடைக்கா விட்டாலும், கேடாவது விளையாவது இருந்திருக்கலாம்.

கடைசியில் ஒன்றும் செய்யத் தோன்றாமல், "சாக்கடையில் உழலும் பன்றிகள்" என்று சற்று உரக்கவே கத்தினான். ஏகநாத்தால் இயன்றது அவ்வளவே.

078

கோணங்கி

மதனிமார்கள் கதை

உடனே அடையாளம் கண்டு விட்டான். சந்தேகமில்லாமல்; இவன் கேட்ட அதே குரல்; அதே சிரிப்பு. வியாபாரம் ஆனாலும் ஆகாவிட்டாலும் சலிப்பில்லாத அதே பேச்சு. ஆவுடத்தங்க மதினியா.

சாத்தூர் ரயிலடியில் வெள்ளரிக்காய் விக்கிறவனை சேர்த்துக் கொண்டு ஓடி வந்தவளென்று கேள்விப்பட்டிருந்த நம்மூர் மதினியா இப்படி மாறிப் போனாள். என்ன வந்தது இவளுக்கு. இத்து நரம்பாகிப் போனாளே இப்படி.

இவளைக் காணவும்தான் பழசெல்லாம் அலைபாய்ந்து வருகிறது. பிரிந்து போனவர்களெல்லாம் என்ன ஆனார்கள். அவர்களெல்லாம் எங்கே போய் விட்டார்கள். பிரியத்துக்கு உரியவர்களையெல்லாம் திரும்பவும் ஞாபகப்படுத்திக் கொள்ள வேண்டியதாயிருக்கிறது. எங்கே அவர்களை?

அவன் வந்த ரயில் இன்னும் புகை விட்டபடி புறப்படத் தயாராய் ஜன்னலோரம் போய் நின்று பூக்கொடுக்கிற, நஞ்சி நறுங்கிப் போன ஆவுடத்தங்க மதினியைப் பார்த்தான். கூடை நிறையப் பூப்பந்தங்களோடு வந்திருந்தாள். பூ வாடாமலிருக்க ஈரத்துணியால் சுற்றியிருந்தாள் அதை.

நம்மூரிலிருந்து கொண்டுவந்த சிரிப்பு இன்னும் மாறாமலிருந்தது அவளிடம். ஒவ்வொரு தாய்மாரிடமும் முழம் போட்டு அளந்து கொடுக்கிறாள். கழுத்தில் தொங்கும் தாலிக்கயிறும், நெற்றியில் வேர்வையோடு கரைந்து வடியும் கலங்கிய நிலா வட்டப் பொட்டுமாக அவளைப் பார்த்தான். தானே அசைகிற ஈர உதட்டில் இன்னும் உயிர் வாடாமல் நின்றது.

கண்ணுக்கடியில் விளிம்புகளில் தோல் கறுத்து இத்தனைக் காலம் பிரிவை உணர்த்தியது. வருத்தமுற்று ஏங்கிப் பெருமூச்சு விட்டான். அவளை எப்படியாவது கண்டு பேசி விட நினைத்தான். அதற்குள் இவனைத் தள்ளிக் கொண்டுபோன கூட்டத்தோடு வாசல்வரை வந்து; திரும்பவும் எதிர்நீச்சல்

போட்டு முண்டித் தள்ளி உள்ளே வருமுன் விடைபெற்றுச் செல்லும் ரயிலுக்குள் இருந்தாள். பெரிய ஊதலோடு போய்க் கொண்டிருந்தது ரயில்.

மூடிக் கிடந்த ஞாபகத்தின் ஒவ்வொரு கதவையும் தட்டித் திறந்து விட்ட ஆவுடத்தங்க மதினி மீண்டும் கண்ணெதிரில் நின்றாள். அதே உதடசையாச் சிரிப்புடன், பழையதெல்லாம் ஒவ்வொன்றாய்ப் புது ஒளியுடன் கண்ணெதிரே தோன்றியது. ஆச்சரியத்தால் தோள்பட்டைகளை உலுக்கிக் கொண்டு நடந்தான்.

பஸ் ஸ்டாண்டுக்குள் நின்றிருந்த தகர டப்பா பஸ்ஸைப் பார்த்தான். 'நென்மேனி மேட்டுப்பட்டி' க்கு என்று எழுதியிருந்த போர்டைத் திரும்பத் திரும்ப வாசித்துக் கொண்டு சந்தோஷப்பட்டான். இப்போது சொந்த ஊருக்கே பஸ் போகும்.

பஸ்ஸில் ஏறிக்கொண்டிருக்கும் எல்லாருக்கும் கையெடுத்து வணக்கம் சொல்லணும் போல இருந்தது. யாராவது ஊர்க்காரர்கள் ஏறியிருக்கிறார்களா என்று கழுத்தைச் சுற்றிப் பார்த்துக் கொண்டான். தெரிந்த முகமே இல்லாமல் எல்லாமே வேத்து முகங்கள். எல்லாரும் இடைவெளியில் இறங்கி விடக் கூடியவர்களாக இருக்கும்.

பஸ் புறப்பட்டது. ஒரே சீரான சத்தத்துடன் குலுங்கா நடையுடன் நகர்ந்து கொண்டிருந்தது பஸ். மதிப்பு மிகுந்தவற்றை எல்லாம் நினைவுப்படுத்திக் கொள்ளும் இசையென சத்தம் வரும். காற்று கூட சொந்தமானதாய் வீசும், சட்டையின் மேல் பட்டன்களை எல்லாம் கழட்டி விடவும் பனியனில்லாத உடம்புக்குள் புகுந்து அணைத்துக்கொண்ட காற்றோடு கிசுகிசுத்தான். ஜன்னலுக்கு வெளியில் பஜாரில் யாராவது தட்டுப்படுகிறார்களா என்று முழித்து முழித்துப் பார்த்துக் கொண்டே வந்தான். திரும்பவும் ரயில்பாதை வந்தது. வெறுமனே ஆளற்றுக் கிடந்த ஸ்டேஷனில் சிமெண்டு போட்ட ஆசனங்கள் பரிதாபத்துடன் உட்கார்ந்து கொண்டிருந்தன. ரயில்வே கேட்டைக் கடந்து வண்டி மேற்காகத் திரும்பி சாத்தூரின் கடைசி எல்லையில் நின்றது. அங்கொரு வீட்டில் யாரோ செத்துப் போனதற்காகக் கூடி ஒப்பாரி வைத்துக் கொண்டிருந்தார்கள். பஸ்ஸில் வந்த பெண்கள் இங்கிருந்து அழுது கொண்டே படியிறங்கிப் போகவும் பஸ் அரண்டு போய் நின்றது.

செத்த வீட்டு மேளக்காரர்கள் மாறி மாறித் தட்டும் ரண்டாங்கு மேளத்துடன் உள்ளடங்கி வரும் துக்கத்தை உணர்ந்தான். முதிர்ந்த வயதுடைய பெரியாள் உருமியைத் தேய்க்கிற தேய்ப்பில் வருகிற அமுத்தலான ஊமைக் குரல் அடிநெஞ்சுக்குள் இறங்கி விம்மியது. அந்த இசைஞர்கள் ஒட்டுமொத்த துக்கத்தின் சாரத்தைப் பிழிந்து கொண்டிருப்பதாய் உணர்ந்தான். யாராலும் தீர்க்க முடியாத கஷ்டங்களையெல்லாம் அடிவயிற்றிலிருந்து எடுத்து ஊதிக் கொண்டிருந்த நாயனக்காரரின் ஊதல், போகிற பஸ்ஸோடு வெளியில் வந்து கொண்டிருந்தது.

என்றோ செத்துப்போன பாட்டியின் கடைசி யாத்திரை நாள் நினைவுக்கு வந்தது. மயானக்கரையில் தன் மீசை கிருதாவை இழந்த தோற்றத்தில் மொட்டைத் தலையுடன் இவனது அய்யா வந்து நின்றார்.

இவனைப் பெத்த அம்மாவைப் பிரசவத்துடன் வந்த ஜன்னி கொண்டுபோய் விட்டதும் நாலாவதாகப் பிறந்த பிள்ளை நிலைக்க வேண்டும் என்பதற்காக இவன் மூக்கில் மந்திரித்துப் போடப்பட்டிருந்த செம்புக் கம்பிதான் மூக்கோரத்தில் இருந்துகொண்டு 'எம்மா.... எம்மா....' என்றது. அம்மா இல்லாவிட்டாலும் தெக்குத் தெரு இருந்தது. மேலெழும்பும் புழுதி கிடந்தது அங்கு. புழுதி மடியில் புரண்டு விளையாட, ஓடிப் பிடிக்க, ஏசிப்பேசி மல்லுக்கு நிற்க, தெக்குத் தெரு இருக்கும். எல்லாத்துக்கும் மேலாக இவன் மேல் உசுரையும் பாசத்தையும் சுரந்து கொண்டிருக்க மதினிமார் இருந்தார்களே. வீட்டுக்கு வீடு வாசல்படியில் நின்றுகொண்டு இவனையே வைத்த கண் வாங்காமல் பார்த்திருக்கும் சமைஞ்ச குமரெல்லாம் 'செம்புகோம்... செம்புகோம்....' என்று மூச்சுவிட்டுக் கொண்டார்களே!

பல ஜாதிக்காரர்களும் நிறைந்த தெக்குத் தெருவில் அன்னியோன்யமாக இருந்தவர்களை எல்லாம் நினைவு கூர்ந்தான்.

தனிக்கட்டையான தன் அய்யா கிட்ணத்தேவர் திரும்பவும் மீசை முளைத்துக் கிருதாவுடன் இவன் முன் தோன்றினார்.

'அடேய்... செம்புகோம்... ஏலேய்....' என்று ஊர் வாசலில் நின்று கூப்பிடும்போது இவன் 'ஓய்... ஓய்....' என்ற பதில் குரல் கொடுத்தபடி கம்மாய்க்கு அடியில் விளிம்போரம் உட்கார்ந்து மீன் பிடித்துக் கொண்டிருந்தான். தூண்டிலை எடுத்து அலையின் மேல் போடுவான். மீனிருக்கும் இடமறிந்து மெல்ல மெல்ல நகர்ந்து கொண்டே அத்தம்வரை போவான்.

பண்டார வீட்டு மதினிமார்களெல்லாம் மஞ்ச மசால் அரைத்து வைத்து ரெடியாகக் காத்திருப்பார்கள். 'கொழுந்தன் வருகிறாரா....' என்று அடிக்கொருதரம் குட்டக்கத்திரிக்கா மதினியைத் தூதனுப்பித் தகவல் கேட்டுக் கொள்வார்கள். தண்ணிக்குள் நீந்தித் திரியும் மீனாக இவன் தெருவெல்லாம் சமைஞ்சு நிற்கும் மதினிமார் பிரியத்தில் நீந்திச் சென்றான். ஒரு மீனைக் கண்டதுபோல எல்லாரும் சந்தோஷப்பட்டார்கள்.

கீகாட்டுக்கறுப்பாய் 'கரேர்....' ரென்ற கறுப்பு ஓட்டிக் கொள்ள 'அய்யோ... மயினீ... கிட்ட வராதே... வராதே...' என்று சுப்பு மதினியை விட்டுத் தப்பி ஓடினான். பனையேறி நாடார் வீட்டு சுப்பு மதினிக்கும், பொஷ்பத்துக்கும் இவன் மேல் கொள்ளைப் பிரியம். 'நாங்க ரெண்டு பேருமே செம்புகத்தையே கட்டிக் கிடப் போறோம்...' என்று ஒத்தைக் காலில் நின்று முரண்டு பண்ணுவதைப் பார்த்து இவன், நிசத்துக்கே அழுதபடி, 'மாட்டேம்... மாட்டேம்... மாட்டம் போ.' என்று தூக்கி எறிந்து பேசினான். உடனே அவர்கள் ஜோடிக் குரலில் 'கலகலகல...' வெனச் சிரித்து விடவும் ஓட்டமாய் ஓடி மறைவான் செம்பகம்.

குச்சியாய் வளர்ந்திருக்கும் சுப்பு மதினியும், ரெட்டச் சடைப் பொஷ்பமும் ஒவ்வோர் அந்தியிலும் பனங்கிழங்கு, நொங்கு, தவுண், பனம்பழம் என்று பனையிலிருந்து பிறக்கிற பண்டங்களோடு காத்திருப்பார்கள். இவனுக்காக, இவனைக் காணாவிட்டால் கொட்டானில் எடுத்துக் கொண்டு தேட ஆரம்பித்து விடுவாள் ரெட்டச்சடை புஷ்பம்.

பனையேறிச் சேருமுக நாடார் வீட்டுக்குக் கள்ளுக் குடிக்கப் போகும் அய்யாவுக்கும் ரெட்டச்சடைக்கும் ஏழாம்பொருத்தமாய் என்னேரமும் சண்டதான். அவளை மண்டையில் கொட்டவும், சடையைப் பிடித்து இழுக்கவும் "இந்த வயசிலும் கிட்ணத்தேவருக்க நட்டனை போகலே..." என்று சேருமுக நாடார் சிரித்துக் கொள்வார். 'ஓய்... மருமோனே' என்ற கீகாட்டுப் பேச்சில் 'தாப்பனும் மோனும் பனையேறிமோளை கொண்டு போயிருவீயளோ. சோத்துக்கு எங்க போட்டும் நா... மடத்துக்கு போயிறவா' என்று கள்ளு நுரை மீசையில் தெறிக்கப் பேசுவார் நாடாரு. இதைக் கேட்ட அய்யாவுக்குக் 'கெக்கெக்கே...' என்று சிரிப்பு வரும் வெகுளியாய்.

ஊர் ஊருக்குக் கிணறு வெட்டப்போகும் இவன் அய்யாவும், தெக்குத் தெரு எளவட்டங்களும் கோழி கூப்பிடவே மம்பட்டி, சம்பட்டி, கடப்பாறை, ஆப்புகளோடு போய்விடுவார்கள். சுத்துப்பட்டி சம்சாரிமார்கள், கிட்ணத்தேவன் தோண்டிக் கொடுத்த கிணத்துத் தண்ணீரில் பயிர் வளர்த்தார்கள்.

அய்யா கிணத்து வேலைக்குப் போகவும் தெருத் தெருவாய் சட்டிப் பானைகளை உருட்டித் தின்பதற்கு ஊரின் செல்லப் பிள்ளையாய் மதினிமார் இவனைத் தத்தெடுத்திருந்தார்கள். இவனுக்கு 'ஓசிக்கஞ்சீ...' 'சட்டிப் பானை உருட்டீ...' 'புது மாப்ளே...' என்ற பட்டங்களுண்டு. ராத்திரி நேரங்களில் எடுக்கிற நடுச்சாமப் பசிக்கு யார் வீட்டிலும் கூசாமல் நுழையும் அடுப்படிப் பூனையாகி விடுவான். இவன் டவுசர், சட்டை, மொளங்கால் முட்டில் அடுப்புக்கரி ஒட்டியிருக்கும்.

தெருமடத்தில் குடியிருக்கும் மாடசாமித் தேவரோடு சரிசமமாய் இருந்து வெத்தலை போட்டுக் கொண்டு தெருத் தெருவாய் 'புரிச்சு... புரிச்...' என்று துப்பிக் கொண்டே போய்ப் பண்டார வீட்டுத் திண்ணையில் உட்கார்ந்து கொள்வான்.

'மாப்ளைச் சோறு போடுங்கத்தா.... தாய்மாருகளா...' என்றதும் கம்மங் கஞ்சியைக் கரைத்து வைத்து 'சாப்பிட வாங்க மாப்பிளே...' என்று சுட்ட கருவாட்டுடன் முன் வைப்பார்கள்.

நாளைக்குக் கல்யாணமாகிப் போற காளியம்மா மதினி கூட வளையல் குலுங்க இவன் கன்னத்தைக் கிள்ளி விட்டு ஏச்சங்காட்டுவாள். இந்தக் காளியம்மா மதினிக்குச் சிறுசில் இவனைத் தூக்கி வளர்த்த பெருமைக்காக இவன் குண்டிச் சிரங்கெல்லாம் அவள் இடுப்புக்குப் பரவி அவளும் சிரங்கு பத்தியாய் தண்ணிக்குடம் பிடிக்க முடியாமல் இடுப்பைக் கோணிக்கோணி நடந்து போனாள். இப்போதும் சிரங்குத் தடம் அவள் இடுப்பில் இருக்கும்.

'செம்புகோம்... செம்புகோம்.. செம்புக மச்சானுக்கு வாக்கப்படப் போறேன்... பாரேன்...' என்று முகத்துக்கு நேராக 'பளீ' ரென்ற வெத்தலைக் காவிப் பல் சிரிக்கக் காளியம்மா மதினியின் சின்னையா மகள் குட்டக் கத்திரிக்கா திங்கு திங்கென்று குதித்துக்கொண்டே கூத்துக் காட்டுவாள்.

'அட போட்டீ... குட்டச்சீ' என்று முணுமுணுத்தபடி இவன் மூக்குக்கு மேலே கோபம் வரும். அவள் உடனே அழுது விடுவாள். 'மயினி... மயினி... அழுவாத மயினீ...' 'உம்...' மென்று முகங்கோணி நிற்கும் குட்டக்கத்திரிக்காவைச்

சமாதானப்படுத்த கடைசியில் இவன் கிச்சனங்காட்டவும்தான் அவள் உதட்டிலிருந்து முத்து உதிரும், சிரிப்பு வரும்.

வாணியச் செட்டியார் வீட்டு அமராவதி மதினி அரச்ச மஞ்சளாய்க் கண்ணுக்குக் குளிர்ச்சியான தோற்றத்துடன் பண்டார வீட்டுத் திண்ணைக்கு வருவாள். அவளைக் கண்டதுமே கூனிக் குறுகி வெட்கப்பட்டுப்போய் குருவு மதினி முதுகுக்குப் பின்னால் ஒளிந்துகொண்டு சிரிப்பான் செம்பகம். மேட்டுப்பட்டி நந்தவனத்தில் பூக்கிற ஒவ்வொரு பூவும் அமராவதி மதினி மாதிரி அழகானது.

தாவாரத்தில் இருந்து கொண்டே என்னேரமும் பூக்கட்டும் குருவு மதினி, அமராவதிக்கென்றே தனீப்பின்னல் போட்டு முடிந்து வைத்திருக்கும் பூப்பந்தை விலையில்லாமலே கொடுத்து விடுவாள். குருவு மதினிக்கும், அமராவதி மதினிக்கும் கொழுந்தப் புள்ளை மேல் தீராத அக்கறை.அவன் குளித்தானா சாப்பிட்டானா என்பதிலெல்லாம். ஊத்தைப் பல்லோடு தீவனம் தின்றால் காதைப் பிடித்துத் திருகி விடுவாள் அமராவதி மதினி. கண்டிப்பான இவளது அன்புக்குப் பணிந்த பிள்ளையாய் நடந்துகொண்டான் செம்பகம்.

இவனது எல்லாச் சேட்டைகளையும் மன்னித்து விட குருவு மதினியால்தான் முடியும். எளிய பண்டார மகளின் நேசத்தில் இவன் உயிரையே வைத்திருந்தான். சுத்துப்பட்டிக்கெல்லாம் அவளோடு பூ விக்கப் போனான். காடுகளெங்கும் செல்லங்கொஞ்சிப் பேசிக் கொண்டார்கள் இருவரும். இவன் வெறும் வீட்டு செல்லப் பிள்ளையானான்.

குருவு மதினியின் அய்யாவுக்குக் காசம் வந்து வீட்டுக்குள்ளேயே இருமிக்கொண்டு கிடந்தார். அவரைக் கூட்டிக்கொண்டு போய் ஆசாரிப் பள்ளத்தில் சேர்ப்பதற்காக ராப்பகலாய்ப் பூக்கட்டினாள். அவளுக்கு நார் கிழித்துக் கொடுத்து ஒவ்வொரு பூவாய் எடுத்துக் கொடுக்க; அவள் சேர்ப்பதை, விரல்கள் மந்திரமாய்ப் பின்னுவதைப் பார்த்துக் கொண்டே பசிக்கும்வரை காத்திருப்பான். பசித்ததும் மூஞ்சியைக் குராவிக் கொண்டு கொறச்சாலம் போடுவான்.

'இந்தா வந்துட்டன் இந்தா வந்துட்டன்' என்று எழுந்து வந்து பரிமாறுவாள் குருவு மதினி.

சீக்காளி அய்யாவைக் கூட்டிக் கொண்டு போகவேண்டிய நாள் வந்ததும் இவனையும் ஆசாரிப் பள்ளத்துக்குக் கூட்டிக்கொண்டு போனாள். 'வரும்போது ரெண்டு பேரும் பொண்ணு மாப்ளையா வாங்க...! ' என்று எல்லாரும் கேலி பண்ணிச் சிரித்து அனுப்பினார்கள். மலையாளத்துக்குக் கிட்டேயே இருக்கும் அந்த ஊரில் நாலு மாசம் மதினியோடு இருந்தான். அப்பவெல்லாம் இவள் காட்டிய நம்பவே முடியாத பாசத்தால் இவன் ஒருச்சாண் வளர்ந்து கூட விட்டான். சுகமாகி வரும்போது அய்யாவுக்கு வேட்டியும் இவனுக்குக் கட்டம் போட்ட சட்டையும், ஊதா டவுசரும் எடுத்துக் கொடுத்துக் கூட்டி வந்தாள். குருவு மதினிக்கு எத்தனையோ வயசான பின்னும் கல்யாணம் நடக்கவில்லை. குருவு மதினிக்குக் கல்யாணமானால் ஊரைவிட்டுப் போய்விடுவாளோ என்று பயமாக இருக்கும். 'மயினி... மயினி... நீ

வாக்கப்பட்டுப் போயிருவியா... மயினீ...' என்பான்.' என் ராசா செம்புகத்தைக் கெட்டிக்கிடத்தான் ஆண்டவன் எழுதியிருக்கான் புள்ளே....! ' என்றாள். மெய்யாகவே அவள் சொல்லை மனசில் இருத்தி வைத்துக் கொண்டான் செம்பகம்.

கீ காட்டிலிருந்து பஞ்சம் பிழைக்க வந்த ராசாத்தி அத்தையும் அவளது ஆறு பொட்டப் பிள்ளைகளும் எப்போது பார்த்தாலும் பூந்தோட்டத்தில் அக்கறையாய்ப் பூவெடுத்துக் கொண்டு வந்து கொட்டானுக்கு ஆழாக்கு தானியத்தைக் கூலியாக வாங்கிக் கொண்டு போனார்கள். ராசாத்தி அத்தைக்கும், நாடார் வீட்டு மதினிமார்களுக்கும் குருவு மதினியோடு பேசுவதற்கு எவ்வளவோ இருந்தது. தங்கள் கீகாட்டு ஊரைப் பற்றியும் அங்கு விட்டு வந்த பனைகளைப் பற்றியும் ஆந்திராவுக்குக் கரண்டு வேலைக்குப் போய்விட்ட ராசாத்தி அத்தைவீட்டு மாமாவைப் பற்றியும் சொல்லச் சொல்ல இவனும் சேர்ந்து 'ஊம்...' கொட்டினான்.

இவன் அய்யாவுக்குக் கலயத்தில் கஞ்சி கொண்டு போன மாணிக்க மதினியின் அழுகுரல் கேட்டு எல்லாரும் ஓடினார்கள்.

கிணத்து வெட்டில் கல் விழுந்து அரைகுறை உயிரோடு கொண்டு வரப்பட்ட அய்யா அலறியது நினைவில் எழவும் திடுக்கிட வைத்தது இவனை.

வெளியில் கிடக்கும் ஆளற்ற வெறுங்கிணறுகள் தூர நகர்ந்து கொண்டிருந்தன. ஒவ்வொரு கிணத்து மேட்டிலும் இவன் அய்யா நிற்பதைக் கண்டான். திரும்பவும் எழுந்து நடமாட முடியாமல் நாட்டு வைத்தியத்துக்கும் பச்சிலைக்கும் ஆறாத இடி, இவன் நெஞ்சில் விழ, கடைசி நேரத்தில் சாத்தூர் ஆஸ்பத்திரிக்குக் கொண்டு போன நாளில் அனாதையாகச் செத்துப் போனார் அய்யா. பஸ்ஸில் நீண்டிருந்த ஜன்னல் கம்பியில் கன்னத்தைச் சாய்த்துத் தேய்த்துக் கொண்டு கலங்கினான்.

அன்று சாத்தூரில் ரயிலேறியதுதான். ஒவ்வொரு ஸ்டேஷனிலும் ரயில் நின்று புறப்படும்போது மதினிமார்கள் கூப்பிடுகிற சத்தம் போடும் ரயில்.

அய்யாவின் நினைவு பின்தொடர, சாத்தூர் எல்லையில் கேட்ட உருமியின் ஊமைக்குரல் திரும்பவும் நெஞ்சிலிறங்கி விம்மியது.

சூழ்ந்திருந்த காடுகளும், பனைமரங்களும் உருண்டு செல்ல, பஸ்ஸிற்கு முன்னால் கிடக்கும் தார் ரோடு வேகமாய்ப் பின்வாங்கி ஓடியது. ஜன்னல் வழியாக மேகத்தைப் பார்த்தான். ஒரு சொட்டு மேகங்கூட இல்லாத வானம் நீலமாய்ப் பரந்து கிடந்தது. ரோட்டோர மரங்களில் நம்பர் மாறி மாறிச் சுற்றியது. ஆத்துப் பாலத்தின் தூண்கள் வெள்ளையடிக்கப்பட்டு மாட்டுக்காரர்களால் கரிக்கோடுகளும், சித்திரங்களும் வரையப்பட்டிருந்தன. தண்ணீரில்லாத ஆத்தில் தாகமெடுத்தவர்கள் ஊத்துத் தோண்டிக் கொண்டிருந்தார்கள்.

பாலம் கடந்து மேட்டில் ஏறியதும் ஊர், தெரிந்துவிட்டது. உள்ளே நெஞ்சு 'திக்கு... திக்....' கென்று அடித்துக்கொள்ள ஊரை நெருங்கிக் கொண்டிருந்தான் செம்பகம். தூரத்தில் தெரியும் காளியங்கோயிலும் பள்ளிக்கூடத்துக் கோட்டச்சுவரும் இவனை அழைப்பது போலிருந்தது.

எல்லா மதினிமார்களுக்கும் கண்டதை எல்லாம் வாங்கிக்கொண்டு போகிறான். மதினிமாரெல்லாம் இருக்கும் தெக்குத் தெருவை நெருங்க இருந்தான் செம்பகம். மனசு பறந்து கொண்டிருந்தது. எல்லாரையும் ஒரே சமயத்தில் பார்த்து ஆச்சரியப்பட இருந்தான். சீக்கிரமே ஊர் வந்து விடப்போகிறது. எல்லா மதினிமார்களையும் தானே கட்டிக்கொண்டு வாழவேண்டும். 'காளியாத்தா அப்படி வரங்குடுதாயே....' என்று முன்பு கேட்ட வரத்தை நினைத்துக்கொண்டு உள்ளுக்குள் சிரித்துக் கொண்டான். பஸ்ஸிற்கும் சந்தோஷம் வந்து துள்ளிக் குதித்தது. மனசு விட்டுப் பாடினான். 'ம்... ம்... ம்... ம் ம் ம்வும்.....' மென்ற ஊமைச்சங்கீதமாய் முனங்கிக் கொண்டு வந்தான் செம்பகம். பருத்திக் காட்டில் சுளை வெடிக்காமல் நிலம் வெடித்துப் பாளம் பாளமாய் விரிசலாகிக் கிடக்கும். வாதலக்கரை சித்தையாத் தேவனுக்கு வாழ்க்கைப் பட்டுப்போன மாணிக்க மதினி இருந்தால் காடே வெடித்திருக்காது. இப்படி ஈயத்தைக் காய்ச்சும் வெயிலும் அடிக்காது. மாணிக்க மதினியோடு எல்லா மதினிமார்களும் பருத்திக் காட்டில் மடிப்பருத்தியுடன் நின்ற கோலமாய் கண்முன் தோன்றும். இருக்கிற ஒரு குறுக்கத்திலும் எத்தனை வகை தானியங்களுக்கு இடம் வைத்திருந்தாள். அவள் மனசே காடாகும் போது தட்டா நெத்துக்கும் பாசிப்பிதம் பயறுக்கும் நாலு கடலைச் செடிக்கும் பத்துச்செடி எள்ளுக்கும் இடமிருந்தது. காடே கிடையாகக் கிடக்க விதித்திருந்தது அவளுக்கு. காட்டு வெள்ளாமையும் அவளோடு போயிற்று.

கண்ணெட்டும் தூரம்வரை நிலம் வறண்டு ஈரமற்றுக் கிடக்கும் தரிசு நிலங்களில் வேலிக்கருவை தோண்டிக் கொண்டிருந்தார்கள். மஞ்சள் மூக்குடன் கூடிய விறகு லாரிகளில் அடையாளம் தெரியாதவர்கள் பாரம் ஏற்றிக்கொண்டிருந்தார்கள். மந்தைத் தோட்டத்தில் கிணத்தை எட்டிப் பார்த்துக்கொண்டு படுத்திருக்கும் கமலைக்கல்லும், தோட்ட நிலமும் நீண்டகால உறக்கத்திலிருந்து மீளாமல் இன்னும் இறுகிக்கொண்டிருந்தது. தோட்டத்தை ஒட்டி நின்ற பஸ் இவனை இறக்கிவிட்டுச் சென்றது.

தெக்குத்தெரு வாசலில் படம்போட்ட தோல்பையுடன் நின்றான். குப்புற விழுந்து கிடக்கும் தெக்குமடத்தில் ஒருகல்தூண் மட்டும் தனியாய் நிற்க அதன்மேல் உட்கார்ந்திருந்த காக்கா இவனைப் பார்த்துக் கரைந்துகொண்டு ஊருக்கு மேல் பறந்து சென்றது.

தெருவை வெறிக்கப் பார்த்துக்கொண்டே நடந்தான். தெருப் புழுதியே மாறிப் போய் குண்டும் குழியுமாய் சீரற்று நீண்டு கிடந்தது தெரு. இவன் பண்டார வீடுகளிருந்த இடத்துக்கு வந்து நின்றான். இருண்ட பாகமான வீடுகளாய் இற்று உதிர்ந்து கொண்டு வரும் கூரை முகட்டிலிருந்து மனதை வதைத்தெடுக்கும் ஓலம் கேட்டது. மனதைப் புரட்டிப் புரட்டிக் கொண்டுபோய் படுகுழியைப் பார்த்துத் தள்ளிவிட்டுச் சிரிக்கிற ஓலமாய்க் கூரைகளில் சத்தம் வரும். தெருவே மாறிப்போய் குறுனையளவுகூட இவன் பார்த்த தெருவாயில்லை. தெருவே காலியாகிவிட்டது. தெருத் தெருவாகத் தேடினான். முன்பு கண்ட அடையாளம் ஏதாவது தட்டுப்படுமா? என்று பார்த்தான். எவ்வளவோ மூடிவிட்டது. புதிய தராதரங்கள் ஏற்பட்டு, இவனைச் சுற்றி வேடிக்கை பார்க்கவந்த கூட்டத்துக்குள் இவன் இருந்தான். சிறுவர்களும் பெரியவர்களும் இவனைப் பார்த்து சலசலத்துக் கொண்டார்கள். 'என்ன வேணும்' மென்ற சைகையால் இவனை அந்நியமாக்கினார்கள்.

இவன் ஒவ்வொன்றாய்ச் சொல்லச் சொல்ல எல்லாரும் ஆச்சரியப்பட்டுக் கொண்டார்கள். இன்னும் கூட்டம் இவனைச் சுற்றி வட்டமாக நின்றது.

வந்தவர்களுக்கு எவ்வளவோ வேலைகள் இருக்கும். கூட்டங்கூடி நேரத்தை வீணாக்காமல் பெண்களெல்லாம் தீப்பெட்டி ஒட்டப் போய்விட்டார்கள். குழந்தைகள் ‘ஹைய்ய்ய்....’ என்ற இரைச்சல் போட்டுக்கொண்டு தீப்பெட்டி ஆபிஸ் பஸ் வந்து கொண்டிருப்பதைப் பார்த்து ஓடிவிட்டார்கள். கேள்வி மேல் கேள்வி கேட்டுக் கொண்டிருந்த பெரியவர்களுக்கு வெட்டிப் பேச்சே பிடிக்காது. காட்டில் வெட்டிப் போட்டிருந்த வேலிக்கருவையைக் கட்டித் தூக்கி வர கயிறு தேடப்போனார்கள். கொஞ்சநேரத்தில் ஒரு சுடுகுஞ்சி கூட இல்லாமல் இவன் தனித்து விடப்பட்டான்.

எல்லாம் தலைக்குமேல் ஏறி சுமையாய் அழுத்த குறுக்கொடிந்துபோய், ரொம்ப காலமாய் ஆட்டுப்படாமல் கிடந்த மதினி வீட்டு ஆட்டுரலில் உட்கார்ந்தான். தலையில் கைவைத்தபடி மூஞ்சியில் வேர்த்து வடியத் தரையை வெறிக்கப் பார்த்தான். மூஞ்சியில் வழியும் அசடைப் புறங்கையில் துடைத்துக் கொண்டான்.

‘கொழுந்தனாரே... எய்யா... கப்பலைக் கவித்திட்டீரா... கன்னத்தில் கை வைக்காதிரும்... செல்லக் கொழுந்தனாரே... எய்யா...’ என்று எல்லா மதினிமார்களும் கூடிவந்து எக்கண்டம் பேச, அவர்கள் மத்தியில் இருக்க வேண்டியவன், இப்படி மூச்சுத் திணறிப் போய் ஆட்டுரலில் உட்கார்ந்திருக்கும்படி ஆனது.

நாளைக்கு மீண்டும் ஓடிப்போன செம்பகமாய் நகரப் பெருஞ்சுவர்களுக்குள் மறைந்து போவான். இருண்ட தார்விரிப்பின் ஓரங்களில் உருவமே மாறிப்போய் பேரிரைச்சலுக்குள் அடையாளந்தெரியாத நபராகி அவசர அவசரமாய்ப் போய்க்கொண்டிருப்பான் செம்பகம்.

079

கோணங்கி

கருப்பு ரயில்

முனியம்மா மகன் சிவகாசிக்குப் போய்விட்டான். முனியம்மாளின் கட்டாயத்தினால் குடும்பமே போக வேண்டியதாயிற்று. அவன் போகும்போது ரயில் தாத்தா பட்டத்தையும் சேர்த்து கொண்டு போய் விடவில்லை. அதையெல்லாம் கந்தனிடம் ஒப்படைத்து விட்டுத்தான் போனான். முனியம்மா மகன் போனாலும் கந்தனே போய்விட்டாலும் ரயில் தாத்தா இருப்பார். நிஜத்து ரயிலே போய்விட்டாலும் ரயில்தாத்தா சாகாவரம் பெற்று விடுவார்.

எல்லாச் சின்னபிள்ளைகளுக்கும் ரயில்தாத்தா வேண்டும். மேலத்தெரு வேப்பமர ஸ்டேஷனிலிருந்து துவங்குகிற ரயில் பிரயாணத்தை யாராலும் நிறுத்த முடியாது. கந்தனின் கரண்டு மேன் அய்யாவுடைய சிவப்பு ரப்பர் கையை மாட்டிக்கொண்டு வந்தாலே ரயில் நிற்கும்.

ஆனால் சின்னப்பாப்பாவின் குட்டி ரயிலை ரப்பர் கை காட்டியாலும் நிறுத்த முடியாது. அந்தக் குட்டிரயில் எப்போதும் பொன்வண்டுகளைத்தான் ஏற்றிக்கொண்டு வரும். பொன்வண்டு ரயிலைச் செய்வதற்கு காலித் தீப்பெட்டிகள் வேண்டும். காலித் தீப்பெட்டிகளுக்காக கடை கடையாய் அலைந்தான். ரோடுகளை அளந்தான். கந்தனின் பகீரத முயற்சிகளால் காலித் தீப்பெட்டிகள் சேர்ந்துவிட்டது. இனி ஒவ்வொரு தீப்பெட்டிக்கும் பொன்வண்டு பிடிக்க வேண்டுமே. பொன்வண்டுகள் எப்போதும் காட்டிலும் காட்டுக்குப் போகிற தான் தோன்றிப் பாதைகளிலும் கிடைக்கும். அவற்றைப் பிடிப்பதே கஷ்டமானது.

இன்னும் பட்டு மெத்தைக்கு டெயிலர் அண்ணாச்சி வீட்டு குப்பைக்குழிக்குப் போக வேண்டும். அங்கு பட்டுத்துணி பதுங்கிக்கொண்டிருக்கும். குப்பையிலிருப்பதெல்லாம் குண்டு மணிதான். குப்பையைத் தோண்டத் தோண்ட பட்டு கிடைத்துவிடும். ஒவ்வொரு தீப்பெட்டிக்கும் பட்டு விரித்து, ஒரு ஜோடிப் பொன்வண்டுகளை பொண்ணு மாப்பிள்ளையாக உட்கார வைத்து தீப்பெட்டியை மூடினான். நூல் சம்பாதிக்க

வேண்டுமே. அதற்கு டெயிலர் அண்ணாச்சியைத்தான் பிடிக்கணும். ஊதாக் கலர் பச்சைக் கலர் மஞ்சக் கலர் வாடா மல்லிக் கலர் நூலை எல்லாம் மிஷினுக்குள்ளிருந்து எடுத்துத் தருவார். கலர்க் கலர் நூலையெல்லாம் ஒன்றாக்கி தீப்பெட்டிக்கு தீப்பெட்டி இடைவெளி விட்டு ரயில் பெட்டிகளை இணைத்தான்.

கந்தனுக்குத்தான் இப்படியெல்லாம் பொன் வண்டு ரயில் செய்ய வரும். சின்னப் பாப்பாவுக்கு வரவே வராது. அவள் பார்த்துக் கொண்டே சும்மா இருந்தாள். அண்ணனின் ஒவ்வொரு காரியத்தையும் உற்றுப் பார்த்தபடியே தலையைத் தலையை அசைத்து ஆமோதித்தாள். குட்டி ரயிலை நுனிவிரலால் தொட்டுப் பார்த்துக் கொண்டாள். அது சின்னப்பாப்பாவின் குட்டி ரயில். 'குப்...க்குப்....' பென்ற ஊதலோடு கிளம்பி விட்டது. சிமெண்டுத் தரையில் சின்னப்பாப்பாவைச் சுற்றிச் சுற்றி வருகிறது. பொன்வண்டு ரயில் போவதைப் பார்த்து 'க்கூ.... க்கூ' வென்று ஊதுகிறாள், சின்னப்பாப்பா.

இப்போது கந்தனின் கனவு ரயிலும் கிளம்பி விடும். ஊருக்குத் தெற்கு தூரத்தில் ஓடும் நிஜத்து ரயிலின் ஊதல் கேட்கும். இந்த ஊதலே அவனை எங்கெங்கோ அழைத்துப்போய் தொலைதூர அதிசயங்களைக் காட்டி அவனை ஆச்சரியப்படுத்தும். சினேகிதக் குருவிகளோடு பறந்து செல்வதாய் தானும் சிறகுகளை அசைத்துக் கொள்வான். காற்றோடு பறந்து போகும் வழிகளில் எங்கும் ஊருக்கு ஊர் ரயில் தாத்தாக்கள் இருப்பதைக் கண்டான். அவனுக்காகவே காத்திருக்கிற ரயில் தாத்தாவின் குறும்புத் தாடியைக் கண்டதும் 'க்களுக்'கென்று சிரிப்பு உண்டாகி விட்டது. வாய் விட்டுச் சிரித்தான். அவனுக்குப் பின்னாலிருந்து யாரோ செல்லமாய் சிணுங்கியது கேட்கவும் திரும்பினான். அங்கும் சின்னப்பாப்பா நின்றிருந்தாள். அவனை விடாமல் தொடர்ந்து வரும் சின்னப்பாப்பாவின் சின்ன பூங்கையைப் பிடித்துக் கொண்டான். அவளை இழுத்துக் கொண்டு ரயில் தாத்தாவை நோக்கி ஓடினான். ஓட ஓட ரயில் தாத்தாவும் எட்டாத உயரத்தில் பறந்து கொண்டிருந்தார். கம்பூணித் தாத்தாவை எட்டிப் பிடிக்கவே முடியாது. அவர் மறைந்தே போய் விட்டார்.

கந்தனின் ரயில் கனவை ஊடுருவிப் பார்ப்பதுபோல் சின்னப்பாப்பா அவனைப் பார்த்தாள், ஈரம் சொட்டும் மூக்கைச் சுழித்துக் கண்ணைச் சிமிட்டிக்கொண்டு சிரித்தாள்.

சிமெண்டுத் தரையில் ஓடும் பொன்வண்டு ரயிலுக்குள் பொண்ணும் மாப்பிள்ளையும் கொஞ்சிச் சிரிப்பதை எல்லாம் சின்னப்பாப்பா கேட்டிருப்பாள். எங்கெங்கோ ஒளிந்திருக்கும் ஊருக்கெல்லாம் பொன்வண்டு போகிறதே. சின்னப்பாப்பா "தாட்டா, த்தாட்டா.." என்றாள். ஊருக்குப் போகிற பொன்வண்டிடம் "நானுக்கு ரயிலு.. நானுக்கு ரயிலு.." என்று தன்னைத் தானே காட்டிக் கொண்டாள்.

சின்னப் பாப்பாவின் 'நானுக்கு ரயில்' கிடைக்கா விட்டாலும் அவளது பள்ளிக்கூட நாட்களில் நானுக்கு ரயிலுக்கான தண்டவாளத்தை வரைந்தாள்.

பள்ளிக்கூடம் போகும் போதும் ரயில்தாத்தா கந்தனின் வாலைப்பிடித்துக் கொண்டுதான் போனாள். அவர்களின் பள்ளிக்கூடத் தெருவே பழையது.

‘கரேர்.’ ரென்ற கருப்பு ஒட்டிக்கொள்ளும் கோட்டைச்சுவரும் காரை பிளந்த வீடுகளுமே இருந்தது. சுவருக்கு கீழே நீளமாய் ஓடும் சாக்கடைத் திண்டின் மேல் கால் வைத்து நடந்தாலே இந்த கெசவால் குரங்குகளுக்கு நடக்கவரும். நீளமாய் நடந்துகொண்டே சிலேட்டுக் குச்சியால் கோட்டைச் சுவரில் கோடு கீச்சினாள். கோடுகள் தெருவோடு தெருவாய் சேர்ந்துகொண்டு நீளும். முக்கு திரும்பி வளையும் நெளியும். அடுத்து வீட்டு சுவருக்கு தாவும். இந்தக் கோடுதான் சின்னப்பாப்பாவின் குட்டிரயிலுக்குத் தண்டவாளமாம். இதைக் கண்டதுமே ரயில் தாத்தாவுக்கு கொண்டாட்டம் வந்துவிட்டது. அவனும் கோடு போட்டான். துருப்பிடித்த ஆணியால் கோடு இழுத்துக்கொண்டே அழியாத தண்டவாளத்தை எழுதினான். அவனது கனவு ரயிலின் தண்டவாளமே பெரியது. அதற்காகவும் இனி வருபவர்களுக்காகவும் தண்டவாளம் இருக்கும். யாரும் இதை அழிக்கவே கூடாது. தினந்தினம் பள்ளிக்கூடம் போகும் போதெல்லாம் சுவரிலிருக்கும் தண்டவாளங்களாய் வளைந்து நெளிந்து கொண்டே போனார்கள்.

ஆனால் ஞாயிற்றுக்கிழமைக்கென்று பெரியரயில் இருக்கிறது. இந்த ரயிலே சாகவே சாகாதது. ஞாயிறு ரயிலுக்கு குட்டி ரயில்களெல்லாம் ஒன்று சேரும். வைக்கோலைத் திரித்துத் திரித்து கயிறாக்கி, கயிறுக்குள் ஒன்று சேரும் ரயில். ஒருவர் பின்னால் ஒருவராய் இணைந்து சட்டையையோ அரைஞாண் கயித்தையோ பிடித்துக்கொள்ளணும். சடையைப் பிடித்துக்கொண்டும் ரயில் புறப்பட்டு வரும். எப்பொழுதோ புறப்பட்டு, எங்கெங்கோ இருக்கும் ஸ்டேஷனை நோக்கி ரயில்தாத்தா புறப்படுகிறார். பின்னால் இவர்களுக்கெல்லாம் ரயிலே கிடைக்காது. ரயிலே மறந்துவிடும். ரயிலுக்காக காத்திருப்பது கூட பெரும் ஏக்கமாகி பெருமூச்சு விடுவார்கள். இன்னொரு கூட்டம் ரயிலைத் தேடும். அவர்களுக்கு மத்தியில் ரயில்தாத்தா தோன்றிவிடுவார் தாடியுடன். புதுரயிலைச் செய்து கொண்டு பிரயாணம் துவங்கிவிடும்.

ரயில் போவதற்கு கந்தன் சட்டையை அசைத்து ‘செண்டா’ காட்டி விட்டான். அதற்குள் சின்னப்பாப்பா பிரயாணிகளுக்கெல்லாம் திக்கட்டு கொடுத்து முடித்திருந்தாள். கரண்டுமேன் அய்யாவின் ரப்பர் கையை தூக்கிக்கொண்டு ஓடியவன் கரையில் நின்று கைகாட்டியாகி, கையைத் தூக்கவும் ‘ஹ்கூ...’ வென்ற ஊதலோடு வானமெல்லாம் புகையைக் கக்கிக்கொண்டு ரயில் புறப்பட்டது. புழுதியைக் கிளப்பிக்கொண்டு ரயில் தாத்தா வருகிறார். வேம்படி ஸ்டேஷனிலிருந்து தெருவைத் தாண்டி காளியங்கோயிலுக்குப் பின்புறமாக போய் வளைந்து திரும்பி கம்மாயை நோக்கி ரயில் போகிறது. டிக்கெட்டு வாங்கிக்கொள்ளாத முனியம்மா மகனும் வரிசையில் வந்து கொண்டிருந்தான். அவனுக்குத்தான் கள்ள ரயில் விளையாட்டெல்லாம் தெரியும். ரயில்கார வாத்தியாராகையால் அவனுக்கு ரயிலை மீறிச் செல்ல சலுகையுண்டு. முனியம்மா மகனுக்கு அடிக்கடி ரயில் பதவிகள் மாறும். எஞ்சின் டிரைவராகவும் எஞ்சினாகவும் கடைசி பெட்டியில் வரும் குழாய்ச் சட்டைக்காரனாகவும் மாறி மாறி வருவான்.

கந்தன் திடீரென்று ‘நாந்தான் டீட்டியாரு...’ என்று காதில் குச்சியை சொருகிக்கொண்டு வந்தான். வரிசையை விட்டு விலகி நின்றபடி திக்கட்டு பரிசோதித்துவிட்டு மீண்டும் ரயிலோடு சேர்ந்து கொண்டான். கம்மாய்க்

கரைமேல் ஏறப்போகிறது. கரைமேல் ஏறமுடியாமல் ஏறத்திணறிக் கொண்டிருந்தது. வைக்கோல் கயிறு அந்து விடாமல் ட்ரைவர் காப்பாற்றி விட்டான்.

இப்போது ரயில் கம்மாய் கரைப் புள்ளையாரை அடைந்து தைப்பாறி மூச்சு வாங்கியது. அந்த இடத்தில் முனியம்மா மகன் ரப்பர் கையை மாட்டிக்கொண்டு குறுக்கே நின்றான். அசையாமல் கைகாட்டி மாதிரியே நின்றுவிட்டான். கந்தன் குதித்துக் குதித்து கோயில் மணியடிக்கவும் ரயிலில் வந்த மாரிமுத்துப் பண்டாரம் ஓடிப்போய் செடி செத்தைகளை அள்ளிக் கொண்டு வந்தான். புள்ளையாருக்கு பூசை வைக்கவேண்டுமே. புள்ளையார் ஸ்டேஷனில் வண்டி வெகுநேரம் வரை நிற்கும். பூசை முடிந்துதான் கிளம்ப வேண்டும். புள்ளையாரைக் கும்பிட்டக் கையோடு 'சாமி காப்பாத்து... ஆத்தா காப்பாத்து... அய்யா காப்பாத்து... பாப்பா காப்பாத்து...' என்ற முணுமுணுப்புகளோடு புள்ளையாரைச் சுற்றி வரும் ரயில். மூன்றாவது சுற்றில் பூசை முடிந்துவிடும். பூசையின் போது வேண்டிக் கொள்ளணுமே. அன்றொரு நாள் காளியங் கோயிலுக்குப் பின்னால் நடந்த அப்பாம்மா விளையாட்டில் முனியம்மா மகனுக்கும் மொதலாளி மகள் வெங்கட்டம்மாளுக்கும் பிறந்த கல்லுப்பிள்ளைக்கு பேர் வைக்கும்படி புள்ளையாரைக் கேட்டார்கள். இப்போது பேர் விட்டு முடியவும் சிதறு தேங்காய் உடைக்க வேண்டும். வெறும் சிரட்டையை உடைக்கவும் சில்லுசில்லாய் சிதறும். அப்போது ரயிலும் சிதறிப் போகும். அவரவருக்கு கிடைத்த சிரட்டைத் துண்டை நாக்கால் நக்கிக் கொண்டு ருசிப்பார்கள்.

கடைசி மணியடித்து ரயில் ஒன்று சேரும். கந்தன் செண்டா காட்டவும் ரயில் புறப்படும். அடுத்த ஸ்டேஷன் உண்டு. வீரம்மா சின்னாத்தா ஊருக்கும் ஸ்டேஷன் இருக்கும். முள்ளுச்செடி ஸ்டேஷன்களில் ரயில் நிற்காது.

தெருவிலிருந்து பார்த்தால் தெரியும். கம்மாய்க்கரை மரங்களுக்கு ஊடே மறைந்து மறைந்து போகும் ரயில். நிழல் மூடிக் கருத்திருக்கும். நிற்கிற ஸ்டேஷனில் ஆள் இறங்கும். நிற்காத ஸ்டேஷனில் மரங்கள் அசைந்து பின் வாங்கும். அடுத்த ஸ்டேஷன் நோக்கி நகர்ந்து நகர்ந்து கடைசி ஸ்டேஷனை நெருங்கிவிடும். கம்மாய்க்கரை இறக்கத்தில் இறங்கும்போது ரயில் தள்ளாடித் தள்ளாடி நகரும். கம்மாய்க்குள் ஏகமாய் விரிந்து கிடக்கும் நீர்ப்பரப்பில் மிதந்து வரும் அலைகளைப் பூராவும் பார்த்ததுமே சின்னவர்களின் டவுசர் அவிழ்ந்து கொள்ளும். ஒருகையில் டவுசரைப் பிடித்தபடி நீர் விளிம்பு வரைக்கும் வந்து, எல்லாம் களைந்து நிற்கிற அம்மணத்தோடு கடைசி ஸ்டேஷனில் நிற்கும் ரயில் திடீரென்று 'ஹைய்ய்...' யென்ற பெருங்கூச்சலில் சிதறிச் சின்னா பின்னமாகி விடும். அப்போது ரயில் இருக்காது. ரயில்தாத்தா இருக்கமாட்டார். காணாமல் போன ரயில் கம்மாய் தண்ணிக்குள் அம்மணக் கும்மாளமடித்து மறையும்.

ஏனோ, இப்போதெல்லாம் கம்மாய் பாதைக்கு ரயில் வராமல் ஸ்டேஷனெல்லாம் மூடிவிட்டது. கம்மாய்க்குள் அலையடித்து மின்னிய நீர்ப்பரப்பே காணாமல் எங்கோ தொலைந்து போனது.

சிவகாசிக்குத் தொலைந்துபோன முனியம்மா மகனை திரும்பவும் சந்திக்கும்போது எல்லாப் பிள்ளைகளுக்கும் சின்னப் பொன்வண்டுக்கும்

சந்தோஷம் வரும். சிரிப்பு வரும். எல்லாப் பொன்வண்டுகளும் சிவகாசிக்குப் போகும். இனிவரும் ரயில் விளையாட்டையெல்லாம் அங்கு வைத்துக்கொள்ள வேண்டியதுதான்.

ஊரிலிருந்து புறப்பட்டுப் போகும் சிவகாசி ரயிலுக்கு சின்னப் பாப்பா வரைந்த தண்டவாளம் இல்லை. முள்ளுக்காட்டுத் தடத்து வழியில் பொன்வண்டு ரயில் போகிறது. சின்னச்சின்ன தீப்பெட்டிக்குள் சின்னப்பாப்பாவும் சிவகாசிக்குப் போகிறாள்.

கருக்கிருட்டில் தூங்கும் பொன்வண்டுகளுக்குப் பிடித்தமான ரயில் சத்தம் கேட்கும். அப்போது தெருவில் ஒரு கருப்பு ரயில் வந்து நிற்கும். வீடு வீடாய் கருப்பு ரயில் நின்று நின்று நகரும். சின்னப் பொன்வண்டுகளை கூவி அழைக்கும். இப்பவெல்லாம் கருப்பு ரயிலுக்கு புது ட்ரைவர்தான். அவன் கருப்பு மனுசன். 'க்ரேர்..'ரென்று ரயிலின் நிறத்தில் இருந்தான். அவன் ரயில் தாத்தா மாதிரியே தாடி வைத்திருந்தான். துருப்பிடித்த தாடி குறும்பாய்ச் சிரித்தபடி பொன்வண்டுகளுக்கு தலையசைத்து வணக்கம் கூறினான். பொன்வண்டுகளை ஏமாற்றுவதே சுலபமானது. அவன் அழைக்கவும் பொன் வண்டுகள் தூங்கியபடியே எழுந்துவிடும். கருப்பு ரயிலில் ஏறிக்கொண்டு பிரயாணம் துவங்கி விடும். ரயிலுக்கு வெளியில் கிடப்பதெல்லாம் ரயிலோடு ஓடி வராது. ஆனால் அவர்களின் ஆதி நிலா மட்டும் அவர்களைப் பின் தொடர்ந்து முள்ளுப் பாதையில் அழுது கொண்டே ஓடிவரும். ரயிலில் போகும் பொன்வண்டுகளைப் பிடிக்க முடியாமல் பாதி வழியில் முள்ளுக்காட்டில் சிக்கிச் சிதறி விடும்.

அங்கு போனால் நடுக்காட்டு இருட்டுச் சுரங்கத்தில் தீப்பெட்டிகள் குவிந்திருக்கும். தீப்பெட்டிக்குள் பொன் வண்டு இருக்கும். அந்த கருப்பு மனுசன் பொன் வண்டின் உடம்பிலிருந்து தீக்குச்சிகளை உருவி எடுப்பான். எடுக்க எடுக்க பொன்வண்டின் உடம்பெல்லாம் தீக்குச்சியாய் வரும். தீரவே தீராமல் தீக்குச்சி வந்து கொண்டிருக்கும். பிறகு பொன்வண்டுகளைத் தீப்பெட்டிக்குள் அடைத்து விடுவான். திரும்பவும் தீப்பெட்டியைத் திறப்பான். மூடுவான். தேவையான போதெல்லாம் தீப்பெட்டியைத் திறந்து பொன் வண்டிலிருந்து தீக்குச்சி எடுப்பான்.

பொன்வண்டுக்கே தெரியாமல் அதன் உடம்பிலிருக்கும் வண்ணமெல்லாம் உதிர்ந்து மறைந்து விடுகிறது. பறப்பதற்கு ரெக்கை வைத்திருக்குமே அதில் பொட்டுப் பொட்டாய் மின்னும் பாசிக்கலர் இருக்குமே. அதெல்லாம் மறைந்து ரெக்கை ரெண்டும் கருகிச் சுருண்டு பொன்வண்டே கருத்து வருகிறது.

080

ச.தமிழ்ச்செல்வன்

வெயிலோடு போய்

மாரியம்மாளின் ஆத்தாளுக்கு முதலில் திகைப்பாயிருந்தது. இந்த வேகாத வெயில்ல இந்தக் கழுத ஏன் இப்படி தவிச்சுப் போயி ஓடியாந்திருக்கு என்று புரியவில்லை.

"ஓம் மாப்பிள்ளை வல்லியாடி" என்று கேட்டதுக்கு 'பொறு பொறு'ங்கிற மாதிரி கையைக் காமிச்சிட்டு விறுவிறுன்னு உள்ள போயி ரெண்டு செம்பு தண்ணியை கடக்குக் கடக்குன்னு குடிச்சிட்டு 'ஸ்... ஆத்தாடி'ன்னு உட்கார்ந்தாள்.

"ஓம் மாப்பள்ளை வல்லியாடி?"

"அவரு... ராத்திரி பொங்க வைக்கிற நேரத்துக்கு வருவாராம். இந்நியேரமே வந்தா அவுக யேவாரம் கெட்டுப் போயிருமாம்."

"சரி... அப்பன்னா நீ சித்த வெயில் தாழக் கிளம்பி வாறது... தீயாப் பொசுக்குற இந்த வெயில்ல ஓடியாராட்டா என்ன..."

"ஆமா. அது சரி... பொங்கலுக்கு மச்சான் அவுக வந்திருக்காகளாமில்ல..."

ஆத்தாளுக்கு இப்ப விளங்கியது.

அவளுடைய மச்சான் ஆத்தாளின் ஒரே தம்பியின் மகன் தங்கராசு இன்னிக்கி நடக்கிற காளியம்மங்கோயில் பொங்கலுக்காக டவுனிலிருந்து வந்திருக்கான். அது தெரிஞ்சுதான் கழுத இப்படி ஓடியாந்திருக்கு.

"மதியம் கஞ்சி குடிச்சிட்டு கிளம்பினியாட்டி" என்று கேட்டதுக்கு கழுத 'இல்லை' யென்கவும் ஆத்தா கஞ்சி ஊத்தி முன்னால் வைத்து குடிக்கச் சொன்னாள்.

உடம்பெல்லாம் காய்ஞ்சு போயி காதுல கழுத்தில ஒண்ணுமேயில்லாம கருத்துப் போன அவளைப் பார்க்கப் பார்க்க ஆத்தாளுக்குக் கண்ணீர்தான் மாலை மாலையாக வந்தது. தங்கராசு மச்சானுக்குத்தான் மாரியம்மா என்று சின்னப் பிள்ளையிலேயே எல்லாருக்கும் தெரிஞ்சதுதான். கள்ளன்

போலீஸ் விளையாட்டிலிருந்து காட்டிலே கள்ளிப்பழம் பிடுங்கப் போகிற வரைக்கும் ரெண்டு பேரும் எந்நேரமும் ஒண்ணாவேதான் அலைவார்கள். கடைசிக்கி இப்படி ஆகிப்போச்சே என்று ஆத்தாளுக்கு ரொம்ப வருத்தம். எப்படியெல்லாமோ மகளை வச்சிப் பாக்கணுமின்னு ஆசைப்பட்டிருந்தாள்.

பேச்சை மாற்றுவதற்காக "அண்ணன் எங்கத்தா" என்று கேட்டாள். "நீங்க ரெண்டு பேரும் வருவீக, அரிசிச் சோறு காச்சணும்னிட்டு அரிசி பருப்பு வாங்கியாறம்னு டவுனுக்கு போனான்." கஞ்சியைக் குடித்துவிட்டு சீனியம்மாளைப் பார்க்க விரைந்தாள் மாரி. சீனியம்மள்தான் மச்சான் வந்திருக்கிற சேதியை டவுணுக்கு தீப்பெட்டி ஒட்டப் போன பிள்ளைகள் மூலம் மாரியம்மாளுக்குச் சொல்லிவிட்டது. சேதி கேள்விப்பட்டதிலிருந்தே அவள் ஒரு நிலையில் இல்லை. உடனே ஊருக்குப் போகணுமென்று ஒத்தக்காலில் நின்றாள். ஆனால், அவள் புருஷன் உடனே அனுப்பி விடவில்லை. நாளைக் கழிச்சுப் பொங்கலுக்கு இன்னைக்கே என்ன ஊரு என்று சொல்லிவிட்டான். அவ அடிக்கடி ஊருக்கு ஊருக்குன்னு கிளம்பறது அவனுக்கு வள்ளுசாப் பிடிக்கவில்லை. அவ ஊரு இந்தா மூணு மைலுக்குள்ளே இருக்குங்கிறதுக்காக ஒன்ரவாட்டம் ஊருக்குப் போனா எப்படி? அவ போறதப் பத்திகூட ஒண்ணுமில்ல. போற வட்டமெல்லாம் கடையிலேருந்து பருப்பு, வெல்லம் அது இதுன்னு தூக்கிட்டு வேற போயிர்றா. இந்தச் சின்ன ஊர்லே யேவாரம் ஓடுறதே பெரிய பாடா இருக்கு. இப்ப கோயில் கொடைக்குப் போணுமின்னு நிக்கா என்று வயிறு எரிந்தான். ஆனாலும், ஒரேடியாக அவளிடம் முகத்தை முறிச்சுப் பேச அவனுக்கு முடியாது. அப்பிடி இப்பிடியென்று ரெண்டு புலப்பம் புலம்பி அனுப்பி வைப்பான்.

இதைப் பத்தியெல்லாம் மாரிக்கு கவலை கிடையாது. அவளுக்கு நினைத்தால் ஊருக்குப் போயிறணும். அதுவும் மச்சான் அவுக வந்திருக்கும்போது எப்பிடி இங்க நிற்க முடியும்?

அவ பிறந்து வளர்ந்ததே தங்கராசுக்காத்தான் என்கிற மாதிரி யல்லவா வளர்ந்தாள். அவள் நாலாப்புப் படிக்கிறபோது தங்கராசின் அப்பாவுக்கு புதுக்கோட்டைக்கு மாற்றலாகி குடும்பத்தோடு கிளம்பியபோது அவள் போட்ட கூப்பாட்டை இன்னைக்கும் கூட கிழவிகள் சொல்லிச் சிரிப்பார்கள். நானும் கூட வருவேன் என்று தெருவில் புரண்டு கையைக் காலை உதறி ஒரே கூப்பாடு. அதைச் சொல்லிச் சொல்லி பொம்பிள்ளைகள் அவளிடம், "என்னட்டி ஒம் புருசங்காரன் என்னைக்கு வாரானாம்" என்று கேலி பேசுவார்கள். ஆனால், அவள் அதையெல்லாம் கேலியாக நினைக்கவில்லை. நிசத்துக்குத்தான் கேட்கிறார்கள் என்று நம்புவாள். ஊர்ப் பிள்ளைகளெல்லாம் கம்மாய் தண்ணியில் குதியாளம் போடும்போது இவள் மட்டும் கம்மாய் பக்கமே போக மாட்டாள். சும்மாத் தண்ணியிலே குதிச்சா சொறிபிடித்து மேலெல்லாம் வங்கு வந்துரும். டவுன்ல படிக்கிற மச்சானுக்குப் பிடிக்காது. அதேபோல கஞ்சியக் குடிச்சி வகுறு வச்சிப்போயி மச்சான் 'ஒன்னைக் கட்ட மாட்டேன்'னு சொல்லிட்டா என்னாகுறது? சும்மா மச்சான் மச்சான் என்று சொல்லிக் கொண்டிருந்தவள் பெரிய மனுஷியானதும் மச்சானைப் பத்தி நினைக்கவே வெட்கமும் கூச்சமுமாயிருந்தது. கொஞ்ச நாளைக்கி. வெறும் மச்சானைப் பத்தின நினைப்போடு அப்புறம் கனாக்களும் வந்து மனசைப் படபடக்க வைத்தன. டவுனுக்கு தீப்பெட்டி ஒட்டப் போகையிலும்

வரையிலும், ஒட்டும்போதும் மச்சானின் நினைப்பு இருந்துகொண்டே இருக்கும்.

பஞ்சத்திலே பேதி வந்து அவ அய்யா மட்டும் சாகாம இருந்திருந்தா மச்சானுக்குப் பொருத்தமா அவளும் படிச்சிருப்பா. அது ஒரு குறை மட்டும் அவ மனசிலே இருந்து கொண்டிருந்தது. அதுவும் போயிருச்சு மச்சான் ஒரு தடவை அவுக தங்கச்சி கோமதி கலியாணத்துக்கு பத்திரிகை வைக்க வந்தபோது. எந்த வித்தியாசமும் பாராம ஆத்தாளோடவும் அண்ணனோடவும் ரொம்பப் பிரியமா பேசிக்கிட்டிருந்த மச்சானை கதவு இடுக்கு வழியாப் பாத்துப் பாத்து பூரிச்சுப் போனா மாரியம்மா.

மச்சானைப் பத்தின ஒவ்வொரு சேதியையும் சேர்த்துச் சேர்த்து மனசுக்குள்ளே பூட்டி வச்சிக்கிட்டா. வருஷம் ஓடினாலும் பஞ்சம் வந்தாலும் அய்யா செத்துப் போயி வயித்துப் பாட்டுக்கே கஷ்டம் வந்தாலும் அவனைப் பத்தின நினைப்பு மட்டும் மாறவே இல்லை. அதனாலேதான் தங்கராசு அவளுக்கில்லை என்று ஆன பிறகும்கூட அவளால் அண்ணனையும் ஆத்தாளையும் போலத் துப்புரவாக வெறுத்துவிட முடியவில்லை.

அவளுக்கு நல்லா ஞாபகம் இருக்கு, மாமனும் அத்தையும் வந்தது. தங்கராசு மச்சான் கலியாணத்துக்கு பரிசம் போடத்தான் மாமனும் அத்தையும் வருவாகன்னு இருந்தபோது, வேற இடத்திலே பொண்ணையும் பாத்து பத்திரிகையும் வச்சிட்டு சும்மாவும் போகாம மாமா அண்ணங்கிட்டே, “கலியாணத்துக்கு ஒரு வாரத்துக்கு முன்னக்கூட்டியே வந்திரணும்பா. கோமதி கலியாணத்தை முடிச்சு வச்ச மாதிரி வேலைகளையும் பொறுப்பா இருந்து நீதான் பாத்துக் கணுமப்பா” என்று வேறு சொல்லிவிட்டுப் போனார். அவுக அங்கிட்டுப் போகவும் ஆத்தாளிடம் வந்து அண்ணன் ‘தங்கு தங்’கென்று குதித்தான். “என்னய என்ன சுத்தக் கேணப்பயனு நெனச்சுட்டாகளா” என்று. ‘கோமதி கலியாணத்துக்கு எல்லா வேலைகளையும் இழுத்துப் போட்டுக் கொண்டு அண்ணன் செய்தான்னு சொன்னா அது நாளக்கி நம்ம தங்கச்சி வந்து வாழப் போற வீடு, நாம வந்து ஒத்தாசை செய்யாட்டா யாரு செய்வா என்று நினைத்து செய்தது. ஆனா, இப்படி நகைநட்டுக்கு ஆசைப்பட்டு மாமா அந்நியத்தில போவாகன்னு யாரு கண்டது. என்ன மாமானும் மச்சானும்.’ என்று வெறுத்துவிட்டது அவனுக்கு. ஆனால், அண்ணன் ஏறிக்கொண்டு பேசியபோது ஆத்தா பதிலுக்கு கூப்பாடுதான் போட்டாள்.

“என்னடா குதிக்கே? படிச்சு உத்தியோகம் பாக்குற மாப்பிள்ளை தீப்பெட்டியாபீசுக்கு போயிட்டு வந்து வீச்ச மெடுத்துப் போயிக் கெடக்கிற கழுதயக் கட்டுவான்னு நீ நெனச்சுக்கிட்டா அவுக என்னடா செய்வாக” என்று ஆத்திரமாகப் பேசினாள். அப்படி அப்போதைக்குப் பேசினாலும் அன்னைக்கு ராத்திரி செத்துபோன அய்யாவிடம் முறையீடு செய்து சத்தம் போட்டு ஒப்பாரி வைத்தாள். “ஏ... என் ராசாவே... என்ன ஆண்டாரே! இப்பிடி விட்டுப் போனீரே... மணவடையிலே வந்து முறைமாப்பிள்ளை நானிருக்க எவன் இவ கழுத்தில தாலி கட்டுவான்னு சொல்லி என்னச் சிறையெடுத்து வந்தீரே... இப்பிடி நிர்க்கதியா நிக்க விடவா சிறையெடுத்தீர் ஐயாவே... தம்பீ தம்பீன்னு பேகொண்டு போயி அலைஞ்சேனே... அவனைத்

தூக்கி வளத்தேனே... என் ராசாவே... எனக்குப் பூமியிலே ஆருமில்லாமப் போயிட்டாகளே...”

பக்கத்துப் பொம்பிளைகளெல்லாம் வைதார்கள், “என்ன இவளும் பொம்பளதான... அப்பயும் இப்படியா ஒப்பாரி வச்சு அழுவாக” என்று.

பிறகு அண்ணன் வந்து, “இப்பம் நீ சும்மாருக்கியா என்ன வேணுங்கு” என்று அரட்டவும்தான் ஒப்பாரியை நிப்பாட்டினாள்.

மறுநாள் அண்ணன், “தங்கராசு கலியாணத்துக்கு ஒருத்தரும் போகப்புடாது”ன்னு சொன்னபோது மறுபேச்சுப் பேசாமல் ஆத்தாளும் சரியென்று சொல்லிவிட்டாள்.

‘அவனுக்கும் நமக்கும் இனிமே என்ன இருக்கு’ என்று சொல்லிவிட்டாள்.

ஆனால், மாரியம்மா அப்படியெல்லாம் ஆகவிடவில்லை. பலவாறு அண்ணனிடமும் ஆத்தாளிடமும் சொல்லிப் பார்த்தாள். ஒன்றும் மசியாமல் போக, கடைசியில்...

‘நீங்க யாரும் மச்சான் கலியாணத்துக்குப் போகலைன்னா நான் நாண்டுக்கிட்டுச் செத்துருவேன்’ என்று ஒரு போடு போட்டதும் சரியென்று அண்ணன் மட்டும் கலியாணத்துக்குப் போய்வந்தான். எம்புட்டோ கேட்டுப்பாத்தும் கலியாணச் சேதி எதையும் அவன் மாரியம்மாளுக்கோ ஆத்தாளுக்கோ சொல்லவில்லை.

‘எல்லாம் முடிஞ்சது’ என்பதோடு நிறுத்திக்கொண்டான்.

தன் பிரியமான மச்சானின் கல்யாணம் எப்பிடியெல்லாம் நடந்திருக்கும் என்று மாரியம்மாள் தினமும் பலவாறாக தீப்பெட்டி ஒட்டியபடிக்கே நினைத்து நினைத்துப் பார்ப்பாள்.

‘எங்கிட்டு இருந்தாலும் நல்லாருக்கட்டும்’ என்று கண் நிறைய, மனசு துடிக்க வேண்டிக்கொள்வாள்.

தங்கராசு கலியாணத்துக்குப் போய்விட்டு வந்த அண்ணன் சும்மா இருக்கவில்லை. அலைஞ்சு பெறக்கி இவளுக்கு மாவில்பட்டியிலேயே அய்யா வழியில் சொந்தமான பையனை மாப்பிளை பார்த்துவிட்டான். சின்ன வயசிலே நாகலாபுரத்து நாடார் ஒருத்தர் கடையில் சம்பளத்துக்கு இருக்க மெட்ராசுக்குப் போய் வந்த பையன். மாரியம்மாளோட நாலு பவுன் நகையை வித்து மாவில்பட்டியிலேயே ஒரு கடையையும் வைத்துக் கொடுத்துவிட்டான்.

இத்தனைக்குப் பிறகும், கோவில் கொடைக்கு மச்சான் வந்திருக்காகன்னு தெரிஞ்சதும் உடனே பாக்கணுமின்னு ஓடியாந்துட்டா. அவுக எப்படி இருக்காக? அந்த அக்கா எப்படி இருக்காக? மச்சானும் அந்த அக்காளும் நல்லா பிரியமா இருக்காகளான்னு பாக்கணும் அவளுக்கு.

ஆனா, வந்த உடனேயே மச்சானையும் அந்த அக்கா ளையும் பார்க்கக் கிளம்பிவிடவில்லை. மத்தியான நேரம், சாப்புட்டு சித்த கண்ணசந்திருப்பாக என்று இருந்துவிட்டு சாயந்திரமாகப் போனாள்.

கட்டிலில் படுத்தவாக்கில் பாட்டையாவுடன் பேசிக் கொண்டிருந்தான் மச்சான்.

"குடும்புடுறேன் மச்சான்"

என்று மனசு படபடக்கச் சொல்லிவிட்டு உள்ளே போனாள். தங்கராசின் அப்பத்தாளும் அந்த அக்காளும் அடுப்படியில் வேலையாக இருந்தார்கள். பொன்னாத்தா இவளைப் பிரியத்துடன் வரவேற்றாள். அந்த அக்கா ரொம்ப லட்சணமாக இருந்தார்கள். நகைநட்டு ரொம்ப போட்ருப் பாகன்னு பாத்தா அப்படி ஒண்ணும் காணம். கழட்டி வச்சிருப்பாக என்று நினைத்துக்கொண்டாள். ரொம்ப பிரியம் நிறைந்த பார்வையுடன் அந்த அக்காளுடன் வாஞ்சையோடு பேசினாள் மாரியம்மா.

'பேசிக்கிட்டிருங்க, இந்தா வாரே'ன்னு பொன்னாத்தா கடைக்கு ஏதோ வாங்கப் போகவும் மாரியம்மா, அந்த அக்காளிடம் இன்னும் நெருங்கி கிட்ட உட்கார்ந்து கொண்டு கைகளைப் பாசத்துடன் பற்றிக் கொண்டாள். ரகசியமான, அதே சமயம் ரொம்பப் பிரியம் பொங்கிய குரலில், "யக்கா... மாசமாயிருக்கிகளா" என்று ஆர்வத்துடன் கேட்டாள்.

பட்டென்று அந்த அக்கா ஒரு நெடிப்புடன்,

"ஆமா, அது ஒண்ணுக்குத்தான் கேடு இப்பம்"

என்று சொல்லிவிட்டாள். மாரியம்மாளுக்குத் தாங்க முடிய வில்லை. அதைச் சொல்லும்போது லேசான சிரிப்புடன்தான் அந்த அக்கா சொன்னாலும் அந்த வார்த்தைகளில் ஏறியிருந்த வெறுப்பும் சூடும் அவளால் தாங்க முடியாததாக, இதுநாள் வரையிலும் அவள் கண்டிராததாக இருந்தது. ஒரு ஏனத்தைக் கழுவுகிற சாக்கில் வீட்டின் பின்புறம் போய் உடைந்து வருகிற மனசை அடக்கிக் கொண்டாள். உள்ளே மச்சான் அவுக பேச்சுக்குரல் கேட்டது.

"மாரியம்மா போயிட்டாளா" என்று உள்ளே வந்த மச்சான், அந்த அக்காளிடம்" "காப்பி குடிச்சிட்டியா ஜானு" என்று பிரியமாகக் கேட்டதும் படக்குனு அந்த அக்கா,

"ஆஹாகாகா... ரொம்பவும் அக்கறைப்பட்டுக் குப்புற விழுந்துறாதிக..." என்று சொல்லிவிட்டது.

ரொம்ப மெதுவான தொண்டையிலே பேசினாலும் அந்தக் குரல் இறுகிப்போய் வெறுப்பில் வெந்து கொதிக்கிறதாய் இருந்தது.

வெளியே நின்றிருந்த மாரியம்மாளுக்கு தலையை வலிக்கிற மாதிரியும் காய்ச்சல் வர்ற மாதிரியும் படபடன்னு வந்தது. கழுவின ஏனத்தை அப்படியே வைத்துவிட்டு பின்புறமாகவே விறுவிறுவென்று வீட்டுக்கு வந்து படுத்துக்கொண்டாள்.

ஆத்தாளும் அண்ணனும் கேட்டதுக்கு 'மண்டையடிக்கி' என்று சொல்லிவிட்டாள்.

சிறு வயசில் கள்ளிப்பழம் பிடுங்கப் போய் நேரங்கழித்து வரும்போது வழியில் தேடி வந்த மாமாவிடம் மாட்டிக் கொண்டு முழித்த தங்கராசின் பாவமான முகம் நினைப்பில் வந்து உறுத்தியது. தண்ணியைத் தண்ணியைக்

குடித்தும் அடங்காமல் நெஞ்சு எரிகிற மாதிரியிருந்தது. அந்த அக்காளின் வீட்டில் நகைநட்டு குறையாகப் போட்டதுக்காக தங்கராசின் அம்மா ரொம்ப கொடுமைப்படுத்துகிறாளாம் என்று சீனியம்மா சொன்னதும், அந்த அக்காள் கொடும் வெறுப்பாகப் பேசினதும் நினைப்பில் வந்து இம்சைப் படுத்தியது.

எல்லாத்துக்கும் மேலே அந்த வார்த்தைகளது வெறுப்பின் ஆழம், தாங்க முடியாத வேதனையைத் தந்தது. ராத்திரி ஊரோடு கோயில் வாசலில் பொங்கல் வைக்கப் போயிருந்தபோது இவ மட்டும் படுத்தே கிடந்தாள். ஒவ்வொன்றாக சிறுவயதில் அவனோடு பழகினது... அய்யாவைப் பத்தி... ஆத்தாளைப் பத்தி... அண்ணனைப் பத்தி... எல்லோரும் படுகிற பாட்டைப் பத்தி... அந்த அக்காளைப் பத்தி நினைக்கக்கூட பெருந்துன்பமாயிருந்தது. குமுறிக்கொண்டு வந்தது மனசு.

ராத்திரி நேரங்கழித்து அவ புருஷன் வந்தான். ரெண்டு நாளாய் நல்ல யேவாரம் என்றும் தேங்காய் மட்டுமே முப்பத்திரெண்டு காய் வித்திருக்கு என்றும் பொரிகடலைதான் கடைசியில் கேட்டவுகளுக்கு இல்லையென்று சொல்ல வேண்டியதாப் போச்சு என்றும் உற்சாகமாக ரொம்ப நேரம் பேசிக் கொண்டிருந்தான். திடீரென்று இவள் ஏதுமே பேசாமல் ஊமையாக இருப்பதைக் கண்டு எரிச்சலடைந்து, “ஏ நாயி, நாம் பாட்டுக்கு கத்திக்கிட்டிருக்கேன். நீ என்ன கல்லுக்கணக்கா இருக்கே” என்று முடியைப் பிடித்து ஓர் உலுக்கு உலுக்கினான்.

உடனே அணை உடைத்துக் கொண்டதுபோல ஏங்கி அழ ஆரம்பித்தாள். அவன் பதறிப்போய், தெரியாமல் தலையைப் பிடித்துவிட்டேன் என்று சொல்லி, தப்புத்தான் தப்புத்தான் என்று திரும்பத் திரும்பச் சொல்லிப் பார்த்தான். அவள் அழுகை நிற்கவில்லை. மேலும் மேலும் ஏக்கமும் பெருமூச்சும் வெடிப்பும் நடுக்கமுமாய் அழுகை பெருகிக் கொண்டு வந்தது.

ஏதோ தான் பேசிவிட்டதற்காகத்தான் அவள் இப்படி அழுகிறாள் என்று நினைத்துக்கொண்டு ரொம்ப நேரத்துக்கு அவளை வீணே தேற்றிக் கொண்டிருந்தான் அவன்.

081

ஜெயமோகன்

பத்ம வியூகம்

தூண்டு விளக்கேந்திய தாதி கதவை ஓசையின்றித் திறந்து, உள்ளே வந்தாள். அவளிடம் தீபமிருந்ததனால் அறையின் இருட்டு மேலும் அழுத்தமானதாகப் பட்டிருக்கக்கூடும்.

படுக்கையைக் கூர்ந்து பார்த்தாள். சற்றுப் புரண்டு அசைவு காட்டினேன். அணைந்து விட்டிருந்த கன்யா தீபத்தை ஏற்றிவிட்டு, கைவிளக்குடன் என்னை நெருங்கினாள். குனிந்து மெல்லிய குரலில், "நேரமாகி விட்டது மகாராணி" என்றாள்.

"என்ன?" என்றேன். தொண்டைக்கும் நாவுக்கும் பேச்சே பழக்கமில்லாதது போலிருந்தது.

என் மனமோ பெரும் கூக்குரல்களினாலும் அலறல் களினாலும் நிரம்பி வழிந்து கொண்டிருந்தது. அப்பிரவாகத்திலிருந்து ஒரு துளியை மொண்டு உதடுகளுக்குக் கொண்டுவரப் பெருமுயற்சி தேவைப்பட்டது.

"விடிந்து வருகிறது. பிரம்ம முகூர்த்தத்தில் கிளம்பவேண்டும் என்று உத்தரவு" என்றாள் தாதி.

"எங்கு?" என்றேன். என்னால் எதையுமே யோசிக்க முடியாதபடி மனம் ஓலமிட்டுக்கொண்டிருந்தது.

தாதி தயங்கினாள். உதடுகளை ஈரப்படுத்தியபடி, "இன்று இளவரசருக்கு நீர்க்கடன்" என்றாள்.

குளிர்ந்த உலோகப் பரப்புள்ள வாள் ஒன்று என் அடிவயிற்றில் பாய்ந்தது போலிருந்தது. மனம் ஒரு கணம் நின்றுவிட, ஏற்பட்ட அமைதி வலிபோல் என் உடம்பெங்கும் துடித்தது. பிறகு விம்மல்கள் என் வயிற்றை அதிரவைத்தபடி எழுந்தன. மார்பை மோதி, தொண்டையை இறுக வைத்தன. உதடுகளைக் கடித்துக் கொண்டேன்.

தாதி குனிந்து, "மகாராணி" என்றாள். என்ன சொல்வது என்று அவளுக்குப் புரியவில்லை. நான் என்னை இறுக்கி, அனைத்தையும் உடலுக்குள் அழுத்திக்கொண்டேன். ஒரு சில

கணங்கள் அப்படியே அமர்ந்திருந்தேன். என் குரல் பிறகு நிதானமாகவே வெளிப்பட்டது.

"ஏற்பாடுகள் எல்லாம் ஆயிற்றா?" என்றேன்.

"ஸ்தேதவனத்திலிருந்து பட்டத்துராணியும் பிறரும் நேராக கங்கைக் கரைக்கே வந்து விடுவார்களாம்."

எழுந்தேன். உடல் மிகவும் கனமாக இருந்தது. சம நிலையிழந்து துவண்டது. தாதி என்னைப் பிடிக்கலாமா என்று யோசித்து முன்னகர்ந்தாள். வேண்டாம் என்று கையை அசைத்தேன். மெதுவாக நடந்தேன். அரண்மனை அமைதியாக இருந்தது. தீபங்கள் நீரில் மிதப்பவைபோல அலைய, தாதிகள் நடனமாடினார்கள். இரவுக்குரிய ஒலிகள் வெளியே கேட்டபடி இருந்தன. இளம் தாதி ஒருத்தி வந்து "நீராட ஏற்பாடுகள் செய்துவிட்டேன்" என்றாள்.

இளம் வெந்நீர் உடலைத் தழுவி வழிந்தது. மனம் அதில் சிறிது இளைப்பாறுவது ஆச்சரியமாக இருந்தது. கூந்தலைத் துவட்டிவிட்டு வெண்ணிற உடைகளை அணிந்துகொண்டேன்.

ஒரேயொரு வைர மாலையை மட்டும் அணிந்தேன். சிதையிலும் நான் நகைகளை அணிந்தாக வேண்டும். நான் சுபத்திரை. பாண்டவ குலத்தின் மகாவீரனின், உபசக்ரவர்த்தியின் பத்தினி. யாதவகுலத் தலைவனின் தங்கை. அந்த இரு வேடங்களையும் ஒருபோதும் நான் கழற்ற முடியாது. என் மகன் போர்க்களத்தில் இரும்புக்கதையால் மண்டை உடைபட்டு, உடல் முழுக்க அம்புகள் தைத்திருக்க, விழுந்து கிடப்பதைப் பார்க்க நேர்ந்தபோதுகூட அதை மறக்க நான் அனுமதிக்கப்படவில்லை. செய்தியைக் கூற அன்று அண்ணாவே வந்தார். எப்போதுமுள்ள தன்னம்பிக்கை நிறைந்த அந்தப் புன்னகை. அமைதியான குரல். "சுபத்திரை, நீ யாதவ இளவரசி, பாண்டவ ராணி. அதை நீ ஒருபோதும் மறக்க மாட்டாய் என்று தெரியும்..." பிற தாய்மார்களையும் மனைவிகளையும் போல் மார்பிலும் வயிற்றிலும் அறைந்தபடி, தலைவிரிகோலமாக ஓட முடியவில்லை. அபிமன்யுவின் உடல்மீது விழுந்து கதற முடியவில்லை. அவன் பால் குடித்த இந்த மார்புகளை அறைந்து அறைந்து உடைத்திருந்தேனென்றால் என்னால் தூங்க முடிந்திருக்கும். எப்போதும் அண்ணாவின் பார்வை உடனிருந்தது. அவரது அழுத்தமான சொற்கள். அனைத்துமறிந்த நிதானம்.

"சுபத்திரை, பசுக்கள் திமிறும் திமில்கலைக் கருத்தரிக்கின்றன. குதிரைகள் மண்ணை மிதித்துப் பாயும் நான்கு குளம்புகளைக் கருத்தரிக்கின்றன. ஷத்திரியப் பெண்கள் வீர மரணம் அடையும் மகாபுருஷர்களைக் கருத்தரிக்கிறார்கள்." அவரை எப்படி வெறுத்தேன் அன்று! வாழ்நாளில் முதல் முறையாக அவருடைய இனிய குரல் எனக்கு நெருப்பாகப் பட்டது. அவருடைய நிதானம் அருவருப்பைத் தந்தது. அவருடைய தர்மோபதேசம் மாறாத நியாயங்கள், சுற்றி வளைக்கும் தருக்கங்கள். அவர் மனிதர் அல்லர். வெறும் ராஜதந்திரி. உறவு கிடையாது, பாசம் கிடையாது. நெகிழ்ந்துருகிக் கன்னத்தில் வழியும் ஒரு துளிக் கண்ணீரை அவர் அறிய மாட்டார். அழகிய சொற்றொடர் ஒன்றை அவர் அத்தருணத்தில் கூறக்கூடும்.

"அண்ணா எங்கிருக்கிறார்?"

"கண்டவனத்தில் சக்ரவர்த்தியுடன் தங்கியிருப்பதாகச் சொன்னார்கள்."

நான் கேட்க வேண்டிய அடுத்த கேள்விக்காகத் தாதி காத்திருந்தாள்.

"அவர்?"

"இரவு இரண்டாம் நாழிகைவரைகூட இருந்தார் என்று சொன்னார்கள். பிறகு ரதத்தில் ஏறி..."

"சரி" என்றேன். தாதி பின்வாங்கினாள். ஆம், அவர் இன்றிரவு திரௌபதியை நெருங்க முடியாது. புண்பட்ட புலிபோல் அவள் இருப்பாள். அவளை யாருமே நெருங்க முடியாது.

கிருபரும் அஸ்வத்தாமாவும் வைத்த நெருப்பில் அவளுடைய ஐந்து புதல்வர்களும் உயிரோடு எரிந்தார்கள். அதைத் தன் கண்ணால் பார்க்கும் சாபம் பெற்ற பிறவி அவள். என்ன செய்துகொண்டிருப்பாள் இந்நேரம்? வாளெடுத்து ஆயிரம் பேரின் இதயத்தைக் கிழித்து, அந்த உதிரத்தில் நீராடினால் ஒருவேளை அவள் மனம் ஆறக்கூடும். ஆரிய வர்த்தத்தையே சாம்பலாக்கினால் அவள் மனம் ஆறக்கூடும். இந்நிலையில்கூட அவளைப் பற்றி இப்படித்தான் எண்ணத் தோன்றுகிறது. அவள் தன் புதல்வர்களை இழந்த செய்தியைக் கேட்டபோதுகூட முதன் முதலில் மனதில் எழுந்தது திருப்திதான். அழட்டும். அடிவயிறு பற்றியெரியட்டும். அவளுடைய ஆங்காரமல்லவா இந்த ஆரியவர்த்தத்தில் பேரழிவை விதைத்தது. அத்தனைக்கும் பிறகு மணிமுடி சுடர அவள் சக்கரவர்த்தினியாக சிம்மாசனமேறி அமர்ந்து சிரிக்க வேண்டுமா? தர்மம் அதற்கு அனுமதிக்குமா?

வைரமுடியின் ஒளி அவள் முகத்தில் விழும்போது கண்கள் கலங்கிக் கலங்கிக் கண்ணீர் உகுக்க வேண்டும். பாரதவர்ஷம் அவள் பாதங்களைப் பணியும்போது அவள் உடல் எரியவேண்டும். சப்ரமஞ்சக் கட்டிலில் மலர்ப் படுக்கைமீது ஒரு நாள்கூட அவள் நிம்மதியாகத் தூங்கக்கூடாது. என் குழந்தை களத்தில் சிதைந்து கிடப்பதைக் கண்டபோது; ஒரு கணம் அக்காட்சி உச்சமாக, அருவருப்பாக, அந்நியமாகத் தோன்றி என்னை உறைய வைத்த பிறகு, அந்த குளிர்ந்த வெட்டு என் வயிற்றில் பதிந்தபோது; அடிப்பாவி என் குழந்தையை பலிவாங்கி விட்டாயே என்றுதான் கூவினேன். என் குரல் என் மனதுக்குள்ளேயே ஒலித்து அடங்கியது. உறைந்த ரத்தம் கரிய தடாகமாகச் செம்மண்ணில் பரவியிருக்க, அதன் மீது கிடந்த உடலில் நான் என் கையால் அணிவித்த மஞ்சள் மேலாடை கிடந்தது. ஆனால் அந்த முகம்! அது என் குழந்தையல்ல. அந்தக் கணங்களில் அந்த விலகல்தான் எவ்வளவு ஆறுதலூட்டுவதாக இருந்தது. இது அபிமன்யு இல்லை. அவன் வேறு எங்கோ இருக்கிறான். எந்தக் கணத்தில் வேண்டுமானாலும் என்முன் தோன்றி ஏமாந்துவிட்டாயா என்று சிரிப்பான்.

எப்படிச் சிரிப்பான்? உதடுகள் சிறியவையாக, சிவப்பாக இருக்கும். மேலுதட்டின் இளநீல மயிர் மட்டும் இல்லையென்றால் பச்சைக் குழந்தைதான். சிரிக்கும்போது சிறிய கண்களைப் பாதி மூடிவிடுவான். வலுவான அகன்ற தோள்களைக் குலுக்குவான். எப்போதும் சிரிப்புதான். எதற்கெடுத்தாலும் கிண்டல். என் தோள்களைப் பிடித்து உலுக்குவான்.

அவனுக்காக அச்சம் மிகுந்தவளாக, மடமை நிரம்பியவளாக என்னையறியாமலேயே நான் வேடமிடுவேன். கனத்த கரங்கள். வடு நிரம்பிய

முழங்கை. அண்ணாந்து பார்க்க வைக்கும் உயரம். அகன்ற மார்பு. அதைப் பார்த்ததும் மனம் மலரும். மறுகணம் கண்பட்டுவிடுமோ என்று சுருங்கும். முன்பின் தெரியாத உத்வேகம் அவனுக்கு.

அன்னையின் மனம் தவிப்பது ஒருபோதும் அவனுக்குத் தெரிவதில்லை. அவன் நடக்கத் தொடங்கிய நாள்முதல் தொடங்கிய அவஸ்தை அது. சாளரத்தில் ஏறி, பரணில் தொற்றி, தொங்கியபடி வீரிட்டலறும். ஏணியில் ஏறி உச்சிப்படியில் நின்று சிரிக்கும். பலாமரத்துக் கிளைகளின் நுனியில் தொங்கி ஆடி அடுத்தக் கிளைக்குச் செல்வான். தென்னை மரத்திலிருந்து கங்கை நீரில் தலைகுப்புறக் குதிப்பான். குதிரை மீதமர்ந்து நீரோடைகளைப் பறந்து தாண்டுவான்.

வாளைச் சுழற்றி மேலே வீசி கீழே நின்று பிடிப்பான். மதம் பிடித்த யானையை அடக்கி ஏறி அமர்வான. "அபிமன்யு, அபிமன்யு, கவனம் கவனம்!" இதுவே என் தாரக மந்திரமாக ஆயிற்று. வேகம்தான் எப்போதும். எந்த நிமிடமும் மூடப்பட்ட கதவுகளை உதைத்துத் திறக்கத் துடிப்பவனைப் போல. "அவசரப்படாதே அபிமன்யு" என்று எத்தனை தடவை கண்ணீருடன் மன்றாடியிருப்பேன். உதிரம் வழிய வந்து நிற்பான். எலும்பு உடைந்து படுத்துக் கிடப்பான். என் குழந்தைக்குத் தெரிந்திருந்தா இவ்வளவுதான் தன் நாட்கள் என்று? அய்யோ, என் செல்வத்தை நான் கண்ணாரப் பார்க்கவேயில்லையே.

மார்போடணைத்து திருப்தி வர முத்தமிட்டதில்லையே. இந்த ஆபரணங்கள், பட்டாடைகள், மகாராணிப்பட்டம் எல்லாவற்றையும் வீசிவிட்டு என் குழந்தையுடன் பத்து நாள் எங்காவது இருக்கிறேன். அடர்ந்த காட்டில் ஒரு குடிலில். அவனுக்குப் பாத சேவை செய்கிறேன். அவன் தூங்க, விழித்திருந்து கண் நிறைய அவனைப் பார்க்கிறேன். அவன் என்னை அம்மா என்று அழைப்பதை மீண்டும் கேட்டால் போதும். ஆசை தீர ஆயிரம் முறை கூப்பிடச் சொல்லிக் கேட்டால் போதும். பிறகு அவனைக் கொண்டு செல்லட்டும். இல்லை; அவனுக்குப் பதில் நான் வருகிறேன். போதும். இனி எனக்கு இங்கு எதுவும் மிச்சமில்லை.

"தேர் வந்துவிட்டது. மகாராணி" என்று தாதி வந்து சொன்னாள். நான் எழுந்து மெல்ல வாசலை நோக்கி நடந்தேன்.

2

குளிராக இருந்தது. வானமெங்கும் நட்சத்திரங்கள் விரிந்து கிடந்தன. பூமியை மாறாத காதலுடன் பார்க்கும் ரிஷிகளின் கண்கள். என்னதான் பார்க்கிறார்கள் அப்படி?

மண்ணில் மனிதர்கள் கொள்ளும் துயரங்கள் அவர்களுக்கு அத்தனை மகிழ்வூட்டுகின்றனவா என்ன? அவர்கள் ரிஷிகள். பந்தபாசங்களை வென்றவர்க்ள். பாமர மனதின் துக்கம் அவர்களுக்குப் புரியாது. ஆகவேதான் அங்கிருந்தபடி தர்ம நியாயங்களைத் தீர்மானிக்கிறார்கள். அண்ணாவும் ரிஷிதான். சதுரங்கம் விளையாடும் ரிஷி. வெற்றிமீது மட்டும் பற்றுக்கொண்ட ரிஷி. மனிதர்களும் பேரரசுகளும் சதுரங்கக் காய்கள்.

தேர் நிதானமாக ஓடியது. பிரதான வீதி ஓய்ந்து கிடந்தது. தூசி மணம் நிரம்பிய குளிர்ந்த காற்று உடைகளைச் சிறகுகளாகப் படபடக்கச் செய்தது. இன்னமும் இரவின் ஒலியே கேட்டது. அவ்வப்போது சில பறவைகளின் ஓய்ந்த ஒலிகள். வீடுகளில் விளக்குகள் அலைய ஆட்கள் நடமாடுவது தெரிந்தது. ஆனால் குரல்கள் இல்லை. ஒருவேளை இந்த நகரமே இன்று நீர்க்கடனுக்குத் தயாராகிறது போலும். எத்தனை ஆத்மாக்களை இன்று கங்கை வாங்கிக் கொள்ளுமோ? அவற்றைக் கடலுக்குக் கொண்டு செல்லும் சக்தி அவளுக்கு இருக்குமா? முலையூட்டிய மார்பில் பிணங்களை சுமந்து செல்லும் விதி அவளுக்கு.

காற்று வேகமடையும்போதெல்லாம் எண்ணங்கள் பிய்ந்து ரதத்திலிருந்து பறந்து பின்னோக்கிச் செல்வதாகப் பட்டது. மெல்ல முகத்திலறையும் காற்றின் வேகத்தில் தெரியும் ரதவேகம் மட்டும் மனதில் எஞ்சியது. தரையில் கால்படாத குதிரை போல மனம் அந்த ரதத்துடன் சேர்ந்து ஓடியது. காலமும் இடமும் கரைந்து போய் எங்கு வேண்டுமானாலும் நான் செல்ல முடியும் என்று பட்டது. என் உடலின் எடை குறைந்தது.

என் தசைகள் மென்மையும் இறுக்கமும் கொண்டன. என் சிரிப்பில் அதிர்வும் குரலில் குழைவும் ஏறியது. அப்போதுதான் நான் சுபத்திரை என்று உணர்ந்தேன். ஆம், நான் அணிந்திருப்பது ஒரு வேடம். இந்த கனத்த உடல் ஓர் ஆடை, இதைக் கழற்றி வீசிவிட்டால் நான் சிற்றோடைகள் மீது ரதத்துடன் சேர்ந்து பறக்கும் சுபத்திரை. இரு கைகளிலும் வாளேந்தி இருவரிடம் போரிடும் யாதவ இளவரசி. ரைவத மலையின் கிரி பூஜையன்று தோழிகளுடன் மதுவருந்திவிட்டு கும்மாளமிடுபவள். வெறிகொண்டு புரவிமீதேறி உருளும் பாறைகள் நிரம்பிய மலைச்சரிவில் காற்றாக இறங்குபவள். இது எல்லாம் கனவு.

விழித்துக்கொண்டால் நான் துவாரகையில் என் அறையில் இருப்பேன். சுதர்மையும் கிரிஜையும் பக்கத்து அறையிலிருந்து வருவார்கள். வாட்போர் கற்றுத் தந்த அக்ரூகர் தாத்தா, பிரியத்துடன் கதை சொல்லும் சாத்யகி மாமா, கண்டிப்பான சாம்பன் மாமா...

எப்போதும்கூட இருக்கும் தோழனாக அண்ணா. குறும்பும் முரட்டுத்தனமும் பாசமும் நிரம்பியவன். எதை வேண்டுமானாலும் செய்யக்கூடிய மதிநுட்பம் வாய்த்தவன். அண்ணா, நீதான் எப்படி மாறிவிட்டாய், உன் கண்களில் மாறாமல் தெரிந்த அந்தக் குறும்பு எங்கே?

ரதம் குலுங்கியது. பிறகு மீண்டும் வேகம் எடுத்தது. இதே போன்ற ஒரு மத்ஸ்ய ரதத்தில் தான் துவாரகையை விட்டு வந்தேன். ரதத்திற்குள் கையில் நாணேற்றப்பட்ட வில்லுடன் அன்று சற்றும் அறிந்திராத, எனக்கு மாறாத புதிராகத் தோன்றிய, மாவீரன் இருந்தான். பின்னால் அக்ரூகரின் தலைமையில் யாதவப் படை துரத்தி வந்தது. அம்புகள் சிறு பறவைகள்போல வந்து தரையிறங்கின. ரதத்தில் நாணொலியின் டங்காரம். குறிதவறாத அம்புகள் பட்டு யாதவர்கள் குதிரை மீதிருந்து பாறைகள் நிரம்பிய மண்ணில் விழுந்து அலறினர். மனதில் களிவெறி ஏறியபடியே வந்தது. கிரிபூஜையின்போது மதுவின் போதை தலையைக் கிறங்க வைக்கும். அது மேலும் மேலும் என்று குதிரையைத் தூண்டச் செய்யும். இப்போது மது இல்லை. ஆனால் மனதில் பலமடங்கு போதை. நாணேற்றும் கரங்களில் புரளும் தசைகளை

ஓரக்கண்ணால் பார்த்தேன். மயிர் அடர்ந்த கரிய மார்பு. மான் தோல் சரடால் கட்டப்பட்டு, காற்றில் பறக்கும் சுருண்ட காகபட்சக் குழல்.

சல்லடத்தின் இறுக்கத்தில் இறுகி இறங்கிய வயிறு. வேகம் வேகம் என்று ஆத்மா துடிதுடித்தது. முடிவற்று திசைவெளியில் அப்படியே ஊடுருவியபடி இருக்கவேண்டும் போலிருந்தது.

யாதவ தேச எல்லையைக் கடந்தோம். வெகு தொலைவில் காண்டவப்பிரஸ்தத்தின் மலைகள் தெரிந்தன. மழை வரப்போகும் தருணம். மங்கிய ஒளியில் யாதவ தேசத்துப் புல்வெளி வெகுதூரம் வரை பரவியிருந்தது. வானில் பெரும் மேகக் குவியல்கள் மெல்ல நகர்ந்தன.

கூட்டம் கூட்டமாக பசுக்களை ஓட்டியபடி இடையர்கள் சென்றனர். தூரத்தில் மேகமொன்றின் இடுக்கு வழியாக செம்பொன்னிற வெயில் ஒரு தூண்போலப் புல்வெளியில் விழுந்து கிடந்தது. அப்பகுதி மரகதப் பரப்பாக ஜொலித்தது. குதிரைகள் களைத்துவிட்டன. நுரை தள்ளிய வாயுடன் அவை தலைகுனிந்தன. அவற்றின் உடல்களிலிருந்து வியர்வை முத்துக்களாக உதிர்ந்து கொண்டிருந்தது. குதிரை வியர்வையின் மனதைக் கிளறச் செய்யும் மணம் எழுந்தது. என் கண்முன் அறியாத தேசமொன்றின் வாசல் திறப்பதைக் கண்டேன். தூரத்தில் காட்டின் விளிம்பு தெரிந்தது. தியானத்திலமர்ந்த பெரும்பாறைகள். பசும்காடுகள் மண்டிய மலைச்சரிவுகள். மலைச்சிகரங்களும் வானும் மௌனமாகக் கரைந்து ஒன்றாகும் இளநீலம். யாதவநிலத்தின் நாற்புறமும் திறந்த மண்ணில் வாழ்ந்து பழகிய நான் மலைகளால் சூழப்பட்ட ஒரு சிறையாகவே அந்தப் புதிய தேசத்தை உணர்ந்தேன். அங்கு குதிரைமீது ஏறி முடிவற்றுப் பாய்ந்து செல்ல முடியாது. முதல் முறையாக அச்சம் உள் மனதில் தலைகாட்டியது.

தேரின் உள்ளிருந்து உடலில் சிறு உதிரக்கறைகளுடன் வெளிவந்தார் அவர். தேரை ஓரமாக நிறுத்தி, குதிரைகளை அவிழ்த்து ஓரமாக நீரோடையில் நீரருந்த விட்டேன்.

புல்பரப்பில் அமர்ந்து கால்களை நீரில் விட்டு அளைந்தபடி அமர்ந்திருந்தேன்.

வானம் கறுத்திருந்ததனால் நீர் குளிராக இருந்தது. என்னருகே வந்து அமர்ந்தார்.

குதிரையின் வியர்வை மணம் என் நாசிகளை நிரப்பியது. என் தோளைத் தொட்டார். சுட்டு விரலின் நாண்வடு மரக்கட்டை போல உறுத்தியது. கிளர்ச்சி உடம்பெங்கும் கதகதப்பாகப் பரவியது. “சுபத்திரை, நமது எல்லைக்கு வந்துவிட்டோம். இனி இதுதான் உன் தேசம்.”

நான் தலை குனிந்தேன். என் புஜங்களைப் பற்றினார். “அச்சமாக இருக்கிறதா?” மீசை மிக அருகே தெரிந்தது. கண்களின் ஒளி குறுவாள் நுனிகள் போலக் குத்திவிடும் என்று அச்சமூட்டுவதாகத் தெரிந்தது. “இல்லை” என்றேன். அக்கணங்களில் உள்ளூர வியந்து கொண்டிருந்தேன். எப்படி இந்த முடிவை எடுத்தேன்? “நான் அர்ச்சுனன்” என்று இவர் கூறியதும் எப்படி என் மனத்தின் தளைகளெல்லாம் அறுந்தன. அண்ணாவின் உயிர் நண்பர், பெரும் வீரர். என்னை நாடி வந்தவர். இல்லையில்லை. அவற்றையெல்லாம் விட என்னைக் கவர்ந்தது இன்னொன்று. அவரது

சாகசம் பற்றிய கதைகள். புரட்டுகள், ஜாலங்கள். போகுமிடமெல்லாம் அவர் வென்றடைந்த பெண்கள். வென்றடக்க ஒரு முரட்டுக் கரும் புரவி கிடைத்த சந்தோஷம் என்னுடையது. அபாயம் தரும் ஈர்ப்பு அது. அறிய முடியாத ஆபத்துகளும் இன்பங்களும் நிரம்பிய ஒரு வாசலைத் திறக்கும் துடிப்பு.

"எவ்வளவு அழகாக இருக்கிறாய் தெரியுமா?" என்று கேட்டபடியே என் இடையில் கையை வளைத்து, தோள் வளைவில் முகம் புதைத்தார். மெல்ல நகர்ந்த கைகள் பின்புறம் என் கச்சை அவிழ்த்தன. உதடுகள் வெப்பமாக அழுந்தின. என் உடம்பு வெம்மையும் இறுக்கமுமாக எழுந்தது. மறுகணம் அந்த அலட்சியமான சுதந்திரம் என்னைச் சுட்டது.

கைகளால் அவர் மார்பைப் பிடித்துத் தள்ளினேன். திமிறினேன். என் வளையல்கள் குலுங்கின. மாலைகள் நெரிபட்டன. அவை என்னைக் கேலிப் பொருளாக மாற்றுவதை உணர்ந்தேன். அவருக்கு என் திமிறல் உற்சாகத்தைத் தந்தது. சிரித்தபடி,

"குதிரைக்குட்டி போலிருக்கிறாய்" என்றார்.

என் வேகம் தளர்ந்தது. கூசிச் சுருங்கிப்போனேன். நான் ஒரு முரட்டுக் குதிரையை வெல்லவில்லை. ஒரு சிறுத்தையால் வேட்டையாடப் பட்டிருக்கிறேன். அவரைத் தள்ளுவது பயனற்றது என்று பட்டது. அவர் என் உடலைக் கையாண்ட விதத்தில் இருந்த அனுபவத் தேர்ச்சி என் அங்கங்களை உறைய வைத்தது. என் மனம் கூர்மையடைந்தது. அந்த எண்ணம் வந்த உடனே அந்த ஆயுதத்தின் கூர்மையை எண்ணி என் மனம் உவகை கொண்டது. "சரி, உங்கள் ராஜபத்தினி என்ன சொல்லப் போகிறாள் இதற்கு?" என்றேன்.

அவர் பிடி தளர்ந்தது. முகம் வெளிறியது. எழுந்து அமர்ந்தார். தலை குனிந்தபடி,

"எனக்கும் அவளை நினைத்தால் அச்சமாகத்தான் இருக்கிறது" என்றார். "ஒரு கணம் கங்கைபோல அரவணைப்பாள். மறுகணம் பாம்பு போலிருப்பாள்."

என் மனம் இறுகியது. பிறகு நெகிழ்ந்தது. இந்த ஜகப் புரட்டனுக்குள் இருக்கும்

அஞ்சிய குழந்தையை இதோ நான் கண்டுகொண்டிருக்கிறேன். அவர் தலையை என் மார்போடணைத்தபடி, "கவலைப்படாதீர்கள்" என்றேன். மனதைக் கருணை நீராட்டிய போதிலும் உள்ளூர ஒரு வெற்றிக்களிப்புதான் இருந்தது.

"நீ ஓர் இடைச்சியாக வேடமிட்டு திரௌபதியிடம் போ. அவளிடம் எனக்கு வேறு யாருமில்லை; நீயே அடைக்கலம் என்று கூறு. அடைக்கலம் தந்துவிட்டாளென்றால் பிறகு விஷயத்தைச் சொல்வோம். அவள் வாக்கு மாறக் கூடியவளல்ல" என்றார்.

"ஏற்றுக்கொள்ளவில்லையென்றால்?"

"நிச்சயமாக ஏற்றுக்கொள்வாள். அவளுடைய கர்வம் ஒரு கோட்டை போல. அதை உடைத்து உள்ளே போனால் அவள் ஒரு குளிர்ந்த தடாகம்."

மீண்டும் என் ஆங்காரம் படமெடுத்தது. கசப்பு மனமெங்கும் பரவியது. அதன்பிறகு அவர் என்னைத் தொட முயலவில்லை. எரியும் மனத்துடன் நான் ரதத்தில் ஏறிக்கொண்டேன்.

மழைத்துளிகள் உதிரத் தொடங்கின. வானம் உடைந்து கொட்ட ஆரம்பித்தது. புல்வெளியில் மழையின் வெண்பட்டுத் திரை நெளிந்தது. அதைக் கிழித்தபடி ரதம் ஓடியது.

காண்டவப்பிரஸ்தத்தின் அடர்ந்த காடு மீது மழை கொட்டும் ஓலம் பெரியதோர் சைன்யத்தின் போர்க்குரல் போல ஒலித்தது. அச்சம் புறக்குளிரைவிட அழுத்தமான குளிராக என் மீது பரவியது. எனக்காக வியூகமிட்டிருக்கும் படை எது? ஒரே கணத்தில் நான் உள்ளே நுழைந்து விட முடியும். ஆனால் அதன் நிச்சயமின்மையே என்னை ஈர்க்கும் சக்தியாக இருந்தது. காட்டில் ரதம் நுழைந்தபோது உடம்பு ஏனோ சிலிர்த்தது.

3

கங்கை நீர் கலங்கலாகச் சுழித்துச் சென்றது. அதன் கரைகளில் உயரமற்ற புதர் மரங்கள் அடர்ந்திருந்தன. கரையோரமாக செந்நிற உத்தரீயம் போலப் பாதை கிடந்தது.

புரவிகளின் பாதங்கள் புழுதிமீது ஓசையின்றிப் படிய, நீரில் மிதப்பதுபோல ரதம் நகர்ந்தது. திரையை விலக்கிப் பார்த்தபடியே வந்தேன். இருள் இன்னும் பிரியவில்லை.

ஆயினும் கூட்டம் நிறையவே இருந்தது. மரத்தடிகளில் மூட்டை முடிச்சுகளுடன் வயோதிகர்கள் அமர்ந்திருந்தனர். சற்று தள்ளி முகத்திரை போட்டபடி, கூட்டம் கூட்டமாகப் பெண்கள். ஊடே குழந்தைகள் விளையாடின. மாட்டு வண்டிகள் அவிழ்த்துப் போடப்பட்டிருந்தன. மாடுகள் மணி குலுங்கத் தலையாட்டியபடி, அசை போட்டுக்கொண்டு படுத்துக்கிடந்தன. கங்கை நீரின்மீது மட்டும் ஒளி சற்று அதிகமாக இருந்தது. அதன் செந்நிற ஆழத்திற்குள் எங்கோ இருந்து ஏதோ ஒளிவிடுவது போலிருந்தது.

படித்துறைகளில் புரோகிதர்கள் நிரம்பியிருந்தனர். கட்டுக் கட்டாகத் தர்ப்பை கிடந்தது. வெண்கலப் பாத்திரங்கள் கங்கையின் அலைபாயும் ஒளியை மௌனமாகப் பிரதிபலித்தபடி காத்து நின்றன. கங்கையின் கரையோரமாக நீலமும் சிவப்பும் வெள்ளையுமாக நீர்ப்பூக்கள் இலைப் பரப்புடன் சேர்ந்து நெளிந்தன.

அரசகுல ரதம் வருகிறது என்று தெரிந்தும் எவரும் கிளர்ச்சி அடையவில்லை. எழுந்து பார்க்கவுமில்லை. வெகுசிலர் ஆர்வமின்றி திரும்பிப் பார்த்தனர். வெறித்த கண்கள் என்னைத் தொட்டு மீண்டன. மரங்களின் மேல் நுனிகளில் இளம்பசுமை துலங்க ஆரம்பித்துவிட்டது. இன்னும் அரை நாழிகையில் நன்கு புலர்ந்துவிடும். என்ன இது?

இவ்வளவு கூட்டமிருந்தும் ஏன் ஒலியே இல்லை? மனித உடல்கள் நீர்மீன்கள் போல ஒலியின்றி வாயசைத்தபடி மெல்ல நடமாடுகின்றன. விசித்திரமானதொரு பொம்மலாட்டம் போலிருந்தது. திடீரென்று அக்கூட்டத்தில் முதியவர்களும், பெண்களும் குழந்தைகளும் மட்டும்

இருப்பதைப் பார்த்தேன். இளைஞர்களேயில்லை. மீண்டும் அடிவயிற்றில் அந்த வாள் பாய்ந்தது. அத்தனை பேருமா? அத்தனை பேருமா? உடம்பு நடுங்க, கண்களை மூடி,

நெற்றியை விரல்களால் அழுத்தியபடி, இறுகி அமர்ந்தேன். மனம் ரத வேகத்தின்போது கொண்ட விடுதலையுணர்வு முழுக்கப் பின்னகர்ந்து துவாரகை போல, முற்பிறப்பு ஞாபகம்போல, எங்கோ மறைந்தது. எல்லாம் வெறும் கனவு. நான் இதுதான். இந்த கனக்கும் உடம்பு. கனக்கும் மனம். இந்தப் பாரம்தான் நான். இந்த வெறுமைதான் நான்.

ரதம் தயங்கியது. வீரர்கள் குதிரைகளில் வந்து எதிர்கொண்டனர். என் ரத முகப்பிலிருந்து தண்டேந்தி என் குலத்தையும் சிறப்பையும் கூறி என்னை அறிவித்தான். அப்பெயர் வரிசை மிக அருவருப்பூட்டுவதாக எனக்குக் கேட்டது.

அவற்றில் எதுவுமே நானல்ல என்று கூவ வேண்டும் போலிருந்தது. வம்சங்கள், பட்டங்கள், பதவிகள். கங்கைக் கரையெங்கும் மூடுபடமிட்டுக் கூனியமர்ந்திருந்த விதவைகளின் உருவங்கள் ஞாபகத்திற்கு வந்தன. ரதம் உள்ளே போயிற்று. புல்வெளியில் பர்ணசாலைகள் வரிசையாக இருந்தன. செம்பட்டு முகப்பு போடப்பட்டது. திரௌபதியின் பர்ண சாலை போலும். சற்றுத் தள்ளிப் பெரிய வட்ட வடிவ பர்ணசாலையைச் சுற்றிக் காவல் வீரர்கள் உருவிய வாளுடன் நின்றனர். மன்னருக்கு ஒருபோதும் இத்தகைய பாதுகாப்பு இருந்ததில்லை. ஆனால் இனி வேறு வழியில்லை. காட்டிற்குள் சிரஞ்சீவியான அஸ்வத்தாமா தணியாத கோபத்துடன் அலைந்துக் கொண்டிருக்கிறான். இனி குருவம்சத்தில் எவரும் நிம்மதியாகத் தூங்க முடியாது. ஒருபோதும் போர் அவர்களை விட்டு விலகாது.

வெற்றிமாலையின் ஏதோ ஒரு மலருக்குள் பூநாகம் காத்திருக்கிறது. தோற்றவர்கள் நிம்மதியாகத் தூங்கலாம். அவர்களுக்கு இழக்க ஏதுமில்லை. காண்பதற்குக் கனவுகளும் மிச்சமிருக்கும்.

என் பர்ணசாலை முன் ரதம் நின்றது. இறங்கிக்கொண்டேன். என்னைப் பார்த்ததும் பெரும் அழுகையோசைகள் கேட்டன. என் தலையை அலை வந்து முட்டியது. என் வயிறு அதிர்ந்து கொண்டிருந்தது. ஆனால் திடமான காலடிகளுடன் நடந்தேன். பர்ணசாலைக்குள் அரசகுலப் பெண்கள், யார் யார் என்று பார்க்கவில்லை. விதவைகளுக்குப் பெயர் எதற்கு?

அடையாளம் எதற்கு? அவர்கள் சிதை காத்திருக்கும் 'வெறும் சடலங்கள்'. ஒருவேளை இதுவே அவர்கள் இறுதியாகப் பார்க்கும் வெளியுலகாக இருக்கக்கூடும். குழந்தைகளே, வானையும் மரக் கூட்டங்களையும் மலர்களையும் நன்றாகப் பார்த்துக் கொள்ளுங்கள். திருப்தியாக கங்கையில் நீராடுங்கள்.

"மகாராணி" என்று ஒரு தாதி மரவுரியைக் கொண்டுவந்து நீட்டினாள். அதை அணிந்து கொண்டேன். கனமாக உடலை அறுத்தியது. விரத உணவு வந்தது. கசப்பும் துவர்ப்பும். ஒரு மண்டலமாக சக்ரவர்த்தியும் பரிவாரமும் இந்த உணவை உண்டு இந்த உடையை அணிந்து விரதம் அனுஷ்டிக்கிறார்கள். யாருக்காக? எந்த அக்னியை அணைக்க? தாதியைக் கையசைத்து அழைத்தேன். "அண்ணா எங்கிருக்கிறார்?" என்று கேட்டேன்.

"ராஜ சபையில் மகாராணி."

“வியாச மகரிஷி வந்திருக்கிறார்” என்றார் ஒரு முதிய தாதி. “அவருடன் உரையாடியபடி சோலைக்குள் செல்வதைப் பார்த்தேன்.”

“நான் உடனடியாக வியாச ரிஷியைப் பார்த்தாக வேண்டும்“ என்றேன். “உபசக்ரவர்த்தி எங்கே?”

தாதி இன்னொருத்தியைப் பார்த்தாள். தயங்கியபடி, “இரவு ரதமேறி நகருக்குள் சென்றார். இன்னும் வரவில்லை” என்றாள்.

புதல்வனையோ கணவனையோ இழக்காத பெண் யாராவது கிடைத்திருக்கக்கூடும் என்று கசப்புடன் எண்ணிக் கொண்டேன். இந்தக் கசப்பு எப்போது என் மனதில் நிரம்பியது?

எந்தக் கணத்தில்? பாயும் ரதத்தில் கடிவாளத்தைப் பற்றியபடி நின்று நான் ஓரக்கண்ணால் பார்த்து ரசித்த ஆண்மகன், தன் இறுகும் தசைகளுடன் இப்போதும் என் மன ஆழத்தில் இருக்கிறான். இந்த மனிதர் இவருடைய முகமும், குரலும், அசைவுகளும் இவரைப் பற்றிப் பிறர் கூறிக்கேட்கும் ஒவ்வொரு சொல்லும் என்னைக் கசப்பால் நிறைக்கிறார். அதை அவர் அறிந்திருக்கக்கூடும். என் கண்களை ஏறிட்டுப் பார்த்துப் பேச அவரால் முடியாது. என் முன் நிற்கும்போது அவர் உடலெங்கும் ஒரு சிறு தவிப்பு அலையும். அந்தத் தாழ்வுணர்வு கோபமாக, மூர்க்கமாக வெளிப்படவும் கூடும். ஆனால் என்னால் ஏன் இன்னமும் அவரை அலட்சியம் செய்ய முடியவில்லை? எத்தனை முயன்றும் அவரைப் பற்றி எண்ணாமல் ஒரு பொழுதுகூடத் தாண்டுவதில்லையே. அவர் மீது என்னுள் இன்னும் காதல் மிஞ்சியுள்ளதா என்ன? காதலா? அது வெறும் அறைக்கூவல். அவர் உள் மனதின் அச்சம் தெரியவந்த கணமே அது அணைந்து போயிற்று. அவர் பெண்களை உடலாக மட்டும் கையாளும்போதுதான் தன்னம்பிக்கையோடு இருக்க முடியும். அவர் கையில் துவண்டு நிமிர்ந்து, சரம்சரமாக எய்யும் காண்டீபமே அவர் வரித்துக் கொண்ட பாவனைத்தோழி போலும். அவர் திறமையெல்லாம் உள்ளூர ஓடும் வெறுமையின் வேகம் போலும்.

பெண்களின் உடல் வழியாக அவர் தேடுவது யாரை? காண்டீபமாக மாறித் தன் உடலின் ஓர் உறுப்பாக இணைந்து கொள்ளும் ஒருத்தியையா? யாரிடமாவது பேச வேண்டும் போலிருந்தது. பேசாத சொற்களெல்லாம் மனதில் தேங்கி அவற்றின் வேகம் என்னைப் பைத்தியமாக அடித்துவிடும் என்று பட்டது. மகாராணி பட்டத்தைத் துறந்து ஒரு பெண்ணாக, பேதையாக, குழந்தையாக, புழுவாக அழுது துடிக்க வேண்டும். வியாச ரிஷியின் வெண்தாடி பரவிய குழந்தை முகம் மனதில் சிறு ஆறுதலாக எழுந்தது.

தாதி என்னைச் சோலைக்குள் கூட்டிச் சென்றாள். பசுமையான மரங்கள் அடர்ந்து நிற்க ஊடே பாதை நெளிந்து சென்றது. பாறையொன்றில் அண்ணாவும் வியாச மகரிஷியும் அமர்ந்திருந்தனர்.

என்னைப் பார்த்ததும் வியாச மகரிஷி புன்னகையுடன், “வா குழந்தை” என்றார்.

அமரும்படி சைகை காட்டினார். அவர் பாதங்களைப் பணித்துவிட்டுத் தரையில் அமர்ந்தேன். அண்ணா சிந்தனை நிரம்பிய முகத்துடன் என்னைப் பார்த்தார்.

"வருவீர்கள் என்று எவரும் கூறவேயில்லை தாத்தா" என்றேன்.

"இன்று நீர்க்கடன். நான் வந்தாக வேண்டுமல்லவா?" என்றார் வியாசர்.

என் கண்களும் மனமும் திறந்துகொண்டன. என் உடல் வழியாக அழுகை சுழற்காற்று மரத்தைக் கடந்து செல்வதுபோலக் கடந்து சென்றது.

வியாசர் என் நெற்றிமயிரை வருடினார். "நான் என்ன சொல்ல இருக்கிறது குழந்தை? அழுது அழுதுதான் உன் மனம் ஆறவேண்டும்" என்றார்.

"இதெல்லாம் எதற்காக தாத்தா? யாருடைய லாபத்திற்காக? இந்த கங்கைக்கரை முழுக்க..."

"பார்த்தேன்" என்றார் வியாசர். "எதற்காக என்று மட்டும் கேட்காதே. அப்படிக் கேட்க ஆரம்பித்தால் தெய்வங்களே திகைத்து நின்றுவிடுவார்கள்!"

"என் அபிமன்யு.. என் தங்கம்.. அவன் தலை பிளந்து.. என்னால் மறக்கவே முடியவில்லை

தாத்தா..."

என் அழுகையைப் பார்த்தபடி வியாசர் தலை குனிந்து அமர்ந்திருந்தார். பிறகு கம்மிய குரலில் "நான் என்ன சொல்லுவது அம்மா? உனக்கு ஒரு குழந்தைதான். எனக்கு...?

குருவம்சமே என் குழந்தைகளல்லவா? வென்றதும் வீழ்ந்ததும் என் உதிரமல்லவா? இதோ இன்று கங்கை அள்ளிச் செல்லும் அத்தனை ஆத்மாக்களுக்கும் பிதாமகனல்லவா நான்?"

சட்டென்று என் மனம் சீறியெழுந்தது. "இதோ இருக்கிறாரே, கேளுங்கள் தாத்தா. எல்லாவற்றிற்கும் காரணம் இவர்தான். இவருடைய குயுக்தியும் தந்திரமும் தருக்கமும். ஆட்சிக்காக சகோதரன் கழுத்தை சகோதரன் அறுக்கலாம் என்று இவர் ஒரு உபதேச மஞ்சரி எழுதி அதைக் களத்தில் தினம் தினம் பௌராணீகர்கள் பாடினார்கள். கொல்லு கொல்லு என்று இரவு முழுக்க கோஷம் எழுந்தது...."

"போர் எப்போதும் வெற்றி ஒன்றால் மட்டுமே அளக்கப்படுகிறது அம்மா."

"இப்போது இதோ வெற்றி கிடைத்துவிட்டதே! இவருக்குத் திருப்திதானா? என் குழந்தை.. என் செல்வம்.. அவன் மரணத்திற்கு யார் காரணம்? இதோ இவர்தான். என் குழந்தையைக் கொன்றவர் இவர்தான். சதுரங்கத்தில் ஒரு காயாக அவனை வைத்து விளையாடினார். அடுத்த நகர்வுக்குத் தேவையெழுந்தபோது தன் சுண்டுவிரலால் அவனைச் சுண்டி எறிந்தார்.

அரவான், கடோத்கஜன்... கடைசியில் அபிமன்யு. சொந்த ரத்தத்தில் பிறந்தவர்களைக் கொல்லும்படி தான் சொன்ன உபதேசத்தைத் தனக்கும் பொருத்திக்கொண்ட மகான் இவர்..."

"சுபத்திரை, நீ உன் வேதனையில் பேசுகிறாய்" என்றார் வியாசர்.

"என் குழந்தை எப்படி இறந்தான்? அவன் என் கருவில் இருந்த போது பத்மவியூகத்தில் நுழையும் வழியை இவர் கற்றுத் தந்தார். வெளியேறும் வழியைக் கூறாமலேயே விட்டுவிட்டார். எங்கும் எதிலும் முட்டி மோதி நுழைபவனாக, வெளியேறும் வழி தெரியாதவனாக, அவன் வளர்ந்தான்.

ஏன் என் குழந்தைக்கு அவன் பிறந்து வளர்ந்து களம் காணும் தினம் வரை இவர் வெளியேறும் வழியைச் சொல்லித் தரவில்லை? சதி. வேறு என்ன?

இவருக்கு பந்தமில்லை. பாசமில்லை. தர்மம் என அவர் நம்பும் ஒன்றை நிறைவேற்றுவது தவிர வேறு எந்த நோக்கமும் இல்லை."

"யார்தான் அப்படி இல்லை?" என்றார் வியாசர். "உன் தருமம் தாய்மை என நீ எண்ணுகிறாய். அதைத் தவிர வேறு எதுவும் உன் கண்ணில் படவில்லையே...."

"எதற்கு என் குழந்தைக்கு பத்ம வியூகத்திலிருந்து வெளியேறும் வழியை இவர் கற்றுத்தரவில்லை? அதைச் சொல்லச் சொல்லுங்கள் முதலில்."

அண்ணா தணிந்த குரலில், "பலமுறை சொல்லிவிட்டேன் சுபத்திரை. உன் காது மூடியிருக்கிறது. பத்ம வியூகம் சிறிய படைகளை நடத்தும்போது செய்ய வேண்டியது. நகரங்களைக் காப்பாற்றுவதற்காக அதைச் சுற்றியும் அமைப்பதுண்டு. துரோணர் அதைப்போல குருஷேத்திரத்தில் வகுப்பார் என்று நான் எப்படி எதிர்பார்த்திருக்க முடியும்? அந்தத் தருணத்தில் அர்ச்சுனன் சம்சப்தர்களுடன் போரிடப்போவான் என்று எப்படி நான் ஊகித்திருக்க முடியும்? தருமர் அத்தனை வீரர்கள் இருக்க அபிமன்யுவைப் போய் அதை உடைக்கச் சொல்வார் என்றோ, அவனைப் பின் தொடர்ந்த தருமரையும் பீமனையும் பிற படைகளையும் ஜயத்ரதன் ஒருவனே தடுத்துவிடுவான் என்றோ நான் எப்படி எண்ண முடியும்?"

அண்ணா நிறுத்தினார். உடைந்த குரலில், "அதைவிட ஞானமும் விவேகமும் நிரம்பிய குருநாதர் துரோணரும், பாண்டவ ரத்தமான கர்ணனும், மகா தார்மிகரான சல்லியரும், சுத்த வீரனான துரியோதனனும் சேர்ந்து ஒரு சிறுவனை சூழ்ந்து எதிர்த்துக் கொன்றார்கள் என்பது இப்போதுகூட என்னால் நம்ப முடியாதவையாகவே உள்ளது."

"போரில் வெற்றியே அளவுகோல்" என்றார் வியாசர் மீண்டும். "மனிதர்களால் போரைத் தொடங்க மட்டுமே முடியும். பிறகு எல்லாம் விதியின் தாண்டவம்." அவர் தலை மேலும் குனிந்தது. பெருமூச்சுடன், "மனிதர்கள் போரிடாத சத்திய யுகம் ஒன்று வரக்கூடும்" என்றார்.

"ஆம், எல்லாம் என் தத்துவம்தான்" என்றார் அண்ணா என்னிடம்.

"ஆனால் என் மனதை ஆற்றும் வலிமை அவற்றுக்கு இல்லை. அபிமன்யு என் குழந்தை. பாதி நாள் துவாரகையில் ருக்மிணியும் சத்யபாமையும் அவனை வளர்த்தார்கள். என் பிள்ளைக்கலியைத் தீர்க்க வந்த தெய்வ அருளாக அவனை எண்ணினேன். இந்த மார்பிலும் தோளிலும் போட்டு அவனை வளர்த்தேன். காடுகள் தோறும் அழைத்துச் சென்று அவனுக்கு வித்தைகள் கற்றுத் தந்தேன்...."

"ஆம். அவன் களத்தில் காட்டிய வீரபராக்ரமங்களை இன்று பாரதவர்ஷமே பாடுகிறது" என்றார் வியாசர். அவர் அண்ணாவை சமாதானப்படுத்த முயல்கிறார் என்பது தெரிந்தது.

"கோசல மன்னன் பிருஹத்பாலனை அவன் கொன்றது பற்றி சற்று முன்பு கூட ஒரு சூதன் அற்புதமான பாடல் ஒன்றைப் பாடினான்."

“ஆனால் நான் கற்றுத்தராத ஒன்று அவனை பலி கொண்டு விட்டதே கிருஷ்ணதுவைபாயனரே.”

“அவன் விதி அது” என்றார் வியாசர். “ஜென்மங்கள்தோறும் அது அவனைத் தொடர்கிறது. இப்பிறவியில் உன் கருவில் அவனிருந்தபோதே அது அவனை அடைந்துவிட்டது.”

என் மனம் பகீரிட்டது. “தாத்தா, அப்படியானால் என் குழந்தைக்கு அடுத்த பிறவியிலும் இதே விதியின் மிச்சம்தானா உள்ளது?” என்றேன்.

“இருக்கக்கூடும்; யாரறிவார்...?”

பதறிய குரலில், “தாத்தா, தன் விதியை அவன் அறிந்து கொள்ளவில்லையே. என் குழந்தைக்கு இப்போதும் வெளியேறும் வழி தெரியவில்லையே” என்றேன்.

“இது என்ன பேச்சு குழந்தை? நமது மகனாக அவன் விதி முடிந்தது. இனி நம் கடன் அவன் நினைவை நம் மனதிலும் வம்சத்திலும் நட்டு வைப்பது மட்டுமே...”

“அது உங்கள் வேலை. என் குழந்தைக்கு இப்போதும் வெளியேறும் வழி தெரியவில்லை. அதை எண்ணினால் இனி நான் ஒருநாள்கூட நிம்மதியாக உயிர்வாழ முடியாது. தாத்தா நீங்கள் முக்காலமும் உணர்ந்தவர். எனக்குக் கருணை காட்டுங்கள். உங்கள் பாதங்களைப் பற்றிக்கொண்டு கேட்கிறேன். எனக்கு உதவுங்கள்....”

“குழந்தை, நீ உணர்ந்துதான் பேசுகிறாயா?”

“நன்றாக உணர்ந்துதான். என் குழந்தைக்கு அவன் விதியை அவன் வெல்லும் முறையை நான் கற்பித்தாக வேண்டும். அடுத்த பிறவியிலாவது அவனுக்கு மீட்பு வேண்டும்.”

“மனிதர்களுக்கு விதிக்கப்பட்டுள்ள எல்லையை நீ தாண்ட முயல்கிறாய் குழந்தை. அது சாத்தியமேயில்லை.”

நான் பாய்ந்து எழுந்தேன். “இனி உங்களிடம் கேட்க எனக்கு எதுவும் இல்லை, இப்போதே நீங்கள் உதவ வேண்டும். இல்லையேல் இப்போதே இங்கேயே கங்கையில் குதித்து உயிர்விடுவேன். இனி எனக்கு எதுவும் மிச்சமில்லை...”

“குழந்தை....” என்று கூறியபடி வியாசர் ஓடிவந்து என்னைப் பிடித்தார். “நில்லு. சொல்கிறேன்...” என் தோளை அவர் கரம் இறுகப் பற்றியது. “என்ன காரியமம்மா செய்கிறாய்? முதிய வயதில் இதுவரை நான் கண்டதெல்லாம் போதாதா? இரு, ஒரு வழி சொல்கிறேன்.”

அப்போதும் சிந்தனை தேங்கிய முகத்துடன் அண்ணா அங்கேயே அமர்ந்திருந்தார்.

“தண்டகாரண்யத்தில் ஒரு ரிஷியை நான் பார்த்தேன். அவர் இப்போது இங்கு கங்கைக் கரையில் எங்கோ இருக்கிறார். அவரால் பிறவிகளின் சுவரைத் தாண்டிப் பார்க்க முடியும் என்கிறார்கள். அவரை அழைத்து வருகிறேன். உனக்காக.. ஒரு போதும் ஒரு ரிஷி செய்யக் கூடாத காரியம் இது. என் மூதாதையரின் சாபம் என் மீது விழும்.. பரவாயில்லை.”

“எனக்கு வேறு வழியில்லை தாத்தா. என்னை மன்னித்து விடுங்கள். என் குழந்தையிடம் நான் பேசியாக வேண்டும். என்ன நேர்ந்தாலும் சரி. என் குழந்தை வெளியேறும் வழி தெரியாது பிறவிகள் தோறும்... தாத்தா தயவு செய்யுங்கள், தயவு செய்யுங்கள்...”

அவர் காலில் விழுந்தேன். என்னைத் தன் மார்போடு அணைத்துக் கொண்டார். என் கண்ணீர் அவர் தாடியை நனைத்தது.

4

பர்ணசாலைக்குள் எட்டிப் பார்த்த தாதி என்னிடம் “உபசக்ரவர்த்தி தங்களை அழைக்கிறார்” என்றாள். எழுந்து வெளியே வந்தேன். பின் மதியம் ஆகிவிட்டிருந்தது.

ஆனால் வெயில் வராமல் காலை போலவே இருந்தது. வானம் முழுக்க மேகங்கள். மஞ்சன மரத்தடியில் அவர் நின்றிருந்தார். அவரை அணுக அணுக என் மனம் எரிச்சலடைந்தது.

ஆனால் உடலில் ஒரு கிளர்ச்சி இருந்தது. அது இம்சைக்கான ஆர்வம். அவரைக் குத்திப் புண்படுத்தி, அவர் சுருண்டு திரும்புவதைக் கண்டு குற்றவுணர்வு கொள்ளும்போதுதான் அது தணியும். அவர் கண்களை உற்றுப் பார்த்தபடி “என்ன?” என்றேன்.

“பொழுது சாய்ந்துவிட்டது. அபிமன்யுவிற்கு இன்னும் நீர்க்கடன் செலுத்தவில்லையே என்று அண்ணா கேட்டார்” என்றார்.

“அரவானுக்கு நீர்க்கடன் முடிந்துவிட்டதா?” என்றேன். அவருடைய சுருண்ட மயிர்கள் ஈரமாகத் தொங்கி ஆடின. காதோரம் சில நரை மயிர்கள். மீசை கன்னத்தில் ஒட்டியிருந்தது. கண்களுக்குக் கீழே கருவளையங்கள். பார்வையில் எப்போதுமிருக்கும் சிறுபிள்ளைத்தனமான உற்சாகத்தின் ஒளி அறவே இல்லை. இனி அது ஒருபோதும் திரும்பாது போலும்.

“ஆம்“ என்றார்.

அவருடைய பலவீனமான இடத்தில் நான் போட்ட அடி அது. அவர் நெற்றியில் நரம்பு அசைந்தது. கண்கள் சுருங்கி இம்சை தெரிந்தது. என் மனம் உள்ளூர கும்மாளமிட்டது. மேலும் மேலும் என்று தாவியது.

“சுருதகர்மாவிற்கும் முடிந்துவிட்டதா?” என்று சாதாரணமாகக் கேட்டேன்.

அவர் கண்கள் சீற்றம் கொண்டன.

“அபிமன்யு மட்டும்தான் மீதி” என்றார்.

நான் தலையசைத்தேன்.

“ஏன் தாமதம்?” என்றார்.

“சற்று பிந்தட்டும்.”

“எங்கோ ரதமனுப்பியிருப்பதாகக் கூறினார்கள்.”

“ஆம்.”

“எதற்கு?”

“ஒன்றுமில்லை” என்றேன். இவரிடம் நான் கூற முடியாது. அபிமன்யு என் அந்தரங்கத்தின் ஆழம். அதை ஒருபோதும் இவருடன் பகிர முடியாது. அதை எவரிடமும் பகிர முடியாது. அவனிடம்கூடப் பகிர்ந்ததில்லை. அவன் பிறந்து விழுந்தபோது அவனைப் பார்த்தவர்கள் தந்தையைப்போல என்று கூறியபோது என் மனம் எரிந்தது. அவன் வளர வளர அவனில் கூடி வந்த குறும்பும், வில் திறனும், துணிச்சலும் அவரையே ஞாபகப்படுத்தின. அவை என்னைக் கோபம் கொள்ளச் செய்தன. பாதி நாள் அவனை துவாரகைக்கு அனுப்பியதே அதனால்தான். மீதிநாள் அவர் ஊரில் இருந்ததுமில்லை. ஆனால் அவனில் நான் ரசித்ததெல்லாம் அவற்றைத்தானோ?

“ஏன் என்று கூறு” என்றார் கோபத்துடன். “இன்று நீர்க்கடன் வேண்டாம் என்று எண்ணுகிறாயா? யாரைக் கூட்டிவரச் சொல்லியிருக்கிறாய்?”

நான் அவர் கண்களைப் பார்த்தேன். “அபிமன்யு என் மகன். அவனுக்கு எப்படிச் செய்ய வேண்டும் என நான் அறிவேன்.”

அவர் கோபம் முகத்தில் நெளிந்தது. உரத்த குரலில், “அவன் என் மகன் இல்லையா? எனக்கு மட்டும் துயரமில்லையா?” என்றார்.

“துயரமா.... எதற்கு?” என்றேன் வியப்புடன். உள்ளூர என் இம்சிக்கும் இச்சை கூர்மையடைந்தது. மனம் மிகுந்த நிதானத்துடன் சொற்களைத் தேர்வு செய்தது.

“நீங்கள்தான் பழிவாங்கிவிட்டீர்களே? பொழுது சாய்வதற்குள் ஜயத்ரதன் தலையைக் கொய்து, அதைக் காற்றில் பறக்கவைத்து, அவன் தந்தை கரங்களில் விழ வைத்து, அவர் உயிரையும் பறித்து... சூதர்கள் பரவசமாகப் பாடும் கதை அல்லவா அது? வம்சகாதையில் ஒரு பொன்னேடல்லவா? அப்புறம் எதற்குத் துக்கம்?”

“நீ என்னை ஏளனம் செய்கிறாய். உனக்கு மட்டும் பேரிழப்பு ஏற்பட்டுவிட்டது என்று கற்பனை செய்து கொள்கிறாய். உன்னை முக்கியமானவளாகப் பிறரிடம் காட்டிக்கொள்ள இந்த துக்க வேடத்தை மிகைப்படுத்திக்கொள்கிறாய்...”

நான் அவர் கண்களை மீண்டும் உற்றுப் பார்த்தேன். “நேற்றிரவும் எங்கிருந்தீர்கள்?”

அவர் தடுமாறி, முகம் வெளிறி, “ஏன்?” என்றார்.

“இல்லை, தாத்தா தேடினார்” என்றேன்.

“அவரைப் பார்த்தேனே.”

“ஓகோ” என்றேன். பிறகு பார்வையை விலக்காமலே நின்றேன்.

“நான் வருகிறேன்” என்று அவர் நடந்தார். என் உடல் தளர்ந்தது. சன்னதம் விலகிய குறிசொல்லி போல சக்தியனைத்தும் ஒழுகி மறைய, தள்ளாடினேன். தண்ணீர் குடிக்க வேண்டும் போலிருந்தது. ஆனால் மீண்டும் என் பர்ணசாலைக்குப் போகத் தோன்றவில்லை.

இடுங்கின அறைகளில் துயரம் தேங்கிக் கிடக்கிறது. திறந்த வெளிகளில் மனம் சற்று சுதந்திரம் கொள்வது போலப் பட்டது. சோலை வழியாக நடந்தேன். மீண்டும் அதே பாறையை அடைந்தேன். அங்கு அண்ணா

அமர்ந்திருப்பதைப் பார்த்தேன். அவரை அங்கு உள்ளூர எதிர்பார்த்ததனால்தான் வந்திருக்கிறேன் என்று அறிந்தேன். என்னால் அவரைத் தவிர்க்க இயல்வில்லை. அவர் இல்லாமல் என் மனமே இல்லை போலும். அவரது தலையணியின் மீதிருந்த மயிற்பீலிக் கண் என்னைப் பார்த்தது. மனம் சற்று அமைதியடைந்தது.

மயிற்பீலியை எங்கு கண்டாலும் மனம் சற்று அமைதி கொள்கிறது. துணையை உணர்கிறது. அபிமன்யு குழந்தையாக இருந்தபோது ஒரு முறை அவன் கொண்டையில் மயிற்பீலியை அணிவித்தேன். அதைப் பார்த்ததும் அவர் முகம்தான் எப்படிச் சிவந்து பழுத்தது.

தொண்டை புடைக்க உறுமியபடி அதைப் பிய்த்து வீசினார். "கொஞ்சிக் குலாவி குழந்தையை அலியாகவா ஆக்குகிறாய்? பீலியும் மலரும்..." என்று கத்தினார்.

ஆங்காரமும் ஏமாற்றமுமாக, "பீலி சூடியவர்களெல்லாம் அலிகள் என்கிறீர்களா?" என்றேன். கையை ஓங்கியபடி வந்தார். "நல்லது. கை எதற்கு, காண்டீபத்தையே எடுங்கள். அதுதான் புருஷ லட்சணம்" என்றேன். கதவை ஓங்கி உதைத்தபடி அந்தப்புரத்தை விட்டு வெளியேறினார். வெளியே புரவிமீது சம்மட்டி விழும் ஒலி கேட்டது. அது கனைத்துக் கூவியபடி கல்தளத்தில் தடதடத்து ஓடியது.

அண்ணா, "ரிஷி வந்துவிட்டாரா?" என்றார்.

"இன்னும் வரவில்லை. காத்திருந்து காத்திருந்து பொறுமை போகிறது."

"வருவார்."

"பின்மதியம் ஆகிவிட்டது. நீர்க்கடன் எப்போது முடிவது?" என்றேன். களைப்புடன்

கண்களை விரல்களால் அழுத்துக் கொண்டேன்.

"பார்த்தன் என்ன சொன்னான்?"

திடுக்கிட்டேன். எப்படி அறிந்தார் அவர் முகம் பதுமை போலிருந்தது. பிறகு அமைதி ஏற்பட்டது. "நேரமாகிறது என்கிறார்" என்றேன்.

"பாவம்" என்றார்.

"ஏன்? அவர்தான் போரில் வென்று சவ்யசாஜி ஆகிவிட்டாரே. இனி அஸ்வமேதம், திக்விஜயம். வரலாற்றில் உங்களுக்கும் அவருக்கும் சிம்மாசனமல்லவா போட்டு வைக்கப்பட்டுள்ளது!"

"உன் துயரம் கசப்பாக மாறிவிட்டிருக்கிறது சுபத்திரை. உலகமே உனக்கு எதிரியாகப் படுகிறது. நீ என்னதான் எண்ணுகிறாய்? இன்று இங்கு ஒவ்வொருவரும் என்ன எண்ணுகிறார்கள் என்று நீ அறிவாயா? இந்தக் கணம் காலதேவன் வந்து போர் துவங்குவதற்கு முன்பிருந்த தருணத்தைத் திரும்ப அளிப்பதாகச் சொன்னானென்றால் அத்தனை பேரும் தங்கள் எதிரிகளை ஆரத் தழுவிக் கண்ணீர் உகுப்பார்கள். இந்தப் போர் ஒரு மாயச் சுழி. ஒவ்வொரு கணமும் இதன் மாயசக்தி எல்லோரையும் கவர்ந்திழுத்துக் கொண்டிருந்தது. விதி அத்தனை பேர் மனங்களிலும் ஆவேசங்களையும் ஆங்காரங்களையும் நிரப்பியது. இன்று... வெளியேறும் வழி எவருக்கும் தெரியவில்லை சுபத்திரை. எனக்கும் தெரியவில்லை..."

நான் பெருமூச்சுவிட்டேன். அண்ணா மனம் கலங்கியபோதுதான் அவரை அப்படிப் பார்க்க நான் விரும்பவில்லை என்று அறிந்தேன். அவர் வெல்ல முடியாத வீரயோகியாகவே என் மனதில் இருந்தார். அண்ணாவின் முகம் மீண்டும் நிதானம் கொண்டது. "நீ உணவருந்தினாயா?" என்றார்.

"இல்லை"

"ஏன் இப்படி உன்னை வதைத்துக் கொள்கிறாய்?"

"என்னால் எதிர்பார்ப்பின் பதற்றத்தைத் தாங்க முடியவில்லை அண்ணா."

"சுபத்திரை, நீ செய்யப் போவது என்ன என்று அறிவாயா?"

"எனக்கு வேறு வழியில்லை" என்றேன் உறுதியாக.

"நியதியின் பேரியக்கம் மனிதர்களையும் அண்ட வெளியையும் இயற்கையிலுள்ள அனைத்தையும் ஒன்றாகப் பிணைத்திருக்கிறது சுபத்திரை. அதில் ஒரு சிறு துளியைக்கூட மனித மனம் அறிய முடியாது. அதை மாற்றிவிடலாம் என்று நம் அகங்காரம் சில சமயம் கூறும். அதன்படி நாம் இயங்குவோம். பிறகு தெரியும், நமது அந்த இயக்கம்கூட நியதியின் விளையாட்டுதான் என்று."

"வேதாந்த விசாரம் கேட்க எனக்கு இப்போது மனம் கூடவில்லை அண்ணா...."

அண்ணா சிரித்தபடி, "ஆம். பாரதவர்ஷத்தில் இப்போது மலிவாகப் போய்விட்டிருப்பது அதுதான்" என்றார்.

அவரைப் புண்படுத்திவிட்டோமோ என்ற ஐயம் எனக்கு ஏற்பட்டது. "அண்ணா, என் மனதைத் தயவு செய்து புரிந்து கொள்ளேன். நான் என் குழந்தைக்கு... அவன் தன் விதியை அறியாமல் போகக்கூடாது அண்ணா.. அதற்காக எனக்கு எந்த சாபம் வந்தாலும் சரி..."

"சரி வா. கங்கையோரமாகப் போவோம். யாராவது நம்மைத் தேடக்கூடும்."

காட்டுக்குள் குளிர் இருந்தது. மரங்கள் மழைக்காலத்திற்குரிய புத்துணர்ச்சியுடன் காற்றில் குலுங்கின. தளதளக்கும் ஒளியும் சிறு மணியோசைகளும் கங்கை வந்துவிட்டதைக் கூறின. படித்துறைகளில் புரோகிதர்கள் அமர்ந்திருந்தனர்.

தர்ப்பைப் புல்லும் பிண்டங்களும் சிதறிக் கிடந்தன. அமாத்யர் ஸௌனகர் எழுந்து வந்து அண்ணாவை வணங்கினார். "இப்போதுதான் முடிந்தது" என்றார்.

"சரி" என்று அண்ணா தலையசைத்தார். மெதுவாக நடந்தோம். எங்கும் அமங்கலமான மௌனமும் நிதானமும். கங்கை மீதிருந்து குளிர் பரவிக்கொண்டிருந்தது.

பர்ணசாலைகளுக்குச் செல்லும் வழியில் திடீரென்று அடிபட்ட விலங்கின் ஊளைபோல ஓர் அழுகைக் குரல் எழுந்தது. தாதிகள் தொடர, தலைவிரிகோலமாக திரௌபதி ஓடிவந்தாள்.

அவளைத் தாதிகள் பிடித்தனர். கங்கையை நோக்கிக் கைநீட்டியபடி அலறினாள். மரவுரி விலகிக் கிடந்தது. சர்ப்பம் போன்ற உடல் தழல்

போன்ற 'உடல் விஷம்' துப்பும். சுடும். இப்படித்தான் கௌரவ சபையில் சென்று நின்றாள். தலைமயிரை அவிழ்த்துப் போட்டு சபதம் எடுத்தாள். இப்போது தலையை முடிந்துகொள்ள வேண்டியதுதானே?

இப்போதுகூட ஏன் இப்படி எண்ணுகிறேன்? அவள் என்ன செய்வாள்! அண்ணா சொன்னதுபோல அவளும் இப்போது மனமுடைந்து ஏங்கக்கூடும். எல்லாம் எவ்வளவு எளிமையாகத் தொடங்கிவிடுகிறது! ஐந்து குழந்தைகள். பிரிதிவிந்தியன், சுதசேனன், சுருதகர்மா, சதானீகன், சுதேசனன். ஐந்து தளிர் முகங்கள். ஐந்து பொன்னிறத் தோள்கள். அவள் வயிற்றில் ஊழித்தீயல்லவா எரியும். அதை எண்ணியபோதே என் மனம் பதைத்தது.

சுருதகர்மாவின் முகம் மட்டும் அவ்வளவு தெளிவாக மனதில் எழுந்தது. அவன் அவருடைய குழந்தை என்று சொல்வார்கள். அவனை மார்போடணைத்து அவன் முகத்தை உற்று உற்றுப் பார்ப்பேன். அபிமன்யுவின் அருகே நிறுத்தி ஒப்பிட்டுப் பார்ப்பேன். பயிற்சிப் போர்களின் அபிமன்யு அவனை அனாயாசமாகத் தோற்கடிக்கும்போது மனதில் களிப்பு நிறையும். அபிமன்யுவிற்கு அவன்மீது எப்போதும் குறிதான். "சித்தி, அபிமன்யு என்னை அடிக்கிறான். சித்தி, அபிமன்யுவைப் பாருங்கள்...." என்று சதா ஓடிவருவான்.

மழலைக் குரல்கள் எங்கிருக்கிறீர்கள் என் குழந்தைகளே? வானில் எங்காவது விளையாடுகிறீர்களா? சண்டை போடுகிறீர்களா? மண்ணில் நீங்கள் வாழ்ந்த நாட்களில் தான் உங்கள்மீது என்னென்ன கோபதாபங்கள், போட்டி பொறாமைகள் எங்களுக்கு. நான் ஒருபோதும் பார்த்திராத அரவான். அவன் மீது எத்தனை கோபம் எனக்கு? என் கண்களிலிருந்து கண்ணீர் கொட்டியது. அப்படியே படித்துறையில் அமர்ந்துவிட்டேன்.

அண்ணா பெருமூச்சுடன் சற்றுத் தள்ளி அமர்ந்து கொண்டார். கங்கை மீது இரு சிறு ஓடங்கள் மிகுந்த துயரத்துடன் நகர்ந்து சென்றன.

5

ரிஷி வந்துவிட்டார் என்று செய்தி வந்தது. எழுந்து விரைந்தோடினேன். கால் புழுதியில் பதிந்து வேகம் கூடவில்லை. என் உடல் கனத்தது. அஷ்டகலசப் படிக்கட்டில் ரிஷி அமர்ந்திருந்தார். அவர் எதிரே நின்றிருந்த ஸ்தானிகர் என்னைப் பார்த்ததும் வணங்கி விலகினார். என் மனம் சுருங்கியது. இனம் புரியாத ஓர் அச்சம் மனதைக் கவ்வியது. கரிய குள்ளமான உருவம். தாடியும் தலைமயிறும் சடைகளாகத் தொங்கின.

சிவந்த கண்கள், உடம்பெங்கும் நீர். ஒரு கண் கலங்கி சதைப்புரளலாக அசைந்தது. வெளியே தெரிந்த பற்கள் கருப்பாக இருந்தன. அவருக்கு சாஷ்டாங்க வணக்கம் செய்தேன்.

அவர் என் தலையைத் தொட்டு ஆசியளித்தார். அவர் கரங்க்ளை என் கண்கள் அணுகுவதைத் தடுக்க முடியவில்லை. பழுதடைந்த நகங்கள் விகாரமாக இருந்தன.

"உன் கோரிக்கையை கிருஷ்ணதுவைபாயனர் சொன்னார். அவர் மகாவியாசர். அவருக்காகவே இதற்கு ஒப்புக்கொண்டேன். இது சாதாரண விஷயமல்ல. தெய்வங்களின் அதிகாரத்திற்கு அறைகூவல் விடும் செயல் இது" என்றார் ரிஷி.

“குருநாதரே, என் மீது கருணை காட்டுங்கள். என் குழந்தை...” என்று கைகூப்பினேன். கண்ணீர் வழிந்தது.

“அழுவதெல்லாம் எனக்குப் பிடிக்காது. விஷயத்தைத் தெளிவாகச் சொல்லிவிடுகிறேன். ஒரே ஒரு முறைதான். அதற்குள் கூறவேண்டியதைக் கூறிவிட வேண்டும். பிறகு என்னிடம் எதையும் கோரக்கூடாது.”

“போதும், போதும்“

அண்ணா வந்து சற்றுத் தள்ளி அமர்ந்தார். ரிஷி கண்மூடி தியானத்திலாழ்ந்தார்.

பரிதவிப்புடன் அமர்ந்திருந்தேன். நீண்ட பெருமூச்சுடன் அவர் கண்களைத் திறந்தா.

“உன் குழந்தைக்கு நீர்க்கடன் அளித்தாகிவிட்டதே அம்மா. அவன் இப்போது ஃபுவர்லோகத்தில் இல்லையே...”

“குருநாதரே....” என்று வீறிட்டேன். “இல்லை. நீர்க்கடன் இதுவரை அளிக்கப்படவில்லை....” மறுகணம் எனக்கு என்ன நடந்தது என்று புரிந்தது. என்னைத் தோற்கடிக்க அவர் அதைச் செய்திருக்கக்கூடும். என் உடம்பு பதறியது.

“இரு” என்றபடி ரிஷி மீண்டும் கண்களை மூடினார். நான் தவிப்புடன் அண்ணாவைப் பார்த்தேன். அவர் கங்கைக் கரையோரம் மலர்ந்து கிடந்த தாமரைகளையும் குவளைகளையும் பார்த்தபடி சிலைபோல அமர்ந்திருந்தார்.

ரிஷி கண்களைத் திறந்தார். “உன் குழந்தை கருபீடம் ஏறிவிட்டான்” என்றார்.

“எங்கே? எந்த வயிற்றில்?” என்று கை கூப்பியபடி பதறினேன்.

“அது தெரியாது. மனிதனா மிருகமா பறவையா புழுவா என்று கூடக் கூற முடியாது.”

“குருநாதரே, இப்போது என்ன செய்வது?”

“இன்னும் நேரமிருக்கிறது. ஆத்மா முதல் உயிரணுவாகிய பார்த்திபப் பரமாணுவை ஏற்று அதனுடன் இணைவதுவரை வாய்ப்பிருக்கிறது. இணைந்துவிட்டால் இப்பிறவியுடனான அதன் தொடர்பு முற்றிலும் அறுந்துவிடும். பார்ப்போம்.” ரிஷி நீரில் இறங்கி ஒரு தாமரை மலரைப் பறித்தார். அதை எடுத்து வந்து தியானித்து என்னிடம் காட்டினார்.

“இதோ பார்.”

தாமரைப்பூவின் மகரந்தப் பீடத்தில் இரு சிறு வெண் புழுக்கள் நெளிந்தன. மெல்லிய நுனி துடிக்க அவை நீந்தி நகர்ந்தன.

“இது என் மாயக்காட்சி. உன் மகன் இருக்கும் கரு இந்த மலர். இதிலொன்று உன் மகன். நீ அவனிடம் பேசு. ஆனால் இந்த தாமரை கூம்பிவிட்டால் பிறகு எதுவும் செய்ய முடியாது.”

“இதில் என் குழந்தை யார் குருநாதரே?”

“இதோ இந்தச் சிறு வெண்புழு. அவர்கள் இரட்டையர்கள்.”

என் மனம் மலர்ந்தது. பரவசத்தால் பதற்றம் பரவியது. மனதில் எண்ணங்களே எழவில்லை.

கைகள் பதைக்க அந்தப் புழுவைப் பார்த்தேன். அதன் துடிப்பு. அது அபிமன்யு. சிறு குழந்தையாக பட்டுத் தொட்டிலில் கைகால் உதைத்து நெளிவது போலிருந்தது. பேச்சே எழவில்லை. மனம் மட்டும் கூவியது. அபிமன்யு! இதோ உன் அம்மா. என்னை மறந்துவிட்டாயா என் செல்வமே, என்னை ஞாபகமிருக்கிறதா உனக்கு?

"பேசு பேசு" என்றார் ரிஷி.

"அபிமன்யு" என்றேன் தொண்டை அடைக்க.

அந்தச் சிறு புழு அசைவற்று நின்றது. பிறகு அதன் தலை என்னை நோக்கி உயர்ந்தது.

சிவந்த புள்ளிகள்போல அதன் கண்களைக் கண்டேன். என்னைப் பார்க்கிறானா? என்னை அவன் ஞாபகம் வைத்திருக்கிறானா? என் மனம் களிப்பில் விம்மியது.

"பேசு பேசு" என்று ரிஷி அதட்டினார்.

திடீரென்று அந்த மற்ற புழுவைப் பார்த்தேன். "குருநாதரே இது யார்? அவனுடைய இரட்டைச் சகோதரன் யார்?"

"அது எதற்கு உனக்கு? நீ உன் குழந்தையிடம் கூற வேண்டியதைக் கூறு."

"இல்லை. நான் அதை அறிந்தாக வேண்டும். அவன் யார்?"

ரிஷி அலுப்புடன், "அவன் பெயர் பிருகத்பாலன். கோசல மன்னனாக இருந்தவன்" என்றார்.

என் மனம் திகிலில் உறைந்தது. "கோசல மன்னனா? என் மகனால் போர்க்களத்தில் கொல்லப்பட்டவனா?"

"ஆம். அவர்கள் இருவருக்கும் இடையே மாற்ற முடியாத ஓர் உறவு பிறவிகள்தோறும் தொடர்கிறது. அதன் காரணத்தை யாரும் அறிய முடியாது. நீ உன் குழந்தையிடம் சொல்ல வேண்டியதைச் சொல்லிவிடு."

என் தொண்டை கரகரத்தது. அடுத்தபிறவியில் என்ன நிகழப்போகிறது? "அபிமன்யு! அது கோசல மன்னன் பிருகத்பாலன். உன்னால் கொல்லப்பட்டவன். உன் இரட்டைச் சகோதரன், உன் எதிரி. மகனே, கவனமாக இரு..."

ரிஷி கோபமாக "என்ன பேசுகிறாய் நீ?" என்று கத்தினார்.

நான் களைப்புடன் மூச்சிரைத்தேன். திடீரென்று பத்ம வியூகம் பற்றி இன்னமும் கூறவில்லை என்று உணர்ந்தேன். "அபிமன்யு, இதோ பார். பத்ம வியூகம்தான் உன் விதியின் புதிர். அதிலிருந்து வெளியேறும் வழியைக் கூறுகிறேன்....." என்மீது யாரோ குனிந்து பார்ப்பது போல நிழல் விழுந்தது. திடுக்கிட்டு அண்ணாந்தேன்.

யாருமில்லை. வானம் கன்னங்கரேலென்று இருந்தது. பதற்றத்துடன் மலரைப் பார்த்தேன். அது கூம்பி விட்டிருந்தது. "குருநாதரே" என்று கூவியபடி அதைப் பிரிக்க முயன்றேன்.

எஸ்.ராமகிருஷ்ணன்

“பிரயோசனமில்லை பெண்ணே. அவன் போய்விட்டான்” என்றார் ரிஷி.

“குருநாதரே” என்று கதறியழுதபடி அவர் காலில் விழுந்தேன். “எனக்குக் கருணை காட்டுங்கள். என் குழந்தையிடம் ஒரு வார்த்தை பேசிக் கொள்கிறேன்...”

ரிஷி எழுந்து விட்டார். அவர் பாதங்களைப் பற்றிக் கொண்டேன். அவர் உதறிவிட்டு நடந்தார். அப்படியே படிகளில் அமர்ந்து முழங்காலில் முகம் புதைத்துக் கதறிக் கதறி அழுதேன்.

தோள்களில் கரம் பட்டது. அண்ணாவின் கரம் அது என்று தெரிந்தது. அதை நான் விரும்பினேன் என்று அறிந்தேன். “அண்ணா! அபிமன்யு, என் குழந்தை...”

“வா போகலாம். மழை வரப்போகிறது.”

“என் குழந்தைக்கு இப்போதும் வெளியேறும் வழி தெரியவில்லையே. தன் விதியின் புதிரை சுமந்தபடி அவன் போகிறானே. நான் பாவி பாவி....”

அண்ணா என்னைத் தூக்கி எழுப்பினார். “வா. அழுது என்ன பயன்?”

“என் குழந்தைக்கு அவன் விதியிலிருந்து மீளும் வழி தெரியவில்லையே...”

“யாருக்குத் தெரியும் அது? உனக்குத் தெரியுமா? வழி தெரிந்தா நீ உள்ளே நுழைந்தாய்?”

நான் அப்படியே உறைந்து நின்றுவிட்டேன். பிறகு “அண்ணா” என்றேன்.

“வா. மழை வருகிறது.”

இலைகள் மீது ஓலமிட்டபடி மழை நெருங்கி வந்தது. ஆவேசமான விரல்கள் பூமியைத் தட்டின. பிறகு நீர்த்தாரைகள் பொழிய ஆரம்பித்தன.

“அண்ணா, என் குழந்தையின் விதி என்ன? அடுத்த பிறவியில் அவனுக்கு என்ன நேரிடும்?”

மழையில் அண்ணாவின் குரல் மங்கலாகக் கேட்டது. “தெரியவில்லை. ஆனால் அதன் தொடக்கம் மட்டும் இன்று தெரிந்தது.”

“எப்படி?” என்றேன் அவரைத் தொடர்ந்து ஓடியபடி. அண்ணா பதில் பேசாமல் நடந்தார்.

ஒரு மின்னல் வானையும் மண்ணையும் ஒளியால் நிரப்பியது. பின் அனைத்தும் சேர்ந்து நடுங்க இடியோசைகள் வெடித்து அதிர்ந்தன. அதன் எதிரொலியை வெகுநேரம் என்னுள் கேட்டேன். என் உடலைக் கரைத்து விடுவதுபோல மழை கொட்டிக் கொண்டிருந்தது. மழையின் அடர்ந்த திரைக்குள் அண்ணா சென்று மறைந்தார்.

1997

082

ஜெயமோகன்

பாடலிபுத்திரம்

கி.மு. 493இல் சிரேணிக வம்சத்தைச் சார்ந்தவனாகிய அஜாத சத்ரு தன் தந்தையும் மகத மன்னனுமாகிய பிம்பிசாரனை கைது செய்து சிறையிலிட்டான். பிம்பிசாரன் அந்தப்புரத்தில், நாயகியரில் ஒருத்தியைக் கூடியபடி இருந்த நேரம், திட்டமிட்டிருந்தபடி அஜாதசத்ரு தன் வீரர்களுடன் நுழைந்தான். மஞ்சத்தில் நிர்வாணமாக இருந்த பிம்பிசாரனை அப்படியே தூக்கி கைகளைப் பின்னால் முறுக்கி அவன் உத்தரியத்தினாலேயே கட்டி வீரர்களிடம் ஒப்படைத்தான். போகத்தின் தாளத்தில் சுயமிழந்து விட்டிருந்த மன்னன் காலடியோசைகளைக் கேட்கச் சற்று பிந்தி விட்டிருந்தான். தூரத்தில் உடைகளுடன் கழற்றி வைக்கப்பட்டிருந்த உடைவாளை எடுக்க முடியவில்லை. அந்த நாயகி அங்கேயே வெட்டி சாய்க்கப் பட்டாள். பிம்பிசாரன் அந்தப்புரத்தில் நீண்ட புறச்சுற்றுப் பாதை வழியாக இட்டுச் செல்லப்பட்டான்.

அது கூதிர்காலம். கல்லாலான அரண்மனைச் சுவர்களும் தரையும் குளிர்ந்து விறைத்திருந்தன. உள்ளிழுத்த மூச்சுக் காற்று மார்புக்குள் உறைந்து பனிக்கட்டியாகி, மெல்ல உருகி, நரம்புகள் வழியாகப் பரவி, உடலெங்கும் நிறைவதை பிம்பிசாரன் உணர்ந்தான். பிடரியும், மார்பும் சிலிர்த்து உடல் குலுங்கிக் கொண்டிருந்தான். விறைப்படங்காத ஆண்குறி காற்றில் துழாவித் தவித்தது.

அந்தப்புரத்தின் படிகளில் இறங்கி சுரங்கப் பாதையின் வாசலை அடைந்ததும் பிம்பிசாரன் திரும்பிப் பார்த்தான். ஒளி ஈரம்போல மின்னிய இலைகளை மெல்ல அசைத்தபடி நந்தவனத்து மரங்களும், சாம்பல் நிறத்தில் மெல்லிய ஒளியுடன் விரிந்திருந்த வானமும், அரண்மனைக் கோபுர முகடுகளின் ஆழ்ந்த மவுனமும் அவனை ஒரு கணம் பரவசப்படுத்தின. அம் மகிழ்ச்சியை வினோதமாக உணர்ந்து அவனே திடுக்கிட்டான்.

ஆழ்ந்த பெருமூச்சுடன் படியிறங்கினான்.

எஸ்.ராமகிருஷ்ணன் ❖ 255

சுரங்கத்தின் உள்ளிருந்து சத்தமின்றி படியேறிப் பாய்ந்து வந்த குளிர்க்காற்று அவன் தோளை வளைத்து இறுக்கி மார்பில் தன் அங்கங்களைப் பொருத்திக் கொண்டது.

பிம்பிசாரன் மனம் வழியாக எண்ணற்ற புணர்ச்சி ஞாபகங்கள் பாய்ந்து சென்றன. நடுங்க வைக்கும் குளிர் ததும்பும் அந்த அணைப்பு அவனை உத்வேகம் கொள்ளச் செய்தது. அஞ்சவும் வைத்தது. கொன்ற மிருகத்தின் உடலைக் கிழித்துப் புசிக்கும் புலியின் பாவனை அவனுக்கு புணர்ச்சியின் போது கூடுவதுண்டு. எதிர் உடல் ஒரு தடை, உடைக்க வேண்டியது. வெல்ல வேண்டியது. பின் சுய திருப்தியுடன் வாளை எடுத்தபடி வானைப் பார்ப்பது மிகவும் பிடிக்கும் அவனுக்கு. நீ பிம்பிசாரன் என அது விரிந்திருக்கும். நிலவில் அவன் அந்தப்புரம் வருவதில்லை. லதா மண்டபத்தில் முழுத்தனிமையில் இருப்பதை விரும்பினான். மகத மன்னர்கள் அனைவருமே முழுநிலவில் தனிமையை நாடுபவர்களாகவே இருந்திருக்கின்றனர். குளிர் காற்றின் வயிற்றுக்குள் நுழைந்த தன் உறுப்பில் வாழ்க்கையின் உச்சக்கட்டத் துடிப்பை உணர்ந்தான். ஆனால் மனம் அச்சம் தாங்காமல் பின்வாங்கும்படி கூறியது. அவன் இரத்தம் முழுக்க வடிந்து கொண்டிருந்தது. உதிரும் இலையின் எடையின்மை, பின்பு களைப்புடன் தடுமாறினான்.

அவன் நரம்புகள் புடைத்து நீலமாக மாறின. உடல் வெளுத்துப் பழுத்தது. வாள் நுனிகளால் தள்ளப்பட்டு பிம்பிசாரன் சுரங்கத்திற்குள் நுழைந்தான். நரைத்த தாடி பறக்க, கட்டப்படாத தலைமயிர் பிடரியில் புரண்டு அலையடிக்க, தள்ளாடி நடந்தான். அவன் முன் அஜாத சத்ருவின் பாதங்கள் வலுவாக மண்ணை மிதித்து நகர்ந்தன.

இருட்டு மணமாகவும், தொடு உணர்வாகவும், நிசப்தமாகவும் மாறி, மனதை நிறைத்தது.

காவலர்கள் ஒலியாக மாறினார்கள். பின்பு கரைந்து மறைந்தார்கள். பிறகு எதுவும் ஊடுருவாத தனிமையில் பிம்பிசாரன் நடந்து கொண்டிருந்தான். பாதையெங்கும் கால்களை விறைக்கச் செய்யும் ஈரம் நிறைந்திருந்தது. இருளுக்கு கண் பழகியபோது சுரங்கச் சுவர்கள் கசிந்து கொண்டிருப்பதைக் கண்டான். அவை மெல்ல சுருங்கி விரிந்தபடி இருந்தன. அது ரத்தம். சிறிய நீரோடையாக மாறி அது அவன் கால்களைப் பற்றிக் கொண்டது. சுவர் வளைவுகளை மோதி கிளுகிளுத்தபடி விலகிச் சென்றது. எங்கோ வெகு ஆழத்தில் பேரொலியுடன் அருவியாக விழுந்து கொண்டிருந்தது.

தன் கால்களை இடறிய ஆட்டுக்குட்டிகளைப் பற்றி அப்போது பிம்பிசாரன் எண்ணினான்.

கனிந்த கண்களுடன், மார்போடு அணைத்த ஆட்டுக்குட்டியுடன் தன் யாகசாலைக்கு வந்த சாக்கிய முனியை கனவில் காண்பது போல் அவ்வளவு அருகே கண்டான். அவன் உடலின் மெல்லிய வெம்மையைக்கூட அக்கடும் குளிரில் உணர முடிந்தது. பவளம் போலச் சிவந்து யாகசாலை மையத்தில் இருந்த பலிபீடம். அதைச் சுற்றி தலை துண்டிக்கப்பட்ட வெள்ளாடுகளின் கால்கள் உதைத்து புழுதியில் எழுதிய புரியாத லிபிகளை இப்போது படிக்க முடிவதை அறிந்தான். புத்தர் புன்னகை புரிந்தார். அவன் அவரை நோக்கிப் பாய்ந்து செல்ல விரும்பினான். ஆனால் ஓட்டம் அவன் பாதங்களைக்

கரைத்துவிட்டிருந்தது. உருகும் பனிப் பொம்மை போல மிதந்து சென்று கொண்டிருந்தான். புத்தரின் கரம் படு விழி சொக்கியிருந்த ஆட்டுக் குட்டியின் உடலின் வெண்மை மட்டும் ஓர் ஒளிப் புள்ளியாகக் கண்களுக்கு மிஞ்சியிருந்தது. பின்பு அதுவும் மறைய இருட்டு எஞ்சியது. பலி பீடத்திற்கென்று பிறவி கொண்டு இறுதிக் கணத்தில் மீட்கப்பட்ட ஆடுகள் நந்தவனம் முழுக்க செருக்கடித்துத் திரியும் ஒலி கேட்டது. குளம்புகள் பட்டு சருகுகள் நெரிந்தன. வாழ்வின் நோக்கத்தையே இழந்துவிட்ட அவை ரத்தம் கனக்கும் உடலை என்ன செய்வது என்று தெரியாமல் தவித்தன. மண்டை ஓடுகள் உடையும்படி பரஸ்பரம் மோதிக்கொண்டன. வழியும் ரத்தத்திலே வெறி கொண்டு மேலும் மேலும் மோதின. மரண உறுமல்கள் எதிரொலித்து சுரங்கம் ரீங்காரித்தன. பிம்பிசாரன் இருட்டின் முடிவற்ற ஆழத்தை ஒவ்வொரு கணமும் உணர்ந்தான்.

2

அஜாத சத்ருவின் முடிசூட்டு விழாவிலும் வானவர் மலர் மாரி சொரிந்தனர். அவன் தன் தந்தையின் தேவியரைத் துரத்திவிட்டு அந்தப்புரத்தை தன் தேவியரால் நிரப்பினான்.

ஆனால் கூடலின்போது எப்போதும் கவசத்துடனும் வாளுடனும் இருந்தான். இரும்பின் குளுமை பெண்களை உறைய வைத்து விட்டிருந்தது. ஆழத்தில் அவள் உடல் சதைகளும், மிக அந்தரங்கமான தருணத்தில் அவள் சொல்லும் பொருளற்ற வார்த்தையும்கூட சில்லிட்டிருந்தன. பனிக்கட்டிப் பரப்பைப் பிளந்து, காட்டுப் பொய்கையில் நீராடி எழும் உணர்வே அஜாத சத்ரு எப்போதும் அடைந்தான். பின்பு அப்பெண்ணின் அடிவயிற்றில் காது பொருத்தி அச்சத்துடன் உற்றுக் கேட்பான். உடைவாளால் அவளைப் பிளந்து போட்ட பிறகுதான் மீள்வான். அவள் கண்கள்கூட மட்கிப்போய் வெட்டுபவனுக்கு அந்த ஆதி மகா உவகையைச் சற்றும் அளிக்காதவையாக ஆகிவிட்டிருக்கும். இரவெல்லாம் அல்லித் தடாகத்தில் தன் வாளைக் கழுவியபடி இருப்பான். அதன் ஆணிப் பொருத்துகளிலும், சித்திர வேலைகளிலும், உறைந்த ரத்தத்தைச் சுரண்டிக் கழுவுகையில் எப்போதாவது தலையைத் தூக்கினால் விரிந்த வானம் நீதானா என்று வினவும்.

தன் பாதத் தடங்களை இடைவாளால் கீறி அழித்துவிட வேண்டுமென்பதில் அஜாதசத்ரு எப்போதும் கவனமாக இருந்தான். ஒவ்வொரு முறையும் அவன் ஆண்மை நுழைந்து மீண்ட வழியில் அது நுழைந்து சென்றது. உதிரம் பட்டு அது ஒளி பெற ஆரம்பித்தது. அவன் இடையில் அது ஒரு மின்னல் துண்டாகக் கிடந்தது. அவன் உடலில் அது செவ்வொளி பிரதிபலித்தது. அவன் அரியணையை நெருப்பு போல சுடர வைத்தது. வாள் அவனை இட்டுச் சென்றது. பாயும் குதிரைக்கு வழிகாட்டியபடி காற்றை மெல்லக் கிழித்தபடி அது முன் நகரும்போது பயத்துடனும், ஆர்வத்துடனும் அதைத் தொடரும் வெறும் உடலாக அஜாத சத்ரு ஆனான். கோசலத்தில் பிரசேனஜித்தின் தலையை மண்ணில் உருட்டிய பின்பு, வாள் உடலைச் சிலுப்பி ரத்த மணிகளை உதறியபோது முதன்முறையாக அஜாத சத்ரு அதைக் கண்டு அஞ்சினான். கூரிய நாவால் ரத்தத்தைச் சுழற்றி நக்கியபடி வாள் மெல்ல நெளிந்தது.

அதிலிருந்து சொட்டும் துளிகள் வறண்ட மண்ணில் இதழ் விரிக்கும் அழகைக் கண்டு அஜாத சத்ரு கண்களை மூடிக் கொண்டான். லிச்சாவி வம்சத்துக் குழந்தைகளின் ரத்தம் தேங்கிய குட்டையில் தன் கையைவிட்டு குதித்து பாய்ந்து, வாளைமீன் போல மினுங்கியபடி, வால் துடிக்க, உடல் நெளித்துத் திளைக்கும் தன் வாளைப் பார்த்தபடி அஜாதசத்ரு நடுங்கினான். பின்பு திரும்பி ஓடினான். சாம்ராஜ்யப் படைப்புகளையும் வெற்றிக் கொடி பறக்கும் கொத்தளங்களையும் விட்டு விலகி காட்டுக்குள் நுழைந்தான்.

அங்கு தன்னை உணர்ந்த மறுகணம் தாங்க முடியாத பீதிக்கு ஆளானான். நினைவு தெரிந்த நாள் முதல் வெறும் கைகளுடன் வாழ்ந்து அறிந்ததில்லை. கைகளின் எல்லா செயல்பாட்டுக்கும் வாள் தேவைப்பட்டது. ஆபாசமான சதைத் தொங்கலாக தன் தோள்களின் மீது கனத்த கரங்களைப் பார்த்து அஜாத சத்ரு அழுதான். திரும்பி வந்து தன் வாள்முன் மண்டியிட்டான்.

சிரேணிய வம்சத்து அஜாத சத்ரு கோட்டைகளைக் கட்டினான். ராஜகிருக நகரை வளைத்து அவன் கட்டிய பாடலிகாமம் என்ற மாபெரும் மதில் அதற்குள் மவுனத்தை நிரப்பியது.

பல்லாயிரம் தொண்டைகளோ முரசுகளோ கிழிக்க முடியாத மவுனம். அதன் நடுவே தன் அரண்மனை உப்பரிகையில் வாளுடன் அஜாதசத்ரு தனித்திருந்தான். நிறம் பழுத்து முதிர்ந்த வாள் அவன் மடிமீதிருந்து தவழ்ந்து தோளில் ஊர்ந்து ஏறியது. சோம்பலுடன் சறுக்கி முதுகை வளைத்தது. அந்த நிலவில் அஜாத சத்ரு எரிந்து கொண்டிருந்தான். இரும்புக் கவசத்தின் உள்ளே அவன் தசைகள் உருகிக் கொண்டிருந்தன. புரண்டு புரண்டு படுத்தபின், விடிகாலையில் தன்மீது பரவிய தூக்கத்தின் ஆழத்திலும் அந்நிலவொளியே நிரம்பியிருப்பதை அஜாத சத்ரு கண்டான். இதமான தென்றலில் அவன் உடலில் வெம்மை அவிந்தது. மனம் இனம்புரியாத உவகையிலும் எதிர்பார்ப்பிலும் தவிக்க அவன் ஒரு வாசல் முன் நின்றிருந்தான். நரைத்த தாடி வழியாகக் கண்ணீர் மவுனமாகக் கொட்டிக் கொண்டிருந்தது. கதவு ஓசையின்றித் திறந்தது. ஒளிரும் சிறுவாளுடன் அங்கே நின்றிருந்த பொன்னுடலை அஜாத சத்ரு பரவசத்தால் விம்மியபடி பார்த்தான். அது வாளல்ல, தாழைப்பூ மடல் என்று கண்டான். தன்னைக் கைது செய்து கூட்டிச் செல்லும் அப்பிஞ்சுப் பாதங்களை எக்களிப்புடன் பின்தொடர்ந்தான். மலர் உதிர்வது போன்று அப்பாதங்கள் அழுந்தச் சென்று மண்மீது தன் கால்களை வைக்கும் போதெல்லாம் உடல் புல்லரிக்க நடுங்கினான். சிறு தொந்தி ததும்ப மெல்லிய தோள்கள் குழைய தள்ளாடும் நடை அவனை இட்டுச் சென்றது. நீரின் ஒளிப்பிரதிபலிப்பு அலையடிக்கும் சுவர்கள் கொண்ட குகைப் பாதையில் நடந்தான். சுவர்கள் நெகிழ்ந்து வழியும் ஈரம் உடலைத் தழுவிக் குளிர்வித்தது. எல்லாப் பாரங்களையும் இழந்து காற்றில் மலரிதழ்போல் சென்று கொண்டிருந்தான்.

பதறிய குரலில் ஏதோ புலம்பியபடி அஜாத சத்ரு விழித்துக் கொண்டான். அந்தப்புரத்து அறைகள் வழியாக ஓடினான். தன் மகனைத் தனக்குக் காட்டும்படி கெஞ்சினான். பெண் முகங்கள் எல்லாம் சதைப் பதுமைகளாக மாறின. சுவர்கள் உறைந்திருந்தன.

அம்மவுனத்தைத் தாங்க முடியாமல் என் மகன் என் மகன் என்று அழுதான். கற்சுவர் நெகிழ்ந்த வழியினூடே வந்த முதிய தாதி அஞ்சிய முகத்துடன் தன் மகனை அவனிடம் காட்டினாள். போதையின் கணமொன்றில் தவறிவிட்டிருந்த வதன் விழித்துக்கொண்டு சுருண்டு எழுந்து தலைதூக்கியது. அவன் அதைத் தன் வலக்கையால் பற்றினான். அவன் கையைச் சுற்றி இறுக்கித் துடித்தது. அழுக்குத் துணிச் சுருளின் உள்ளே சிறு பாதங்கள் கட்டைவிரல் நெளிய உதைத்தன. அஜாத சத்ரு குனிந்த அந்த முகத்தைப் பார்த்தான். உதயபத்தன் சிரித்தான். என்றோ மறந்த இனிய கனவு ஒன்று மீண்டது போல அஜாதசத்ரு மனமுருகினான். உதயபத்தன் மீது கண்ணீர்த் துளிகள் உதிர்ந்தன. வாள் அஜாதசத்ருவை முறுக்கியது. அதன் எடை அவன் கால்களை மடங்க வைத்தது. அவன் தசைகளும் நரம்புகளும் தெறித்தன. அவன் அதை உருவி தன் மகனின் முஷ்டி சுருண்ட சிறு கைகளில் வைத்தான். காந்தள் மலர் போல அது அங்கிருந்தது. அதன் கீழ் தன் தலையைக் காட்டியபடி அஜாதசத்ரு மண்டியிட்டான். அன்றிரவுதான் அவன் மீண்டும் முழுமையான தூக்கத்தை அடைந்தான்.

3

ராஜக்ருக மாநகரம் வெள்ளத்தால் அழிந்தது. மண்ணின் ஆழத்திலிருந்து பெருகிய ஊற்றுகளே அதைத் தரைமட்டமாக்கின. உதயபத்தன் பின்பு கங்கை நதிக்கரை சதுப்பில் தன் தந்தையின் உடலைப் புதைத்த இடத்தில் இன்னொரு பெரும் நகரத்தை எழுப்பினான்.

சதுப்பின் மீது மரக்கட்டைகளை அடுக்கி அதன்மீது கோபுரங்களும் கோட்டைகளும் எழுப்பப்பட்டன. மிதக்கும் நகரத்தின் கீழே பூமியின் ஆறாத ரணங்களின் ஊற்றுகள் எப்போதும் பொங்கியபடிதான் இருந்தன. அந்த நகரம் ஒருபோதும் இருந்த இடத்தில் நிலைத்திருக்கவில்லை. எவர் கண்ணுக்கும் படாமல் அது நகர்ந்தபடியே இருந்தது;

நூற்றாண்டுகள் கழித்து கங்கையை அடைந்து சிதறும்வரை. பாடலிபுத்திரம் பூமி மீது மனிதன் எழுப்பிய முதல் பெருநகர் அது.

083

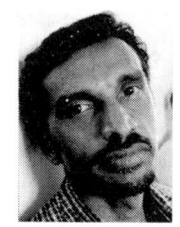

பா.வெங்கடேசன்

ராஜன் மகள்

இன்று தன் ஜென்மதினத்தைப் பெரும் விழாவாகக் கொண்டாடிக்கொண்டிருக்கும் இந்தப் புதிய நகரம் உண்மையில் வரலாறென்றும் கதையென்றும் ஆக இரண்டு முகங்களைக் கொண்டது. நாயக்கர் பெருமான் கடலையொத்த விஸ்தீரணம் கொண்ட மிகப் பெரும் ஏரியை இங்கே கட்டுவித்து, அதன் கரையில் பொழில்களையும் கோட்டை கொத்தளங்களையும் நிறுவி இதற்கான மக்களைக் குடியமர்த்திக் கோலோச்சியதிலிருந்து இப்புதிய நகரத்தின் வரலாறு உண்டு பண்ணப்பட்டிருக்கிறது. இதன் கதையோ இன்று அரண்மனைகளும் நந்தவனங்களும் கம்பீரமாக உயர்ந்து நின்றிருக்கும் இடங்களில் முன்பு இருந்து இப்போது மறைந்துபோன மாபெரும் விருட்சங்களோடும் விலங்குகளோடும் சேர்த்து நகரத்திற்கு வெளியே துரத்தப் பட்டுவிட்டது. இந்நகரத்தின் வரலாற்றுக்கு முன்பிருந்த அந்த அடவியும் அதற்கு முன்பு இங்கே எழுப்பப்பட்டிருந்த சுயநலமிக்க வேறொரு சமஸ்தானத்தின் சுவர்களையும் பிரேதங்களையும் கவ்வி விழுங்கி அவற்றின் மேல் பரவி வியாபித்திருந்த ஒன்றுதான் என்பது வரலாற்றை எழுதுபவர்களுக்குத் தெரியாது. மறைந்துபோன அந்தப் பழைய நகரத்தின் எச்சங்களாக இங்கே துயர நினைவுகளோடு வாழ்ந்துகொண்டிருக்கும் சாவற்ற கதை சொல்லிகளுக்குத் தெரியும். விருட்சங்களால் விழுங்கப்பட்ட அந்தப் பழைய நகரமுங்கூட கதைகளுக்கும் முன்பு அங்கே வளர்ந்து செழித்திருந்த வேறொரு கானகத்தை அழித்தே நிர்மாணிக்கப்பட்டதாக இருந்தது. காலம் இந்தப் பிரபஞ்சத்தின் இயக்கத்தைத் தட்டையான பாதையில் நகர்த்துவதில் ஆர்வம் கொண்டதில்லை. அது நிகழ்வுகளைச் சுழற்றிவிட்டு வேடிக்கை பார்க்கிறது. கீழ்மேலாக. பிறகு மேல்கீழாக. மேலும் தோன்றியவற்றை அமிழ்த்தியும் மறைந்தவற்றைத் தெரியக் காட்டியும். இயற்கைக்கும் மனிதனுக்குமான துவந்தம் கதைகளின் உலகில் ஓய்வதே இல்லை. சொல்லப்போனால் இந்த ஓயாத துவந்தம்தான் கதைகளே. எந்த ஒன்று பிறிதொன்றை வீழ்த்தும்போதும், வீழ்த்தியதன் ஆகிருதி வரலாறாக எழுதப்

படும்போது வீழ்த்தப்பட்டதன் எச்சம் வரலாற்றினடியில் கதையாக மறைந்து நின்று முற்றான அழிவிலிருந்து தன்னைத் தப்புவித்துக்கொண்டுவிடுகிறது. வரலாற்றுக்கும் கதைகளுக்குமான தொடர்ந்த போர்தானல்லவோ ஸ்தம்பித்துப்போய் நின்றுவிடாமல் கிழமைகளையும் பருவங்களையும் சுழலச் செய்து கொண்டிருக்கிறது. வரலாற்றினுள் கதை வரலாறாயும் கதையினுள் வரலாறு கதையாயும் தனித்துவம் அழிந்தவையாய் சதா உருண்டுகொண்டே இருக்கின்றன. இங்கே முன்பு செழித்திருந்த காடு விழுங்கிச் செரித்த பழைய நகரம் அழிவுற்றதைப்பற்றின கதைகள் பல புதிய நகரத்தைவிட்டுத் தொலைவில் மௌனமாகக் காத்திருக்கும் மரங்களுக்குள் தங்களைத் தனிமைப்படுத்திக் கொண்டு வாழும் பூர்வ குடிகளிடையே வழங்கி வந்தன. வீண்பழிக்கு ஆளாகி அனாதையாக்கப்பட்ட அரண்மனைச் சேடிப் பெண்ணொருத்தியின் சாபம்தான் அந்நகரத்தை விழுங்கிய பெரும் வனத்தின் வேர்கள் என்றது ஒரு கதை. சுபிட்சத்தை அள்ளி வழங்கும் பெண் மகவு கையிலிருக்க ஆண் குழந்தைக்கு ஏங்கிக் கிடந்த ஒரு ராஜனின் மதியின்மைதான் அக்காட்டின் கிளைகள் என்றது ஒரு கதை. ராஜனின் மகள் ஆடை நெகிழ உறங்குவதைப் பார்த்த இருபது வேடர்களின் மரண ஓலம்தான் அதன் விழுதுகள் என்றது மற்றொரு கதை. துர்சகுனங்களை ராஜ்ஜியத்திற்குள் கொண்டு வந்தவன் என்று பிற்காலத்தில் ஏசப்பட்ட என் முதிர்முப்பாட்டனார்தான் ஆழ்ந்து அகண்ட அக்கானகத்தின் மூச்சும் இருளும் என்றது ஒரு கதை. சிதறிக் கிடந்த கதைகளை ஒன்று சேர்த்து அழிந்துபோன பழைய நகரத்தை தங்கள் ஞாபகங்களில் மீண்டும் அதன் பூர்வகுடிகள் கட்டிக்கொள்கிறார்கள்.

பழைய நகரம் ராஜ குடும்பத்தின் இருபத்துமூன்று தலைமுறைகளால் பரிபாலிக்கப்பட்டு வந்தது. என் முதிர்முப்பாட்டனாரின் காலத்தில் அதன் இருபத்துமூன்றாவது தலைமுறை நடந்துகொண்டிருந்தது. இந்தத் தலைமுறைக்கு மற்ற இருபத்திரண்டு தலைமுறைகளிலும் இல்லாத ஒரு விசேஷம் வாய்த்திருந்தது. அதை அதிர்ஷ்டமென்று கணிப்பதா அல்லது துரதிர்ஷ்டமென்று கணிப்பதா என்பது பற்றிப் பிற்காலத்திலும் அரண்மனையின் சோதிட சாஸ்திர வல்லுநர்கள் யாராலும் ஒரு முடிவுக்கு வர முடியவில்லை. அந்த ராஜதானி என் முதிர்முப்பாட்டனார் காலத்துத் தலைமுறைக்கு முன்புவரை அதன் ஆண் வாரிசுகளாலேதான் ஆளப்பட்டு வந்துகொண்டிருந்தது. இந்த ஆண்வாரிசுகள் யாவருமே தத்தமக்கென்று பிரத்யேகமாக வாய்த்திருந்த சில தனிப்பட்ட திறமைகளாலேயும் சக்தியாலேயும் தங்கள் வம்சத்தை செழிக்கச் செய்துகொண்டிருந்தனர். ஒரு தலைமுறையிடம் காணப்படும் குறிப்பிட்ட ஏதாவதொரு விசேஷத் தன்மை இன்னொரு தலைமுறையிடம் காணப்படுவது அரிதாகத்தான் இருந்தது. ஆனால் அதை ஈடுகட்டும் விதத்தில் பின்னதற்கென்று ஏதாவது ஒரு தனித்தன்மையும் கடவுளின் ஆசீர்வாதமாகக் கிடைத்துவிட்டது. உதாரணமாக, ராஜ வம்சத்தின் பன்னிரண்டாம் தலைமுறையில் காட்டு விலங்குகள் எதுவும் நாட்டுக்குள் மனிதர்கள் யாரையும் பயமுறுத்தாமலும், மனிதர்களால் பயமுறுத்தப்படாமலும் மிக மிக சகஜமாக நடமாடும் சுதந்திரம் பெற்றிருந்தன. அதேபோல் நாட்டுக்குள்ளிருந்தும் மக்களும் கால்நடைகளும் பயமின்றி எந்த வேளையிலும் காட்டுக்குள் சென்று வரவும் காலம் கனிந்திருந்ததென்று சொல்லுவார்கள். முயலும் புலியும் ஒரே சுனையில் அருகருகே நீரருந்துமென்பது பன்னிரண்டாம்

தலைமுறை ராஜ வம்சத்து நாட்களில் ஒரு வழக்குச் சொல். போர்க் காலங்களில் அரசுப் படைகளின் முன் ஒரு மாபெரும் அரண்போல பயிற்றுவிக்கப்படாத மூர்க்க விலங்குகள் நின்று முழங்கிக்கொண்டிருந்ததையும் அவை தன் நாட்டின் வீரர்களைக் காத்து நின்றதையும் அவர்களுக்காக எதிரி முன் சென்று போரிட்டு அவர்களின் வாளுக்கு இரையாகி மடிந்ததையும் சொல்லும் மெய்சிலிர்க்கும் கட்டங்கள் எங்கள் வம்சாவளிக் கதைகளில் நிறைய உண்டு (அவற்றில் புலிகளுக்குச் சிறப்பான இடமும் இருந்ததுண்டு). மாறாக அதையடுத்த பதின்மூன்றாவது ஆட்சிக் காலத்திலோ வீதிகளில் காட்டு மிருகங்களின் நடமாட்டம் சாத்தியப்படாத ஒன்றாக ஆகிவிட்டிருந்ததென்கிறார்கள். பதின்மூன்றாம் தலைமுறையின் போர்க்களம் காட்டு மிருகங்களுக்குப் பதிலாகக் காட்டு மிருகங்களையொத்த மூர்க்கமும் வலிமையும் நிறைந்த மனிதப் படைகளாலேயே நிரப்பப்பட்டு வந்தது. இன்னும் விசேஷமாக பதின்மூன்றாம் தலைமுறைக் காலத்தில் வனவேட்டை மிகப் பிரசித்தமான விளையாட்டாகவும் ஆகிவிட்டது. பழைய சமஸ்தானத்தின் கொடிமேல் பறந்துகொண்டிருக்கும் பெருமை படைத்த கரும்பட்டைகள் கலக்காத தங்கநிறப் புலிகள் அருகிப்போக ஆரம்பித்த காலம் பதின்மூன்றாம் தலைமுறை நடைபெற்றுக்கொண்டிருந்தபோதுதானென்று என் பழைய பாட்டனார்கள் சொல்லி அறியச் செய்தனரென்று என் பாட்டனார் சொல்லுவார். ராஜ குடும்பங்கள் தலைமுறை தலைமுறையாக வசித்து வந்த நகரத்தின் மையப் பகுதியிலிருந்த அரண்மனைகூட இந்தப் பதின்மூன்றாம் தலைமுறை ராஜனால் அதே இடத்தில் கம்பீரமாக வளர்ந்து ஓங்கியிருந்த முதிர்ந்த கடம்ப விருட்சமொன்றை அழித்து அதன் உச்சிக் கிளையில் பிறந்ததிலிருந்து வசித்துக்கொண்டிருந்த புலியை விரட்டிவிட்டு அந்த இடத்தின் மேல் கட்டப்பட்டதுதான் என்பார்கள். வனவேட்டையின்போது போர்க்கள வியூகத்தையும் போர்க்களத்தில் வன வேட்டையின் தந்திரத்தையும் பயன்படுத்தி வெல்லத் தெரிந்த மதியூகிகள் நிறைந்த காலமாக அது இருந்தது. இப்படி ஒரு தலைமுறையில் நாட்டில் நிலவிய காலநிலைகளையும்கூட இன்னொரு தலைமுறையின் ஆட்சியின்போது காண முடிவதில்லை என்று பொதுவாக நம்பப்பட்டு வந்தது (ஆனால் இருபத்து மூன்றாம் தலைமுறையில் மூன்றடுக்கு அரண்மனையின் மேல்மாடியில் அமைக்கப்பட்டிருந்த பாதுகாப்பான படுக்கையறையில் மிகச் சுவாதீனமாக பல தலைமுறைக் காலம் நடமாடி வந்த கிழட்டுப்புலி அந்த நம்பிக்கையை அசைத்துவிட்டுப் போனது).

இருபத்துமூன்றாம் தலைமுறை ராஜனின் ஆட்சிக் காலத்தில் வாழ்ந்த என் முதிர்முப்பாட்டனாரின் குலத் தொழில் நாவிதம். பழைய நகரத்தின் நாவிதர்களை பெரும் பொருளும் செல்வாக்கும் வந்தடையக் காரணமாய் இருந்தவர் அவர். அவர் காலத்திற்குப் பிறகு நாவிதம் கடைநிலைத் தொழிலாக மதிக்கப்பட்டு இழிவடையவும் அவரே காரணமானார். பழைய நகரத்தின் இருபத்துமூன்றாம் தலைமுறைவரை நாவிதம் என்பது சதையை வெட்டி விடாமல் முடியை மட்டும் கவனமாக மழித்தெடுக்கத் தெரிந்த ஒரு ஜதை நடுங்காத கைகளுக்கு மேல் சிறப்பான தகுதிகள் எதுவும் தேவைப்படாத ஒரு தொழில் என்றே மக்கள் நம்பிக்கொண்டிருந்தனர். பழைய நகரத்தில் நாவிதம் கடைநிலைத் தொழிலாக மதிக்கப்படவில்லை. ஆனாலும்

முடிமழிப்பதை பிற தொழில்களைப்போலவே வெறும் பிழைப்புக்குரிய உபாயமாக மட்டுமே கருதிச் செய்து வந்தவர்களுக்கு அப்போது பிரமாதமான இடம் எதுவும் ராஜ்ஜியத்தில் கிடைத்துவிடவுமில்லை. அந்நகரத்தையே தன் பூர்வீகமாகக்கொண்டிருந்த என் முதிர்முப்பாட்டனார் பிற மனிதர்களின் தூக்கத்தினுள் ஊடுருவி அவர்களுடைய கனவுகளைப் பார்க்கும் கலையைப் பயிலும் பொருட்டு தனது பதின்பருவம் துவங்கும் முன்பே நாட்டைவிட்டு வெளியேறி மேற்குப் பக்கம் மலைகளுக்கு அப்பாலிருக்கும் மாந்திரீகக் கலைகளுக்குப் பேர்போன மலையாள தேசமெங்கும் சுற்றித் திரிந்துவிட்டுத் தன் காளைப் பருவத்தில் ஊர் திரும்பி முடிமழிப்பது என்பது வெறுமே கத்தியால் மண்டையைச் சுரண்டி வழிப்பது மட்டுமல்ல என்று நாற்சந்தியில் நின்று உரக்கச் சொல்லி மக்களின் கவனத்தையும் ராஜனின் தனிப்பட்ட அபிமானத்தையும் ஈர்த்த நாள் முதலாகத்தான், நாவிதம் என்பது வைத்தியம் மாந்திரீகம் வர்மம் சம்போகம் முதலிய அதியற்புதமான பிற சாஸ்திரங்களோடு பிரிக்க முடியாத தொடர்புகொண்டது எனும் உண்மையை உலகம் புரிந்துகொண்டது. மனித உடலின் சில குறிப்பிட்ட பகுதிகளில் அவரவர்களுடைய உடலமைப்புக்குத் தக்க ரோமக் கற்றைகளை குறைத்தும் முழுவதும் மழித்தும் அவ்விடங்களில் வேர்வைக் கண்களை திறந்து விடுவதன் மூலமும், வேர்வைச் சுரப்பைக் கட்டுப்படுத்துவதன் மூலமும் தனிநபர்களுடைய மனோபாவங்களிலும் நடவடிக்கைகளிலும் கணிசமான மாற்றங்களைச் சாதிக்க முடியுமென்பதை தேர்ந்த நாவிதன் அறிவான் என்று என் முதிர்முப்பாட்டனார் பிரகடனப்படுத்தினார். மேலும் நாவிதனுக்குள் அங்க சாஸ்திரத்தையும் மனித உடலின் சீதோஷ்ணத்தையும் பற்றின ஞானம் இயல்பாகவே படிந்து கிடக்கிறது. ரோமம் என்பது உடலுக்கு வெளியே ஓடும் நரம்பு என்பதை அறிவு அறிந்துகொள்ளும்முன்பே சவரம் புரியும் கைகள் அறிந்துகொண்டிருக்கின்றன என்றும் சிரைத்துக்கொள்பவரின் உடல் தவிர்க்கவேண்டிய விஷமயிர்க் கற்றைகளை உடலோடு ஒட்டி வளரவேண்டிய நன்மயிர்ப் படுகையினுள்ளிருந்து தேடிப் பிரித்துக் களையும் நாவிதனின் பிரயத்தனமானது உபநிஷத்துகளிலிருந்து உலக சாரத்தைத் தேடும் பண்டிதனுக்கு எந்த விதத்திலும் குறைந்ததல்ல என்றும் என் முதிர் முப்பாட்டனார் மக்களை அறியச் செய்ததிலிருந்து முடியை மழித்துக்கொள்வதும், அதன் பொருட்டு நாவிதர்களின் வீட்டு வாசல்களில் நெடுநேரமாகத் தவங்கிடப்பதும், பழைய நகரத்தில் பிறரிடம் பெருமையோடு பகிர்ந்துகொள்ளும் விஷயங்களில் ஒன்றாகிப்போனது. காங்கை நோயால் அவதிப்பட்டுக் கொண்டிருந்தவர்கள் தங்களின் கழுத்தும் முதுகும் காற்றின் திசையில் நன்றாகத் திறந்திருக்கும்படி தலைமுடியைச் சிகையாகக் குறுக்கிக்கொண்டு சென்றார்கள். குளிர் காய்ச்சலால் நடுங்கிக்கொண்டிருந்த நோயாளிகள் அதைக் கூந்தலாக நீட்டி மேனியை மூடிக்கொண்டார்கள். ஞானத்தைக் கவர்ந்து செல்லும் மாலை வேளைகளின் அரக்கர்களிடமிருந்து தங்களைக் காப்பாற்றிக்கொள்ள விரும்பிய கல்விமான்கள், தலை நரம்புகளனைத்தையும் ரோம இழைகளால் பின்புறமாகக் கட்டி இழுத்து நுனியில் பதினாறு பிரிக்குடுமியாக முடிச்சிட்டுத் தரும்படி நாவிதர்களைக் வேண்டி நின்றார்கள். சம்போக சுகம் அனுபவிக்க முடியாமல் அல்லலுற்ற ஆண்கள் தலைமுடியைத் தளர்த்தி ஈரம் சொட்டிக்கொண்டே இருக்கும் சடையாக அதை மாற்றிக்கொண்டு திருப்தியுடன் திரும்பினார்கள். இல்லற சந்நியாசிகளாக

இருக்கப் பிரியப்பட்டவர்களுக்கோவெனில் இதற்கு நேர்மாறாக நுனியில் பட்டுத்துணியால் மறைத்துக் கட்டப்பட்டிருக்குமாறு நாவிதர்கள் பின்னல்களை உருவாக்கி அனுப்பி வைத்தார்கள். இல்லறத்தைத் துறந்து காட்டை நோக்கிச் சென்ற துறவிகள்கூடத் தங்களை மழித்துக்கொள்ள மறுத்து முகமெங்கும் ரோமக் கற்றைகளைக் காடாக வளரும்படி விட்டு வைத்ததன் மூலம், தங்களையுமறியாமலேயே வதனாலங்கார சூசிகையின் எட்டாம் அங்கத்தை ஏற்றுக்கொண்டவர்களானார்கள். கன்னங்களிலும் மேலுதட்டின் மேலும் முகவாயிலும் கவனமாகச் செதுக்கப்பட்ட மயிர்ப்படுகைகள் பழைய நகரத்தின் ஆண்கள் அத்தனை பேரையும் அழகானவர்களாயும் ஆரோக்கியமானவர்களாயும் ஆக்கி வைத்திருந்ததால் சுயம்வரங்கள் பெருங்குழப்பத்தில் முடிந்தன. வாயிலிருந்து துர்மணம் வீசும் ஆண்களையோ நீரொழுகும் மூக்கையுடைய ஆண்களையோ அவச்சொற்களை அள்ளி வீசும் ஆண் குரல்களையோ அங்கே பிற தேசத்தவர்கள் எவராலும் பார்க்க முடியவில்லை என்று எங்களின் வம்சாவளிக் கதைகள் சொல்கின்றன. மட்டுமல்ல. பெண்கள் நாவிதர்களை நாடும் வழக்கமோ அல்லது பெண் நாவிதர்களோ புழக்கத்தில் இல்லாத பழைய நகரத்தில் வெளியே தெரியும் அங்கங்களால் புருஷர்களின் லட்சணமும் மறைத்து வைக்கப்படும் அங்கங்களால் ஸ்திரீகளின் சௌந்தர்யமும் பிறர் கண்படத் துலங்கும் எனும் சாமுத்ரிகா லட்சண விதிக்கேற்ப ஆண்களின் முகத்தில் வளரும் ரோமக் கற்றைகளுக்கு இணையான சக்தியையும் வனப்பையும் கூடுதலாக நோய் தீர்க்கும் மகத்துவத்தையும் பெண்களின் புஜங்களினடியிலும் பத்மத்திலும் அரும்பும் ரோம இழைகள் கொண்டிருப்பதால் அவர்கள் அதை அலட்சியப்படுத்தலாகாது என்னும் என் முதிர்முப்பாட்டனாரின் போதனை இருபத்துமூன்றாம் தலைமுறை ராஜதானியின் பெண்மக்களின் அறிவில் பிரகாசித்துக்கொண்டிருந்தது. புருஷனின் கண்களுக்கும் பரபுருஷர்களின் ஊகத்துக்கும் மட்டுமே வசப்படும் பெண்களின் பவித்திரமான மறைவிடங்களைச் செதுக்கி அலங்கரித்துப் பராமரிக்கும் பொறுப்பு பெண்ணுக்கு மட்டுமல்லாமல் ஆணுக்கும் உண்டு என்று என் முதிர்முப்பாட்டனார் அறிவித்தபோது அது ஆண்களிடையே பகிரங்கமான பெரும் எதிர்ப்பையும் பெண்களிடமிருந்து ரகசியமான ஆசீர்வாதத்தையும் பெற்றுக்கொண்டது. இவ்விதமான பிரச்சாரங்களை நிறுத்திக்கொள்ளச் சொல்லி அவரை அரசவை நிர்பந்தித்தபோது உபாத்தியாயர்களும் புரோகிதர்களுங்கூட ரகசியமான பல தருணங்களில் தத்தமது இல்லத்தரசிகளின் நாவிதர்களாகச் செயல்படுவதுண்டு என்கிற உண்மையை என் முதிர்முப்பாட்டனார் தைரியமாகப் பொது அரங்கில் எடுத்துச் சொல்லி கல்விக்கூடங்கள் மற்றும் கோவில்களின் பகையையும் சம்பாதித்துக்கொண்டார் (பின்னாளில் இவ்வரங்குகளின் பாத்தியக்காரர்கள்தான் என் முதிர்முப்பாட்டனாரின் புகழை அபவாதம் எனும் கொடிய நெருப்பு கவ்வி விழுங்கத் துவங்கிய காலத்தில் அது அணைந்து விடாமல் அவரை முழுக்க எரித்துப் பொசுக்கிவிடும் வண்ணம் நெய் வார்த்து உதவினார்கள்). மறுபுறம் இந்தவிதமான அலங்காரச் சூசகங்களையெல்லாம் பறைப் பெண்களும் அறியும்படி பகிரங்கமாக என் முதிர் முப்பாட்டனார் சொல்லிக்கொண்டிருப்பதைக் கண்டும் அதன் விளைவாகத் தங்கள் கணவன்மாரின் அலைபாயும் மனங்களை நினைத்தும் உயர்குடிப் பெண்கள்

வேறு திகிலுற்றுப்போயிருந்தார்கள். அவர்கள் தங்கள் நாபியிலிருந்து பத்மம்வரை படர்ந்து பொலிந்திருக்கும் அடர்ந்த ரோமப் படுகையை அஞ்சனக் கோட்டைப்போல மெல்லிதானதாகத் திருத்தி வரைந்துகொள்ளட்டும் என்று கூறி, அவர்கள் இழந்து போயிருந்த நிம்மதியை அவர்களுக்கே திரும்ப அளித்தார் என் முதிர்முப்பாட்டனார். மேலும் மனம் விரும்பாத ஆணுக்குப் பலவந்தமாக மணமுடித்து வைக்கப்பட்ட பெண்கள் யோனிமுடியை இழைக்கப்பட்ட மரத்தினின்று சிதறும் கீற்றுகளைப்போல் சுருள் வடிவினதாக செதுக்கிக்கொள்ளட்டும். விரும்பும் ஆணையே துணைவனாகப் பெற விரும்பும் யுவதிகள் நிதம்பத்தின் மேற்குழலை மீன் வடிவத்தில் வரைந்துகொள்ளட்டும். குழந்தைப் பேறு அடையாதிருக்கும் மங்கையர் புஜத்தினடியிலும் தொடைகளின் நடுவிலும் மழைக்குப் பின் புதிதாக வளர்ந்திருக்கும் புற்படுகையைப்போல மிருதுவாகவும் எப்போதும் ஈரமாகவும் இருக்கும்படி மயிர்கற்றையை மிகச் சிறிதாகக் கத்தரித்துக்கொள்ளட்டும். பரபுருஷனைக் கூட விரும்பும் பெண்கள் கழுத்திற்குக் கீழ் எங்குமே ரோமமில்லாதபடி தன் உடலைக் கூழாங்கல்லைப்போல மருவற்றதாக மழித்துக்கொள்ளட்டும். ஒரு சிறுமியின் தலைமுடி அப்பருவத்தின் இயல்பாகிய மணல் தன்மையிலிருந்து வெள்ளிக் கம்பிகளின் தன்மைக்கு மாறுவதைத் தொட்டுணர்ந்து அவள் ருதுவெய்தப்போகும் பருவம் நெருங்கிவிட்டதைச் சொல்லும் நாவிதனை அறிந்த தாய்மார்கள் தங்கள் பெண்மக்கள் விரும்பத் தகாத சூழலில் ருதுரத்தம் வெளிப்பட்டு அவமானப்படப்போவதைத் தவிர்த்துக்கொள்ளட்டும்.

இயற்கைக்கும் அதன் தந்திரங்களுக்கும் பால் பேதமில்லை என்று என் முதிர்முப்பாட்டனார் சொல்லிவந்த அந்தக் காலக்கட்டத்தில் பழைய நகரமெங்கிலும் பெண்கள் தங்கள் கணவர்களையும் காதலர்களையும் தங்களுடைய பிரத்யேக நாவிதர்களாக்கி நாடு பூராவிலும் பரவச் செய்திருந்தார்கள். அகத்தினழகைப் புகழ்ந்து மழிப்பதையும் வளர்ப்பதையும் பழித்துப் பேசிய சில பழைய சாஸ்திரங்கள் நாவிதர்களுக்கு எதிரானவை என்று என் முதிர் முப்பாட்டனார் அறிவித்ததன்பேரில் அவை யாராலும் படிக்கப்படக் கூடாதென்று இருபத்துமூன்றாம் தலைமுறை அரசாங்கத்தால் தடை செய்யப்பட்டன. அவ்விதமான ஓலைச் சுவடிகள் சில இடங்களில் பெண்களால் உலை நீருக்காகத் தீ வைத்துக் கொளுத்தப்பட்டன என்றும் சொல்வதுண்டு. இப்படி என் முதிர்முப்பாட்டனாரின் வரவால் நாவிதர்கள் பல புதிய சலுகைகளையும் பெருமைகளையும் முக்கியத்துவத்தையும் நிறைய செல்வத்தையும் ஈட்டிக்கொண்டிருந்தபோது என் முதிர்முப்பாட்டனார் மயிர்க் கண்களின் வழியே சுரக்கும் வியர்வை நீரைக் கட்டுப்படுத்துவதன் மூலம் அந்நீரின் மணத்தால் எழுப்பப்படும் கனவுகளை மாற்றியமைக்க முடியுமா என்பது குறித்த முடிவற்ற ஆராய்ச்சியில் ஈடுபட்டிருந்தார். ஏற்கனவே பிறர் உறக்கத்துக்குள் ஊடுருவும் கலையைக் கற்றுக்கொள்ள அவர் தன் காளைப்பருவம் முழுவதையும் செலவழித்திருந்தாரென்று கூறுவார்கள். அப்பருவம் பூராவிலும் அவர் ஒரு கேரள நம்பூதிரியின் வாத்ஸல்யத்தைப் பெற்ற சீடராக இருந்தார். பிறப்பால் நாவிதரான என் முதிர்முப்பாட்டனார் தன் குலத்திற்கு மறுக்கப்பட்டிருந்த சாஸ்திரங்களைக் கற்றுக் கொடுக்கவென்று வர்ணபேதங்களைத் துறந்த ஓர் ஆசானைத் தேடித் தன் குரல் உடைந்த காலந்தொட்டுச் சில வருடங்கள்வரை அவமானங்களுக்கும்

தவறுகளுக்கும் பயங்களுக்குமிடையே அலைந்து திரிந்து கடைசியில் அபேத ஞானத்தைப் புரிந்துகொள்ளாத மனிதப் பிறவிகளால் பைத்தியக்காரனென்று கேலி செய்யப்பட்டு நகரத்தை விட்டு வெளியேறி, மரங்களுக்குள் தன்னை மறைத்தபடி வாழ்ந்துகொண்டிருந்த நம்பூதிரி ஒருவரைக் கண்டுபிடித்து அவரிடம் ஏற்கனவே சீடர்களாயிருந்த இரண்டு பிராமண யுவன்களோடு சேர்ந்து மூன்றாவது சீடனானார். இந்த இருவரில் முதலாமவர் ஒளியையும் மணத்தையும் கொண்டு பார்க்க முடியாத வஸ்துக்களின் நிறையையும் எடையையும் கணித்துச் சொல்லும் ஆற்றல் வாய்ந்தவர். இரண்டாமவர் நகர்ந்துகொண்டிருக்கும் ஒரு பொருளின் வேகத்தையும் திசையையும்கொண்டு அது முன்பு என்னவாக இருந்ததென்பதையும் பின்பு என்னவாக மாறுவதற்காக அப்படி நகர்ந்துகொண்டிருக்கிறது என்பதையும் அவதானித்துவிட வல்லவர். எனினும்கூட பிற மனிதர்களின் கனவுகளைப் பார்க்கும் கலை காட்டை விட்டு வெளியேற முடியாமல் நான்குபேர்களுக்கு மட்டுமே தெரிந்த ரகசியமாக தன் அதிசயங்களை அறியக் காட்டிக்கொண்டிருக்குமாறு விதிக்கப்பட்டுவிட்ட அவலத்தை எண்ணிக் கலங்கிக்கொண்டிருந்த என் முதிர்முப்பாட்டனார் ஞானி எனப் புகழும் அந்த நம்பூதிரி கடைசியில் உயர்குலத்தில் பிறந்த தன் பெண்ணை பிறப்பால் நாவிதரான என் முதிர்முப்பாட்டனாருக்கே திருமணம் செய்து கொடுத்துவிட்டுத் துயரச் சகதிக்குள் தன்னை உயிரோடு புதைத்துக்கொண்டு மாண்டு போக முடிவு செய்த தருணத்தில் பிறர் கனவுகளைப் பார்க்கும் கலையை அறிந்தவராக உலகிலேயே என் முதிர்முப்பாட்டனார், ஒருவர் மட்டுமே எஞ்சியிருந்தார். அதோடுகூட கனவுகளோடு நெருங்கிய சம்பந்தமுள்ளவையென்று கூறப்பட்ட வர்மக் கலையையும் வடமொழியையும் அவர் கசடறக் கற்றுத் தேர்ந்தார். மற்ற இருவரில் ஒருவர் தன் மற்ற இரு சகாக்களோடும் அதுவரையில் கற்ற வித்தையை பக்குவம் அடையும் முன்பே பரீட்சை செய்து பார்க்க எண்ணி குருவிற்குத் தெரியாமல் காட்டை விட்டு வெளியேறி நகரத்திற்குச் சென்று விளையாட்டாக ஒரு நோயாளியின் கனவிற்குள் பிரவேசிக்க முனைந்தபோது நோய்க் கூறுகளை உண்டாக்கும் கெட்ட கனவுகளின் துர்நாற்றத்திலும் சுழலிழுப்பினுள்ளும் சிக்கி அதன் உக்கிரத்தைத் தாங்கிக்கொள்ள முடியாமல் புத்தி பேதலித்துப்போய் அறையை விட்டு வெளியே வந்ததும் அந்த அறை இருந்த நான்கடுக்கு மாளிகையின் நான்காவது அடுக்கிலிருந்து கீழே குதித்துத் தற்கொலை செய்துகொண்டுவிட்டார். இன்னொரு சீடரும் அதேபோன்ற பக்குவமற்ற பலவீனமான மனோதிடத்தால் அதே விதமான பாதிப்புக்கு உள்ளாகி நிலை குலைந்து சாமியாராக புண்ணிய பூமியாம் காசிக்கு ஓடிப்போய்விட்டார். அங்கே கனவுகள் அண்ட முடியாத காசியின் அடர்ந்த வனப் பகுதிகளுக்குள் என்றுமே வெளிவர முடியாதபடி அவர் தன்னை சிறைப்படுத்திக்கொண்டுவிட்டதாக அவரைப்பற்றின செய்திகள் காற்றில் உலவின. ஆனால் என் முதிர்முப்பாட்டனாரோ பல வருடங்களுக்குப் பிறகு தன் சகாவை வேறோர் அசம்பாவிதமான இடத்தில் தன் மதியின்மையால் வலியப்போய்ச் சந்தித்து அதன் மூலமாகத் தன் வீழ்ச்சியையும் தேடிக்கொண்டார்.

எப்படியிருந்தாலும், அப்போது, அதாவது என் முதிர்முப்பாட்டனாரின் காலத்தில் பிறர் உறக்கத்தினுள் புகுந்து அவர்களின் கனவுகளைக் காணும் கலையில் தேர்ச்சி பெற்ற ஒரே பண்டிதர் அவரே என்பதாகவே உலகம்

அறிந்திருந்தது. அதனால் காளைப் பருவத்தின் நடுப்பகுதியில் அவர் பிறந்த மண்ணாகிய பழைய நகரத்திற்கு தன் மனைவியுடன் திரும்ப வந்து சேர்ந்தபோது அப்படி வருவதற்கு முன்பே மறைந்திருந்தாலும் விளக்கின் இருப்பு அதன் பிரகாசத்தால் அறியப்படுவதைப்போல அவருடைய கீர்த்தி சொந்த தேசத்தவரால் ஏற்கனவே உணரப்பட்டுவிட்டது. அவருடைய ஆசானைப்போலவே அவரையும் பைத்தியக்காரனென்று பாதி நகரம் மறைவாகப் பேசிக்கொண்டிருந்த போதிலும் மேலும் அவருடைய பிரச்சாரங்களும் செயல்களும் இருபத்துமூன்றாம் தலைமுறை ராஜனுக்கும்கூட சமஸ்தானத்தின் தலைவனென்கிற முறையில் தர்மசங்கடத்தைக் கொடுத்திருந்த போதிலும் பால்பேதத்தையும் திணைபேதத்தையும் பணபேதத்தையும் வர்ணபேதத்தையும் ஞானபேதத்தையும் மொழிபேதத்தையும் துறந்துவிட்ட அவருடைய ஒளி அரசவையில் பிற கல்விமான்களுக்கிணையாக அவரை அமர்த்திப் பெருமைப்படுத்தும்படி அவனை நிர்பந்தித்திருந்தது மட்டுமல்லாமல் அரண்மனை வளாகத்திற்குள்ளேயே என் முதிர்முப்பாட்டனாருக்கென்று ஒரு தனிக் குடியிருப்பும் ஒதுக்கப்பட்டிருந்தது. அரண்மனைக்கு வெளியே சென்று சவரம் செய்து பொருளீட்டவேண்டிய நிலையில் ராஜன் அவரை விட்டு வைக்கவில்லை. அவருக்கென்று ஒதுக்கப்பட்டிருந்த சிறு அரண்மனை போன்ற அந்த இல்லத்தில் அவர் தன் மலையாள தேசத்து மனைவியுடனும் அவள் மூலமாக உண்டான வாரிசுகளுடனும் பின்னாளில் குருவின் சாபத்தால் பழிக்கு ஆளாகி அங்கிருந்து விரட்டியடிக்கப்படும் நாள்வரை சௌக்கியமாகத் தங்கியிருந்தார். அரச குடும்பத்தைச் சேர்ந்தவர்களுக்கு நாவித நிமித்தம் மட்டுமே தன் அறையை விட்டு வெளியே வருவதல்லாமல் பிற சமயங்களில் வீட்டினுள் தன் அறையில் அமர்ந்து, தான் கற்ற சாஸ்திரங்களையெல்லாம் திரும்ப திரும்பப் படித்தும் பயிற்சி செய்தும் புதிய வழி முறைகளை ஆராய்ச்சி செய்துகொண்டே இருந்தார். அரசவையில் அவருக்கென்று இடப்பட்டிருந்த ஆசனம் பெரும்பாலான சமயங்களில் அவரால் நிரப்பப்படாமலே இருந்ததென்பார்கள். பொதுவாக இம்மாதிரி அபூர்வமான மனிதர்களே எப்போதும் ஒரு தனியறைக்குள் தங்களை இருத்திக்கொண்டு தங்கள் வித்தைகளுடன் தங்களையும் புதைத்துக்கொண்டு விடுவது எங்கும் நடக்கக் கூடியதுதானே. அவர்கள் அடிக்கடி தங்களையும் தங்கள் கல்வியையும் வெளிக்காட்டிக்கொண்டு அவற்றைச் சாதாரணக் காட்சியாக்கிவிட விரும்புவதில்லை. அவர்களைப்போலவே என் முதிர்முப்பாட்டனாரும் பல ஆச்சர்யகரமான வித்தைகளில் தேர்ந்தவரென்ற மதிப்பை நிரம்பப் பெற்றிருந்தாரேயொழிய அவற்றைப் பிறர் முன், தேவையற்ற சந்தர்ப்பங்களில் கேளிக்கைக் கூத்தாக நிகழ்த்திக் காட்டி புகழ் சம்பாதிக்க முனைந்ததேயில்லை. அவருக்குள் கனன்றுகொண்டிருந்த அவருடைய வித்தைகளின் மங்காத தழல் அவர் முகத்தில் எதிரொளித்த ஜாஜ்வல்யமே அவருக்குப் போதுமான கீர்த்தியைப் பெற்றுத் தர வல்லதாய் இருந்தது. எதையும் எங்கேயும் நிகழ்த்திக் காட்டி நிரூபிக்க முயலாமல் அறைக்குள்ளேயே தன்னைப் பூட்டிக்கொண்டு காலங்கழிக்கும் ஒரு நாவிதனுக்கு அரசவையில் எப்படி இடம் இருக்க முடியுமென பிற ஞானவான்கள் கேள்வி எழுப்பியபோது ராஜன் சொன்னான்: ஒரு சிறந்த வாள் வீரனுக்கு சமாதானம் கசப்பான காலமாயிருக்க முடியாது. ஒரு நல்ல மருத்துவனுக்கு ஆரோக்கியமான மக்கள் எதிரிகளாயிருக்க முடியாது. எந்தச் சிறந்த கல்விமானும் தன்

வித்தையைப் பிரயோகித்துக் குணப்படுத்தும் அளவுக்கு துக்ககரமான ஸ்திதியில் சகமனிதன் வீழ்ந்துவிடக் கூடாதென்றே விரும்புவான். அதேசமயத்தில் அப்படிப்பட்ட ஒரு சூழ்நிலையை எப்போதும் எதிர்பார்த்துத் தன் வித்தை துருப்பிடித்து விடாதபடி அதைத் தீட்டிக்கொண்டேயுமிருப்பான். அப்பையா (அதுதான் என் முதிர் முப்பாட்டனாரின் பெயர்). இந்த அரசவையில் எப்போதும் இருந்துகொண்டேயிருக்கவேண்டுமென்பதல்ல என் ஆசை. மாறாக அவர் தேவைப்படும் அபூர்வமான தருணமொன்றில் அவர் நமக்குக் கிடைக்காத அரிய பொருளாக இந்நகரத்திலிருந்து தொலைந்துபோய்விடக் கூடாது. அவர் நம் அரசவையில் இருப்பதால் பெருமை அவருக்கல்ல நமக்குத்தான் என்று நான் உங்களுக்குச் சொல்கிறேன். உண்மையில் வித்தைகளை அவர் வெளிக்காட்ட முடியாத வண்ணம் ஆரோக்கியமான ராஜ்ஜியமொன்றை நான் பரிபாலித்துக் கொண்டிருக்கிறேனென்பதுதான் அவரோடுகூட என்னையும் பெருமை கொள்ளச் செய்து கொண்டிருக்கிறது.

தூங்கும் பிற மனிதர்களுடைய கனவுகளைக் காணும் தன்னுடைய அபூர்வமான வித்தையை என் முதிர் முப்பாட்டனார் தன் வாழ்நாளில் நான்கே நான்கு சந்தர்ப்பங்களில்தான் பிரயோகித்தார். அந்த நான்கு சந்தர்ப்பங்களுமே அவர் வாழ்க்கையில் நான்கு திருப்புமுனைகளுக்கு காரணமாய் அமைந்துவிட்டன என்று எங்கள் வம்சாவளிக் கதை கூறுகிறது. முதல் தடவை தன்னுடன் அந்தக் கலையைக் கற்றுக்கொண்டிருந்த மற்ற இரு சீடர்களுடன் சேர்ந்து போதிய பக்குவம் பெறுவதற்கு முன்பே வித்தையை ஒரு நோயாளியிடம் பரீட்சை செய்து பார்க்க முயன்ற அந்த துர்பாக்கியகரமான சம்பவம். நல்லவேளையாக என் முதிர்முப்பாட்டனார் நோயாளியிடம் தன் பிரயோகத்தைத் துவக்கியபோது காலம் பின்னிரவு சரிந்துகொண்டிருக்கும் நேரமாகக் கடந்துவிட்டதால் தூங்கிக்கொண்டிருந்த நோயாளியின் கனவுகள் தங்கள் உக்கிரத்தை இழந்து அவன் உறக்கத்தோடு உறக்கமாக அமிழ்ந்து வடிந்துகொண்டிருந்தன. மற்ற இருவரையும்போலவே தன் இளமைத் திமிராலும் கல்விச் செருக்காலும் மிகப் பெரும் ஆபத்தைச் சந்திக்கவிருந்த என் முதிர்முப்பாட்டனார் அன்று தெய்வாதீனமாக அதிலிருந்து தப்பினார். விஷயம் தெரிய வந்தபோது நம்பூதிரி அவர் மேல் தனிப்பட்ட வாத்ஸல்யம் கொண்டிருந்ததால் மற்ற இருவரையும் எண்ணி அளவு கடந்த துயரத்திலும் என் முதிர்முப்பாட்டனார் தப்பித்ததை எண்ணி மட்டற்ற மகிழ்ச்சியிலும் அலைக்கழிக்கப்பட்டுவிட்டார். பிறர் அனுமதியின்றி அவர்களுடைய தூக்கத்துக்குள் நுழைந்து கனவுகளைப் பார்ப்பது கன்னக்கோல் வைத்துத் திருடுவதற்குச் சமமான குற்றம் என்று அவர் என் முதிர்முப்பாட்டனாரை எச்சரித்தார். என் முதிர்முப்பாட்டனாரின் மீதிருந்த அளவு கடந்த அன்பால் அவரை அம்முறை மன்னித்துத் தன் சீடராக தொடர்ந்து நீடிக்கும் வாய்ப்பையும் அளித்தாரென்று கூறுவர். ஆனால் பல வருடங்கள் கழித்து வேகத்தின் சுழல்வெளியாகிய காளைப் பருவம் முடிந்து விவேகத்தின் நந்தவனமாகிய நடுப்பிராயத்திற்குள் பிரவேசித்த காலத்தில் மதியைக் கெடுத்த ஆசையால் உந்தப்பட்டு குருவின் எச்சரிக்கையை மறந்து தன் வித்தையை என் முதிர்முப்பாட்டனார் அவர் மனைவியும் குருவின் மகளுமான என் முதிர்முப்பாட்டியின் தூக்கத்தினுள் அவரறியாமல்

பிரயோகித்துப் பார்த்தபோது குருவின் எச்சரிக்கை சாபமாக மாறி அவரிடமிருந்த கலையை அவர் முற்றாக மறந்து போகும்படி பறித்துக்கொண்டுவிட்டது. அந்த நான்காவது பிரயோகமே என் முதிர்முப்பாட்டனார் தன் இளமை முழுவதும் கற்றுத் தேர்ந்த அபூர்வமான வித்தையின் கடைசிப் பிரயோகமாகவும் அமைய விதிக்கப்பட்டுவிட்டது. தன்னைத் தீராத பழிக்கும் அவமானத்திற்கும் ஆளாக்கவிருக்கும் நான்காவது பிரயோகத்தை நோக்கி தான் விரும்பினாலும் விரும்பாவிட்டாலும் விதி தன்னை உந்திவிடப்போகிறது என்பதை மூன்றாவது பிரயோகத்தின் போதே என் முதிர்முப்பாட்டனார் அறிந்துகொண்டுவிட்டதோடல்லாமல் அதைப் பலபேர் அறிய பகிரங்கமாகச் சொல்லியும் வைத்தார். வேடிக்கை என்னவென்றால் பல வருடங்களுக்கு முன்பே அழிவுகளுக்கு வித்திட்டுவிட்ட என் முதிர் முப்பாட்டனாரின் அந்த துரதிர்ஷ்டம் பிடித்த மூன்றாவது பிரயோகம் அவர் அதைப் பிரயோகித்த காலத்தில் அழிவின் சமிக்ஞை சற்றுமின்றி அவருக்கு உள்ளூரில் மட்டுமல்லாது கடல் கடந்த நாடுகளிலும் பெரும் புகழை ஈட்டிக் கொடுப்பதாகத் தான் வந்தமைந்தது. காரணம் அந்தச் சந்தர்ப்பத்தில் என் முதிர்முப்பாட்டனார் கற்றுக்கொண்டிருந்த வித்தையின் மகத்துவம் மட்டுமல்லாது அவருடைய புத்தி சாதுர்யமும் ஊகிக்கும் திறமையும்கூட பளீரென வெளிப்பட்டன. கடல் கடந்த நாடுகளிலிருந்தும் அவருக்கு சீடர்களாகும் விருப்பத்துடன் ஆயிரக் கணக்கானவர்கள் அவர் காலடியில் வந்து விழும்படியாக அந்தச் சம்பவம் அமைந்துவிட்டது. ஆனால் என் முதிர் முப்பாட்டனார் அவர்கள் யாரையும் தன் சீடர்களாக வரித்துக்கொள்ள முன்வரவில்லை. அந்தக் கலையில், தான் இன்னும் பூரணத்துவம் பெறவில்லை என்று அவர் நினைத்ததே அதற்குக் காரணம். பிறருடைய கனவுகளை வெறும் பார்வையாளனாக எட்டி நின்று பார்த்துக்கொண்டிருக்கும் அளவோடு அவர் அப்போது திருப்தி அடையாதவராக இருந்தார். அவர்களின் தூக்கத்துக்குள் மட்டுமல்லாமல் கனவுகளுக்குள்ளும் ஊடுருவி அந்த உலகின் வினோதங்களைத் தன் விருப்பத்துக்கேற்ப கட்டுப்படுத்தும் அளவுக்குத் தன் வித்தையில் முன்னேற அவர் விரும்பினார். அந்த எல்லையை அவருடைய ஆசானான கேரள நம்பூதிரியும் தொட்டிருக்கவில்லை. எனவே அதை அடைந்த பிறகே அந்தக் கலையை பிறருக்கு உபதேசிக்கும் தகுதி தனக்குக் கை கூடுமென்று அவர் மனதில் வரிந்துகொண்டிருந்தார். அதனால்தான் அவர் ராஜனுக்கும் முக்கியஸ்தர்களுக்கும் மழிக்கச் செல்லும் நேரங்களைத் தவிர பிற சமயங்களில் தன் வாரிசுகளைத் தன் மனைவியின் பொறுப்பில் விட்டுவிட்டு அறைக்கு வெளியே எல்லா வசதிகளையும் செய்து கொடுத்துவிட்டு அறையினுள்ளேயே எந்நேரமும் தன்னை அடைத்துக்கொண்டவராகவும் அதைப்பற்றி மேலும் மேலும் ஆராய்ச்சிகள் செய்துகொண்டே இருப்பவராகவும் இருந்தார். மூன்றாவது பிரயோகத்துக்குப் பிறகு அவருடைய புற இருப்பில் மாற்றம் ஏற்பட்டதேயொழிய, வித்தை மேல் அவருக்கிருந்த அளவற்ற வேட்கையை அபரிமிதமான செல்வமும் புகழும் குறைக்கவோ மாற்றவோ முடியவே இல்லை. ஜெகப் பிரசித்தமான இந்த மூன்றாவது பிரயோகத்தை சாத்தியமாக்கியதென்கிற பெருமையை ராஜன் மகளின் வினோதமான நோய் பெற்றுக்கொண்டது. அந்த நோயோ இருபத்துமூன்றாம் தலைமுறை ராஜனின் மனக்குறையிலிருந்து துவங்கியது.

பழைய நகரத்தில் அரச பாரம்பர்யத்தின் அனைத்து தலைமுறைகளும் அதுவரை அதன் ஆண் வாரிசுகளால் தழைத்து வந்தன என்று முன்பு சொன்னேனல்லவா? என் முதிர்முப்பாட்டனாருக்கு அரண்மனையில் இடங்கொடுத்த இருபத்துமூன்றாவது தலைமுறையில் முதன் முதலாக சமஸ்தானத்தைக் கட்டியாளவென்று ஒரு பெண் வாரிசு வந்து பிறந்தது. பிற்காலத்தில் கொஞ்சக் காலம் ராஜ குடும்பத்தின் பெயரை அதன் அத்தனை ஆண் வாரிசுகளைக் காட்டிலும் அதிகத் திறமையோடும் பரிவோடும் கட்டிக் காத்தவளென்கிற பெருமை அந்தப் பெண் வாரிசுக்கு கிடைத்ததென்பது பொய்யில்லை. எனினும் பெண் வாரிசின் மூலமாக அரச குடும்பத்தின் கோத்திரக் கண்ணி அறுந்து விடுமென்று ராஜன்தான் துவக்கத்தில் மிகவும் பயந்து போயிருந்தான். பின்னால் அது உண்மையாகிவிட்டதென்றும் வைத்துக்கொள்ளுங்கள். ராஜதானியில் வருடங்களுக்குப் பிறகு தோன்றிய குழப்பமும் அபசகுனங்களும் பஞ்சமும் அதன் எல்லைக்குள் கலிகாலத்தின் அடைசலும் பெண் வாரிசு மூலமாக வளைசலடைந்த கோத்திரம் சரியான சடங்குகள் மூலம் நேர் செய்யப்படாததால் விளைந்தவை என்று பிற்காலத்தில் கணித்தவர்கள் உண்டு. அது நம் கதைக்கும் கவனத்துக்கும் வெளியிலிருப்பவை. ஆனால் அந்த பயத்தாலேயே ராஜன் தனக்கு ஒரே ஓர் ஆண் வாரிசு வேண்டி தன் இளமைக் காலத்தின் வீரியம் குறைந்ததாகச் சலிப்புறும் மட்டும் புத்திர காமேஷ்டி யாகங்கள் செய்துவந்தான். அவனுடைய சோகம் அந்த நாட்களில் படிப்படியாக படுக்கையறையிலிருந்து வெளியே கசிந்து அரண்மனைத் தாழ்வாரங்களை எட்டிக் கடந்து வாசற்படிகளில் வழிந்து இறங்கி நாடு முழுவதும் நிரம்பி மூச்சுவிட முடியாதபடி ததும்பிக் கிடந்தது. மக்களும் மன்னனுக்காக இரங்கி அவருக்கு ஒரு ஆண் வாரிசு கிடைக்க வேண்டி தனித்தனியே அவ்வித யாகங்களைச் செய்ய முற்பட்டதில் என் முதிர்முப்பாட்டனார் அங்கே வாழ்ந்த காலத்தில் பழைய நகரம் முழுக்க யாகங்களால் ஆசீர்வதிக்கப்பட்ட ஆண் மகவுகளால் நிரம்பி வழிந்ததென்று என் கொள்ளுப் பாட்டனார் மூலமாக எங்களுக்குச் சொல்லப்பட்டிருக்கிறது. ஆனால் சமஸ்தானத்தின் இருபத்துமூன்றாம் தலைமுறைக்கு ஒரு பெண் வாரிசு மட்டுமே கடவுளால் அனுக்கிரகிக்கப்பட்டிருந்ததால் ராஜனும் மக்களும் செய்த யாகங்களால் ராஜ பரம்பரைக்கு மட்டும் பலன் எதுவும் கிட்டவில்லை. இதை முன்பே எதிர்பார்த்துதானோ என்னவோ ராஜனும் ஒரு பக்கம் யாகங்களிலும் தான தர்மங்களிலும் காலத்தையும் பொருளையும் விரயம் செய்துகொண்டிருந்தபோதிலும் இன்னொரு பக்கம் தன் பெண்ணை இருபத்திரண்டு ஆண்களுக்குச் சமமான வலிமையும் குணவிசேஷமும் கல்வியறிவும்கொண்டவளாக வளர்ப்பதற்கு எல்லா ஏற்பாடுகளையும் செய்தும்வந்தான். இந்த நம்பிக்கையின்மையே அவனுடைய யாக முயற்சிகளின் வியர்த்தத்துக்கு ஒரு காரணம் என்றும் சொல்லுபவர்கள் இருந்தார்கள். ராஜனின் மனக்குறையை ஈடு செய்யும் வண்ணம் ஓரோர் சமயம் அப்படிக் குறைப்பட்டுக்கொண்டதே மதியீனம் என்று அவர் உவகையோடு சலித்துக்கொள்ளும் வகையில் அந்தப் பெண் ராஜன் பயிற்றுவிக்கச் செய்த சாஸ்திரங்கள் அனைத்தையும் பிரமாதமாகக் கற்றுத் தேர்ந்தாள். அந்தக் காலத்தில் அவளைப்போல ஆட்சிக் கலையையும் போர் சாஸ்திரங்களையும் கற்றுத் தேர்ந்த மானுடப் பிறவிகள் உலகத்திலேயே வேறெங்கும் இருக்கவில்லையென்பார்கள். அந்தப் பெண் என் முதிர்முப்பாட்டனாரிடத்தில்

வர்மக்கலையைக் கற்றுக்கொள்ள ஏற்பாடாகியிருந்தது. வர்மக்கலை துருத்திய ஸ்தனங்களும் அடங்கிய குறியும் கொண்ட பெண் பிறப்புக்கு ஏற்ற கலையல்ல என்றும் அதன் நுணுக்கங்கள் பிற போர் சாஸ்திரங்களைப்போலல்லாது பெண் படைப்புக்கு நேரெதிரான அடங்கிய மார்பும் துருத்திய குறியும் கொண்ட ஆண் உடலின் அசைவுகளுக்கும் பிரயோகத்துக்குமென்றே பொருந்தி வரும்படி அமையப் பெற்றவையென்றும் கூறி என் முதிர்முப்பாட்டனார் அதை அந்தப் பெண்ணுக்குக் கற்றுத் தர முதலில் மறுத்துவிட்டார். ஆனாலும் ராஜனின் வற்புறுத்தலும் அந்தப் பெண்ணின் அடங்காத ஆர்வமும் அவற்றை அவமானப்படுத்தலாகாதென்னும் கசிவை அவருள் கீறிவிட்டுவிட்டது. வேறொரு காரணமும் அதற்கு இருந்தது என்று சொல்லும் கதைகளும் இங்கே புழக்கத்தில் உண்டு. ருதுவெய்திய பிறகு முதன்முதலாக ராஜன் மகள் தன்முன் சிஷ்யையாகும் ஆர்வத்துடன் வந்து நின்ற கணத்தில் அவள் முகத்தைப் பார்த்தவுடனேயே தேர்ந்த நாவிதரான என் முதிர்முப்பாட்டனார் உன் பத்மத்தில் அரும்பியிருக்கும் இளமயிர்க் கற்றைகளில் வெண்ணிறம் கண்டிருக்கிறது. நீ பின்பொரு நாளில் துர்க்கனவுகளால் அவதிப்பட இருக்கிறாய் என்று சொன்னாராம். அவர் இயல்பைப்பற்றி அதற்கு முன்பே தெளிவாகச் சொல்லி உணர்த்தப்பட்டிருந்த அந்தப் பெண் துர்க்கனவுகளைப்பற்றின கற்பனையில் அப்போதே பீதியுற்றுவிட்டாள். தன் அகல்முடி எப்போது இயல்பு நிறத்தைப் பெறும் என்பதையும் சொல்லியருளவேண்டும் என்று அவள் என் முதிர்முப்பாட்டனாரை வேண்டிக்கொண்டபோது உன் துர்கனவுகள் உன்னைவிட்டு நீங்கும் நாளில் மூப்பின் வெண்ணிறம் படர்ந்திருக்கும் உன் தடஅரவின் மென்மயிரும் அதன் இயல்பான கருநிறத்திற்குத் திரும்பும். இந்தச் சுழல் வடிவான பதிலின் தர்க்கம் புரியாத ராஜன் மகள் அதைப்பற்றி அவரிடம் மேற்கொண்டு விளக்கம் கேட்க பயந்துகொண்டும் அதேசமயத்தில் அதைப் புரிந்து கொள்ளவென்றும் பல இரவுகளைத் தூக்கமின்றிச் செலவிட்டுக் கொண்டிருந்தாள். எனினும் நோய்க்குக் காரணமான ஒன்றையே அந்நோய்க்கு மருந்தாகவும் காட்டும் யவ்வனத்தின் மாய வேலைகளைப் பின்னாளில் அவளால் அனுபவப்பட்டுத்தான் தெரிந்துகொள்ள முடிந்தது. ராஜனின் பெண் விசித்திரமான நோயால் பீடிக்கப் படவிருப்பதை முன்கூட்டியே அறிந்த என் முதிர்முப்பாட்டனாரின் மேல் பரிதாப உணர்வானது அவளை மறுக்க முடியாதபடி கவிந்துகொண்டுவிட்டது என்பார்கள். வர்மக்கலையை அந்தப் பெண்ணுக்குக் கற்றுத் தர அரை மனதுடன்தான் அவர் இசைந்தார். ஆனால் கொஞ்ச நாட்களிலேயே தான் முதலில் எண்ணியது தவறு என்பதையும் அவர் தெரிந்துகொண்டார். ராஜன் மகள் என் முதிர் முப்பாட்டனாரிடம் பாடம் கற்றுக்கொண்ட அதிசய நாட்களைப்பற்றியும் பல கதைகளை நான் கேள்விப்பட்டிருக்கிறேன். அவையெல்லாம் நாம் காணும் கனவுகளுக்கு ஒப்பான விநோத தன்மை கொண்டவை. உண்மையில் வர்மக்கலையில் அதுவரையில் தானறிந்திராத சில முத்திரைகளை அந்தப் பெண்ணிடமிருந்தே தான் கற்றுக்கொண்டதாகச் சொல்லுவாராம் என் முதிர் முப்பாட்டனார். பின்னாட்களில் கொடுஞ் சாபத்தினால் பீடித்த மறதியும் சீடர்களற்ற கால வியர்த்தமும் மனைவியற்ற தனிமையும் தன்னைச் சூழ்ந்து சித்திரவதை செய்துகொண்டிருந்த நாட்களில் தனது ஒரே சிஷ்யையான அந்தப் பெண்ணுக்கு குருவாயிருக்க வாய்த்த காலக் கட்டத்தின் நினைவுகளே

தன்னை மேலும் கொஞ்ச காலம் உயிரோடிருக்க அனுமதித்துக்கொண்டிருந்தன என்று தன் வாரிசுகளிடம் வடமொழியில் சொல்லிப் புலம்பிக்கொண்டிருப்பாராம் அவர். வர்மக்கலையை என்னிடம் கற்றுக்கொள்ள வரும் காலத்தில் அதற்கு முன்பாகவே அந்தப் பெண் வர்ம சாஸ்திரத்தில் கரை கடந்த ஞானம் பெற்றிருந்தாள். உண்மையில் அவள் அந்தக் கலையை யாரிடம் கற்றுக்கொள்ளச் சென்றாலும் அந்தக் கலையின் சாரம் அதற்கு முன்பே அவளுக்குள் இறங்கி அவள் இயல்பில் ஒன்றாகக் கலந்து போயிருந்ததென்பதை நான் கண்டேன் என்கிறார் அவர். உறுப்புகளால் உறுப்புகளைத் தொட்டு எதிராளியின் உடல் இயக்கத்தைச் செயலிழக்கச் செய்யும் அல்லது அதைத் தன் கட்டுப்பாட்டுக்குள் கொண்டு வரும் வர்மக் கலையின் மிகச் சாதாரண அடிப்படையை என்னிடமிருந்து கற்றுக்கொள்கிறவள்போல என் திருப்திக்காக பாசாங்கு செய்துகொண்டே பார்வையாலும் வாயொலியாலுமே எதிரியின் உடலின் சில குறிப்பிட்ட அவயவங்களையும் விரும்பினால் அவன் இதயத் துடிப்பையுமே செயலிழக்கச் செய்யும் அற்புதமான வித்தையொன்றிருப்பதை அவள் என்னை அறியச் செய்தாள். அவ்வகைப் பிரயோகம் பெண் பிறப்புக்கு மட்டுமே கைவரக் கூடியதாக ஆண்டவனால் ஆசீர்வதிக்கப்பட்டிருக்கிறது என்பதை அதை நான் கற்றுக்கொள்ள எத்தனித்தபோது தெரிந்துகொண்டேன். சூரிய ஒளியில் தெறிக்கும் நீர்த்திவலைகளின் ஜொலிப்பை ஒக்கும் அவளுடைய பச்சை நிற விழிகளிலிருந்து பிறந்து வந்த அந்த வித்தையை நான் எவ்வளவு முயற்சி செய்தும் என் ஆண்தன்மையுடைய வரண்ட கண்களால் கவர்ந்துகொள்ள முடியவேயில்லை. அக்காலங்களில் இறைவன் என்னைப் பெண்ணாகப் படைக்காமல்போனதற்காக அவனை நிந்தித்த பாவமும் அழிவின் விதையை அப்போதே என்னுள் புதைத்துவிட்டது போலும். ஆனாலும் கனவுகளுக்குள் ஊடுருவும் வித்தையின் முதிர்ந்த நிலையாம் கனவுகளைக் கைப்பற்றும் சாகசத்திற்கு நிகரான அற்புதம் அவள் கண்களில் ஒளிர்ந்துகொண்டிருந்ததை என்னால் எப்படி மறுக்க முடிந்திருக்கும். அழிக்குமெனத் தெரிந்தும் அழகினால் ஈர்க்கப்பட்டுச் சாகும் துரதிர்ஷ்டசாலிதானே கலைஞன். இத்தனை சாகஸக்காரப் பெண்ணான அவள் பின் ஏன் என்னிடம் பாடம் படிப்பதற்காக வந்து சேர்ந்தாளென்றால் எங்கள் குலத்தின் பிற்கால இறங்கு முகத்தையும் ராஜ வம்சத்தின் இருண்ட எதிர்காலம் பற்றியும் அவள் ஏற்கனவே பெண்மைக்குரிய நுண்ணுணர்வால் தெரிந்துகொண்டிருந்தாள். மறதியும் தனிமையும் என் முகத்திலறையும் காலம் வரும்போது நான் அதுவரை கற்றுக்கொண்டிருந்த சாஸ்திரங்களின் பிரம்மாண்டம் என் மீது கவிழ்ந்து என்னை நசுக்கிவிடக் கூடாது என்கிற நல்லெண்ணத்தினாலேயே என் வித்தைகளின் சாதாரணத்துவத்தை எனக்கு உணர்த்தும் முகமாக அவள் எனக்கு சிஷ்யை போல் நடித்தாள். உண்மையில் இருபத்திரண்டு ஆண்களுக்கு நிகரான உடல் வலிவும் புத்திக் கூர்மையும் அவர்களுக்கு வாய்க்காத பரிவும் கொண்ட பெண் அவள். பின்னொருநாள் யாராலும் அடையாளம் கண்டுகொள்ள முடியாத நோயில் தன்னை வீழ்த்திக்கொண்டு அதற்கு வைத்தியம் செய்து குணப்படுத்தும் பெரும் பேற்றையும் எனக்களித்து எண்ணிப் பார்க்க முடியாத புகழை எனக்கு குருதட்சிணையாகவும் அளித்தவள்.

என் முதிர்முப்பாட்டனார் குறிப்பிடும் அந்த நோய், ராஜன் மகள் தன் திருமண வயதை எட்டியபோது ஒரு விபரீதமான ஆசையாக அவளிடமிருந்து வெளிப்பட்டது. ஏற்கனவே ஆண் வாரிசு ஏக்கத்தால் நொந்து போயிருந்த சமஸ்தானாதிபதி அவளுடைய ஆசையைக் கேட்டு இடியுண்ட நாகம் போலாகிவிட்டான். அவனை உடல் நோய் பற்றிக்கொண்டது முதன்முதலாக அப்போதுதான். அந்தச் சமயங்களில் ராஜனின் மனைவிதான் மிகுந்த தைரியத்தோடும் சமயோசிதத்தோடும் செயல்பட்டு ராஜ்ஜிய பரிபாலனத்தையும் குடும்பப் பிரச்னைகளையும் சமாளித்துவந்தாள். உண்மையில் பெண்ணின் திருமணப் பேச்சை முதலில் துவக்கி வைத்தவள் ராஜனின் மனைவிதான். பதினான்காம் வயது நடந்துகொண்டிருந்தபோது ஆட்சிக் கலையிலும் போர்க்கலையிலும் உலக நடப்புகளிலும் ராஜனின் பெண் கற்றுக்கொள்ளக் கூடிய பாடமென்று இனி எதுவும் இல்லையென்றாகிவிட்டபடியால் அவளுக்குத் திருமணம் செய்து வைத்துவிடுவதென்று அந்த அம்மையார் விரும்பினார். ராஜன்கூட தன் பெண்ணின் திருமண விஷயமாக முதலில் யாதொரு முடிவையும் எடுக்கும் விருப்பம் இல்லாமலிருந்தான். இருபத்திரண்டு ஆண்களுக்கு இணையான தைரியமும் சாதூர்யமும் அருளப்பெற்ற அவனுடைய பெண்ணும் தன் திருமணத்தில் ஆர்வமில்லாதவளாகவே தன்னைக் காட்டிக்கொண்டிருந்தாள். அந்த நிலையில் ராஜனின் மனைவியே இருவரிடமும் பேசி ஒரு பெண் திருமணம் ஆகாமல் தன் பதினைந்தாம் பிராயத்தைத் தாண்டுவது குலநாசத்தை விளைவிக்கும் என்பதையும் எடுத்துக் கூறி இருவரையும் சம்மதிக்க வைத்தாள். தன் பெண்ணின் கணவனால் ராஜ குடும்பத்தின் கோத்திரம் துண்டிக்கப்படக் கூடுமென்று அந்த விஷயத்தைப்பற்றிப் பேசவே பயந்துகொண்டிருந்த ராஜனும் அதைவிடப் பெரிய பாவம்– ஒரு பெண்ணுக்கு மோட்சத்துக்கு ஒப்பான கன்னி கழியும் சடங்கைத் தடுத்து நிறுத்துவதென்று அறிந்து தன்னைச் சமாதானப்படுத்திக் கொண்டான். ராஜனின் பெண்ணும் தன் திருமண ஏற்பாட்டுக்குத் தடையேதும் கூறவில்லை. ஆனால் தனக்கு வாய்க்கப்போகிற கணவன் குரூபியாகவும் ரோகியாகவும் இருக்கவேண்டுமென்று அவள் நிபந்தனை விதித்தாள். மதி நுட்பத்திலும் மனோதிடத்திலும் இருபத்திரண்டு ஆண்களுக்கு இணையான ஆற்றல் வாய்க்கப் பெற்றப் பெண் ஏன் இப்படிப் பேசுகிறாள் என்பது யாருக்குமே புரியவில்லை. இதுதான் ராஜன் மகளைப் பீடித்த வினோதமான நோய். அவளோ பிரமாதமான அழகி. அவளுடைய பச்சையொளி உமிழும் கண்களின் ஜொலிப்பு வர்மக் கலையின் அடிப்படையைத் தகர்த்துவிட்டதென்று என் முதிர் முப்பாட்டனார் புகழ்ந்து பேசுகிறார். ராஜ்ய பரிபாலனம் மீதான நேரடிப் பயிற்சிக்காக அவள் தன் தந்தையுடன் நாட்டின் பல பகுதிகளுக்குப் பயணம் போவதுண்டு. அந்தக் காலங்களில் அவள் உடலின் வாசனையும் தண்மையும் காற்றில் கலந்துவிட்டால் அந்தக் காற்று நாட்டின் எந்தப் பகுதிகளில் பட்டுப் பரவுகின்றதோ அந்தப் பகுதிகள் மழை இல்லாமலேயே முப்போக விளைச்சலுக்கு மூன்று வருடங்கள் தாக்குப் பிடிக்க வல்லவையாக மாறின என்பார்கள். அந்தப் பெண்ணின் திருவுருவத்தை வரைய முடியாதென்று அரண்மனைக்கு வருகை தந்த உலகின் தலை சிறந்த சைத்ரீகனும் கைவிரித்துவிட்டபடியால், அவளுடைய உருவப்படம் எதையும் அரண்மனைச் சுவர்களில் மாட்டி வைக்க முடியவில்லை. பின்னாளில் நிலைமை சகஜமாகி, யாவும் சுபமாக முடிந்த

பிறகு அவளுக்குத் தகுந்த வரனைத் தேடி பல தேசங்களுக்குப் புறப்பட்டுப்போன தூதுவர்கள் தங்கள் கையில் அவளுடைய பார்வையொளியையும் குரலையும் சிமிழ்களில் அடைத்து எடுத்துச் சென்றதாகவும் சொல்லுவார்கள். அந்தப் பெண்ணின் அழகைச் சொல்லும் எந்த வசனமும் மிகைப்படுத்தப்பட்டது அல்ல. ராஜனின் பெண்ணுக்கு இணைதேடி பதினாறு திசைகளுக்கு அனுப்பப்பட்டவர்கள் அவ்வாறு அனுப்பப்படும்முன் அரண்மனையின் தலைசிறந்த கவிஞர்களிடமும் உபன்யாசகர்களிடமும் அவள் அழகை எடுத்துச் சொல்லப் பயிற்சி பெற்றுக்கொண்டார்கள். வர்ணனைகளிலும் கட்டுக்கதைகளிலும் கலந்து காலத்தை ஊடுருவி வளர்ந்து பிரகாசித்துக்கொண்டேயிருக்கிறது அவள் அழகு. அப்படிப்பட்ட அழகுள்ள ராஜனின் பெண் தனக்கு வாய்க்கவிருக்கும் கணவன் ரோகியாகவும் குரூபியாகவும் இருக்கவேண்டுமென்று ஏன் விரும்புகிறாள் என்று ராஜனின் மனைவி சகல சாஸ்திர பண்டிதர்களுடன் கூடி விவாதித்தாள். ராஜனோ வளைசலுற்ற கோத்திரமாகவாவது வளரும் வாய்ப்புப் பெற்றிருந்த பழைய நகரத்தின் ராஜ்ஜிய பரிபாலனம் வாரிசேயின்றி துண்டிக்கப்படப்போகிறது என்று தன் நோய்ப் படுக்கையில் புரண்டு சதாசர்வகாலமும் புலம்பிக்கொண்டேயிருந்தான். துவக்கத்தில் தன் பெண்ணின் வினோதமான ஆசையை ராஜனின் மனைவி சட்டை செய்யவில்லை. யவ்வனத்தின் புத்தம் புதிய ரத்தம் பிறரிடம் அதிர்வையும் கவனக்குவிப்பையும் ஏற்படுத்தும் செயல்களைச் செய்ய விழைவது சகஜம் என்று அவள் அதை ஒதுக்கிவிட்டாள். நான்காவது தடவையாக திருமணப் பேச்சை எடுத்தபோதும் அந்தப் பெண் தன் நிபந்தனையை மாற்றமின்றி முன்வைக்க முனைந்ததால் அவள் நடவடிக்கைகளைக் கண்காணிக்க ஆட்களை நியமித்து வைத்தாள். அரண்மனையின் உச்சி அடுக்கிலிருந்த தன் படுக்கையறைக்குள் துயிலப்போகும் நேரம்வரை ராஜன் மகள் தீவிரமாக கண்காணிக்கப்பட்டாள். படுக்கையறையின் பக்கத்து அறையில் அவளுக்குத் துணையாகப் படுத்துக்கொள்ளும் தோழியும்கூட அந்நிய ஆடவர் யாரையும் நிசியின் எந்தச் சாமத்திலும் பார்க்கவில்லையென்று சத்தியம் செய்தாள். எனவே, திருமணத்தை ஒத்திப்போடும் ரகசியம் எதுவும் தன் பெண்ணின் ஆபத்தான பருவத்தைப் பாதிக்கவில்லையென்று ராஜனின் மனைவி தன்னைத் தேற்றிக்கொண்டாள். ஆனால் அது உறுதிப்பட்டதும் அவளுக்கும் ராஜனின் நோய் தன்னைத் தொற்றிக்கொள்ளலாமென்கிற பயம் வந்துவிட்டது. பதினோராவது தடவையாக திருமணப் பேச்சை எடுத்தபோதும் நம் பேரழகி சற்றும் இரக்கமின்றி தன் நிபந்தனையை முன் வைக்க முற்பட்டபோது, நோய்ப் படுக்கையில் முனகிக்கொண்டிருந்த ராஜன் வெளியே ஓடி வந்து அவளுடைய கழுத்தை நெரித்துக் கொன்றுவிட எத்தனித்தான். தான் குற்றம் செய்யாதவளென்றும் குரூபியும் ரோகியுமான எந்த ஆணைத் தன் பெற்றோர்கள் கை காட்டினாலும் அவனைத் தன் கணவனென்று வரித்துக்கொள்ளத் தயாராக தான் இருப்பதாகவும் அழகான ஆண்களைக் கண்டால் ஏனோ காரணமற்ற ஒரு குமட்டல் தன் வயிற்றிலிருந்து கட்டுப்படுத்த முடியாதபடி பீரிட்டு எழுகிறதென்றும் அதன் காரணம் தனக்கே தெரியவில்லை என்றும் அந்தப் பெண் சொல்லி அழுதாள். தான் கதியற்ற பெண்ணாகிவிட்டதாகக் கூறி கண்ணீர்விட்டாள். ராஜபரம்பரையின் இருபத்துமூன்று தலைமுறைகளில் அப்படிக் கண்ணீர் விட்டு அழுதவர்

யாரும் இல்லை. விஷயம், அவளுக்கு மிகப் பிரியமான ஒரே ஆண்மகனான என் முதிர்முப்பாட்டனாரின் காதை எட்டுவதற்கு முன் ராஜனின் மனைவி தன்னாலான எல்லா உபாயங்களையும் செய்து பார்த்துவிட்டிருந்தாள். அந்தப் பெண் பிறந்த நட்சத்திரமும் புஷ்பவதியான நட்சத்திரமும் மறுபடி புரட்டிப் பார்த்துக் கணிக்கப்பட்டன. அற்புதமான அவள் ஜாதகத்தில் தோஷமென்று ஒரு வழிப்போக்கன் சொல்லிவிட்டாலும் உடனே எப்போதும் எரிந்துகொண்டிருந்த புத்திரகாமேஷ்டி யாக நெருப்போடு தோஷ நிவர்த்திக்கான யாக நெருப்பும் மூட்டப்பட்டு கொழுந்து விட்டெரியத் துவங்கியது. புறவயமாக அவள் உடலில் நோயின் எந்த அடையாளத்தையும் காண முடியாமலும் நிதம்பத்தின் ரோமச் சுழிகளினுள் வெண்ணிறமாய் அது உறைந்திருந்ததை ஊகித்தறியும் திறனற்றவர்களாயுமிருந்த பல தேசங்களிலிருந்தும் வரவழைக்கப்பட்ட வைத்தியர்கள் யாவரும் கைவிரித்த பிறகு, கடைசியாக அனைவரும் என் முதிர்முப்பாட்டனாரின் உதவியை நாடி வருவதற்குள் ராஜன் மனைவி பயந்தபடியே பெண்ணின் பதினைந்தாம் பிராயம் முடிந்துவிட்டது.

மகளின் பிரச்னை பற்றிப் பேசியழைப்பதற்குத் தலைமை மந்திரியை அனுப்பினால் அதை மரியாதைக் குறைவாக அவர் எடுத்துக்கொண்டுவிடக் கூடுமென்று அந்த தினத்தில் ராஜனின் மனைவியே நேரில் என் முதிர்முப்பாட்டனாரின் குடியிருப்புக்கு வந்திருந்தார். அவர் இல்லத்தின் தனியறைக் கதவு அவரை வெளியே அழைத்துத் தட்டப்பட்டதும் ராஜன் மகளின் பதினாறாம் பிராயத்தைத் துவக்கியதுமான அந்த நாள் அவருடைய அழிவைத் துவக்கிவைத்த முதல் நாளுமாகுமென்று வருடங்களுக்குப் பிறகு பிரசித்தி பெற்ற இந்தக் கதையை எழுதப் புகுந்த பலரால் அந்த நிகழ்ச்சி கணிக்கப்பட்டதற்கேற்ப பின்னாளில் வேறு பல காரணங்களால் திசை மாறிப்போய்விட்டாலுங்கூட, துவக்கத்தில் என் முதிர்முப்பாட்டனாருடைய புகழ் கடல் கடந்தும் பரவி நிலை பெறக் காரணமாயிருந்த அழைப்பாக அது அமைந்துவிட்டது என்பது உண்மைதான். தன் வாழ்நாளில் அதற்கு முன்பும் பின்பும் எந்தக் காரணத்தை முன்னிட்டும் அரண்மனை வளாகத்தைத் தவிர வேறெங்கும் முகதரிசனத்தைக் காட்டியருளாத ராஜனின் மனைவி தன் வீட்டில் எழுந்தருளியது தனக்கும் தன் குடும்பத்திற்கும் ராஜகுடும்பம் செய்த மரியாதைகளிலேயே மிகப் பெரிய மரியாதை என்று தெரிவித்த என் முதிர்முப்பாட்டனார் ராஜனின் ஆணைக்காகவோ ராஜன் மனைவியின் பணிவிற்காகவோ தனக்குக் கிட்டவிருக்கும் புகழுக்காகவோ இல்லாவிடினும்கூட ராஜனின் பெண் தன் பிரியத்துக்குரிய ஒரே சிஷ்யையென்று கூறி ராஜன் மனைவி அழைத்ததும் உடனே புறப்பட்டு வர உவகையோடு ஒத்துக்கொண்டார். அப்படிப் புறப்பட்டுச் சென்ற அவர், ராஜன் மகளின் படுக்கையறையிலிருந்து அவளின் துர்க்கனவுக்குக் காரணமான புலியை விரட்டியடித்த கடைசி நாளையும் சேர்த்து மொத்தம் அறுபத்தெட்டு நாட்கள் அவளுக்கு வைத்தியம் செய்தார் என்று சொல்லப்படுகிறது. பல வருடங்களுக்கு முன் அந்தப் பெண் அறிமுகப்படுத்தப்பட்ட கணத்திலேயே அவளைத் துன்புறுத்தப்போகும் நோயைக் கண்டுகொண்டுவிட்டிருந்தாரானாலுங்கூட எவ்வளவு காத்திரமான நோயாயிருந்தாலும் அது அமிர்தத்தை உடனே ருசிக்கத் தகுதியற்றது எனும் வைத்திய சாஸ்திர விதிப்படி என் முதிர்முப்பாட்டனார் சம்பிரதாயமான முதல் வழியிலிருந்தே தன் வைத்தியத்தைத் துவக்கினார். அவருடைய

பிரயோகத்தால் அதுவே பலனளித்து விடுமென்றும் அனைவரும் எதிர்பார்த்தார்கள். முதல்வழி என்பது ஒரு நோயாளியின் உடலினுள் தங்கி நோய்க்கிருமிகளை உற்பத்தி செய்யும் துர்மணத்தின் மூன்று வகையில் மிகச் சாதாரணமான முதல் வகையை அணுகும் வைத்திய முறையாகும். இதைத் தூயவைத்தியப் பிரயோகம் என்பார்கள். இந்த முதல் வகையில் நோயாளியின் நாக்கானது உடல் உறுப்புகளின் வழியாக ஊடுருவி உள்ளே ஆக்கிரமித்திருக்கும் துர்மணத்தால் கட்டுப்படுத்தப்படுகிறது. மழையில் நனைவதால் குளிர் சுரம் கண்டு பிதற்றும் நோயாளிகள் இந்த வகையில் அடங்குவர். இது ஒரு சாதாரண உதாரணம். இவ்வகையிலேயே அடையாளம் காண முடியாத நோய்க் கிருமிகள் நோயாளியின் குரலுக்குள் புகுந்து செய்யும் மாயங்கள் பல்லாயிரக்கணக்கானவை உண்டு. இவற்றுக்கான வைத்தியத்தில் அபூர்வ மூலிகைகளின் பிரயோகமும் சில சமயம் நோயாளிக்கு பதிலாக மூலிகைகளைச் சவைத்துச் சாப்பிடும் வைத்தியரின் மூச்சுக்காற்றை நோய்வாய்ப்பட்டவர் சுவாசித்தலும் முக்கியப் பங்காற்றுகின்றன. ராஜனின் பெண்ணுக்கு இவ்வகை வைத்தியம்தான் முதலில் கொடுக்கப்பட்டது. ஆண்களுக்கே உரிய வர்மக் கலையை வலுக்கட்டாயமாக விரும்பிக் கற்றுகொண்ட காலத்தில் அதன் அடவுகளோடு ஒத்துப்போகாத பெண்ணுடலின் மென்நரம்பு ஏதேனும் பிறழந்து நினைப்பதற்கு நேர்மாறான வார்த்தைகளை அவளுக்குள்ளிருந்து கிளப்பிவிடுகிறதோ என்கிற சந்தேகத்தில் அதை முயன்று பார்த்தார் என் முதிர்முப்பாட்டனார். இவ்வகை வைத்தியம் முப்பத்து மூன்று நாட்கள் தொடர்ந்து நடந்தது. ராஜன் பெண்ணின் வினோத வார்த்தைகள் முதல் வகை துர்மணத்தால் விளைந்தவையல்ல என்று முடிவான பிறகு இரண்டாவது வகையான ஞாபகத்திலிருந்து குரலைத் தாக்கும் கிருமிகள் அவளைப் பீடித்திருக்கக் கூடுமென்ற கணிப்பின்பேரில் மூன்று நாட்கள் இடைவெளிக்குப் பிறகு அதற்கான வைத்தியம் துவங்கியது.

ரத்த சம்பந்தமுள்ள மூதாதையரின் துர்மரணத்துக்கு ஒரு வாசனை உண்டென்பது மாந்திரீக சாஸ்திரத்தின் அடிப்படை. பூர்ணத்துவம் பெறாத சாவின் வாசனை சில தலைமுறைகளேனும் காத்திருந்து பிறகு அழகிலும் அறிவிலும் பூர்ணத்துவம் பெற்ற தன் சந்ததியொன்றால் நுகரப்படும்போது அமைதியுறுமென்பார்கள். ரோகியாகவும் குரூபியாகவும் பிறந்து இறந்துபோன ராஜன் ஒருவன் ராஜ குடும்பத்தின் மூன்றாம் தலைமுறையில் பதின்மூன்று வருடங்கள் வாழ்ந்திருந்தான். அந்த ராஜனின் மரணத்தின் மணம் நமது பேரழகியின் ஞாபகத்துக்குள் புகுந்து ஊடுறுவியிருக்கக் கூடுமென்கிற ஊகத்தில் இரண்டாவது வைத்திய முறை மேற்கொள்ளப்பட்டது. இவ்வகை நோய்களை உண்டாக்கும் கிருமிகள்தான் ஞாபகத்தின் நோய்க்கிருமிகள் என்று அழைக்கப்படுகின்றன. இவை நோயாளியின் அறிவை ஒரு கெட்டியான நீர் வளையம்போலச் சுற்றிச் சூழ்ந்துகொள்கின்றன. இம்மாதிரி ஞாபகத்தின் வளையத்துக்குள் சிக்கிக்கொண்ட நோயாளியின் குரல் மூலமாக உடனடியாகவும் பிறகு புறத் தோற்றத்தினூடு கொஞ்சம் கொஞ்சமாகவும் அந்தக் கிருமிகள் தன்னுடைய பழைய திட வடிவை அடைந்துவிடுகின்றன. அதாவது ஞாபகமாய் உட்புகுந்த கிருமிகள் மீண்டும் கடந்த காலத்தை நோயாளியின் கண்முன்னே நிகழ்த்தத் துவங்கிவிடுகின்றன. நிகழ்காலத்தைப் பார்வையிலிருந்து மறைத்துவிடுகின்றன. ஞாபகத்தின் நோய்க் கிருமிகள்

உட்புகும் வழிகளையும் அவற்றின் போக்குகளையும் அவற்றோடு மயிர்க்கண்களுக்கு உள்ள தொடர்பையும் அறிந்தவரும் தேர்ந்த நாவிதருமான என் முதிர்முப்பாட்டனார் ராஜன் மகளின் கூந்தலின் நுனிப் பகுதியையும் காது மடல்களின் மறைவில் சுருண்டுகொண்டிருக்கும் மயிர்க்கற்றைகளையும் இடது புறங்கையின் மேல் அரும்பியிருந்த ரோமத்தூவிகளையும் கத்தரித்து எடுத்துவிட்டார். சில உக்கிரமான ரகசிய மந்திர உச்சாடனங்கள் மூலமாகவும் அபூர்வச் செடி வகைகளை எரிப்பதாலுண்டாகும் நெடியின் மூலமாகவும் நோயாளியின் அறிவைச் சுற்றி வளைத்துக்கொண்டிருக்கும் ஞாபக வளையத்தைக் கரைக்கவேண்டியிருக்கிறது. சில கடினமான வைத்திய முறைகளின் பிரயோகமும் தேவைப்படலாம். ஆனால் ராஜன் பெண்ணுக்கு ஏற்பட்டிருந்தது அவ்வகை நோயல்ல என்பது துவக்கத்திலிருந்தே என் முதிர்முப்பாட்டனாருக்கு தெரிய வந்திருந்ததால் கடினமான வழிகளை அவர் முயற்சிக்கவில்லை. சந்தேக நிவர்த்திக்காக சில பரீட்சார்த்த முறைகளைக் கையாண்டு பார்த்து ஞாபகத்தின் நோய்க் கிருமிகள் இருக்கும் தடயம் ஏதுவும் இல்லையென்பதைத் தெரிந்துகொண்டபின் அவர் அந்தப் பெண்ணின் கனவுகளை பார்த்தறிவதைத் தவிர வேறு வழியில்லை என்னும் முடிவுக்கு வந்தார். இரண்டாம் வகை வைத்தியத்தில் மேலும் இருபத்திரண்டு நாட்கள் கடந்து போயிருந்தன. முதல் இரண்டு வகைப் பரிசோதனைகளால் மிகவும் களைத்துப்போயிருந்த பெண் மீண்டும் தன் இயல்பான கனவுகளைக் காணத் துவங்கும் திடம் பெறுவதற்கு ஒரு வார காலமாகும் என்றும் அந்த ஏழு நாட்களுக்குள் தன்னையும் ஆயத்தப்படுத்திக்கொள்ள அவகாசம் தேவைப்படுகிறதென்றும் கூறி ஐம்பத்தெட்டு நாட்களுக்குப் பிறகு என் முதிர்முப்பாட்டனார் தன் தனியறைக்குத் திரும்பிவந்தார். அந்த ஒரு வார காலமும் அவர் பித்துப் பிடித்தவர்போல நடந்துகொண்டார் என்று அவர் மனைவி தன் வாரிசுகள் மூலமாக எங்களுக்குச் சொல்கிறார். அந்த ஒரு வார காலமும் அவர் பித்துப் பிடித்தவர்போலவேதான் நடந்துகொண்டார். அரண்மனையிலிருந்து திரும்பி வந்த அன்று தன் தனியறைக்குள் நுழைந்தவர், மறுபடி எட்டாம் நாள் அரண்மனைக்குக் கிளம்பிச் செல்லும்வரை தன் அறையைவிட்டு வெளியே வரவேயில்லை. சாப்பிடவோ நித்ய கடன்களை நிறைவேற்றிக்கொள்ளவோ முனையவும் இல்லை. நான் அறையினுள் நுழைவதை அவர் தடுக்கவில்லை. ஆனால் ஒருவார காலத்தில் ஒரே ஒரு கேள்வியைத் தவிர வேறெதையும் அவர் என்னிடம் கேட்கவில்லை. அவர் தான் கற்ற ஏடுகளை மீண்டும் முதலிலிருந்து படிக்கத் துவங்கியிருந்தார். அவை பரண்களிலிருந்து சிறுதூறலாய் எந்நேரமும் அவர்மேல் உதிர்ந்த வண்ணமே இருந்தன. அவரோ மழையிலும் பனியிலும் சதா நனைந்து வாடுபவர்போல அதன் பொழிவில் நடுங்கிக்கொண்டேயிருந்தார். யார் யாருடைய கனவுகளையும் எந்தச் சூழ்நிலையிலும் பார்க்கக் கூடாது என்கிற பாடப்பகுதியின் பக்கங்களை அவர் விடாமல் திரும்பத் திரும்பப் புரட்டிப் பார்த்துக்கொண்டிருந்தார். அவர் நடவடிக்கைகள் எனக்கு ஒரே சமயத்தில் அரண்மனை விதூஷகனையும் அரச குருவையும் நினைவுக்குக் கொண்டு வந்தன. அவர் தன் அறைக்குள்ளேயே அந்த ஏழு நாட்களுக்குள் குறுக்கும் நெடுக்குமாக மூவாயிரம் யோசனை தூரம் நடந்திருப்பார். ஏழாயிரம் தடவையாவது குறிப்பிட்ட அந்தப் பாடப் பகுதியைப் படித்திருப்பார். எனினும் யவ்வனப் பருவத்திலிருக்கும் ஒரு கன்னிப் பெண்ணின் கனவுகளைப்

பார்க்கலாமா கூடாதா என்பது பற்றி அவரால் தெளிவான ஒரு முடிவுக்கு வர முடியவில்லை. கடைசியில் தன் கல்வியின் பெருமையிலும் தன் மேதமையின் ஆழத்திலுமே நம்பிக்கையற்றுப்போனவராக அவர் அந்தக் கேள்வியை படிப்பறிவற்ற என்னிடம் கேட்கும் அளவுக்கு பரிதாபத்திற்குரியவராக ஆகிவிட்டார். அதனால் தன் பாண்டித்யத்தின் தூய்மை கெட்டு விடுமென்று அவர் மிகவும் பயந்து போயிருந்தார். சம்போகத்துக்கு ஒப்பான ரகசியத் தன்மையும் வேகமும் வாசனையுமுடைய ஒரு யவ்வனப் பெண்ணின் கனவுகளை அவள் சம்மதமிருந்தாலும் வைத்தியத்தின் பொருட்டேயென்றாலும் பார்ப்பது சாஸ்திர நியதிக்குட்பட்டதுதானா என்று கேட்டு அவர் ஒரு குழந்தையை போல் என் முன் கதறியழுதபோது பத்து இளம் பெண்களுக்கு முன் நிர்வாணமாக நிறுத்தி வைக்கப்பட்டுவிட்டதைப்போல அவருடைய ஆஜானுபாகுவான உடல் இரண்டடி உயரமாகக் குறுகிப்போயிருந்ததைப் பார்த்தேன். ஆனால் அந்தக் கேள்விக்கு என்னாலும் பதில் சொல்ல முடியவில்லை. கடைசிவரை அந்தக் குழப்பத்துடனேயேதான் அவர் அரண்மனைக்குப் புறப்பட்டு சென்றார். அந்த வித்தையைக் கற்றுக்கொண்டதே குற்றமென்று முதன் முதலாக அன்று அவர் தன்னையே சபித்துக்கொண்டதையும் நான் கேட்டேன். தெய்வத்தைத் தொழுது சமாதானப்படுத்திக்கொள்வதை தவிர வேறெந்த வழியும் எங்களுக்குத் தெரியவில்லை.

ஆனால், தெய்வாதீனமாக அனைத்தும் நல்லபடியாகவே நடந்து முடிந்தது. மூன்று நாட்கள் கழித்து கரை கடந்த புகழைப் பெற்றுத் தந்த வெற்றியுடனும் அதற்கு மேலாக தன் பாண்டித்யத்தின் தூய்மை களங்கப்பட்டுவிடவில்லையென்ற நிம்மதியுடனும் என் முதிர்முப்பாட்டனார் தன் தனியறைக்குத் திரும்பி வந்தாரென்பதுடன் இந்தக் கதை முடிவடைகிறது. சொல்லவொணாத மனக் கிலேசத்துடன் முதல் நாள் இரவு அதுவரை ஆண் வாடையே பட்டிராத ராஜன் மகளின் படுக்கையறைக்குள் அவள் கனவுகளைக் கண்டறியும் நிமித்தமாக உள்ளே நுழைந்த என் முதிர்முப்பாட்டனார் மறுநாள் காலை அறைக் கதவைத் திறந்துகொண்டு வெளியே வந்தபோது தெளிவும் அமைதியும் தீர்க்கமும் அவர் முகத்தில் குடிகொண்டிருந்தன என்று அவரைப் பார்த்தவர்கள் வியந்தார்கள். இரண்டாம் நாள் இரவு ராஜனின் பெண்ணுக்குத் துணையாக எப்போதும் படுக்கையறையுடன் இணைக்கப்பட்டிருக்கும் சிறிய அறையொன்றில் படுத்துக்கொள்ளும் அவள் தோழிக்குப் பதிலாக தான் படுத்துகொள்ள விரும்புவதாகக் கூறினார் என் முதிர்முப்பாட்டனார். பலருக்கு இது சந்தேகத்தையும் ராஜகுடும்பம் அவமானப்படுத்தப்படுவதான உணர்வையும் கொடுத்ததாம். ஆனால் அவருடைய விநோதமான போக்குகளையும் ஞான முதிர்ச்சியையும் மனப் பக்குவத்தையும் நன்கறிந்த ராஜனின் மனைவி அதற்கும் உடனே ஒப்புதல் அளித்துவிட்டாள். எனவே, இரண்டாம் நாளிரவு ராஜனின் பெண் அவளுடைய படுக்கையறையிலும் என் முதிர்முப்பாட்டனார் அதோடு இணைந்த கதவுகளற்ற அடுத்த அறையில் திரைச்சீலை மறைப்பின் பின்னேயும் படுத்துக்கொள்ளக் கழிந்தது. மறுநாள் காலை படுக்கையறையிலிருந்து ராஜனின் பெண் விழித்தெழும் முன்பே எழுந்து வெளியே வந்துவிட்ட என் முதிர்முப்பாட்டனார் வைத்தியம் முடிந்துவிட்டதென்று அறிவித்தார். அவருடைய அற்புதத்தை நேரில் பார்த்து அறிவதற்கென்று கடல் கடந்தும் வந்திருந்த ஆர்வலர்கள் அவர் முகத்தை

முன்னெப்போதும் பார்த்துப் பழகியிராததால் பேருவகையோடு வெடித்துச் சிதறிய அவர் சிரிப்பின் மின்னல் தாக்கி கண்களை இழந்து நாடு திரும்பினார்கள். மூன்றாம் நாள் காலையில் அப்படி வெளியே வந்த என் முதிர்முப்பாட்டனார் ராஜன் மனைவியிடம் புலி வேட்டைக்கான பாதி ஆயத்தங்களோடு ஓர் இருபதுபேர் மூன்றாம் நாள் இரவு தன்னோடு ராஜன் பெண்ணின் படுக்கையறையில் தங்க அனுமதித்துவிட்டால் மருந்தும் தயாராகி விடுமென்று கூறினார். திருமணமாகாத பெண்ணின் படுக்கையறையினுள் அந்நிய ஆண்கள் நுழைவது கோத்திரம் பிறழ்வதைவிடப் பெரிய பாவமென்று ராஜன் புலம்பினான். பின்னாளில் என் முதிர்முப்பாட்டனாரை அடியோடு வெறுக்கத் தலைப்பட்ட ராஜன் மனைவியோ, அந்த நேரத்தில் தன் பெண்ணின் நோய் தீர எதுவும் செய்வதற்கு ஆயத்தமாக இருந்தாள். மேலும் பாவ நிவர்த்தியென்று ராஜனை திருப்தி செய்வதற்காக பெண்ணின் தகப்பனும் அன்று இரவு பெண்ணின் படுக்கையறையில் தங்கிக்கொள்ளலாமென்றும் முடிவு செய்யப்பட்டது. ஆக, ராஜன் மகளின் நோய்கூட இருபத்திரண்டு ஆண்களுக்குச் சமமான வல்லமை உடையதாய் இருந்ததென்று பாரம்பர்யக் கதைகள் அவளைப்பற்றி வேடிக்கையாகக் குறிப்பிடுவதுண்டு. வைத்தியம் முடிவடைந்து என் முதிர் முப்பாட்டனார் தன் குடியிருப்புக்குக் கிளம்ப அனுமதி கோரி ராஜன் முன் நின்றபோது இரண்டு நாட்கள் அறைக்குள் நடந்தது என்ன என்பதை அனைவருக்கும் தெரியச் சொல்லுமாறு ராஜன் மனைவி அவரை வேண்டிக்கொண்டாள். அது தன் கடமையென்பதை ஒத்துக்கொண்ட என் முதிர்முப்பாட்டனார் ஆனால் வைத்தியம் பூரண பலனளித்திருக்கிறதா என்பதைப் பார்க்கும் முன் அதன் வழி முறைகளை விவரிப்பது வித்தையின் தர்மமாகாது என்பதால் அவர்களைச் சில தினங்கள் பொறுத்திருக்கும்படி வேண்டிக்கொண்டு தன் இருப்பிடம் வந்து சேர்ந்தார். படுக்கையறைக்குள்ளிருந்து வெளிப்பட்ட புலியைப் பார்த்து நீயா என்று கேட்டு மயங்கி விழுந்த ராஜனின் பெண், அதிர்ச்சியிலிருந்தும் தன் கனவுகளிலிருந்தும் விடுபட்டு, மீண்டும் தன் பழைய பொலிவை எட்டிவிட்டாளென்பதை எழுபத்திரண்டாம் நாள் பத்தொன்பதாவது தடவையாக அவளுடைய திருமணத்தைப்பற்றி அவள் தாய் பேசியபோது அழகிய ஆண்களைப்பற்றி அப்படி வெளிப்படையாகப் பேசும் நேரங்களில் தன்னை வெட்கமும் சந்தோஷமும் பிடித்தாட்டுவதாக அவள் கூறியதாக ராஜன் மனைவி மூலமாகத் தெரிந்துகொண்ட பிறகே தன் வித்தையும் யூகமும் தக்க பலனை அளித்துவிட்டன என்று திருப்தியடைந்த என் முதிர்முப்பாட்டனார் நடந்த நிகழ்ச்சிகளை அரண்மனையும் நாடும் அறியச் சொல்வதற்கு ஒத்துக்கொண்டு மீண்டும் அரண்மனைக்கு மரியாதைகளுடன் அழைத்து வரப்பட்டு உரிய ஆசனத்தில் அமர்த்தப்பட்டார். அதற்கு முன்பாகவே என் முதிர்முப்பாட்டனாரின் வைத்தியம் முடிவுற்ற மூன்றாம் நாளிரவில் ராஜன் தன் மனைவியிடமும் இன்னும் சில நாட்களில் கொலை வாளுக்கு இரையாகி மாளவிருக்கிற இருபது வேடர்குல ஆண்கள் தங்கள் மனைவிகளிடமும் உறவினர்களிடமும் அண்டை அயலார்களிடமும் அந்த இரவின் வியத்தகு அனுபவத்தைக் கூறி அதற்கு முந்தைய இரண்டு நாட்களின் நிகழ்ச்சிகளைக் கேட்டறியும் ஆர்வத்தை பேரவாவாக வளர்த்துவிட்டிருந்தார்கள். அவர்கள் தங்கள் கற்பனைக்கும் கதை சொல்லும் திறமைக்கும் கேட்பவர்களின் ஆர்வத்துக்கும் ஏற்பக் கூட்டியும் குறைத்தும்

வர்ணனைகளால் அலங்கரித்தும் தங்கள் அனுபவங்களைச் சொல்லியபோது ஒரே அனுபவம் தனித்தனிக் கதைகளாக உருவம் பெற்று அந்த நாளிலிருந்தே இருபது இரவுகளில் இருபது சாமான்யர்களின் சாகஸங்களென்ற வாய்மொழிக் கூட்டுக் கதைப்பாடலாக நாட்டு மக்களிடையே புழங்கிப் பரவத் துவங்கியது. ஒவ்வொரு கதையிலும் அதைச் சொன்னவனின் ரகசிய ஆசைகளுக்கேற்ப அந்த இரவின் ஒவ்வொரு அம்சம் பிரதானமாக வெளித் துலங்கியது. ஒரு கதையில் ராஜன் மகள் அதன் கதாநாயகியாக இருந்தாளென்றால் இன்னொரு கதையில் அவளைப்பற்றின பிரஸ்தாபமே இல்லாதிருந்தது. அதற்குப் பதிலாக கொம்பிசைக் கருவியொன்றின் துளையை மாந்தளிரென நினைத்து அதிலேயே துயின்று இசையாய் மாறிப் பறந்துபோன பொன்வண்டு ஒன்று கதையின் பிரதான பாத்திரமாய் மாறியது. இன்னொரு கதையில் அதே கொம்பிசை கடும் புலியொன்றைக் காற்று வெளியில் வரைந்து அதற்கு உயிர் தந்தது. புதிதாகத் திருமணம் செய்துகொண்ட வேடனொருவன் முழவிசையின் உச்சபட்ச அதிர்வினூடே கிளர்ந்த தன் புதுமனைவியின் ஸ்பரிசவுணர்வு பீரிடச் செய்த சுக்கிலத்தின் கதையை அவளுடன் தனியே பேசிப் பகிர்ந்துகொண்டான். ராஜனின் அரண்மனை ஒரு வேடன் கதையில் பெருங்காடாக மாறியது. அதில் அவன் துரத்திய விலங்கு பூவுலகிலெங்கும் காணக் கிடைக்காத பொன்னிறப் புள்ளிகளைத் தன் உடலிலும் கேட்கக் கிடைக்காத துயரத்தைத் தன் குரலிலும் கொண்டிருந்தது. அவன் அதை அம்பெறிந்து கொல்வதற்குப் பதிலாக பூர்வ ஜென்மத்தில் அது தானாகவும் தான் அதுவாகவும் இருந்த கதையை உரக்கக் கூறித் தன் இடுப்பில் கனன்றுகொண்டிருந்த காயத்தைக் காட்டிக் கொன்றான். இறந்தபின் அந்த வினோத விலங்கு ராஜனாய் மாறியது. வனம் மீண்டும் அரண்மனையாகவும் நிஜராஜன் தானாகவும் மாற அவன் தன் வீடு வந்து சேர்ந்தான். நிறைந்த மக்கட் செல்வத்தைப் பெற்றிருந்த முதிய வேடனொருவனின் கதையில் இளவரசியின் படுக்கையறையை நிறைத்து வழிந்த இசையாய் அவனுடைய பெண்மக்கள் மாறிப் பறந்துகொண்டிருந்தார்கள். அவர்களுக்கான இணையிசையைத் தேடிச் செல்ல அவர்களுடைய சகோதரர்கள் படுக்கையறை விதானத்தைத் தங்கள் தகப்பனின் தலைமையில் முழவினால் பறித்தெறிந்தார்கள். பெண்மக்களுக்கான யுவன்கள் அவர்களைத் தேடி வெகு விரைவிலேயே வர இருக்கிறார்கள். சில கதைகளில் நெளியும் பாம்புகளை சடையாக அள்ளிப்போட்டுக்கொண்ட கடவுள் ஒருவர் அந்த இரவை பிரபஞ்சத்தின் கால வெளியிலிருந்து தனியே பிரித்து மீண்டும் உலகின் முதல் நாளாகப் படைக்கிறார். அவர் என் முதிர்முப்பாட்டனாராகவே இருக்கவேண்டும். ஏனெனில் அந்தக் கடவுள் வயோதிகமற்றவராக இருந்தார். வேறு சில கதைகளில் மழைக்காலத்தின் மென்சோகத்தை கடுங்கோடையிலும் உருவாக்கும் மந்திரக்காரனாக ராஜனும் காற்றுருவமான தேவதையாக ராஜனின் மகளும் தோன்றி அலைகிறார்கள். பின்னாளில் இந்தக் கதைகள் யாராலும் பாடப்படக் கூடாதென்று அரசாணையால் (ராஜனின் விருப்பத்திற்கெதிராகத்தான்) தடை செய்யப்பட்டபோது அதை மீறிப் பாடுபவர்களின் மேல் கொலை வாளுக்கு இரையாகி மாண்ட இருபது வேடர்குல ஆண்களின் ஆவிகள் கவிந்து அரண்மனைவாசிகளின் கண்களுக்குத் தட்டுப்படா வண்ணம் அவர்களின் உருவங்களை மாயமாய் மறைத்துவிடத் துவங்கியதால் நகரத்தின் மேல் வீசும் காற்றில் எப்போதும் கலந்து ஒலித்துக்கொண்டேயிருந்த

பாடுவோர் புலப்படாத அந்த மாயப் பாடல் வரிகளை எப்படி அழிப்பதென்று தெரியாமல் கடைசியில் அவற்றைக் குழப்பி அலைக்கழிக்கும் தந்திரத்துடன் அரண்மனைக் கவிஞர்களைக்கொண்டு அதே வாய்மொழிக் கதைகளின் இருபது வீரர்களையும் அரச வம்சத்தின் இருபது தலைமுறை மன்னர்களாகவும் அவர்கள் பங்கேற்ற அந்த ஒற்றை இரவை நெடிய கால இடைவெளிகளால் பிரிக்கப்பட்ட இருபது தலைமுறைகளின் தனித்தனி இரவுகளாகவும் தனித்தனி ராஜன்களின் சாகஸங்களாகவும் மாற்றி சமஸ்தானத்தின் அதிகாரபூர்வமான பாடற் சுவடியாக்கி கோவில்களிலும் பொது மண்டபங்களிலும் உரக்கப் படிப்பதற்கு ராஜன் மனைவி ஏற்பாடு செய்தாள். இரண்டு விதமாகச் சொல்லப்படும் இப்படிப்பட்ட ஒற்றைக் கதைகளுக்கு எனவே பழைய நகரத்தில் பஞ்சமே இல்லாதிருந்தது. இது ஒருபுறமிருக்க என் முதிர்முப்பாட்டனாரின் ஏற்பாட்டின்படி இருபது வேடர்களுடன் அந்த இரவின் நிகழ்வுகளில் பங்குகொண்ட ராஜன் தன் மனைவிக்குச் சொல்லியதாகச் சொல்லும் கதை இப்படியாக இருக்கிறது:

முன்பு எத்தனையோ தடவை நான் உனக்குச் சொல்லியிருப்பதனால் ராணி, புலி வேட்டையைப்பற்றி உனக்கும் நன்றாகத் தெரிந்திருக்கும். புலி வேட்டையில் இரண்டு பகுதிகள் உண்டு. கண்களுக்குப் புலப்படாமல் புதருக்குள் பதுங்கியிருக்கும் புலியை மறைவிலிருந்து வெளியே கொண்டு வருவது வேட்டையின் முதல் பகுதி. மறைவிலிருந்து பாய்ந்து வெளிப்படும் மிருகத்தைத் துரத்தியும் அதோடு மோதியும் ஆயுதங்களால் வேட்டையாடுவது இரண்டாம் பகுதி. இரண்டாம் பகுதியைவிட முதல்பகுதி முக்கியமானதும் புலன்களின் கூர்மையை அதிகம் வேண்டுவதுமான ஒன்றாக இருக்கும். தன்னுருவத்தை மறைத்துக்கொண்டிருக்கும் புலியை கண்முன் புலப்படுத்துவது என்பது அத்தனை சுலபமல்ல. அதற்குப் பார்வை நுட்பத்தைவிடவும் நுகர்வு நுட்பம் அதிகமாக தேவைப்படுகிறது. புலியின் உடலிலிருந்து எழும் பிரத்யேக வாசனையலைகள் காற்றில் கலந்து வருவதை வைத்தே அது எவ்வளவு தூரத்தில் எந்த திசைக்கு முகம் காட்டிப் புதர்களினுள் படுத்துக் கிடக்கிறது என்பதைச் சொல்லும் அசாத்தியத் திறமை மிக்கவர்கள் முதல் பகுதியில் பங்கேற்கிறார்கள். புலியை வெளிப்படுத்த கொம்பு முரசு முழவு ஜண்டை போன்ற வாத்தியங்களை ஒரு குறிப்பிட்ட தூரத்திலிருந்து அந்த இடத்தைச் சுற்றி வளைத்து நின்றபடி இசைத்து கானகத்தையே அவர்கள் அதிரச் செய்வார்கள். ஆனால் புலி உடலளவில் கம்பீரமும் வலுவும் கொண்ட மிருகமானாலும் மிகவும் மென்மையான இதயம் கொண்ட பிராணி. கூட்டு முழக்கத்தில் ஒரு மாத்திரையளவு கனம் கூடினாலும் அதிர்ச்சியில் அது தன் மறைவிடத்தில் உட்கார்ந்திருக்கும் நிலையிலேயே இதயம் வெடித்து இறந்துபோய்விடக் கூடும். பிறகு புலிவேட்டையென்கிற வீர விளையாட்டுக்கும் அர்த்தமில்லாமல் போய்விடுமாதலால் புலியை உந்தி விடுவதற்கென்றே இட்டுக் கட்டப்பட்ட சில பிரத்யேக பாடல்களையும் முழக்கங்களையும் இசைப்பதில் தனிப்பயிற்சி பெற்றவர்கள் சிலர் வேட்டைக் குழுவில் சிறப்பிடம் பெறுவார்கள். வேட்டைக்கான சிறப்பு அழைப்புகளைத் தவிர்த்து மற்ற நேரங்களில் நகரத்தவர்களோடு ஒட்டாமல் நாட்டின் எல்லையோரமாக இன்னும் அழிக்கப்படாமல் வளர்ந்து செழித்திருக்கும் வனாந்திரத்தில் அபூர்வமான மிருகங்களின் தோலைக்கொண்டு கட்டப்பட்ட கூடாரங்களுக்குள்

தங்களை மறைத்தபடி வாழ்ந்து வரும் வேட்டுவ ஜாதியினருக்குச் சொந்தமானவை நட்சத்திரவாஸிகளின் கலவி என்னும் பொதுப் பெயரால் அழைக்கப்படுகிற இந்தப் பாடல் தொகுதிகள். இந்த வேட்டுவ ஜாதி ஆண்களில் இருபதுபேர்களைத்தான் நம் அரண்மனை நாவிதரும் மகா ஞானியுமான அப்பையா அன்று இரவு நம் பெண்ணின் படுக்கையறை வாசலில் பின்னிரவின் மூன்றாம் ஜாமம் துவங்கும்வரை நிறுத்தி வைத்திருந்தார். அவர்களோடு சேர்ந்து நானும் வெளியிலேயே நிறுத்தி வைக்கப்பட்டிருந்தேன். ராஜன் என்கிற மரியாதையை அப்பையா எனக்குக் கொடுக்கவில்லை என்கிற ஆதங்கம் அப்போது என் மனதை முள்ளாகக் குத்திக் கிழித்துக்கொண்டிருந்ததென்பது உண்மைதான். அதை நான் வெட்கத்தோடு ஒத்துக்கொள்கிறேன். அப்பையா மாத்திரம் இளவரசி படுக்கையறைக்குள் நுழைந்தபோது அவளுடனேயே தானும் உள்ளே நுழைந்துகொண்டுவிட்டார். நுழைந்துகொண்டுவிட்டார் என்று சொல்வதைவிட நுழைந்து தன்னை மறைத்துக்கொண்டுவிட்டாரென்று சொல்வதே பொருத்தமாக இருக்கும். சேடிப்பெண் வழக்கமாகப் படுத்துக்கொள்ளக் கூடிய இளவரசியின் படுக்கையறையை ஒட்டினாற் போலிருக்கும் இணைப்பறையின் படுக்கையில் தான் படுத்திருப்பதுபோலத் தோற்றம் தரும்படி தலையணைகளை வைத்து ஒரு உருவத்தை உண்டு பண்ணிவிட்டு மீண்டும் வெளியே வந்து அவர் இளவரசியின் படுக்கையருகே அமர்ந்துகொண்டதாக அனைத்தும் முடிந்த பிறகு என்னிடம் கூறினார். பின்னிரவின் மூன்றாம் ஜாமம் துவங்கும்போது அதற்கான மணி நகரின் மையத்தில் அடிபடும் சத்தம் கேட்டவுடன் கூட்டிசையை ஒலித்தபடி உட்புறம் தாளிடப்படாத படுக்கையறைக் கதவை திறந்துகொண்டு அவர்கள் உள்ளே நுழைந்து ஒலிப்பதை நிறுத்தி விடாமல் இணைப்பறை வாசலை ஒட்டி இடது புறஓரமாக நின்றுகொள்ளவேண்டுமென்பது அப்பையாவின் கட்டளை. இரவின் அமைதியோடும் ஒரு மிருகத்தின் இதயத் துடிப்போடும் ஒரே சமயத்தில் இயைந்து போகும்படியாக கூட்டிசை வெளிப்பட்டுக்கொண்டிருக்கவேண்டுமென்றும் அவர் வற்புறுத்திச் சொல்லியிருந்தார். அறைக்கு வெளியே காத்துக்கொண்டிருந்தவர்கள் அனைவரும் அந்த நேரத்தில் அடங்கிய குரலில் நட்சத்திரவாஸிகளின் கலவி என்கிற பாடலின் வரிகளைப் பாடிப் பழகியும் வாத்தியங்களின் கதியைத் தீட்டியும் மிகத் தீவிரமாக பயிற்சி செய்துகொண்டே இருந்தார்கள். அப்பையாவின் திட்டம் எவ்வளவு யோசித்துப் பார்த்தும் என் ஊகத்திற்கு அப்பாற்பட்டதாக இருந்ததால் யோசிப்பதை விட்டுவிட்டு வேடர்களின் பாடல் பயிற்சியின் மீது என் கவனத்தைப் பதித்தபடி நான் பொழுதைக் கழித்துக்கொண்டிருந்தேன். முன்பு பல தடவைகள் புலி வேட்டைக்காக அவர்களுடன் நான் வனப் பகுதிகளுக்கு சென்றிருக்கிறேன். வெறும் ஊளை ஒலிகளையும் புரியாத வார்த்தைக் கண்ணிகளைக் கொண்ட பாடல் வரிகளையும் எழுப்புவதல்லாமல் அவர்கள் இதை இத்தனை சிரமமெடுத்துக்கொண்டு பயிற்சி செய்வார்களென்பது எனக்குத் தெரியவே தெரியாது. புலி இருக்குமிடத்தைச் சுற்றி அரைவட்டமாக தொலைவில் சூழ்ந்துகொண்டு அவர்கள் ஒலியெழுப்பும்போது என் கவனமெல்லாம் மறைவிடத்திலிருந்து புலி பாயவிருக்கும் திசையின் மீதும் தருணத்தின் மீதும் பதிந்து கிடக்கும். வெட்டவெளியில் காரியார்த்தமாக வெளிப்பட்டு பிறகு காற்றோடு கலந்து போகும் ஒரு முரட்டு ஒலித் தொகுப்பு என்கிற எண்ணத்தால்

நான் ஒருபோதும் அந்த இசைக்கு அதிக முக்கியத்துவம் கொடுத்துக் கவனித்துக் கேட்டதில்லை. அது எவ்வளவு மகத்தான தவறு என்பதை நான் உணர்ந்துகொள்ளும் சந்தர்ப்பமும் அந்த இரவில் எனக்குக் கிட்டியது. யஜுர் வேதத்தின் வேட்டைக்கான உச்சாடனங்கள் ராணி அவர்களுடைய ஊளைகளிலும் சீழ்க்கைகளிலும் கொம்புக் கருவிகளினுள்ளும் ஏற்கனவே ஒளிந்துகொண்டிருந்தது. சிறுநெருப்பில் வாட்டப்பட்டு விரைப்பேறிக்கொண்டிருந்த அந்தக் கருவிகளுக்குள்ளிருந்து அவ்வப்போது ஒத்திகையாக அதிர்ந்துகொண்டிருந்தது நம் பெண் தன் அரங்கேற்றத்தின்போது வாசித்த யாழிசையைப்போல மனதைத் துயரத்தில் தோய்க்கும் சங்கீதமில்லை. மாறாக அரவின் விஷத்தைப்போல அதைத் தன் செவியால் தீண்டியவனுடைய புலன்களின் நிறத்தை கணப் பொழுதில் மாற்றுவது. இடியை ஊட்டிவிட்டதைப்போலக் கேட்பவனுக்குள்ளிருக்கும் ராஜஸத்தைப் பிழிந்தெடுப்பதாக இருக்கும் அந்த வினோதமான சங்கீதம். அந்த இசைக்குச் செவிமடுக்கும் கம்பீரம் மிருகங்களுக்கும் அசுரர்களுக்கும்தான் வாய்க்கக் கூடுமென்று யாரேனும் சொன்னால் அதை உண்மையென்று நீ நம்பலாம்.

நானோர் அசுரனில்லை என்பதைத் தெளிவாகச் சொல்வதைப்போல பின்னிரவின் மூன்றாம் ஜாமம் துவங்குவதை அறிவிக்கும் மணியோசை நகரின் மத்திய மணிக் கூண்டிலிருந்து இருதயம் பிளந்து போகும் வண்ணம் உரத்து எழுப்பப்பட்ட கணத்தில் அப்பையா சொன்னபடி தீட்டப்பட்ட பாடல்களையும் இசைக் கருவிகளையும் முழக்கியவாறே படுக்கையறையின் கதவுகளைத் திறந்துகொண்டு இருபது வேடர்களும் உள்ளே நுழைந்தார்கள். அவர்கள் பின்னே நானும் இருபத்தியோராவது ஆளாக அறைக்குள் நுழைந்தேன். திறக்கப்பட்ட அறை வாசலின் வழியாக நாங்கள் நுழைவதற்கு முன்பே உள்ளே பாய்ந்து பாய்ந்த வேகத்திலேயே அறையின் விதானத்தைக் கண்ணிமைக்கும் நேரத்துக்குள் எட்டித் தொட்டுவிட்டுப் புறப்பட்ட இடத்திற்கே திரும்ப வந்துவிட்ட நட்சத்திரவாஸிகளின் கலவி எனும் பாடலின் முதல் ஸ்வரத் துணுக்கு அந்தக் கணத்தில் இசைக் கருவிகளிலிருந்து புறப்பட்டுக்கொண்டிருந்த அடுத்த துணுக்கை அந்தரத்தில் மோதியதால் இசைத் தொடர் சிதறி வெற்றுக் கூச்சலாக உதிர்ந்து விழப்போகிறதென்று நான் நினைத்ததற்கு மாறாக அந்தரத்தில் மோதிய ஸ்வரங்களின் புணர்ச்சியிலிருந்து அறையினுள் ஜனித்து வானவில்லின் பிரகாசத்தையும் வர்ண ஜாலங்களையும் ஒத்த ஜொலிப்புடன் இங்குமங்குமாக உருண்டு திரிந்த மிக அற்புதமான புத்தம் புதிய ஒலிக் கோளங்களின் ஒருமித்த பிரகாசம் அறையின் ஒவ்வொரு அணுவிலும் பட்டுப் பல்லாயிரக்கணக்கான தீப்பொறிகளாக சிதறியடித்தது. தரையிலிருந்து தொடர்ந்து புறப்பட்டு வந்துகொண்டிருந்த இசைத் துணுக்குகள் விதானத்தில் மோதி தொடர்ந்து திரும்பி வந்துகொண்டிருந்த அதற்கு முந்தைய துணுக்குகளின் எதிரொலியுடன் இயைந்து இவ்வாறாக அறை முழுவதையும் தாங்க முடியாத லயச் சூட்டால் இளக்கியதால் இளகி விரிவடையத் துவங்கிய பொருள்களுடனும் ஒரு சிறு நகக் கீறலில்கூட வெடித்துவிடும்படி சுவர்கள் மிக மெல்லிய தகடாக மாறிக்கொண்டிருக்க, காற்றடைத்த தோல்பையைப்போல அறையும் நாலா பக்கங்களிலும் உப்பிப் பெரிதாகிக்கொண்டேபோனது. அலங்கார சாதனங்களும் முகம் பார்க்கும் பளிங்காடியும் குடிநீர்க் கோப்பைகளும்

இலவம் பஞ்சடைத்த மெத்தை விரிப்புகளும் முட்டைவிளக்குகளும் இனிய கனவுகளை அருளும் கடவுளர் திருவுருவங்களும் இளவரசியின் பயிற்சிக்கென்று பதிக்கப்பட்டிருந்த யாழும் வீணையும் அந்த பிரம்மாண்டமான இசையை உட்கொண்டு விம்மிப் புடைத்துக்கொண்டிருந்தன. அவை யாவும் உள்ளீடற்ற வெற்றுப் போர்வைகளாக மாறிவிட்டிருந்ததை நான் என் கண்களால் கண்டு அதிசயப்பட்டேன். வெப்பத்தால் இளகி எடையை இழந்த அத்தனை பொருட்களும் அங்கே அந்தர வெளியில் உருண்டு அலைந்துகொண்டிருந்த இசைக் குமிழிகளோடு சேர்ந்து மெதுவாகப் பறந்து செல்லத் துடித்தன. நான் ஓடிப்போய் இளவரசியின் படுக்கையருகே சென்று கட்டிலின் கால்களை என் வலது காலால் சுற்றி வளைத்தபடி நின்றுகொண்டேன். அவ்வளவுதான் என்னால் செய்ய முடிந்தது. கனவிலும் நினைத்துப் பார்த்திராத அந்த மகோன்னதமான கூட்டிசை விளைவித்த ஆனந்தமும் சன்னதமும் அளவு கடந்த பீதியும் என்னை என்னிலிருந்தே பிரித்துக் கொஞ்சம் கொஞ்சமாக மீளமுடியாத தொலைவுக்குள் உந்திக்கொண்டு சென்றன. ஒளியாகவும் வாசனையாகவும் ஒலியாகவும் என்னுள் இறங்கிக்கொண்டேயிருந்த இசை என்னை நீந்தத் தெரியாமல் தண்ணீரில் விழுந்தவனைப்போல புரட்டி எடுத்துக்கொண்டிருந்தது. அந்த நிலை மேலும் கொஞ்ச நேரம் நீடித்திருந்திருக்குமேயானால் ராணீ இந்தக் கதையை இங்கே உனக்குச் சொல்ல இப்போது நான் இருந்திருக்க மாட்டேன். விரிசல் காணத் துவங்கியிருந்த அறையின் விதானம் வழியே நெருப்பின் நாக்கைப்போல லாவகத்துடனும் விருப்பத்துடனும் நான் இந்தப் பூதவுடலுடனே வானமேகிப் போயிருந்திருப்பேன். என் உடலை என் கட்டுப்பாட்டுக்குள் வைத்துக்கொள்ள முடியவில்லை என்கிற வெட்கம் வேறு அப்போது என்னைப் பிடுங்கி எடுத்துக்கொண்டிருந்தது. ஏனென்றால் ஒலிப் பிரவாகத்தின் அந்தப் பாய்ச்சலில் ஒரு துரும்புபோல அங்கே அப்படி அலைக்கழிக்கப்பட்டுக் கொண்டிருந்தவன் அப்போது நான் மட்டும்தான். அறை முழுவதையும் தலைகீழாக மாற்றிப்போட்டிருந்த அந்த மாபெரும் பாடல் அதை இசைத்துக்கொண்டிருந்தவர்களையும் அப்பையாவையும் நம் பெண்ணையும் ஒரு சிறிதும் பாதிக்கவில்லை. வாசித்துக்கொண்டிருந்த இருபதுபேர்களையும் கண்டு நான் ஆச்சர்யப்படவில்லை. இணைப்பறை வாசலின் வெளிப்புறமாக இடதுபுறச் சுவரில் வரிசையாகவும் இசைக்க வசதியாகவும் சாய்ந்து முதுகைப் பதித்தபடி அவர்கள் தங்கள் கடமையை சரிவரச் செய்துகொண்டிருந்தார்கள். அவர்களே அந்த அற்புதத்தின் சிருஷ்டி கர்த்தாக்கள். வண்ணமயமான இசைக் கோளங்களின் குதூகலமும் பெருக்கமும் சாவும் மறுபிறப்பும் அவர்களின் விரல் நுனியின் அசைவில்தான் நிலைகொண்டிருந்தது. ஆகவே அவர்கள் தாங்களே வண்ணப்பந்துகளாக மாறும் வண்ணம் இசையினுள் தங்களை இழந்துவிட முடியாது. அப்பையாவைக் கண்டும் நான் ஆச்சர்யப் படவில்லை. அவர் நம் பெண் மலர்ந்திருந்த சப்பரமஞ்சத்தின் மறுபுற விளிம்பில் கையை ஊன்றியபடி இணைப்பறை வாசலை ஊடுருவிய பார்வையுடன் அசையாமல் நின்றுகொண்டிருந்தார். அவரே அந்த மந்திர இசைப்பின் காரண கர்த்தா. அதை விஞ்சும் எண்ணற்ற வினோதங்களைப் பார்த்தவர். சாதிப்பவர். சுழன்றுகொண்டிருந்த சூழலுக்குள் விழுந்து விடாமல் அவரால் தன்னை எப்போதும் பிரித்தே நிறுத்திக்கொண்டுவிட முடியுமென்பது எதிர்பார்க்கக் கூடிய ஒன்றுதான்.

நான் ஆச்சர்யப்பட்டது ராணி, நம் பெண்ணைக் கண்டுதான். அவள் தன் தூக்கத்திலிருந்து விழித்தெழுந்து படுக்கையின் மீதே சம்மணம் இட்டு அமர்ந்திருந்தாள். அவள் முகத்தில் திணறலின் ரேகைகளோ திடுக்கிடலின் சிதறலோ சிறிதும் காணப்படவில்லை. மாறாக அவள் தன் நயனங்களையும் நாசியையும் நன்கு உயர்த்தி விரித்து நட்சத்திரவாஸிகளின் கலவியொலியையும் அதன் மெல்லிய காட்டுப் பூ மணத்தையும் ஆழ்ந்து சுவாசித்துக்கொண்டிருந்தாள். அவள் முகம் மகிழ்ச்சியில் விகசித்துப்போயிருந்தது (அவள் மார்பு இசையின் லயத்தோடு இயைந்து விம்மித் தணிந்துகொண்டிருந்தது). நானோ பாதி இசையின் வினோதத்திலும் பாதி நம் பெண்ணின் இந்த நிலையிலுமாகச் சிக்கித் திணறிக்கொண்டிருந்தேன். அவள் அப்போது என்னையும் அப்பையாவையும் ஒரு பொருட்டாக மதித்து எழுந்து நின்று மரியாதை கொடுக்கவில்லை. எங்கள் பக்கம் முகத்தைத் திருப்பவும் இல்லை. சொல்லப்போனால் நாங்களும் வாத்தியக் குழுவும் அங்கே நின்றுகொண்டிருந்த பிரக்ஞையே அவளுக்கு இல்லை. அறையை நிரப்பித் ததும்பிக்கொண்டிருந்த இசைத் துகள்களின் புணர்ச்சியோடும் வண்ணக் கோளங்களின் பிறப்போடும் அவற்றின் அலைவோடும் குதூகலத்தோடும் அவளுடைய விழிகள் மட்டும் நிலைகொள்ளாமல் மோதியும் பிறந்தும் அலைந்தும் துடித்துக்கொண்டிருந்தன. ஒரு சாதாரண மானுடப் பிறவியால் தாள முடியாத ஆனந்தப் பொலிவை வெகு சாதாரணமாக மென்று தின்றுகொண்டிருந்த நம் பெண்ணின் அசாத்தியமான முகப்பொலிவைக் கண்டு பெரும் பீதி என்னைப் பீடித்துக்கொண்டுவிட்டது. நகர்வலத்திற்கு அல்லாமல் வேட்டைக்கென்று நான் அவளை ஒருபோதும் கானகத்தின் பக்கம் அழைத்துச் சென்றதே கிடையாது. சிறுபெண் வனவிலங்குகளின் உக்கிரத்தையும் உடல் மணத்தையும் நேரில் பார்த்து அனுபவிக்கும் மனப் பக்குவம் அவளுக்கு இன்னும் கைகூடியிருக்காது என்பது என் எண்ணம். அற்புதமான அந்த இரவுக்குப் பிறகும் இப்போது இதை உனக்குச் சொல்லிக்கொண்டிருக்கும் இந்தக் கணம்வரைக்கும்கூட இந்த எண்ணத்தை என்னால் மாற்றிக்கொள்ள முடியவில்லை. வேட்டையின்போது மட்டுமே இசைக்கப்படும் நட்சத்திரவாஸிகளின் கலவி முதலிய பாடல்களின் தொகுப்பை அவள் அதற்கு முன்பு கேட்டிருக்க வாய்ப்பே இல்லை. ஆனால் அவளோ ஒவ்வொரு நாளும் தன் படுக்கையறையில் வேட்டை இசை நிகழ்ச்சி ஒன்றைத் தனக்கென நிகழ்த்த ஏற்பாடு செய்துகொண்டு அதை எப்போதும் அனுபவித்துக்கொண்டிருப்பவளைப்போன்ற இசைவுடனும் பழக்கச் சாயலுடனும் காணப்பட்டாள். இதன் மர்மத்தை அப்பையாவால் மட்டும் தான் விளக்க முடியும். அவள் உயிருடன்தான் இருக்கிறாளா என்கிற பெருத்த சந்தேகம் என்னுள் சாரைப்பாம்புபோல வழுக்கிக்கொண்டிறங்கி வயிற்றில் சுருண்டு வாலையடித்தது. குழப்பமான இந்த உணர்வுகளிலிருந்து நான் விடுபட்டு நிதானித்துக்கொள்ளும் முன்பே அந்த அதிசய நாடகத்தின் அடுத்த காட்சியும் துவங்கிவிட்டது. இணைப்பறை வாசலில் தொங்கிக்கொண்டிருந்த திரைச் சீலையைப் பிளந்துகொண்டு வெளியே வந்தது ஒரு வரிப்புலி. அது படுக்கையறைச் சுவரின் ஓரமாகவே மெதுவாக நடந்து அங்கிருந்த பொருட்களை ஊடுருவிக் கடந்து சென்று அறையின் சாளரத்தை அடைந்தது. சாளரத்தின் வழியாக அதன் வெளிப்புறமிருந்த வேப்பமரத்தின் உச்சிக் கிளைக்குத் தாவி பிற கிளைகளின் வழியாக

மரத்திலிருந்து கீழிறங்கி நிலவொளியில் மிதப்பதைப்போல் நந்தவனப் புற்களின் மேலாகப் பரவி விரைந்து காணாமல்போனது. புலி எங்கள் கண்களில் தென்பட்ட முதல் வினாடியிலிருந்து துவங்கி அறுபது விநாடிகள் அவகாசத்திற்குள் இது நடந்து முடிந்துவிட்டது. அதோடு அந்த இரவின் வினோத நிகழ்ச்சிகளும் முடிவுக்கு வந்துவிட்டன. பிறகு இசைப்பவர்கள் இசைப்பதை நிறுத்திக்கொள்ளும்படி அப்பையா கையை உயர்த்திச் சைகையால் அறிவித்தார். பெருகிக்கொண்டிருந்த சங்கீதம் நின்றுபோனதும் அறையினுள் பிரகாசித்துக்கொண்டிருந்த வண்ணக் கோளங்கள் உடைந்து கரைந்தன. அறையும் அதன் பிற பொருட்களும் தத்தம் இயல்பான உருவத்திற்கு மிக வேகமாகச் சுருங்கி மீண்டன. இமைக்கும் நேரத்துக்குள் நான் கண்ணெதிரே கண்டுகொண்டிருந்த அற்புதங்களனைத்தும் என்றும் அங்கே நடந்திருக்கவே இல்லை என்பதைப்போல அறையின் சாதாரணத்துவம் திரும்பியிருந்தது. புலி தாவிச் சென்ற சாளரத்தின் வழியாக அப்போது மிகச் சுகந்தமான காற்று அனைத்தும் சுபமாக முடிந்ததை அறிவிக்கும் விதத்தில் உள்ளே நுழைந்தது. நாங்கள் அனைவரும் மயங்கிப் படுக்கையில் துவண்டு விழுந்திருந்த நம் பெண்ணைச் சுற்றிச் சூழ்ந்துகொண்டோம். இணைப்பறை வாசலில் புலி வெளிப்பட்ட தருணமானது எனக்களித்த அதிர்ச்சியிலிருந்து நான் அப்போதும் இப்போதும் மீண்டு வந்துவிடவில்லை. உண்மையைச் சொல்லுவதானால் சற்றும் எதிர்பாராத நம்பற்கரிய அதுபோன்ற சூழலிலிருந்து புலி ஒன்று வெளிப்படப்போவதை அங்கே வாசித்துக்கொண்டிருந்த வேட்டைக்காரர்களே எதிர்பார்க்கவில்லை. அது எங்கள் கண் முன்னே தோன்றிய கணத்தில் அதிர்ச்சியால் இசையில் லயப்பிசகு ஏற்பட்டுவிடும் அபாயத்தை தவிர்க்க அவர்கள் கடும் முயற்சி எடுத்துக்கொண்டிருந்தார்கள். இசையின் கண்ணிகள் இயல்பாகப் பிரிந்து தளர இருக்கும் தருணத்தில் அதன் ஒழுங்கு கலைவது வெளியே வந்து நிற்கும் புலியின் இதயத் துடிப்பை நிறுத்திவிடும் என்று அவர்கள் முன்னிலும் பிரமாதமாக வாசித்ததில் இசை அதன் உச்சக் கட்டத்தை அப்போது எட்டியிருந்தது. அப்பையாவைப்பற்றி நான் சொல்லவேண்டியதில்லை. அவர் முகத்தில் எதிர்பாராத எதையும் அங்கே காணும் சலனம் ஒரு சிறிதும் ஏற்பட்டிருக்கவில்லை. புலி அறைவாசலில் தென்பட்ட கணத்தில் அவர் தன் பார்வையை நம் பெண்ணின் மேல் பதிய வைத்திருப்பதைக் கண்டேன். ஒரு கடும் வனவிலங்கை முன்னெப்போதும் நேருக்கு நேர் சந்தித்திராத நம் பெண், புலியைப் பார்த்ததும் வீரிட்டு அலறப்போகிறாள் என்று எண்ணி நான் அவள் தோளை ஆதரவாகப் பற்றுவதற்காக என் கைகளை அவள் தோள்களுக்கு நகர்த்தினேன். அப்பையா அதைத் தன் கண்ணசைப்பால் தடுத்து நிறுத்திவிட்டார். பிறகு நான் பதற்றமடையத் தேவையில்லை என்று சொல்வதைப்போன்ற பாவனையில் அவர் என்னைப் பார்த்துச் சிரிக்கவும் செய்தார்.

பிறகுதான் ராணி, நம் பெண் புலியைப் பார்த்து முன்பே அறிமுகமான பாவமும் அளவற்ற துயரமும் நிறைந்த முகத்துடன் நீயா என்று தாழ்ந்த குரலில் கேட்டாள். அப்போது முழங்கிக்கொண்டிருந்த இசைத் துடிப்பின் அத்தனை ஆரவாரத்திற்கிடையிலும் அந்த வார்த்தைகளைத் தெளிவாகக் கேட்க முடிந்தது. என்னால் என் காதுகளை நம்ப முடியவில்லை. ஒரு மனிதனிடம் பேசுவதுபோல அத்தனை சுவாதீனமாக நம் பெண் என் கண்

முன்னே ஒரு மிருகத்திடம் பேசுவதை என்னால் நம்பாமலும் இருக்க முடியவில்லை. இளவரசி அந்தக் கேள்வியைக் கேட்ட பிறகு சாளரத்தை நோக்கிப் புலி செல்லுவதையே தொடர்ந்து வெறித்துப் பார்த்துக்கொண்டிருந்தாள். நான் மேற்கொண்டு புலி நம் பெண்ணிடம் மனிதனின் மொழியில் பேசக் கூடுமென்றும் எதிர்பார்த்துக்கொண்டு நின்றிருந்தேன். ஆனால் அற்புதங்களின் இருப்பு திரேதாயுகத்தோடு தீர்ந்துபோய்விட்டபடியால் அதிர்ஷ்டவசமாகவோ துரதிர்ஷ்டவசமாகவோ நான் எதிர்பார்த்தபடி எதுவும் நடந்து என் இதயத்துடிப்பை நிறுத்திவிடவில்லை. புலி கண்களிலிருந்து மறைந்த பிறகு நம் பெண் தன் கண்களை திருப்தியுடன் மூடிக்கொண்டு மிக அமைதியுடனும் சோர்வுடனும் பூமாலையின் நளினத்தோடு படுக்கையில் சாய்ந்தாள். அப்பையா அவளுக்கு மயக்கத்துக்குரிய சாதாரண சிகிச்சையை அளித்து முடித்த பின் நாங்கள் படுக்கையறையைவிட்டு வெளியே வந்தோம் என்று தன் கதையை முடித்தார் ராஜன். இவ்விதமாகவே அந்த இரவின் சம்பவங்கள் மேலும் இருபது வகையான கதைகளாக வேடர்களின் மூலமாகவும் விரிந்து பரவியதால் என் முதிர்முப்பாட்டனார் எழுபத்தைந்தாம் நாள் அரண்மனைக்குத் திரும்பி வந்தபோது தாங்கமுடியாத ஜனக் கூட்டம் அரண்மனை வாயிலை நெருக்கியடித்துக்கொண்டிருந்ததாகக் கூறக் கேட்டிருக்கிறேன். மூன்று நாட்களுக்கு முன்பே அவர் அரண்மனைக்கு வருகை தரப்போகும் நாளைக் கேட்டுத் தெரிந்துகொண்ட அண்டை சமஸ்தானவாசிகள் கட்டுச் சோற்று மூட்டைகளுடன் மாட்டு வண்டிகளில் சாரிசாரியாக வந்து சமஸ்தானத்தின் சாலைகளையும் விடுதிகளையும் தோட்டங்களையும் நிரப்பிவிட்டார்களாம். மேலும் ஏழு நாட்களுக்கு முன்பாகவே அயல் தேசங்களிலிருந்து கழைக் கூத்தாடிகளும் வியாபாரிகளும் நடன நாட்டியக் கலை வல்லுநர்களும் வேசிகளும் உள்ளூர் பிச்சைக்காரிகளும் வந்து ராஜதானியை ஆக்கிரமித்துக் கொண்டிருந்தார்களாம். எங்கும் எந்த நேரத்திலும் சூரியனின் பிரகாசத்தை விஞ்சும் வண்ண விளக்குகள் பிரகாசித்துக் கொண்டேயிருந்ததால் அந்தக் காலங்களில் எந்த கவிஞனும் நிலவைப் பார்த்து கவிதை எழுத முடியாமல் போய்விட்டதென்றும் அதனால் அவ்வளவு அமளிக்கிடையில் கவியரங்கங்கள் மாத்திரமே வெறிச்சோடிப் போயிருந்தன என்றும் என் பாட்டனார் தான் கேள்விப்பட்டதை மிகையின்றி எங்களுக்குச் சொல்லுவார். தன் மகள் குணமடைந்ததைக் கொண்டாடும் விதத்திலும் பிற தேசத்தின் ராஜகுமாரர்களை அரண்மனைக்கு அழைக்கும் விதத்திலும் வந்து குவிந்த ஜனங்களை கௌரவிக்கும் விதத்திலும் ராஜகுடும்பத்தின் சார்பாக பல விதமான கேளிக்கை நிகழ்ச்சிகளும் தினசரி அன்னதானமும் பிரத்யேக விடுதியுபசாரங்களும் ஏற்பாடு செய்யப்பட்டிருந்தன. இத்தனை கேளிக்கைகளிலும் பங்குகொள்ள என் முதிர்முப்பாட்டனாரின் மலையாள தேசத்து மனைவியும் அவர்தம் இரண்டு ஆண் மக்களும் ஒரு பெண்ணும் ஆக நால்வரும் சிறப்பு விருந்தினர்களாக அரண்மனைக்கு அழைக்கப்பட்டிருந்தார்கள் (இந்தப் பெண்தான் வருடங்களுக்குப் பிறகு சொந்த தேசத்துக்கு திருப்பியனுப்பப்பட்ட என் முதிர் முப்பாட்டனாரின் மனைவியுடன் கூடவே அனுப்பப்பட்டவள். பிறகு சாகும்வரை அவர் அவர்களிருவரையும் பார்க்கவுமில்லை கேள்விப்படவுமில்லை. ஆண்வாரிசுகள் இருவரும் வம்ச விருத்திக்காகவும் கல்வி கற்றுக்கொள்ளும் பொருட்டாகவும் அவருடனே தங்கி வளர்ந்துவந்தார்கள். ஆனால் அதற்குள் சனியின் நேர்

பார்வையில் சிக்கிக்கொண்டுவிட்ட என் முதிர்முப்பாட்டனாரின் வீழ்ச்சி துவங்கிவிட, அவருடைய வித்தைகள் கற்றுக் கொடுக்கப்படாமல் மறதியால் பாழடைந்துபோனதால் அவர்களும் கீழ்நிலைக்குத் தள்ளப்பட்டார்கள். இவ்விதமாக ஆக்கப்பட்ட அந்த பரிதாபத்திற்குரிய மக்களின் வாரிசுகளாகிய நாங்களும் சூட்சுமங்களை இழந்து வெறுமே மயிரைச் சிரைத்துக் கொண்டிருப்பதென்கிறதாகவே ஆகிப்போன நாவிதத்தை காலப்போக்கில் கைவிட்டுவிட்டு கூலிக்குக் கதை சொல்லுபவர்களாக வனத்தினுள் எங்களை மறைத்துக்கொண்டு வாழ விதிக்கப்பட்டுவிட்டோம்). இத்தனை கோலாகலத்திற்கிடையிலும் அமளிக்கிடையிலும் தன் கணவர் அதே பழைய நடுக்கத்துடன் தன் ஏடுகளைப் புரட்டிப் புரட்டிப் பார்த்துகொண்டிருப்பதைத் தவிர வேறெதிலும் பங்கேற்கவில்லை என்று அவர் மனைவி சொல்லி ஆச்சர்யப்பட்டுக்கொண்டேயிருந்தாராம். கரை கடந்த அந்தக் கேளிக்கை நாட்களின் உண்மையான கதாநாயகன் தானே எனும் அகம்பாவத் தூசி அவர் உடையின் நுனியிலும் ஒட்டிக்கொள்ளாததை அவர் மிகப் பெருமையாகச் சொல்லிச் சொல்லி ஆனந்தப்பட்டிருக்கிறார். இவ்வாறாக அனைவரும் இரண்டு நாளிரவுகளின் கதையைக் கேட்க வெகு ஆர்வத்துடன் அரண்மனை மைதானத்தில் வந்து குழுமியிருந்த காலத்தில் ராஜனின் பெண்ணும் தனக்கு என்ன நடந் தது என்பதைத் தெரிந்துகொள்ள மிக ஆர்வமாக இருந்தாள். அவளிடம் ராஜனும் ராஜன் மனைவியும் எவ்வளவு துருவிக் கேட்ட போதிலும் அவளால் எதையும் நினைவுக்குக் கொண்டு வர முடியவில்லை. அழகிய ஆண் மக்களின் உருவம் முன்பு தந்துகொண்டிருந்த அருவருப்பு உணர்வை இப்போது தரவில்லை என்பதை மட்டுமே அவளால் நினைவில் வைத்துக்கொள்ள முடிந்திருந்தது. எனவே நடந்தவற்றைச் சொல்லும் பொருட்டு என் முதிர்முப்பாட்டனார் தன் அறையிலிருந்து வெளிப்பட்டு மீண்டும் அரண்மனை வளாகத்துக்கு விஜயம் செய்த நாளன்று எல்லாருடனும் சேர்ந்து அதைக் கேட்க வசதியாக ராஜனின் பெண்ணுக்கும் தனி இருக்கை போடப்பட்டிருந்தது. அது என் முதிர்முப்பாட்டனாரின் இருக்கைக்கு நான்கடி தாழ்வான உயரத்தில் அமைக்கப்பட்டிருந்த பீடத்தில் இருந்தது. ராஜனின் மனைவிக்கும் ராஜனுக்கும் அவர் இருக்கைக்குச் சமமான மட்டத்தில் ஆசனங்கள் அமைக்கப்பட்டிருந்தன. அரண்மனை வைத்தியர் உட்பட மற்றவர்களுக்கு மூன்றடி தாழ்ந்த பீடங்களில் இருக்கைகள் வரிசையாக அமைக்கப்பட்டிருந்தன. இவ்வகை மரியாதை வெகு அபூர்வமாகவே ராஜ குடும்பத்தவரால் யாருக்கும் கொடுக்கப்படுவது வழக்கம். பொது ஜனங்கள் அரண்மனை மைதானத்தில் அமைக்கப்பட்டிருந்த திண்டுகளிலும் தரையிலும் மரங்களின் மேலும் சிலைகளின் மேலும் அமர்ந்துகொள்ளச் சுதந்திரம் கொடுக்கப்பட்டிருந்தது. அவர்கள் ஆனந்த மிகுதியில் உணர்ச்சிவசப்பட்டு சின்னாபின்னப்படுத்தி வைத்துவிட்டுப்போன கலைப் பொருள்களையும் அலங்காரச் செடி வகைகளையும் புற்றரையையும் மறுபடி சீர் செய்ய தொண்ணூற்றாறு நாட்களும் இருநூற்றுமுப்பது ஆட்களும் தேவைப்பட்டதென்பார்கள். இவ்விதமாக துவங்கும் முன்பே அகிலம் முழுவதையும் தன் வசம் ஈர்த்ததென்கிற பெருமையுடைய அந்த இரவின் கதையை என் முதிர்முப்பாட்டனார் இரண்டு பகுதிகளாகப் பிரித்து இரண்டு இரவுகளில் சொல்லிப்போயிருக்கிறாரென்று கதைகள் குறிப்பிடுகின்றன. அவருடைய வித்தையில் அவருக்கிருந்த மேதமை ஓரிரவிலும் அவருடைய

சமயோசிதமும் நுண்ணறிவும் இரண்டாம் இரவிலும் அந்தக் கதைகளின் வழியே வெளிப்படுகின்றன என்கின்றன அவை. வேறு சில கதைகள் அவர் சொல்லத் துவங்கிய நாழிகையின்மேல் காலம் நகராது நின்றுபோனதால் துவங்கிய நாழிகையிலேயே கதை முடிந்துபோய்விட்டதாகச் சொல்லுகின்றன. அவர் சொல்லத் துவங்கும்போது மேற்கு நோக்கிச் சரிந்துகொண்டிருந்த பூரண சந்திரன் அந்த நிலையிலேயே இரண்டு நாட்களும் உறைந்து தொங்கிக்கொண்டிருந்ததைப்பற்றி அவை குறிப்பிடுகின்றன. அவர் சொல்லத் துவங்கியபோது அங்கே நுழைந்து வீசிக்கொண்டிருந்த காற்று மீண்டு வெளியே செல்லாமல் அங்கேயே சிக்கிச் சுழன்றுகொண்டிருந்தது. அவர் சொல்லத் துவங்கியபோது அங்கே குழுமியிருந்த ஒவ்வொருவரின் மனத்திலிருந்தும் துரத்தியடிக்கப்பட்ட வேறு சிந்தனைகள் அவர் கதையை முடிக்கும்வரை உள்ளே நுழைய முடியவேயில்லை. எனவே முதல்நாள் இரவின் முதல் ஜாமத்தின் முதல் வினாடியில் துவங்கப்பட்ட அவர் கதை முடிந்தபோது இரவும் முதல் ஜாமத்தின் முதல் வினாடியைத் தாண்டாமல் நின்றுகொண்டிருப்பதை அவர்கள் கண்டார்கள். உட்சுவாசத்திற்கும் வெளிச்சுவாசத்திற்கும் இடைப்பட்ட காலஅவகாசத்திற்குள் மிகப் பெரிய அசம்பாவிதங்களையும் துர்மரணங்களையும் நிகழ்த்தி முடித்துவிட்ட அந்த மிக நீண்ட அல்லது மிகச் சிறிய கதையை அன்று வர முடியாமல்போன தொலை தூர உறவினர்களுக்கு அன்று வந்திருந்தவர்கள் பின்னாளில் திரும்பச் சொல்லத் துவங்கியபோது முகமனிலேயே இரண்டு இரவுகளைக் கழித்துக்கொண்டிருந்தார்கள் என்கின்றன அந்த வேறு சில கதைகள்.

என் முதிர்முப்பாட்டனார் சொல்கிறார்: ராஜ குடும்பத்தின் வாரிசை என் வித்தையால் காப்பாற்றினேனென்று அனைவரும் எனக்கு நன்றி கூறவும் பாராட்டவும் என்னைத் தேடி வந்த வண்ணம் இருக்கிறார்கள். உண்மையில் உபயோகப்படுத்தப்படாமல் துருப்பிடித்துப்போகவிருந்த என் ஏட்டுக் கல்வியை ஒரு முறை தீட்டிப் பார்க்க வாய்ப்பளித்து அதற்குப் புதிய பொலிவைத் தந்த அனைவருக்கும் நான்தான் நன்றி கூறக் கடமைப்பட்டிருக்கிறேன். பிறர் தூக்கத்தினுள் புகுந்து அவர்களுடைய கனவுகளைப் பார்க்கும் அதிசயமான என் கலை ராஜ குடும்பத்தின் வாரிசை அதன் முடிவிலிருந்து காப்பாற்ற உபயோகப்பட்டது என்று எண்ணும்போது நான் கற்ற வித்தையின் முழுப்பலனை அடைந்ததாக நினைத்துப் பெருமைப்படுகிறேன். என் பேச்சில் பலருக்கு வெறுப்பும் வைத்திய முறையில் சந்தேகமும் இருந்து வந்தபோதிலும் அவற்றையெல்லாம் பொருட்படுத்தாது என் பிரயோகத்தில் முழு நம்பிக்கை வைத்து எனக்குப் பூரண சுதந்திரம் அளித்து ஒத்துழைத்த ராஜனின் துணைவியாரையும் இந்தச் சமயத்தில் வாழ்த்தி அவர் ஆக்ஞைப்படி நடந்தவற்றைச் சொல்லத் துவங்குகிறேன்.

ராஜனின் பெண்ணைப் பீடித்திருந்த வினோதமான நோய் வெறும் துர்க்கனவுகளின் சேஷ்டைகளால் மாத்திரம் விளைந்தது அல்ல. ஒரு ஆரோக்கியமான மனதையும் தேகத்தையும் கெட்ட கனவுகள் பயமுறுத்த முடியுமே தவிர உருக்குலைத்துவிட முடியாதென்று வைத்திய மாந்திரீக சாஸ்திரங்கள் சொல்லுகின்றன. எதார்த்தத்தின் லயப் பிறழ்வால் பாதிக்கப்பட்ட மனதையோ உடலையோ மட்டுமே துர்ச்சொப்பனங்கள் அவற்றின் பலவீனமான நிலையை பயன்படுத்திக்கொண்டு ஆக்கிரமித்துக்கொள்ள

முடியும். ராஜனின் பெண் ஒரே சமயத்தில் கெட்ட கனவொன்றாலும் (அதைக் கெட்ட கனவென்று எப்படிச் சொல்லுவது.) அந்தக் கனவோடு அதிசயிக்கத்தக்க விதத்தில் இயைந்துபோன புற எதார்த்த வினோதமொன்றாலும் பீடிக்கப்பட்டு நோயுற்றுப்போனாள். வினோதத்திற்குக் காரணம் அவள் புறத்தே கண்ட அந்த எதார்த்தம் இன்னோர் உயிரின் கனவாக இருந்தது என்பதுதான். இதை நான் கண்டுபிடிக்க நேர்ந்ததும் ஒரு தற்செயலான சம்பவமே. அதற்காக கடவுளுக்கு நன்றி கூறவேண்டும். ஏனென்றால் அதை நான் கண்டுபிடித்திருக்காவிட்டால் கனவுகளுக்குள் ஊடுருவி அதைக் கைப்பற்றும் பூர்ணத்துவத்தை இன்னும் எட்டிவிட முடியாமல் திணறிக்கொண்டிருக்கும் என் குறைப்பட்ட கல்வி ஞானத்தை மட்டும் வைத்துக்கொண்டு ராஜன் மகளை என்னால் குணப்படுத்தியிருக்க முடியாது. உண்மையில் அவளைப் பீடித்திருந்த நோயை நோய் என்று சொல்லுவதே தவறு. அது எதிர்கால நிகழ்வொன்றின் சூசக வெளிப்பாடு. அந்தச் சமிக்ஞையின் அர்த்தத்தைக் கண்டுகொள்ள என்னால் முடியவில்லை. அது ராஜ குடும்பத்தின் விதியோடு தொடர்புள்ளதாக இருக்கலாம். அதை வேறு யாரும்கூட கண்டு சொல்ல ஆகாது என்றே மனப்பூர்வமாக நான் நம்புகிறேன். இதைப்பற்றி நான் மேற்கொண்டு வேறேதும் தெரிவிக்க விரும்பவில்லை. நாம் நடந்த நிகழ்ச்சிகளுக்குச் செல்லலாம் (இவ்வாறாக என் முதிர்முப்பாட்டனார் தான் கண்டுகொண்ட தவிர்க்க முடியாத தன்னுடைய தலையெழுத்தையும் தன் நாட்டின் விதியையும் மக்களிடமும் ராஜனிடமும் கொண்டிருந்த வாஞ்சையால் சொல்லாமல்விட்டார்).

ராஜன் பெண்ணின் கனவுகளைக் கண்டுணர நான் சென்ற இரவு என்னுள் இருந்த நடுக்கத்தையும் தயக்கத்தையும் என் மனைவியே நன்கறிவாள். யவ்வனப் பெண்ணொருத்தியின் கனவுகளை வைத்தியன் உள்பட யாருமே பார்ப்பதைப்பற்றி நான் படித்த சாஸ்திரங்கள் எதுவுமே குறிப்பிடவில்லை. பெண்களின் கனவுகள் பற்றி அனைத்துக் கலை சாஸ்திரங்களுமே மௌனம் சாதிக்கின்றன என்பதை நான் திடுக்கிடும் விதத்தில் இந்தச் சந்தர்ப்பத்தில்தான் அறிந்துகொள்ள நேர்ந்தது. அந்த வகையில் வித்தைகள் குறைப்பட்டவையென்று கூறுவதில் எனக்குத் தயக்கம் எதுவும் இல்லை. அந்த அனுபவத்தால் இனி எனக்கு விதிக்கப்படவிருக்கும் நற்பலனோ அன்றி கெட்டபலனோதான் அந்தக் குறையை நிவர்த்திக்கும் பாடமாக அவற்றில் சேர்க்கப்படவேண்டியதாயிருக்கும். ஒரு யவ்வன ஸ்திரீயின் கனவுகள் நளினமானவை. ரகசியமானவை. அவள் கன்னித் தன்மையைப்போலவே அவளுக்கு மட்டும் சொந்தமானவை. நம்பமுடியாத அளவுக்கு அதிசயத் தன்மையும் வண்ணங்களும் சுகந்தமும் கொண்டவை. அவற்றை இரண்டாம் மனிதர் குறிப்பாக ஓர் ஆண் காண அனுமதி கிடையாதென்றே இன்னமும் நான் நம்புகிறேன். என்றாலும் சந்தர்ப்பவசத்தால் ராஜன் பெண்ணின் கனவை நானும் காணும் வாய்ப்பு எனக்கு விதிக்கப்பட்டது. இப்போது அதேபோல மற்றொரு சந்தர்ப்பவசத்தால் அதை வெளியே சொல்லவேண்டிய கட்டாயமும் நேர்ந்துவிட்டது. இந்தப் பெண்ணைப்போன்ற இன்னொரு பெண் இந்த உலகத்தில் எங்கேனும் அதேவித நோயால் துன்புற்றுக்கொண்டிருந்தால் அவளுக்கும் வைத்திய சாஸ்திரத்தில் சில திருத்தங்களுக்கும் இது உபயோகப்படட்டும் என்கிற தூய எண்ணத்துடனேயே

இன்று நான் இதை பகிரங்கமாக வெளியே உங்களுடன் பகிர்ந்துகொள்கிறேன். இதற்கான பாவமும் என்னைச் சூழ்ந்துகொள்ள நான் மனப்பூர்வமாகவே அனுமதிக்கிறேன். கடவுள் என்னை மன்னிக்கட்டும்.

உலகத்திலுள்ள அனைத்து யவ்வன ஸ்திரீகளின் கனவுகளைப்போலவே ராஜன் மகளின் கனவும் அவளுடைய ஆண் துணையைப்பற்றியதாகவே இருந்து வந்தது. உலகத்திலுள்ள அனைத்து யவ்வன ஸ்திரீகளைப்போலவே அவளும் அந்தக் கனவை விரும்பிக் கண்டுவந்தாள். அவளுடைய இரவுகளுக்குத் துணையாக அவளே தன் கற்பனையில் சிருஷ்டித்துக்கொண்ட ஆண்மகன் அவளுடன் நெடுங்காலமாகப் பழக்கம் ஏற்படுத்திக்கொண்டிருந்தான் என்பதைக் கனவில் அவன் அவளுடன் பழகும்போது காட்டிய சுவாதீனத்தையும் சகஜத்தையும் கண்டு நான் அறிந்துகொண்டேன். அவன் அவளுக்குச் சாவைப்போலத் தவிர்க்க முடியாதவனாயிருந்தான். அவனுடைய அவயவங்கள் அறுதியிட்டுச் சொல்ல முடியாதபடி அரூபத் தன்மையும் கலைந்து சேரும் நீர்த் தன்மையும் கொண்டிருந்தன. ஆனால் அவன் பேரழகன். அங்க அங்கமாக பொலிவைப் பிரித்துப் பார்க்க முடியாவிட்டாலும் அவனுடைய இருப்பும் கனவின் சுகந்தமுமே அவன் பேரழகன் என்பதைத் தெளிவாகப் பறை சாற்றிக்கொண்டிருந்தன. இந்த உலகத்தில் எங்கும் காணப்படவே முடியாத அற்புதமான ஆண்மக்கள் கன்னிப் பெண்களின் கனவுகளுக்குள் எத்தனை சுவாதீனமாக நடமாடிக் களிக்கிறார்கள். உண்மையில் அவ்வளவு வசீகரமான ஆண்கள் பூதவுடலுடன் வசிக்கத் தகுதியற்றதுதான் இந்த எதார்த்தமும். அந்த அழகன் உருவத்தில் புகைத் தன்மையுடன் காணப்பட்டாலும் அவன் அசைவுகளில் தீர்க்கம் இருந்தது. அவன் ராஜன் பெண்ணின் படுக்கையறையின் வலப்புறச் சாளரத்தின் வழியாக மதுரமான தென்றலின் எடையின்மையோடு உள்ளே நுழைந்தான். அவன் உள்ளே நுழைந்தவுடன் படுக்கையறை மட்டுமே நம் ராஜனின் அரண்மனையைப்போலப் பத்து மடங்கு பெரிதான அளவில் பிரம்மாண்டமானதாக விசாலித்துவிட்டது. ராஜன் மகளின் சப்பர மஞ்சமோ ஒரு அஸ்வரதம் இரண்டு நாட்கள் ஓடிக் கடக்கும் அளவுக்கு விரிந்து மலர்ந்து கிடந்தது. படுக்கையறையின் விதானத்தின் வழியாக மேகங்களும் நட்சத்திரங்களும் வானத்தின் ஒரு கோடியிலிருந்து இன்னொரு கோடிக்குத் தங்கள் பயணத்தைத் தொடர்ந்தன. அறையின் பொருட்களில் செதுக்கப்பட்டிருந்த வேலைப்பாடுகள் ஒவ்வொன்றுமே தனித்தனிப் பொருட்களாக பரிமாணம் பெற்றன. உள்ளே வளர்க்கப்பட்டிருந்த மலர்கள் விரித்த மணம் கனவைத் தாண்டி வெளியேயும் சுழன்று அடித்தது. ஒவ்வொரு நுண்ணிய துகளும் பன்மடங்காக வளர்ந்துபோனதால் அவற்றின் இயற்கையான வண்ணங்கள் சூரியனின் பிரகாசத்தைப்போல வெம்மையும் ஜொலிப்பும் பெற்று அறையை வண்ணங்களாலும் அங்கே சுற்றித் திரிந்த இருவரையும் வியர்வையாலும் குளிப்பாட்டின. இத்தகைய அற்புதமான கனவுலகை சிருஷ்டித்துக்கொண்டும் ராஜனின் பெண் அறையெங்கிலும் சிருங்கார ரசம் ததும்பும் பாடல் வரிகளை முணுமுணுத்த வண்ணம் தன் நண்பனுடன் அந்தர வெளியில் பறந்தபடிக்கு உல்லாசமாக வளைய வந்துகொண்டிருந்தாள். அவனுடைய புகை வடிவம் இந்தப் பெண்ணுக்கு எந்த விதத்திலும் ஒரு குறையாகப் படவில்லை. அவள் அவனை உடலோடும் உதிரத்தோடும் உண்மையான மனிதனை தழுவிக்கொள்வதுபோலவே

தழுவிக்கொண்டாள். அவனை முத்தமிடுவதுபோலவே உதடுகளிலும் மார்பிலும் நாபியிலும் நாபியின் கீழும் முத்தமிட்டாள். அவர்களிருவரும் என் காதுகள் கூசும்படியான கனிந்த அந்தரங்க வார்த்தைகளைத் தங்களுக்குள் பரிமாறிக் களிப்புடன் கொஞ்சிக்கொண்டார்கள். வண்ணங்களும் மணமும் சிரிப்பொலியும் ஒன்றறக் கலந்த ஆடையணிகளின் அலைவும் உலகத்தையே துயிலிலிருந்து எழுப்பிவிடும் ஆரவாரத் தன்மையும் அப்பழுக்கற்ற தூய்மையும் கொண்டு இலங்கின. ஆண்டவனே வார்த்தைகளால் அசுத்தப்படுத்தக் கூடாத இந்தப் பரிசுத்தமான காட்சிகளை வெளியே சொல்லும் துர்பாக்கியம் எனக்கு என் வித்தையால் வாய்த்ததே.

ஒருவர் ஓட ஒருவர் துரத்தியும் ஒருவர் ஒளிந்துகொள்ள ஒருவர் கண்டுபிடித்தும் ஒருவர் கண்களைக் கட்டிக்கொள்ள ஒருவர் வேடிக்கை காட்டியும் அவர்கள் நெடுநேரம் விளையாடினார்கள். ஒவ்வொரு விளையாட்டின் முடிவிலும் ஒருவர் மற்றவரை வெற்றிகொண்டதற்கு அடையாளமாக எதிரியை இறுக அணைத்துக்கொண்டார்கள். ஒவ்வொரு விளையாட்டின் நோக்கமும் அதுவேயாக இருந்தது. மனிதனின் கைகள் படாத பெரிய வனத்தின் விஸ்தாரத்துடன் திகழ்ந்த அந்தக் கனவு மாளிகையில் அவர்கள் விளையாட இரண்டு நபர்கள் நிற்கச் சிரமப்படும் அளவே இடம் கிடைத்ததைப்போல ஒருவரையொருவர் ஒட்டிக்கொண்டே நின்றுகொண்டிருந்ததைப் பார்த்தபோது எனக்கு வேடிக்கையாகவும் சந்தோஷமாகவும் இருந்தது. இப்படியே அவர்கள் கனவுலகின் அனாதி காலங்களை விளையாட்டில் கழித்த பிறகு படுக்கைக்குத் திரும்பி வந்தார்கள். ராஜனின் பெண் தன் வழக்கமான இடத்தில் தன் வழக்கமான துயில் நிலையில் நிமிர்ந்து படுத்துக்கொண்டாள். அவளுடைய நண்பன் அவள் கட்டிலின் கீழ்புறத்திலிருந்து மெதுவாகச் சுழன்று எழும்பி அவளைக் கால்களிலிருந்து முத்தமிட்டுக் கவிந்தபடி படிப்படியாக முகத்தை அணுகினான். ராஜகுமாரியின் கண்கள் அளவு கடந்த அமைதியிலும் ஆனந்தத்திலும் எதிர்பார்ப்பிலும் கசிந்த கண்ணீருடன் மூடியிருந்தன. அப்போதுதான் சபையோரே நெஞ்சைப் பிளக்கும் அந்தக் கொடூரமான சம்பவம் நிகழ்ந்தது. தினமும் ராஜனின் பெண்ணை அவள் ஞாபகமின்றியே வாட்டி வதைத்துக்கொண்டிருந்த துயர சம்பவம் நடந்தேவிட்டது. அவள் முகத்தை மிக அருகே நெருங்கி வந்த அவளுடைய நண்பன் திடீரென்று அவள் முகத்தில் காறியுமிழ்ந்தான். ஒரு நொடிக்குள் பின் அவனுடைய புகையுருவம் மிக வேகமாகச் சிதிலமடைந்து கலைந்து மறைந்துபோனது. அவனுடைய ரத்தமும் சதையுமற்ற பேரழகு முகத்திலிருந்து வெளியே தெறித்த எச்சில் கெட்ட கனவின் துர்மணத்தை அறை முழுக்க விசிறியடித்தபடி கூழொத்த வெண் திரவமாக ராஜன் பெண்ணின் முகத்திலிருந்து வழிந்துகொண்டிருந்தது. அவள் பீதியிலும் அருவருப்பிலும் துயரத்திலும் அலறியபடி உறக்கத்திலிருந்து திடுக்கிட்டு விழித்துக்கொண்டாள். அன்று இரவு மட்டுமல்ல. ஒவ்வோர் இரவிலும் அவள் கனவு இந்தவிதமாகவே முடிந்துபோய்க்கொண்டிருக்கிறது என்பதை நான் மறுநாளிரவு சரியாகவே யூகித்தறிந்தேன். அலறியபடி விழித்துக்கொள்ளும் பரிதாபத்திற்குரிய ராஜன் மகளோ விழிப்பின் பலவந்தத்தில், தான் சற்றுமுன் என்ன கனவு கண்டோமென்பதை ஒவ்வொரு நாளிரவும் மறந்துபோய்க்கொண்டுமிருந்தாள். இதனால் முதல் நாளிரவு

அவள் முகத்தில் துப்பிய அவளுடைய நண்பனும் மறு நாளிரவு வெகு சகஜமாக அவளுடன் விளையாட வருவதும் துவேஷமின்றி அவள் அவனைத் தன்னுடன் விளையாட அனுமதிப்பதும் விளையாட்டின் முடிவில் அவள் முகத்தில் அவன் துப்பிவிட்டுப் போவதும் தொடர்ந்து நடந்துகொண்டே இருந்திருக்கிறது. அவள் கனவு முழுவதும் மறந்து கலைந்து போகும்படியான அசாத்தியமான வேகத்துடனும் ஈட்டியின் முனையைப்போல மிகக் கூர்மையாகத் தாக்கும் படியும் ஒவ்வோர் நாளிரவும் அவன் அவள் முகத்தில் துப்பிக்கொண்டே இருந்திருக்கிறான். இந்த அதிர்ச்சி மட்டும் ஒரு கசடாக ஆழ்மனதில் படிந்துபோய் அழகிய ஆண்களைக் காணும் போதெல்லாம் ஏற்படும் பயமாகவும் அருவருப்பாகவும் இந்த அழகிய பெண்ணின் மனதை சின்னாபின்னப்படுத்திவிட்டது. ராஜன் மகளுக்குத் தன் வினோத நடத்தையின் காரணம் இதுதானென்பது தெரியவில்லையென்றால் எனக்கோ மறுநாளிரவுவரை அவளுடைய நண்பன் அப்படி நடந்துகொள்வதன் காரணம் தெரியவில்லை. ஆனால் அதைக் கண்டுபிடித்துவிட முடியுமென்கிற நம்பிக்கையைத் தூண்டும் விதமாக அன்று இரவே நான் ஒரு ரகசியத்தை ராஜன் பெண்ணின் படுக்கையறையில் கண்டுபிடித்தேன். உறக்கத்திலிருந்து அதிர்ச்சியுடன் விழித்தெழுந்த ராஜனின் பெண் அப்படி விழிப்புக் கண்டவுடனேயே தான் கண்ட கனவை மறந்துபோய்க்கொண்டிருந்தாளென்று சொன்னேனல்லவா. எனவே, அவளை மறுபடி தூங்கச் செய்ய எனக்கு அதிக அவகாசம் தேவைப்படவில்லை. அவள் வெகு சாதாரணமாகவே சற்று நேரம் என்னுடன் பேசிக்கொண்டிருந்துவிட்டுத் தூங்கிப்போனாள். பேச்சில்கூட அவள் கண்ட கனவின் சாயல் படிந்திருக்கவில்லை. எனவே, நானும் அந்தக் கனவைப்பற்றி அவளிடம் எதுவும் கேட்கவில்லை. அவள் தூங்கிய பிறகு வேப்ப மணத்தோடு கூடிய இரவுக் காற்று அறைக்குள் நுழைந்த போதே நான் அந்த அறையின் சாளரம் திறந்திருப்பதை உணர்ந்தேன். எப்போதுமே அந்தச் சாளரம் திறந்த நிலையில்தான் இருக்குமென்று நான் பின்னர் என் சிஷ்யையிடமே கேட்டுத் தெரிந்துகொண்டேன். இருந்தும் சாளரம் அப்படித் திறந்திருக்கிறதென்பது கடவுள் எதையோ சூசகமாக அறிவிக்க முயலுகிறாரென்கிற உணர்வை எனக்குத் தந்தது. நான் அன்று ராஜன் பெண்ணின் படுக்கையறையில் போடப்பட்டிருந்த நீண்ட இருக்கைகளில் ஒன்றிலேயே படுத்து இரவைக் கழிக்க முடியுமென்று சொல்லியிருந்தேன். இரவு கலைவதற்கு அப்போது நெடு நேரமிருந்தது. நான் எழுந்து சாளரத்தின் அருகே சென்றேன். சாளரத்தின் மிக அருகே படுக்கையறையை அரண்மனைத் தோட்டத்தில் வளர்ந்திருக்கும் வேப்ப மரத்தின் உச்சிக் கிளை தழைத்து நெருங்கியிருக்கிறது. ஈட்டிகளால் அமைக்கப்பட்ட பன்னிரண்டடி உயரமான வேலியில் நம்பிக்கை வைத்து காவலர்கள் குறைக்கபட்டிருந்த அந்தப் பகுதியில் அரண்மனைத் தோட்டத்தின் புல் வெளியிலிருந்து புறப்பட்டு இரண்டு காலடிச் சுவடுகள் மரத்தின் மீதேறி உச்சிக் கிளையை அடைந்து சாளரத்தின் வழியே ராஜன் மகளின் படுக்கையறைக்குள் தாவியிருப்பதைக் கண்டேன். அவை பிறகு அறையின் சுவரோரமாகவே பதுங்கிப் பதுங்கி நடந்து அங்கே நிறுத்தப்பட்டிருந்த பொருட்களை அவை அங்கே இல்லாதனவேபோல ஊடுருவிக் கடந்து ராஜன் பெண்ணின் தோழி படுத்திருக்கும் இணைப்பறைக்குள் நுழைந்து மறைவதையும் கண்டேன். இளவரசியின் கனவு நண்பன் அவள் முகத்தில்

காறியுமிழும் காரணத்தை கண்டுபிடித்துவிட முடியுமென்கிற நம்பிக்கை என்னுள் உதயமாயிற்று.

இந்த அளவோடு என் முதிர் முப்பாட்டனாரின் முதல் நாளிரவுக் கதை (அல்லது உட்சுவாசத்தின் கதை) முடிந்தது. கதை கேட்டுக்கொண்டிருந்த ஜனங்களும் அரச குடும்பத்தவரும் அங்கிருந்து கலைந்து செல்ல மனமின்றி கலைந்து சென்றார்கள். அனுமதிக்கப்பட்டவர்கள் அங்கேயே உட்கார்ந்து பேசி மறுநாள் இரவுவரை தங்கள் பொழுதைக் கழித்துக்கொண்டிருந்தார்கள். அவர்கள் அனைவருடைய பேச்சின் மையமும் இளவரசியின் கனவின் மீதும் வேப்பமரத்தின் வழியே அரண்மனைப் படுக்கையறைக்குள் தாவிய மாயக் காலடிச் சுவடுகளின் மீதுமே குவிந்திருந்தது. அவர்கள் அனைவருமே ராஜன் மகள் உறங்கும்போது தானுறங்காமல் அவளுக்குக் காவலிருக்கவேண்டிய அவளின் தோழிதான் அந்தக் காலடிகளுக்குரிய நபரை விருப்பத்துடன் உள்ளே அனுமதித்தாளென்று அவளை வெறுக்கத் தலைப்பட்டார்கள். அவள் உண்ட வீட்டிற்குச் செய்த இரண்டகம் மன்னிக்க முடியாததென்று அனைவருமே ஒத்த குரலில் கூவி ராஜதானியைத் தாண்டிச் செல்லும் பருவக் காற்றின் வழியே தொலைதூரவாசிகளுக்கெல்லாம் இந்த ஒழுக்கக் கேட்டைப்பற்றிச் செய்தி அனுப்பிவிட்டார்கள். எனவே, தொலைதூரவாசிகளும் ராஜன் பெண்ணின் தோழியைத் தங்கள் மனதார வெறுத்தார்கள். மறுநாளிரவு கதை முடிந்தவுடன் அவளுக்கு ராஜன் என்ன தண்டனை தருவாரென்பது பற்றி நட்சத்திரங்களை விஞ்சும் எண்ணிக்கையில் ஊகங்கள் அவர்களிடையே வெடித்துச் சிதறின. நகரத்திலிருந்து வெகு தொலைவு விலகிய சிறிய கிராமம் ஒன்றிலிருந்த தோழியின் வீடு அன்றிரவே தீக்கிரையாக்கப்பட்டது. அதில் வசித்து வந்த அவளுடைய வயது முதிர்ந்த பெற்றோர்கள் அத்தகையதோர் தீயொழுக்கப் பெண்ணைப் பெற்றோமென்று வருந்தி தாங்கள் உயிரோடு எரித்துக் கொல்லப்படுவதை முழுச் சம்மதத்தோடு ஏற்றார்கள். இது நடந்து பத்தொன்பது நாட்களுக்குப் பிறகே விஷயம் அரண்மனையை எட்டியது. ராஜதானியே அந்த நிகழ்ச்சிக்காக பத்தொன்பது நாட்கள் கழித்துத் துக்கம் அனுஷ்டித்தது. முதல் நாள் கதை முடிந்த அந்த இரவில் அவளை வெறுத்துக் கொன்று போடத் துடித்த அனைவருமே அடுத்த நாளிரவுக் கதை முடிந்ததும் தங்கள் தவறை உணர்ந்தார்கள். அந்தப் பெண்ணிடம் மானசீகமாக மன்னிப்புக் கேட்டுக்கொண்டதோடு தவறுகள் சரி செய்யப்பட்டுவிட்டதாகவும் அவர்கள் தங்களைச் சமாதானப்படுத்திக்கொண்டார்கள். ஆனால் தனக்கு இழைக்கப்பட்ட அநீதியை பத்தொன்பது நாட்களுக்குப் பிறகு தன் மனமதிர அந்த அப்பாவிச் சேடிப்பெண் தெரிந்துகொண்டபோது என் முதிர்முப்பாட்டனார் முதல் நாளிரவில் முடிக்கக் கூடாத இடத்தில் கதையை முடித்ததுதான் தன்னை நிர்கதியாக்கியதென்று அவரை மனதாரச் சபித்துவிட்டு ராஜன் பெண்ணின் படுக்கையறைச் சாளரத்திலிருந்து புலி பாய்ந்த அதே வழியாக நந்தவனக் குத்தீட்டி வேலியின் மேல் பாய்ந்து தன் உயிரை இருபதாம் நாள் மாய்த்துகொண்டுவிட்டாள். இது ஒருபுறமிருக்க முதல் நாளிரவு கதை முடிந்த பிறகு அரண்மனைக்குத் திரும்பி வந்த ராஜன் மனைவியும் ஒரு பெண்ணின் தாப ரசம் ததும்பும் கனவுகளை அவள் பெற்றோர்களின் முன்னிலையில் ஒரு பெரும் ஜனத்திரளே அறிய பகிரங்கமாக வர்ணித்த என் முதிர்முப்பாட்டனாரை வெறுத்து அவரைத் தன் வாயாரச்

சபித்துக் கொண்டிருந்தாள். ஆண்களின் உலகில் ஒரு பெண்ணின் மனம் என்பது அவள் தகப்பனாலும் அவளுடைய உடல் என்பது பிற எல்லா ஆண்களாலும் கற்பனையால் சிருஷ்டித்துக்கொள்ளப்படுகிற வஸ்துக்கள் என்னும் வழக்குச் சொல்லை நினைத்து அவள் அன்றிரவு தூங்காமலும் தவித்தாள். தன் பெண்ணின் மூடிய கண்களினுள் பிரவகித்துக்கொண்டிருந்த சிருங்காரக் கனவு அவள் நாசி நுனியில் மலராகவும் உதடுகளின் ஓரங்களில் புன்னகையாகவும் கன்னங்களில் சிவந்த வண்ணமாகவும் முலைக் காம்புகளில் கடினமான முத்தாகவும் பிரதிபலிப்பதையும் அவள் தன் கற்பனையில் கண்டு பீதியடைந்தாள். பார்ப்பவரைப் பரவசப்படுத்தும் அந்த உடல் மாற்றங்களை இருபத்தியிரண்டு ஆண்கள் பார்த்துக்கொண்டிருந்தார்கள் என்பதை அவளால் நினைத்துப் பார்க்கவே முடியவில்லை. ராஜனை அவள் தன் வெறுப்பிலிருந்து அவன் தன் பெண்ணின் தகப்பன் என்கிற முறையில் ஒதுக்கி வைத்தாள். ராஜனையும் என் முதிர்முப்பாட்டனாரையும் தவிர்த்த பிற இருபது வேடர்களையும் மன்னிப்பதற்கு அவளுக்கு எந்தக் காரணம் எதுவும் கிடைக்கவில்லையாதலால் படுக்கையறைக்குள் நுழைந்து நட்சத்திரவாஸிகளின் கலவி என்கிற பாடலை இசைத்த அந்த இருபது ஆண்களின் தலைகளை உடனே வாளால் சீவிக் கொய்துவிடும்படி ராஜனுக்குத் தெரிவிக்காமல் ரகசியமாகத் தன் சிப்பாய்களுக்கு ஆணையிட்டாள். அதன்படி அந்த வேடர்கள் அன்றிரவே கொலைக் களத்திற்கு இரண்டாம் பேரறியாமல் வரவழைக்கப்பட்டு வெட்டிக் கொல்லப்பட்டுவிட்டார்கள். ஈடாக வழங்கப்பட்ட பெரும் செல்வத்தினடியிலும் ராஜ விசுவாசத்தின் சுமையிலும் சிக்குண்டு அவர்களுடைய குடும்பத்தினரின் கண்களும் நாவுகளும் நசுங்கிப்போய்விட்டன. இந்தக் கொலைகளுக்குப் பிறகே அரண்மனையில் ராஜன் பெண்ணின் திருமணம் உள்பட பல சுபகாரியங்களின் வரிசையும் என் முதிர்முப்பாட்டனாரின் கீர்த்தியும் தலைதெறிக்கும் வேகத்தில் உச்சியை நோக்கிப் பாய்ந்து சென்றன என்று சொல்வார்கள். ஆனால் அப்பழுக்கற்ற ஒரு பெண் அநியாயமாக நிர்கதியாக்கப்பட்டாள் என்கிற விஷயத்தையும் தன் கவலை தீர இசைத்த இருபது வேடர்கள் கொல்லப்பட்ட செய்தியையும் பல நாட்கள் கழித்தே தெரிந்துகொண்ட ராஜன் பிரகாசிக்கும் தன் அதிகாரத்தின் நிழலில் நடந்துபோன பிசகுகளுக்குத் தானே பொறுப்பேற்றுக்கொண்டு என்றென்றுமே எழுந்திருக்க முடியாத நோயில் வீழ்ந்து படுத்த படுக்கையாகிவிட்டான். என் முதிர்முப்பாட்டனாரைப் பொறுத்தவரையில் அந்த இரவிலேயே இருபது வேடர்களுடன் சேர்த்து அவரையும் அவள் கொன்றுவிடத் துடித்ததாக வருடங்கள் கழித்து அவர் அரண்மனை வளாகத்தைவிட்டு வெளியே துரத்தப்பட்ட அன்று எக்காளத்துடன் உரக்கச் சொல்லிச் சிரித்தாளென்கிறது ஒரு கதை. ஆனால் கதையைக் கேட்டுவிட்டு வந்த இரவில் அவருடைய ஆளுமையும் ஞானமும் பெருமையும் இவற்றுக்கு மேலாக நன்றியுணர்ச்சியும் அவரைக் கொல்லும் அவாவிலிருந்து ராஜன் மனைவியைப் பிரித்து அப்புறப்படுத்தி வைத்தன. இளம்பெண்ணின் கனவுகளைக் கூச்சமில்லாமல் பார்த்ததோடல்லாமல் அதை வெளியே சொன்னவன் அந்தக் கனவுகளின் நினைவால் தானே சாவான் எனும் மூதுரையை எண்ணி அவள் தன்னைச் சமாதானப்படுத்திக்கொண்டாள். அந்த மூதுரை துரதிர்ஷ்டவசமாக உண்மையாகவும் இருந்தது. விதி ராஜன் மகளின் இடை நெகிழ்ந்து ஸ்தனங்கள்

சரிந்த துயில்நிலையை என் முதிர்முப்பாட்டனாரின் மனக்கண் முன் திரும்பத் திரும்பக் காட்டி அவரை ரகசியமாகப் பல நாட்கள் அலைக்கழித்து வந்தது. பேதங்களைத் துறந்துவிட்ட தன் மனம் சிருங்கார உணர்வுகளால் கறைப்பட்டுக்கொண்டிருந்த பாவத்திலிருந்து தப்பித்துக்கொள்ளும் வண்ணம் இளமையிலேயே தன்னைச் சாவு அணைத்துக்கொள்வதை அவர் மூன்றாவது பிரயோகத்திற்குப் பிறகு அந்த நாட்களில் எதிர்பார்த்து ஏங்கிக்கொண்டிருந்தார். மாறாக, தான் ஒரு சாட்சியாக நின்று கண்ட ராஜன் மகளின் கனவும் அவளின் உறக்கமும் அவர் உள்ளத்தில் விதைத்த விஷ விதையோ அழியாமல் ராஜன் மனைவியின் விருப்பப்படியும் அவர் விருப்பத்திற்கு மாறாகவும் வளர்ந்தபடியே தானிருந்தது. ராஜன் மகள் தன் நோய் தீர்ந்து அழகும் ஆரோக்கியமும் கொண்ட அரசகுமாரனுக்கு மணமுடிக்கப்பட்டு புகுந்த வீடு சென்று பல காலங்களுக்குப் பிறகும் மக்கள் அவளைக் கிட்டத்தட்ட மறந்தே போன பிறகும் அவளுடைய கனவைக் கண்டதன் பாதிப்பால் விரக நோயுற்று அலைந்த என் முதிர் முப்பாட்டனார் (மூன்றாவது பிரயோகத்திற்குப் பிறகே தெரிந்துகொண்ட) பெண்களின் கனவுகள் புருஷர்களால் பார்க்கப்படக் கூடாதவை என்று அறிவுறுத்தும் சொப்பன சாஸ்திரத்தின் கடைசி அங்கத்தை மறந்துபோய் அப்படிப் பார்வையின் கறை படாதவையானதனாலேயே அவை மூப்பைத் தவிர்த்து நித்திய சௌந்தர்யத்தைப் பெற்றிருக்க ஆசீர்வதிக்கப்பட்டவை என்று எடுத்தியம்பும் பகுதியை மட்டும் நினைவில் கொண்டவராய் பழைய நகரத்தின் பெருமைமிகு பெண்மணியாக மதிக்கப்பட்டுக்கொண்டிருந்த தன் மனைவியின் இளமை ததும்பும் கனவிற்குள் அவளறியாமல் புகுந்து பார்க்கும் கீழான மனநிலைக்குத் தள்ளப்பட்டுவிட்டார். சாஸ்திரத்தின் விதிகளோ குருவிற்கு அளித்த வாக்குறுதியோ நினைவிற்கு வராத வண்ணம் விதி அவர் ஞானத்தைக் கட்டிப்போட்டுவிட்டது. மனைவியான அந்தப் பேரிளம்பெண்ணின் கனவில் அவர் எதிர்பார்த்தபடியே அவளை இறுக்கமும் மதர்ப்பும் நறுமணமும் ததும்பும் தன் குருவின் மகளாக திருமணத்திற்கு முன்பிருந்த பழைய யவ்வன ஸ்திரீயாகக் கண்டு ஞானவான்கள் உதாசீனப்படுத்தும் சிருங்கார உணர்வால் புளகாங்கிதமடைந்தார். அந்தக் கணத்திலேயே விரோதித்துக்கொள்ளப்பட்ட சாஸ்திரங்களின் கோபமும் வஞ்சிக்கப்பட்ட குருவின் சாபமும் அதே கனவில் அவர் கண்முன் வேறு இரண்டு பைசாசக் காட்சிகளையும் உருவாக்கிவிட்டது. ஒன்றில் யவ்வனம் ததும்பி நிற்கும் தன் மனைவியின் முன் அவள் புறங்கையால் அலட்சியப்படுத்தி ஒதுக்கும்படி நடுப் பிராயத்தை முழுவதுமாகத் தாண்டியிராத என் முதிர்முப்பாட்டனார் தானொரு நரைகூடி முதிர்ந்த கிழவனாகத் தள்ளாடியபடி நின்றிருக்கக் கண்டு அதிர்ந்து போனார். இரண்டாவதும் குருதியைச் சில்லிட வைத்ததுமான காட்சியில் பல வருடங்களுக்கு முன் நோயாளியின் துர்க்கனவால் நிலைகுலைந்துபோய்த் தன்னை இவ்வுலகின் கண்களிலிருந்து காணாமல் போக்கிக்கொண்டுவிட்டவரென்று நம்பப்பட்ட அவருடைய பால்யகால நண்பர் தன் ஒளிவிடத்திலிருந்து காளைப் பருவம் சற்றும் தளராத உடற்கட்டோடு குருவின் மகளின் முன் தோன்றினார். சுருட்டி இழுக்கும் சாவின் படிக்கட்டுகளில் ஒருபுறம் தள்ளாடியபடி தான் ஏறிக்கொண்டிருக்க அதே படிக்கட்டுகளைப் படுக்கையாக்கி அவர்களிருவரும் பூரண நிர்வாணிகளாய் அதன் மீது சல்லாபித்து விளையாடுவதைச் சாபத்தால்

வலுக்கட்டாயமாகத் திறக்கப்பட்ட கண்களால் பார்த்த என் முதிர்முப்பாட்டனாரின் நினைவிலிருந்து அவர் கற்ற வித்தை முழுவதும் அந்தக் கணத்திலேயே மறந்துபோய்விட்டது. அதற்குப் பிறகு அவரும் அதை வெளியில் எங்கும் தேடி மெனக்கெடவில்லை. அவருக்குள் ஜொலித்துக்கொண்டிருந்த கலையின் பிரகாசம் அணைந்துபோனதால் அவர் முகம் எரிந்தவிந்த விறகுக் கட்டையைபோலக் கருத்துப் பொடிந்துபோய்விட்டது. அவர் தனக்குத்தானே மழித்துக்கொள்வதை நிறுத்தி தலையிலும் முகவாயிலும் தாறுமாறாக வளர்ந்த மயிர்க்கற்றைகளில் அடை எனப்படும் துர்முடிச்சுகள் உருவாகிப் பெருக அனுமதித்துவிட்டார். அப்படியொரு வீழ்ச்சியை எதிர்பார்த்திருந்த அவருடைய எதிரிகளும் அவர் பசுவைப் புணர்ந்தவர் என்றும் சாஸ்திர விரோதி என்றும் இருபது அப்பாவிகளின் மரணத்திற்குக் காரணமாயிருந்தவர் என்றும் மனைவியைப் பிறந்த வீட்டிற்குத் திரும்ப விரட்டியடித்தவர் என்றும் அஞ்ஞானப் பீடையால் பீடிக்கப்பட்டுவிட்டவர் என்றும் பலமாகப் பிரச்சாரங்கள் செய்து அவரைத் தீராத பழிக்குள் தள்ளி அரண்மனையைவிட்டு வெளியேற்றிக் காட்டிற்குள் துரத்திவிட்டார்கள். அவருடைய இரண்டு ஆண் வாரிசுகளை ஆதரவற்றவர்களாக்கி அவருடன் கூடவே துரத்திவிட்டார்கள். மறந்துபோன தன் வித்தையை அவர்களுக்குக் கடத்த முடியாமல் என் முதிர்முப்பாட்டனார் அவர்களை அஞ்ஞானிகளாக்கினார். ஒரு காலத்தில் பெண்களுக்கான வேதமாயிருந்த அவருடைய போதனைகளடங்கிய ஓலைச் சுவடிகள் முழுவதையும் தேடி எடுத்துத் தடயமில்லாமல் மடாதிபதிகள் அவற்றை அழித்தொழித்தார்கள். பெண்களை மீண்டும் புஜங்களடியிலும் யோனியிலும் மழித்துக்கொள்ளாத காடாக ரோமம் வளர்க்கச் செய்து துர்மணத்தால் அவர்களை எப்போதும் குற்ற உணர்வுக்குள்ளானவர்களாக ஆக்கித் தங்கள் ஆளுமையின் கீழ் அடிமைப்படுத்திக்கொண்டார்கள். துர்கனவுகளால் அவதிப்பட்டவர்களை ஈவிரக்கமின்றிக் கண்களைப் பறித்துவிட்டுக் கொன்றார்கள். நாவிதர்களைக் கடைச் சாதியினரென்று பிரகடனப்படுத்தி மயானபூமியின் அருகே எப்போதும் பிணங்கள் வேகும் நாற்றத்தைச் சுவாசித்துக்கொண்டிருக்குமாறு நகரத்தின் மையப்பகுதியிலிருந்து பிரித்துக் குடியமர்த்தினார்கள். மகளின் பொருட்டாக இருபது அப்பாவிகளைத் தன் மனைவி கொன்ற பாவத்தை வலிந்து தான் ஏற்றுக்கொண்டு வெகுகாலத்திற்கு முன்பே நோய்ப் படுக்கையில் வீழ்ந்துவிட்ட போதிலும் மனந்தளராது தன் பெண்ணின் உதவியுடன் உத்தமமான முறையில் ராஜ்ஜிய பரிபாலனம் செய்து வந்த ராஜன் என் முதிர்முப்பாட்டனாரின் செய்கையையும் அதன் விளைவுகளையும் கேள்விப்பட்டு நடப்பவற்றைத் தடுக்கும் வகை தெரியாமல் மரணப் படுக்கைக்குத் தன்னுடலை மாற்றிக்கொண்டு நாட்களை எண்ணவாரம்பித்துவிட்டான். நாட்டின் நிர்வாக இயந்திரத்தை நிறுத்திவிட்டான். மகளை மணந்து அந்நகரத்தின் ராஜவாரிசாக வந்த ராஜனின் மருமகனோ ஏழ்மை உருவாக்கும் மூர்க்கர்களைக் கரை சேர்ப்பதைவிடக் கடினம், தறிகெட்டலையும் அறிவாளிகளைத் திருத்திச் சீர்செய்வதென்று கூறி ராஜன் மகள் எவ்வளவோ மன்றாடியும் கேட்காமல் மெதுமெதுவாக பழைய நகரத்தைக் கைவிட்டுவிட்டான். வருடங்கள் உருண்டபோது காட்டையழித்து நிர்மாணிக்கப்பட்ட பழைய நகரத்தின் சுவர்களுக்குள் அதுகாறும் தங்களை மறைத்தபடி காத்திருந்த விருட்சங்களும்

விலங்குகளும் வெளிப்பட்டு மனிதர்களை வேட்டையாடத் துவங்கின. விரைவிலேயே பிரபஞ்சத்தின் சுழற்சி விதிக்கேற்ப மரங்களுக்குள் சுவர்கள் மறைந்துகொள்ள இந்தப் புதிய நகரம் அப்போது அழித்த அடர்ந்த வனம் அங்கே தன்னை ஸ்தாபித்துக்கொண்டது. புத்திவீனர்களாகி நிர்கதியாக மயான பூமியில் அலைந்து திரிந்த என் முப்பாட்டன்கள் நகரம் காடாகியபோது விலங்குகளோடு விலங்குகளாகத் திரியும் வேடர்களாக மாறித் தங்களைச் சாவிலிருந்து காத்துக்கொண்டனர். வாரிசுகளையும் விலங்குகளாக காட்டிலேயே வளர்த்தெடுத்தனர்.

இரண்டாம் நாளிரவுக் கதை (அல்லது வெளிச்சுவாசத்தின் கதை). என் முதிர்முப்பாட்டனார் சொல்கிறார்:

தலைமுறைகளுக்கு முன் ஒரு வனமிருகத்தின் கனவை இந்த ராஜவம்சம் நிர்மூலமாக்காமலிருந்திருந்தால் ஒருவேளை நான் இந்தக் கதையைச் சொல்வதற்கான சந்தர்ப்பம் கூடாமலே போயிருக்கலாம். ராஜன் மகளின் படுக்கையறையென்பது ஒரு கிழட்டுப் புலியின் பிறப்பிடமாக அதன் கனவில் பத்து தலைமுறைக் காலம் நீண்டுகொண்டிருந்த ஒன்றென்பதே இதன் காரணம். ராஜன் மகளுடைய படுக்கையறை மட்டுமல்ல. இந்த நகரமும் நான் இதைச் சொல்லிக்கொண்டிருப்பதும் நீங்கள் கேட்டுக்கொண்டிருப்பதும் மிருகங்களின் கனவிலேயே நடந்துகொண்டிருக்கிறது என்பதை நீங்கள் அறியவேண்டும். இந்தப் பிரபஞ்ச எதார்த்தம் முழுவதுமே மிருகங்களின் கனவுதானென்பதை ஏற்கனவே என் குருகுலவாசம் எனக்குக் கற்றுக் கொடுத்திருந்தது. சொல்லப்போனால் அதுவே நான் கற்றுக்கொண்ட வித்தையின் சாரமாகவும் இருக்கிறது. இன்னும் சொல்லப்போனால் மனிதன் தேடிக்கொண்டிருக்கும் பிரபஞ்ச மர்மத்தின் சாரமாக இருப்பதுவும் இதே. மிருகங்கள் இப்பிரபஞ்சத்தைக் கனவில் தங்களின் பிறப்பிடமாகக் காண்கின்றன. கருப்பையிலிருந்து வெளியே வந்து விழுந்ததுமே இந்த உலகம் ஒரு கருப்பையாக மாறி அவற்றைச் சூழ்ந்துகொண்டுவிடுகிறது. பிறகு அது அவற்றின் நிரந்தர வீடாகவும் மாறிவிடுகிறது. மனிதனைப்போலவே பட்சியினங்களும் கரையான்களும்கூட தங்கள் உறைவிடத்தைத் தாங்களே கட்டிக்கொள்ள பிரியப்படும் இப்பூவுலகில் மிருகங்கள் மட்டுமே தமக்கென்று ஒரு உறைவிடத்தைக் கட்டிக்கொள்ள விழைவதில்லை. ஏனெனில் உண்பதும் உண்ணப்படுவதும் பருகுவதும் பருகப்படுவதும் உட்சுவாசமும் வெளிச்சுவாசமும் சுவாசிக்கும் நாசியும் பொருள்களைக் கவியும் சீதோஷ்ணமும் தட்பவெப்பங்களைத் தங்கள் மேல் அனுமதிக்கும் பொருள்களும் அமிழ்வதும் வெளிப்படுவதும் அமிழ்தலுக்கும் வெளிப்படுதலுக்குமிடையில் சொற்ப கணம் இல்லாதிருப்பதும் ஆகிய ஒவ்வொன்றுமே அவை காணும் கனவுகளில் அவை உறையும் இடமாகவே தெரிகின்றன. உணவினுள் தன் முகத்தை அமிழ்த்தும் மிருகத்தின்முன் உணவு அதைத் தன்னுள் வாஞ்சையோடு பொதித்துகொள்ளும் இடமாகவே இருக்கிறது. இதைப்போன்றே காற்று அதைத் தன் அகண்ட பரப்பினுள் அடக்கிக்கொள்கிறது. காட்சிகளின் வெளியில் விலங்கு நுழைந்து உள்ளே உறைகிறது. கலவியின்போது ஆண் விலங்கு தன் லிங்கத்தைத் தானாகப் பாவித்துப் பெண் விலங்கின் புழையை இடமாக்கி அதனுள் நுழைந்து தஞ்சமடைகிறது. அதேசமயம் பெண் விலங்கும் தன்னுடலை ஆண் மிருகத்தின் கால்களுக்கிடையில் நுழைத்து தன்னைத்

தஞ்சமளிக்கிறது. நுழைவதும் வெளியேறுவதும் மற்றும் உருவாவதும் மறைவதுமான காட்சிகளைத் தவிர எதார்த்த உலகின் மேல்கீழ் மற்றும் பக்கவாட்டு இயக்கங்கள் விலங்குகளின் கனவுகளில் தட்டுப்படுவதில்லை. மேலும் தன் பார்வையால் இப்பிரபஞ்சத்தைத் தன் பிறப்புக்கு முந்தைய ஞாபகங்களோடு இணைத்துவிடும் ஒரு மிருகம் கருப்பையின் நிணக்கசடோடும் வாசனையோடும் உதிர்ந்து முதலில் விழுந்த இடத்தைத் தன் சாவிற்குப் பிறகும் மறந்து போவதில்லை. விலங்குகளின் இந்த கனவுலகம்தான் சாஸ்திரங்களில் தேவர்களின் உலகமாக விவரிக்கப்படுகிறது. ஏன் அங்கே கடவுளர்கள் இமைப்பதில்லை. ஏன் தேவர்களுக்கு பசியும் தாகமும் கிடையாது. ஏன் அங்கு போய்ச் சேர்ந்த பிதுர்க்கள் உறங்குவதில்லை. ஏனெனில் இருக்கிறோம் என்பதை ஸ்தூலமாகக் காட்டும் எதார்த்தத்திலிருந்து விலகி அரூப உலகை நோக்கிப் போய்விட்ட தேவர்களுக்கு அவர்கள் இருப்பின் மீது அவர்களுக்கே சந்தேகம் வந்து விடாதிருக்கும் பொருட்டாக பரந்தாமனால் சிருஷ்டிக்கப்பட்ட தேவருலகம் என்னும் இடமே அவர்களின் உணவாகவும் நீராகவும் உறக்கமாகவும் பார்வையாகவும் காலமாகவும் சுவாசமாகவும் ஆகிவிடுகிறது. உலகின் எந்த மூலையிலும் பயிலப்படும் எந்த வித்தையின் சாரமாகவும் இருக்கும் இந்த ரகசியத்தை அனுபவித்துத் தெரிந்துகொள்ள நான் எடுத்துக்கொண்ட பிரயத்தனங்கள் வலியும் வினோதமும் நிறைந்தவை. ராஜன் மகளின் படுக்கையறையில் பத்து தலைமுறைக் காலம் தேங்கிக் கிடந்த அந்தக் கிழட்டுப்புலியின் சோகத்தை இந்தப் பிரபஞ்ச விதியைப் புரிந்துகொண்டவர்களால்தான் அது ஓர் அற்புதமோ அன்றி ஒரு மர்மமோ அல்ல மாறாக எதார்த்தம்தான் என்றும் நம்ப முடியுமாதலால் ராஜன் மகளின் கனவின் கதையை மேலே தொடரும்முன் மிருகங்களின் கனவுகளைப்பற்றி உங்களுக்கு நான் சொல்லியாக வேண்டியிருக்கிறது. என் குருகுல வாசத்தின் சவால் நிறைந்த ஒரு பகுதிக் கதையை உங்களுக்குச் சொல்லவும் இந்தச் சந்தர்ப்பத்தை நான் பயன்படுத்திக்கொள்கிறேன். இந்தக் கதை நான் பிறர் தூக்கத்தினுள் ஊடுருவி அவர்கள் கனவுகளைப் பார்க்கும் வித்தையில் பாண்டித்யம் பெற்றவனென்று என் குருவால் ஆசீர்வதிக்கப்பட்ட கதை. உங்களுடன் சேர்ந்து இந்தக் கதையைக் கேட்டுக்கொண்டிருக்கும் இந்த மங்கையை வெற்றியின் பரிசாக நான் மணம் புரிந்துகொண்ட கதை. என்னைப் பண்டிதனாக்கிய என் பெருமைமிகு ஆசானின் அளவிட முடியாத பெருமைகளைப்பற்றிச் சொல்லும் கதையும்கூட.

கேளுங்கள். அறியப்படாத பொருள்கள் கனவுகளின் உலகில் பார்க்கப்படுகின்றன என்பது விதி. மனிதன் பிரபஞ்சத்தைப் பார்க்கப் பிரியப்படுவதில்லை. மாறாக அதை அறியவே பிரியப்படுகிறான். அறிதல் எதார்த்தத்தை உண்டு பண்ணுகிறது. அறிவதன் பொருட்டே மனிதன் சப்த தாதுக்களை ஒழுங்குபடுத்தி பாஷையை உண்டாக்கினான். மிருகங்களோ பாஷையை அறியாதவை. எனவே அவை தங்களைச் சுற்றியுள்ள பிரபஞ் சத்தை அறியப் பிரயாசைப்படுவதுமில்லை. பிரயாசையற்ற இடத்தில் பார்வை பூரணமாக விளங்குகிறது. பார்த்தல் அறிதல் என்னும் இரண்டு அப்பியாசங்களால் முறையே இவ்வுலகைக் கனவுலகென்றும் எதார்த்த உலகென்றும் மனிதன் பிரித்துக்கொள்வதைப்போல மிருகங்கள்

பிரித்துக்கொள்வதில்லை. பார்த்தல் என்பது கனவின் லட்சணமாதலால் மனிதன் அறிய முனையும் எதார்த்தம் என்பது மிருகங்கள் காணும் கனவாக இருக்கிறது. பிறரது கனவுகளுக்குள் ஊடுருவும் வித்தையில் தன் எல்லையைப் பரீட்சித்துக்கொள்ள விரும்பும் யாரும் இதனாலேயே மிருகங்களின் கனவுகளுக்குள் புகுந்து அவற்றின் பார்வை வழியே பிரபஞ்ச எதார்த்தத்தைக் கண்டு வரவேண்டுமென்கிற விதியை கனவறியும் சாஸ்திரம் வற்புறுத்தும். அது மிகவும் கடினமான பரீட்சையாகவும் இருக்கும். இந்தப் பரீட்சைக்குள் பிரவேசிக்க விரும்புபவன் மூன்று நிலைகளில் அதைக் கடந்து வரவேண்டியிருக்கும். முதல் நிலையில் அவன் மிருகங்கள் தங்கள் கனவுகளில் என்ன காண்கின்றன என்பதை அறிந்து வரவேண்டும். இரண்டாம் நிலையில் அந்தக் கனவுகளில் தோன்றும் காட்சிகளின் அசைவுகளின் இயல்பை அவன் அவதானிப்பான். மூன்றாவதும் இறுதியானதும் மிகக் கடினமானதுமான நிலையென்பது மிருகங்கள் தங்கள் கனவுகளில் இந்தப் பிரபஞ்சத்தை என்னவாகப் பார்க்கின்றன என்பதை அறிந்து தேர்வது. சோதனைக்காக என் வசம் ஒப்படைக்கப்பட்ட ஒரு பசுமாட்டின் கனவுகளுக்குள் புகுந்து அதை அறியும் பரீட்சையில் என் குருவின் ஆக்ஞைப்படி நான் பிரவேசித்தபோது பாஷையாலான எதார்த்தத்தை அந்த விலங்கு மீண்டும் எப்படி பாஷையற்ற தூய பொருளாக மாற்றித் தன் கனவில் காண்கிறது எனும் அறிதலின் ஆரம்பக் கட்டத்தைத் தாண்டவே எனக்கு நூற்றெண்பது நாட்கள் பிடித்தன என்றால் பார்த்துக்கொள்ளுங்கள். பொருளின் மீது சுமத்தப்பட்டிருக்கும் வார்த்தைகள் கழன்றுகொள்ளும் தருணங்களில் அப்பொருளிலிருந்து முன்பு பிரிக்கப்பட்டு ஞாபகமாக மாற்றப்பட்டிருக்கும் ஒளியும் மணமும் மீண்டும் அப்பொருளை வந்து சேர்ந்துகொள்கின்றன. பசுமாட்டின் கனவுகளூடே அந்தக் கனவுகளின் சுழலுக்குள்ளும் அடர்த்திக்குள்ளும் சிக்கிக்கொண்டு மூச்சடைத்து இறந்துபோய்விடாமல் ஒரு குளிர் பருவம் முழுவதும் மிகக் கடினமான பிரயாணத்தை மேற்கொண்ட பிறகு அந்தக் கனவுகள் தூயதென்று உணரும்படியான ஆனால் குழப்பமான நிறங்களையும் கலவையான மணங்களையும் கொண்டிருப்பதாக என் குருவிடம் வந்து கூறியபோது நான் பரீட்சையின் முதல் நிலையை வெற்றிகரமாகக் கடந்து வந்துவிட்டதாகக் கூறி அவர் வைத்தியசாலைக் கட்டிடத்தின் நான்காம் அடுக்கிலிருந்து முன்பு குதித்துத் தன்னை மாய்த்துக்கொண்ட முதல் சீடனின் நினைவில் துயரக் கண்ணீர் பெருக்கியபடி என்னை அணைத்துக்கொண்டார். பிறகு அவர் தன் பெண்ணை நோக்கித் திரும்பி இனி அவள் என்முன் வரும் வேளைகளில் தன் ஸ்தனங்களைத் துணியால் மறைத்துக்கொள்ளவேண்டுமெனவும் ஆணையிட்டார். இறுதிப் பரீட்சையின் முதல் கட்டத்தை நான் பூர்த்தி செய்தபோது பௌர்ணமி நிலவு தன் முழு ஆகிருதியுடன் கிழக்குத் திசையில் வெளிப்பட ஏழு நாட்கள் மீதமிருந்தன. எனக்கு இரண்டு நாட்கள் ஓய்வளிக்கப்பட்டது. இதையடுத்த ஐந்து நாட்கள் முழு உபவாச விரதமொன்றை என் குருவின் ஆக்ஞைப்படி நான் மேற்கொண்டேன். பிறகு என் பரீட்சையின் இரண்டாம் நிலையில் தேர்ச்சியுறும் பொருட்டாக பௌர்ணமியன்று மீண்டும் பசுமாட்டின் கனவுகளுக்குள் என்னைப் புகுத்திக்கொண்டேன்.

உலகம் வார்த்தைகளற்ற ஒரு பிரம்மாண்டமான ஓயாத கனவாகவே பரம்பொருளால் ஆதியில் படைக்கப்பட்டது. எதார்த்த உலகின் அடியில்

இன்று மறைக்கப்பட்டுவிட்ட கடவுளின் இந்தக் கனவுலகை மனிதன் இறந்த பின்னே சென்றடைகிறான். மனிதனுக்குக் கீழ்பட்ட அறிவைக்கொண்டிருக்க ஆசீர்வதிக்கப்பட்ட விலங்குகளோ அதிகப்படியான அறிவின் சுமையால் கூனடைந்து போகாது உயிர் வாழும் போதே கடவுளின் உலகைக் கண்டு அனுபவிக்கின்றன. அந்த உலகம் மிகவும் ஆச்சர்யகரமான சாயைகளைக் கொண்டது. கனவுலகின் காலக்கிரமமும் இடக்கிரமமும் எதார்த்த உலகின் காலக்கிரமத்திலிருந்தும் இடக்கிரமத்திலிருந்தும் மிகவும் வித்தியாசப் பட்டிருக்கின்றன. ஏனெனில் அங்கே பொருள்கள் எதார்த்த உலகில் அசைவது போல் அசைவதில்லை. எதார்த்த உலகில் மனிதன் தன் வார்த்தைகளால் அர்த்தங்களை உருவாக்குகிறான். அர்த்தங்கள் காரணங்களை உருவாக்குகின்றன. காரணங்கள் ஸ்தூலப் பொருள்களை உண்டாக்குகின்றன. பொருள்கள் விளைவுகளை உண்டாக்குகின்றன. விளைவுகள் மீண்டும் காரணங்களை உருவாக்கும் அர்த்தங்களை உருவாக்கும் வார்த்தைகளைப் பிறப்பிக்கின்றன. ஒரு பொருள் இவ்வாறாக இன்னொரு பொருளோடு அதன் பக்கவாட்டிலும் மேலுங்கீழும் காரணத்தாலும் விளைவாலும் சங்கிலிபோல இணைக்கப்பட்டிருப்பதால் இவ்வுலகக் காட்சிகள் கிடைக்கோட்டிலும் மற்றும் மேலும் கீழுமாக நகர்ந்துகொண்டிருப்பதாக மனிதர்களாகிய நம் பார்வைக்குப் படுகிறது. பிரபஞ்சத்தைக் கனவாகக் கண்டுகொண்டிருக்கும் மிருகங்களின் பார்வையிலோ இவ்வுலகம் வலமிருந்து இடமாகவோ இடமிருந்து வலமாகவோ அல்லது மேலிருந்து கீழாகவோ கீழிருந்து மேலாகவோ நகர்வதாக இருப்பதில்லை. மனித முகத்தைப்போலத் தட்டையாகவன்றி முன்னோக்கிக் குவிந்து கீழ்நோக்கி இறங்கும் கூம்பு வடிவினதாக மிருகங்களின் முகத்தை வடிவமைத்த கடவுளின் கருணையும் முன்யோசனையும் இதைச் சொல்லும்போது என் நினைவிற்கு வந்து கண்களில் நீர் கசியச் செய்கிறது. ஏனெனில் ஒரு காட்சியை ஒரே சமயத்தில் இரு கண்களாலும் ஒரு சேரப் பார்க்க வாய்ப்பாக தட்டையான முகவமைப்பைக் கொண்ட மனிதனுக்கு அறிதலைக் குழப்பும் இரு வேறு காட்சிகளை ஒரே சமயத்தில் பார்த்தாகவேண்டிய சிரமம் கிடையாது. ஏனெனில் ஒரு சமயத்தில் ஒரு காட்சியென்பதே அறிதலின் அடிப்படையாக இருக்கிறது. ஆனால் முகத்தின் இருபுறமும் சரிந்த விழிகளால் தனித்தனியாக இருவேறு காட்சிகளை ஒரே சமயத்தில் பார்க்கும் மிருகங்களால் அவற்றை இணைத்துப் புரிந்துகொள்வதென்பது முடியாததாக இருக்கிறது. இதனால் அவற்றால் பாஷையை உருவாக்க முடிவதுமில்லை. ஏனெனில் ஒரு சமயத்தில் பல காட்சிகள் என்பதே வார்த்தைகளற்ற பார்த்தலின் அடிப்படையாக இருக்கிறது. முகத்தின் வலப்புறம் தோன்றிய ஒரு காட்சி சோதனைக்காக என் வசம் ஒப்படைக்கப்பட்ட பசுமாட்டின் இடதுபுறத்திற்கு நகர்ந்தபோது வலப்புறம் அந்தக் காட்சி விட்டுச் சென்ற வெளியில் இன்னொரு காட்சி தோன்றியதையும் அதேசமயத்தில் முகத்தின் இடப்புறம் ஏற்கனவே பசு பார்த்துக்கொண்டிருந்த காட்சியின்மேல் வலப்பக்கத்தில் மறைந்த காட்சி வந்து அமர்ந்துகொண்டதையும் நான் என் பரீட்சையின் இரண்டாம் நிலையில் கண்டுகொண்டேன். குழப்பமான நிறங்களாகவும் வாசனைகளாகவும் உருவாகும் மிருகங்களின் கனவுகளில் காட்சிகள் எதார்த்த உலகில்போலன்றி உள்ளிருந்து மேலெழும்பித் தோன்றுவதும் வெளியிலிருந்து உள்ளே பதுங்கி மறைவதுமாகவே அசைகின்றன என்பதையும் அதன் காரணங்களை நான் இப்போது உங்களுக்குச் சொன்ன

விதமாகப் புரிந்து கொண்டதையும் அறுபது நாட்கள் கடும் பிரயாசைக்குப் பிறகு பசுவின் கனவிலிருந்து வெளியேறி குருகுலத்தை அடைந்த அன்று என் ஆசானிடம் சொன்னபோது நான் என் தேர்வின் இரண்டாம் நிலையையும் வெற்றிகரமாகக் கடந்து வந்துவிட்டதாக காசியின் அடர்ந்த வனங்களை நோக்கி ஓடிப்போய்விட்ட தன் இரண்டாவது சீடனின் நினைவு கண்களில் கண்ணீரைப் பெருக்க அவர் கூறினார். ஆடைகளால் மறைக்கப் படாத அங்கங்களை ஆபரணங்களால் மறைத்த பின்பே இனி என் முன்னே தோன்றவேண்டுமென அப்போதே தன் மகளுக்கு அன்புக் கட்டளையுமிட்டார்.

முடிவானதும் மிகக் கடினமானதுமான பரீட்சையின் மூன்றாம் நிலைக்கு என்னைத் தயார் செய்துகொள்வதற்காக பிறகு அவர் எனக்கு மேலும் பத்து தினங்கள் ஓய்வளித்தார். என் குருகுல வாசத்தில் அதுவரை அனுபவித்தே அறியாத பலவகைப் பதார்த்தங்களை நான் அந்தக் காலக்கட்டத்தில் உண்டு மகிழ்ந்தேன். நறுமணமிக்க மூலிகைகளைக் கலந்து தயாரிக்கப்பட்ட பானகங்களை தொடர்ந்து எனக்கு அளிக்க என் குரு ஏற்பாடு செய்திருந்தார். அவை என் உடலைக் குளிர்ந்ததாகவும் நாட்கணக்காக தொடர்ந்த உறக்கத்தில் ஆழ்ந்து போகுமளவிற்கு அலுப்புள்ளதாகவும் உறங்கும்போது உடைகள் அலங்கோலமாகக் கலைந்து விலகிக் கிடக்கும்படி மண் தரையில் புரண்டுகொண்டிராத வண்ணம் அதை மரக்கட்டைபோல உணர்வற்றதாகவும் ஆக்கின. இவற்றையெல்லாம் அன்று என் குருவின் மகளாக இருந்த இதோ இங்கே என் அருகே அமர்ந்திருக்கும் என் மனைவியின் கையால் நான் பெற்றுக்கொண்டதானது கிளர்ச்சியூட்டும் கனவுகள் என்னுள்ளிருந்து விழித்தெழும் வண்ணம் என்னை இன்னும் நீண்ட விச்ராந்தியான உறக்கத்தில் ஆழ்த்தி வைத்திருந்தது. பரீட்சையின் இரண்டாம் நிலையில் நான் பிசகின்றி வெற்றி பெற்றதன் நிமித்தமாகவே இத்தகைய உபசாரங்கள் எனக்களிக்கப்படுவதாக அப்போது நான் எண்ணி இறுமாந்திருந்தேன். ஆனால் அவை யாவும் பலியாட்டின் மீது போர்த்தப்படும் புதிய வஸ்திரங்களையும் வாசனைத் திரவியங்களையும் பூமாலைகளையும்போல தந்திரத்தின் மணத்தைத் தம்முள் புதைத்துக்கொண்டிருந்தன என்பதைப் பின்னால்தான் தெரிந்துகொண்டேன். அதற்கு கட்டியங்கூறும் வகையில் பரீட்சையின் மூன்றாம் நிலைக்கு நான் தயாரான அன்று என் குரு எனக்குச் சொன்ன அறிவுரைகளையும் பரீட்சையின் வழிமுறைகளையும் கேட்ட என் உதிரம் அச்சத்தால் உறைந்துபோய்விட்டது. பெரும் பீதி என்னை ஆட்கொண்டது. பரீட்சையின் முதல் இரண்டு நிலைகளையும்போல இந்த மூன்றாம் நிலை பரீட்சைக்கு உட்படுத்தப்படும் மிருகத்தின் வயிற்றில் அதன் இரை ஜீரணமாகிக்கொண்டிருக்கும் மந்தமான உறக்க நிலையில் பிரயோகித்தறிவது அல்ல என்று என் குரு என்னிடம் சொன்னார். மேலும் என் பிரியத்திற்குரிய மாணவனே மிருகங்கள் தங்கள் கனவில் என்ன காண்கின்றன என்பதையும் காட்சிகள் அந்தக் கனவில் எப்படிப் பிறந்து மறைகின்றன என்பதையும் கசடறக் கண்டுகொண்ட நீ இப்போது அக்கனவுகளின் அர்த்தத்தை மனிதனின் மொழியில் அறிந்துகொள்ள இருக்கிறாய். வார்த்தைகளற்ற மிருகங்களின் கனவுலகை வார்த்தைகளாக மாற்றி அவற்றை சாஸ்திரங்களாக்கி நம் முன்னோர் நமக்குத் தந்ததைப்போல இனி வரும் சந்ததிகளுக்கு நீ தரவேண்டிய பொறுப்பு இப்போது உன் தலை மீது சுமத்தப்பட்டிருக்கிறது என்பதை அறிந்துகொள்.

மிருகங்கள் நாம் காண்பதுபோல உறக்கத்தில் மட்டுமே கனவுகளை உருவாக்கிக்கொள்வதில்லை. அவை தம் அன்றாட வாழ்வின் பிரத்யேக கணங்கள் ஒவ்வொன்றிலும் சிறுசிறு தற்காலிக உறக்கங்களை அவ்வப்போது மேற்கொண்டு அந்தந்தக் கணங்களுக்குரிய உலகை கனவாகக் கண்டு மகிழும் வல்லமை படைத்தவை. எனவே ஐந்தறிவு மிருகத்தின் கனவுகளை அறியும் விதமாக இனி நீயும் உனது ஆறாவது அறிவை அவ்வப்போது இழக்கக் கடவாய். அவ்வுயிர் புழங்கும் இடங்களினூடும் பார்க்கும் காட்சிகளினூடும் செல்லும் பிரதேசங்களினூடும் உண்ணும் உணவினூடும் தரிக்கும் கலவியினூடும் நீயும் கலந்து போகக் கடவாய். கணத்திற்குக் கணம் கனவுகளை உருவாக்கி அவற்றை இப்பிரபஞ்சமாக உலாவவிடும் மிருகங்களின் பார்வையில் இப்பிரபஞ்சம் என்னவாக இருக்கிறது என்பதை அப்போது நீ தெரிந்துகொள்வாய். தேர்வின் முதல் நிலையில் நீ கண்ட குழப்பமான நிறங்களை வார்த்தைகளாகவும் வாசனாதிகளை உச்சாடனங்களாகவும் மாற்றிக்கொண்டுவிட்டதாக திருப்தியடையும் நாளில் நீ என்னை மீண்டும் வந்து சந்திப்பாய்.

என் ஆசான் நான் இரண்டு நிலைகளில் பரீட்சைக்கு உட்படுத்திய அந்தப் பசுவையே பிறகு அதன் சொந்தக்காரரிடமிருந்து விலை கொடுத்து வாங்கி அதன் மூக்கணாங்கயிற்றையும் கொம்புப் பூண்களையும் முகப்பட்டையையும் மேல் வஸ்திரத்தையும் எடுத்துவிட்டு நெற்றித் திலகத்தையும் உடல் மேல் இடப்பட்டிருந்த அலங்கார வண்ணக் கோலங்களையும் அழித்துவிட்டு அதைப் பூரண நிர்வாணியாக்கி எனக்கு முன்னே நடந்து செல்லும்படி அனுப்பி வைத்தார். பிறகு என்னையும் என் உடைகளனைத்தையும் களைந்துவிட்டுப் புறப்படும்படி அவர் கட்டளையிட்டபோது நான் திடுக்கிட்டு கௌபீனத்தை மட்டுமாவது தரித்துக்கொள்ள என்னை அனுமதிக்கும்படி அவரை மன்றாடினேன். முதலில் பிடிவாதமாக அதை மறுத்துவிட்ட அந்தத் திரிகால ஞானி பிறகு வேதனையுடன் சில வார்த்தைகளை முனகிக்கொண்டே கௌபீனத்துடன் செல்ல என்னை அனுமதித்தார். அன்றுமுதல் நான் பசுவின் பின்னால் அதன் நிழலைப்போல் அலையத் துவங்கினேன். ஒரு கிழமையல்ல ஒரு பருவமல்ல சபையோரே கோடையின் இரண்டு முழுச் சுழற்சிகள் என்னைத் தன்னிச்சையாக வனாந்திரங்களுக்குள்ளும் நகர்புறங்களுக்குள்ளும் நீர்நிலைகளின் ஆழங்களினூடாகவும் வயல் வரப்புகளினூடாகவும் விசேஷ காலங்களில் தங்களது இல்லங்களுக்குள் அதை அனுமதித்து வெல்லமும் அரிசியும் தேங்காய்க் கீற்றுகளும் தின்னக் கொடுத்துத் தங்களது சுபிட்சத்தைப் பெருக்கிக்கொண்ட மனிதர்களின் தந்திரங்களினூடாகவும் அலைக்கழித்த அந்த வெண்பசுவின் பின்னே நான் அதைத் தவிர வேறு யாதொரு பந்தமும் அற்றவனாகச் சுற்றித் திரிந்தேன். அது தன் உணவை அசை போடும்போது அதன் கனவுகளுக்குள் புகுந்து பருவச் சுழற்சிகள் வெட்டிக்கொள்ளும் காலத்தே தெறிக்கும் சீதளப் பொறிகளின் உக்கிரத்திலிருந்து என்னைக் காத்துக்கொண்டேன். அந்தக் காலம் முழுவதும் நான் உண்ணவும் உறங்கவும் இல்லை. என்னுடைய ஓய்வுக் காலங்கள் என நான் மகிழ்ந்து அனுபவித்துக்கொண்டிருந்த பரீட்சைக்கு முந்தின காலக்கட்டத்தில் என் குருவின் மகளும் இன்று என் மனைவியுமான இந்தப் பெண் எனக்களித்த

நறுமணம் கமழும் மூலிகைப் பானகங்களால் என்னைக் கவிந்துகொண்டிருந்த தூக்கமும் பசியும் பரீட்சைக் காலத்தில் என் இமைகளையும் வயிற்றையும் காவு கொள்ளவே அப்போது எனக்கு மருந்தாகப் புகட்டப்பட்டவை என்பதை நான் தெரிந்துகொண்டேன். நான் பின்தொடர்ந்துகொண்டிருந்த பசுவோ என்னைப்பற்றின பிரக்ஞையே இல்லாததாக ஒருபோதும் என்னைத் திரும்பிப் பார்க்காது தனக்கு விருப்பப்பட்ட இடங்களில் இருந்தும் படுத்தும் விழுந்தும் புரண்டும் ஓய்வெடுத்துக்கொண்டது. கண்களைத் திறந்தபடி உறங்கியது. மறைப்புகள் ஏதுமற்ற தன் தூய நிர்வாணம் முழுவதும் அமிழும்படி நீர்நிலைகளில் மூழ்கி எழுந்தும் மண்ணால் தன்னை மூடிக்கொண்டும் பிறகு அதை உதிர்த்து வெளிப்படுத்திக்கொண்டும் புளகாங்கிதமடைந்தது. குளிர்பருவத்தில் வெளிச் சுவாசத்தைத் தன்னுடல் மேல் செலுத்தித் தகிப்பைத் தக்க வைத்துக்கொண்டது. கோடைப் பருவத்தில் உட்சுவாசம் இறங்கும் வழியை நாக்கால் தடவி ஈரப்படுத்திக் காற்றைக் குளிரச் செய்து தன்னுள் செலுத்திக்கொண்டு மிகுதி வெப்பத்தை உடலைச் சிலிர்த்து வெளியே சிதறடித்தது. மனிதப் பிறவியால் சாதிக்கவியலாத பசுவின் இவ்விதமான செய்கைகள் என் அறிவைக் கேலி செய்து என்னைத் தொடர்ந்து அவமானப்படுத்திக்கொண்டேயிருந்ததால் விரைவில் பரீட்சையை முடித்துக்கொண்டு இருப்பிடம் திரும்பும் ஏக்கம் என்னை அரிக்கத் துவங்கிவிட்டது (மேலும் குருமகளின் நினைவு நானறியாமல் என்னுள் இடந்திரும்பும் அவாவைக் கொழுந்து விட்டெரியச் செய்துகொண்டிருந்ததென்பதை திருமணத்திற்குப் பிறகே அறிந்துகொண்டேன்.). எனவே பசுவின் செயல்களுக்கு அவசர அவசரமாக வார்த்தையுருக் கொடுத்துப் பரீட்சையை வலுக்கட்டாயமாக அதன் முடிவிற்குக் கொண்டு வரும் மதிகெட்ட செய்கையைச் செய்யவும் நான் துணிந்தேன். நிர்வாணமாகத் திரியும் பசுவின் கண்முன் கனவாகத் தெரியும் வெல்லமும் அரிசியும் தேங்காயும் புல்லும் வைக்கோலும் மட்டுமல்லாது காற்றும் சீதோஷ்ணமும் காட்சிகளுமேகூட உணவாகவே தெரிகின்றன என்று நான் எண்ணத் தலைப்பட்டேன். அது தன் முன் எதிர்படும் எந்தப் பொருளையும் முகர்ந்து பார்த்தும் நக்கிப் பார்த்துமே அடையாளங் கண்டுகொள்வதாகவே பரீட்சைக் காலத்தின் முதல் வசந்தத்தின்போது எனக்குத் தோன்றியது. நான் என் முன்னே சென்ற பசுவைப் பிடித்து அதன் நாசித் துவாரங்களில் கயிற்றைச் செலுத்தி இறுக்கி அதன் முடிச்சைப் பிடித்தபடி திமிருடன் அதன் முன்பாக நடந்து சென்று என் குருவை அடைந்தேன். பெரும் தவறைச் செய்கிறேன் என்பதை எனக்குக் காட்டாது அப்போது வயதும் என் கண்களைக் கட்டிவிட்டது. மிருகங்கள் இந்த உலகைத் தங்கள் உணவாகக் காண்பதாகவும் எந்தப் பொருளையும் அவற்றின் கனவுகள் ருசியாகவே காட்டுவதாகவும் அவரிடம் இறுமாப்புடன் அறிவித்தேன். அப்படி அறிவித்த கணத்தில் என் குருவின் கண்கள் இருண்டு குழியில் விழுந்து அவர் உடலும் தன்னிலை தவறி அவர் என்னை வரவேற்ற முன்முற்றத்தின் கோலமிட்ட தரையிலேயே மூர்ச்சையுற்று விழுந்தபோதுதான் அவசரப்பட்டுவிட்டேன் என்பதை நான் தெரிந்துகொள்ள சந்தர்ப்பம் வாய்த்தது. என் தோல்வி என் ஆசானை மரணத்தில் கொண்டு சேர்த்துவிடும் அளவு விஷமுள்ளது என்பதை அறிந்த மாத்திரத்தில் நான் என்னையே வெறுக்கத் துவங்கினேன். குருவின் மகளும் பின்னாளில் எனக்கு மனைவியுமாய் ஆன இந்தப் பெண் தன் தகப்பனைத்

தேடி வாசலுக்கு வருவதற்கு முன் நான் பசுவின் மூக்கைப் பிணைத்திருந்த கயிற்றையும் என் கௌபீனத்தையும் கழற்றி நான் வந்து போனதன் அடையாளமாக நிலத்தில் வீசியெறிந்துவிட்டு பதிலுக்கு என் குருவின் மூர்ச்சை தெளிவதற்குள் நான் வெற்றியுடன் திரும்பிவிடும் பிரதிக்ஞையை என்னுடன் எடுத்துக்கொண்டு சற்றும் தாமதிக்காமல் அங்கிருந்து வெளியேறினேன்.

பருவ காலங்களின் ஒரு சுழற்சிக்குள்ளாகவே பூர்த்தியாகியிருந்திருக்க வேண்டிய கல்வி என் மதியீனத்தாலும் அகம்பாவத்தாலும் அவசரத்தாலும் மேலும் ஒரு சுழற்சிக்குள் சிக்கிக்கொண்டு அல்லலுறும்படியாகிவிட்டது. மேலும் இப்போது நான் என்னை மனிதனென்று உறுதிப்படுத்தும் வண்ணம் என் லிங்கத்தைத் தொங்கவிடாது மறைத்துத் தொடைகளுடன் பிணைத்திருந்த ஒட்டுத் துணியையும் துணியிருக்கும் தைரியத்தில் பிற மனிதர்களோடு நான் பகிர்ந்துகொள்ள வைத்திருந்த சொற்ப வார்த்தைகளையும் இழந்துவிட்டேன். என்னை வழி நடத்திச் சென்ற மிருகத்தோடு நானும் கூடவே வார்த்தைகளும் பேதங்களுமற்ற உலகினுள் இவ்வாறு முற்றாகப் பிரவேசித்தேன். அதே சமயத்தில் அவ்வுலகிற்கு வெளியே இருந்து அதை அறியும் வார்த்தைகளையும் மனிதனென்கிற பிரக்ஞையுடன் நான் சிருஷ்டித்துக்கொண்டே இருக்க வேண்டியிருந்தது. உண்மையான பரீட்சை இப்போதுதான் துவங்குகிறது என்பதை என் முழு நிர்வாணம் எனக்கு உணரக் காட்டியது. முன்பு கௌபீனத்தை அவிழ்க்க மறுத்தபோது என் ஆசான் முணுமுணுத்த வார்த்தைகளையும் அப்போது என்னால் தெளிவாகக் கேட்க முடிந்தது. மிருகங்களின் கனவுகளில் பிரபஞ்சம் குழப்பமான நிறங்களிலும் மணங்களிலும் காணக் கிடைக்கிறது என்பதை நான் என் முதல் பரீட்சையில் அறிந்தேனென்று சொன்னேனல்லவா. இப்போது அவை குறிப்பிட்ட தருணங்களில் சில குறிப்பிட்ட நிறங்களும் வாசனையும் கொள்வதை என்னால் கண்டுகொள்ள முடிந்தது. பசு தன் உணவை மெல்லும்போது அதன் கனவுகள் சிவந்ததும் இருண்டதுமான நிறத்தைக்கொள்வதை நானும் ஒரு விலங்காக என் கனவில் காணுமளவிற்கு சின்னாட்களில் முன்னேறினேன். கண்கள் முழுகும்வரையில் முகத்தை நீரில் அமிழ்த்தி அது நீரருந்தும்போதும் காற்றிற்கு எதிராக முகத்தை நிமிர்த்தி சுவாசத்தை அது சுத்தம் செய்துகொள்ளும்போதும் மழையாலும் மட்கிய பொருள்களாலும் சிறு பூச்சியினங்களாலும் புரட்டப்பட்ட சேற்றில் தன்னுடலை வீழ்த்திக்கொள்ளும்போதும் உண்ணிகளை கொத்திப் பிடுங்கச் சிறு பறவைகளுக்குத் தன் உடலைக் கொடுக்கும்போதும் பசுவின் கண்களில் இவ்வுலகம் சிவந்து இருண்ட நிறங்கொள்வதாகவே இருந்தது. இதோடுகூட என் வியப்பு அதிகரிக்கும்படியாக அந்தக் கனவுகளிலிருந்து ஆசுவாசங்கொள்ளச் செய்யும் கதகதப்பான சீதோஷ்ணம் ஒன்று வெளிக் கிளம்பிக்கொண்டிருப்பதையும் நான் அனுபவித்தேன். அந்தச் சீதோஷ்ணம் இவ்வுலகின் எந்த மூலையிலும் கேட்கக் கிடைக்காத கனத்த அமைதியை என் காதுகளில் ஒலித்துக்கொண்டிருந்தது. மேலும் அது எனக்கு ஏற்கனவே பரிச்சயப்பட்ட ஒன்றாகவும் சாபத்தால் என் நினைவிலிருந்து பிறகு அகன்று மறைந்துபோனதாகவும் தோன்றி என்னை வதைத்தது. மிருகங்கள் இப்பிரபஞ் சத்தை என்னவாகத் தங்கள் கனவில் கண்டுகொண்டிருக்கின்றனவோ அதை நான் வார்த்தைகளாக அறிந்துகொண்டுவிட முடியவில்லையே தவிர

காட்சியாகக் கண்டுகொண்டேதான் இருக்கிறேனென்பது விலங்கோடு விலங்காய் மாறிப்போயிருந்த எனக்குத் தெரிந்தது. பாஷைக்குள் பிடிபடும் வண்ணம் அந்தக் கனவை அறியத் தரும் ஒரு உபகரணத்தை நான் எப்படியும் கண்டுபிடித்து விடுவேன் என்று நம்பினேன். அந்தச் சந்தர்ப்பமும் விரைவிலேயே வாய்க்கத்தான் செய்தது. ஆனால் நடந்தது என்னவென்றால் அந்த உபகரணம்தான் தன் கருவியாக என்னைத் தன் வழியில் கண்டுபிடித்தது. என்னைக் கண்டுபிடித்த அந்த உபகரணம் பத்தினிப் பெண்ணின் விழிகளையொக்கும் கருத்த நிறமுள்ள ஒரு காளைமாடு. ஊரென்றோ நகரமென்றோ அடையாளம் புலப்படாத ஒரு பிரதேசத்தின் வழியே நானும் என் முன்னே வழக்கம்போலப் பசுவும் நடந்து சென்றுகொண்டிருந்தபோது திடீரென எங்களிருவருக்கும் நடுவே பருத்த உருவமும் திரண்டு மதர்த்த இரட்டைத் திமில்களும் உயர்ந்து வானைக் கிழித்துக்கொண்டிருந்த கொம்புகளும் பரந்த தொடைகளும் சிவந்த கண்களும் உமிழ்நீர் பெருகி வடிந்துகொண்டிருந்த வாயுமாக அந்தக் காளை தோன்றியது. நான் என்னை நிதானித்துக்கொள்வதற்குள் பசுவை என் பார்வையிலிருந்து மறைத்து நின்ற அந்தப் பிரம்மாண்டமான ஆண் மிருகம் விறைத்து நீண்டிருந்த தன் பிறப்புறுப்பால் என்னைத் தொட்டுத் தாக்கி அப்பால் தள்ளிவிட்டது. பிறகு இடியொன்று மரத்தின் மீது வீழ்வதுபோல அது பசுவின் மேல் தன் முன்கால்களை ஏற்றி வீழ்த்தி அதைத் தனது உடலுக்குள்ளாக இழுத்தது. கண்மூடித் திறப்பதற்குள் இவையாவும் நடந்து முடிந்துவிட்டன. பசுவின் உடல் சுருங்கித் தன்னிச்சையாகக் காளையின் கால்களின் நடுவே பதுங்கிக்கொள்வதையும் அதன் கனவுகள் வெகுவேகமாக செந்நிற இருளைத் தீட்டுவதையும் நான் விழுந்த நிலையிலேயே கண்டேன். அதன் பின்புறத்தின்மீது ஏறி நின்றுகொண்டிருந்த காளையின் கண்களிலிருந்தும் அதே செவ்விருட்டு நிறக் கனவு பீரிட்டு வெளியில் சிதறிக்கொண்டிருந்தது. இப்போதும் அந்தக் கனவுக்குள்ளிருந்து எனக்குப் பழக்கப்பட்டு மறந்துபோன தட்பவெப்பம் என்மேல் கவிந்தது. குருவை மூர்ச்சையடையச் செய்த என் வயதின் மமதையை வென்று அப்போது பொறுமையாய் நிகழ்பவைகளைப் பார்த்துக்கொண்டிருப்பவனாய் மட்டுமே நான் விழுந்து கிடந்தேன். இதன் பயனாக என்னைப் பசுவிடமிருந்து பிரிக்கும் வண்ணம் நடுவே புகுந்ததென்று எண்ணியதால் ஒரு கணம் என் கோபத்திற்கு இலக்கான காளை உண்மையில் வெற்றியுடன் என்னைப் பிணைக்கும் கண்ணியாகவே அப்படி நிற்கக் கடவுளால் அனுப்பப்பட்டது என்பதை நான் சற்று நேரத்தில் கண்ணீருடன் தெரிந்துகொண்டேன். விலகி நெருங்குவதாக அல்லாமல் அமிழ்ந்து வெளிப்படும் இயல்பினதான மிருகங்களின் கனவுலகமே உண்மையான பிரபஞ்சமென்று பறை சாற்றும்படியாக அவ்வுலகிற்குரிய செங்குத்தான அசைவை லயப்பிசகின்றி பசுவின் பின்புறத்தில் நிகழ்த்திக்கொண்டிருந்த காளை நெடுநேரம் கழித்து மீண்டும் தன் பளுவை தரையதிரும் வண்ணம் கீழே இறக்கிய பின்பு செந்நிறம் நீர்த்துப் பழைய ஸ்திதியை அடைந்திருந்த தன் கண்களைத் திருப்பி என்னைக் கனிவுடன் பார்த்தது. அப்போது என் பயணக்காலம் முழுவதிலும் என்னைத் திரும்பியே பார்த்திராத அந்த வெண்ணிறப் பசுவும் முதன் முறையாக அன்பின் நீர் ததும்பும் விழிகளோடு என்னைப் பார்த்தது. அது தன் இடத்திலேயே அசையாது பின்னும் நின்றிருக்க காளை என்னருகே வந்து படுத்துக் கிடந்த என்மேல் தன்

கதகதப்பான சுவாசத்தைப் பாய்ச்சியும் உடல் முழுவதையும் தன் நாக்கால் சுழற்றி நக்கியும் என்னோடு வார்த்தைகளற்ற உலகைச் சேர்ந்த பிரகிருதியின் பாவபாஷையில் பேசியது. பிறகு அது தோன்றியதைப்போலவே உட்சுருங்கிக் காற்று வெளியில் மறைந்துபோனது. அதன் பேச்சை அறிவு புரிந்துகொள்ளும் முன்பே உடல் புரிந்துகொண்டதன் அடையாளமாக என் லிங்கம் என்னிலிருந்து புறப்பட்டு என் யத்தனமின்றியே பசுவை நோக்கி நீண்டது. அந்த அளவில் நான் மிகப் பெரும் உவகையுடன் கதறியழுதபடி எழுந்து எனக்குத் தன் பின்புறத்தை மலர்த்திவாறே காத்துக்கொண்டிருந்த பசுவை நோக்கிப் பாய்ந்தேன். அதன் முதுகின் மேல் என் கைகளை ஊன்றி எழும்பிக் காளையின் மதநீர் வடிந்துகொண்டிருந்த புழையினுள் என் லிங்கத்தை நுழைத்தேன். அது என் ஆகிருதியிடமிருந்து விடுபட்டதான தன்னிச்சையுடன் என் மொத்த உயரத்தையும்விடக் கூடுதல் நீளங் கொண்டதாக பசுவின் உடலினுள் அதன் தசையையும் திசுக்களையும் நிணத்தையும் குருதியையும் மென்நரம்புகளையும் தீண்டி வழுக்கியபடி வளர்ந்தது. மிருகங்கள் தங்கள் உடலின் ஒவ்வொரு மயிர்க்கண்களாலும் எப்போதும் பார்த்துக்கொண்டிருக்கும் இப்பிரபஞ்சத்தின் உண்மையான தோற்றத்தை இறுதியில் பசுவின் உடலினுள் என் லிங்கத்தின் கண்களால் இவ்வாறாக நான் தரிசித்தேன். விலங்குகளின் கனவுகள் முழுவதிலும் நிறைந்து கனவாகவே ஆகியிருக்கும் இருண்டு சிவந்த நிறமும் சீதோஷ்ணமும் கிறக்கமூட்டும் மணமும் நீரினுள் ஆழ்ந்ததைப்போன்ற நிசப்தமும் உண்மையில் பெண் விலங்கின் கருவறையே என்னும் உண்மை தாங்கவொணாத பரவசத்திற்கிடையில் அப்போது என் நெற்றிப் பொட்டில் வெடித்தது. பசுவின் கனவுகளூடு பயணப்பட்ட வழியில் நானும் அவ்வப்போது நான் ஜனித்த இடத்தைத்தான் இப் பிரபஞ்சமாக கண்டிருக்கிறேனென்னும் தெளிவும் என் அறிவு வெடித்த வெளியில் சிதறியது. மனிதன் வார்த்தைகளால் தன்னிடமிருந்து பிரித்துத் தனியானதாக உருவாக்கிக்கொண்ட உலகத்தில் உலோக அரண்மனைகளையும் ஓலைக் குடிசைகளையும் ஓட்டுவீடுகளையும் தோற்கூடாரங்களையும் எழுப்பித் தலைமுறைகளின் ஞாபகத்திலிருந்து தொலைந்துபோன தன் பிறப்பிடத்தைப் போலி செய்து திருப்திப்பட்டுக்கொண்டிருக்க விலங்குகள் பிரபஞ்சம் முழுவதையும் தங்களின் பிறப்பிடமாகப் பார்த்துக்கொண்டிருக்கின்றன என்பதை நான் பசுவினுள் துடித்துக்கொண்டிருந்த என் ஞானக்கண்ணால் கண்டேன். இப்படி ஒரேசமயத்தில் திடீரென நான் பெற்ற ஞானோதயத்தால் மகிழ்ச்சியும் அதே சமயத்தில் மனிதர்களின் மடைமையை எண்ணி அளவிலாத் துக்கமும் மேலிட்டவனாக பெண் மிருகத்தின் கருவறையிலிருந்து என்னைப் பிரித்துக்கொள்ள மனமின்றி நெடுநேரம் அதனுள் என்னை லிங்கமாக மாற்றிக்கொண்டவனாய் தோய்ந்து கிடந்தேன். அப்போது நாங்கள் எங்கள் பயணத்தை முடித்துக்கொண்டு வந்த வழியே திரும்பும் காலம் கனிந்தது. இம்முறை பசு தன் மகத்துவத்தைக் கட்டுப்படுத்திக்கொண்டு ஒரு சாதாரண விலங்காக எனக்குப் பின்னே என்னை வாத்ஸல்யத்துடன் தன் நாவால் நக்கியபடி பின் தொடர்ந்து வந்து என்னைப் பெருமைப்படுத்தியது.

குருகுலத்தின் வாசலில் நான் காலடி எடுத்து வைத்த கணத்திலேயே தன் நீண்ட மூர்ச்சை தெளிந்து எழுந்த என் ஆசான் வாசலுக்கு ஓடோடியும் வந்து என்னை வரவேற்றார். என் உடல் முழுவதிலும் படிந்திருந்த சகதியையும்

என் மீதிருந்து புறப்பட்டு திசைகளை நனைத்துக்கொண்டிருந்த நிணத்தின் வாசனையையும் தளராது விறைத்த நிலையிலேயே இருந்த லிங்கத்தையும் எனக்குப் பின்னே பசு நின்றுகொண்டிருந்ததையும் பார்த்த கணத்திலேயே நான் பரீட்சையில் வென்றுவிட்டேனென்று உரக்க அறிவித்த அந்த ஞானி என்னைத் தன்னுடலுடன் ஆரத் தழுவிக்கொண்டார். என்னை உள்ளே வரும்படி அழைத்தார். அவருடைய மகளும் சற்று நேரத்தில் எனக்கு மனைவியாகப் போகிறவளுமான இங்கே என்னருகே அமர்ந்திருக்கும் இந்தப் பெண் உள்ளேயிருப்பதையும் நான் அம்மணமாக இருப்பதையும் எண்ணிப் பார்த்து நான் உள்ளே நுழையத் தயங்கியபோது யாசகனைத் தவிர வேறு யாருக்கும் வாசலில் நிற்க வைத்து வஸ்திரமளிப்பதென்பது அப்படி அளித்தவரை நரகத்தில் கொண்டு சேர்க்கும் பாவ காரியமாகப் போகும் என்னும் சாஸ்திர விதியை எனக்கு ஞாபகப்படுத்திய குரு சொன்னார். மேலும் வளர்ந்த மனிதனைத் தவிர வேறெந்த உயிரின் நிர்வாணமும் ஒரு பெண்ணை வெட்கமடையச் செய்வதில்லை. அவிழ்த்த உன் ஆடைகளைத் திரும்பத் தொடும் கணம்வரை நீயும் மனிதனில்லை. குருவின் இந்த மொழிகளால் நான் தைரியமுற்றவனாக உள்ளே நுழைந்து குருவின் பெண்ணிடம் லஜ்ஜைப்படாமல் வஸ்திரங்கள் வாங்கிக்கொண்டு குளித்து முடித்து ஆகாரமுண்டு களைப்பு நீங்கியவனாக என் குருவின் முன் தாழ்ந்த ஆசனத்தில் உட்காரப்போகும்போது அவர் என்னைத் தடுத்து நிறுத்தித் தனக்குச் சமமாக இடப்பட்டிருந்த ஆசனத்தில் என்னை அமரச் செய்து கையில் தாம்பூலத்தையும் தேங்காயையும் பொதித்து அதன்மீது நீரை வார்த்து தன் பெண்ணை எனக்கு வெற்றியின் பரிசாக அளிப்பதாக அறிவித்தார். பிறகு தன் காது குளிர என் பிரயாண அனுபவங்களைச் சொல்லும் படி என்னைக் கேட்டுக்கொண்டார். என்னைத் தன் மாப்பிள்ளையாக அவர் அறிவித்த கணத்திலேயே தன்னை என்முன் காட்டிக்கொள்வதைத் தவிர்த்துவிட்ட வெட்கத்தால் சிவந்து தகித்துக்கொண்டிருந்த முகத்தையுடைய இந்தப் பெண்ணும் கதவுகளுக்குப் பின்னிருந்தபடி என் பிரயாண அனுபவங்களைக் கேட்டுக்கொண்டிருந்தாள். பசுவின் பின்னே புறப்பட்ட முதல் தினத்திலிருந்து பசு பின்தொடரத் திரும்பி வந்த கடைசி தினம்வரையில் எனக்கேற்பட்ட விசித்திர அனுபவங்களை விலாவரியாகச் சொல்லி என் குருவின் காதுகளையும் மனதையும் குளிர்வித்தேன் என்று தனது பால்யகால நினைவுகளையும் சாதனைகளையும் இவ்விதமாகத் தன் கதை மூலம் நினைவு கூர்ந்த என் முதிர்முப்பாட்டனார் தொடர்ந்து பேசுகிறார்: கனவு என்கிற அதிசயமான உலகிற்கு சர்வசாதாரணமாகச் சென்று வர ஆசீர்வதிக்கப்பட்ட விலங்குகளில் மனிதனைத் தவிர பிற யாவுமே பிரபஞ்சத்தைத் தங்களுடைய இருப்பிடமாகவே (அதாவது பிறப்பிடமாகவே) காண்கின்றன என்பதைத் தெரிந்துகொண்ட எனக்கு சில வேளைகளில் சுயநலமும் மமதையும் மிக்க மனிதப் பிறவிகளால் இந்த இருப்பிடங்கள் மிருகங்களிடமிருந்து பலவந்தமாகப் பறித்துக்கொள்ளப்பட்டு அவை விரட்டியடிக்கப்படும்போது பொதுவாக என்ன நடக்கிறதென்பதைத் தெரிந்துகொள்ளவேண்டுமென்று தோன்றவில்லை. அதற்குள் என் குருகுலவாசம் முடிந்து என் மனைவியுடன் இந்த நகரம் நோக்கி வந்துவிட்டேன். எந்தக் கல்வியும் குறைப்பாடுள்ளதாக முடிந்து போக இப்படி பூர்த்தி செய்யப்படாமல் கவனத்திலிருந்து விடுபட்டுப்போகும் கேள்விகளே காரணமாக அமைந்துவிடுகின்றன. என் மனதில் ஒருபோதும்

நான் கேட்டுக்கொண்டிராத இந்தக் கேள்விக்கான பதிலை அதை அப்படி இத்தனைக் காலமும் பொருட்படுத்தாதிருந்துவிட்டதை நினைத்து நான் வெட்கத்தில் புழுங்கிச் சாகும் வண்ணம் ராஜன் மகளின் படுக்கையறையிலிருந்து பெற்றேனென்பதுதான் நான் சொல்லிக்கொண்டு வரும் இந்தக் கதை. அந்த வகையில் கனவுகளின் மீதான என் இரண்டாம் பிரயோகத்தில் என்னையுமறியாமல் மீந்துபோன தேடலின் தொடர்ச்சியாகவும் இந்தக் கதை அமைகிறது. அப்படியானால் என் பரீட்சையில் நான் கடந்து செல்லவேண்டிய நிலை இன்னொன்றும் இருக்கிறது. எனில் அது என் குருவையும் நான் கடந்து செல்ல என்னை நிர்பந்திப்பது அல்லவா. கவனக் குறைவால் நாம் கற்றுக்கொள்ளத் தவறிவிட்ட பாடங்களையும் எழுதத் தவறிவிட்ட பரீட்சைகளையும் காலம்தான் எப்படி எதிர்பாராத இடங்களிலிருந்து எதிர்பாராத நபர்கள் மூலமாக நமக்கு அறியக் கொடுத்துவிடுகிறது.

நம் ராஜன் ஆண்வாரிசு ஒன்றை வேண்டித் தன் வாழ்நாள் முழுவதையும் யாகங்களிலும் தான தர்மங்களிலும் செலவிட்டுக்கொண்டிருக்கிறார். அவர் விரும்பியது அவருக்குக் கிடைக்க ஆண்டவன் அருள் பாலிக்கட்டும். அதே சமயத்தில் அவர் தன் பெண்ணை இருபத்திரண்டு ஆண்களுக்குச் சமமான மனோதிடமும் உடல் வலிமையுள்ளவளாகவும் வளர்த்து வந்திருக்கிறார். அவர் நம்பிக்கை வீண் போகாமல் ராஜனின் பெண்ணும் ஆய கலைகள் அனைத்தையும் கசடறக் கற்றுணர்ந்திருக்கிறாள். அவளை என் மாணவி என்று சொல்லிக்கொள்வதில் உண்மையிலேயே நான் பெருமைப்படுகிறேன். ஸ்பரிசத்தாலன்றிப் பார்வையால் எதிரியின் புலன்களைச் செயலிழக்கச் செய்யும் அற்புதமான கலையை என்னை அறியச் செய்தவள் அவள்தான். அதைச் சொல்லிக்கொள்வதில் எனக்கு வெட்கமோ தயக்கமோ கிடையாது. அவள் பார்வை மனிதர்களின் அவயவங்களை மட்டுமல்லாமல் குறையறிவு மிருகங்களின் மூர்க்கத்தையும் புழுபூச்சிகளின் இயக்கங்களையும் தாவரங்களின் சுவாசத்தையும்கூட கட்டுப்படுத்தும் பேரழகும் ஒளியும் கொண்டது. உயிரற்ற ஜடப் பொருட்களின் நிலையைக்கூடக் கட்டுப்படுத்தும் கலை அவள் கூடப் பிறந்த அதிசயமாக இருக்கிறது. அவள் என்னிடம் வர்மக்கலையை பயின்றுகொண்டிருந்த காலக்கட்டத்தில் ஒரு நாள் தன் பார்வையின் மகத்துவச் சொடுக்கால் கடிகையின் மணற்பொழிவைத் தடுத்து நிறுத்திவிட்டாள். அன்று என் நித்ய கடமைகளும் உணவு வேளையும் படிக்கும் ஏடுகளின் அளவும் உறக்க அளவும் தலைகீழாக மாறிப்போய்விட்டன. இந்த நகரத்திலும் பிற தேசங்களெதிலும் அவளுடைய பிரகாசத்திற்கு நிகராக ஜொலிக்கும் ஆண்மகன் எங்குமே கிடையாதென்று நான் நிச்சயமாகச் சொல்லுவேன். இத்தகைய அபூர்வப் பெண்ணுக்குள்ளும்கூட அவளையுமறியாமல் வாட்டிக்கொண்டிருந்த ஏக்கம் ஒன்று இருந்து வந்தது. இத்தனை திறமைகள் வாய்க்கப் பெற்றவளாக தான் இருந்தும் நிகரில்லையென்று அனைவராலும் போற்றிப் புகழப்படுகிறவளாக தான் இருந்தும்கூட தகப்பன் தன் சுக்கிலத்தின் இன்னொரு துளிக்கு இவள் ஈடானவள் அல்ல என்கிற எண்ணத்தினாலன்றோ ஆண்வாரிசு வேண்டி தொடர்ந்து யாகங்கள் செய்து வருகிறாரென்கிற எண்ணம் அந்தப் பெண்ணின் மனதை அவளையுமறியாமலேயே வாட்டி வதைத்துக் கொண்டிருந்தது. இருபத்திரண்டு ராஜன்களுக்குரிய

கல்வியைத் தன் யவ்வனப் பருவத்துக்குள் கரைத்துக் குடித்திருந்த அவளுக்கோ தன் மனதை அரித்துக்கொண்டிருந்த குறை இன்னதென்று தெளிவாக விளங்கிக்கொள்ள முடியவில்லை. பெண்ணால் சாதிக்க முடியாத ஏதோ ஒன்று ஆண் பிறப்பிடம் விஞ்சி நிற்கிறதென்பதாக ஒரு பிரமை அவளை முழுவதும் ஆட்கொண்டுவிட்டது. இந்தப் பிரமை இரவுகளில் தூக்கத்தினுள் தூக்கமின்மையாகவும் பகல்களில் வித்தைகளினுள் மயக்கமாகவும் மாறி அவளை அலைக்கழித்து வந்தது. கிட்டத்தட்ட இதே சமயத்தில்தான் யவ்வனமும் ராஜன் மகளின் கன்னியுணர்வுகளை உண்மையில் துயரம் மிக்கதும் கிலிகொள்ளச் செய்வதுமான ஒரு காட்சியை முன்னிறுத்தி மலர்த்திவிட்டது. இதில் வியப்படைய ஏதுமில்லை. ஒரு கன்னிப் பெண்ணின் இணை தேடும் உணர்வுகள் எப்போது எங்கே யாரால் அல்லது எதால் தட்டி எழுப்பப்படும் என்பதை யாராலும் சொல்ல முடியாதென்கிறது காமசாஸ்திரம். ஒரு பூவின் விகசிப்பு அல்லது தென்றலின் வருடல் அல்லது இரவின் தனிமை அல்லது யாழின் இசையொலி அல்லது ஒரு சக பெண்ணின் ஸ்பரிசம்போதும் இவைகளல்லாது ஒரு சிறு பறவையின் மரணம் நோயால் பொலிவிழந்த உடல் கண்ணீர் குமுறும் கண்கள் என்று இவைகூட ஒரு புஷ்பவதியின் இணை தேடும் வேட்கை அவளுக்குள் கிளர்ந்தெழக் காரணமாய் அமைந்துவிடக் கூடும். யவ்வனம் என்பது ஒரு பருவமாக மட்டுமன்றி அந்தக் காலத்தில் அவளுடைய பார்வையாகவும் அமைந்துவிடுகிறது. அது அவளைத் தீண்டும் எதையும் ஆண்தன்மை உடையதாக மாற்றிக் காட்டி அவளை மகிழ்விக்கிறது. மேலும் கனவுகளுக்குச் சற்றும் குறையாத வினோதத் தன்மையையும் புதிர்க் குணத்தையும் எதார்த்தத்தில் ஏற்றி விளையாடிக்கொண்டே இருக்கிறது. இதனால் யவ்வன ஸ்திரீகளுக்கு கண்ணெதிரே நிகழக் கண்ட உண்மை சிலசமயம் கனவின் மிச்சமாகவும் கனவின் வினோதம் பல சமயங்களில் கண்ணெதிரே நடந்த உண்மைபோலவும் எண்ணிக் குழம்பும் மயக்கம் உண்டாகிறது. ராஜனின் பெண் விஷயத்திலும் ஒரு நம்பற்கரிய நிஜம் கனவுக்கு ஒப்பான புகைப் பரிமாணத்துடன் நிகழ்ந்து அவளைக் குழப்பி விட்டுவிட்டது. இது மாதிரியான நிஜம் லட்சத்தில் ஒரு பெண்ணின் கண்முன் லட்சத்தில் ஒரு தடவைதான் தோன்ற முடியும். ஆக தகப்பனின் யாகங்களால் விளைந்த வியாகூலமும் யவ்வனப் பருவத்தின் இணை தேடும் விருப்பமும் பல மாதங்களுக்கு முன்பு ஒரு நாள் இரவு கண்ட காட்சியால் ஒன்றோடொன்று கலந்து குழம்பிப்போய்விட்டன என்பதுதான் ராஜன் மகளைப்பற்றிக்கொண்ட வினோதமான நோய். அந்தக் காட்சியை அவள் பார்த்தது தூக்கமும் விழிப்புமற்ற மயக்க நிலையில் ஒரே ஒரு நாள் இரவில்தான். ஆனால் அது நடந்துகொண்டிருந்ததோ ராஜ குடும்பத்தின் பல தலைமுறைக் காலமாக. அதன் பன்னிரெண்டாம் தலைமுறையில் அது சர்வசாதாரண காட்சியாக இருந்தது. பதின்மூன்றாம் தலைமுறையின் துவக்கத்தில் அது அரிதான காட்சியாகி அத்தலைமுறையின் முடிவுக்குள் எங்கும் காணவே முடியாத காட்சியாகி மறைந்துபோனது. அதற்குப் பிறகு அது இந்நகரத்தின் ஞாபகத்திலிருந்து வழக்கொழிந்துபோன பண்டைய கதையாக மாறிவிட்டது. அதன் வாசனையோ தலைமுறைகளைக் கடந்து வந்துகொண்டிருந்தது. ராஜகுடும்பத்தின் கோத்திரக் கண்ணியைப்போலவும் அதன் குருதியோட்டத்தைப்போலவும் அந்த வாசனை ஒவ்வொரு காலக் கட்டத்தினூடாகவும் ரகசியமாக கடத்தப்பட்டுக்கொண்டே வந்தது.

ராஜதானியின் அத்தனை தெருக்களிலும் யார் கண்களுக்கும் புலப்படாத புகை வடிவமாக அந்தக் கதை புலியும் முயலும் ஒரே நீர்ச்சுனையில் அருகருகே நீர் அருந்தி மக்களோடு மக்களாகக் கலந்து வாழ்ந்து வந்த அந்தப் பண்டைய கதை நகரத்தின் புழுதியோடு புழுதியாகச் சூழன்று சுவர்களெங்கும் படர்ந்து ஊடுருவி நிற்கிறது. அது வேறெங்கும் போகவும் முடியாது என்பதுதான் உண்மை. பதின்மூன்றாம் தலைமுறைக்கு முன்புவரை பிரசித்தி பெற்றதாயிருந்த பிற தலைமுறைகளின் ரகசியமாம் அந்த அபூர்வக் காட்சியைத்தான் பல மாதங்களுக்கு முன் ஓரிரவில் இளவரசி தன் தூக்கக் கலக்கத்தில் கண்டாள். ஆம். அவள் கண்டது கானகத்தின் விரைக்கும் குளிரில் மரத்துப்போன ஞாபகங்களின் தோலுக்கு இதம் தேடி திறந்திருந்த சாளரத்தின் வழியே தினமும் உள்ளே குதித்து பதின்மூன்றாம் தலைமுறையில் படுக்கையறையாக மாற்றப்பட்ட தன் பழைய கடம்ப விருட்சத்தின் உச்சிக் கிளையில் மாய உருவமாகத் தன்னை மறைத்துக்கொண்டு மகிழ்ச்சியுடன் வாழ்ந்து வந்த ஒரு காட்டு மிருகத்தின் ஆத்மாவை. தன் கானக வாழ்வின் நினைவுகளை உட்கொண்டே உயிர்த்துக்கொண்டிருந்த அது ஒரு கிழட்டு வரிப்புலி. பத்து தலைமுறைக் காலமாக அங்கே துயின்ற எவருடைய கண்களையும் உறுத்தாமல் யாருடைய கனவுகளுக்கும் காரணமாகாமல் அவர்களின் இணைப்பறைக் கட்டிலுக்கடியில் பூர்வ வாசனையுடன் தன் இரவுகளைக் கழித்துக்கொண்டிருந்தது அந்த கதைப்புலி. மதுரமான தென்றலின் வடிவத்தில் அதை முதன்முதலில் பார்த்தவள் ராஜனின் பெண்தான். அது முக்தியுறும் காலம் அப்போதுதான் கனிந்தது என்பதும் ராஜன் மகளின் கண்களிலிருந்து எதுவும் தப்ப முடியாது என்பதும்தான் அதற்குக் காரணம். பார்வையால் ஜடப் பொருள்களைக்கூட வசியம் செய்யும் அற்புதப் பெண் அவள். இரவுகளில் நிழலாகவும் பகல்களில் புழுதியாகவும் இந்நகரத்தின் தெருக்களில் திரிந்து பதின்மூன்றாம் தலைமுறை நினைவுகளின் எச்சமாக உயிர் வாழ்ந்துகொண்டிருந்த கதைப் புலியின் புகைவடிவம் அவள் கண்களுக்குப் புலப்படும்படித் தன் ரகசியத்தை இழந்துபோனதென்பதில் ஆச்சர்யப்படுவதற்கு ஒன்றுமில்லை. அந்தப் புலி இனித் திரும்பி அந்தப் படுக்கையறைக்கு வரப்போவதுமில்லை. அமைதியுறாமல் அலைந்துகொண்டிருந்த அதன் ஆயுள் ராஜனின் பெண்ணின் பார்வையில் உறைந்து உடைந்துவிட்டது. தலைமுறைக் காலங்களாக அது பெறக் காத்திருந்த முக்தி அதற்கு இந்நேரம் கிட்டியிருக்கும். அரண்மனைப் படுக்கையறையிலிருந்து விரட்டப்பட்ட மூன்றாம் நாள் பின்னிரவின் உறைய வைக்கும் குளிருக்கு தலைமுறைக் காலங்களாக பழக்கப்பட்டிராத அந்தக் கதைப்புலியின் ஆத்ம நாளங்கள் சுருங்கி இறுகி அதன் ஞாபகத் துடிப்பைக் கவ்விப் பிடித்து இயங்கவிடாமல் நிறுத்தியிருக்கும். ஆனால் சபையோரே கிழட்டுவரிப் புலி ஒன்றல்ல. இன்னும் ஓராயிரம் காட்டு விலங்குகள் இந்த ராஜ்ஜியமெங்கும் சாமான்யர்களின் சுவாசத்தில் கதைகளாக மனிதர்களோடு மனிதர்களாகப் புழங்கிய பொன்னான நாட்களின் வாசத்தைவிட்டகல முடியாமல் புகை வடிவமும் பாகுபோல் இனித்த மனதும் கொண்டவையாகச் சுற்றியலைந்துகொண்டிருக்கின்றன. இந்நகரத்தைத் தங்கள் கனவுகளில் உருவாக்கிச் சுழற்றிக்கொண்டிருக்கின்றன. இன்று இதை இங்கே செவிமடுத்துக்கொண்டிருப்போரையும் அவர்களின் மூதாதையர்களையும் இனி பிறக்கப்போகும் வாரிசுகளையும் தங்களின் பளிங்கு விழிகளால்

ஆர்வத்துடனும் வாஞ்சையுடனும் ஏக்கத்துடனும் உற்றுப் பார்த்தபடி படுக்கையறைச் சுவர்களுக்குள் தங்களை மறைத்துக்கொண்டிருக்கின்றன. அவற்றைத் தூல உருவமாகக் கண்டு அவற்றுக்கு முக்தியளிக்கும் பார்வையொளி கொண்ட பெண் மகவுகள் இந்த ராஜ்ஜியம் எங்கிலும் பிறந்து செழிக்கட்டும் என்று ராஜனின் முன்னிலையிலேயே நான் ஆண்டவனைப் பிரார்த்திக்கிறேன்.

சாளரத்திலிருந்து தென்றலாக உள்ளே குதித்த கிழட்டுப்புலியின் ஆவியுரு அதுவரையில் மொட்டாக இருந்த ராஜன் பெண்ணின் இணை தேடும் உணர்வுகளை மலர்த்திவிட்டது. ஆணுக்கென்று தனி அம்சமொன்று இருக்கக் கூடுமென்று தன்னையுமறியாமல் நம்பிப் பழக்கப்பட்டுவிட்ட அவள் அது என்ன என்பதையும் அன்று தான் கண்டுவிட்டதாக எண்ணிக்கொண்டாள். காதலில் கனவு காண்பதற்குண்டான சாமர்த்தியமும் தைரியமும் ஓர் ஆணுக்கன்றி பெண்ணுக்குக் கைகூடுவதல்ல என்று விழிப்பும் துயிற்பும் கலந்த மயக்கத்தில் அவள் மனது பிதற்றவாரம்பித்துவிட்டது. நிலவின் மங்கிய ஒளியோடும் தென்றலின் மணத்தோடும் இறகின் எடையின்மையோடும் புகையொத்த உருவமாக கிழட்டுப்புலி சாளரத்தின் வழியே உள்ளே குதித்த காட்சி ஆண்மையின் குத்தீட்டிப் பாய்ச்சலாக அவள் மனதில் பாய்ந்து பதிந்ததென்று கனவுகளின் ஊற்றுக் கண்ணை ஆய்ந்தறியும் பாடப்பகுதி எனக்குப் போதித்தது. அந்த வினாடியில்தான் அவள் யவ்வனத்தின் பார்வை திறந்துகொண்டது. அந்த அளவில் காட்சிகளின் கனவுத்தன்மையும் கனவின் ஸ்தூல கணங்களும் அவளோடு விளையாடவும் துவங்கிவிட்டன. அவள் தான் கற்பனை செய்துகொண்ட ஆண்மை தன்னைக் கிளர்த்தும் முகமாகத் தன் கண்களை மூடிக்கொண்டு அந்நிலையிலேயே கனவுகளின் வினோத உலகிற்குள் ஆழ்ந்து போனாள். அப்போது அவள் தன் தகப்பனின் ஆண்மகவுக்கான யாகங்கள் வெற்றி பெறவேண்டுமென்று தன் மனதார வாழ்த்தினாள். தான் விழித்திருக்கிறோமா உறங்குகிறோமா என்பதிலேயே நிச்சயமற்றவளாக இவ்வாறு ராஜனின் பெண் மலர்த்தப்பட்ட பெண்மையின் துடிப்போடு அதைச் சாந்தி செய்யும் ஆண்மையின் பாரம் தன் மீது கவிந்துகொள்ளப்போவதை எதிர்பார்த்துக் காத்திருந்தாள். ஆனால் உள்ளே நுழைந்த கிழட்டுப்புலி ராஜன் பெண்ணின் படுக்கையை நோக்கிச் செல்வதற்கு பதிலாக சபையோரின் இணைப்பறையை நோக்கிச் சென்று வாயில் திரையை விலக்கியபடி உள்ளே போய் மறைந்துவிட்டது. படுக்கையறையைவிடச் சிறியதும், அடைசல்களுடையதும் சாளரங்களற்றதும் அதனாலேயே படுக்கையறையைவிட அதிகக் கதகதப்பு உடையதுமான இணைப்பறைக்குள் புகுந்து தோழிப் பெண்ணின் கட்டிலுக்கடியில் தன்னை குறுக்கிக்கொண்டு நித்திரை செய்யும் வழக்கம் உடையது அந்த மாயப்புலி. அன்றும் அதுவே நடந்தது. தன் இணைக்காக கண்களை மூடியபடியே சயனித்திருந்த ராஜனின் பெண்ணும் சற்று நேரத்தில் அந்த அமைதியுடனேயே உறங்கிப்போய்விட்டாள். ராஜனின் பெண் அரைகுறைத் தூக்கத்தில் கண்ட காட்சி ஒரு வரவேற்பறைக் காட்சியின் சாதாரணத்துவத்துடன் அவள் மூளையின் ஞாபகப் பொறியிலிருந்து நழுவி கனவுகளுக்குள் இறங்கிவிட்டது. அதேசமயம் திருப்திப்படுத்தப்படாத விரகம் முழுவதுமாக விழித்துக்கொண்டுவிட்டது. முற்றிலும் விழிப்பு நிலையில் அமைதியுறா; புலியின் ஆன்மாவை அவள் கண்டிருப்பாளேயானால் மீண்டும் கண்களைத் திறந்து அதைத் தேடியிருப்பாள் அல்லது முற்றிலும்

விழிப்பு நிலையில் அது மனித உருவல்ல என்பதையே அவள் தெளிவாகத் தெரிந்துகொண்டிருப்பாள். முற்றிலும் விழிப்பு நிலையிலிருக்கும் ஒரு மனித உயிரின் பார்வையில் படாமல் பரம்பரைகளைத் தாண்டிய அந்தப் புலியேகூட ஒருவேளை தொடர்ந்து தன் இருப்பைக் கதைகளில் மட்டுமே உறுதி செய்தபடி இன்றும் அதே அறையில் பிறரறியா வண்ணம் துன்புறும் ஆன்மாவாக தன்னை நீடித்துக்கொண்டிருந்திருக்கும். ராஜன் பெண்ணின் வினோதக் கனவுக்குக் காரணமான அந்நிகழ்ச்சியும் அவள் பிரக்ஞையின் மேல் மட்டத்திலேயே உடைந்து சிதறியிருக்கும். இன்று இந்தக் கதைக்கும் என் கீர்த்திக்கும் சந்தர்ப்பமே கிடைத்திருக்காது. அல்லது குறைந்த பட்சம் மறுநாள் காலையில் சாளரத்தின் கீழே தரையில் ஊர்ந்து செல்லும் இரண்டு காலடிச் சுவடுகளை அவள் பார்த்திருக்காவிட்டாலாவது எல்லா யவ்வன ஸ்திரீகளின் கனவுகளையும்போல அவள் கனவும் தன்னைச் சல்லாபிக்கும் ஆண் இணைக்குக் காத்திருக்கும் வேட்கையுடனாவது முடிந்திருக்கும். ஆனால் முக்தி வேண்டி தலைமுறைக் காலங்களாக அலைந்துகொண்டிருந்த வனவிலங்கின் ஆன்மாவை அமைதிப்படுத்தும்படி விதி அவளுக்குக் கட்டளையிட்டிருந்ததால் மறுநாள் காலையில் படுக்கையறையின் உள்பக்கத்தில் சாளரத்தின் கீழே தரையில் மனிதப் பார்வை பட்ட கணத்திலிருந்தே தன் எடையையும் நிழலையும் திரும்பப் பெறத் துவங்கிவிட்ட புலியின் ஒரு ஜதைக் காலடிச் சுவடுகளை ராஜன் மகள் பார்த்தாள்.

ஒரு பெண்ணின் கனவுகளுக்குள் எந்த உருக்கொண்டும் நுழைந்து சுகிக்கும் தகுதி மிருகங்களில் புலிக்குத்தான் உண்டு என்கிறது மாந்திரீகம். வேறெந்த விலங்கும் தான் மனிதப் பிறவியல்ல என்பதைத் தன் சுவாச அலைவிலேயே காட்டிக்கொண்டுவிடும். புலி அப்படிப்பட்டதல்ல. அது மனிதனைப்போலவே கம்பீரமானது. மனிதனைப்போலவே கச்சிதமான அசைவும் உயர்ந்த எண்ணங்களும் போர்க்குணமும் இசையை ரசிக்கும் பெண் மனதும் கொண்டு இலங்குவது. போர்க் களத்தில் வீரர்களின் லட்சியமாகவும் படுக்கையறையில் புஷ்பவதிகளின் கனவாகவும் விளங்குவது புலி. அது தன் முன்னங்கால் சுவடுகள் தரையில் பதிய அனுமதிப்பது இல்லை. விதி வசத்தால் நாலு கால்களில் நடக்கும் உயிராக அது படைக்கப்பட்டுவிட்ட போதிலுங்கூட தன் முன்னங்கால்களை ஓர் ஆயுதமாக மட்டுமே பிறர் கண்களுக்குக் காட்டிக்கொள்ளும் வேட்கையுடையது புலி. இதை வெறும் வேட்டைக்காரர்களும் பாமரர்களும் அறிய மாட்டார்கள். விலங்குகளின் அவயலட்சண சாஸ்திரங்களைக் கற்றறிந்தவன் புலிகளின் குணாம்சத்தை நன்கறிவான். புலி தன் முன்னங்கால்கள் நிலத்தில் பதிந்த தடத்தை அதன் மீது ஊர்ந்து செல்லும் தன் நிழலின் எடையால் அழுத்தி அழித்துவிடும். அதன் நிழல் படராத பின்கால்களின் இரண்டு தடங்கள் மட்டுமே தான் எப்போதும் பிறர் கண்களுக்குக் காணக் கிடைக்கும். அப்படிக் காணக் கிடைத்த ஒரு ஜதைக் காலடிச் சுவடுகளால்தான் ராஜனின் பெண் வெகுவாக ஈர்க்கப்பட்டாள். ஆம். ஈர்க்கத்தான் பட்டாள். அவள் அவற்றைக் கண்டு குழம்பிப்போகவில்லை. அதிர்ச்சியடையவில்லை. நழுவிக் கனவுகளுக்குள் இறங்கிவிட்ட முந்தைய இரவின் காட்சியை அந்தச் சுவடுகள் அவள் நினைவுக்கு மறுபடி கொண்டு வரவுமில்லை. அது மனிதக் காலடிச் சுவடுகள் இல்லையென்பது அவளுக்குத் தெரிந்திருந்தது. ஆனால் முன்னெப்போதும்

வனவிலங்குகளை அவள் நேரில் கண்டவளில்லையாதலால் வட்ட வடிவமான கால் தடங்களை இன்னதென்று அவளால் விளங்கிக்கொள்ள முடியவில்லை. அவை சுவரின் ஓரமாக பயணப்பட்ட விதம் மட்டுமே அந்தப் பேதைப் பெண்ணை வியப்பிலாழ்த்தி அவள் கவனத்தைச் சுண்டி இழுக்கப் போதுமானதாயிருந்தது. அந்தக் காலடிச் சுவடுகள் எந்தக் காரணத்துக்காகவும் அறைச் சுவரின் அண்மையைவிட்டு அப்பால் நகர்ந்து செல்லவில்லையென்பதே அவள் வியப்புக்குக் காரணம். அதன் வழியில் சுவரோரமாக குறுக்கே நின்ற ஆளுயர அலங்காரப் பூக்குவளையின் உட்பக்கத் தரையில் அந்தச் சுவடுகள் பதிந்திருந்தன. ராஜன் மகள் தினமும் பார்த்துச் சிங்காரித்துக்கொள்ளும் பளிங்கு ஆடியின் வட்டப் பரப்பின் நடுவில் சுவாசக் காற்றின் ஈரம் உலராத ஆவி அதன் இரண்டு பக்கங்களிலும் படிந்திருந்தது. பெரிய சிமிழ்களுக்குள் ஏற்றி வைக்கப்பட்டிருந்த இரவு விளக்கின் மேல்நுனி இணைப்பறையிருந்த திசை நோக்கியே குவித்து அழுத்தப்பட்டிருந்தது. எந்தப் பொருளையும் ஒரு தடையென்று மதிக்காது அவற்றை ஊடுருவிக் கிடக்கும் அதிசயிக்கத்தக்க சுவடுகளைப் பதிக்கும் பாதங்கள் யாருக்குச் சொந்தமானதாயிருக்க முடியும். காற்றையும் ஒளியையும் தவிர வேறு யாருக்கு இப்படித் தன் அறையினுள் உலாவிச் செல்லும் தைரியமும் லாவகமும் கைவர முடியும்? தென்றலோ அல்லது நிலவோதான் தன் அறையினுள் அன்று இரவு அப்படி நடந்து போயிருக்கவேண்டுமென்று ராஜனின் பெண் நினைத்துக்கொண்டுவிட்டாள். அந்த அளவில் அவளுடைய பருவம் நிஜத்தில் அவள் கண்ட காலடிச் சுவடுகளுக்கேற்ப பிரகிருதியின் அம்சங்களைக் குழைத்து ஒரு பேரழகனின் உருவத்தை வரைந்து அவனை அவள் கனவுகளில் நடமாடவும் அனுமதித்துவிட்டது. அவன் தன்னைக் கூடாமல் விலகிப்போனதற்கான ஒரு காரணத்தையும் அவள் ஆழ்மனம் கற்பித்துக்கொண்டுவிட்டது. அவள் துயரத்தின் பளுவும் தாபத்தின் வெம்மையும் பீரிடும் சில பாடல் வரிகளை இயற்றியிருக்கிறாள். அந்தப் பாடல் வரிகள் கால்சுவடுகளைப் பார்த்த கணத்திலேயே ராஜன் மகளின் மனதில் எழுந்திருக்கவேண்டும். வினோதச் சுவடுகளைப் பார்த்த மாத்திரத்தில் பயந்துபோய் அலறி மற்றவர்களையும் கலவரப்படுத்தாமல் அவற்றை ஆராயப் புகுந்தது 'அவளுடைய பிறவி விவேகத்தின் சிறப்பைக் காட்டுகிறதென்றால் அவற்றால் ஈர்க்கப்பட்டு அவள் உடனே இயற்றிய பாடல் வரிகளோ வித்தைகளில் அவளுக்கிருந்த பாண்டித்யத்தைக் காட்டுகிறது. தான் இயற்றிய வரிகளின் சந்த நயத்திலும் கற்பனை வளத்திலும் தானே ஈர்க்கப்பட்ட ராஜனின் பெண், பிறகு எப்போதுமே அவற்றை முணுமுணுத்துக்கொண்டிருக்கத் தலைப்பட்டாள். இதை நான் எப்படி அறிந்தேனென்றால் என்னிடம் வித்தை கற்றுக்கொள்ள வந்த நாட்களிலும்கூட அந்தப் பாடல் வரிகள் அவள் பிரயாசையின்றியே அவள் வாயிலிருந்து பெருகி வழிந்துகொண்டிருந்ததை நான் கண்டிருக்கிறேன். ஆனால் அது அவளைப் பீடித்திருந்த வினோத நோயின் வெளிப்பாடே என்பதை அப்போது நானும் அறிந்தேனில்லை. தான் இயற்றிய பாடல் வரிகளைத் தன் குரலாலேயே பாடித் தன் செவிகளாலேயே நுகர்ந்து அவற்றையே உண்மையென நினைக்கும் பிரமை வயப்பட்டு அவை தன் கனவுகள்வரை புரையோடும்படி விட்டுவிட்டதானது அனுபவத்தாலன்றி வெறும் ஏட்டுப்படிப்பால் பக்குவப்படுத்த முடியாத அவளுடைய பதின்பருவத்தின் பலவீனத்தால் விளைந்தது. தானே நிர்மாணித்த கனவுலகில்

தன் நண்பனோடு கூடி விளையாடி களித்துக்கொண்டிருந்த நேரங்களிலும் இந்தப் பாடலின் வரிகள் பின்னணியாக அவள் நாபியிலிருந்து ஒலித்தபடியே இருப்பதை நான் முதல் நாளிரவு கேட்டேன். தூங்கும் வேளைகளில் ராஜனின் பெண் முணுமுணுத்த பாடல் வரிகளை விளையாடிக்கொண்டிருந்த கனவுப்பெண் தன் செவிகளால் நுகர்ந்தவாறே இருக்கும்படியானது. திரும்பத் திரும்ப பாடப்பட்ட இந்த வரிகள்தான் பெண்மையின் இயல்பான தவிப்பைச் சிறிதுசிறிதாக ஒரு வினோதமான நோயாக மாற்றிவிட்டன.

தென்றலின் நீண்ட கனவொன்றில்
என் முகம் சிற்றசைவு.
திங்களின் நெடிய ஆயுளில்
என் பெண்மை ஒற்றைப் பெருமூச்சு.
காற்றின் உறக்கமாய் நானில்லை
யென்ப தெதனால்.
ஒளியின் சுவாசமாய்
நானில்லையென்பது
மெதனால்.
அதனால்
இந்த இரவென்னை
மிகப் பெரிதும் வருத்துகிறது.
மேலும் அதனால்
அகாலத்தைத் தன் ஆபரணமாய்ப்
பூண்ட என் நண்பன்
எனைவிட்டு அகன்று செல்கிறான்.
ரோகியிடம் மலர்களுடன்
நோயையும் விட்டுச் செல்லும்
இரக்கமற்ற உறவினன்போல.

விளையாட்டுகளின் உச்சக் கட்டத்தில் தன் நண்பனைப் படுக்கையில் அனுமதிக்கும் முகமாக கனவுப்பெண் கண்களை மூடிக்கொண்டு தன் வழக்கமான துயில் நிலையில் உறங்கும் நிஜப்பெண்ணின் மேல் சாய்ந்துகொள்ளும் போதெல்லாம் உறங்கும் பெண் நான் ரோகியல்ல நான் ரோகியல்ல என்று பயத்துடனும் ஜுர வேகத்துடன் தாறுமாறாக பிதற்றத் துவங்குவதை இதோ என் கண்முன்னே நான் மறுபடி பார்க்கிறேன். காற்றின் லகுவும் சுகந்தமும் நிலவொளியின் தேஜஸும் நிறைந்த தன் பேரழகு நண்பன் தன்னைக் கூடும் விருப்பமின்றி விலகிச் செல்லப்போகிறானென்னும் பயம் அவள் முகத்தைக் கோரமாகக் குத்திக் கிழிக்கிறது. பாடலின் கடைசி வரிகள் உறங்கும் பெண்ணின் வாயிலிருந்து கழிவுப் பொருள்களின் துர்நாற்றத்துடனும் நிறத்துடனும் பெருகி வெளியே பீய்ச்சியடிப்பதையும் நான் இப்போது மறுபடி பார்க்கிறேன். என்னாலேயே அந்த அருவருப்பான காட்சியைத் தாங்கிக்கொள்ள முடியவில்லை. ஆனால் கனவுப்பெண்ணோ வெளியே உறங்கிக்கொண்டிருக்கும் நிஜப்பெண்ணின் அவஸ்தையை உணராதவளாக தன் மேனியெங்கும் பெருகி வழியும் பாடல் வரிகளின் விகாரத்தை அறியாதவளாக அதே நிர்மலமான முகத்துடன் அமைதியாக அவன்

எஸ்.ராமகிருஷ்ணன்

கூடுவதை எதிர்பார்த்துச் சாய்ந்திருக்கிறாள். மிகப் பரிதாபகரமானதும் பயங்கரமானதுமான காட்சி அது. அதிசயமான காட்சியும்கூட.. பருன்மையான கால் தடங்களை கனவுகளுக்குள் ஊடுருவும் வரிவடிவமாக்கிக்கொண்டும் கனவுலக நண்பனை எண்ணிக் கனவுக்கு வெளியேயான பருன்மை உடலை வருத்திக்கொண்டும் இந்தச் சிறுபெண் பட்ட பாட்டைச் சொல்லும்போது என் நா தழுதழுக்கிறது. உண்மை தான். அவள் அப்போது அடைந்த விகார ரூபத்தை என்னாலேயே கண்டு தாங்கிக்கொள்ள முடியவில்லைதான். என்றால் மெல்லிதயமும் புகையுருவும்கொண்ட அந்தப் பேரழகனால் எப்படித் தாங்கிக்கொள்ள முடியும். அவன் அவள் பாடலின் துர்நாற்றத்தைச் சகித்துக்கொள்ள முடியாமல் அவள் அலறி விழிக்கும் படியாக முகத்தில் துப்பிவிட்டு உடனே மறைந்துபோய்விட்டான். இது ஒரு நாளல்ல, இரண்டு நாளல்ல. பல திங்கள்களாக நடந்துகொண்டே இருந்திருக்கிறது. தன் நண்பன் விலகிப்போய்விடுவானெனும் பயத்தாலேயே அவனைப் பறிகொடுத்தும் அவனைப் பறி கொடுத்துக்கொண்டிருந்ததாலேயே தொடர்ந்து தீவிர பயத்தால் பாதிக்கப்பட்டும் ராஜனின் பெண் தன்னைத் தன் நினைவின்றியே ஒரு வினோத நோய்க்கு ஒப்புக் கொடுத்துவிட்டாள். கனவின் இந்த வகை பாதிப்பால் எதார்த்த உலகில் ஓர் அழகிய ஆண்மகனைக் கூடும் அருகதை தனக்கில்லையென்று அவள் மனது நம்ப ஆரம்பித்துவிட்டது. எந்த அழகிய ஆணும் முகத்தில் காறியுமிழக் கூடிய அளவுக்கு அவள் முகம் ரோகத்தால் விகாரப்பட்டதென்று நாங்கள் மூன்றாம் நாளிரவு நட்சத்திரவாஸிகளின் கலவியை இசைத்து ஞாபகங்களின் காட்டுப் புதருக்குள் தலைமுறைக்காலமாக மறைந்துகொண்டிருந்த மிருகத்தை ஸ்தூல உருவத்துடன் வெளிப்படுத்தி அவள் கண்களுக்குப் புலியாகவே காட்டிக் கொடுக்கும்வரை கனவுகள் அவள் ஒப்புதல் இன்றியே அவளுக்குச் சொல்லிக் கொடுத்துக்கொண்டிருந்தன. அழகிய ஆண் உருவங்களோவெனில் முகத்தில் வழியும் உமிழ்நீரை நினைவுறுத்தி வயிற்றிலிருந்து பொங்கி எழும் ஓங்கரிப்பை உண்டு பண்ணி அவளை அச்சுறுத்திக்கொண்டிருந்தன என்று தன் கதையை முடித்த என் முதிர்முப்பாட்டனாரின் துயரம் தோய்ந்த முணுமுணுப்பை பலகாத தூரம் பரந்திருந்த ஜனசமுத்திரத்தின் கடைசி மனிதனுங்கூட தெளிவாகக் கேட்டானென்கிறது கதை. இருபத்திரண்டு ஆண்களை ஈடு செய்யும் வலிமையும் பேரழகும் தைரியமும் கல்வி ஞானமும் கொண்ட ஒரு யவ்வனப் பெண் தானொரு குரூபியையோ ரோகியையோ சேர்வதற்கே தகுதியானவள் என்று நம்பும் வினோத நோய் பீடித்தலைந்த பரிதாபத்தை பிரபஞ்சத்தைக் கருவறையாக தங்கள் கனவில் கண்டு அதனுள் தங்களைப் பாதுகாப்பாகச் சுருட்டிக்கொண்டிருக்க விரும்பும் விலங்குகளின் அமைதியுறாத ஆவிகள் வெட்டப்பட்ட விருட்சங்களின் இறந்துபோன காற்றைச் சுமந்தபடி அலைந்து திரியும் தெருக்களையுடைய இந்த நகரத்தைத் தவிர வேறெது உருவாகியிருக்க முடியும்!

084

எஸ்.ராமகிருஷ்ணன்

தாவரங்களின் உரையாடல்

"**தி** கிரேட் கோஸ்ட்" கப்பல் மூலம் இங்கிலாந்திலிருந்து இந்தியா வந்துகொண்டிருந்த ராபர்ட்ஸன், உடன் வந்த எந்த ஒரு கிழக்கிந்திய கம்பெனி அதிகாரியுடனும் உரையாடுவதையோ, மது அருந்துவதையோ தவிர்த்து தன் அறைக்குள் நாள் எல்லாம் நிலவியல் வரை படத்தை ஆராய்ந்தவாறே, பதினோரு நாள்கள் பயணம் செய்த போது இந்திய மலைச் சரிவுகளிலும், குறிப்பிட்ட குடும்பங்களாலும் வளர்க்கப்பட்டு வரும் விசித்திரத் தாவரங்கள் பற்றியும் சங்கேதச் சித்திரங்களால் உருவான தாவர வளர்முறை பற்றிய குறிப்புகளையும், கிரகண தினத்தன்று தாவரங்கள் தங்களுக்குள் நடத்தும் உரையாடலை அறியும் சூட்சும சமிக்ஞைகள் குறித்தும் வியப்பும் பயமுமாக அறிந்தபோது, மீட்பரின் பண்டிகையான கிறிஸ்துமஸ் பிறந்து கம்பெனி அதிகாரிகள் உல்லாசிகளாகக் குரல் எழுப்பிக் கொண்டிருந்தனர்.

அதிகாரிகள் பலரும் இந்தியாவுக்குப் பல முறை வந்து போனவர்களாக இருந்ததால், போதையின் சுழற்சியில் ஸ்தனங்கள் பருத்த, கருத்த பெண்களையும், வேட்டையாடும் வனங்களைப் பற்றியும், துப்பாக்கி அறியாத மக்களின் முட்டாள்தனம் பற்றியும் உளறிக் கொண்டிருந்தனர்.

திரிகூடமலை தாண்டவராய சுவாமிகளின் "தாவரங்களின் ரகசிய வாழ்க்கை" என்ற நூலைப் பற்றி அறிந்திருந்த ராபர்ட்ஸன், அதன் மூலப்பிரதி எங்கும் கிடைக்காததைப் பற்றி யோசித்த படியே உல்லாசிகளின் குரல் கேட்காத தன் அறையில் திரிகூடமலை குறித்த மனப்பதிவுகளை எழுதிக் கொண்டிருந்தான். இதுவரை மேற்கு உலகம் அறிந்திருந்த தாவரவியல் அறிவு எல்லாவற்றையும் துகளாக்கச் செய்யும் தாண்டவராய சுவாமிகளின் மூலப் பிரதியைத் தேடுவதற்கான வழிமுறைகளைத் தயாரித்திருந்தான். அத்தோடு கிரகணத்தன்று நடக்கும் தாவரங்களின் உரையாடலைப் பதிவு செய்வது இந்தப் பயணத்தின் சாராம்சம் எனக் கொண்டிருந்தான். தாவரவியல் பற்றிய இந்திய நூல்கள் யாவும் கற்பனையில் உதிர்ந்த சிறகுகளான கதை போல இருந்தது, ஆச்சரியமாகவே இருந்தது.

கிறிஸ்துமஸுக்கு அடுத்த நாள் இரவு கப்பலின் மேல் தளத்தில் வந்து நின்ற போது அவன் முகம் வெளிறியும், கடற்பறவைகளின் விடாத அலையைப் போல அதிர்வு கொண்டதாகவுமிருந்தது. தன்னுடைய சாம்பல் நிறத் தொப்பியை ஒரு கையில் பிடித்தபடி கடலின் அலைகளை அவன் பார்த்துக்கொண்டிருந்த போதும்கூட தாண்டவராய சுவாமிகளின் நினைவிலிருந்து மீள முடியாமலே இருந்தது. இந்திய வாழ்வின் புதிர்ப்பாதைகளில் எல்லாக் குடும்பத்தின் உள்ளும் ஒளிந்திருக்கும் ரகசியக் குறியீடுகள், அவர்களின் மாய வினோதக் கற்பனைகள் குறித்தும் அவன் நினைத்துக் கொண்டிருந்தான். கப்பலில் பயணம் செய்த ஒரேயொரு ராபர்ஸன் அறையில் விளக்கு எரிவதைப் பார்த்துப் போனாள்.

உறக்கமற்றுப் போன அவன் பிதற்றல் சத்தம் அவள் அறையில் தினமும் கேட்டபடியே இருந்தது. யாருடனோ பேசுவது போல தனக்குள்ளாகவே அவன் பேசிக் கொண்டிருந்தான். இரவு உணவு கொண்டு வரும் ஸ்பானியச் சிறுவன் பார்த்தபோது கண்கள் வீங்க காகிதங்களுக்கிடையில் வீழ்ந்து கிடந்தான் ராபர்ட்ஸன். அவனது பூனை, துப்பாக்கியின் மீது உறங்கிக் கொண்டிருந்தது. மருத்துவர் வந்து அவனுக்குச் சிகிச்சை தந்த நான்காம் நாளில் பகலில், அவன் ஒரு கையில் பூனையும் மறு கையில் கறுப்புத் தொப்பியுமாக மேல் தளத்துக்கு வந்தான். அவனது பூனை கடலையே வெறித்துப் பார்த்துக் கொண்டிருந்தது. மீன் குஞ்சுகள் பூனையில் நிழலைத் தண்ணீரில் கண்டு விலகி உள் பாய்ந்தன. அன்றிரவு அவன் கனவில், சிறு வயதில் அவன் கேட்ட இந்தியக் கதைகளில் இருந்த சாப்பாடு பூதங்கள் வயிறு பருத்து வீங்க, கப்பலை விழுங்கி ஏப்பமிட்டன.

கப்பல் கரையை அடையவிருந்த மாலையில் அவன் பூனையுடன் தன் பெட்டிகளைத் தயாரித்துக் கொண்டு நிலப்பகுதிகளைப் பார்த்தபடி வந்தான். கப்பலை விட்டு இறங்குமுன்பு ஒரு பாட்டில் மது அருந்திவிட்டு புட்டியைக் கடலில் தூக்கி எறிந்தான். கடலில் சூரியன் வீழ்ந்தது. மீன் படகுகள் தெரியும் துறைமுகம் புலப்படலானது. இதுவரை அறிந்திராத நிலப்பகுதியின் காற்று, பூனையின் முதுகினை வருடிச் சென்றது. அது கண்கள் கிறங்க, கவிந்த மாலைப் பொழுதைப் பார்த்தபடியே ராபர்ட்ஸனுடன் குதிரை வண்டியில் பயணம் செய்தது.

ஏழு நாட்களுக்குப் பிறகு அவன் மதராஸ் வந்து சேர்ந்தான். அன்று விடுமுறை நாளாக இருந்ததால் நகரில் மக்கள் கூட்டம் அதிகமில்லை. கடற்கரையெங்கும் பறவைகளே அமர்ந்திருந்தன. ஒன்றிரண்டு குழந்தைகள் மீன் வலைகளை இழுத்தபடியே தூரத்தில் அலைந்தனர். கடற்கரை வேதக் கோவிலுக்கு ஜெபம் செய்ய நடந்துகொண்டிருக்கும் வழியில் ஆறு விரல் கொண்ட பெண்ணொருத்தி, கையில் நார்க்கூடையுடன் வெற்றிலை ஏறிச் சிவந்த பல்லுடன் ராபர்ட்ஸனைப் பார்த்துச் சிரித்தாள். சிவப்புக் கட்டடங்களும், நாணல் வளர்ந்த பாதையோர மரங்களும், தென்னை சரிந்த குடில்களும் கொண்ட அந்தப் பிராந்தியம், கனவிலிருந்து உயிர் பெற்றது போல இருந்தது. பிரார்த்தனையை முடித்துவிட்டு வரும் போது வெல்சி மாளிகையிலிருந்து வந்து தனக்காகக் காத்துக்கொண்டிருந்த கோமதிநாயகம் பிள்ளையைச் சந்தித்தான் ராபர்ட்ஸன். அப்போது பிள்ளைக்கு

ஐம்பத்தியிரண்டு வயதாகிக் கொண்டிருந்தது. அவரது மனைவி எட்டாவது குழந்தையைக் கர்ப்பம் கொண்டிருந்தாள்.

ஆறு விரல் கொண்டவளைத் திரும்பும் வழியில் சந்தித்தபோது அவளிடம் விலக்க முடியாத கவர்ச்சியும் வசீகரமும் இருப்பதை அறிந்து நின்றான் ராபர்ட்ஸன். அவன் முகத்துக்கு எதிராகவே அவள் சொன்னாள், "அருவி, பெண்கள், விருட்சங்கள், இவற்றின் மூல ரகசியங்களைத் தேடாதே. போய்விடு" அவள் சட்டென விலகிப் போகும்போது அவன் கையில் ஒரு மரப்பொம்மையைக் கொடுத்துவிட்டுப் போனாள். அந்த மரப் பொம்மைக்கு ஆண், பெண் இரண்டு பால்குறிகளுமேயிருந்தன. அதன் உடலில் ஏராளமான சங்கேத மொழிகள் செதுக்கப்பட்டிருந்தன. கையளவில் இருந்த அந்தப் பொம்மையை மறைத்தபடியே அவளைப் பற்றி கோமதிநாயகம் பிள்ளையிடம் கேட்டுக் கொண்டு வந்தான் ராபர்ட்ஸன். அவள் குறி சொல்லும் கம்பளத்துக்காரி எனவும், அவர்கள் வாக்கு பலிக்கக் கூடியது எனவும் சொல்லியது, அவள் கறை படிந்த பல்லில் வசீகரத்தில் சாவு ஒளிந்திருந்ததை அவனால் உணர முடிந்தது.

பிள்ளையுடன் அடுத்த நாள் திரிகூடமலையைப் பற்றியே பேசிக் கொண்டிருந்தான். எல்லா துரைகளையும் பிடித்து ஆட்டும் வேட்டையின் தீராத ஆசை ராபர்ட்ஸனையும் பிடித்திருக்கும் என நினைத்துக் கொண்டார். என்றாலும் அவன் ஏதோ சுவாமிகள் சுவாமிகள் என அடிக்கடி புலம்புவதையும் விசித்திரத் தாவரங்களைப் பற்றிக் கேட்பதையும் கண்டபோது 'எதுக்கு இப்பிடி கோட்டி பிடிச்சு அலையுதான்' என அவராகவே சொல்லிக் கொண்டார். ராபர்ட்ஸன், மதராஸில் தனியே சுற்றி பழைய மொகலாயக் காலகட்டத்தில் ஒளிந்திருந்த புத்தகக் கடைகளில் தேடி, தாவர சாஸ்திர நூல்களையும், ஆரண்ய கதாசரித பிரதியையும் வாங்கிவந்தான். குடும்பங்களில் பரம்பரையாக இருந்து வரும் சில தாவரங்கள் காலத்தின் நீள் கிளைகளாக உயிர் வாழ்ந்து சில அதீத சக்திகள் பெற்றுவிடுவதையும், ஆண் பெண் உறவின் எல்லா ரகசியங்களையும் அவர்களுக்குக் கற்றுத் தருவது அந்தத் தாவரங்களே எனவும், அத்தாவரங்கள் குடும்பத்தின் பூர்வீக ஞாபகங்களைச் சுமந்தபடியே இருப்பதால் அவை ஒளிரும் தன்மை அடைகின்றன என்பதையும் அறிந்தான். இன்னமும் போதை வஸ்துகளாகும் செடிகளைப் பற்றியும், ரகசியங்களைத் தூண்டும் கொடிகள், கன்னிப் பெண்களின் நிர்வாணம் கண்டு கனவில் பூக்கும் குளியலறைப் பூச்செடிகளையும், குரோதத்தின் வாசனையை வீசி நிற்கும் ஒற்றை மரம், ஆவிகள் ஒளிந்திருக்கும் மரக்கிளைகளின் கதைகளை அறிந்த போது அவன் வேட்கை அதிகமாகிக் கொண்டே போனது. ராபர்ட்ஸனின் பூனை சுற்றுப்புறங்களில் அலைந்து பழகிக் கொண்டிருந்தது. பச்சை நிறக் கண்களும், கறுப்பு உருவும் கொண்ட இந்தப் பூனை நடக்கும் வெளியைக் கடந்துவிடாமல் விலகி சிறு பாதைகளில் பதுங்கிச் சென்றனர் பெண்கள்.

கோமதிநாயகம் பிள்ளை திரிகூட மலைக்குப் போவதற்கான பயண ஏற்பாடுகளைச் செய்திருந்தார். ராபர்ட்ஸன் மனைவிக்குக் கடிதம் எழுதிக் கொண்டிருந்தான். கடிதத்தின் கடைசி வரியை முடிக்கும் முன்பு யாரோ கதவைத் தட்டும் சப்தம் கேட்டு வெளியே வந்த போது, ஆறு விரல் கொண்ட பெண் தொலைவில் போய்க் கொண்டிருந்தாள். அவன்

வாசல் படியில் சேவலின் அறுபட்ட தலை ரத்தம் கசிய வெறித்துக் கிடந்தது. திரிகூட மலையில் எண்ணற்ற அருவிகள் வீழ்ந்துகொண்டிருந்தன. கல் யாளிகளும், சிங்கமும், நீர்வாய் கொண்ட கல் மண்டபங்களும், பெயர் தெரியா மரங்களும், குரங்குகளும் நிறைந்த திரிகூட மலையில் குகைகளுக்குள் துறவிகளும்,சித்தர்களின் படுகைகளும், ஏன் நீர்ச்சுனைகளும் வால் நீண்ட தட்டான்களும், இதய வடிவ இலை நிரம்பிய புதர்ச்செடியும், பாறைகளும், கருத்த பாறைகளும், உறங்கும் மரங்களும், நீலியின் ஒற்றை வீடும், மர அட்டைகளும், காட்டு அணில்களும், இறந்துபோன வேட்டையாள்களின் கபாலங்களும், யானைகளின் சாணக்குவியலும், படை ஈக்களும், சொறியன் பூக்களும், நீர்ச்சுனையில் தவறி விழுந்து இறந்து தேன் வட்டுகளும் போன்றவர்களின் வெளிறிய ஆடைகளும், புணர்ச்சி வேட்கையில் அலையும் குடியர்களும், கள்ளச் சூதாடிகளும், முலை அறுந்த அம்மன் சிலையும், பன்றி ரத்தம் உறைந்த பலிக்கல்லும், ஸ்தனங்களை நினைவு படுத்தும் கூழாங்கற்களும், சாம்பல் வாத்துகளும் இருந்தன.

ராபர்ட்ஸன் வந்து சேர்ந்தபோது மழைக்காலம் மிதமிருந்தது. பின்பனிக்காலமென்றாலும் மழை பெய்தது. மலையின் ஒரு புறத்தில் வெயிலும், மறுபக்கம் மழையுமாகப் பெய்த காலை ஒன்றில் திரிகூட மலை முகப்பில் வந்து சேர்ந்திருந்தான். மரங்களை வெறித்தபடி வந்த அவனுடைய பூனை, மாமிச வாடையைக் காற்றில் முகர்ந்தபடியே தலையை வெளியே தூக்கியது.

திரிகூட மலையின் பச்சை, உடலெங்கும் பரவி ஆளையே பச்சை மனிதனாக்கியது. நெடுங்காலமாகத் தான் வரைபடங்களிலும் கற்பனையிலும் கண்டிருந்த திரிகூட மலையின் முன்னே நேரிடையாக நின்று தனக்குள்ளே புலம்பிக்கொண்டு ஒடுங்கி நின்றது. மனிதப் பேச்சுக்குரல் அடங்கிய பெருவெளியொன்று மலையின் கீழே வீழ்ந்திருந்தது. வெயில் நகர்வதும், மழை மறைவதுமான ஓட்டம் தொடர்ந்துகொண்டிருந்தது. எல்லாப் பாறைகளும் அரவம் கண்டு திமிறி நின்றன. கையிலிருந்த பூனையைக் கீழே இறக்கிவிட்டபடி இரட்டை அருவியின் வழியில் நடந்தான் ராபர்ட்ஸன். பாதை எங்கும் சிவப்புப் பூக்கள் வீழ்ந்திருந்தன. எண்ணற்ற பாசி படர உறைந்து கிடந்தனர். பகல் நீண்டுகொண்டிருந்தது. வேட்டையாள்களின் தடங்கள் மிஞ்சியிருந்தன. அருவியின் இரைச்சலைக் காற்று மலைமீது வாரி இறைத்துக் கொண்டிருந்தது. வழிகளை அடைத்துவிட்ட பாறைகளில் கால் தடங்கள் அழிந்து இருந்தன. வழியெங்கும் சிறு குகைகள் தென்படலாயின. அவன் சிறு குகைகளாயிருந்ததால் துர்வாடையும், மண் கலயங்கள் உடைந்து கிடப்பதையும் எல்லாக்குகையும் பெண்ணின் வாடையையே கொண்டிருந்தது எனவும் அறிந்தான். குகையின் உள்புறத்தின் வெக்கையில் வௌவால்கள் உறங்கிக் கொண்டிருந்தன.

ஒன்றிரண்டு குகைகளில் நீர்ச்சுனைகள் இருப்பதையும் அவற்றின் மீது கண் வடிவப் பாறைகள் அடைக்கப்பட்டிருந்ததையும் கண்டான். இரட்டையருவியின் பின் வழியெங்கும் மரங்கள் அடர்ந்திருந்தன. இலைகள் உதிர்ந்த ஒன்றிரண்டு மரங்கள் மட்டும் வனத்தையே வெறித்தபடியிருந்தன. ஆள் நடமாட்டம் குறைந்த வனப்பகுதி போலிருந்தது. பூனை எங்கோ சுற்றி உடலெங்கும் காட்டு ஈக்கள் அப்பிக்கொள்ள தலையைச் சிலுப்பி வந்தது.

ராபர்ட்ஸன் ஈக்களை விரட்டுவதற்காக நெருப்பைப் பற்ற வைத்தான். பூனை நெருப்பின் சுடர்களை நோக்கி தன் நாக்கைச் சுழற்றியது. முதல் நாளின் மாலை வரை இரட்டை அருவியின் பின் வழியெங்கும் அலைந்து திரும்பினான் ராபர்ட்ஸன். அவனது எல்லா வரைபடங்களும் விளையாட்டுப் பலகை போலாகிவிட்டன. எல்லா வழிகளும் அடைபட்டு இருந்தன அல்லது பாதி வழிகள் அறுந்து போயிருந்தன.

கோமதிநாயகம் பிள்ளை இரவு ராபர்ட்ஸனைச் சந்தித்தபோது அவன் மிகுந்த ஏமாற்றம் கொண்டவனாகவும், கசப்பின் சுனைகள் ஊறிப் பீறிடுபவனாகவும் இருந்தான். அவனால் எந்த ஒரு வழியையும் காண இயலவில்லை. அடுத்த நாள் கோமதிநாயம் பிள்ளை ராபர்ட்ஸனை கூட்டிக்கொண்டு கூடங்காவு கிராமத்துக்குப் போனார். ஓட்டு வீடுகள் நிறைந்த ஊரின் மீது வெயில் இறங்கிக் கொண்டிருந்தது. பசுக்களும் குழந்தைகளும் நிறைந்த அந்த ஊரில், தான்தோன்றியா பிள்ளையின் வீட்டுக்குள் இருவரும் சென்றனர். நீர் உடம்பும், கருத்த பாதங்களும் கொண்ட, தான் தோன்றியா பிள்ளை ராபர்ட்ஸனைக் கண்டதும் ரவேற்று இருக்கச் சொன்னார். அன்றெல்லாம் தொடர்ந்த பேச்சின் பின்பு பிள்ளைவாள் உள் அடுக்கில் வைத்திருந்த சாஸ்திரப்புத்தகங்களையும் ஏடுகளையும் கொண்டுவந்து காட்டியபின் ராபர்ட்ஸன் அவரிடம் கேட்டான்.

“தாவரங்கள் பேசக்கூடியதா, விசித்திர தாவரங்கள் இங்கேயும் இருக்கிறதா?”

உள்கட்டு வரை நடந்து போய்த் திரும்பிய, தான் தோன்றியா பிள்ளை பெண்கள் எவரும் இல்லையென்பதை ஊர்ஜிதம் செய்து கொண்ட பின்பு மெதுவாகச் சொன்னார்.

“பேசக் கூடியதுதான், வீட்டுப் பெண்கள் இதைக் கேட்டிரக் கூடாதுன்னுதான் ரகசியமா சொல்றேன். தாவரங்கள் பேசக்கூடியது, ரகசியம் தெரிஞ்சது, மனுசாளைப் போல தசைகளும் கூட உண்டுன்னு தாண்டவராய சுவாமிகள் சொல்லியிருக்காரு”

தாண்டவராய சுவாமிகள் பேரைக் கேட்டதும் ராபர்ட்ஸன் விழிப்புற்று, அவரைப் பற்றிய தகவல்களைக் கேட்கத் தொடங்கினான். தனக்கு அதைப்பற்றி எதுவும் தெரியாதென்றும், வனத்தில் அவர் நிர்வாணியாக இருந்தவர் என்றும், அவர் ஊருக்குள் வரும் நாட்களில் வீடுகளை அனைவரும் அடைத்துக் கொள்வர், பெண்கள் எவரும் குறுக்கே வர மாட்டார்கள் என்றும் அவருக்குத் தானியங்கள் தரப்பட்டன என்றும் சொல்லிய பின்பு கடைசியாக சுவாமி பால்வினை நோய் வந்து மரித்துப் போனார் என்பதையும் சொன்னபோது ராபர்ட்ஸனால் இவை புனைவு என்பதாகவே புரிந்து கொள்ள முடிந்தது.

மழைக்காலம் முழுவதும் ராபர்ட்ஸன் பலரையும் சந்தித்துத் திரும்பினான். தாண்டவராய சுவாமிகளைப் பற்றி அறிந்திருந்த பலரும் கூட அவரைப்பற்றிய கதைகளையே எடுத்துக்கூறினர். கதைகளில் அவர் மலை விட்டு கீழ் வரும்போது மரங்களை உடன் கூட்டிவரச் செய்யக் கூடியவர் என்றும், மரங்களின் விசித்திர ஆசைகளைப் பூர்த்திசெய்ய இளம்பெண்களின் உடலை அறியச் செய்தவர் என்றும், அவர் ஒரு தந்திரவாதி என்றும், பாலியல் போக முறைகளைக் கண்டறிந்தவர் என்றும் கதை வழி பிரிந்துகொண்டே

போனது. எவரிடமும் 'தாவரங்களின் ரகசிய வாழ்க்கை' நூலின் மூலப்பிரதி கிடைக்கவே இல்லை. பதிலாக ஆறுவிரல் கொண்டவராக, நீண்ட ஜடை முடியும் மெலிந்த உடலுமான தாண்டவராய சுவாமிகளின் உருவப்படத்தையே அவர்கள் காட்டினர்.

மழைக்காலம் நின்ற பின்பு திரிகூட மலையின் வழிகள் திறந்து கொண்டன. பின்னிரவு முடியும் முன்பு மலையின் உள்புறத்தில் புகுந்து நடக்கத் தொடங்கிய ராபர்ட்ஸன், ஒரு வார காலத்துக்குத் தேவையான உணவைத் தன்னுடனே எடுத்துச் சென்றான். வனத்தின் இருண்ட பாதைகள் வெயில் வரவால் விலகத் தொடங்கின. பாறைகளில் இருந்த மஞ்சள் பூச்சிகள் உதிரத் தொடங்கியிருந்தன. தூர் பெருத்த மரங்கள் பெருமூச்சிட்டவாறே இருந்தன. பாறை வழிகளில் உள்ளே இறங்கிப் போன பின்பு வனத்தின் உள் அடுக்குகளுக்கு வந்து சேர்ந்தான் ராபர்ட்ஸன். வனம் ஒரு பசுமையான கோப்பை போலிருந்தது. எல்லாப் பொருள்களும் வடிவம் சிதறிப் போயிருந்தன. பாறைகளும், விருட்சங்களும் இன்றி வேறு எவற்றையும் காணவில்லை அவன். பகலை விட இரவில் அவன் மிகுந்த குளிர்ச்சியையும் பசுமையையும் உணர்ந்தான். எங்கோ கிசுகிசுக்கும் சப்தங்களும், சிறகு ஒலிகளும் கேட்பதும் அடங்குவதுமாக இருந்தன. பிணைந்து கிடந்த இரட்டை மரங்களின் உடல்கள் நெளிவுற்றன. சர்ப்பங்கள் ஒளிந்த உயர் மரங்களின் மீது இருள் இறங்கியிருந்தது.

பாதி ஒடிந்த அம்புகள் பாய்ந்த மரங்களைக் கண்டபடியே அடுத்த நாளில் அவன் இன்னமும் அடி ஆழத்தில் நடந்து சென்றான். இப்போது மரங்கள் தனித்தனியாகவும் மூர்க்கம் கொண்டுமிருந்தன. கல் உருப்பெற்ற மரங்கள் ஈரம் உறிஞ்சிக்கொண்டிருந்தன.

மூன்றாம் நாள் காலை, அவன் பூனை மிகுந்த கலக்கமுற்று எல்லாச்செடிகளுக்கும் பயந்து அலைந்தது. பூனை விரல்கள் பட்டதும் சில இலைகள் மூடிக்கொண்டன. தனியே பறக்கும் வண்ணத்துப் பூச்சிகள் பூனையின் மேலே பறந்து பார்த்துச் சென்றன. பாறையிலிருந்து தாவ முயன்று வீழ்ந்த பூனையின் சப்தம் கேட்டு, அதன்பின் இறங்கிய ராபர்ட்ஸன் எவருமே கண்டறியாத அருவியைப் பார்த்தான்.

மிகுந்த உயரத்திலிருந்து வீழ்ந்துகொண்டிருந்த அருவியது. பாறையின் விளிம்பிலிருந்து எழுந்து வீழ்ந்து கொண்டிருக்கும் அருவியின் பிரம்மாண்டம் இதுவரை அறியாததாக இருந்தது. அதைவிடப் பெரிய விநோதமாக இருந்தது அந்த அருவி சப்தமிடாதது. இத்தனை உயரத்திலிருந்து வீழ்ந்த போதும் அருவியில் துளி சப்தம் கூட இல்லை. பிரம்மாண்டமாக மவுனம் வீழ்ந்து கொண்டிருப்பது போல இருந்தது. சப்தமில்லாத அருவியை அவன் முதல் முறையாக இப்போதுதான் பார்க்கிறான். நீரின் அசைவு கூடக் கேட்கவில்லை. நீர் வீழ்ந்து ஓடும் ஈரப்பாறைகளுக்குள் ஒரு விலங்கைப் போல வீழ்ந்தபடி அருவியின் தோற்றத்தைப் பார்த்தபடியே இரண்டு நாட்கள் கிடந்தான்.

எங்கும் சப்தமில்லை. அருவியின் சப்தம் எங்கு சென்று பதுங்கிக் கொண்டது எனப் புரியவில்லை. பூக்கள் படர்ந்த பாறையில் படுத்துக் கிடந்த பூனையும் இந்த விசித்திரக் காட்சியின் வியப்பில் தன்னை விடுவிக்க முடியாமல் கிடந்தது. அவன் மூன்றாம் நாள் எழுந்து அருவியின் ஊடே

சென்று நின்றான். வேகமும் குளிர்ச்சியும் நறுமணமும் கொண்ட அருவி, அவனைப் புரட்டித் தள்ளியது. அருவியின் வலப்புறம் எங்கும் பூத்துக்கிடந்த வெள்ளைப் பூச்செடிகளைப் பார்த்தபடியே கிடந்தான். அந்தப் பூக்கள் எட்டு இதழ் அமைப்பு கொண்டதாகவும் குழல் போன்றும் இருந்தன. ஒரேயொரு வெள்ளைப் பூச்செடியை மண்ணோடு பெயர்த்துக் கொண்டான். அருவியின் வரைபடத்தைப் பகல் முழுவதும் வரைந்து முடித்துவிட்டான். சப்தமில்லாத அருவியின் சிரிப்புத் தாங்காது, அவன் தப்பி பாறைகளின் மீது ஊர்ந்து, ஆறு நாட்களுக்குப் பின்பு ஊர் வந்து சேர்ந்த போது அவனுக்கு நீர் ஜுரமும் பிதற்றலும் கண்டிருந்தன. கோமதிநாயகம் பிள்ளை வைத்தியம் செய்த பின்பு, அவன் குணமாகினான். என்றாலும் சப்தமில்லாத அருவியைப் பற்றிய சிந்தனை அவனை மிகுந்த மனவேதனைக்கு உட்படுத்தியது. வனத்தில் இருந்து திரும்பிய பின்னாட்களில் அவன் நடவடிக்கையிலும் மாற்றம் கண்டது. ஒரு இரவில் அவன் கண்ட கனவில் உடலே பெரிய மலையாகி உடல் உறுப்புகள் விருட்சங்காளாகியிருந்தன. இதயத்திலிருந்து, உடல் எங்கும் ரத்தம் சப்தமில்லாத அருவியைப் போலப் பொங்கி தலை முதல் கால் வரை ஓடிக்கொண்டிருந்தது. சப்தமில்லாத அருவி ஓடும் வனம் உடல்தான் என்றும், தாவரங்களில் ரகசிய வாழ்க்கையில் குறிப்பிடப்படும் தாவரம் மனிதன் தான் எனவும், மனித உடலில் புதைந்திருக்கும் விருட்சங்கள் தான் பேசக்கூடியவை, ரகசிய இச்சைகள் கொண்டவை என்றும் புரிந்து கொண்ட பிறகு அவன் ஆடைகளை எல்லாம் துறந்து விட்டு, தனது கருப்புப் பூனையுடன் திரிகூடமலையில் அலைந்து திரியத் தொடங்கினான்.

பளியப் பெண்கள் பலமுறை சருகுகளுக்குள் வீழ்ந்துகிடந்தபடி கிடக்கும் பூனைச் சாமியாரைப் பார்த்துப் போயிருக்கிறார்கள். அவன் உடலில் அட்டைகள் கடித்த வடுக்களும், தோல் வெடிப்புகளும் கண்டிருக்கிறார்கள். அவனது பூனை குணம் மாறி எப்போதும் கத்தி அலைந்தது. மரங்களைப் பிராண்டியபடி அலைந்ததையும் காற்றில் தெரியும் ஏதோ உருவத்தை அது துரத்திக் கொண்டு போவதையும் பார்த்திருக்கிறார்கள்.

பூனைச் சாமியாரின் முகம் முழுவதும் கோரை மயிர்கள் பெருத்து விட்டன. அவர் பளிய கிராமங்களுக்கு வந்து சில நாள்கள் இருப்பதும் உண்டு என்றாலும் யாருடனும் பேசுவதைத் தவிர்த்துப் போன அவரை உடலில் ஒளிந்திருந்த விருட்சங்கள் தூண்டிக்கொண்டேயிருந்தன. கிரகணத்தன்று எல்லோரும் வீட்டினுள் சென்று பதுங்கிக் கொண்டனர். அன்று பூனைச் சாமியார் மலைக் கிராமத்துக்குப் போனபோது ஊரே வெறித்துக் கிடந்தது. பளியர்கள் தாவரங்கள் பேசிக்கொள்ளும் நாள் இது என அவருக்குச் சொன்னார்கள். அவர் மலையின் இடப்புறமிருந்து கீழே இறங்கினார். கிரகணம் படரத்தொடங்கியது. பகல் கருத்து வனத்தின் மீது இரவு வீழ்ந்தது. ஈக்களும் நுழைந்து விடாத இருள். மரங்கள் தலையைத் தாழ்த்திக் கொண்டன. கிளைகள் நீண்டு ஒன்றின் மீது ஒன்று புரண்டன. சிறு செடிகள் துடிக்கத் தொடங்கின. இலைகளின் ஸ்பரிசமும், மெல்லிய வாசமும் ஏதோ ஒரு வித மயக்க நிலையை உருவாக்கின. ஒன்றிரண்டு பூக்களின் இதழ்கள் விரிந்து எதிர்ச்செடியின் இலைகளைக் கவ்விக் கொண்டன.

பூமியெங்கும் நீரோட்டம் போல வேர்கள் அதிரத்தொடங்கின. மரங்களின் மூச்சுக் காற்று சப்தமிட்டது. உடலை நெகிழ்த்தி மரங்கள் வேட்கை

கொண்டன. கல்மரங்கள் மெல்ல ஒளிரத்தொடங்கி, பின் தங்கள் கிளைகளை நீட்டின. உறங்கிக்கொண்டிருந்த ஓரிரு மரங்கள் கூட விழிப்புற்று இச்சையைப் பகிர்ந்து கொண்டன. வனமெங்கும் மெல்லிய தாவரங்களின் உரையாடல் அதுதான் எனப்பட்டது பூனைச் சாமியாருக்கு. ஒன்றையொன்று கவ்விக் கொண்ட இலைகளின் நரம்புகளில் இருந்து ஒளி கசிந்துகொண்டிருந்தது. சர்ப்பங்களைப் போல மூர்க்கமற்று மரங்கள் பிணைந்துகொண்டன.

மலைப்பாறைகளில் இருந்த தனி மரங்கள் இடம்பெயர்ந்து இறங்கி வருவது போல உடலை விரித்துப் பாறை விளிம்பில் நின்ற பூமரங்களின் கனிகளைச் சுவைக்கத் தொடங்கியது.

எண்ணற்ற விதைகள் உதிரத் தொடங்கின. கிரகணம் விலகத் தொடங்கி மெல்ல வெயில் கீறி வெளிப்படத் தொடங்கியதும் இலைகள் சுருள் பிரிந்து மீண்டன. மரங்கள் உடலை நேர் செய்து கொண்டன. பாதி தின்ற பழங்கள் துடித்தன. பூக்களின் மீது விடுபட முடியாத இலைகள் அறுபட்டன. வெயில் ததும்பியதும் மரங்கள் ஆசுவாசமும், இச்சையின் துடிப்பும் வனமெங்கும் நிரம்பின.

காற்று லாஹரி போன்ற வாடையைப் பரப்பியது. வனம் தன் இயல்பு கொண்டு ஒடுங்கிற்று. இதுவரை தான் கண்டவை எல்லாம் நடந்ததா, அல்லது ஏதும் உருவெளித்தோற்றமா எனத் தெரியாமல் விழித்தான் ராபர்ட்ஸன். இது உண்மை எனில் தாவரங்களின் ரகசிய வாழ்க்கை மனித வாழ்வை ஒத்ததுதானா, இதன் ஞாபக அடுக்கில் எண்ணற்ற செய்திகள் ஒளிந்துகொண்டிருக்குமா, பூனைச்சாமியாரின் உள்ளே ஒடுங்கியிருந்த தாவரவியல் ஆராய்ச்சியாளர் ராபர்ட்ஸன் உயிர்பெற்று வெளிவந்தான்.

தான் கண் முன்னே கண்டதெல்லாம் நிஜம், தான் கண்டது இதுவரை எந்த ஒரு தாவரவியலாளனும் கண்டறியாத மாபெரும் விந்தை. இனிமேல்தான் மனிதர்களைப் பற்றி அறியும் எல்லா சோதனை முறைகள் வழியே தான் தாவரங்களையும் அறிய வேண்டியதிருக்கும்.

மனித நுட்பங்கள், கனவுகள் எல்லாமும் கொண்டதாக இருப்பதால்தான் விருட்சங்கள் மனிதனோடு எளிதாக உறவு கொண்டு விடுகின்றன. இனி தான் கண்டவற்றைப் பதிவு செய்யவேண்டி கீழே போகலாம் என்று முடிவு கொண்ட பின்பு பளிய கிராமத்துக்குப் போனான் ராபர்ட்ஸன்.

கிராமத்தின் பின்பு பளியப் பெண்கள் குளித்து ஈர உடலுடன் எதிரில் நடந்து எதிரில் நடந்து சென்றனர். அப்போதுதான் கவனித்தான். எல்லாப் பெண்களின் வயிற்றிலும், இலைகளும் பூக்களும் விரிந்த கொடியொன்று பச்சை குத்தப்பட்டிருந்தது. அந்தப் பச்சை குத்தப்பட்ட செடி போன்றே ஸ்தனங்களின் மேலும் பச்சை இலைகள் போர்த்தப்பட்டிருப்பது போல சித்திரம் இருந்தது. இந்திய வாழ்வில் தாவரங்கள் எதையோ உணர்த்தும் அபூர்வக் குறியீடாக இருப்பதை உணர்ந்து கொண்டு அவன் தன் பூனையை விடுத்து அவசரமாக மலையை விட்டு கீழே இறங்கிவந்தான். ஏற்கனவே தன்னால் மூடப்பட்ட அறைக்கதவு அப்படியே சாத்தப்பட்டிருந்தது. ராபர்ட்ஸன் இறந்து போனதாக கோமதிநாயகம் பிள்ளை கொடுத்த தகவலும் இங்கிலாந்து போயிருந்தது. அறையின் பின் வழியே நுழைந்து, தன் மேஜையைத் திறந்த போது பல்லிகள் உறங்கிக்கொண்டிருந்தன. தாண்டவராய சுவாமிகளின்

மூலப்பிரதி என்ற ஒன்றே கிடையாது எனவும், வனமே அந்தப் பெரும் மூலப்பிரதி எனவும் அவன் குறிப்பதற்காகத் தனது டைரியைத் தேடி எடுத்தான். அறை எங்கும் தூசிகளும் சிலந்தி வலைகளும் இறைந்திருந்தன. அவசரமாகத் தன்னுடைய ஆடைகளை அணிந்துகொண்டு அறைக் கண்ணாடியில் தன்னைக் கண்டபோது அவனுக்கு வெற்றியின் மிதப்பும், சிரிப்பும் பெருகியது. முன் கதவைத் தள்ளித் திறந்து வெளியே யாரும் வருகிறார்களா எனப் பார்த்தான். நடமாட்டமேயில்லை. அறை அலமாரியில் இருந்த மதுப்புட்டியை வெளியே எடுத்தான். மதுப்புட்டியின் அருகிலிருந்த கண்ணாடிக் குவளைகள் சரிந்து வீழ்ந்தன. அலமாரியின் உயரத்தில் இருந்து உடைந்து சிதறிய கண்ணாடிகளைக் குனிந்து பெருக்கும்போது சட்டென உறைத்தது. 'கண்ணாடி உடையும் சப்தம் எங்கே போனது?' சப்தம் ஏன் வரவில்லை? ஒரு நிமிட நேரத்தில் பின் அறையின் மூலையில் அவன் கொண்டுவந்த வெள்ளைப் பூச்செடியைக் கண்டான். அது உயரமாக வளர்ந்து கிளை எங்கும் பூக்களாக மலர்ந்திருந்தது. அப்படியானால் சப்தம் எங்கே போகிறது?

கையிலிருந்த மதுப்புட்டியைத் தூக்கி உயரே எறிந்தான். அது சுழன்று வீழ்ந்தது சப்தமின்று. அவன் உடனடியாக அந்தப் பூச்செடியைத் தூக்கி வெளியே வைத்துவிட்டு வந்து இன்னொரு மதுப்புட்டியைத் தூக்கி எறிந்தான். அது சப்தமாக உடைந்து வீழ்ந்தது. எனில் அந்தப் பூச்செடிதான் சப்தத்தை உறிஞ்சி விடுகிறதா? சப்தத்தை உறிஞ்சும் பூச்செடி ஒன்று இருக்க முடியுமா? அவனால் நம்பவே முடியவில்லை.

பூச்செடியைத் தன் அறைக்குத் தூக்கி வந்து நாள் முழுவதும் அதைச் சோதித்துக் கொண்டிருந்தான்.

அந்தச் செடிதான் சப்தத்தை உறிஞ்சி விடுகிறது எனத் தெரிந்தது. எனில் சப்தமில்லாமல் அருவி விழுவதற்குக் காரணம் அந்தப் பூச்செடிகள் தான் என அறிந்து கொண்டான். அந்தச் செடியைப் பதனப் படுத்திக் கொண்டான். மூன்று நாட்கள் உட்கார்ந்து குறிப்புகள் எழுதிக் கொண்டு கோமதிநாயகம்பிள்ளையைப் பார்க்கப் புறப்பட்டான்.

அவர் வீட்டில் குழந்தைகள் விளையாடிக்கொண்டிருந்தன. கோமதிநாயகம் பிள்ளையின் மனைவி அவனைக் கண்டு பயந்து போனாள். அவன் வீட்டின் உள்ளறைக்கு வந்த போது கோமதிநாயகம் எதிர்ப்பட்டு அவனை எதிர்பாராது காலங்கி வரச் சொன்னார். அவன் இங்கிலாந்து புறப்படுவதாகவும், திரிகூடமலைக்குத் திரும்ப வருவதாகவும் சொல்லிப் போனான். ராபர்ட்ஸனைக் கண்ட பயத்தால் கர்ப்பத்தில் உள்ள குழந்தை முகம் புரண்டுகொண்டது. அவன் கப்பலில் இங்கிலாந்து புறப்படும்போது குறி சொல்பவள் தந்த மரச்செதுக்கு பொம்மையும், சப்தம் உறிஞ்சும் தாவரமும், குறிப்புகளும் கொண்டு சென்றான். கப்பல் மிக மெதுவாகவே சென்றது. அவன் கப்பலில் உடன் வரும் எல்லோருடனும் எதையாவது பேசினான். தினமும் அளவுக்கு அதிகமாக மது அருந்தியும் ஆடிக் கூச்சலிட்டும் பொழுதைப் போக்கினான்.

அவன் புறப்பட்ட ஒன்பதாம் நாளில் கடலில் உள் ஒளிந்திருந்த புயல் வெளியேறி கப்பலை அலைக்கழிக்கத் தொடங்கியது. காற்று நீரை வாரி இறைத்தது. கடலின் நிறம் மாறியது.

எல்லாரையும் பிடித்துக் கொண்ட மரண சகுனங்கள் பேச்சைத் துண்டித்தன. நிலம் தெரியாத கடல் வெளியில் நின்றது கப்பல். எப்போது கப்பல் நொறுங்கியது என எவரும் அறியவில்லை. ஒரு அலையின் உயரத்தில் அவன் கடைசியாகக் கண் விழித்த போது எங்கும் பசுமை பொங்கி வழிந்தது. பின் அவன் உடல் பல நாள்கள் கடல் அலைகளின் மீது மிதந்தது. கரையில் அவன் உடல் ஒதுங்கியபோது நீண்ட முதுகில் சூரியன் ஊர்ந்து சென்றது.

நுரை ததும்பும் நீரின் ஆழத்தில் புதைந்து போன அவனது தோல் பையில் இருந்து குறிப்புகளைப் பின்னாட்களில் தினமும் கொஞ்சம் கொஞ் சமாக மீன்கள் தின்று போயின.

அவனது ரகசியங்கள் மீனின் உடலில் மிகப் பாதுகாப்பாகச் சேகரமாயின. மரப்பொம்மையை மட்டும் வெடித்துத் துண்டுகளாக்கியது.

தன்னோடு ஒரே அறையைப் பகிர்ந்து கொண்ட ராபர்ட்ஸனின் புதிய கண்டுபிடிப்பான தாவரங்களின் ரகசிய வாழ்க்கை பற்றிய கருத்துகளை, சப்தமில்லாத அருவி பற்றி உலகுக்குத் தெரியப்படுத்திய ரிச்சர் பர்டன் என்ற புலிவேட்டைக்கார ராணுவ அதிகாரி பின்னாட்களில் ஒரு முறை கூட திரிகூடமலை வந்த போது அந்த இடம் எதையும் பார்க்க முடியவில்லை. அதற்குப்பதிலாக அவருக்குக் கிடைத்ததெல்லாம் ராபர்ட்ஸனின் குறிப்புகளே. அவர் அதைத் தொகுத்து 1864இல் வெளியிட்டார். அது பலருடைய கவனத்தையும் பெறாமலே போனதற்குப் பெரிய காரணமாக இருந்தது இது புலி வேட்டைக்காரனின் கற்பனை என்பதாகத் தாவரவியல் அறிஞர்கள் கருதியதே. 1946இல் இந்தியா வந்த தாவரவியல் ஆராய்ச்சி மாணவரான ஜான் பார்க்கர், திரிகூட மலை முழுவதையும் அறிந்து கொண்டு, ராபர்ட்ஸன் குறித்த இடத்துக்குச் சென்றபோது அங்கே அருவி சப்தத்தோடு வீழ்ந்துகொண்டிருந்தது. வெள்ளைப்பூச்செடிகள் ஏதுமில்லை.

தாவரங்களின் நுட்ப உணர்வுகளுக்குக் காரணம் எலக்ட்ரோமேக்னட் அலைகள் உள்வாங்குவதால்தான் என்று விளக்கியதோடு, தாவரங்கள் பற்றிய பல இந்தியக் கதைகள் சுவாரசியமானவை. அவற்றில் ஒன்றுதான் ராபர்ட்ஸனின் குறிப்பும் என்று எழுதி முடித்தான். அங்கிருந்த ஒரு நாளின் இரவில் அவனோடு உறங்க அழைத்து வரப்பட்ட பளியப் பெண்ணின் உடலில் இருந்த பச்சை குத்தப்பட்ட இலைகள், உறவின் போது தன் உடம்பில் ஊர்வதாகத் தோன்றியது போதை என சுய சமாதானம் செய்துகொண்ட போது, உடலின் பச்சையான திட்டுகள் படர்ந்திருந்ததையும், அதைப் பற்றி ஆராய முடியாத போதெல்லாம் ராபர்ட்ஸனின் நினைவிலிருந்து தப்ப முடியாமல் போனதையும் ஜான் பார்க்கர் உணர்ந்து கொண்டுதானிருந்தான். கோமதிநாயகம் பிள்ளைக்கு எட்டாவது குழந்தையாகப் பிறந்த பெண்ணுக்கு ஆறு விரல்கள் இருந்ததற்கும் அது கர்ப்பத்தில் ராபர்ட்ஸனைப் பார்த்ததற்கும் தொடர்பிருக்கிறதா என எவருக்கும் தெரியாமலே போனது தனி விஷயம்.

085

எஸ்.ராமகிருஷ்ணன்

புலிக்கட்டம்

அவன் கைகள் பின்புறமாகக் கட்டப்பட்டிருந்தன. தன்னைச் சுற்றிலும் உள்ள புறவெளியில் பனி இறங்கிக்கொண்டிருப்பதைப் பார்த்துக்கொண்டிருந்தான். திரட்சி திரட்சியாக வெண்மை படர்ந்து நிரம்புகின்றது. குளிரின் குணத்தால் வீடுகள் கூட உருமாறத் தொடங்குகின்றன. சிவப்பு நாழி ஓட்டு வீடுகள் வளைவுகள் இறங்கும் வெம்பா வீட்டின் செங்கற்களை ஈரமாக்கி வெறிக்கச் செய்கின்றன. மூன்று தெருக்களும் பிரியும் முனையில் இருந்தது அந்த மைதானம். அவனைத் தவிர அந்த மைதானத்தில் இப்போது நின்றுகொண்டிருப்பவை இரண்டு மரங்கள்தான். அவன் கைகள் புங்கை மரத்தில் கட்டப்பட்டிருந்தன. உதடு வெடிக்க அவனையும் குளிர் பற்றிக் கொண்டிருந்தன.

உறக்கமற்ற வான்கோழியொன்று கவக்! கவக்! என்றபடி தெருவில் அலைந்து கொண்டிருப்பதைப் பார்த்துக் கொண்டிருந்தான். வான்கோழியின் அசைவு தெருவையே சலனம் கொள்ளச் செய்கிறது.

நீளும் பின்னிரவில்தான் நிலா வெளிப்பட்டிருக்கின்றது. முகத்தில் சரியும் தலைமயிரை நீக்கக்கூட கைகளை அசைக்க முடியாது. வெகு வலுவாகவே கட்டியிருந்தார்கள்.

புங்கை மரத்தில் காய்கள் சடை சடையாகத் தொங்குகின்றன. பூக்களின் வாடை வேறு. மூன்று தெருவினுள்ளும் தன் போக்கில் அலைகிறது காற்று. எல்லா ஜன்னல்களும் அடைக்கப்பட்டிருந்தன. வானம் நீலம் இருண்டு கருத்து வெடித்தபடியே நகர்கிறது.

புங்கை மரத்தின் பட்டையைப் போல அவனும் மரத்தோடு சேர்ந்து போயிருந்தான்.

மரத்தின் இலைகள் விரலை அசைத்தபடியிருந்தன. உடம்பின் அடிபட்ட காயங்களில் ஈரக்காற்று புகுந்து வேதனை கொள்ள வைக்கின்றது. தன் கால்களைப் பார்த்தபடியே நின்றுகொண்டிருந்தான். காற்று தூக்கி எறியப்பட்ட ஓலைப் பெட்டியை அறுக்கும்சப்தம் கேட்டபடியே இருந்தது.

வயசாளியின் இருமலும், தொடர்ந்த புலம்பலும் கேட்கின்றன. அவன் உடம்பில் இரண்டு எறும்புகள் இறங்கத் தொடங்கி இருந்தன. புங்கை மரத்தின் பூக்களின் அடியில் உறங்கிக்கொண்டிருந்த ஜோடி எறும்புகளாக இருக்கக்கூடும். கருத்த, கட்டுகட்டான வயிற்றோடு எறும்புகள் அவன் நெற்றியில் வந்து நின்று மரத்தின் உருவம் திடீரென மாறிவிட்டது போலத் திகைப்படைந்து, கீழே இறங்க வழியின்றி அலையத் தொடங்கின. வெகுவேகமாக முகத்தின் பரப்பில் எறும்புகள் ஊர்ந்து காது வழியே தோளில் இறங்கி, திரும்பவும் முகத்துக்கே வந்தன. எறும்பினை ஒருபோதும் இத்தனை அருகில் கண்டதேயில்லை. நுட்ப வசீகரமும், உருண்ட கண்களுமாக அவற்றின் அலைச்சல் தீவிரமாகின்றது. உடல் முழுவதும் எறும்பின் பிடியில் சிக்கி சிலிர்த்தது போலாகியது. அவன் இச்சையின்றியே முகம் சுருங்கி விரிகின்றது. இரண்டு எறும்புகளும் நுண்ணிய கால்களால் முகத்தைப் பற்றிக்கொண்டு நகர்கின்றன. வழியின்றி மீண்டும் மரத்தின் கிளைகளை நோக்கி நகர்ந்தன எறும்புகள்.

இந்த இரவின் சில மணி நேரங்களுக்கு முன்பு அவன் கூட ஈர ஓடுகளைப் பற்றி இப்படித்தான் நகர்ந்துகொண்டிருந்தான். அப்போதே காற்றில் குளிர் இருந்தது. சுவர் சுவராகக் கடந்து மேற்கு வளைசலில் அவன் இரவில் போய்க்கொண்டிருக்கும் போது பூசணிக் கொடிகளில் பூக்கள் இரவில் பூத்துவிடுவதைப் பார்த்தான். பின்பனிக் காலத்தில் கேட்பாரற்ற பூசணிக் காய்களின் மீது இலைகள் படர்ந்து மறைக்கின்றன.

நாய்களும் கூட அடங்கி மண்ணில் முகத்தைப் புதைத்து உறங்குகின்றன. அவன் இடுப்பில் இருந்த சூரிக் கத்தியை உருவி சுவரில் படர்ந்த கொடிகளை வெட்டியபடியே நடந்தான்.

சுவர்கள் பொதுமியிருந்தன. பின்கட்டில் உலர வைத்த தானியங்கள், கொத்த கோழிகள் அற்றுக் காய்கின்றன. நீர்த்தொட்டிகளின் சலனமற்ற நீர், நட்சத்திரங்களைக் காட்டிக்கொண்டிருந்தது. தன் முகத்தையும் அதில் பார்த்துக்கொண்டான். சாக்குப் படுதாக்கள் தொங்கும் தொழுவத்தில் இறங்கும்போது மாடுகள் விழித்துக்கொண்டுதான் இருந்தன. தாங்கு கல் வழியே ஏறி ஓட்டின் மீது உட்கார்ந்து கொண்டான். மெல்ல நகர்ந்து ஏறியதும், மைதானத்தின் புங்கை மரங்களும், வேதக் கோயிலின் மணிக்கூண்டும், கண்ணாடி ஜன்னல்களும் தெரிந்தன. இரண்டடுக்கு ஓட்டுச் சரிவினுள் புறாக்கள் இருக்கின்றதா எனப் பார்த்தான். ஓட்டை மிதித்து நடந்தால் புறாக்கள் விம்மி குரல் எழுப்பிவிடும். மரத்தூசுகள் அடர்ந்த அந்தப் பொந்தில் புறாக்கள் இல்லை. குருவி முட்டை தென்பட்டது. வெகு அலட்சியமாகவும் தைரியமாகவும் ஓட்டின் மீது உட்கார்ந்திருந்தான்.

அவன் ஏறியிருந்த வீட்டில் பெண்கள் மட்டுமே இருந்தார்கள். அந்த வீட்டில் கொடுக்கல் வாங்கல் ரொக்கம் எப்போதும் உண்டு. ஆண்கள் மாதம் ஒரு நாள் வசூலுக்குப் போய்விடுவார்கள். இன்று அது தெரிந்துதான் வந்திருந்தான்.

குனிந்து கண்ணாடி ஓடு வழியாக உள்ளே பார்த்தான். கறுப்பேறிய தரை தெரிந்தது.

அறையின் ஒரு மூலையில் விளக்கு எரிந்துகொண்டிருந்தது போலும்; வெளிச்சம் தரைக்கு வருவதும் போவதுமாக இருந்தது. கிழக்கு ஓடு ஒன்றை எடுத்துவிட்டால் உள்ளே இறங்கிவிடலாம். ஓடு சரியாகச் சொருகப்பட்டிருந்தது. கத்தியைக் கொடுத்து நெம்பினான். ஓடு உடைபட்டது. பாதி ஓட்டைக் கையில் எடுக்கும்போது எதிர் மாடியிலிருந்து பூனை தாவி அடுத்த ஓட்டில் நடந்தது. வாலைச் சுருட்டியபடியே அவனைப் பார்த்தபடியே போனது. உடைபட்ட ஓட்டின் வழியே காற்று குபுகுபுவெனப் புகுந்து வீடெங்கும் நிறைகிறது. விளக்கின் வெளிச்சமில்லை. அவன் ஈர ஓடுகளைப் பற்றி உள்ளே இறங்க வழி செய்து கொண்டிருந்தபோது, எதிர்பாராமல் கை வைத்திருந்த ஓடு உடைந்தது. எழும் முன்பு வரிசையாக ஓடுகள் உடையும் சப்தத்துடன் உயரத்திலிருந்து வீட்டினுள் விழுந்தான்.

பெண்கள் சப்தத்துடன் எழுந்து கொண்டார்கள். மூத்தவள் கதவைத் திறந்து தெருவில் கத்தியபடி ஓடினாள். தெருவில் அரவம் கேட்கும் முன்பு எழுந்து ஓட முயன்றான். யாரோ அவன் கால்களைக் குறி வைத்து ஊனு கம்பை வீசினார்கள். கால்கள் மடங்கத் தெருவில் விழுந்தான். நாய்களின் தூக்கம் கலைந்த குரைப்பும், குழந்தைகளின் அழுகையொலியும் கேட்கத் தொடங்கின.

அவன் தலைமயிரைப் பற்றியிருந்த கரம் ஒரு வயசாளியினுடையதாக இருந்தது. அரிக்கேன் விளக்குகளுடன் வந்த சிலர் தூரத்தில் வெறித்துக்கொண்டிருந்தார்கள். பெரியவள் ஓடும் போது தள்ளிய கோழிக்கூட்டிலிருந்த குஞ்சுகள் எதையும் அறியாது மேயத் தொடங்கியிருந்தன. முகத்துக்கு எதிராகத் தீக்குச்சியைக் கிழித்துக் காட்டியதும் அவன் கண்களை மூடிக் கொண்டான். ஓங்கி அறை விழுந்தது. ஆள் அடையாளம் சுலபமாகக் கண்டுவிட்டார்கள். பெண்கள் கலையாத உறக்கத்துடன் அவிழ்ந்த சேலைகளைக் கட்டிக் கொண்டிருந்தார்கள். பிடரியைப் பிடித்துத் தள்ளியபடி அவனை மைதானத்திலிருக்கும் புங்கை மரத்தில் கட்டி வைக்கக் கூட்டிப் போனபோது, எப்போதுமே உறங்கிக்கொண்டிருக்கும் குருடன் எழுந்து எதையோ விசாரித்தபடி அருகில் வந்துகொண்டிருந்தான். அவன் குரல் இரவுப் பூச்சிகளின் அறுபட்ட சப்தத்தை ஞாபகப்படுத்தின. உறங்கிய நாய்களைத் திட்டியபடியே வந்தான் குருடன். நிறைய பணமும், தங்கமும் வைத்திருப்பதாக எல்லோரும் நம்பிக்கை கொண்டிருந்த அந்தக் குருடன், தன் படுக்கையிலேதான் எல்லாவற்றையும் வைத்திருந்தான். எப்போதும் உறங்கியபடிக் கிடக்கும் அவன் குரல் கசப்பும் பிசுபிசுப்பும் கொண்டிருந்தது.

அருகில் வந்து அவன் முகத்தில் விரல்களைப் பதித்து அலையும் குருடனின் விரல்கள் மண்புழுவின் நெளிவைப் போல இருந்தன. அசூயையாக இருந்தது. பெருமூச்சு விட்டபடியே திட்டினான் குருடன். தனியே வீட்டுக்குப் போகும்வரை பேசியபடியே நடந்த குருடனுக்குப் பின்னால் அவனைத் தள்ளிக் கொண்டு வந்து புங்கை மரத்தில் கட்டினார்கள்.

அம்மாவின் பின் ஒளிந்து பார்த்துக்கொண்டிருந்த சிறுமிகளில் ஒருத்தியை அவன் பார்த்தபடியே இருந்தான். அவள், அம்மாவிடம் "கள்ளப்பய, என்னயவே பாக்கான்" எனச் சிணுங்கினாள். சிறுமியின் முகத்தை சேலை மறைத்துக் கொண்டது. உறக்கம் கலைந்த இரண்டு சிறுவர்கள் மரத்தின்

எதிரேயிருந்த கல்லில் உட்கார்ந்து அவனைப் பார்த்தபடியே இருந்தார்கள். ஒடிசலான, கன்னம் ஒட்டிய உருவத்தை கள்ளன் என அவர்கள் ஒருபோதும் நினைவு கொண்டதில்லை. அவன் தலைமயிர் சரிய குனிந்திருந்தான். காலையில் போலீஸ் ஸ்டேஷனுக்கு அவனைக் கூட்டிப் போகும்போது உடன் போக வேணுமென சிறுவர்கள் பேசிக் கொண்டார்கள். கூட்டம் கலைந்திருந்தது. அந்தச் சிறுவர்களை வீட்டுக்குள் விரட்டிவிட்டுப் பெரியவர் கல்லில் உட்கார்ந்து சிகரெட் பிடித்துக் கொண்டிருந்தார். வீட்டுப் பெண்கள் அலுத்தபடியே கலைந்து போகும்போது அவன் மனைவியின் சாயல் கொண்ட ஒருத்தி கூட அந்தக் கூட்டத்தில் கலைந்துபோனாள். வீட்டில் விளக்கைப் பெரிதாகத் தூண்டிவிட்டு உறக்கம் வரும்வரை அவர்கள் இனிப் பேசிக்கொண்டிருப்பார்கள் எனத் தோணியது.

சிகரெட் புகை அவன் முகத்தைச் சுற்றியது. நாக்கில் சிகரெட் சுவை தானே ஊறியது. காற்றைக் கிழித்துக்கொண்டான். வீட்டில் இந்நேரம் மனைவி உறங்கியிருப்பாள். அவளுக்குக் குழந்தைகள் மேல் எப்போதும் ஆசைதான். எட்டு வருசமாகியும் குழந்தையில்லை. இப்போதும் சிறு பெண்ணைப் போல யார் வீட்டிலாவது திருகைச் சுற்றிக் கொண்டிருப்பாள். அவளுக்கு மிகச் சிறிய கண்கள். அவள் பெட்டியில், உலர்ந்த தாழம்பூ மடல் கிடப்பது கூட ஏனோ ஞாபகம் வருகிறது.

திடீரென ஏற்பட்ட அதிர்வென்று ஊர் அடங்காமலேதான் இருந்தது. அந்த இரண்டு எறும்புகள் அவன் தலைக்கு வருவதும், மேலேறுவதுமாகவே அலைந்தன. பனி கால்களின் அடியில் இறங்குவதை உணர்ந்தான். பறவைகள் எதுவும் அடையாத மரமாக இருந்தது.

கட்டி வைக்கப்பட்ட அவனுக்குக் காவலாக யாராவது ஒருவர் மட்டும் மைதானத்தில் இருக்கலாம் எனப் பேசிக் கொண்டார்கள். எப்போதோ பல வருடங்களுக்கு முன்பு பிடிபட்டு கட்டி வைக்கப்பட்ட கள்ளன் ஒருவன் உதடுகள் வெடித்து, குளிர் தாங்காது செத்துக் கிடந்ததை யாரும் இன்னும் மறக்கவே இல்லை. அந்த மரம் இப்போதில்லை. பெண்களின் பயத்தால் வெட்டுப்பட்டுப் போனது.

ஆனால் இறந்துபோன கள்ளன் இரவெல்லாம் கடுமையாக முனங்கினான். திடீரென வெறி வந்தது போலக் கத்துவான். மரத்தையே சாய்த்துக்கொண்டு ஓடுபவன் போல மூர்க்கம் கொள்வான்.

சமயங்களில் தானே பலருடன் பேசிக்கொண்டது போல பேசிக்கொண்டிருந்தான். அப்போதும் நல்ல பனிக்காலம். நடமாட்டம் அற்ற தெருக்கள். அவன் குளிரை பேயை விரட்டுவது போல இரவெல்லாம் திட்டியபடி இருந்தான். அவன் சப்தம் ஓய்ந்து இறந்துபோனபோது ஊரில் வெம்பா அடர்ந்து போயிருந்தது. மூன்று நாள்களுக்கு அவன் உடல் ஊரிலே கிடந்தது.

ஆள் அடையாளம் தேடி தெற்குப்பக்கம் போனவர்களும் திரும்பிவிட்டார்கள். அவன் முதுகில் தேளின் உருவத்தைப் பச்சை குத்தியிருந்தான். அந்தக் கள்ளன் யாரென்று தெரியவே இல்லை. அவனை அந்த ஊர்க்காரர்களே சேர்ந்து எரித்து வந்தார்கள். அதற்குப் பிறகு அந்த வருடம் ஊரில் கடுமையான தண்ணீர்ப் பஞ்சம் வந்ததையும், ஊரின் பல வீடுகளில் தேள் உதிர்ந்ததையும்

கண்டார்கள். அந்த மடங்கிய கால்கள் பெண்களின் ஞாபகத்தினுள் புதையுண்டிருந்தது நெடுங்காலமாய்.

அதன்பிறகு இப்போதுதான் அவர்கள் இன்னொருவனைப் பிடித்திருக்கிறார்கள். காவலுக்காயிருந்து ஓர் இடத்தில் நிற்காமல் நடப்பதும், கைகளை சொடுக்கிக்கொள்வதுமாக இருந்தான். அவன் விரல்களில் பாம்பு மோதிரமிட்டிருப்பது அவனுக்குத் தெரிந்தது. காவலுக்கு இருந்தவன் சமயங்களில் அவன் அருகில் வந்து தலைமயிரைப் பற்றித் தூக்கி மூச்சு வருகிறதா எனப் பார்த்துக்கொண்டான். பனி அதிகமானதும் காவல்காரனும் போய்விட்ட பின்பு அவன் மட்டும் நின்றிருந்தான்.

விழித்திருக்க இருக்க பசியும் தாகமும் அதிகமாகிக்கொண்டே போனது. அந்தச் சிறுவர்கள் இன்று இரவு உறங்க மாட்டார்கள் என்றே தோணியது.

அவன் சிறுவனாகயிருந்தபோது உறங்குவதை விடவும் ஊர் சுற்றுவதிலேதான் விருப்பப்பட்டான். உறங்குவதாயினும் காட்டுவெளியின் கோயில் படிகளிலோ, வைக்கோல் போரில் புரண்டோ உறங்க விரும்பினான். அய்யாவின் பழக்கமும் அப்படியே இருந்தது.

ஊரில் கிடைபோடும் கீதாரிகள் வரும் காலத்தில் அய்யா அவர்களோடு காட்டில்தான் தங்குவான். அவனும் உடன் போவான். கீதாரிகளுடன் காட்டில் உறங்கும்போது அதிசயக்கனவுகளின் ஊற்று கசிந்து பெருகத் தொடங்கும். கீதாரிகள் அய்யாவுக்குப் பயந்தார்கள்.

காட்டில் சாப்பாட்டு ருசி மாறிவிடும். நிலா வெளிச்சத்தில் மணலில் அய்யா பதினெட்டாம் புலி கட்டம் வரைவார். மணல் கோடுகள் கட்டமாகும். கீதாரிகள் அவரோடு விளையாட பயந்தார்கள். சிவக்குளம் கீதாரி அய்யாவோடு விளையாடினான். அய்யாவுக்குப் புலிகள். கீதாரிக்கு ஆடு. புலியாட்டம் தொடங்கியது. அய்யாவின் புலிகளால் ஓர் ஆட்டைக் கூட தொட முடியவில்லை. ஆடுகள் புலியை அடைத்துவிட்டன. ஏழு ஆட்டம் தொடர்ந்து புலிகளே அடைபட்டன. கீதாரி ஜெயித்துக் கொண்டே இருந்தான். எட்டாவது ஆட்டத்தில் கீதாரி தற்செயலாக அய்யாவின் கண்களைப் பார்த்தான். கோபமும் குரோதமும் கொண்ட அந்த கண்கள் புலியை ஞாபகப்படுத்தின எட்டாவது ஆட்டத்தில் வேண்டுமென்றே புலி, ஆடுகளை வெட்ட வழி பண்ணி ஆடினான் கீதாரி. அய்யாவுக்குக் கோபம் அதிகமானது.

"விட்டுக் கொடுத்து விளையாட வேண்டியதில்லை" என அதட்டினார். அடைபட்ட ஒரு புலி மட்டுமே மிஞ்சியபோது கீதாரி ஆட்டத்தை நிறுத்திவிட்டு மல்லி காபி போடத் தொடங்கினான்.

தூரத்தில் கிடை ஆடுகள் தரை பார்த்து அசைவற்று நின்றன. அய்யா அடைபட்ட புலிகளைப் பார்த்தபடியே இருந்தார். நெருப்பு கல்லி நின்று வெடித்து செத்தைகளில் தாவியது.

பூதாகரமான நிழல்கள் தோன்றி மறைந்தன. மல்லி வாடை கொதித்தது. சூடாக மல்லி காப்பியைக் குடித்துவிட்டும் அய்யா தோற்றுத்தான் போனார். கீதாரி ஆடுகளுக்கு நடுவில் உறங்கப் போனான். அவனும் அய்யாவும் புலிக்கட்டத்தின் பக்கமே படுத்துக் கிடந்தார்கள். விளையாட்டில் புலியாக

மாறியிருந்த கற்கள், இப்போது வெறும் கற்களாக இருந்தன. அய்யாவுக்கு உறக்கம் கொள்ளவே இல்லை. புரண்டுகொண்டே இருந்தார்.

கீதாரி ஆடுகளுக்குள் பதுங்கி வரும் உருவத்தைப் பார்த்தபடியே படுத்துக் கிடந்தான். அய்யாதான் கையில் கத்தியோடு ஆடுகளுக்குள் பதுங்கி கீதாரி படுத்துக் கிடந்த இடத்துக்குப் போய்க் கொண்டிருந்தார். ஆடுகள் உடம்பை நெளித்துக் கொண்டன.

கோழை ஒழுகும் மூக்கை அய்யா மேல் உரசி நின்றன ஆடுகள். அய்யா அருகில் வந்து எழும்போது, கீதாரி ஆடுகளை விரட்டுவது போல எதிர்ப்பக்கம் சூ! சூ! எனக் குரல் கொடுத்தான். கத்தியை இடுப்பில் சொருகிக்கொண்டு அய்யா, தீப்பெட்டி கேட்டபடியே, "இன்னொரு ஆட்டம் போடலாமா" எனக் கேட்டார். அவன் அந்த இடத்திலே அய்யா காலில் விழுந்து, "எதும் தப்பா நடந்திருந்தா... மன்னிச்சிருங்க. பிழைக்க வந்தவன்" எனக் கும்பிட்டு எழுந்தான். அய்யா அவனோடு உட்கார்ந்து கொண்டார். விடியும்வரை கீதாரி தன் குடும்பத்தைப் பற்றியே பேசிக் கொண்டிருந்தான். அன்றிரவு ஆற்று மணலில் படுத்துக் கிடந்தபோது அடித்த ஆட்டுக் குட்டிகளின் பால் வாடை அவனுக்குப் பிடித்திருந்தது.

சிகரெட் புகையும் அடங்கிவிட்டது. அவன் மரத்தோடு சரிந்து நின்றுகொண்டிருந்தான். வெம்பா படர ஆரம்பித்து, அடுத்திருக்கும் மரம், வீடுகள், வேதக் கோயில், வான்கோழி எதுவும் தெரியவில்லை. எல்லாமும் வெம்பாவினுள் போய் விட்டன. மரத்தின் இலை இலையாக வெம்பா படிகிறது. குளிர்ச்சி கொண்ட மரம் அசைவற்று நின்றது. அவன் எதையும் பார்க்காமலிருக்கக் கண்களை மூடிக்கொண்டான். பட்டை உதிர்ந்த மரத்தில் ஈரம் குபுகுபுவென ஊருகின்றது.

அடைக்காமல் விட்டுப்போன கோழிக் குஞ்சுகள் வெம்பாவில் மாட்டிக்கொண்டு சப்தமடைகின்றன. அவன் தளர்ந்து போயிருந்தான். மெல்ல தான் மரத்தினுள் புகுந்துவிட்டது போலவும், எல்லாக் கிளைகளும் தன்னிடமிருந்தே கிளைக்கின்றன எனவும் உணர்வு கொண்டான். இப்போது மரத்தின் முண்டுகளும், வெடிப்பும், அசைவற்ற தன்மையும் அவனுக்கு துக்கத்தையே தந்தன. தன் கைகள் கட்டப்படாமல் உயரே அசைத்துக் கொண்டிருப்பதாகத் தோணியது.

மரத்தின் வயிறு திறந்து அதனுள் புகுந்துகொண்டது போன்றும், பசுமைச் சாறுகள் தன் உடலெங்கும் ஓடுவதாகவும், வெகு பாதுகாப்பான இடத்தினுள் தான் பதுங்கியுள்ளதாகவும் உணர்ந்தான். உடல் பருமன் அழிந்து மரமெங்கும் நீண்டது. ஊரின் உயரத்துக்கு வியாபகம் கொண்டிருந்தது மரம். அண்ணாந்து பார்த்தபோது ஆயிரக்கணக்கான இலைகளும், காய்களும் விநோதமாகத் தோன்றின. புங்கை இலைகளைச் சொருகிக்கொண்டு வேட்டைக்குப் போனதன் ஞாபகம் திரும்பியது.

வேட்டைக்குச் செல்லும் அய்யாவின் பின்பு உடம்பில், தலையில் இலைகளைக் குத்திக்கொண்டு துணை வேட்டையாடி, தெருச் சுற்றி வரும்போது அறுபட்ட கோழியின் ரத்தம் தெருவெங்கும் திட்டுதிட்டாகப் படியும். ஆகாசம் கூட இப்போது கலங்கிய ரத்தத் திட்டைப் போலச் சிதறிக்

கொண்டிருந்தது. ஈரம் நிரம்பத் தொடங்க, உடல் துவண்டு உறக்கத்தினுள் இழுத்துக் கொண்டிருந்தது. ஏதோ ஒரு புள்ளியில் பனி சில்லிட அவன் உறக்கம் கொண்டான். எதுவும் அப்போது நினைவில் இல்லை. வெயில் பட்டபோதே நினைவு வந்தது.

அந்தச் சிறுவர்கள் இருவரும் எதிரில் உட்கார்ந்திருந்தனர். சிறுவர்களில் ஒருவனிடம் அவனின் சூரிக் கத்தி இருந்தது. அதைக் காட்டி மற்றவர்களை மிரட்டிக் கொண்டிருந்தான். மைதானம் பிரகாசமாகி, மரம் அவனை வெளியேற்றியது போல் திமிறி நின்றது. ஊரின் அமைப்பே மாறியிருந்தது. அவனைக் கூட்டிப் போக வந்திருந்த ஆட்கள் குளித்து, படியத் தலை வாரியிருந்தார்கள். மரத்தில் சரிந்திருந்த அவன் தலையை நிமிர்ந்து பார்த்தபடி பேசிக்கொண்டார்கள்.

"கிறங்கிப் போயி கிடக்கான். கஞ்சித் தண்ணி கொடுத்துத்தான் கூட்டிட்டுப் போகனும்."

சிறுவர்களில் ஒருவன் வேகமாக ஓடி தண்ணீர் செம்பும், கஞ்சியுமாக வந்தான். எதையும் குடிக்க முடியவில்லை. வயிற்றைப் புரட்டியது. பெண்கள் சிறு குழந்தைகளுக்குக் கள்ளப் பயல் காட்டிக்கொண்டிருந்தார்கள். வெயில் ஏறியிருந்தது. இரவில் பார்த்த முகங்கள் எல்லாம் மாறியிருந்தன. அவனை தெரு வழியாக நடத்திக் கூட்டிப்போகும் போது நாய்கள் குலைத்தபடி பின்தொடர்ந்தன. அவன் தெரு தாண்டும்போது திரும்பி வந்த மைதானத்தைப் பார்த்தான்.

மரம் வெயிலில் நின்றிருந்தது. இரவிலிருந்து கீழே இறங்க வழியற்றுத் திரிந்த இரண்டு எறும்புகள் வேகமாக மரத்தில் இறங்கத் தொடங்கின. அவன் தலை இருந்த இடம் வந்ததும் திகைப்படைந்து நின்று மெல்லக் கால்களை நகர்த்தி ஊர்ந்தன. மரம் தன் உருவில் இருப்பதாக உணர்ந்ததும் வேகமாக இறங்கித் தரையில் போய்க் கொண்டிருந்தபோது அவர்கள் ஊரைக் கடந்து போயிருந்தார்கள். சூரியன் உச்சிக்கு வந்திருந்தது.

086

வேல ராமமூர்த்தி

இருளப்பசாமியும் 21 ஆட்டுக்கிடாய்களும்

இருளாண்டித் தேவரை உப்பங்காற்று 'சிலு சிலு' என உறக்காட்டியது. முளைக் கொட்டுத் திண்ணைக்கு என்று ஓர் உறக்கம் வரும். நெஞ்சளவு உயரமான திண்ணை. நடுவில் நாலு அடுக்கு சதுரக் கும்பம். தப்பித் தவறி கால் பட்டுவிட்டால் தொட்டுக் கண்ணில் ஒற்றிக் கொள்ள வேண்டும். நாலு கல்தூணில் நிற்கும் ஓட்டுக் கொட்டகை. கிழக்குப் பாதையோரம் தரையோடு முளைத்த பத்ரகாளி, இளவட்டங்கள் பத்ரகாளிக்குப் பயந்து இரவு நேரங்களில் தப்பிலித்தனம் பண்ணுவதில்லை. இந்த விஷயத்தில் பெரியாளுகள் ரொம்பக் கண்டிஷன்.

'எளவட்ட முறுக்கிலே எவளோடயாவது போறவன்... கம்மாக்கரை, கிணத்தடி, படப்படிப் பக்கம் போயிருங்க. தப்பி நடந்தா... காளி கண்ணைக் கெடுத்திடும்' என்பார்கள். மற்றபடி பகல் பூராவும் வெட்டுச் சீட்டு, ரம்மி, தாயக்கட்டம், ஆடுபுலி ஆட்டம் நடக்கும். தென்புறம் இருளாண்டித் தேவர் படுத்திருந்தார். அவர் தலைமாட்டில் கந்தையாத் தேவர். வட ஓரம் ஏழு பேர் ரம்மி, ஏழு பேரில் இருளாண்டித் தேவர் மகன், மகள் புருஷன், கந்தையாத் தேவர் மகன், தம்பி மகன் ஆடிக் கொண்டிருந்தார்கள். மேலப்புறம் வெட்டுச் சீட்டு, கிழக்கே பத்ரகாளி பார்வையில் தாயக் கட்டம். இருளாண்டித் தேவரின் கால்மாட்டில் ஆடுபுலி ஆட்டம். எல்லோரும் ஒண்ணுக்குள்ளே ஒண்ணு சொந்தம். தகப்பன், மகன், மாமன், மச்சினன்.

சீட்டுப் பிடிக்க கை பழகாத சின்னப் பயலுகளுக்கு நிறைகுளத்தம்மன் கோயில் ஆலமரத்தில் காக்கா குஞ்சு விளையாட்டு. ஊர்க் கிணறுகள் அத்தனையும் குட்டப்புழுதி ஆகிவிடும். குதியாட்டம்தான்.

இருளாண்டித் தேவரின் இடதுகை மடங்கி தலைமாட்டில் பாந்தப்பட்டிருந்தது. இரண்டு தொடை இடுக்கிலும் வலது கையைக் கொடுத்திருந்தார். தொடை இடுக்கில் கிடந்த தழும்புகள் மேடு தட்டிக் கிடந்தன. கவுல்பட்டியில் ஆடு திருடப்போய் பிடிபட்டு பெருநாழி போலீஸார் கம்பியைக் காய வைத்து இழுத்த தழும்பு.

பெருநாழிக்கு மேற்கே நாலாவது மைலில் கவுல்பட்டி. தெலுங்கு பேசுகிற ரெட்டிமார் ஊரு. வண்ணான் குடிமகனைத் தவிர்த்து எல்லோரும் ரெட்டிமார்கள் தான். சம்சாரிகளுக்கான எல்லாக் கோப்புகளும் உள்ள ஊர். வீட்டு வீட்டுக்கு உழவு மாடு. கிடை கிடையாக ஆடு, ஊரைச் சுற்றி பெரும்பெரும் படப்புகள். வாய் அகன்ற மண்பானை போல் ஊரணி. மாட்டுக்கும் மனுசருக்கும் அதுதான் குடிதண்ணீர். யாரும் கால், முகம் கழுவக் கூடாது. கட்டு செட்டான ஊர். களவுக்கு இடங்கொடுக்காத ஊர்.

பத்து பேர் எதிர்த்து வந்தாலும் அடித்து விரட்டுகிற வீரன் இருளாண்டித்தேவர். அன்றைக்குக் கவுல்பட்டி களவுக்குப் போனவர்களில் யாரும் குறைந்த ஆளில்லை. முருகேசத் தேவர், ஒத்தையிலே நின்னு ஊரையே அடிக்கிற தாட்டியன். அதே மாதிரி கந்தையாத் தேவர், நாகுத்தேவர், கருப்பையாத் தேவர், முத்துத்தேவர், சுந்தரத்தேவர், குருசாமித் தேவர் எல்லாரும் வீரவான்கள். இத்தனை பேரும் கம்பு கட்டி நின்றால் எந்தப்படையும் பின்வாங்கும்.

அன்றைக்குச் சாமத்துக்கு மேலே எல்லாரும் கிளம்பி வைரவன் கோயில் பொட்டல் ஆலமரத்தடிக்கு வந்து சேர்ந்தார்கள். பின் நிலாக் காலம். ராத்திரி ஒரு மணிக்கு மேலே தான் நிலா கிளம்பும்.

ஆலமரம். பாறையில் வேர்ப்பிடித்து உச்சியில் நின்றது. ஆலமரத்துப் பட்சி உத்தரவு கொடுத்தால்தான் களவுக்குக் கிளம்புவது வழக்கம். ஆந்தை வலமிருந்து இடம் பாய்ந்தால் நல்ல சகுனம். போகிற இடத்தில் ஆபத்தில்லை. இடமிருந்து வலம் ஆகாது. வீட்டுக்குத் திரும்பிவிட வேண்டும். எல்லோர் கையிலும் வேல் கம்பு. கனத்த செருப்பு, கருப்புப் போர்வை, குத்துக்காலிட்டு காத்திருந்தார்கள். வெகுநேரம் கழித்து ‘கீச்ச்...’ என்ற சத்தத்தோடு ஆந்தை வலமிருந்து இடம் பாய்ந்தது.

இருளாண்டித் தேவர் எழுந்தார்.

“வைரவன் உத்தரவு கொடுத்துட்டாரு ஒரு குறையும் வராது. எல்லாரும் கௌம்புங்க”. கிளம்பினார்கள், பத்துப் பேருக்கு மேல் இருக்கும். நிலா கிளம்பி விட்டது. நாலு மைலும் வண்டிப்பாதை. ரெண்டு பக்கமும் முள்ளுக்காடு. இருளாண்டித்தேவர் முன்னால் போனார். பேச்சும் சிரிப்புமாக நடந்தார்கள்.

வனாந்தரம். இருட்டு. யாராவது கொஞ்சம் பலத்து பேசினாலோ, சிரித்தாலோ இருளாண்டித்தேவருக்கு கோபம் பொத்துக் கொண்டு வந்தது.

இடையிலே ரெண்டுமூணு ஓடைக்காடு. முழங்காலுக்கு வண்டல் இறக்கியது. செருப்புகளைக் கையில் எடுத்துக் கொண்டு ஓடைகளைக் கடந்தார்கள்.

மணிப்பத்தா ஓடையைத் தாண்டி பத்து எட்டு நடந்திருப்பார்கள். வண்டிப்பாதையின் இந்தத் தடத்துக்கும் அந்தத் தடத்துக்கும் சரியாக ஒரு பாம்பு புழுதியைக் குடித்துக்கொண்டு படுத்திருந்தது. தொடைக்கனம். முன்னே போன இருளாண்டித்தேவர் ரெண்டு எட்டு இடைவெளியில் பாம்பைப் பார்த்துவிட்டு நின்றார். நாகம் தலை தூக்கிச் சீறுமுன், வேல்கம்பால் தலையில் ஒரு குத்துக் குத்தி முள்வேலிக்குள் தூக்கி எறிந்துவிட்டு நடந்தார்.

கவுல்பட்டி ஊரணிக்கரையைச் சுற்றி பெரும் பெரும் புளிய மரங்கள் பேயாய் நின்றன. நிலா வெளிச்சத்தில் ஊரணி புளியமரங்கள் தட்டுப்பட்ட உடனே இருளாண்டித்தேவர் உதட்டில் விரல் வைத்து 'உஸ்... உஸ்...' என்று எச்சரித்தார். செருப்புச் சத்தம் கேட்காதபடி பொத்தி பொத்தி நடந்து முன்னேறினார்கள். ஊர்க்கிட்டே அண்ட முடியாது. வீட்டு வீட்டுக்கு நாய் கெடக்கும். ராஜபாளையத்துக்கோம்பை நாய்கள். துரத்திப் பிடித்தால் தொடைக் கறியை தோண்டி எடுத்துவிடும்.

குளிருக்குக் குன்னிப் படுத்திருக்கும் அனாதைக் கிழவி மாதிரி ஊர் உறங்கிக் கொண்டிருந்தது. ஊரை தெற்கே விட்டு, ஊரணிக்கு வடக்காக நடந்தார்கள். ஆட்டுக்கிடை ஊருக்கு வெளியே மந்தைக் காடுகளில்தான் கெடக்கும்.

"யோவ்.... குருசாமித் தேவரே.... எட்டி நடங்க..."

ஊரணிக்கு வடக்கே நாலு புஞ்சை கடப்புக்கு ஆட்டுச் சத்தம் கேட்டது.

இருளாண்டித்தேவர் வலது கையை லாத்தி காட்டினார். எல்லோரும் வடக்காக எட்டி நடந்தார்கள்.

சுந்தரத்தேவருக்கு இருமல் முட்டியது. நெஞ்சுக்குள் அமுக்கினார்.

"கந்தையாத்தேவரே... செருப்பு சத்தம்...."

கந்தையாத் தேவர் பொதுமலாய் நடந்தார்...

எல்லா ஆடுகளும் படுத்துக்கிடந்தன. ஒரு ஆடு 'புர்ர்ர்ர்ஞ். ர்ஞ்.ர்ஞ்' எனத் தும்மியது. தென்கோடியில் ஒரு கயிற்றுக்கட்டில். உள்ளங்கால் முதல் உச்சந்தலை வரை தெரியாமல் போர்த்திக்கொண்டு கிடைக்காரன் படுத்திருந்தான். கட்டிலில் ஒரு வேல்கம்பு சாத்தி இருந்தது. கட்டிலுக்கடியில் நாய். சுருட்டிப்படுத்திருந்தது.

"நாய் படுத்திருக்கு."

அடுத்த புஞ்சைப் பொழியில் எல்லோரும் பதுங்கி உட்கார்ந்தார்கள். வேல் கம்புகளைக் கிடத்தி விட்டு போர்வைகளை இறுக்கிப் போர்த்தினார்கள். வேட்டியைத் தார்ப்பாய்ச்சிக் கட்டிக்கொண்டார்கள்.

"தெற்கயும் மேற்கயும் யாரும் போகாதீங்க. வடக்க பாதிப்பேரும் கிழக்கப் பாதிப்பேரும் போகணும். சுருக்கா முடியணும்."

வேல்கம்பை கையில் எடுத்துக் கொண்டார்கள். இருளாண்டித் தேவரோடு சேர்ந்து பாதிப்பேர் கிழக்கேயும், முருகேசத் தேவரோடு பாதிப்பேர் வடக்கேயும் பிரிந்தார்கள்.

பச்சைப் பனை ஓலையைக் கிழித்ததுபோல் குட்டி ஆடுகள் சிணுங்கின. சின்னச் சின்ன சத்தங்களோடு ஆடுகள் கிடந்தன. கிடைக்காரனும், நாயும் அசையவில்லை. நல்ல தூக்கம். நிலா வெளிச்சத்தில் ஆடுகளின் நிறம் தெரியும் அளவுக்கு நெருங்கி விட்டார்கள். சுந்தரத்தேவர் மறுபடியும் இருமலை நெஞ்சுக்குள் அமுக்கினார்.

'புர்ர்... ர்... ர்...' என்று ஒரு ஆடு தும்மியது. பத்தடி நெருக்கத்திலேயே நின்று அவரவருக்குத் தகுதியான ஆடுகளை இனம் குறித்தார்கள். கிடாயாக

இருந்தால் கறி நல்லா இருக்கும். பெருத்த கிடாயாக இருந்தால் தோளில் போட்டுக் கொண்டு நாலு மைல் தூரம் ஓட வேண்டும். இருளாண்டித் தேவரின் சைகைக்காக காத்திருந்தார்கள். கட்டிலில் படுத்திருந்த கிடைக்காரன் புரண்டு படுத்தான். நாய் அசையவில்லை. கிழக்கே இருந்து இருளாண்டித் தேவர் துண்டை வீசினார்.

அவரவர் குறித்து வைத்திருந்த கிடாய்களை நெருங்கி இடது கையால் வாயை இறுக்கிப் பிடித்தார்கள். வலது கையால் குரல்வளையை 'கடக்' என நெரித்து ஒதுக்கி விட்டார்கள். கிடாய்கள் கால்களை உதறிய சத்தந்தான் லேசாய் கேட்டது. கத்த முடியவில்லை. கைக்கு இரண்டு கால்களைப் பிடித்துத் தூக்கி, துண்டைப் போர்த்துவதைப் போல் தோளில் போட்டார்கள்.

கிடைக்காரனுக்கும், நாய்க்கும் நல்ல தூக்கம். இடது கையால் ஆட்டுக் கால்களையும் வலது கையில் வேல் கம்பையும் பிடித்துக் கொண்டு 'லொங்கு... லொங்...' என ஓடக் கிளம்பினார்கள். மூன்றாவது புஞ்சைப் பொழியைக் கடந்தால்தான் வண்டிப்பாதை. முருகேசத் தேவர் முன்னால் ஓடிக் கொண்டிருந்தார். தோளில் கிடந்த ஆட்டின் சூடு, இந்தக் குளிர்ந்த நேரத்தில் எல்லோருக்கும் இதமாக இருந்தது. வண்டிப்பாதைக்கு வந்து விட்டார்கள். யாரும் வாய் திறக்கவில்லை. ஓட்டம் குறைந்து 'ஓட்டமும் நடையு'மாகப் போனார்கள்.

முத்துத்தேவரின் கழுத்தில் கிடந்த கிடாயின் குரல்வளை சரியாக நெரிபடவில்லை. 'ம்மே... ம்மேய்... ம்மேம்...' என்று கத்தக் கிளம்பி விட்டது. முத்துத்தேவரின் பிடி தவறியது. கிடாய் துள்ளவும் பிடியை விட்டு விட்டார்.

கீழே குதித்த கிடாய், 'ம் மே... மே... மேம்... ய்..' என்று கத்தித் தீர்த்து விட்டது.

முத்துத்தேவர் சுதாரித்து, கிடாயின் குரல்வளையை கடித்துத் துப்பினார். கிடாய் சத்தம் நின்றது.

'லொள்... லொள்... லொள்...'

இராஜபாளையத்துக் கோம்பை கிளம்பி விட்டது. கிடை ஆடுகள் எல்லாம் கத்த ஆரம்பித்தன. கிடைகாரன் போர்வையைச் சுருட்டி வீசிவிட்டு வேல் கம்பைக் கையில் எடுத்துக் கொண்டு ஊரைப் பார்த்துக் கத்தினான்.

"ஏய்..... கள்ளன்... கள்ளன்.... ஓடியாங்க...."

இருளாண்டித் தேவரோடு சேர்ந்து எல்லோரும் வண்டிப்பாதையில் கெதியாய் ஓடினார்கள். முத்துத்தேவர் கடைசியாக வந்தார். வாயில் ஆட்டு ரத்தம் ஓடிக் கொண்டிருந்தது. முதல் புஞ்சைப் பொழியை நாய் தாண்டி விட்டது. ஊர் எழுந்து கொண்டது.

ஹூ...ஹூவெனக் கூச்சல்.

சுந்தரத் தேவருக்கு மூச்சு இரைத்தது. எல்லோரும் வேல் கம்பு இருந்த வலது கையில் செருப்பைக் கழற்றி எடுத்துக்கொண்டு ஓட்டமெடுத்தார்கள்.

மணிப்பத்தா ஓடை வண்டலுக்குள் சதக்.. பொதக்.. என மிதித்து வெளியேறி ஓடினார்கள். நாய் ஒரு புஞ்சைக் கடப்பில் வந்து கொண்டிருந்தது.

ஊர்ச்சனங்கள் கம்புகளோடும் ஆயுதங்களோடும் வண்டிப் பாதையில் ‘திமு திமு’ என ஓடி வந்தனர்.

“வேய் ரா.... வேய் ரா...”

நாய், வண்டலைக் கண்டதும் மலைத்து நின்று குரைத்தது. ஓடையின் தென்கரையில் கொஞ்ச தூரம் ஓடியது. வண்டல் மாறி தண்ணீர் தட்டுப்பட்டது. பாய்ந்து நீந்தி வடகரையில் ஏறிக் கிழக்கே வண்டிப் பாதையில் விரட்டி ஓடியது.

அதற்குள் முருகேசத் தேவர் கூட்டத்தினர் எட்டிப் போய் விட்டார்கள். வைரவன் கோயில் பொட்டல் ஆலமரம்தான் இவர்களுக்குக் குறி. கெதியாக ஓடினால் ஒண்ணுக்கு இருக்கும் நேரம்தான். எல்லையைத் தொட்டு விடலாம். அப்புறம் வெளியூரான் நெருங்க மாட்டான்.

நாய், நாலுகால் பாய்ச்சலில் வந்து கொண்டிருந்தது. கவுல்பட்டிச் சனம் மணிப்பத்தா ஓடையைக் கடந்து விட்டது.

“வேய் ரா..... வேய் ரா....”

களவாணிப் பயலுகளை ஒரு தடவை ஊருக்குள் விட்டுவிட்டால் அப்புறம் ஒண்ணும் மிஞ்சாது. மனுஷன் குடியிருக்க நீதி இல்லாமல் போயிரும். இதுவரைக்கும் அக்கம்பக்கத்திலே, அடுத்த ஊரு மூணாவது ஊருலேதான் களவுபோனது. கவுல்பட்டிக்குக் களவாணிப்பயலுக வந்தது இதுதான் முதல் தடவை. அவிழ்ந்த தலைமயிரைக் கூட அள்ளி முடியாமல் பெண்கள் சேலையை ஏத்திச் செருகிக் கொண்டு ஓடி வந்தார்கள்.

“வேய் ரா... வேய் ரா...”

கடைசியாகப் போய்க் கொண்டிருந்த முத்துத்தேவரை நாய் எட்டிக் கவ்வியது. வேட்டி பிடிபட்டது. முத்துத்தேவர் செருப்பை ஓங்கி நாயின் வாயில் அடித்தார். வேட்டியை விட்டுவிட்டது. போர்வையைக் கவ்வியது. பிடறியில் கிடந்த கிடாயை கீழே போட்டார். செருப்புக்களையும் கீழே போட்டார். போர்வையை உதறி விட்டார். வேல் கம்பு மட்டும் கையில் இருந்தது. நாய், நெஞ்சில் குதறியது. இடது கையால் நாயின் மூஞ்சியில் அடித்தார், வேல் கம்பை ஓங்கினார். வலது மணிக்கட்டை கவ்விக் கொண்டது. திமிர முடியவில்லை. வேல் கம்பு நழுவியது. இடது கையால் நாயின் மேல் வாயைப் பிடித்து, வாய்க்குள் மாட்டி இருந்த வலது கையை கீழே அமுக்கினார். நாய், பக்கத்து முள் வேலியில் விழுந்தது. குனிந்து வேல் கம்பை எடுப்பதற்குள் நாய் முதுகில் பாய்ந்தது. கீழே சாய்ந்தார்.

முன்னால் போனவர்கள் வெகு தூரம் போய்விட்டார்கள். பின்னால் ஊர் திரண்டு வந்து கொண்டிருந்தது.

“வேய் ரா... வேய் ரா....”

நிலா வெளிச்சத்தில் சனம் வருவது தெரிந்தது.

நாயைப் புரட்டினார். கால் நகத்தால் உடம்பைப் பிறாண்டியது. நாயோடு முள் வேலியில் புரண்டார். பாளம் பாளமாய் முள் குத்திக் கிழித்தது. மறு புரட்டில் வண்டிப் பாதைக்கு வந்தார். மேலே கிடந்த நாயின் வாயெல்லாம்

ரத்தம் ஒழுகியது. இரண்டு கைகளையும் நாயின் வாய்க்குள் கொடுத்துக் கிழித்தார்.

பலமான சத்தத்தோடு நாய் மல்லாக்க சரிந்தது. முத்துத் தேவரின் வாய், கை, உடம்பெல்லாம் ரத்தம்.

“வேய் ரா... வேய் ரா....”

சனம் நெருங்கிக் கொண்டிருந்தது.

முத்துத்தேவர் எழுந்து வேட்டியைத் தார்ப்பாய்ச்சிக் கட்டினார். போர்வையைக் காயங்களின் மேலே போர்த்திக் கொண்டார். கிடாயைத் தூக்கி தோளில் போட்டு, வேல் கம்பு, செருப்புகளை வலது கையில் எடுத்துக் கொண்டு கெதியாய் ஓடினார். வைரவன் கோயில் பொட்டல் ஆலமரம் நெருங்கித் தெரிந்தது.

மறுநாள், பெருநாழி போலீஸ் நிலையத்தில் கவுல்பட்டி கிராமமே வந்து நின்றது.

முதல்நாள் ராத்திரி களவுக்குப் போனவங்க, போகாதவங்க எல்லா ஆம்பளைகளுக்கும், போலீஸார் கம்பியைக் காய வைத்து துடிக்கத் துடிக்க, கதறக்கதற சூடு போட்டார்கள். கன்னத்திலே, தொடையிலே, கையிலே, கழுத்திலே, வயிற்றிலே, முதுகிலே என்று பலமாதிரி சூடு. அன்றைக்கு இழுத்த சூடுதான், இருளாண்டித் தேவரின் தொடை இடுக்கில் தழும்பேறிக் கிடந்தது.

இருளாண்டித் தேவர் புரண்டு படுத்தபோது, கால்மாட்டில் ஆடுபுலி ஆட்டம் ஆடிக் கொண்டிருந்த நாகுத் தேவரின் இடுப்பில் கால் பட்டு விட்டது.

“நல்லா மிதிங்க மச்சான்.”

நாகுத் தேவர் நக்கலாய்ச் சிரித்தார்.

“எங்கிட்ட மிதி வாங்கணும்னா முன் ஜென்மத்திலே புண்ணியம் செஞ் சிருக்கணும் மாப்ளேய்...”

இருளாண்டித் தேவர் உதட்டோரம் சிரித்தபடி கால்களை ஒடுக்கி மறுபடியும் தலை சாய்த்துக் கொண்டார்.

ரம்மி ஆட்டத்தில் ஜோக்கர் வெட்டியதில் தகராறு. தாயக் கட்டத்தில் ஒருநாய் வெட்டுப்பட்ட சந்தோஷம். சிரிப்பும் கேலியுமாய்ச் சத்தம்.

கிழக்கே இருந்து முருகேசத் தேவர் வந்தார்.

“ஏய்ய்... நம்ம மூத்தவர்மகன் சேது வந்திருக்குதாம்...”

எல்லோரும் திரும்பிப் பார்த்தார்கள். சீட்டாட்டம், ஆடு புலி, வெட்டுச் சீட்டு, தாயக்கட்டம் எல்லாவற்றையும் கலைத்தார்கள். உறங்கிக்கொண்டிருந்த இருளாண்டித் தேவரையும் கந்தையாத் தேவரையும் எழுப்பினார்கள்.

எல்லோரும் கிளம்பி மூத்தவர் வீட்டுக்கு நடந்தார்கள்.

சேது, கால், முகம் கழுவி துடைத்துவிட்டு அப்பாவுடைய போட்டோவுக்கு முன்னால் நின்றான். அய்யாவின் நெற்றியில் குங்குமம் இட்டிருந்தது.

உச்சிநத்தம் காசிநாதன்செட்டி வீட்டில் கன்னம் போட்டு களவாடப் போனபோது அந்த ஊர்ச் சனங்களோடு நடந்த சண்டையில் வெட்டுப்பட்டு அய்யா இறந்து போனார். சேதுவுக்கு அருகில் அம்மா நின்றது. படத்தில் இருந்த கணவரையும் பக்கத்தில் நின்ற மகனையும் மாறி மாறிப்பார்த்து அம்மா அழுதது. சேதுவுக்குக் கண்கலங்கிப் பார்வையை மறைத்தது. வீட்டு வாசலில் ஆள் அரவாட்டம் தெரிந்ததும் சேது திரும்பி வாசலைப் பார்த்தான்.

"மருமகனே".. கூட்டத்துக்கு முன்னால் முருகேசத் தேவர் நின்றார். சேது வாசலுக்கு வந்தான்.

"கும்பிடுறேன் மாமா.. கும்பிடுறேன் சின்னய்யா.. கும்பிடுறேன் மச்சான்.. வாங்க எல்லாரும் வாங்க..."

கண்டதும் சேது, கையெடுத்துக் கும்பிட்டதில் எல்லோருக்கும் சந்தோஷம் தாங்க முடியலே.

"எப்போ வந்தீங்கப்பூ...?"

"இப்போதான் மாமா."

அம்மா திண்ணையில் பாய்களை விரித்தது. எல்லோரும் சம்மணம் போட்டு உட்கார்ந்தார்கள்.

"டூட்டி ஒப்புக்கொண்டுட்டீங்களா?" நாகுத்தேவரின் கன்னத்தில் தழும்பு கிடந்தது.

"நாளைக்குப் போயி ஜாய்ன்ட் பண்றேன் மாமா."

"எங்கே டூட்டி?" குருசாமித் தேவரின் வலது கையில் தழும்பு இருந்தது.

"பழனி பக்கத்திலே மடத்தாகுளம் போலீஸ் ஸ்டேசன்லே"

"சப்இன்ஸ்பெக்டருதானே?" கந்தையாத் தேவருக்குப் பிடறியில் தழும்பு.

"ஆமாம், சின்னய்யா, ஒரு வருசம் ட்ரெயினிங் முடிஞ்சு... முதல் போஸ்டிங்"

திண்ணையின் மூலையில், ஓரத்தில் உட்கார்ந்து இருந்தவர்கள் எல்லாம் எம்பி எம்பி சேதுவைப் பார்த்தார்கள்.

'உடுப்பு போட லாயக்கான ஆளு.' எல்லோருக்கும் பெருமை தாங்கலே.

"உங்க அண்ணனை எங்கே காணோம்?"

"எனக்கு சப்இன்ஸ்பெக்டர் வேலை கெடைச்சா.. இருளப்ப சாமிக்குக் கிடாவெட்டி பொங்கல் வைக்கணும்னு அம்மா நேர்த்திக் கடன் வச்சதாம். அதுக்கு ஒரு கிடாக் குட்டி வெலைக்கு வாங்க அண்ணன் வெளியே போனாரு."

முருகேசத் தேவர் கன்னத்தில் கிடந்த தழும்பைத் தடவிக்கொண்டே "என்னது..! கிடாக்குட்டியை வெலைக்கு வாங்கப்போனாரா? பைத்தியக்காரப் பிள்ளைக. நம்ம வீட்டுப் பிள்ளைக்கு சப்இன்ஸ்பெக்டர் உத்தியோகம் கெடச்சிருக்கு. நம்ம சனமெல்லாம் சேர்ந்து கொண்டாட வேண்டாமா? நம்ம குலதெய்வம் இருளப்பனுக்கு நாளைக் காலையிலே ஒரு கிடாய் இல்லே.. இருபத்தியோரு கிடாய் வெட்டுப்படுது." என்றவர் திண்ணையில்

இருந்த எல்லோரையும் பார்த்து “ஏய்... ய்... வீட்டு வீட்டுக்கு ஒரு கிடாயைப் பிடிச்சுக் கொண்டு வந்து இங்கே கட்டுங்கடா” என்று உத்தரவிட்டார்.

“எதுக்கு மாமா.. வேண்டாம்...” சேது மருகி மருகி எல்லோரையும் பார்த்தான்.

“கள்ள ஆடு இல்லே மருமகனே.. எல்லாம் நம்ம சொந்த ஆடு.”

சேதுவின் கண்களில் குபுக் என நீர் அடைத்தது. காலமெல்லாம் காயம் பட்ட சனங்கள்.

“தம்பி சேதூ... இந்தப் பயலுகளுக்கு ஒரு ஆசை...”

“என்ன மாமா சொல்லுங்க”

“நீங்க சப்இன்ஸ்பெக்ட்டர் உடுப்பு மாட்டிக்கிட்டு வந்து, கொஞ்ச நேரம் எங்க எல்லாரோடயும் உக்கார்ந்து பேசிக்கிட்டிருக்கணும்.”

முருகேசத் தேவரின் கைகளைச் சேது பிடித்துக் கொண்டான்.

“இதோ வர்றேன் மாமா.” வீட்டிற்குள் போனான். எல்லோரும் உள்வாசலையே பார்த்துக்கொண்டிருந்தான். சிறிதுநேரத்தில் சேது சப்இன்ஸ்பெக்டர் உடுப்போடு திண்ணைக்கு வந்தான். எல்லோரும் பதறியெழுந்து, தோளில் கிடந்த துண்டைக் கையில் எடுத்தபடி திண்ணையைவிட்டு இறங்கிக் கீழே நின்றார்கள்.

087

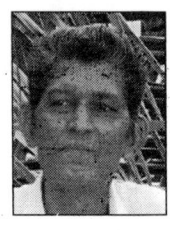

சுயம்புலிங்கம்

ஒரு திருணையின் பூர்வீகம்

பாட்டி தன் அந்திமக் காலத்தில் இந்தத் திருணையில்தான் நாள் பூராவும் இருந்தாள். வயலில் நெல்லுக்குக் களை பறிக்கும் பொழுது தோகை அவள் கண்ணில் இடித்தது. பார்வை போய்விட்டது. கண்ணு தெரியாத பாட்டி இந்தத் திருணையைக் காத்துக் கிடந்தாள்.

தாத்தா ரொம்ப காலம் இந்தத் திருணையில்தான் படுத்துக் கிடந்தார். அவர் முதுகுப்புறம் சதையில் புண் வைத்தது. புண்களில் புழு நெளிந்தது. தட்டைப் பாரம் ஏற்றிய மாட்டு வண்டியைத் தாத்தா ஓட்டி வந்தார். ஓர் ஓடையில் வண்டி கவிழ்ந்தது. தாத்தாவை இன்னும் ஒரு வண்டியில் தூக்கிக் கொண்டு வந்து இந்த திருணையில்தான் கிடத்தினார்கள். உடைந்த எலும்புகள் தாத்தாவுக்குச் சேரவே இல்லை.

அம்மாவையும் இந்தத் திருணையில்தான் கிடத்தினார்கள். அவள் கழுத்தில் கிடந்த தங்கச் சங்கிலியை அப்பா விற்றபொழுது அம்மா சகித்துக் கொண்டாள். அவள் காதில் அழகாகத் தொங்கிக்கொண்டிருந்த நகையை அப்பாவிடம் கழற்றிக் கொடுத்ததை அவளால் தாங்கிக் கொள்ள முடியவே இல்லை. மூளிக் காதோடு அவள் எப்படி ஊருக்குள் நடப்பாள். மோட்டுவளையில் ஒரு சுருப்பாங்கணியில் தூக்கில் தொங்கிய அம்மையை இந்தத் திருணையில்தான் கிடத்தினார்கள்.

அப்பா இந்தத் திருணையில்தான் எப்போதும் படுப்பார். குளிர் அன்றைக்கு அதிகமாக இருந்தது. உச்சந்தலையில் இருந்து உள்ளங்கால் வரை நல்லா மூடிப் படுத்திருந்தார். சீக்கிரம் எழுந்துவிடுகிறவர் அப்பா. அப்பா மேல் வெயில் அடிக்கிறது. அப்பா அப்பா என்று கூப்பிட்டு எழுப்பினேன். அப்பாவைத் தொட்டு உருட்டிப் போர்வையை எடுத்தேன். அப்பா தலை துண்டிக்கப்பட்டு தனியே கிடக்கிறது. திருணை மழையில் கரைந்து தரையோடு தரையாய் ஆகிவிட்டது.

இடிந்து கிடக்கிற இந்தத் திருணையையும் வீட்டையும் நாங்கள் கெட்டுவோம்.

088

பாவண்ணன்

காலத்தின் விளிம்பில்

"பூந்தோட்டம்" என்னும் இணைய வார இதழில் நான் எழுதத் தொடங்கிய கட்டுரைகளுக்கு முதலில் எந்த வரவேற்பும் இல்லை. அத்தொடரை நிறுத்தியிருந்தாலும் எந்தவிதமான பாதகமும் இல்லை என்கிற மாதிரியான மௌனத்தை சகித்துக் கொள்ளவே முடியவில்லை. சிறிய அளவில் உருவான சலிப்பு, மெல்லமெல்ல வளர்ந்து பெரிதாகி செயல்பட முடியாத அளவுக்கு நெஞ்சை அடைத்தது. எழுதுவதற்கு எனக்கும் ஓர் இடம் தேவையாக இருந்தது என்பதையும் அந்த இணைய தளத்தை நடத்தி வந்தவர் என் நண்பர் என்பதையும் தவிர அக்கட்டுரைத் தொடரைத் தொடர்ந்து எழுத வேறு எவ்விதமான காரணமும் இல்லை. ஏறத்தாழ பத்து வாரங்களாக அத்தொடர் வெளிவந்து கொண்டிருந்தது. வாராவாரம் பூந்தோட்டத்தில் வெளியிடப்படுகிற வாசகர் கடிதக் குவியலில் இக்கட்டுரைத் தொடரைப் பற்றி ஒரு வரிகூட ஒருவரும் எழுதியதாகத் தெரியவில்லை. இக்கட்டுரைகள் ஏன் வாசகர்களை ஈர்க்கவில்லை என ஒவ்வொரு முறையும் யோசிப்பேன். விடையெதுவும் தெரியாத புள்ளி வரைக்கும் அந்த யோசனை நீண்டு மறைந்துபோகும்.

பதினோராவது வாரத்துக்கான கட்டுரையை எழுதி முடித்ததும், அனுப்புவதற்காக மின் அஞ்சல் பக்கத்தைத் திருப்பியபோது எனக்கொரு மடல் வந்திருக்கும் செய்தியை அறிந்தேன். முதலில் திரையில் புலப்பட்ட ஒற்றைவரி முகவரியை வைத்து எழுதியவர் யாராக இருக்கும் என்று ஊகிக்க முயற்சி செய்தேன். என் மனத்தில் வழக்கமாக எனக்கு மடலெழுதும் நண்பர்களின் மின் அஞ்சல் முகவரிகள் அனைத்தும் பளிச்சிட்டு மறைந்தன. கண்டுபிடிக்க இயலவில்லை. ஒருவித ஆர்வம் உந்த அந்த மடலைத் திறந்தேன். ஆப்பிரிக்காவிலிருந்து வந்திருந்தது அக்கடிதம். பல ஆண்டுகளாக இலக்கிய அறிமுகம் உள்ளவராகத் தெரிந்தார். தொடராக வந்திருந்த பத்துக் கட்டுரைகளைப்பற்றியும் சிற்சில கருத்துகளைத் தெரிவித்திருந்தார். அம்மடல் பொதுவாக என்னை ஊக்கப்படுத்துவதாக இருந்தது. நன்றியைத் தெரிவித்து அவருக்குப் பதில் அனுப்பினேன்.

அவர் பெயர் சந்திரன். எங்கள் நட்பு இப்படித்தான் தொடங்கியது. பிறகு கட்டுரை வெளியானதும் ஒவ்வொரு வாரமும் அவரிடமிருந்து அஞ்சல் தவறாமல் வரத் தொடங்கியது. ஆப்பிரிக்காவில் உள்ள ஒரு மருத்துவமனையில் எலும்புமுறிவு சிகிச்சைப் பிரிவில் வேலை செய்வதாகத் தெரிவித்திருந்தார் அவர். ஒவ்வோர் அஞ்சலிலும் தினசரி வாழ்வில் தாம் கண்ட விசேஷமான செய்தியொன்றை எழுதி அனுப்புவார். இருசக்கர வாகனத்தில் சென்று அவசரத்தில் தடுமாறி மரத்தில் மோதிக் கால் உடைந்த நிலையில் அனுமதிக்கப்பட்ட கிதார் வாசிக்கும் இளைஞன் ஒருவனைப் பற்றிய குறிப்பை ஒரு மடலில் எழுதியிருந்தார். ஒரு பூங்காவில் சிமெண்ட் பெஞ்சில் உட்கார்ந்து தன் சேமிப்புப் பையிலிருந்து ரொட்டித் துண்டுகளை ஒவ்வொன்றாக எடுத்து ஆனந்தமாகத் தின்ற பிச்சைக்காரன் ஒருவனைப் பற்றி ஒருமுறை எழுதியிருந்தார். தன் வீட்டைப் பற்றியும் சுற்றுப் புறத்தைப்பற்றியும் சொற்சித்திரங்களாகவே தீட்டியிருந்தார். வீட்டுக்கு அருகிலிருந்த விலங்குக்காட்சிச் சாலையைப் பற்றி அவர் எழுதிய தகவல்கள் ஏராளமானவை. ஒவ்வொரு விலங்கின் கூண்டுக்கும் அவர் பெயர் சூட்டியிருந்த விதம் விசித்திரமானது. சிங்கத்தின் கூண்டுக்கு “இடியோசையின் இல்லம்”. சிறுத்தையின் கூண்டுக்கு “வேகத்தைத் துறந்த விவேகியின் வீடு”. பஞ்சவர்ணக்கிளிகளின் கூண்டுகளுக்கு “பறவைகளின் இசைக்கோயில்”.

“பெங்களூர் நகரைவிட்டு வெகுதொலைவு தள்ளியிருக்கும் ஹுடி என்னும் கிராமத்தில் “ஆஷ்ரயா” என்கிற பெயரில் இயங்கும் முதியோர் இல்லத்தைத் தெரியுமா?” என்று ஒரு முறை கேட்டிருந்தார் சந்திரன். அச்சமயத்தில் எனக்கு அதைப்பற்றி ஒன்றும் தெரிந்திருக்கவில்லை. பிற உள்ளூர் நண்பர்களை விசாரிக்கத் தொடங்கினேன். பலருக்கு அதைப் பற்றிய எந்தத் தகவலும் தெரியவில்லை. ஒருவர் மட்டும் அது ஒரு முதியோர் இல்லமென்றும் சேவை மனப்பான்மை கொண்ட சிலரால் நடத்தப்பட்டு வருகிறது என்றும் சொன்னார். திருமணமாகாத தன் சகோதரிகள் இருவரும் ஒவ்வொரு ஞாயிறு அன்றும் அந்த முதியோர் இல்லத்துக்குச் சென்று அங்கே தங்கியிருக்கிற முதியோர்களுடன் பேசியும் பழகியும் அவர்கள் தேவையை நிறைவேற்றியும் ஊக்கமூட்டியும் வருவதையும் வழக்கமாகக் கொண்டவர்கள் என்றும் சொன்னார். அந்தத் தகவலை அன்று இரவே நான் சந்திரனுக்கு அனுப்பினேன். அதற்கப்புறம் இரண்டு மாதங்கள் அதைப்பற்றிய பேச்சே இல்லை. ஒருநாள் திடீரென்று தன் பெரியம்மா அந்த இல்லத்தில் சேர்க்கப்பட்டிருப்பதாகவும் தன் சார்பில் அவரைப் பார்த்துவிட்டு வரவேண்டும் என்றும் கேட்டிருந்தார். என் ஓய்வு நாளுக்காகக் காத்திருந்த இடைவெளியில் அவரிடமிருந்து விரிவான மடலொன்று வந்தது.

இருபதாண்டுகளுக்கு முன்னால் தனக்கு ஆப்பிரிக்காவில் வேலை கிடைத்தது என்று தன் மடலைத் தொடங்கியிருந்தார் சந்திரன். தாயார் மட்டுமே அவருக்கு உண்டு. முதல் இரண்டு ஆண்டுகள் ஆப்பிரிக்காவில் தனியாகவே வாழ்ந்தார் சந்திரன். பிறகு இந்தியாவுக்குத் திரும்பி தாயாரையும் தன்னோடு அழைத்துச் சென்றார். தாயாருக்குப் பிரியமான சகோதரி ஊரில் இருந்தார். ஏழைக் குடும்பம். ஆறு பிள்ளைகள். முடிந்தவரை பெரியம்மாவின் குடும்பத்தையும் தாங்கியே வந்தார் சந்திரன். ஆப்பிரிக்கப் பெண்ணொருத்தியை மணந்துகொண்டு இல்வாழ்க்கையைத் தொடங்கினார். நான்கு ஆண்டுகளில்

இரண்டு குழந்தைகளுக்குத் தந்தையானார். பேரப்பிள்ளைகளோடு ஆனந்தமாக ஆடிப் பொழுது போக்கிய அம்மா வெகுகாலம் உயிருடன் இல்லை. மூளைக் காய்ச்சலால் பாதிக்கப்பட்டு மருத்துவமனையில் இறந்துபோனார். இடைக்காலத்தில் இந்தியாவில் பெரியம்மாவின் நிலையும் மோசமானது. ஆறு பிள்ளைகளும் ஆறு விதமாக வளர்ந்தார்கள். சந்திரன் அனுப்பிய பணத்தையெல்லாம் தாய்க்குத் தெரிந்து பாதியும் தெரியாமல் பாதியுமாக சாப்பிட்டுத் தீர்த்தார்கள். மூத்தவன் சதாகாலமும் குடிபோதையில் மிதந்தான். இரண்டாவது மகன் சம்பாதித்த பணத்தையெல்லாம் விபச்சாரத்தில் அழித்தான். மூன்றாவது மகனும் நான்காவது மகனும் உள்ளூரிலேயே திருட்டு வழக்கொன்றில் அகப்பட்டுச் சிறையிலிருந்து தப்பித்து மும்பைப் பக்கம் ஓடிப்போனார்கள். பள்ளியிறுதி முடிந்ததும் ராணுவத்தில் சேர்ந்து ஊரையே மறந்து போனான் ஐந்தாவது மகன். ஆறாவது பையன் ஒரு வக்கீலிடம் குமாஸ்தாவாக இருந்தான். அலுவலகத்துக்கு எதிரே இருந்த ஆயத்த ஆடை அங்காடியில் வேலைபார்த்த ஒரு பெண்ணோடு பழகித் திருமணம் செய்துகொண்டான். மனைவியை உள்ளே அழைத்துக்கொண்டதும் பெரியம்மா வாசலுக்கு மாற்றப்பட்டார். மனமுடைந்த பெரியம்மா தன் துக்கத்தையெல்லாம் யாரோ ஒருவர் மூலம் கடிதமாக எழுதிச் சந்திரனுக்கு அனுப்பினார். பெரியம்மாவின் துயரம் தன் அம்மாவின் துயரமாகத் தெரிந்தது சந்திரனுக்கு. இணையத் தளங்களில் தேடித்தேடி பெங்களூருக்கு அருகே ஹுடியில் தங்கும் ஆஷ்ரயா இல்லத்தின் முகவரியைக் கண்டறிந்து அங்கே சேர்ப்பதற்கான ஏற்பாடுகளை வேறொரு நண்பர் மூலம் செய்துமுடித்தார். ஒரு வருடம் ஓடிவிட்டது. மாதத் தவணைகளை அங்கிருந்தபடியே நேரிடையாகச் செலுத்திவந்தார். சமீபகாலத்தில் தொடர்ந்து வந்து கொண்டேயிருக்கும் கனவுகள் அவரைப் பாடாய்ப்படுத்திவந்தன. விலங்குக்காட்சி சாலையில் நின்றிருந்தபோது அக்கூண்டுகளையும் முதியோர் இல்லங்களையும் சம்பந்தப்படுத்தி யோசித்த கணத்திலிருந்து அக்கனவு விரட்டத் தொடங்கிவிட்டது. பெரியம்மா பலவித விலங்குகளின் உருவத்துடன் ஒவ்வொரு முறையும் கனவில் வந்து கம்பிகளைப் பிடித்தபடி ஏக்கத்துடன் முறைத்துப் பார்ப்பதைத் தாங்கிக் கொள்ளவே இயலவில்லை. நினைத்தவுடன் விடுப்பெடுப்பது சாத்தியமாக இல்லை. அவர் சார்பில் இல்லத்துக்குச் சென்று அந்தப் பெரியம்மாவிடம் இரண்டு வார்த்தைகள் பேசிவிட்டு வரவேண்டும். இதுதான் அக்கடிதத்தின் சாரம்.

அடுத்த ஞாயிறு அன்று பேருந்துத்தடம் விசாரித்து அந்த இல்லத்துக்குக் கிளம்பினேன். மூன்று பேருந்துகள் மாற வேண்டியிருந்தது. இறுதியாக இறங்கிய நிறுத்தத்தின் அருகே ஓர் ஓலைக்குடிசை டீக்கடை மட்டும் காணப்பட்டது. ஒரே ஒரு சிகரெட் மட்டும் வாங்கிப் பற்றவைத்தபடி ஆசிரமத்தைப்பற்றி விசாரித்தேன். டீக்கடைக்காரப்பெண் குடிசைக்கு வெளியே வந்து தொலைவில் தோப்பைப் போலக் காணப்பட்ட ஒரு பகுதியைச் சுட்டிக்காட்டி "அதுதான் இல்லம்" என்றாள்.

"அதுவரைக்கும் பஸ் போகாதா?"

"இல்லத்துக்கு இதுதான் ஸ்டாப். எல்லாரும் இங்க எறங்கித்தான் நடந்துபோவாங்க. நீங்க வெளியூரா?"

நான் வேடிக்கைக்காக "ஆமாம்" என்றேன்.

"வயசானவங்கள இங்க கொண்டாந்து உட்டுட்டு ஆளுக்கொரு பக்கமா போயிடறாங்க சார். கூழோ கஞ்சியோ ஒண்ணா சேர்ந்து லட்சணமா குடிக்கறத உட்டுட்டு பணம் பணம்னு எதுக்குத்தான் சார் மக்கள் அலையறாங்களோ? காலம் ரொம்ப மாறிப்போச்சி சார்".

"நல்லா கவனிச்சிக்கிடறாங்களா இங்க?"

"கவனிப்புக்கெல்லாம் எந்தக் கொறையுமில்ல சார். நூறுபேரு கவனிச்சிக்கிட்டாலும் பக்கத்துல பெத்த புள்ள இருந்து பாக்கற மாதிரி ஆவுமா, சொல்லுங்க."

"அடிக்கடி நீங்க போவீங்களா?"

"காலையில அங்க பால்பாக்கெட் வாங்கிப்போயி குடுக்கறதெல்லாம் எங்க ஊட்டுக்காருதான். ஒங்க ஜனங்க யாராவது இருக்காங்களா இங்க? நான் வேற எகணமொகண இல்லாம ஏதேதோ பேசிட்டிருக்கேன்".

"எங்க ஜனங்க யாருமில்ல. எனக்குத் தெரிஞ்சவரு ஒருத்தருக்கு வேண்டியவங்க இருக்காங்க".

புன்னகையுடன் சிகரெட்டை அணைத்துவிட்டு அவளிடம் விடைபெற்று நடக்கத் தொடங்கினேன். அவளுடைய தமிழ் திருவண்ணாமலைப் பக்கத்து மொழியைப் போல இருந்தது. பெங்களூரின் பல புறநகர்களில் இப்படிப்பட்ட பல குரல்களைக் கேட்டிருக்கிறேன். நமக்குப் பழக்கமான குரல் ஏதாவது காதில்விழாதா என்று நினைத்தபடி நடக்கும்போதெல்லாம் சொல்லிவைத்த மாதிரி ஒரு குரல் ஒலித்து அரைக்கணம் நிறுத்திவிடும்.

மஞ்சளாகப் பூப்பூத்த சின்னச்சின்ன முட்செடிகள் இருபுறமும் அங்கொன்றும் இங்கொன்றுமாக அடர்ந்திருந்தன. அடையாளம் கண்டுபிடிக்க முடியாத குருவிகள் எல்லாம் கிளைகளிலும் தாவித்தாவி விளையாடிக் கொண்டிருந்தன. கட்டாந்தரையாக இருந்த இடத்தில் சில பிள்ளைகள் கிரிக்கெட் ஆடியபடி இருந்தார்கள். அந்தப் பாதை முடியுமிடத்தில் "ஆஷ்ரயா" என்று எழுதப்பட்ட பெயர்ப்பலகை கண்ணில் பட்டது. அதையொட்டி உடனடியாக சுற்றுச்சுவர் தொடங்கியது. சுவரின் மேல்விளிம்பு தெரியாத வகையில் சிவப்புக் காகிதப்பூக்கள் அடர்ந்து பூத்திருந்தன. எல்லா இடங்களிலும் அவற்றின் கிளைகள் படர்ந்திருந்தன. வாசலில் இருந்த காவலரிடம் விவரம் சொல்லி உள்ளே நுழைந்தேன். பெரிய பூந்தோட்டத்தில் நுழைந்ததைப் போல இருந்தது. கண்ணில் பட்ட இடங்களிலெல்லாம் வகைவகையான நிறங்களில் பூக்கள் பூத்திருந்தன. இரு சேவகர்கள் மரங்களின் கீழே உதிர்ந்திருக்கும் இலைகளையெல்லாம் கூட்டிச் சேகரித்தபடி இருந்தார்கள். பூந்தோட்டத்தையொட்டிப் பச்சைக் கம்பளத்தைப் போல பளபளக்கும் பெரிய புல்வெளி, பெரிய நிழற்குடையின் கீழே வட்டமாக வடிவமைக்கப்பட்ட சிமெண்ட் பெஞ்சுகள். அழகான சுற்றுச்சுவர். சிலைகளுடன் எளியமுறையில் அமர்ந்திருந்த கோவில். தேவாலயம். தொழுகைக்கூடம். கையில் கோலேந்தி நடக்கும் மூதாட்டி ஒருத்தியையும் முதியவர் ஒருவரையும் கரம்பற்றி நடத்திச் செல்லும் ஒரு சின்னஞ்சிறுவனைப் போன்ற சிலைகள் பீடத்தில் வீற்றிருந்தன. அதைச்சுற்றியும் அழகான பூச்செடிகள் பிறகு வட்டமான பளிங்குத்தொட்டி.

அதற்குள் பலவித உயரங்களில் பொருத்தப்பட்ட நீரூற்றுகளிலிருந்து நீர் பீய்ச்சியடித்தபடி இருந்தது. எதிரில் ஒரு சிறிய கண்ணாடிக்கூடம். உள்ளே நான்கைந்து மேசைகள். கூடத்தின்மீது பலவிதமான கொடிகள் படர்ந்து பச்சைப்பசேலென காணப்பட்டது. பின்னால் விரிந்த வெளியில் கச்சிதமாக வடிவமைக்கப்பட்ட ஐம்பதுக்கும் மேற்பட்ட சிறுசிறு இல்லங்கள். எல்லாமே ஓட்டு வீடுகளுக்கு உரிய அமைப்பில் கட்டப்பட்டவை. மறுபுறம் மருத்துவமனை, வேறொரு புறத்தில் உடல் எரிமையம். அதன் புகைப்போக்கி மேகத்தைத் தொடுவதைப் போல மிக உயரமாக எழுப்பப்பட்டிருந்தது. அங்கங்கே வாகன நிறுத்தங்கள், பக்கவாட்டில் நடப்பதற்குத் தோதான கிளைப்பாதைகள். எல்லாவற்றையும் வேடிக்கை பார்த்தபடி மெதுவாக நடந்தேன். தாமதமாகத்தான் கட்டட அமைப்புகளைக் கவனித்தேன். எல்லாமே தரையோடு ஒட்டியவை. படிக்கட்டுகளோ, மாடிப்பகுதியோ எங்கேயும் காணப்படவில்லை. முதுமையின் சக்தியைக் கருத்தில்கொண்டு அவை வடிவமைக்கப் பட்டிருந்தன. ஆனாலும் அந்த இடத்தின் தனிமை விசித்திரமான ஒரு உணர்ச்சியை என் மனத்தில் பரப்பியது. ஆழ்மனத்தில் என்னை அறியாமலேயே ஒருவித அச்சம் பரவுவதை உணர்ந்தேன்.

நீரூற்றுக்கு இடதுபுறமாக இருந்த விசாரணை மையத்துக்குள் நுழைந்தேன். அந்த அறையின் உள்சுவர் முழுக்க அழகான புகைப்படங்கள் ஒட்டப்பட்டிருந்தன. சிறுசிறு வாக்கியங்களைக் கொண்ட அட்டைகள் செருகப்பட்டிருந்தன. தயக்கத்துடன் பார்வையை அங்குமிங்கும் படரவைத்தபடி திரும்பியபோதுஒரு மேசையின் பக்கம் கணிப்பொறியின் முன்னால் அமர்ந்திருந்த இளம்பெண்ணின் புன்னகையைப் பார்க்க நேர்ந்தது. ஒருகணம் அப்புன்னகையை ஒரு சிற்பத்தின் புன்னகையாக நினைத்துப் பார்த்து மனத்துக்குள் சிரித்துக் கொண்டேன். பிறகு மெல்ல அவளை நெருங்கி என்னிடம் இருந்த குறிப்புகளைக் கொடுத்தேன்.

“தையல்நாயகி, எஸ் ஸெவன்”

என் குறிப்பை வாய்விட்டுப் படித்தபடி அவள் இருக்கையிலிருந்து எழுந்து வெளியே வந்தாள். குடில்கள் தொடங்கும் பகுதிவரைக்கும் கூடவே வந்து நான் செல்ல வேண்டிய திசையையும் திரும்ப வேண்டிய இடத்தையும் சுட்டிக் காட்டிவிட்டுச் சென்றாள். அவள் காட்டிய திசையில் நடக்கத் தொடங்கினேன் நான். எல்லா இல்லங்களும் ஒரே விதமாக வடிவமைக்கப்பட்டிருந்தன. இல்லத்துக்கு முன்னால் மொசைக் கற்கள் பதிக்கப்பெற்ற சிறு முற்றம். ஒரு சிறு நிழற்குடை. அதன்கீழ் ஒரு சாய்வு நாற்காலி. அதைச்சுற்றிச் சின்னத் தோட்டம். தோட்டத்தில் சூரியகாந்திப் பூக்களின் மஞ்சள் இளவெயிலில் மின்னிக்கொண்டிருந்தது.

தற்செயலாகத்தான் ஓர் இல்லத்தின் ஜன்னல் பக்கமாக என் பார்வை சென்றது. இரண்டு கண்கள் என்மீது பதிந்திருந்தன. எனக்குத் தூக்கிவாரிப் போட்டது. அவை என்னைத்தான் பார்க்கின்றனவா என்கிற சந்தேகத்தில் மீண்டும் அத்திசையில் பார்த்தேன். வைத்த விழி வாங்காமல் அப்பார்வை என் மீதே நிலைகுத்தியிருந்தது. தோல் சுருங்கிய அம்முகத்தையும் எதையோ யாசிக்கும் அக்கண்களையும் நீண்ட கணங்களுக்கு என்னால் பார்க்க முடியவில்லை. உடனடியாகத் திரும்பி மற்ற இல்லங்களின் பக்கம் பார்வையைச்

செலுத்தினேன். உண்மையிலேயே என் பதற்றம் அதிகரித்துவிட்டது. ஒவ்வொரு ஜன்னலில் பக்கத்திலும் இருகண்கள். நைந்து தளர்ந்த விழிக்குழிகளிலிருந்து உயரும் பார்வை. பாதையைப் பார்த்தபடி வேகமாக நடக்கத் தொடங்கினேன். யாரோ என்னை அழைப்பதைப் போலிருந்தது. தயக்கத்துடன் திரும்பிப் பார்த்தேன். யாரையும் காணவில்லை. அடையாளம் காட்டிய பெண்ணைக்கூட இறக்கி வைத்துவிட்டுப் போன பெரிய பெரிய எந்திரங்களைப் போல நிமிர்ந்துகூட பார்க்கமுடியாத அளவு நெஞ்சில் அச்சம் துளிர்த்ததை ஆச்சரியமாக உணர்ந்தேன். மறுகணமே என் பகுத்தறிவு மூளை விழித்து அந்த அச்சத்தை விரட்டியது. அந்த இடத்தின் விசித்திரம் ஒரு சின்னச் சத்தம்கூட காதில் விழவில்லை என்பதுதான். ஒரு தும்மல் சத்தம்கூட கேட்கவில்லை.

இல்லத்தின் கதவை நெருங்கி அழைப்புமணியை அழுத்தினேன். என் புலன்கள் இல்லத்துக்குள் ஏற்படக்கூடிய துணிகள் உரசும் ஒலியையோ செருப்புகள் அழுந்தும் சத்தத்தையோஒ ஒவ்வொரு கணமும் எதிர்பார்த்தன. சில கணங்கள் வரை எதுவும் கேட்கவில்லை. மீண்டும் மணியை அழுத்தலாம் என்று நினைத்த தருணத்தில் கதவு சட்டெனத் திறந்தது. வெளிப்பட்ட அந்த உருவத்தின் தோற்றம் என்னை ஒரு கணம் அதிர்ச்சிக்கு உள்ளாக்கியது. உருக்குலைந்த சதைக் கோளத்துக்குக் கையும் காலும் முளைத்ததைப் போலிருந்தது அத்தோற்றம். என் இதயம் வெகுவேகமாகத் துடிக்கத் தொடங்கியது.

"தையல்நாயகிங்கறது நீங்கதானேம்மா?"

கேட்க நினைத்த கேள்வி நெஞ்சிலிருந்து எழாமல் வறட்சி அடைந்தது. எச்சிலைக் கூட்டி விழுங்கி ஈரத்தைப் படர வைத்தபிறகுதான் சகஜமாகக் கேட்க முடிந்தது. என் கேள்வியையே அவர் காதில் வாங்கிக் கொள்ளவில்லை. அவர் கண்கள் மட்டும் அசைந்தன. என்னை ஆராய்வதைப் போல உற்றுப் பார்த்தன. நான் மீண்டும் "தையல்நாயகிங்கறது நீங்கதானே?" என்று கேட்டேன். அவர் மேலும் நெருங்கிவந்து "ம்?" என்று என்பக்கம் செவியைக் கொடுத்தார். என் கேள்வியை மறுபடியும் நான் கேட்கவேண்டியதாக இருந்தது.

"என் சின்னப்புள்ளைதான் இங்க கொண்டாந்து உட்டுட்டுப் போனான். அப்புறமா வரவே இல்ல"

தொடர்பில்லாமல் பேசியபடி அவர் உள்ளே திரும்பினார். அவரைத் தொடர எனக்கு அச்சமாக இருந்தது. அதைத் தள்ளி வைத்துவிட்டுத்தான் நான் அவரைத் தொடர்ந்து உள்ளே சென்றேன்.

இல்லம் மிகவும் தூய்மையாக இருந்தது. டெட்டால் மணம் கமழ்ந்தது. சுவரில் இயற்கைக் காட்சிகளின் ஓவியம் ஒருபுறமும் குழலூதும் கிருஷ்ணனின் படம் மறுபுறமும் ஒட்டப்பட்டிருந்தன. அப்பால் கம்பியிட்ட ஜன்னல். வெளிப்புறக் காட்சிகளும் மேகங்களும் அசையும் மரக்கிளைகளும் படம்படமாகத் தெரிந்தன. மறுபுறம் குளியலறையும் கழிப்பறையும் இருந்தன. ஜன்னலோரமாகவே கட்டில். மருந்து மேசை. மூலையில் தொலைக்காட்சிப் பெட்டி. என் உடல் பதறுவதை உணர்ந்து எனக்கு ஆச்சரியமாக இருந்தது.

அடிவயிற்றில் குளிர்ச்சி பரவி உறைவதை என்னால் நம்பவே முடியவில்லை. அவரைப் பார்த்தபடியே நின்றேன். தோல் சுருங்கிய முகம். ஒடுங்கிய கன்னக் குழிகள். வெள்ளையாகப் புரண்ட நீண்ட கூந்தல் அள்ளிக் கொண்டையாகக் கட்டடப்பட்டிருந்தது. பார்க்கப்பார்க்க அக்கண்கள் முதலில் ஊட்டிய அச்சம் கரைந்தது. குழப்பத்தையும் கலவரத்தையும் அவை வெளிப்படுத்துவதை உணர்ந்தேன். முதுமையின் சரிவும் தளர்ச்சியும் படிந்த உடல். காதுகளின் விளிம்பிலும் முன்நெற்றியிலும் வெண்முடி காற்றில் புரண்டு அலைபாய்ந்தது. சட்டென என் பக்கமாக விரலை நீட்டி "நீங்க யாரு" என்று கேட்டார்.

"உங்க தங்கச்சி பையன் சந்திரனுக்கு சிநேகிதன் நான். சந்திரன் சந்திரன் தெரியுமில்ல..?"

சற்று சத்தமாகவே நான் சொன்னேன். ஆனால் என் ஒலிகள் எதுவும் கேட்காத உலகில் அவர் இருந்தது ஆச்சரியத்தைத் தந்தது. கட்டிலில் உட்கார்ந்தபடி உதடுகளை ஈரப்படுத்திக் கொண்டார். மேலுதடும் கீழுதடும் உட்குழிந்து காணப்பட்டன. கோடுகோடாக எழுந்த சுருக்கங்களின் நீட்சி உதடுகள் வரை தாக்கியிருந்தது.

"ஆறு ஆம்பளை புள்ளைங்க பெத்து என்ன பிரயோஜனம் சொல்லு. ஊரு உலகத்துல புள்ளைங்க தலையெடுத்து பெத்தவங்கள காப்பாத்தும்ன்னு பேரு. நான் பெத்ததுங்க எல்லாமே அதுக்கு நேர்மாறா போச்சிங்க. ஒவ்வொருத்தனா போவும்போது கடைசி பையன் பாத்துக்குவான்னு இருந்தேன். அவனும் இங்க கொண்டாந்து தள்ளிட்டு போயிட்டான். என் தங்கச்சி பையன் வெளிநாட்டுல இருக்கான். அவன்தான் இதுக்கான ஏற்பாடயெல்லாம் கவனிச்சிக்கறான்."

"உங்க தங்கச்சி பையன் சந்திரன் சிநேகிதன்தான் நானு. அவர்தான் உங்கள பாத்துட்டு வரச்சொல்லி அனுப்பினாரு"

அவர் பதில் சொல்லவில்லை. என் சொற்கள் அவர் மூளையைத் தொடவே இல்லை என்று தோன்றியது. ஜன்னல் வழியே தெரியும் பனைமரங்களின் அசைவையே வெகுநேரம் பார்த்தபடி உட்கார்ந்திருந்தேன். அவர் மௌனம் எனக்கு ஆச்சரியத்தை அளித்தது.

"அந்தக் காலத்துல எங்களுக்கு பெரிய பலசரக்குக்கட இருந்திச்சி. வில்வண்டி வச்சிருந்தாரு அவரு. எங்க போனாலும் நாங்க அதுலதான் போவோம்."

அவராகவே ஒரு கதையைத் திடீரென சொல்லத் தொடங்கினார். அவரைப் பெண்பார்க்க வந்தது, திருமணம் நடந்தது, செழிப்பான முறையில் நடந்த வியாபாரம், வரிசையாகப் பிறந்த பிள்ளைகள், சந்தையில் யார் பிடியையோ விலக்கிக் கொண்டு ஓடோடிவந்த எருதுகளின் முரட்டுத்தனமான தாக்குதலால் நேர்ந்த மரணம் என அடுக்கடுக்காகச் சொல்லிக்கொண்டே போனார். பிறகு ஒரு கணம் நிறுத்தி "நீங்க யாரு?" என்றார். நான் நிதானமாக மறுபடியும் என்னைப்பற்றிய தகவல்களைச் சொன்னேன். அவர் கண்கள் என்மீது படிந்திருந்தனவே தவிர என் சொற்களைக் கேட்டுக்கொண்ட சுவடுகளே அந்த முகத்தில் தெரியவில்லை.

மருந்துமேசை மீது ஒரு புத்தகம் கிடந்தது. ஆசுவாசப் படுத்திக் கொள்ள அதை எடுத்துப் புரட்டினேன். அதுவரை நான் பார்த்திராத புத்தகம். வெறும் படங்கள். எல்லாமே தென்னாட்டுச் சைவத் திருத்தலங்கள். ஒருபுறம் குன்றும் மரங்களும் ஆறும் சூழ நிற்கிற கோயில்களின் கம்பீரத் தோற்றம். மறுபுறம் கருவறை நாயகரின் படங்கள். ஒவ்வொன்றும் ஒவ்வொரு விதமாக இருந்தது. கூடுதலாக சிற்சில பக்கங்களில் சில தூண்சிற்பங்களின் படங்களும் இடம்பெற்றிருந்தன.

"ஒங்கள நல்லா கவனிச்சிக்கறாங்களா இங்க? சந்திரனுக்கு ஏதாவது சொல்லணுமா?"

அவர் எவ்விதமான பதிலும் சொல்லவில்லை. என் மனம் அதிர்ச்சியில் உறையத் தொடங்கியது. ஒரு சிற்பத்தின் முன் உட்கார்ந்து பேசிக் கொண்டிருப்பதைப் போல சங்கட உணர்வு எழுந்தது. நான் அவர் புருவங்களைக் கவனித்தேன். வெளுத்து வளைந்திருந்தன அவை. கண்கள் மட்டும் இமைத்தபடி இருந்தன.

சட்டென அவர் மறுபடியும் பேசத் தொடங்கினார்.

"அவருக்கு நான்னா ரொம்ப உசிரு. எங்க போய் வீட்டுக்குத் திரும்பிவந்தாலும் கையில பூ இல்லாம வரமாட்டாரு. சமையக்கட்டுக்கு வந்து அவரு கையாலியே தலையில வச்சிட்டுப் போனாத்தான் அவருக்கு நிம்மதி. ஒருநாளு அவர் எனக்கு பூ வச்சிவிடறத என் மாமியார்க்காரி பாத்துட்டா. சம்சாரி இருக்கற எடமா, இல அவிசாரி இருக்கற எடமா இதுன்னு ஒரே சத்தம். எவளுக்காவது இங்க கண்ணியமா இருக்கத் தெரியுதா, தாசி மாதிரி கொண்டை போட்டு பூ வச்சிட்டு திரியறாளுங்கன்னு பேசிட்டே இருந்தா. அவரு உடனே பின்பக்கமா போயிட்டாரு. நா சத்தம் காட்டாம அடுப்பு வேலையை கவனிச்சிக்கிட்டிருந்தேன். அதுலயும் ஒரு குத்தம் கண்டுபிடிச்சி பேச ஆரம்பிச்சிட்டா. என்ன நெஞ்சழுத்தம் பாரு இவளுக்கு. எப்ப எப்பன்னு அலையறா வெறிபுடிச்ச கழுதன்னு சொல்லிட்டே உள்ள வந்தா. வந்து என் தலையில இருந்த பூவை புடுங்கி எரியற அடுப்புல போட்டுட்டா".

அவர் கண்களில் தாரைதாரையாகக் கண்ணீர் வழிந்தபடி இருந்தது. பல ஆண்டுகளுக்கு முன்னால் பறித்துத் தீயிலிட்ட பூ இன்னும் தன் கண் முன்னால் எரிந்து வதங்குவதைப் போல தேம்பித் தேம்பி அழுதார். உதடுகள் கோணிக்கொள்ள, அவர் அழுத கோலத்தை ஏறிட்டுப் பார்க்கமுடியவில்லை. சங்கடமாக இருந்தது. அழுகையின் உச்சத்தில் அவர் சொன்ன சொற்கள் எதையுமே புரிந்துகொள்ள முடியவில்லை. அவர் மிக அருகே இருந்தாலும் யாராலும் எளிதில் நெருங்கித் தொட்டுவிடமுடியாத காலத்தின் விளிம்பில் இருப்பதை உணரமுடிந்தது. எங்கோ பார்வை நிலைகுத்த, சுவரில் சாய்ந்துகொண்டார். தேம்பலால் அவள் நெஞ்சு தூக்கித்தூக்கிப் போட்டது. கழுத்து நரம்புகளும் நெஞ்சுக்குழியும் நெளிந்தன. அவற்றின் அசைவுகள் என் சங்கட உணர்வை மேலும் மேலும் அதிகரித்தன. மீண்டும் அவர் முகத்தைப் பார்த்தேன். முன் குவியலுக்கிடையே தவறிவிழுந்த கண்ணாடித் துண்டுகளைப் போல அவர் கண்கள் பளிச்சிட்டன. நாக்கைச் சுழற்றி உதடுகளை மற்றொருமுறை ஈரப்படுத்திக் கொண்டார்.

கண்ணீரும் அச்சமும் நிரம்பி அக்கண்களிலிருந்து என் பார்வையை விலக்க இயலவில்லை. பெரும் குற்ற உணர்வுடன் மூண்ட வேதனையால் என் தொண்டை இறுகி உலர்ந்து போனது. எழுந்து அவரை நெருங்கித் தொட்டு ஆறுதல் சொல்ல நினைத்தேன். மறுகணமே அந்த எண்ணத்தை மாற்றிக்கொண்டு பின்வாங்கினேன். சந்திரனைப்பற்றிய நினைவுகளை அவர் மனத்தில் எழுப்பமுடியாத தோல்வியுணர்வு ஒருபுறம் அரித்தபடி இருந்தது. அந்த உட்கூடம், ஜன்னல், திரைச்சீலை, சுவரோவியங்கள், கழிப்பறைக் கதவுகள், தென்னாட்டுச் சைவத் திருத்தலங்கள் புத்தகம் என ஒவ்வொன்றின் மீதும் தயக்கத்துடன் என் பார்வை படர்வதையும் பெருமூச்சுடன் எழுந்திருப்பதையும் நடக்கத் தொடங்குவதையும் அவர் கண்கள் கவனித்தபடியே இருந்தன. நான் கதவை நெருங்கும்வரை கூட அவர் அமைதியாகவே பார்த்துக்கொண்டிருந்தார். சட்டென ஒருகணம் கண்களை இமைத்து என்னை நோக்கி "நீங்க யாரு?" என்று கேட்டார். அக்கேள்வியால் என் உடல் குறுகிச் சிலிர்த்தது. சில நொடிகள் கதவில் சாய்ந்தபடி அக்கண்களைப் பார்த்தேன். அந்த இல்லங்களின் ஒவ்வொரு ஜன்னல்களிலும் தென்பட்ட கண்களையெல்லாம் மறுபடியும் எண்ணிக்கொண்டேன். ஒருகணம் கூட என்னால் அங்கே நிற்க முடியவில்லை. வேகவேகமாக இல்லத்தைவிட்டு வெளியேறினேன். கச்சிதமாக வளைந்து நீளும் சாலைகளையும் புல்வெளிகளையும் நீரூற்றுகளையும் தாண்டி நுழைவாயிலைக் கடந்து தரையில் கால்வைத்த பிறகுதான் சீராக மூச்சுவிட முடிந்தது. என் வேதனையைச் சந்திரனுக்குத் தெரியப்படுத்தும் விதத்தைப் பற்றிய கவலையை முதன்முதலாக உணர்ந்தது மனம்.

2004

089

பாதசாரி

காசி

போன வருஷம் இதே மாதத்தில் காசி தற்கொலை செய்துகொண்டு பிழைத்து விட்டான். கல்யாணம் செய்துகொண்ட நான்காவது மாதம், சவர பிளேடால் கழுத்தை ஆழ அறுத்துக் கொண்டான். உறைந்த ரத்தப் படுக்கைமீது நினைவிழந்து கிடந்தவனை கதவை உடைத்துப் புகுந்து எடுத்து ஜி.எச்.சில் அட்மிட் செய்தார்கள்.

ஊரில் நான்கு பேர் 'மறைலூஸ்' என்று கருதும் காசியைப் பற்றி எனக்கு அப்படி நினைக்க முடியவில்லை. எல்லோரையும் போல, தனக்கும் இந்த நான்கு பேருக்கும் இடையிலான 'ஷாக் அப்ஸார்பரை' பழுது பார்த்து சரியாக வைத்துக் கொள்ளாமல், இவர்கள் உறவென்று மெச்சுகிற பாதையின் குண்டு குழிகளில் அடிபட்டுக் கொண்டிருக்கிறான் என்றுதான் சொல்லத் தோன்றுகிறது.

நேற்று காசியிடமிருந்து கடிதம், 'காசுதான் சுதந்திரம் காசுதான் சுதந்திரம் காசுதான் சுதந்திரம்' என்று ஸ்ரீராம ஜெயம் மாதிரி இன்லேண்டு முழுக்க எழுதியிருக்கிறான். ஆறு மாதங்களுக்கு முன்பு கோயம்புத்தூர் போனபோது ஒரு டீக்கடை வாசலில் காசியை எதேச்சையாக சந்தித்தேன். உணர்ச்சி முண்ட கைகளைப் பற்றிக் கொண்டான். தன்னோடு அதிக நேரம் இருக்க வேண்டுமென்று கெஞ்சினான். என் அப்பாவுக்கு அடுத்த நாள் வருஷாந்திரம். இரவுக்குள் மலைக்கிராமம் என் தோட்டம் போய்ச் சேர வேண்டியிருந்தது. சொன்னேன். வாடினான். சரி என்று பார்க் பக்கம் போனோம்.

எனக்கு வேலை ஏதும் கிடைக்காமலிருந்த காலத்தில் யாராவது என்னைப் பார்த்து 'இப்ப என்ன பண்றீங்க?' என்று கேட்டால் சங்கடத்தில் கூசிப் போய் சமாளிப்பாக எதையாவது சொல்வேன். அந்த வேதனை தனிரகம். காசியிடம் அதே கேள்வியை பூடகமாக விட்டேன் "அப்புறம்...? இப்ப..."

"ஒரு நண்பனோடு சேர்ந்து, மருந்து மொத்த வியாபாரம் சின்னதாப்பண்றோம். அப்பாகிட்டே இனி வீட்டுப் பத்திரம்தான்

பாக்கி. தரேன்னார். அதை வைச்சு பேங்க்லே லோன் முயற்சி. கிடைச்சா இது ஒரு மாதிரியா தொடரும்...”

கேட் பூட்டியிருந்தது. பார்க்கில் சுவரெட்டிக் குதித்து உள்ளே போனோம். மறைவான புல்வெளி தேடி உட்காரும்போது ஞாபகம் தட்டியது. சிகரெட் வாங்கவில்லை. ‘இருக்கு’ என தன் ஜோல்னாப் பையிலிருந்து சிகரெட், தீப்பெட்டி எடுத்துப் புல்மீது வைத்தான்.

“வியாபார உலகம் ரொம்ப கஷ்டப்படுத்துது. நிறைய கேவலமான அனுபவங்கள். மறைமுக வரி மாதிரி மருந்து வியாபாரத்தில் மறைமுக பங்குதாரங்களா இருக்காங்க டாக்டர்ஸ். எப்படீனா, ஒரு டானிக் பாட்டில் பிரிஸ்கிரிப்ஷன் எழுத வைக்க, ஒரு டாக்டருக்கு மூணுரூபா லஞ்சம் தரணும். நூறு பாட்டில் டானிக் விக்க மாசம் முந்நூறு ரூபா லஞ்சம்... இதில்லாம பெரிய கம்பெனி மருந்துக்குன்னா, கம்பெனியே நேரடியாக அன்பளிப்பு டி.வி., கிரைண்டர், ஃப்பிரிட்ஜ்னு... குமட்டுதுடா குணா...”

காசியின் முகத்துமேல் செல்லமாகப் புகை வளையங்களை ஊதிவிட்டேன்.

“இதிலே எவ்வளவு நாள் தாக்குப் பிடிப்பேன்னு தெரியலை. பழையபடிதாண்டா இருக்கு குணா. அடுத்த வினாடி மேலே எடுத்த காலூன முடியலே.” காசி ஒரு சிகரெட்டைப் பற்ற வைத்துக் கொண்டான். அவனது ஜோல்னாப் பைமீது ‘சொத்’ தென வெள்ளையும் பழுப்பும் கலந்த எச்சம் தெறித்தது.

“ஆனா முன்னமாதிரி என்னப் பிச்சு வீசி வாந்தியிலே புரட்டி ஆபாசப்படுத்திக்றதில்லேடா. கஷ்டப்பட்டு விழுங்கிக்கறேன். அப்பாவுக்காகதான். அவர் போயிட்டா என்ன ஆவேன்னு புரியலை. எதை ஆதாரமாக்கி இந்தப் பேய் மனசை சமாதானமா நடத்தப் போறேன்னே தெரியலடா...”

காசியின் அப்பா, காசிக்கு ஒரு வயதாகியிருக்கும் போது மனைவியை இழந்தார். காசிக்கு நான்கு வயது மூத்த ஓர் அக்கா உண்டு. வேறு உடன்பிறப்பு இல்லை. காசியின் அப்பா இரண்டாவதாகத் திருமணம் செய்து கொள்ளவில்லை. குழந்தைகள் இரண்டோடு, காசியின் பெரியப்பா தன் அண்ணன் குடும்பத்தோடு ஒட்டிக் கொண்டு விட்டார். மில் வேலை. சாந்தமான குணம்.

“அப்பா எப்படியிருக்கார் காசி?”

“அப்பாவும் நானும் ஒரு வீட்லே இருக்கோம். அக்காவுக்கு வீட்லே பாதி பாகம் உயில் எழுதி வைச்சாச்சு. உயிலை கையில் குடுக்கலே. செவரு வெச்சு ரெண்டு பாகமாக்கியாச்சு வீடு வாசலை... மச்சான் அவ்வளவா பிரச்னை இல்லை... அப்பா அக்கா வீட்லேதான் சாப்புட்டுக்கறார். எனக்கு பத்து நாளைக்கொரு ஓட்டல். பத்தே நாளுக்குள்ள எந்த ஓட்டலும் சலிச்சிருது... முந்நூறு, முன்னூத்தம்பது மாசம் கிடைக்கும். ஆத்மாவை, மனசை, வயத்தை, உடம்பை எல்லாத்தையும் அதிலேதாங் கழுவணும்...”

பக்கத்தில் சிமெண்ட் பெஞ்சில் படுத்திருந்த நாய் எழுந்து உடலை உதறி சடசடத்தது.

"நீ பெண்ணா இருந்திருக்கக் கூடாதான்னு தோணுது. சரியாச் சொன்னா நீ பெண்ணா மாறிடக் கூடாதான்னு... உன்னோட இருந்தா பாதுகாப்பா, தைரியமா இருக்குடா குணா. அறிவோட குத்தலைப் பொருட்படுத்தாம சொன்னா கடவுளோட மடியிலே இருக்கிற மாதிரிஞ் அதுவும் பெண்கடவுள். என்னால் ஒரு ஆணை கடவுளா கற்பனை செய்யவே முடியலே.. விளையாட்டு மைதானமா முள்ளுவேலி இல்லாத மனசு உனக்கு."

"இல்லடா காசி, என்னோட மனசு உனக்கு அந்த மாதிரி இருக்குது. ஆனா அங்கேயும் சில பேர் கண்ணுக்கு வேலி இருக்கும். இருக்குது, சரி.. இப்பெல்லாம் ஏதாவது எழுதறயா?"

"இல்லே, டயரி மட்டும்தான். கவிதை, கதைன்னு எழுதினா சுய புலம்பலா இருக்குது."

எதிரில் நாய் ஒற்றைக் காலைத் தூக்கி பெஞ்ச் கால்மேல் மூத்திரம் அடித்தது. காசியின் வாயில் கால் சிகரெட் சாம்பலாக நின்றிருந்தது. சற்றே மௌனம்.

"என்னால், இந்த சிகரெட்டை விடவே முடியலே காசி."

"நானுந்தான்... கூடவே இந்த மாஸ்ட்ருபேஷனையும்... எவ்வளவு முயற்சி பண்ணியும் இந்த ரெண்டையும் நிறுத்தவே முடியலேடா குணா. சிகரெட்டால் எனக்கு ஒண்ணுமேயில்லே... நிகோடின் நெஞ்சுக்குள்ளே பரவி எதுவும் பண்றதா தெரியலே... பால் வராத மொலக்காம்பை உறிஞ்சற மாதிரிதான் அது எனக்கு. மாஸ்ட்ருபேஷன்லேயும் ஒரு விஷயம். பல பேர் மாதிரி கைகொண்டு இல்லே. தலையணையை அணைச்சுட்டு... தாயான முப்பது முப்பத்தஞ்சு வயசுப் பொண்ணுகளத்தான் நினைவிலே அடைச்சு."

காசிக்கு இருபத்தொன்பது தான் வயதென்று நினைக்கிறேன். திடீரென வேறெதாவது பொதுவாகப் பேசலாம் என்று காசி, என்னைப் பற்றிக் கேட்டான். என் அம்மாவை விசாரித்தான். எனக்கும் அவனுக்கும் பழக்கமான ஒரு சாமியாரைப் பற்றிக் கேட்டான். சாமியாரோடு இருந்த அழகான பெண்ணைப் பற்றிக் கேட்டான்.

"சாமியார், ஆர்.எஸ்.எஸ்.லே பூந்துட்டார். கார் எல்லாம் குடுத்திருக்காங்க. அந்த சிஷ்யை 'ரம்பை' இப்ப சத்தியிலே ஒரு துணிக்கடையிலே சேர்ஸ் கேர்ள்."

காசி சிகரெட்டை வீசி எறிந்தான். புல்லில் லேசாக புகை கசிந்தது. நான் மீண்டும் ஒரு சிகரெட்டுக்குப் பார்த்தேன், இல்லை. எனக்குப் பரபரத்தது. நானும் கூட காசியைப் போல சும்மாத்தான் சிகரெட் குடிக்கிறேன் என்று நினைக்கிறேன். சில சமயங்களில் தோட்டத்துப் பக்கம் கும்மிருட்டில் நின்று குடிப்பேன். குடித்த திருப்தியே இருக்காது. புகையை ஊதி கண்ணால் பார்ப்பதில்தான் திருப்திபோல இருக்கிறது. காலிப் பெட்டியை நசுக்கி தூக்கிப் போட்டான் காசி. ஒண்ணு பத்து என்றேன். போவோமா என்று அரைமனதாகக் கேட்டான் காசி.

நடந்து சென்றபோது காசியைக் கேட்டேன்.

"டி.ம். எல்லாம் இப்ப ஒண்ணும் பண்றதில்லையா?"

“எதையும் தொடர்ந்து செய்ய முடியலே... காபிக் கரண்டியாலே வாழ்க்கையை அளந்து பார்த்ததா எலியட் சொல்லுவான். எதை எடுத்து அளக்கன்னே எனக்கு முடிவுக்கு வர முடியலே...”

காபியா, டீயா என்று கேட்கும்போது வெடுக்கென்று ஒரு விருப்பத்தைச் சொல்ல முடியாதவன் காசி. ஆனால் சாவை எடுத்து அளந்து பார்த்திருக்கிறான்.

சுவரெட்டிக் குதித்தோம்.

“தூங்கின திருப்தியே இருக்கிறதில்லே. ஓயாம கனவுகள். பகல்லே யோசனை யோசனைகள்... எனக்குள்ளே நான் ஓயாம நடமாடிட்டு இருக்கற மாதிரிஞ் சில சமயம் எனக்குள்ளே இருக்கற ‘நான்’ தான் நிஜம் இந்த வெளியிலே ‘நான்’ சூட்சுமம்னு பயமா தோணுதடா...”

“நியூஸ் பேப்பரெல்லாம் ஒண்ணும் படிக்கறதில்லையா காசி?”

“எப்பவாவது படிப்பேன். செய்தி, படமாகத்தான் எல்லாம் எனக்குள்ள மிச்சமாகுது. பிடிப்பே இல்லை. வெத்து ஒலக்கையும், ஒரலுமா மனசும் புத்தியும் அடிச்சிட்டுக் கெடக்கு...”

பொது நூலகம் தாண்டி தார்ச் சாலையை நெருங்கினோம். “குணா, நீ இங்க வந்தா வராமப் போகாதே. வீட்டுக்கு வா. என்னோட கல்யாண மேட்டர்லே இன்னும் நீ கில்டியா ஃபீல் பண்றதா தன்ராஜ் சொன்னான்” என்று கைகளைப் பிடித்துக் கொண்டான் காசி.

2

எனக்குத் தெரிந்த காசி எட்டு வருஷங்களாக அப்படியேதான் இருக்கிறான். கர்ப்பம்விட்டு வெளியேறிய பின் அவனுடைய நினைவுப் பாதையில் முதலடி பற்றி ஒரு முறை காசி சொன்னான். அவன் அம்மா இறந்து ஆறாவது மாதமோ, வெயிலில் கற்றாழை அடர்ந்து சூழ்ந்த ஒரு வறட்டு இட்டேறி வழியே பாட்டியின் இடுப்பில் கதறிக் கொண்டு வருகிறான் காசி. அவனது பெரியப்பா வீட்டு வாசலில் கொண்டு வந்து இறக்கிவிட்டுத் திரும்பிப் பார்க்காமல் போகிறாள் ஒரு வெள்ளைச்சீலைக் கிழவி. அது காசியின் அம்மாவைப் பெற்ற அம்மா. மாமன்மாரின் பகல் தூக்கத்தைக் கலைத்து குழந்தை அழுதால் யாரால் சகிக்க முடியும்?

காலேஜ் பருவத்தில்தான் காசி எனக்கு நட்பானான். ‘ஹிப்பாக்ரசி’யை அம்பலப்படுத்தி மனிதர்களை, எங்களை, பரிகசித்துக்கொண்டு கில்லாடிகளாக உணர்ந்து குதூகலித்துத் திரிந்த எங்கள் நட்பு புத்தகங்கள் மூலம் பலப்பட்டது. வித்தியாசமானவர்களாக மாற்றிமாற்றி மெச்சிக் கொண்டு நடந்தோம். ‘ஆதவனை’ ரசித்துப் படித்தோம். ‘புவியரசு’வை நேரில் சந்தித்தோம். காசிதான் கூட்டிப் போனான். மெல்லமெல்ல ஜானகிராமன், லா.ச.ரா., பிச்சமூர்த்தி, அசோகமித்திரன், சுந்தரராமசாமி என்று ஈடுபாடு கொண்டோம். ‘மௌனி’ புரியாதபோதும் ‘பயங்கரம்’ என்ற பாவனை பூண்டு பாராட்டினோம். இடையில் நான் படிப்பதில் ஏனோ தேங்கிப் போனேன். பெண் வேட்கை. பட்ட பின்பு விவேகானந்தர், பித்துக்குளி முருகதாஸ், ரஜனீஷ் என்று கலவையாக ஜல்லி கலக்க ஆரம்பித்துவிட்டேன். இப்போது ஜே.கே.வை

அடிக்கடி படிக்கிறேன். அரசாங்க வேலை கிடைத்து கடலூர் போன பின்தான் காசியின் நெருக்கத்தை இழந்துவிட்டேன். 'ஆவேசமாகப் பாய்ந்து அரைக் கிணறு தாண்டும்' சுபாவம் சிறுவயதிலிருந்தே காசிக்கு இருந்ததாகத் தெரியவில்லை. அவனுடைய பள்ளி வாழ்க்கையைப் பற்றி அதிகம் அவன் சொன்னதில்லை. நான்காம் வகுப்பு படிக்கும்போது காதலில் தோல்வி என்றும், ஹைஸ்கூலில் பிரேயரின்போது காலையில், கனிகள் அல்லது ஐசக் நியூட்டன் பற்றி கட்டுரை படித்து ஸ்கூலையே அறுப்பான் என்றும் ஏதோ சொல்லியிருக்கிறான். எஸ்.எஸ்.எல்.சியில் மிக அதிக மார்க்குகள் வாங்கினான் என்பது எனக்குத் தெரிந்தது.

76இல் காலேஜ் விட்டு வெளியே வந்தான். இரண்டு பேப்பர்கள் ஃபெயில். அப்புறம் அதை எழுதவே இல்லை. கொஞ்ச நாட்கள் தபால் மூலம் தமிழ் வழி ஹிந்தி படித்தான். விட்டான். கொஞ்ச நாட்கள் தாய்மொழி அபிமானத்தில் தெலுங்கு. தெலுங்கு வாத்தியார் வீட்டுப் பெண் தினமும் காபியில் கொஞ்சம் காதல் கலக்கிக் கொடுத்தாள். இந்த காலத்தில்தான் வீட்டுப் பக்கமாயிருந்த ஓர் இன்ஜீனியரிங் கம்பெனியில் டைம் கீப்பராக வேலை பார்த்தான். அவன் ஓரிடத்தில் தொடர்ந்து ஒரு வருஷம் பார்த்த வேலை. பூப்பந்து விளையாட்டில் சுமாரான வீரன் காசி. காலேஜ் நாட்களில் அவன் ஈடுபட்டிருந்த இரண்டு விஷயங்கள் கவிதையும், விளையாட்டும்தான். என்.டீ.சி. மில் ஒன்றில் விளையாட்டுத் தகுதியின் பேரில் வேலை கிடைத்தது. இதிலிருந்துதான் 'காசி' புறப்பட்டான். என்.டீ.சி.மில் வேலை ஆறே மாதம்தான். மனக் குமட்டல், மன நலத்திற்கு சிகிச்சை, அப்போது நான் கடலூரில் அரசு ஊழியன்.

திருநள்ளாறு போய் மொட்டை அடிக்கிறேன் பேர்வழி என்று அப்பாவிடம் பணம் பறித்துக் கொண்டு வந்தான் காசி. இரண்டு நாட்கள் என்னோடு உற்சாகமாக இருந்தான். நிஜமாகவே 'திருநள்ளாற்றின்'மீது நம்பிக்கை கொண்டிருப்பானோ என்று நினைத்தேன். ஒரு நாள் போய் மொட்டை போட்டுவிட்டு, மத்தியானம் காரைக்கால் வந்து ஒரு லாட்ஜில் பீர் அடித்துவிட்டுத் தூங்கினோம்.

சாயங்காலம் காற்றாட வெளியே நடந்தபோது ஒரு திடுக்கிடும் உண்மையைக் கக்கினான் காசி. "உண்மையிலேயே நான் ஒரு பாவி கயவன்டா குணா. அன்பான அப்பாவை ஏமாத்திட்டிருக்கேன். எனக்கு ஒரு பிரச்னையும் இல்லை. டாக்டர்களையே ஏமாத்தி நடிக்கிறேன். எனக்கு வேலைக்குப் போக பயமாயிருக்குடா...'ஃபியர் ஆஃப் ரெஸ்பான்ஸிபிலிட்டி அண்ட்ஃப்ரீடம்' டா."

"எந்த புஸ்தகத்துல படிச்சே இந்த இங்கிலீஷ் வரியை? பொறுப்பு பத்தின பேடித்தனம் சரி.. அதென்னடா சுதந்திரம் பத்தின பயம்? சுதந்திரத்தையே தப்பாப் புரிஞ்சிக்கே நீ... மேதாவிங்கற பிம்பத்தை வளர்த்தி வெச்சுக்கிட்டு, பிம்பத்தோட கர்வத்துக்கு பங்கமா இருக்ககுதோ வேலை செய்யற இடம்? நீ முட்டாள்!"

"இல்லடா குணா... எனக்கு வந்து ஜாப் ஒத்து வரலைடா... எந்த ஜாப்புமே ஒத்து வராது. என்னாலே கடிகார மிரட்டலை சகிக்க முடியலே. தினம் தினம் தினம் ஒரே நேரத்திலே அத அதச் செயயறது, செயற்கையா

‘டாண்’ணு ஒரே நேரத்துக்கு எந்திரிக்கறது, செயற்கையா தினமும் ஒரே நேரத்தைப் புடிச்சிட்டு வெளிக்கு உட்கார்றது, ‘கன்’ டயத்துக்கு குளியல்ஞ் கட்டுப்பாடான தினம் தினம் தினம் தினம்கள் எனக்கு சலிக்குதுடாஞ் வெறுத்து, குமட்டி... இதுக்கு மேலே பொறுப்புன்னா பயம் வேறே... அதிகாரி உருட்டல்... ஓவர் டைம்... அப்பா!”

“படுபாவி!”

“எனக்கு உள்ளூர சத்தியமான ஆசை என்ன தெரியுமா?”

“சொல்லு”

“எங்காவது காட்டுக்குள்ளே... மலைப்பக்கம் ஓடிப் போயிணணும்“.

“போயி”

“ஆதிவாசிகளோட ஆதிவாசியாகணும்“

“முட்டாள், ஆதிவாசிக் கூட்டத்திலே மட்டும் பொறுப்பு, சுதந்திரம் பத்தின பயம் இருக்காதுங்கிறியா? அங்கேயும் தாளம் இருக்குதுடாஞ் கட்டுப்பாடு இருக்குது...”

காசி பதில் பேசவில்லை. நான் எதிர்பார்க்கவேயில்லை. திடீரென சட்டையைக் கழற்றினான். இடுப்பில் லுங்கியை இழுத்து நழுவவிட்டான். ஜட்டி போட்டிருக்கவில்லை. படுபாவியின் வலது தோள்பட்டை விறைத்துப் பலகை மாதிரி இருந்தது. தள்ளவே முடியவில்லை, கனம். லுங்கியை பலவந்தமாகச் சுற்றி மெல்ல அணைத்தபடி தள்ளிக்கொண்டு போனேன். பெட்டிக் கடையில் சோடா வாங்கி முகத்தில் தெளித்தேன். கொஞ்சம் வாயில் புகட்டி லாட்ஜுக்குக் கூட்டிப் போனேன்.

இரவு பதினோரு மணிக்கு விழித்துக்கொண்டான். இரவு உணவு சாப்பிடவில்லை. நான் கலவரப்பட்டு வருத்தமாக உட்கார்ந்திருந்தவன் அருகே போனேன். மொட்டைத் தலை சொட்டையில்லாமல் வியர்த்திருந்தது. தோளைத் தொட்டு பரிவாக, கட்டிலோரம் உட்கார்ந்தேன். எழுந்து உட்கார்ந்தான். இடுப்பில் லுங்கி இருந்தது, இருக்காமல். முகம் உப்பியிருந்தது. ‘பசிக்கிதா’ என அவன் கைகளை மெல்லப் பிடித்துவிட்டதுதான் எதிர்பார்க்கவில்லை. மூக்கும் கோண அப்படியொரு அழுகை, பெருங்குரலெடுத்து முகம் விம்ம, எனக்கு எரிச்சலாகவும் பயமாகவும் துயரமாகவும் ஆகிவிட்டது. பக்கத்து ரூமில் எல்லோரும் எழுந்து வந்தால், அவன் முகத்தை அப்பி அடக்கப் பார்த்தேன். முடியவில்லை. ஊ ஊ ஊ என அரைஅணி நேரம் அடங்கவில்லை. மழைவிட்ட விசும்பல் மாதிரி வேறு... நான் லைட்டை அணைத்துவிட்டேன்.

“நல்லாத் தூங்கினியா?”

“தூங்கினேன்” என்ற காசியின் பதிலில் வாட்டம். காலையில் எட்டு மணிக்கே சாப்பிடப் போனோம்.

“என்ன காசி, சொல்டா...”

“ராத்திரி ஒரு கனவு... மனசு கஷ்டமாயிருக்குடா.”

"என்ன, சொல்லு!"

"வனாந்தரத்துக்குள்ளே மத்தியான நேரம். மழை பேஞ்சு ஓய்ஞ்சிருக்கு. பிரம்மாண்டமான சிலை ஒண்ணு... மார்லே மொகஞ்சு மொகஞ்சு பாலை குடிச்சிட்டிருக்கேன். திடீர்னு என்னன்னா... புணர்றா மாதிரி... முகம் சரியா தெரியலே. விழித்தபோது அந்தக் கனவு முகம் மனசைக் கஷ்டப்படுத்துச்சு."

"ஏதாவது சினிமா போலாமா?" என்று பேச்சை மாற்றினேன்.

3

காசிக்கு கல்யாணம் என்று ஒன்று நடந்ததற்கு நானும் முக்கிய காரணம். முதற்காரணம். பெண்களுடன் காசியின் அனுபவம் ஒன்றைக்கூட அவன் என்னிடம் ஒளித்ததில்லை. பி.யூ.சி. படிக்கும்போது பக்கத்துத் தெருவில் பெட்டிக் கடைக்காரரின் பெண்ணுடன் காதல். பதினேழு வயதுப் பெண். காசியின் அன்றைய பாஷையில் தேவதை. உணவாக பெட்டிக் கடை பொரி வேர்க்கடலையையே அதிக நாட்கள் தின்று வளர்ந்த அந்த தேவதைக்கு திடீரென மஞ்சள் காமாலை. ஒரு நாள் சாம்பல். காசி இந்த தேவதையின் பெயர் சேர்த்து புனைபெயர் வைத்துக் கொண்டு 'கண்ணாமூச்சு' என்றொரு குட்டிக் கவிதை தொகுப்பை பின்னாளில், ஒன்றுவிட்ட அண்ணன் அச்சகத்தில் வேலை பார்த்தபோது வெளியிட்டான். 'வேலை' என்றால் தொகுப்பு அச்சடித்து முடியும்வரை வேலை!

காலேஜ் முதல் வருட நாட்களில் கவிதையுடன் இரண்டு குட்டிக்காதல்கள். ஒரு பெண் மு.வ. ரசிகை. 'கெமிஸ்ட்ரி' படிப்பு. எதிர்வீடு. துணைப் பாடம் 'கணக்கு' சாக்கில் காசி அடிக்கடி மு.வ. ரசிகையிடம் போனான். ஒரு முற்பகல் குளிக்கும்போது சுவரொட்டி விட்டு விரகதாபத்தில் பெயர் சொல்லிக் கத்திவிட்டான். முகத்திலேயே விழிக்க வேண்டாமென்று கதவை அடைத்துக் கொண்டுவிட்டது 'அல்லி'. இன்னொரு பெண் வலிய வந்து இவன் நெஞ்சில் சாய்ந்தாள். வேலையில்லாப் பட்டதாரிப் பெண். வேலை கிடைத்து பொள்ளாச்சி போய்விட்டாள். சந்திப்பே இல்லை. கடிதங்களுக்கு பதில் இல்லை. காசி என்.டீ.சி.மில் வேலையைத் தொலைத்துவிட்டு ஊர் சுற்றிக் கொண்டிருந்த காலத்தில், அப்பா ஜேபியில் பத்து ரூபாய் திருடிக் கொண்டு ஒரு நாள் பொள்ளாச்சிக்கு பஸ் ஏறினான். இரண்டு ரோல்டு கோல்டு காது ரிங்குகளை வாங்கிக் கொண்டு போய், சாயங்காலம் போஸ்ட் ஆபீஸ் வாசலில் அவளைச் சந்தித்தான். அவள் முகம் கொடுக்கவில்லை. ரிங்குகளை நீட்டினான். 'என்னைப் பார்க்க வராதே! எங்கண்ணாவுக்கு லெட்டர் எழுதுவேன். வேறு வேலையில்லை உனக்கு. மெண்டல்!' காது அலங்கரிப்புகளை சாக்கடையில் விசிறிவிட்டு எச்சில் விழுங்கியபடி கூசி நடந்தான் காசி.

இன்னொரு காதல் இரண்டு வீட்டிலும் அம்பலமாகிவிட்டது. காசியின் பிடிவாதத்தால் காசியின் அப்பா பெண் கேட்டுப் போனார். வேலை ஏதும் பார்க்கட்டும். யோசிக்கலாம் என்று சொல்லி அனுப்பினார்கள். காசி வேண்டா வெறுப்பாக வேலை தேடினான். கல்யாணத்துக்கு எதுவுமே செலவே வேண்டாம், அந்தப் பணத்தில் ஏதாவது தொழில் செய்கிறேன் என்று கெஞ்சிப் பார்த்தான். காசியைப் பற்றி எல்லாம் தெரிந்திருந்தும்

அந்தப் பெண் அடம்பிடித்தாள். அவர் வேலைக்குப் போலேன்னா பரவாயில்லே, நாலு எருமை வாங்கிக் கறந்தூத்தி நாங்க பொழச்சுக்குவோம் என்று சொன்னாளாம் பொருளாதார முகத்தின் சூதுவாது தெரியாத பெண். ஒரு போலீஸ்காரருக்கு மனைவியாகிப் போனாள்.

அப்புறமும் காசி எங்குமே வேலைக்கு போகவில்லை. 'பிஸினஸ்' என்ற பெயரில் யார் யாருடனோ சேர்ந்து ஊர் சுற்றினான். மெட்ராஸ், பெங்களூரில் வேலைக்கு 'இண்டர்வ்யூ' என்று அப்பாவித் தந்தையை ஏமாற்றி பணம் பிடுங்கிப் போய் செலவழித்துவிட்டுத் திரும்பி வந்தான். ரேடியோ நிலையத்தில் தினம் போய்க் குலாவினான். 'நாளொரு தகவல்', 'உங்கள் கவனத்திற்கு' என்று கண்டதை எழுதிக் காசு வாங்கினான். மாதம் 75,100 என்று வருவதை டீ, சிகரெட், கள்ளென்று செலவழித்துச் சுற்றினான். பிஸினஸ் நண்பர்களுக்காக எங்காவது அனுப்பினால் பஸ் ஏறிப் போய் காரியம் செய்வான்.செலவுக்குக் கொடுத்து எங்காவது அனுப்பினால் போதும் குஷி. வீடண்டுவதில்லை. மச்சான் இல்லாத சமயம் சமையல் கட்டில் நுழைந்துவிடுவான். மச்சானுக்கு ஆப்நைட் (மில்) ஷிப்டென்றால் மூன்று மணிக்கு வீடு வந்தால், இரண்டு தடவை உணவு. அப்பா மில்லைவிட்டு நின்றதால் பெற்ற பணம் பாதிக்கு மேல் கரைந்து விட்டது. மச்சானுக்கு நான்கு குழந்தைகளில் இரண்டு பெண். கூடவே பராமரிப்பாக மூன்று மாடுகள். அவர் கஷ்டம் அவருக்கு. மனிதாபிமானத்தைக் கொஞ்ச மேனும் பராமரிக்க அவர் உழைப்பின் ஷிப்டில் நேரம் கிடைக்கவே இல்லை. மச்சானின் நாக்குச் சாட்டை வீச்சு தாங்க முடியாமல் உறைத்தபோது காசி தடுமாறிப் போனான். காசியை அடக்க முடியாத மச்சானின் கோபம், காசியின் அப்பாமீது, இயலாமையின் வடிகாலாக மெல்ல மெல்லத் தொட்டது. அப்பாவுக்கும் 'சுரீர்' விழ, சாட்டையை ஒரு நாள் எகிறிப் பிடித்துப் புரட்டிவிட்டான் காசி. விளைவு தூரத்தில் இருந்த பெரியம்மா வீட்டில் தஞ்சம். 'ஏ மச்சான்னேன்! கொம்பன்னேன்! குட்றா வீட்டு வாடகையை!' என்று மாதம் நானூறு ரூபாய் வாடகை போட்டுவிட்டார்கள் அப்பனும் மகனும். எல்லாம் காசிக்காகத்தான். உண்மையில் காசியின் அப்பாவுக்கு மகள்மீது அளவு கடந்த பாசம். காசியின் மீது அவன் அக்காவுக்கும்! காசியின் மச்சானும் வேறு யாருமில்லை காசிக்கு சொந்த அத்தை மகன்.

பெரியம்மா வீட்டில் காசிக்கு நிலைமை முற்றிக்கொண்டு வந்தது. மனநோயாளி போல் நடித்துக் திரிந்த காசிக்கு மெய்யாகவே லேசாக மனநோய் தாக்கியது என்றுதான் நினைக்கிறேன். 'ஒரு பைத்தியக்காரனுக்கும் எனக்கும் என்ன சின்ன வித்தியாசமென்றால் நான் பைத்தியமில்லை அவ்வளவுதான்' என்று யாரோ ஒரு மேலைப் பெயர் சொன்னதாக சொல்லித் திரிந்த காசியின் சுய எள்ளலையும் கடந்து மெல்லவே மன ஆரோக்கியம் குறைந்தது. ஆனாலும் அங்கே வீட்டிலிருந்த காலத்தில் நிறையப் படித்தான் என்று தெரிகிறது. (எனக்கு) புரியாத கவிதைகள் நிறைய எழுதினான். நான் பதிலே போடவில்லை.

ஒரு வினாடிகூட காலூன்ற முடியாமல் கொந்தளித்தான் காசி. தன்னுடம்புக்குள்ளேயே பொறியில் சிக்கிய ஒரு எலியாகிவிட்டது அவன் மனது. ஒரு முட்டாள் மனநல வைத்தியன் நானூறு ரூபாய் காசுக்காக நான்கு தரம் 'ஷாக்' ட்ரீட்மெண்ட் செய்துவிட்டான். கறிவேப்பிலை கருகும்

வாசனை தலைக்குள்ளிருந்து வினாடிதோறும் அடிப்பதாக மனப் பிரமையில்(?) பரிதவித்துப் போனானாம் காசி. நிறைய மாத்திரைகள்... மனம் அடங்கவில்லை. ஷணப்பித்தன் ஷணச்சித்தன் என்றானான் காசி. பத்தடிக்குள் மூன்று திசை. இந்த மலைக்கிராமத்திற்கு வருகிறேன் பேர்வழி என்று நான்கு முறை பஸ் ஏறியவன் ஒரு தரம் 40 கி.மீட்டர் வந்துவிட்டுத் திரும்பி, இரண்டு முறை 100 கிலோ மீட்டருக்கு டிக்கெட் வந்துவிட்டு ஆறாவது கிலோ மீட்டரிலேயே திரும்பிவிட்டானாம். ஒரு ஜின்னிங் பாக்டரியில் பஞ்சு பிரிக்கப் போகும், உறவுக்காரப் பெண்ணை கல்யாணத்திற்குக் கேட்டு அப்பாவை வாதித்தான். பெண் யாருமில்லை. பெரியப்பாவின் பேத்தி. பெரியப்பா இறந்தவுடன் சொத்துப் பிரிப்பில் ஒரே அண்ணனோடு, ஜன்மப் பகை சேர்ந்துவிட்டதான் உறவற்றுப் போன காசிக்கு ஒன்றுவிட்ட அக்காவின் பெண். பெரியம்மாவுக்கு இந்த ஏற்பாட்டில் ரகசிய சம்மதம். காரணங்களில் சொத்தும் ஒன்றாக இருக்கக்கூடும். தெரியவில்லை. அப்பாவும் யாரையோ பார்த்து கேட்டுவிட்டார். ‘பெண் கேட்க என்ன தைரியம்’ என்று அப்பன் குடிகாரன் தூதுவரை ஏசி அனுப்பினானாம். “ஏதோ ஒரு பொண்ணுப்பா கல்யாணம் ஆனா எனக்கு எல்லாஞ் செரியாயிடும். இங்க சொந்தக்காரங்க வீட்டுல எத்தனை நாளுக்கு? எண்ணிப்பாத்தா பயமாயிருக்குதுப்பா...” என்று பச்சையாகக் கதறியிருக்கிறாள் காசி. தவித்துக் கொண்டே இருந்தவன் ஒரு மாலையில் தேங்காய் பர்ப்பியைக் கடித்துக் கொண்டே இரண்டு பாட்டில்கள் டிக்20ஐக் காலி செய்தான். விஷயம் தெரிய, பெரியம்மா அவசர அவசரமாக நாய்ப்பீயைக் கரைத்து வாயில் ஊற்றி விட்டாள். மீண்டும் வேறொரு மனநல டாக்டர். மாத்திரைகள்.

திடீரென ஒரு சாயங்காலம் இம் மலைக் கிராமத் தோட்டத்திற்கு வந்தான். உடம்பு ஊதிக் கறுத்து ஆள் பயங்கரமாக இருந்தான். இரண்டாவது நாள் நச்சரிக்க ஆரம்பித்துவிட்டான். யாராவது பொண்ணு வேண்டும் என்று. ஒரு பொண்ணோட ஒரு நாள் முழுக்க தனியா இருக்கணும். ஏற்பாடு செய் என்று பிடிவாதம். முப்பது மைல்கள் பிரயாணம் செய்து அந்த எல்லைப் புற சின்ன டவுனுக்கு சென்றால் எனக்குத் தெரிந்த ஒரு பெண் அவளும் ஊரில் இல்லை. அந்த சமயத்தில் நானும் வேலையில் இல்லை. அப்பா திடீரென இறந்துவிட்டதால், கடலூர் அரசு வேலையைவிட்டு இங்கே தோட்டம் வந்து இரண்டு வருடங்களாகிவிட்டது. அம்மா, தங்கைகளுக்குத் துணையாக விவசாயத்தில் இறங்கியிருந்தேன். கூட எல்.ஐ.சி ஏஜண்ட் வேலை. ஒரு சாமியாருடன் தீவிரப் பழக்கமாயிருந்தது எனக்கு. எங்கள் கிராமப் பக்கம் சின்ன குடிசை ஒன்றில் இருந்தார். சீக்கிரமே தெரிந்தது, கூட அழகான ஒரு சிஷ்யை என்று. நாங்கள் சொந்தக் குடிசையாக ஆசிரமம் கட்ட வசூலித்தோம். ‘விவேகானந்தரின் மறு பிறப்பு’ என்று சொல்லிக் கொண்ட சாமியாருக்கு நான்தான் பிரதம சிஷ்யன். கீழிறங்கி சாமியார் நகரங்களுக்குப் போனார். கீர்த்தி பரவியது. இங்கிலீஷ் சாமியார் அவர். ஃபார்மர் லைப்பில் எம்.பி.ஏ,. ஒரு பழம் பெரும் திரைப்பட அதிபரின் நெருங்கிய உறவுக்காரர். மனைவி படிதாண்டிவிட்டாள். புருஷன் வீட்டையே தாண்டி ஆசிரமம் கட்டிக் கொண்டுவிட்டார். பின்னாளில்தான் எனக்கு எல்லாம் தெரிந்தது.

சாமியிடம் காசியை அழைத்துப் போனேன். எல்லாவற்றையும் சொன்னான். பத்து வயதுப் பையனிடம்கூட மனதைக் கழற்றிக் கையில் தந்துவிட்டு,

‘பாத்துட்டு மறக்காம தாடா’ என்று போகிற தன்மையில் காசி இருப்பதை சாமியாரின் மூளை புரிந்து கொண்டுவிட்டது.

‘நாலுபேர் மாதிரி லைப்பிலே செட்டில் ஆகணுங்கற ஆசையே அத்துப் போச்சு சாமி இவனுக்கு’

‘கடவுள் நம்பிக்கை உண்டா?’

காசியே பதில் சொன்னான். “ இல்லே சாமி... ஆனா ‘கடவுள்’னு ஒருத்தர் இருந்துட்டாக்கூட பரவால்லேன்னு படுது சாமி!”

‘நல்லாப் பேசறீங்களே; இதுக்கு முன்னாடி யாராவது சாமியார்கிட்டே போயிருக்கீங்களா?”

“போயிருக்கேன் சாமி. சகஜ சைதன்யா கிட்டே போனேன். தியானம் கத்துக்கப் போனேன். மந்திரம் தந்தார். மந்திரத்தை வெளியே சொல்லக் கூடாதுன்னார். ‘ஐங்’கற அதை வெளியே எல்லாம் சொன்னேன். மறுபடியும் பாத்து அப்படி செஞ்சதை சொன்னேன். பரவால்லே தொடர்ந்து பண்ணுங்கன்னார். கனவுகள் தொந்தரவு பத்தி சொன்னேன். போன பிறவியிலே அடக்கி வெச்ச ஆசைகூட இந்தப் பிறவியிலே கனவா வரும்னார். பயந்து போயிட்டேன் சாமி... அப்புறம் போகவே இல்லை...”

கடைசியில் சாமியார் ஒரே வரியில் காசிக்கு அருள் வாக்காகத் தீர்வு சொன்னார். எனக்கு அதிர்ச்சி. “காசி... உனக்கு செக்ஸ்தான் பிரச்னை... யூ ஹாவ் செக்ஸ் வித் ஹர்” என்று ரம்பையை அழைத்துக் காட்டினார்.

காசி இரண்டு நாட்களாக குழம்பி முடிவெடுக்க முடியாமல் இருந்தான். முடியாது என்று ஒரு வழியாக முடிவு சொன்னான். தனக்கு தங்கைபோல இருப்பதாகவும், தான் வேண்டுவது தாயான பெண் என்றும் சாமியாரிடமே உளறினான். “நோ அதர் கோ... லீவ் ஹிம்... இப்படியே மெண்டலா இருக்க வேண்டியதுதான். ட்ரைஃபார் சப்ளிமேஷன் நாட் ஃபார் செண்டிமெண்ட்ஸ் இன் செக்சுவாலிட்டி வித் சாய்ஸ்! நேத்து குருநாதர்கிட்டே உன்னப் பத்திக் கேட்டேன். இன்னும் பத்து வருஷத்துக்கு உனக்கு சோதனைகள் பாக்கின்னார். மொதல்லே உடம்போட நீ இருந்து பழகணும்“ என்று முகத்துக்கு நேராக காசியிடம் சொன்ன சாமி, அவனை ஆசிரமத்திற்குள் அழைத்து வர வேண்டாமென்று என்னிடம் ரகசியமாகச் சொல்லிவிட்டார்.

4

கீழே போன காசியிடமிருந்து ஒரு மாதமாக தகவலே இல்லை. கீழே கோயமுத்தூரில் சாமியார் ஒரு பணக்கார வீட்டில் அடிக்கடி எழுந்தருளுவார். ஒருமுறை நானும் கூடப் போனேன். அந்த வீட்டில் ஒரு இளம் பெண், கணவனை ஒதுக்கிவிட்டு தாய்வீடு வந்துவிட்ட பெண், மூன்று பெண்களில் நடுப்பெண். ‘ஆணாக’சுதந்திரம் பெற்று வளர்ந்த பெண். மூன்று பெண்களில் கல்லுமில்லை, புல்லுமில்லை. ஆனால் ‘இம்பொட் டண்ட்’ என்று தாலியைக் கழற்றி வீசிவிட்டு வந்துவிட்டவள். மூத்த இளைய இரண்டு சகோதரிகளும் ‘வசதி’யாக வாழ்க்கைப் பட்டவர்கள். சாமியாரிடம் மிகுந்த விசனத்தோடு குடும்பம் முறையிட்டது. காசிக்குத் தெரிந்த குடும்பம் என்று

தெரிந்தது. நான் காசியின் நண்பன் என்பதையும், காசியைப் பற்றியும் ஏதோ பேச்சு வாக்கில் சாமி, எதேச்சையாக தன்னிடம் வந்த 'கேஸ் ஹிஸ்டரி'களில் ஒன்றாகச் சொல்லி வைத்தார். காசியைப் பார்த்தபோது நானும் யதேச்சையாக அந்தப் பெண்ணின் துயர ஸ்திதியைப் பற்றி சொல்லித் தொலைத்தேன். தயாராக காசிக்குள்ளிருந்த விதி, காசியின் பாஷையில் 'கேரக்டர்' வீறுகொண்டு எழும்பிவிட்டது.

காசி கல்யாணம் முடித்து ஒரு மாதம்கூட கூடி வாழவில்லை. இரண்டாவது மாதம் ஒரு நாள் மாலையில் இந்த மலைக்கிராமத்து தோட்டத்து வாசலில் வந்து நின்றான். அன்றிரவு முழுவதும் ஊருக்குள் நாங்கள் இரண்டு பேர் மட்டுந்தான் தூங்காமல் இருந்திருப்போம். மாப்பிள்ளைக் களை அறவே இல்லை. முகம் எருமைச் சாணியில் பிடித்து வைத்தது மாதிரி இருந்தது.

"அரைக்கிலோ முந்திரி கேக்கு உங்க எந்த கவிதையைத் தூக்கிட்டு கடைக்கு போகன்னு கேட்கறாருடா மாமனார். புஸ்தகங்களைக் கட்டி எடைக்குப் போட்டுட்டு, மூளையை பணம் பண்ண யூஸ் பண்ணணுங்கறார். வீட்டு மாப்பிள்ளையா அங்கயே இருக்கணுமாம். நடுத்தரக் குடும்பங்கள் வாழற எங்க லைனுக்கு அவளால் வந்து குடும்பம் பண்ண முடியாதாம். பணக்காரங்களக் கண்டா பொறாமைப்படற லொக்காலிடியாம் எங்களது. அப்பாவையும் 'மாமனார்' வீட்டுலையே வந்து இருக்கறதானா இருக்கலாங்கறார்... மூணு பேருக்கு ரெண்டு வேலைக்காரங்க இப்ப, இன்னும் ரெண்டு பேர் இருந்தா அவங்களுக்கும் வேலை குடுக்க சரியாயிருக்குமாம். தினமும் ஸ்கூட்டர் சவாரி, ஐஸ்கிரீம்பார், நிச்சயம் சினிமா, வராத புதுத்தமிழ்ப்பட பாட்டு, இவ்வளவுதான் அந்தப் பெண்ணுக்கு அன்றாட உலகம். அல்சேஷன் நாய்க்கும் தெரு நாய்க்கும் ஆன வித்தியாசம். என்னால் சகிக்க முடியலே. என்னோட 'தாய்' இமேஜ் எழவெல்லாம் சனியன் வேண்டாம், ஒரு 'பெண்'ணாவாவது இருந்திருக்கலாம். எண்ணிப் பாத்தா ஒரு பத்து பன்னெண்டு தரம் கூடியிருப்போம் உன்னால நம்ப முடியாதுடா குணா. முத்தம் கொடுக்க அனுமதிச்சதேயில்லை. பிடிக்காமயிருக்கும் சில பேருக்கு. பரவாயில்லே. ஆனா இங்கே 'லிப்ஸ்' அழகு நடிகை மஞ்சுளாவைவிட ஒருபடி இறங்கிடக் கூடாதுங்கற லட்சியம் எச்சரிக்கை. அழகு உதடுகள். ஆனா பொய் உதடுகள்.

ஒத்தயா பயம். தனிமை. வினாடிக எல்லாம் சொடக்கு போடுது. என்னால முடியலே. மறுபடியும் பழைய கோளாறு மனசிலே கிளம்பிருச்சுடா குணா. அப்பாகிட்டே வந்துட்டேன். அப்பா மனம் விட்டுப் போச்சு. 'இந்தப் புத்தகமெல்லாம் படிக்காம, இதப் பிரிஞ்சு என்னாலே இருக்க முடியாதுப்பா... என்னாலே அந்த வீட்லே சமாளிக்க முடியாதுப்பா... அவங்க கௌரவத்துக்கு ஈடுகட்டிப் போக முடியாதுப்பாஞ் எனக்கு பயமா இருக்குது... அங்கிருந்தா நான் தற்கொலை பண்ணக்குவேன்பா' ன்னு கதறினேன்டா. 'போகப் போக சரியாப் போகும். நீ எதாச்சம் வேலைக்குப் போ முதல்லே'ன்னு அக்கா அக்றையா சொன்னா...'மூடிட்டுப் போ'ன்னு அக்கா மேலே எரிஞ்சு விழுந்தேன். 'உன்னப் பாத்துட்டு வந்தா கொஞ்சம் மனசு நிம்மதிப்படும்'னு அப்பாகிட்டே சொன்னேன். மொய் வந்த பணத்திலே நூறு ரூபா தந்து அனுப்புனார்டா".

ஒரு வாரம் இருந்தான். நானும் சாமியாரிடம் போவதை நிறுத்தி விட்டிருந்தேன். கொஞ்ச நாள் நிதானமாக சும்மா இருக்கச் சொல்லி அனுப்பிவிட்டேன். செயலுக்கான முடிவாக எதையும் யோசித்துச் சொல்லி முடியவில்லை எனக்கு. குற்றவுணர்வு வேறு மனதின் ஒரு மூலையில். அவனோடு சேர்ந்து பாக்கெட் பாக்கெட்டாக சிகரெட் சாம்பலே மிச்சம்.

கீழே போன காசியைப் பற்றி இரண்டு மாதங்களுக்குத் தகவலே இல்லை. தன்ராஜ் எழுதித்தான் பின்னாடி விவரம் தெரிந்தது.

காசி பழையபடி ஆரம்பித்துவிட்டிருக்கிறான். கண்ட கண்ட தூக்க மாத்திரைகள். பாதி நடிப்பு, மீதி பைத்தியமென குர்தாவைக் கிழித்திருக்கிறான். ஸ்கூட்டரை வேண்டுமென்றே சுவரில் இடித்தான். மாமனார் பெயரிலுள்ள ஸ்கூட்டர். அவருக்கு கோபம் வராதா? போதை மாத்திரை அடிமை என்று செருப்பால் அடிக்க வந்தார். திடீரென ஒரு நாள்'இனி நல்லபடி இருப்பேன்' என்ற திடீர்கங்கணத்தில் அந்த அழகான உதடுகளுக்கு ஐஸ்கிரீம், புதுப்படம், ஸ்கூட்டர் பவனி, பட்டுச் சேலைக்கு வாக்களிப்பு என்று பூஜை போட்டான். இரவில் கழுத்துக்கு கீழே ஒரே ஒரு தடவை மட்டுமே புணர்ச்சி முடித்து, மாத்திரை இல்லாமலேயே நல்ல தூக்கம். விடியும் முன்பு 5 மணிக்கே எழுந்து ஸ்கூட்டரை விரட்டிக் கொண்டு வந்து அப்பாவை எழுப்பினான். இதற்கு 'மொய்' வந்த பணத்தில் நூறு காலி. இப்படி பூஜை நான்கைந்து முறை நடந்தது. பெண் வீட்டிலேயே காசி இரண்டு வாரம் தொடர்ந்து இருந்தான். படிப்பறிவு அதிகமில்லாத அப்பாவுக்கு ஒன்றுமே புரியவில்லை. சிறுவன்போல கதறி அழுதார். மீண்டும் தூக்க மாத்திரைகள் விழுங்கிவிட்டான். ஆத்மார்த்தமான தற்கொலை முயற்சி. கடிதம் வேறு எழுதி வைத்துவிட்டு கட்டிலேறினான். கதவைத் தாளிட்டிருந்தான். நம்பிக்கையோடு கண் மூடினான். அடுத்த நாள் காலையில் கண் விழித்துவிட்டது. பயங்கர ஏமாற்றம். ஆத்மார்த்தத்தின் ஏமாற்றம். ஆவேசம் கட்டுப்படாமல் கையில் சவர பிளேடு எடுத்தான். தடுமாறிக் கொண்டே நடந்து போய்...

ஜி.எச்.சில் இரண்டு வாரங்கள் இருந்தான் காசி. அதி தீவிர சிகிச்சைப் பிரிவில் முதல் வாரம். கழுத்தில் ஒரு சின்ன ஆபரேஷன். கால்மாட்டில் கேஸ் நோட்டீஸ். Personality disorder, Affection seeking phenomenon, Advised psycho therapy.

5

காசியின் இன்லேண்ட் மேஜை விரிப்பின்கீழ் சொருகிவிட்டு வெளியே வந்தேன். மேக மூட்டம். கன்னுக்குட்டியை 'பலனு'க்கு பக்கத்துத் தோட்டத்திற்குப் பிடித்துக்கொண்டு போகவேண்டிய வேலை. அம்மாவும், தங்கைகளும் அவரைக்காய் பறித்துக் கொண்டிருக்கிறார்கள். கன்றை அவிழ்த்துப் பிடித்தேன். காசியின் மீதான நினைவுகள், மூட்டம் கலையாமல் நடந்து கொண்டிருந்தன.

இலக்கியமாக எவ்வளவோ நல்ல நல்ல புத்தகங்கள் படித்தும் காசி இவ்வளவு துன்பப்பட்டான் என்பதை நினைத்தபோது காசியின் அந்தப் படிப்புமீதே எனக்கு சந்தேகமும், சற்று எரிச்சலும் உண்டாயிற்று. எதையும் சந்திப்பதற்கு முன்னாலேயே பயப்பட்டுவிடும் சுபாவம் அவனுக்குள்

அடிப்டை சுபாவமாக ஓடிக் கொண்டிருந்ததுபோல ரத்த ஓட்டத்தினூடே குமிழியிட்டு ஓர் அவநம்பிக்கையாக, தெரியவில்லை.

திடீரென பத்திருபது நாட்கள் இரவுகளில் கண் விழித்து நிறையப் படிப்பான். காசி. அப்போதெல்லாம் நான்கு கடிதங்கள் வாரத்துக்கு எழுதிவிடுவான். கோயமுத்தூரில் ஒரு கட்டத்தில் காசிக்கு வேறொரு நல்ல நண்பனும்கூட இருந்தான். அவன் இளம் வயசு. புல்லாங்குழல், ஓவியம், இரவில் நெடுஞ்சாலையோரம் ஒரு டீக்கடை முன்பு, அரைமணிக்கொரு டீ குடித்துக்கொண்டு, விடியற்காலை நான்கு, ஐந்து மணிவரை பேசிக்கொண்டே இருந்துவிட்டுப் பிரிவார்களாம். தனக்கு கலை இலக்கிய விஷயங்களில் நிறைய கற்றுத்தந்து, ரசனையை வளர்த்துவிட்டதில் அவனுக்குப் பெரும் பங்குண்டு என்று காசியே அவனைப் பற்றிச் சொல்லியிருக்கிறான். விளைவுகள் பற்றி அஞ்சாத காசியின் ஓட்டை வாய் பலவீனம் பல மென்மையான இதயங்களை சில தருணங்களில் பாயப்படுத்திவிடும். அப்படி காயப்படுத்திய ஒரு கெட்ட தருணத்தில் அந்த இளங்கவியின் நட்பையும் இழந்துவிட்டான். காசி. இவ்வளவு தூரம் காசி சரிந்ததற்கு, தொடராமல் போன அந்த நட்பும்கூட ஒருவகையில், காரணங்களில் ஒன்றாக எனக்கு படுகிறது.

காசி முக்கால் சந்திர கிரகணத்தின்போது பிறந்தவனென்னு ஒரு தரம் சொல்லியிருக்கிறான். சில காலம் ஜோஸ்யத்தில் கூட நம்பிக்கை வைத்துப் பார்த்தான். தன் மன வழக்கப்படி அதையும் விட்டான் இடையில். அவன் வரையில் எதுவும் உறுதியில்லை என்றே போய்க் கொண்டிருக்கிறான். தஸ்தாவாஸ்கியின் ‘The House of the Head’ ஐத் தமிழில் படித்துவிட்டு எனக்கு ஒரு கடிதத்தில் எழுதினான். ‘ஒவ்வொரு கைதியும் சிறையிலே விருந்தாளியா இந்த இடம் வந்துவிட்டுப் போறோம்’ங்க மனப்பாங்குல தான் இருக்காங்க. அதனாலே ஐம்பது வயசுலேயும் அவன் முப்பத்தஞ்சு வயசுக்காரனாட்டமே நினைச்சுட்டு நடந்துக்கறான்னு கதைசொல்லி பெட்ரோவிச் எழுதறான்... ஒரு விருந்தாளியா நானும் என்னை நினைச்சட்டு, இங்க காரியம் செஞ்சுட்டுப் போக முடிஞ்சா எவ்வளவு எவ்வளவு நல்லா இருக்கும்?”

ஆஸ்பத்திரிலிருந்து வந்தவன், மூன்றாவது வாரம் எனக்கொரு கடிதத்தில் எழுதினான்: வில்லியம் கால்லோஸ் வில்லியம்ஸ் படிச்சிட்டிருக்கேன். நிறைய கவிதைகள் எனக்கு பிடிச்சது. இடையிலே ஒரு தமாஷ். ஜி.எச்.சிலே குடுத்த ஒரு குறிப்புச் சீட்டு, பழைய டயரிலே இருந்தது கண்ணிலே பட்டது. ‘மறுமுறை பார்க்க... கிழமை மாலை 2 மணிக்கு வரவும். இந்த சீட்டை பத்திரமாக வைத்துக் கொள்ளவும்’ னு குறிப்பு அச்சடிச்சிருந்த குட்டி Case notes சீட்டு அது. அதிலே Diagnosis ங்கற இடத்திலே பேனாவிலே பெரிசா எழுதியிருக்கு: CUTTHROAT-Psychiatricன்னு cut-throat ன்னா நம்பிக்கை துரோகம் இல்லையே? எவர் இருவர்க்கிடையே யாருக்கு யார் பரிசளிச்சிட்ட நம்பிக்கை துரோகம்டா அது? டாக்டருக்குள்ளே பூந்து மாமனார் எழுதீட்டார் போல...

6

அந்த இன்லேண்ட் ‘ஸ்ரீராமஜெய’த்திற்கு பதிலாக காசிக்கு நான் ஒன்றுமே எழுதவில்லை. அவனிடமிருந்தும் இந்த ஒன்றரை வருடங்களாகத் தகவலே இல்லை. ஆனால் சென்ற வாரம் எனக்கு இனிய அதிர்ச்சி. எதிர்பாராத

விதமாக பெங்களூரில் ஒரு மதுபான 'பாரில்' காசியைச் சந்தித்தேன். சற்றே இளைத்திருந்தான் காசி. நவீன மோஸ்தரில் உடையும் தலைவாரலும். கண்ணுக்கு கீழ் கருவளையங்கள் மெல்ல வெளுத்து வருகிறதுபோல.

இருமனமொப்பிய திருமண விலக்கு (Mutual Divorce) கிடைத்து விட்டதாகச் சொன்னான். முதல் முறை விலக்கு பெற்றது போலவே தனது அதே 'குடும்ப வக்கீல்' மூலமாகத்தான் தன் பெண்ணுக்கு இம்முறையும் அதைச் செய்ய வேண்டும் என மாஜி மாமனார் பிடிவாதம் பிடித்து இழுத்ததில் கொஞ்சம் கால தாமதமாகிக் கிடைத்தது என்றான். அந்தச் செய்தியில் சிறு அதிர்ச்சியோ, முழு சந்தோஷமோ எனக்கில்லை. ரம்மில் ஒரு குவாட்டர் குடித்துவிட்டு உட்கார்ந்திருந்தான். வாயில் புகைந்து கொண்டிருந்தது.

ஆச்சரியமான சந்திப்புதானிது என ஆர்வம் பொங்க அவன் முன்னால் உட்கார்ந்திருந்தேன். 'அப்புறம்... என்ன இங்க' என்றதற்கு தன் விசிடிங் கார்டாக மேல் பாக்கெட்டிலிருந்து எடுத்து நீட்டினான், மார்க்கெட்டிங் டைரக்டர். அடேயப்பா! எனக்கு மிகுந்த சந்தோஷமாகிவிட்டது. பழையபடி இல்லாமல் எப்படியோ ஒரே தொழிலில் ஒட்டிக் கொண்டு, நட்பறுத்துக் கொள்ளாமல் கவனமாக முன்னேறி இருக்கிறான் போல. வெயிட்டரிடம் இன்னொரு டம்ளர் கேட்டான் காசி. ஒரு வேளை அபயக் கட்டையாகப் பற்றினானே 'காசு, காசு' என்று, அந்த ஸ்ரீராமஜெயம் பண்ணுகிற வேலையோ இவ்வளவும்!

'எப்படி எல்லாம்' என்றேன் உற்சாகமாக.

'அது அது எப்படியோ அப்படித்தான் அது அது' என்றான் வேதாந்தி மாதிரி. மாலையில் தொடங்கியது இரவு பத்தரைவரை பேசிக் கொண்டிருந்தோம். தனது ஒன்றுவிட்ட அண்ணனிடம் வட்டிக்கு கொஞ்சம் பணம் வாங்கி முதலீடு செய்திருப்பதாகச் சொன்னான். கூட இருக்கும் நண்பரும் நல்ல மாதிரி, பொருளாதார விஷயத்தில் நிறைய ஒத்துழைக்கிறார் என்றான். இனி காசி பிழைத்து விடுவான் என்று வாய்விட்டே சொன்னேன். வாய்விட்டுச் சிரித்தான். 'நானெங்கே இங்கே' என்று என்னைக் கேட்டான். ஆயுள் பாதுகாப்பு இன்சூரன்ஸ் அலுவலக வேலையாக என்று நீட்டிச் சொன்னேன். சிரித்தான். 'நோ ப்ராப்ளம்' என்றான்.

'பாரில்' நிறைய கூட்டமிருந்தும்கூட, ஏ.சி.யானதாலோ என்னவோ அமைதி கூடி இருந்தது. எவர் உரக்கப் பேசினாலும் தாழ்ந்தே கேட்டது. கேட்கவும் சொல்லவும் நிறைய இருந்தும், இருவருக்கும் இடையில் என்னவோ சிறு தயக்கம் நின்றிருந்தது. போதையின் ஒரு முன்னேற்ற கட்டத்தில் தயக்கம் விலகிவிட்டது. ஐஸ் கேட்டான் காசி. என் டம்ளரை சீக்கிரம் காலியாக்கித் தரச் சொன்னான். சிகரெட்டைக் காட்டி எடுக்கவில்லையா என்றான். நிறுத்தியாச்சு! எப்பாச்சும் இந்த மாதிரி சந்தர்ப்பங்களில் மட்டும் என்று, ஒன்றை எடுத்து உதட்டில் பொருத்தினேன். பீரிட்டுச் சிரித்ததில் ரம் பொறையேறிவிட்டது.

நானும் சிரித்துக்கொண்டே கேட்டேன்.

"ஏண்டா காசி இப்படி சிரிக்கிறே?

'நோ ப்ராப்ளம்! இல்லடா குணா.. சமீபத்தில் 'Confessions of Zeno' னு ஒரு இத்தாலி நாவல் படிச்சேன். அதில் 20 பக்கத்துக்கு ரெண்டாவது

அத்தியாயம். The Last Cigarette ன்னு. சிகரெட் விடறது பத்தி. விட தீர்மானம் போட்டு முடியாம எப்படி எல்லாம் அவஸ்தைங்கறதப் பத்தியே இருபது பக்கமும்...”

நான் பழைய காசியைப் பார்த்துவிட்டேன். மேலும் சுயசரிதை பாணியில் எழுதப்பட்ட அந்த நாவலைப் பற்றியே நீண்ட நேரம் புல்லரித்துப் பேசிக் கொண்டே போனான். நாவலில் அதன் ஆசிரியர் Italo Sevevoவும் தன்னைப் போலவே ‘ஈக்குஞ்சு’ பற்றி கவிதை எழுதியிருப்பதையும் விவரித்து பிரம்மாண்டமாக சந்தோஷப்பட்டான். ஒரு வாய் அருந்திவிட்டு, நாடு மொழி இன சூழல் விவரங்கள் தவிர்த்துவிட்டுப் பார்த்தால், அந்த ஏழு அத்தியாய நாவல் ஏகதேசம் தனது சொந்த வாழ்க்கை வரலாறு போலவே இருக்கிறது என்றான். அவசியம் அதை நான் படிக்க வேண்டும் போய் அனுப்புகிறேன் என்றான். மேலும் விடாமல், நாவலின் அத்தியாய தலைப்புகளைக் கேள் என்று வியந்து சொன்னான்:

Introduction

The Last Cigarette

The Death of my Father

The Story of my Marriage

Wige and Mistress

A Business Partnership

Psychoanalysis

இன்னொரு குட்டி பெக் வாங்கினான் காசி. நான் போதுமென்று விட்டேன். திடீரென, தான் ஒன்றும் முற்றிலும் மாறிவிட்டதாக நான் நினைத்துவிட வேண்டாமென்று சற்றே நெகிழ்ச்சியாக, லேசாக எச்சரிக்கை விடும் தொனியிலும், கண்கள் வழியாகவும் பேசினான் காசி. ஒரு சின்ன உதாரணம் பார் என்று விட்டு சொன்னான். ஆறு மாதங்களுக்கு முன் நடந்ததாம் இது:

ஒய்.டபிள்யூ.சி.ஏ. விடுதியில் தங்கிக் கொண்டு, கிறிஸ்துவ மத நிறுவனத்தின் கட்டுப்பாட்டில் இயங்கும் ஒரு பெண்கள் கல்லூரியில் வேலை பார்த்து வந்த ஓர் இளம் பௌதிகத் துணை பேராசிரியை, காசிக்கு ஒரு நண்பன் மூலம் இரண்டொரு சந்தர்ப்பங்களில் அறிமுகமானாள். மிக அழகான யுவதியாம். துரதிர்ஷ்டம் ஒரு குழந்தையோடு அவள் விதவையாகி இரண்டு வருடங்கள் கூடப் பூர்த்தியாகவில்லை. தன்னை மணக்க விருப்பம் வேண்டி விடுதி முகவரிக்கு அவளுக்கு கடிதம் எழுதிக் கேட்டிருக்கிறான். நான்கு கடிதங்கள். கடைசி இரண்டு கடிதங்கள் ரெஜிஸ்டர்டு தபால். நான்கும் வார்டன் கையால் பிரிக்கப்பட்டது. நண்பன், காசியை தெருவில் மடக்கி ஆங்கிலக் கெட்ட வார்த்தைகளால் அறைந்தான்; பெண்ணின் அண்ணனிடம் இழுத்துவிடுவேன் என்று மிரட்டிவிட்டுப் போனான். அந்தப் பெண் மூன்று நாட்களாக அழுது கொண்டிருப்பதாக வேறு சொல்லிவிட்டுப் போனான். ஒரு மாதங் கழித்து கல்லூரி வாசலில் அவள் காலில் விழாத குறையாக வருந்தி மன்னிப்புக் கேட்டுவிட்டு வந்தானாம். மன்னிப்புக் கேட்கப்

போனதாலும் அந்தப் பெண்ணைப் பயமுறுத்தி நினைவு தன் உடம்புக்குள் இரத்த ஓட்டத்தில் ஓர் உடையாத குமிழியாக ஓடிக் கொண்டே இருப்பதானது காவிய சோகம் என்றான்.

நிமிடத்தில் காவிய சோகம் பட்டுவிடும் காசியின் மனநிலை இன்னும் குறிப்பாக பெண்கள் விஷயத்தில் மாறவே இல்லை என்று நினைத்துக் கொண்டேன். இந்த ரொமாண்டிக் பார்வை ஒரு நோய்க் கூறாகவே இன்னும் படுகிறது. அவனிடம் எனக்கு. ஆனால் வேறு நிறைய விஷயங்களில் குணமாகியிருப்பது பேச்சினூடே தெரிந்தது. 'ஆசைப் பட்டதை அடைந்த பின்னாலும் ஒரு பள்ளம் மிச்சமாகி அதில் நலுங்குமே ஒரு சோகம் அதை அனுபவித்தால் தெரியும் ஆசையின் குணம் என்ன என்று' பின்னால் பேசும்போது எதற்கோ இப்படி சொன்னான்.

சமீபத்தில் திருப்பதி போய் வந்தானாம். ஜாலித் துணையாக ஒரு நண்பனோடு போனவன் 'கம்பெனி ஸேக்'குக்கு தானும் மொட்டையடித்துக் கொண்டானாம். கம்பெனி ஸேக் ஆக வேறு கோவில்களுக்கும் அப்படியே போய்விட்டு, திருவண்ணாமலை வந்த போது ராம்சூரத் குமார் என்றொரு யோகியைச் சந்தித்ததாகச் சொன்னான். 'நீ கதவைத் தட்டும் விதம் சகிக்கக் கூடியதாக இல்லை' என்பதையே கோபம் தணிந்த கடைசியிலும் தனக்கான ஒரே ஆசிச் செய்தியாக அவர் வழங்கி அனுப்பியதையும் அதில் பூரண அர்த்தமிருப்பதாகவும் சொன்னான்.

நான் இன்னொரு சிகரெட் பற்ற வைத்துக்கொண்டேன். அவன் அப்பாவைப் பற்றிக் கேட்டேன். 'நோ ப்ராப்ளம்' என்றான். அடிக்கடி 'நோ ப்ராப்ளம்' என்ற வார்த்தையையே, எதற்கும் பதிலாக அவன் சொல்வதைக் கவனித்துக் கொண்டே வந்தேன். கேட்டேன், சிரித்துக் கொண்டே 'நோ ப்ராப்ளம்' என்றான். எனக்கு அந்த பதில் அருவருப்பாகவும், எரிச்சலாகவும் பட்டது. காரியங்களை காரியங்களுக்காக மட்டுமே செய்வதில் ஒரு விடுதலைஉணர்வும், பரபரப்பற்ற பேரார்வமும் இருப்பதைக் கண்டுகொண்டு விட்டதால், எந்தக் காரியமுமே தனக்குப் பேரானந்தமாக இருக்கிறது என்றான். நான் ஒரு நிமிஷம் பேசவில்லை. சொல்லும்போது அவனுக்கு நாக்கு லாவகம் கொஞ்சம் இழந்து, எழும்புவதில் சிரமப்பட்டதைப் பார்த்திருக்கிறேன். என் நான்கு தங்கைகளுக்கும் காரியம் செய்து முடிப்பதற்குள் பட்ட கஷ்ட அனுபவங்கள் எனக்குள் ஒற்றை எண்ணமாக, மின்னலின் ஒரு கீற்றாக உருக்கொண்டு அறைந்தது ஈயைத் துரத்தும் பல்லியாக அது வேகமாக ஓடியதில், பல்லியின் வால் அறுந்து நினைவில் இடறி விழுந்தது. 'என்ன யோசனை' என்றான். 'நோ ப்ராப்ளம்' என்றேன். சிரித்துக் கொண்டே திடீரென்று உரக்க அவன் நூறு கொசுவர்த்திச் சுருள்களைக் கொடுத்து, இரண்டிரண்டாக ஒட்டி இருப்பதை, ஒன்று ஒன்றாக தனித்தனியாகப் பிரித்துவைக்கச் சொன்னால் என்னால் பொறுமையாகச் செய்ய முடியுமா என்று கேட்டான். மறு நிமிஷமும் நான் பேசாதிருந்தேன். முகம் தொட்டு 'என்ன'? என்றான். கூலி எவ்வளவு என்றேன். எழுந்து என் முன் மண்டையிலடித்துச் சிரித்தான். ஓயவில்லை. இருட்டிவிட்டது வெளியே. ஏ.சி.யிலும் நன்றாக வியர்த்துவிட்டது காசிக்கு.

வயதான கிழப் பிச்சைக்காரர்களைத் தெருவில் பார்த்தால், மனதின் ஆழத்தில் அவர்களைத் தன் அப்பாவோடு ஒரு கோணத்தில் ஒப்பிட்டுக்

கொண்டு, குற்றவுணர்ச்சி சுய இரக்கம் இயலாமை பயம் எல்லாம் கலக் அவசரக் கருணையாக செயல்பட்ட நாட்கள் மாதிரி இப்போது இல்லை. அவர்களை அவர்களாகவே பார்த்து அவர்களுக்காகப் பார்க்க முடிகிறதென்றும், அவர்களைப் போன்ற இன்னும் பலரின் ஸ்திதியை மாற்றிவிட சமூகத்தளத்தில் காரியமாற்ற முனைந்திருக்கும் சில நல்ல மனசுகளுடனும் தான் பழகிக் கொண்டிருப்பதாகச் சொன்னான். 'மனமாக' இதை சுருக்கி விடுவதை அவர்களே ஒத்துக கொள்ள மாட்டார்களெனினும் தன் மனதில் பட்டது இவ்வளவுதான் என்று எனக்கு புரியாமல் ஏதோ சொல்லிக் கொண்டு போனான். மேலும் எனக்கு இமைகளில் கனம் சுருட்டி உணர்ந்தேன். வெளியில் போனால் நன்றாக இருக்கும் என்று பட்டது. காசி மேலும் ஒரு சிகரெட்டை, புது பாக்கெட் கிழித்து எடுத்தான்.

ஆனாலும், தனக்கு கல்யாண ஆசை இம்சிக்கிறது இன்னும் என்றான் திடீரென்று. தனிமை, துவைத்தல், ஹோட்டல் இவைகளையும் திருமணத்திற்கான சாக்குகளில் ஒன்றாக வைத்து யோசிப்பதில் தவறுண்டா என்று என்னிடம் ஒரு சிறுவன்போல கேட்டான். பைத்தியக்காரன்! பெய்த பெருமழைவிட்ட சில மாலை நேரங்களாக, சில நாட்கள் கழிவதிலிருந்து, தன் வாழ்க்கைக்கு ஊட்டம் சேகரித்துக் கொள்வதாகக் கூறினான். சில சமயம் தேசிய நெடுஞ்சாலையில் பஸ்ஸில் தொலைதூரம் உட்கார்ந்துகொண்டு போகும்போது, பஸ்ஸின் பீதி கூட்டும் ஓட்ட வேகத்தின் சங்கீதச் சரடில் இணைந்துவிடும் போது வாழ்க்கையை ஒரு அற்புதப் பரிசாக உணர்வதாகவும் சொன்னான். எனக்கும் கேட்க உற்சாகமாகிவிட்டது. பேச்சை நிறுத்திவிட்டு ஃபிரைடு ரைஸ் சாப்பிடுவோமா என்று ஆர்வமாகக் கேட்டான். எனக்கு அவன் கேட்டவிதம் மிகவும் பிடித்திருந்தது, எனக்கு ஃபிரைடு ரைஸ் பிடிக்காவிட்டாலும். எவ்வளவோ தான் நிதானப் பட்டிருந்தாலும் சில சமயம் எல்லாம் கொட்டிவிடுகிறது என்றான். தனியறையில் பின்னிரவில் மோனத்தில் தனக்குப் பிடித்த கவிஞனைப் படித்துக் கொண்டிருக்கும் போது, வாசலில் கட்டிலிலிருந்து அப்பா அவருக்கான ஏதோ ஒரு தொனி சேர்த்து உரத்து கொட்டாவி விட்டால் தாங்க முடியவில்லை. எழுந்து போய் அந்த வாயை அடைத்து அமுக்கிவிடலாம் போலிருக்கிறது. ஒரு கொட்டாவி அந்த மாதிரி வந்தால் போதும், அந்தப் பின்னிரவே தனக்கு பாழ் என்றும் சொன்னபோது சற்றே சோர்வாகிவிட்டான். அப்பா இறந்து விட்ட பின்பும் தான் வாழ்க்கையைத் தொடரலாம் என்பதற்கான நம்பிக்கை மெல்லவே கூடிவருகிறது என்றான். அடிப்படை சுபாவமாகவே 'சுயம் நசித்து' விட்ட நான்கைந்து நண்பர்கள், எழுத்து, படிப்பு இதெல்லாம் மட்டுந்தான் இதற்கு அடிப்படைக் காரணம் என்றான். என்ன இன்னும் தொடர்ந்து படித்துக் கொண்டிருக்கிறாய்தானே? என்று கேட்டுவிட்டு கடைசி 'சிப்'பையும் முடித்தான். சிகரெட் பொருத்திக் கொண்டான்.

திடீரென தான் சமீபத்தில் கண்ட கனவுகளைப் பற்றி பேச்சை மடை மாற்றிக் கொண்டான். அழகான கண்ணாடிக் கிண்ணத்தில் மிதந்த மிளகாய் நீரை சில்வர் கரண்டியால் கலக்கிக் கொண்டே பேசினான். முன்னைப் போல கனவுகள் வந்தாலும், நோப்ராப்ளம் என்றான். ரமணரின் பரவச முகம் ஒருமுறை வந்ததென்றான். ஒரு தடவை கனவில் கால் பெருவிரலை பாம்பு கடித்து ரத்தம் வந்ததென்றான். பாடையில் வைத்து ஒரு கனவில்

தன்னைக் கண்டானாம். தீவிரவாதியாக போலீஸாரால் துரத்தப்பட்டு ஒரு கனவில் ஓடினானாம். ஓரிரவு நெடுஞ்சுவர் தாண்டி, மலைகள் தாண்டி, விண்ணில் பறந்து போவது மாதிரி, கைகளால் பேரானந்தமாகக் கடைந்து கடைந்து பறந்துகொண்டே இருந்தானாம். இந்த ஒரு கனவு மட்டும் மீண்டும் வராதா என்று ஏக்கப்படுவதாகச் சொன்னவன், அடிக்கடி திரும்பத் திரும்ப வரும் எரிச்சலூட்டும் ஒரு கனவென, பரீட்சைக்குப் படிக்காமலேயே போய்விட்டு ஹாலில் திணறுவதைச் சொன்னான்.

கனவுகளை நான்கு நாட்களுக்குக் கவனித்து, விடிந்ததும் ஒரு குயர் ரூல்டு நோட்டில் எழுதி வைக்க ஆரம்பித்தால், ஐந்தாம் நாள் வராதென்றான். தொடர்ந்து கவனித்துக் கொண்டே வந்தால் கனவு புறமுதுகு எடுக்கும் என்றான். மீறி, நிச்சயம் வராதா என்றால் பெருவாழ்வின் பல புதிரிகளுக்கும் போல இதற்கும் நிச்சயமாகச் சொல்ல முடியாதுதானே என்று கேட்டான்.

கத்தி, கபடாக்கள், முள் கரண்டி அலங்காரமாக சூடு பறக்க மேஜைக்கு வந்தன ஃபிரைடு ரைஸ் தட்டுகள். அநேகமாக என் பங்கில் பாதிக்கும் மேல் காசிதான் சாப்பிட வேண்டியிருக்கும்.

090

விமலாதித்த மாமல்லன்

சிறுமி கொண்டுவந்த மலர்

இரவு நெடுநேரம் தூக்கம் பிடிக்காமல் கிடந்ததால் காலையில் தாமதமாகவே எழுந்தார் சுகன்சந்த் ஜெய்ன். எழுந்தவர், காற்றுக் கருப்பு அடித்தது போல் வெறித்த பார்வையுடன் படுக்கையிலேயே உட்கார்ந்திருந்தார். காலி டபராசெட் எதிரிலிருந்தது. ஆனால் வேறு யாரோ காபி குடித்ததுபோன்ற பிரமையே அவருக்கு ஏற்பட்டது. உண்மையிலேயே ஒன்றும் புரிபடவில்லை. தலைக்கு நாள் மதியத்திலிருந்து இப்போது படுக்கையில் இப்படி உட்காந்திருப்பது வரை, அனைத்தும் நாட்டுப்புறக் கட்டுக் கதைகளில் சொல்லப்படுவது போலவே நடந்தேறியி ருப்பதாகத் தோன்றியது அவருக்கு.

முன்தினம் பகல் உணவை முடித்துக்கொண்டு கடைக்கு வந்தார். பையனை சாப்பிட அனுப்பிவைத்து திண்டில் சாய்ந்து கொண்டார். வெளியில் ஊமைவெயில் அடித்துக் கொண்டிருந்தது. வாடிக்கையொன்றும் வரவில்லை. காலையிலிருந்து நடந்த வியாபாரத்தைக் கணக்கு பார்த்தார். இரண்டு பொருட்கள் மீட்கப்பட்டுப் போயிருந்தன. மற்றபடி பெரிய வியாபாரமொன்றும் நடந்திருக்கவில்லை. மாதக் கடைசியை நெருங்க நெருங்கத்தான் சூடுபிடிக்கும். முதல் பத்து தேதிகளில் எல்லார் கையிலும் பணம் புரளும்தானே. செய்ய ஒன்றுமில்லாமல் அசட்டுப் பார்வையுடன் தெருவைப் பார்த்துக் கொண்டிருந்தார் அவர். வானம் மூடுவதும் திறப்பதுமாக இருந்தது. இதில் பார்க்க என்ன இருக்கிறது?

அப்போதுதான் அவளைப் பார்த்தார். இருந்த படிக்கே சற்று முகத்தை மட்டும் தூக்கிப் பார்த்தார். எதிர்சாரியில் நின்றபடி அவள் தம் கடையைப் பார்ப்பதைக் கவனித்தார். அவள் தெருவைக் கடந்து படிகளில் ஏறினாள். அவருக்கு ஆச்சரியம் தாளவில்லை. குட்டைப் பாவாடையும் அதற்குள் செருகப்பட்ட சட்டையும் அணிந்திருந்தாள். இரட்டைப் பின்னல் மடித்து மேற்புறம் ரிப்பனால் கட்டப் பட்டிருந்தது. பள்ளிச் சிறுமிக்கு அடகுக்கடையில்போய் என்ன ஜோலி

இருக்கப்போகிறது? மிட்டாய் விற்கிற லாலாகடை எனத் தவறிவந்திருக்கும் என்று நினைத்தார். முகம் மட்டும் உடம்புடன் ஒட்டாமல், பெரிய மனுஷி போல் கம்பீரமாகக் களையுடன் இருந்தது. இப்படி எண்ணிக்கொண்டிருக்கும் போதே அவள் பேசத் தொடங்கினாள்.

“இதை எடுத்துக்கிட்டுப் பணம் குடு” மூடியிருந்த வலது கையை நீட்டிப் பேசினாள்.

வயசுப்பையன்கள் மோதிரம் செயின் என்று அடகு வைக்க வருவார்கள். அவர்களிடம் இல்லாத உருட்டெல்லாம் உருட்டுவார். இது உன்னுடையதுதானா? படிக்கிறாயா? வேலை செய்கிறாயா? பெரியவர்களை ஏன் அழைத்து வரவில்லை? என்று ஊர்ப்பட்ட கேள்விகள் கேட்பார். அதே சமயம் வந்தவனையும் போகவிடமாட்டார். அவனைக் கலவரப்படுத்தியே குறைவான பணமாற்றலில் காரியத்தை முடித்துவிடுவார். இவ்வளவு சிறிய பெண்ணிடம் ஏனோ அவரால் ஒன்றுமே பேச முடியவில்லை. சிறுமியின் முகத்தையே கண்கொட்டாமல் பார்த்துக் கொண்டிருந்தார். அடிக்கடி பார்க்கிற முகம் போல அவ்வளவு சௌஜன்யமாக இருந்தது. எங்கே எப்போது என்கிற கண்ணிகள் இணையவில்லை.

நான் சீக்கிரம் போகணும்.

அவருடைய பேரன் நச்சரிப்பதை நினைவுறுத்தியது. ஆனால் சிணுங்கல் குழைவு இவையொன்றுமில்லை. எஜமானியின் அவசரம் போல இருந்தது அது.

நிம்பள் என்னா கொண்டாந்திருக்கான்.

பூ.

என்னாது.

பூ. புஷ்பம்.

அவருக்கு தலைகால் புரியவில்லை. வேகமாக குறுக்கு மறுக்காய் தலையசைத்து மறுத்தார். ’அதெல்லாம் நம்பள் வாங்கறானில்லே’ நியாயமாய் அவள் சொன்னதைக் கேட்டு சிரித்திருக்க வேண்டும். ஆனால் அதொன்றும் செய்யமுடியவில்லை அவரால்.

தேர்ந்த ஜாலவித்தை நிபுணனைப் போல மூடியிருந்த வலது கையை விரல்கள் மெல்லப் பிரிய விரித்தாள். அவர் முகத்திலிருந்து கண்களை எடுக்காமலே இதைச் செய்தாள். இதழ்களை நமுட்டிச் சிரிப்பது போலிருந்தது. அசட்டுத் தனமாய் ஆச்சரியப்படப் போகிறாய் என்று சொல்லாமல் சொன்னது அவள் செய்கை.

நிஜமாகவே அசந்துபோனார். வேறு வழி? நட்ட நடுப்பகலில் பேத்தி போல ஒரு சிறுமி விலைக்கு வாங்கிக்கொள் என்று வந்து நிற்கிறாள். அதற்கு மேல் கையை விரித்தால் தங்க ரோஜா. ரோஜாப்பூ சொக்கத் தங்கத்தில். சந்தேகத்திற்கு இடமேயில்லை. அறுபத்து மூன்று வயதிலும் கண்ணாடியில்லாமல் பார்க்கிற கண் தவறாது. பிரமிப்பெல்லாம் சொற்ப நேரம்தான். தரைக்கு நடை போட்டது மனம். கபாலத்தில் உமிழ் நீர் சுரப்பது கண்ணின் மணியில் பளபளத்தது. கையைப் படக்கென்று மூடிக் கொண்டாள். கண்ணாடிப்

பெட்டியின் மீதிருந்தும் கையை எடுத்துக் கொண்டவளாய் பின்னால் நகர்ந்தாள்.

நிம்பள் எவ்ளோ கேக்றான்.

ஆயிரம்.

என்னாது!

ஆ யி ர ம்.

அவ்ளோ அல்லாம் நம்பள்கு கட்டாது.

கட்டாதுனாப் போ, வேற கடைக்குப் போறேன்.

நம்பள் அதைத் தேச்சி பாக்றான்.

பூவை நான்தான் பிடிச்சிப்பேன். கல்லை எடுத்து நீ ஒரசிக்கணும்.

இரண்டு மூன்று முறை உரசினார். முந்திய அபிப்ராயத்தை அது கொஞ் சமும் மாற்றிவிடவில்லை. எனினும் இன்னொருமுறை சோதித்துவிடலாம் என்றது உள்மனம். ஒழுங்காய்க் கழுவிக் கொள்ளக்கூடத் தெரியாத குழந்தையிடம் போய் பதினெட்டு யோசனையா? வலிய வரும் அதிர்ஷ்டத்தை நழுவ விடாதேயென அதட்டியது மூளை.

கை மாறியது.

குள்ளமேசையின் கீழ்டிராயரைத் திறந்து உள்ளே வைத்தார். பணத்தை இரண்டாம் முறையாக அவள் எண்ணிக் கொண்டு இருந்தாள். திரும்ப ஒரு தடவை திறந்து பார்த்து மூடினார்.

யார் முகத்தில் விழித்தோம், இப்படியொரு அதிர்ஷ்டம் தேடிவந்து பிடிபிடியெனக் கொட்டிவிட்டுப் போக என்று நினைத்தார். சந்தோஷம் நெஞ்சையடைத்து நெட்டியது. சந்தோஷப்படுவதில் என்ன பிழை? துளியும் வஞ்சகமில்லை. சரியாகச் சொன்னால் யாரும் யாரையும் ஏமாற்றக் கூட இல்லை. தெரு வழியே போய்க் கொண்டிருக்கிறோம். காலில் ஏதோ தட்டுகிறது. குனிந்து பார்த்தால் ரூபாய்க் கட்டு. எடுத்துக் கொள்கிறோம். நாமா தேடிப் போனோம். தானே வழியில் வந்தது. வேறு என்ன செய்ய? ஆள் யாரெனத் தெரிந்தால் கொடுத்துவிடப் போகிறோம். ஆனால் அதென்ன அவ்வளவு சுலபமா? பணத்தைப் பார்த்ததும் தரையெல்லாம் சொந்தக்காரர்கள் முளைக்கிற காலமிது. எல்லோரும் தனதென்றுதான் சொல்லுவான். தொலைத்தவன் நிச்சயம் இவர்களில் ஒருத்தனில்லை. தெய்வம் தேடிவந்து கொடுத்த பணத்தை மறுக்க நமக்கென்ன உரிமை?

நீண்ட நேரம் ஒரே நிலையில் உட்கார்ந்திருந்ததில் கால்கள் மரத்துப் போயிருந்தன. அந்தச் சிறுமியிடம் முகவரி வாங்கவில்லை என்பது நினைவிற்கு வந்தது. சுதாரித்து கடைவாசலுக்குப் போய் கதவைப் பிடித்தபடி தெருவின் இருபுறமும் பார்வையை ஓட்டினார்.

வழக்கம்போல் இருந்தது தெரு. மாவுமெஷின் இரைச்சல். தெருக்கோயில் மரத்தடியில் நிழல்வாங்கும் ரிக்ஷாக்கள். சாராயத் தள்ளாட்டம். கிழங்கு விற்கும் கிழவிகள். சாக்கடையில் கால்வைத்து கோலியடிக்கும் சிறுவர்கள். குந்தியிருந்து நடக்கின்ற சூதாட்டம். கைஸ்டாண்டில் சலவைத்துணி சுமக்கும் கடைப்பையன். காலகட்டி மலம் கழித்து நகரும் எருமைகள். போஸ்டர்

தின்னும் பசுமாட்டின் மூத்திரத்தை பஞ்சபாத்திரத்தில் பிடிக்கும் திவசப் புரோகிதர். ரோகம் பீடித்த நகரோரத் தெரு வழக்கம் போல் இருந்தது.

சிறுமியைக் காணவில்லை.

முகவரி இல்லாவிட்டால் என்ன? அதுவும் நல்லதற்குத்தான். யாரையேனும் அழைத்து வந்தாலும் ஓர் ஆதாரமுமில்லை. கனத்தை வைத்துப் பார்த்தால் எட்டுப பத்துப் பவுன் தேறும். ஏழெட்டு கிராமம் செம்பைக் கழித்தாலும் இன்றைய தினத்திற்கு கிராம் 180 ரூபாய்.

“உள்ளே வாங்கோம்மா.”

கிழவியும் பெண்ணுமாக உள்ளே வந்தனர். அவர் தம்மிடத்தில் வந்து உட்கார்ந்தார்.

“உக்காருங்கோம்மா.”

உட்கார்ந்தபடி, இடுப்பில் சொருகியிருந்த சுருக்குப் பையை விரித்து காகிதப் பொட்டலத்தை எடுத்தாள். இரண்டு கம்மல், மூக்குத்தி முதலியவற்றைக் கண்ணாடிப் பெட்டியின் மேல் வைத்தாள். அவற்றைப் பரிசோதிக்கத் தொடங்கினார். விசும்பும் சப்தம் கேட்டது. தலையை நிமிர்த்தாமலே பார்த்தார். குங்குமப்பொட்டு தவிர ஆபரணமற்றிருந்த அந்தப் பெண் மூக்கும் கன்னமும் துடிக்க அழுது கொண்டிருந்தாள். கிழவி தேற்றிக்கொண்டு இருந்தாள். தராசில் நிறுத்துப் பார்த்தார். உரசிப் பார்த்து உறுதி செய்துகொண்ட பின் கிழவியை நோக்கிக் கேட்டார்.

“நிம்பள் எவ்ளோ கேக்றான்?”

“அறநூறு ரூபா வோணும் சேட்டு”

“அல்லாம் டோட்டல் பாஞ்ச் பவுன் ஏளு கிராம். கல்லு செம்பெல்லாம் போனாச்சா பாஞ்ச் பவுன்க்கும் கொறையறான். நம்பள் நானூறு தரான்” என்றபடி நான்கு விரல்களைக் காட்டினார்.

“சேட்டு சேட்டு அப்பிடி சொன்னீனா எப்பிடி சேட்டு. மருமவப்புள்ளய ஆஸ்பத்திரில சேத்துக்குது. டாக்டரு செலவு மருந்து செலவெல்லாம் இருக்குது சேட்டு. கம்பெனிலயும் சம்பளமில்லாத லீவுதான் குடுத்துருக்கான். வூடும் நடக்கோணும். பாத்துக்குடு சேட்டு.”

“நம்பள் என்னாம்மா செய்றான்.”

“அவதினுட்டுல்ல வந்துருக்கோம். பாத்துக் குடு சேட்டு.”

“நம்பள் நானூறு தரேன் சொல்றான். உதர் கடையிலே அதும் தரானில்லே இதுகு.”

“இல்ல சேட்டு பாத்துக் குட்தீன்னா உம் புள்ளகுட்டியில்லாம் நல்லாருக்கும் சேட்டு.”

“நிம்பள் ஒன்னு செய்ங்கோமா. கம்பல் அடகு வெக்றான். மூக்தி விக்றான். நம்பள் டோட்டல் ஐநூறு தரான். நிம்பள் இஸ்டம் செய்றான்.”

பையன் வந்தான். ரசீது போடச் சொல்லி, அவர்களை ஒரு வழியாக அனுப்பி வைத்தார். விளக்கு வைக்கிற நேரமாகிவிட்டது. நெகிழ்ந்திருந்த கச்சத்தை சரிபண்ணிக் கொண்டு இரவு உணவிற்காக மாடிக்குப் போனார்.

கொஞ்சம் ஓய்வெடுத்த பின் கடைக்கு வந்தார். நன்றாக இருட்டி விளக்குகள் போடப்பட்டிருந்தன. அவை இருளை அதிகப்படுத்திக் காட்டின. மகனை அனுப்பிவிட்டுத் திண்டில் சாய்ந்தார். சாய்ந்தபடிக்கே குள்ள மேஜையின் கீழ் டிராயரைத் திறந்தார். ஓர் அழகான ரோஜா மலர் இருந்தது. பரபரப்பாய் மேல் டிராயரை இழுத்தார். சில்லறைக் கிண்ணங்களும் அவற்றினடியில் நோட்டுகளும் இருந்தன. மேஜைக்கடியில் கையைச் செலுத்தி அபத்தமாய் துழாவினார். பதைப்புடன் அங்கிருந்த இரும்புப் பெட்டியைத் திறந்தார். லாண்டரிக் கடைப் பையன் நூறு ரூபாய் தாளை நீட்டி சில்லறை கேட்டான். இரும்புப் பெட்டியை மூடிக் கொண்டு 'நை நை ஜாவ்' என்று எரிந்து விழுந்தார். அவன் போனபின் திறந்து பார்த்தார். இருக்கிற பொருட்கள் பத்திரமாய் இருந்தன. அதைப் பூட்டிவிட்டு கீழ்டிராயரைத் திறந்தார். துல்லியமாக அந்த ரோஜாமலர் வீற்றிருந்தது.

தரையில் கையூன்றி எழுந்து கடைவாசலுக்குப் போனார். மாடியைப் பார்த்து மகனுக்குக் குரல் கொடுத்தார். வந்தவனிடம் விஷயத்தைக் கூறினார். சாவியை அவரே எடுத்துப் போய்விட்டதாகவும், ஓய்வெடுத்துக் கொண்டிருப்பவரை தொந்தரவு செய்ய வேண்டாமென்று, கைப்பணத்திலேயே தான் வியாபாரம் செய்ததாகவும் மகன் கூறினான். திரும்பவும் குனிந்து திறந்து பார்த்தார். இன்னும் நூறாயிரம் முறை மூடித் திறந்தாலும் நான் நான்தான் என்றது ரோஜாமலர். பையனைப் பார்த்துக் கொள்ளச் சொல்லிவிட்டு, இடுப்பு பெல்ட்டை இறுக்கியபடி தெருவில் இறங்கினார்.

சாதாரணமாக தெருவில் அதிகம் நடமாடுபவரல்ல அவர். அப்படியே நடக்க நேர்கையில், பஞ்சகச்சத்தைக் கெண்டைக் காலுக்கு உயர்த்திக் கொண்டு நிதானமாகவும், மாட்டு மனிதச் சாணங்களை மிதித்து விடாமல் ஜாக்கிரதையாகவும் நடப்பார். அதையெல்லாம் கவனிக்கிற நிலையில் அப்போது இல்லை. அவருடைய மனவுலகில் ஒரு சிறுமி. அவள் கையில் ஒரு தங்க மலர். அதை ஆவலுடன் கையில் எடுக்கிறார். மறுகணம் அது வெறும் மலராகி கையைத் தீயாய்ச் சுடுகிறது.

தெருக்கள் விளக்கின்றி இருண்டிருந்தன. ஜன்னல்கள் அற்ப ஒளியைக் கசியவிட்டுக் கொண்டிருந்தன. அவற்றில் உட்கார்ந்து பல்வேறு ஸ்தாயிகளில் பாடம் படித்துக் கொண்டிருந்த சிறுசுகள் மீதே அவர் பார்வை பட்டு நகர்ந்தபடி இருந்தது. கண்களை இடுக்கிய வண்ணம் தெருக்களைச் சுற்றி வந்தார். புகையும் வயிற்றைக் குமட்டும் நாற்றமும் வரத் தொடங்கியது. கூவம் நெருங்கிக் கொண்டிருப்பதை உணர்ந்தார். இந்த இடங்களில் இருக்க நியாயமில்லை என்று ஒரு தெருவில் திரும்பினார். அதுபோய் ஒரு வீட்டில் முட்டிக் கொண்டது. வந்த வழியே திரும்பி வேறு தெரு பார்க்க நடந்தார். பார்வையில் படும் சிறு பெண்களெல்லாம் அசப்பில் மலர் கொண்டு வந்த சிறுமியைப் போலவே தோன்றினார். கடைக்குத் திரும்ப இருந்தவர் எதற்கும் கோயிலை எட்டிப் பார்த்துவிடலாம் என்று குளத்திற்காய் திரும்பினார்.

கோபுரத்து மெர்குரி விளக்கு, இருண்ட வானத்தின் பின்னணியில் ஒற்றைக்கல் மூக்குத்தியென சுடர் விட்டது. நீரற்ற குளம் அமைதி கொண்டிருந்தது. மைய மண்டபத்தில் ஒற்றை நெருப்புப் புள்ளி மங்கி ஒளிர்ந்து ஆளிருப்பதைக் காட்டியது. படிக்கட்டு அனுமார் கோயில் விளக்கு, அணைந்தால் தேவலாம் என்று முணுக்முணுக்கென எரிந்தவண்ணம்

இருந்தது. ஏற்கெனவே சில சமயம் இந்தப் பக்கம் நடந்திருந்தாலும், கடக்கவியலா நீளம் கொண்டிருப்பதான பிரமிப்பை அளித்தது குளத்தங்கரை.

பிரதான வாயிலுக்கெதிரில் யானை நின்றிருந்தது. அதைச் சுற்றி ஒரே மொட்டைப் பட்டாளம். யானையிடம் என்ன இருக்கிறதென்று எல்லோரும் விழுந்து விழுந்து பார்க்கிறார்கள். போதாதென்று வெளியூரிலிருந்து வேறு கூட்டம். அவருக்கு எரிச்சலாக வந்தது. கும்பலைச் சுற்றிக் கொண்டு உள்ளே சென்றார். ஒவ்வொரு சந்நிதியாய் நகர்ந்தார். பெரும்பாலும் குழந்தைகளே இல்லை. ஏகமாக அலைந்ததில் கால்கள் விண்ணென்று தெரித்தன. பிரசாதக் கடையருகிலிருந்த படிக்கட்டில் போய் உட்கார்ந்தார். ஒரு மொட்டைக் குடும்பம் கசக்மொசக்கென்று தின்றுகொண்டிருந்தது. தரையெங்கும் இலைகளும் சோற்றுப்பருக்கைகளும் இறைந்து கிடந்தன. சந்நிதிகளை விடவும் அந்த இடத்தில் கூட்டம் அதிகமாயிருந்தது.

என்ன சேட்டுவாள் அபூர்வமா இந்தப்பக்கம். என்ன விசேஷம். மைசூர் பாக், தேங்குழல் இருக்கு. என்ன சாப்பட்ரேள் வியர்வையை சுண்டிவிட்டு, அசுரகதியில் பொட்டலம் கட்டியபடி பேச்சுக் கொடுத்தார் மடப்பள்ளிக்காரர். சுரத்தின்றி ஏதோ சில வார்த்தை பேசிவிட்டுக் கிளம்பினார்.

அவருக்குப் படபடப்பாக வந்தது. என்ன அநியாயம். பெரிய பகல் கொள்ளையாக அல்லவா இருக்கிறது. இதைப் போலிசில் போய் புகார் பண்ண முடியுமா? இல்லை யாரிடமாவது சொல்லி அழத்தான் முடியுமா? எவன் நம்புவான்? நிஜமாகத்தான். கனவில்லை. கதையில்லை. ஒரு சின்னப் பெண். ஸ்கூல் போகிற பெண். பாவாடை சட்டை ரெட்டை ஜடை. என்னை ஏமாற்றி விட்டது. கொடுக்கும்போது தங்கம்தான். சந்தேகமேயில்லை. நன்றாக உரசிப் பார்த்துதான் வாங்கினேன். வேறு யாரும் எடுத்து ஏமாற்றியிருக்கலாம் என்கிற பேச்சுக்கும் இடமில்லை. சாவி என்னிடம்தான் இருந்தது. கண்கட்டி வித்தையோ, என்ன மாயமோ. அந்தச் சிறுமியே நிஜமோ பொய்யோ. ஆனால் ஆயிரம் ரூபாய் இருப்பில் குறைவது உண்மை.

அந்தச் சிறுமியின் பிராயத்திலேயே மதராஸ் வந்தாயிற்று. தாத்தாவின் அருகிலிருந்து பார்த்துப் பார்த்துக் கற்றுக்கொண்ட தொழில். வேடிக்கை போல் விளையாட்டைப் போல் கரைந்து கற்றுக் கொண்ட தொழில். ஆரம்ப நாட்களில்கூட இப்படியொன்று நிகழ்ந்ததில்லை. தாத்தா ரொம்ப உற்சாகப்படுத்துவார். பேரனின் சூட்டிகையில் ஏகப் பெருமை. அப்பாதான் சிறிய தவறுக்கும் பயங்கரமாகக் கத்துவார். பெட்டியை பூட்டிய பின்னும், சாவி அதிலேயே தொங்கிக் கொண்டிருந்தால் போயிற்று. நிறைய தடவை விரல் முட்டுகளில் கடைச் சாவியாலேயே அடித்திருக்கிறார். அப்பா அடிக்கடி சொல்லுவார். முகத்தைப் பார்த்ததும் சொல்ல வேண்டும். அவன்தான் தேர்ந்த வியாபாரி. இது எப்படி. திரும்ப வந்து மீட்குமா? இல்லை, இப்போதிருந்தே இது நம்முடையது தானா என்று முடிவு செய்யத் தெரிய வேண்டும். குடிகாரன் சூதாடி போன்றவர் வைக்கிற பொருள் திரும்ப அவன் கைக்குப் போகப் போவதில்லை. அப்படியான ஆட்களிடம் அடிபிடி பேரம் பேசக்கூடாது. இவ்வளவு தான் என்று கறாராக ரெண்டு முறை சொன்னாலே போதும். அவனுக்கு வேண்டியது பணம்; அதுவும் உடனே. அவர்களை சீக்கிரம் முடித்து அனுப்ப வேண்டும். தாமதப்படுத்தினால் வேறு கடை பார்க்கப் போய்விடுவான். இப்படி இப்படியாக தாத்தாவின்

ஞானம் அப்பாவின் அறிவு மற்றும் தாமே சுயமாகக் கண்டுகொண்டு அமல்படுத்திவரும் சூட்சுமங்கள் என்று எதற்கும் ஓர் அர்த்தமின்றிப் போய்விட்டது.

அவருக்குக் குளிர்வது போல் இருந்தது. ஒற்றைத் தெருவிளக்கில் பனியிறங்குவது துல்லியமாகத் தெரிந்தது. தேரடியில் பெரும்பாலான கடைகளை அடைத்துக் கொண்டிருந்தனர். மீதப்பட்ட பழங்கள், அழுகல் எனத் தரம் பிரித்து ஜவ்வுத்தாள்களால் தள்ளுவண்டிகளை மூடிக் கொண்டிருந்தனர். மணி பத்துக்கும் மேல் ஆகிவிட்டிருக்கும் போல் தோன்றியது. அநேகமாக அந்தப் பகுதி முழுக்க அலைந்தாயிற்று. இனிப் பயனில்லை. அசதியும் சோர்வும் அந்தரத்திலிருந்து தோன்றியவை போல அவர் மீது திடீரெனக் கவிந்தன. சிரமமாக இருந்தாலும் சற்று வேகமெடுத்து நடந்தார்.

வேலைக்காரச் சிறுவன் காபி டபராவை எடுதததுக் கொண்டு போனான். எண்ணக்கோர்வை அறுபட வெளியில் பார்த்தார். வெயில் சூடேறத் தொடங்குவதை வீசிய காற்றின் வெம்மையிலிருந்து உணர முடிந்தது. எது எப்படியானாலும் கடை திறந்தாக வேண்டும். நாளை வெள்ளிக்கிழமை வாராந்திர விடுமுறை. ஏற்கெனவே தாமதமாகிவிட்டது. சோர்வாயிருந்தாலும் அன்றைய தினத்தைத் தொடங்க ஆயத்தமானார்.

கடையைத் திறந்து வைத்திருந்தான் மகன். அவனுடைய பொறுப்புணர்ச்சியை உள்ளூர பாராட்டிக் கொண்டார். எனினும் வெளிக்காட்டிக் கொள்ளாமல், காலை ஆகாரம் உண்டானா எனக் கேட்டு அவனை அனுப்பி வைத்தார். திண்டில் சாய்ந்தபடியே இடுப்புச் சாவியை எடுத்தவர் ஒருகணம் நிதானித்தார். சுயரூபத்தை அடைந்திருக்கலாகாதா என்கிற நப்பாசை அவரைப் பீடித்தது. கழுத்தை ஒடித்து திரும்பி அண்ணாந்து தலைக்கு மேல் நிர்வாணமாய் நின்று கொண்டிருந்த மகாவீரரைப் பார்த்து மனதிற்குள் பிரார்த்தித்தபடி கீழ் டிராயரைத் திறந்தார். அப்போதுதான் கொய்யப்பட்டது போல் ரோஜா மலர் நிர்மலமாய் காட்சியளித்தது.

இரவு தூக்கமின்மையால் கண்கள் எரிந்தன. உடல் வெம்மையடைந்து தலை கனத்தது. மகன் சீக்கிரம் வந்தால் தேவலாமென்று இருந்தது. படுத்துக் கொள்ள வேண்டும்போல் அசதி அவர் உடலையும் மனதையும் வியாபித்தது. அவருடைய கடைசிப் பேரன் கைகளால் படிகளைப் பிடித்து ஏறி கடைக்குள் வந்தான். வேறு சமயமாயிருந்தால் குழந்தையைத் தூக்கி மார்பிலணைத்துக் கொஞ்சியிருப்பார். யோசனையில் அவனையே வெறித்தபடி இருந்தார். குழந்தை குள்ள மேசையில் கையூன்றி ஏறினான். மூடப்படாதிருந்த கீழ் டிராயரில் மலரைப் பார்த்ததும் குதூகலமாய் மழலையில் கூவிக் கொண்டு அதையெடுக்கக் கையை நீட்டினான். எரிச்சலுடன் அவன் கையைத் தட்டிவிட்டு மேலே போகும்படி விரட்டினார். தாங்கவியலாத ஆற்றாமையுடன் மலரை எடுத்துத் தெருவில் வீசினார். அது சாக்கடையோரத்தில் போய் விழுந்தது.

கனத்த பேரேட்டைத் தூக்கி வைத்துக் கொண்டு வேலையில் மூழ்கினார் அவர்.

1984

091

பிரேம் - ரமேஷ்

மூன்று பெர்னார்கள்

1988ஆம் ஆண்டு டிசம்பர் 6ஆம் நாள் பிற்பகல் இரண்டு மணி பதினைந்து நிமிடங்கள் கடந்த நிலையில், புதுச்சேரி கடற்கரையோர மதுபான விடுதியான கடற்காகத்தில் மேல்மாடியில் பருகி முடிக்கப்படாத இறுதி மிடறு மேசை மீதிருக்க, கூடை வடிவ பிரம்பு நாற்காலியில் அமர்ந்த நிலையில் லூவான் பெர்னாரின் உயிர் பிரிந்திருந்தது.

குழியில் பலகை மீது விழுந்த ஈர மண்ணின் முதல் பிடி ஒலியைத் தொடர்ந்து வெவ்வேறு கைப்பிடி அளவுகளில் ஓசைகள் எழுந்தன. இடையே மண் குவியலில் மண்வெட்டி உரசும் சப்தம். இடம் மாறும் காலடிகளின் ஓசை, கல்லறைத் தோட்டத்திற்கு வெளியே வாகனங்கள் எழுப்பும் இரைச்சல்களும் அடங்கிவிட, சற்றுமுன் மணியோசையில் அதிர்ந்து கோபுரத்தை விட்டுப் பறந்த புறாக்கள் மீண்டும் வந்தடையும் சிறகோசை. எல்லாம் முடிந்துவிட்டது. ஆம் அவரைப் பொறுத்தவரை எல்லாம் முடிந்துவிட்டது. அறுபது ஆண்டுகள் ஆறு மாதங்கள் பதினேழு நாட்கள் வாழ்ந்து முடித்தாகிவிட்டது. நீர் கலக்காத இறுதி மிடறு மது மெல்ல மெல்ல ஆவியாகிக் கொண்டிருந்தபோது லூவான் பெர்னாரும் உடன் ஆவியாகி அற்றுப் போயிருந்தார்.

கொட்டும் மழையில் ஆளரவமற்ற புதுச்சேரி கடற்கரைச் சாலையில் நனைந்தபடி மெல்ல நடந்து செல்வது போன்ற சுகம் போகத்தில்கூட இல்லை எனச் சொல்லும் பெர்னாரை, எட்டு ஆண்டுகளுக்கு முன்பு நான் நனைந்தபடி நடந்துகொண்டிருக்கும்போது முதன்முதலாக எதிர்கொண்டு ஒருவருக்கொருவர் அறிமுகமானோம்.

நெடிய உருவம். தமிழனா ஐரோப்பியனா என அறுதியிட இயலாதத் தோற்றம். கட்டுத் தளராத குரல். பிரெஞ்சு மொழி பேசிப் பழகிய வாய்க்கே உரித்தான கரகரப்போடு வெளிப்படும் தமிழ். எந்தவோர் அசைவிலும் அவசரங்காட்டாத ஒரே சீரான தாள கதி. பெர்னாரை இத்தனை சீக்கிரத்தில் இழந்துவிடுவேன் என நான் நினைத்ததில்லை.

கப்பித்தேன் மரியூஸ் ஸவியே தெருவில் வெளித்தோற்றத்தில் காரை பெயர்ந்து இடிந்து கிடக்கும் சுவர்களைக் கொண்ட அவருடைய வீட்டின் உள்தோற்றம் அத்தனை மோசமில்லை. வரவேற்பறைச் சுவரில் வெள்ளைக்காரத் தந்தையுடன் கம்மல் மூக்குத்தி அணிந்து குங்குமமிட்ட நெற்றியுடன் தமிழ்க் கிறித்துவ அன்னை. கருப்பு வெள்ளைப் புகைப்படம் தேக்குச் சட்டமிடப்பட்டு பெரிய அளவில் தொங்கிக் கொண்டிருக்க, எதிர் மூலையின் வலப்பக்கத்தில் இலைகளைக் கழித்துவிட்டு நட்ட சிறு மரம்போல தொப்பிகளை மாட்டிவைக்கப் பயன்படும் மரத்தாலான ஒரு பொருள். பெர்னார் குடும்பத்தினரின் பல்வேறு வடிவங்கள் கொண்ட தொப்பிகள். பல தொப்பிகள் தங்களுக்கானத் தலைகளை என்றோ இழந்துவிட்டதன் சோகத்தை என்னைக் கண்டதும் மீண்டும் பொருத்திக்கொண்டு அசைந்தன. உள்கட்டுக்குள் நுழைந்ததும் வடலூர் ராமலிங்க சுவாமிகளின் மிகப் பெரிய வண்ண ஓவியம். தரையிலிருந்து சுவரில் சாய்ந்த நிலையில் நின்ற வெள்ளாடையுருவத்தின் காலடியில் பணிப்பெண் வைத்துவிட்டுச் செல்லும் நான்கைந்து செம்பருத்திகள். அதற்கடுத்து சிறு நடையைத் தாண்டி வலப்பக்கமும் இடப்பக்கமும் இரண்டு அறைகள். இடப்பக்கம் படுக்கையறை. வலப்பக்கம் அவருடைய பூசையறை என்று சொன்னார். கதவிற்கும் நிலைச் சட்டத்திற்குமான ஒட்டடைகள் அடர்ந்திருந்த நிலையில், புழக்கமற்ற அந்த அறையை பூசையறை என்கிறாரே என அப்பொழுது நினைத்துக்கொண்டேன். ஒரு முறை பகலில் நான் அங்கிருந்தபோது பணிப்பெண்ணை அழைத்து வலப்பக்க அறைக் கதவைச் சுத்தம் செய்யச் சொன்னேன். அதற்கு அவள், 'மெர்ஸ்யே திட்டுவாரு' எனச் சொல்லிவிட்டுச் சென்றது எனக்கு விநோதமாக இருந்தது.

பெர்னாரின் விநோதமான பழக்கவழக்கங்களையும், அவருடைய வாழ்க்கையில் நடந்த சில சம்பவங்களையும் கேட்டு ரசிப்பதில் என் மனைவிக்கு அலாதியான விருப்பம் இருந்தது.

ஒருமுறை என் வீட்டுக்கு விருந்துக்கு வந்திருந்த பெர்னார் ஒயினில் தனது சுருட்டுச் சாம்பலையிட்டுக் கலக்கி அருந்தியதைக் கண்ட நாங்கள் எல்லோருமே திடுக்கிட்டோம். மேலும் அவர் புகையிலை ஊறிய ஒயினை அருந்துவதற்கு ஈடான ருசியும் போதையும் வேறெவற்றிலும் இல்லை எனவும் சொல்வார்.

பெர்னாரை நான் அடிக்கடி சந்திப்பது போய் தினமும் ஒவ்வொரு மாலையும் அவருடன் கழிவதையும், அளவுக்கு அதிகமாகக் குடிப்பதையும் அடிக்கடி சுட்டிக்காட்டி வந்த என் மனைவிக்கு அவரின் மேல் சிறு கோபமும் வெறுப்பும் மெல்ல வளரத் தொடங்கியது.

பிரான்சிலிருக்கும் தன் வெள்ளைக்கார மனைவி குறித்தும் தன்னுடைய மகனைக் குறித்தும் பெர்னார் அடிக்கடி குறிப்பிடுவார். விவாகரத்து செய்துகொள்ளாமலேயே மிக இளம் வயதிலிருந்தே தாங்கள் பிரிந்து வாழ்வதாகவும் சொன்னார். மகன் ஆண்டுக்கு ஒரு முறை வந்துத் தன்னைப் பார்த்துவிட்டுச் செல்லும் பழக்கமும் நாளடைவில் குறைந்துவிட்டதாகவும் சொல்லியிருக்கிறார்.

எனக்கு எப்பொழுதுமே பிறருடைய வாழ்க்கை பற்றிய செய்திகளில் ஈடுபாடு இருந்ததில்லை. பெர்னாருடைய வாழ்க்கைக் கதையில் எனக்குத்

தேவைப்படுவது எதுவுமே இல்லை என்றபோதும், என் மனைவிக்கு உதவுமே என அவர் சொல்வதைக் கேட்டுக் கொள்வேன்.

அப்படித்தான் ஒருமுறை அவர் சொன்னார்: தனது வெள்ளைக்காரத் தகப்பனான ஃப்ரான்சுவா பெர்னாருக்கும் வடலூர் வள்ளலாருக்கும் இடையே ஆழமான பக்திப் பிணைப்பு இருந்தது என்று. வள்ளலார் என்னுடைய சாதியைச் சார்ந்த மாபெரும் யோகி என்பதில் எனக்கு எப்போதும் பெருமை உண்டு. பெர்னாரின் அன்னையும் என் சாதியைச் சார்ந்த கிறித்துவர் என அறிய வந்தபோது, எங்களுக்குள் சாதிய நெருக்கமும் வளர்ந்துவிட்டதை தவிர்க்க முடியவில்லை.

வள்ளலாரைப் பற்றிய ஒரு பேச்சின்போது பெர்னார் சொன்ன தகவல் என்னை அதிர்ச்சியடைய வைத்தது. வள்ளலார் தான் நூற்று இருபத்தைந்து ஆண்டுகள் உயிர் வாழப் போவதாகச் சொன்னபடி அந்த நீண்ட ஆயுளை வாழ்ந்து முடித்தவர் எனச் சொன்னார். கிழம் போதையேறி உளறுகிறது என அசிரத்தையோடு கேட்டுக் கொண்டிருந்தேன். தனக்குப் பத்து வயது ஆகும்போதுதான் அதாவது ஆயிரத்துத் தொள்ளாயிரத்து நாற்பத்தியெட்டாம் ஆண்டில்தான் அந்தச் சுடர் அணைந்தது என அவர் சொன்னதை என் மனைவியிடம் சொல்ல; தயவு செய்து இனி குடித்துவிட்டு மகான்களைப் பற்றி பேசவேண்டாம் என கடுமையோடு முகத்தை வைத்துக்கொண்டு சொன்னாள்.

ஒருமுறை பெர்னாரிடம் நான் கேட்டேன், "உங்களுடைய வீட்டின் எல்லா இடத்திலும் நான் புழங்கி வருகிறேன். உங்களுடைய பூசையறையை மட்டும் இதுவரை எனக்குத் திறந்து காட்டவில்லையே" என்று. அதற்கு அவர் நெடுநேரம் மௌனமாக இருந்தார். பிறகு நிதானமாக, "வாழ்க்கையில் வினோதமும் எதார்த்தமற்ற போக்கும் மிக அவசியம். ஒவ்வொரு மனிதனுக்கும் நிச்சயமான புனைவு எப்படி அவசியமோ அதுபோலவே நிச்சயமற்ற புனைவும் அவசியம்" என்று பிரெஞ்சு மொழியில் சொன்னார். பிறகு அதையே தமிழிலும் சொல்ல எத்தனித்து சரியான சொற்கள் வந்து சேராமல் குழறினார்.

அவர் வீட்டில் குழல் விளக்குகளை பயன்படுத்துபவர் அல்லர். எல்லாயிடங்களிலும் குண்டு விளக்குகளையே பொருத்தியிருந்தார். வீட்டின் பழைமையும் குண்டு விளக்கின் ஒளியும் நல்ல போதையில் ஒருவித மாயப் புதிரென மனசெல்லாம் படியும். அப்படித்தான் அன்றும் இருந்தது. மஞ்சள் மின்னொளியில் வள்ளலாரின் ஓவியம் உயிரும் சதையுமாக நிற்பதைப் போலவே இருந்தது. நான் பெர்னாரிடம் சொன்னேன், "வள்ளலார் இறக்கவில்லை. அவர் மறைந்துவிட்டார். சித்தர்கள் என்றைக்குமே அழிவற்றவர்கள். நம்மோடு என்றைக்கும் அலைந்து கொண்டிருப்பவர்கள்."

பெர்னார் கடகடவென சிரித்து "போதையில் உனது பிரெஞ்சு மொழி அப்படியொன்றும் மோசமில்லை" என பகடி செய்தபடி என் பேச்சை மாற்ற அவர் எத்தனிப்பதாகத் தெரிந்தது.

நான் கடுப்பாகிப் போனேன். "வள்ளலாரை உமது குடும்பச் சொத்துப்போல பேசுகிறீரே உமது பொய்யுக்கும் ஒரு அளவு வேண்டாமோ" எனக் கத்திவிட்டேன்.

எஸ்.ராமகிருஷ்ணன்

கிழவர் ஆடிப்போய்விட்டார். தன்னிலை குலைந்த அவர், விருட்டென எழுந்துசென்று ஒரு பெரிய சாவியை எடுத்துவந்து பூசையறையைத் திறந்து விளக்கைப் போட்டுவிட்டு வந்து என் கையைப் பிடித்து இழுத்துக்கொண்டு பூசையறைக்குள் சென்றார். பிறகு நடந்தவையெல்லாம் எனக்கு நிச்சயமற்றுத் தெரிகின்றன. என் மனைவியிடன் நான் அதைச் சொல்ல அவள் கலவரத்தோடு என் மனோநிலையைச் சோதித்தாள். அந்தக் கிழவரோடு சேர்ந்து நீங்களும் பயித்தியமாகிவிட்டீர்கள் எனக் கத்தினாள். இனி நான் அவரைச் சந்திக்கக்கூடாது என என் சட்டையைப் பிடித்து உலுக்கினாள். அதற்குப் பிறகு இரண்டு மாதம் கழித்து கிழவர் இறந்த செய்தியைக் கேட்டுத்தான் நான் அவர் வீட்டுக்குப் போனேன். ஒருவாரம் அவர் உடல் ஜிப்மர் சவக்கிடங்கில் பதப்படுத்தி வைக்கப்பட்டிருந்தது. மகன் பிரான்சிலிருந்து வந்த பிறகு ஈமக்கிரியையை முடித்தனர். பெர்னாரின் மனைவி வரவில்லை.

ழாக் பெர்னார் இளவயது கிழவரைப் போலவே இருந்தான். என்னை விட இரண்டு வயது இளையவன். என்னைத் தொட்டுத் தொட்டுப் பேசினான். தான் இந்த வீட்டை இடித்துவிட்டு பெரிய அடுக்குமாடி கட்ட இருப்பதாகவும் நான்தான் அவனுக்கு உதவ வேண்டும் எனவும் கேட்டான். நான் கலவரப்படலானேன்.

“கடைசி காலத்தில் அப்பாவுக்கு நெருங்கிய நண்பராக இருந்திருக்கிறீர்கள். அவருடைய பூசையறையின் மர்மம் பற்றியும் அறிந்திருப்பீர்கள்தானே” என ஒருவிதக் கிண்டல் தொனிக்கும்படி கேட்டான்.

நான் மௌனமாக இருந்தேன்.

“சுமார் ஐம்பது ஆண்டுகளாக ஒரு சாமியாரின் பிணத்தை வைத்துக் கொண்டு மாரடிக்கிறார். இதனால்தான் என் அம்மா இவரைப் பிரிந்து என்னை அழைத்துக் கொண்டு பிரான்சுக்கே போய்விட்டார். என் தாத்தா காலத்துப் பிணம். இன்னும் சவப்பெட்டிக்குள் கிடக்கிறது. இதை அரசிடம் ஒப்படைக்க வேண்டும். அதற்கு நீங்கள்தான் உதவ வேண்டும்.”

நான் கண்களை மூடிக்கொண்டு மௌனமாக இருந்தேன். பதப்படுத்தப்பட்ட அந்த உடலை பெட்டியோடு எடுத்துவந்து நாம் வைத்துக்கொள்ளலாமா என என் மனைவியிடம் கண்கள் கலங்கக் கேட்டேன்.

அவள் என்னைப் பச்சாதாபத்தோடுதான் பார்த்தாள் என்றாலும் அந்தப் பார்வையை என்னால் தாங்க முடியாமல் தவித்தேன்.

“நான் உங்களுடன் வாழ்வதா வேண்டாமா?” என அமைதியாகக் கேட்டுவிட்டு விருட்டென எழுந்து சென்று படுக்கையறைக் கதவை அடைத்துக்கொண்டாள்.

மறுநாள் ழாக் பெர்னாரைச் சந்தித்தேன். என்னைப் பார்த்ததும் “என்ன முடிவு செய்தீர்கள்” எனப் பதறினான்.

“அரசிடம் ஒப்படைப்பது சாத்தியமில்லை. அரசாங்கமும் பத்திரிகை மீடியாவும் நம்மை கேள்விகேட்டுத் தொலைத்துவிடும். அந்த உடம்பின் ரகசியத்தை வெளிப்படுத்தினால் அது சமயப் பிரச்சினையாகி அது என் உயிருக்கே ஆபத்தாகிவிடும். இந்தப் பிணம் ஒரு சாமியார் மட்டுமல்ல,

இந்திய ஆன்மீகத்தின் ஒரு சிகரம். பிரெஞ்சுக்காரனான உனக்கு இதன் வெகுமானமோ, அற்புதமோ இதன் மூலம் உருவாகப்போகும் ஆபத்துக்களோ என்னவென்று தெரியாது” என நிதானமாகச் சொன்னேன். எனது நிதானம் அவனைக் கலவரப்படுத்தியது.

நீண்டநேரம் அமைதியாக ஒயினைப் பருகியபடி இருந்தோம். பிறகு எனது திட்டத்தை அவனிடம் சொன்னேன். மகிழ்ச்சியில் என்னைக் கட்டித் தழுவிக்கொண்டான்.

விடிந்தால் போகி. விடிய விடிய குடித்தபடி இருந்தோம். என் மனைவியோ தொலைபேசியில் பதறியபடியே இருந்தாள். அதிகாலை மூன்று மணிக்கு பூசையறைக்குள் சென்றோம். சவப்பெட்டி ஒரு காவித்துணியால் போர்த்தப்பட்டிருந்தது. துணியை விலக்கிவிட்டு ஆணியறையப்படாத பெட்டியைத் திறக்க முற்பட்டேன். மூாக் தடுத்தான். நான் அவனை ஏறிட்டுப் பார்த்தேன். பிறகு மூடியைத் திறந்து பார்த்தேன். காவித்துணியால் சுற்றப்பட்ட ஒரு பொட்டலம். பெட்டியோடு தூக்கி வந்து வாசலில் வைத்து பெட்ரோல் ஊற்றிக் கொளுத்தினோம். சடசடவென தீ எழுந்தது.

ஆங்காங்கே வீட்டு வாசல்களில் எதையெதையோ போட்டுக் கொளுத்தத் தொடங்கிவிட்டனர். அரைமணி நேரத்தில் வாசலில் சாம்பல் புகைந்தது. சாம்பலில் ஒரு கை அள்ளி எனது கைக்குட்டையில் கட்டிக்கொண்டேன். வீட்டுக்குள் சென்று வள்ளலாரின் படத்தை எடுத்து வந்து எனது காரின் பின் இருக்கையில் வைத்துவிட்டு மூாக்கிடம் கை குலுக்கி விடைபெற்றேன். வழி நெடுகிலும் வாசல்கள்தோறும் பெருந்தீ வளர்ந்துகொண்டிருந்தன.

092

உமா மகேஸ்வரி

மரப்பாச்சி

பரணில் எதையோ தேட ஏறிய அப்பா இறங்கும்போது வேறொரு பொருளைக் கையில் வைத்திருந்தார். கடந்த காலத்தின் தூசு அவர் மீது மங்கலாகப் படிந்திருந்தது. பழைய பொருள்களோடு ஞாபகங்களையும் உருட்டிக் களைத்துக் கனிந்த முகம். அப்பா அனுவைக் கூப்பிட்டார் எந்த நொடியிலும் விழுந்து சிதறுவதற்கான அச்சுறுத்தல்களோடு அவசர வாழ்வில் விளிம்பில் தள்ளாடும் அபூர்வமானதொரு குழந்தைக் கணத்தைத் தன்னிலிருந்து சேகரித்து அவளில் நட்டுவிட வேண்டும், உடனடியாக. ஒரு மாயாஜாலப் புன்னகையோடு அதை அனுவிடம் நீட்டினார். சிறிய, பழைய மஞ்சள் துணிப்பையில் பத்திரமாகச் சுற்றிய பொட்டலம், பிரிபடாத பொட்டலத்தின் வசீகரமான மர்மத்தை அனு ஒரு நிமிடம் புரட்டிப் பார்த்து ரசித்தாள். உள்ளே என்ன? பனங்கிழங்குக் கட்டு? பென்சில் டப்பா? சுருட்டிய சித்திரக் கதைப் புத்தகம்? எட்டு வயது அனுவிற்கு இந்தப் புதிரின் திகில் தாங்க முடியவில்லை. அப்பாவின் ஆர்வமோ அது இவளுக்குப் பிடித்திருக்க வேண்டுமே என்பதாக இருந்தது. அவசர அவசரமாகப் பிரித்தபோது வெளியே வந்தது கரிய மரத்தாலான சிறிய பெண்ணுருவம். அதனுடைய பழைமையே அனுவிற்குப் புதுமையானதாயிற்று. தெய்வ விக்கிரகங்களின் பிழைபடாத அழகோ, இயந்திரங்கள் துப்பிய பிளாஸ்டிக் பொம்மைகளின் மொண்ணைத்தனமோ வழவழப்போ அதற்கில்லை. விரல்களை உறுத்தாத சீரான சொரசொரப்பு. இதமான பிடிமானத்திற்கு ஏதுவான சிற்றுடல்; நீண்டு மடங்கிய கைகள்; ஒரு பீடத்தில் நிறுத்தப்பட்ட கால்கள்; வாழ்தலின் சோகத்தை வளைகோடுகளுக்குள் நிறைத்த கண்கள்; உறைந்த உதடுகள். 'ஹை, பின்னல்கூட போட்டிருக்கப்பா.' அனு ஒவ்வொன்றாகத் தடவிப் பார்த்தாள் அதிசயமாக. 'ஒவ்வோர் அணுவிலும் இதைச் செதுக்கிய தச்சனின் விரல்மொழி, உளியின் ஒலி' என்று அப்பா முழங்கை, கால்கள் மற்றும் முகத்தில் இருக்கிற சிறுரேகைகளைக் காட்டிச் சொன்னார். பிறகு அவளுடைய திகைப்பைத் திருப்தியோடு பார்த்தபடி,

புதிய விளையாட்டுத் தோழியுடனான தனிமையை அனுமதிக்கும் விதமாக அங்கிருந்து நகர்ந்தார்.

மரச் செப்புகள், சிறு அடுப்பு, பானை, சட்டி, சருவம், குடம், கரண்டி என்று எதிர்காலச் சமையல் அறையின் மாதிரி அவள் சிறு கைகளில் பரவிச் சமைந்து அவளைக் களைப்புறச் செய்தது. வட்டத் தண்டவாளத்தில் ஓடும் குட்டி ரயிலின் கூவல் சோகத்தின் நிழலை நெஞ்சுள் பூசுகிறது. கிளி, மைனா, புறா என்று பறவை பொம்மைகளின் மொழியோ சதா மேகங்களைத் துழாவிக் கொண்டிருக்கிறது. பிளாஸ்டிக் யுவதிகள் அவள் கற்பனையின் கனம் தாளமாட்டாத மெலிவோடு இருக்கிறார்கள்.

அம்மா சமையல், கழுவுதல், துவைத்தல், துடைத்தல் என எந்த நேரமும் வேலைகளோடிருக்கிறாள். பிறகு தங்கச்சிப் பாப்பாவின் குஞ்சுக் கை, கால்களுக்கு எண்ணெயிட்டு நீவி, காலில் குப்புறப் போட்டுக் குளிக்கவைக்கிறாள். துவட்டிச் சாம்பிராணிப் புகை காட்டி, நெஞ்சோடு அணைத்துச் சேலையால் மூடி மூலையில் உட்கார்ந்திருக்கிறாள் நெடுநேரம்.

‘அம்மா நான் உன் மடியில் படுத்துக்கட்டுமா?’

‘இன்னும் சின்னக் குழந்தையா நீ?’ நெஞ்சு வரை மேடேறிய கர்ப்ப வயிற்றோடு அம்மாவுக்குப் பேசினாலே மூச்சிரைக்கிறது. அவள் பகிர்ந்து தரும் அன்பின் போதாமை அனுவை அழுத்துகிறது.

அப்பா மெத்தையில் சாய்ந்து மடக்கி உயர்த்திய கால்களில் தங்கச்சிப் பாப்பாவைக் கிடத்தி தூரியாட்டுகிறார். கிலுகிலுப்பையை ஆட்டி பாப்பாவிற்கு விளையாட்டுக் காட்டுகிறார். ‘ங்கு, அக்கு’ என்று பாப்பாவோடு பேசுகிறார்.

‘அப்ப, இந்தக் கதையில அந்த ராஜாஞ்’ என்ரு அனு எதையாவது கேட்டால்., ‘பெரிய மனுசிபோல் என்ன கேள்வி நை நைனு, சும்மா இரு’ என்று அதட்டுகிறார்.

‘நான் யார்? பெரியவளா, சின்னவளா, நீயே சொல்’ அனு கேட்கையில் மரப்பாச்சி மௌனமாய் விழிக்கும்.

‘எனக்கு யாரிருக்கா? நான் தனி.’ அனுவின் முறையிடல்களை அது அக்கறையோடு கேட்கும். சுடுகாயைத் தரையில் உரசி அதன் கன்னத்தில் வைத்தால் ‘ஆ, பொசுக்குதே’ என்று முகத்தைக் கோணும். கொடுக்காப்புளிப் பழத்தின் கொட்டையில், உட்பழுப்புத் தோல் சேதம் அடையாமல் மேல் கறுப்புத் தோலை உரித்து நிலை மேல் வைத்தால் பகல் கனவும் பலிக்கும் என்கிற அனுவின் நம்பிக்கைகளுக்கு ‘ஆமாஞ்சாமி’ போடும். அவள் நிர்மாணிக்கிற பள்ளிகளில் மாணவியாக, தொட்டில்களில் பிள்ளையாக, சில நேரம் அம்மாவாக, கனவுலக தேவதையாக எந்த நேரமும் அனுவோடிருக்கும்.

மரப்பாச்சி புதிய கதைகளை அவளுக்குச் சொல்லும்போது, அதன் கண்களில் நீல ஒளி படரும். மரப்பாச்சி மரத்தின் இதயமாயிருந்தபோது அறிந்த கதைகள், மரம் வானை முத்தமிட்ட பரவசக் கதைகள், மழைத்துளிக்குள் விரிந்த வானவிற் கதைகள்... அவள் எல்லா நாளும் ஏதாவது ஒரு கதையின் மடியில் உறங்கினாள்.

வருடங்கள் அவளை உருக்கிப் புதிதாக வார்த்தன. நீண்டு, மினுமினுக்கிற கைகள்; திரண்ட தோள்கள்; குழைந்து, வளைந்த இடுப்பு, குளியல் அறையில் தன் மார்பின் அரும்புகளில் முதன் முறையாக விரல் பட்டபோது பயந்து, பதறி மரப்பாச்சியிடம் ஓடி வந்து சொன்னாள். அது தனது சிறிய கூம்பு வடிவ முலைகளை அவளுக்குக் காட்டியது.

அவள் குளியல் அறைக் கதவுகளை மூடித் தன்னைத் தனிப்படுத்திக் கொள்வதில் அம்மாவிற்குக் ஆதங்கம். 'நான் தலை தேய்த்து விடறேனே' என்கிறாள்.

'ஒண்ணும் வேணாம்' என்று அனு விலகுகிறாள். அம்மா தனக்கும் அவளுக்கும் இடையே தள்ளத் தள்ள முளைத்தாடும் திரைகளை விலக்க முயன்று, தாண்டி முன்னேறுகையில் புதிது புதிதாய் திரைகள் பெருகக் கண்டு மிரண்டாள். நிரந்தரமான மெல்லிய திரைக்குப் பின்புறம் தெரியும் மகளின் வடிவக்கோடுகளை வருடத் தவித்தாள்.

எல்லோரும் தூங்கும் இரவுகளில் அனுவின் படுக்கையோரம் அம்மா உட்கார்ந்திருப்பாள். அனுவின் உறக்கத்தில் ஊடுருவி நெருடும் அம்மாவின் விழிப்பு. உள்ளங்கை அனுவின் உடல் மீது ஒற்றி ஒற்றி எதையோ எதையோ தேடும். 'என்னம்மா?' பாதி விழிப்பில் அனு கேட்டால் பதற்றமாகக் கையை இழுத்துக்கொண்டு, 'ஒண்ணுமில்லை' என முனகி, முதுகு காட்டிப் படுத்துக் கொள்வாள். அம்மாவின் முதுகிலிருந்து விழிகளும் வினாக்களும் தன் மீது பொழிவதை அனுவால் அறிய முடியும்.

பள்ளிக்குக் கிளம்பும் நேரம் இப்போதெல்லாம் மேலாடையைச் சரியாகப் போடுவது அம்மாதான். சாயங்காலம் அவள் வர பத்து நிமிடம் தாமதித்தால், வாசலில் அம்மா பதறித் தவித்து நிற்கிறாள். எங்கே போனாலும் அம்மாவின் கண்களின் கதகதப்பும் மிருதும் அடைகாக்கிறது.

தன் அயர்விலும் ஆனந்தத்திலும் மரப்பாச்சி மங்குவதையும் ஒளிர்வதையும் கண்டு அனு வியக்கிறாள். தன்னை அச்சுறுத்தவும் கிளர்த்தவும் செய்கிற ததும்பல்களை மரப்பாச்சியிடமும் காண்கிறாள். கட்புலனாகாத கதிர்களால் தான் மரப்பாச்சியோடு ஒன்றுவதை உணர்கிறாள்.

மரப்பாச்சியின் திறந்த உடல், கோடுகள் தாண்டி மிளிரும் விழிகள், இடுப்பும் மடங்கிய கையும் உருவாக்கும் இடைவெளி அனைத்தையும் உறிஞ்சத் திறந்த உதடுபோல் விரியும். அனுவின் உலகம் அதற்குள் வழுக்கி, நகர்ந்து, சுருங்கும்.

சிறுமிகள் அனுவை விளையாடக் கூப்பிட்டு உதடு பிதுக்கித் திரும்புகிறார்கள். கூடத்துத் தரையில் முடிவுற்று ஆடும் தொலைக் காட்சியின் ஒளி நெளிவுகள், இரவில் ஊறும் இருள், ஜன்னல் கதவுகள் காற்றில் அலைக்கழிய, அனு கட்டில் ஓரத்தில் சுருண்டிருப்பாள். மேஜையில் இருக்கும் மரப்பாச்சியின் கண்கள் அவளைத் தாலாட்டும் மெல்லிய வலைகளைப் பின்னுகின்றன. அதன் முலைகள் உதிர்ந்து மார்பெங்கும் திடீரென மயிர் அடர்ந்திருக்கிறது. வளைந்து இடுப்பு நேராகி, உடல் திடம் அடைந்து, வளைந்த மீசையோடு அது பெற்ற ஆண் வடிவம் விசித்திரமாயும் விருப்பத்திற்குரியதாகவும் இருக்கிறது. அது மெதுவாக நகர்ந்து அவள் படுக்கையின் அருகில் வந்தது.

அதன் நீண்ட நிழல் கட்டிலில் குவிந்து அனுவை அருந்தியது. பிறகு அது மெத்தை முழுவதும் தனது கரிய நரம்புகளை விரித்ததும் அவை புதிய புதிய உருவங்களை வரைந்தன.; துண்டு துண்டாக. அம்புலிமாமா கதைகளில் அரசிளங்குமரிகளை வளைத்துக் குதிரையில் ஏற்றுகிற இளவரசனின் கைகள். சினிமாக்களில் காதலியைத் துரத்தி ஓடுகிற காதலனின் கால்கள். தொலைக்காட்சியில் கண் மயங்கிய பெண்ணின் கன்னங்களில் முத்தமிடுகிற உதடுகள். தெருவோரங்களில், கூட்டங்களில் அவள் மீது தெறித்து , உணர்வைச் சொடுக்கிச் சிமிட்டுகிற கண்கள். இன்னும் அம்மாவின் இதமான சாயல்கள், அப்பாவின் உக்கிரக் கவர்ச்சியோடான அசைவுகள், அத்தனையும் சிந்திய நிழற்துண்டங்கள், அபூர்வமான லயங்களில் குழைந்து கூடி உருவாகிறான் ஒருவன். அவள் ஒருபோதும் கண்டிராத, ஆனால் எப்போதும் அவளுள் அசைந்தபடியிருந்த அவன், அந்த ஊடுருவல் தனக்கு நேர்வதைத் தானேயற்று கவனம் கொள்ள முடிவது என்ன அதிசயம்? தனக்கு மட்டுமேயாகவிருந்த அந்தரங்கத்தின் திசைகளில் அவன் சுவாதீனம் கொள்வது குளிர்ந்த பரபரப்பாகப் பூக்கிறது. அந்த இரவு, காலையின் அவசரத்திலும் உடைபடாது நீண்டது. அனு வேறெப்போதும் போலன்றி தன் உடலை மிகவும் நேசித்தாள். கனவின் ரகசியத்தைப் பதுக்கிய மிதப்பில் பகல்களிருந்தன. பள்ளி முடிந்ததும் தாவி வந்து அவளை அள்ளுகிற மரப்பாச்சி; 'ஏன் லேட்?' என்று 'உம்'மென்றாகிற அதன் முகம்; நீள்கிற ரகசியக் கொஞ்சல்கள்; அம்மா இல்லாத நேரம் இடும் முத்தங்கள்; அவள் படுக்கையில் அவளுக்கு முன்பாகவே ஆக்கிரமித்திருக்கிற அவன். போர்வைக்குள் அனுவின் கைப்பிடியில் இருக்கிற மரப்பாச்சியை அம்மா பிடுங்க முயற்சித்தால், தூக்கத்திலும் இறுகப் பற்றிக் கொள்கிறாள். அதன் விரிந்த கைகளுக்குள் தன்னைப் பொதிந்தும், மார்பு முடிகளைச் சுருட்டி விளையாடியும் மீசை நுனியை இழுத்துச் சிரித்தும் தோள்களில் நறுக்கென்று செல்லமாய்க் கிள்ளியும் அவள் நேரங்கள் கிளுகிளுக்கும். தாபங்களின் படிகளில் சுழன்றிறங்குகிறாள் அவள். அகலவும் மனமின்றி அமிழவும் துணிவின்றி வேட்கையின் விளிம்பலைகளில் நுனிப் பாதம் அளைகிறாள்.

கிருஸ்துமஸ் லீவ் சமயம் அத்தை வந்தபோது அனு கவுனை கால்களுக்கிடையில் சேகரித்து, குனிந்து, கோல நடுச்சாணி உருண்டையில் பூசணிப் பூவைச் செருகிக்கொண்டிருந்தாள். 'அனு எப்படி வளர்ந்துட்டே!' அத்தை ஆச்சரியத்திற்குள் அவளை அள்ளிக் கொண்டாள். உணவு மேஜையில் விசேஷமான பண்டங்கள், பார்த்துப் பார்த்துப் பரிமாறும் அம்மா. அத்தை அனுவை லீவிற்குத் தன்னோடு அனுப்பும்படி கேட்டதும் அம்மாவின் முகத்தில் திகிற் புள்ளிகள் இறைபட்டன. 'அய்யோ மதினி, இவளை நாங்க கடிச்சா முழுங்கிடுவோம்? அப்படியே இவள் ஆளாகிற முகூர்த்தம் எங்க வீட்டில் நேர்ந்தால் என்ன குத்தம்? எனக்கும் பிள்ளையா குட்டியா? ஒரு தரம் என்னோட வரட்டுமே' அத்தை அவளைத் தன்னருகில் வாஞ்சையாக இழுத்துக் கொண்டாள்.

ஓர் உறுப்பையே தன்னிலிருந்து வெட்டியெடுப்பது போன்ற அம்மாவின் வேதனை கண்டு அனு மருண்டாள். துணிகளை அடுக்கிய பெட்டியில் மரப்பாச்சியை வைக்கப் போனபோது அத்தை, 'அங்கே நிறைய பொம்மை இருக்கு' என்று பிடுங்கிப் போட்டதுதான் அனுவுக்கு வருத்தம்.

அந்தப் பயணம் அவளுக்குப் பிடித்திருந்தது. நகர்கிற மரங்கள்; காற்றின் உல்லாசம்; மலைகளின் நீலச்சாய்வு. எல்லாமும் புத்தம் புதிது.

அம்மா வற்புறுத்தி உடுத்திவிட்ட கரும்பச்சைப் பாவாடையில் அனுவின் வளர்த்தியை மாமாவும் வியந்தார். பார்த்த கணத்திலிருந்தே மாமாவிடம் இருந்து தன்பால் எதுவோ பாய்வதை உணர்ந்து அவள் கூசினாள். 'எந்த கிளாஸ் நீ? எய்த்தா, நைன்த்தா?' என்று கேட்டுவிட்டு பதிலைக் காதில் வாங்காமல் கழுத்துக் கீழே தேங்கிய மாமாவின் பார்வையில் அது நெளிந்தது. ' எப்படி மாறிட்டே? மூக்கொழுகிக்கிட்டு, சின்ன கவுன் போட்டிருந்த குட்டிப் பொண்ணா நீ?' என்று அவள் இடுப்பைத் திமிறத் திமிற இழுத்துக் கொஞ்சியபோது மூச்சின் அனலில் அது ஊர்ந்தது. 'சட்டை இந்த இடத்தில் இறுக்குதா?' கேட்டு தொட்டுத் தொட்டு மேலும் கீழும் அழுத்தித் தேடிய உள்ளங்கையில் இருந்து அது நசநசவென்று பரவியது. மாமாவின் கைகளில் இருந்து தன்னை உருவிக்கொண்டு ஓடினாள் அனு.

அத்தை பிரியமாயிருந்தாள். திகட்டத் திகட்ட கருப்பட்டி ஆப்பம், ரவை பணியாரம், சீனிப்பாலில் ஊறிய சிறு உருண்டையான உளுந்து வடைகள் என்று கேட்டுக்கேட்டு ஊட்டாத குறைதான்.

'உன் அடர்த்தியான சுருள்முடியில் இன்னிக்கு ஆயிரங்கால் சடை பின்னலாமா? பின்னி முடித்து, கொல்லையில் பூத்த பிச்சி மொட்டுகளை ஊசியில் கோர்த்து வாங்கி , ஜடையில் தைத்து, பெரிய கண்ணாடி முன் திருப்பி நிறுத்தி, சின்னக் கண்ணாடியைக் கையில் தந்தாள். 'நல்லாயிருக்கா பார் அனு!'

அம்மா ஒளிந்துவைத்த அன்பின் பக்கங்கள் அத்தையிடம் திறந்து புரண்டன. அனு எந்நேரமும் அத்தையை ஒட்டி, இரவில் சுவர் மூலையில் ஒண்டிப் படுத்து, அத்தையின் சேலை நுனியைப் பார்த்தபடியே தூங்க முனைவாள். அவ்வளவு தூரத்தையும் ஒரு விரல் சொடுக்கில் அழித்துவிட்டு, மரப்பாச்சிக்குள்ளிருந்து கிளம்பி வருகிறான் அவன். அத்தைக்கும் அனுவிற்கும் நடுவே இருந்த சிறிய இடைவெளியில் தன்னை லாவகமாகச் செலுத்திப் பொருத்திப் படுக்கிறான். உறக்கத்தோடு அனுவின் தசைகளிலும் நரம்புகளிலும் கிளர்ந்து கலக்கிறான். அவனும் அவளும் இடையறாத மயக்கத்தில் இருக்கையில் ஒரு அன்னியப் பார்வையின் திடீர் நுழைவில் அத்தனையும் அறுபடுகிறது. அனு உலுக்கி விழிக்கிறாள். மிகவும் அவசரமாக கழிப்பறைக்கு போகவேண்டும் போலிருக்கிறது. கொல்லைக் கதவு திறந்து தென்னைகள், பவழமல்லி, மருதாணி எல்லாம் கடந்து, இந்த இருட்டில் குளிரில்...அய்யோ, பயமா இருக்கே. அத்தையை எழுப்பலாமா? ச்சே, அத்தை பாவம். அலுத்துக் களைத்து அயர்ந்த தூக்கம். ஏறி இறங்கும் மூச்சில் மூக்குத்தி மினுக்கும். காதோர முடிப் பிசிறில், கன்னத்து வியர்வைத் துளிர்ப்பில் அத்தைக்குள் புதைந்த குழந்தை வெளித் தெரிகிறது. எப்படியாவது தூங்கிவிடலாம். இல்லை, தாங்க முடியவில்லை. அடிவயிற்றில் முட்டும் சிறுநீர் குத்தலெடுக்கிறது. மெல்ல எழுந்து அத்தைக்கும் முழிப்புக் காட்டாமல் , கொலுசு இரையாமல் பூனைபோல நடந்து, சாப்பாட்டு மேஜையில் இடித்துச் சமாளித்து, இருட்டில் தடவி சுவிட்சைப் போடுகிறாள். கதவில் சாவியைத் திருகும் சிற்றொலி நிசப்தத்தின் மென்மைக்குள் பெரிதாக வெடிக்கிறது. அத்தை புரள்வது

கேட்கிறது. 'ரொம்ப இருட்டாயிருக்குமோ?' பயந்து, நடுங்கி, அடித்தாழை ஓசையிட நீக்கி, கதவைத் திறந்தால் பளீரென்று நட்சத்திரங்களின் கலகலத்த சிரிப்பு. மின்விளக்கின் மஞ்சளெளளி தரையில் சிறுசிறு நாகங்களாக நெளிகிறது; மிக அழகாக,அச்சமேற்படுத்தாததாக. தன் பயங்களை நினைத்து இப்போது சிரிப்பு வருகிறது. காற்றில் அலையும் பாவாடை. பிச்சிப்பூ மணம். செடிகளின் பச்சை வாசனை. மருதாணிப் பூக்களின் சுகந்த போதை, தாழ்ந்தாடுகிற நட்சத்திரச் சரங்கள். நிலவின் மழலையொளி. கழிவறைக் கதவின் கிறீச்சிடல்கூட இனிமையாக. சிறுநீர் பிரிந்ததும் உடலின் லகுத்தன்மை. இந்த மருதாணிப் புதர்கிட்டே உட்கார ஆசையாயிருக்கே. அய்யோ அத்தை தேடுவாங்க. திரும்பி வருகையில் அனு தான் தனியாக இல்லாததை உணர்ந்தாள். உடல் மீது நூறு விழிகள் மொய்த்து உறுத்தின. அனிச்சையாக ஓடத் தொடங்கியபோது எதன் மீதோ மோத, கடினமான கைகள் அவளை இருக்கின, காலையில் உணர்ந்த அதே சுடு மூச்சு. 'ச்சீ, இல்லை; என்னை பேய் பிடிச்சிடிச்சோ?' கரிய, நரை முடியடர்ந்த நெஞ்சில் அவள் முகம் நெருக்கப்படுகிறது. கொட்டும் முத்தங்கள் கன்னத்தில், உதட்டில், கழுத்தில், அவளுள் தளிர் விடுகிற அல்லது விதையே ஊன்றாத எதையோ தேடுகிற விரல்களின் தடவல், மாறாக அதை நசுக்கிச் சிதைக்கிறது. சிறிய மார்பகங்கள் கசக்கப்பட்ட போது அவள் கதறிவிட்டாள். வார்த்தைகளற்ற அந்த அலறலில் அத்தைக்கு விழிப்புத் தட்டியது. காய்ந்த கீற்றுப் படுக்கைமீது அனுவின் உடல் சாய்க்கப்பட்ட போது அவள் நினைவின்மையின் பாதாளத்துள் சரிந்தாள். கனமாக அவள் மேல் அழுத்தும் மாமாவின் உடல். அத்தை ஓடிவரவும் மாமா அவசரமாக விலகினார். அத்தையின் உலுக்கல்; 'அனு, என்ன அனு!' அவளிடம் பேச்சு மூச்சில்லை. 'பாத்ரூம் போக வந்தப்ப விழுந்துட்டா போல.' மாமாவின் சமாளிப்பு. அத்தை மௌனமாக அவளை அணைத்துத் தூக்கிப் படுக்கையில் கிடத்துகிறாள்.

அரை மயக்க அலைகளில் புரளும் பிரக்ஞை. 'இதுவா? இதுவா அது? இப்படியா, இல்லை, முகமும் முகமும் பக்கத்தில் வரும்; உடனே ஒரு பூவும் பூவும் நெருங்கி ஆடும்; வானில் புதிய பறவைகள் சிறகடிக்கும். நீலமேகமும் பசும் புல்வெளியும் ஒட்டி உறவாடும்; திசைகளெங்கும் குழலிசை இனிமையாகப் பெருகும்; அப்படித்தானே அந்த பாட்டில் வரும்? ஓஹோ, அப்படியிருந்தால் இது பிடித்திருக்குமா? நீ விரும்புவது அணுகுமுறையின் மாறுதலையா? இல்லை. ச்சே, இந்த மாமாவா? காதோர நரை. வாயில் சிகரெட் நெடி. தளர்ந்த தோள்களின் வலுவான இறுக்கத்தில் இருந்த கிழட்டுக் காமத்தின் புகைச்சல். நெஞ்சைக் கமறுகிறது. உடல் காந்துகிறது. மார்பு வலியில் எரிகிறது. கண்கள் தீய்கின்றன.

'அய்யோ அனு, மேல் சுடுதே. இந்த மாத்திரையாவது போட்டுக்கோ' அத்தை வாயைப் புடவையால் போர்த்திக்கொண்டு விம்முகிறாள். மாமாவின் அறைக்கு ஓடி என்னவோ கோபமாய்க் கத்துகிறாள்.

'நான் இனி நானாயிருக்க முடியாதா? மாமாவின் தொடல் என் அப்பாவுடையது போலில்லை. அப்பா என்னைத் தொட்டே ஆயிரம் வருடம் இருக்குமே! என் முதல் ஆண் இவனா! என் மேல் மோதி நசுக்கிய உடலால் என்னவெல்லாம் அழிந்தது? பலவந்தப் பிழம்புகளில் கருகி உதிர்ந்த பிம்பங்கள் இனி மீளுமா? மாமா என்னிலிருந்து கசக்கி எறிந்தது எதை?

எனக்கு என்னவோ ஆயிடிச்சே. நான் இழந்தது எதை? தூக்கம் ஒரு நனைந்த சாக்குப்போல் இமைமீது விழுந்தது.

காலையில் தேய்ந்த ஒலிகள். அடுப்படியில் லைட்டரை அழுத்தும் சத்தம், பால் குக்கரின் விசில், டம்ளரில் ஆற்றும் ஓசை. விழித்தபடி படுத்திருந்த அனுவிடம், 'இந்தா காப்பியைக் குடி அனு' என்கிறாள் அத்தை.

'வேணாம், எனக்கு இப்பவே அம்மாகிட்டே போகணும்'

அத்தையின் கெஞ்சல்களை அனு பொருட்படுத்தவில்லை. மாமா பேப்பரை மடித்துவிட்டு பக்கத்தில் வருகிறார். மறைக்க முடியாத குற்ற உணர்வு அவர் முகத்தில் படலமிட்டிருக்கிறது அசிங்கமாக.

'உனக்கு மாமா ஒரு புது ஃப்ராக் வாங்கித் தரட்டுமா?'. தோளில் பட்ட கையை அனு உடனடியாக உதறித் தள்ளுகிறாள். மாமா அத்தையின் முறைப்பில் நகர்ந்து விலகுகிறார்.

பயணம் எவ்வளவு நீண்டதாக நகர்கிறது? எத்தனை மெதுவாகச் சுழலும் சக்கரங்கள்? அத்தையின் மௌனம் நெஞ்சில் ஒற்றுவதாகப் படிகிறது. அத்தை அம்மாவின் நைந்த பிரதியெனத் தோற்றம் கொள்கிறாள். 'அம்மா, அம்மா! நான் உன்னிடம் என்ன சொல்வேன்? என்னால் இதை எப்படிச் சொல்ல முடியும்?'

'என்னாச்சு? உடனே திரும்பிட்டீங்க? அம்மா இடுப்புக் குழந்தையோடு ஓடி வருகிறாள். அனுவைப் பாய்ந்து தழுவும் அவள் பார்வை. அத்தை வரவழைத்துக்கொண்ட புன்னகையோடும் கலங்கி வருகிற கண்ணோடும்.

'ஒரு நாள் உங்களைப் பிரிஞ்சதுக்கே உங்க பொண்ணுக்குக் காய்ச்சல் வந்துடுச்சு' எனவும் அம்மாவின் விழிகள் நம்பாமல் அனு மீது நகர்ந்து தடவுகின்றன... கை தவறி விழுந்தும் உடையாமல் இருக்கிற பீங்கான் சாமானைப் பதறி எடுத்துக் கீறவில்லையே என்று சரி பார்ப்பதுபோல.

அனு ஒன்றும் பேசாமல் உள்ளே ஓடுகிறாள். வீட்டின் நாற்புறமும் தேங்கிய துயரம். அமானுஷ்யமான அமைதி அங்கே பொருக்குக் கட்டியுள்ளது. 'என் மரப்பாச்சி எங்கே?' அனு தேடுகிறாள். கூடத்தில் தொலைகாட்சிப் பெட்டிமீது, அடுக்களையில் பொம்மைகளிடையே, பாப்பாவின் தொட்டிலில், எங்கும் அது இல்லை. 'அது கீறி உடைந்திருக்கும். நூறு துண்டாக நொறுங்கிப் போயிருக்கும். அம்மா அதைப் பெருக்கி வாரியள்ளித் தூர எறிந்திருப்பாள். அனுவின் கண்களில் நீர் கோர்த்தது. அழுகையோடு படுக்கையில் சரிந்தபோது மரப்பாச்சி சன்னலில் நின்றது. ஆனால் அது அனுவைப் பார்க்கவேயில்லை. அவளையன்றி எங்கேயோ, எல்லாவற்றிலுமோ அதன் பார்வை சிதறிக் கிடந்தது. அனுவின் தொடுகையைத் தவிர்க்க அது மூலையில் ஒண்டியிருந்தது. அதனோடான நெருக்கத்தை இனி ஒருபோதும் மீட்க முடியாதென்று அவள் மனம் கேவியது. உற்றுப் பார்த்தபோது மரப்பாச்சியின் இடை வளைந்து, உடல் மறுபடியும் பெண் தன்மையுற்றிருந்தது. மீண்டும் முளைக்கத் தொடங்கியிருந்த அதன் முலைகளை அனு வெறுப்போடு பார்த்தாள்.

093

யூமா வாசுகி

வேட்டை

வாசல் வரை வந்து நின்று தயங்கித் திரும்பினார் உஸ்மானி. தளர்ந்த உடலை நாற்காலியில் கிடத்திக்கொண்டு விறகுச் சாம்பல் கிடக்கும் கணப்படுப்பிற்குள் கண்களைச் செலுத்தியிருந்தவனை அவரது அழைப்புக்குரல் சலனப்படுத்தவில்லை.

"பொனாச்சா...."

" "

"மகனே பொனாச்சா"

" "

"சீக்கிரம் வந்துவிடுவேன். வீட்டிலேயே இரு. குடிக்கறதானா கொஞ்சம் சாப்பிட்ட பிறகு குடி, உடம்புதாங்காது." கெட்டுச் சீரழிந்து கொண்டிருக்கிற மகனது உடல் நிலைக்காக வெளிப்பட்ட பெருமூச்சுடன் உஸ்மானி படியிறங்கினார். கொழுத்த புலி மாதிரி திமிராய் அலைந்து கொண்டிருப்பான் பொனாச்சா. சேர்ந்தாற் போல ஒரு மணி நேரம் வீட்டில் நிலைக்குமா அவன் கால்கள். ரத்தம் உறைந்து போகிற இரவுக் குளிரில், அகால நேரங்களில் உறங்குவதற்கு வீடு திரும்புகிறவன். ஒரு நண்பனின் பின்னால் அமர்ந்து பைக்கிலோ, தனித்த நடையிலோ வரும் மகனை எதிர்பார்த்து, உஸ்மானி ஜன்னலைப் பிடித்தபடி நின்றிருப்பார். மகன் தோட்டத்திலிருக்கும்போது சில தடவை அவரும் செல்வதுண்டு. கூலிப் பெண்களுடன் சிரிப்பு அரட்டையுமாயிருப்பான் பொனாச்சா. அப்பாவைக் கண்டதும், கடுகடுப்பாய் வேலை வாங்குபவன் போல அவர்களை அதட்டுவான். சில நிமிடங்கள் நின்றிருந்து புன்னகை மனதுடன் உஸ்மானி புறப்படுவார். சரிவில் இறங்கி அருவிப்பாலத்தைக் கடப்பதற்கு முன்பாகவே பின்னாலிருந்து வரும் பொனாச்சாவின் பாட்டு. அதிரடியான பேச்சையும் சிரிப்பையும் போன இடம் தெரியாமலாக்கி வீட்டோட முடக்கிவிட்டாயே ராசய்யா, சரிதானா இதெல்லாம். உரித்த ஆட்டுத் தோலாய்த் துவண்டு கிடக்கிறான் என் மகன்.

எஸ்.ராமகிருஷ்ணன் ❖ 389

சூரியன் மேகத்துள் சோம்பியிருந்தான். காலையின் மங்கலான வெளிச்சத்தோடு மலைச் சரிவுகளின் செழுமையை இன்னும் போர்த்தியிருந்தது பனி. கணுக்கால்வரை தொளதொளப்பாய் நடையில் அசைந்தது கருப்பு கூர்க் உடை. விழா நாட்களில் மட்டுமே அணிப் படுவதால் படிந்து போன பீரோ வாசனை. தோளிலிருந்து குறுக்கே தொடங்கிய சங்கிலியின் இடுப்பு முடிச்சில் இணைக்கப்பட்டிருந்த குறுவாளின் கைப்பிடி சற்று துருவேறியிருந்தது. நினைவாய் எடுத்து வைத்திருந்த ரப்பர் பையைத் தொட்டுப் பார்த்துக் கொண்டார். வந்து உரசி முதுமையைச் சீண்டிப் பார்க்கும் குளிருக்கு மார்போடு கைகளை அணைத்து மெதுவாக நடந்துக் கொண்டிருந்தார். வழியின் இருபுறமும் மண்டிக்கிடந்த ஊதா மலர்கள் நடையைத் தட்டுபடுத்திற்று. நேற்றிருந்ததை விட இன்று அதிகம். அடுத்த நாட்களில் இலைகளே தெரியாமல் பெருகும் போலிருக்கிறது. இதுதானே பருவம். பொனாச்சாவின் அம்மா இருந்தால் இவைகள் காவேரியம்மனுக்கு மாலையாகும். குளிருக்கெல்லாம் பயப்படாமல் பூப்பறிக்கவென்றே வெயில் வருமுன் எழுந்துவிடுவாள். இரவு யாருக்கும் தெரியாமல் மலர்ந்த பூக்களை விடியலில் பார்க்கிற சந்தோஷத்தை அனுபவிக்கத் தெரிந்திருந்தது. பொனாச்சா சிறுவனாக இருந்தபோது இந்தப் பூக்களை அவனுக்குச் சூட்டி, சிறுமிகளின் உடையை இரவல் பெற்று அணிவித்து ஒரு பெண் குழந்தையைப் போன்ற ஒப்பனையில் போட்டோ எடுத்து வைத்திருந்தாள்.

தூரத்திலிருந்தே மண்டபத்தின் முகப்பிலுள்ள ‘அப்பர் கோடவா சமாஜ்’ எனும் வார்த்தைகள் வெளிறியும் சில எழுத்துக்கள் அழிந்தும் தெரிந்தன. யாரு கண்டுகொள்கிறார்கள் இதையெல்லாம். கூர்க் ஆச்சாரப்படி நடப்பவன் எவனைப் பார்க்க முடிகிறது. சண்டை சச்சரவின் போது ஒருத்தருக்கொருத்தர் வெட்டிக் கொள்ளும்போதுதான் மூதாதைகளின் வேட்டைப் புத்தி தெரிகிறது. மற்றபடி நிஜ கூர்க் என்று எவனுமில்லை. கல்யாணம் கருமாதின்னு வரும்போது செய்கிற சடங்குகளெல்லாம் கூட கொஞ்ச நாளைக்குத்தான். பிள்ளைகளை வெளிநாடு, வெளி மாநிலம்னு படிக்க அனுப்பிவிடுகிறார்கள். அதுகள் படிக்கப் போனபோது கத்துக்கிட்ட பழக்கத்தையெல்லாம் இங்கேயும் நடத்த ஆரம்பிச்சாச்சு. எதுவானாலும் ராசையா, இந்த மடிக்கேரி மண்ணில் கூர்க்க பொறந்த ஒருவர் எந்த நிலையிலேயும் வாக்குத் தவறக்கூடாது.

வெளியே பறையடிப்பவர்களைச் சுற்றி ஆடிக்கொண்டிருந்தது சிறு கூட்டம். அவ்வப்போது துந்துபியொத்த இசைக்கருவியிலிருந்து பிளிறிய ஓசை மேலும் அவர்களை உற்சாகப்படுத்தியது. புதுப்புது மனிதர்களாய் பலர் வாசலருகே நின்று ஆடுபவர்களைப் பார்த்திருந்தார்கள். வெளியாட்கள். மாப்பிள்ளை உறவுகளாயிருக்கலாம். உஸ்மானி நுழைவுத் தோணத்தைத் தாண்டும்போது ஓட்டமும் நடையுமாக வந்து எதிர்கொண்டார் ராசையா.

குனிந்து உஸ்மானியின் பாதங்களை மூன்று முறை தொட்டு நெஞ்சில் ஒற்றிக்கொள்ள, தன் இடதுகையை மார்பில் வைத்து மேலே முகமுயர்த்தி ராசையாவின் சிரத்திற்குமேல் நீண்ட வலக்கரத்தால் ஆசிர்வதித்தார் உஸ்மானி. பவ்யமாக உள்ளே அழைத்துச் செல்லப்படுகையில் ராசையாவின் கருப்பு அங்கியை உரிமையுடன், சரிப்படுத்திவிட்டு “எல்லாம் முறைப்படிதானே ராசையா” என்றார் லேசான அதிகாரத் தோரணையில்.

“ஆமாம். ஷகீலாவிற்கு இதிலெல்லாம் நம்பிக்கையில்லை. நான்தான் சொல்லிப் புரியவச்சேன். சிறுசுகள் சொல்லுதேன்னு வம்ச பழக்கத்தையெல்லாம் விட முடியுமா?”

“விடக்கூடாது ராசையா. கூடாது. ரொம்ப காலம் வெளியே போய் படிச்சவள்ளே, மாறிப்போய்ட்டாள். எவனையோ இழுத்துக்கிட்டு வராம ஒரு ‘கூர்க்’கா பாத்து காதலிச்சாளே அதுவரைக்கும் சந்தோஷம்.”

விஸ்தாரமான ஹாலில் வரிசையில் அமைந்திருந்த இருக்கைகளில் ஒன்றில் உஸ்மானி அமர்ந்தார். அருகில் உட்காந்திருந்தவர்களை நோட்டமிட்டு மெலிதான புன்னகையில் இதழ்கள் விரிய நரைபுருவத்தை நீவி விட்டுக் கொண்டார்.

கூட்டம் சேர ஆரம்பித்திருந்தது. திடீரென்று எழும் உரத்த சிரிப்புகளும் பரபரப்பாய் வேலை ஏவும் சப்தமும் கூடமெங்கும். வண்ணக் காகித ஜோடனை நேர்த்தியை குழந்தைகள் ரகசியமாகப் பிய்த்துப் பார்த்து சிதைத்தார்கள். வெளியிலிருந்து வந்த தாளகதிக்கு உள்ளேயும் சிலர் சேர்ந்து ஆடத்தொடங்கினார்கள். இருவர் இணைசேர்ந்து ஆடும் போட்டி ஆட்டத்தில் ஒருவர் சட்டென்று நடன அசைவை மாற்றினால் சேர்ந்து ஆடுபவரும் நொடியும் தாமதமின்றி ஆட்டத்தை அதேபோல் மாற்றியாக வேண்டும். ஆணும் பெண்ணுமாய் ஆடும்போது தோற்றுப்போய் அசடுவழிபவர்கள் அனேகமாக ஆண்களாகத்தான் இருக்கிறார்கள். தோற்ற ஆண்மகன் வெட்கி அந்த இடத்தைவிட்டு நகரும்படிக்கு கிண்டலால் துரத்துபவர்கள் பெண்கள். பிறழ்ந்தும் முறை தவறியும் ஆடப்படும் நடனத்தை வெறுப்புடன் பார்த்துக்கொண்டிருந்த உஸ்மானிக்கு அருகே பினு வந்து நின்று மண்டியிட்டாள். எழுந்து நின்று ஆசி வழங்கி பக்கத்து இருக்கையைக் காட்டினார். மறுத்து தரையிலேயே காலருகில் உட்கார்ந்த தங்கையின் சிரத்தை பரிவுடன் தொட்டன விரல்கள்.

“ரொம்ப நாளாச்சு உன்னைப் பார்த்து... ம், சௌக்கியம்தானே. நீயும் கிழவியாயிட்டு வரே போலிருக்கு. தலையில் பாதி நரைச்சாச்சு. ராசையாவிற்கு அக்கா மாதிரியிருக்கே” அண்ணனுக்கு மட்டும் கேட்கும் மெதுவான குரலில், “நீங்க கல்யாணத்துக்கு வர மாட்டீங்கன்னு நெனச்சேன்” என்றாள். உஸ்மானி சற்றுக் குனிந்து செவிமடுத்துக் கொண்டார்.

“அப்படியெல்லாம் ஏன் நினைக்கிற பினு. யார் வராவிட்டாலும் நான் வராமல் இருக்க முடியுமா? நாம் எதிர்பார்க்கிறபடியா எல்லாம் நடக்குது. யாரைக் குத்தம் சொல்றது இதுக்கெல்லாம்... சரிதான்னு ஏத்துக்க வேண்டியதுதான்.” பினுவின் கண்களிலிருந்து நீர் உதிர்வதைக் கண்டு பதற்றமாய் “அழாதே! அழாதே பினு. பொண்ணுக்கு அம்மா நீ. யாரும் பாத்துடப் போறாங்க, நீ என்ன செய்வே பாவம். உம்மேலே எனக்கொண்ணும் வருத்தமில்லே. வருத்தப்பட்டிருந்தா இங்கே வந்து உட்கார்ந்திருப்பேனா. ஷகிலாக்குட்டிக்கு இது சந்தோஷம்னா எனக்கும் தான்” கனிந்து குழைந்தது குரல்தொனி. தலை மூடிய துணியை இழுத்து பினு கண்களையும் முகத்தையும் துடைத்துக் கொண்டாள்.

“பொனாச்சா எப்படியிருக்கான்.”

“கொஞ்சம் நாளானா எல்லாம் சரியாகும்.”

“சின்ன வயசிலேர்ந்து சொல்லிச்சொல்லி வளர்த்துவிட்டு இப்போது இப்படி முடியுதுன்னா எவ்வளவு வேதனைப்பட்டிருப்பான். காதலிச்சவனை கல்யாணம் பண்ணலேன்னா செத்துப்போவேன்னு மிரட்டுகிறாள் அண்ணா இவள். திமிர். ரொம்பப் படிக்க வச்சிட்டோம் பாருங்க அந்தத் திமிருதான்.”

“அவளைத் திட்டாதே. அப்போதெல்லாம் ராசையா கூடத்தான் ஷகிலாவை பொனாச்சாவிற்காகத்தான் பெத்திருக்கேன்னு அடிக்கடி சொல்லிட்டிருப்பான். அவனே சம்மதப்பட்டு செய்யும்போது நீ என்ன பண்ண முடியும்ஞ் சரி போகட்டும். மாப்பிள்ளைப் பையன் யாருன்னு தெரியலையே. இன்னும் மண்டபத்துக்கு அழைத்து வரவில்லையா....”

வெளியே ஆட்டக்காரர் மத்தியில் மதுப்புட்டியுடன் தள்ளாடுபவனை பார்வையில் சுட்டினாள்.

“பெரிய வசதிக்காரனோ...”

“அவங்கப்பா துணிமில் வச்சிருக்காருண்ணா.”

“சரிதான்! நான் வீட்லேர்ந்து இவ்வளவு தூரம் நடந்தே வரேன். என் வீட்டுக்கு வந்தா என் மருமகளும் இப்படித்தான் இருக்கணும்.... பணக்காரனாக் கெடச்சது ஷகிலாவுக்குப் பாக்கியம்.”

மீண்டும் கண்களில் நீர் துளிர்க்க, “என்னை மன்னிச்சுடுங்கண்ணா” என்றாள் பினு. “மன்னிக்கறதாவது! எங்கேர்ந்து கத்துக்கிட்ட இப்படியெல்லாம் பேச, சரி எழுந்துபோ. போய் ஆகவேண்டியதைப் பாரு. நான் இருந்து நெறயக் குடிச்சிட்டு தின்னுட்டுதான் போவேன். பை கொண்டு வந்திருக்கேன் பாத்துக்க....” எடுத்து வைத்திருந்த ரப்பர் பிளாடரை வெளியே உருவிக் காண்பித்ததும் அமைதியாகச் சிரித்து பினு அகன்றாள்.

உஸ்மானி எழுந்து மறைவாக கழிப்பறைப் பக்கம் சென்று ரப்பர் பிளாடரை தொடையிடுக்கில் சரியாகப் பொருத்திக்கொண்டு வந்தார். அழகான பெரிய டிரேக்களில் விஸ்கி நிரம்பிய கண்ணாடிக் குவளைகளைச் சுமந்து வரிசையாக விநியோகித்து வந்தார்கள். ததும்பி தரை விரிப்பில் தெறித்தது மது. சிறுக சிறுக சுவைத்துப் பருகினார் உஸ்மான். பெண்களிடமும் சிறு பிள்ளைகளிடத்தும் விநியோகம் கொஞ்சம் தாராளமாகவே. தேவைப்பட்டுக் கேட்பவர்களுக்கு மட்டும் சிகரெட். கல்யாணத்திற்காக நாற்பதாயிரம் ரூபாய்க்கு மதுவகைகளை பெங்களூரில் இருந்து ராசையா வாங்கி வந்திருப்பதாக பக்கத்திலிருந்தவர்கள் பேசிக் கொண்டார்கள். வியப்பு மேலீட்டால் உஸ்மானி மேலும் இரண்டு குவளைகள் பெற்றுப் பருகினார். சிறிது நேரத்தில் சிறுநீருக்காக பொருத்தப்பட்ட பை லேசாக மேடிட்டிருந்தது உடைக்குள்.

பிடித்து வைத்திருந்த காவேரியம்மனுக்கு சில பெரிய உயர்ரக மதுப்புட்டிகளை வைத்து வணங்கி வாளை உயர்த்தி சில சம்பிரதாய வார்த்தைகளை உச்சரித்து முடிந்ததும் மணமக்களை எதிரெதிரே இருந்த இரண்டு தனியறைகளுக்கு அலங்கரிப்பதற்காக அழைத்துச் சென்றனர். கூட மத்தியில் ஒரு பீப்பாயை வைத்து அனைத்துவகை மதுவையும் கலந்து

காக்டெயில் தயாரிக்கும் வேலை நடந்துகொண்டிருந்தது. குடியில் மயங்கி விழுந்த தம் சிறார்களை அம்மாக்கள் தூக்கிச் சென்று யாருக்கும் இடையூறு இல்லாதபடி சுவரோரங்களில் கிடத்தினர். போதை உந்த அனாயாசமாய் நடனமாடும் தங்கள் பிள்ளைகளை வாத்ஸல்யத்துடன் மகிழ்ந்து பார்த்தனர் சிலர்.

வெளியே இசைத்துக் கொண்டிருந்தவர்களில் ஒருவன் பையில் ஐந்து ரூபாய் தாளொன்றைத் திணித்து அவருக்கு இஷ்டமான இசைலயத்தைச் சொல்லிக் கொடுத்து அவர்கள் அதை வாசிப்பது கேட்டு உஸ்மானியும் நடனமாடினார். தவறாக ஆடியவர்களிடம் சொன்னார். “பார்த்துக் கொள்ளுங்கள்! இதுதான் கூர்க் நடனம், இப்படித்தான் ஆட வேண்டும்.” உடை வியர்வையில் நனைய ஆட்ட முனைப்பிலிருந்தவரை பெண் பிள்ளைக்கு மருதாணியிட வேண்டுமென்று ராசையா உள்ளே அழைத்துப் போனார்.

அலங்காரம் பூர்த்தியாகி மாப்பிள்ளையும் பெண்ணும் அருகருகே அமர்த்தப்பட்டிருந்தார்கள். எதிரே வெள்ளித்தட்டில் குழைந்த மருதாணி. கூடவே நிறைய ஒடித்த ஈர்க்குச்சிகளும். ஒவ்வொருத்தராக குச்சியில் மருதாணியைத் தொட்டெடுத்து மணமக்களின் உள்ளங்கைகளில் வாழ்த்துக்களோடு பதித்தார்கள். ஷகிலாவின் தோழி குச்சியின் ஒரு முனையை பல்லில் கடித்து கூராக்கிக்கொண்டு மருதாணியைத் தொட்டு மணமகனின் கையில் கொஞ்சம் பலமாக அழுத்தினாள். சுருக்கென்ற வலியில் புன்னகையுடம் பார்த்தான் அவன். “இது போதாது, சஷீவ் கிட்டே ஹேர்பின் கொடுத்து மருதாணியை வைக்கச் சொல்லவா....” காதலன் காதில் சன்னமாகக் கிசுகிசுத்தாள் ஷகிலா. இருவருக்கும் மருதாணியிடுகையில் “ஒரு கூர்க் தம்பதிகளா வாழணும் மக்களே....” என வாழ்த்தி வந்து மீண்டும் உஸ்மானி மதுவைத் தொடர்ந்தார். கையை விரித்து மணமகன் அமர்ந்திருந்த இடத்தில் ஒரு கணம் பொனாச்சா இருந்து மறைந்தான்.

தரையில் ஓங்கி வீசப்பட்ட பாட்டில் உடைந்து சிதறி கூடமெங்கும் சிதறல்களாய்க் கீழிறங்கின. உறக்கத்திலிருந்த உஸ்மானி பதறியெழுந்து பார்த்தார். வியர்த்து மூச்சிரைக்க தரையைப் பார்த்துக்கொண்டிருந்தான் பொனாச்சா. கண்ணாடிச் சில்லுகளின்மீது கால்பட்டுவிடாமல் அணைத்து மகனை நாற்காலிக்குள் அழுத்தினார். “கொஞ்சம் சாந்தமாயிரு பொனாச்சா! வளர்ந்த பையனில்லே... அமைதியாயிரு. இப்படியெல்லாம் செய்யலாமா நீ” தரையில் கிடந்த பாதி உடைந்த பாட்டிலை எடுத்து ஆவேசங்கொண்டவனாய் எரிந்து கொண்டிருந்த கணப்படுப்பிற்குள் எறிந்தான். உஸ்மானி இறுக்கமாய் அணைத்துக் கொண்டு ஆதரவாய்ப் பேசினார். பேச்சிடையில் குரல் கம்மியது. “இப்படிச் செய்வதையெல்லாம் நிறுத்திவிடு மகனே. சித்ரவதையாயிருக்கு எனக்கு. அவள் மட்டும்தானா பெண். அவள் இல்லாவிட்டால் இன்னொருத்தி. இவ்வளவுதான் விஷயம். உன்னை சிதைத்துக்கொள்வதால் என்ன நடந்துவிடப்போகிறது. நான் இன்னும் சாகவில்லையடா பொனாச்சா, அவளைவிடவும் அற்புதமான பெண்ணொருத்தியை உனக்குக் கொண்டு வருவேன். மனசை அலட்டிக் கொள்ளாமல் அவளை மறக்கத்தான் வேணும் நீ.” அலமாரியிலிருந்து ஒரு புதிய பாட்டிலை எடுத்துத் திறந்து டம்ளரின் விளிம்பு வரை ஊற்றி பொனாச்சாவின் அதரத்தில் பதித்தார்.

மாப்பிள்ளை பெண்ணுக்கு கருகமணி கட்டியாயிற்று. இருவரையும் ஒன்றாய் உட்காரவைத்து கழுத்திலிருந்து முழங்கால்களை மறைக்கும் விதமாக பட்டுத்துணியைக் கட்டினார்கள். அருகிலேயே பெரிய பாத்திரத்தில் அரிசி. ஆண்களுக்கும் பெண்களுக்கும் தனித்தனியே வரிசையமைந்தது. வரிசையில் வருபவர்கள் பாத்திரத்திலிருந்து எடுத்த கொஞ்சம் அரிசியை மணமக்களின் பட்டு விரிப்பிலிட்ட பிறகு அன்பளிப்புகளைக் கொடுத்துச் சென்றனர். உஸ்மானியின் முறை வரும்போது தன் மோதிரத்தைக் கழற்றி மணமகனுக்கு அணிவித்தார். தன் விரலுக்குப் பொருந்தாமல் பெரிதாயிருந்த தங்க மோதிரம் கழன்று விழாமலிருக்க மணமகன் கையை மூடிக்கொண்டான்.

விருந்தில் பன்றியிறைச்சியும் காக்டெயில் மதுவும் பரிமாறப்பட்டன. கூடுதலாக பருப்பு நீரும் கோதுமை ரொட்டியும். எதிர்வரிசையில் அமர்ந்து சாப்பிட்டுக் கொண்டிருந்த ஷகிலாவிடம் மணமகனுக்கு இறைச்சி ஊட்டிவிடச் சொல்லி ஜாடை செய்து உஸ்மானி பலமாகச் சிரித்தார். சிரிப்பின் வேகத்தில் வாயிலிருந்து இறைச்சித் துணுக்குகள் வெளிவந்து விழுந்தன. பக்கத்தில் சாப்பிட்டுக் கொண்டிருந்தவனை உடைக்குள் உப்பிப் பருத்திருந்த தன் சிறுநீர்ப்பையை தொட்டுப் பார்க்கச் சொல்லி ஆனந்தப்பட்டுக்கொண்டார். குடித்தவர்கள் போதையிறங்கி சாப்பிட வேண்டுமென்பதற்காக கொண்டுவந்து வைக்கப்பட்ட டிகாக்ஷன் டீயிலும் ஒரு குவளை குடித்துவைத்தார் உஸ்மானி.

தகப்பனிடமிருந்து டம்ளரைப் பெற்று ஒரே மூச்சில் காலி செய்து டம்ளரைக் கீழே வைப்பதற்குக் குனிந்தவன் அப்படியே முழங்கால்களிடையில் முகத்தை மறைத்துக்கொண்டு குலுங்கியழுதான். செய்வதறியாது திகைத்துப் போனார் உஸ்மானி. அவரும் கண்கலங்கி வார்த்தைகளற்று பொனாச்சாவின் அதிரும் முதுகைத் தடவியபடியிருந்தார். இரவுகளில் இதைப்போல ஏதாவது நடந்து கொண்டுதான் இருக்கிறது ஷகிலாவின் திருமணம் நிச்சயிக்கப்பட்டதிலிருந்து. "அவள் உன்னைக் காதலிக்கவில்லையே, நீதானே அவளை விரும்பிக் கொண்டிருந்தாய். நீ அழுகின்ற பாவம் அவளைத் தொட வேண்டாம். போகட்டும் விடு. போகிற இடத்தில் நல்லா இருக்கட்டும்...." ஒரு பாம்பைப்போல சட்டென்று தலை நிமிர்த்திப் பார்த்தான் பொனாச்சா. "இருக்கட்டும். சந்தோஷமா இருக்கட்டும். நான் இதே ஊர்லே இருக்க முடியாது. இருக்கறதை வித்துட்டு நாம எங்கேயாவது போயிடலாம்..." ஒரு துணியைச் சுருட்டி கையில் வைத்துக்கொண்டு தரையில் கிடந்த பாட்டில் சிதறல்களை உஸ்மானி ஒன்று சேர்த்தார்.

"கொஞ்சம் யோசித்துப் பேசுகிறாயா நீ. ஆறு ஏழு தலைமுறைகளாக வாழ்ந்த இடத்தைவிட்டு ஒரு பெண்ணுக்காகப் போய்விடமுடியுமா? என்னைப் போல இல்லாவிட்டாலும் நீ ஒரு கோழையாக மாறாமல் இருக்கணும்."

"இங்கே யார் இருக்கா உங்களுக்கு. யாருக்கும் நாம தேவைப்படலே. எல்லோருக்கும் பணம் இருந்தா போதும். எம்மேலே நம்பிக்கையிருந்த என்னோட புறப்பட்டு வாங்க. இனிமேலும் நான் இங்கே இருந்தால் பைத்தியம் பிடிச்சிதான் சாக வேண்டியிருக்கும்."

நொடியில் சினம் கவ்விக்கொள்ள நின்றபடி உஸ்மானி முறைத்தார். சிவப்பேறின விழிகள். "இது உன் பேச்சுதானா பொனாச்சா! பொத்திப்

பொத்தி வளர்த்து உன்னை ஒரு பெண் பிள்ளையாக்கிட்டனோன்னு சந்தேகமா இருக்கு. தேவைக்கதிகமா கவலைப்படுறே ஒன்றுமில்லாத காரியத்துக்கெல்லாம். வம்ச கௌரவத்தையும் பொருட்படுத்தாம ஒருத்திக்காக ஓடிப்போயிடலாம்னு சொல்றவன் ‘கூர்க்’கா இருக்க முடியாது. உனக்கு விருப்பமிருந்தா சொல்லு. இந்த இரவே செத்துப் போறேன். நான் செத்தபிறகு நீ எங்கே வேண்டுமானாலும் போ...” பக்கத்திலமர்ந்து மகன் தோளைப் பற்றி மடியில் சாய்த்துக் கொண்டார்.

“இன்னும் குழந்தையாகவே இருக்கிறாயே மகனே. உனக்கு ஏன் பைத்தியம் பிடிக்கணும், ஏன் சாகணும். உனக்காகத்தானே என்னைக் காப்பாத்திட்டு இருக்கேன். மனம் பொறுக்கலைடா எனக்கு, சாகற அளவுக்கா துணிஞ் சிருக்கே. போயிடலாம். எங்கே போகலாம்னு நெனக்கறயோ அங்கே போயிடலாம். உன்னைவிட முக்கியமானது எனக்கு என்ன இருக்கு. போயிட வேண்டியதுதான்... தூங்கு அமைதியா. தூங்கிடு பொனாச்சா. எல்லாம் நல்லபடியாகும்.” ஆஜானுபாகுவான தன் மகனை வெகுநேரம் தட்டிக்கொண்டிருந்துவிட்டு விளக்கை அணைத்தார். ஜன்னலைத் திறந்ததும் குப்பென்று முகத்திலறைந்தது குளிர். தூரத்து மலைமுகடுகளின் விளிம்புகள் லேசாகத் தெரிந்தன. ரேடியோ நிலைய கோபுரத்தின் உச்ச விளக்கு பனியில் மறைந்து மங்கலான செம்புள்ளியாயிருந்தது.

பிரத்தியேகமாக அமைக்கப்பட்ட விளக்குகளின் பிரகாசத்திற்கு இருள் சற்றுத் தொலைவே ஒதுங்கிக் கொண்டது. மதுமகிமையில் குளிர் உறைக்கவில்லை யாருக்கும். இடைவிடாத ஆட்டத்தில் போதை விலகியவர்கள் உள்ளே சென்று ஊற்றிக்கொண்டு வந்தார்கள். இதற்காக உள்ளே செல்வது அசௌகரியமாகப் பட்டதால் வெளியே கொண்டு வரப்பட்டது பீப்பாய். விளக்கிலிருந்து தவறி விழுந்த வெட்டுக்கிளியொன்று மதுவிற்குள் தத்தளித்தது. ஐம்பது அடி தொலைவில் மண்டபத்தைப் பார்த்தபடி ஷகிலா நிறுத்தி வைக்கப்பட்டாள். பாதி நிரம்பிய பன்னீர்ப் பானையை தலையில் வைத்துப் பிடித்திருந்தாள். பானைக்குள் ரோஜா இதழ்கள் மிதந்தன.

அவள் பின்னால் தோழி சஷீவ். ஷகிலாவிற்கு எதிர்ப்புறமாய் மூன்றடி தூரத்தில் மணமகனின் தம்பி ஆர்ப்பாட்டமாய் ஆடிக்கொண்டிருந்தான். அருகிலேயே அவன் அம்மா, மகனுக்கு ஆட்டக் கிளர்ச்சி குன்றிவிடாதிருக்க சரியான விகிதத்தில் மது கலந்து கொடுத்துக் கொண்டிருந்தாள். வேகம் விஞ்சிப்போய் இரண்டொருதரம் ஷகிலாவின் மேல் விழத்தெரியவே ஷகிலாவிற்கு முன்னால் சஷீவ் நின்றுகொண்டாள். மாப்பிள்ளைத் தம்பியின் பெயரைக் கேட்டுத் தெரிந்துகொண்டு, “விடாதே சுகிர்த்! ஒரு அடிகூட விட்டுக்கொடுக்காதே. அவள் உள்ளே நுழைந்துவிட்டால் உன்னையும் உன் அண்ணனையும் பிரித்துவிடுவாள். விடாதே” உரக்கச் சத்தமிட்டார் உஸ்மானி. நேரம் கடந்துகொண்டிருந்தது. ஒரே இடத்தில் உச்ச வெறியில் களைப்படையாமல் ஆடிக் கொண்டிருந்தான். சில தடவைகள் சஷீவின் மேலே விழுந்தான். மேலே விழுந்தவனை நகைப்புடன் விலக்கி நிற்க வைத்தாள் சஷீவ். சுகிர்த் சீக்கிரம் வீழ்ந்து ஷகிலா உள்ளே போவதற்காக காட்டமான மதுவை பெண் வீட்டார் கொண்டு வந்து கொடுத்தார்கள். சுகிர்த் அதை தட்டிவிட்டு பக்கத்திலிருந்தவனைப் பிடித்து அவனிடத்தில் நிற்க வைத்தான். “இங்கேயே நின்று ஆடிக்கொண்டிரு. வந்துவிடுகிறேன்”

என்று சொல்லி அவனுக்குத் தேவையானதை தேவையான கலவையில் பருகி வந்து இடத்தைப் பெற்றுக்கொண்டு ஆடினான். தலையில் பானைச் சுமையில் நெளிந்தாள் ஷகிலா. சஷீவிடம் கேட்டான் சுகிர்த். "ஒரு முத்தம் தருகிறாயா, இரண்டடி வழிவிடுகிறேன்."

"இரண்டடி வேண்டாம். பத்தடி விட்டுக் கொடுக்கிறாயா?" சஷீவிடமிருந்து கன்னத்தில் ஒரு முத்தம் பெற்றுக்கொண்டு பின்னால் சென்று ஆடினான். பெண்ணும் தோழியும் பத்தடி முன்னேறினார்கள். கிண்டலும் சிரிப்புமாய் உஸ்மானி இரைந்தார். "அடே சுகிர்த் மடையா ஒரு முத்தத்துக்குப் பத்தடி தூரமா. இது அநியாயம்..."

"என்னையும் அண்ணனையும் பிரித்து விடுவாயா நீ? மாட்டேன் என்று சொல், ஐந்தடி வழிவிடுகிறேன்...." ஷகிலா பத்தடி வேண்டுமென்றாள்.

சுகிர்த் ஆட்டத்திலேயே தலையாட்டி மறுத்தான்.

"முடியாது ஐந்தடிதான்."

"சரி பிரித்துவிடமாட்டேன் உங்களை" என்று ஷகிலா ஒத்துக் கொள்ளவும், சுகிர்த் ஐந்தடி பின்னகர்ந்தான். சஷீவ், அவள் கன்னத்தைக் கிள்ளிப் பார்க்க அனுமதித்ததற்காகவும் அவன் அழகைப் புகழ்ந்ததற்காகவும் மேலும் சில அடிகள் சலுகை கொடுத்தான்.

மண்டபத்திற்குச் சுமார் இருபதடி தூரம் நெருங்கிய பிறகு எந்த சமரசத்திற்கும் கட்டுப்படாமல் ஆட்டத்தில் தீவிரமானான். அவனாக மனமிரங்கி வழிகொடுத்தால்தான் ஆயிற்று என்ற நிலையில் அசைவு புலப்படாமல் காற்பெருவிரலால் ஷகிலா ரகஸியமாக முன்வந்து கொண்டிருந்தாள். சற்றுத் தள்ளி கரகோஷங்கள் நடுவில் ஆடிக் கொண்டிருந்த மாப்பிள்ளை அங்கிருந்தபடியே கூச்சலிட்டான். "நகர்கிறாள் பார் சுகிர்த்! அவ்வளவு சீக்கிரம் விட்டுவிடாதே!" பறையோசையால் அவன் சொல்வது சரியாகக் கேட்காமல், அண்ணன் விட்டுக் கொடுக்கச் சொல்கிறான் எனக்கருதிய சுகிர்த் "முடியாது!" என்றலறினான். சுகிர்த்தை விரைவில் படுக்க வைக்க பெண்வீட்டாரும் இன்னும் நீண்ட நேரம் பெண்ணைத் தடுத்து வைப்பதற்காக மாப்பிள்ளை வீட்டாரும் அவரவர் வழிகளில் முயற்சித்துக் கொண்டிருந்தனர்.

சாக்கடையில் விழுந்துவிட்ட மாப்பிள்ளையின் நண்பன் ஒருவனுக்கு போதை தெளிவதற்கான சிச்ருஷைகளைச் செய்துவிட்டு சிறுநீர்ப்பை அசைய நடந்துவந்த உஸ்மானி "போகட்டும் விடு. எவ்வளவு நேரம்தான் தலையில் பானையுடன் நிற்பாள் பாவம்" என்றார். மேலும் சக்தியேற ஆடிக்கொண்டிருப்பவனின் காதுகளில் அவர் சொன்னது விழவில்லை. அவன் அம்மாவிடம் அவனுக்கு மிகப் பிடித்த மதுவின் பெயரைச் சொல்லி அதைக் கொண்டு வரும்படி ஏவினான். சென்று கொண்டிருக்கும் அவளுக்குக் கேட்க வேண்டும் என்பதற்காக அவனறியாமல் பக்கவாட்டில் ஓரடி விலகி "கிளாஸில் ஊற்ற வேண்டாம். பாட்டிலைத் திறந்து அப்படியே எடுத்து வா" என்று சொல்லி முடிப்பதற்குள், பெண்ணும் தோழியும் அவனைக் கடந்து பாய்ச்சலாய் உள்ளே ஓடினார்கள்.

அமர்ந்தபடியே பொனாச்சா வெளிக்கிளம்ப ஆயத்தமாகிக் கொண்டிருந்த தந்தையை வெறித்துப் பார்த்தான். ஸ்வெட்டர் கைகளிலிருந்து கையை எடுத்து நெஞ்சோடு சேர்த்திருந்தான். தோளின் இருபுறமும் ஸ்வெட்டரின் நீள் கைகள் கூடாய்த் தொங்கி அசைந்தன.

“நீங்கள் போகத்தான் வேண்டுமா?” அந்தப் பலகீனமான கேள்வி, பதில் கொண்டு வரவில்லை. ஸ்வெட்டருக்குள் கைகளைத் திணித்துக் கொண்டு உள்ளங்கைகளைத் தேய்த்துக் கன்னத்தில் வைத்துக்கொண்டான். விழி சிவந்து வெளுத்திருந்தது முகம். உதட்டில் தோல் வெடிப்புகளை நாவால் தடவிக் கொண்டான்.

“அந்தக் கல்யாணத்திற்கு நீங்கள் போக வேண்டாம். அது உங்கள் மகனுக்கு நடக்க வேண்டிய கல்யாணம்“ மரபான கருப்பு உடை அணிந்து தோற்சங்கிலியைப் பொருத்திக் கொண்டிருந்தார் உஸ்மானி.

“உங்களுக்கு நான் வேண்டுமென்றால் போக வேண்டாம். உங்கள் தங்கை மகள் திருமணம்தான் முக்கியமென்றால் தாராளமாகப் போய்க் கொள்ளலாம்“ உஸ்மானி அந்த தீர்க்கமான எச்சரிக்கைக்காகப் புன்னகைத்தார். கண்ணாடிமுன் நின்று ஏதாவது விட்டுப் போயிருக் கிறதாவென சரிபார்த்துக் கொண்டார். நீட்டிய சுட்டுவிரல் கோபத்தில் நடுங்க கண்ணாடிக்குள்ளிருந்து மகன் பேசினான், “நீங்கள் திரும்பி வரும்போது நான் இங்கே இருக்கமாட்டேன்...” கடைசியாக தன் ரப்பர் பையைத் தேடுவதில் முனைந்தார். விழாக்காலங்களில் அதிகம் குடிக்க நேரும்போது அது இல்லாமல் முடிவதில்லை. மேசை இழுப்பறையிலிருந்ததை உடைக்குள் வைத்துக்கொண்டு முதுகின் பின்னே துளைக்கும் பார்வைக்கு எதிர்வினை எதுவும் காட்டாமல் வாசலை நோக்கி நடந்தார். கம்பீரமாயிருந்தது நடை.

உஸ்மானி, முடிந்தவரையில் குடித்தும் நடனமாடியும் அயர்ந்து நின்றிருந்தார். தள்ளாட்டத்தை மறைப்பது சிரமமாயிருந்தது. இளவட்டங்களெல்லாம் இன்னும் ஆடிக்கொண்டுதானிருந்தனர். எப்படி மிதமாகப் பருகி போதையைத் தக்கவைத்துக் கொள்ள வேண்டுமென்பதில் பெண்கள் தேர்ந்திருந்தனர். சரிந்த ஆண்களைச் சுட்டிக்காட்டி பெண்கள் பேசிச் சிரித்தபோது விழுந்தவர்களின் மனைவிகள் வெட்கினார்கள்.

தலைவெட்டப்பட்ட வாழைமரங்கள் போதுமான இடைவெளியில் வரிசையாக ஊன்றப்பட்டிருந்தன. அன்றுதான் வெட்டப்பட்ட செழுமையான மரங்கள். அதன் வட்டமான மேற்தளத்தில் குச்சி செருகி சுற்றப்பட்டிருந்தது பூச்சரம். மரங்களைச் சுற்றிலும் நீர் தெளித்து தரை துப்புரவாக்கப்பட்டிருந்தது. மரங்களைச் சூழ்ந்தது கூட்டம். மாப்பிள்ளையின் தாய்மாமன் முறைக்கு ஒருவர் வந்தார். நீளமான வாளொன்று கொடுக்கப்படவும் வாளின் முனையால் தாம் வெட்டுவதற்குரிய மரங்களின் உச்சியிலுள்ள பூச்சரத்தை அகற்றிப்போட்டார். விளிம்பின் கூர்மையில் ஒளிமிளிரும் வாள் மந்திர உச்சாடனங்களுடன் பின்னோக்கி உயர்ந்தது. பிறகு அரைவட்டமாய்ச் சுழன்று மரத்தைத் துண்டித்தது. பறையோசையும் உணர்ச்சிக் கூவலும் கீழே பள்ளத்தாக்கின் வீடுகளையும் தொட்டெழுப்பின. ஒவ்வொரு மரமும் வெட்டப்படும்போது மேல்ஸ்தாயிக்குத் தாவியது பேரோசை. மரங்களின்

அருகிலேயே நின்று தடையில்லாமல் வெட்டுண்டு விழ வேண்டுமென மணமகன் பார்த்திருந்தான். மாப்பிள்ளை தரப்பு மரங்கள் வெட்டுப்பட்டு முடிவதற்குக் காத்திருந்து வாளென உஸ்மானி பெற்றுக் கொண்டார் பெண்ணுக்குத் தாய்மாமனாய்.

இரண்டு கைகளாலும் வாளை உயர்த்தி மந்திரம் சொல்வதற்கு அதிக நேரமானது. உச்சிப்பூச்சரத்தை நீக்கிய பிறகு அவரது வாள்வீச்சில் துண்டாகி விழுந்தது மரம். அவரது வேக அசைவில் அதிர்ந்தாடும் சிறுநீர்ப்பந்து எங்கும் சிரிப்பைத் தூவியது. அடக்க முடியாமல் வயிற்றைப் பிடித்துக்கொண்டு ஆண்களும் பெண்களும் சிரித்தார்கள். உடைத்துக்கொண்டு பீறிட்ட சிரிப்பால் பறையடிப்பவர்களாலும் இசைக்க முடியவில்லை. குழலூதுபவன் குழலைத் தரையில் ஊன்றி அதன்மேல் நெற்றியை முட்டுக்கொடுத்து மறைவாகச் சிரித்தான்

பினு தர்மசங்கடமாக அண்ணனையே பார்த்துக் கொண்டிருந்தாள். உஸ்மானியும் சிரித்துக்கொண்டுதான் மரம் வெட்டினார். ஒவ்வொரு மரத்தையும் வெட்டி நிமிரும்போது மணமகன் நிற்கும் இடத்தை கவனித்துக் கொண்டார். இன்னும் ஒரே ஒரு மரம். இதோடு திருமணம் முடிந்தது. மணமகன் நிற்கும் பக்கத்தில் வாகாக தள்ளி நின்றுகொண்டார். முகத்தில் சிரிப்பில்லை. போதையின் அலைக்கழிப்பில்லை. சர்வ கவனமாய் கூர்ந்த விழிகளில் வேட்டைக்களை. வாளை பக்கவாட்டில் ஓங்கினார் உஸ்மானி. சுவாசம் திணறியது. கடைசி மரமும் சாய்ந்தவுடன் தீவிர இசை முழக்கத்திற்கு சமிக்ஞை கொடுப்பதற்காக ஒரு கையை உயரே தூக்கியிருந்தான் மணமகன். இறுதி முறையாக வீசப்பட்ட வாள் மின்னல் தெறிப்பாய் வந்து மணமகனின் அடிவயிற்றில் ஆழப்பதிந்து நின்றதை, புலன் குவியப் பார்த்துக்கொண்டிருந்தனர் அனைவரும்.

094

பெருமாள் முருகன்

நீர் விளையாட்டு

அவனை அவர்கள் அழைத்தபோது மிகுந்த தயக்கத்தைக் காட்டினான். 'நானா' என்று வாய்க்குள்ளே மெல்ல இழுத்தான். ஆனால், அவன் நினைவுப் பாசிகள் துடைக்கப்பட்ட பளிச்சிடலின் அடியில் விருப்பமும் ஆர்வமும் புடைத்தெழும்பின. குழந்தைகள் அவனை மேலும் வற்புறுத்தலாயினர். அங்கே விருந்தாளியாக வந்திருந்தான் அவன். ஓரளவுக்கு நெருங்கிய உறவுதான். அடிக்கடி வரவில்லை என்பதே இயல்பாக இருக்க விடவில்லை. கொஞ்ச நேரத்தில் அந்தக் குழந்தைகள், எட்டிலிருந்து பன்னிரண்டு வயதிற்குள்ளான மூவர் சிறுமி, இரண்டு சிறுவர்கள் அவன் மடிமீது புரளவும் விளையாட்டின் நடுவராக அவனைப் பாவிக்கவுமான அளவிற்குத் தயாராகிவிட்டிருந்தனர். அதன் உச்சபட்சமாகத்தான் இந்த அழைப்பு. மனதில் மெலிந்த குறுகுறுப்பு உணர்வைத் தோற்றுவிப்பதாக, மூழ்கிவிட்ட நினைவுப் பொருள் ஒன்றைப் பெற்றுவிட்டதாக அவன் கிளர்ச்சி அடைந்தான். உடனே எழுந்து சென்றுவிடவும் முடியவில்லை. தயக்கத்தின் மெலிந்த நூல் முனைகள் அவன் கால்களை இறுகக் கட்டியிருந்தன. பாதம் வியர்த்து ஊன்றியிருந்த தரை பிசுபிசுத்தது. அங்கும் இங்குமாகக் கண்களை ஆசை நிரப்பி அலைபாய விட்டான். குரல் எழும்பாமல் உள்ளடைத்தது. குழந்தைகள் கைகளை இடுக்கிக் கொண்டு அவன் தாடையில் கைவைத்துக் கெஞ்சவும், கைகளை உரிமையுடன் பற்றி இழுக்கவும் தொடங்கினர். அவன் அசைவில் கட்டில் கிரீச்சிட்டுக் கத்தியது. ஏதாவது ஒரு குரல் 'அவரத் தொந்தரவு பண்ணாதீங்கடா' என்று உயர்ந்து இந்தச் சூழலைச் சிதைத்துவிடுமோ என அஞ்சினான். அதற்குள்ளாக அவர்களோடு எழுந்துவிடுவது நல்லது என்று பட்டது. தன் ஆர்வத்தை மனதிற்குள் சுருட்டிக்கொண்டு தயவு செய்யும் பாவனையில் 'துண்டு இல்லையே' என்றான். அதுதான் இப்போது பெரிய பிரச்சினைப் போல. அவர்கள் வெகு உற்சாகமாகக் கூவிக் கொண்டு எங்கெங்கோ ஓடி ஆளுக்கொரு துண்டை இழுத்து வந்தனர். முகம் முழுக்கப் பரவிய வெட்கச் சிரிப்போடு அவனும் எழுந்து கொண்டான்.

பசுமை மணம் பரவிய காடுகளுக்கிடையே நிலத்தின் பிளந்த வாய்போல சட்டென்று கிணறு தோன்றியது. சீரான சுவர்களையோ சமமான வடிவத்தையோ அது பெற்றிருக்கவில்லை. அங்கங்கே கதைகள் பிதுங்கி குழிப் பொந்துப் புண்கள் நிறைந்து 'ஆ'வென இருந்தது. படிகளெனத் தோன்றும்படி சுவடுகள் பதிந்த தடமொன்றும் தெரிந்தது. மோட்டாரின் குழாய் பாதியளவுக்கு மூழ்கி அசைவற்றிருந்தது. தென்னங்கீற்றுகளில் நுழைந்த கதிரொளி கிணற்றைத் துளைத்து ஆழ்மண்ணைக் காட்டியது. குதிப்பதற்குக் கால்களைத் துறுதுறுக்க வைக்கும் தோற்றமுடைய கிணறுதான் இது. குழந்தைகள் யார் முதலில் குதிப்பது என்று தர்க்கித்துச் சண்டையிட்டுக் கொண்டிருந்தன. குதித்தலில் தொடக்கம்தான் முக்கியம். ஒரு முறை நீர் சிதறிக் கிணற்றலையின் சத்தம் கேட்டுவிட்டால் போதும். கிணற்றின் உறைந்த மௌனத்தை முதலில் உடைக்க வேண்டும். அதன் பின் உற்சாக வெறி எல்லோரையும் தொற்றிக் கொள்ளும். அதைத் தொடங்குவதில்தான் அத்தனை சிரமம். முதலில் குதிப்பவரைக் காவு கொள்ளவெனக் கிணறு காத்திருப்பதான அச்சம். அவர்களின் கவனம் குவிந்திருந்த போது, குலையிலிருந்து கழன்று விழும் நெற்றுத் தேங்காயென அவன் குதித்திருந்தான். உடனே கிணற்றின் மூலைகள் ஒவ்வொன்றிலிருந்தும் அவர்களும் குதித்தனர். உறைந்திருந்த கிணறு இப்போது பலவித ஓசைகளில் பேசத் தொடங்கிற்று. இடைவிடாமல் நீர் அலைந்து சுவர்களில் மோதும் ஒலிகள். குழந்தைகள் அங்கங்கே பற்றி ஏறிக் குதிப்பதற்கான வழிகளை வைத்திருந்தன. குதிப்பதன் மூலம் நீரைத் துன்புறுத்துவதே அவர்களின் லட்சியம் போல தொடர்ந்து குதிக்கும் சத்தம்.

கிணற்றை அவன் வேறுமாதிரி உணர்ந்தான். பூங்குழந்தையை அள்ளி அணைக்கும் மென்மையுடன் நீரைக் கைகளால் வருடிக்கொண்டு நீந்தினான். கிணற்றின் ஒழுங்கற்ற உருவம் பெரும் சந்தோசத்தைக் கொடுத்திருந்தது. வெயில் வேளையில் தண்ணீரின் ஜில்லிப்பு உடலுக்கு ஒத்தடம். அடிக்கடி தலையை முழுகுவதிலும் மல்லாந்து நீச்சலடிப்பதிலும் அவன் விருப்பமுற்றான். சிதறி விழுந்திருந்த வெயில் ஆழ்பள்ளத்துக்குள் கிடக்கும் அவனைத் தேடி வந்து முகத்திலடித்தது. அற்புதத்தைத் தேக்கி வைத்திருக்கிறது கிணறு. அதைக் கொஞ்சம் கொஞ்சமாக அவனுக்கு வழங்குகிறது. கிணற்றின் மீது அன்பு வெறி முகிழ்த்தது. அதன் ஒவ்வொரு அணுவையும் தொட்டுத் தழுவ ஆசையுற்றான். அலைவில் தூசிக் கோல்கள் ஒதுங்கிக் கிடக்கும் அதன் மூலைகள் ஒவ்வொன்றையும் நோக்கி வெகுநேரம் பயணம் செய்தான். ஒவ்வொரு மூலையும் நின்று ஓய்வெடுப்பதற்கான சிறு இடத்தை ஏற்படுத்தி வைத்திருந்தது. குறைந்தபட்சம் பற்றி நிற்பதற்கான பிடிமானங்களையேனும் கொண்டிருந்தது. கருணை மிக்கது கிணறு. மூலைகளில் பனி நீரின் சுகம். பின் ஆழத்தை நோக்கிச் சென்று கிணற்றின் அடி மேனியை அறிய ஆவல் கொண்டான். நடுக்கிணற்றில் மூழ்கிய சில விநாடிகளில் வெகுதூரம் உள்நோக்கி அமிழ்ந்துவிட்டதாக உணர்ந்தான். கிணறு இன்னும் போய்க்கொண்டிருந்தது. எவ்வளவு தூரம், எவ்வளவு நேரம். ஒன்றும் புரிபடாது மூச்சுத் திணறியது. சட்டெனக் கைகளை அழுத்தி மேல்நோக்கி வந்தான். கிணற்றுள் எத்தனையோ ரகசியங்கள். எல்லாவற்றையும் எப்போதோ வரும் ஒருவனுக்குச் சில நிமிடங்களில் அவிழ்த்துப் பரப்பிவிடுமா? என்ன மாதிரியான முட்டாள்தனத்தில் ஈடுபட்டோம் என்று தன்னைக்

கடிந்துகொண்டான். படியோரப் பலகைக்கல்லில் உட்கார்ந்து ஆசுவாசமானான். தண்ணீரின் அசைவில் சுவரைப் பற்றிக் கொள்ளும் தவளையையும், மேலிருந்து நீருக்குள் தாவும் தவளையையும் புதிதான வியப்போடு கண்டான். சற்றுநேரம் வெறும் பார்வையாளன் மட்டுமேதான் என்று தோன்றியது.

குழந்தைகளோ சற்றும் களைக்கவில்லை. சரியும் மண்ணைப் பொருட்படுத்தாமல், சுவர்களைப் பற்றியேறி மாறி மாறிக் குதித்துக் கொண்டேயிருந்தனர். தவளைகளுக்கும் அவர்களுக்கும் எந்த வித்தியாசமும் தோன்றவில்லை. கிழவனின் வாயிலிருந்து எழும் புன்சிரிப்பைப் போல, மெல்ல நகைத்துக்கொண்டு அவர்களைக் கிணறு பார்த்துக் கொண்டிருப்பதாகப் பட்டது. குஞ்சம் கலைந்த ரிப்பன் காற்றிலாட அந்தச் சிறுமி எட்டிக் குதிக்கையில், வெயில் பட்ட மினுக்கத்தில் இறங்கி வரும் குட்டி தேவதையைத் தணிவாகக் கிணறு ஏந்திக் கொள்வதாய் இருந்தது. மேலேறுவதும் குதிப்பதும் தெரியாமல் பையன்கள் அத்தனை வேகம். அவர்களின் பொருளற்ற கூச்சல்களைப் பெருமிதத்தோடு கிணறு வாங்கிக் கொண்டது. துணையற்ற தனிமையில் வெகுகாலமாக லயித்துச் சலிப்புற்றுப் போய்விட்ட மனோபாவத்தோடு இவற்றையெல்லாம் கிணறு ரசித்துக்கொண்டிருக்கிறது போலும். அவன் உடம்பைத் தழுவிய ரகசியக் காற்று குளிரைப் பரப்பியது. மேனியிலிருந்து உருண்டோடிய நீர்த்திவலைகள் அனைத்தும் கிணற்றில் கலந்துவிட்டன. உடல் காய்ந்து போனது. நடுக்கம் பற்றியது. நீருக்குள் இருக்கையில் தெரியாத குளிர், சற்று மேலேறியதும் சட்டெனப் பிடித்துக்கொள்கிறது. உண்மையில், இது கிணற்றின் தந்திரம். தன்னுள் இறங்கச் சொல்லும் அதன் அழைப்பு. ஒரு முறை வந்துவிட்டவனை மீண்டும் மீண்டும் தூண்டுவதற்கான மந்திரத்தைக் கிணறு தூவிவிடுகிறது. அலையினூடே பாய்ந்தான். இப்போது வெதுவெதுப்பான நீர் அவன் உடலைத் தடவி அரவணைத்தது. அவனையறியாமலே கிணற்றை வட்டமாகப் பாவித்து வலம் வந்தான். அவன் காலடிகள் உடனுக்குடன் மறைந்தாலும் சுளிவுகள் இருந்தன. மறுபடியும் வலம் வரத் தூண்டிற்று. அதற்குள் அந்தச் சிறுமி அவனைப் பார்த்துக் கேட்டாள்.

“சித்தப்பா... கெணத்தச் சுத்தி நிக்காம எத்தன ரவுண்டு வருவீங்க?”

அவனால் எண்ணிக்கை சொல்ல முடியவில்லை. கிணற்றை அளவிட்டான். அதன் கோணமற்ற பரப்பு எந்தத் தீர்மானத்தையும் கொடுக்கவில்லை. பதிலின்றி மெலிதாக மழுப்பிச் சிரித்தான். அவள் விடவில்லை.

“பத்து ரவுண்டு வர முடியுமா?”

சிறுவன் அதற்குப் பதில் சொன்னான்.

“சித்தப்பாவால ரண்டு ரவுண்டே வரமுடியாது.”

அவனைக் கிளப்புவதற்காக அந்தச் சிறுவன் சொல்கிறான் என்பதை உணர முடிந்தாலும், இதையும்தான் பார்ப்போமே என்ற சவால் மனம் வந்திருந்தது. படியிலிருந்து தொடங்கி ஒவ்வொரு மூலையாக தொட்டு மீண்டும் படிக்கே வருவது ஒரு சுற்று. முதல் வட்டம் முடிந்து அடுத்த வட்டத்தின் பாதியில் அவன் மூச்சுறுப்புகள் பலகீனமடைந்தன. வாய் வழியாக மூச்சு வாங்கினான். கைகள் சோர்ந்து கால்கள் ஒத்துழைக்க

மறுத்தன. எவ்வளவோ முயன்றும் அவனால் முடியவில்லை. மறுபடியும் கிணறு அவனைத் தோல்வியுறச் செய்துவிட்டது. ஒரு மூலையில் நின்றுகொண்டு உடல்குறுகி மூச்சு வாங்கினான். கிணற்றின் எக்களிப்புத் தானோ என அஞ்சும்படி அவர்களின் ஆரவாரம் காதடைத்தது. அவமானத்தை மிகுவிக்கும் கூச்சல். மேலேறிப் போய்விடவேண்டும் போலிருந்தது. கிணறு யாராலும் ஜெயிக்க இயலாத பிரம்மாண்டம். இதன் முன் தோல்வியை ஒப்புக் கொள்ளத்தான் வேண்டும். இதனோடு போட்டியிட்டுத் தோற்பதே தைரியம்தான். கர்வத்தோடு பெருமூச்செறிந்தான். படியை நோக்கி நீந்தினான். தேர்வடத்தைப் பிடிக்கும் அடக்கத்தோடு கை துழாவியது. படியோரம் வந்து இறுதி முழுக்குப் போட்டுத் தலையைப் பின்னோக்கி நீர்ச்சீப்பினால் சீவிக்கொண்டான். பின் அறிவித்தான்.

"நான் ஏர்றன். நீங்க குதிக்கறதுன்னா குதிச்சுட்டு வாங்க." அவன் அறிவிப்பு குழந்தைகளிடம் அதிர்ச்சியைக் கொடுத்திருக்க வேண்டும். சில நொடிகள் கிணற்று அலை டிமிக்கிடும் ஓசை. சிறுமியின் முகத்தில் துயரத்தின் சாயை முற்றிலுமாகப் படிந்துவிட்டது. பையன்கள் சோர்ந்து போயினர். கிணற்றுச் சுகம் இத்தனை சீக்கிரம் தீர்ந்து போய்விடுவதை அவர்களால் ஒத்துக்கொள்ள முடியவில்லை. அவன் ஏறிவிட்டால் அவர்களும் ஏறிவிடவேண்டியதுதான். பெரிய ஆள் யாரும் இல்லாமல் கிணற்றுக்குள் இருக்க அவர்களுக்கு அனுமதியில்லை. கிணறு எத்தனையோ அச்சுறுத்தல்களைத் தன்னுள் கொண்டிருக்கிறது. அதன் மேற்பொந்துகளில் விஷமேறிய கிழட்டுப் பாம்புகள் அடைகிடக்கலாம். துஷ்டக்கணம் ஒன்றில் அவை தலை நீட்டி வெளிவரலாம். நீருக்குள் மூழ்கிச் செல்பவர்களை மாட்டி இழுக்கும் கொடங்குகள் மறைந்திருக்கலாம். வழுக்கலின் பிடி எந்த நேரத்திலும் இறுகலாம். அந்தச் சூழல்களைப் பெரியவர்கள் சமாளித்து விட முடியும். சிறுவர்கள்? அத்தோடு, சுற்றிலும் உயர்ந்த தென்னைகள் நிற்க, நடுவில் ஆடிச்செல்லும் கிணறு, அமானுஷ்யமான தன்மை வாய்ந்தது. குரல்களின் எதிரொலி எந்தத் திசையிலிருந்தும் வரும். பயமூட்டும் மௌனம் நீரின் கருமைக்குள் நிரந்தரமாகி இருக்கிறது. இவற்றிலிருந்தெல்லாம் பாதுகாக்கும் கவசமான அவன் மேலேறிவிட்டால் அவ்வளவுதான். சிறுமி, அவனை அழைப்பதற்குக் கெஞ் சியதைப் போன்றே மறுபடியும் தொடங்கினாள். இப்போது அவளுடைய கெஞ்சல் அவனை எந்தவிதத்திலும் பாதிக்கவில்லை. ஏறிப் போய்விடும் முடிவில் தீர்மானமாயிருந்தான். அசட்டையான புன்னகையோடு அடி எடுத்தான். கிழக்கு மூலையில் நின்றிருந்த சிறுமி நீரில் லாவகமாகப் பாய்ந்து அவனருகில் வந்து எங்களைக் கெட்டியாகப் பற்றிக் கொண்டாள். நனைந்து படிந்திருந்த சடை ஆட, 'போவ் வேண்டாஞ் சித்தப்பா' என்று தயவானாள். அவன் இதை எதிர்பார்க்கவில்லை. அவள் கைகள் முறுக்கிச் சுற்றிய பாம்பெனப் பிடித்திருந்தன. 'உடு கண்ணு... உடு கண்ணு' என்றான். இந்தச் சாதாரணமான சொற்களே அவள் பிடிவாதத்தைப் போக்கிவிடுமென நினைத்தான். அவள் விடுவதாயில்லை. வரம் தரும்வரை விடமாட்டேன் என்று இறைஞ்சுவதுபோல அவள் குனிந்திருந்த தோற்றம் காட்டியது. அவனுக்கு எதுவும் விளங்கவில்லை. தடுமாற்றத்தோடு மெல்லக் குனிந்து அவள் விரல்களைப் பிரிக்க முயன்றான். மேலும் மேலும் இறுகியதே தவிர நெகிழவில்லை.

"சித்தப்பாவ உட்ராத பிள்ள" என்னும் குரல் எங்கிருந்தோ கேட்டது. அப்போதும்கூட பிள்ளை விளையாட்டின் பிடிவாதம்தானே இது என சாவதானமாகச் சிரித்தான். எதிர்பார்க்காத நொடியில் சிறுமியின் கை அவனை வாரி உள்ளே தள்ளியது. சுவரில் துருத்திக்கொண்டிருக்கும் கல்லொன்று பெயர்ந்து விழுவதைப் போல நீரில் படாரென விழுந்தான். வயிற்றில் நீர்ச்சாட்டை பளீரென வெளுத்து வாங்கியது. உடலெங்கும் அச்சத்தின் மின் துகள்கள் பாய்ந்தன. சுதாரித்து நீந்தி படிக்கு வந்தான். இதுவும் கிணற்றுக்கு எதிரான தோல்விதானோ என்று தோன்றியது. அப்படியொன்றுமில்லை என்று காட்டிக்கொள்பவனாய் 'ஏங்கண்ணு இப்பிடிப் பண்ணுன' எனச் சமாதானம் பேசிக்கொண்டு ஏறலானான். இப்போது அவனுக்கு மேல்படியில் அது படியில்லை துருத்திக்கொண்டிருந்த பையன் அவனைப் பார்த்து கைகளை விரித்து ஆட்டிக் கொண்டு 'உடமாட்டனே' என்று கூச்சலிட்டான். ஏறிவிடும் வைராக்கியத்தோடு கால்தூக்க, பையன் குனிந்து அவன் கழுத்தைக் கட்டிக்கொண்டு புரண்டான். இரண்டு பேரும் ஒருசேரக் கிணற்றுக்குள் விழுந்தனர். பையனை நீருக்குள் இழுத்துக் கால் உந்தி ஓர் அழுத்து அழுத்திவிட்டுப் படியை நோக்கி வேகமாக நீந்தினான். பையன் அடிமண்ணைத் தொட்டுத்தான் திரும்ப முடியும். அவன் கழுத்தைக் கட்டிக் கொள்ள குறி வைத்து வந்த சிறுமியைத் தள்ளிவிட்டுப் பாய்ந்து படியேறினான். 'ஏய்' என்று உற்சாகக் கத்தலோடு இன்னொரு பையன் அவன் மீது தாவினான். சற்றும் அவன் எதிர்பார்க்காத கணம். மீண்டும் நீருக்குள் விழுந்திருந்தான். நீரைத் துளைத்து வந்த ஒளி கண்களைக் கூசியது. திவலைகளினூடே அவன் பார்க்க முயன்றான். புரியாத காட்சிகளே எங்கும் நிறைந்தன. பரபரப்பானான். ஏறி ஓடி விடுதலை தவிரத் தப்பிக்க வழியேதுமில்லை. ஆனால், படிக்கு மேலே இன்னொரு பையன். அவர்களுக்குள் ஓர் ஒழுங்கு வந்திருந்தது. நீருக்குள் அவனோடு போராட ஒருவர், படியேற விடாமல் காலைக் கவ்வ ஒருவர். கொஞ்சம் உயரத்தில் நின்றுகொண்டு மேலே தாவிக் குதிக்க ஒருவர். மாற்றி மாற்றி அவர்கள் அந்தந்த இடங்களை ஆக்கிரமித்துக் கொண்டனர். அவனைச் சுற்றி உடைக்க இயலாத கனத்த விலங்கென அவர்கள் மாறியிருந்தனர்.

இந்த விளையாட்டு எத்தனை நேரம் தொடருவது? இது என்ன விளையாட்டு? விளையாட்டெனக் கிணற்றின் தந்திரம். விருந்தாளியாக அவன் யார் வீட்டுக்கும் வரவில்லை. கிணறு வரவழைத்திருக்கிறது. நீச்சலுக்கு அவனை யாரும் அழைக்கவில்லை. தன் தூதுவர்களை உருவம் கொடுத்துக் கிணறு அனுப்பியிருக்கிறது. அவர்கள் முகங்களை அவனுக்குத் தெரியாது. மாயத்தின் பிறப்பிடம் கிணறு, மரணக்குழி. காவு கேட்கத் தொடங்கிவிட்டது. கிணற்றின் பகாசுர வாய்க்குள் வசமாக வந்து சிக்கிக்கொண்டிருக்கிறான். குழந்தைகள் என அவன் நினைத்தது எவ்வளவு தவறு. கிணற்றின் ஏவலாளர்களான மூன்று பிசாசுகள். கழுத்தைக் குறிவைத்துப் பாய்கிறது ஒன்று. காலை வாரி விடுகிறது ஒன்று. நீருக்குள் கட்டிப்புரண்டு இழுக்கிறது ஒன்று. அவற்றின் சிரிப்புகள் உயிர் உறிஞ்சும் அழைப்பு. குட்டிப் பிசாசுகள் பசி வெறி கொண்டுவிட்டன. அவன் எவ்விதம் தப்பிப் போவான்?

கிணற்றின் பொந்துகள் மரணம் ஒளிந்திருக்கும் இருட் குகைகளென மாறின. தோல் கருக்கும் அமிலக் கரைசல் தண்ணீர். இவற்றை வெற்றி

எஸ்.ராமகிருஷ்ணன்

கொள்ளும் நீச்சல் பலம் அவனிடம் இருக்கிறதா? சுவர்களின் மீது ஏறிக்கொண்டு கழன்ற கண்கனோடு வாய் பிளந்து நிற்கின்றன தவளைக் குட்டிகள். அவை எந்த நேரத்திலும் அவனை வீழ்த்திவிடத் தயாராய் இருக்கின்றன. பிசாசுகள் துவண்டு போகையில் அவை பாயக்கூடும். அச்சம் அவன் உடல் முழுக்கப் பரவி நிலைகொண்டது. எதையும் யோசிக்கக் கூடவில்லை. ஏறி ஓடிவிடுகிற முன்னமுன்ன, மீண்டும் மீண்டும் முயன்று சரிந்தான். தண்ணீரைக் குடித்துக் குடித்து வயிறு உப்பிப் போய்விட்டது. உடல் முழுவதும் நடுக்கம் வேறோடியிருந்தது. எசகுபிசகாக விழுந்ததில் எங்கெங்கோ கற்களின் சிராய்ப்புகளும் காயங்களும் எரியத் தொடங்கின. அவன் அதனைப் பொருட்படுத்தவில்லை. தப்பிப்பதில் குறியாக இருந்தான். அவற்றின் இலக்கு கொஞ்சம் கொஞ்சமாய்ச் சிதைத்து ஆள்விழுங்கி விடுவதுதான் போலும். மிரண்ட விழிகளோடு சாவுடன் போராடும் மிருகமாய் மூர்க்கமானான். கைபற்ற வரும் பிசாசுகளை இழுத்து அடித்தான். கால் வைத்துக் கிணற்றின் ஆழம் நோக்கி உந்தினான். ஆனால் அவற்றின் மூர்க்கமும் அதற்கேற்ப அதிகரித்தன.

மரணக்குழி வேறு ஏதேனும் வழிகளைக் கொண்டிருக்கலாம். மூலையை நோக்கித் தாவினான். நிற்க இயலவில்லை. கால்கள் வெடவெடத்தன. மேனியில் வழியும் நீரை முந்தி வியர்வை பெருகியது. அவையோ அவனின் மூலை நகர்வு தங்களுக்குக் கிடைத்த வெற்றியெனக் கும்மாளமிட்டன. துழாவிய விழிகளில் மோட்டார் பம்ப் பட்டது. பற்றுக் கிடைத்த வேகத்தில் கைகள் தாவின. குழாயைப் பிடித்துக் கொண்டு சரசரவென மேலேறத் தொடங்கினான். அது ஒன்றுதான் அங்கிருந்து வெளியேற வைக்கப்பட்டிருக்கும் சூட்சும வழியென ஊகித்தான். வழவழத்த அதன் உடலோடு வெகுவாகப் போராடி ஏறிக் கொண்டிருந்தான். அப்படியும் இப்படியுமாய் அசைந்தாலும் தன் நிலைவிட்டு மாறாமல் கடினமாகவே இருந்தது. விளையாட்டின் உச்சவெறி எங்கும் பற்றிக் கொண்டது. வெற்றி தோல்விகளைத் தீர்மானிக்கும் கடைசி நொடிகள் இதுவாகவே இருக்கலாம். அவன் ஏற ஏற கூச்சலிட்டுக் கொண்டே பாகுக் குழம்பென உருவம் ஒன்று அதிவேகத்தில் பம்ப்பில் வழுக்கி வந்து அவன் மீது மோதிற்று. பிடிப்புத் தளர்ந்து நேராக நீருக்குள் போய் விழுந்தான். அவ்வளவுதான். எல்லாம் தீர்மானிக்கப்பட்டு விட்டதுபோல. குழறத் தொடங்கினான். கைகள் அனிச்சையாக நீந்திக் கொண்டிருந்தன. திசை எதுவெனத் தெரியவில்லை. எங்கே பிடிப்பென உணர இயலவில்லை. எதை எதையோ கை பற்றியது. கால்கள் நடுக்கத்தோடு எவற்றின் மீதோ ஏறின. அது கிணற்றின் ஏதோ பக்கச் சுவராக இருக்கலாம். நீட்டிக் கொண்டிருக்கும் கல் விளிம்புகளில் கைகள் பதிகின்றன போலும். சிறிது தூரம் ஏறிவிட்டதான உணர்வு கொண்டான். அது நம்பிக்கை அளித்து ஈர்த்தது. மேலும் மேலும் தாவலானான். அப்போது கிணறு குரலெழுப்பி எதிரொலித்தது. 'பாம்பு பாம்பு'. துவண்டு கைகளின் பிடி நெகிழ்ந்தது. வாய் பிளந்து கை கால்கள் விரிய மல்லாந்து விழுந்தான் நீருக்குள், தவளை ஒன்றாய்.

095

பாஸ்கர் சக்தி

அழகர்சாமியின் குதிரை

கிராமத்தின் லட்சணங்கள் எண்பதாம் வருடத்திலிருந்து மாறத் தொடங்கி இருப்பதாக, அதே ஊரில் வேலை பார்க்கும் காளமேக வாத்தியார் முப்பது வருடங்களாகச் சொல்லி வருகிறார். ஆனால் அவர் மட்டும் மாறுவதாக இல்லை!

வேட்டி நுனியை இடக்கையால் தூக்கிப் பிடித்தபடி மூக்குப்பொடியும், ஹவாய் செருப்புமாக ஊருக்குள் திரிகிறார். காலம் அவர் தலைமுடியை மாற்றும் முயற்சியில் இறங்கிவிட்டது. காளமேகம் அதை ஒப்புக்கொள்ளவில்லை. தன் பெயருக்கேற்ப தலையும் கருமேகம் போல் இருக்க வேண்டுமென்று மாதம் பிறந்தால் பக்கத்து டவுனுக்கு மொபெட்டில் போய் முடிவெட்டி, டை அடித்துத் திரும்பி வருகிறார்.

தாமரைக்குளம் மட்டுமில்லை, தமிழ்நாட்டின் தொண்ணூற்று ஒன்பது சதவிகித கிராமங்கள் காளமேக வாத்தியாரின் மண்டை மாதிரிதான், தங்கள் ஒரிஜினல் நிறத்தை இழந்து வெளிறிக்கொண்டு இருக்கின்றன. அவற்றை இயல்புப்படி மாறவிடாமல், முடிந்தவரை சாயம் பூசிப் பூசிப் பார்த்துக்கொண்டு இருக்கிறோம். ஆனால், மாற்றமோ அவ்வப்போது வெளிவந்து கண்ணாமூச்சி காட்டுகிறது.

தாமரைக்குளத்தின் மையம் ஆலமரத்தடிதான். அழகர்சாமி கோயிலை அடுத்து வளர்ந்திருந்த ஆலமரத்தை அணைத்தாற்போல் ஒரு மண்டபம் கட்டி, பிள்ளையாரைக் காவலுக்கு வைத்திருந்தார்கள். ஆஸ்பெஸ்டாஸ் போட்ட மண்டபம். தாங்கி நிற்கிற கல்தூண்கள், சிவப்புக் காவி பரவிய ஜில்லிடும் தரை. அதில் நிரந்தரமாக கிடந்த கோலம், சாய்ந்த கோலம், கவிழ்ந்த கோலம் என ஆறேழு கோலங்களில் ஏழெட்டுப் பேர் அலங்கோலமாகக் கிடப்பார்கள். பெரும்பாலும் ஐம்பதைத் தாண்டிய கிராமத்தின் சீனியர் சிட்டிசன்கள். ஊரு தலைப்பிரட்டுப் பயல்களுக்கு பெருசுகள். மரியாதையாகச் சொல்வதானால் வயசாளிகள். அனுபவஸ்தர்கள்.

பிள்ளையார்தான் பாவம்... இந்த வயசாளிகளின் புலம்பல்களையும், வெற்றிலை எச்சில் துப்பல்களையும்,

புகையிலைப் பெருமூச்சையும், விவஸ்தையின்றி அவர்கள் பேசும் கெட்ட வார்த்தைகளையும் பெரிய காதுகளால் கேட்டபடி நொந்து போயிருக்கிறார்.

பிள்ளையாருக்குப் பக்கத்து வீட்டுக்காரர் போல அழகர்சாமி. அவருக்குச் சின்னதாகக் கோயில் கட்டி வைத்திருக்கிறார்கள். பிள்ளையார் மாதிரி முடங்கிக் கிடக்கிற அவசியம் அவருக்கு இல்லை. அவர் ஐம்பொன்னால் ஆனவர். எனவே ஊர்ப் பெரியகுடியின் வீட்டு சாமி ரூமில் இருக்கிறார்.

அவரது வாகனமான குதிரை, ஐந்தாறு கிலோமீட்டர் தாண்டி, மலையடிவார மண்டபம் ஒன்றில் ஏகாந்தமாக இருக்கிறது. சித்திரை மாதத் திருவிழாவுக்கு அழகர்சாமி ஊர்வலமாக மலையடிவாரம் போய் தனது வாகனத்தில் ஏறி, மலையடிவாரம் தாண்டிய ஒரு காட்டாற்று மணலில் இறங்கி அருள்வார்.

பிறகு ஊர்வலமாக வந்து, கோயிலில் எழுந்தருளி பக்தர்களுக்கு அருள்பாலிப்பார். மூன்று நாட்கள் கோலாகலத் திருவிழா. முதல் நாள் கரகாட்டம், மறுநாள் சமூக சரித்திர நாடகம், மூன்றாம் நாள் பாட்டுக் கச்சேரி. கேளிக்கைகள் குறைவாக இருந்த கிராமங்களில் திருவிழாக்கள் முக்கியத்துவம் வாய்ந்தவை. கடவுளருக்கு மகிழ்வு தந்து மக்களுக்கு மழை தருபவை.

ஆலமரத்தடி மண்டபத்தில் காளமேக வாத்தியாரது மொபெட் வந்து நின்றபோது, வரப்போகும் திருவிழா பற்றி மூன்று பேர் பேசிக் கொண்டு இருந்தார்கள்.

"என்ன பேசிட்டு இருக்கீங்க?"

"திருனா நெருங்குதில்ல வாத்யாரே.. இந்த வருசம் எந்த நாடகம் போடறதுன்னுதான்!"

வாத்தியார் சுவாரஸ்யமின்றி, "என்னமோ அம்பது நாடகம் கைல இருக்கிற மாதிரிதான். வள்ளித்திருமணம், வீரபாண்டியக் கட்ட பொம்மன், கதம்ப காமிக்... இந்த மூணைத்தான் திரும்பத் திரும்பப் போடறோம். அழகர்சாமிக்கே 'போர்' அடிச்சுப் போயிருக்கும்!"

பேசிக்கொண்டு இருந்த மூவரில் ஒருவர் காரை வீட்டுப் பெருமாள். மற்றவர், சின்னச்சாமி. இன்னொருவர் கோவிந்தசாமி. மூவரும் வாத்தியாரை எரிச்சலுடன் பார்த்தார்கள்.

"ஏன் வாத்யாரே! நீயும் வருசா வருசம் சொன்னதையேதான் திருப்பித் திருப்பிச் சொல்லித் தாற! நீ சம்பளம் வாங்கலையா? ஏன்யா இப்படிக் கூறு கெட்டவன் மாதிரி பேசற...? நீ எல்லாஞ் சொல்லிக் குடுத்து, இந்தூர்ப் புள்ளைக கரை சேரவா?" என்றார் கோவிந்தசாமி.

"நான் கிளம்பறேன்!" என்றார் வாத்தியார்.

"அட என்னய்யா... வந்த கையோட போறேங்கறே? கோவிச்சுக்கிட்டியா?"

"அதில்ல.. வேலை கிடக்கு!"

"அடேயப்பா.. எங்களுக்குத் தெரியாம, உனக்கு அப்படி என்னய்யா வேலை? ஊர்லயே ராசாகணக்கா இருக்கிறது நீதான்யா! மாசமானா

கவுர்மென்டு சம்பளம். நிழல்ல உக்கார்ந்திருந்து வாழ்ற! இதுல, வருசத்துல முக்காவாசி நாளு லீவு!"

அடிக்கடி இவ்வாறான பொறாமைக் குரலை கோவிந்தசாமி வெளிப்படுத்துவார். அவருக்கு வாத்தியார் மீது லேசானதொரு விரோதம் உண்டு. அவர் வாத்தியார் வேலைக்குப் படிக்கப் போய், அது பிடிக்காமல் ஓடிவந்து, ஊரில் விவசாயம் பார்த்தவராம். தான் இழந்த வாய்ப்பைக் கண் முன்னே அனுபவிக்கிற ஜீவனான காளமேகத்தை சமயம் கிடைக்கும்போதெல்லாம் இடித்துப் பார்ப்பார்.

வாத்தியார், இந்தப் பாமரர்களை ஒரு பார்வை பார்த்தார். அறிவாயுதம் கொண்டு அவர்களை வீழ்த்த எண்ணி, "வீட்டுக்குப் போனா நாலஞ்சு புக்ஸைப் படிக்கலாம். பசங்களுக்குச் சொல்லித் தர்றதுக்கு யூஸ்ஃபுல்லா இருக்கும். இங்க உக்காந்து வெட்டிக் கதை பேசறதுல என்ன பிரயோஜனம்?"

"வாத்தியார் பேச்சைப் பார்த்தியா? வருசம் பூரா இங்கன உக்காந்து, எங்ககூட வெட்டுப் புலி, தாயம் ஆடிட்டு, இப்ப திடுதிப்புன்னு மாத்திப் பேசறியே வாத்தியாரே... புள்ளைங்களுக்குப் பாடம் சொல்லிக் கொடுக்கற ஆளு.. பேச்சு சுத்தம் வாணாமா?"

இன்றைக்குத் தனக்கு நேரம் சரியில்லை என்ற முடிவுக்கு காளமேகம் வரவேண்டியதாயிற்று. முகத்தை இறுக்கமாக வைத்துக்கொண்டு அமர்ந்தார்.

"ம்...! சம்சாரிக எல்லாம் இன்னிக்கு ஒரு விதமாகத்தான் பேசறீங்க. படிப்பு சொல்லிக் குடுக்கறவன் சாமி மாதிரி! அவனை மதிச்சுப் பழகணும். நீங்க பேசறதே இந்த லட்சணத்துல இருந்தா, நாலைக்கு உங்க புள்ளைங்க வாத்யாரை மதிக்குமா? கலிகாலம் வந்துருச்சு. மழை பெய்ய மாட்டேங்குதுன்னா, ஏன்? அம்புட்டுப் பேரும் இப்படிக் குணங்கெட்டு அலையிறதாலதான்!"

மூவரும் வாயடைத்தனர். என்ன இருந்தாலும் படித்தவனின் திறமையே திறமை என்று காளமேகம் தன்னை மெச்சிக் கொண்டார்.

அவர்களை அவர்களது ரூட்டிலேயே மடக்கியாயிற்று (மூன்று பேரும் கலி முத்திப்போனது பற்றியும் மழை பொய்ப்பது பற்றியுமே தினமும் பேசிக்கொண்டு இருப்பார்கள்.).

"சரியாச் சொன்னீங்க வாத்யாரே!" அவர் முகத்தில் வருத்தம்.

இரண்டு வருடங்களாக ஊரில் மழை சரியில்லை. இயற்கைக்கு வஞ் சகம், சூது எல்லாம் இத்தனை வருசமாகக் கிடையாது. அது அப்பாவியாக இருந்தது. இப்போது அதுவும் மனுசனைப் போல் மாறிவிட்டதோ?

பெருமாளின் நெடிய அனுபவத்தில், ஆடி மாதமானால் மழை தேடிவரும். ஓடைகளில் தண்ணீர் கரை தொட்டுப் போகும். ஊரைச் சுற்றியிருக்கும் எட்டுக் கண்மாய்களிலும் நீர் நிறையும். பருத்தியும், நெல்லும், கரும்பும் மோட்டார் வைத்து ஒருபுறம் விவசாயம் செய்யும் அதே நேரம், காட்டு வெள்ளாமையாக சோளமும், மொச்சையும், எள்ளும், கடலையும், தட்டாம்பயிறுமாக.. ஊரில் யாரும் எதற்கு ஏமாந்து நின்றது கிடையாது.

தாகம் எடுத்தால், எந்த வீட்டு வாசலிலும் நின்று மோர் கேட்டு வாங்கிக் குடிக்கலாம். அது ஒரு காலம். இப்போது அப்படியா இருக்கிறது?

ஊரில் எல்லார் வீட்டிலும், பாலை சொஸைட்டிக்காரனுக்கு விற்கிறார்கள். காலை நேரத்தில் சைக்கிளில் வந்து, கேன்களில் பீய்ச்சிக்கொண்டு போய்விடுகிறான்.

'மனுசப்பய சனம் எல்லாத்தையும் காசை வெட்டுக் கணக்குப் பண்ண ஆரம்பிச்சிடுச்சு!' என்று தனக்குள் எண்ணிக்கொண்ட பெருமாள், அழகர்சாமியின் கோயிலைப் பார்த்து வணங்கினார். அவருக்கும் வயது அறுபதாச்சு. ஒவ்வொரு சித்திரை பவுர்ணமியிலும் அழகர் ஆற்றில் இறங்குவதும், அந்த மூன்று நாட்களுக்குள் மழை பெய்வதும் தப்பாமல் நடந்து வருகிறது. போன வருசம் அப்படி நடக்கவில்லை. சாமி கோயிலில் இருந்த போதும் கூட மழை பெய்யவில்லை. கோயில் மறுநுழைவு எல்லாம் முடிந்து, சாமி திரும்பிப் போன பிறகுதான் கொஞ்சம் மழை பெய்தது.

"என்ன பெருமாளு, பலமான யோசனை?" என்றார் கோவிந்தசாமி.

"இந்த வருசம் அழகர் ஆத்துல இறங்கும்போது, கண்டிப்பா மழை பெய்யணும்டா கோயிந்து.

நான் மனசுல நினைச்சு வச்சிருக்கேன்!"

"அண்ணே, அதுக்கு நீ நினைச்சாப் பத்தாது. அழகர்சாமியில்ல மனசு வைக்கணும்..!"

"இந்த எகடாசிப் பேச்செல்லாம் வேணாம். போன தடவை மழை பெய்யலன்னதும், நாங்க கமிட்டி கூடிப் பேசி சாமிகிட்ட குறி கேட்டோம். 'வர்ற வருசம் திருவிழாவைச் சுத்த பத்தமா, விமரிசையா பண்ணனும்'னு வாக்கு வந்துச்சு. 'குதிரையைச் செப்பனிடணும். வரி வசூலைக் கூட்டிப் போட்டு, ஜாம் ஜாம்னு கொண்டாடணும்'னு முடிவு பண்ணியிருக்கோம்!"

"அப்படியே... வருசா வருசம் கூட்டிட்டு வர்ற அந்த கரகாட்டக்காரியையும், வள்ளித் திருமணம் நாடகசெட்டையும் மாத்திருங்க. போன வருசம் வந்திருந்த முருகனுக்கு வயது அம்பத்தஞ்சு. வள்ளிக்கு நாப்பத்தேழு!" என்றார் வாத்தியார்.

"ப்ச்...! நக்கல் பண்ணாத வாத்யாரே.... எனக்கு சமயத்துல எம்புட்டுச் சங்கடமா இருக்கு, தெரியுமா? இப்புடியே போயிட்டு இருந்தா, ஊரு என்னத்துக்கு ஆகும்? தோட்டத்துல தண்ணி சுத்தமா கீழ போயிருச்சு!"

வாத்தியாருக்கும் அது தெரியும். பருவநிலைகள் மாறித்தான் வருகின்றன. புதுசுபுதுசாகக் காரணங்கள் சொல்கிறார்கள். ஒருமுறை டவுனில் ஒரு வேன் வைத்து, மழை பெய்யாததற்குக் காரணம் மரங்களை வெட்டுவதுதான்' என்று சொன்னார்கள். அதை வந்து இங்கே சரியாக எடுத்துச் சொல்லத் தெரியவில்லை. இவர்களிடம் கேலிப் பேச்சு வாங்கியதுதான் மிச்சம்.

இவர்கள் பேச்சு தொடர்கையில் பெருமாளின் மகன் ராமகிருஷ்ணன் தன் கூட்டாளி கனகுவோடு வந்தான். இரண்டு பயல்களும் பெருசுகளை சட்டை பண்ணாமல் வந்து மண்டபத்தின் வயர், சுவிட்சுபோர்டு மீட்டர்களைப் பார்வையிட்டனர்.

"ஏய்... இத்தினி பெரிய மனுசங்க இருக்கோம்... செருப்புக்காலோட அங்கியும் இங்கியும் போறியா?"

"மன்னிச்சுக்குங்க நைனா!" என்று செருப்பை அவிழ்த்தான் கனகு.

"என்னடா பண்ணப் போறீங்க?"

"நாளைக்கு இங்கன ஒரு நாடகம் போடலாமின்னு இருக்கோம்!"

பெரியவர்கள் முகம் கறுத்தது. பெருமாளின் மகன் ராமகிருஷ்ணன் இரணியனுக்குப் பிறந்த பிரகலாதன் மாதிரி... ஆனால், நேர் எதிர்! கருடனைக் கண்டால் விரட்டி விரட்டிக் கும்பிடுகிறவர் பெருமாள். சாமியே கும்பிடாத தறுதலைப் பயல் ராமகிருஷ்ணன். கூடச் சேர்ந்திருக்கிற கனகு பற்றிப் பேசவே வேண்டாம். சரியான அரைக் கிறுக்கன். ரெண்டு பயல்களும் இப்போதுதான் காலேஜ் முடித்து கைலி கட்டி, ஊருக்குள் வெட்டிப் பொழுது ஓட்டித் திரிகிறார்கள்.

"ஏண்டா... போன தடவை நாடகம் போடுறோம்னு சொல்லி எங்களை எல்லாம் நக்கல் பண்ணீங்க. இப்ப மறுபடியும் ஆரம்பிக்கிறீங்களா? உதை வேணுமா ரெண்டு பேருக்கும்?"

"இல்ல பெரியப்பா... இது விஞ்ஞான விளக்க நாடகம்!"

"அடேங்கப்பா... எங்களுக்குத் தெரியாம என்னடா விளக்கம்?"

"பூமி எப்படி உருவாச்சுன்னு கதையும் பாட்டுமா சொல்லப் போறோம்!"

சின்னச்சாமி மெதுவாகக் கண்காட்டினார். கோவிந்தசாமி காதைக் கடித்தார்.

வாத்தியாரையும் கூப்பிட்டார். "இந்தப் பயலுக சிக்கல் புடிச்சவனுக. எதையாவது சின்னப் புள்ளைத்தனமா இழுத்து விவகாரமாச்சுன்னா வம்பு. பெருமாள்கிட்ட சொல்லிப் பயலைத் தட்டி வைக்கணும்!"

"அதாஞ்சரி" என்று தீர்மானம் நிறைவேறியது. மூவரும் அறிவித்தார்கள்..... "ஏலே இரண்டு பேரும் ஆளுக்குப் பத்து ரூபா வாங்கிட்டு டவுனுக்குப் போய் சினிமா பாருங்க. அதை விட்டுட்டு இந்தச் சில்லறைச் சோலி பார்த்துக்கிட்டுத் திரிஞ்சா நல்லது கிடையாது!"

"என்ன இப்படிச் சொல்றீங்க?"

"மேல பேசாதீங்கடா! ஓடிப்போங்க!"

அவர்கள் இருவரும் தொங்கிப்போன முகத்துடன் தமக்குள் குசுகுசு என்று பேசியபடியே, இவர்களைத் திரும்பித் திரும்பிப் பார்த்துக்கொண்டு போனார்கள்.

"என்ன, பயலுகளை ரொம்பக் கடுசாப் பேசிப்புட்டீங்க," என்றார் பெருமாள்.

"பின்ன என்னண்ணே... வயசுப் பசக.. என்னமாச்சும் ஏழரையைக் கூட்டிப்புட்டா நமக்குத்தானே பிரச்சனை? சொல்றேன்னு கோவிச்சுக்காதீங்க..

இந்தப் பய நீங்க பெத்த புள்ளை மாதிரியா இருக்கான்? ஒரு மட்டு மரியாதை கிடையாது. எதற்கெடுத்தாலும் பதிலுக்குப் பதில் பேசிக்கிட்டு...”

“ப்ச்! என்ன பண்றது கோயிந்து! எனக்குப் புத்திர பாவத்துல சனீஸ்வரன் இருக்கானாம். அடங்காத புள்ளைதான் பொறக்கும்னு எழுதியிருக்கு...”

அவர்களது பேச்சு, தகப்பன்களுக்கு அடங்காத தறுதலைப் பிள்ளைகள் பற்றி வெகுநேரம் நடந்தது.

மூணு மணி வாக்கில், பெருமாள் எழுந்தார். வேட்டியை இறுகக் கட்டிக்கொண்டார்.

“திருவிழாவை நல்லா நடத்தணும். குதிரைக்கு பெயிண்ட் அடிக்கணுமில்ல? வாங்க, நாலு பேருமாப் போயி கதவைத் திறந்து குதிரைய துடைச்சிட்டு, அப்படியே என்ன செலவாகும்னு வெளில விசாரிச்சிட்டு வந்துடலாம்.”

பெருமாள், சின்னச்சாமி, கோவிந்தசாமி, காளமேகம் நால்வரும் இரண்டு மொபெட்களில் கிளம்பினார்கள். வாத்தியாரது மொபெட்டின் பின்னால் பெருமாள் இருந்தார். போகையில் வாத்தியார் கேட்டார்... “எதுக்குப் பெருமாள் திடுதிப்புன்னு கிளம்பினீங்க.. குதிரையைப் பாக்கறதுக்கு?”

பெருமாள் கனமான குரலில் சொன்னார்... “கொஞ்ச நாளா மனசே சரியில்லை... வாத்யாரே! சாமிக்கும் பூமிக்கும் நம்ம மேல கோவம் வந்திருச்சுடானு நாலு நாள் முன்னாடி எங்க அம்மா சொல்லுச்சு. நூறு வயசு ஆச்சு அதுக்கு! அது சொன்னது என் மனசில சாமி வாக்கு மாதிரி பட்டுச்சு. எப்படியாச்சும் இந்த வருசம் நல்லவிதமா ஊர் கூடி, அந்த அழகர் கால்ல விழுந்து, ‘எங்க தப்பையெல்லாம் மன்னிச்சிரு ஆண்டவா!’ன்னு சொல்லணும். மழை பிச்சிக்கிட்டுப் பெய்யணும். அதுவரைக்கும் நான் திங்கிறது சோறு கிடையாது வாத்யாரே!”

மலையடிவாரத்தை அடைந்தார்கள். மாலை நாலு மணி இருக்கும். சாயங்கால வெயில் கண்களைக் கூசியது. மலையடிவாரம் ஆதலால் குளிர்ந்த காற்றும், லேசான பச்சிலை வாசனையும் அடித்தன. பெருமாள் சட்டென்று தோள் துண்டை எடுத்து, இடுப்பில் அனிச்சையாகக் கட்டிக்கொண்டு, கன்னத்தில் போட்டபடி மண்டபத்தை நோக்கி நடந்தார்.

மண்டபத்தைப் பார்த்த அனைவரும் அதிர்ந்தனர். துருப்பிடித்த பூட்டு சங்கிலி ஓரமாகக் கிடக்க, பீடம் காலியாக இருந்தது. ஏழெட்டு பீடித் துண்டுகள் ஓரமாகக் கிடந்தன. கடவுள் இன்னும் சில தினங்களில் ஏறி வரும் வாகனம் இருந்த இடம் வெறுமையாக இருந்தது.

அழகர்சாமியின் குதிரையைக் காணவில்லை!

* * *

ஊர் அரண்டுபோனது. ஊழிக்காலம் வந்துவிட்டது போன்றதொரு பதற்றம் கிளம்பியிருந்தது.

தாமரைக்குளத்தில் சைக்கிள்கள் திருடு போயிருக்கின்றன. அதெல்லாம் மனித வாகனங்கள். ஆனால், இப்போது காணாமல் போனதோ கடவுளின்

குதிரை! இந்த ஊரையே கட்டிக் காத்துக் காவல் புரிகிற அழகர்சாமியின் குதிரையைத் திடீரெனக் காணோம் என்றால்...

"இப்ப நடந்திருக்கிறது சாதாரண விஷயமில்ல... கும்பிடற சாமியோட வாகனத்துல கை வெச்சுட்டானுக.. நாம இத்தனை ஊர் சனம் இருந்தும் சாமியோட ஒத்தைக் குதிரையைப் பாதுகாக்க முடியலைன்னா எப்படி... அசிங்கமால்ல..?"

ஊர்க்கூட்டத்தில் கோவிந்தசாமி பொருமியபோது ராமகிருஷ்ணன் எழுந்தான். "என்ன இப்படிப் பேசறீங்க? ஏழு ஊர் சனத்தையும் சாமிதான் பாதுகாக்குதுனு இம்புட்டு நாளா சொல்லிட்டு இருந்தீங்க" என்றான்.

"வாயில போடுய்யா அவனை. இவனை மாதிரி தலைப்பிரட்டுப் பசங்க பயலுகளாலதான் இப்படியெல்லாம் நடக்குது" நாலைந்து பேர் ராமகிருஷ்ணனை அடிக்கப் பாய்ந்தனர்.

சிலர் விலக்கினார்கள். சிறிய தள்ளுமுள்ளுக்குப்பின் அமைதி நிலவியது.

"அமைதியா இருங்கப்பா. பிரச்னையாகிப் போச்சு. என்ன பண்ணலாம்னு பேசறதுக்குக் கூடி இருக்கோம். குழப்பம் பண்ணாதீங்க," வாத்தியார் அமைதிப்படுத்தினார்.

"ஊரு கெட்டுப்போச்சு. எந்தக் காட்டுக் களவாணிப் பயலோ சாமியையே நடக்க விடணும்னு யோசனை பண்ணி இப்படிக் கூத்துப் பண்ணிட்டான். இதுக்கு முன்னாடி சாமி வாகனத்துல யாரும் கை வெக்கத் துணிஞ்சது கிடையாது."

"என்ன வாத்தியாரே சொல்றீங்க? இதுக்கு முன்னால நம்மூர்ல ஏழெட்டு எருமைமாடுக காணாமப் போகலையா? எமதர்மராஜனோட வாகனத்தையே ஓட்டிட்டுப் போயி பாலைப் பீய்ச்சிட்டாங்க. களவாணிப் பயக. அழகருக்குப் பயப்படுவாங்களா?"

"கூறு இல்லாமப் பேசாதய்யா... அதெல்லாம் நிசமான எருமை. இப்ப காணாமப் போயிருக்கிறதோட மதிப்பென்ன... மரியாதை என்ன?"

தாமரைக்குளத்திலும் மூலத்தைவிட மாதிரிக்குத்தான் மரியாதை. குதிரையை உருவாக்கிய கண்ணு ஆசாரி கலங்கிய கண்களுடன் முன்னே வந்தார். "என் உசுரைக் குடுத்து செஞ்ச குதிரைய்யா. அதைத் தொட்டவன் கை மரக்கட்டை மாதிரி ஆகிப்போகும். இது என் தொழில் மேல சத்தியம்!"

"சாபம் விடறதெல்லாம் சரிப்பா.." என்று பெருமாள் வாய் திறந்தார். "அடுத்து என்ன செய்யணும்? அதைப் பத்திப் பேசுவோம். வாத்தியாரே.. விவரமானவரு நீங்க சொல்லுங்க.."

காளமேகம் தனது முக்கியத்துவத்தை உணர்ந்து தொண்டையைச் செருமினார். "இல்லாத ஊருக்கு இலுப்பைப் பூ சக்கரைங்கிற மாதிரி..."

'வாத்தியார் தன்னைக்குறித்து ஏன் பேச ஆரம்பிக்கிறார்?' என்று ராமகிருஷ்ணனும் கனகுவும் நினைத்தார்கள்.

"குதிரையில்லாட்டி பரவாயில்லை. சாமிய மட்டும் வெச்சு இந்த முறை சாமி கும்பிட வேண்டியதுதான்..."

“யோவ்,,, குதிரை காணாமப் போனதுக்கு என்ன மேல் நடவடிக்கை?, அப்படிங்கறதை பேசுவியா அதை விட்டுட்டு...”

வாத்தியார் சுதாரித்தார். “மேல் நடவடிக்கை தான... போலீஸ் கம்ளைண்ட் குடுத்திருவோம்.”

“சரி, அப்புறம்....?”

“அப்புறம் என்ன, சப்பரம் வெச்சு சாமியத் தூக்க வேண்டியதுதான்.”

“கோட்டி புடிச்ச வாத்தி, குதிரையில்லாம ஊர்வலம் போனா அது அழகரே கிடையாதுய்யா!”

கனகு, ராமகிருஷ்ணன் காதைக் கடித்தான். “பாத்தியாடா! வாகனத்தை வெச்சிதான் சாமிக்கு மரியாதை. மயில் இருந்தாத்தான் முருகன். குதிரை இருந்தாத்தான் அழகரு... பனி இல்லாத மார்கழியா.. படை இல்லாத மன்னவரா?” என்று மெதுவாகப் பாடினான்.

“கரெக்ட்தானடா, தொப்பியும் கூலிங்கிளாசும் இல்லாம நாம எம்.ஜி.ஆரை நினைச்சுப் பாக்க முடியுதா?”

இளைஞர்கள் இருவரும் தமக்குள் பேசிச் சிரிப்பதை கோவிந்தசாமியின் கண்கள் கவனித்தன. அவர் சின்னசாமியின் காதில் கிசுகிசுத்தார். இருவரும் தமக்குள் ஏதோ பேசிக்கொண்டார்கள்.

பெருமாள் இறுதி அறிவிப்புக்காக தொண்டையைச் செருமினார்.

“சரி... போலீஸ்ல கம்ப்ளைண்ட் பண்ணிர வேண்டியது. அதுக்கப்புறம் நல்ல நேரம் பாத்து குறி கேக்க வேண்டியது. சம்மதந்தானா எல்லாருக்கும்?”

குறி கேட்கிற யோசனை உடனே ஏற்கப்பட்டது.

“ம்.. நம்ம ஊர் கோடாங்கியை வெச்சு அடிச்சுக் கேட்டுரலாமா?”

“அது சரியா வராதுங்க. வெளியூர் ஆளைக் கூட்டிட்டு வாங்க. மலையாளத்து ஆளுன்னா மையைப் போட்டு கரெக்ட்டா சொல்லிருவான்.”

“அதுவும் சரிதான். உள்ளூர்க் கோடாங்கியை இதுல சம்மந்தப் படுத்தறது பல வகையிலயுஞ் சிக்கல். அந்தாளு, சரியா சொல்லிட்டாச் சரி. ஒருவேளை தப்பா கிப்பா சொல்லிட்டான்னா பேரு கெட்டுப் போயிரும்ல.. நாளப்பின்ன பொய் சொல்லிப் பிழைக்க முடியாதில்ல. என்ன கோடாங்கி?” ஒரு பெரிய மனுஷன் விளையாட்டாகச் சொல்ல, உள்ளூர் கோடாங்கிக்கு சட்டென்று கோபம் தலைக்கேறி விட்டது. அவர் எழுந்த வேகத்தில் குடுமி அவிழ்ந்து தொங்கியது. அகலக் குங்குமப் பொட்டும் அவிழ்ந்த கூந்தலுமாக ஆம்பளை பாஞ்சாலி போல் சூளுரைத்தார்.

“அவமானப்படுத்தறீங்களா என்னைய? ஏய்... இந்த ஊர்லயே எனக்குத்தாண்டா அருள் இறங்கும்.... பாரு! என்ன நடக்குதுன்னு பாரு. யார் யாரு என்ன ஆகப் போறீங்கனு பாரு.. எந்தச் சீமையிலிருந்து எந்தக் கொம்பனைக் கொண்டுவந்தாலும் சரி... என் துணை இல்லாம வாகனம் கிடைக்காது. எழுதி வெச்சுக்கங்கடா மாப்ளைகளா?” போறேன் போறேன் என்று ஒரு அன்பார்லிமெண்டரி வார்த்தையைச் சபையில் உதிர்த்துவிட்டு, கோடாங்கி வெளியேறினார்.

வருத்தத்திலிருந்த பெருமாளின் முகம் மேலும் கறுத்தது.

“இத பாருங்கப்பா... ஊருக்கே நேரம் சரியில்லாமதான் என்னென்னமோ நடக்குது. சும்மா இருந்த கோடாங்கிய இப்படி அசிங்கப்படுத்தி விரட்டி விட்டுட்டீங்களே!... அவங்கவங்க கொஞ்சம் வாய அடக்குங்க ஏன்யா சிக்கலைப் பெருசாக்கிறீங்க?”

“சரிங்கையா, பெரியவர் சொன்னா பெருமாள் சொன்ன மாதிரிம்பாங்க.. பெருமாளே சொல்லிட்டீங்க. அப்புறமென்ன?”

“முதல் வேலையா டேசன்ல போய் ஒரு பிராது குடுத்திருவோம். யார் யாரு வர்றீங்க?”

துடிப்பாக இருந்த கூட்டத்தினர் இதற்குத் தயங்கினார்கள். உள்ளூரில் ஆயிரம் வீரம் பேசினாலும் போலீஸென்றால் உள்ளூர பயம்தான்.

“என்னப்பா சத்தத்தையே காணம்?”

“முக்கியஸ்தர்கள்லாம் போங்க. எதுக்கு கண்டவங்களையும் கூப்பிட்டுக்கிட்டு.”

“ம்.. வாத்தியாரு, நான், சின்னசாமி, கோவிந்தசாமி, கண்ணு ஆசாரி அஞ்சு பேரும் போறோம்.. என்னா.”

ஊர் தலையாட்டியது.

தலைவிரிக்கோலமாக வந்த கோடாங்கியைப் பார்த்ததும் சரசம்மாளுக்கு எரிச்சல் மேலிட்டது. “ஏய்.. கூறுகெட்ட மனுசா! எதுக்கு இப்ப அவுத்துப் போட்டுக்கிட்டு வர்ற? பொம்பளைக பாத்தா கேலி பண்ணிச் சிரிப்பாளுகளா.. மாட்டாளுகளா?”

கோடாங்கிக்குச் சுருக்கென்றது. கீழே பார்த்தார். வேட்டியெல்லாம் ஒழுங்காய்த்தானிருக்கிறது. “என்னடி சொல்ற பொச கெட்டவளே எல்லாம் ஒழுங்காய்த்தான இருக்கு?”

“அடச்சீ.. குடுமியைச் சொன்னேன்யா! பொட்டச்சி கெணக்கா இப்படி விரிச்சுப்போட்டுட்டு வர்றியே, பெத்த பிள்ளை வளந்து முருங்கை மரம் மாதிரி நிக்குது... நீ இன்னும் இப்படி இருக்கியே!”

கோடாங்கி பெரிய மீசையுடன் இருந்தாலும் சரசம்மா அவரைத் தன் வீட்டுக் கன்னுக்குட்டி அளவுக்குத்தான் மதிக்கிறாள்.

கோடாங்கி தட்டி, பாட்டுப் பாடி, குறி சொல்லி, மந்திரித்து... வசியம், தாயத்து, பில்லி, ஏவள் என்று பல வகையிலும் ஊரையும், ஊருக்குள் திரியும் அல்பாயுசு ஆவிகளையும் அச்சுறுத்தி என்ன பயன்? கட்டின மனைவியை வசியம் பண்ணவோ, வாயைக் கட்டவோ இயலாத மனிதனாகத்தான் கோடாங்கி இருந்தார். அவர்களுக்கு ஒரே ஒரு பெண். அவளுக்கு மாரியம்மா என்று கோடாங்கி பெயர் வைத்தார். ஆனால் சரசம்மா தனது ‘வீட்டோ’ அதிகாரத்தைப் பயன்படுத்தி, அந்தப் பெயரைச் செல்லமாக்கிவிட்டு ‘தேவி’ என்றழைக்க அந்தப் பெயர்தான் துலங்கியது என்றாலும் கோடாங்கி மட்டும் அவளை வீட்டுக்குள் மாரி என்றுதான் அழைத்து வந்தார்.

“மாரி எங்கே?” கோடாங்கி குரலில் எரிச்சல்/

“அவளை எதுக்குத் தேடுறீங்க?”

“வெந்நீர் வெக்கச் சொல்லணும். குளிச்சுட்டு பூஜை கட்டப்போறேன்... காட்டேரி பூஜை!”

“அது எதுக்கு?”

“என்னை இளக்காரமாப் பேசுனவங்களை நாக்குத்தள்ள வைக்கப் போறேன். சபையில் வெச்சுக் கிண்டல் பண்ணிப்புட்டானுக.. அவனுக நாக்கைச் சுருட்டி உள்ள இழுக்கிற மாதிரி ஒரு பூஜை போடப் போறேன். காட்டேரித் தாயே! அம்மா! காட்டேரி...” கோடாங்கியின் உடல் வியர்த்தது. மூச்சு உஸ்ஸென்று பாம்பின் சீறலாக வெளிவந்தது. சரசம்மா

வெகுநிதானமாக கோடாங்கியை ஏற இறங்கப் பார்த்தாள்.

“சுடுதண்ணியெல்லாம் வைக்க முடியாது. உனக்கு சுடுதண்ணி வெச்சே விறகெல்லாம் தீந்து போகுது. அப்புறம் சோறு வடிக்கிறது எப்படி? பேசாம பச்சத்தண்ணியில குளி!”

“வெந்நீர்லதான் குளிக்கணும்... நீ போட்டுத் தரவேணாம். எங்க என் பொண்ணு?

‘‘அதுகிட்ட சொன்னா போட்டுக்குடுக்கும். பூஜை கட்டணும்னு சொல்றேன்ல?”

“குடுப்பா குடுப்பா.. எதை வெச்சு போட்டுக் குடுப்பா? இதோ பாரு. நீ பூஜை கட்டு, கூட இன்னொரு பொண்டாட்டியும் வேணா கட்டு. சுடுதண்ணி வேணும்னு என் தாலிய மட்டும் அறுக்காத. விறகு ஓடிச்சே என் இடுப்பு ஒடிஞ்சு போச்சு!”

“மாரி எங்கே? அதைச் சொல்லு.”

“அவ எங்கயோ தோட்டத்துக்குப் போனா, கீரை பிடுங்கிட்டு வர்றதுக்கு...”

வேறு வழியின்றி கோடாங்கி பச்சைத் தண்ணீரை எடுத்துத் தலையில் ஊற்றினார். அவர் சர்வீஸில் பார்த்த எல்லா காத்து கருப்புகளையும்விட கடுமையான பெண் யாரென்றால், அது சரசம்மாதான்!

கோடாங்கியின் மனதில் சரசம்மா, காட்டேரி, சில குறளிப் பேய்கள் மற்றும் சில காத்துக் கருப்புகள் ஓடிக்கொண்டு இருந்த அதே நேரத்தில், ஊரைத்தாண்டி விலகியிருந்த குளத்தின் கரையில் ஒரு சைக்கிள் போய்க்கொண்டு இருக்கிறது.

பெருமாளின் மகனான ராமகிருஷ்ணன் ஓட்டுகிறான். முன்புற பாரில், மாரி அமர்ந்திருக்கிறாள்.

காதல் சிட்டுகள் சைக்கிளில் விரைந்துபோய் தோப்புக்குள் மறைகின்றனர். ஆள் காட்டிப் பறவைகளான கனகுவும், சீரங்கனும் தோப்பின் வேலியோரம் மாங்காய்ப் பிஞ்சுகளைப் பொறுக்கித் தின்றபடி காவல் இருக்கின்றனர். ஊரில் என்ன களேபரங்கள் இருந்தாலும் இப்படியாகப்பட்ட விஷயங்கள் ஒருபுறம் சத்தம் இல்லாமல் நடந்துகொண்டுதான் இருக்கின்றன.

போலீஸ் ஸ்டேஷன், டவுனில் நடுநாயகமாக அமைந்து இருந்தது. ஸ்டேஷனுக்குப் போகணும் என்றாலே ஒரு பயம் சூழ்ந்து நா வறண்டுவிடுகிறது. ஐந்து பேரும் ஸ்டேஷனுக்குள் நுழைந்தபோது ஏட்டய்யா மட்டும் இருந்தார்.

"வணக்கங்க..."

"ம்.. வாங்க. என்னா சமாசாரம்?"

"தாமரைக்குளத்திலிருந்து வர்றோமுங்க... ஒரு பிராது குடுக்கணும்..."

"என்ன... பிராது... எதுவும் கொலை பழி ஆயிப்போச்சா?"

"சேச்சே, அதெல்லாமில்லீங்க.. குதிரை காணாமப்போயிருச்சுங்க!"

ஏட்டு மேலும் கீழுமாகப் பார்த்தார். "ஏன்யா... இதென்ன போலீஸ் ஸ்டேஷனா, மாட்டுத் தாவணியா? குதிரை காணம்னா தேடிப்பாருங்க. கழுத எங்கயாவது மேஞ்சுக்கிட்டு இருக்கும். இங்க எதுக்கய்யா வந்தீங்க?" அதட்டினார் ஏட்டய்யா.

இவர்களுக்கு உதறியது. என்னதான் உள்ளூர்ப் பெரிய மனிதர்கள் என்றாலும் காக்கி உடைக்கென்று ஒரு கலவரம் இருக்கிறது.

"ஏதாச்சும் அடிதடி வெட்டுக் குத்துன்னா பரவாயில்ல. ரூவா, நகை திருடுபோனா பரவா இல்ல.. குதிரை காணாமப் போச்சு ஆட்டுக்குட்டி காணாமப் போச்சுனு இங்க வந்தா எப்படி....? எங்கள என்ன அதிகாரினு நினச்சியா? ஆடு மேய்க்கிறவன்னு நினச்சியா?"

இவர்கள் ஒருவரை ஒருவர் பார்த்துக் கொண்டனர். ஏட்டய்யா இடைமறிக்காமல் இருந்தால் ஒட்டுமொத்த விவரத்தையும் கொட்டிவிடலாம். நெஞ்சுக்குள் இருக்கிறது. கோர்வையாக வரவில்லை.

"யாருதுய்யா குதிரை?"

"அழகர்சாமியோடதுங்க!"

"யாருய்யா உங்கள்ல அழகர்சாமி?" இவர்கள் ஒருவரை ஒருவர் பார்த்துக்கொண்டனர்.

"உங்கள்ல யாருமே அழகர்சாமி இல்லையா..? முழிக்கறீங்க?"

"இல்லீங்க."

"பறிகுடுத்த ஆளு வராம நீங்கள்லாம் எதுக்கு வந்திருக்கீங்க?"

காளமேகம் சுதாரித்து, "சார்... அழகர்சாமிங்கறது சாமிங்க! சித்திரைத் திருவிழாவுல வருவாரே.. அவருங்க."

ஏட்டய்யா எரிச்சலுடன் எழுந்து முறைத்தபடி காளமேகத்தின் அருகே வந்தார்.

"ஊதுய்யா!"

காளமேகம் திகைப்பாய்... "எதுக்குங்க சார்?"

"ஊது சொல்றேன்.. வரவர ஸ்டேஷனுக்கு வர்றோம்ங்கிற மட்டுமரியாதையில்லாம தண்ணி அடிச்சிட்டா வர்றீங்க.. ஊது முதல்ல...!" என்றபடி மூஞ்சியை வாத்தியாருக்கு நேரே நீட்டினார்.

வேறுவழியின்றி வாத்தியார் ஊதினார். ஊதச் சொன்னது பெருந்தவறென்று ஏட்டய்யா உணர்ந்தார். மூக்குப்பொடி வாசம், ஒரு விதமாக அடித்து வயிற்றைக் குமட்டியது.

"எனக்குக் குடிக்கிற பழக்கம் இல்லீங்கய்யா."

"எழவெடுத்த மனுசா.. குடிச்சவன்கிட்டகூட இம்புட்டு வீச்சம் அடிக்காது. ச்சேய்!"

அப்போது எஸ்.ஐ. உள்ளே நுழைந்தார். "என்னய்யா விஷயம்?"

"அய்யா.. குதிரையக் காணோம்னு பிராது குடுக்க வந்திருக்காங்கய்யா, தாமரைக்குளத்திலிருந்து."

எஸ்.ஐ. சிரித்தார். "ஏங்க.. தேடிப் பாக்கிறதை விட்டுட்டு இதுக்கெல்லாமா ஸ்டேஷனுக்கு வர்றது?"

பெருமாள் தீர்மானித்தார். தடுமாறாமல் பேசும் உறுதியுடன் துவங்கினார். "அய்யா, காணாமப் போனது குதிரையில்லீங்க!"

"யோவ்! இப்பதான சொன்ன. அதுக்குள்ள மாத்திப் பேசற?" ஏட்டய்யா பதறினார்.

"இல்லீங்கய்யா, குதிரைதான் காணாமப் போனது. ஆனா, நிஜக் குதிரை இல்லீங்க. குதிரை வாகனம். அழகர்சாமியோடது. ஊருக்கு வெளியே மலையடிவார மண்டபத்துல இருந்துச்சு. அதைத்தாங்க காணோம்."

ஏட்டய்யா, 'அடடா, சாமி சமாசாரம்! இது தெரியாமப் பேசிட்டோமே..' என்று மனசுக்குள் பதறியபடியே, "ஏன்யா... முதல்லயே விவரமா சொல்ல வேணாமா?" என்றார்.

எஸ்.ஐ. யோசித்து, "ம்... சரி, என்ன நடந்ததுன்னு ஒரு புகார் மனு எழுதிக் குடுங்க!" என்று சொல்ல, காளமேகம் வாத்தியார் அமர்ந்து மனு எழுதினார்.

எஸ்.ஐ. சற்று தீவிரமாக யோசித்தவர் மெதுவாகக் கேட்டார். "ஏங்க... குதிரை திருடுதான் போயிருக்கும்னு நினைக்கிறீங்களா?"

"ஆமாங்க! ரெண்டாள் சேர்ந்துதான் அதை நகர்த்தவே முடியும். நல்ல வெயிட்டான குதிரை. கெட்டியான மரத்துல செஞ்சது." என்றார் கண்ணு ஆசாரி. "ம்.. அது சரி! அதை எதுக்குய்யா ஒருத்தன் திருடணும்! அதை வெச்சு என்ன பண்ண முடியும். என்ன பிரயோஜனம் அதனால!"

ஐவரும் ஒருவரை ஒருவர் பார்த்துக் கொண்டனர். உண்மைதான்.. மரத்தாலான குதிரையால் அந்த அழகர்சாமிக்கு மட்டும்தான் பிரயோஜனம். மனிதர்களுக்கு அதனால் ஆகக்கூடிய பயன் என்ன?

"உங்களுக்கு யாரு மேலயாவது சந்தேகம் இருக்கா?"

வீராச்சாமியும் சின்னச்சாமியும் ஒருவரை ஒருவர் பார்த்தனர். வீராச்சாமி பெருமாளைப் பார்த்தார்.

"எங்க மனசுல ஒண்ணு இருக்கு பெருமாளு.. அதை அய்யாகிட்ட சொல்லலாமா."

“தாராளமா சொல்லுங்க.. இதென்ன கேள்வி?”

“சரி.. பொது விஷயம்.. அதனால நான் தாட்சணியம் பார்க்காமச் சொல்றேன். இதோ இருக்காரே பெருமாளு... இவர் மகன் இராமகிருஷ்ணன் மேலயும், அவன் கூட்டாளிக மேலயும் சந்தேகம் இருக்குங்க..”

பெருமாள் திடுக்கிட்டார். ‘தான் மனுநீதிச் சோழனாக மாற வேண்டிவருமோ?’

சற்று நேரம் அமைதி நிலவியது. கண்ணு ஆசாரி தொண்டையைச் செருமினார். “சீச்சீ.. இருக்காதுங்க. எங்க ஊர்ப் பயலுக இந்தக் காரியத்தைச் செய்யாதுங்க. அருமையான மரத்துல செஞ்ச குதுர.. வந்த விலைக்கு வித்துக் காசு பார்த்துரலாம்னு எவனோ களவாணிப் பய செஞ்ச காரியமா இருக்கும்?”

பெருமாளுக்கு சற்று ஆசுவாசம் ஏற்பட்டது. நண்பர்கள் சுமத்திய பாவத்திலிருந்து கண்ணு ஆசாரி அவரை ரட்சித்துவிட, ஆசாரியை விசுவாசத்துடன் நோக்கினார் பெருமாள்.

எஸ்.ஐ. எல்லோரையும் குழப்பத்துடன் பார்த்துவிட்டுச் சொன்னார். “ரூமுக்குள்ள இருக்கேன். ஒவ்வொருத்தரா உள்ள தனித்தனியா வரணும். வந்து அவங்க மனசுல உள்ளதை, யாரு மேல சந்தேகம் என்ன விவரம்கிறதை தெளிவா சொல்லணும். என்ன?”

“சரிங்க சார்!”

எஸ்.ஐ. அறைக்குள் சென்று அமர்ந்தார்.

ஐந்து பேரும் தனித்தனியே உள்ளே போய் பேசிவிட்டு வந்தனர். தாமரைக் குளத்துக்காரர்களிடம் தான் இந்த யுக்தியைப் பயன்படுத்தியது அசல் பைத்தியக்காரத்தனம் என்று எஸ்.ஐ. புரிந்து கொண்டார். ஐவரின் கற்பனைவளமும் எல்லை மீறியதாக இருந்தது. அது உள்ளூர் பெருமாள் மகனில் துவங்கி, பக்கத்து ஊர், பக்கத்து மாநிலம் வரை விரிந்தது. எஸ். ஐ.க்கு தலை சுற்றியது. ஏட்டையாவை அழைத்தார்.

“அய்யா... ஏதும் க்ளூ கிடைச்சதுங்களா?”

“நீ வேற... அவனுக உன்னையும், என்னையும் தவிர எல்லாரைப் பத்தியும் சந்தேகமாச் சொல்றாங்க!”

“அப்படிங்களா”

“யோவ் ..இதுல என்ன சிக்கல்னா இந்தப் பிரச்சினைய வச்சு இவங்களுக்கும் பக்கத்து ஊர்க்காரங்களுக்கும் சண்டை வரதுக்கும் சான்ஸ் இருக்கு,பொதுப் பிரச்சினை,கலவரம் அப்படி இப்படின்னு சிக்கலாயிரக் கூடாது,அதனால நீயும் வேலுவும் பொய் அங்க டூட்டி பாருங்க,ஊர்லையே இருக்கணும்,அது தவிர மப்டி யில் ஒரு ஆளை அங்க நிப்பாட்டனும்,அப்பத்தான் ஏதாச்சும் துப்பு கிடைக்கும்!”

“சரிங்கய்யா.. நம்ம கான்ஸ்டபிள் கைலாசத்துக்கு அந்த ஊர்லதாங்க பொண்ணு எடுத்திருக்கு. நம்ம சந்திரனை அந்த வீட்டுக்கு விருந்தாளி மாதிரி அனுப்பிரலாம். யாருக்கும் சந்தேகம் வராதுங்கய்யா!”

அடுத்த அரைமணி நேரத்தில் ஏட்டும், கான்ஸ்டபிள் வேலுவும் உடுப்புடன் ஆலமரத்தடி மண்டபத்தில் வந்து அமர்ந்தார்கள். மஃப்டி போலீஸ் சந்திரம் மஞ்சள் பையுடன் விருந்தாளி போல வந்து ஊருக்குள் இறங்கினார்.

குறி கேட்க ஊர்சனம் கூடி இருந்தது. வெளியூர் ஆள் மண்டபத்தில் அமர்ந்திருந்தா.

அவன் முன்னால் வெள்ளியால் செய்யப்பட்ட நாகமும், கறுப்பு நிற வழவழப்பான கல் ஒன்றும் இருந்தன. தவிர, இடதுபுறம் நரியின் தலை ஒன்று வைத்திருந்தான்.

சிறுவர்கள் அதனை ஆர்வமும் குறுகுறுப்புமாகப் பார்த்துக்கொண்டு இருந்தார்கள்.

உள்ளூர் கோடாங்கி அவர் வீட்டுத் திண்ணையில், கைவிடப்பட்ட அநாதையாக உட்கார்ந்திருந்தார். சரசம்மாவும் மாரியும் கிளம்புகிற அவசரத்தில் இருந்தனர்.

சரசம்மா இரண்டாம் முறையாக கண்ணாடி பார்க்க, ஏற்கனவே ஃபுல் மேக்கப்பில் இருந்த மாரி மீண்டும் ஒரு முறை கண்ணாடியை தாயிடமிருந்து பிடுங்கி ஸ்டிக்கர் பொட்டைச் சரியாக ஒட்டினாள்.

கோடாங்கி குமுறினார். "ஏலா! இந்த ஊர்ப் பயக என்னைய மதிக்காம வெளியூர்ல இருந்து குறிகாரனைக் கூட்டிட்டு வந்திருக்காங்களேனு நான் வயிறெரிஞ்சு உக்கார்ந்திருக்கேன்.. நீயும் உன் மகளும் சிங்காரிச்சிக்கிட்டு அங்கன போறிங்களா?"

"ஏன் , போனா என்ன? உன்னைய யாரு திண்ணைய தேய்ச்சுக்கிட்டு உக்காரச் சொன்னது? நீயும் வந்து உன்னையொத்தவன் எப்படி குறி சொல்றான்னு பாத்துத் தெரிஞ்சுக்க!"

"ஏய்... எதைப் பத்தி வேணாப் பேசு.. எந்தொழிலைப் பத்தி தாழ்ச்சியாப் பேசாதே! இந்தக் காலத்துல பகட்டுக்குத்தாண்டி மதிப்பு. என்னை மாதிரி தொழில்காரனை இருபத்தேழு ஜில்லாவுலயும் பாக்க முடியாது.. தெரிஞ்சுக்க!"

மாரி தந்தையைப் பரிதாபத்துடன் பார்த்தாள். இது அவரது வழக்கமான வசனம்.

இருபத்தேழு ஜில்லா என்று வருசக்கணக்காக சொல்லிக் கொண்டு இருக்கிறார், அது தப்பான தகவல் என்று தெரியாமலேயே! அவர் குறி சொல்லும் லட்சணமும் இப்படித் தான் என்று ஊர் மக்கள் அபிப்ராயப்படுகிறார்கள்.

"உங்காத்தாதான் புத்தி கெட்டுப் போறா, நீயுமா மாரி? என் மகளா இருந்துக்கிட்டு அசலூர்க்காரன் என்ன சொல்றான்னு கேக்கப் போலாமா?"

மாரி திரைப்படங்களின் பாதிப்பில். "உங்களை மாதிரி உள்ளவங்க மனசுல போட்டி இருக்கலாம். பொறாமை இருக்கக்கூடாதுப்பா" என்றாள். அஜீத்திடமோ, விஜய்யிடமோ இதைச் சொல்கிற பாவனையில்!

"என்னமோ பண்ணித் தொலைங்க" என்று பெருமூச்சு விட்டார் கோடாங்கி. சரசம்மாவும், மாரியும் கிளம்பினார்கள்.

கூட்டத்தில் மாரியின் கண்கள் ராமகிருஷ்ணனைத் தேடின. கனகு, சீரங்கனுடன் ஓரமாக நின்று சிரித்துப் பேசிக்கொண்டு இருந்தவனுக்கு மாரியைக் கண்டதும் முகம் பிரகாசமடைந்தது.

"ம்... சொல்லுங்க! இப்ப என்ன தெரியணும்?" என்றான் குறிகாரன். தமிழ் சுத்தமாக இருந்தது.

"சாமிக்கு மலையாளம்தானா?"

"ஏன் கேக்கிற?"

"பேச்சைப் பாத்தா மலையாளம் மாதிரி தெரியலையே?"

"நான் எல்லா ஊருக்கும் போறவன். எல்லாப் பேச்சும் எம் பேச்சுதான். எல்லா ஊர்த் தண்ணியும் என் தண்ணிதான்.. புரியுதா?" என்றவனின் கண்கள் சிவந்திருந்தன.

இடுப்பைத் தொட்டுப் பார்த்துக்கொண்டான். பாட்டில் பத்திரமாயிருந்தது.

கனகு சொன்னான். "ராமகிருஷ்ணா, இவன் நிச்சயம் மலையாளத்து மந்திரவாதி கிடையாது. சரியான ஃப்ராடு மாதிரி இருக்கான். இவனைக் கூப்பிட்டு வந்த ஆள் யாரு?"

"முனியாண்டிதான் கூப்பிடப் போனாப்ல" என்றான் சீரங்கன்.

"அப்ப சரிதான்! வாங்கிட்டுப் போன காசுல கொஞ்சத்தை ஒதுக்கிட்டு சீப் ரேட்ல இவனைக் கூட்டிட்டு வந்துட்டான் போலருக்கு!"

குறிகாரன் கண்ணை மூடி தியானித்து, பிறகு கண் திறந்தான்.

"சொல்லுங்க... என்ன தெரியணும்?"

"வாகனம் போன திசை... வழி தெரியணும். சாமி குத்தம் எதுவும் வந்திரக்கூடாது. ஏற்கனவே ஊர்ல மழைத் தண்ணி குறைஞ்சு போயி சம்சாரியெல்லாம் சிரமப்படறோம்ங்க!"

"ம்... ...." மறுபடி கண்களை மூடினான்.. திறந்தான்.

"வாகனம் காணாமப் போனது சாமியோட விளையாட்டு! நீங்க சரியானபடி சாமியை நினைக்கலை. அதான் இப்ப இப்படி ஒரு அறிகுறியைக் காமிச்சிருக்கு!"

பெருமாள் பதறினார், "அய்யோ! இல்லீங்களே... இந்த வருசம் சிறப்பா கொண்டாடனும்னுதான கமிட்டி கூடி முடிவு பண்ணோம்.. அதுக்குள்ளாற."

"ப்ச்! நடுவுல பேசாதீங்க. திருஷ்டிக்கு நடுவுல ஊடாடக் கூடாது. யாருப்பா அது? சத்தம் போடாதீங்க!"

சுற்றும் முற்றும் பார்த்த குறிகாரன் ஒரு நபரை அழைத்தான். "வா இப்படி!"

அழைக்கப்பட்ட நபர் மஃப்டியில் இருந்த போலீஸான சந்திரன்.

"சாமி.. இவர் வெளியூரு விருந்தாளியா வந்தவரு!"

"பரவாயில்லை.... அது ரொம்ப விசேஷமாச்சே! இப்படி வந்து எதிரே உக்காரு!"

சந்திரன் குறிகாரன் எதிரே வந்து அமர்ந்தார். குறிகாரன் தனது பக்கத்திலிருந்த ஒரு பெட்டியைத் திறந்தான். “பயப்படாத! இது தலைச்சன் புள்ளை மண்டை ஓடு. இதை உள்ளங்கைல அமுத்தினாப்ல புடிச்சுக்க!”

துணியில் சுற்றப் பட்டிருந்த ஒரு சிறிய உருண்டையான வஸ்துவைக் கொடுத்தான்.

சந்திரனுக்கு உதறல் எடுத்தது.

“ம்.. புடி! கண்ணை மூடு!”

சந்திரன் கை நடுங்க அதைப் ப்டித்துக் கொள்வதை ஏட்டும், மற்றொரு போலீஸான வேலுவும் ஆர்வத்துடன் பார்த்தனர். ஏட்டு அவனிடம் கிசுகிசுத்தார். “பாருய்யா! நம்ம டிபார்ட்மெண்ட் எல்லாவிதத்துலயும் சிறப்பா பணியாற்றுது பாத்தியா...”

“ஆமாங்கய்யா!”

குறிகாரன் இடி போல முழங்கும் குரலில் கேட்டான். “கண்ணுக்குள்ள என்னா தெரியுது?”

“இருட்டா இருக்கு! அங்கங்க சிகப்பா தெரியுது!”

“ம்... அதைத் தவிர, என்ன தெரியுது? மஞ்சளா ஒண்ணு அசையுதா?”

“ம்ஹூம்!”

“நல்லாப் பாரு!”

“வெள்ளையாத்தாங்க ஏதோ தெரியுது!”

“ஆஹா!” என்றான் குறிகாரன். “அது அசையுதா?”

அவன் முகம் மலர்ந்தது “உத்தரவு கிடைச்சிடுச்சு.. ம்... உத்தரவு

கிடைச்சிடுச்சு!” என்றபடியே கண்களை மூடி, வாய்க்குள் ஆவேசமாக மந்திரங்களை முணுமுணுத்தான். உடல் குலுங்கியது.

ஊர் சனம் வாயடைத்துப்போய் வெளியூர் கதாநாயகனைப் பார்த்தது. பருத்த தொந்தியும், மார்பு நிறைய விபூதியும், நெற்றியில் ரத்தத் திலகமுமாய் இருந்தான். அவன் காதில் இருந்த கடுக்கன் கூடியிருந்த அத்தனை பெண்களின் கவனத்தையும் ஈர்த்தது. கையில் தங்க மோதிரங்கள் செம்புக்காப்பு.

கண்ணைத் திறக்காமலேயே ஒரு எலுமிச்சை பழத்தை எடுத்து சந்திரனிடம் நீட்டினான் குறிகாரன்.

“பத்துக்குள்ள நம்பர் ஒண்ணு சொல்லு!”

“ஒண்ணு” என்றார் சந்திரன்.

“ம்... சரி, மேலே எறி இதை!”

சந்திரன் மேலே எறிந்த எலுமிச்சம் பழம் ஓர் இடத்தில் விழுந்து உருண்டோடியது.

“ம்.. திசை தெரிஞ்சுபோச்சு!” என்றபடி பெருமாளைப் பார்த்தான்.

“அப்படிங்களா... எப்படிங்க?”

“எலுமிச்சம் பழம் கீழே விழுந்து மேற்கு முகமா உருண்டுச்சில்ல... மேற்குத் திசையிலதான் குதிரை இருக்குது.”

“ஓஹோ!”

“இந்தாளு கண்ணுக்குள்ள வெள்ளையா ஒரு ரூபம் அசைஞ்சதுனு சொல்லலே.. அது என்னது?

குதிரை.. வெள்ளைக் குதிரை!”

“அப்படிங்களா!” எல்லோரும் பிரமிப்பாகப் பார்த்தார்கள்.

“நம்பர் கேட்டப்ப இந்தாளு ஒண்ணுனு சொன்னான்ல! ஒரே நாள்ல தகவல் வரும். இல்லை குதிரையே வந்தாலும் வரும். ஏன்னா, மனசுக்குள்ளயே ஒரு மந்திரத்தை சொல்லி வருந்தியிருக்கேன். உங்க பிரச்சனை முடிஞ்சாச்சு!” கை நிறைய குங்குமத்தை அள்ளி சந்திரனின் நெற்றியில் அப்பினான் குறிகாரன்.

“நானும் பல இடங்கள்ல பார்த்திருக்கேன். கேட்டவுடனே அருள் இறங்கி துப்பு சொன்னது நீதான்! என் வாக்குல சக்தி இருக்கா. நாக்குல சூலி இருக்கா. இன்னிலேர்ந்து இந்தாளோட கடாச்சம் உனக்குப் பரிபூரணமா இருக்கு!”

மஃப்டி சந்திரனின் வயிற்றுக்குள் பேரலைகள் புரண்டன.. “சாமி!” அவர் நாக்கு குழறியது. அவர் தலையில் கொஞ்சம் நீர் எடுத்துத் தெளித்தான் குறிகாரன்.

“இந்த செகண்டுலியிருந்து நீ ஆத்தாளோட புள்ள. எப்ப வேணா அவ உன்கிட்ட வருவா. உன் மூலமா ஜனங்களுக்கு அருள் வாக்கு தருவா! போ!”

வரம் போலவும் , சாபம் போலவும் குறிகாரன் சொல்ல, சந்திரன் உடல் சிலிர்த்து அப்படியே அமர்ந்திருந்தார். கூட்டம் கலைந்தது. குறிகாரனை அழைத்துக்கொண்டு பெரிய மனிதர்கள் கிளம்பினார்கள். சின்னச்சாமி வீட்டு மாடியில் குறிகாரன் தங்க ஏற்பாடு செய்யப்பட்டிருந்தது.

எஸ்.ஐ. வந்து இறங்கினார். நெற்றியில் விபூதியும், கண்களில் பிரமிப்புமாய் ஏட்டும், கான்ஸ்டபிளும் நின்றிருந்தனர். மஃப்டி போலீஸ் மந்திரித்து விட்ட கோழி மாதிரி நெற்றியில் அப்பிய குங்குமத்துடன் எதிரே வந்து நின்று அனிச்சையாய் சல்யூட் அடிக்க எத்தனித்தார்.

“அடச் சீ! கையைத் தூக்காத! என்னய்யா இது கோலம்?”

ஏட்டய்யா பெருமிதமாக, “சார்! பிராப்ளம் சால்வ்ட் சார்! எந்தக் கேஸ்லயும் இம்புட்டு ஈஸியா துப்புக் கிடைச்சது கிடையாதுங்கய்யா!” என்றார்.

“என்னய்யா சொல்ற?”

“ஆமா சார். ஃபைண்ட் த லொகேஷன் சார்! மேற்காலதான் குதிரை இருக்கு. ஒரே நாள்ல கிடைச்சிடும் சார்!”

“யார்யா சொன்னது?”

“நம்ம சந்திரன்தான் சார்!”

“என்னய்யா, நிஜமாவா?”

“அப்படித்தான் சார் மெஸேஜ் வந்திருக்கு!”

“எங்கேர்ந்து?”

“ஸோர்ஸ் ஆஃப் இன்ஃபர்மேஷன் வந்து... ஆத்தா சார்.. சூலி!”

“என்னய்யா உளர்றே.”

“நான் விவரமா சொல்றேன் சார்” என்று நடந்ததை விவரித்தார் ஏட்டைய்யா. எஸ்.ஐ.க்கு முகமெல்லாம் கடுப்பு. “என்னய்யா இது பைத்தியக்காரத்தனம்? ஊர்க்காரன் அவன் மனச்சாந்திக்கு ஆயிரம் பண்ணுவான். கூடச் சேந்து நீங்களும் கூத்துப் பண்றீங்களா?”

“சாமி மேட்டரு சார்!”

“பாருங்க, மூணு பேரும் இங்க டூட்டில இருக்கீங்க.. புரியுதா? ஊருக்குள்ள பிரச்சனை வந்திரக்கூடாது. நீங்க அதுல கவனமாக இருக்கணும். சந்திரன் அங்கங்க பேச்சு குடுத்து திருட்டைப் பத்தி ஏதாச்சும் தகவல் கிடைக்குதானு பார்க்கணும். அதை விட்டுட்டு இப்படி இருக்கீங்களே!”

“ஸாரி சார்!”

நாலு திட்டுத் திட்டிவிட்டு, எஸ்.ஐ. போய்விட்டார். இன்னும் ஒரு வித அரை மயக்க நிலையில் இருப்பது போலத் தெரிந்த சந்திரன் அவசரமாக ஓடி வந்து ஏட்டையாவைத் தேடினார். டீக்கடையில் காராச்சேவு வாங்கித் தின்றபடி இருந்த அவரை சைகை செய்து கூப்பிட்டார் சந்திரன்.

“என்ன சந்திரா?”

“கலவரம் வரும் போலத் தெரியுது ஏட்டய்யா.... எஸ்.ஐ.க்கு மெசேஜ் அனுப்புங்க!”

“என்ன சொல்ற?”

“ஆமா.... பெருமாள், வாத்தியார், கோவிந்தசாமி... இன்னும் ஏழெட்டு பேரு கையில டார்ச் லைட், பெட்ரோமாக்ஸ், வேல்கம்பு எல்லாம் எடுத்துக்கிட்டுப் போறாங்க!”

“அப்படியா” என்று பதறினார் ஏட்டய்யா.

அவரும் வேலுவும் சந்திரனுடன் விரைந்தனர். வழி மறித்தனர்.

“எங்கய்யா போறீங்க எல்லாரும்..? கைல வெப்பன்ஸோட?”

“அது வந்து....”

“அதிகாரிங்க நாங்க இருக்கும்போதே என்ன தைரியம் உங்களுக்கு..?. ம்? கலவரமா பண்ணப் போறீங்க்?”

“அய்யய்யோ... அதில்லீங்க! நாங்க வேற சோலிக்கில்ல போறோம்!”

"வேற என்னய்யா சோலி?"

"முயல் பிடிக்கப் போறோங்க!"

"முயல் புடிக்கவா?"

"ஆமாங்க! காட்டு முயல்க நிறைய கிளம்பி வந்து திரியும். மாசத்துக்க ஒரு தரம் இப்படிப் போறது!"

ஏட்டையாவுக்குச் சபலம் தட்டியது.

"எங்களுக்கு டவுட்டா இருக்கு! நாங்களும் வர்றோம்"

"தாராளமா வாங்க.. நாளைக்கு அதிகாரிகளுக்கு முயல்கறி வறுவல் குடுத்துருவோம்!"

"சரி" என்று கிளம்பினார்கள். சந்திரனும் உடன் வந்தார். ஏட்டையா காதைக் கடித்தார். "துப்புக் குடுக்கிற லட்சணத்தைப் பாரு. நீயே சண்டையக் கிளப்பி விட்டுருவ போலிருக்கே!"

"நான் என்னத்தைக் கண்டேன்? இவனுக கம்பும், லைட்டுமா கிளம்புனா?"

மேற்கு முகமாக நடந்தார்கள். மலை அடிவாரத்தை நோக்கித் தாழ்ந்த குரலில் பேசிக் கொண்டு போனார்கள். சற்றுத் தள்ளித்தான் வாகனம் காணாமல் போன மண்டபம் இருக்கிறது.

நான்கைந்து டார்ச்சுகள் முன்புற இருட்டைத் துழாவ நடந்தார்கள். பூச்சிகளின் ஓசை மட்டும் அச்சம் தரும் விதத்தில் ஒலித்துக்கொண்டு இருந்தது. மண்டபத்தில் சற்று இளைப்பாறிவிட்டு அதன் பிறகு முயல்களைத் தேடும் உத்தேசத்துடன் மண்டபம் நோக்கிப் போனார்கள்.

"பெருமாளு.... அது என்ன? என்னமோ அசையற மாதிரி இருக்கே?"

சட்டென்று அனைவரும் நின்றனர். ஒரு வித பீதி மின்னலாக அனைவர் மனதிலும் எழுந்தது.

சந்திரனுக்கு தலைப்பிள்ளை மண்டை ஓடு மனதில் வந்து பயமுறுத்தியது.

"ஆமா, எருமையா இருக்குமா? ஏய், ஒரே ஒரு டார்ச்சை மட்டும் அடிங்க. எல்லாரும் அப்படியே பம்மி உக்காந்துக்குங்க!"

அனைவரும் பதுங்க, வாத்தியார் தைரியத்தை ஏற்படுத்திக் கொண்டு அந்த அசைவின் மீது டார்ச் வெளிச்சத்தைப் பாய்ச்சினார்.

அங்கே ஒரு குதிரை நின்றிருந்தது. நிஜமான குதிரை!

காலையிலேயே எஸ்.ஐ.க்குத் தகவல் வந்துவிட்டது.

ஊர் தலையாரி போன் பண்ண, எஸ்.ஐ. பைக்கில் கிளம்பிப் போய் சேர்ந்தபோது, ஊர் களை கட்டி விட்டது. ஆலமரத்தடி மண்டபத்தின் முன்னே நீளக் கயிற்றில் குதிரை கட்டப்பட்டு அப்பிராணியாகப் புல் மேய்ந்துகொண்டு இருந்தது. சுற்றிலும் பத்துப் பதினைந்து சிறுவர்கள் குத்தவைத்து அமர்ந்து, ஆர்வமாக வேடிக்கை பார்த்தபடி இருந்தனர். எஸ்.ஐ. அவர்களிடம் வந்து நின்றதை அவர்கள் சட்டை பண்ணவேயில்லை.

“டேய் தம்பி!” என்றார் எஸ்.ஐ. அதட்டலாக. “என்னங்க சார்” என்று எழுந்தான் ஒருவன்.

“எங்கடா பெரியாளுக எல்லாம்?”

“அந்தா... அங்கன இருக்காங்க சார்!”

பையன் கை காட்டிய சற்றுத் தொலைவில், ஒரு கும்பல் கூடியிருந்தது. நட்ட நடுவில் ஒரு ஆள் அருள் இறங்கி சவுண்டு கொடுத்துக்கொண்டு இருந்தார். மஃப்டி போலீஸ் சந்திரன்தான் அது. அவர் மூஞ்சியில் வெளியூர் குறிகாரன் விபூதியை விசிறி விசிறி அடித்தபடியே கேள்விகளைத் தொடுத்தான்.

“சாமி! இது என்ன அறிகுறி... எங்களுக்கு விளங்கலையே?”

“ஏய்ய்... ஏய்ய்... ப்ர்ர்ர்ர்... ப்ர்ர்ர்... “ என்று வினோத ஒலிகளை சந்திரன் எழுப்பினார். பார்வை நிலைக்குத்தி இருக்க... முகம், தலையெங்கும் விபூதி. தண்ணீரை அவர் மேல் கொட்டி இருக்க வேண்டும். ஆளே தொப்பலாக கொச கொச என்று இருந்தார்.

“இது என்ன சாமி... நாங்க என்ன பண்ண?”

“என் வாகனம்தான்டி... இது என் வாகனம்தான்!”

குறிகாரன் நிதானித்தான். இடக்கையை நீட்ட, அவனிடம் ஒரு குளிர்பானப் பாட்டில் நீட்டப்பட்டது. குடித்து விட்டு ஏப்பம் விட்டபடி, “அதான் சாமியே சொல்லுதில்ல... இனியும் என்ன சம்சயம்? இது அவரோட வாகனம்தான்!”

வாத்தியாரும் பெருமாளும் மற்றொரு குழப்பத்துடன் தலையைச் சொறிந்தனர்.

“அது எப்படிங்க?”

‘‘அது அப்படித்தான்யா... கடவுள்கிட்ட கேள்வி கேக்கறதுக்கு மனுசப்பயலுக்கு உரிமை கிடையாது. என்னா சாமி?” என்றான் சந்திரனிடம்.

“ஆம்மா... கடவுள்வாக்கு... என் வாகனம்... மூச்... திருவிழா கொண்டாடு... போ” என்றார் சந்திரன், துண்டு துண்டாய்! அவரிடம் இருந்து அமானுஷ்ய உச்சரிப்பில்

வார்த்தைகள் தெறித்தன. கண்ணு ஆசாரி மெதுவாகக் கேட்டார்....

“அது நல்ல வாகான மரமுங்க. இப்ப அது எங்க இருக்குனு தெரிஞ்சாத் தேவலை.”

“ஏய்... சொன்னபடி வாகனம் கிடைச்சாச்சு! ஆக வேண்டியதைப் பாரு” என்றார் சந்திரன் அதட்டலாக.

“த பாருங்க... ‘ஒரு நாள்ல தெரியும். மேற்கதான் குதிரை இருக்கு’னு குறிவந்துச்சு. அன்னிக்கு ராத்திரியே, மேற்கால போனீங்க.. உங்களைத் தேடி வாகனம் வந்துச்சா, இல்லையா?” என்றான் குறிகாரன்.

“வாஸ்தவம்தாங்க.... ஆனா, இது நிசமான குதிரையால்ல இருக்கு!”

“கடவுள் விளையாட்டுய்யா.. அதை நாம கேள்வி கேக்க முடியுமா? வாகனத்தைப் பராமரிப்பா வெச்சிருங்க. மேற்கொண்டு என்ன

நடக்கணும்கிறதைப் பத்தி சீக்கிரமே இன்னொரு அறிகுறி வரும். புரியுதா?" என்றான் குறிகாரன் முடிவாக. மறுப்பேச்சு பேச யாருக்கும் தோன்றவில்லை.

இரண்டே நாளில், ஊரின் தீர்மானிக்கும் சக்தியாக அவன் பரிமாணம் அடைந்திருந்தான். எஸ்.ஐ. கடுப்புடன் ஓரமாக நின்றிருக்க... நெற்றி நிறைய விபூதியுடன் கையில் குறிகாரன் கொடுத்த பிரசாதங்களோடு வந்த ஏட்டய்யாவும் வேலுவும், எஸ்.ஐ. நிற்பதைப் பார்த்ததும் பதறி ஓடி வந்தனர்.

"என்னய்யா நடக்குது இங்கே?"

"சார், அவன் சொன்ன மாதிரியே குதிரை சிக்கிப் போச்சு சார்! ரொம்ப பவர்ஃபுல் பார்ட்டியா இருக்கான் சார்."

"எல்லாக் கூத்தையும் பாத்துட்டுட்தான்யா இருக்கேன். டிபார்ட்மெண்ட் பேரைக் கெடுக்காம விடமாட்டீங்க போலிருக்கே மூணு பேரும்!"

"சார், தயவு செஞ்சு தப்பா நினைக்காதீங்க. கரெக்டா அவன் குறி சொன்ன அன்னிக்கே ஆச்சரியமா ஒரு குதிரை வந்து எதிர்க்க நின்னு வாலாட்டுது சார்!"

"எதுய்யா ஆச்சர்யம்? குதிரை வால் ஆட்டுறதா?"

"அதில்ல சார்.. இந்த ஊர்ல குதிரையே கிடையாதாம் சார்..!"

பெருமாளும் வாத்தியாரும் வந்து எஸ்.ஐ.க்கு வணக்கம் சொன்னார்கள்.

"என்னங்க.. உங்க ஊரு! ஒண்ணு போலீஸை நம்புங்க.. இல்ல, குறி சொல்றவனை நம்புங்க! எங்கக்கிட்ட கம்ப்ளெயிண்ட் குடுத்துட்டு, குறிகாரன் சொல்றான்னு உசிரோட இருக்கிற குதிரையைப் புடிச்சு வெச்சிருக்கீங்க. நாளைக்கு இந்தக் குதிரை மேல ஊர்வலம் விடப் போறீங்களா?"

எங்கிருந்தோ வந்து பின்னால் நின்றிருந்த உள்ளூர் கோடாங்கிக்கு குஷி பிறந்து விட்டது. "நல்லா கேளுங்க சார். தாமரைக்குளத்தான்களுக்கு புத்தி இல்லேனு தெரிஞ்சுகிட்டு, அந்த வெளியூர்காரப் பய நல்ல மொளகா அரைக்கிறான்." என்ற உள்ளூர் கோடாங்கியையும், அவர் குடுமியையும் ஏற இறங்கப் பார்த்தார் எஸ்.ஐ.

"நீ யார்யா?"

"நான் உள்ளூர் கோடாங்கி சார். நான் மை போட்டுப் பார்த்திருந்தேன்னா கதையே வேற சார்!"

"முதல்ல உங்களை மாதிரி ஃப்ராடுக அம்புட்டுப் பயலையும் உள்ள தள்ளணும்யா"

கோடாங்கிக்கு சப்த நாடியும் ஒடுங்கிவிட்டது. பெருமாளையும் வாத்தியாரையும் பார்த்த எஸ்.ஐ. "இதப் பாருங்க. நீங்க ரெண்டு பேரும்தான் ஊர்ல முக்கியமானவங்க. நீங்க சொல்லுங்க. என்ன பண்றதா இருக்கீங்க?"

வாத்தியார் சொன்னார்... "அய்யா காணாமப் போன வாகனத்தை நீங்க தேடுங்க.. நாங்களும் தேடிப் பார்க்கிறோம். திருவிழாவுக்குள்ள அது கிடைச்சுட்டா நல்லதுங்க."

“அதை விடுங்கய்யா.. இப்ப ஒண்ணைப் புடிச்சுக் கட்டி வெச்சிருக்கீங்களே.. அதை என்ன பண்றதா உத்தேசம்? அதோட சொந்தக்காரன் தேடி வந்துட்டான்னா...?”

“அதெப்படி? அது அழகரோட குதிரை. அவரோட வாகனம். அதுக்கு உரிமை கொண்டாடிக்கிட்டு எவன் வருவான்?”

தனக்கெதிராக யாரது இவ்வளவு தைரியமாகக் குரல் கொடுப்பது என்று திரும்பிய எஸ்.ஐ. திகைத்தார்! மஃப்டி போலீஸ் சந்திரன்தான், சாதாரண சந்திரன் எஸ்.ஐ.க்கு முன்னால் நேராக நிற்கவே தயங்குவார். சாமி இறங்கிய சந்திரனோ உலகத்துக்கே அதிபதி போல நின்றிருந்தார். கலங்கிய கண்கள், கலைந்த தலை, குங்கும நெற்றி.

“ஏய்.... சாமிக்கிட்ட விளையாடாத! என் வாக்குல நம்பிக்கை வை. என்கிட்ட விளையாண்டேன்னு வை... சர்வ நாசம்! குல நாசம்!”

எஸ்.ஐ.யின் டென்ஷன் உச்சத்துக்குப் போனது. பதறிப்போன ஏட்டய்யாவும், வேலுவும் சந்திரனை அழுத்தித் தள்ளிக்கொண்டு போனார்கள்.

“அய்யா! தப்பா எடுத்துக்காதீங்க. அவன் வெளியூர் ஆளு. விருந்துக்கு வந்த இடத்துல அவன் மேல சூலி இறங்கிட்டா அதான்” என்ற ஊர்காரரிடம், “ம்.. இருக்கட்டும்.. இருக்கட்டும்“ என்றப்படி நடந்து ஆலமரத்தடி மண்டபத்தருகே வந்தார் எஸ்.ஐ.

குதிரையினருகே நின்று ராமகிருஷ்ணனும் சீரங்கனும் ஆராய்ந்துகொண்டு இருந்தனர். “என்னப்பா பாக்கறீங்க?” என்றார் எஸ்.ஐ.

“எங்க ஊர் ஆளுங்க பைத்தியக்காரத்தனம் பண்றாங்க... இது எப்படி சார் சாமியோட வாகனமா இருக்கும்? பாருங்க.. முதுகு நடுவுல தழும்பேறிப் போயிருக்கு. புட்டத்துல நாலஞ்சு புண்ணு.. எங்கியோ சுமை சுமந்துட்டு இருந்த குதிரை மாதிரி தெரியுது சார்.”

எஸ்.ஐ.க்கு கடைசியாக இரண்டு விவரமான பயல்களை தாமரைக் குளத்தில் சந்தித்ததில் மகிழ்ச்சி பொங்கியது.

“வெரிகுட்! படிச்ச பசங்களா நீங்க?”

“ஆமா சார்.”

“உங்க ஊர் ஆளுகளுக்கு எடுத்துச் சொல்லக் கூடாதா?”

“எங்கன சார்? குறிகாரன், கோடாங்கி பேச்சுதான் இங்க எடுபடும். நாங்க பேசினா தலைப்பிரட்டு பிடிச்சவங்கன்னு பட்டம் குடுத்துருவாங்க.”

“அதுவும் நிஜம்தான்” என்று சிரித்த எஸ்.ஐ. “ஏம்பா உங்களுக்கு யார் மேயலாயவது சந்தேகம் இருக்கா?” என்றார்.

“ஆமா சார்.” என்றான் ராமகிருஷ்ணன். “போன மாசம் எங்க தோட்டத்து மோட்டார் களவு போச்சு. அதைப் பண்ண கோஷ்டிதான் இதையும் பண்ணி இருப்பாங்களோன்னு ஒரு டவுட்டு!”

“ம்... உங்கப்பாவும் சொன்னாரு.. பெருமாள்தான அவர் பேரு?” என்று யோசித்தவர், “தம்பி... நீங்க ஒரு காரியம் பண்றீங்களா?” என்றார்.

“சொல்லுங்க சார்.”

“கொஞ்ச நாளைக்கு.. நைட்ல தூங்காம ஒரு பத்துப் பன்னிரண்டு மணி வாக்குல மலையடிவார மண்டபம் பக்கம் அப்படி இப்படி சுத்திப் பாருங்க. நீங்க எத்தனை பேர் ஃப்ரெண்ட்ஸ்?”

“நாலஞ்சு பேரு சார்.”

“குட். நாலஞ்சு பேருமா போங்க. ஏதாவது வித்தியாசமா தட்டுப்படுதான்னு பாருங்க.

எனக்கென்னவோ.. அந்தக் குதிரை அந்த ஏரியாவுலதான் எங்கியோ இருக்கணும்னு டவுட்டு.”

“சார்... எங்களை ஏன் சார் போகச் சொல்றீங்க?”

“தம்பி... நீங்க உள்ளூர். அதுலயும் கால நேரமில்லாம கண்டபடி சுத்தறவங்கன்னு என்கிட்ட சொன்னாங்க. அதனால, உங்க மேல யாருக்கும் டவுட் வராஅது. நீங்க தோட்டத்துக்கோ காட்டுக்கோ காவலுக்குப் போற மாதிரி போங்க. வித்தியாசமா, புதுசா எவனாவது அந்தப் பக்கம் வந்தா.. அடையாளம் பாத்து எனக்குத் தகவல் சொல்லுங்க. புரியுதா?”

“ஓகே. சார்” என்றார்கள் இருவரும் பெருமையாக. எதையோ சாதிக்கப் போகிற பரபரப்பு இருவரையும் தொற்றிக்கொண்டது.

இரவு உள்ளூர்க்கடையில் இட்லியும், புரோட்டாவும், ஆம்லெட்டும் சாப்பிட்டுவிட்டு, ஏட்டய்யாவும், வேலுவும் மண்டபத்தில் வந்து அமர்ந்தனர். ஏழெட்டுப்பேர் மண்டபத்தில் படுத்திருக்க.. அங்கே கட்டப்பட்டு இருந்த குதிரையைப் பார்த்தபடி இவர்கள் இருவரும் அமர்ந்தனர். குதிரை அரைத் தூக்கத்தில் இருந்தது. வாலை அவ்வப்போது சாமரம்போல் வீசியது. ஏட்டய்யா பெருமூச்சுவிட்டார்.

“ஏன்யா வேலு... இப்ப நாம இந்தக் குதிரைக்கு வேற காவலா இருக்கிற மாதிரி ஆயிப்போச்சேய்யா. ம்... சாமி சமாச்சாரம்? இதை ஒரு விரதம் மாதிரி நினைச்சுப் பண்ண வேண்டியதுதான்! என்னா வேலு...?” என்றவர் ஏதோ யோசனையுடன், “அதென்னய்யா நம்ம சந்திரன் இப்படி ஆகிப்போனான்?” என்றார் வருத்தமாக.

“மதி பிடிச்சிருச்சுங்க அவனுக்கு.”

“ஏன் வேலு.. இது எல்லாம் நிசமா?”

“எதைக் கேக்குறீங்க?”

“இந்தக் குறி சொன்னது, அருள் வந்தது, இந்தக் குதிரை வந்தது... எஸ்.ஐ. அய்யா சொன்ன மாதிரி நாம ஒருவேளை பைத்தியக்காரத்தனமா இதெல்லாம் நம்பறமோ?”

வேலுவும் ஒரு விநாடி யோசித்தான். குதிரை கனைத்தது. “பார்த்தீங்களா? இது மாதிரி நினைக்கிறதே தப்பு... சாமி அதட்டறாரு பாத்தீங்களா!”

“ஆமா! தப்பு தப்பு” என்று கன்னத்தில் போட்டுக் கொண்டார் ஏட்டய்யா.

பத்து மணிக்கு மேல், ராமகிருஷ்ணன் தலைமையில் இளைஞர்கள் ஒன்று சேர்ந்தார்கள்.

மொத்தம் ஏழு பேர். மூன்று நபரை மேற்கே மலையடிவாரத்துக்கு அனுப்பிவிட்டு, ஒரு மணி நேரம் கழித்து சீரங்கன், கனகு, ரமேஷ் மூவரையும் போகச் சொன்னான்

ராமகிருஷ்ணன். "அப்ப நீயி?" என்ற சீரங்கனிடம், "நீங்க போங்க, நான் பின்னால வாரேன்" என்று ராமகிருஷ்ணன் கண்சிமிட்டினான். புரிந்துகொண்டவனாக சீரங்கன் மற்றவர்களுடன் கிளம்பினான்.

அவர்கள் போனதும் ராமகிருஷ்ணன் தனியே கோடாங்கியின் வீட்டை நோக்கி நடந்தான்.

அங்கே வெளியே கொல்லைப்புற மறைவில், மாரி இவனுக்காகக் காத்துக்கொண்டு இருப்பாள்!

சங்கதிகள் நிகழ்ந்தேறி கிட்டத்தட்ட ஒரு வாரம் ஆகியிருந்தது. தாமரைக்குளத்தின் வழமைகளில் சில புதியவை பழகிவிட்டிருந்தன. ஏட்டய்யாவும் வேலுவும், குடியுரிமைக்கு விண்ணப்பிக்காமலேயே உள்ளூர்வாசிகளாகி இருந்தனர். டீக்கடையில் ஏட்டய்யாவுக்கு கணக்குத் துவங்கி, இருநூறு ரூபாய் சொச்சம் பாக்கி இருந்தது.

சமயங்களில் பெருமாள், வாத்தியார் வீடுகளிலிருந்து மதிய சாப்பாடு தூக்கில் வந்தது. சாப்பிட்டுவிட்டு ஆலமரத்தடி மண்டபத்தில் கோடு கிழித்து பதினெட்டாம் புள்ளி, தாய விளையாட்டுகளை ஆடித் தேர்ந்துகொண்டு இருந்தனர் இருவரும். தனது சர்வீஸில் முன்னெப்போதும் இவ்வளவு நிம்மதியாக தான் வாழ்ந்ததில்லை என்று உணர்ந்தார் ஏட்டய்யா. நேரத்துக்குச் சாப்பாடு, சுத்தமான காற்று, பொழுதுபோக்க விளையாட்டு, பேச்சுத் துணை என்று ஏட்டய்யாவும் வேலுவும் திளைத்து மகிழ்ந்தனர்.

மஃப்டி போலீஸ் சந்திரனோ வேறொரு தளத்தை எட்டியிருந்தார். காலமெல்லாம் கையைத் தூக்கி சல்யூட் அடித்துக்கொண்டு இருந்தவரை, ஊரே பக்தியுடன் பார்ப்பதும் வணங்குவதும் புளகாங்கிதமாயிருந்தது. ஊரின் பொதுப் பிரச்னையில் துவங்கியவர், இப்போது வீட்டுப் பிரச்னை, தீராத வயிற்றுவலி, கனவுக்குப் பலன் என்று சகல சமாச்சாரங்களையும் டீல் செய்ததில், தாமரைக்குளத்தின் பெண்களில் பலர் தங்களது பிரச்சனைகளை இப்போதெல்லாம் அவரிடம்தான் சொல்கிறார்கள். அதில் கோடாங்கி மனைவி சரசம்மாவும் அடக்கம்.

அவரும் வெளியூர் குறிகாரனும் வந்து தனது ஸ்தானத்தைக் கவர்ந்துகொண்டதில், நொந்துபோய்க் கிடக்கிறார் கோடாங்கி. இரண்டு, மூன்று தினங்களாகத் தனது கட்டுப்பாட்டில் இருக்கும் குறளி ஒன்றை ஏவி, அவர்கள் இருவரையும் காலி பண்ணி விடுவதென்கிற முடிவில் இருக்கிறார்.

பெருமாள், வாத்தியார், கோவிந்தசாமி வகையறாக்களின் கவலையோ நாளுக்கு நாள் அதிகரித்தபடி இருந்தது. திருவிழா நாள் நெருங்கிக் கொண்டே வருகிறது. காணாமல் போன வாகனம் பற்றி ஏதும் தகவல் தெரியவில்லை. குறிகாரனும் ஆத்தா இறங்கினவனும் "இதுதான் வாகனம்!"

என்று நிஜக் குதிரையைக் காட்டி சாதிக்கிறார்கள். இதை வைத்துக் கொண்டு எப்படித் திருவிழா கொண்டாட முடியும்? ஊர்வலம் போக முடியும்?

அந்தக் குதிரை இப்போது ஊர் சிறுவர்களுடன் வெகு சகஜமாகிவிட்டது. எந்நேரமும் பத்து சிறுவர்கள் அதனைச் சுற்றி அமர்ந்து பேச்சுக் கொடுத்தபடி, புல்லும் கொடுக்கிறார்கள். தத்தம் வீடுகளில் அம்மாவிடம் அழுது பிடிவாதம் பண்ணி, கானம் (கொள்) அவித்து வாங்கி வந்து குதிரைக்கு வைக்கிறார்கள். நேற்று எல்லாப் பசங்களும் கூடி குதிரையை ஏழெட்டு லைஃபாய் சோப்பு போட்டுக் குளிப்பாட்டி, பிடரி முடிக்கும் வாலுக்கும் ஸ்பெஷலாக ஷாம்பு போட்டு அதன் மேனி எழிலைப் பராமரித்தார்கள்.

எஸ்.ஐ. அவ்வப்போது வந்து போய்க்கொண்டு இருக்கிறார். அவருக்கு வயிற்றெரிச்சல்..

குறிப்பாக சந்திரன் மீது. இந்த பிரச்னையும் திருவிழாவும் முடிந்த பின்னர்தான் அவர் மீது ஏதாவது நடவடிக்கை எடுக்க வேண்டுமென்று நினைத்துக்கொண்டு இருந்தார்.

ராமகிருஷ்ணன், சீரங்கன் மூலமாக அவருக்கு இரண்டு நாட்களுக்கு முன்புதான் ஒரு துப்பு கிடைத்திருந்தது. கரும்புத் தோட்டத்திலிருந்து ஆலைக்கொட்டகைக்கு சில வெளியூர் ஆட்கள் சந்தேகப்படும்படி வந்து போகிறார்கள். அது குறித்து வேறு ஒரு திசையில் விசாரித்துக்கொண்டு இருந்தார்.

இவை எல்லாம் இவ்வாறு இருக்க.. ஊருக்குள் ஒரு புது ஆள் சைக்கிளில் வந்தான். கைலி வேட்டி, அழுக்கேறிய காக்கிச் சட்டை, கலைந்த தலை, டயர் செருப்பு.. வந்தவன் ஆலமரத்தடி மண்டபத்தருகே சைக்கிளை நிறுத்திவிட்டு, ஓடிப்போய் ஓரத்தில் கட்டியிருந்த குதிரையைப் பார்த்தான். "ஐயோ! என் எசமானே... நீ இங்கியா இருக்கே? நான் உன்னைத் தேடி ஊர் ஊரா அலையிறனே."

கட்டித் தழுவி, தடவிக் கொடுத்து காதல் உணர்வையும் செண்டிமெண்ட்டையும் ஓரிரு விநாடிகளுக்கு நிகழ்த்தினான். குதிரையின் தோழர்களாயிருந்த சின்னப் பசங்களெல்லாம் அவனை விநோதமாகப் பார்த்தார்கள். அவன் அதோடு நிறுத்தியிருக்கலாம்.

ஏதோ ஒரு விஜயகாந்த் படத்தின் பாதிப்பில் தலை சிலிர்த்து திரும்பி, குரலை முழக்கினான்... "எந்த களவாணிப் பய மகன்டா என் குதிரையைக் கட்டி வச்சவன்? என்னா தைரியம் இருந்தா குதிரையைக் களவாண்டு கட்டி வெச்சிருப்பீங்க?"

ஊரின் இளவட்டங்கள் ரத்தம் கொதித்து, அவன் சட்டையைப் பிடித்தார்கள். குதிரையைத் தேடி ஊர் ஊராக சைக்கிளில் அலைந்த கடுப்பில் இருந்தவன் தடித்த வார்த்தைகளைப் பேச, உள்ளூர் இளவட்டங்கள் இப்படியொரு தருணத்துக்காகவே காத்திருந்தது போல தங்களது பராக்கிரமத்தைக் காட்டி, அவனைப் புரட்டியெடுத்துத் தூணில் கட்டினார்கள்.

சம்பவம் நடந்த பிறகே வந்து சேரும் மரபைக் காப்பாற்றும் விதமாக ஏட்டய்யாவும் வேலுவும் குளிப்பதற்காக மோட்டார் தோட்டத்துக்குப் போயிருந்தார்கள்...

தகவலறிந்து ஈரப்பதத்துடன் விரைந்து வந்தார்கள்.

“சேச்சே... என்னப்பா தம்பிகளா! நாங்க அதிகாரிக இருக்கோம். எதுவா இருந்தாலும் எங்ககிட்ட சொல்ல வேணாமா.. இப்படியா அடிக்கிறது? செத்துக்கித்துப் போய்ட்டான்னா நாங்களும் சேர்ந்துல்ல பதில் சொல்லணும்!”

“பின்ன ஊர் நடுவுல நின்னுக்கிட்டு பெரிய இவன் மாதிரி எல்லாரையும் வையுறான்! வெட்டுவேன்.. குத்துவேன்ங்கிறான்!”

“சரி சரி.. சும்மா இருங்கப்பா!” என்று அடக்கின வாத்தியார், “சார்... நாங்களும் இல்லாமப் போயிட்டோம். இந்தாளு வார்த்தையை விட்டுருக்கான். இளவட்டப் பசங்க கை நீட்டிட்டாங்க. மேற்கொண்டு நீங்க விசாரிங்க”

ம்... என்றபடி ஏட்டய்யா அவனை நெருங்கினார். கட்டுகளை அவிழ்த்து விட்டார்.

தூணில் சாய்ந்திருந்தவன் சரிந்தான். அடிபட்ட வேதனையில் முகம் சுருங்கியது. அங்கங்கே கண்ணிப்போயிருந்தான்.

“எந்த ஊர்றா நீ?”

“வட்டப்பாறைங்க.”

“எது... மலைமேல இருக்குதே அந்த வட்டப்பாறையா?”

“ஆமாங்க!”

“ஏண்டா.. அங்க இருந்து இங்க எதுக்கு வந்தே.. எதுக்கு அக்குருமாப் பேசினா?”

“அய்யா.. என் குதிரையைத் தேடி வந்தேங்க. இதப் பாருங்க. இது என்னுதுங்க.”

“குதிரை உன்னுதா?” ஊர் ஜனங்கள் ஒருவரை ஒருவர் பார்த்துக்கொண்டனர்.

“ஆமாங்க... மலைல இருந்து பலாக்காய், காப்பி, எலுமிச்சை எல்லாம் கீழ கொண்டாந்து விக்கிறதுக்கோசரம் மூணு குதிரை வெச்சிருந்தேங்க. அதுல ஒண்ணை ஏழெட்டு நாளாக் காணோம். மேய்ச்சலுக்கு விட்டிருந்தப்ப நரிக் கூட்டம் விரட்டினதுல எங்கியோ திசை தப்பிடுச்சு. சரி.. கீழ தரைக்கு இறங்கி வந்திருக்கும்னு வந்து ஒவ்வொரு இடமாப் பாத்தா கடைசியில இங்க கட்டிப்போட்டுக் கிடக்கு”

“சரி. வந்தே... குதிரையைப் பாத்தே.. அதுக்கப்புறம் என்ன ஏதுனு ஊர்ல விசாரிக்க வேணாமா? நீ பாட்டுக்கு மானாங்காணியாப் பேசினா எப்படி? சுத்த அறிவு கெட்டவனா இருக்கியே!” என்றபடி ஏட்டய்யா ஊர் மக்கள் பக்கம் திரும்பினார். “என்ன பெருமாளு, குதிரை இந்தாளுதுங்கறான்! என்ன பண்ணலாம்?”

மஃப்டி சந்திரன் உரத்த குரலில் சொன்னான். “அந்தப் பேச்சே வேணாம். அருள்வாக்குப்படி சாமி குறி சொல்லி நம்மகிட்ட வந்தது. தெய்வகுத்தம் ஆயிப் போகும். யோவ்... வெளியூரு! வந்த வழியே திரும்பிப் போயிரு.. இல்லேன்னா சபிச்சுருவேன்!”

“சந்திரா... கொஞ்சம் சும்மா இரு! விசாரிக்கிறோம் இல்ல?”

“ஐயா! லௌகீகம்னா நீங்க விசாரிக்கலாம். இது சாமி காரியம். ஒண்ணு கிடக்க ஒண்ணு ஆயிடக் கூடாது” என்றான் வெளியூர் குறிகாரன். அவன் மனதுக்குள் வேறு விதமான சிந்தனை. இந்தக் குதிரை, சாமியின் வாகனம் இல்லை என்றாகிவிட்டால், தனது வாக்கின் மீது ஜனங்களின் நம்பிக்கை குறைந்துவிடும். கொஞ்ச நாளாக இந்த ஊர் ஜனங்கள் புண்ணியத்தில் வண்டி சொகுசாக ஓடுவது கெட்டுவிடக் கூடாது இல்லையா?

“அதும் சரிதான்.. அவசரப்படக்கூடாது. கொஞ்ச நாள் பார்ப்போம்!”

“என்னய்யா கொஞ்ச நாள் பாக்கறது? என் பொழைப்பு கெட்டுப்போய் ஊர் ஊரா சைக்கிள்ல அலைஞ்சு வந்திருக்கேன். ஏழெட்டு நாளா கஞ்சியில்லை... என் குதிரையைக் குடுங்க.. நான் கிளம்பணும்.”

ஏட்டய்யா செருமினார், “தம்பி! அதுல ஒரு சிக்கல் என்னான்னா.” என்று நடந்ததை விவரித்தார்.

“என்னய்யா! கதையா விடறீங்க.. நான் காசு குடுத்து வாங்கி வளர்த்த குதிரையை நோகாம அமுக்கலாம்ன்னு பாக்கறானுகளா இந்த ஊர்க்காரப் பயக.”

“ஏலேய்! ஊரைப் பத்திப் பேசின, வாயைக் கிழிச்சிருவோம்.”

“ஐயா.. இவங்களை விடுங்க. நீங்க போலீஸ்.. எனக்கு நியாயம் சொல்லுங்க.”

“ம்.. நீ குதிரையைக் காணோம்னு கம்ப்ளைண்ட் குடுத்தியா?”

“இல்லைங்க. அதான் ஊர் ஊரா தேடி அலையுறனே!”

வாத்தியார் பாயிண்டைப் பிடித்தார். “ஆனா, நாங்க கம்ப்ளைண்ட் குடுத்திருக்கோம். அதனால குதிரை சட்டப்படி எங்களுக்குத்தான் சொந்தம்.”

“அடப்பாவிங்களா! இது என்னா நியாயம்டா? இன்னிக்கு வித்தாலும் பத்தாயிரம் ரூவாய்க்கு போகும்டா என் குதிரை. அதை நம்பித்தாண்டா என் பொழப்பே இருக்கு.. ஊர் கூடி வயித்துல அடிக்கிறீங்களே.. இது நியாயமா?”

ஏட்டய்யாவுக்கு அவனது நியாயம் புரிந்தாலும், ஊர் மக்களின் கருத்தை மீறிப் பேச முடியவில்லை. ஒரு வார செஞ்சோற்றுக் கடனாக... அவரும் அந்த ஊர் நபராகவே தன்னை உணர்ந்துகொண்டு பேசினார், “சரி தம்பி, ஒரு ஊரே கூடிச் சொல்லும்போது, அதையும் நாம பாக்கணுமில்லையா.. வேணா ஒண்ணு செய்யி. திருவிழா வரைக்கும் நீயும் இதே ஊர்ல இரு.. திருவிழா முடிஞ்சதும் உக்காந்து பேசுவோம்.”

உள்ளூர் கோடாங்கிக்கு பொறுக்க முடியாமல் கேட்டே விட்டார். “ஏன்யா.. என்ன நினைச்சிக்கிட்டு இருக்கீங்க! இந்த ஊர்ல அசலூர்க்காரங்க எண்ணிக்கை கூடிக்கிட்டே போகுது. இப்ப இவனையும் இருக்கச் சொல்றீங்க.. எல்லாப் பிரச்சனைக்கும் காரணமே இந்த வெளியூர் குறிகாரப் பயதான். அவனை விரட்டுங்க. எல்லாம் சரியாப் போகும்.”

“சரி.. சரி.. நீங்க எதுக்கு இப்ப சத்தம் போடுறீங்க” என்று அடக்கிய ஏட்டய்யா,

“சரி தம்பி.. நீயும் போய் எங்க ஸ்டேசன்ல எஸ்.ஐ.கிட்ட தகவல் சொல்லி, ஒரு பிராது குடுத்துட்டு வந்துடு. அதான் மொறை. இல்லாட்டி அவரு எங்களை வைவாரு.” என்று வெளியூர் நபரிடம் சொன்னார்.

“சரிங்க.”

“உன் பேர் என்ன?”

அவன் சொன்ன பதிலைக் கேட்டு அனைவரும் புல்லரித்தனர். “அழகர்சாமிங்க!”

வெளியூர் குறிகாரனும், மஃப்டி சந்திரனும் மகிழ்ச்சி பொங்கக் குரல் கொடுத்தார்கள்... “பார்த்தீங்களா.. சாமியோட விளையாட்டை!”

“என்னய்யா விளையாட்டைக் கண்டீங்க?” குதிரைக்கார அழகர்சாமி டென்ஷன் ஆனான். “அந்த அழகர்சாமி.... தன்னோட பெயர் கொண்ட ஒருத்தனோட குதிரையையே தனக்கு வாகனமா தேர்ந்தெடுத்து இங்க வரவழைச்சிருக்காரு. என்னா ஒரு மகிமை.. சாமி!” கைகளை உயரத் தூக்கி வணங்கினான் வெளியூர் குறிகாரன். “என்னோட வாக்கு தப்பாதுன்னு நிரூபிச்சிட்ட சாமி.” லேசாக அவன் உடல் ஆடியது.

அழகர்சாமி தனது குதிரையை ஒரேயடியாக அபகரிக்க பெரும் சதிவலை பின்னப்படுவதை உணர்ந்து, கண்களில் நீர் வழிய சின்னப் பிள்ளை போல அழுதான். “அடப்பாவிகளா! என் பொழப்புல மண்ணள்ளிப் போட்டுராதீங்கடா. என் குதிரைய விட்ருங்க. நான் கூட்டிட்டுப் போறேன்!”

அவன் தனது குதிரையின் அருகே சென்று அதன் கழுத்தைத் தடவிக் கொடுக்க, அது கனைத்தது. குதிரையைச் சுற்றி நின்ற சிறுவர்கள் அவனைப் பரிதாபமாகப் பார்த்தார்கள். அவர்களுக்கும் கண்கள் கலங்கின.

ஒருவன் சொன்னான். “நாங்க டெய்லி இதுக்கு புல்லு, கானம் எல்லாம் குடுக்கறோம்ணே.”

மற்றவன் சொன்னான். “நேத்துக்கூட சோப்பு போட்டு குளிப்பாட்டினோம். எங்க கூட இது ஃப்ரெண்டு தெரியுமா?”

அவன் அந்தச் சிறுவர்களை அன்புடன் பார்த்தான். பிறகு தனது சைக்கிளை எடுத்தான்.

“என்னப்பா கிளம்பிட்ட?”

“ஐயா.. நான் உங்க ஸ்டேசன்ல போய் எஸ்.ஐ. கால்ல விழுந்து கம்ப்ளைண்ட் குடுக்கறேன். வேறென்ன பண்றது? அவராவது எனக்கு ஒரு நியாயத்தைச் சொல்லட்டும்.”

“வேலு.... நீயும் அந்தாள்கூட போ! எஸ்.ஐ.கிட்ட விவரம் சொல்லு” என்றார் ஏட்டய்யா.

வேலுவும் அழகர்சாமியும் கிளம்பிப் போனார்கள். ஊர் ஜனங்கள் மத்தியில் நம்பிக்கை, அவநம்பிக்கை, குழப்பம் எல்லாமும் இருந்தது.

ஏட்டய்யா, பெருமாள், வாத்தியார், கோவிந்தசாமி நால்வர் மட்டும் மண்டபத்தில் இருந்தனர். ஊர் கலைந்து போய்விட்டது. “ரொம்ப ஆச்சர்யம்தான் வாத்தியாரே” என்றார் ஏட்டய்யா.

"எதுங்க?" என்றார் வாத்தியார்.

"உங்க ஊர் அழகர் சாமியோட குதிரை காணாமப் போச்சு. வட்டப்பாறை அழகர்சாமியோட குதிரையும் அதே நேரம் காணாமப் போயி.. இந்த ஊர் அழகர் சாமியைத் தேடி வந்துச்சு. அந்த அழகர் சாமியோட குதிரைதான் எங்க அழகர்சாமியோட வாகனம்னு நீங்க சொல்றீங்க. 'இல்லையா.. அது என் குதிரைன்னு' அவன் சொல்றான்" கோர்வையாகப் பேசிவிட்ட திருப்தியோடு ஏட்டய்யா சிரிக்க, இவர்கள் குழப்பத்தோடு தலையாட்டினர்.

வாத்தியார் நிதானமாகச் சொன்னார். "என்ன ஒண்ணு.. எங்க ஊர் அழகர்சாமி, குதிரை ரெண்டுமே உயிருள்ள ஜீவன் கிடையாது. அவன் மனுசன், அவன் குதிரை நிஜமான குதிரை!"

வாத்தியார் சொன்னதைக் கேட்டு மற்றவர்கள் சிந்தனையில் ஆழ்ந்தார்கள். ஏதோ பெரிசாக அர்த்தம் இருப்பது போல தோன்றியது. ஆனால், புரியவில்லை. யாரும் எதுவும் பேசத் தோன்றாமல் இருந்தனர்.

உயரமாக குதிரை நின்றிருக்க, ஒரு பையன் தடவிக் கொடுத்தபடி இருந்தான். ஒருவன் புல் நீட்டி சாப்பிட வைத்துக்கொண்டு இருந்தான். மற்றொருவன் தன் வீட்டில் இருந்த பவுடர் டப்பாவை எடுத்து வந்து குதிரையின் பின்புறம் இருந்த புண்களின் மீது பவுடரைக் கொட்டி வைத்தியம் பார்த்துக்கொண்டு இருந்தான்.

சாயந்திரம் ஆகிவிட்டது. சைக்கிளில் போன அழகர்சாமியும் வேலுவும் வருவார்கள் என்று ஏட்டய்யா எதிர்பார்த்துக் காத்திருக்கையில், ஆச்சர்யமான தகவல் வந்தது.

ராமகிருஷ்ணனும், சீரங்கனும் மொபெட்டில் சீறி வந்து தகவல் சொன்னார்கள். காணாமல் போன குதிரை கிடைத்து விட்டதாக!

ஊர் கூடியிருந்தது!

கடந்த சில தினங்களாக அடிக்கடி ஊர் கூடுவது வழக்கமாகிவிட்டது. இது நல்ல பொழுதுபோக்காகவும், அதே சமயம் வேலையைக் கெடுக்கிறதாகவும் இருந்தது. என்றாலும் சாமி சமாச்சாரம் என்பதால், எல்லோரும் கூடிவிட்டார்கள். எஸ்.ஐ. வருவதற்காகக் காத்திருந்தார்கள்.

* * *

வட்டப்பாறை அழகர்சாமி ஸ்டேஷனுக்குப் போனபோது அங்கே எஸ்.ஐ. இல்லை. இரண்டு கான்ஸ்டபிள்கள் மட்டும் இருந்தனர்.

"ஐயா வணக்கமுங்க."

"என்னய்யா."

"ஒரு புகார் குடுக்கணும்ங்க"

"என்னன்னு?"

"என் குதிரையை மீட்டுத்தரணும்ங்க.. எஸ்.ஐ. ஐயா இல்லீங்களா?"

எஸ்.ராமகிருஷ்ணன்

கான்ஸ்டபிள்கள் ஒருவரை ஒருவர் பார்த்துக் கொண்டனர். "என்னய்யாது.. வர்றவன்லாம் குதிரை குதிரைன்னே வர்றாய்ங்க. நாட்ல களவாணிப் பயலுக காசு பணம் திருடுறதை விட்டுட்டு குதிரையா களவாங்குறானுகளா?"

"எஸ்.ஐ. ஐயா இல்லிங்களா?" என்றான் அழகர்சாமி மறுபடியும்.

"இத பாருய்யா! எஸ்.ஐ. ஐயா, ஏட்டய்யா ரெண்டு பேரும் அழகர்சாமியோட குதிரை காணாமல் போனது சம்பந்தமா.. தாமரைக்குளம் போயிருக்காங்க."

"ஐயா! நா அங்கிருந்துதானுங்க வர்றேன்.. என் குதிரையை எப்படியாச்சும் மீட்டுக் குடுங்க. என் பொழப்பே அதை வெச்சுத்தானுங்க இருக்கு."

"உன் பேரென்ன?"

"அழகர்சாமிங்க."

அவருக்கு டென்ஷனாகிவிட்டது. "என்னடா.. நக்கலா பண்ற? அதான் கம்ப்ளைண்ட் குடுத்து.. களவாண்டவன் சிக்கிட்டானே.. மறுபடியும் இங்க எங்கடா வந்து நீ புகார் குடுக்கற?"

"அய்யா.. நீங்க வேற மாதிரி நினைச்சுக்கிட்டுப் பேசறீங்க... என்ன பிரச்னைன்னா," என்று வட்டப்பாறை அழகர் சாமி விவரிக்க, அவர்களுக்குத் தலை சுற்றியது.

"இத பாருப்பா.. எங்களுக்குக் கிறுக்குப் புடிச்சிரும் போலிருக்கு. எஸ்.ஐ. தாமரைக்குளம்தான் போயிருக்காரு.. நீ எங்கூட வா, யோவ், நான் இவனைக் கூட்டிட்டுப் போறேன். ஸ்டேஷனைப் பாத்துக்க."

"ஆமாய்யா.. ஒத்தைல விட்டுட்டு நீயும் கௌம்பு... ஸ்டேஷனே தாமரைக்குளத்துக்குப் போயாச்சு.. என்னமோ பண்ணு போ!"

எஸ்.ஐ. வந்து சேர்ந்ததும் கூட்டத்தின் ஆவல் எல்லை மீறியது. எஸ்.ஐ. நடுநாயகமாக சேர் போட்டு அமர்ந்தவாறு, நிதானமாகச் சொன்னார். "இதபாருங்க. குதிரை சிக்கிருச்சு. அது வேற எங்கயும் இல்லை. உங்க ஊர்லயே ஒரு தோட்டத்துல குதிரையைத் திருடிக் கொண்டு போய் வெச்சுட்டு.. அது மேல கரும்புச் சோகையை அம்பாரமாப் போட்டு ஒளிச்சு வெச்சிருந்தாங்க."

ஊர், மூக்கில் விரலை வைத்தது. "அடேயப்பா! எமகாதகப் பயலுகளா இருக்கானுகளே.. யாருங்க அவனுக...?"

"அவனுக ஊர் ஊராப் போய் மோட்டாரு, எலெக்ட்ரிக் ஒயர் திருடுற கோஷ்டி. மோட்டார் திருடத்தான் வந்தானுகளாம். உங்க ஊர் கிணத்துல படி எல்லாம் அவனுகளுக்கு வசதியா இல்லையாம். இறங்கித் திருடுறதுக்கு தோது இல்லாம ஆழமா கிணத்தை வெட்டி வெச்சிருக்கீங்களாம்."

சிலர் மெல்லிய குரலில் சிரித்தனர்.

"அதனால என்ன பண்றதுன்னு பார்க்கறப்ப.. பாதுகாப்பேயில்லாம, இத்துப்போன பூட்டைப் போட்டு வெறும் கம்பி கேட் மண்டபத்துல சாமியோட குதிரையைப் பாத்திருக்கானுக.

பூட்டையும் உடைச்சு குதிரையைத் தூக்கியிருக்கானுக. ரொம்ப கனமா இருந்ததால... கரும்புத் தோட்டத்துல கொண்டு போய் மறைச்சு வெச்சிருக்கானுக.. இந்த ஊர்ல கிரஷர் போடறதுக்கு வந்து தங்கியிருக்கிற ஒரு வெளியூர் குடும்பம் இதுக்கு உடந்தை. அந்தத் தோட்டத்துலதான் இப்ப குதிரை இருக்கு."

"அடடா!" என்று பிரமித்தனர்.

"உங்க ஊர்ல இந்த ராமகிருஷ்ணன், சீரங்கன்னு இளவட்டப் பசங்க இருக்கானுகள்ல.. அவங்கதான் கவனிச்சுத் துப்பு சொன்னாங்க. அதை வெச்சு இப்ப ஆளை மடக்கிட்டோம். அவனும் விபரத்தைச் சொல்லிட்டான். உங்க ஊர்ப் பசங்க உதவி பண்ணதாலதான் இதைக் கண்டுபிடிக்க முடிஞ்சது."

எஸ்.ஐ. இளைஞர்களை அழைத்துப் பாராட்ட, ஊரில் பட்டென்று அவர்களது மரியாதை உயர்ந்தது. "பரவால்லிங்க பெருமாளு.. உங்க மகன் சாமி கும்புடமாட்டான்னு வருத்தப்பட்டிங்க. இப்ப சாமிக்கே உதவி பண்ணி இருக்கான் பாத்தீங்களா!" என்று வாத்தியார் சொன்னதும், பெருமாள் கண்கள் பனிக்கத் தலையாட்டினார்.

எஸ்.ஐ. எழுந்தார். "பிரச்சனை முடிஞ்சிருச்சு! பெரிய மனுஷங்க எல்லாரும் இருக்கீங்க. வாங்க போய் குதிரையை எடுத்துட்டு வந்து ஊருக்குள்ள வெச்சிருவோம். நல்ல விதமா திருவிழா கொண்டாடுங்க.. என்ன?"

"நல்லதுங்க" என்றார் பெருமாள்.

"திருட்டுப்போன குதிரை. அதை ஊருக்குள்ல கொண்டு வரணும்னா சில பரிகார பூஜை எல்லாம் பண்ணனும்" என்று ஒரு கோரிக்கைக் குரல் கேட்டது.

திரும்பிப் பார்த்தார் எஸ்.ஐ. உள்ளூர்க் கோடாங்கிதான் இதனைப் பெருமாளைப் பார்த்துச் சொன்னார். எஸ்.ஐ.க்கு 'சுர்' என்றது.

"எங்கய்யா அந்த வெளியூர் குறிகாரன்?"

"அவன் ஆளு எஸ்கேப் ஆய்ட்டாங்க. குதிரை கிடைச்ச விஷயம் தெரிஞ்சதும் நைஸா கிளம்பிப் போய்ட்டான்" என்ற கோடாங்கியின் குரலில், இழந்த அந்தஸ்து திரும்பிக் கிடைத்த மகிழ்ச்சி புரண்டது.

எஸ்.ஐ. தன்னை கட்டுப்படுத்திக்கொண்டு சொன்னார். "இத பாருங்க. குதிரையை மீட்டுக் குடுத்தாச்சு. அடுத்து நீங்க என்ன பண்றதுன்னாலும் அதைப்பத்தி எனக்கொண்ணுமில்ல. பிரச்சனை மட்டும் வரக்கூடாது, ஆமா!"

அப்போது வட்டப்பாறை அழகர்சாமி வந்து சேர்ந்தான். ஏட்டய்யா ஏற்கனவே அவனைப் பற்றி எஸ்.ஐ.யிடம் சொல்லி இருந்தார்.

"என்ன அழகர்சாமி.. உன் குதிரை வேற நடுவுல வந்து குழப்பம் பண்ணிடுச்சு. முதல்ல அதை கூட்டிட்டுக் கிளம்பு!" என்றார் எஸ்.ஐ. புன்னகையுடன். அவன் நன்றிப் பெருக்குடன் கை கூப்பிவிட்டு, தனது

குதிரையை அவிழ்த்தான். சுற்றி நின்றிருந்த சிறுவர்களின் முகத்தில் ஒரு ஏக்கம் தென்பட்டது. அவன் அவர்களை ஒவ்வொருவராக குதிரை மேல் ஏற்றியபடியே கொஞ்ச தூரம் நடத்திக்கொண்டே போனான். சோகத்துடன் சிறுவர்கள் கூடவே போய் பிறகு திரும்பினார்கள்.

ஒருவழியாக ஊரிலிருந்து ஒரு கும்பல் கிளம்பி எஸ்.ஐ.யுடன் சென்றது. குதிரையை எடுத்துத் துடைத்து தூக்கி வந்தார்கள். உள்ளூர் பூஜை என்று எதையோ செய்தார்.

ஊரில் குதிரையைக் கொண்டு வந்து வைத்து செப்பனிட்டு, பெயிண்ட் அடிக்கும் வேலை கண்ணு ஆசாரி தலைமையில் துவங்கியது.

எஸ்.ஐ எழுந்தார் "அப்ப கிளம்பறோம்! திருவிழா நடந்து முடியற வரைக்கும் அப்பப்ப வந்து போவோம்" என்றவர் ,ஏட்டய்யா பக்கம் திரும்பி , "எங்கய்யா அவன் சந்திரன் ஆளையே காணோம்."

எங்கேயோ மறைவாக உட்கார்ந்திருந்த சந்திரனை வேலு அழைத்து வந்தார்.

"என்னய்யா குறி எல்லாம் சொல்லி முடிச்சாச்சா ?"

தலை குனிந்து நின்றான் சந்திரன்.

"சூலி இன்னும் உன்கிட்டதான் இருக்காளா?"

சந்திரன், தலை நிமிரவில்லை.

"நீ ஸ்டேசனுக்கு வா... பேசிக்கறேன்"

"........."

எஸ்.ஐ., ஏட்டய்யா,வேலுவுடன் பலியாடு போல சென்றான் சந்திரன்.

ஊர் களை கட்டத் துவங்கியது. மக்கள் எல்லாம் உவப்போடு வரி கொடுத்து சாமி கும்பிடத் தயாரானது அந்த வருடத்தில்தான். குதிரைக்கு விசேஷ வர்ணங்களைப் பூசி பளபள என்று ஆக்கியிருந்தார்கள். இத்தனை நாள் நிஜக் குதிரையைச் சுற்றி அமர்ந்திருந்த சிறுவர்கள் இபோதெல்லாம் அழகர்சாமியின் வாகனத்தை சுற்றி அமர்ந்திருந்தனர்.

பெருமாள் மனதில் லேசான நிம்மதி பூத்திருந்தது, ஊரை அடக்கி போடப்பட்டுக் கொண்டு இருந்த பந்தல் ஏற்பாடுகளைப் பார்வையிட்டபடி நின்றிருந்தார். வெயில் கொளுத்தி வியர்வை வழிந்தது. வாத்தியார் அவரிடம் வந்தார்.

"வாங்க வாத்தியாரே!"

"ஏன்னா பெருமாளு... ஏற்பாடெல்லாம் எந்த அளவுல நடக்குது?"

"எல்லாம் ரொம்ப ஜரூர்தான், இன்னும் கொஞ்ச நேரத்துல கொட்டகை போட்டு முடிச்சிருவாங்க. பெருமாளின் கண்கள் கவலையோடு வெறித்து வானத்தை பார்த்தன.

"என்ன அமைதியாகிட்டிங்க?"

“நல்ல வேலையாப் போச்சு வாத்யாரே... இந்த முறை எந்தத் தடங்கலும் இல்லாம திருவிழா நடக்குமா நடக்காதான்னு நானா ரொம்பப் பதறிட்டு இருந்தேன். அன்னிக்குக் கூட சொன்னேனே... இந்த முறையாவது மழை தண்ணி நல்லாப் பேயனும்... அதனால எந்தக் குறையும் இல்லாம சாமி கும்பிடனும்னு நினைச்சிட்டு இருக்கிறதா...!”

“ஆமா சொன்னிங்க”

“குதிரை காணாமப் போனதும் பதறிப் போயிட்டேன். திருவிழா தடைப்பட்டுப் போயி ஊரு இந்த வருஷமும் காய்ஞ்சு போகுமோனு பயந்தேன். நல்ல வேளை.. குதிரை திரும்பிக் கிடைச்சிருச்சு. திருவிழாவை நல்லபடியா நடத்தி முடிச்சு..மழையும் பேய்ஞ்சுட்டா. மனசு நிம்மதி ஆயிரும்“

“மழை பேஞ்சிச்சுன்னா சரி “ என்றார் வாத்தியார்,

“என்ன வாத்யாரே இழுக்கறிங்க... சாமியை நம்புவோம். நிச்சயமா மழை பேயும்“ என்றார்

பெருமாள். கருடன் ஒன்று அந்நேரம் வானில் வட்டமடிக்க, படபடவென்று கன்னத்தில் போட்டுக் கொண்டார்.

பவுர்ணமி... ஊரே கோலாகலாமாயிருந்தது. வாணவேடிக்கைகள் ஸ்பெசலாக வரவழைக்கப்பட்டு, மூன்று பேர் ஊர் மந்தையில் வெடித்து தீர்த்துக் கொண்டிருந்தார்கள். இரண்டு மூன்று செட்டு மேளக்காரர்கள் மாறி மாறி ஊருக்குள் வாசித்துக் கொண்டு இருக்க மைக் செட்டுகள் கதறின.

ஊரில் முக்கியஸ்தர்களும், ஜனங்களுமாக நூறு நூற்றைம்பது பேர் சென்றனர். மலையடிவார மண்டபத்தில் புதுப் பெயின்ட் பொலிவுடன் குதிரை காத்திருந்தது. அதனைப் பார்த்த பெருமாள், வாத்தியார், கண்ணு ஆசாரி ஆகியோர் மனம் நிறைந்து கண்கள் கசிந்தன. கீழே விழுந்து வணங்கி தேங்காய் உடைத்த பின், குதிரை கிளம்பியது

வாண வேடிக்கைகள் உயரச் சென்று வெடிப்பதைப் பார்த்தபடி நின்ற பெருமாளுக்குள் சிறிய சஞ்சலம் தோன்றியது. வானத்தில் ஒரு மேகத் துணுக்கு கூட இல்லை.. ‘கடவுளே! இந்த வருஷமும் ஏமாத்திறாத’ என்று தனக்குள் தொழுதார்.

ஆத்துல இறங்கின சாமி கோயில்ல எழுந்தருளரதுக்குள்ள ரெண்டு தூறலாவது போடணும் என்று மனம் இறைஞ்சியது. கொட்டித் தீர்க்கணும் என்று இருக்க வேண்டிய வேண்டுதல், இப்போது தூறலில் நிற்கிறது.

எப்போதும் அழகர் ஆற்றில் இறங்குகையில் குதூகலித்துப் பரவசத்தில் லயிக்கிற மனநிலை இன்றைக்கு அவருக்கு வாய்க்கவில்லை. பந்தத்தை எடுத்துக்கொண்டு குரல் கொடுத்தபடி ஒருவன் முன்னால் ஆடிச் செல்ல, அந்த நள்ளிரவில் அழகர்சாமி தனது குதிரை சகிதம் ஆற்றை அடைந்தார்.

அந்த காட்டாற்றின் வறண்ட மணற்பரப்பில் மக்களின் குரலொலியும், வாத்திய சத்தங்களும் வான வேடிக்கைகளும் உச்சத்தை எட்ட, அழகர் ஆற்றில் இறங்கினார்.

வானம் துல்லியமாக இருந்தது. பவுர்ணமியின் பால் போன்ற வெளிச்சம், நட்சத்திரங்கள் கண் சிமிட்டிக் கொண்டு இருக்க... பெருமாளின் மனதில் துயரம் கவிந்தது.

சாமி சந்நிதியில் குடிகொண்டு விட்டார். இன்னும் ஒரு வாரத்துக்கு அவர் கோயில்வாசி தான். கரகாட்டம் மும்முரமாக நடந்துக் கொண்டிருந்தது. ஊரே கூடி அதை வேடிக்கைப் பார்க்க, தனது வீட்டு திண்ணையில் சாய்ந்து தனியே அமர்ந்திருந்தார் பெருமாள்.

அவரைத் தொட்டு எழுப்பியவன் மப்டி போலீஸ் சந்திரன். திடுக்கிட்டு விழித்தார் பெருமாள். மணி அதிகாலை ஐந்து இருக்கலாம். கரகாட்டம் உச்சத்திலிருந்தது. பந்தல் பக்கம் ஜனங்களின் கரவொலி.

“என்னங்க?”

“எஸ்.ஐ. ஐயா உங்களை கையோட ஸ்டேசனுக்கு கூட்டி வரச் சொன்னார்!”

“எதுக்கு ?” என்றார் குழப்பமாக.

“உங்க பையன் ராம கிருஷ்ணனும்,கோடங்கி மக மாரியும் ராத்திரியோட ராத்திரியா ஓடிப் போய்க் கல்யாணம் பண்ணிகிட்டாங்க. இப்ப ஸ்டேசன்ல வந்து என்கிட்டே அடைக்கலாமாயிட்டாங்க. கூப்பிட்டுப் பேசணும்னு உங்களை எஸ்.ஐ. ஐயா வரச் சொன்னாரு,”

உச்சந்தலையில் இடி விழுந்தது போல இருந்தது பெருமாளுக்கு.

எழுந்து நின்றவருக்கு லேசாகத் தலை சுற்றியது. பிரச்சினை இல்லாமல் எல்லாம் நடந்து விட்டதென்ற சந்தோசம் காணாமல் போக, தூணைப் பிடித்து கண்மூடி சற்று நின்றார்.

சந்திரன் மொபெட்டில் வந்திருந்தார். “சீக்கிரம் இருங்க,போலாம்.. விடிஞ்ச பிறகு ஊர்ல விவரத்தை சொல்லுவோம்“

என்னென்ன கூத்து நடக்கப் போகிறதோ ஊரில் என்ற பீதி பெருமாளின் அடிவயிரைப் புரட்டியது. இப்படிப் பண்ணிட்டானே படுபாவி! சாதி விட்டு சாதி கல்யாணம்! இந்த ஊர்ல, அதிலேயும் என் புள்ள, பாவி! படுபாவி! கலி முத்திப் போச்சு.. பஞ்சம் வந்து அழியப் போகுது ஊரு!

அப்போது பெருத்ததோர் இடியோசை சடசடத்தது. கண்ணைப் பொசுக்குவது போன்றதொரு மின்வெட்டு! கணநேரம் அதிர வைத்து அடங்க, வானமே கிழிந்தது போல் மழை கொட்டத் தொடங்கியது.

096

திசேரா

கண்ணியத்தின் காவலர்கள்

தங்கள் தங்களுக்கன அவர்களாலேயே உருவாக்கப்பட்ட சட்டப் புத்தகங்களுடன் ஒவ்வொருவரும் வலம் வந்து கொண்டிருந்தார்கள். வீடு, கடை, வீதி, மலசலகூடம், குளியலறை, குசினி, வேலைத்தளம் என எல்லா இடங்களிலும் சட்டப் புத்தகங்களை இறுக்கி அணைத்தபடி இருந்தார்கள். அதில் இடப்பட்டிருந்த ஓட்டையினூடு எதிர்ப்படுவோரை நோக்கிக் கொண்டிருந்தார்கள். இயல்பாகிப் போன நடையும், அசைவுகளும் சட்டப்படி இருக்கும் போது மட்டுமே அவர்களது இதயம் சாதாரண வேகத்துடன் துடிப்பதுடன், உணவு ஜீரணிக்கும், கால்கள் நிலம்பட நடக்கும்.

மீறிய நடை பாவனையைக் காணும்போது தண்டனை வழங்க முடியாத கையாலாகாதா தனம் மேலோங்கும். ஏனைய நீதிபதிகளுடன் கலந்துரையாடி அவர்களின் புத்தகங்களின் படியும் இது குற்றமாகுமோ? என விசாரித்து, அது பற்றிய குறிப்பு இல்லாத பட்சத்திலும், நடத்தை சரியானது எனக் குறிப்பிடப்பட்டிருக்கும் பட்சத்திலும் விவாதித்துக் கொள்வார்கள். அவனும், அவனது புத்தகமும் அநீதியானதென நிராகரிக்கப்படும் வரை விவாதம் தொடரும். பின் தன் சட்டங்களுக்கு ஒப்பான புத்தகத்தைக் கொண்டிருப்பவனை நெருங்கி, அவனது நடை பாவனை சட்டத்தை மீறியதென அறிக்கை விடுவார்கள். அது பறக்கும் காற்றுப் போகும் திசையெங்கும் செய்திபரப்பும் மரம், தூண், கம்பி, வேலி, வாகனம், கட்டடம் எல்லாவற்றிலும் மோதிக் கிழிந்து துண்டு துண்டாகும் வரை அல்லது காய்ந்து முறுகி சருகாக நுண்ணிப்போகும் வரை பறக்கும்.

ஒவ்வொருத்தரும் ஒவ்வொரு நீதிபதிகள்தான். தாங்களே சட்டங்களை வரையறுத்துக் கொண்டு சம்பளமில்லா கடமையிலீடுபட்டிருந்தார்கள். ஏனைய தொழிலை விட நீதிபதி பதவி இலகுவானதாகவும் பகுதி முழு நேரக்கடைமைக்குரியதாகவும் இருந்தது. வைத்தியனாக கைமருந்துகளுடன், பொறியியலாளனாக அளவுத்திட்டத்துடனும், உயிரியலாளனாக மரக்கன்றுடனும்,

ஆசிரியனாக பேனாவுடனும், வியாபாரியாக தொந்தியுடனும், அரசியல்வாதியாக பொய்யுடனும் அலைந்து திரிந்தாலும், நீதிபதிகளாக தங்கள் தங்கள் சட்டப்புத்தகங்களைப் புரட்டி மற்றவர்களினுடைய வாழ்க்கையைத் தோண்டிக் கிளறி கூறுபோட்டு குறைகளைக் கண்டுபிடித்து குற்றப்பத்திரிகை அனுப்புவது போல இலகுவான, சுவாரசியமான தொழில் எதுவுமில்லை.

தனக்கென உரித்தான சட்டங்களை உருவாக்கிக்கொள்ள முடியாமல் நீதிபதிகளாக ஆசைப்பட்டவர்கள், கற்காலம் முதல் வழங்கிய மதப் புத்தகங்களையும், அட்டவணைகளையும் தங்கள் தங்கள் சட்டப் புத்தகங்களாக பிரகடனப்படுத்தி அதில் ஓட்டை இட்டு எல்லோரையும் கவனித்தார்கள். சட்டப்புத்தகங்களில் இடப்பட்டிருந்த ஓட்டை அவர்கள் மட்டும் நுழைந்து கொள்வதற்குப் பயன்பட்டது.

நீதிபதிகள் பலரினால் குற்றமாகக் குறிப்பிடப்படும் சட்டத்தை சமூகச் சட்டமாக அமுல்படுத்தினார்கள். அதனூடாகத் தண்டனை வழங்கி விட எத்தனித்ததுடன் அவர்கள் தங்களை மேலானவர்களாகக் கருதி மதிப்பளிக்கப்பட வேண்டும் எனவும் விரும்பினார்கள்.

முடி நரைத்து, பற்கள் காவியேறிய கிழட்டு நீதிபதிகள் சிலர் தூசு படிந்து, கறையான் அரித்துக் கிடந்த தங்கள் சட்டப்புத்தகங்களைத் தட்டி, பகல் நீண்டிருந்த அந்தப் பின்னிரவுக் காலமொன்றில் அறிக்கையொன்றைத் தயாரித்துக் கொண்டிருந்தார்கள். தூசுகள், மூக்குள் நுழைந்து பிசிர்களை ஆட்டி தும்மலை உண்டு பண்ணி, சட்டப்புத்தகங்கள் மீது எச்சிலைத் தெளித்து ஈரப்படுத்தினாலும், குற்றப்பத்திரத்தைத் தயார் பண்ணி முடிப்பதில் மும்முரமாய் இருந்தார்கள். களைப்பு, வேலைக்காலங்களைத் தின்றுவிடக் கூடாது என்பதில் விழிப்பாய் இருந்த, தலைமயிர் பழுத்துப்போன கிழவிகள் இஞ்சி கலந்த சாயத்தைப் பகிர்ந்து கொண்டோ, சிறிய உரல்களில் வெற்றிலையை இடித்துக் கொண்டோ இருந்தார்கள். அவர்களில் பலருக்கு பொக்கைவாய் கன்னங்கள் உட்குழிந்து போயிருந்தது. அவர்களெல்லாம் உயர்நீதிமன்ற நீதிபதிகளாகக் கூடிய அனுபவம் வாய்ந்தவர்களாம். அக்கிழட்டு நீதிபதிகளின் பின்னால், பதவி உயர்வில் ஆசைகொண்டு காத்துக்கிடந்த இளைய நீதிபதியின் வால்களைப் பிடித்துக் கொண்டு நின்றார்கள். அவர்கள் அனைவரதும் அயராத உழைப்பினால் இரவு பகலாகத் தயாரிக்கப்பட்ட குற்றப்பத்திரம் இரு இடங்களுக்கு அதிகாலையிலேயே அஞ்சல் செய்யப்பட்டது.

குற்றப்பத்திரம்

இந்து, சமூக, நீதி, நிருவாக வலயத்தின் சமூக நீதிமன்றம், சட்டமா அதிபர் இலக்கம்: டிகே 771501

சமூக நீதிமன்றத்தின் குற்றவழக்கு

இலக்கம் 0027 74320

இந்து சனநாயக சோசலிகக் குடியரசு எதிர்

பழனியான்டி சுகுமார்:

சற்குணம் சதீஸ்குமார்:

இந்து சனநாயக சோசலிசக் குடியரசின் சட்டமா அதிபர் கதிர்வேல் கணபதி அவர்களின் கட்டளைப்படி உங்களுக்கெதிராகக் குற்றப்பகர்வு செய்யப்பட்டுள்ளது. உங்களுக்கெதிரானக் குற்றச்சாட்டுகள் பின்வருமாறு:

1) இந்த நீதிமன்ற நியாயாதிக்கு எல்லைக்குட்பட்ட பிரதேசத்தில் பிறப்பு இறப்பு திருமணப் பதிவாளர் காரியாலயம் இருந்தும், ஆலயங்கள் இருந்தும் நீங்கள் இருவரும் பதிவுத் திருமணமோ, சடங்கு முறையான திருமணத்தையோ நிகழ்த்திக் கொள்ளாமல், 2001ஆம் ஆண்டு மாசி மாதம் 08ம் திகதி முதல் இருவரும் இணைந்து, இந்நீதிமன்ற எல்லைக்குட்பட்ட பகுதியிலேயே தங்கள் குடியிருப்பையும் ஏற்படுத்தியுள்ளீர்கள். நீங்கள் இருவரும் ஆண்களாக இருந்தும் கூட்டாக ஒத்தியைந்து சமூகக் கட்டுமானத்தை உடைப்பதுடன் எதிர்கால சந்ததியினரிடையே கண்ணியம் தொடர்பான எண்ணக் கருவில் விரிசலை ஏற்படுத்த முனைவதாகவும் உள்ளது. இவைகள் பெண்கள் மீது எதிர்ப்புணர்வை ஏற்படுத்துவதுடன், வாத்சாயனரையும் அவமதிப்புக்குள்ளாக்குவதாகக் கருதப்படுகின்றது. இதன் காரணமாக ஒத்தியைந்த எங்கள் சட்டப்புத்தகத்தின் 5(1) (ஆ) பிரிவின் கீழ் தண்டனை விதிக்கக் கூடிய குற்றத்தைப் புரிந்துள்ளீர்கள்.

2) இந் நீதிமன்ற நியாயாதிக்க எல்லைக்குட்பட்ட பிரதேசத்தில் பிறப்பு இறப்பு திருமணப் பதிவாளர் காரியாலயம் இருந்தும், ஆலயங்கள் இருந்தும் நீங்கள் இருவரும் பதிவுத் திருமணமோ, சடங்கு முறையான திருமணத்தையோ நிகழ்த்திக் கொள்ளாமல், 2001ம் ஆண்டு மாசி மாதம் 08ம் திகதி முதல், இணைந்து வாழ்கின்றீர்கள். நீர் இருவரும் இரு வேறுபட்ட சாதியினராகக் காணப்பட்ட போதிலும் ஒருவரை ஒருவர் மணம் புரிந்துள்ளீர்கள். இது இரு இனக்கூட்டத்தாரிடையே ஒற்றுமையின்மையை, அல்லது காழ்ப்புணர்ச்சியை, அல்லது வெறுப்பை ஏற்படுத்துவதற்காக எத்தனிக்கப்பட்ட முயற்சியாகும். இது இருக்குவேதம் 10ம் மண்டலம் புருஷ சூக்தத்துக்கு அமையவும், மனுதர்மச் சட்டத்தின் படியும், அவற்றை அடிப்படையாகக் கொண்டு தொகுக்கப்பட்ட சட்டப்புத்தகத்தின் 2(1) பிரிவின் கீழ் நீங்கள் இருவரும் தண்டனை விதிக்கக்கூடிய குற்றத்தைப் புரிந்துள்ளீர்கள்.

கையொப்பம்

சமூக கூட்டவாதி

2002ஆம் ஆண்டு 01ம் மாதம் 10ம் திகதி.

குறிப்பு:

இக்குற்றப் பத்திரத்திலடங்கும் குற்றச் சாட்டுகளுக்காக இந்து, சமூக, நீதி, நிருவாக வலையத்தின் சமூக நீதிமன்றத்தால் குற்றவாளிக்கெதிராக வழங்கப்படவுள்ள தண்டனைக்கு உதவும் முகமாக கீழ்வரும் தண்டனைகளைப் பரிந்துரை செய்கின்றோம்.

1) மொட்டையடிக்கப்பட்டு, கரும்புள்ளி செம்புள்ளி குத்தி, செருப்பு மாலை அணிவித்து, கழுதை மீது ஊரை வலம் வரச் செய்தபின் முச்சந்தியில் கல்லால் அடித்துக் கொல்லப்படுதல்.

2) கை, கால்கள் கட்டப்பட்ட நிலையில் மக்கள் கூட்டத்தின் முன், எரிந்து கொண்டிருக்கும் நெருப்பில் தள்ளுதல், அல்லது இவர்களின் தலை மட்டும் தெரியும் வண்ணம் டயர்களுள் இட்டு பெற்றோல் ஊற்றி எரியூட்டல்.

3) மக்கள் குழுமி இருக்கும் போது குற்றத்தை உணரும்வரை முகமூடி இடப்படாமல் சாகும்வரை தூக்கிலிடப்படல்.

மேற்படி இரு நபர்களுக்கும் எவ்வித காரணங்கொண்டும் மன்னிப்போ, அல்லது தண்டனைக் குறைப்போ மேற்கொள்ளக் கூடாதென்பதில் உறுதியாகவுள்ளோம். தவறும் பட்சத்தில் இது போன்ற ஓரினச் சேர்க்கையாளர்கள், அல்லது சாதியை மீறுபவர்கள் சமூகத்தில் அதிகரித்து விடுவார்கள் என்பதையும், சமூகக் கட்டமைப்பு சிதைவுறும் என்பதையும் தங்கள் கவனத்தின் கீழ் கொண்டு வர விரும்புகின்றோம்.

உண்மையுள்ள,
சமூக நீதிபதிகள்
1........................
2........................
3........................
மூலப்பிரதி உயர் நீதிமன்றம்
பிரதி எதிராளிகள்.

* * *

"இன்று அவனால் எப்படியும் வேலை செய்யமுடியாது. காலையில் போக விருப்பமில்லாதவனைத் தள்ளி அனுப்பவேண்டி இருந்தது. சிலவேளைகளில் திரும்பி வந்துவிடுவானோ என்ற சந்தேகம் இருந்தது. ஆனால் வரவில்லை. ஆனாலும் வழமையைப் போல படிப்பிக்க முடியாது. இருப்பினும் சமாளிப்பான். எப்போதும் இப்படித்தான் குழந்தைத்தனம். எனக்குத் தடுமன் என்றால் கூட பக்கத்திலேயே இருந்து கொண்டிருப்பான். யாரைக் காட்டிலும் அன்புடையவன்.

இரண்டு நாள் காய்ச்சல், நேற்று ஞாயிற்றுக்கிழமையாயிருந்ததால் எனை எழும்ப விடவில்லை. இன்று கூட சமைக்கவோ, தேனீர் ஊற்றவோ வேண்டாமென உன்னை அனுப்புவதாகக் கூறினான். எனைக் கஷ்டப்படுத்தக் கூடாது என்பதில் அவனுக்கு எப்போதும் அக்கறையுண்டு."

"எங்கள் வாரிசு பற்றிக் கதைத்தோம். வெள்ளி இரவு தொடங்கியது. சனி இரவு வரை தொடர்ந்தது. இருவரும் பெண்களாய் இருந்திருப்பின் ஆணின் அணுக்களைப் பெற்றுக் கொண்டு ஒருவரின் கர்ப்பப்பையில் வளர்த்து பிரசவித்திருக்கலாம் என நினைத்தோம். இக்கதை ஆரம்பமானது முதல் என் முகம் மாறி, உடல் சூடாகி இருந்ததை அவதானித்தானாம். "காய்ச்சலா..." இல்லை. அந்த ஏக்கமும், சிந்தனையும் தான் எனது காய்ச்சலுக்கு மூலக்காரணம் எனக் கூறினான். என்னால் அதை வரையறுக்க முடியவில்லை."

குழந்தை எங்களில் ஒருவரின் இரத்தத்தைக் கொண்டதாக இருக்க வேண்டுமென்பதில் இருவருக்கும் உடன்பாடிருந்தது. கர்ப்பப்பையை யார்

வைத்துக்கொள்வதென்பதில் இன்னமும் சிக்கலுண்டு. அதிலுள்ள நடைமுறைச் சிக்கலை உணராமலேயே வாதிட்டோம். அவன் குழந்தைத்தனமானவன் என்பதும், எதையும் தாங்கிக் கொள்ள முடியாதவன் என்பதையும் நான் அறிந்திருந்ததனால் அதை நான் பொருந்திக் கொள்கின்றேன் என வாதிட்டேன். அவனது சிந்தனை கூரானது என்பதனால் ஆண் அணுக்கள் அவனுடையதாக இருக்கட்டும் எனக் கூறினேன். அதைப் பற்றிய முடிவினை எடுத்துக் கொள்ளாமல் "முதலில் வைத்தியரை அணுகி, வசதி, செலவீனம் பற்றிக் கதைத்துக் கொள்வோம்." கண்களை மூடி மௌனமானான்.

"எங்கள் இருவரில் ஒருவரினுடைய விந்தைக் கொடுத்து பெண் ஒருத்தியை அணுகி அதைக் கருவாக்கி குழந்தையாக்கித் தரும்படி கேட்கலாம். இதுபற்றியும் வைத்தியரும் ஆராய்ந்தபின் முடிவெடுக்கலாம். எதற்கும் முதலில் வைத்தியரை...." மீண்டும் கண்களை மூடிக் கொண்டான். உடன் உறங்கிப் போய்விட மாட்டான். குறைந்தது அரை மணி நேரம் புரண்டபின்பே தூக்கம் தழுவும். அவனால் தூக்கத்தை விரட்டியடிக்க முடியாது. உறக்கத்தில் கனவு காண்பதென்றால் சரியான பிரியன். அதனால் உறக்கத்தில் ஆழ்ந்து போகவிட்டு தொல்லை பண்ணாமல் நானும் உறங்கிப் போனேன்.

ஞாயிறு பகலில் இது பற்றிக் கதைக்கவில்லை. காலையில் என் நெற்றியில் முத்தமிடும்போது உடல் சூடு அதிகரித்திருந்தது கண்டு காய்ச்சல் என்பதைக்கூட அவன் தான் உறுதியுடன் கூறினான். காலை உணவு விருப்பமில்லாமல் இருந்தது. காய்ச்சலினால் சுவை அரும்புகளையும், நுகர் அரும்புகளையும் சளியடைத்திருப்பதனால் எனக்கு உணவு விருப்பமில்லாமல் போய் இருக்கின்றது. நாக்குக்கு உணர்ச்சியைக் கொண்டுவரக் காரமாகக் கறியும், மூலிகை ரசமும் வைத்துத் தருவதாயும் கூறி சமையலறையுள் மூழ்கிப் போனான். எனது காய்ச்சல் பற்றிக் கதைத்துக் கொண்டு பாடக்குறிப்பு எழுதுவதில் பின்னேரம் ஓடிப்போனதால் இது பற்றிக் கதைக்க முடியாமல் போனது. இன்று எப்படியும் இதுபற்றிக் கதைக்க வேண்டும் என நான் எண்ணிக் கொண்டிருக்கிறேன். அதனுள் நுழைய அவனால் முடியாதிருக்கும். எனைப்பற்றி அதாவது உடல்நலக்குறைவைப் பற்றியே இன்று சிந்தித்துக் கொண்டிருந்திருப்பான் என்பதும் எனக்குத் தெரியும். குழந்தை பற்றிச் சிந்திக்க நேரம் இருந்திருக்காது. வேலைகளும் தலைக்கு மேலாக இருந்திருக்கும். "சுகு அண்ணன் நீங்கள் ஏன் தத்து எடுத்துக்கொள்ளக் கூடாது."

"எங்கள் ஒருவரின் இரத்த வாரிசை விரும்புகின்றோம். முடியாமல் போனால் இது பற்றி யோசிக்கலாம் என்றிருக்கின்றோம்."

"நீங்களே இன்னமும் ஏற்றுக்கொள்ளப் படாமல் தள்ளப்பட்டிருக்கும் போது ....., நீங்கள் கல்வெட்டுக்காரர்கள் என்பதைத் தவிர எதுவும் தெரியாது. முன்னர் எனக்கும் கூட " "உண்மை, காலம் யாருக்காகவும் எதையும் தருவதில்லை பெற்றுக் கொள்ள இடம் கொடுக்கும் அவ்வளவுதான். ஓட்டைப் புத்தகத்திலிருந்து தொகுக்கப்பட்ட சட்டங்களின் அடிப்படையில் குற்றப்பத்திரம் வந்துள்ளது. அதுபற்றி அலட்டிக்கொள்ள எதுவுமில்லையாம். அதற்கெதிராக எங்களினால் மனுவொன்றும் தயாரிக்கப்பட்டாயிற்று. அதன் பிரதியொன்று சட்டத்தரணியிடம் கேட்டு ஆலோசனை பெறுவதற்காக அவனிடமுண்டு பையினுள் இருப்பதைக் கூட மறந்து போயிருப்பான்.

எதற்கும் ஆரம்பம் தடையாய்த்தான் இருக்கும். பின்னர் தானே வெளிக்கும்."
"இது எங்களின் மனு"

சுய உரிமை மேன் முறையீடு

ஐயா,

இந்த சனநாயக சோசலிசக் குடியரசு எங்களுக்கெதிராக அனுப்பிய குற்றப்பத்திரம் தொடர்பாக (டி.கே. 770501) எங்கள் இணைவின் அடிப்படை அம்சங்களை விளக்க வேண்டிய நிர்ப்பந்தம் ஏற்பட்டுள்ளது.

எங்கள் மீது சுமத்தப்பட்ட குற்றங்களாவன,

1) ஒரே இனத்தைச் சேர்ந்தவர்கள் (5(1) (அ))
2) வேறுபட்ட சாதியினர் (2(1))

என்ற வகையில் இருவரும் தண்டனைக்குரிய குற்றத்தை ஆற்றியுள்ளதாகவும், இதனால் சமூகக் கட்டுமானம் உடைந்து போவதாகவும் கூறப்பட்டுள்ளது.

திருமணம் என்பது புரிந்துகொண்ட இருவரின் இணைவு என்பது எங்களின் கருத்து. ஆனால் பெண்ணை ஆண் அடக்கியாள்வதற்காக வழங்கப்படும் அனுமதி என்றோ சந்ததியை உற்பத்தி செய்யும் நிறுவனம் என்றோ சமூக நீதிபதிகளால் கருதப்படுகின்றது.

ஒத்த இனத்தைச் சேர்ந்தவர்கள் இணைந்துகொள்வது எந்தவகையிலும் பெண்களை அவமதிப்பதாக அமையாது. பெண்களைக் கட்டிலில் கிடத்தி கவிழ்ந்து கொள்வதாலோ, குழந்தையை குடும்பப் பாரத்தை அவளுக்கென ஒதுக்கிக் கொடுத்து விடுவதாலோ அவர்கள் போற்றப் படுகிறார்கள் எனக்கருதிக்கொள்ள முடியாது. ஒவ்வொரு திருமணத்தின் போதும் ஆணுக்குப் பின்னானவள் என்ற அவமதிப்பை சடங்குகள் நடத்திக் காட்டுகின்றன என்பதை சமூக நீதிபதிகள் மறந்தது எங்ஙனம் என விளங்கவில்லை.

ஆண் பெண் காம உணர்வைப் பகிர்ந்து கொள்வதற்காக, அல்லது ஆணின் காமவுணர்வைத் தணித்துக் கொள்வதற்காகவென மட்டுமே திருமணங்கள் உள்ளன என்ற எண்ணத்தின் அடிப்படையிலேயே வாத்சாயனரை அவமதிப்பாகக் கூறப்பட்டுள்ளது.

வேறுபட்ட சாதியினர் என்று, பிறப்பை வைத்துக் கொண்டு மனுவைத் துணைக்கழைத்தவர்களுக்கு, அதிலுள்ள குறிப்பின்படி சாதிகள் பிறப்பை கொண்டோ, தொழிலைக் கொண்டோ தீர்மானிக்கப்படுவதில்லை ஒழுக்கத்தின் அடிப்படையிலேயே தீர்மானிக்கப்படுவதாகவும், கூட்டு சமபந்தி பற்றியும், அனுலோமம் பிரதிலோமம் என்ற திருமணமுறைகளையும் சுட்டிக் காட்ட விரும்புகின்றோம்.

இருப்பினும், எங்கள் கருத்தின்படி ஆண் பெண் அலி என்ற மூன்று சாதியினரைத் தவிர வேறு சாதியினர் இல்லை என்பதே எங்கள் நிலைப்பாடு. இது கூட உடலின் அடிப்படையில் காட்டப்படும் வேறுபாடுகளே எனக் கருதுவதாலும், எண்ணங்கள் செய்கைகளெல்லாம் ஒன்றாக இருக்க வேண்டும் இருக்கும் என்பதாலும், சாதியின் கொடுமைக்குள் எங்கள் இருவரையும் தள்ளி தீ மூட்டிவிட வேண்டாமெனவும் கேட்டுக்கொள்கின்றோம்.

கரையான் அரித்த, ஓட்டைப் புத்தகங்களின் அடிப்படையில் மனிதாபிமானமற்ற நீதிபதிகள், குற்றப்பத்திரத்திலேயே விசாரணை எதுவுமின்றி தண்டனையை சிபாரிசு செய்தது, எந்தவிதத்திலும் நியாயமாக இருக்கமுடியாது என்பதைத் தாங்களும் அறிவீர்கள். குற்றமே இல்லாத குற்றப்பத்திரத்திலும், எங்களின் தாழ்வான மேன்முறையீட்டையிட்டும் தங்களின் மேலான கவனத்தைச் செலுத்தி நியாயமான தீர்ப்பை வழங்குவீர்களென நிம்மதியடைகின்றோம்.

இவ்வண்ணம்,

உண்மையுள்ள,

(ஒப்பம்)

பழனியாண்டி சுகுமார்

(ஒப்பம்)

சற்குணம் சதீஸ்குமார்.

* * *

அவன் போய்விட்டான். சுகு மட்டும் தலையைத் தொங்கப் போட்டுக்கொண்டு காலை நீட்டி கதிரையில் சாய்ந்திருந்தான். மூடிய கண்ணுள் பின்புற இருளில் தோன்றிய ஒளி நிறைந்த மனிதன் முன்னோக்கிக் கிடந்த இருளுக்குள் மங்கலாய் ஒளி வீசிக்கொண்டிருந்தான். அவன் நெருங்க ஒளி, பரப்பை விரித்துக்கொண்டே போனது. ஒளிமனிதனுக்கு அருகில் சுகு நடந்து வந்து கொண்டிருந்தான். பின் வலது இடது இருளுக்குள் இருந்து கற்கள் வந்து தாக்கியது.

ஒளி மனிதன் சதீசின் தலையிலிருந்து இரத்தம் கசிந்தது. பச்சை இரத்தம். அவன் வேற்றுச் சாதி என்பதால் பச்சை நிற இரத்தம் வடிந்தது. வடிவமில்லாத கற்கள் வந்து விழுந்துகொண்டே இருந்தன. இருவரும் கையைப் பிடித்துக் கொண்டு ஓடுகின்றார்கள். ஆட்களில்லாத வெறுமைக்குள் காற்றை இருபுறமும் தள்ளி ஓடிக்கொண்டே இருக்கிறார்கள். காற்றுச் சிரித்தது "கல்வெட்டுக்காரர்கள்" பலமாய்ச் சத்தமிடுகிறது சிரிக்கிறது. சுகு வாய்விட்டுக் கத்துகிறான். "எங்களைப் பிரித்து விடாதீர்கள் எனக்கு இவன் வேண்டும்." அழுகிறான். ஓட்டத்தில் கலங்கிய குரல் காற்றில் கலந்து அழிவுறுகிறது. ஓட முடியாமல் ஓடுகிறார்கள்.

கதவு தட்டப்படும் ஓசை. சுகு எழுந்து கதவைத் திறக்கிறான். தலையில் காயத்துடன் சதீஸ் சிரிக்கிறான். தலை வெடிப்பிலிருந்து கண்ணுக்கும், காதுக்கும் நடுவில் சிவப்பு ரத்தம் வடிந்து கொண்டிருந்தது.

2002

097

செழியன்

ஹார்மோனியம்

மதிப்பிற்குரிய திரு. ஹசன் பண்டிட் (வயது 43) அவர்களை ஒரு மாலைப்பொழுதில்தான் சந்தித்தேன். நெடிய கட்டிடங்களுக்கு இடையிலான குறுகலான சந்தில் நடந்து, செங்குத்தான மாடிப் படிகளில் ஏறி அந்த மேன்ஷனின் ஏழாவது அறையைக் கண்டுபிடித்தேன். 'ஹார்மனி இசைப்பள்ளி' என்று எழுதப்பட்ட, காய்ந்த கதம்ப மாலையிட்ட விளம்பரப்பலகை இருந்தது. வாசலில், இரண்டு தேய்ந்த ரப்பர் செருப்புகள் கிடந்தன. அறையின் உள்ளிருந்து ஊதுபத்தி வாசனையோடு ஹார்மோனிய இசை கேட்டது.

"வணக்கம்."

பண்டிட் கண்களால் என்னை அமர்த்திவிட்டு, ஹார்மோனியத்தில் ஊர்ந்த தன் விரல்களைத் தளர்த்தி நிறுத்தினார். அறையெங்கும் இசையின் அதிர்வு பரவித் தணிந்தது. பத்துக்குப் பன்னிரண்டு அறை. சகல மதங்களுக்கான தெய்வங்களின் படங்களின் கீழே ஊதுபத்தி புகைந்து கொண்டிருந்தது.

'மியூசிக் கத்துக்கணும்'

'உட்காருங்க. எங்கெ இருந்து வர்ரீங்க?'

'சிவகங்கைலயிருந்து..'

அவரது விரல்கள் சப்தமில்லாது ஹார்மோனியத்தின் ஸ்வரக்கட்டைகளின் மேலாக ஏதோ தேடுவதாகப் பாவனித்தன.

'ம்.. சொல்லுங்க.. எங்கெருந்து. வர்ரேன்னு சொன்னீங்க..'

'சிவகங்கையில இருந்து வர்ரேன். மியூசிக் கத்துக்கணும்னு ஆசை.'

'என்ன பண்ணிட்ருக்கீங்க..'

'வேல தேடிட்டிருந்தேன்.'

'நாள மறுநாள்....' விரல்களில் ஏதோ கணக்குப் பார்த்தார். அஷ்டமி, என உதடுகள் முணுமுணுத்தன. 'வியாழக்கெழம

அமாவாசை... அன்னிக்கே சேர்ந்திடுங்க... திங்கள் வியாழன் க்ளாஸ். வாரம் ரெண்டு க்ளாஸ். இருநூறு ரூபாய்.. சம்பளம் ஏற்கனவே மியூசிக் படிச்சிருக்கீங்களா'

'இல்ல..'

'வீட்ல யாராவது படிச்சிருக்கீங்களா'

'இல்ல.. நான் தான் முதல்ல...'

'ஏன் கத்துக்கிடணும்னு நெனைக்கிறீங்க'

'கத்துக்கணும்னு ஆசை'

ஹசன் பண்டிட் புன்னகைத்தார்.

வரும் திங்கள்கிழமையிலிருந்து வகுப்புக்கு வருவதாகச் சொல்லி விடைபெற்றேன். நான் அறையைக் கடந்து மாடிப்படிகளில் இறங்குகையில் ஹார்மோனியத்தின் இசை மீண்டும் பரவியது.

ஹார்மோனியத்தின் கட்டைகளின் ஊடே தயங்கி, தாவி, ஊர்ந்து, பின்வாங்கி ஸ்வரங்களைத் தேடும் அவரின் விரல்கள் என் நினைவில் வந்தன.

இருட்டத் துவங்கிவிட்டது. ஹசன் பண்டிட், இருட்டத் துவங்குகிற கறுப்பு. பாகவதர் போல தூக்கிச் சீவிய தலைமுடி. தீர்க்கமான சிறிய கண்கள். மீசையில்லாமல் சுத்தமாக மழித்த முகம். இசைக் கலைஞனுக்குரிய தேஜஸ்.

மொட்டை மாடியில் வெறுமனே மேகங்கள் பார்த்துக் கலையும் என் மாலைப் பொழுதுகள் இனி ஹசன் பண்டிட்டின் ஸ்வரங்களால் நிறையும் என நினைக்கையில் உற்சாகமாக இருந்தது.

திங்களன்று இசைவகுப்புக்குப் போகிறோம் என்பதே எனக்குள் மிகுந்த பரவசத்தை அளித்தது. இரண்டு நீள அன்ரூல்டு நோட்டுக்கள் வாங்கிக் கொண்டேன்.

அன்று நடுத்தர வயதில் மேலும் இரண்டு பேர் நீள நோட்டுக்களுடன் காத்திருந்தனர். ஆசிரியர் அவர்களுக்கான வகுப்பு முடியும்வரை என்னைக் காத்திருக்கச் சொன்னார். பக்கத்துக் கட்டிடத்திலிருந்த பேக்கரியில் இருந்து ரொட்டிகள் முறுகும் வாசனை இதமாய் இருந்தது. பச்சை நிற ரெக்ஸின் உறையினால் மூடப்பட்டு, ஓரத்தில் இருந்த ஹார்மோனியத்தை ஒருவர் எடுத்துக் கொண்டார். அப்போதுதான் கவனித்தேன். அந்த அறையில் மொத்தம் மூன்று ஹார்மோனியங்கள் இருந்தன. ஹசன் பண்டிட்டின் ஹார்மோனியம் மட்டும் பெரியது.

'ஜண்டை வரிசை வாசிங்க...'

ஸஸ ரிரி கக மம... எனத்துவங்கி, ஹசன் பண்டிட் காட்டும் விரல் அசைவிற்கும் கைதட்டுதலுக்கும் ஏற்ப வேகம் இயல்பாய்க் கூடி.. சுதந்திர தினக் கொண்டாட்டங்களில் சிறுமிகள் நடனமாடுகையில் அவர்கள் கையில் இருக்கும் வண்ண வண்ணமான ரிப்பன்கள் காற்றில் அலைவதைப் போல... ஸ்வரங்களின் நடனம். அலை அலையாய் மின்சாரம் போல அறையில்

பரவும் இசை அதிர்வில் அந்த இடமே எனக்கு அற்புத உலகம் போல இருந்தது. அவர்கள் வாசித்து முடித்ததும் அதிர்வுகள் தணிந்து மௌனம் கவிந்தது. அவர்களுக்கான பாடக் குறிப்புகளை எழுதச் சொல்லிவிட்டு ஆசிரியர் என்னை அழைத்தார்.

எனது நீள நோட்டினை வாங்கி முதல் பக்கத்தைத் திறந்து, கண்களை மூடிப் பிரார்த்தித்துவிட்டு, பெரிதாக பிள்ளையார் சுழி போட்டு என் பெயரைக் கொட்டை எழுத்தில் எழுதினார்.

அறை நிசப்தமாய் இருந்தது.

கற்காலத்தில் இடுகாட்டில் கிடந்த எலும்புகளை ஊதி, சப்தங்களை எழுப்பிய கதையிலிருந்து துவங்கினார். தேர்ந்த கலைஞனின் அடவுகளைப் போல முகபாவனைகளாலும், விரல் அசைவுகளாலும் அவர் பேசப் பேச ஆதிமனிதனின் புதைமேடுகளில் கிடந்த எலும்புகளில் வண்டுகள் துளையிட்டுப் பறக்க.. காற்றின் சுழிப்பில், விசிறலில்.. இனந்தெரியாத சோகத்தோடு ஒரு குழலிசை புகையெனச் சுழல... அறை இருட்டிக் கொண்டே வந்தது. ஸ்வரங்களை வாசித்துப் பழகிய அவரது கறுத்த விரல்கள், காற்றில் கண்ணுக்குத் தெரியாத ஆர்மோனியத்தின் கட்டைகளை வாசிப்பது போல அபிநயித்தன. சூனியம் இல்லாத இருண்ட வனத்துக்குள் மயில்கள் அகவுகின்றன. அதிலிருந்து ஸட்ஜமம். கிரௌஞ்சப் பறவைகள் பாடுகின்றன. நிலா வெளிச்சத்தில் மூங்கில் துளிர்கள் தேடித் தின்ற களிறுகள் பாறைகளின் ஊடே தன் இணையை ஆளும் சுகத்தில் பிளிறுகின்றன. ஸ்வரங்கள் உயிர்த்து அசைகின்றன. கைலாயத்தில் நடனம் கொள்ளாது சிவனின் ஏழு தலைகளிலிருந்தும் ஒவ்வொரு பாடல் ஒவ்வொரு கதியில். இசைமுனி நாரதனின் வீணைத் தந்திகள் தாமாக அதிர்கின்றன.

ஸ ரி க ம ப த நி என ஏழு ஸ்வரங்கள். வேங்கட மகியின் பனிரெண்டு சக்கரங்கள். மேளகர்த்தாக்கள். எழுபத்திரெண்டு தாய். கோடிக்கணக்கான குழந்தைகள். திருவையாறின் பிரசன்ன வீதிகளில் தியாகையரின் தம்புரா அதிர்கிறது. காவேரியில் உதிர்ந்த நாகலிங்க மலர்கள் உயிர்த்துப் பறக்கின்றன. சியாமா சாஸ்திரியின் ஆலாபனை. முத்துச்சாமி தீட்சிதரின் ஸ்வரக்கட்டு. பனை ஓலைகளில் துளசிதாஸரின் எழுத்தாணி கீறி நகர்கிறது. சரளிவரிசை. ஹார்மோனியத்தின் கமகக் குழைவும் ஒரு காந்தர்வக் குரலுமாக...

ஸரிகம பா கம பா பா

கமபம நிதபம கம பக மகரிஸ

ஸா நித நீ தப தா பம பா பா

கம பத நித பம கமபக மக ரிஸ

ஸா ஸா நித நீநீதப தாதா பம பா பா

கமபத நிதபம கமபக மகரிஸ...

நான் மீண்டபோது எனக்கெதிரே நாற்காலி மட்டுமே இருந்தது. ஊதுபத்தியின் புகைவளையங்கள் சுழன்று திரிதிரியாய்ப் பிரிந்து மௌன ஆலாபனையாய்க் கலைந்தன.

'ஸ்வரம் மாதா; லயம் பிதா'

ஸ்வரமும் தாளமும் கூடிக் கூடிப் பிணைந்து, விலகி, ஸ்பரிசித்து.. தழுவி அணைத்து... துரித காலத்தில், விளம்பித காலத்தில் காற்றில்... காற்றுக்குள் நிகழும் கலவி. சூல் கொண்ட காற்று இசையாகிறது. மற்றதெல்லாம் உயிர்பிடிக்காது திரிதிரியாய்க் கலைகிற சப்தம். காற்றுதான் இசை. காற்றுதான் பிராணன். இசைதான் பிராணன். இசை கூடினால் தியானம். இசை கூடினால் ஞானம். ஜெபம் கோடி தியானம். தியானம் கோடி லயம். லயம் கொள். த்ருவம், மட்யம், ரூபகம், ஜம்பம், த்ருபுடம், அட, ஏகம் என ஏழு ராஜகுமாரர்கள். ஸட்ஜமம், ரிஷபம், காந்தாரம், மத்யமம், பஞ்சமம், தைவதம், நிஷாதம் என ஏழு தேவ கன்னிகைகள். ஏழு ராஜகுமாரர்களின் குதிரைகள் ஒவ்வொன்றும் ஒவ்வொரு லயத்தில் குதித்து வருகின்றன. த்ருதம், அணுக்ருதம், லகு, புலுதம், காகபாதம் என சப்தக் கோவைகள். வண்ண வண்ணமாய் தொடுக்கப்பட்ட அட்சர மாலைகள். தக்கத்திமி தக்கத்திமி திமி திமியென.. காற்றின் புலனாகாத அரூப வெளியில் ராஜகுமாரர்களும் தேவகன்னியரும் மாலை சூழ சுயம்வரம் கொண்டு சூடித் திளைக்கிறார்கள்.

'ஸ்வரம் மாதா; லயம் பிதா'

கேட்பவை எல்லாம் ஸ்வரம்.. கேட்பவை எல்லாம் லயம். மேற்கூரையில் மழை பெய்கிறது. சட்டச் சட சட்டச்சட வென. திருபுட தாளம். பெய்து களைத்த மழை தாழ்வாரச் சருக்கத்தில் துளித்துளியாய்ச் சொட்டுகிறது ஏக தாளம். குழந்தை முனகுகிறது. மந்த்ர ஸ்தாயியில் கமகம். வீறிட்டு அலறுகிறது. தாரஸ்தாயி சஞ்சாரம். மணலைக் கயிறாய்த் திரிக்கிற மாதிரி காற்றை இசையாய் நெய்கிற ரச மந்திரம், சித்த மந்திரம். காதுகள் உள்ளவன் கேட்கக் கடவன். இயற்ற முடிந்தால் அதுதான் ஞானம். காற்றைக் கேள். கேட்கத் துவங்கு.'

காற்று முகத்தில் விசிற பேருந்தின் சன்னலோரம் அமர்ந்து ஊர் திரும்பிக் கொண்டிருந்தேன். காற்றிலும் இது பனிக்காற்று. பண்டிட்டைச் சந்தித்ததில் இருந்து என் சுவரில் இறுகியிருந்த சன்னல்கள் எல்லாம் தாமாகத் திறந்து கொள்வதாக உணர்ந்தேன். எனக்கான கிழமைகள் இசையென அதிர்ந்து அடங்குகையில் வியாழன் வந்திருந்தது.

சந்தன ஊதுபத்தியின் வாசனை ஈஸ்ட்டில் முகிழ்த்த மென் ரொட்டிகள் ஓவனில் முறுகும் வாசனை. ஹார்மனி இசைப்பள்ளி.

'வணக்கம்.'

தன் ஹார்மோனியத்தின் முன் அமர்ந்து இசைக்குறிப்புகள் எழுதிக் கொண்டிருந்த ஹசன்பண்டிட் நிமிர்ந்தார்.

'உட்காருங்க.. ஒரு நிமிஷம்' ஹார்மோனியத்தின் ஸ்வரக்கட்டைகளில் ஐந்து விரல்களையும் விரித்து, சப்தம் வராமல் தொட்டுத் தொட்டுக் குறிப்புகள் எழுதிக் கொண்டு இருந்தார். அவர் தலைக்குப் பின்னால் மஞ்சள் சட்டமிட்ட மும்மூர்த்திகளின் படம் தொங்கிக் கொண்டிருந்தது.

'போன வகுப்புல நடத்துன பாடத்தைப் படிச்சுப் பார்த்தீங்களா..'

'படிச்சேன். ரொம்ப நல்லா இருந்துச்சு.'

‘க’ங்கற ஸ்வரத்தோட பெயர் சொல்லுங்க’

‘காந்தாரம்‘

‘நல்லது. ஸரளி வரிசைல பயிற்சி கொடுத்திருந்தேன். பாடம் பண்ணிட்டீங்களா’

‘இன்னும் பண்ணலை..’

‘ஏன்.... பயிற்சி ரொம்ப முக்கியம் இல்லையா’

என்னிடம் ஹார்மோனியம் இல்லை என்பதை அவரிடம் சொன்னேன்.

‘அதனாலென்ன.. ஒண்ணு வாங்கிடுங்க. பெட்டி கையில இருந்தா சாதகம் பண்ண வசதியா இருக்கும். போகப் போக பாடங்கள் நிறையாப் போயிடும். கீ போர்டு கூட பெறகு வாங்கிக்கலாம். முதல்ல ஒரு பெட்டி பழசா இருந்தாக்கூட பாத்து வாங்கிடுங்க.’

வேலையில்லாமல் வகுப்புக்கு வருவதே சிரமமான நிலையில் பெட்டி வாங்க முடியுமென்று எனக்குத் தோணவில்லை.

‘சங்கீதத்தை ‘ஹராம்‘னு குரான்ல சொல்லியிருக்கும். அதனால எங்க வீட்ல என்னைய சங்கீதம் கத்துக்க விடல. அப்ப பத்தொன்பது வயசு எனக்கு. சீனிவாஸ சாஸ்திரின்னு ஒரு பண்டிதர். மீனாட்சி அம்மன் கோயில் பக்கத்துல இருந்தார். அவருக்கு சகல பணிவிடையும் செஞ்சு கத்துக்கிட்டேன். ஏன் சொல்றேன்னா.. மனசு இருந்தா மார்க்கம் உண்டு. ஞானத்தைக் கொடுத்தவன் அதுக்கான கருவியை ஒளிப்பானோ? எல்லாம் கெடைக்கும்‘

அன்று மாயாமாளவ ராகத்தில் ஸரளிவரிசையின் மீதமுள்ள பாடத்தை அவர் சொல்லச் சொல்ல எழுதிக் கொண்டேன். அவரது ஹார்மோனியத்தை என் பக்கம் திருப்பி வாசிக்கச் சொன்னார்.

‘இது ஸட்ஜமம். ஸட்ஜமத்துக்கு கட்டைவிரல். இடது கையில் பெல்லோஸ் போட வேண்டும். இதிலிருந்து எழும்புகிற காற்று ஹார்மோனியத்தின் உள்ளறைகள்ல போய்த் தங்குது. நாம ஒரு கட்டைய அழுத்தும்போது, உள்ள அடைபட்ட காற்று துளையின் வழியே வெளியேறும். அப்படி வெளியேறும்போது அந்தத் துளையில் இருக்கிற ரீடு, நாக்கு மாதிரி இருக்கும். அது அதிரும். அதுதான் நாதம். எங்க... ஸட்ஜமம் வாசிங்க’

இடது கை பெல்லோஸ் அழுத்த, பதட்டத்துடன் கட்டைவிரலால் ஸட்ஜமம் தொட்டேன். புதரிலிருந்து சாம்பல் குருவிகள் விடுபட்டுப் பறப்பது மாதிரி ஒரு சிலிர்ப்பு. அடுத்து சுத்த ரிஷபம், அந்தர காந்தாரம், சுத்த மத்யமம், பஞ்சமம் என ஒவ்வொரு விரலாக அழுந்த ஹார்மோனியம் விதவிதமான தொனியில் என்னுடன் பேச முயல்கிறது. அந்த சந்தோஷத்தை எப்படிச் சொல்ல?

‘சப்தங்கள் எல்லாம் ஸ்வரம். ஏற்கனவே சொல்லியிருக்கேன். உலகத்தின் சப்தங்கள் எல்லாம் ஏழு ஸ்வரத்தில் அடக்கம்.’ அருகிலிருந்த டீ கிளாஸை ‘ணங்’கென்று மேடையில் வைத்தார். ‘இது ஒரு ஸ்வரம்‘ காற்றில் சன்னலின் திரைச் சீலைகள் சரசரத்தன. ‘இதுவும் இசை’.

பேருந்தில் ஊருக்குத் திரும்பும்போது மழை பெய்தது. மழை எத்தனை பெரிய இசைக்கருவி. எத்தனை தந்திகள் கொண்ட வயலின். சதா சுழன்று

கொண்டே இருக்கும் பூமி எத்தனை பெரிய இசைத்தட்டு. குளத்து நீரில் நிலா வெளிச்சம் வீணைத் தந்தியாய் நலுங்குகிறது. அதனதன் இசை. எனக்கு பிரமிப்பாய் இருந்தது. கண்களை மூடிக்கொண்டால் பிரமிப்பாய் இருந்தது. கண்களை மூடிக்கொண்டால் காதுகளுக்கான உலகம். காற்றைக் கேள். இதுதான் சப்தங்களின் வாகனம். கேட்கத் துவங்கு.

திங்கள் வியாழன், திங்கள் வியாழன் என கிழமைகள் இசைபடக்கழிந்தன. இன்னும் ஹார்மோனியம் வாங்க முடியவில்லை. ஸரிகம ரிகஸரி என்று ஸ்வரங்கள் தாவித் தாவி நடனமிடும் தாட்டு வரிசை வந்துவிட்டது. என் கிழமையில் வகுப்புக்கு வரும் ஷங்கர கோடி, நேற்றுதான் பத்தாயிரம் ரூபாய்க்கு புது கீபோர்டு வாங்கி வந்திருந்தார். அதில் கடல் அலைகளின் உறுமலையும், பின்னிரவில் எழும் சில்வண்டுகளின் ஓசையைக் கூட எழுப்ப முடிந்தது. ஆச்சர்யம் ஒரு புறம், இயலாமை ஒரு புறம். இசைக்கருவி இல்லாமல் வகுப்பை மேலும் தொடர்வது அயற்சியாக இருந்தது. மதுரை, கூலவாணிகன் தெருவில் கால்போன போக்கில் நடந்து கொண்டிருந்தேன்.

'என்ன சார்... எப்படியிருக்கீங்க?'

'நல்லாயிருக்கேன் ஷாஜகான்...'

'என்ன இந்தப்பக்கம்? ஏறுங்க வண்டில..'

வாகன வேகத்தில் புறந்தலையின் வியர்வை உலர்வது இதமாக இருந்தது. டவுன்ஹால் ரோட்டின் பழமுதிர்ச்சோலையில் ஆளுக்கொரு ஆப்பிள்சாறு.

'இப்ப... எங்க வொர்க் பண்றீங்க?'

'வேலையில்ல ஷாஜகான். சும்மாதான் இருக்கேன்.'

'ஜோல்னாப் பையும் அதுவுமா மதுரையில என்ன பண்றீங்க'

'மியூசிக் கிளாஸ். கீ போர்டு கத்துட்டிருக்கேன்.' வேலையில்லாமல் மியூசிக் கற்றுக் கொள்வதைச் சொல்ல சற்றே குற்ற உணர்வாக இருந்தது.

'ஓ.. இன்ட்ரஸ்டிங்? பாட்டெல்லாம் வாசிப்பியா'

'இல்ல. இப்பதான் ஒரு மாசமா...'

'எனக்கும் மியூசிக்ல இன்ட்ரஸ்ட். உனக்குத் தான் தெரியுமே. நானும் ஒரு பத்துநாள் மியூசிக் கிளாஸ் போனேன். அதோட சரி... எல்லாத்திலேயும் பாதிக்கிணறுதான். சரி... இன்ஸ்ட்ருமெண்ட் என்ன வச்சிருக்க..'

'இனிமேதான் வாங்கணும். பழையதா ஆர்மோனியம் தேடிட்டிருக்கேன்'

ஷாஜகான் சிரித்தார்.

'சரி... வாங்க வீடு வரைக்கும் வந்துட்டுப் போகலாம்'

'இல்ல ஷாஜகான் இன்னொருமுறை..'

'ஏறுங்க.. புதுவீடு கட்டிட்டு நீங்க வரவேயில்ல'

என்னை ஹாலில் அமர்த்திவிட்டு உள்ளே போனவர், வரும்போது சிறிய மரப்பெட்டி ஒன்றைத் தூக்கி வந்தார். ஹார்மோனியம் என்று பார்த்த உடனேயே தெரிந்துவிட்டது. என் எதிரில் வைத்து மேலிருந்த தூசியைத்

துடைத்தார். மரப் பலகையில் கீல் வைத்த மூடி இருந்தது. ஹார்மோனியப் பெட்டியின் மூடியைத் திறந்ததும், காவியேறிய பல்வரிசையுடன் பாகவதர் ஒருவர் சோகமாகச் சிரிப்பது போலிருந்தது. ரொம்பவும் பழமையானது. வெள்ளைக் கட்டைகளில் மைக்கா ஒட்டப்பட்டிருந்தது. அதன் முனைகள் உடைந்து நிறம் பழுப்பேறியிருந்தது. ஹார்மோனியத்தின் இருபுறமும் அழகிய வேலைப்பாட்டுடன் கூடிய வெண்கலக் கைப்பிடி இருந்தது. முன்பக்கம், காற்றறைகளைத் திறந்து ஒலியின் அளவைக் கட்டுப் படுத்தும் இழுவைத் திறப்புகள் நான்கு இருந்தன. அவற்றை இழுப்பதற்கு வசதியாக நுனியில் வெள்ளைப் பளிங்குக் குமிழ்கள் பெரிய பொத்தானைப் போல இருந்தன. பார்த்த உடனேயே அது சிங்கிள்ரீட் பெட்டி எனத் தெரிந்தது. கீழே ஏதும் பழுதடைந்திருக்கிறதா என்று குழந்தையைப் போல இருகைகளாலும் தூக்கிப் பார்த்தேன். நன்றாக இருந்தது. கீழே வைக்கும்போதுதான் பார்த்தேன். இரண்டு பளிங்குக் குமிழ்களுக்கு இடையில் ஏதோ பெயர் பொறிக்கப் பட்டிருப்பதைப் பார்த்து, தூசியைக் கைகளால் துடைத்தேன். ‘எட்டுக்கட்டை முருகசிகாமணிப் பாகவதர், கண்டரமாணிக்கம்‘ என்றிருந்தது.

ஹார்மோனியத்தின் மத்திம ஸ்தாயியில் வெள்ளை கறுப்பு நோட்டுகளின் மேலே ஸ்வரங்கள் எது என்று அறிய, அடையாளத்திற்காக ஸ,ரி,க,ம,ப,த,நி, என்று சிறிய சதுரமான காகிதத்தில் எழுதி ஒட்டப் பட்டிருந்தது. நல்ல தேக்கு மரத்தால் ஆன ஜெர்மன் ரீட் பெட்டி. பெல்லோஸ் காற்றுக் கசியாமல் கச்சிதமாய் இருந்தது.

‘ரொம்பப் பழைய பெட்டி. எல்லா நோட்டும் பேசுமா.’

‘புரியல.’

‘எல்லா கட்டையும் வாசிச்சா சத்தம் வருமா.. பழுது இருக்கான்னு’

‘வாசிச்சுப் பாரேன். நான் தொட்டே ரெண்டு வருஷம் ஆச்சு. எப்பவாவது எடுத்து துடைச்சு வச்சிடுவேன். ஒரு மாசமா அதுவும் இல்ல. பக்கத்துல வீடு எதுவும் இல்லையா. வாசிச்சா பாம்பு வரும்னு அம்மா இதைத் தொடவே விடறதில்ல. அப்படி என் இசையைக் கேட்டு பாம்பாவது வரட்டுமேன்னு மொட்டைமாடிக்கு தூக்கிட்டுப் போயி வாசிப்பேன். அந்த முருகசிகாமணி பாகவதர் ஒரு பாட்டுத்தான் சொல்லிக் கொடுத்தாரு. அதுவும் இப்ப பாதி மறந்துபோச்சு’

ஷாஜகான் மனைவி கொடுத்த ஏலக்காய் தேநீரை அருந்தும்போது வலதுகையால் ஹார்மோனியத்தின் கட்டைகளை மெதுவாக வருடிப் பார்த்தேன். கட்டைகள் ஒன்றுக்கொன்று பிடிக்காமல் இலகுவாய்த்தான் இருந்தன.

‘சும்மா வாசிச்சுப் பாருப்பா. இங்கே குடு. நானே வாசிச்சுக் காட்டிர்ரேன்’ ஷாஜகான் அவர் பக்கம் திருப்பி, கீழ்ஸ்தாயியிலிருந்து ஒவ்வொரு கட்டையாக அழுத்திக் கொண்டே வந்தார். மணிமணியான ஸ்வரங்கள். கொஞ்சமும் பிசிறில்லாமல் காத்திரமாக இருந்தது.

‘சவுண்டு சும்மா ஏழு வீட்டுக்குக் கேக்கும். அந்த பாகவதர் தன்னோட சொத்துப் போல இதை வச்சிருந்தாரு. என் ஆர்வத்தைப் பாத்தாரு. அவருக்கு ஆஸ்த்மா. மாத்திரை வாங்கக்கூட காசில்ல. வறுமை. கடேசீல நீயே இதை வச்சுக்கன்னு கொடுத்திட்டாரு’

‘எவ்வளவுக்கு வாங்குனீங்க’

‘அதெல்லாம் சொல்ல மாட்டேன். ஆனா குடுக்கும்போது ஒண்ணு மட்டும் சொன்னாரு. இது நான் பழகுன பெட்டி. என் தெய்வம். ஆசைப்பட்டுக் கேக்குறியேன்னு குடுக்கிறேன். நூலாம்படை மட்டும் அடையவிட்றாத. இது சரஸ்வதி. வச்சிக்க. வாசிச்சுப் பெரிய ஆளா வா. அவரு சொன்னதையே நான் உனக்கும் சொல்ல விரும்புகிறேன். இந்தா, வச்சிக்க. வாசிச்சுப் பெரிய ஆளா வா’

அவர் சொன்னவிதம் நெகிழ்ச்சியாக இருந்தது.

‘எவ்வளவுன்னு சொன்னீங்கன்னா.. ஒரு வாரத்துல..’

‘சரி நூறு ரூவா குடு. இசைக்கருவியை சும்மா குடுக்கக் கூடாது’

‘இல்ல எவ்வளவுன்னு சொல்லுங்க..’

‘நான் வாங்குனதே அவ்வளவுக்குத்தான். போதுமா’

மகிழ்ச்சியோடு வாங்கிக் கொண்டார். தனக்குத் தெரிந்த ஒரே பாடலான ‘திருப்பரங்குன்றத்தில் நீ சிரித்தால் முருகா’ என்கிற பாடலின் பல்லவியை மட்டும் விரல்களை விறைப்பாக வைத்துக்கொண்டு சரளமில்லாமல் வாசித்துக் காண்பித்தார். நியூஸ் பேப்பர் போட்டு நைலான் கயிறால் கட்டி, கைகளால் தொட்டு வணங்கி, கழுத்து நிற்காத பச்சைக் குழந்தையை கையில் தருவது மாதிரி பதமாகத் தந்தார். நன்றி சொல்லி விடை பெற்று வெளியே வருகையில் நிலா வெளிச்சம் தார்ச்சாலைகளை மெழுகியிருந்தது. கையில் ஹார்மோனியத்தின் பாரம். நைலான் கயிறு அழுத்த கைமாற்றிக் கொண்டேன். இசைக் கருவியின் மௌனம் கனக்கிறது. தன்னை வாசிக்க விரல்கள் இல்லாமல் இருட்டறையில் இத்தனை ராகங்களோடும் இத்தனை ஸ்வரங்களோடும் மௌனமாய் இருப்பது எவ்வளவு பெரிய தியானம். வாசிக்கப்படாதபோது இசைக்கருவிகள் என்ன உணர்கின்றன?

எனக்குப் பிடித்தமான சன்னலோரப் பயணம். தூங்குகிற குழந்தையைப் போல அமைதியாக மடியிலிருக்க எனக்குள் ஏதோ பொறுப்புணர்வு கவிவதாக உணர்கிறேன். பாட்டியின் மந்திரக் கதைகளில் வரும் சொர்க்கபுரத்து இளவரனைத் திருமணம் செய்ய, தேவதைகள் காற்றும் எனும் பரத கணத்தோடு சேர்ந்து சூறாவளியாய் மாறித் துரத்துவது போல, முகத்தில் விசிறும் காற்று ‘என்னை இசையாக மாற்று’ என்று என்னையும் எனது ஹார்மோனியத்தையும் பயண வேகத்தோடு துரத்திக் கொண்டே வருவதுபோல் இருந்தது.

வீட்டுக்குள் ஹார்மோனியத்தைத் தூக்கி வந்தபோது எல்லோரும் விநோதமாகப் பார்த்தனர். ஹாலின் மையத்தில் வைத்து சுற்றியிருந்த காகிதத்தைப் பிரித்தேன். ஹார்மோனியத்தின் வருகை யாருக்கும் சந்தோஷத்தையோ, துக்கத்தையோ தரவில்லை. தொட்டு வணங்கிவிட்டு ஸரளிவரிசை வாசிக்கலாம் என யோசித்தேன். சின்ன வீடு. இந்த இரவு நேரத்தில், வேலையில்லாத இளைஞன் நடுவீட்டில் அமர்ந்து ஹார்மோனியம் பழகுவது யாருக்குப் பிடிக்கும். தூக்கிக் கொண்டு மொட்டை மாடிக்குப் போனேன்.

நாளை பௌர்ணமி. வெளிச்சம் இதமாக இருந்தது. அடுத்த இசை வகுப்புக்கு இன்னும் மூன்று நாட்கள் இருக்கின்றன. ஹார்மோனியத்தை நெருக்கமாக வைத்துக் கொண்டேன். கீழ்ஸ்தாயியின் ஸட்ஜமத்தைத் தொட்டேன். இருட்டறையில் நெடுநாள் பூட்டியிருந்த கதவு திறப்பது போலிருந்தது. நடுவிரலால் பஞ்சமம். சுண்டு விரலால் மத்திமஸ்தாயி ஸட்ஜமம். மூன்று ஸ்வரங்களும் சேர்ந்து.. பூவைச் சுற்றும் கதம்ப வண்டு மாதிரி காற்றின் அரூப அடுக்குகளில் இருந்த ஸ்வரங்கள் ஹார்மோனியத்தைச் சுற்றி மொய்க்கின்றன. குரல் சேர்த்துப் பாடி சுதி சேர்த்துப் பார்த்தேன். சுதியோடு ஒட்டாது கலைந்த குரல், பிசிறு தேய்ந்து தேய்ந்து சுதி சேரும் கணத்தில்... மின்சாரம்.. சட்டென வீசிய காற்றில் என் உடல் சாம்பல் குவியலெனக் கலைந்து, குரல் மட்டும் நானாக மிஞ்சுகிறது. பிறகு குரலும் என்னுடையதில்லாமல் போக, வெறும் ஸ்வரங்கள் அந்தரத்தில் இசை கூட்டிக் கொண்டு அதிர்கின்றன. ஸா பா ஸா.

தயங்கித் தயங்கி ஸரளி வரிசை. சவுக்க காலம், விளம்பியதம், துரித காலங்கள். ஜண்டை வரிசை. ஸ்வரங்களின் அடுக்கு. ஒன்றின் நிழலாய் அதே ஸ்வரம். விரல்கள் தளர்ந்து ஓர் இலகு கூடி வருகிறது. பூர்வாங்கத்தில் முன்னேறிப் பதுங்கி, உத்தராங்கத்தில் தாவி ஒரு ஸ்வரம் தொட்டு ஆரோகணித்து காற்றில் துவளும் துணியென மெதுவாய் அவரோகணம். ஸட்ஜமத்தில் இளைப்பாறி மேல்ஸ்தாயி வரிசை. தாட்டு வரிசை. ஸ்வரங்கள் துரித கதியில் பின்னிப் பின்னி பூத்தொடுக்கும் விரல்களின் அனிச்சை கொண்டு, ஹார்மோனியத்தின் கட்டைகளும் விரல்களும் ரகசியம் பேசி, குழைந்து, விலகிச் சீண்டி, கமகமெனத் தடவி ஸ்வரங்கள் அலைந்து மெது மெதுவாய் எழும்பி நுரைத்துப் பின்வாங்கி அலைகொண்டு எழும்பி அடித்துச் சிதறியது. பாற்கடல். ஹார்மோனியம் மிதக்கிறது. கால்கள் கடற்கன்னியின் செதில்களெனக் குழைய நான் நீந்துகிறேன். மொட்டை மாடியில் தங்க நிற மீன்கள் என் முகம் உரசி இடம் வலமாய் நீந்துகின்றன. சமுத்திரம் கொள்ளாத இன்னொரு அலை. ஹார்மனி இசைப்பள்ளியின் சாத்திய ஊதா நிறக் கதவில் அலைமோதி தண்ணீர் பொரிகளாய்ச் சிதறி விழுகிறது. கதவைத் திறந்தால் பாலைவனம். கண்ணுக்கெட்டிய தொலைவுவரை மணல். புழுதிக் காற்று முகத்தில் அறைகிறது. எங்கோ தொலைவிலிருந்து அரபி மொழிப் பிரார்த்தனைப் பாடல் மிதக்கிறது. மணல்வெளியெங்கும் அலை அலையாகப் பாம்புகள் ஊர்ந்த தடமென காற்றின் சுவடுகள். காற்று கானலென நெளிகிறது. வெளியிலும், மணலிலும் காற்றின் லிபிகள். சற்றே தொலைவில் இரண்டு ஹார்மோனியங்கள் இருக்கின்றன

துகள் துகளாக மணல் விசிறுகிறது. மணலுக்குள் கை புதைத்துக் கொண்டு ஹசன் பண்டிட் என்ன செய்கிறார். காற்று விசிற விசிற புதைந்த மணலிலிருந்து மீள்கிறது அவரது ஹார்மோனியம். அவரது விரல்கள் வாசித்துக் கொண்டே இருக்கின்றன.

'பண்டிட் ஐயா... தீபக் என்ற தான்சேனின் ராகத்தை தாங்கள் வாசிக்க முடியுமா?' ஹசன் பண்டிட்டின் விரல்கள் நின்று தயங்கின. பிறகு விரல்கள் காற்றில் தாமாக ஒத்திகையென அசைந்து பார்த்த கணத்தில் ஹசன் பண்டிட் வாசிக்கத் துவங்கினார். வாசிக்க வாசிக்க.. பஞ்சமத்தின் கட்டையிலிருந்து துளிர் நெருப்புப் பற்றுகிறது. எரியத் துவங்குகிறது ஹார்மோனியம். காற்று

சிலிர்க்கிறது. பண்டிட்டின் விரல்கள் மெழுகுதிரி போல் பற்றிக் கொள்கின்றன. ஹார்மோனியம் முழுதும் எரிந்துவிடுமுன் அதன் ஸ்வரக் கட்டைகளைப் பிடுங்கி எடுக்கிறேன். புகை வளையங்கள் பெரிது பெரிதாய்ச் சூழ்ந்து மறைக்கின்றன. மணல் குன்றுகளில் கால் சறுக்க ஓடுகிறேன். கையில் இறுக்கிப் பிடித்திருந்த ஸ்வரக் கட்டைகள் உருவி விழ என்னிடம் ஒரே ஒரு வெள்ளைக் கட்டை மட்டும் இருக்கிறது. அதன் மேல் சிறிய சதுரமான காகிதத்தில் 'க' என்று எழுதி ஒட்டப்பட்டிருக்கிறது.

'ஒரு ஸ்வரத்தால் ராகம் இயற்ற முடியுமா பண்டிட்ஜி... அதுவும் என்னிடம் இருப்பது அந்தர காந்தாரம் மட்டும். முடியுமா பண்டிட்ஜி.' பாலைவனம். முழுக்க நெளியும் பாம்புத் தடங்களுக்குள் என் பதட்டமான காற்சுவடுகளும் ஹார்மோனியத்தின் ஸ்வரக்கட்டைகளும் இறைந்து கிடக்கின்றன.

பச்சை ரெக்ஸின் போர்த்தி ஒரு உருவம் படுத்திருக்கிறது. எழுப்பினேன். ஜடைமுடி வளர்த்த பாகவதர்.

'ஐயா.. என்னிடம் அந்தரகாந்தாரம் மட்டும் வாசிக்கக்கூடிய ஸ்வரக்கட்டை இருக்கிறது. இதை வைத்துக்கொண்டு ஒரு ஹார்மோனியம் தர முடியுமா?'

'தருவேன்..'

பச்சை ரெக்ஸினை முழுவதுமாக விலக்கியதும், உள்ளங்கையில் வைக்கும் அளவுக்கு தந்தத்தால் ஆன வெண்மையான குட்டி ஹார்மோனியம் இருந்தது.

'இது ஆலங்கட்டி மழையோடு சேர்ந்து வானத்திலிருந்து தவறி விழுந்தது. உனக்கு வேண்டுமா?'

'வேண்டும். ஆனால் ரொம்பவும் சிறிதாக இருக்கிறதே'

'நீ வாசிக்க வாசிக்கப் பெரிதாகும். தருகிறேன். ஆனால் அதற்குப் பதிலாக நீ ஒன்று தர வேண்டும்'

'என்ன..?'

'உன் கையில் உள்ள பத்துவிரல்களையும் தர வேண்டும்' சொன்னவனின் கைகள் இரண்டு கட்டைகளின் முனையைப் போல விரல்களற்றுத் தீய்ந்திருந்தன. முன் புஜத்தில் முருகேசபாகவதர் என்று பச்சை குத்தியிருந்தது.

பண்டிட்ஜி என்று கத்திக் கொண்டே கானல் நீருக்குள் ஓடத் துவங்கினேன். கால்கள் பதியும் புதைமணல். எதிரே பச்சை நிறத்தில் அலைகள். சுழித்துக் கொண்டு ஆக்ரோஷத்துடன் பாலைவனத்தைக் கடல் கொள்ள வருகிறது அலை. மணற்பரப்பு குறைந்துகொண்டே வருகிறது. என் கையில் உள்ள ஸ்வரக்கட்டையை இறுகப் பற்றிக் கொண்டு அலறுகிறேன். அலை முகத்தில் அடித்துச் சிதற பிறகு எல்லாம் கடல். கடற்குதிரைகளுடன் நீந்துகிறேன். என்னிடமிருந்த ஸ்வரக்கட்டை மீனாக மாறிப் பிடியிலிருந்த நழுவுகிறது. சமுத்ரத்தின் நீலப் பச்சை வெளியிலிருந்து குமிழிகள் பறக்க ஒரு ஹார்மோனியம் மிதந்து வருகிறது. இடது கையால் ஹார்மோனியத்தைப் பற்றி அணைத்துக் கொண்டு, வலது கையால் வாசித்துக் கொண்டே, வெளிச்சம் புகாத கடலின் அடி ஆழத்தில் நீந்திச் செல்கிறேன். நீரில் ஆழ்ந்த மலைத்தொடர்ச்சிகளின் படர்ந்த உப்புப்பாறைகளின் மேலே வரிவரியாய் மேற்கத்திய இசைக்குறிப்புகள்.

சுரங்கத் தொழிலாளி போல நெற்றியில் விளக்கைக் கட்டிக் கொண்டு உப்புப் பாறைகளின் மேல் இசைக்குறிப்புகளை ஹசன் பண்டிட் வேகமாக எழுதிக் கொண்டிருக்கிறார்.

'இன்று திங்கட்கிழமை பண்டிட்ஜி'

'அதனாலென்ன... இது புதைந்த நகரங்களுக்கான இசை வகுப்பு'

நீந்துவதான பாவனையில் கால்கள் உதறி விழிக்கையில், கடல் வற்றிப் போய் தரைதட்டி எழுந்தது மாதிரியான உணர்வு. பனிவிழும் மொட்டைமாடியின் சிமிண்ட் தரையில் படுத்திருந்தேன். சமுத்ரமாய் அலைந்த நீர், எதிரே கண்ணாடி டம்ளரில் சலனமில்லாமல் இருந்தது.

கீழே வீட்டில், எல்லோரும் தூங்கியிருந்தார்கள். அயற்சியாக இருந்தது. எனக்கென அடுப்படியில் மூடி வைக்கப்பட்டிருந்தது இரவுக்கான உணவு.

காலையில் திரும்பவும் தாட்டு வரிசை வாசித்துப் பார்க்க வேண்டும். ஹார்மோனியத்தின் வெள்ளைக் கட்டைகளில், நாள்பட்ட தூசு படிந்து அழுக்கேறிப் போயிருக்கிறது. திருகாணிகள் எல்லாம் துருவேறியிருக்கின்ற பெல்லோஸ் கொஞ்சம் துடைத்துச் சரி செய்ய வேண்டும் என்று நினைத்துக் கொண்டே தூங்கிப் போனேன்.

காலையில் ஹார்மோனியத்தைத் தூக்கிக் கொண்டு மொட்டை மாடிக்குப் போனேன். முத்துவிநாயகம் வந்திருந்தான்.

'என்னப்பா பாகவதர் ஆகப் போறியா? இதெல்லாம் வீட்ல இருந்தாலே தரித்திரம்''

அவனை நான் பொருட்படுத்தாது, என் அன்பிற்குரிய ஹார்மோனியத்தைப் புதுப்பிக்கும் முயற்சியில் இறங்கினேன். ஒரு திருப்புளி, பழைய துணி, சின்னக்குவளையில் தண்ணீர் எடுத்துக் கொண்டேன். தூசியைத் துடைத்ததும் துணியைத் தண்ணீரில் நனைத்து வெள்ளைக் கட்டைகளைத் துடைத்தேன். விரல் படாமல் குருட்டு அழுக்கு ஏறிப்போய் இருந்தது. திட்டுத் திட்டாய் கறை படிந்தது போல அழுக்கு. என்ன துடைத்தாலும் அப்படியே இருந்தது. துருப்பிடித்து இறுகிப் போன திருகாணிகளைக் கஷ்டப்பட்டுக் கழற்றினேன். ஸ்வரக் கட்டைகளின் மேலே அழுத்திக் கொண்டிருந்த மரச்சட்டதைக் கழற்றினேன். இப்போது ஸ்வரக் கட்டைகளை கழற்றுவது எளிதாக இருந்தது. அவற்றின் கீழே சிலந்தி இழைகளும், தூசியும், எள்ளுப் போன்ற எச்சங்களும் இருந்தன. வாயால் ஊதிப் பார்த்துத் துடைத்தும் தூசி போகவில்லை. ஹார்மோனியத்தில் இருந்த கறுப்பு வெள்ளைக் கட்டைகள் அனைத்தையும் வரிசைப்படி தரையில் அடுக்கி வைத்தேன். தரையில் அந்த வரிசை அழகாக இருந்தது. உள்ளிருந்த பித்தளை ரீடுகளில் Made in German என்று பொடியான எழுத்தில் பொறிக்கப்பட்டிருந்தது. சின்னதிலிருந்து துவங்கி பெரிது பெரிதாக ரீடுகள் அழகாக அறையப்பட்டிருந்தன. அஞ்சறைப் பெட்டியைப் போலிருந்த ஹார்மோனியத்திலிருந்து ஒலி அளவைக் கட்டுப்படுத்தும் குமிழ்களை இழுத்து மெதுவாகக் கழற்றினேன். கம்பி மிகவும் துருவேறிப் போய் இருந்ததால் இழுப்பது சிரமமாக இருந்தது. ஹார்மோனியத்தின் உள் அறையில் இரண்டு அந்துப் பூச்சிகள் வெளிறிப் போய் உயிரோடிருந்தன. முருகேச பாகவதரின் காத்திரமான இசைகேட்டு இவை வளர்ந்திருக்கலாம் அல்லது அவரது இசையின் அதிர்வில் உயிர்பிடித்து மிஞ்சிய ராகங்களாக

இருக்கலாம். எதுவாயினும் ஹார்மோனியத்தின் உள்தட்டு அறையின் இருட்டுக்குள் இசையுடன் காதல் கொண்டு வாழ்வது எவ்வளவு அற்புதமானது. லேசாகப் பக்கவாட்டில் தட்டியதும்... மறைந்த இசை குறித்து நீண்ட கனவில் இருந்த இரண்டு அந்துப் பூச்சிகளும் வெளிச்சம் பொறுக்காது வெளியேறி ஓடின.

காற்றுத் துருத்திகளின் உள்ளேயிருந்த தூசியினைத் துடைத்தேன். ஹார்மோனியம் இப்போது ஸ்வரக் கட்டைகள், குமிழ்கள், திருகாணிகள், மரச்சட்டங்கள் எனப் பிரிக்கப்பட்டு இருந்தது.

ஹார்மோனியத்தின் வெளிப்புறமும், உட்புறமும் மரப்பலகையின் தன்மையை இழந்து, நிறம் வெளிறிப் போயிருந்தது. ஸ்வரக் கட்டைகள் திரும்பவும் வெற்றிலைக் காவியேறின பல்வரிசையை நினைவுபடுத்தின. அந்த நிறமே வெறுக்கத் தக்கதாக இருந்தது.

அப்போதுதான் திடீரென எனக்கு அந்த யோசனை வந்தது. புதிதாக மாற்ற பெயிண்ட் அடித்தால் என்ன?

ஐம்பது மி.லி. ஆசியன் வெள்ளை, கறுப்பு வண்ணமும் வார்னிஷும், கடைக்காரரின் ஆலோசனைப்படி மென்மையான உப்புத்தாளும் சின்னதாக தூரிகையும் வாங்கிக் கொண்டேன்.

ஸவரக் கட்டைகளை மெதுவாக உப்புத் தாளால் தேய்த்து வரிசைப்படி அடுக்கி கிரமம் மாறாமல் இருக்க அவற்றின் பின்புறம் பென்சிலால் எண்கள் குறித்துக்கொண்டு, அக்கா எனக்கு நெயில் பாலிஷ் போட்டுவிடுவது மாதிரி இதமாக கறுப்பு வெள்ளைக் கட்டைகளுக்கு வண்ணம் பூசினேன்.

ஹார்மோனியப் பெட்டிக்கு வார்னிஷ் அடித்து நிழலில் காய வைத்தேன். திருகாணிகள் புதிதாக வாங்கி விட்டேன். எல்லாம் முடிக்க பதினோரு மணியாகி விட்டது. இன்று திங்கட்கிழமை. மாலை இசை வகுப்பு. இன்று இசைவகுப்புக்கு எடுத்துப் போய் ஹசன் பண்டிட்டிடம் என் புது ஹார்மோனியத்தில் ஸரளி வரிசை வாசித்துக் காட்ட வேண்டும்.

மதியம் மூன்று மணியளவில் ஸ்வரக் கட்டைகள் உலர்ந்திருந்தன. ஹார்மோனியம், வார்னிஷ் அடித்ததும் தனது மர வண்ணத்துக்குத் திரும்பி அழகாய் இருந்தது. இழுப்புக் குமிழிகளைப் பொருத்தி, ஸ்வரக் கட்டைகளை வரிசைப்படி அடுக்கினேன். அடுக்க, அடுக்க மெருகு கூடிக் கொண்டே வந்தது. ஹார்மோனியம் புத்தம் புதிதாகி விட்டது. என்ன அழகாய் இருக்கிறது. ஒருமுறை கீழிருந்து உச்சஸ்ஹாயி வரை ஆரோஹணம், அவரோஹணம் போய்த் திரும்பலாம் போல இருந்தது. கட்டைகளைத் தொடுவதே, மெதுரொட்டியைத் தொடுவது போல் இதமாக இருந்தது. மணி ஐந்தாகிவிட்டது. எப்போதும் மூன்றரை மணிக்கே மதுரைக்குக் கிளம்பி விடுவேன். அவசர அவசரமாக திருகாணிகளைப் பொருத்தினேன். வாசிக்கவும் இப்போது நேரமில்லை. முதன் முதலில்... ஹசன் பண்டிட்டின் ஆசீர்வாதம் பெற்று அவர் முன்னிலையில் வாசித்துக் காட்டுவதுதான் சாங்கியமானது என்று மனதுக்குள் பட்டது. அவரும் சந்தோஷப்படுவார்.

ஆங்கிலத் தினசரியில், ஹார்மோனியத்தைச் சுற்றி நைலான் கயிறால் கட்டி எடுத்துக் கொண்டு மதுரைப் பேருந்தில் ஏறினேன்.

எஸ்.ராமகிருஷ்ணன்

ஹசன் பண்டிட்டின் அறைக்கு வரும்போது மணி ஏழாகி விட்டது. அவர் இசை பற்றிய ஆங்கிலப் புத்தகத்தின் நகல் பிரதியை ஆழ்ந்து வாசித்துக் கொண்டிருந்தார். என்னைப் பார்த்ததும் மூக்குக் கண்ணாடியைக் கழற்றி, புத்தகத்தை மூடிவிட்டுப் புன்னகைத்தார்.

அறையில் மென் ரொட்டிகளின் வாசனையும் ஊதுபத்தியின் சந்தன வாசனையுமாக ரம்மியமாக இருந்தது.

என் தாமதம் குறித்து அவர் கேட்கத் துவங்குமுன், நண்பர் ஒருவரிடமிருந்து ஹார்மோனியம் வாங்கி விட்டேன் என்று சந்தோஷம் பொங்கச் சொன்னேன். நைலான் கயிற்றின் முடிச்சுகளை அவிழ்க்க ஹசன் பண்டிட் உதவினார். நான் மூடியிருந்த தாள்களைப் பிரித்தேன்.

'ஜெர்மன் ரீடு பெட்டி. ரொம்பப் பழசா இருந்துச்சு.. அதான்'

ஹசன் பண்டிட் புரிந்து கொண்டு சிரித்தார். நான் அவரது ஆசீர்வாதம் கோரினேன். ஸ்வரங்களைக் குறிக்கும் கறுப்பு விரல்களால் ஹசன் பண்டிட் என் தலையைத் தொட்டார்.

'சார்... உங்களுக்குப் போன்' கீழே மேன்ஷன் மேலாளரிடமிருந்து அழைப்பு வர, 'வாசிங்க வந்துர்ரேன்' என்று சொல்லிவிட்டு ஹசன் பண்டிட் படிக்கட்டுகள் நோக்கி நடந்தார்.

எதிரே இருக்கும் மும்மூர்த்திகளின் படத்தைப் பார்த்தேன். இசை தவழும் அறையின் தியானத் தன்மையை மனதில் நினைந்து கண்கள் மூடி வணங்கினேன். ஹார்மோனியத்தைத் தொட்டு வணங்கிவிட்டு இடது கையால் பெல்லோஸ் அழுத்தி வலது கை கட்டை விரலால் மத்திமஸ்தாயியின் ஸட்ஜமம் தொட்டேன். சப்தமே இல்லை. பெல்லோஸ் கொஞ்சம் அழுத்திப் போட்டு ஸட்ஜமத்தோடு நடுவிரலால் பஞ்சமத்தையும் சுண்டு விரலால் மேல் ஸட்ஜமத்தையும் சேர்த்து அழுத்தினேன். ஸ்வரங்கள் ஊமையாய் இருந்தன. ஒலிக்கவே இல்லை. பதட்டத்தோடு பெல்லோஸை வேகவேகமாக அழுத்தி சுத்த ரிஷபம், அந்தர காந்தாரம், சுத்த மத்யமம் வாசிக்க, மாயமாளவ கௌளைக்குப் பதில் புஸ்புஸ் என்று காற்றுதான் வந்தது. பெல்லோஸை இன்னும் லாவகமாக அழுத்தி கீழ்ஸ்தாயி, உச்சஸ்தாயி என்று மேலும் கீழும் உள்ள கறுப்பு வெள்ளைக் கட்டைகளை அழுத்தினேன். ஸ்வரங்கள் பேசவே இல்லை. கொஞ்சங்கூட ஒலி எழவில்லை. என் ஹார்மோனியமே எங்கே உன் மணிமணியான காத்திரமான ஸ்வரங்கள். ஆஸ்துமாவில், மரணப்படுக்கையில் கிடக்கும் முருகசிகாமணிப் பாகவதரின் கடைசி மூச்சு போல ஹார்மோனியத்திலிருந்து காற்றுதான் வந்து கொண்டிருந்தது. எனக்குக் கண்கள் இருட்டிக் கொண்டு வந்தன. ஊதுபத்தியின் புகை வளையம் சுழித்துப் பெரிதாகி என்னை நோக்கி வந்து கொண்டிருந்தது.

செப்டம்பர் 2002

098

கௌதம சித்தார்த்தன்

தம்பி

என் யு.கே.ஜி பையன் ஆத்மார்த்தன் அன்றும் வழக்கம் போல தன் தம்பியைப் பற்றியே கதைத்துக் கொண்டிருந்தான். நான் உற்சாகம் முகத்தில் ததும்ப மெதுவாக ரசித்துக் கொண்டிருந்தேன். தம்பி ஸ்டூலில் அமர்ந்து வெட்கத்துடன் நகம் கடித்துக் கொண்டிருந்தான். அங்கு வந்த என் மனைவி எங்கள் பேச்சை அலட்சியம் செய்தவளாய் அனாயசத்துடன் ஸ்டூலைத் தூக்கினாள். உடனே, “அய்யய்யோ... அம்மா அம்மா, அதில தம்பி உக்காந்திருக்காம்மா...” என்று அலறியடித்துக் கொண்டு வந்து அவள் கைகளைப் பிடித்தான் ஆத்மா. “வேற வேலையே கெடையாதா அப்பனும் மகனுக்கும்... போடா அந்தப்பக்கம்...” என்று ஆத்மாவை நெட்டித் தள்ளி விட்டு ஸ்டூலைத் தூக்கிக் கொண்டு போய் விட்டாள்.

ஆத்மா கீழே விழுந்து கிடந்த தம்பியைப் பதற்றத்துடன் தூக்கி நிறுத்தி என் மடியில் உட்கார வைத்தான். நான் பதனத்துடன் வாங்கி வைத்துக் கொண்டேன். “தம்பி, அடிபட்டுச்சா... வலிக்குதா...?” ஏன்று கனிவாகக் கேட்டபடி தோளை உடம்பை எல்லாம் நீவி விட்டான். “அழுகாதே... இனிமே அம்மாவோட டூ... பேசவே கூடாது... அழுவாத ஸாமீ....” என்று ஆறுதல் கூறினான்.

நானும், “ராஜா அழுவாதே கண்ணா... இனிமே அம்மா இங்கே வரட்டும்... அடி பின்னி எடுத்தறலாம்... இங்கே வா உன்னைப் பேசிக்கறோம்...” என்று சுட்டுவிரலை ஆட்டிக் கொண்டு கறுவிய மாத்திரத்தில் என் மனைவி வந்து விட்டாள். “கதை பேசியது போதும், இந்தாங்க... இது மளிகைசாமான் லிஸ்ட்.... மார்க்கெட் வரைக்கும் போயிட்டு வந்திருங்க போங்க... சீக்கிரமா போயிட்டுவந்திடுங்க...” என்று விரட்டியபடி என் கையில் பையை ஒப்படைத்து விட்டு உள்ளே போய் விட்டாள்.

நான் ஆத்மாவைப் பார்த்தேன். கன்னங்கள் சாரமிழந்து போய் மஹா பரிதாபமான சோகம் முகமெங்கும் அடர நிராதரவான நிலையை அடைந்தவன், “வா நாம நம்ம

எடத்துக்குப் போலாம்... நம்மளோட சேராதவங்களோட நாமும் சேரக்கூடாது...” என்று தம்பியை அழைத்துக் கொண்டு போனான்.

ஆரம்பகாலங்களில் என் மனைவியும் மிக்க ஆர்வத்துடன்தான் இந்த விளையாட்டில் கலந்து கொண்டிருந்தாள். தம்பிக்குப் பாலூட்டுவாள். தொட்டிலில் போட்டுத் தாலாட்டுவாள். தம்பியைத் தூக்கி எடுத்து அந்தரத்தில் போட்டுப் போட்டு பிடிப்பாள். தம்பியுடன் தொட்டு விளையாட்டில் கலந்து கொள்வாள்.

கிண்ணத்தில் சாதம் பிசைந்து ஊட்டும் போது தம்பிக்கு ஒரு வாய், ஆத்மாவுக்கு ஒரு வாய், என்று மிக உற்சாகமாக பங்கெடுத்துக் கொண்டிருந்தவள், நாளாக நாளாக இது சலித்துப் போய் அலட்சியம் செய்ய ஆரம்பித்தாள். எனக்கும் ஆத்மாவுக்கும் சலிக்கவேயில்லை.

தம்பி பிறந்த கதை அற்புதமான கதை.

என் மனைவி தம்பியை வயிற்றுக்குள் வைத்துக் கொண்டிருந்த ஒரு நாள்.

இருள் மெல்ல கவிந்து கொண்டிருந்த வேளையில் என் மனைவி கட்டிலில் படுத்திருந்தாள். ஆத்மாவுக்குத் தூக்கம் பிடிக்காமல் கட்டிலைச் சுற்றிச் சுற்றி விளையாடிக் கொண்டிருந்தான். ஏதேதோ நினைவுகளில் சூரல் நாற்காலியில் சாய்ந்து கொண்டிருந்த என்னை அவர்களின் சம்பாஷணை ஈர்த்தது.

“வயித்துமேலே ஏறாதடான்னா பாரு. மறுபடியும் மறுபடியும் வந்து ஏர்ரே... அடி வேணுமா?”

“ஏ... வயித்துமேல ஏறினா என்னவாம்? நான் அப்பிடித்தான் ஏறுவே...” என்றபடி வயிற்றில் கால் வைக்க, என் மனைவி சட்டென காலைப் பிடித்து தூக்க, அவன் பொத்தென்று கட்டிலில் விழுந்து அழ ஆரம்பித்தான்.

அவனைத் தூக்கி எடுத்துப் பக்கத்தில் படுக்க வைத்து “என் கண்ணில்லே என் தங்கமில்லே செரிசெரி போச்சாது, அப்பாவை அடிச்சி போடலாம் அழுவாதே சாமி” என்றாள். ஆத்மா டக்கென்று “அப்பாவா அடிச்சா..? நீதானே தள்ளி உட்டே.” என்று அழுகையினூடே தலையைச் சிலுப்பிக் கொண்டுசொன்னதும் எனக்குச் சிரிப்பு வந்து விட்டது.

நான் எழுந்து போய் அவர்களருகில் உட்கார்ந்து கொண்டு, ராஜா, அம்மா வவுத்துக்குள்ளே குட்டிப்பாப்பா இருக்கிறா... நீ மிதிச்சா அவளுக்கு வலிக்குமா இல்லியா...?” என்று அவன் முகத்தருகில் செல்லமாகச் சொல்லி கன்னத்தை நிமிண்டினேன். என் மனைவி சட்டென அவன் முகத்தை தன்பால் திருப்பி, “குட்டிப்பாப்பா இல்லடா... குட்டித்தம்பி...” என்றாள். இது குறித்து இருவருக்கும் தினமும் வாக்குவாதம் நடந்து கொண்டிருக்கிறது.

தம்பி மெல்ல அழுகையை நிறுத்தியவனாய் ஆர்வத்துடன் கேட்டான். “அம்மா, தம்பி எப்பிடிம்மா இருப்பான், உம்மாதிரியா எம்மாதிரியா அப்பா மாதிரியா?”

“உம்மாதிரிதான் என் ராசா...”

“ஏம்மா, தம்பி ஸ்கூலுக்கு வருவானா?”

“ம்... வருவான்”

“தம்பி சரவணன் மாதிரி கிரிக்கெட் வெளையாடுவானா?”

“ம் வெளையாடுவான்”

“கொய்யா மரம் ஏறுவானா?”

அவள் சுரத்தில்லாமல் யந்திரம் போல பதில் சொல்லிக் கொண்டிருந்தது என்னுள் ஏதோ ஒரு உணர்வை ஏற்படுத்த இடையில் புகுந்தேன்.

“எந்த மரம் வேணாலும் ஏறுவான்... ஒரே ஜம்ப்ல கொய்யா மரம் ஏறி கொய்யாப் பழம் உனக்கொண்ணு அம்மாவுக்கொண்ணு எனக்கொண்ணு பறிச்சிட்டு வந்து கொடுப்பான்...” ஆத்மாவுக்கு என் பதில் பிடித்துப் போகவே, என் பக்கம் சாய்ந்தான்.

“ஏம்பா, தம்பி சைக்கிள் ஓட்டுவானா?”

“ஓ... உன்னைப் பின்னாடி வெச்சிட்டு சைக்கிளை அப்படியே வேகமா ஓட்டுவான்... பஸ் லாரியெல்லாம் சைடு வாங்கீட்டு பயங்கரமா ஓட்டுவான்...”

“பெரிய சைக்கிள்லயா?”

“பெரிய சைக்கிள் சின்ன சைக்கிள் எல்லாத்திலயும்...”

“அப்பா, தம்பியை சாமிநாதன் அடிச்சிப் போடுவானா?” இதுவரை கம்பீரமாய் வந்து கொண்டிருந்த குரல் கம்மிப் போயிற்று.

“தம்பியை யாராலும் அடிக்க முடியாது... அவன்தான் எல்லாரையும் அடிப்பான். டிஷும் டிஷும்...” என்று அவன் வயிற்றில் குத்தினேன்.

நெளிந்து கொண்டே என் நம்பிக்கையில் சமாதானமாகாமல் கேட்டான்.

“ராஜாமணியை?”

“எல்லோரையுமே...”

“அடேங்கப்பா... எங்க மிஸ்ஸை கூடவா?”

நானும் என் மனைவியும் பக்கென்று சிரித்து விட்டோம். அதில் ஊடுருவியிருந்த பலஹீனத்தைப் புரிந்து கொண்டவன் போல, “அதானே பாத்தேன்... எங்க மிஸ்ஸை யாராலும் அடிக்க முடியாது... அதுதான் எல்லோரையும் அடிக்கும்...” என்று தீர்மானமாகச் சொன்னான்.

“ஆனா தம்பியை யாரும் அடிக்க முடியாது...” என்றேன்.

திடீரென ஞாபகம் வந்தவனாய், “தம்பிக்கு என்னென்ன வெளையாட்டு தெரியும்..?” என்று ஆர்வம் முகத்தில் கொப்புளிக்கக் கேட்டான்.

“எல்லா வெளையாட்டும் தெரியும்” அனாயசமாய் சொன்னேன்.

“அம்மா அம்மா... தம்பியை எறக்கிஉடும்மா... நாங்க வெளையாடறோம்...” என்று எழுந்து உட்கார்ந்து கொண்டான்.

என்னிடமிருந்து குபீரென்று வெடித்துச் சிதறிய சிரிப்பால் என் மனைவி சங்கடத்துக்குள்ளாகி நெளிந்து கொண்டு சிரித்தாள்.

“அம்மா அம்மா, எறக்கி உடுமா...” என்று காலைப் பிடித்துக் கொண்டு சிணுங்கினான் ஆத்மா.

நான் அவனை அணைத்துக் கொண்டு "ராஜா... தம்பி எறங்கறதுக்கு இன்னும்..." மனசுக்குள் கணக்குப் போட்டுப் பார்த்து, "ஏழுமாசம் ஆகும்... அப்பறமா வெளையாடலாம்..." என்றேன்.

அவன் அழ ஆரம்பித்தான். என் மனைவி அவனைக் கட்டிலில் படுக்க வைத்து கதை சொல்லிப் பார்த்தாள். பயங்காட்டினாள். எழுந்து விளையாட்டுச் சாமான்களை எடுத்து விளையாட்டுக் காட்டினாள். தின்பண்டங்கள் எடுத்துக் கொடுத்தாள். அழுகை நிற்பதாகத் தெரியவில்லை. என்மனைவி அடிக்கக் கையை ஓங்கியதும் அழுகை பலமானதேயொழிய குறைந்த பாடில்லை. நான் வாங்கி சமாதானப்படுத்த ஏதேதோ வித்தைகள் காட்டியும் பயனில்லாமல் எரிச்சல் வந்தது.

"கண்ணா, தம்பி தூங்கீட்டிருக்கான்.. நாளைக்குத்தான் எந்திரிப்பான்... நாளைக்கு எந்திரிச்சதும் அப்பறமா தம்பியோட வெளையாடலாம்... என்ன செரிதானா...?" என்றேன். அவன் உடனே அழுகையை நிறுத்திக்கொண்டு அம்மாவின் அடிவயிற்றில் காதை வைத்து உற்றுக் கேட்டான். "ஆமாப்பா தம்பி தூங்கறாப்பா..." என்றான் கிசுகிசுப்புடன். அவன் முகம் மகிழ்ச்சியில் பிரகாசித்தது.

நான், "பாத்தியா, தம்பியெல்லா தூங்கறான்... நீயும் படுத்துத் தூங்கு ராசா... எங்கே கண்ண மூடிட்டு தூங்கு பாக்கலாம்..." என்று ஒருவாறாய் சமாதானப்படுத்தினேன். அவனுள் ஏமாற்றம் நிறைந்திருந்தாலும் மகிழ்ச்சி அதை மறைத்துவிட அம்மாவோடு படுத்து கண்களை மூடிக்கொண்டான்.

கையால் தம்பியை அணைத்தவாறு தூங்கினான்.

அடுத்த நாள் செண்டிமெண்டாய் தம்பி இறங்கி விட்டான். என் மனைவிக்கு கருச்சிதைவு ஆகிவிட்டது. அவள் காலையில் விஷயத்தை வருத்தத்துடன் தெரிவித்த போது எனக்கு அதிர்ச்சியில் உடலெங்கும் அதிர்ந்தது. கனவுகள் கனவுகளாகவே போய் விட்ட துயரம் உள்ளமெங்கும் விரவி உஷ்ணத்தைப் பாய்ச்சியது மனசு வரண்டுபோய் சோகத்தின் துயர வலைக்குள் உழன்று கிடந்தநேரம் வந்து காலைக் கட்டிக் கொண்டான் ஆத்மா.

"அப்பா அப்பா... தம்பி எங்கப்பா?"

கண்களில் நீர் விசுக்கென தளும்பி நின்றது. முகத்தை வேறு பக்கம் திருப்பி மறைத்துக் கொண்டு அவனைப் பார்த்தேன். அவனைப் பார்த்தால் தூங்கி எழுந்து வந்தவன் போல முகம் சோபை இழந்து சோம்பல் முறித்துக்கொண்டு இல்லாமல், முகமெங்கும் ஆர்வத்தின் தேஜஸ் வழிந்துகிடக்க கைகால்களை துரு துருவென்று உற்சாகம் கலந்த பதட்டத்துடன் நின்றிருந்தான். என் மௌனம் அவன் பரபரப்பை அதிகப்படுத்தவே அம்மாவிடம் தாவினான்.

"அம்மா அம்மா, தம்பியை ஏறக்கி உட்டியா? எங்கம்மா தம்பி?" அவள் காலைக் கட்டிக்கொண்டு குதித்தான். என் மனைவியின் அழுகை ஆத்திரமாக மாறிற்று.

"போடா சனியனே... நீ வாய் வெச்சதிலே தான் இப்படியாய்டிச்சி..." என்று அவனை இழுத்துத் தள்ளி விட்டாள்.

அவன் தடுமாறி விழுந்து திக் பிரமை பிடித்தவனாய் அழ ஆரம்பித்தான்.

“ஏய், அவனையேண்டி அடிக்கறே? ஏதோ நடந்துடுச்சின்னா அதுக்கு அவன் என்னடி பண்ணுவான்..? நீ வாடா ராஜா...” என்று அவனை மார்போடு தழுவிக் கொண்டேன். அவன் அழுகையினூடே விக்கி விக்கி “அப்பா... தம்பி ஏங்கப்பா... நான் அவனோடே வெளையாடணும்...” என்றான். எனக்கு அழுகை உடைத்துக் கொண்டு வந்து விடும் போலிருந்தது. ஏமாற்றத்தின் இடியை அந்தப் பிஞ்சு மனசு தாங்குமா? அவன் ஆசைகளை அடித்து நொறுக்கி துவம்சம் செய்ய விரும்பவில்லை.

“தம்பி வெளையாடப் போயிருக்காம்பா... அவன் வந்ததும் நாம மூணு பேரும் வெளையாடுவோமா... ம்..?” என்றேன்.

அதுதான் நான் செய்த பெரிய தப்பு.

“தம்பி வெளையாடற எடத்துக்கு என்னையும் கூட்டிப் போ...” என்று அழுகையை உச்சஸ்தாயிக்கு உயர்த்தினான். நானும் பேச்சை மாற்ற என்னென்னவோ தகிடுதத்தங்கள் செய்து பார்த்தேன். நான் அவனைக் கூட்டிக் கொண்டு வெளியே போனாலொழிய, அழுகை நிற்பதாகத் தெரியவில்லை.

“உன்பாடு உங்கப்பாபாடு” என்று அவள் சமையலறைக்குப் போய் விட்டாள். நான் அவனைக் கூட்டிக் கொண்டு வெளியே கிளம்பும்போது என்னுள் ஒரு ஐடியா பளீரிட்டது.

“இதபாரு தம்பி வந்துட்டாம்பாரு....”என்றேன் கண்களில் அற்புதம் விரிய.

ஆத்மா ஆர்வமாக “எங்கே எங்கே” என்று கேட்டபடி சுற்று முற்றும் பார்த்தான்.

“இதபாரு. அட இங்கே பாரு...” என்று வெற்றுவெளியில் கைகளைத் துழாவி பையனைத் தூக்குவது போல பாவனை செய்து அந்தரத்தில் தூக்கிப் பிடித்துக் கொஞ்சினான்.

“டேய் தம்பி... அதுக்குள்ளே வெளையாடிட்டி வந்துட்டியா? திருட்டுப்பயலே, கிரிக்கெட் வெளையாடினயா? இதென்னடா தலையெல்லா ஒரே மண்ணு புழுதி... ப்பூ..ப்பூ..” என்று காற்றுக் கூட்டி ஊதிவிட்டேன். “என்ன சாமிநாதனை அடிச்சிப் போட்டியா? ஹ்ஹ்ஹ்ஹா ஆமா ஆத்மாவை உட்டு நீ மட்டும் எப்பட்றா வெளையாடப் போனே... பாரு... நீ உட்டு வெளையாடப் போயிட்டேன்னு ஆத்மா அழுதிட்டிருக்காம் பாரு... இனிமேல் அவனை உட்டு வெளையாடப் போகாதே...” என்றபடி முகத்தில் பல்வேறு விதமான பாவனைகளுடன் கொஞ்சி... “எங்கே அப்பாவுக்கு ஒரு முத்தம் குடு... ம்... ஆத்மாவுக்கு...” என்று அவன் பக்கம் திருப்ப, அவன் வினோதமான ஆர்வத்துடன் முகத்தை நீட்டி முத்தத்தைப் பேற்றுக் கொண்டான்.

“ம். செரிசெரி, ரண்டு பேரும் போயி வெளையாடுங்க... ஆத்மா, இந்தா தம்பியைக் கூட்டிப்போ” என்று ஆத்மாவிடம் கொடுத்தேன். அவன் மெல்ல தயங்கிக் கொண்டு கைகளை நீட்டி விசித்திரமாக வாங்கிக் கொண்டான்.

பின்வந்த நாட்களில் தம்பியை அழைத்துக்கொண்டு ஸ்கூலுக்குப் போனான். தம்பி பறித்துக் கொடுத்ததாக கொய்யாப்பழங்கள் கொண்டு வந்து கொடுத்தான். தம்பியை சின்ன சைக்கிளிலே வைத்துக் கொண்டு

தெரு முழுக்கச் சுற்றினான். 'தம்பி வீணாக சண்டைக்குப் போகமாட்டான் என்றும், வந்த சண்டையை விடமாட்டான் என்றும், தன்னோடு மல்லுக்கு நின்ற சாமிநாதனையும் மற்ற எதிராளிகளையும் அடித்து விரட்டி விட்டதாகவும்' பெருமை பிடிபடக் கூறினான். 'ஸ்கூலில் யாரும் தம்பியோடு சேருவதில்லை என்றும், தன் சகாக்களிடம் தம்பியைப் பற்றிக் கூறினால் கேலியும் கிண்டலும் செய்து சிரிக்கவே தம்பியை யாருக்கும் அறிமுகப்படுத்தாமல் தானும் தம்பியும் மட்டுமே விளையாடிக் கொள்வதாய் சொன்னான். தம்பியும் அவனும் வினோதமாய் பேசிக்கொள்வதைக் கண்டு என் மனைவி, "நீங்க கெட்டது போதாதா? பையனையும் பைத்தியக்காரனாக்கணுமா?" என்று சத்தம் போட்டாள். ஆத்மா அடம் பிடிக்காமல் சோறு தின்ன, பாடம் படிக்க தம்பி உபயோகப்பட்டதால் அவளும் சகித்துக் கொண்டாள்.

நாளாக நாளாக விசித்திரமான நிகழ்ச்சிகளையெல்லாம் கூற ஆரம்பித்தான். ஸ்கூலில் மிஸ், குருவி ஓவியம் எப்படி போடுவது என்று கிளாஸ் எடுத்துக் கொண்டிருந்திருக்கிறாள். முதல் நிலையில் 'ந' என்ற உயிர்மெய்யெழுத்தைப் போட வேண்டும்; இரண்டாவது நிலையில் அதன் மூக்கை கூராகக் செதுக்கி பின் பக்கம் வளைவு செய்து கழுத்து அமைக்க வேண்டும், என்று கொஞ்சம் கொஞ்சமாய் விரிவாக்கி கண், மூக்கு, இறக்கை, கால்கள் என்று பத்தாவது நிலையில் ஒரு அழகான குருவி காட்சியளிக்கும். ஆனால், தம்பியோ, 'முதல் நிலையில் போட்ட 'ந' வே போதும் என்றும், அதை பத்தாவது நிலைவரை நீட்டவேண்டிய அவசியமில்லை' என்றும் வாதாடியிருக்கிறான். மிஸ் மூக்கின் மேல் விரல் வைத்து நிற்கும் வியப்பின் உச்சியில் போய் நின்று கொண்டு பேயறைந்தது போல விழித்திருக்கிறாள்.

எனக்குக் கொஞ்சம் கொஞ்சமாக பயம் ஏற்பட ஆரம்பித்தது. என் அறைக்குள் நுழைந்து என்னுடைய புஸ்தகங்களையோ, மற்ற விஷயங்களையோ தொடக் கூடாது என்றும் ஒழுக்கமாக பாடப் புத்தகங்களை மட்டுமே படிக்க வேண்டும் என்றும் எச்சரித்து விட்டேன். அவன் உடனே பழைய சமையலறையைச் சுத்தம் செய்து தன் அறை என்றான். அவனுடைய சமாச்சாரங்களையெல்லாம் அதில் ரொப்பிக் கொண்டான். அவ்வப்போது வினோதமான சம்பவங்கள் விசித்திரமான சமாச்சாரங்கள் நிறைய அவனிடமிருந்து வெளிப்படும்போது இது எங்கு போய் முடியும் என்று பயம் மண்டையை உலுக்கும்.

நான் அவன் அறைக்குள் பிரவேசித்தபோது இன்னும் தம்பியை சமாதானப் படுத்திக் கொண்டிருந்தான். "ஆத்மா, மார்க்கெட் வர்ரியா?" என்றேன். அவன் ஒன்றும் பேசாமல் முகத்தைத் திருப்பிக் கொண்டான். நான் பக்கத்தில் போய் அவன் முகத்தைத் திருப்பி கைவிரல்களால் கேசத்தைக் கோதி தாஜா செய்தேன்.

"அட அவகெடக்கறா... நாம மார்க்கெட் போலாம் வா... போ போயி டரஸ்சேஞ்ச் பண்ணீட்டு ரண்டு பேரும் வாங்க போங்க..."

தம்பியையும் சேர்த்துக் கொண்டதில் ஆத்மாவுக்கு ஒரே குஷி. "இருப்பா வந்திடறோம்..." என்று வீட்டுக்குள் ஓடினான்.

அறையைப் பார்வை விட்டேன். சுவரில் ஆணியடித்து தோள் பை மாட்டப்பட்டிருந்தது. அதற்குக் கீழே பாடப் புத்தகங்கள் அழகாக அடுக்கப்பட்டிருந்தன.

அதன் ஓரத்தில் விளையாட்டுச் சாமான்கள். மூலையோரத்தில் சின்ன சைக்கிள் கம்பீரமாக நிறுத்தப்பட்டிருந்தது. வலது பக்க ஓரத்தில் களிமண் கொட்டியிருக்க பக்கத்திலிருந்த சின்ன பிளாஸ்டிக் டப்பாவில் இருந்த தண்ணீர் மரக்கலரிலிருந்தது. அதன் ஓரத்தில் சதுரவாக்கில் பலகையாக ஒரு கருங்கல்... அதில் களிமண் படிந்திருக்க அதனடியில் முடிந்தும் முடிக்காமலும் களிமண் பொம்மைகள் சிதறியிருந்தன. ஆத்மா வந்து சேர்ந்தான்.

“ஏப்பா போலாமா?”

“ஆத்மா, பொம்மையெல்லாம் செய்வியா? எனக்குக் காட்டவேயில்லே...”

“இல்லப்பா இதெல்லாம் தம்பி செஞ்சது...”

“ஓ... செரி எங்கே பாக்கலாமே...” பொம்மைகளை நோட்டம் விட்டுக் கொண்டே வந்தவன், ஒரு பொம்மை வித்தியாசமாய்த் தெரியவே எடுத்துப் பார்த்தேன்.

“ஆமா இதென்ன பொம்மை?”

“அது ஒத்தக் கண்ணுப் பிச்சைக்காரன்”

குச்சி குச்சியான இரண்டு கால்கள்; கால்களுக்கு மேல் ஒரு மனிதத்தலை; முகத்தில் தாடியும் மீசையும் கீறப்பட்டடிருந்தது; ஒரு கண் இருந்த இடத்தில் வெறும் குழி. தலைப்பகுதியிலிருந்து இரண்டு கைகள் குச்சிகளைப் போல முன்னால் நீட்டிக் கொண்டிருக்க கைகளின் மணிக்கட்டுப் பகுதியிலிருந்து... கமண்டலம்தானே அது...? முளைத்திருந்தது. ஹா... உடலெங்கும் புல்லரித்தது. பிரமித்துப் போனேன்.

ஓரிரு நிமிஷங்கள் வெறித்தபடி நின்றிருந்தவன்,

“இந்த பொம்மைக்கு மட்டும் வயிறு மட்டும் வெச்சிருந்தா அற்புதமா இருந்திருக்கும்...” என்றேன்.

“அதுவா... அவன் கையில கழட்டி வெச்சிருக்கானே... அதான் வயிறு”

என் மண்டைக்குள் சம்மட்டி அடி விழுந்தது. அவனைப் பற்றி ஏதேதோ விவரிக்க முடியாத ரூபங்கள் மனமெங்கும் வியாபித்துத் திரிந்தன. ஜீனியஸ் ஆஃப் தி ஏஜ்.

“தினமும் இந்தப் பிச்சைக்காரனை ஸ்கூலுக்கு போரப்ப வாரப்ப பாப்பம். ‘வயித்துக்கு ஏதாச்சும் போடுங்க தரும தொரே...’ ம்பான்; அவனோட பேச்சு வயித்தையே கழட்டி கைல புடிச்சிருக்கிற மாதிரி தெரியும்...”

எனக்கு உடனே அவனுடைய எல்லாப் பொம்மைகளையும் பார்க்கவேண்டும் போல ஆர்வம் பரபரத்தது, சம்மணமிட்டு நிலத்தில் உட்கார்ந்து கொண்டேன்.

அவனைத் தினம் ஸ்கூலுக்கு சுமந்துபோகும் சைக்கிள் ரிக்ஷாவும், ரிக்ஷாக்காரனும்; கிரிக்கெட் மட்டையுடன் ஒரு பையன்; மாடுகள் இல்லாமல் அவிழ்த்த விடப்பட்ட வண்டி; மிட்டாய் விற்கும் கூடைக்காரக் கிழவி; மனிதத் தலைகள், கைகள், வண்டிச் சக்கரங்கள்... ஒரு மனிதத் தலையை கையில் எடுத்து, “இதுதான் தம்பி...” என்றான் ஆத்மா.

முகம் மொழு மொழுவென்று உருண்டையாக கொஞ்சம் கூர்மையான மூக்குடன் அகலமான நெற்றியை சிகை மறைக்காமல் மேலே தூக்கிச் சீவியிருந்தது. இதழ்களில் குறுநகை இழையோட ஒரு கம்பீரத்துடனான அலட்சியம் பொதிய அந்தத் தலை காட்சியளித்தது, என்னுள் இன்னும் ஏதேதோ விரிந்தது "அப்பா, அம்மா சத்தம் போடறதுக்குள்ளே போயிட்டு வந்திடலாம் வாப்பா..."

இருப்பினும் எனக்கு அந்த அறையை விட்டு வருவதற்கு மனசில்லை. துருவித்துருவி ஆராய்ந்தேன். எத்தனையோ அற்புதங்களை தன்னுள் அடக்கிக் கொண்டு அமைதியாக இருப்பது போல் பட்டது. "அப்பா போலாமா?" என்று கையைப் பிடித்து இழுத்தான் ஆத்மா.

போகும் வழியில் ஆத்மாவுடன் ஏதும் பேசவில்லை. அவனும் தம்பியும் உரையாடிக் கொண்டு வந்தார்கள். எனக்குள் அவனைப் பற்றிய சூட்சும ரூபங்கள் தனக்குள் பயங்கரத்தை புதைத்துக் கொண்டு பிரம்மாண்டமாய் விரிந்து படர்ந்தன. அவனை நினைத்துப் பெருமைப் படுவதா அல்லது கவலை கொள்வதா என்று விளங்காமல் உள்ளுக்குள் ஒரு போராட்டம் நிகழ்ந்து கொண்டிருந்தது. ஆயாசத்துடன் நீண்டதொரு பெருமூச்சு கிளம்ப அதிலிருந்து மீண்டபோது வேறொரு பயம் சேர்ந்து கொண்டது. 'இவன் ஸ்கூல் வாழ்க்கை எப்படி இருக்கிறது?'

"ஆத்மா, நேத்திக்கு உங்க மிஸ் என்ன பாடம் நடத்தினாங்க..."

"தெரியலேப்பா, நான் ஸ்கூல் போய் ஒரு வாரமாகுது"

சாட்டையின் நீண்டநாவுகள் உடம்பெங்கும் சொடுக்கி எடுத்தன. ரோட்டில் ஸ்தம்பித்துப் போய் நின்று விட்டேன்.

"என்ன... என்ன சொன்னே? ஸ்கூலுக்குப் போறதில்லையா அடப்பாவி... பின்னெங்கடா போறே?"

எனக்கு வந்த கோபத்தில் அவனை அடித்து உதைத்து நொறுக்கலாம் போல ஆத்திரம் பொங்கிப் பீறிட்டுக் கொண்டு வந்தாலும், இதற்கு அவன் என்ன வினோதமான பதில் சொல்லப் போகிறானோ என்று ஆர்வத்துடனான கவலையுடன் அவன் முகத்தை உற்று நோக்கினேன்.

ஸ்கூலில் ஒரே மாதிரி தினமும் போய் உட்கார்வதும், டங் டங்கென்று மிஸ் வந்து ஏ,பி,சி,டி சொல்லச் சொல்வதும் அவர்கள் ஒப்பிப்பதும் ரைம் மனப்பாடம் செய்து ஒப்பிப்பதும் எழுதிக் காட்டச் சொன்னால் எழுதிக் காட்டுவதும் மறுபடியும் மறுபடியும் இதேதானா என்று தம்பிக்கு ஒரேயடியாய் சலித்துப் போய்விட்டது. 'உனக்கு சலிப்பாக இல்லையா' என்று ஆத்மாவைக் கேட்டேன். அப்பொழுது தான் அவனுக்கும் உறைத்தது. தனக்கும் சலிப்பாகிக் கொண்டு வருகிறதென்று. அடுத்த நாள் ஆத்மா அம்மாவிடம் சொன்னான். "தம்பி கிம்பியெல்லாம் பறந்துடுவீங்க... ஏண்டா அவ்வளவு திமிரா? ஸ்கூல் பிடிக்காம போய்டிச்சா? ஒழுங்கா ஸ்கூலுக்குப் போகாட்டி சூடு போட்ருவேன்... கழுதை..." என்று கோரத்தாண்டவமாடவே, தம்பி ஆத்மாவை அடக்கி விட்டான். இருவரும் ஒழுங்காக நல்ல பிள்ளையாய் ஸ்கூல் போனார்கள். ஸ்கூல் வாசலில் ரிக்ஷா இறக்கி விட்டதும் எல்லாப் பிள்ளைகளும் ஹோவென்று சப்தம் போட்டுக்கொண்டு ஸ்கூலுக்குள் போக, ஆத்மாவும் தம்பியும் மட்டும் வெளியே கால்போன போக்கில் நடந்தார்கள்.

சற்று தூரத்தில் பூங்கா எதிர்ப்பட்டது. அதன் அமானுஷ்ய தோற்றமும், பறவைகளின் சீச்சொலியும் பச்சைப் பசேலைப் போர்த்திக் கொண்டு ஆகாயத்தை நோக்கி சரேலித்திருந்த மரங்களின் கிளைகளும் அசைந்து அசைந்து வரவேற்றன. நிலமெங்கும் செடி கொடிகளும் புல் வெளியும் படர்ந்திருந்தது. சில்வண்டுகளின் ரீங்காரமும் பறவைகளின் பாஷையும் கவிந்திருந்த அமைதிக்கு மேலும் அழகூட்ட, உதிர்ந்திருந்த பூக்களும் சருகுகளும் சப்திக்க நடந்து உள்ளே போனார்கள். எங்கு பார்த்தாலும் அழுக்கு மூட்டைகளாய் சோம்பேறி ஜனங்கள். அந்த இடத்தின் அற்புதத்தை ரசிக்காமல் அழகியல் உணர்ச்சியே இல்லாத ஜடங்கள் போல படுத்து தூங்கிக் கொண்டிருந்தார்கள். தம்பிக்கும் ஆத்மாவுக்கும் இந்தக் காட்சியைப் பார்த்ததும் அழுகையே வந்து விட்டது. அந்தக் கோரத்தை காணச் சகியாமல், சட்டென்று அந்த இடத்தை விட்டு அகன்று, யாருமேயில்லாத ஓர் இடம் தேடி புல்வெளியில் அமர்ந்து அந்த இடத்தின் அற்புதத்தை ரசித்துக் கொண்டிருந்தார்கள். வகுப்பறையின் தூங்குமூஞ்சி சுவர்களைப் பார்த்து அலுத்துப் போன கண்களுக்கு அந்த இடம் கிடைத்ததற்கரிய அற்புதமாய்த் தெரிந்தது.

“எவ்வளவு அற்புதங்களை இழக்க இருந்தோம்” என்றான் தம்பி.

“ஆமாம், இன்னும் எவ்வளவோ அற்புதங்கள் வெளியே இருக்கக் கூடும்” என்றான் ஆத்மா.

அப்பொழுது ஆத்மாவின் தோளில் ஒரு கரம் மெல்லிய பீலியாய் விழுந்தது. திரும்பிப் பார்த்தால், எதிரே தும்பைப் பூவைப்போல நரைத்த தலையுடன் ஒரு பெரியவர் பளீரிட்ட பற்களைக் காட்டி குறுநகை புரிந்தார். அப்பொழுதுதான் குளித்துவிட்டு வந்தவர் போலிருந்தது. கேசத்தில் நீர் ஸ்படிகத்துளிகளாய் மின்னியது. கேசத்தை மேலே தூக்கி வாரி நடு நெற்றியில் குங்குமப் பொட்டு வைத்திருந்தார். முகம் மொழு மொழுவென்று உருண்டையாய் தேஜஸ் மின்னியது. கைவரை மூடிய ஜிப்பாவும் கால்வரை வேஷ்டியுமாய் தூயவெண்மையாடை தரித்து மின்னற் குமாரன் போல காட்சியளித்தார். அழுக்கு மனிதர்களைப் பார்த்து அருவருப்படைந்த கண்களுக்கு அவரை ஒற்றிக்கொள்ள வேண்டும் போலிருந்தது.

“என்ன தம்பி, ஸ்கூலுக்கு போகலியா...?” என்றார் பெரியவர். “என்ன டீச்சர் அடிச்சிட்டாங்களா?”

ஆத்மா ‘இல்லை’ என்று தலையாட்டினான்.

“ஏன் ஸ்கூலுக்குப் போகலே?”

“ஸ்கூல்ல எங்களுக்குப் பிடிக்கலே”

பெரியவர் ஆத்மாவைத் தூக்கி மார்போடு தழுவிக் கொண்டார். தம்பி சொன்னான்.

“ஸ்கூல்ல எங்களுக்குப் படிக்கறதுக்கு ஒண்ணுமேயில்லே...”

பெரியவர் அதிசயத்துடன் கண்களை அகல விரித்தார். அவர் இதழ்களின் கடைக் கோடியில் புன்முறுவலொன்று நழுவி ஓடியது.

“வாஸ்தவம்தான்... நீ ஸ்கூல்ல படிக்கறதுக்கு ஒண்ணுமேயில்லே... வெளியில படி... சூரியனுக்குக் கீழேயிருக்கிற இந்த உலகத்தில படிக்கறதுக்கு நிறைய இருக்கு... அந்த கிளாஸ் ரூம்ல நேரத்தை வீணாக்கிட்டு இருக்காதே...”

ஆத்மாவின் கேசத்தைக் கோதி உச்சி முகர்ந்து மெல்லிய ஒரு முத்தம் கொடுத்து விட்டு எழுந்து, தலையை ஆட்டி விட்டு, மெல்ல நடந்து கொஞ்சம் கொஞ்சமாய் மறைந்து போனார்.

அவர் போனபிறகு ஆத்மாவும் தம்பியும் அவருடைய கூற்றில் கவரப்பட்டு அதைப்பற்றியே பேசிக் கொண்டிருந்தார்கள். தினமும் வெளியே எங்கெல்லாமோ அலைவது, மனசுக்கு பிடித்த சம்பவங்களில் கிறங்கிப்போய் நிற்பது, புரிபடாதவைகளைக் குடைந்து குடைந்து யோசிப்பது, ஒவ்வொரு நாளையும் புதிய புதிய கோணத்தில் அனுபவிப்பது, சாயங்காலம் ஸ்கூல் விடும் நேரத்தில் வந்து ரிக்ஷாவில் ஏறிக்கொண்டு வீட்டுக்கு வந்து தங்கள் அறைக்குப் போய் ஓவியங்கள் வரைவது, களிமண் பொம்மைகள் செய்வது... என்றெல்லாம் தினமும் அவன் சந்தித்த நிகழ்வுகள், மனிதர்கள், நூலகத்தில் போய் படித்த படம் பார்த்த புத்தகங்கள் என்று என்னென்னவோ சொல்லிக் கொண்டே போனான்.

எனக்கு பயம், கோபம், ஆத்திரம் அத்தனையும் ஒருசேர வெடித்தது. “வாயை மூட்றா கழுதை... தம்பியுமில்லே மண்ணாங்கட்டியுமில்லே... ஏண்டா, ஸ்கூலுக்குப் போகச் சொன்னா ஊர் சுத்திட்டு வர்ரியாடா ராஸ்கல்”

நான் ஒருநாளும் அவ்வாறு கண்டித்ததில்லையாதலாலும், தம்பி இல்லை என்று அதிர்ச்சியடைய வைத்தாலும் ஆத்மா ஒரேயடியாய் பயந்து போய் கண்கள் சொருகிப் போய் கீழே விழுந்தான். நான் பதறிப் போனவனாய் அவனைத் தூக்கி “ஆத்மா, ஆத்மா,” என்று கூவினேன். பையன் மயங்கிக் கிடந்தான். என் சப்தநாடியும் பதறிப்போக, அவனைத் தூக்கி மார்போடணைத்துக் கொண்டு அருகிலிருந்த கடைக்குக் கொண்டு போய் தண்ணீர் வாங்கி முகத்தில் தெளித்தேன். அக்கம் பக்கத்திலிருந்தவர்கள் கூட்டம் கூடி விசாரித்தார்கள்.

“ஒண்ணுமில்லீங்க... வெயில் பாருங்க கொளுத்தது... 108 டிகிரி நமக்கே ஒருமாதிரி இருக்குது... சின்னக் குழந்தைக்கு கேக்க வேணுமா... மயக்கம் போட்டான் போல...”

ஆத்மா கண் விழித்ததும் ‘தம்பி தம்பி’ என்று என்னென்னவோ உளறினான். “தம்பி இருக்காம்பா... இதபாரு நின்னிட்டிருக்காம் பாரு...” என்று அவனுக்குத் தண்ணீர் காட்டினேன். “நீ தம்பி இல்லேன்னு சொன்னேயில்லே... நீ என்னோட பேச வேண்டாம் போ...”

“இல்லைடா ராஜா... நான் சும்மா வெளையாட்டுக்குச் சொன்னேன். இதபாரு தம்பி... நீ மயங்கி விழுந்துட்டேன்னு அழுவுறாம்பாரு... வா எந்திரி போலாம்...” சட்டென்று அவனை கூட்டிக் கொண்டு நடந்தேன்.

அவன் என்னென்னவோ பேசிக் கொண்டு வந்தான். அவனுடைய பேச்சு ஏதுவும் நான் வாங்கிக் கொள்ளவில்லை. என் உள்ளமெங்கும் கவலையின் ஊசிகள் சுருக் சுருக்கென்று குத்தி வதைத்தன.

இவனை ஞானி என்பதா பைத்தியக்காரன் என்பதா? இந்தச் சின்ன வயசிலேயே நடைமுறை வாழ்க்கையிலிருந்து அந்நியப்பட்டு வெகுதூரம் போய்விட்டானே... இன்னும் வாழ வேண்டியகாலம் நீண்டு கிடக்கிறதே... எனக்குள் என்னென்னவோ குழப்பங்களும் வெளிச்சக் கசிவுகளும் புலனாகிய வண்ணமிருந்தன. தலை முழுவதும் கும்மென்று வலித்தது. நினைவுகளின் அதிர்வலைகள் உள்ளமெங்கும் பாய்ந்து ஸ்மரணை தப்பி எண்ணங்களின் இருட்குகையில் பாசம் படிந்த பாதைகளில் இழுத்துப்போயின. குழம்பிய இதயத்துடன் கட்டுக்கடங்கா எண்ண ஓட்டங்களோடு நடந்தேன். மார்க்கெட்டில் பொருட்கள் வாங்கும் போதும், பணம் செலுத்தும் போதும் நான் என் வசம் இல்லை. வீடு திரும்பும் போது ஓயாமல் உழலவைக்கும் குழப்பங்களைப் போக்க டக்கென்று ஒருயோசனை தோன்றியது. அந்த நிமிஷத்தில் உடலெங்கும் பதட்டமும் பரபரப்பும் ஊர்ந்து நெளிந்தது.

எதிரில் பஸ் வந்தது. சாலையின் ஓரத்தில் ஒதுங்கினோம்.

அடுத்த கணம், "ஆ... அய்யய்யோ... தம்பி பஸ்ல உழுந்திட்டானே..." என்று கத்தினேன். ஆத்மா சற்று தாமதித்து அந்த பயங்கரத்தைப் புரிந்து கொண்டு "ஐயோ ஐயோ" என்று அலறினான். பஸ் தம்பியின் மீதேறிப் போயேபோய்விட்டது. நான் ஓடிப் போய் நடுரோட்டில் மண்டியிட்டு அமர்ந்து, "ஆத்மா, தம்பி செத்துப்போயிட்டானே... ஐயோ, ஐயோ..." என்று அழுதேன். ஆத்மா 'ஓ' வென்று அழ ஆரம்பித்தான்.

099

ஜே.பி.சாணக்யா

ஆண்களின் படித்துறை

அன்னம்மாள் ஆண்களின் படித்துறையில் அமர்ந்து நீராடிக்கொண்டிருக்கிறாள்.

படித்துறைக்குக் குளிக்க வரும் ஆண்களின் எண்ணிக்கை அந்நேரங்களில் அதிகரித்துக் கொண்டிருக்கிறது. மத்திய வயது முழுவதையும் அவள் தாண்டிவிட்ட பின்னரும் அவளுடல் இன்னும் வரிசை குலையாமல் இருக்கிறது. தொய்வடையாத முலைகளும் மடிப்பு விழாத இடுப்பும் கொழுத்த குதிரைபோல் பின்பக்கமும் வாலிபர்கள் முதல் வயசாளிகள்வரை சுண்டிப் பார்த்துக் கொண்டிருக்கின்றன. அது அவளுக்கு மிக நன்றாகத் தெரியும்.

ஊருக்குப் புதிதாய் வரும் ஆண்களிலிருந்து பாராமுகமாய்ச் செல்லும் கிறுக்குப் பிடித்த ஆண்கள் வரை அவள் படித்துதான் வைத்திருக்கிறாள். ஆண்கள் பற்றி அவள் வைத்திருக்கும் கணிதம் எதுவும் இன்றுவரை தோற்றுபோனதில்லை.

பல் துலக்கியபடியும் துணி துவைத்தபடியும் வெறுமனே உடலைத் தேய்த்துத் தேய்த்து முங்கிக் குளித்தபடியும் பிரயோசனமற்ற கதையளந்தபடியும் ஆண்களின் படித்துறை அவளை வெறுத்துக்கொண்டிருக்கிறது. அவள் தன் நீராடலைக் காட்சிப்படுத்துவதனூடாகவே அதைத் தட்டி வீழ்த்துவதான தொனியில் நீராடிக்கொண்டிருக்கிறாள்.

படித்துறை அவள் வீட்டுக்குமுன் வந்தபோது அவள் கணவன் சர்ப்பம் தீண்டி இறந்துபோனான். அவள் வீட்டை ஒட்டி ஓடும் வாய்க்காலை முன்னிட்டுப் பஞ்சாயத்து அப் படித்துறையை அவள் வீட்டு வாசலுக்குக் கொண்டுவந்தபோது அனைவரும் அவள் நீராடுவதைப் பார்ப்பார்கள் என்றோ அனைவரும் அவள் வீட்டின் முகப்பில் நீராடுவார்கள் என்றோ யாரும் எதிர்பார்த்திருக்கவில்லை. அகன்ற வாய்க்கால் பஞ்ச காலத்தில் தூர் வாரப்பட்டது. ஊர் மக்கள் அனைவரும் மூன்று வேளை சோற்றுக்கும் படிப்பணத்திற்குமாக வாய்க்காலை மேலும்

ஆழப்படுத்தி, சீர்ப்படுத்திவிட்டுப் போனார்கள். அன்னத்தின் வீட்டின் முன், நீளமும் அகலமுமான சிமிண்டு படிக்கட்டுகளுடன் படித்துறை வந்து விழுந்தது. முதலில் அவர்கள் நீராடுவதை வீட்டிலிருந்தபடி பார்த்துக் கொண்டிருந்தாள். பிறகு அவளும் அந்த படித்துறையை விரும்பினாள். துணி துவைப்பதிலிருந்து குளிப்பதிலிருந்து பாத்திரம் அலம்புவது வரை எல்லாமும் அவளுக்கு மிகவும் எளிமையாகிவிட்டது. லலிதாவுக்கு அப் படித்துறை தன் வீட்டைச் சுற்றி இருப்பது பிடிக்காமல் போய்விட்டது. அவள் அம்மா அங்கு அனைவருக்காகவும் நீராடுவதுபோல் சென்று குளிப்பது சற்றும் பிடிக்கவில்லை. திருமண வயதில் தன்னை வைத்துக்கொண்டு படித்துறையில் பல்லிளித்துக்கொண்டிருப்பதாக அவளைக் குற்றம் சாட்டிக்கொண்டிருந்தாள்.

மெயின் ரஸ்தாவை ஒட்டி இறங்கும் மரப்பாலம்தான் கிழக்கே ஒதுங்கிக் கிடக்கும் வீடுகளைப் பிணைத்துக் கொண்டிருக்கிறது. அன்னம் படித்துறையில் நீராடும் நேரம் அதிகபட்ச ஆண்களுகு அத்துப்படியாகியிருக்கிறது. அவர்கள் அவளுக்காகவே காத்திருக்கிறார்கள். வெவ்வேறு நேரங்களில், வெவ்வேறு முகங்களில். பாத்திரம் அலம்பவோ துணி துவைக்கவோ அவள் புடவையை மழித்து அமர்ந்துகொள்ளும் போது வழுவழுப்பான தொடைகள் பிதுக்கத்துடன் மினுக்க, ஆண்கள் பல் துலக்குகிறார்கள். பெருமூச்சுவிடுகிறார்கள். அதன் பின் அவள் சிறிது நேரம் கழித்து நீராட வருகிறாள். லலிதா அரைப் புடவை கட்டிக்கொண்டு தையல் பள்ளிக்குப் புறப்பட்டுப் போகிறாள். ஆண்களின் சைக்கிளில் அவள் உந்தி ஏறும்போது எதிர் வீட்டுக் கிழவன் தினமும் பார்த்துக்கொண்டிருக்கிறான். அவளது முன்தொடை அந்நேரத்தில் பளிச்சிடுவதை அவன் அதீத விருப்பத்துடன் பார்த்துக்கொண்டிருக்கிறான். லலிதா பெண்கள் ஓட்டும் சைக்கிள் வாங்கிவிட வேண்டுமென்றுதான் ஆசைப்பட்டாள். அது முடியாமல் குறைந்த விலைக்குக் கிடைக்கிறதென்று அன்னம்தான் இந்த சைக்கிளை வாங்கிப் போட்டாள். அது தன் அம்மாவுக்காகத்தான் அவ்விலைக்குக் கிடைத்திருக்கிறதென்று அவளுக்குத் தெரியும்.

அவள் கிளம்பிச் செல்லும்போது அப் படித்துறையை வெறுப்புடன்தான் பார்த்தபடி போகிறாள். அவர்களைச் சொல்லி என்ன இருக்கிறது, அம்மா சரியில்லை என்று நினைத்துக்கொண்டாள். இன்னும் சிறிது காலத்தில் சாகக் கிடக்கும் அக்கிழவனின் நடத்தை அவளுக்கு ஆச்சர்யமாகத்தான் இருக்கிறது. பல சமயங்களில் அவள் சைக்கிளில் ஏறுமுன் அவன் இருக்கும் பக்கம் பார்த்துக் காறித் துப்பியிருக்கிறாள். அவன் சில நாட்கள் கம்மென்றிருந்துவிட்டு மீண்டும் பார்க்கத் தொடங்கிவிடுவான்.

அவனுக்காகவே அவள் அவன் பார்வைபடாத மற்றும் எதிரில் ஆண்கள் வராத நேரமாய் சைக்கிளில் ஏற, ஏதோ சைக்கிளைத் துடைத்துச் சரிசெய்வது போலச் சாலையில் நின்றுகொண்டிருப்பான். கிழவன் ஒரு நாள் வீட்டின் பின்புறம் வந்து நின்றுகொண்டு அவளைப் பார்த்தான். அவளுக்கு எரிச்சலாக இருந்தது. பல சமயம் அவனைச் சாடைமாடையாகத் திட்டவும் செய்திருக்கிறாள். அவள் அம்மாவிடம் கூறியபோது அவளும் கிழவனைத் திட்டிவிட்டு மேற்கொண்டு காரியம் பார்க்கத் தொடங்கிவிட்டாள். இத்தனை இளக்காரத்திற்கும் தன் அம்மாவையே லலிதா மீண்டும் மீண்டும்

சாடிக்கொண்டிருந்தாள். அவளும் லலிதாவின் மனம் கோணாதபடி நடப்பதற்கு முயற்சி செய்துகொண்டுதானிருக்கிறாள். ஆண்கள் வராத நேரத்தில் நீராடச் சொன்னாள். அவளும் செய்தாள். ஆனாலும் அவள் நீராடும் செய்தி எப்படியோ காற்றின் வழி பரவிவிடுகிறது.

சர்க்கஸ் வினோதத்தைப் பார்க்கும் கூட்டம்போல் சிறிது நேரத்தில் வேளை கெட்ட வெளையில் கூட்டம் கூடிவிடுகிறது.

அன்னத்திற்கு எல்லோரையும் தெரியும். படித்துறையில் பல ஆண்களுடன் அவள் நீராடியிருக்கிறாள். அவர்கள் அனைவரும் தன்னை ஒரே மாதிரிதான் பார்க்கிறார்கள்,

ஒரே புள்ளியில்தான் நடத்துகிறார்கள் என்பதை அவள் அறிவாள். ஆனால் ஆண்களின் பார்வை தன் மகளையும் அப்படியே பாவிக்கும் என்பதைத்தான் ஏற்றுக்கொள்ள முடியாமலிருக்கிறது. முடிந்தவரை தனது நீராடலைப் பிள்ளைக்குத் தெரியாமல்தான் பார்த்துக்கொண்டாள். அவளுக்கான பருவங்கள் விளையத் தொடங்கியதுமே கண்ணாடித் திரைபோல் காட்டிக் கொடுத்துவிட்டது. சில மாதங்களில் தன் மகளுக்கு மாதவிடாய் தள்ளிப்போகும் நாள்களில்கூடப் பதற்றத்துடன் எள்ளும் எள் பண்டங்களும் சூட்டுப் பழங்களும் தின்னத் தருவதை லலிதாவால் பொறுத்துக் கொள்ள முடியவில்லை. அது மறைமுகமாகத் தன் அம்மாவைப் போலவே தன்னையும் ஆக்கிவிடுவதற்கான வற்புறுத்தலோ என்று குழம்புகிறாள். சில சமயம் அத்தருணங்களில் அன்னத்தை அதற்காகத் திட்டவும் முறைத்துவிடவும் செய்திருக்கிறாள். மறுநாளும் மறுநாளுமான அதிகாலைக் குளியலின் மூலமாய்த் தன் புத்துயிர்ப்பையும் சேதாரமின்மையையும் அதிகாரத்துடன் உணர்த்துவாள். அப்போது லலிதாவின் கோபத்தை அன்னம் பொருட்படுத்துவதில்லை. மாறாக மிகவும் சந்தோஷப்படுவாள். அவளுக்கு அவளே வேலி என மனதில் முணுமுணுத்துக் கொள்வாள்.

* * *

அன்னம் வடக்கு வெளிக்குச் சாக்கு மடித்து எடுத்துக்கொண்டு கூலி வாங்கப் போகிறாள். அவள் செல்லும் திசையில் தட்டுப்படும் அனைத்து ஆண்களும் அவளுடன் இருந்தவர்கள் கூட, விழிகளால் புணர்ந்து தீர்த்துக்கொள்கிறார்கள். அவள் குனிந்தபடியும் எங்கோ பார்த்தபடியும் இருபுறமும் கரும்பு வயல்களும் கருவேல மரங்களும் கிளைத்த வண்டிப்பாதையில் இயல்பாக நடந்துபோகிறாள். யாருமற்ற அவ்வேளைகளில்தான் அவளுக்கு இயல்புநடை கூடிவருகிறது. வானச் சரிவு தூரத்தில் பாதையின் முகத் திருப்பல்கள் மறைந்த நீட்சியைக் கற்பனைக்குள் கொண்டு வருகின்றன.

சில வயல்களும் அதன் மறைவிடங்களும் சில புணர்ச்சிச் சம்பவங்களை நினைவில் தட்டிவிட்டு மறைகின்றன. வெவ்வேறு விதமான பகல் பொழுதுகள், வேளைகள், புணர்ச்சி முகங்கள். அவை வெவ்வேறு முகங்களே ஒழிய, அதன் தவிப்பிலும் வெளிப்பாட்டிலும் பெரிதான மாற்றங்கள் எதுவும் இல்லை. எதனாலும் எதுவும் மிஞ்சிவிடவில்லை என்று அவள் அனுபவம் சொல்லிச் செல்கிறது.

அவள் செடிகளுக்கும் கரும்பு வயல்களுக்கும் நடுவில் தனித்துப் போவதை எரிமேட்டின் தொலைவிலிருந்து டிங்கு பார்த்தான். மனம் பரபரக்க ஓரமாக சைக்கிளை நிறுத்திப் பூட்டிவிட்டுக் குறுக்கே ஓடிவரத் தொடங்கினான். டிங்கை எல்லோரும் 'லூஸு' என்றார்கள். இளம் வாலிப மீசையும் மெல்லிய குறுந்தாடிப் படர்வும் நீளவாகு முகமுமாக, சிவப்பாக இருந்தான். கழுத்தோரத்தில் பச்சை நரம்புகள் இலை நரம்புகள்போல் படர்ந்து இறங்கியிருக்கும். வாயைத் திறந்தால்தான் அவன் திக்குவாயால் குளறுவது தெரியும்.

புழுதி வயல்களில் அவன் கால்கள் தறிகெட்டு ஓடி வந்தன. அவன் நினைப்பில் அன்னத்தின் கட்டியணைப்புகள் தெரிந்தன. மூச்சும் வியர்வையும் பெருகின. குறி குறுகுறுப்புடன் மிதக்கத் தொடங்கிவிட்டது. அவள் கூலி வாங்கத்தான் அங்கு போகிறாள் என்று யூகித்துக்கொண்டான். ஆட்கள் எதுவும் தட்டுப்படாத பட்சத்தில் அவளைக் கட்டிப் பிடித்து முத்தமிட வேண்டும் என்று நினைத்தான். இத்தனை நாளும் அவன் அப்படி நடந்துகொண்டதில்லை. ஆனால் அவனால் இனிமேலும் அதை மறைக்க முடியாது என்று எண்ணியிருந்தான். அவள் வீட்டுப் பக்கம் செல்ல மிகுந்த கூச்சமாக இருந்தது.

அதோடு ஊரில் அவனைக் கிண்டலடித்தே சாகடித்துவிடுவார்கள் என்று காரணம் வைத்திருந்தான். அன்னத்திற்கு அசைபோட நினைவுகள் நிறைய இருக்கின்றன. எதையோ தனக்குள் முணுமுணுத்தபடி நடந்தாள். அவன் வயல்களில் புகுந்து மேடேறி அவளைப் பார்த்தான். நா வறட்சியும் பயமும் கூடிக்கொண்டன. அவளும் அவனைப் பார்த்தாள்.

கட்டுப்படுத்தப்படும் மூச்சிரைப்பும் வெளியேறும் வியர்வையும் அவன் ஓடி வந்திருக்கிறான் என்பதை எளிதாக உணர்த்தின. "என்ன இந்தப் பக்கம்" என்று விசாரித்தபடி கடக்க முனைந்தான். அவன் பல்லிளித்துக் கொண்டு நின்றான். ஒல்லிக் குச்சான கால்கள் தான் அவள் கண்களில் பட்டன.

"வறியா?" என்றான்.

சட்டென அவளுக்குத் தன் இளக்காரம் தெரிந்து கோபம்தான் வந்தது. அவனை அளந்தபடியும் முறைத்தபடியும் நடக்கத் தொடங்கினாள்.

"ஒரே ஒரு வாட்டிதான்" என்றான்.

அவள் ஒட்டுமொத்தமாக அவ்வூர் ஆண்களை நினைத்துக்கொண்டாள். அதில் இவனும் சேர்க்கப்பட்டுவிட்டான். அவள் திரும்பிப் பார்த்து, தான் கூலி வாங்கப் போவதாகவும் நாளைக்கு வீட்டுக்கு வரும்படியும் கூறினாள். அது ஒன்றும் பிரச்சினை இருக்காது என்று நினைத்தாள். அவன் மனத்தை முறிக்க இடமில்லாதவள்போலப் பேசினாள்.

அவன் வயதும் ஓடி வந்திருக்கும் தவிப்பும் அவளுக்கு இசைவாகவும் இருந்தன. அவன் பரிதாபமாக நின்றுகொண்டிருந்தான். அவளும் அவனைப் பார்த்துக்கொண்டிருந்தான். அவள் கடைத்தெருவில் கூட்டுறவு அங்காடியில் பொருள் வாங்கச் சென்ற போதெல்லாம் அவன் சமீபமாக நடந்துகொண்டிருந்த முறையில் அத்தனையிலும் காமம் ஒளிந்திருந்ததைச் சட்டெனத் தற்போது யூகிக்க முடிந்தது. அவள் பாதையின் இரு பக்கங்களிலும் அரவம் பார்த்தாள். வெயிலில் வயல்வெளி தனிமையின் ஆங்காரத்தோடு பூத்துக் கிடந்தது.

அவன் யாருக்கும் முகம் தெரியாதபடி கரும்பு வயலின் நுனியில் நின்றுகொண்டிருந்தான். அவள் சட்டென முடிவெடுத்தவளாய் அவன் நிற்கும் பக்கம் பார்த்தபடி நடந்தாள். அவன் உடலும் மனமும் சந்தோஷத்தில் பதைக்கத் தொடங்கின.

அவ்விஷயத்தில் அவளுக்குப் படிந்துபோயிருந்த அனுபவம் அவனைப் பார்த்து எடைபோட்டுக்கொண்டிருந்தது. வெப்பமுற்ற வயலில் அவனால் அதிக நேரம் இருக்க முடியாது என்பதை உணர்த்துபவளாய்ப் பேசி உடனே அவன் உடலுறவு முடிய வழி கொடுக்கத் தொடங்கினாள். அவன் அதைத் தாண்டி அவளது உடலைப் பார்க்கும் ஆவல் பெருகியவனாய்த் தீவிரம் தெறிக்கும் முகத்துடன் வியர்வை சொட்டப் பொத்தான்களை விடுவித்து அவள் மார்புகளைப் பார்த்தான். அவள் அவன் குறியைப் பிடித்துத் தனக்குள் சேர்த்தபோது பொருட்படுத்தாதவனாய் அவள் மார்புகளைத் தடவிப் பார்த்தான். நினைவில் பதிய வைத்துக்கொள்வதுபோல் உற்றுப் பார்த்துக்கொண்டிருந்தான். ஏற்றம் குறையாத மார்புகளின் ஒரு கரத்தில் அடங்காத வளமை அவன் காமத்தைப் பெருக்கியது. மாமிசம் கவ்வும் விலங்கைப்போலச் சட்டெனக் குனிந்து சுவைத்தான்.

அவன் கட்டுப்படுத்த முடியாதவனாய் இயங்க ஆரம்பித்தான். எல்லாமும் அவன் பெண்ணுடலை அறிந்துகொள்ளும் மனப்பதிவின் தோரணையிலேயே இருப்பதை உணர்ந்தாள். அவன் அப்படி உற்றுப் பார்ப்பது அறிதலுக்காகத்தான் எனும்போது அவன்மேல் சில எண்ணங்கள் ஓடின.

அதைக் கேட்க வேண்டாம். ஆண்களுக்குப் புதிதா என்ன என்று கம்மென்றிருந்துவிட்டாள். அவனே பொருத்திக் கொண்டு இயங்கத் தொடங்கினான். குறி இறுக்கத்தை விரும்பித் தளர்வாக அணுக விடாமல் லேசாகத் தொடைகளை இணைத்து அவள் இறுக்கம் காட்டினாள். அவன் குறி அழுத்தத்துடனும் இறுக்கத்துடனும் செல்வதை இருவரும் உணர்ந்தார்கள். அவன் அவள் மார்புகளைப் பார்த்தவாறே இயங்கினான்.

நான்கைந்து உந்தல்களிலேயே உச்சம் வந்தவனாய்த் தடுமாறி அவள் மேல் கவிழ்ந்தான். அவள் யூகித்தது சரிதான் என்றாலும், "இதுதான் முதல் தடவையா?" என்றாள். அவன் சிரித்துக் கொண்டே இசைவாய்த் தலையாட்டினான். "பொய் சொல்லாதே" என்றாள்.

அவள் தலையில் அடித்துச் சத்தியம் செய்தான். "இன்னொரு முறை வேண்டுமானால் செய்துகொள். இனிமேல் வரக் கூடாது" என்றாள். அவன் போதும் என்று கூறிக் கூச்சத்துடன் நெளிந்தான். சில வினாடிகளில் அவனைச் சட்டென மேலேற்றி இயங்கக் கூட்டினாள்.

ஆவேசப்பட்ட இயக்கத்தில் உற்சாகமாய் இயங்கினான். அவள் அவன் உடலைப் பிடித்து நிதானமாக இயக்கத்தைச் சீராக்கினாள். அவனும் அவ்வாறே இயங்கினான். இருவருக்குமான திருப்தியில் இருவரும் கட்டிப் பிடித்துக்கொண்டார்கள். டிங்கு பாவம். அவனுக்குத் திருமணம் ஆகும்வரை வேறு எந்தப் பெண்தான் அவனை விரும்பிப் புணர்ச்சியில் சேர்த்துக் கொள்வாள் என்று நினைத்தாள். இதை அவனும் இரண்டாம் உடலுறவின் போது உணர்ந்திருந்தான்.

அவனும் அவளுடன் கூலி வாங்க வருவதாகக் கெஞ்சினான். அவன் வரும்போது யாரும் பெரிதாக எடுத்துக்கொள்ளப்போவதில்லை என்று நினைத்தாள். அம்மா இல்லாத பிள்ளை என்று வேறு பரிதாபம் பார்த்தாள்.

அவள் கூலிக்காக அவனுடன் சென்று களத்தில் காத்திருந்தபோது ஆண்கள் அவளிடம் மாறிமாறிப் பேச்சுக் கொடுத்தார்கள். எல்லோருமே அவளைப் புணர்வது பற்றியோ அல்லது மற்றவர்களைப் புணர்ச்சிக்கு ஏற்றுக்கொள்வது பற்றியோ அல்லது பொதுவான புணர்ச்சி பற்றியோதான் மறைமுகமாகப் பேசி முடித்தார்கள். அன்னத்திற்கு அவர்களது பேச்சின் சாரம் தெரியும். அவள் நேர்க்கோட்டில் நின்றுதான் பார்த்தாள்; பேசினாள்.

அவர்களுடன் இங்கேயே படுத்துக் கொண்டால் அவர்களுக்குப் பரம சந்தோஷம். மேலும் இந்த வெட்டி நியாயம் எதுவும் பிறகு பேசப்படப்போவதில்லை என்று நினைத்தவுடனேயே அவளுக்குத் தன் நடத்தை மீதான ஆசுவாசமும் விடுதலையுணர்வும் ஏற்பட்டன.

2

லலிதா மரப்பாலத்தின் வழி சைக்கிளை விட்டு இறங்கி நெட்டிக்கொண்டு வருகிறாள்.

மரப்பாலம் சைக்கிளையும் அவளையும் தாங்கித் திமிர் முறித்துக் கொள்கிறது

முனகியபடி. படித்துறைப் படிக்கட்டுகள் யாருமற்று அவளைப் பார்த்துக் கொண்டிருக்கின்றன. அப்படிக்கட்டு நீர்நிலையிலிருந்து அவள் வீட்டுக்கு ஏறிவரும் வழிபோலவே இருக்கிறது. பல்வேறு முகச் சாயலும் அசட்டுச் சிரிப்புமாய் அவளைப் பற்றி இழுத்துத்தான் பார்க்கிறது.

சைக்கிளை நிறுத்திவிட்டுப் பூட்டிக் கிடக்கும் வீட்டைத் திறக்கின்றாள்.

கிழவனின் ஞாபகம் வந்து திரும்பிப் பார்க்கிறாள். அவன் எழுந்து உட்கார்ந்து பார்த்துக்கொண்டிருக்கிறான்.

அவளை அறியாமலேயே அவன் இருப்பு அவளைப் பரிசோதிப்பதுபோலவே அவன் நினைவு அவ்விடத்தை நிரப்பிக் கொண்டு நிற்கிறது. அவனால்தான் அவள் சைக்கிளில் வீடுவந்து இறங்காமல் பாலத்தின் அம்முனையிலேயே இறங்கிக் கொள்கிறாள். திறந்த வீட்டின் வெறுமை அம்மாவை நினைவுக்குக் கொண்டுவந்து அலுப்பேற்றுகிறது. கதவைத் திறந்து போட்டுச் சிறிது நேரம் படிக்கட்டிலேயே உட்கார்ந்திருக்கிறாள். ரோட்டில் ஒரு புல்லட்டில் நான்கு பேர் நெருக்கியடித்துச் செல்கிறார்கள் படபடக்கும் சப்தத்துடன். அவளுக்குச் செல்வத்தின் ஞாபகம் வருகிறது. செல்வத்தின் புல்லட் நிறம் கருப்பு. அருகிலுள்ள டவுனில் எலக்ட்ரிக்கல் கடை வைத்திருக்கிறான். அவளைப் பார்க்க அடிக்கடி பகிரங்கமாக வீட்டுக்கு வந்துபோய்க்கொண்டிருக்கிறான். அவன் தன்னைத் திருமணம் செய்துகொள்ளும் கற்பனைக்குள் அவளை வளர்த்துவிட்டிருக்கிறான். பூசிய முகமும் வடிவமான உடலும் ஆண் துணையற்ற வீடும் அவனது ‘காதலை’ப் பெருக்கிக்கொண்டிருக்கின்றன. அன்னம் எச்சரிக்கவும் இல்லை. ஊக்கப்படுத்தவுமில்லை. அவ்விஷயம்

அதன் போக்கில் போய்ச்சேரட்டுமென விட்டுவிட்டாள். இவ்விஷயத்தில் முடிவுகள் விருப்பமான கற்பனைகளில் மோதிச் சுழலும்போதெல்லாம் கடைசியாக அவளது சாமர்த்தியம் என்று விட்டுவிடுகிறாள்.

லலிதா தையல் பள்ளிக்குப் போகும் வழியில் அவனது கடை இருக்கிறது. கடைத்தெருவை அலற வைத்தபடி சினிமாப்பாட்டு ஒலித்துக்கொண்டிருப்பது அவன் இருப்பு. புகை பிடித்தபடி அவள் வரும் நேரத்தில் ஒருக்களித்து நிற்கும் புல்லட்டில் சாய்ந்துகொண்டு பார்த்துச் சிரிப்பான். அவளுக்கு அவனைப் பிடித்திருக்கிறது. ஆனால் தன் அம்மாவின் நடத்தைகளாலேயே தன்னை அவனிடம் ஒப்புவிக்கத் தயங்கிக் கொண்டிருக்கிறாள். ஆண்கள், அந்த விஷயம் மட்டும் நடந்துவிட்டால் இடத்தைக் காலி செய்துவிடுவார்கள் என்று முழுமையாக நம்பிக்கொண்டிருக்கிறாள். அதுவும் தனது குடும்பப் பிராது இவ்வூரில் அம்பலம் ஏறாது எனவும் தெரிந்து வைத்திருக்கிறாள்.

அவன் பேச்சையும் போக்கையும் அவளால் முழுதாகப் புரிந்துகொள்ள முடியவில்லை என நெருக்கமான தோழிகளிடம் கூறிவருகிறாள். ஒரு நேரம் அவளுக்காகவே காத்திருப்பது போலவும் சில சமயம் வேற்றாள்போல் பேசிவிடுவதாகவும் கூறுகிறாள். அக்குழப்பங்களைப் பற்றி அவனிடம் பேசிவிடத் தைரியம் எதுவும் வரவில்லை. அவன் தன்னைப் பார்க்க வருவதே பெருமையாகவும் சந்தோஷமாகவும் இருக்கிறது அவளுக்கு. புல்லட் வரும் சப்தம் தெருவுக்கு லலிதாவின் ஞாபகத்தைத்தான் எழுப்பிவிடுகிறது. செல்வம் சாலாக்குக்காரன் என்றார்கள் சில பொம்பிளைகள். கல்யாணத்திற்கு முன்பு எங்கு சுற்றி வந்தால் என்ன, குடும்பம் என்று ஆனபின்பு ஊர் மேயாமல் இருந்தால் சரிதான் என்கிறாள் லலிதா. அவளுக்கும் ஆணுலகம் பற்றி அவள் அம்மாவைப் போலச் சில கணக்குகள் இருக்கின்றன. அக்கணக்குகளின்படி அவள் இயற்றிக்கொண்ட சட்டங்கள் தாம் தையலை ஒழுங்காகவும் தீவிரமாகவும் கற்றுக்கொள்வதற்கும் ஆண்களிடம் எல்லையோடு தன் பேச்சை வகுத்துக்கொள்வதற்கும் துணை புரிகின்றன. ஒருமுறைகூட அவனுடன் அவன் வருந்தி அழைத்த பிறகும்கூடத் தனியாக சினிமாவுக்குச் சென்றதில்லை. பெண்கள் கூட்டம் கிளம்பும் பேச்சுத் தட்டுப்படும் நாளிலிருந்து தேதி அறிவித்து அவனை அங்கு வரவழைப்பாள். அவனும் வேறு வழியின்றித் தன் நண்பர்களுடனோ தனியாகவோ வருவான்.

டிக்கெட் எடுத்துத் தரும் வேலைகள் முடிந்து உள்ளே சென்றதும், அவள் பெண்களுடனும் அவன் ஆண்களுடனும்தான் அமர முடியும். இப்படி அவன் வருகையையும் தன் நடத்தையையும் பகிரங்கப்படுத்துவதன் மூலமாகவே அனைவருக்கும் அவள் தெரிவிப்பது அவள் அம்மாவின் நடத்தைகளைத் தன்னோடு ஒப்பிட்டுப் பார்க்க வைப்பதும் அனைவரையும் தங்கள் காதலின் சாட்சியங்களாக ஆக்கிக்கொண்டிருப்பதும்தான்.

வயல்வேலைகளுக்குச் சென்றிருக்கும் அன்னத்திற்குச் சோறு எடுத்துக்கொண்டு செல்லும் வடக்குவெளிக் காட்டுப்பாதையில், செல்வம் எத்தனையோ முறை மறித்தும் சிரித்தும் பேசியிருக்கிறான். அவள் அந்நேரத்தில் இப்படி நடந்துகொள்வதற்காக அவனை வெறுத்துவிடவில்லை. மிகவும் விரும்புகிறாள். தன் உடல் பற்றியும் அழகு பற்றியும் அப்போதைய பிரக்ஞை

அவளுக்குத் திமிறிய சந்தோஷத்தைத் தருகிறது. ஆனாலும் சிரித்தபடியே மறுத்துக் கடக்கிறாள். பலமுறை திரும்பிப் பார்த்துச் செல்கிறாள்.

அப்போது அவள் விழிகளில் மின்னும் காமம் சொல்லிச் செல்வதெல்லாம் அவள் அவளையே பொக்கிஷமாக வைத்திருப்பது போலவும் அது அவனுக்காக மட்டுமே என்பது போலவும்தான் இருக்கிறது.

லலிதாவை அன்னத்தோடு ஒப்பிட்டுப் பார்த்துப் புகழ்ந்து கொண்டு தானிருக்கிறார்கள். அதே சமயம் அன்னத்தை யாரும் கீழ்த்தரமாக நடத்திவிடவில்லை. 'ரெண்டாளம் கெட்டவள்' என்றுதான் வகைப்படுத்தி வைத்திருக்கிறார்கள். "அடிச்சிட்டு அள்ளிக் குடுத்தா வாங்கித் திம்பா" என்கிறாள் பிச்சையம்மாள். அவள் எந்தப் புருஷன்மாரைப் பற்றியும் எந்தப் பெண்களிடமும் துப்புக் கொடுத்தது கிடையாது என்கிறார்கள் விவரம் தெரிந்த பெண்கள். அவள் நடத்தைகளை விவரிக்கும் போதே பெண்ணுலகத்தின் சிரிப்புக் கதைகளின் வகைகளில்தான் அவை வெளிவருகின்றன. ஆனால் அவள் ஆன்களிடம் பலரது கதைகளைப் புட்டுப் புட்டு வைக்கிறாள். ஆண்கள் சிரித்துக்கொள்கிறார்கள்.

விருதாங்க நல்லூரிலிருந்து செட்டியாரின் வேலைக்காரன் ஒருவன் அவரது நிலத்தைப் பார்த்துக்கொள்ள வந்துபோய்க்கொண்டிருந்தான். அவன் கொஞ்ச நஞ்சமல்ல நிறையவே கூச்ச சுபாவியாக இருந்தான். அவளே அவனிடம் சாடைமாடையாகவும் பிறகு நேரிடையாகவும் பேசியும் அவன் வராது சலித்துத்தான் போனாள். இதோடு தொலையட்டும் என்று அவளும் அப்படிப் பேசுவதை ஓர் எல்லையோடு நிறுத்திக்கொண்டு பொது உரையாடல்களைத் தொடங்குவாள். அவன் விடாமல் காமம் சொட்டப் பார்க்கத் தொடங்குவான். அது அவளுக்கு ஆரம்பத்தில் எரிச்சலாக இருந்தது. 'இந்த கேஸ் இப்படித்தான்' என்று 'சொல்' கொடுத்துவிட்டுச் சிரிக்கத் தொடங்கிவிட்டாள். காமம் சொட்ட நான்கு பார்வைகள்; காதலிப்பதுபோல் சில பேச்சும் பார்வைகளும் சில அசட்டுச் சிரிப்புகளும்; தூரத்தில் மறையும்போது ஒரு சில திரும்பிப் பார்த்தல்கள். அவ்வளவுதான் அவனது தொடர் நடவடிக்கைகள். இது ஒருவகை என்று அவளும் அவனுக்குத் தோதாகத் திரும்பச் செய்துகொண்டிருந்தாள்.

ஒருநாள் வயலில் அவள் செட்டியாருக்காகக் காத்துக் கொண்டிருந்தபோது திடுமென அவள்முன் வந்து நின்றான். அவனைப் பிறகு வரும்படி கூறினாள். அதோடு முடிந்தது கதை.

செட்டியார் வருவதற்குள் அவனை அனுப்பிவிட முடியுமென்று அவனுடன் இருக்கத் தொடங்கினாள். அவன் செய்கைகள் அனைத்தும் குழந்தையின் சேட்டைகள் போலவே இருந்தன.

செட்டியார் குறிப்பிட்ட நேரத்திற்கு முந்தியே வருவார் என்று அவள் எதிர்பார்த்திருக்கவில்லை. அக்கோலத்தில் அவனைப் பார்த்ததும் அவர் திரும்பி நடக்க ஆரம்பித்து விட்டார். அவளுக்குச் சிரிப்புதான் வந்தது. அவன் உடைகளைச் சரிசெய்துகொண்டு பள்ளிக்கூடப் பிள்ளை பிராது கூறி அழுவதுபோல், "இதுக்குதான் நான் வர்லேன்னது" என்று அழுதான். அவள் வாய்விட்டுச் சிரித்துக்கொண்டிருந்தாள்.

3

அன்னம் தன் மகள் உறங்குவதற்காகக் காத்துக்கொண்டிருக்கிறாள். லலிதா புரண்டு படுப்பதும் உறங்காதிருக்கும் அம்மாவைப் புரிந்துகொண்டு உறங்காமலிருக்க முயற்சிப்பதுமாய் இருக்கிறாள். விளக்குகள் அணைந்து தெருவே தூக்கத்தில் மிதக்கத் தொடங்கிவிட்டதை அறிந்து அன்னத்தின் மனம் லேசாகப் பதைத்துக்கொண்டிருந்தது.

லலிதாவின் உறக்கம் அல்லது உறங்குவதுபோன்ற ஒரு நடிப்பையாவது எதிர்பார்த்துக்கொண்டிருந்தாள். லலிதா தனது தூக்கமின்மையால் மட்டுமே அம்மாவைப் பிடித்து நிறுத்த முடியுமென்று நினைத்துப் பிடிவாதமாகத் தூக்கமின்மையை நாசுக்காகத் தெரிவித்துக் கொண்டிருக்கிறாள். 'அவர்' அவளைக் கூப்பிடுவார் என்று அவள் எதிர்பார்த்திருக்கவில்லை. ஊரில் வசதியான குடும்பங்களின் வரிசையில் முக்கியமான மற்றும் மிக கௌரவமான நடத்தையுள்ள மனிதராக மதிக்கப்படுகிறவர்களில் அவரும் ஒருவர். மதிய வெயிலில் அன்னம் கடைத் தெருப்பக்கம் போனபோது அவர் கறிக்கடையில் உட்கார்ந்து பேப்பர் படித்துக்கொண்டிருந்தார். "ஒரு விஷயம் கேட்டுப் போ" என்றுதான் கூப்பிட்டார். சிறிய கடைத்தெரு மதிய வெயில் மயக்கத்தில் குட்டை நிழல்களுடன் காற்றோடிக் கிடந்தது. வாசல் பக்கம் சென்று பவ்யமாய் ஒதுங்கி நின்றாள். அவர் உள்ளே கூப்பிட்டார். எதுவோ தன்மீது பஞ்சாயத்து என்றுதான் உடனே அவள் மனம் கற்பனை செய்தது. எதுவாயிருந்தாலும் அவரிடமே சரி செய்யச் சொல்லிக் காலில் விழுந்துவிடவும் தயாராக இருந்தது மனம். அவர், கடையில் சரக்கு வாங்கும் தோரணையில், "விசாலம் ஊருக்குப் போயி ரெண்டு வாரமாவுது. ராத்திரி வூட்டுக்கு வந்துட்டுப் போ" என்றார். அவளுக்கு வந்த சிரிப்பை அடக்கிக் கொண்டாள்.

அச்சிரிப்புக் கூட உடன் எழுந்த சந்தோஷத்தினால் உண்டானதுதான். இவள் சம்மதமாய்த் தலையாட்டினாள். கடை உள்ளே சுற்றும் முற்றும் பார்த்தாள். "யாருமில்லை" என்றார் அவர்.

சிரித்தபடி திரும்பினாள். "தலை குளிச்சிட்டு வா" என்றார். அவள் திரும்பிப் பார்த்துச் சிரித்தாள். செட்டியார் கடையில் வேண்டுமட்டும் மளிகைச் சாமான்கள் வாங்கிக்கொள்ளச் சொன்னார். அவளுக்கு ஒரு பழக்கம் இருந்தது. அவளுடன் இருப்பதற்கான கூலியாய் எதையும் பெறாமல் நிராகரித்து விடுவது அவர்களின் பகல் நேரப் பார்வைகளின் முன் தன் நடையைக் கம்பீரமாக வைத்துக்கொள்ள உதவுகிறது. இதே உதவியை அவள் கேட்டிருந்தாலோ அவர் வேறு நேரத்தில் கூறியிருந்தாலோ கும்பிடு போட்டு வாங்கியிருப்பாள். அவள் சிரித்தபடியே சென்றுவிட்டாள்.

நடுநிசிக்குமேல் நாய்க்குரைப்புச் சப்தத்துடனும் முக்காட்டுடனும் அவர் வீட்டுக்குச் சென்றாள். அவர் ஏதோ முதலிரவைக் கொண்டாடுவதுபோல் பழங்களும் மலர்களும் சூழ ஊதிவத்திப் புகையுடனும் கைப் பனியனுடனும் உட்கார்ந்திருந்தார்.அந்தத் தோரணை அவளுக்கு மிகவும் பிடித்திருந்தது.

கதவடைக்கப்பட்டவுடன் அவர் கட்டியணைத்தபடி பேசிய வார்த்தைகள் அவள் வாழ்வில் மறக்க முடியாதவை. ஆசை நாயகிபோல் அவள் அவரிடம்

நடந்து கொண்டாள். அது அவள் பருவத்தையும் பழசையும் மறக்கடித்துக்கொண்டிருந்தது. அவருக்கு அவள் மீதிருந்த ஏக்கங்களையெல்லாம் கடந்த காலத்திலிருந்து எடுத்துப் பேசிக் கொண்டிருந்தார்.

அவளது மார்புகளைக் காண்பிக்கச் சொன்னார். அவள் மனம் திறந்த புன்னகையுடன் காண்பித்து அவர் ரசிப்பதை ரசித்தாள். ஆசையுடன் தடவிப் பிடித்தார். அவர் கடக்கும்போதெல்லாம் அவள் அண்ணாந்து தலை சிலுப்பிக் கேசத்தைக் கோதிக்கொள்வதுபோலவோ எதன் பொருட்டோ கைகளை எப்படியாவது தலைப்பக்கம் செலுத்தியோ தனது முலைகளின் நிலைத்தன்மையைக் காட்டிக் கொண்டிருப்பதாக அவர் கூறினார். அவள் சிரித்தபடி ஆமாம் என்றாள். “எல்லோரும் பார்க்கிறார்கள். நீங்கள் மட்டுமென்ன?” என்றாள். அவர் வெகு நேரம் சிரித்துக் கொண்டிருந்தார். குறும்பு செய்த பெண்ணைப்போல் உட்கார்ந்திருந்தாள். அவள் மளிகைச் சாமான்கள் எதையும் வாங்கிக்கொள்ளவில்லை என்பதை இரண்டு நாள் கழித்துத்தான் தெரிந்துகொண்டார்.

அவளைக் கூப்பிட்டுப் பணம் கொடுத்தார். கைப்பிடியில் நூறு ரூபாய்த் தாள்கள் சுருட்டிக்கொண்டு நின்றன. அவள் நெல் அரைப்பதற்கு ஐந்து ரூபாய் சில்லறை கேட்டாள். அவர் வேறு சில்லறை இல்லையென்று நூறு ரூபாயாவது எடுத்துக்கொள் என்றார். அவள் பிடிவாதமாக நின்று ஐந்து ரூபாய்ச் சில்லறை வாங்கிக்கொண்டு காதல் பார்வை பார்த்துக்கொண்டு சென்றாள்.

லலிதா அன்னத்திற்குச் சோறு கொடுத்துவிட்டு கனமற்ற வாளியோடு வீடு திரும்பிக்கொண்டிருக்கும் ஒற்றை நடையைப் பார்த்துக்கொண்டிருக்கிறது காடு . எப்படியும் தனது பிழைப்பிற்குள் குடும்பத்தைக் கொண்டுவந்துவிட வேண்டுமென்று துடியாய் நினைத்துக்கொண்டு நடக்கிறாள் லலிதா. காட்டுப்பாதையின் தனிமையும் அவள் நினைப்பும் அவ்வழிதோறும் ஒன்றுசேர்ந்துகொள்கின்றன. அவள் அப்படியான தனிமையில் இக்காட்டுப்பாதையில் நடந்து வரும்போதெல்லாம் சட்டென இந்நினைவு ஆக்ரமித்துக்கொள்வதை இன்று நினைத்துக்கொள்கிறாள். அவள் ஆடைகள் நடை சரசரப்பில் பேசிக்கொள்வதையும் கொலுசொலி ‘உச்சு’க் கொட்டுவதையும் கேட்டு வருகிறாள். அந்தச் சூழல் அவளுக்குப் பிடித்திருக்கிறது. பயமும் குறுகுறுப்புமாய். இப்படி இந்தக் காட்டில் ஒரு குச்சு வீடு கட்டிக்கொண்டால் என்ன என்று நினைக்கிறாள். ஒவ்வொரு முறையும் அது சந்தோஷத்தைத் தருகிறது. அக் கற்பனையில் அவளுக்குச் சினேகமான தோழிகளும் திருமணமாகி அக்கம் பக்கத்து வீடுகளில் வசித்தார்கள். முக்கியமாக, வெள்ளை நிற நாய்க்குட்டி ஒன்று அவளுடன் ஓடிவருகிறது. அதன் உடல் தன்மையும் மெல்லிய குரைப்பும் இன்பம் தருவதாக இருக்கின்றன. அது அவளிடம் மட்டும் அன்பாக இருக்கிறது. அதைப் பொருட்படுத்தாது விலகி வீட்டினுள் செல்கிறாள். அது அவளை முகர்ந்துகொண்டு அவள் செல்லுமிடமெல்லாம் விளையாடிக் கொஞ்சியபடி அவளுடனே வருகிறது. அந் நாய்க்குட்டி தொடர்ந்து வருவதிலும், தான் அதன் அன்பை பெயருக்குப் புறக்கணித்தபடியே விரும்பி வருவதிலும்தான் அவளது ஆனந்தம் ஒளிந்து கிடக்கிறது.

பல சமயங்களில் அதைத் தன்னுடனேயே கட்டிக்கொண்டு உறங்கியும் போய்விடுகிறாள். அப்போது அந் நாய்க்குட்டியும் அவளுக்கு இணையான உறக்கத்தைக்கொண்டிருக்கிறது.

ஒற்றைப் பனைமர வளைவிலிருந்து தூரத்தில் தெரியும் வீடுகளின் கூட்டம் அவளது வீட்டை அவளுக்கு ஞாபகப்படுத்துகிறது. வீட்டை மெழுக வேண்டும். அழுக்குத் துணிகள் சேர்ந்துவிட்டன. இன்று எல்லாவற்றையும் துவைத்துப்போட்டு விட வேண்டும்.

வெண்ணிறத்தில் சாம்பல் புள்ளிகளும் கருப்பு பார்டருமான சேலையை மட்டும் இஸ்திரி செய்து வைத்துக்கொள்ள வேண்டும். விசேஷ ஆடை அது மட்டும்தான். செல்வம் வாங்கிக் கொடுத்தது. அவ்வாடை வாங்கியளித்த தினமும் செல்வத்தின் சிரிப்பும் அவளுக்குச் சந்தோஷத்தைத் தருகின்றன. எப்போதும் அந்நினைவு அவளது திருமணத்தில் சென்று மோதி நிற்கிறது. அவன் அந்த வெண்ணிற நாய்க்குட்டி போலவே அவளைப் பின்பற்றிக் கொஞ்சி விளையாடியபடி வந்துகொண்டிருக்கிறான். பழைய தையல் மிஷின் ஒன்று விலைக்கு வருவதை இன்றாவது செல்வத்திடம் சொல்லிவிட வேண்டும். அது மட்டும் அவன் வாங்கிக் கொடுத்தால் போதும். 'ஓவர்லாக்' மிஷினைத் தானே சம்பாதித்து வாங்கிக் கொள்ள முடியுமென்று நினைக்கிறாள். அம்மா எதுவும் பேசாது வீட்டுவேலை பார்த்துக்கொண்டு தனக்கு உதவியாய் இருந்தால் போதும்.

அவள் நினைத்ததுபோலும் எதிர்பார்க்காததுபோலும் செல்வம் எதிரில் வந்துகொண்டிருக்கிறான். அவள் நின்றுவிட்டாள். அவன் சிரித்தபடி வந்துகொண்டிருக்கிறான். அவள் முன்னும் பின்னுமாய் மனித அரவம் தென்படுகிறதாவெனக் கவனித்துக்கொண்டு சிரிக்கிறாள். அவன் அருகிலுள்ள சிறு பாதையில் உள்ளே நுழைந்தபடி உன்னிடம் ஒரு முக்கியமான விஷயம் பேச வேண்டுமென்று கூறுகிறான்.

அவளும் என்றும் போலில்லாது எதுவும் பேசாது உள்ளே நுழைகிறாள். அவன் அவள் அண்மையை ரசித்துச் சிரிக்கிறான். அவள் காரணம் கேட்டாள். அவன் அவளது வனப்பில் திணறும் சுவாசத்துடன் அவளைக் கட்டிக்கொண்டான். அவள் பெயருக்குத் திமிறுகிறாள். அவன் குழந்தையைக் கொஞ்சுவதுபோல் முகத்தை வைத்துக்கொண்டு சிணுங்குகிறான். அவளுக்கு ஆசையாகவும் பயமாகவும் இருக்கிறது. அவள் மௌனமாயிருக்க, உடல் சேர்த்துத் தழுவுகிறான். அவளது மென்மையும் சரும மணமும் அவனைக் கிளர்த்துகின்றன. எப்படிச் சட்டென ஒத்துக் கொண்டாள் என்று நினைத்தபடியே அடுத்த நகர்வுக்குச் சென்றபோதுதான் வெறுமனே கட்டித் தழுவ மட்டுமே முடியும் என்ற முடிவுக்கு வந்தான். அவன் அசைவுகளைக் கரம் பிடித்து நிறுத்தினாள்.

சில வினாடிகள் கம்மென்றிருந்தாள். எல்லாமும் நின்று செயல்கள் துடிக்கும் மௌனம் கரைகிறது அவ்விடத்தில். அவன் கரத்தைத் தன் மார்பிலிருந்து விலக்கிப் பின்னால் தள்ளுகிறாள். அவன் முரண்டு பிடித்தான். என் மீது நம்பிக்கை இல்லையா என்றான். "எல்லாம் கல்யாணத்துக்கப்புறம்தான்" என்றாள். "அப்போன்னா எம்மேல நம்பிக்கையில்ல" என்றான். "யாருக்கும் தெரிலன்னாலும் பரவால்ல. ஒரு மஞ்சக் கயித்தக் கட்டிட்டு நீ என்ன

வேணா செஞ்சிக்க.” அழும் குரலில் உடைந்தாள். அவள் விசும்பலில் அவன் செய்கைகள் நின்று போயின. “எப்போ என்னைக் கல்யாணம் பண்ணிப்ப” என்றாள். அவன்

அவள் முகத்தைப் பார்க்கத் திராணியற்று அவளைக் கட்டியணைக்கிறான். கரம் பிடித்து இழுக்கிறான். அவள் சிம்பித் தள்ளிவிட்டுப் புறமுதுகு காட்டி நிற்கிறாள். கழுத்தை அழுத்தி மார்பைப் பற்றுகிறான். அவள் கரங்களை விலக்கிப் பின்னே தள்ளுகிறாள். தையல் மிஷின் விலைக்கு வருவதைச் சொல்லலாமா வேண்டாமா என்ற குழப்பம் வருகிறது. வேறு நேரத்தில்தான் சொல்ல வேண்டுமென்று நினைத்துக்கொண்டாள். அவளைப் பின்புறமாகச் சேர்த்து அணைத்து, “இந்த மாசத்தில எங்க வீட்ல சொல்லி ஏற்பாடு பண்றேன்” என்கிறான். அவள் திரும்பி அவ்ன் கண்களைத் தேடிப் பார்க்கிறாள். அவன் சிரிக்கிறான். அவனைக் கட்டிக் கொள்கிறாள். அவளைத் தீண்டியபடி அவன் உடல் உறுப்புகள் உயிர் முளைத்து அலைந்தபடி பரபரக்கின்றன. அவளுக்கு அதன் தீவிரம் தெரிகிறது. அவள் உடல் பதறுவதை அறிகிறாள். ஆண் பிடி. துவள்கிறது உடல்.

விட்டுவிடுவானென உடல் குறுக்கிக்கொள்கிறான். மிருகம் விழித்தது போல் அவன் செயலில் மீண்டும் மூர்க்கம் கூடுகிறது. சதையைப் பற்றிப் பிசையும் அழுத்தத்தில் வலி ஏறுகிறது. அவள் கண்களாலும் கரங்களாலும் தடுத்துக் கெஞ்சுகிறாள்.

அவன் எதையும் பொருட்படுத்தாது திறக்க முடியாமல் மூடியிருக்கும் பண்டத்தைப் பிரித்துத் தின்னும் மூர்க்கத்தில் அவளைப் புரட்டுகிறான். காட்டுச் செடிகளும் தனிமையும் அவர்கள் போராட்டத்தைப் பார்த்துக்கொண்டிருக்கின்றன. அவள் திமிறி வெளியேற நினைக்கிறாள். ஆண் பலம். வெளியேற முடியாத வளையத்துக்குள் நுழைந்துவிட்டதுபோல அவள் உடல் திமிறுகிறது மீண்டும் மீண்டும். சட்டென முளைத்த தீவிரம் அவளை அவனிடமிருந்து பிரித்துவிடுகிறது. உதறித் தள்ளி விலகிப் பாதையில் ஓடி நின்றுகொள்கிறாள், உடைகளைச் சரி செய்தபடி. அவன் அவளைக் காட்டினுள் அழைக்கிறான். அவள் உருண்டு கிடக்கும் சோற்று வாளியைக் கேட்கிறாள். அவன் எடுத்து வைத்துக்கொண்டு அவளைக் கெஞ்சுகிறான். அவள் பாதையை முன்னும் பின்னும் பார்த்து மனித அரவத்திற்கு அஞ்சிக் கேட்கிறாள். அவன் பிடிவாதமாகக் காட்டினுள் அழைத்தபடியே இருக்க அவள் அலுத்து நடக்கத் தொடங்கினாள். அவன் வாளியைக் கொடுப்பதாக மீண்டும் மீண்டும் கூப்பிடுகிறான். திரும்பிப் பார்த்தால் ஒரே ஒருமுறையெனக் கெஞ்சுகிறான்.

அவள் தீர்மானமாக வீட்டை நோக்கி நடையைக் கட்டும்போது அவள் முதுகுப் பக்கம் அவளது தூக்குப் பாத்திரம் விழுந்து உருளும் ஓசையில் திரும்பிப் பார்த்தாள். திறந்து கொண்ட வாளி சப்தமெழுப்பி உடலை உருட்டிக் கொண்டு காட்டுப் பாதையில் கிடக்க, எதிர்ப்பக்கம் சென்று கொண்டிருந்தான் அவன். அழுகை எழும்பி வர அடக்கிக்கொண்டபடி வாளியைச் சேர்த்துக்கொண்டு அவன் திரும்பிப் பார்ப்பானென அப்பாதை முடியும்வரை திரும்பித் திரும்பிப் பார்த்துக்கொண்டு நடந்துவந்தாள்.

சாயங்காலம் மௌனமாய் ஊருக்கு மேல் எட்டிப் பார்க்கிறது. லலிதா வாசற்படியில் நிலைக்கல்போல் யோசனையில் உட்கார்ந்திருக்கிறாள்.

ஏதேதோ நினைவுகள் முளைத்து வளர்ந்து சோற்று வாளி பாதையில் பிளந்து கிடந்ததில் வந்து முடிந்துகொண்டிருந்தது. தன்னை எப்படியாவது தேற்றிக்கொள்ள வேண்டுமென்றும் தனக்கு இன்னும் மனத் தைரியம் வேண்டுமென்றும் நினைத்துக்கொண்டாள். பயம் வந்துகொண்டிருந்தது. எதை நினைத்து என்றறியாதபடி ஆழத்தில் சிக்கிக்கொண்டிருந்தது. பிடிமானம் நழுவியது போலும் பற்றுக்கோல்கள் அற்றபடியும் தத்தளிப்பாக இருக்கிறது மனம்.

அன்னம் செல்வத்தோடு பேசியபடி வீடு வருவதைப் பார்க்கிறாள் லலிதா. அவன் சிரிப்பான் என்று எதிர்பார்த்தாள். காதலோடும் குறும்போடும் அவனைப் பார்த்தாள்.

அவன் அவள் அங்கு இருப்பதாகவே கண்டுகொள்ளாமல் நின்றுகொண்டிருந்தான். அன்னம் அவனை வீட்டுக்குள் அழைத்தாள். லலிதா எழுந்து வழிவிட, செல்வம் உள்ளே சென்று ஸ்டூலில் உட்கார்ந்துகொண்டான். லலிதாவுக்குத் தன் கோபத்தைக் காட்ட வேண்டும் போலிருந்தது.

உள்ளே சென்று துணிகளை வாரிக்கொண்டு படித்துறைக்கு வந்து விட்டாள். துணிகளை நனைத்து வாரிப் போட்டுக்கொண்டு துவைக்கத் தொடங்கினாள். நினைவு தறிகெட்டு ஓடிக்கொண்டிருந்தது. அவனது கோபம் அவளுக்குப் பிடித்திருந்தது. அவளைப் பார்த்து முறைத்திருந்தால் அவள் ஏதாவது பழிப்புக்காட்டியிருப்பாள்.

அக்கோபத்தை அவளால் தாங்கிக்கொள்ள முடியவில்லை. கிழவனின் இருமல் சப்தம் கேட்டது. ஆடை சரியாக இருக்கிறதாவென ஒரு தரம் பார்த்துக்கொண்டு அவன் இருக்கும் திசையைப் பார்த்தாள். கொட்டகையில் இருட்டில் எதுவும் தெரியவில்லை.

சிறிது நேரத்திற்குப்பின் அவளுக்குச் சட்டெனக் குறுகுறுப்பாக இருக்க, துவைப்பதை நிறுத்தி நீரள்ளித் துணிகளின் மேல் தெளித்தபடி யோசனையை நீட்டித்தாள். சட்டென வேகம் வந்தவளாய் மெதுவாக எழுந்து வீட்டினுள் சென்றாள். அவள் அம்மா மருகிப் பின்னுக்கு விலகவும் அவன் நெருங்கிப் பிடித்துச் சேர்த்து அணைக்கவும் இருந்ததைப் பார்க்க முடிந்தது.

அவள் ஏதோ ஒருவகையில் எதிர்பார்த்ததுதான். இந்த அம்மாவுக்கும் ஆண்களுக்கும் விவஸ்தையே இல்லை. அவனை வெளியே துரத்த வேண்டும் போலிருந்தது. இனி உனக்கும் எனக்கும் எந்த உறவும் கிடையாது; என்னைத் தேடிக்கொண்டு இங்கே வரவே கூடாது என்று சொல்லிவிட வேண்டும் என்று நினைத்தாள்.

வெளியே வரட்டும். அவன் உடனே வந்துவிடுவான் என்றுதான் நினைத்தாள். அவன் எல்லாவற்றையும் திட்டமிட்டுத்தான் செய்வதாக எண்ணினாள். சக்தியற்றவள்போல் துணிகளை வாரிப் போட்டுக் கும்மத் தொடங்கினாள். அழுகை புரட்டிக்கொண்டு எழுகிறது.

வடியும் கண்ணீரைக் கட்டுப்படுத்த முடியவில்லை. அவன் மூஞ்சும் முகரக் கட்டையும். இவள் ஒரு விவஸ்தை கெட்டவள். இவனெல்லாம் ஏன்

உயிரோடிருக்க வேண்டும்? பஸ்ஸிலோ லாரியிலோ யார் யாரோ அடிபட்டுச் சாகிறார்கள் என்ற நினைப்பு அன்னத்தை நேருக்கு நேராய்த் திட்டும் ஆசுவாசத்தைத் தந்துகொண்டிருந்தது. அவன் வெளியே வந்து நின்று வேறு பக்கம் பார்த்தபடி நிதானமாக மரப்பாலத்தைக் கடந்து போகிறான். அவள் அவனைக் கவனியாது கவனிக்கிறாள். அவன் திரும்பிக்கூடப் பார்க்கவில்லை.

அன்னம் படித்துறைக்கு இறங்கி வருகிறாள். எந்த முகபாவத்தையும் காட்டிவிடக் கூடாத பரபரப்பு லலிதாவுக்குத் தொற்றிக்கொள்கிறது. அன்னம் நீரில் இறங்கி முகம் கைகால் அலம்பியபடி, “இந்த மாசக் கடேசில அவுங்க வூட்ல சொல்லிப் பேசறேன்னு சொல்லிருக்கு” என்றாள் அன்னம்.

தன் மீதான அவனது தொடுகையில், மகளின் திருமண ஒப்பந்தமும் ஒப்பேற்றப்பட்டிருக்கிறது என்பது மகளிடம் கூறிவிட முடியாத தடையாக நின்றுகொண்டிருந்தது. இவள் எதுவும் பேசாது துணி அலசிக்கொண்டிருந்தாள்.

அவள் படிக்கட்டு ஏறி வீட்டுக்குள் சென்றுவிட்டாள். துணிகளை உதறிக் காயவைக்கும்போது அன்னம் விளக்கைப் போட்டுவிட்டுக் கடைத்தெருப் பக்கம் சென்றுவருவதாகக் கூறிச் சென்றாள். இருள் கூடிக்கொண்டு வந்தது. பெயர்ந்து கிடக்கும் மண்தரை. எரிச்சலாக வருகிறது லலிதாவுக்கு. நாளை மெழுகிக்கொள்ளலாம் என்ற எண்ணம் தரும் சமாதானம் போதுமானதாக இல்லை. வாசற்படியிலேயே அமர்ந்திருக்கும் அவளது நிழல் படித்துறைக் கற்களில் நீண்டு துண்டு துண்டாய் மடிந்து இறங்கி மறைகிறது.

எல்லோரும் விளக்கு வைத்து வீட்டுக்குள் சென்று கதவடைத்துக் கொண்டதுபோல் மூடிக் கிடந்தது தெரு. யாரிடமாவது சொல்ல வேண்டும் போலிருந்தது அவளுக்கு. ஆத்திரத்துடன் ஆனால் நிதானமான நடத்தைபோல் கதவடைத்து வெறும் தரையில் சுருண்டுகொண்டாள்.

எல்லாவற்றையும் அழுது தீர்த்துவிடுபவள்போல் துடைக்காமல் கொள்ளாமல் அழுதுகொண்டிருந்தாள். நெருக்கமான தோழிகள் முகம் நினைவுக்கு வரக் கிளம்பிச் சென்று தங்கிவிட வேண்டுமென்று நினைத்துச் சிறிது யோசித்தாள். அவளுக்குள் கலைந்த அடுக்குகளில் நினைவுகள் குழறி ஓடின. கிழவனும் அம்மாவும் செல்வமும் அருகிலுள்ளவர்களும். யார் யாரோ தடுக்கிப் பேசிச் சென்றார்கள். கவிழ்ந்து படுத்துக்கொண்டாள். செல்வம் நடந்துகொண்டது நினைவுக்கு வந்து அழுத்தம் தந்தது.

படித்துறையில் யாரோ துணி தப்பும் ஓசையும் காறிச் சளி துப்பும் ஓசையும் மாறி மாறிக் கேட்கின்றன. நீரில் குதித்தெழும்பும் நீரடிப்புச் சத்தம் வீட்டை நிரப்புவதுபோல் வந்துகொண்டிருந்தது. மெல்ல எழுந்து படித்துறைச் சத்தங்களுக்கு நடுவே அம்மாவின் பழஞ்சேலை ஒன்றை எடுத்து ஸ்டூல் மேல் ஏறி கழியில் சுருக்கிட்டாள். ஆண் துணையற்ற அவ்வீட்டின் தனிமையை உடைப்பதாகவோ மறந்துவிடுவதாகவோ தன்னை ஏதோ ஒரு புள்ளியில் அலட்சியமாக சமன்செய்துகொண்டாள்.

அவ்வூர் ஏதோ ஓர் ஓரவஞ்சனை நீதியைப் புகட்டுவதான எண்ணம் அவள் செயலைத் தீவிரப்படுத்தியது. கழுத்தைச் சுருக்கில் நுழைத்து உடல் எடையைச் சேலை முடிப்புக்குள் மெல்லத் தக்கவைத்துத் தொங்கிப் பார்த்தாள். சில வினாடிகள் ஸ்டூலில் ஆதரவாகக் கண் மூடி

நின்றுகொண்டிருந்தாள். கடந்துகொண்டிருந்த வினாடிகளில் ஒன்றில் சட்டென ஸ்டூலைக் கால்களால் தள்ளிவிட்டாள். சாவின் கணத்தை உணர்ந்தவளாய் அவள் கைகள் மேலே செல்லப் பரபரத்தன. அவள் கழுத்து இறுகுமுன் யாரோ கதவு திறந்து கத்திக் கூப்பாடு போடுவதுபோலும் அவள் கால்கள் பிடித்து உயர்த்தப்பட்டுக் காப்பாற்றப்பட்டு விடுவது போலும் தாமதமான எண்ணங்கள் வந்துபோயின. இன்னும் சில வினாடிகளில் கதவு தட்டப்படப்போகிறது என்று தீர்மானமாக நம்பிக்கொண்டு சமனமில்லாமல் தொங்கிச் சுழன்றுகொண்டிருந்தாள். கண்கள் மிரள நீர் கோர்த்துக்கொண்டது. வாழ்நாளில் அனுபவித்திராத இருமல் எழும்பித் தொண்டையை அடைத்தது. தனக்குள் எழும் குறட்டைச் சத்தம்போல் தெரியும் குரல் குழறியது.

அவளது மங்கலான கற்பனையில் எல்லோரும் அவளுக்காக அழுது கொண்டிருந்தார்கள். அன்னத்தைக் கரித்துக்கொட்டினார்கள். செல்வம் மூலையில் நின்று அழுதுகொண்டிருந்தான்.

கருப்பேறிய கூரை அவள் விழிகளையும் துருத்தி வெளிவரும் நாவையும் பார்த்துக் கொண்டிருந்தது. கடைசியாக கூரையிலிருந்து கீழே விழுந்து கிடக்கும் ஸ்டூலைப் பார்க்க முயற்சித்தாள். மீண்டும் கைகளை மேலுயர்த்திப் பிடி தளர்த்திக் கொண்டுவர எண்ணியபோது ஏதோ ஓர் அடையாளமற்ற கௌரவம் அவளைத் தடுத்துக்கொண்டிருந்தது.

யாருமற்ற அவள் வீட்டு வாசலில் சாவைப் பற்றி நினைத்திராத சமயத்தில் துவைத்துக் காயவைத்த ஆடைகள் ஈரத்துடன் காற்றில் படபடத்துக்கொண்டிருந்தன.

எப்படியும் இந்த மாதக் கடைசியில், செல்வம் லலிதாவைப் பெண்கேட்டு வரப்போகும் செய்தியைத் தெரு முழுக்கப் பரவவிட்டுத்தான் அன்னம் வீட்டுக்கு வருவாள். அவளுக்கு இதைவிடப் பெரிதான சந்தோஷம் வேறு என்ன இருக்க முடியும்?

100

சந்திரா

பூனைகள் இல்லாத வீடு

எங்கள் தெருமுழுக்கத் தோரணம் கட்டியிருந்தார்கள். மாவிலை மணத்துக்கொண்டிருந்தது. அண்ணனும் நானும் ஒலிநாடாவின் இசையை அதிகப்படுத்திக்கொண்டிருந்தோம். ஒலி பெருத்து, தெப்பக்குளம் தாண்டி மீனாட்சி அம்மன் கோவில் வரை கேட்டிருக்கும் போலிருக்கிறது. எங்கள் தெரு முழுக்க கூட்டம் நிரம்பி வழிந்திருந்தது. நான் புதிதாய்ப் போட்டிருந்த பச்சை கலர் கோடு போட்ட வெள்ளைச் சட்டையும், கால்களை மூழ்கிக்கொண்டிருந்த நீல பேண்ட்டுமாய் வாசலில் நின்ற கூட்டத்தை கர்வத்துடன் பார்த்தேன். அம்மாவின் பட்டுப்புடவையைப் போன்று அக்காவும் கத்தரிப்பூ நிறத்தில் பட்டுப்புடவை உடுத்தியிருந்தாள். இன்று அவள் கூந்தல் நீளமாகி சிவப்பு கலர் குஞ்சத்துடன் தொங்கிக் கொண்டிருந்தது. தலையில் நிறைய பூ வைத்திருந்தாள். தெருவில் வெள்ளை நிற அம்பாசிடர் கார் நின்றிருந்தது.

நான் ஒரு மகாராஜனைப் போல வீறுநடை போட்டு படியில் இறங்கினேன். பேண்ட் பாதம் முழுதும் நிரப்பி என்னைத் தடுக்கி விழ வைத்தது. உடனே பிரபுவையும் சிவக்குமாரையும் பார்த்தேன். அவர்கள் சிரிக்கவில்லை. ஒரு கையில் பேண்ட்டை நன்றாக தூக்கிப் பிடித்தபடி காரின் முன்சீட்டில் உட்கார்ந்தேன். பேண்ட்டின் நீளத்தின் குறைக்கவாவது நான் வளர வேண்டும் என்று நினைத்தேன். பிரபுவும், சிவக்குமாரும் நாங்களும் காரில் வருகிறோம் என்றார்கள். எனக்கும் அவர்களை என் பக்கத்தில் உட்கார வைத்துக்கொள்ள ஆசைதான். அப்போது என் அண்ணன் வில்லனைப் போல் அவர்களை ஒரு முறை முறைத்து ஸ்டைலாக கார் கதவை திறக்க முயன்றான். அவனின் ஒல்லியான கைகளுக்கு கதவு அசைந்துகூட கொடுக்கவில்லை. பிரபு ஓடி வந்து ஒரு சேவகனைப் போல கதவைத் திறந்துவிட்டான். அப்பவும் அண்ணன் அவனை முறைத்தான். அவன் தள்ளிப்போய் நின்று கொண்டான்.

காரில் உட்கார்ந்திருப்பதற்கான அனைத்து பந்தாக்களையும் செய்தேன். காரில் இருந்த கண்ணாடியில் தலையைச் சீவிக்

கொண்டேன். அடம்பிடித்து அழுது தைத்த முழுக்கைச் சட்டையை அப்பாவைப் போல் மடக்கிவிட்டு அண்ணனின் அரைக்கைச் சட்டையைப் பார்த்துச் சிரித்தேன். சாந்தி அக்காவும் அவளது தோழிகளும் சிரித்தபடி காரில் பின்சீட்டில் உட்கார்ந்தார்கள். செல்வி அக்கா வழக்கம்போல் சாந்தி அக்காவுடன் சண்டை போட்டிருப்பாள் போல, அவள் காரில் ஏறாமல் பழத்தட்டை கையில் ஏந்தியபடி சித்தி, பெரியம்மா, அத்தை கோஷ்டிகளுடன் நடந்துவர தயாரானாள். 'சின்னவளே, இன்னைக்குமா வீம்பு புடிக்கணும் நீயும் கார்ல உட்கார்ந்துக்கடி' என்ற அம்மாவை முறைத்துவிட்டு, தட்டை படிக்கட்டில் வைத்துவிட்டு வீட்டுக்குள் ஓடிப்போய் உட்கார்ந்துகொண்டாள். செல்வி அக்காள், சாந்தி அக்காவைப் போல் இன்று தாவணி போட்டிருந்தது அழகாயிருந்தது. மேளக்காரர்கள் காருக்கு முன்னால் நின்று வாசிப்பை ஆரம்பித்தார்கள். 'செவ்வந்தி பூ முடிச்ச சின்னக்கா' பாட்டு ஒலிபெருக்கியில் வாசிப்பை மீறி கேட்டுக் கொண்டிருந்தது. திடீரென்று ஒலிபெருக்கியின் சத்தம் நின்றுவிட்டது.

புது வெள்ளை வேட்டியை மடக்கி கட்டியிருந்த அப்பா விடுவிடுவென்று காருக்குப் பக்கத்தில் வந்தார். எல்லோரையும் இறங்கச் சொன்னார். சாந்தி அக்காவை தரதரவென்று வீட்டுக்குள் இழுத்துப் போனார். ஒலிபெருக்கி, பாட்டு, கார், மேளம் எல்லா சந்தோசமும் போச்சு. எனக்கு அவமானம் பிய்த்துத் தின்றது. அவர் எங்களை பார்த்த ஒரு பார்வையிலேயே பிரபு, சிவக்குமாரு, கூட்டம் யாரையும் திரும்பிப் பார்க்காமல் அவர் பின்னால் ஒடுங்கிக்கொண்டு போனோம். முற்றத்திலிருந்த மர நாற்காலியில் அக்காவை உட்கார வைத்து அறிவியல் புத்தகத்தை கையில் கொடுத்தார் அப்பா. அக்காவும் அதுவரை படித்துக்கொண்டிருந்துவிட்டு சமையலறையில் தண்ணீர் குடிக்கப் போனவளைப் போல இயல்பாக படிக்க வேண்டிய பக்கத்தை எடுத்துப் படித்தாள். நீர்மூழ்கிக் கப்பலின் செயல்பாடுகளை கண்ணை மூடிக்கொண்டு ஒவ்வொரு வரியாக மனப்பாடம் செய்தாள்.

அப்பா எங்களிடம் அதிகாரத்தைக் கட்டவிழ்க்கும் முன்னே, நான் முற்றத்தின் தெற்கு மூலையிலும் அண்ணன் வடக்கு மூலையிலும் உட்கார்ந்து படித்துக் கொண்டிருந்தோம்.

செல்வி அக்கா கோவிலை தாண்டியிருந்த கொய்யா மரத்தருகில் நடந்தபடி படித்தாள். அம்மா, கல்யாணம் நின்று போனதில் பெரும் வருத்தம் அடைந்தவளாக சித்தி பெரியம்மாவுடன் சமையலறையில் உட்கார்ந்து அழுதாள். அப்பா வாத்தியாரைப் போல் கைகளைப் பின்னால் கட்டி எங்களையெல்லாம் கவனித்துக் கொண்டிருந்தார்.

எல்லாத்துக்கும் காரணம் செல்வி அக்காதான். அவள்தான் முதலில் கோபித்துக்கொண்டு வந்தாள். மாப்பிள்ளையையும் பார்க்கவில்லை. கார் ஊர்வலமும் போச்சு. கோபத்துடன் எழுந்துபோய் அவளை என் கை ஓயுமட்டும் அடித்தேன். "டேய் செந்திலு, எந்திரிடா... எதுக்கடா இப்படி கையைத் தூக்கி காத்துல அடிச்சுகிருக்க. ராத்திரி பேய்க்கதை கேட்காத. கெட்ட கெட்ட கனவா வரும்ன்னு சொன்னா கேட்குறியா?"

"எம்மா ராத்திரி கல்யாணக்கதைதானம்மா சொன்ன" என்றேன் கண்களைக் கசக்கியபடி.

“உனக்கு தெனமும் இதே வேலையாப் போச்சுடா. ராத்திரி கதை கேக்கிறது. காலையில கனவு கண்டுட்டே எந்திரிக்கிறது... சரி எந்திரி காப்பியை குடிச்சிட்டு பெரியப்பா வீட்டுக்கு போயிட்டு வா. சீக்கிரம் சோறாக்கணுமில்ல” என்ற அம்மாவிடம் “சீனி அண்ணனை போகச் சொல்லு. தெனைக்கும் நானே போக முடியாது. பெரியப்பா முறைக்கிறாரும்மா.” “அண்ணன் பெரிய பையனாயிட்டான்ல வெட்கப்படுறாண்டா. நீ போயிட்டு வாடா.” “நான் ஆறாவது படிக்கிறேன் அவன் எட்டாவது படிக்கிறான் அதுக்குள்ள அவன் பெரிய பையனாயிட்டானா! நானும் டவுசர் போட்டிருக்கேன். அவனும் டவுசர் போட்டிருக்கான். அவன் பேண்ட் போடட்டும் அப்பதான் பெரியவனாவான்.” அம்மா என் நாடியை பிடித்து கெஞ்ச ஆரம்பித்துவிட்டது. செல்வி அக்கா அதற்குள் குளித்து முடித்து யூனிபார்ம் போட்டிருந்தாள். அவள் ஆம்பளப் பையன் சட்டை போட்டிருந்தது எனக்கு எரிச்சலாக இருந்தது. இப்படி இவள் சட்டை போட்டுக்கொண்டு அலைந்தால், ஊரில் யார்தான் என்னை ஆம்பளையாக மதிப்பார்கள். அதுவும் கூடப்படிக்கும் இந்துமதி. நான் ஆம்பளப் பையன் என்பதை கொஞ்சம்கூட மதிக்காமல், சண்டை வரும்போதெல்லாம் என் மேல் உட்கார்ந்து முதுகில் குத்துகிறாள். அவளுடன் சண்டை போட தினமும் கொஞ்சம் அதிகமாக சாப்பிட வேண்டியிருக்கிறது. அதற்கும் கொஞ்ச காலமாக வீட்டில் வழியில்லாமல் போய்விட்டது. ராத்திரி விளையாடும்போது அவள் என்னை அடித்ததும் வீட்டுக்கு வந்து சாப்பிட்டு விட்டு வீரமாகிப் போய் அடிக்கலாம் என்றால் அம்மா சோத்து பாத்திரத்தையெல்லாம் கழுவி வைத்திருக்கிறது. பெரியப்பா வீட்டுக்குப் போய் அரிசியும் பருப்பும் வாங்கும் நாளிலிருந்து இப்படித்தான் வீட்டில் மறுசோறு சாப்பிட முடியாமல் போய்விடுகிறது. தினமும் ஒரு படி அரிசி என்று கணக்கு வைத்துதான் கொடுக்கிறார் பெரியப்பா.

அம்மா எப்படியோ கெஞ்சிக் கூத்தாடி தினமும் என்னை பெரியப்பா வீட்டிற்கு காலையில் அனுப்பி விடுகிறது. நானும் சாந்தி அக்கா தையல் பீரியடில் பின்னிய சிவப்பும் வெள்ளையும் கலந்த வயர் பைக்குள் ஒரு மஞ் சள் துணிப்பையை எடுத்து வைத்துக்கொண்டு அடுத்த தெருவில் இருக்கும் பெரியப்பா வீட்டுக்குப் போகிறேன். பெரியம்மா நான் போவதற்கு முன்பே அரிசி பருப்பு காய் எல்லாவற்றையும் ரெடியாக வைத்திருக்கும்.

முன்னெல்லாம் சாப்பாட்டுச் செலவுக்கு மாதம் ஒரு முறை என்று பணமாகத்தான் கொடுத்துக் கொண்டிருந்தார்கள். பாதி மாதத்திலேயே பணத்தை செலவழித்துவிட்டு சாப்பாட்டுக்கு வழியில்லை என்று அவர்கள் வீட்டுப் பக்கம் போய் நின்றதும், இப்படி தினமும் அரிசியாக கொடுப்பதை வழக்கமாக்கிவிட்டார்கள்.

பெரியம்மா அரிசியைத் துணிப்பையில் கொட்டி வயர்பைக்குள் வைக்கும். காகிதத்திலிருக்கும் பருப்பு, காய்கறிகளை மேலாக்க போட்டு “சூதானமா கொண்டு போ செந்திலு”. இந்த வார்த்தையை பெரியம்மா தினமும் சொல்வதைப் போல பெரியப்பாவும் ஒரு விசயத்தை தினமும் சொல்லிக்கொண்டிருந்தார். “உங்கப்பா கடைப்பக்கம் வரமாட்டாராமா? வேலை பார்த்தா கிரீடம் இறங்கிப் போகும், ரெண்டு பொம்பளப் பிள்ளைக வளர்ந்து கல்யாணத்துக்கு நிக்கப் போகுதுக, இவரு சாமிய கட்டிக்கிட்டு

அழுகுறாரு. வயலை வித்தாச்சு, வடக்குத்தெரு வீட்டை வித்தாச்சு. இன்னும் எதை விக்கப் போறாரோ? விக்கிறதுக்கு இன்னும் என்னயிருக்கு, உங்க அத்தகாரிகதான் சொத்தில பங்கு வேணுமின்னு எல்லாத்தையும் கோர்ட்டுல கொண்டு நிறுத்திட்டாளுகளே" எங்கப்பா காலையில் கந்தசஷ்டி கவசத்தை பயபக்தியுடன் சொல்வதைப் போல, பெரியப்பாவும் சிரத்தையுடன் இதை என்னிடம் சொல்லிக் கொண்டிருந்தார். "சின்னப்பையன் அவங்கிட்ட போய்த் தெனமும் இதையே சொல்லிக்கிட்டிருந்தா நல்லாவாயிருக்கு" என்று சொல்லும் பெரியம்மாவை, "எல்லாம் உன் தங்கச்சியை சொல்லணும். புருசன வீட்டுக்குள்ள பொத்தி பொத்தி வச்சிகிட்டு, புருசனை லட்சணமா வேலைக்கு போகச் சொல்ல துப்பில்ல" என்று பெரியப்பா பேசிக்கொண்டிருக்கும்போதே அவர்கள் வீட்டின் நீளமான படியைத் தாண்டி குறுக்குச் சந்து வழியாக எங்க வீட்டின் பின்பக்கம் நுழைந்து வீட்டுக்குள் வந்திருப்பேன்.

ஊரில் எங்கள் வீட்டை 'கோவில் வீடு' என்றுதான் கூப்பிடுவார்கள். துட்டு பெருத்திருந்த காலத்தில், என்னோட தாத்தா வீட்டோடு சிவன் கோயிலை கட்டி வைத்திருந்தார். கோவில் வாசல் வடக்குத் தெருவிலும் வீட்டு வாசல் கிழக்குத் தெருவிலும் இருக்கும். இப்படி இரண்டு தெருக்களைக் கொண்ட ஒரு செவ்வக வடிவமைப்பில் இருந்தது எங்கள் வீடு. வீட்டின் நடுவில் நான்கு பக்கமும் ஓடுகள் மேய்ந்த முற்றம் இருந்தது. முற்றத்தின் மேற்கு பக்கம் இரண்டு அறைகளும் முற்றத்தின் கிழக்குப் பக்கம் இரண்டு அறைகளும் இருந்தன. ஒவ்வோர் அறைக்கு முன்னால் வராண்டாவைப் போன்று கொஞ்சம் இடம் காலியாக இருக்கும். ஒவ்வொரு முற்றமும் தனித்தனி வீடு போலிருக்கும். தெற்கு முற்றத்தினைத் தொடர்ந்து ஒரு படுக்கை அறையும், ஒரு நீண்ட வராண்டாவும், தானியங்களை அடைத்து வைக்க மரத்தால் ஆன சேந்தியும், அதனைத்தாண்டி கடைசியாக சமையலறையும் இருக்கும். வடக்கு முற்றம் அறைகளற்று வாசலைக் கொண்டிருந்தது. இதிலிருந்து இருபதடி தூரத்தில் சிவன் கோவிலும் கிணறும் இருந்தது. சிவன்தான் பிரதான கடவுள் என்றாலும் பிள்ளையார், நந்தி, முருகன் எல்லாமே சேர்ந்திருந்தது. வீட்டு கோவில் என்பதால் எப்போதாவது வரும் ஒன்றிரண்டு ஊர்க்காரர்களைத் தவிர யாரும் எங்கள் கோவிலுக்கு வருவதில்லை.

வீட்டில் கோவில் கட்டியிருந்ததுதான் எங்களின் எல்லா துன்பத்திற்கும் காரணம் என்று ஊர்க்காரர்கள் பேசிக்கொண்டார்கள். எங்கள் கோவிலில் நந்தி மட்டும் எனக்கு விருப்பமானதாக இருந்தது. வீட்டில் அப்பா இல்லாத நேரத்தில் அம்மா வீட்டுக்குள் வேலை பார்த்துக்கொண்டிருக்கும் போது யாருக்கும் தெரியாமல் நந்தியில் சவாரி செய்வேன். அப்பாவோடு பூஜை செய்துகொண்டிருக்கும் போது "என் மேல் சவாரி செஞ்சதை உங்கப்பாகிட்ட சொல்லிடவா" என்பதைப் போல் நந்தி பார்ப்பதாகத் தோன்றும். பார்வையை நந்தி பக்கத்திலிருந்து திருப்பிக் கொள்வேன். அதுமட்டும் அப்பாவுக்கு தெரிந்தால் என்னைக் கொன்றே விடுவார்.

சாப்பிடுவது, தூங்குவதைப் போல தினமும் திருவாசகமும் கந்தசஷ்டி கவசமும் படிக்க வேண்டும் என்பது எழுதப்படாத சட்டமாகயிருந்தது. அண்ணன் எட்டாம் வகுப்பு போனதிலிருந்து "பள்ளிக்கூடத்தில நெறையா

படிக்கச் சொல்றாங்க". என்று காலையில் புத்தகத்தை தூக்கி உட்காந்து கொள்கிறான். இன்னும் இரண்டு முழுபரீட்சை லீவு முடிந்தால்தான் நான் திருவாசகத்திலிருந்தும் கந்தசஷ்டி கவசத்திலிருந்தும் விடுபட முடியும். ஆனால் தமிழ்ப் பாடத்தில் நான் தான் முதல் மதிப்பெண் வாங்கினேன். திருக்குறளை அப்பா தினமும் தலைகீழாக மனப்பாடம் பண்ண வைத்துவிட்டார்.

நாங்கள் சாப்பிடும்போதே அப்பாவும் எங்களோடு சேர்ந்து சாப்பிட்டு, வேலைக்குப் போகிறவரைப் போல நாங்கள் கிளம்பும்போது அவரும் வெளியே கிளம்பிவிடுவார். அப்புறம் அனுப்பானடியிலிருக்கிற அத்தனை வீட்டுப் பிரச்னைகளுக்கும் சோனையா கோவிலில் இருக்கும் புங்கைமரத்தடியில் உட்கார்ந்து பஞ்சாயத்து பேச ஆரம்பித்து விடுவார்.

அந்தக் கூட்டத்தில் இவர் வயதுள்ளவர்கள் கொஞ்ச பேர்தான் இருப்பார்கள். வேலை வெட்டி செய்து ஓய்ந்து போய் வீட்டில் பொழுதைக் கழிக்க முடியாமல் இருக்கும் கிழடுகள் அந்தக் கூட்டத்தில் அதிகமாக இருக்கும். ராத்திரி கூட்டத்தில் வேலைக்குப் போய்விட்டு வீடு திரும்பியிருக்கும் இவர் வயதுக்குக் கீழே உள்ள இளைஞர்களோடு தெப்பக்குளத்துப் படிக்கட்டில் உட்கார்ந்து கதைப் பேசிக்கொண்டிருப்பார். வாரத்திற்கு இரண்டு நாள் இவர் வக்கீலைப் போய் பார்க்கும் நாளில் ஏதோ மிகப்பெரும் பிரச்னை முடிக்கப்படாமல் கெட்டுப்போய் கிடப்பில் கிடக்கிறது என்பதைப் போல ராத்திரி பதினொரு மணிவரை அவசரமாகப் பேசிக்கொண்டிருப்பார்கள். அப்பா பேசிப் பேசி ஓய்ந்து கொண்டிருந்தார். பீடி, சிகரெட், சீட்டு இப்படி எந்த கெட்ட பழக்கமும் இல்லை. நிறையப் பேசுவார். நிறைய டீ சாப்பிடுவார். அதுவும் ஓசி டீ என்ற பேச்சுக்கே இடமில்லை. நான் எப்படிப்பட்ட குடும்பத்து ஆளு ஒருத்தன்கிட்ட ஓசி டீ குடிக்கிறதா என்று குடும்பப் பெருமை பேசி அடுத்தவனுக்கு டீ வாங்கித் தருவாரே தவிர, அவர் யாரிடமும் ஓசி டீ குடிக்கமாட்டார். பெரியப்பாவிற்குத் தெரியாமல் பெரியம்மா கொடுக்கும் சில்லறைப் பணத்தை வீட்டு மேற்செலவுக்குப் போக மிச்சத்தை அம்மா அப்பாவுக்கு கொடுக்கும்.

அப்பா வீட்டுக்கு லேட்டாக வரும் ராத்திரிகளில் நாங்கள் முற்றத்தில் பாயை விரித்து வரிசையாகப் படுத்திருப்போம். அப்போதெல்லாம் யாருடையதோ போல அம்மா தன்னுடைய கதையை எங்களிடம் சொல்லும். அம்மாவின் ஜாக்கெட் பின்னை நோண்டியபடி வயிற்றுச் சூட்டின் வெதுவெதுப்பில் படுத்தபடி கதையைக் கேட்டுக் கொண்டிருப்பேன்.

அம்மாவின் ஜாக்கெட் பின்னை நோண்டும் பழக்கம் வெகு நாட்களாக என்னைவிட்டுப் போகவில்லை. அக்காக்களும் அண்ணனும் என்னை ஓயாமல் கிண்டல் செய்த பின்புதான் அதனைக் கைவிட்டேன்.

அம்மாவிடம் கதை கேட்டுக்கொண்டே அதற்கு இணையாக கற்பனையிலும் மூழ்கிவிடுவேன். செல்வி அக்கா, சாந்தி அக்கா, சீனி அண்ணன் எல்லோரும் கதையைக் கேட்டுக்கொண்டிருந்தாலும் அம்மா என்னைப் பார்த்துதான் கதையைச் சொல்லிக் கொண்டிருக்கும்.

"என்னடா செந்திலு, கதையை கேக்குறியா" என்று என் கற்பனையை அறிந்ததுபோல அவ்வப்போது கடிவாளத்தைப் போட்டு கதையைத்

தொடர்ந்து சொல்லும். உலகத்தில் மிக சுவாரசியமானதும் நெகிழ்வானதும் எங்கம்மா வாழ்ந்த கதைதான் என்று நினைத்துக்கொள்வேன். வாழ்க்கையைச் சொல்லி தீர்ந்துபோன அம்மா ஒரே கதையை வேறு வேறு வடிவங்களில் மாற்றிச் சொல்லும். ராஜா ராணி கதை சொல்லும்போதும் முதல்ல ராணி சந்தோசமாக இருப்பாள். அப்புறம் ராணியோட வாழ்க்கை அலைபுரண்டு சோகமாயிடும்.

இல்லையென்றால் கொடுமைப்பட்டு வேலைக்காரியாக இருக்கும் இளவரசி ஏஞ்சலாக மாறிவிடுவாள். அம்மா சொல்லும் எல்லாக் கதைகளும் சந்தோசமும் துக்கமும் சேர்ந்ததாகத்தான் இருக்கும். முன்பு சொன்ன கதையின் ஜாடையில் இன்னொரு கதை இல்லாமல் இருந்தாலும் அம்மாவைத்தான் எல்லாக் கதைகளிலும் கதாநாயகியாக நினைத்துக்கொள்வேன்.

எங்கள் வீட்டில் வறுமை இருந்தாலும் அம்மாவும் நாங்களும் நண்பர்களைப் போல் விளையாடிக்கொண்டிருந்தோம். எது வாங்கிச் சாப்பிட்டாலும் அம்மாவுக்கும் சேர்த்து ஐந்து பங்காக்கி சாப்பிடுவோம். நான் என்னோட பங்கைச் சீக்கிரம் சாப்பிட்டு விடுவேன். அம்மா எப்போதும் தன் பங்கை கடைசியில்தான் சாப்பிடும். அது எனக்கு கொடுப்பதற்காகத்தான். "சீக்கிரம் சாப்பிடும்மா. இவன் உன் பங்கை பிடுங்கிக்குவான்" என்று அண்ணன் என் பங்கு இருக்கும் கையை பிடித்துக்கொள்வான்.

"சின்ன பையன் அவனுக்கு ஆசையா இருக்கும்ல, இனிமேல் நான் சாப்பிட்டு என்ன ஆகப்போகுது" என்று தன் பங்கில் பாதியை அம்மா கொடுத்துவிடும். எனக்கு விவரம் தெரியத் தெரிய, என் பங்கை கடைசியாக சாப்பிட்டேன். திருடன் போலீஸ் விளையாட்டு, தாயம், ஒளிந்து விளையாடுவது என்று விளையாடித் தீர்க்காத தனது இளமைக் காலத்தையெல்லாம் அம்மா சரிக்குச் சமமாக எங்களோடு பகிர்ந்து கொண்டது.

கையில் பணம் புழங்கவில்லை என்றாலும், வீட்டில் இருந்த பல பொருள்கள் நாங்கள் வசதிபடைத்தவர்கள் என்பதை எங்களையறியாமல் எங்களுக்குள் ஞாபகப்படுத்திக்கொண்டே இருந்தது. சுவருக்குள் புதைந்து இருக்கும் மர அலமாரிகள், நீளமான சமையலறை, முற்றத்து பெரிய மரத்தூண்கள், இப்போது காலியாகக் கிடக்கும் தானிய சேந்தி இன்னும் இன்னும்... சிதிலமடைந்து கரையான் ஏறிக்கிடந்த மரச்சாமான்கள் ஏழ்மையை மீறிய ஒரு கர்வத்தை ஏற்படுத்தியிருந்தது. புங்கைமரத்தடியில் விளையாடும்போது உடன் விளையாடும் சிநேகிதர்கள் சாப்பிடக் கொடுக்கும் பண்டங்களை வாங்க மறுத்து நாங்கள் அறியாத எங்கள் வீட்டின் பழைய செழுமையை அவர்களுக்கு உணர்த்தினோம். ஆனால் இந்துமதி காக்காகடி கடித்துக் கொடுக்கும் தின்பண்டங்களை வாங்காமல் இருக்க முடியவில்லை.

எங்கள் வீட்டில் இருக்கும் பழங்காலத்துப் பொருள்களில் எனக்குப் பிடித்தமானது வெண்கல அன்னபட்சி விளக்குதான். பம்பரம் மாதிரியான குடுவை அமைப்பில் இருக்கும் நடுப்பகுதி. கீழ்பகுதியில் இருக்கும் திரிபோட்ட விளக்கு நடுப்பகுதியோடு திருகு போட்டு இணைந்திருக்கும். வெண்கலத்தின் அன்னபட்சி உருவம் செய்யப்பட்டு அது குடுவையின் மேல்பகுதியில் அழகுக்காக பொறுத்தப்பட்டிருக்கும். இதுவும் நடுப்பகுதியோடு திருகு போட்டு இணைந்திருக்கும். அன்ன பட்சியையும், விளக்கையும்

நடுப்பகுதியிலிருந்து தனித்தனியே கழற்றி எடுத்துவிடலாம். விளக்குப் பகுதியைத் திருகி எடுத்துக் குடுவையில் எண்ணைய் ஊற்றி, பின் விளக்கை மாட்டினால், குடுவையிலிருந்து எண்ணைய் வழிந்து விளக்கில் விழும். அன்னப்பட்சிக்கு மேலே கொக்கியை அரை அடி நீளத்திற்கு செயின் போல செய்து முற்றத்துச் சுவரில் மாட்டியிருப்பார்கள்.

குடுவையில் ஒரு படி எண்ணைய் நிறையுமாம். கார்த்திகை மாதங்களில் நாளெல்லாம் விளக்கு எரிந்து கொண்டிருக்குமாம். எங்களுக்கு விவரம் தெரிந்த நாளிலிருந்து குடுவை முழுமையாக நிறைந்ததில்லை. விளக்கின் கீழ்ப்பகுதியில் மட்டும் எண்ணெய் ஊற்றி விளக்கு ஏற்றினோம். குடுவை முழுவதும் எண்ணெய் ஊற்றி விளக்கேற்ற வேண்டுமென்று செல்வி அக்காவும், சாந்தி அக்காவும் தீராத ஆசை கொண்டிருந்தார்கள்.

வீட்டில் யாரும் இல்லாத நாட்களில் எங்களுக்கு விளையாட ஏதாவது பழங்காலத்துப் பொருள்கள் ஒளிந்து கிடக்கின்றதா என்று வீட்டை நானும் அண்ணனும் சல்லடை போட்டுத் தேடிக்கொண்டிருப்போம். அப்படித்தான் தானிய சேந்திக்குப் போகும் மெச்சு படிக்குக் கீழே தூசி படிந்து கிடந்த பழைய தொட்டில், துருப்பிடித்த இரும்புச் சாமான்களை வெளியே எடுத்துவிட்டு அங்கே தேடியபோது மரப்பலகை ஒன்று தரையோடு தரையாக சேர்ந்திருந்தது. மரப்பலகையை தனியே எடுத்துப் பார்த்தால் சதுரமான குழி ஒன்று தரைக்கு அடியில் ஓடியது. யாருக்கும் தெரியாத வீட்டின் பாதாள அறையை கண்டுபிடித்துவிட்டதாக நானும் அண்ணனும் குதியாட்டம் போட்டோம். இருண்ட குழி ஆழமாகி உள்ளே இழுத்துக்கொண்டால் என்ன செய்வது என்று யோசித்துக் கொண்டிருக்கும்போதே அப்பா வரும் அரவம் கேட்க எல்லாவற்றையும் பழையபடி மூடிவிட்டோம். ராத்திரி வீட்டில் எல்லோரும் தூங்கிய பின் நானும் அண்ணனும் குசுகுசுவென்று இதைப்பற்றியே பேசிக்கொண்டிருந்தோம். ஆளரவமற்ற இன்னொருநாள் அண்ணன் பேட்டரிலைட்டை உள்ளே அடிக்க, நான் குழிக்குள் இறங்கினேன். அது என் உயரத்திற்கும் கொஞ்சம் குறைவாகவே இருந்தது. அந்த குழிக்குள் ஒரு பழங்காலத்து இரும்புப் பெட்டி புதைக்கப்பட்டிருந்தது. அதை முழுவதுமாக துழாவித் தேடினேன். ஒரு பித்தளைச் செம்பு, குழந்தைக்கு பால் புகட்டும் சங்கு, களிமண்ணில் செய்யப்பட்ட ஏதோ சாமியின் உருவம் தவிர காலியாகத்தான் கிடந்தது பெட்டி. ஏமாற்றம் பொங்க பித்தளைச் செம்பை மட்டும் எடுத்துக்கொண்டு வெளியேறினேன். கடகடவென்று செம்புக்குள் ஏதோ சத்தம் வந்தது. செம்பைக் கவிழ்த்துப் பார்த்தால் பழைய தாயத்து, பழைய நாணயம்,

அப்புறம் முடிந்த துணி ஒன்றும் இருந்தது. முடிச்சை அவிழ்த்துப் பார்த்தால் சரஸ்வதி படம் போட்ட ஒரு வெள்ளிக்காசும் ஒரு தங்கக்காசும் மின்னிக் கொண்டிருந்தது.

ஓடிப்போய் அம்மாவிடம் கொடுத்தோம். எல்லாச் சொத்தும் திரும்பி வந்ததைப் போல அம்மா சந்தோசப்பட்டது. தங்கக்காசும் கிடைத்தபின் எல்லோருக்கும் தெரியும்படியே வீட்டை நோண்ட ஆரம்பித்தோம். அதற்குபின் ஒரு பித்தளைக்காசு கூட எங்கள் கைக்குச் சிக்கவில்லை. ஆனால் அம்மா மறுபடியும் தாத்தாவின் செல்வச் செழிப்பைப் பற்றி கதை சொல்ல அது ஆதாரமாய் அமைந்துவிட்டது. அப்போதெல்லாம் தாத்தாவிடம் பெட்டி

பெட்டியாக வெள்ளிக்காசு இருக்குமாம். மாதம் ஒரு முறை பௌர்ணமி வெளிச்சத்தில் வெள்ளிக்காசையெல்லாம் காயப்போடுவாராம். பளீரென்று மின்னும் நிலா வெளிச்சம் பட்டால் வெள்ளி கறுத்துப்போகாமல் பளபளவென்று அப்படியே இருக்குமாம். அம்மா இப்படி கதை சொல்லியே தன்னைத்தானே திருப்திப் படுத்திக்கொண்டது. நல்லா படிக்காமச் சொத்தை நம்பி இருந்ததாலதானே எந்த வேலைக்கும் போக முடியாமப் போச்சு, படிக்காததால கோர்ட்டு கேஸுன்னு ஏமாந்து போயாச்சு. நாங்களாவது படித்து பேங்க் ஆபிஸர், கலெக்டர், டாக்டர் என்று பெரிய வேலையில் இருக்க வேண்டுமென்று அப்பா ஆசைப்பட்டார். சர்வாதிகாரியைப் போல வீட்டில் அமர்ந்துகொண்டு எங்களை அட்டம் பிசகவிடாமல் படிக்கச் சொல்லுவார். எப்போதும் புத்தகமும் கையுமாக இருக்க வேண்டும் என்று வெறி கொண்டு அடக்கினார். அக்காக்களை சமையலறை பக்கம் கூட எட்டிப் பார்க்க விடமாட்டார். வீட்டுக்குத் தேவையான தண்ணீரையும் கிணத்திலிருந்து அவரே எடுத்தார். எங்களுக்கு கிடைத்த குறைந்தபட்ச வீட்டு வாடகையிலும், ஒத்தி கிடைத்த வரன்கட்டை வயலை அம்மா அப்படி இப்படி என்று பணத்தைச் சேர்த்து வைத்துத் திருப்பி அதை வாரத்திற்கு விட்டதில் கிடைத்த நெல்லும் எங்களின் வருச சாப்பாட்டுக்குச் சரியாகப் போய்விட்டது.

சாந்தி அக்கா எம்.எஸ்.சி. முதல் வருசம் படித்துக் கொண்டிருந்தது. அது காலேஜுக்கு போய்க்கொண்டே பிள்ளைகளுக்கு டியூஷன் சொல்லிக் கொடுத்தது. சின்ன அக்கா பி.ஏ., மூன்றாம் வருசமும், சீனி அண்ணன் பி.எஸ்.ஸியும் படித்துக் கொண்டிருந்தார்கள். அப்பா இப்போதெல்லாம் பேச்சையும் டீயையும் குறைத்துக்கொண்டார். குடும்பத்துப் பெருமைகளையெல்லாம் பிள்ளைகளின் படிப்பில் மீட்டெடுத்துவிடலாம் என்று அவர் மனதில் புது நம்பிக்கை விட்டிருந்தது. அக்கா படிப்பிற்குத் தேவையான புத்தகங்களை விலைக்கி வாங்க முடியாதென்பதால் அப்பா மதுரையில் இருக்கும் சென்ட்ரல் நூலகத்திலும், யுனிவர்சிட்டி நூலகத்திலும் உறுப்பினரானார். அக்காக்கள், அண்ணன் எழுதிக் கொடுக்கும் புத்தகங்களை பகலெல்லாம் நூலகத்தில் தேடி அலைந்தார். தேவையான பக்கங்களை ஜெராக்ஸ் எடுத்து வைத்துக்கொண்டு அவர்கள் படித்தார்கள்.

‘சொத்தில்லாம, வேலைக்கு போகாம பிள்ளைகளப் படிக்க வைச்சிட்டாருப்பா’ என்று ஊர்க்காரர்கள் அப்பாவை பெருமையாகச் சொன்னார்கள். “வீட்ல கஞ்சிக்கில்ல, அதுல பிள்ளைகளுக்கு படிப்பு என்ன வேண்டி கிடக்குன்னு” பெரியப்பா பொறுமிக் கொண்டிருந்தார். நான் இப்போது பேண்ட் போட்டு ப்ளஸ் ஒன் போய்க்கொண்டிருந்தேன்.

இப்போதெல்லாம் பெரியப்பா வீட்டுக்குப் பையை எடுத்துப் போவதில்லை. ஆனால் அக்கா கல்லூரியில் ஏதாவது ஃபங்ஷன் என்றால் பெரியம்மா மகள் சுமதி அக்காவிடம் போய் நல்ல பூப் போட்ட சேலை வாங்கி வா என்று அனுப்பி விடுகிறது. “நல்ல சேலையை குடுடி” என்று பெரியம்மா சொல்வதைக் காதில் வாங்காமல், சிறிதும் விருப்பமின்றி தன்னிடம் இருக்கும் மிக மோசமான சேலையைத் தூக்கிக் கொடுக்கும் சுமதி அக்கா. அதுவே சாந்தி அக்காவிற்கு சந்தோசமாகத்தான் இருக்கும். எப்போதும் கட்டும் மூன்று சேலையைத் தவிர்த்து, இன்னொரு சேலை கட்டிக்கொண்டு போவதே

திருப்தி தந்தது, அக்கா முகம் சந்தோசமாகிவிடும். அக்காவிற்கு எந்தச் சேலையைக் கட்டினாலும் அழகாக இருப்பது வேறு சுமதி அக்காவிற்கு எரிச்சலாக இருந்தது.

படிப்புச் செலவு கட்டுக்கடங்காமல் போய்க் கொண்டிருந்தது. ஆனால் அவருடைய சந்தோசமெல்லாம் மிகப் பக்கத்தில் இருந்தது. இன்னும் ஒன்றிரண்டு வருடங்களில் எல்லாம் சம்பாதிக்கப் போகிறார்கள் என்பதே அவர் வாழ்வதற்கான புது உத்வேகமாக இருந்தது. பிள்ளைகள் படிப்பை முடிக்கும் நேரத்தில் காரியத்தை கெடுத்து விடக்கூடாதென்று அவர் ஒரு போதும் செய்யத் துணியாத காரியத்தைச் செய்தார்.

ஏற்கனவே நாங்கள் வாடகைக்கு விட்டிருந்த தெற்குத் தெரு வீட்டில் இருந்து கொண்டு இந்த வீட்டை வாடகைக்கு விடலாமென்று அம்மா சொன்ன போதெல்லாம், 'எங்கப்பா வாழ்ந்த பூர்வீக வீட்ல வேறெவனும் காலடி எடுத்து வைக்கிறதா? என் உயிரே போனாலும் அதைச் செய்யமாட்டேன்' என்றவர், எங்கள் கோவில் வீட்டு முற்றத்தை வாடகைக்கு விட முடிவு செய்தார். இரண்டு சமையலறையைக் கட்டி இரண்டு குடும்பங்களை வாடகைக்கு அமர்த்தினார். ஒவ்வொரு வீட்டுக்கும் நானூறு, நானூறு என்று எந்நூறு கிடைத்தது.

வீட்டின் நிதிநிலைமைக்கு அது உதவியாகத்தானிருந்தது. ஆனால் நாங்கள் எங்கள் முற்றத்தை இழந்திருந்தோம். அதற்குப் பின் எங்கள் முற்றத்து விளையாட்டுகளும் பேச்சுக்களும் அம்மா சொல்லும் கதைகளும் எங்களை விட்டுப் போயிருந்தது. தெற்கு முற்றத்தினைத் தாண்டியிருக்கும் பகுதியில் நாங்கள் குடியிருந்தோம். செல்வி அக்காவும் சாந்தி அக்காவும் அறையினுள் போய் ஓயாமல் படித்துக்கொண்டிருந்தார்கள்.

அண்ணன் வராண்டாவில் உட்கார்ந்து படித்துக்கொண்டிருந்தான். எல்லோரும் தனித்தனி தீவுகளாக படிப்பில் மூழ்கிவிட்டார்கள். நான் நன்றாகப் படிக்கவில்லை உருப்படாமல் போகப் போகிறேன் என்று அப்பா வழக்கம்போல என்னைத் திட்டிக் கொண்டிருந்தார்.

வாடகைக்கு விடப்பட்ட மேற்கு பக்க முற்றத்தில் ஒரு கணவன், மனைவி அவர்களின் குழந்தை மூவரும் குடியிருந்தனர். ராத்திரியில் குழந்தையின் அழுகை முற்றம் முழுதும் நிரம்பி கனத்துக் கிடந்தது. பகல் முழுக்க முற்றத்தில் எப்போதும் ஆட்கள் நடமாடிக் கொண்டிருந்தார்கள். அப்பளம் போடும் சிறுகம்பெனிக்கு கிழக்கு முற்றத்தினை வாடகைக்கு விட்டிருந்தோம். சாயம் மங்கிய சேலையும் உடைந்து கொண்டிருக்கும் கண்ணாடி வளையல்களை அணிந்திருந்த பெண்களும், சேலை கட்டும் பருவம் வந்தும் தாவணி உடுத்தியிருந்த பெண்களும் செல்வி அக்காவையும் சாந்தி அக்காவையும் ஞாபகமூட்டி கலக்கமடையச் செய்தார்கள். அவர்களும் எங்களைப் போல் சிரிப்பை மறந்தவர்களாகவோ அல்லது முற்றத்தை இழந்தவர்களாகவோ இருக்கலாம். ஏக்கங்களின் பெருமூச்சு களைச் சுமந்திருக்கும் முற்றத்தினை நான் முழுவதுமாக துறக்கத் தொடங்கினேன்.

முற்றத்து ஓடு நனைந்து கிடக்கும் ஐப்பசி மாத மழைக்காலத்தில், என்னோடு எப்போதும் சண்டைபோடும் இந்துமதியை அவங்க மாமாவிற்கு

எஸ்.ராமகிருஷ்ணன்

கல்யாணம் பண்ணிக்கொடுத்தார்கள். அவளும் நானும் ஒரே வயதில் இருந்தோம். அவள் கல்யாணம் பண்ணிப்போனதும் நான் என்னை ஓர் இளைஞனைப் போல உணர்ந்தேன். எனக்கான காதலியை நான் கண்டுபிடிக்கவில்லை என்றாலும் காதல் உணர்வு மனதிற்குள் துருத்திக்கொண்டு நின்றது. வறுமையை மீறி ஒரு சந்தோசம் புதிதாய் வேர் கொண்டிருந்தது.

தண்ணீரில்லாமல் வற்றிக் கிடக்கும் காலங்களில் நண்பர்களோடு சேர்ந்து தெப்பக்குளத்திற்குள் கிரிக்கெட் விளையாடிக்கொண்டும், தண்ணீர் நிறைந்திருக்கும் காலங்களில் படிக்கட்டில் உட்கார்ந்து கதை பேசிக்கொண்டும் இருந்தபோது எங்கள் வீட்டுக்கு ஒரு சாம்பல் பூனை வந்தது. எங்கள் பக்கத்து வீட்டுக்கு குடிவந்திருந்த சாம்வேல் பாதிரியார் வீட்டு பூனைதான் அது. சாயங்கால வேலையில் ஜெபக் கூட்டம் நடந்தது அந்த வீட்டில். ஜெபக்கூட்டம் நடக்கும் போது உருகி உருகி மன்னிப்பு கேட்கும் வயிறு கனத்த மனிதரின் கால்களுக்கிடையே பூனை ஓடி அவரை ரத்தம் பரிய பிறாண்டி விட்டது. பாதிரியாருக்கு கோபம் பொத்துக்கொண்டுவர சாம்பல் பூனையை கையிலிருந்த ஜெபக்கட்டையால் அடித்து விலகி ஓடச் செய்தார். பூனை பெருங்கத்தலாக தன் எதிர்ப்பை தெரிவித்துவிட்டு எங்கள் வீட்டு மதில்களில் நடக்க ஆரம்பித்தது.

பாதிரியாரின் ஜெபக்கூட்டதிலிருந்து தப்பி வந்த பூனைக்கு அப்பாவின் கந்தசஷ்டிக் கவசம் பாடாய்படுத்தியது. முற்றத்தின் ஆள் நடமாட்டம் பூனைக்கு மிகவும் வேதனையைத் தந்து சுதந்திரமற்ற ஒரு இருப்பிடத்தில் அல்லாடிக்கொண்டிருந்தது.

வீட்டில் கிடந்த சிதிலமடைந்த பொருள்களால் வீடு பூச்சி பல்லி பாம்பு பூரான் எலிகளின் வசிப்பிடமாகிப் போனது. முற்றத்தில் அப்பளக் கம்பெனிக்காரர்கள் தினம் ஒரு பாம்பை அடித்துக் கொன்றார்கள். நான் படுத்திருந்த பாய்க்கு கீழே பாம்பைப் பார்த்தபின், வீடெல்லாம் பாம்பாகி எங்கள் காலடியில் ஊர்வதாகத் தோன்றியது.

வெளியாட்களை வீட்டுக்கு குடிவைத்து வீடு சுத்தமில்லாமல் போனது சாமிக்குப் பிடிக்காமல் இப்படி பாம்பாக வீட்டில் நெளிகிறது என்று, அப்பா முற்றத்தில் குடியேறிய வாடகைக்காரர்களை வெளியேற்றினார். வீட்டில் தேவையில்லாமல் கிடந்த பொருள்களையெல்லாம் தூக்கி வீசியெறிந்தார். வீட்டைச் சுத்தம் செய்யும்போது இரண்டு பாம்புகள் அப்பாவின் கைக்குச் சிக்காமல் கோவில் பக்கம் ஊர்ந்து ஒளிந்துகொண்டது. எங்கள் முற்றம் திரும்ப கிடைத்தது. ஆனால் அதில் பழைய சந்தோசம் இல்லை. அம்மா கதை சொல்வதை நிறுத்திவிட்டது. முன்புபோல் முற்றத்தில் பாய்விரித்து வரிசையாக படுத்துறங்குவதில்லை. அக்காக்கள் கல்லூரிப் படிப்பினை முடித்து விட்டு உள் அறையே கதியென்று ஏதாவது கவர்மெண்ட் பரிட்சைக்கு படித்துக்கொண்டிருந்தார்கள். நானும் கல்லூரியில் முதல் வருடம் சேர்ந்துவிட்டாலும் இன்னும் மனதளவில் அன்பைத் தேடும் சிறுவனாகவே இருந்தேன்.

வீட்டில் எல்லோரும் என்னை ஒரு இளைஞனைப் போலவே நடத்தினார்கள். அப்பா இப்போது எதற்காகவும் கை ஓங்குவதில்லை. மடியில் சாய்த்துக்கொள்ளும் அம்மாவின் ஸ்பரிசத்தை இழந்தேன். எல்லோரும்

என்னிலிருந்து தூரமாகிப் போனார்கள். பிடி நழுவிப்போன அம்மாவின் கைகளை இறுகப் பற்றிக்கொண்டேன். சமைக்கும்போதெல்லாம் அம்மாவுக்கு உதவிசெய்து சிநேகிதத்தை வளர்த்துக்கொண்டிருந்தேன். அம்மாவின் பார்வையில் படவென்றே ஓயாமல் தடுக்கி தடுக்கி விழுந்தேன். நான் ஒவ்வொரு முறையும் தடுக்கி விழப்போகும் வேளையில் 'டேய் செந்திலு, பாத்துடா' என்று அம்மா பதறித் துடிக்கும்போது அம்மாவிற்கு என் மேல்தான் அதிக பாசம் என்று நினைத்துக்கொள்வேன்.

ஒரு நாளும் அம்மாவைவிட்டு பிரிந்திருக்க முடியாது என்று தோன்றியது. 'ஏண்டா எப்பப்பாரு அம்மாவை பயமுறுத்துற' என்று சீனி அண்ணன் என்னைத் திட்டியது.

அண்ணனும் என்னைப் போலவே அம்மாவின் மேல் யாரும் அறியாத தனிப் பிரியத்தை வைத்திருந்தது.

தினம் தினம் தொடரும் தனது பால்யகாலக் கனவினை அம்மா மறந்துவிட்டது. மகள்களின் திருமணத்தைப் பற்றி யோசிக்கும் போது பெருமலையைத் தலையில் தூக்கி வைத்திருக்கும் சுமையுடன் மருகிப் போனது. சாந்தி அக்காவிற்கு மாப்பிள்ளை பார்த்தார்கள்.

மாப்பிள்ளை நல்ல வேலையில் இருந்தார். ஓரளவுக்கு வசதியும் இருந்தது. அக்கா படித்திருப்பதால் பத்து பவுன் நகை போட்டால் போதும் என்றார்கள். வீட்டில் ஒரு பொட்டுத் தங்கமில்லை. இந்தக் கல்யாணம் நடக்குமென்று யாருக்குமே நம்பிக்கையில்லை. சாந்தி அக்கா மூலையில் உட்கார்ந்து அழுது கொண்டிருந்தது.

கட்டிக் கொள்வதற்கு நல்ல சேலைகூட இல்லை அப்புறம் நகைக்கு எங்கே போவது? இப்போது அம்மா பெரியப்பா வீட்டிற்குப் போனது. நகையோடு திரும்பி வந்து சாந்தி அக்கா கழுத்தில் பத்துபவுன் பெருமானமுள்ள நகையும் மீதி நகையை செல்வி அக்கா கழுத்திலும் போட்டது. பெரியப்பாவிற்கு கோவில் கட்டி கும்பிடலாம் என்று செல்வி அக்காவும் நானும் பேசிக் கொண்டோம். எல்லாம் தெரிந்ததைப் போல சீனி அண்ணன் பேசாமல் இருந்தது. என்னைவிட அண்ணனிடம்தான் அம்மா இன்னும் ரகசியப் பகிர்வினை கொண்டிருந்தது. அம்மா வாய்திறந்து "இது நம்மளோட நகைதாண்டா" என்றது. ஒன்றும் புரியாமல் அம்மாவையே பார்த்துக்கொண்டிருந்தேன். "நம்ம சொத்து கோர்ட்டு கேஸுன்னு போயிட்டிருந்தப்ப, பெரியப்பா ஜவுளிக்கடையிலும் பெருத்த நஷ்டமா போச்சு. தன்னோட நகைகளை குடுத்தும் பணம் பத்தலன்னு அக்கா எங்கிட்ட வந்து நகையை கொடு தொழில் விருத்தியானதும் திருப்பி தந்திர்றேன்னு கேட்டுச்சு. நம்ம வீட்லயும் இருக்கிற பொருளெல்லாம் அழிஞ்சுகிட்டே போகுது அதாவது மிஞ்சட்டுமேன்னுதான் அதை கணக்குல வைக்காம விட்டுட்டேன். பெரியப்பா நகையை திருப்பி குடுக்கிறேனு சொன்னப்பல்லாம் வேணான்னுட்டேன். அதுக்கு வட்டி மாதிரிதான் தினம் தினம் சாப்பாட்டுக்கு அரிசி கொடுத்தாங்க" என்றதும் எனக்கு கண்ணீர் மிதந்து கொண்டு அம்மாவின் மேல் கோபமாக வந்தது. ஒவ்வொரு நாளும் ஒரு பிச்சைக்காரனைப் போல அவங்க வீட்டு வாசற்படியில் வெட்கம் பிய்த்து தின்னக் கூனிக் குறுகி நின்று அரிசியை வாங்கி வந்திருக்கிறேன்.

அதுவும் பெரியப்பா பையனுடன் கூட விளையாடும்போது நான் ஜெயித்தாலும் அவனுக்கு விட்டுக் கொடுக்க வேண்டியிருந்தது. இல்லையென்றால் ‘நாளைக்கு எங்க வீட்டுக்கு அரிசி வாங்க வாடி, எங்கப்பாகிட்ட சொல்லிக் குடுக்க விடாம செய்யிறேன்’ என்பான். அம்மா என்னைப் பழிவாங்கிவிட்டதாக மொட்டை மாடியில் தனிமையில் அழுதுகிடந்தேன். ‘டேய், இதைப் போய் பெரிய விசயமா நெனைச்சுக்கிட்டு’ என்று எல்லோரும் என்னைச் சமாதானம் செய்தார்கள். அம்மாவைத் தவிர யாரும் என் வலி அறியாதவர்களாக இருந்தார்கள். அம்மா மட்டும் என் கைகளை பிடித்துக் கெஞ்சியது.

சாந்தி அக்காவிற்கு கல்யாணம் முடிந்து இரண்டு மூன்று மாதங்களிலேயே செல்வி அக்காவிற்கு கல்யாணம் முடிந்தது. அப்பா ஒத்திக்கு கிடந்த தெற்குத் தெரு வீட்டை விற்று கல்யாணச் செலவுக்கு பயன்படுத்திக் கொண்டார். அக்கா பற்றிய என் கல்யாணக் கனவில் வந்தது போல அப்பா நடந்துகொள்ளவில்லை. எல்லா வேலையும் உற்சாகமாக அவரே செய்து முடித்தார். அக்காக்களை வீட்டில் இருக்காமல் வேலைக்கு போகச் சொன்னார்.

சீனி அண்ணனுக்கு சிவகங்கையில் புரொஃபஸர் வேலை கிடைத்தது. நானும் அம்மாவும் அப்பாவும் வீட்டில் தனித்திருந்தோம். எங்களுக்கிடையேயான பேச்சு வார்த்தை குறைந்து போயிருந்தது. மசக்கையில் மயங்கிக் கொண்டிருந்த சாம்பல் பூனை மதிலிலிருந்து இறங்கி மெச்சில் தானிய அறையில் ஒதுங்கிக் கொண்டது. ஐந்து பூனைக் குட்டிகளை பிரசவித்தது சாம்பல் பூனை. அம்மா தானிய அறையில் ஒரு வட்டியில் பாலை ஊற்றி வைத்தது. சாம்பல் பூனை குட்டிப்பூனையை வாயில் கவ்வி ஒரு இடத்திலிருந்து இன்னொரு இடத்திற்கு கொண்டு செல்லும் அழகைப் பார்த்து அம்மா மகிழ்ச்சி கொண்டது.

சாம்பல் பூனை பாதிரியார் வீட்டை முழுவதுமாக மறந்து அதன் குட்டிகளுடன் எங்கள் முற்றத்து வெளியில் நடந்து திரிந்தது. பூனையின் பொருட்டு நானும் அம்மாவும் பழையபடி சிநேகிதமானோம். சாம்பல் பூனையையும் அதன் குட்டிகளையும் பற்றி வாய் ஓயாது அம்மா பேசிக் கொண்டிருந்தது. இரண்டு பூனைகளை நாய் கவ்விக்கொண்டு போனதும் சாம்பல் பூனை வெறிகொண்டு, என்ன செய்தும் வீட்டில் பெருகிக்கிடந்த எலிகளை துப்புரவாக வீட்டிலிருந்து அடித்துத் துரத்தியது.

கறுப்பி, சிவப்பி, பொன்னி, என்று ஒவ்வொரு பூனைக்கும் ஒரு பெயர் வைத்து நானும் அம்மாவும் கூப்பிட்டோம். சாம்பல் பூனையை மட்டும் பெரிய பூனை என்றோம். “டேய் இந்த கறுப்பிக்கு எவ்வளவு திமிரு பாருடா நான் வச்ச சோறை சாப்பிடாம அப்படியே வச்சிருக்கு, கறுப்பியும் சிவப்பியும் சண்டை போட்டுச்சுடா...” தினமும் நான் கல்லூரியிலிருந்து திரும்பும்போது இப்படி பூனைகளைப் பற்றிய கதைகளை மட்டுமே சொல்லிக்கொண்டிருந்தது அம்மா. நானும் பதிலுக்கு “இந்த கறுப்பி அப்படியா செஞ்சுச்சு? நான் கவனிச்சிக்கிறேன்” என்பேன். பொன்னி யாருக்கும் தெரியாமல் காணாமல் போன அன்று அம்மா சாப்பிடாமல் தூங்கியது. பிள்ளைப் பாசம் போல பூனைப் பாசமும் அம்மாவிற்கு ஒட்டிக் கொண்டது. சேட்டை செய்யும் சிறுவனை கண்ணெதிரிலேயே வைத்திருப்பது போல, கறுப்பி பின்னாடியும் சிவப்பி பின்னாடியும் அம்மா அலைந்துகொண்டிருந்தது. எங்கம்மாவின்

குழந்தைகளைப் போல கறுப்பியும், சிவப்பியும் அம்மா மடியில் படுத்துறங்கியது. கறுப்பி பாலை மட்டும் விரும்பி சாப்பிடும்.

மற்ற பொருள்களை மோந்து கூட பார்க்காது. சிவப்பி எது கொடுத்தாலும் சாப்பிட்டுக் கொள்ளும். சாந்தி அக்கா பிரசவத்துக்கு அம்மா போயிருந்த நேரத்தில் கறுப்பியும் ஒரு நாள் காணாமல் போனாள். அக்கா வீட்டில் இருந்த அம்மாவிடம் இதை நான் தெரியப்படுத்தவில்லை. வீட்டுக்குத் திரும்பிய அம்மா நான் கறுப்பிக்கு பால் ஊற்றாததால்தான் அது வீட்டைவிட்டு ஓடிப்போனது என்று என்மேல் குறைப்பட்டுக்கொண்டது. தான் ஆசைப்படும் அனைத்தும் இப்படி பாதியிலேயே முறிந்து போகும் துரதிருஷ்டத்தை நினைத்துப் பெருங் கவலை கொண்டது அம்மா.

அண்ணன் தனியாகச் சமைக்க சாப்பிடக் கஷ்டப்படுகிறது என்று அம்மா அண்ணனோடு சிவகங்கையில் ஒரு வீடெடுத்து தங்கியது. சிவப்பியை மட்டும் தன்னோடு எடுத்துப் போகலாம் என்ற ஆசை இருந்தாலும் பெரிய பூனை தனியாகக் கஷ்டப்படுமென்று அதை விட்டுப் போனது. அப்பா எனக்குத் துணையாக வீட்டில் இருந்தார். நானும் அப்பாவும் சமைத்துச் சாப்பிட்டோம். சிவப்பி ஒரு குழந்தையின் சிணுங்கலைப் போல கத்திக் கொண்டு வீடெங்கும் அம்மாவை தேடியலைந்து துரும்பாகிப் போனது. கடைசி செமஸ்டர் முடிந்ததும் சிவகங்கைக்கு உடனே வரச்சொல்லி அம்மாவும் அண்ணனும் கடிதம் எழுதினார்கள். ‘சிவப்பி எப்படியிருக்கு’ என்று அம்மா விசாரித்து எழுதிய கடிதத்திற்கு, தெருவில் அடிபட்டு சிவப்பி செத்துப்போனது என்று சொல்லாமல் சிவப்பியும் எங்கேயோ போய்க் காணாமல் போனது என்றேன். அதற்குப் பின் வந்த கடிதங்களில் மீதமிருந்த பெரிய பூனையைப் பற்றி ஒரு வார்த்தையைக் கூட அம்மா குறிப்பிடவில்லை.

எலிகளை வேட்டையாடி ஓய்ந்த பெரிய பூனை, தானிய சேந்தியில் செத்து கிடந்தது பற்றியும் அதை புதைத்த அன்று என் மேல் வீசிய பூனை வாசனை பற்றியும் அம்மாவிடம் சொல்லவில்லை. முற்றத்து வீட்டை அடைத்து போட்டுவிட்டு நானும் அப்பாவும் சிவகங்கைக்கு போன பின்பும், அம்மா ‘பெரிய பூனை எப்படியிருக்கு’ என்று கேட்கவில்லை. அதற்கு மேல் பூனையின் தொடர்பாக எந்த கெட்ட செய்தியையும் அம்மா அறிய விரும்பாமல் இருந்தது. அப்பாதான் போகிற போக்கில் ‘நம்ம பெரிய பூனையும் செத்து போச்சில்ல’ என்றார். அம்மா எதுவுமே காதில் விழாதது மாதிரி நடந்து கொண்டது. நானும், அம்மாவும், செல்வி அக்காவும், சாந்தி அக்காவும், சீனி அண்ணனும் சேர்ந்து படுத்துறங்கிய முற்றம் இன்று பூனைகளும் இல்லாமல் யாருமற்று வெறுமையாகி தனித்துக் கிடக்கிறது என்பதை அம்மாவுக்கு எப்படிச் சொல்வது?

இந்தத் தொகுப்பிற்கான கதைகளுக்கு முறையான அனுமதி வழங்கிய எழுத்தாளர்கள் அனைவருக்கும்...

இந்தப் புத்தக ஆக்கம் மற்றும் எழுத்தாளர்களிடம் அனுமதி பெறுதல் சம்பந்தமாக பெரும் ஒத்துழைப்பு அளித்த காலச்சுவடு கண்ணன், மனுஷ்யபுத்திரன், சி.மோகன், தளவாய்சுந்தரம் ஆகியோருக்கும் புத்தகத்தைத் தட்டச்சு செய்து, அழகுற வடிவமைத்த பாலகணேஷ் அவர்களுக்கும், மெய்ப்புத் திருத்தம் செய்து தந்த பூங்காற்று தனசேகர், இளங்கோ ஆகியோருக்கும் எங்களது நன்றியைத் தெரிவித்துக் கொள்கிறோம்.

இந்த நூலில் உள்ள கதைகளை வெளியிட்ட பதிப்பகங்கள், தொகுப்பினை வெளியிட அனுமதித்த எஸ்.ரா. மற்றும் இக்கதைகளை வெளியிட்ட இதழ்கள், புகைப்படக் கலைஞர்கள் அனைவருக்கும் எங்கள் மனம் நிறைந்த நன்றி!

-சிவ.இளநகை
-மா.அன்பழகன்
-கவிஞர் பிச்சினிக்காடு இளங்கோ
-என்.ஏ.சீனிவாசன்
-மு.வேடியப்பன்

உதவிய நூல்கள்

1. புதுமைபித்தன் கதைகள் முழுத்தொகுப்பு, காலச்சுவடு பதிப்பகம்.
2. மௌனி கதைகள், காலச்சுவடு பதிப்பகம்.
3. குபரா கதைகள் முழுத்தொகுப்பு, அடையாளம் பதிப்பகம்.
4. ந.பிச்சமூர்த்தி கதைகள், மதி நிலையம்.
5. தி. ஜானகிராமன் கதைகள் முழுத்தொகுப்பு, ஐந்திணைப்பதிப்பகம்.
6. மலரும் மணமும் தொகுப்பு, பி. எஸ். ராமையா.
7. கி.ராஜநாராயணன் கதைகள், அன்னம் பதிப்பகம்.
8. கு.அழகிரிசாமி கதைகள், காலச்சுவடு பதிப்பகம்.
9. சுந்தர ராமசாமி கதைகள், காலச்சுவடு பதிப்பகம்.
10. லா.ச.ரா சிறுகதைகள், உயிர்மை பதிப்பகம்.
11. நகுலன் கதைகள், காவ்யா பதிப்பகம்.
12. அசோகமித்ரன் சிறுகதைகள், கிழக்கு பதிப்பகம்.
13. ஜெயகாந்தன் சிறுகதைகள், கவிதா பதிப்பகம்.
14. பிரமிள் படைப்புகள், அடையாளம்.
15. எம்.வி. வெங்கட்ராம், கதைகள்
16. ஆதவன் சிறுகதைகள், கிழக்கு பதிப்பகம்.
17. அ.முத்துலிங்கம் கதைகள், தமிழினி வெளியீடு.
18. அம்பை கதைகள், காலச்சுவடு பதிப்பகம்.
19. வண்ணநிலவன் கதைகள், கிழக்கு பதிப்பகம்.
20. சம்பத் கதைகள், விருட்சம் வெளியீடு.
21. வண்ணதாசன் சிறுகதைகள், புதுமைப்பித்தன் பதிப்பகம்.
22. ஆ. மாதவன் கதைகள், தமிழினி பதிப்பகம்.
23. சுஜாதா சிறுகதைகள், உயிர்மை பதிப்பகம்.
24. தக்கையின் மீது நான்கு கண்கள், சா.கந்தசாமி, கலைஞன் பதிப்பகம்.
25. ஜி. நாகராஜன் கதைகள், காலச்சுவடு பதிப்பகம்.
26. கிருஷ்ணன் நம்பி கதைகள், காலச்சுவடு பதிப்பகம்.
27. பூமணி சிறுகதைள், பொன்னி பதிப்பகம்.
28. பிரபஞ்சன் சிறுகதைகள், கவிதா பதிப்பகம்.
29. நாஞ்சில் நாடன் சிறுகதைகள், யுனைடெட் ரைட்டர்ஸ் பதிப்பகம்.
30. சோ. தர்மன் சிறுகதைகள், மருதா பதிப்பகம்.

31. மாலன் சிறுகதைகள், கிழக்கு பதிப்பகம்.
32. இந்திரா பார்த்தசாரதி சிறுகதைகள், கிழக்கு பதிப்பகம்.
33. மூங்கில் குருத்து கடவு, க்ரியா பதிப்பகம்.
34. மறைந்து திரியும் கிழவன், அகரம் பதிப்பகம்.
35. கந்தர்வன் கதைகள், வம்சி பதிப்பகம்.
36. தஞ்சை பிரகாஷ் கதைகள், காவ்யா பதிப்பகம்.
37. உமா வரதராஜன் கதைகள், காலச்சுவடு பதிப்பகம்.
38. நுகம் எக்பர்ட் சச்சிதானந்தம், தமிழினி பதிப்பகம்.
39. மதினிமார்கள் கதை, கோணங்கி, வம்சி வெளியீடு.
40. முள், சாருநிவேதிதா, கணையாழி இலக்கிய இதழ்.
41. சுப்ர பாரதி மணியன் சிறுகதைகள், ராஜராஜன் பதிப்பகம்.
42. அழகிய பெரியவன், தீட்டு, தமிழினி பதிப்பகம்.
43. சார்வாகன் கனவுக்கதை, ஞானரதம் இலக்கிய இதழ்.
44. ஆண்மை, எஸ்பொ, மித்ர வெளியீடு.
45. சாந்தன், நீக்கல்கள், கணையாழி இலக்கிய இதழ்.
46. கலாமோகன், நிஷ்டை தொகுப்பு எக்ஸில்.
47. சூடாமணி சிறுகதைகள், காலச்சுவடு பதிப்பகம்.
48. மா. அரங்கநாதன், வீடுபேறு, வேள் பதிப்பகம்.
49. கோபி கிருஷ்ணன் கதைகள், நற்றிணை பதிப்பகம்.
50. வெயிலோடு போய், சவுத் ஏசியன் புக்ஸ், சென்னை.
51. பாதசாரி, மீனுக்குள் கடல், தமிழினி, சென்னை.
52. ஜெயமோகன் சிறுகதைகள், உயிர்மை பதிப்பகம்.
53. ராஜன்மகள், பா. வெங்கடேசன், காலச்சுவடு.
54. எஸ்.ராமகிருஷ்ணன் கதைகள், உயிர்மை பதிப்பகம்.
55. வேல.ராமமூர்த்தி கதைகள், வம்சி பதிப்பகம்.
56. பனங்காட்டு கிராம்ம், சுயம்புலிங்கம், உயிர்மை பதிப்பகம்.
57. மரப்பாச்சி, உமா மகேஸ்வரி, தமிழினி பதிப்பகம்.
58. யூமா வாசுகி, உயிர்த்திருத்தல், தமிழினி பதிப்பகம்.
59. நீர் விளையாட்டு, சிறுகதைத் தொகுப்பு, பெருமாள் முருகன், அகரம்.
60. பூனைகள் இல்லாத வீடு, சந்திரா, உயிர்மை பதிப்பகம்.
61. கனவில் பெய்த மழையைப்ப பற்றிய இசைக்குறிப்புகள், புதுப்புனல் வெளியீடு.
62. கனகதுர்கா, பாஸ்கர்சக்தி சிறுகதைகள், வம்சி பதிப்பகம்.
63. விமலாதித்த மாமல்லன் கதைகள், உயிர்மை பதிப்பகம், சென்னை.
64. ஹார்மோனியம், செழியன், கணையாழி இலக்கிய இதழ்.

65. வெள்ளைத்தோல் வீரர்கள், திசேரா, மூன்றாவது மனிதன் வெளியீடு.
66. கனவுப்புத்தகம், ஜே.பி. சாணக்யா, காலச்சுவடு பதிப்பகம்.
67. தம்பி, கௌதமசித்தார்த்தன், உன்னதம்.
68. தாலியில் பூச்சூடியவர்கள், அகரம்.
69. பாவண்ணன் சிறுகதைகள், ராஜராஜன் பதிப்பகம்.
70. கணையாழி கதைகள், கலைஞன் பதிப்பகம்.
71. நீர்மை, ந.முத்துசாமி, க்ரிய பதிப்பகம்.
72. எட்டுக்கதைகள், ராஜேந்திரசோழன், க்ரியா பதிப்பகம்.
73. புதிய தமிழ் சிறுகதைகள் தொகுப்பு, அசோகமித்ரன், நேஷனல் புக் டிரஸ்ட்
74. தமிழ் சிறுகதை வரலாறு, சிட்டி சிவபாதசுந்தரம், க்ரியா வெளியீடு.
75. நவீன தமிழ் இலக்கிய அறிமுகம், ஜெயமோகன், உயிர்மை..